ഗ്രീൻ ബുക്സ്

നീലാകാശത്തിൽനിന്ന്

യെവ്ഗെനി വൊദലാസ്കിൻ

1964 റഷ്യയിലെ കീവിൽ ജനിച്ചു. വൊദലാസ്കിൻ റഷ്യൻ സാഹിത്യവിമർശകനും എഴുത്തുകാരനുമാണ്. 1986ൽ കീവ് സ്റ്റേറ്റ് യൂണിവേഴ്സിറ്റിയിൽനിന്നും ഭാഷാശാസ്ത്രത്തിൽ ഉന്നത ബിരുദം കരസ്ഥമാക്കി. റഷ്യൻ സാഹിത്യ ഇൻസ്റ്റിറ്റ്യൂട്ടായ സെന്റ് പീറ്റേഴ്സ്ബർഗിലെ പുഷ്കിൻ ഹൗസിൽനിന്നും 2000-ൽ സാഹിത്യത്തിൽ ഡോക്ടറേറ്റ് നേടി. ഇപ്പോൾ സെന്റ് പീറ്റേഴ്സ്ബർഗിൽ ഇതേ സ്ഥാപനത്തിൽ ജോലി നോക്കുന്നു. നിരവധി കഥാസമാഹാരങ്ങളും നോവലുകളും രചിച്ചിട്ടുണ്ട്. 'ലാറുസ് എന്ന വിശുദ്ധൻ' റഷ്യയിലെ സമുന്നത ദേശീയ പുരസ്കാരമായ ബിഗ് ബുക്ക് പ്രൈസ്', 'യാസ്നാ പല്യാന അവാർഡ്' തുടങ്ങിയ അംഗീകാരങ്ങളിലൂടെ ശ്രദ്ധിക്കപ്പെട്ടു.

സി.എസ്. സുരേഷ് : സോവിയറ്റു യൂണിയനിലെ പാട്രിസ് ലുമുംബ യൂണിവേഴ്സിറ്റിയിൽനിന്നും മെക്കാനിക്കൽ എഞ്ചിനീയറിംഗിൽ ബിരുദം. റഷ്യൻ ഭാഷയിൽനിന്ന് മലയാളത്തിലേക്ക് നേരിട്ട് വിവർത്തനം ചെയ്ത ആദ്യ വ്യക്തി. ആനുകാലികങ്ങളിൽ ലേഖനങ്ങൾ എഴുതുന്നു. യെവ്ഗെനി വൊദലാസ്കിന്റെ Lavr (ലാറുസ് എന്ന വിശുദ്ധൻ), മറീന സ്റ്റെപ്പ്നൊവയുടെ Women of Lazaraus (ലാസറിന്റെ പെണ്ണുങ്ങൾ) എന്നീ കൃതികൾ ഗ്രീൻ ബുക്സ് പ്രസിദ്ധീകരിച്ചു. നീലാകാശത്തിൽനിന്ന് എന്ന കൃതി റഷ്യൻ ഭാഷയിൽനിന്ന് മലയാളത്തിലേക്ക് നേരിട്ടുള്ള മൂന്നാമത്തെ വിവർത്തനമാണ്.

ഗ്രീൻ ബുക്സ് പ്രസിദ്ധീകരിച്ച
ഗ്രന്ഥകർത്താവിന്റെ ഇതര കൃതി

ലാറുസ് എന്ന വിശുദ്ധൻ
(നോവൽ)

നോവൽ

നീലാകാശത്തിൽനിന്ന്

യെവ്ഗെനി വൊദലാസ്കിൻ

വിവർത്തനം

സി.എസ്. സുരേഷ്

ഗ്രീൻ ബുക്സ്

green books private limited
gb building, civil lane road, ayyanthole,
thrissur- 680 003, kerala, ph: +91 487-2381066, 2381039
website: www.greenbooksindia.com
e-mail: info@greenbooksindia.com

original russian title
Авиатор
novel
by
evgenii vodolazkin

english
The Aviator

malayalam
neelakaasathil ninnu

translated by
c.s. suresh

first published september 2019

منحة الترجمة
Translation Grant
صندوق منحة الشارقة للترجمة
Sharjah Translation Grant Fund

cover design : mansoor cheruppa

branches:
thrissur 0487-2422515
palakkad 0491-2546162
thiruvananthapuram 0471-2335301
calicut 0495 4854662
kannur 0497-2763038
ernakulam 8589095007

isbn : 978-93-88830-44-7

GBPL/1109/2019

മുഖക്കുറി

നീലാകാശത്തിൽനിന്ന് - വ്യത്യസ്ത ഭാവനയും പ്രമേയവും ആധാരമാക്കിയ വിസ്മയകരമായ ഒരു നോവൽപ്രബന്ധം. വൊദലാസ്കിൻ രചിച്ചിട്ടുള്ളതും മലയാളത്തിലാദ്യമായി റഷ്യനിൽനിന്ന് പരിഭാഷപ്പെടുത്തിയതുമായ ലാറൂസിന്റെ ഗ്രന്ഥകർത്താവായ എഴുത്തുകാരൻ. റഷ്യനിൽനിന്ന് തുടർച്ചയായി നേരിട്ടുള്ള തർജ്ജമകൾ മലയാളത്തിലെത്തുന്നു എന്നതും മലയാളത്തിന് അഭിമാനിക്കാവുന്നതാണ്.

കൃഷ്ണദാസ്

മാനേജിങ് എഡിറ്റർ

പരിഭാഷകന്റെ മുഖവുര

നിക്കോളായ് ഗോഗൽ, ദസ്തയേവ്സ്കി എന്നീ മഹാരഥന്മാർ വിഹരിച്ച ഭൂമികയിലാണ് ആധുനിക റഷ്യൻ നോവലിസ്റ്റ് യെവ്ഗെനി വൊദലാസ്കിൻ ജീവിക്കുന്നത്. നിവാനദിയിലെ ഇളംകാറ്റിന്റെ കുളിരിൽ വൊദലാസ്കിൻ തന്റെ മുൻഗാമികൾ തെളിച്ചിട്ട വഴിയിലൂടെയാണ് സഞ്ചരിക്കുന്നത്. സെന്റ് പീറ്റേഴ്സ്ബർഗ്ഗിലെ ഒരു റസ്റ്റോറന്റിൽ സന്ധ്യാനേരത്ത് താൻ കൊളുത്തിയ സിഗരറ്റിന്റെ ആദ്യപുക ആസ്വദിക്കുന്ന വൊദലാസ്കിൻ കൂമ്പിയ മിഴികളോടെ മൂക്കിൻതുമ്പിലേക്ക് അല്പം ഇടിഞ്ഞിറങ്ങിയ കണ്ണട ഇടതുകയ്യിലെ ചൂണ്ടുവിരൽകൊണ്ട് യഥാസ്ഥാനത്തേക്ക് തള്ളിവെച്ചുകൊണ്ട് പറഞ്ഞു. "മരണം ഒന്നിന്റേയും അവസാനമല്ല. അതൊരു അവസ്ഥാന്തരം മാത്രമാണ്." പതിഞ്ഞ തരളമായ ശബ്ദം എന്റെ ഹൃദയത്തിൽ തറഞ്ഞു കയറി. വൊദലാസ്കിന്റെ ലോകപ്രശസ്തമായ 'ലാറുസ് എന്ന വിശുദ്ധൻ' എന്ന കൃതിയിലെ നായകനായ ആർസെനി, തന്റെ പ്രേയസിയായിരുന്ന, മരിച്ചുപോയ ഉസ്ചീനയെ കൂടെ കൊണ്ടുനടക്കുകയും അവളുമായി സംവദിക്കുകയും ചെയ്യുന്ന രംഗങ്ങൾ എന്റെ ഓർമ്മകളിൽ തെളിഞ്ഞു. ഇവിടെ ഇതാ ഈ എഴുത്തുകാരനും മനുഷ്യജന്മത്തിന്റെ കൂടുവിട്ട് അനന്തവിഹായസ്സിലേക്ക് പറക്കുന്നു. ലാറുസിന്റെ പരിഭാഷ സംബന്ധിച്ച് ഞാൻ വൊദലാസ്കിനുമായി നടത്തിയ കൂടിക്കാഴ്ചയിലായിരുന്നു അദ്ദേഹം ഇപ്രകാരം മരണത്തെക്കുറിച്ച് പറഞ്ഞത്.

മൃത്യുവിന്റെ ചില്ലുകൊട്ടാരങ്ങൾ തകർത്തെറിയുന്ന ഒരു പ്രമേയമാണ് 'നീലാകാശത്തു നിന്ന്' എന്ന കൃതിയിൽ വൊദലാസ്കിൻ വായനക്കാർക്കായി ഒരുക്കിയിരിക്കുന്നത്. റഷ്യയുടെ വടക്കു പടിഞ്ഞാറെ തീരത്തുള്ള ഒരു കടലാണ് വൈറ്റ് സീ എന്ന് അറിയപ്പെടുന്നത്. വൈറ്റ് സീയിലെ ദ്വീപാണ്

സളവ്യെത്സ്കി അഥവാ സളോവ്കി. പ്രതിവിപ്ലവകാരികളെയും സാർചക്രവർത്തിയുടെ കാലത്തെ പുരോഹിതന്മാരെയും ചക്രവർത്തിക്കു വേണ്ടി സൈനിക സേവനം അനുഷ്ഠിച്ചിരുന്നവരേയും തടവിൽ പാർപ്പിക്കുകയും ക്രൂരമായ പിഡനങ്ങൾക്ക് ഇരയാക്കുകയും അടിമവേല ചെയ്യിക്കുകയും ചെയ്ത ഒരു കോൺസൺട്രേഷൻ ക്യാമ്പ് സളോവ്കിയിൽ 1923 മുതൽ 1937 വരെ പ്രവർത്തിച്ചിരുന്നു. പ്രതിവിപ്ലവകാരിയായ പ്രൊഫസർ വറോനിൻ എന്നയാളുടെ കൂടെ ഒരുമിച്ച് ഒരു ഫ്ളാറ്റിൽ താമസിക്കുകയും അയാളുടെ മകളായ അനസ്താസ്യയെ പ്രേമിക്കുകയും ചെയ്യുന്ന ഇന്നക്കെഞ്ചി പെത്രോവിച്ച് എന്ന ചെറുപ്പക്കാരനെ രഹസ്യപ്പൊലീസ് അറസ്റ്റു ചെയ്യുന്നു. പ്രൊഫസർ വറോനിനെ ഒറ്റു കൊടുക്കുന്ന സര്യേത്സ്കി എന്ന തൊഴിലാളിയെ കൊലപ്പെടുത്തിയ കുറ്റം ചുമത്തി ഇന്നക്കെഞ്ചിയെ രഹസ്യപ്പൊലീസ് ജയിലിലിലടയ്ക്കുകയും സളോവ്കി ക്യാമ്പിലേക്ക് അയയ്ക്കുകയും ചെയ്യുന്നു.

ഗിനിപ്പന്നികളെപ്പോലെ മനുഷ്യരെ പരീക്ഷണത്തിന് വിധേയരാക്കാൻ ഉത്തരവ് പുറപ്പെടുവിക്കുന്നതു സ്റ്റാലിനായിരുന്നു. ജീവനുള്ള മനുഷ്യശരീരത്തെ അതിയായ ശീതീകരണത്തിന് വിധേയമാക്കി ഐസുകട്ടകൾപോലെ ദ്രാവക നൈട്രജനിൽ സൂക്ഷിക്കുകയും നിരവധി വർഷങ്ങൾക്കുശേഷം ചൂടാക്കി പൂർവ്വാവസ്ഥയിൽ എത്തിക്കുകയും ചെയ്യുന്ന പരീക്ഷണമാണ് അവിടെ അരങ്ങേറുന്നത്. പരീക്ഷണത്തിന് വിധേയനാകുന്ന ഇന്നക്കെഞ്ചി ജീവിതത്തിലേക്ക് ഉയിർത്തെഴുന്നേൽക്കുന്നത് സോവിയറ്റുകാലവും കഴിഞ്ഞ് 1999ലാണ്. ജീവശാസ്ത്രപരമായി ഇന്നക്കെഞ്ചിക്ക് പ്രായം മുപ്പതു വയസ്സാണ്. അയാളുടെ പ്രണയിനിയായിരുന്ന അനസ്താസ്യയെ വാർദ്ധക്യത്തിന്റെ നിരാലംബശയ്യയിൽ ഇന്നക്കെഞ്ചി കണ്ടുമുട്ടുകയും അവളുടെ മരണത്തിന് സാക്ഷിയാകുകയും ചെയ്യുന്നു. തന്റെ പ്രണയിനിയുടെ പേരക്കുട്ടിയായ നാസ്ച്യയെ വിവാഹം കഴിക്കുന്ന ഇന്നക്കെഞ്ചി ആധുനിക റഷ്യൻ ജീവിതത്തിൽ ഒരു ന്യൂസ്മേക്കറായി മാറുകയാണ്. സര്യേത്സ്കി എന്ന ഒറ്റുകാരനായ തൊഴിലാളിയുടെ കൊലപാതകം സംബന്ധിച്ച നിഗൂഢതകൾ നോവലിന്റെ പരിണാമഗുപതിയിൽ എഴുത്തുകാരൻ വായനക്കാർക്ക് വിസ്മയമുണർത്തുന്ന രീതിയിലാണ് അവതരിപ്പിക്കുന്നത്. ഇന്നക്കെഞ്ചി, നാസ്ച്യ, ഇന്നക്കെഞ്ചിയെ ജീവിതത്തിലേക്ക് കൊണ്ടുവന്ന ജർമ്മൻകാരനായ ഡോക്ടർ ഗെയ്ഗർ എന്നിവരുടെ ഡയറിക്കുറിപ്പുകളായാണ് നോവലിന്റെ രചന നിർവ്വഹിക്കപ്പെട്ടിട്ടുള്ളത്.

ടൈം മെഷീൻ എന്ന സങ്കൽപ്പത്തിന്റെ ചിറകിൽ ഭൂതകാലത്തിലേക്ക് ഊളിയിട്ടു പോകുന്ന പ്രമേയങ്ങൾ ലോകസാഹിത്യത്തിൽ വിരളമല്ല. അത്തരം പ്രമേയങ്ങളിൽ മുന്നിട്ടു നിൽക്കാറുള്ള ഹാസ്യമുണർത്തുന്ന വിസ്മയത്തിന്റേയും അത്ഭുതത്തിന്റെയും ഭാവങ്ങൾക്ക് വഴിപ്പെടാതെ വൊദലാസ്കിൻ വായനക്കാരെ നയിക്കുന്നത് കാലത്തിന്റെ തടവറയിൽ കുടുങ്ങിപ്പോകുന്ന ഇന്നക്കെഞ്ചിയുടെ ആത്മരോദനങ്ങളിലേക്കാണ്. ആത്മീയഭാവത്തിന്റെ ഉദാത്തമായ ചിന്താസരണികൾ പലപ്പോഴും വായനക്കാരെ നയിക്കുന്നത് ജീവിതത്തിന്റെ വിഹ്വലതകളിലേക്കും മരണത്തിന്റെ നിരർത്ഥകതയിലേക്കുമാണ്.

കാലത്തിന്റെ തണുത്തുറഞ്ഞ മഞ്ഞുകട്ടകളിൽ എഴുപതു വർഷങ്ങൾ കുടുങ്ങിക്കിടക്കുന്ന ഒരാൾ ആ കാലഘട്ടത്തിൽ ജീവിച്ചിരുന്നില്ല എന്നു പറയാൻ കഴിയുമോ? വാട്ടർലൂ യുദ്ധം ചരിത്രത്തിന്റെ ഭാഗമാണ്. ആ യുദ്ധത്തിന്റെ സമയത്ത് ഉറങ്ങിക്കിടന്ന ഒരാൾ ജീവിച്ചിരുന്നില്ല എന്ന് പറയാൻ കഴിയില്ല. ഇത്തരം യുക്തികളിലൂടെ നോവലിസ്റ്റ് വായനക്കാരനെ നയിക്കുന്നത് ഉദാത്തമായ ചിന്തയുടെ തലത്തിലേക്കാണ്. ഇന്നക്കെഞ്ചി എന്ന കഥാനായകൻ ആത്മീയതയുടെ വ്യോമയാനത്തിൽ കയറി വിസ്തൃതമായ കാഴ്ചപ്പാടുള്ള ഒരു വൈമാനികനെപോലെ നീലാകാശത്തിന്റെ അനന്തതയിലേക്ക് ഉയർത്തപ്പെടുകയാണ്. വിപ്ലവത്തിന്റെ ഇടവഴികളിൽ ചിന്തിയ രക്തം കറപിടിച്ച് വായനക്കാരന്റെ ഉള്ളത്തിലും സിന്ദൂരച്ഛവി പടർത്തിയേക്കാം.

സിംബോളിക് ആഖ്യായികകളുടെ കാലം അതിക്രമിച്ചിരിക്കുന്നു എന്ന ഒരു പൊതു ധാരണ നിലവിലുണ്ടെങ്കിലും ലോകസാഹിത്യത്തിൽ പലപ്പോഴും നാം അതൊക്കെ കാണുന്നുണ്ട്. ഏതൊരു സഹൃദയനും ഈ നോവലിനെ വ്യത്യസ്ത വീക്ഷണകോണുകളിലൂടെ ദർശിക്കാവുന്നതാണ്. ഈ നോവലിന്റെ ഒരു പ്രത്യേകത ലോകത്ത് ആദ്യമായി സോഷ്യലിസം വിജയകരമായി തൊഴിലാളികളുടെ നേതൃത്വത്തിലുള്ള വിപ്ലവത്തിലൂടെ സ്ഥാപിച്ചു എന്ന് അവകാശവാദമുന്നയിച്ച സോവ്യയറ്റ് കാലഘട്ടത്തിലുടനീളം ഇന്നക്കെഞ്ചി എന്ന കഥാനായകൻ ശീതികരിക്കപ്പെട്ട അവസ്ഥയിൽ കഴിയുകയാണ് എന്നതാണ്. ഒരു ജനതയെ മുഴുവനായി ശീതീകരിക്കപ്പെട്ട അവസ്ഥയിൽ ഒറ്റപ്പെടുത്തി സൂക്ഷിച്ചിരുന്ന കാലഘട്ടമായിരുന്നുവോ സോവിയറ്റു കാലഘട്ടം എന്ന ഒരു ചോദ്യം ന്യായമായും വായനക്കാരന്റെ മനസ്സിൽ അങ്കുരിക്കും.

നോവലിന്റെ ഒരു ഭാഗത്ത് കഥാനായകൻ ചോദിക്കുന്നു: “ഇപ്പോൾ എന്റെ മഞ്ഞുരുകലിനെക്കുറിച്ച് ആലോചിക്കുമ്പോൾ കഴിഞ്ഞുപോയ വർഷങ്ങളുടെ വെളിച്ചത്തിൽ ഞാൻ സ്വയം ചോദിക്കുന്നു, എന്റെ മഞ്ഞുരുകൽ ഒരു തലമുറയുടെ മുഴുവൻ ഉയിർത്തെഴുന്നേൽപ്പായി പരിണമിച്ചുവോ?”

നിരവധി ചോദ്യങ്ങൾ അവശേഷിപ്പിച്ചുകൊണ്ടാണ് മനോഹര കാവ്യഭംഗിയോടെ വൊദലാസ്കിൻ ഈ കൃതി അവസാനിപ്പിക്കുന്നത്. സോവിയറ്റ് ഭരണകാലത്ത് ലെനിൻ ഗ്രാഡ് എന്നു വിളിച്ചിരുന്ന ഇപ്പോഴത്തെ സെന്റ് പീറ്റേഴ്സ് ബർഗ്ഗിൽ 1941 മുതൽ രണ്ടര വർഷക്കാലം നഗരത്തെ ഒറ്റപ്പെടുത്തിയ ജർമ്മൻ യുദ്ധതന്ത്രത്തിൽ പത്തുലക്ഷത്തിനു മുകളിൽ ജനങ്ങളാണ് പട്ടിണിമരണങ്ങൾക്ക് അടിപ്പെട്ടത്. ചരിത്രമുറങ്ങുന്ന ഭംഗിയുള്ള ഈ നഗരം ശ്മശാനങ്ങളുടെ നഗരവുമാണ്. സെന്റ് പീറ്റേഴ്സ്ബർഗ്ഗ് എന്ന നഗരത്തിന്റെ ഒരു ഭാവഗീതം കൂടിയാണ് ഈ കൃതി.

സി.എസ്. സുരേഷ്

എന്റെ മകൾക്ക്

"നിങ്ങൾ എന്തൊക്കെയാണ് എഴുതിക്കൊണ്ടിരിക്കുന്നത്?"

"ഞാൻ വസ്തുക്കളെക്കുറിച്ചും ഇന്ദ്രിയഗോചരമായ കാര്യങ്ങളെക്കുറിച്ചും ആളുകളെക്കുറിച്ചുമാണ് വിവരിക്കുന്നത്. അവരെ വിസ്മൃതിയിൽ നിന്നും രക്ഷിക്കാനായി ഞാനിപ്പോൾ എല്ലാ ദിവസവും എഴുതുന്നു."

"ഇവിടെ വിജയങ്ങൾ നേടിയെടുക്കാനുള്ള ദൈവത്തിന്റെ ലോകം വളരെ വലുതാണ്."

"നിങ്ങൾക്കറിയാമോ ഒരോരുത്തരും അവരവരുടെ ഒരു തുണ്ടു ലോകത്തെക്കുറിച്ചുതന്നെ വിശദീകരിക്കുകയാണെങ്കിൽ, അത് വളരെ ഹ്രസ്വമായിരിക്കും. എന്നാൽ, യഥാർത്ഥത്തിൽ അതത്ര ചെറുതാണോ? ചിലരുടെ വീക്ഷണങ്ങൾ വളരെ വിശാലമായി നിങ്ങൾക്ക് കാണാവുന്നതാണ്."

"ഉദാഹരണത്തിന്?"

"ഉദാഹരണത്തിന് ഒരു വൈമാനികൻ."

വിമാനത്തിലെ ഒരു സംഭാഷണം

ഭാഗം ഒന്ന്

ഞാനവളോടു പറയുമായിരുന്നു: തണുപ്പത്ത് തൊപ്പി ധരിച്ചു നടക്കണം. ഇല്ലെങ്കിൽ ചെവികൾ തണുത്തുറഞ്ഞുപോകും. നോക്കൂ, അവൻ പറഞ്ഞു, എത്രയാളുകളാണ് ചെവിയില്ലാതെ നടന്നു പോകുന്നത്? അവൾ സമ്മതിച്ചു. അതെ, അതെ ഞാൻ തൊപ്പി ധരിക്കേണ്ടതായിരുന്നു, അവൾ സമ്മതിച്ചു. പക്ഷേ അവൾ തൊപ്പി ധരിക്കാതെ നടന്നു. അത്തരം ഒരു ചിത്രമാണ് എന്റെ മനസ്സിലൂടെ കടന്നു പോയത്. പക്ഷേ അത് ആരെ ക്കുറിച്ചായിരുന്നു എന്ന് ബുദ്ധിയിൽ തെളിഞ്ഞതേയില്ല!

അല്ലെങ്കിൽ വൃത്തികെട്ടതും ക്രൂരവുമായ ഏതെങ്കിലും വഴക്കിനെ ക്കുറിച്ചുള്ള ചിത്രമായിരിക്കും മനസ്സിൽ തെളിഞ്ഞു വരുന്നത്. തുടക്ക ത്തിലെ ഇടപെടൽ വളരെ സദുദ്ദേശ്യത്തോടെയും നല്ല രീതിയിലുമായി രുന്നു, എന്നാൽ പിന്നീട് പദാനുപദം വഴക്കടിക്കുകയായിരുന്നു എന്ന താണ് നാണക്കേടുണ്ടാക്കുന്നത്. പ്രധാനമായ സംഗതി അതെന്തിനായി രുന്നുവെന്നോ എന്താണെന്നോ അറിയാതെ നാം തന്നെ അത്ഭുതപ്പെട്ടു പോകുമെന്നതായിരുന്നു.

ശവസംസ്കാര ചടങ്ങുകളെല്ലാം ഇപ്രകാരമാണെന്ന് ചിലരെങ്കിലും ശ്രദ്ധിച്ചിരിക്കും. ആദ്യത്തെ ഒരു മണിക്കൂർ നേരം ആളുകൾ സംസാരി ക്കുന്നത് മരണമടഞ്ഞയാൾ എത്ര നല്ലവനായിരുന്നു എന്നായിരിക്കും. പിന്നീട് സന്നിഹിതരായിരുന്നവരിൽ ഒരാൾ മരിച്ചയാൾ നല്ലവൻ മാത്ര മായിരുന്നില്ല എന്ന് ഓർമ്മിക്കും. ഇവിടെയാണ് ആധിപത്യം പുലർത്തുന്ന മറ്റു പലരും പലതും കൂട്ടിച്ചേർക്കുന്നത്. സാവകാശം മരണമടഞ്ഞയാൾ ഒന്നാംതരം തന്തയില്ലാത്തവനായിരുന്നു എന്ന നിഗമനത്തിൽ അവർ എത്തിച്ചേരും.

അല്ലെങ്കിൽ ദൃഷ്ടിഭ്രമം സംഭവിച്ചേക്കാം: ഒരു കഷണം സോസേജ് കൊണ്ട് ആരുടേയോ തലയ്ക്ക് അടിക്കുന്നു. അടികൊണ്ടയാൾ ചരിഞ്ഞ ഒരു പ്രതലത്തിലൂടെ ഉരുണ്ടുരുണ്ടു പോകുന്നു. ഉരുളിച്ച നിർത്താനാ വാതെ അയാൾക്ക് തലകറങ്ങുന്നു...

“എന്റെ തലയും കറങ്ങുന്നു... ഞാനൊരു കിടക്കയിൽ കിടക്കുക യാണ്.”

ഞാനെവിടെയാണ്?

പദചലനങ്ങൾ.

ഒരു വെളുത്ത ലാബുകോട്ടുധരിച്ച അപരിചിതൻ പ്രവേശിച്ചു. അയാൾ ഒരു കൈത്തലം തന്റെ ചുണ്ടിൽ വെച്ചുകൊണ്ട് എന്നെ നോക്കി നിന്നു. (വാതിലിന്റെ വിടവിലൂടെ ആരുടെയോ തല കാണാമായിരുന്നു) എന്റെ ഭാഗത്തുനിന്നും പ്രകടമാവാത്ത ഭാവത്തിൽ ഞാനയാളെ നോക്കി. ഇറുക്കിയടയ്ക്കാത്ത ഇമകൾക്കുള്ളിലൂടെ ഞാനയാളെ നോക്കി. അയാൾ എന്റെ ഇമകളുടെ വിറയൽ ശ്രദ്ധിച്ചു. "നിങ്ങൾ ഉണർന്നുവോ?" ഞാൻ കണ്ണുകൾ തുറന്നു. അപരിചിതനായ മനുഷ്യൻ എന്റെ കിടക്കയ്ക്ക് അരുകിൽ വരികയും എന്റെ നേരെ ഒരു കൈ നീട്ടുകയും ചെയ്തു.

"ഞാൻ ഗെയ്ഗർ, നിങ്ങളുടെ ഡോക്ടറാണ്" ഞാനെന്റെ വലത്തു കൈ പുതപ്പിനടിയിൽ നിന്ന് പുറത്തിടുകയും ഗെയ്ഗറുടെ ശ്രദ്ധാപൂർവ്വമുള്ള ഹസ്തദാനം അനുഭവിക്കുകയും ചെയ്തു. അയാൾ ഒരു നിമിഷം പുറകിലേക്ക് തിരിഞ്ഞു നോക്കുകയും വാതിൽ വലിച്ചടയ്ക്കുകയും ചെയ്തു. എന്റെ കയ്യിൽ നിന്നും കൈ വേർപെടുത്താതെ ഗെയ്ഗർ എന്റെ മുഖത്തിനു നേരെ തല ചായ്ച്ചു.

"നിങ്ങൾ? നിങ്ങളാണോ ഇന്നക്കെഞ്ചി പെത്രോവിച്ച് പ്ലത്തോനവ്?" എനിക്കത് ഉറപ്പിച്ചു പറയാനാവില്ല. അയാൾ അങ്ങനെയാണ് പറയുന്നതെങ്കിൽ അതിന് എന്തെങ്കിലും കാരണവും കാണും. ഇന്നക്കെഞ്ചി പെത്രോവിച്ച്... ഞാൻ നിശ്ശബ്ദനായി എന്റെ കൈ വീണ്ടും പുതപ്പിനടിയിൽ ഒളിപ്പിച്ചു. "നിങ്ങൾ ഒന്നും ഓർമ്മിക്കുന്നില്ലേ? " ഗെയ്ഗർ ചോദിച്ചു. ഞാൻ തലയിളക്കി. ഇന്നക്കെഞ്ചി പെത്രോവിച്ച് പ്ലത്തോനവ്. ബഹുമാനം സ്ഫുരിക്കുന്ന പേരാണ്. കുറച്ച് സാഹിത്യപരവുമാണ്.

"ഞാൻ നിങ്ങളുടെയടുത്തേക്ക് വന്നതും സ്വയം പരിചയപ്പെടുത്തിയതും നിങ്ങൾ ഓർമ്മിക്കുന്നുണ്ടോ?" അയാൾ എന്നോടെന്തിനാണ് ഇങ്ങനെ? ഒരുപക്ഷേ ഞാൻ ഒട്ടും വയ്യാത്ത അവസ്ഥയിലാണോ? ഒന്നു നിർത്തിയിട്ട് പരുഷമായി ഞാൻ പറഞ്ഞു.

"ഓർമ്മിക്കുന്നു."

"അതിനും മുൻപുള്ള കാര്യങ്ങളോ?"

കണ്ണുനീർ എന്നെ വീർപ്പുമുട്ടിക്കുന്നതായി തോന്നി. അത് പുറത്തേക്ക് ഒഴുകുകയും ഞാൻ തേങ്ങിപ്പോകുകയും ചെയ്തു. ഗെയ്ഗർ കിടയ്ക്കയുടെ അരികിലെ മേശയിൽ നിന്നും ഒരു കടലാസ് തൂവാലയെടുത്ത് എന്റെ കണ്ണീരൊപ്പി.

"എന്തായിത് ഇന്നക്കെഞ്ചി പെത്രോവിച്ച്? ഈ ലോകത്ത് ഓർമ്മിക്കാൻ കൊള്ളാവുന്ന വളരെക്കുറച്ചു കാര്യങ്ങളേയുള്ളൂ. നിങ്ങളതോർത്ത് എന്തിന് വിഷമിക്കണം?"

"എനിക്കെന്റെ ഓർമ്മ തിരിച്ചുകിട്ടുമോ?"

“എനിക്കൊത്തിരി പ്രതീക്ഷയുണ്ട്. നിങ്ങളുടെ കാര്യത്തിൽ ഒന്നും ഉറപ്പിച്ചു പറയാനാവില്ല.”

അയാൾ തെർമ്മോമീറ്റർ എന്റെ കക്ഷത്തിൽ വെച്ചു.

“നിങ്ങൾ കഴിയാവുന്നത്ര ഓർമ്മിക്കാൻ ശ്രമിക്കൂ. നിങ്ങളുടെ ശ്രമത്തിന് ഇവിടെ വലിയ പ്രാധാന്യമുണ്ട്. നിങ്ങൾ സ്വയം എല്ലാം ഓർമ്മിച്ചെടുക്കുകയാണ് വേണ്ടത്.”

ഗെയ്ഗറുടെ മൂക്കിലെ രോമങ്ങളെ ഞാൻ കാണുന്നു. താടിയിൽ രോമം വടിച്ചതിന്റെ പോറലുകൾ കാണുന്നു.

അയാൾ വളരെ ശാന്തനായി എന്നെ നോക്കുന്നു.

ഉയർന്ന നെറ്റി, നേരെയുള്ള മൂക്ക് ആരോ വരച്ചു വെച്ചതുപോലെ. മൂക്കിലുറപ്പിക്കുന്ന കാലില്ലാത്ത വട്ടക്കണ്ണട. പ്രത്യേകതകളോടെ കണ്ടുപിടിക്കപ്പെട്ടതെന്നു തോന്നിക്കുന്ന ഇത്തരം ധാരാളം മുഖങ്ങളുണ്ട്.

“ഞാൻ അപകടത്തിൽപെട്ടുവോ?”

“അങ്ങനെയും പറയാം.”

തുറന്നിട്ട കുട്ടിജനാലയിലൂടെ ആശുപത്രിമുറിയിലെ വായുവുമായി പുറത്തെ ശൈത്യകാല വായു കൂടിക്കലർന്നു. വായു കലുഷിതമായി വിറയ്ക്കുകയും ഉരുകുകയും ചെയ്തു. ജനാലയുടെ ലംബമായ ചട്ടം ഒരു മരത്തിന്റെ തായ്തടിയുമായി ലയിച്ചു ചേർന്നു. സായം സന്ധ്യ – ഞാനിത് എവിടെയൊ കണ്ടിട്ടുണ്ട്. ഒഴുകി നടക്കുന്ന മഞ്ഞിന്റെ അടരുകൾ. ജനാലപ്പടിയെ തൊടുന്നതിനു മുൻപേ അവയൊക്കെ ഉരുകിപ്പോകുന്നു. എവിടെയാണ് ഞാനിതൊക്കെ കണ്ടത്?

“ഞാൻ ഒന്നും ഓർമ്മിക്കുന്നില്ല. എന്തോ കുറച്ചു കാര്യങ്ങൾ മാത്രം. ആശുപത്രിയിലെ കുട്ടിജനാലയിലെ മഞ്ഞിന്റെ അടരുകൾ, നെറ്റി മുട്ടിച്ചാൽ തണുപ്പു തോന്നുന്ന ജനാലച്ചില്ലുകൾ. ഓർമ്മിക്കുന്നില്ല, എല്ലാം മറന്നുപോയിരിക്കുന്നു.”

കഴിഞ്ഞുപോയ കുറച്ചു കാര്യങ്ങൾ നിങ്ങളെ ഓർമ്മിപ്പിക്കാൻ എനിക്കു കഴിഞ്ഞേക്കും. പക്ഷേ ജീവിതം അതിന്റെ പൂർണ്ണതയോടെ പറഞ്ഞുതരാൻ എനിക്കു കഴിയില്ല. നിങ്ങളുടെ ജീവിതത്തിന്റെ വളരെ ബാഹ്യമായ ചില കാര്യങ്ങൾ മാത്രമേ എനിക്കറിയാവൂ. നിങ്ങൾ എവിടെയാണ് ജീവിച്ചത്, ആരെല്ലാമായാണ് ബന്ധപ്പെട്ടിരുന്നത് എന്നൊക്കെയുള്ള കാര്യങ്ങൾ – അതിനപ്പുറം നിങ്ങളുടെ ചിന്തകളുടേയോ വികാരങ്ങളുടേയോ ചരിത്രമൊന്നും എനിക്കറിയില്ല. മനസ്സിലായോ?” അയാൾ എന്റെ കക്ഷത്തിൽനിന്നും തെർമോമീറ്റർ വലിച്ചെടുത്തു.

“38.5. കൂടുതലാണ്.”

ഇന്നലെ സമയം എന്ന ഒരു വസ്തു ഉണ്ടായിരുന്നില്ല. പക്ഷേ ഇന്ന് തിങ്കളാഴ്ചയാണ്. അങ്ങനെയാണ് കാര്യങ്ങൾ. ഗെയ്ഗർ ഒരു പെൻസിലും തടിച്ച നോട്ടുബുക്കും എഴുതാനുള്ള ഒരു സ്റ്റാന്റുമായി തിരിച്ചു വന്നു.

“ഇന്ന് സംഭവിച്ച എല്ലാ കാര്യങ്ങളും എഴുതി വെയ്ക്കുക. പഴയ കാലത്തെ ഓർമ്മിക്കുന്ന എല്ലാ കാര്യങ്ങളും എഴുതി വെയ്ക്കണം. ഈ ഡയറി എനിക്കു വേണ്ടിയാണ്. നിങ്ങളുടെ കാര്യങ്ങളൊക്കെ എങ്ങനെ പുരോഗമിക്കുന്നു എന്ന് എല്ലാ ദിവസവും ഞാൻ നോക്കും.”

“ഇപ്പോഴത്തെ എന്റെ എല്ലാ കാര്യങ്ങളും നിങ്ങളുമായി ബന്ധപ്പെട്ടിരിക്കുന്നു. അപ്പോൾ നിങ്ങളെക്കുറിച്ചും എഴുതണോ? ”

“വേണം. (അയാൾ ജർമ്മൻ ഭാഷയിലാണ് പറഞ്ഞത്) എഴുതി നോക്കൂ. എന്നെ എല്ലാ വശങ്ങളിൽ നിന്നും വിലയിരുത്തിക്കോളൂ. എന്റെ വിനീതമായ രൂപം നിങ്ങളുടെ ഓർമ്മകളുടെ മറ്റു തന്ത്രികൾ മീട്ടിയേക്കാം. നിങ്ങൾ സംവദിക്കുന്ന സുഹൃത്‌വൃത്തം പടിപടിയായി നമ്മൾ വിപുലീകരിക്കും.”

ഗെയ്ഗർ എന്റെ വയറിനു മേലെ എഴുത്ത് സ്റ്റാന്റ് ക്രമീകരിച്ചു. അത് എന്റെ ഓരോ ശ്വാസോച്ഛ്വാസമനുസരിച്ച് ദുഃഖത്തോടെ സ്വയം ശ്വസിക്കുന്നതുപോലെ ഉയരുകയും താഴുകയും ചെയ്തു. നോട്ടുബുക്ക് തുറന്ന് വെയ്ക്കുകയും പെൻസിൽ എന്റെ വിരലുകൾക്കിടയിൽ പിടിപ്പിക്കുകയും ചെയ്തു. അതിത്തിരി കടന്നുപോയി എന്നെനിക്കു തോന്നി. ഞാൻ രോഗിയായിരിക്കാം, പക്ഷേ എനിക്ക് എന്റെ കയ്യുകളും കാലുകളും ചലിപ്പിക്കാൻ കഴിയുന്നുണ്ട്. എന്താണ് സ്വന്തമായി എഴുതേണ്ടത്? ഒന്നും സംഭവിക്കുന്നില്ല. ഒന്നും ഓർമ്മവരുന്നുമില്ല!

നോട്ടുബുക്ക് വളരെ വലുതാണ്. ഒരു നോവലെഴുതാൻ മാത്രം വലിപ്പമുണ്ട്. ഞാൻ കൈയിലിട്ടു പെൻസിൽ കറക്കി. “എനിക്കെന്താണ് അസുഖം? ഡോക്ടർ ഞാൻ ജീവിക്കുമോ? ഇന്നത്തെ തീയതി ഏതാണ് ഡോക്ടർ?”

അയാൾ നിശ്ശബ്ദനായി നിന്നു. ഞാനും നിശ്ശബ്ദനായിരിക്കും. ഞാനെന്തെങ്കിലും അപമര്യാദയായി ചോദിച്ചുവോ?

“നമുക്കിങ്ങനെ ചെയ്യാം.” ഗെയ്ഗർ പറഞ്ഞു.

“നിങ്ങൾ ആഴ്ചയിലെ ദിവസങ്ങൾ മാത്രം സൂചിപ്പിച്ചാൽ മതി. അങ്ങനെ നമുക്ക് സമയവുമായി ഒരു രമ്യതയിലെത്താം.

“ഗെയ്ഗർ – ഒരു അത്ഭുതകരമായ കെട്ടുകഥയാണ്.” ഞാൻ ഉത്തരം പറഞ്ഞു.

“സമ്മതിച്ചിരിക്കുന്നു.” (ജർമ്മൻ ഭാഷയിലാണ് പറഞ്ഞത്) അയാൾ ചിരിച്ചു. അതുകൊണ്ട് ഞാൻ ഇന്നലെയും ഇന്നിനെയും കുറിച്ച് എഴുതാൻ തുടങ്ങി.

ചൊവ്വാഴ്ച

ഇന്ന് വാളന്റീന എന്ന നേഴ്സുമായി പരിചയപ്പെട്ടു. വടിവൊത്തവളാണവൾ. മിതഭാഷിയാണ്. അവൾ കയറി വന്നപ്പോൾ ഞാൻ ഉറക്കം നടിച്ചു കിടന്നു. അതിപ്പോൾ ഒരു സ്വഭാവമായി മാറിയിട്ടുണ്ട്. പിന്നെ ഒരു കണ്ണു തുറന്നിട്ട് ചോദിച്ചു. എന്താ “നിങ്ങളുടെ പേര്?”

"വാളന്റീന, ഡോക്ടർ പറഞ്ഞു നിങ്ങൾക്ക് സ്വസ്ഥത വേണമെന്ന്."

തുടർന്നുള്ള ചോദ്യങ്ങൾക്കൊന്നും അവൾ മറുപടി പറഞ്ഞില്ല. അവൾ എനിക്ക് പുറംതിരിഞ്ഞു നിന്നുകൊണ്ട് നിലം തുടച്ചു. ജയഘോഷത്തിന്റെ താളം. അവൾ അഴുക്കുതുണി ബക്കറ്റിലെ വെള്ളത്തിൽ ഉലച്ചു കഴുകാനായി കുനിഞ്ഞപ്പോൾ അവളുടെ വെളുത്ത കോട്ടിനുള്ളിലെ അടിക്കുപ്പായം ദൃശ്യമായി. എനിക്കെന്തു സ്വസ്ഥത ലഭിക്കാനാണ്?

ഞാൻ തമാശ പറയുകയാണ്. എനിക്ക് ഒട്ടും ശക്തിയില്ല! രാവിലെ ടെമ്പറേച്ചർ നോക്കിയിരുന്നു. 38.7 ഗെയ്ഗറെ അത് അസ്വസ്ഥനാക്കി.

എന്നെ വിഷമിപ്പിക്കുന്ന കാര്യം എനിക്ക് സ്വപ്നങ്ങളും ഓർമ്മകളും വേർതിരിച്ചറിയാനാവുന്നില്ല എന്നതാണ്.

കഴിഞ്ഞ രാത്രിയിലെ ധാരണകളൊക്കെ വളരെ അവ്യക്തമാണ്. ഞാൻ വീട്ടിൽ ഉയർന്ന താപനിലയുമായി കിടക്കുകയായിരുന്നു. എനിക്ക് പകർച്ചപ്പനിയായിരുന്നു. മുത്തശ്ശിയുടെ കയ്യും തെർമോമീറ്ററും തണുത്തതായിരുന്നു. ജനാലയ്ക്കു പുറത്ത് മഞ്ഞിന്റെ ചുരുളുകൾ. ഇന്നു ഞാൻ പോകാനിരുന്ന സ്കൂളിലേക്കുള്ള വഴി മുഴുവൻ മഞ്ഞുമൂടി. അതിന്റെയർത്ഥം അവർ ഹാജർ ബുക്കിൽ 'പി' എന്ന അക്ഷരത്തിൽ ചോക്കുപൊടി പറ്റിയ വിരൽ ചൂണ്ടി പ്ലത്തോനവ് എന്നു വിളിക്കും.

ക്ലാസ്സ് ലീഡർ വിളിച്ചു പറയും പ്ലത്തോനവ് ഇല്ല. പകർച്ചപ്പനി പിടിപെട്ട അവൻ വീട്ടിലാണ്. അവന് റോബിൻസൺ ക്രൂസോ വായിച്ചുകൊടുക്കുന്നുണ്ടാവാം. വീട്ടിൽ ഒരു ഘടികാരത്തിന്റെ ശബ്ദം കേൾക്കുന്നുണ്ടാവാം. കാലില്ലാത്ത വട്ടക്കണ്ണട തന്റെ മൂക്കിലേക്ക് അമർത്തിക്കൊണ്ട് അവന്റെ അമ്മൂമ്മ കാര്യങ്ങൾ നിയന്ത്രിക്കുന്നുണ്ടാവാം. അവരുടെ കണ്ണുകൾ ലെൻസിലൂടെ വളരെ വലുതായി കാണപ്പെടുന്നുണ്ടാവാം. ഇത് വളരെ ഭാവാത്മകമായ ഒരു ചിത്രമാണ്. "അദ്ധ്യാപകർ സമ്മതിച്ചു. നമുക്കിതിനെ വായനയുടെ ദൈവികം എന്ന് വിളിക്കാം."

ചുരുക്കിപ്പറഞ്ഞാൽ സംഭവിച്ച കാര്യങ്ങൾ ഇപ്രകാരമായിരുന്നു. ക്ലാസ്സ് ലീഡർ പറഞ്ഞു. "ബാലിശസ്വഭാവമുള്ള ഒരു ചെറുപ്പക്കാരൻ ഒരു കടൽയാത്ര പുറപ്പെടുകയും കപ്പൽച്ചേതം സംഭവിക്കുകയും ചെയ്യുന്നു. അയാളെ ആൾത്താമസമില്ലാത്ത ഒരു ദ്വീപിൽ ഉപേക്ഷിക്കുന്നു. അവിടെ നിലനിൽപ്പിനുള്ള യാതൊരു ഉപാധികളും അയാൾക്കില്ല. അവിടെ ആളുകൾ ആരുമില്ല. ജനങ്ങളേ ഉണ്ടായിരുന്നില്ല. അവൻ തുടക്കം മുതലേ വളരെ ബുദ്ധിപരമായി കാര്യങ്ങൾ ചെയ്തിരുന്നുവെങ്കിൽ... അതെങ്ങനെയാണ് നിർദ്ദേശത്തിന്റെ കർക്കശമായ ഭാവം സ്ഫുരിക്കാതെ പ്രകടിപ്പിക്കേണ്ടതെന്ന് എനിക്കറിയില്ല! അത് ഒരു തരം മുടിയനായ പുത്രന്റെ ഉദാഹരണമായി തോന്നിയേക്കാം. ക്ലാസ്സുമുറിയിലെ ബ്ലാക്ക് ബോർഡിൽ ഒരു സമവാക്യം എഴുതിയിരുന്നു. (ഇന്നലത്തെ ഗണിത ശാസ്ത്രം) പ്രഭാതത്തിൽ നിലം തുടച്ചതിനാൽ ക്ലാസ്സ് മുറിയുടെ തറ നനഞ്ഞിരുന്നു. തീരത്തേക്ക് അണയുന്ന റോബിൻസണിന്റെ നിസ്സഹായമായ

പിടച്ചിലുകൾ ടീച്ചർ വളരെ വ്യക്തമായി ഉൾക്കൊണ്ട് പ്രകടിപ്പിച്ചു. ദുരന്തത്തിന്റെ ശരിയായ മുഖം ദർശിക്കാൻ അവനെ സഹായിച്ചത് ഇവാൻ ഐസോസ്കിയുടെ ഒമ്പതാം തിര എന്ന പ്രശസ്ത പെയിന്റിംഗാണ്. അദ്ധ്യാപകന്റെ നിശ്ശബ്ദത ഒരു ആശ്ചര്യചിഹ്നംപോലും സൃഷ്ടിക്കുന്നില്ല. ഇരട്ട ജനാലയ്ക്കുമപ്പുറത്ത് നാവികരുടെ പെട്ടികളുടെ ചക്രങ്ങൾ ഉരുളുന്ന ശബ്ദം കഷ്ടിച്ച് കേൾക്കാമായിരുന്നു.

ഞാൻ നിരവധി തവണ 'റോബിൻസൺ ക്രൂസോ' വായിച്ചിട്ടുണ്ട്. പക്ഷേ അസുഖമുള്ളപ്പോൾ ധാരാളം വായിക്കാൻ പറ്റില്ല. നിങ്ങളുടെ കണ്ണുകൾ മിടുക്കു കാട്ടുമെങ്കിലും വരികൾ ഒഴുകി നടക്കും. ഞാനെന്റെ അമ്മൂമ്മയുടെ ചുണ്ടുകളെ അനുകരിച്ചിരുന്നു. താളുകൾ മറിക്കുന്നതിനു മുൻപ് അവർ വിരലുകൊണ്ട് തന്റെ ചുണ്ടിൽ തൊടുമായിരുന്നു. ചിലപ്പോൾ അവർ ഒരു കവിൾ തണുത്ത ചായ ഇറക്കുകയും വളരെ സൂക്ഷിച്ചു നോക്കിയാൽ മാത്രം ദൃശ്യമാകുന്ന ഒരു ജലധാര "റോബിൻ സൺ ക്രൂസോ"യുടെ നേരെ പറക്കുകയും ചെയ്തു. ചിലപ്പോൾ അദ്ധ്യായങ്ങൾക്കിടയിൽ ഉണക്ക റൊട്ടി കറുമുറെ തിന്നുമായിരുന്നു. അസുഖം മാറുമ്പോൾ ഞാൻ ശ്രദ്ധയോടെ പേജുകൾ മറിച്ചുനോക്കുകയും റൊട്ടിക്കഷണങ്ങൾ തുടച്ചുമാറ്റി വൃത്തിയാക്കുകയും ചെയ്തു.

"ഞാൻ ധാരാളം സ്ഥലങ്ങളേയും ആളുകളേയും ഓർമ്മിക്കുന്നു." ഞാൻ വികാരതീവ്രമായി ഗെയ്ഗറോട് പറഞ്ഞു. "ചില പ്രസ്താവനകൾ ഞാൻ ഓർമ്മിക്കുന്നു. എന്റെ ജീവിതം അതിനെ ആശ്രയിച്ചാണിരിക്കുന്നതെങ്കിലും കൃത്യമായി ആരാണ് എന്താണ് പറഞ്ഞതെന്ന് ഞാൻ ഓർമ്മിക്കുന്നില്ല. എവിടെയാണെന്നും ഓർമ്മിക്കുന്നില്ല."

ഗെയ്ഗർ ശാന്തനായി, അയാൾ കരുതുന്നത് എല്ലാം ശരിയാകുമെന്നാണ്. അയാൾ അതിനെ പരോക്ഷഫലമായി കണക്കാക്കുന്നതേയില്ല.

ഒരുപക്ഷേ സത്യത്തിൽ അത് പരോക്ഷഫലമായിരിക്കില്ല. വാക്കുകൾ ഉച്ചരിക്കപ്പെടുകയും സംരക്ഷിക്കപ്പെടുകയും ചെയ്തിരിക്കാം. പക്ഷേ ആരാണെന്നോ എവിടെയാണെന്നോ എന്നതാണ് അറിയാൻ കഴിയാത്തത്. ഞാനിത് ഗെയ്ഗറോട് ചോദിക്കും. അയാൾക്ക് എല്ലാം അറിയാം!

ബുധനാഴ്ച

ഇങ്ങനെയും സംഭവിക്കാറുണ്ട്: ചിത്രം സമഗ്രമായിരിക്കും, പക്ഷേ വാക്കുകൾ സംരക്ഷിക്കപ്പെടുന്നില്ല. ഉദാഹരണത്തിന് ഒരാൾ ഇരുട്ടത്ത് ഇരിക്കുന്നു എന്നിരിക്കട്ടെ. മുറിയിൽ പാതിവെളിച്ചമേ ഉള്ളൂവെങ്കിലും അയാൾ ലൈറ്റിടാൻ തയ്യാറാകുന്നില്ല. അയാളെന്താ വൈദ്യുതി ലാഭിക്കാൻ നോക്കുകയാണോ? കദനമുണർത്തുന്ന നിശ്ചലാവസ്ഥ. മുട്ടുകൈകൾ മേശയിൽ കുത്തി മുഖം കൈപ്പത്തിയിൽ താങ്ങിയിരിക്കുന്ന അയാളുടെ ചെറുവിരലുകൾ എഴുന്നു നിൽക്കുന്നു. ഇരുട്ടിലും അയാളുടെ വസ്ത്രങ്ങൾ ചുളിഞ്ഞിരിക്കുന്നതും നിറമില്ലായ്മയിൽ തവിട്ടു

നിറമാർന്നിരിക്കുന്നതും കാണാം. തെളിഞ്ഞിരിക്കുന്നത് അയാളുടെ കയ്യും മുഖവും മാത്രമാണ്. ചിന്താമഗ്നനായിരിക്കുന്നതുപോലെ കാണപ്പെടുന്നുവെങ്കിലും യഥാർത്ഥത്തിൽ അയാൾ ഒന്നിനെക്കുറിച്ചും ചിന്തിക്കുന്നില്ല. അയാൾ വെറുതെ വിശ്രമിക്കുകയാണ്. ഒരുപക്ഷേ എന്തെങ്കിലും പറയുന്നുണ്ടാവാം. പക്ഷേ വാക്കുകൾ ഒന്നും കേൾക്കുന്നുണ്ടായിരുന്നില്ല. എനിക്ക് അയാളുടെ വാക്കുകൾ അപ്രധാനമായിരുന്നു. തന്നോടല്ലാതെ ആരോടാണ് അയാൾക്ക് സംസാരിക്കാനാവുക? അയാളറിയുന്നില്ല ഞാനയാളെ വീക്ഷിക്കുന്നുണ്ടെന്ന്. അതുകൊണ്ട് അയാൾ എന്തെങ്കിലും പറയുന്നുണ്ടെങ്കിൽ അതെന്നോടല്ല. ചുണ്ടുകൾ അനക്കുകയും ജനാലയിലേക്ക് നോക്കുകയും ചെയ്യുന്നു. ചില്ലുജാലകത്തിലെ ജലത്തുള്ളികൾ തെരുവു വെളിച്ചത്തിൽ തിളങ്ങുകയും വാഹനങ്ങളുടെ വെളിച്ചത്തിൽ അഗ്നി പകരുകയും ചെയ്യുന്നു. 'കുട്ടിജനാല'* കിരുകിരു ശബ്ദം പുറപ്പെടുവിക്കുന്നു.

എന്റെ മുറിയിൽ ഇതുവരെ ഞാൻ രണ്ടുപേരെ മാത്രമേ കണ്ടിരുന്നുള്ളൂ. ഗെയ്ഗറെയും വാളന്റീനയേയും. ഡോക്ടറും നേഴ്സും. ആരെയാണ് ഇനി ആവശ്യമുള്ളത്? ഞാൻ ശക്തി സംഭരിച്ച് എഴുന്നേൽക്കുകയും ജനാലയ്ക്കലേക്ക് നടക്കുകയും ചെയ്തു. പുറത്ത് ശൂന്യമായിരുന്നു. മുട്ടോളം മഞ്ഞുണ്ട്. ഒരു തവണ ഭിത്തിയിൽ പിടിച്ച് നടന്ന് ഇടനാഴിയിലേക്ക് ഇറങ്ങി. അപ്പോൾ വാളന്റീന പ്രത്യക്ഷപ്പെടുകയും നിങ്ങൾ ബെഡ്റെസ്റ്റ് നിർദ്ദേശിക്കപ്പെട്ടിട്ടുള്ളയാളാണെന്ന് പറയുകയും മുറിയിലേക്ക് തിരിച്ചുപോകാൻ ആവശ്യപ്പെടുകയും ചെയ്തു. അതാണ് ഭരണവ്യവസ്ഥ.

ഒന്നു പറഞ്ഞുകൊള്ളട്ടെ, അവർ രണ്ടാളും പഴയ ഭരണവ്യവസ്ഥയാണ് പ്രകടിപ്പിച്ചത്. ഗെയ്ഗർ ലാബ്കോട്ട് ധരിച്ചിട്ടില്ലെങ്കിൽ അയാൾ സൂട്ടും കോട്ടും ധരിച്ചായിരിക്കും കാണപ്പെടുക. അയാളെന്നെ ചേഹവിനെയാണ് ഓർമ്മിപ്പിച്ചത്. അയാൾക്ക് ചേഹവിന്റെ വട്ടക്കണ്ണട പോലും ഉണ്ടായിരുന്നു. ഇപ്പോൾ ജീവിച്ചിരിക്കുന്നവരിൽ വട്ടക്കണ്ണട വെച്ച് ഞാൻ കണ്ടിട്ടുള്ളത് നാടകനടനായ സ്താനിസ്ളാവിനെ മാത്രമാണ്. ചുരുക്കത്തിൽ എന്നെ ചികിത്സിക്കുന്ന ഇരുവർക്കും ഒരു നാടകീയത ദൃശ്യമായിരുന്നു. വാളന്റീന 1914-ലെ യുദ്ധകാലത്തെ കരുണാമയിയായ നേഴ്സിനെയാണ് ഓർമ്മിപ്പിച്ചത്. എന്റെ തോന്നലുകളോട് അവർ എങ്ങനെ പ്രതികരിക്കുമെന്നറിയില്ല. ഗെയ്ഗർ ഇതൊക്കെ നിശ്ചയമായും വായിക്കും. അങ്ങനെയാണല്ലോ ഞങ്ങളുടെ ധാരണ. അയാളാണല്ലോ എന്നോട് ഇതെല്ലാം എഴുതിവെയ്ക്കണമെന്ന് ആവശ്യപ്പെട്ടത്! ഒന്നും വിട്ടുപോകാതെ ഞാൻ

---

* ശൈത്യരാജ്യങ്ങളിൽ മിക്കവാറും മുറികളുടെ ഒരു ഭാഗം മുഴുവൻ വേനൽക്കാലത്ത് തുറക്കാവുന്നതരം വലിയ ജനാലയായിരിക്കും. എന്നാൽ തണുപ്പുകാലത്ത് തുറന്ന് ശുദ്ധവായു കയറ്റാനായി ഒരു ചെറിയ ജാലകം കൂടിയുണ്ടായിരിക്കും. അതാണ് 'കുട്ടിജനാല'.

മനസ്സിലാക്കുന്നതും ഓർമ്മിക്കുന്നതും ആലോചിക്കുന്നതുമായ എല്ലാ കാര്യങ്ങളും എഴുതണമെന്നാണ് ഗെയ്ഗർ പറഞ്ഞിട്ടുള്ളത്. അതാണ് ഞാനെഴുതുന്നത്!

ഇന്നെന്റെ പെൻസിലിന്റെ മുനയൊടിഞ്ഞുപോയി. ഞാനത് വാളന്റീനയോട് പറഞ്ഞു. അവൾ പോക്കറ്റിൽനിന്നും പെൻസിൽപോലെ തോന്നിച്ച എന്തോ എടുത്ത് എനിക്ക് നേരെ നീട്ടി. ''വളരെ ആശ്ചര്യമായിരിക്കുന്നു.'' ഞാൻ പറഞ്ഞു. ''ലോഹത്തിന്റെ മുനയുള്ള പെൻസിൽ! ഞാനിതുവരെ ഇങ്ങനെയൊരെണ്ണം കണ്ടിട്ടേയില്ല!''

വാളന്റീന വിളറുകയും അത് പെട്ടെന്ന് തിരിച്ചെടുക്കുകയും ചെയ്തു. പിന്നീട് അവൾ എനിക്ക് മറ്റൊരു പെൻസിൽ കൊണ്ടുവന്നു. എന്തിനാണവൾ വിളറിയത്? എന്നെ ടോയ്‌ലറ്റിൽ കൊണ്ടുപോകുകയും കുത്തിവെയ്ക്കാനായി അടിവസ്ത്രം കീഴ്പോട്ടു മാറ്റുകയും ചെയ്യുന്നത് അവളാണ്. അപ്പോഴൊന്നും വിളറാത്തയാൾ പെൻസിൽ കൊണ്ടുവന്നപ്പോൾ വിളറിയതെന്തിനാണ്? എന്റെ ജീവിതത്തിൽ ഇപ്പോൾ എനിക്ക് ഉത്തരം കാണാൻ കഴിയാത്ത നിരവധി കടങ്കഥകളുണ്ട്. വളരെ മനോഹരമായി കാതുകളുടെ അഗ്രങ്ങൾ വരെ അവളുടെ മുഖം തുടുത്തു കാണപ്പെട്ടു. അവളുടെ ചെവികൾ വളരെ മനോഹരവും മൃദുലവുമായിരുന്നു. അവളുടെ വെള്ളത്തൂവാല ഇന്നലെ നിലത്തു വീണപ്പോൾ അതെടുക്കാൻ കുനിഞ്ഞു നിന്ന അവളുടെ ചെവികളിൽ ഞാൻ അനുരക്തനായി. കൂടുതൽ വ്യക്തമായി പറഞ്ഞാൽ, എനിക്കു പുറം തിരിഞ്ഞു നിന്നുകൊണ്ട് അവൾ കുനിഞ്ഞപ്പോൾ എതിർവശത്തുള്ള ബൾബിന്റെ വെളിച്ചത്തിൽ അവളുടെ ചെവി ഇളം ചുവപ്പു നിറത്തിൽ തിളങ്ങിക്കണ്ടു. എനിക്കൊന്നു തൊടാൻ ആഗ്രഹമുണ്ടായിരുന്നു. പക്ഷേ, ധൈര്യപ്പെട്ടില്ല. എനിക്കതിനുള്ള ശക്തിയുമില്ലായിരുന്നു.

വളരെ വിചിത്രമായ തോന്നലുകളാണ്. ഞാൻ അനശ്വരമായി ഈ കിടക്കയിൽ കിടക്കുന്നതുപോലെയാണ് തോന്നുന്നത്. ഞാൻ കാലോ കയ്യോ ചലിപ്പിക്കുമ്പോൾ എന്റെ പേശികൾ വേദനിക്കുന്നു. പരസഹായമില്ലാതെ എഴുന്നേൽക്കാൻ ശ്രമിച്ചാൽ കാലുകൾ പഞ്ഞിക്കെട്ടുകൾപോലെയാണ് തോന്നുന്നത്. എന്റെ ശരീരോഷ്മാവ് അല്പം കുറഞ്ഞിട്ടുണ്ട്, 38.3.

ഞാൻ ഗെയ്ഗറോട് ചോദിച്ചു.

''എങ്കിലും എനിക്കെന്താണ് സംഭവിച്ചത്?''

''അത് നിങ്ങൾ ഓർമ്മിച്ചെടുക്കേണ്ട കാര്യമാണ്. അല്ലെങ്കിൽ നിങ്ങളുടെ ബോധത്തിനുപകരം എന്റെ ബോധം സ്ഥാപിക്കപ്പെടും. നിങ്ങൾക്കതു വേണോ?" അയാൾ ചോദിച്ചു.

അത് വേണോ എന്ന് എനിക്കറിയില്ല. ഒരുപക്ഷേ എന്റെ ബോധം പുനഃസ്ഥാപിക്കപ്പെടുന്നതായിരിക്കും നല്ലത്!

വെള്ളിയാഴ്ച

ബോധത്തെക്കുറിച്ചുള്ള ചോദ്യത്തെ സംബന്ധിച്ച്; അതെനിക്ക് ഇന്നലെ നഷ്ടമായി. ഗെയ്ഗറും വാളന്റീനയും വല്ലാതെ ഭയന്നു. ബോധം വന്നപ്പോൾ ഞാനവരുടെ പരിഭ്രമിച്ച മുഖങ്ങൾ കണ്ടു. എന്നെ നഷ്ട പ്പെടുന്നതിൽ അവർക്ക് ദുഃഖമുള്ളതായി തോന്നി. വ്യക്തിപരമായ സ്നേഹം കൊണ്ടല്ലെങ്കിലും സഹജീവിയോടുള്ള സംശുദ്ധമായ ഇഷ്ടം കൊണ്ടാണെങ്കിലും എന്തോ കാരണത്താൽ നിങ്ങളെ ആവശ്യമായി വരുന്നു എന്നത് വളരെ പ്രിയങ്കരമായ അനുഭൂതിയാണ്. ഇന്ന് മുഴുവനും എന്റെ കടലാസുകൾ തിരിച്ചു തന്നില്ല. തലേന്നാളത്തെ എഴുത്തിനു വേണ്ടി ഞാൻ വളരെ ആയാസപ്പെട്ടു എന്നു തോന്നിയതിനാലാണ് ഗെയ്ഗർ അങ്ങനെ ചെയ്തത്. ജനാലയിലൂടെ മഞ്ഞു പെയ്യുന്നതുനോക്കി ഞാൻ കിടന്നു. ശ്രദ്ധിച്ചു കിടന്നു മയങ്ങി. ഞാൻ ഉണർന്നപ്പോഴും മഞ്ഞു പെയ്യുന്നുണ്ടായിരുന്നു.

എന്റെ കിടക്കയുടെ അരികിൽ ഒരു കസേരയിൽ വാളന്റീന ഇരി ക്കുന്നുണ്ടായിരുന്നു. ഒരു നനഞ്ഞ സ്പോഞ്ചുകൊണ്ട് അവൾ എന്റെ നെറ്റി തുടച്ചു. ചുംബിക്കൂ, എന്റെ നെറ്റിയിൽ ചുംബിക്കൂ എന്ന് പറയു വാൻ ഞാനാഗ്രഹിച്ചു. പക്ഷേ പറഞ്ഞില്ല. കാരണം അവൾ ചുംബിക്കു ന്നതിനു മുൻപായി എന്റെ നെറ്റി തുടച്ചു വൃത്തിയാക്കുകയായിരുന്നു. ആരെയാണ് സാധാരണ നെറ്റിയിൽ ചുംബിക്കുന്നതെന്ന് അറിയാമല്ലോ! ഞാൻ അവളുടെ കൈ എന്റെ കയ്യിൽ പിടിച്ചു. അവൾ കൈ വലിച്ചില്ല. ഞങ്ങളുടെ സംയുക്തമായ കൈപ്പത്തികൾ എന്റെ വയറിനു മുകളിൽ വെയ്ക്കുക മാത്രം ചെയ്തു. ഞാൻ ഭാരം വഹിക്കാതിരിക്കാനായിരുന്നു അങ്ങനെ ചെയ്തത്. അവളുടെ കൈപ്പത്തി ഒരു മേൽക്കൂരപോലെ എന്റെ കൈപ്പത്തിയെ പൊതിഞ്ഞു. പിയാനോ വായിക്കാൻ പഠിപ്പിക്കുമ്പോൾ കൈ പിടിക്കുന്നത് അപ്രകാരമാണ്. എനിക്ക് അത്തരം കാര്യങ്ങൾ അറി യാമെങ്കിൽ എന്നെങ്കിലും എന്നെയും ആരൊ പിയാനോ വായിക്കാൻ പഠിപ്പിച്ചിരിക്കാം. എന്റെ കൈ അല്പം തിരിച്ചിട്ട് ഞാനെന്റെ ചൂണ്ടുവിരൽ മേൽക്കൂരയുടെ സീലിംഗിലൂടെ ഓടിച്ചു നോക്കി. എനിക്കതിന്റെ ഇള ക്കവും സങ്കോചവും പരപ്പും എന്റെ കൈവെള്ളയിൽ അനുഭവപ്പെട്ടു. അതിന്റെ ചൂടും ഞാനനുഭവിച്ചു.

“വാളന്റീന, എന്റെ കൂടെ കിടക്കൂ...” ഞാനവളോട് അപേക്ഷിച്ചു. എനിക്ക് ചീത്ത വിചാരങ്ങളൊന്നുമില്ല. ഞാൻ ഒട്ടും അപകടകാരിയല്ല. അത് നിങ്ങൾക്കറിയാമല്ലോ. എനിക്ക് അടുത്ത് ഒരാൾ ഉണ്ടാവണമെന്നു മാത്രമേയുള്ളൂ. തൊട്ടടുത്ത്. ഇല്ലെങ്കിൽ എനിക്ക് ഒരിക്കലും ചൂടുണ്ടാ വില്ല. എനിക്കത് വിശദീകരിക്കാൻ കഴിയുന്നില്ല. പക്ഷേ അത് അങ്ങനെ യാണ്.”

ഞാൻ ആയാസത്തോടെ വീതിയുള്ള കട്ടിലിൽ നീങ്ങിക്കിടന്നു. വാളന്റീന എന്റെയടുത്ത് പുതപ്പിന് മുകളിലായി കിടന്നു. അവൾ എന്റെ അപേക്ഷ സഫലമാക്കുമെന്ന് ഉറപ്പുണ്ടായിരുന്നു. അതെന്തുകൊണ്ടാ ണെന്ന് എനിക്കറിയില്ലായിരുന്നു. അവൾ തല എന്റെ തലയുടെ നേരെ

ചരിച്ചു വെച്ചു. ഞാൻ അവളുടെ ഗന്ധം ശ്വസിച്ചു. യൗവ്വനയുക്തമായ ശരീരത്തിന്റേയും മഞ്ഞിന്റെ തൂവെള്ള നിറമുള്ള കഞ്ഞിമുക്കി ഇസ്തിരിയിട്ട ഉടയാടയുടേയും സമ്മിശ്ര ഗന്ധം എന്നിൽ ആവേശം പകർന്നു. അവൾ അത് ഞാനുമായി പങ്കുവെയ്ക്കുകയായിരുന്നു, എനിക്കത് മതിവരുവോളം ശ്വസിക്കാനായില്ല. തുറന്നിട്ട വാതിലിൽ ഗെയ്ഗർ പ്രത്യക്ഷപ്പെട്ടു. പക്ഷേ വാളന്റീന അവിടെ തന്നെ കിടന്നു. അവളിൽ എന്തോ സമ്മർദ്ദം ഉള്ളതായി എനിക്കു തോന്നി. പക്ഷേ അവൾ എഴുന്നേറ്റില്ല. ഒരു പക്ഷേ അവൾ ലജ്ജിച്ച് തുടുത്തു പോയിരിക്കാം, അവൾക്കെങ്ങിനെ ലജ്ജിക്കാതിരിക്കാൻ കഴിയും.

“നല്ലകാര്യം.” ഗെയ്ഗർ പറഞ്ഞു. “കുറച്ചു വിശ്രമിക്കൂ.” അതിഗംഭീരമായ ഒരു പ്രതികരണമായിരുന്നു അത്!

ഇത് എന്നെ മാത്രം സംബന്ധിക്കുന്ന കാര്യമല്ലാത്തതിനാൽ അതിനെക്കുറിച്ച് എഴുതണമെന്നു ഞാൻ കരുതിയതല്ല. പക്ഷേ ഗെയ്ഗർ എല്ലാം കണ്ട സ്ഥിതിക്ക്... എന്താണ് യഥാർത്ഥത്തിൽ സംഭവിച്ചതെന്ന് അയാൾക്ക് ശരിയായ ധാരണയുണ്ടാകട്ടെ, തീർച്ചയായും അയാൾക്ക് അത് മനസ്സിലാകുന്നുണ്ട്. ഇത് ആവർത്തിക്കപ്പെടാൻ ഞാൻ ആഗ്രഹിക്കുന്നു. കുറഞ്ഞപക്ഷം ദിവസത്തിൽ കുറച്ചു നിമിഷങ്ങളെങ്കിലും!

ഞായറാഴ്ച

ഉണർന്നതിനുശേഷം ‘നമ്മുടെ പിതാവ്’ എന്ന പ്രാർത്ഥന ഞാൻ മനസ്സിൽ ചൊല്ലി. എനിക്ക് ഒട്ടും സംശയമില്ലാതെ പ്രാർത്ഥന ചൊല്ലാമെന്ന് മനസ്സിലായി. പള്ളിയിൽ പോകാൻ കഴിയാത്ത ഞായറാഴ്ചകളിൽ കുറഞ്ഞപക്ഷം ‘നമ്മുടെ പിതാവ്’ ഞാൻ ചൊല്ലുമായിരുന്നു. തണുത്ത കാറ്റിൽ എന്റെ ചുണ്ടുകൾ ചലിച്ചു കൊണ്ടിരുന്നു. ഞാൻ ഒരു ദ്വീപിലാണ് ജീവിച്ചിരുന്നത്. അവിടെ കുർബ്ബാനയിൽ പങ്കുകൊള്ളുന്നത് എത്ര എളുപ്പമുള്ള കാര്യമായിരുന്നില്ല. ദ്വീപിൽ ജനവാസം കുറവായിരുന്നുവെങ്കിലും പള്ളികൾ ഉണ്ടായിരുന്നു. പക്ഷേ പള്ളികളിൽ പോകുന്നത് വളരെ വിഷമകരമായിരുന്നു. വിശദവിവരങ്ങൾ ഞാൻ ഓർമ്മിക്കുന്നില്ല.

പ്രത്യേകിച്ച് ബാല്യകാലത്ത് പള്ളി ഒത്തിരി സന്തോഷം പകരുന്ന ഒരു കാര്യമായിരുന്നു. ഞാൻ കുട്ടിയായിരുന്നപ്പോൾ അതായത് ഞാൻ അമ്മയുടെ പാവാടത്തുമ്പിൽ തൂങ്ങി നടന്നിരുന്ന കാലം. അരക്കെട്ടുവരെ നീളമുള്ള രോമക്കുപ്പായത്തിന്റെ അടിയിലെ അമ്മയുടെ പാവാട നീളമുള്ളതായിരുന്നു. പാവാടയുടെ കിന്നരിവെച്ച കീഴറ്റം തിണ്ണയിൽ കിരുകിരെ ഉരഞ്ഞിരുന്നു. രൂപത്തിനു മുൻപിൽ അമ്മ മെഴുകുതിരി വെയ്ക്കുമ്പോൾ പാവാട അല്പം ഉയരുകയും അതോടൊപ്പം ഗ്ലൗസണിഞ്ഞ എന്റെ കയ്യും ഉയരുകയും ചെയ്തു. അമ്മ ശ്രദ്ധാപൂർവ്വം എന്നെ ഉയർത്തി രൂപത്തിനടുത്തെത്തിച്ചു. എന്റെ അരക്കെട്ടിൽ എനിക്ക് അമ്മയുടെ ഉള്ളംകൈ അനുഭവപ്പെട്ടു. എന്റെ ബൂട്ടും കയ്യുറകളും വായുവിൽ സ്വതന്ത്രമായി പറത്തിക്കൊണ്ട് ഞാൻ രൂപത്തിനു നേരെ പറക്കുന്നതു പോലെയാണ്

തോന്നിയത്. എനിക്കു കീഴെ നിരവധി മെഴുകുതിരികൾ തെളിഞ്ഞു നിന്നു. ഇളകുന്ന നാളങ്ങളുമായി ആഘോഷത്തിരയിളക്കുന്ന മെഴുകുതിരികൾ. അവയുടെ തിളക്കത്തിൽ കണ്ണഞ്ചിപ്പോകാതെ ഞാൻ അവയെ നോക്കി. പടപടശബ്ദത്തോടെ കത്തുന്ന മെഴുകുതിരികളിൽ നിന്നും ഒലിച്ചിറങ്ങിയ മെഴുക് തണുത്തുറയുകയും പാറയിൽ നിന്നും ഒലിച്ചിറങ്ങിയ ചുണ്ണാമ്പു കല്ലുപോലെ സങ്കീർണ്ണമായി കാണപ്പെടുകയും ചെയ്തു. എനിക്കെതിർ ദിശയിൽ ദൈവമാതാവിന്റെ കൈ എന്നെ ആശിർവദിക്കാനായി ഉയർത്ത പ്പെടുകയും സ്വയം പറക്കൽ നിയന്ത്രിക്കാൻ കഴിയാതിരുന്നതിനാൽ ആ കയ്യിൽ വികൃതമായി മുത്തം കൊടുക്കുകയും പിന്നീട് നെറ്റി കൊണ്ട് ഉചിതമായ രീതിയിൽ സ്പർശിക്കുകയും ചെയ്തു. എനിക്ക് അവരുടെ കൈയുടെ തണുപ്പ് നിമിഷനേരം അനുഭവപ്പെട്ടു. പള്ളിക്കകത്ത് ഞാൻ ഉയർന്നു പറക്കുകയും ധൂമക്കലശം വീശുന്ന പുരോഹിതന്റെ മുകളി ലൂടെയും സുഗന്ധമുള്ള ധൂമത്തിലൂടെയും നീന്തിത്തുടിക്കുകയും ചെയ്തു. ലഘുസ്തോത്രങ്ങൾ ആലപിക്കുന്ന ഗായകസംഘത്തിന്റെ മുകളിലൂടെ അവരുടെ ആരോഹണാവരോഹണങ്ങൾക്കൊപ്പിച്ചും ഞാൻ പറന്നു. പ്രായമായ പെണ്ണുങ്ങളുടെ മെഴുകു തിരിക്കാലുകൾക്കും പള്ളി യിൽ നിറഞ്ഞു നിന്ന ജനങ്ങൾക്കും മുകളിലൂടെ ജനാലകൾക്കു സമാ ന്തരമായി പറക്കുമ്പോൾ അതിനപ്പുറം മഞ്ഞു മൂടിയ രാജ്യമാണെന്ന് കണ്ടു. റഷ്യയാണോ? ചേർത്തടയ്ക്കാത്ത വാതിലിലൂടെ തണുപ്പിന്റെ സൂചികൾ ചുഴിഞ്ഞിറങ്ങി. വാതിലിന്റെ കൈപ്പിടിയിൽ ഉറഞ്ഞ മഞ്ഞു മൂടി. വിടവ് പൊടുന്നനെ വലുതായി ദീർഘചതുരാകൃതിയിലാവുകയും അവിടെ ഗെയ്ഗർ പ്രത്യക്ഷപ്പെടുകയും ചെയ്തു.

“നമ്മകൾ റഷ്യയിലാണോ ഡോക്ടർ?” ഞാൻ ചോദിച്ചു.

“ഉറപ്പായും ചില അർത്ഥത്തിൽ, അതെ”

അയാൾ ഒരു ഡ്രിപ്പ് ഇടാനായി എന്റെ കൈത്തണ്ട തയ്യാറാക്കുക യായിരുന്നു.

“അപ്പോൾ നിങ്ങൾ എങ്ങനെയാണ് ഗെയ്ഗർ ആയത് ?”

അയാൾ ആശ്ചര്യത്തോടെ എന്നെ നോക്കി.

“കാരണം ഞാൻ റഷ്യയിലെ ജർമ്മൻകാരനാണ്, ഡച്ച്റൂസെ, നമ്മകൾ ജർമ്മനിയിലാണെന്ന് കരുതി നിങ്ങൾ വിഷമിച്ചുവോ? ”

“ഇല്ല വിഷമിച്ചില്ല. ഇപ്പോഴെനിക്ക് നമ്മകൾ എവിടെയാണെന്ന് കൃത്യ മായി അറിയാൻ കഴിഞ്ഞില്ലല്ലോ. ഇന്നുവരെ അതെനിക്കു വ്യക്തമായി രുന്നില്ല.”

“വാലന്റീന നേഴ്സ് എവിടെ?”

“അവൾക്ക് ഇന്ന് അവധിയാണ്. ”

ഡ്രിപ്പ് ഇട്ടുകഴിഞ്ഞ് ഗെയ്ഗർ എന്റെ ടെമ്പറേച്ചർ അളന്നു. 38.1

“വേറെ നേഴ്സ് ഇല്ലേ?”

‘‘നിങ്ങൾ അസംതൃപ്തനാണോ?’’

എനിക്ക് മറ്റൊരു നേഴ്സിനേയും ആവശ്യമില്ല.

ഇതെന്തൊരു സ്ഥാപനമാണെന്ന് എനിക്ക് മനസ്സിലാകുന്നില്ല. ഒരു ഡോക്ടർ, ഒരു നേഴ്സ്, ഒരു രോഗി! എന്താ റഷ്യയിൽ എല്ലാം നടക്കുമെന്നാണോ? റഷ്യയിൽ... അതൊരു പൊതുവായ പഴഞ്ചൊല്ലായി മാറി. എന്റെ തകർന്ന ഓർമ്മയിൽ പോലും അത് സൂക്ഷിച്ചുവെച്ചിട്ടുണ്ട്. അതിന് അതിന്റെ ഒരു താളമുണ്ട്. അതിന്റെ പിന്നിൽ എന്താണെന്ന് എനിക്കറിയില്ല, പക്ഷേ ഞാനാ ശൈലി ഓർമ്മിക്കുന്നുണ്ട്.

എവിടെ നിന്നെന്നറിയാതെ വീണു കിട്ടിയ അത്തരം കുറച്ചു ശൈലികൾ എനിക്കറിയാം. അതിന് അതിന്റേതായ ചരിത്രമുണ്ടാകാം. പക്ഷേ ഞാനവ പറയുന്നത് ആദ്യമായി പറയുന്ന രീതിയിലാണ്. എനിക്കപ്പോൾ ആദം ആണെന്നു തോന്നും. അല്ലെങ്കിൽ ഒരു കുട്ടിയാണെന്നു തോന്നും. കുട്ടികൾ അർത്ഥമറിയാത്ത വാക്യങ്ങൾ പറയാറുണ്ടല്ലോ. റഷ്യയിൽ എല്ലാം നടക്കും. അതിൽ എന്തോ ഒരു കുറ്റപ്പെടുത്തലുണ്ട്. ചിലപ്പോൾ ഒരു ന്യായവിധി തന്നെയാകാം. സീമകളില്ലാത്ത മോശമായ എന്തോ കാര്യമായി തോന്നിയേക്കാമെങ്കിലും അതിന്റെ ഗതി നമുക്ക് അറിയാൻ കഴിയും. ഈ ചൊല്ല് എന്നെ എങ്ങിനെയാണ് ബാധിക്കുന്നത്?

ആലോചിച്ചശേഷം ഞാനാ ശൈലി ഗെയ്ഗറോടു പറഞ്ഞു. ഒരു ജർമ്മൻകാരനോട് എന്ന രീതിയിലാണ് ഞാനതു പറഞ്ഞത്. അയാളോട് അതിന്റെ മൂല്യനിർണ്ണയം നടത്താൻ ആവശ്യപ്പെട്ടു. വീഞ്ഞ് രുചിച്ചു നോക്കുന്നതുപോലെയുള്ള അയാളുടെ ചുണ്ടുകളുടേയും പുരികങ്ങളുടേയും ചലനങ്ങളെ ഞാൻ അപഗ്രഥിച്ചു. ഉത്തരം പറയാനെന്നപോലെ അയാൾ ശബ്ദത്തോടെ ശ്വാസം ഉള്ളിലേക്കു വലിക്കുകയും എന്നാൽ ഒരിടവേളയ്ക്കുശേഷം അതുപോലെ ശബ്ദത്തോടെ ഉച്ഛ്വസിക്കുകയും ചെയ്തു. ഒരു ജർമ്മൻകാരനെന്ന നിലയിൽ എന്നെ മുറിവേൽപ്പിക്കാതിരിക്കാനായി അയാൾ നിശ്ശബ്ദത പാലിക്കാൻ തീരുമാനിച്ചു. പകരം അയാൾ എന്നോട് നാക്കു കാണിക്കാൻ ആവശ്യപ്പെട്ടു. എന്റെ നോട്ടത്തിൽ അതിന്റേതായ രീതിയിൽ ന്യായീകരിക്കാവുന്ന കാര്യമായിരുന്നു അത്. എന്റെ നാക്ക് ഒരു പരിധിവരെ സ്വതന്ത്രമാണ്. സംസാരിക്കുന്ന പക്ഷികളെപ്പോലെ ശീലിച്ച രീതിയിൽ ഉച്ചരിക്കുന്ന രീതിയായിരുന്നു അതിന്. ഗെയ്ഗർക്ക് എന്റെ നാക്കിനെക്കുറിച്ചും എല്ലാം മനസ്സിലായിരുന്നു എന്ന് വ്യക്തമായിരുന്നു. അതുകൊണ്ട് അയാൾ അതു കാട്ടാൻ ആവശ്യപ്പെട്ടു. ഞാൻ നാക്കു കാട്ടിയപ്പോൾ അയാൾ തലകുലുക്കി. എന്റെ നാക്ക് അയാൾക്ക് സന്തോഷം പകർന്നില്ല.

വാതിൽക്കലേക്കു നടന്ന ഗെയ്ഗർ തിരിഞ്ഞു നിന്നു. ‘‘ഒരു കാര്യം കൂടി... നേഴ്സ് വാളന്റീന നിങ്ങളോടൊപ്പം ഒരേ പുതപ്പിനടിയിൽ ശയിക്കണമെന്ന് നിങ്ങൾക്ക് ആഗ്രഹമുണ്ടെങ്കിൽ നാണിക്കാതെ അക്കാര്യം പറഞ്ഞോളൂ. അത് സ്വാഭാവികമാണ്.’’

“അവൾ വളരെ സുരക്ഷിതയായിരിക്കുമെന്ന് നിങ്ങൾക്ക് അറിയാമല്ലോ?”

“എനിക്കറിയാം എങ്കിലും” അയാൾ വിരൽ ഞൊടിച്ചുകൊണ്ട് പറഞ്ഞു. “റഷ്യയിൽ എന്തും നടക്കും അല്ലേ? ഈ നിമിഷം... എല്ലാം നടക്കില്ല! മറ്റാരേക്കാളും എനിക്ക് അത് ബോധ്യമായി.

വെള്ളിയാഴ്ച

ഈ ദിവസങ്ങളിലൊന്നും എനിക്ക് ശക്തിയുണ്ടായിരുന്നില്ല. അത് ഇന്നും ഇല്ല. തലയിൽ വിചിത്രമായ എന്തോ ചുറ്റിക്കറങ്ങുന്നു: “വൈമാനികൻ പ്ലത്തോനവ്” ഇതും ശൈലിയാണൊ? ഞാൻ ഗെയ്ഗറോടു ചോദിച്ചു:

“ഡോക്ടർ, ഞാൻ വൈമാനികനായിരുന്നോ?”

“എനിക്കറിയാവുന്നിടത്തോളം അല്ല.”

എവിടെയാണ് എന്നെ വൈമാനികൻ എന്ന് വിളിച്ചിരുന്നത് ? കുവൊക്കാളെയിലായിരുന്നൊ? അതെ കൃത്യമായും കുവൊക്കാളെയിലായിരുന്നു!

ഞാൻ ഗെയ്ഗറിനോട് വിളിച്ചുകൂവി:

ആ ചെല്ലപ്പേരിന് കുവൊക്കാളെയുമായി ബന്ധമുണ്ട്.

ഞാൻ അവിടെ... ഞങ്ങൾ... “നിങ്ങൾ കുവൊക്കാളെയിൽ പോയിട്ടുണ്ടോ? ഡോക്ടർ?”

“അതിന്റെ പേര് ഇപ്പോൾ മറ്റൊന്നാണ്?”

“അതെങ്ങനെ?”

“ഇപ്പോൾ അതിന്റെ പേര് റെപ്പിനൊ എന്നാണ്.....

...നിങ്ങളുടെ ഓർമ്മകൾ എഴുതി വെയ്ക്കൂ.”

“ഞാൻ ക്ഷീണിച്ചു. നാളെ എഴുതാം.”

ശനിയാഴ്ച

ഞാനും എന്റെ കസിൻ സേവയും ഫിൻലാന്റ് കടലിടുക്കിൽ ജീവിക്കുകയായിരുന്നു. എന്റെ അമ്മാവന്റെ മകനാണ് സേവ. ഞാനൊരു കുട്ടിയായിരുന്നപ്പോൾ ഈ ബന്ധം വിശദീകരിക്കുന്നത് വളരെ വിഷമകരമായി തോന്നിയിരുന്നു. ഇപ്പോൾ പോലും എനിക്കത് പ്രയാസമില്ലാതെ വിശദീകരിക്കാനാവില്ല. തീർച്ചയായും കസിൻ എന്ന് പറയാൻ എളുപ്പമാണ്. കൂടുതൽ എളുപ്പം സേവ എന്ന് പറയാനാണ്. സേവയുടെ കുടുംബവീട് കുവൊക്കാളയിലായിരുന്നു.

അവനും ഞാനും കൂടി പട്ടം പറത്തിയിരുന്നു. വൈകുന്നേരങ്ങളിൽ കടൽക്കരയിൽ വെള്ളത്തിന്റെ അരികുപറ്റി ഓടുമായിരുന്നു. ഞങ്ങളുടെ നഗ്നപാദങ്ങൾ വെള്ളം തെറിപ്പിക്കുകയും അത് അസ്തമയ സൂര്യന്റെ കിരണങ്ങളിൽ തിളങ്ങുകയും ചെയ്തു. വൈമാനികരാണെന്നാണ് ഞങ്ങൾ സങ്കൽപ്പിക്കുന്നത്. രണ്ടുപേരും ചേർന്നാണ് പറക്കുന്നത്.

മുൻസീറ്റിൽ ഞാനും പിൻസീറ്റിൽ സേവയുമാണ്. തണുത്ത ആകാശത്ത് മരുഭൂമിപോലെ ആളൊഴിഞ്ഞതാണെങ്കിലും ഞങ്ങളുടെ സൗഹൃദം ഞങ്ങൾക്ക് ചൂടുപകർന്നു. ഞങ്ങൾ മരിക്കുകയാണെങ്കിലും ഒരുമിച്ചായിരിക്കും. അത് ഞങ്ങളെ കൂടുതൽ അടുപ്പിച്ചു. മുകളിൽ വെച്ച് സംസാരിക്കുവാൻ ശ്രമിച്ചു. പക്ഷേ, ഞങ്ങളുടെ വാക്കുകൾ കാറ്റ് കവർന്നെടുത്തു!

"വൈമാനികൻ പ്ലത്തോനവ്" എന്റെ പിന്നിൽ സേവ ഉച്ചത്തിൽ വിളിച്ചു. "വൈമാനികനായ പ്ലത്തോനവ് കുവൊക്കാള പ്രദേശമാണ് നിങ്ങളുടെ മുന്നിൽ പരന്നു കിടക്കുന്നത്."

എന്തിനാണ് സേവ തന്റെ കൂട്ടുകാരനെ ഇത്ര ആഘോഷത്തോടെ അഭിസംബോധന ചെയ്യുന്നത് എന്നെനിക്കറിയില്ലായിരുന്നു. ഒരുപക്ഷേ പ്ലത്തോനവ് താൻ വൈമാനികനാണെന്നുള്ള കാര്യം മറന്നു പോകാതിരിക്കാൻ വേണ്ടിയാകാം. സേവയുടെ വളരെ നിശിതമായ ശബ്ദം (അത് ഇപ്പോഴും അങ്ങനെ തന്നെ അവശേഷിക്കുന്നു) ഞങ്ങൾ പറന്നു നടക്കുന്ന ലോകം മുഴുവൻ മാറ്റൊലികൊണ്ട് ചിലപ്പോൾ അത് കടൽകാക്കകളുടെ കരച്ചിലുമായി കൂടിക്കുഴയുകയും വേർതിരിച്ചറിയാൻ പ്രയാസകരമാവുകയും ചെയ്തു. സത്യം പറഞ്ഞാൽ ഇത്തരം ആക്രോശം എനിക്ക് വളരെ അരോചകമായി തോന്നിയിരുന്നു. സേവയുടെ സന്തോഷമുള്ള മുഖത്തേക്കു നോക്കുമ്പോൾ അവനോട് നിശ്ശബ്ദനായിരിക്കാൻ പറയാനുള്ള ശക്തി എനിക്കില്ലായിരുന്നു. വാസ്തവത്തിൽ അവന് പക്ഷികളുടെ കരച്ചിലിനോട് സാമ്യമുള്ള ശബ്ദം ഉണ്ടായിരുന്നതുകൊണ്ടാണ് ഞാനവനെ ഓർമ്മിച്ചിരുന്നത്.

ഉറങ്ങുന്നതിനു മുൻപ് അവർ ഞങ്ങൾക്ക് ചൂടുള്ള പാലും തേനും തരുമായിരുന്നു. പൊതുവെ എനിക്ക് ചൂടുള്ള പാൽ ഇഷ്ടമല്ലായിരുന്നു. പക്ഷേ ഉൾക്കടലിലൂടെയുള്ള പറക്കലിനും കടൽക്കാറ്റിനും ശേഷം അതെന്നിൽ മടുപ്പുണ്ടാക്കിയില്ല. തണുക്കാൻ തുടങ്ങിയതു കണക്കാക്കാതെ ഞാനും സേവയും പാൽ വലിയ വായിലേ കുടിക്കുമായിരുന്നു. ഒരു ഫിൻലാന്റുകാരി പാൽക്കാരി കൊണ്ടുവരുന്ന പാലിന് ചൂടില്ലെങ്കിൽ തികച്ചും നല്ല സ്വാദുണ്ടായിരുന്നു. ഫിൻലാന്റുകാരി അവരുടെ പശുവിനെ സ്തുതിക്കുമ്പോൾ അവരുടെ റഷ്യൻ ഭാഷയിൽ പിഴവുകൾ സംഭവിച്ചിരുന്നു. പശു പാൽക്കാരിയെപ്പോലെ തന്നെ ധൃതി പിടിക്കാത്ത വലിയ കണ്ണുകളും മുറുകിയ സ്തനങ്ങളും ഉള്ളവളായിരിക്കുമെന്ന് ഞാൻ സങ്കല്പിച്ചു.

സേവയുമൊത്ത് ഞങ്ങൾ ഒരു ചെറിയ ഗോപുരത്തിലെ മുറിയാണ് പങ്കുവെച്ചിരുന്നത്. മുറിയിൽ നിന്നും നോക്കിയാൽ വിശാലമായ ഒരു കാഴ്ചയായിരുന്നു. പുറകിൽ കാടും മുന്നിൽ കടലുമായിരുന്നു. ഏതു നിമിഷവും വിലമതിക്കാവുന്ന കാലാവസ്ഥയായിരുന്നു. കടലിനു മുകളിൽ മൂടൽമഞ്ഞ് - മഴയ്ക്കു സാദ്ധ്യത. തിരകൾക്കു മുകളിൽ വെള്ള തൊപ്പികൾ, കൊടുങ്കാറ്റിനെ ഓർമ്മിപ്പിച്ചുകൊണ്ട് പൈൻ മരച്ചില്ലകളുടെ ചാഞ്ചാട്ടം! സൂര്യനസ്തമിക്കാത്ത രാത്രിയുടെ മങ്ങിയ വെളിച്ചത്തിൽ

പൈൻ മരങ്ങളും തിരകളും തങ്ങളുടെ രൂപം മാറ്റും. അവയിൽ ഭീകരത പ്രത്യക്ഷപ്പെടുക മാത്രമല്ല അവയുടെ പകൽ ദൃശ്യമായ വാത്സല്യഭാവം നഷ്ടപ്പെടുകയും ചെയ്യും. പുഞ്ചിരിക്കുന്ന ഒരു മനുഷ്യൻ വിഷാദമഗ്ന നായി മാറുമ്പോൾ നമുക്കുണ്ടാകുന്ന ആകാംക്ഷ പോലെയാണ് അപ്പോൾ തോന്നുന്നത്.

“നീ ഉറങ്ങിയോ?” ശബ്ദം താഴ്ത്തി സേവ ചോദിച്ചു.

“ഇല്ല.” ഞാൻ പറഞ്ഞു “ഉറങ്ങാൻ പോകുന്നു.”

“ഞാൻ അവിടെ പുറത്തൊരു രാക്ഷസനെ കണ്ടു.” അവൻ കടലിന്റെ എതിർ വശത്തുള്ള ജനാല ചൂണ്ടിക്കൊണ്ട് പറഞ്ഞു.

“അത് പൈൻ മരങ്ങളാണ്. ഉറങ്ങൂ.”

കുറച്ചു നിമിഷങ്ങൾക്കുശേഷം ഞാൻ സേവയുടെ കൂർക്കംവലി കേൾക്കുന്നു. സേവ ചൂണ്ടിക്കാണിച്ച ജനാലയിലേക്ക് ഞാൻ നോക്കുന്നു. രാക്ഷസനെ കാണുന്നു.

തിങ്കളാഴ്ച

തിങ്കളാഴ്ച വിഷമം പിടിച്ച ദിവസമാണ്. എന്റെ പാവം തലയിൽ നിന്നും മറ്റൊരു ചൊല്ല്! ഇനിയും അത്തരം നിരവധി ചൊല്ലുകൾ തല യിലുണ്ടാവുമോ? ആളുകളോ സംഭവങ്ങളോ ഇല്ല. വാക്കുകൾ മാത്രം അവശേഷിച്ചു. ഇതാണ് അവശേഷിച്ച വാക്കുകൾ! വാക്കുകളായിരിക്കാം അവസാനം അപ്രത്യക്ഷമാകുന്നത്, പ്രത്യേകിച്ചും എഴുതപ്പെട്ട വാക്കു കൾ! എഴുതുക എന്നത് എത്ര ആഴമുള്ള ആശയമാണെന്ന് ഒരുപക്ഷേ ഗെയ്ഗർക്ക് പൂർണ്ണമായും മനസ്സിലാകണമെന്നില്ല! സംഭവങ്ങളെല്ലാം കോർത്തിണക്കി വലിച്ചെടുക്കുന്ന ഒരു ചരടായി വാക്കുകൾ പരിണമി ച്ചേക്കാം! എനിക്കു സംഭവിച്ച കാര്യങ്ങൾ മാത്രമല്ല, പൊതുവെയുള്ള എല്ലാ സംഭവങ്ങളും! ദിവസം വിഷമം പിടിച്ചതാണ്... എനിക്കൊരു ഭാര ക്കുറവും മാനസികമായ ഉല്ലാസവും അനുഭവപ്പെടുന്നുണ്ട്. അതുകൊണ്ട് വാളന്റീനയെ കണ്ടുമുട്ടാനായി ഞാൻ കാത്തിരുന്നു. ഞാൻ എഴുന്നേൽ ക്കാൻ ശ്രമിച്ചു. തല കറങ്ങുന്നതായി തോന്നി. ഭാരക്കുറവ് അപ്രത്യക്ഷ മായി. എന്നാൽ സന്തോഷം അപ്രത്യക്ഷമായില്ല.

മുറിയിലേക്ക് പ്രവേശിച്ച വാളന്റീന എന്റെ കവിളിൽ തലോടി. അത് വളരെ അനുഭൂതിദായകമായിരുന്നു. അവളിൽ നിന്നും പുറപ്പെട്ട ഗന്ധ ങ്ങൾ അത്ഭുതകരവും എനിക്ക് അജ്ഞാതവുമായിരുന്നു. സുഗന്ധദ്രവ്യ ങ്ങളോ? സോപ്പോ? വാളന്റീനയുടെ സ്വാഭാവികമായ ഗുണങ്ങളാണോ? ചോദിക്കുന്നത് ശരിയല്ല; അതിന്റെ ആവശ്യവുമില്ല! സ്ത്രീകളിൽ എല്ലാ യ്പ്പോഴും അവരുടേതായ ചില രഹസ്യങ്ങൾ അന്തർലീനമാണ്. പിന്നെയും ‘ചൊല്ലുകൾ’, ചെല്ലുകളാണെന്ന് തോന്നിപ്പിക്കുന്നു!

ഇതാ ഒരു ചൊല്ല്... “ലോഹത്തിലൂടെ ചൂട് വേഗത്തിൽ പ്രസരിക്കും” എനിക്ക് വളരെ ഇഷ്ടപ്പെട്ട ഒരു ചൊല്ലാണത്. അത്ര പ്രചാരം ലഭിച്ചതാ യിരിക്കില്ല, പക്ഷേ എന്റെ ജീവിതത്തിൽ ഞാൻ വളരെ നേരത്തെ കേട്ട

കാര്യമായിരുന്നു അത്. എനിക്ക് അഞ്ചു വയസ്സ്, അതിൽ കൂടുതലില്ല, ഞാൻ തലയിണയിട്ട കസേരയിൽ ഇരിക്കുന്നു (അല്ലെങ്കിൽ എനിക്ക് മേശപ്പുറത്ത് എത്തില്ല) മുതിർന്നയാളുകളെപ്പോലെ ചായ ഇളക്കിക്കൊണ്ടിരിക്കുന്നു. ഗ്ലാസ്സ് ഒരു ലോഹപാത്രത്തിൽ ഉറപ്പിച്ചിരിക്കുകയാണ്. സ്പൂണിന് നല്ല ചൂടുണ്ട്. സ്പൂണിന്റെ പിടിയിൽ പിടിച്ച് അത് ഗ്ലാസ്സിലേക്ക് ഇറക്കി ഇളക്കുകയും വിരലുകളിൽ ഊതുകയും ചെയ്യുന്നു. ''ലോഹത്തിലൂടെ ചൂട് വേഗത്തിൽ പ്രസരിക്കുന്നു''. ഇഷ്ടപ്പെട്ട ശബ്ദത്തിൽ ആരോ പറയുന്നു. മനോഹരം, ശാസ്ത്രീയം! അത്തരം സന്ദർഭങ്ങളിൽ പന്ത്രണ്ടു വയസ്സുവരെ ഞാനാ ചൊല്ല് ആവർത്തിച്ചിരുന്നു.

അല്ല, അതല്ല ആദ്യത്തെ ഓർമ്മയിലുള്ള ചൊല്ല് മറ്റൊന്നായിരുന്നു. ''നിർഭയനായി പോകുക'' അതായിരുന്നു. ക്രിസ്തുമസ്സ് ദിനത്തിൽ ഞങ്ങൾ ആരുടെയോ വീട്ടിൽ വിരുന്നു പോയി. കോണിപ്പടികൾക്കു ചുവട്ടിൽ കുത്തിനിറച്ച ഒരു കരടിയുടെ കോലം ഉണ്ടായിരുന്നു. പിൻകാലുകളിൽ നിന്നിരുന്ന കരടിയുടെ മുൻകാലുകളിൽ ഒരു ട്രേ ഉറപ്പിച്ചിരുന്നു.

''എന്തിനാണ് ട്രേ?'' ഞാൻ ചോദിക്കുന്നു.

''വിസിറ്റിംഗ് കാർഡുകൾ ഇടാനാണ്'' അച്ഛൻ മറുപടി പറഞ്ഞു.

എന്റെ വിരലുകൾ കരടിയുടെ നിബിഡമായ രോമങ്ങളിൽ ഒരു നിമിഷം ആഴ്ന്നിറങ്ങി. കരടിക്കെന്തിനാണ് വിസിറ്റിംഗ് കാർഡുകൾ? (ഞങ്ങൾ മാർബിൾ പടികളിലൂടെ മുകളിലേക്ക് കയറുകയാണ്) എന്താണ് വിസിറ്റിംഗ് കാർഡുകൾ? ഞാനാ രണ്ടു വാക്കുകളും ആവർത്തിച്ചു പറഞ്ഞുകൊണ്ട് അച്ഛന്റെ വിരൽത്തുമ്പിൽ തൂങ്ങി ഇഴുകിവീഴാതെ നടന്നു. മാർബിളിനു മുകളിൽ വിരിച്ചിരുന്ന നടക്കാനുള്ള പരവതാനിയിലൂടെ അതിന്റെ അരികിലുള്ള സ്വർണ്ണനിറമുള്ള അല്പം വളഞ്ഞ ദണ്ഡുകളേയും നോക്കി ഇളകിയാടി ഞാൻ നടന്നു. അച്ഛന്റെ പുഞ്ചിരിക്കുന്ന മുഖം. ഭംഗിയുള്ള ക്രിസ്തുമസ്സ് ട്രീ ഒരുക്കിയിരുന്നു. അതിനെ വട്ടം ചുറ്റി ഞങ്ങൾ നൃത്തം ചെയ്തു. ആരുടെയോ വിയർപ്പ് എന്റെ ഉള്ളംകയ്യിൽ അനുഭവപ്പെട്ടു. എനിക്ക് അറപ്പു തോന്നി. പക്ഷേ എനിക്ക് കൈവിടുവിക്കാനോ വട്ടംചുറ്റി നൃത്തം ചെയ്യുന്നതിൽ നിന്നും ഒഴിഞ്ഞുമാറാനോ കഴിഞ്ഞില്ല. അവിടെയുള്ളവരിൽ ഏറ്റവും പ്രായം കുറഞ്ഞ കുട്ടി ഞാനാണെന്ന് ആരോ പറഞ്ഞു. അപ്പോൾ ഞങ്ങൾ ക്രിസ്തുമസ്സ് ട്രീയുടെ ചുറ്റിനുമായി ഇരിക്കുകയായിരുന്നു. ഞാൻ കവിത ചൊല്ലുമെന്നറിഞ്ഞ് ഒരാൾ എന്നോട് കവിത ചൊല്ലാൻ ആവശ്യപ്പെട്ടു. എല്ലാവരും കൂടി ഉച്ചത്തിൽ ആവശ്യപ്പെട്ടു. പഴയകാല വസ്ത്രം ധരിച്ച ഒരു വയസ്സൻ എന്റെ അരികിൽ പ്രത്യക്ഷപ്പെട്ടു. അയാളുടെ പകുത്തിട്ട താടി രോമങ്ങൾക്കിടയിൽ ധാരാളം മെഡലുകൾ തിളങ്ങി.

''ഇതാണ് ചെരഞ്ചി അസിപ്പോവിച്ച് ദബ്രസ്കൊളൊണവ്.'' അവർ പറഞ്ഞു.

ഞങ്ങൾക്കരുകിൽ സ്ഥലം കാലിയായിരുന്നു. ഞാൻ നിശ്ശബ്ദനായി ചെരഞ്ചി അസിപ്പോവിച്ചിനെ നോക്കി. ഒരു മുളവടിയും കുത്തി

പാർശ്വത്തിലേക്ക് അല്പം ചെരിഞ്ഞ് വീണുപോകുമെന്ന് തോന്നിക്കുന്നതുപോലെ അയാൾ നിന്നു. പക്ഷേ വീണില്ല.

''നിർഭയനായി പോകൂ'' എന്നോട് ചെരഞ്ചി അസിപ്പോവിച്ച് പറഞ്ഞു.

ഞാൻ തലകുനിച്ച് കൈകൾ നീട്ടിപ്പിടിച്ചുകൊണ്ട് അകത്തെ മുറികളിലേക്ക് ഓടി. കണ്ണാടികളിലൂടെ തിളങ്ങുന്ന പാത്രങ്ങളിലും എന്റെ പ്രതിഫലനം സൃഷ്ടിക്കുന്ന കാഴ്ച കണ്ടുകൊണ്ട് ഞാൻ ഓടി. അവസാനത്തെ മുറിയിൽ ഒരു തടിച്ച പാചകക്കാരി എന്നെ തടഞ്ഞു നിർത്തി. അവരുടെ മുൻഭാഗത്തെ വസ്ത്രത്തിലേക്ക് എന്നെ അമർത്തി (അടുക്കളയുടെ അസുഖകരമായ ഗന്ധം) അവർ ആഘോഷപൂർവ്വം എന്നെ എടുത്ത ഹാളിലെത്തിച്ചു. നിലത്തു നിർത്തി.

''നിർഭയനായി പോകൂ.'' ചെരഞ്ചി അസിപ്പോവിച്ച് ആവർത്തിച്ചു.

ഞാൻ നടന്നു പോകുകയായിരുന്നില്ല. പറന്നുയരുകയായിരുന്നു. ആരുടേയോ ശ്രമഫലമായി നിലത്തിറങ്ങിയ ഒരു വിയന്നകസേരയിൽ ഇരുന്നു. കൂടി നിന്നവർക്കുവേണ്ടി ഒരു കവിത ആലപിച്ചു. അത് അത്ര നീളംകൂടിയ പദ്യമായിരുന്നില്ല. മുഴങ്ങുന്ന കയ്യടികൾക്കിടയിൽ എനിക്കൊരു കരടിക്കുട്ടനെ സമ്മാനിക്കപ്പെട്ടു. ഞാനെന്തായിരുന്നു അവർക്കായി ചൊല്ലിക്കൊടുത്തത്? ആരാധകർക്കിടയിലൂടെ ഭാഗ്യവാനായ ഞാൻ തലയുയർത്തിപ്പിടിച്ചു നടന്നു. എന്റെ വിജയത്തിന് കാരണക്കാരായിത്തീർന്ന പാചകക്കാരിയേയും ചെരഞ്ചി അസിപ്പോവിച്ചിനേയും നന്ദിപൂർവ്വം നോക്കി.

താടിയുടെ ഇരുതുമ്പുകളിലും കൈകൾ തെരുപ്പിടിച്ചുകൊണ്ട് ചെരഞ്ചി അസിപ്പോവിച്ച് പറഞ്ഞു. ''ഞാൻ പറഞ്ഞില്ലേ, നിർഭയനായി പോകൂ എന്ന്'' എന്റെ ജീവിതത്തിൽ എല്ലായ്പ്പോഴും അത്തരം വിജയങ്ങൾ സംഭവിച്ചിരുന്നില്ല.

ചൊവ്വാഴ്ച

എന്റെ കുറിപ്പുകൾ ഗെയ്ഗർക്ക് ഇഷ്ടപ്പെടുന്നുണ്ട്. അയാൾ പറഞ്ഞത് സർവ്വേശ്വരനാണ് എന്റെ കൈകളെ നിയന്ത്രിക്കുന്നതെന്നാണ്. "വളരെ നല്ല ബിംബങ്ങളാണ് നിങ്ങളുടെ എഴുത്തിലുള്ളത്!" ഗെയ്ഗർ കാവ്യാത്മകമായി പറഞ്ഞു.

''ഒരുപക്ഷേ ഓർമ്മ നശിക്കുന്നതിനു മുൻപ് ഞാൻ എഴുത്തുകാരനായിരുന്നുവോ? അല്ലെങ്കിൽ പത്രപ്രവർത്തകനായിരുന്നോ?'' ഞാൻ ചോദിച്ചു. അയാൾ തോളുകൾ കുലുക്കി.

''ചിലപ്പോൾ മറ്റാരെങ്കിലുമാകാം- ഉദാഹരണത്തിന് ചിത്രകാരൻ. നിങ്ങളുടെ വിവരങ്ങൾ വായിച്ചാൽ കാണുന്നതുപോലെയാണ് തോന്നുന്നത്!''

''അപ്പോൾ, ചിത്രകാരനോ എഴുത്തുകാരനോ?''

‘‘ജീവചരിത്രകാരൻ. പ്രധാനസംഗതികളെക്കുറിച്ചുള്ള ഒരു സൂചനയും അതിൽ ഉണ്ടാവുകയില്ല എന്ന കാര്യത്തിൽ നമുക്കൊരു ധാരണയുണ്ട്.’’

‘‘അക്കാരണം കൊണ്ടാണോ നിങ്ങൾ ജീവനക്കാരുടെ എണ്ണം രണ്ടായി പരിമിതപ്പെടുത്തിയത്?

‘‘അതെ, ആരും വായാടിത്തം കൊണ്ട് ഒന്നും കൈവിട്ടു പറയാതിരിക്കാൻ. ഏറ്റവും വിശ്വസ്തരായ ജോടികൾ അവശേഷിക്കുന്നത്.’’

അയാൾ ചിരിച്ചു.

ഉച്ചഭക്ഷണത്തിനുശേഷം ഗെയ്ഗർ പോയി. വാളന്റീന അകത്തേക്കു കയറിവന്നപ്പോൾ ഞാൻ ഗെയ്ഗറെ ഇടനാഴിയിൽ കണ്ടു. അയാൾ വിന്റർകോട്ട് അണിഞ്ഞിരുന്നു. നീട്ടിപ്പിടിച്ച കയ്യിൽ തൊപ്പിയുണ്ടായിരുന്നു. അയാളുടെ അകന്നുപോകുന്ന കാലടിയൊച്ചകൾ ആദ്യം വരാന്തയിലും പിന്നെ കോണിപ്പടികളിലും ഞാൻ കേട്ടു. രണ്ടുദിവസങ്ങൾ ഞാൻ വാളന്റീനയോട് എന്റെ കൂടെക്കിടക്കണമെന്ന് ആവശ്യപ്പെട്ടില്ല. എന്നാൽ ഞാനതു സ്വപ്നം കണ്ടിരുന്നു. ഗെയ്ഗറുടെ അനുവാദം ഉണ്ടായിരുന്നിട്ടും ഞാനങ്ങനെ ചോദിച്ചില്ല. പക്ഷേ ഇപ്പോൾ ഞാൻ ചോദിച്ചു.

അവൾ ഉടനെ എന്റെ സമീപത്തെത്തി. അവളുടെ കൈപ്പത്തി എന്റെ കൈപ്പത്തിക്കുള്ളിലായി. അവളുടെ മുടികൾ എന്റെ ചെവിയിൽ ഇക്കിളുണ്ടാക്കി.ഇക്കാര്യത്തിൽ ഞങ്ങളെ കണ്ടുപിടിക്കപ്പെടുമെന്ന ചിന്ത എനിക്ക് ബുദ്ധിമുട്ടുണ്ടാക്കി. മറ്റുള്ളവർക്ക് നിന്ദ്യമെന്നോ ഒരുപക്ഷേ അശ്ലീലമെന്നോ തോന്നുന്ന ഒരു കാര്യം, അശ്ലീലമെങ്കിലും അത്ര ഭയാനകമല്ല, അശ്ലീലമെന്ന കാര്യമാണ് ആദ്യമായി ഇക്കാര്യത്തിൽ പ്രതീക്ഷിക്കാനാവുന്നത്. ഇവിടെ എല്ലാം വളരെ സുതാര്യമായി തോന്നുന്നു. കാതരവും വിശദീകരിക്കാനാവാത്തതുമായ ഒരു വികാരം, എപ്പോഴോ ഇതേ വികാരം എന്നെ ചൂഴ്ന്നു നിന്നിരുന്നു എന്ന തോന്നൽ. ഞാൻ വാളന്റീനയോടു ചോദിക്കുന്നു, അവൾക്കും ഇപ്രകാരം എന്തെങ്കിലും വികാരം ഉണ്ടായിട്ടുണ്ടോ, അല്ലെങ്കിൽ അത്തരം കാര്യങ്ങളെക്കുറിച്ച് മങ്ങിയ ഓർമ്മകളെങ്കിലും? ഓർമ്മകളല്ലെങ്കിൽ ഊഹാപോഹങ്ങളെങ്കിലും അവൾക്ക് ഉണ്ടോ? “ഇല്ല,” അവൾ പറഞ്ഞു. “എനിക്ക് ഇതുപോലെ ഒരിക്കലും സംഭവിച്ചിട്ടില്ല, എവിടെ നിന്നാണ് ഓർമ്മകൾ വരുന്നത്?”

അങ്ങനെയായിരുന്നു കാര്യങ്ങൾ – ഞാൻ സത്യത്തിൽ അതിനെക്കുറിച്ചൊന്നും മുൻകൂട്ടി ചിന്തിച്ചിരുന്നില്ല. ഞങ്ങൾ കൈത്തലങ്ങൾക്കുള്ളിൽ കൈത്തലങ്ങൾവെച്ചും നെറ്റികൾ പരസ്പരം കൂട്ടിമുട്ടിച്ചും കട്ടിലിൽ അനങ്ങാതെ കിടന്നു. എനിക്ക് തുപ്പലിറക്കാൻ കഴിഞ്ഞില്ല. തുപ്പലിറക്കിയാൽ അവൾ ശബ്ദം കേൾക്കുമെന്ന ഭയത്താൽ ഒരു കൃത്രിമ ചുമയുടെ മറവിൽ ഞാൻ തുപ്പലിറക്കി. അത്രയും വസ്തുതാപരമല്ലാത്ത ഒരു ബന്ധമായിരുന്നു ഞങ്ങളുടേത്. എന്റെ ഏതെങ്കിലും സന്ധി പൊട്ടിപ്പോകുമോ എന്നു ഞാൻ ഭയന്നു. അപ്പോൾ ഞങ്ങളുടെ ബന്ധത്തിന്റെ ലാഘവത്വവും നൈർമല്യവും തകർന്നുപോകുമോ എന്നു ഞാൻ ഭയപ്പെട്ടു. അതിൽ ശാരീരികമായി ഒന്നുമുണ്ടായിരുന്നില്ല. എനിക്ക്

അവളുടെ കണങ്കൈയും ചെറുവിരലും ഒരു പൊട്ടിയ മുത്തുപോലെ ചെറുതും സ്നിഗ്ദ്ധവും ഇളം ചുവപ്പുള്ളതുമായ ചെറുവിരലിലെ നഖവും മാത്രം മതിയായിരുന്നു. ഞാൻ എഴുതുമ്പോൾ എന്റെ കൈ വിറയ്ക്കുന്നുണ്ട്. അതെ, അത് എന്റെ ദൗർബല്യം കൊണ്ടാണ്, ചൂടുള്ളതു കൊണ്ടാണ്, പക്ഷേ അത് എന്റെ മഹത്തായ വികാരങ്ങളുടെ സമ്മർദ്ദം കൊണ്ടുമാണ്. എന്റെ ഓർമ്മകൾ എന്നിൽ നിന്ന് എല്ലാം മറച്ചുപിടിക്കുന്നതുകൊണ്ടുമാണ് കൈ വിറയ്ക്കുന്നത്. അതെന്തായിരുന്നു?

"അതെന്തായിരുന്നു? " എന്റെ കണ്ണിൽ നിന്നും കണ്ണീർ തൂവിക്കൊണ്ട് ഞാൻ വാളന്റീനയോട് അലറി. "എന്റെ ജീവിതത്തിന്റെ സന്തോഷങ്ങൾ എനിക്കെന്തുകൊണ്ട് മുഴുവനായി ഓർമ്മിക്കാനാവുന്നില്ല?"

വാളന്റീന അവളുടെ തണുത്ത അധരങ്ങൾ എന്റെ നെറ്റിയിൽ അമർത്തുന്നു.

"ഒരുപക്ഷേ അത് നിങ്ങളുടെ സന്തോഷത്തെ കെടുത്തിയേക്കാം" ഒരുപക്ഷേ അങ്ങനെയാവാം. പക്ഷേ അതറിയണമെങ്കിൽ എല്ലാം ഓർമ്മിക്കണം!

ബുധനാഴ്ച

ഞാൻ ഓർമ്മിക്കുന്നു. ഒരു തണുത്തുറഞ്ഞ നദിയിലൂടെയുള്ള ട്രാമിന്റെ പാളങ്ങൾ. ഒരു തീരം മുതൽ മറ്റേ തീരംവരെ ഓടിക്കൊണ്ടിരിക്കുന്ന ഇലക്ട്രിക് ട്രാം. അതിന്റെ ജനാലകൾക്ക് സമീപം ബെഞ്ചുകൾ. ട്രാം ഡ്രൈവറുടെ നോട്ടം മഞ്ഞുകാറ്റിലൂടെയും പ്രദോഷത്തിലൂടെയും കടന്നു പോകുന്നു. അക്കരെ ഇതുവരെ ദൃശ്യമായിട്ടില്ല. തെരുവു വിളക്കുകൾ കഷ്ടിച്ച് പ്രഭ ചൊരിയുന്നു. വഴി നന്നായി തെളിഞ്ഞു കാണാൻ വിഷമമാണ്. അതിന്റെ വെളിച്ചത്തിൽ മഞ്ഞിൽ കാണുന്ന നിമ്നോന്നതങ്ങൾ വിള്ളലുകൾ പോലെ തോന്നിക്കുന്നു. ട്രാംഡ്രൈവർ ശ്രദ്ധയോടെ നോക്കി. ആശ വെടിഞ്ഞുള്ള അവസാനത്തെയാളായിരിക്കും അയാൾ. കണ്ടക്ടറും നല്ല മനക്കട്ടിയുള്ള ആളായിരുന്നു. പക്ഷേ കയ്യിലുള്ള ഫ്ളാസ്കിൽനിന്നും ഓരോ കവിൾ കുടിച്ചതുകൊണ്ട് അയാൾ സ്വയം സന്തോഷിച്ചു. തണുപ്പും ചന്ദ്രികയുമുള്ള പ്രകൃതിയും ആരുടേയും മനം മടുപ്പിക്കുന്നതായിരുന്നു. കണ്ടക്ടർ എപ്പോഴും സന്തോഷവാനായിരിക്കണം. അയാൾ അഞ്ചു കോപ്പെക്കിന്* ടിക്കറ്റുകൾ മഞ്ഞു പറ്റിയ കൈവിരലുകൾ കൊണ്ട് കീറിക്കൊടുത്തു. അയാൾക്ക് കീഴെ നദിയിൽ എഴുപതടി വെള്ളവും അയാളുടെ പാർശ്വങ്ങളിൽ മഞ്ഞുകാറ്റ് വീശിയടിക്കുകയും ചെയ്തു. പക്ഷേ അയാളുടെ ഉടഞ്ഞുപോകാവുന്ന മഞ്ഞ പേടകം അതിന്റെ വിജയം ലാക്കാക്കി കുതിച്ചു. ഇരുട്ടിൽ മൂടിക്കിടന്ന ഒരു വലിയ സ്തൂപികാഗ്രം ലാക്കാക്കി കുതിച്ചു. ഞാനീ ഗോപുരാഗ്രത്തേയും നദിയേയും അറിയുന്നു. ഇപ്പോൾ എനിക്കറിയാം ഞാൻ ഏതു പട്ടണത്തിലാണ് ജീവിച്ചതെന്ന്.

---

* 100 കോപ്പെക് = 1 റൂബിൾ

വ്യാഴാഴ്ച

ഞാൻ അനന്തമായി സ്നേഹിച്ചിരുന്ന നഗരമാണ് സെന്റ് പീറ്റേഴ്സ് ബർഗ്. മറ്റു സ്ഥലങ്ങളിൽ നിന്നും തിരികെയെത്തുമ്പോൾ ഞാൻ അഗാധ മായ സന്തോഷം അനുഭവിച്ചിരുന്നു. നഗരത്തിന്റെ മധുരമായ ഭാവത്തിന് വിരുദ്ധമായി എന്റെ കുട്ടിക്കാലം മുതൽ അതെന്നെ ഭയപ്പെടുത്തുകയും അമ്പരപ്പിക്കുകയും ചെയ്തു. എന്റെ ജീവിതത്തിലെ സംഭവങ്ങൾ ചിട്ട യായി പുനഃസ്ഥാപിക്കാൻ എനിക്കാവുന്നില്ലെങ്കിലും ഒന്നു മാത്രം ഓർമ്മി ക്കുന്നുണ്ട്, അസ്വസ്ഥതയുടെ തിരകൾ എന്നെ പൊതിയുമ്പോൾ എന്നെ രക്ഷിച്ചിരുന്ന ചിന്തകൾ സെന്റ് പീറ്റേഴ്സ് ബർഗ്ഗിനെക്കുറിച്ചും ദ്വീപിൽ തല്ലിത്തകരുന്ന തിരകളെക്കുറിച്ചുമായിരുന്നു!

വാളന്റീന എന്റെ മാംസളമായ അടിഭാഗത്ത് കുത്തിവെച്ചു. എന്തോ വൈറ്റമിൻ ഇൻജക്ഷൻ ആയിരുന്നു. വൈറ്റമിൻ കുത്തിവെയ്പുകൾ വേദനയുള്ളതാണ്. എന്തോ കാരണത്താൽ അതിന്റെ സിറിഞ്ചുകൾ മറ്റു മരുന്നുകൾ കുത്തിവെയ്ക്കുന്ന സിറിഞ്ചിനേക്കാൾ വളരെ വലുതും അപ്രിയവുമാണ്. എനിക്ക് ചിന്തകളുടെ അർത്ഥം നഷ്ടമായി...

ങാ... അതെ... നഗരത്തിന്റെ മധുരഭാവത്തെക്കുറിച്ചാണ് പറഞ്ഞു വരു ന്നത്. ഞാനെന്റെ അമ്മയുടേയും അച്ഛന്റേയും കൂടെയായിരുന്നു. ഞാൻ മദ്ധ്യത്തിലും അമ്മയും അച്ഛനും ഇരുവശങ്ങളിലുമായി എന്റെ ഓരോ കയ്യുകളും പിടിച്ചുകൊണ്ട് ഫൊണ്ടാന നദിക്കരയിൽ നിന്നും തിയേറ്റർ തെരുവിലൂടെ അലക്സാൻട്രിൻസ്കി തിയേറ്റർ ലക്ഷ്യമാക്കി തെരുവിന്റെ മദ്ധ്യഭാഗത്തുകൂടി ഞങ്ങൾ നടന്നു. ഞങ്ങൾ സ്വയം പൊരുത്തത്തിന്റെ സമതുലനാവസ്ഥയുടെ മൂർത്തിമത്ഭാവങ്ങളായിരുന്നു. അങ്ങനെ ഞങ്ങൾ നടക്കുമ്പോൾ, കെട്ടിടങ്ങൾ തമ്മിലുള്ള അകലം അതിന്റെ പൊക്കത്തിനു തുല്യമാണെന്നും തെരുവിന്റെ കെട്ടിടങ്ങളുടെ ഉയരത്തിന്റെ പത്തിരട്ടി യാണെന്നും അച്ഛൻ പറഞ്ഞു. തിയേറ്റർ അടുത്തടുത്തു വരികയും വലുതാകുകയും ഭയപ്പെടുത്തുകയും ചെയ്തു. ആകാശത്തിൽ കാർമേഘ ങ്ങൾ വേഗത്തിൽ സഞ്ചരിച്ചു. അതെ, ഈ തെരുവിന്റെയും പേര് പിന്നീട് മാറ്റുകയുണ്ടായി. എന്തോ നികൃഷ്ടമായ പേരു ചാർത്തിക്കൊടുത്തു! എന്തിന്?

ഞാനൊരു തീപിടുത്തം ഓർമ്മിച്ചു. തീപിടുത്തം മാത്രമായിരുന്നില്ല, നിവാ നദിക്കരയിലൂടെ ശരത്ക്കാലത്തിന്റെ ആദ്യ ദിനങ്ങളിൽ എങ്ങനെ യാണ് തീയണയ്ക്കാനായി സഞ്ചരിച്ചതെന്ന് ഞാൻ ഓർമ്മിച്ചു. ഏറ്റവും മുന്നിൽ ഒരു കറുത്ത കുതിരയുടെ മുകളിൽ ഒരു കുഴലൂത്തുകാരൻ. മഹാദുരന്തത്തിന്റെ മാലാഖയെപ്പോലെ അയാൾ വായിൽ ഒരു കുഴൽ പിടിച്ചിരുന്നു. തീ കെടുത്താനുള്ള വാഹനങ്ങൾക്ക് വഴിയൊരുക്കിക്കൊണ്ട് കുഴലൂത്തുകാരൻ കൊമ്പുവാദ്യം മുഴക്കി മുന്നേ നടന്നു. എല്ലാവരും എല്ലാ ദിശകളിലേക്കും പരക്കം പാഞ്ഞു. കുതിരവണ്ടിക്കാരൻ കുതിര കളെ ചാട്ടവാറിനടിക്കുകയും റോഡിന്റെ വശങ്ങളിലേക്ക് ഒതുക്കി

നിർത്തുകയും ചെയ്തു. അവർ പാതി തിരിഞ്ഞ് അഗ്നിശമനസേനയെ നോക്കി നിന്നു. നീവ്സ്കി തെരുവിനെ അലോസരപ്പെടുത്തിക്കൊണ്ട് രൂപം പ്രാപിച്ച ശൂന്യതയിലേക്ക് അഗ്നിശമനസേനയെ വഹിക്കുന്ന ഒരു വണ്ടി ചീറിപ്പാഞ്ഞു. അഗ്നിശമനസേനയുടെ കൊടിക്കൂറ പടപടെ തുടിക്കുന്ന ശിരോകവചങ്ങളുമണിഞ്ഞ് അവർ പരസ്പരം തിരിഞ്ഞ് വണ്ടിക്കകത്തെ ബഞ്ചിലിരുന്നു. കൊടിക്കൂറയ്ക്കരുകിൽ അഗ്നിശമന ക്യാപ്റ്റൻ മണിമുഴക്കിക്കൊണ്ട് നിന്നു. ഇനിയും ദൃശ്യമാകാത്തതും എവിടെയൊ കത്തിപ്പടർന്നതുമായ അവരെ കാത്തിരിക്കുന്ന അഗ്നിനാളങ്ങൾ നിർവ്വികാരവും പരിതാപകരവുമായ അവരുടെ മുഖങ്ങളിൽ പ്രതിഫലിച്ചു.

യെക്കച്ചെരിൻ പൂന്തോട്ടത്തിലൂടെ സഞ്ചരിച്ച യാത്രികരുടെ മേൽ തീനാളംപോലെ പഴുത്ത ഇലകൾ കൊഴിഞ്ഞുവീണു. ഇരുമ്പിന്റെ വേലിയിലേക്ക് അമർന്നു നിന്നുകൊണ്ട് ഞാനും അമ്മയും വാഹനങ്ങളിലേക്ക് പറന്നു വീഴുന്ന ഇലകളുടെ ഭാരമില്ലായ്മ വീക്ഷിച്ചു. അത് നടപ്പാതയിൽ നിന്നും സാവകാശം ചെറിയ ഉയരത്തിൽ ഉയർന്നു പൊങ്ങി നീവ്സ്കി തെരുവിനു മുകളിലൂടെ പറന്നു. അഗ്നിശമനസേനയുടെ നിരയ്ക്കു പിന്നിലായി രണ്ടു കുതിരകൾ വലിക്കുന്ന വണ്ടിയിൽ ഹോസുകളും ഏണികളും കടപ്പാരകളും മറ്റും കയറ്റിയിരുന്നു. മറ്റൊരു വണ്ടിയിൽ ആവിയിൽ പ്രവർത്തിക്കുന്ന പമ്പും അതിനു പിന്നിലായി ഒരു വൈദ്യസഹായത്തിനുള്ള വണ്ടിയും ഉണ്ടായിരുന്നു. ഞാൻ കരഞ്ഞു. എന്റെ അമ്മ പറഞ്ഞു. “ഭയപ്പെടേണ്ടതില്ല.” പക്ഷേ ഞാൻ കരഞ്ഞത് ഭയം കൊണ്ടായിരുന്നില്ല. വികാരത്തള്ളലിൽ എന്റെ കണ്ണുകൾ നിറയുകയായിരുന്നു. ഈ ആളുകളുടെ മഹത്തായ ധൈര്യത്തിലും വിജയത്തിലും മതിപ്പു തോന്നിയതുകൊണ്ടാണ് ഞാൻ കരഞ്ഞത്. നിശ്ചലരായ ജനക്കൂട്ടത്തിനിടയിലൂടെ മണിമുഴക്കിക്കൊണ്ട് എത്ര രാജപ്രൗഢിയോടെയാണ് അവർ ഒഴുകിപ്പോകുന്നത്.

ഞാൻ ഓരോ തവണ അഗ്നിശമനസേനയെ കാണുമ്പോഴും അഗ്നിശമനസേനയുടെ തലവനാകണമെന്ന് ആഗ്രഹിക്കുകയും മൂകമായി അവരോട് എന്നെക്കൂടി അവരുടെ കൂടെ ചേർക്കണമെന്ന് അപേക്ഷിക്കുകയും ചെയ്തിരുന്നു. നീവ്സ്കി തെരുവിലൂടെ ഇരുനില ബസ്സിന്റെ മുകളിലിരുന്ന് യാത്ര ചെയ്യുമ്പോൾ ഞാനൊരു തീപിടുത്തമുണ്ടായ സ്ഥലത്തേക്ക് യാത്ര ചെയ്യുകയാണെന്ന് സങ്കൽപ്പിച്ചിരുന്നു. ഞാൻ ഗൗരവത്തോടെയും അല്പം ദുഃഖത്തോടെയും പെരുമാറുകയും കത്തിപ്പടരുന്ന അഗ്നിനാളങ്ങളിൽ എന്തു സംഭവിക്കുമെന്നോർത്ത് വ്യാകുലപ്പെടുകയും ചെയ്തു. ജനക്കൂട്ടത്തിന്റെ അഭിസംബോധനകളെ കണ്ണുകളിലൂടെ മാത്രം സ്വീകരിക്കുകയും പ്രതികരിക്കുകയും ചെയ്തു. ഇതൊക്കെയാണെങ്കിലും ഞാൻ അഗ്നിശമനസേനയിൽ ചേർന്നില്ല. ഇപ്പോൾ അതോർത്ത് ദുഃഖിക്കുന്നില്ല.

ശനിയാഴ്ച

ഇന്നലെ മുഴുവൻ ദിവസവും വൈദ്യപരിശോധനകളായിരുന്നു. വളരെ വിചിത്രമായ ധാരണകളാണ് അത് സൃഷ്ടിച്ചത്. ഒട്ടും വേദനയുളവാക്കുന്നവയായിരുന്നില്ല എന്നാൽ ഒട്ടും ആസ്വാദ്യകരവുമായിരുന്നില്ല. ഉപകരണങ്ങൾ എന്നെ അത്ഭുതപ്പെടുത്തി. അത്തരം ഉപകരണങ്ങൾ ഞാനൊരിക്കലും കണ്ടിരുന്നില്ല. ഞാൻ തീർച്ചയായും ഉപകരണങ്ങളുടെ കാര്യത്തിൽ ഒട്ടും വിദഗ്ധനല്ല. എന്റെ സാമാന്യബോധത്തിനുപരിയായി എനിക്ക് അതിനെക്കുറിച്ച് ഒന്നും പറയാനാവില്ല. പക്ഷേ എന്റെ ബോധം അസാധാരണമായിരുന്നു

"ഞാൻ കുറെ സമയം അബോധാവസ്ഥയിലായിരുന്നോ?" ഞാൻ വാളന്റീനയോട് ചോദിച്ചു. "പുതിയ ഉപകരണങ്ങൾ ദീർഘനേരമായി പ്രവർത്തിക്കുന്നുണ്ടോ?"

ഉത്തരം പറയുന്നതിനു പകരം വാളന്റീന എന്റെ അരുകിൽ എന്നോടൊപ്പം കിടക്കുകയും എന്റെ മുടിയിൽ തഴുകുകയും ചെയ്തു.

അങ്ങനെയാണ് എപ്പോഴോ ഒരിക്കൽ എന്നെ അനസ്താസ്യ തഴുകിയത്. പെട്ടെന്ന് അങ്ങനെ ഒരു പേര് ഭാവനയിൽ വന്നതെങ്ങനെയെന്ന് എനിക്ക് മനസ്സിലായില്ല. അവൾ ആരാണെന്നൊ എന്തിനാണ് എന്നെ തഴുകിയതെന്നോ ഓർമ്മിക്കുന്നില്ല, പക്ഷേ ഒന്നോർക്കുന്നു അത് അനസ്താസ്യ ആയിരുന്നു. അവളുടെ വിരലുകൾ എന്റെ മുടിയിലൂടെ സഞ്ചരിക്കുകയും ഇടയ്ക്കിടെ ദീർഘമായ ആലോചനയ്ക്കിടയിൽ നിശ്ചലമാവുകയും ചെയ്തു. വിരലുകൾ കവിളിലൂടെ ചെവിയിലേക്ക് വഴുതിയിറങ്ങുകയും എന്റെ പുറം ചെവിയുടെ മൂലയിൽ അവിശ്വസനീയമായ ഉച്ചത്തിലുള്ള കിരുകിരു ശബ്ദങ്ങൾ സൃഷ്ടിക്കുകയും ചെയ്തു. ചിലപ്പോൾ അനസ്താസ്യ അവളുടെ നെറ്റി എന്റെ നെറ്റിയുമായി ഉരുമുകയും ഞങ്ങളുടെ മുടികൾ പരസ്പരം കെട്ടുപിണയുകയും ചെയ്തു. ചെമ്പൻ മുടിയും കറുത്ത മുടിയും കെട്ടുപിണഞ്ഞു. ഞങ്ങളെ അത് ഭയങ്കരമായി കൂട്ടിയിണക്കി. ഞങ്ങൾ അത്ര വ്യത്യസ്തരായിരുന്നു.

"നിങ്ങളെന്താണ് ആലോചിക്കുന്നത്?" വാളന്റീന ചോദിച്ചു.

"ഔപചാരികത ഒഴിവാക്കി എന്നെ നീ എന്നു വിളിക്കൂ."

"നീയെന്താണ് ആലോചിക്കുന്നത്?"

ഒന്നിനെക്കുറിച്ചും ആലോചിക്കുന്നില്ല. എനിക്ക് ഒന്നിനെക്കുറിച്ചും ആലോചിക്കാനില്ല. ഞാനൊന്നും ഓർമ്മിക്കുന്നില്ല. അനസ്താസ്യയിൽ നിന്നും അവളുടെ പേരുമാത്രമാണ് എന്റെ ഓർമ്മകളിൽ അവശേഷിക്കുന്നത്. പേരും അവളുടെ ഗോതമ്പുനിറമുള്ള മുടികളുടെ ഗന്ധവും അതും ഞാൻ മറന്നിട്ടില്ല. ഒരു പക്ഷേ വാളന്റീനയുടെ മുടിയുടെ ഗന്ധമാകാം എന്നിൽ ഈ ഓർമ്മകൾ ഉണർത്തുന്നത്. അല്ലെങ്കിൽ ഇപ്രകാരമാകാം: വാളന്റീനയുടെ മുടിയുടെ ഗന്ധം (ഗോതമ്പു നിറമുള്ളതാണ് അവളുടെ മുടിയും) എന്നെ ആനന്ദിപ്പിച്ച എന്തിനെക്കുറിച്ചോ ഉള്ള ഓർമ്മകൾ എന്നിൽ ഉണർത്തുന്നു.

ഞായറാഴ്ച

ഗെയ്ഗർ എനിക്ക് 'റോബിൻസൺ ക്രൂസോ' എന്ന പുസ്തകം കൊണ്ടു വന്നു. അക്ഷരശുദ്ധിയോടെയുള്ള പുതിയ പതിപ്പ് ആയിരുന്നില്ല, വിപ്ലവത്തിനു മുൻപ് 1906ലെ പതിപ്പായിരുന്നു. ഇതേ പുസ്തകമാണ് ഞാനെന്റെ കുട്ടിക്കാലത്ത് വായിച്ചിരുന്നത്. ഒരുപക്ഷേ അയാൾ അതിനെക്കുറിച്ച് അറിഞ്ഞിരിക്കുമോ? കണ്ണുകൾ അടച്ചുകൊണ്ട് ആ പുസ്തകം കയ്യിലെടുത്താൽ പോലും അതിന്റെ ഭാരത്തിൽ നിന്നും എനിക്കാ പുസ്തകം വേർതിരിച്ചറിയാൻ കഴിയുമായിരുന്നു. അതിന്റെ ഗന്ധത്തിൽ നിന്നും – അനസ്താസ്യയുടെ മുടി പോലെ എനിക്കത് അറിയാൻ കഴിയുമായിരുന്നു. പുസ്തകത്തിന്റെ മിനുസമുള്ള പുറങ്ങളിൽ നിന്നും പ്രവഹിക്കുന്ന അച്ചടിമഷിയുടെ ഗന്ധം എന്റെ നാസാരന്ധ്രങ്ങളിൽ എക്കാലവും അവശേഷിച്ചിരുന്നു. അലഞ്ഞുതിരിയുന്ന ഗന്ധമായിരുന്നു അത്. അതിന്റെ താളുകളുടെ മർമ്മരം റോബിൻസണിനെ സൂര്യതാപത്തിൽനിന്നും രക്ഷിച്ച ദ്വീപിലെ പച്ചിലച്ചാർത്തുകളുടേതുപോലെയായിരുന്നു. അത് വളരെ വലുതും തെളിഞ്ഞ പച്ചനിറത്തിലുള്ളതും തികച്ചും പ്രകമ്പനം കൊള്ളാത്തവയുമായിരുന്നു. പ്രഭാതത്തിൽ അവയിൽ സ്ഫടികസമാനമായ ജലകണങ്ങൾ കാണാമായിരുന്നു. ഞാൻ പുസ്തകത്തിന്റെ താളുകൾ മറിക്കുകയും ഓരോ പുറങ്ങളും തിരിച്ചറിയുകയും ചെയ്തു. പുസ്തകത്തിന്റെ ഓരോ വരികൾക്കൊപ്പവും അനുഗമിച്ചിരുന്ന എന്റെ ഭൂതകാലത്തിലെ സംഭവങ്ങൾ പുനർജ്ജനിച്ചു; എന്റെ അമ്മൂമ്മയുടെ ചുമ, അടുക്കളയിൽ നിലത്തുവീണ കത്തിയുടെ ശബ്ദം, അടുക്കളയിൽ എന്തോ വറക്കുന്ന ഗന്ധം, അച്ഛന്റെ ബീഡിപ്പുകയുടെ ഗന്ധം. പുസ്തകം അച്ചടിച്ച വർഷം കണക്കിലെടുക്കുമ്പോൾ ഞാൻ പരാമർശിച്ച സംഭവങ്ങളൊക്കെ 1906നും മുൻപായിരിക്കുകയില്ല.

തിങ്കളാഴ്ച

ഒരാൾ മേശയ്ക്കരികിൽ ഇരിക്കുന്നു. എനിക്കയാളെ വാതിലിന്റെ വിടവിലൂടെ കാണാം. അപകർഷതയോടെ സോസേജ് കൃത്യമായ വട്ടത്തിൽ അരിയുകയും സ്വന്തം വായിലേക്ക് വെയ്ക്കുകയും ചെയ്യുന്നു. ദുഃഖകരമായ ആഹാരം കഴിക്കലാണ്. ദീർഘശ്വാസം വിട്ടുകൊണ്ട് കപ്പിലേക്ക് വോഡ്ക ഒഴിക്കുകയും ഒറ്റവലിക്ക് ശബ്ദം കേൾപ്പിച്ചുകൊണ്ട് കുടിക്കുകയും ചെയ്യുന്നു. ഇടയ്ക്കിടെ ജനാലയിലേക്ക് നോക്കുന്നു. അവിടെ അക്ഷരാർത്ഥത്തിൽ ഈയം പൂശിയതുപോലുള്ള ഇലകൾ കോണോടുകോൺചേർന്ന് താഴേക്ക് ഇളകിയാടുന്നു. കാറ്റടിച്ചില്ലെങ്കിൽ അവയ്ക്ക് സുഗമമായി താഴേക്ക് ഇറങ്ങിപ്പോകാമായിരുന്നു. ഞാൻ എല്ലാം വീക്ഷിക്കുന്നത് ഇരുട്ടുള്ള ഇടനാഴിയിൽ നിന്നാണ്. ഞാൻ വാതിൽക്കൽ നിന്നല്ല നോക്കുന്നത്. വാതിലിൽ നിന്നും ഒരു ചുവട് പിന്നിലാണ്. അതുകൊണ്ട് എന്നെ ആർക്കും കാണാൻ കഴിയില്ല. അയാളെ ശ്രദ്ധിക്കപ്പെടുന്നുണ്ടെന്നറിയാതെ അയാൾ എന്തു ചെയ്യുന്നു എന്നറിയാൻ എനിക്ക് താത്പര്യം തോന്നി. അയാൾ ഒന്നും ചെയ്യുന്നില്ല. സോസേജ് മുറിക്കുകയും ഓരോ

കപ്പുകളായി വോഡ്ക കുടിക്കുകയും ചെയ്യുന്നു. ഓരോ തവണയും കപ്പ് എടുക്കുന്നതിനു മുൻപ് വിരലുകൾ വർത്തമാനക്കടലാസുകൊണ്ട് തുടയ്ക്കുന്നു. ഇതിൽ പ്രത്യേകിച്ചൊന്നുമില്ല. എന്റെ ഓർമ്മകളിൽ ഇപ്രകാരം രേഖപ്പെടുത്തിവെച്ചിരിക്കുന്നു എന്നു മാത്രം! എന്നാണ് എവിടെയാണ് ഇതൊക്കം സംഭവിച്ചത്?

കുറച്ചു ദിവസങ്ങളായി എന്റെ ശരീരത്തിന്റെ ചൂട് 35.5 കടന്നിട്ടില്ല. എനിക്ക് സുഖം തോന്നി. ക്ഷീണം അല്പാല്പം കുറഞ്ഞു തുടങ്ങി. ചില പ്പോൾ ഞാൻ ക്ഷീണിക്കുന്നതുവരെ കട്ടിലിൽ ഇരിക്കുമായിരുന്നു. പെട്ടെന്നുതന്നെ ക്ഷീണം തോന്നും. അത്തരം ഒരു പീഡനം ഉണ്ടായി രുന്നു; ഒരാളെ സമാന്തരമായ ഒരു പലകയിലോ വീതി കുറഞ്ഞ ഒരു ബഞ്ചിലോ അയാളുടെ കാലുകൾ നിലം തൊടാത്ത ഉയരത്തിൽ ഇരുത്തും. ഉറങ്ങുകയോ മയങ്ങുകപോലുമോ ചെയ്യരുത്. കൈകൾ മുട്ടു കാലിൽ വെയ്ക്കണം. പകലും രാത്രിയും പൂർണ്ണമായും ഇരിക്കണം. കാലുകൾ നീരുവെച്ച് വീർക്കുന്നതുവരെ ഇരിക്കണം. എന്തെല്ലാം കൂടി ക്കലർന്ന ചിന്തകളാണ് എന്റെ തലയിൽ വന്നുദിക്കുന്നതെന്നറിയില്ല!

ഇതുകൊള്ളാം: ഞങ്ങളിപ്പോൾ ലിഗോവൊയിൽ പലിഷായെവ്സ്കി പാർക്കിലാണ്. ജൂൺ മാസമാണ്. അവിടെ ലിഗോവൊ അരുവിയുണ്ട്, അത്ര വലുതല്ല, പക്ഷേ പാർക്കിന്റെ ഭാഗത്ത് ഒരു തടാകംപോലെ വിസ്തൃതമാണ്. പ്രവേശന കവാടത്തിൽ ധാരാളം വാഹനങ്ങൾ ഉണ്ടാ യിരുന്നു. നഗരം മുഴുവനായി ഇവിടേക്ക് വന്നിരിക്കുകയാണോ എന്ന് ഞാൻ അച്ഛനോട് ചോദിച്ചു. കുറച്ചു നിമിഷങ്ങൾ എന്റെ ചോദ്യത്തിൽ എന്തെങ്കിലും വിരോധാഭാസമുണ്ടോ അതൊ നിഷ്ക്കളമാണോ എന്ന് അച്ഛൻ സംശയിച്ചു നിന്നു. അദ്ദേഹം ശ്രദ്ധാപൂർവ്വം ഉത്തരം പറയുന്നു. “ഇല്ല, മുഴുവൻ ആളുകളും ഇല്ല.” യഥാർത്ഥത്തിൽ എന്റെ ചോദ്യം സന്തോഷം തുടിക്കുന്നതായിരുന്നു. വലിയ ജനക്കൂട്ടത്തെ ഞാൻ ഇഷ്ട പ്പെട്ടു. അന്ന് ഞാനത് കൂടുതൽ ഇഷ്ടപ്പെട്ടിരുന്നു.

പുൽത്തകിടിയിൽ മേശവിരികളും സമോവാറുകളും ഗ്രാമഫോണു കളും ഉണ്ടായിരുന്നു. ഞങ്ങൾക്ക് ഗ്രാമഫോൺ ഉണ്ടായിരുന്നില്ല. അടുത്തിരിക്കുന്നവർ ഗ്രാമഫോണിന്റെ പിടിയിൽ പിടിച്ച് കറക്കുന്നത് ഞാൻ നോക്കിയിരുന്നു. ആരാണ് അടുത്തിരുന്നതെന്ന് ഓർമ്മയില്ല. പക്ഷേ ഗ്രാമഫോണിന്റെ കൈപ്പിടി കറങ്ങിയത് ഇന്നും ഓർമ്മയിൽ തെളിഞ്ഞുകാണുന്നുണ്ട്. ഒരു നിമിഷത്തിനുശേഷം സംഗീതം മുഴങ്ങി ക്കേൾക്കുന്നു. പരുഷവും വിക്കിവിക്കി പറയുന്നപോലെയുമാണെങ്കിലും എല്ലാം സംഗീതം തന്നെ. ഗാനാലാപനങ്ങളാണ്. ഒരു പെട്ടിനിറയെ തണുത്ത കൊച്ചു ഗായകരുടെ പാട്ടുകളാണ്. അത്തരം ഒരു പെട്ടി സ്വന്ത മാക്കാൻ ഞാനെത്രമാത്രം ആഗ്രഹിച്ചുവെന്നോ?! അതിനെ ഭംഗിയായി കൈകാര്യം ചെയ്യുകയും ശൈത്യകാലത്ത് റൂം ഹീറ്ററിനടുത്ത് അത് വെയ്ക്കുകയും ചെയ്തു. പക്ഷേ ഏറ്റവും പ്രധാനകാര്യം രാജകീയ പ്രൗഢിയോടെ എനിക്കിത് ചിരപരിചിതമാണെന്ന ഭാവത്തിൽ ഗ്രാമ

ഫോണിന്റെ കൈപ്പിടി പിടിച്ചു കറക്കുന്ന കാര്യത്തിലുമായിരുന്നു. കൈപ്പിടി കറക്കുന്ന കാര്യം എനിക്ക് വളരെ നിസ്സാരമായി തോന്നി. പക്ഷേ അതോടൊപ്പം ഒഴുകിവരുന്ന ശബ്ദങ്ങൾക്ക് അസ്പഷ്ടമായ കാരണമായിത്തീരുന്ന കാര്യം ഒരു മനോഹരമായ സംഗീതം വായിക്കുന്ന സംഗീതജ്ഞന്റെ ഭാവത്തിലായിരുന്നു. ആസ്ട്രിയൻ സംഗീതജ്ഞനായ മൊസാർട്ട് തന്റെ കയ്യുകൾ സംഗീതസംവിധാനസമയത്ത് കറക്കുന്നതുപോലെ, ഒരു സംഗീതജ്ഞന്റെ കയ്യിലെ ദണ്ഡമൂകമായ ഉപകരണങ്ങൾക്ക് ഉത്തേജനം നൽകുന്നതുപോലെ ഭൂമിയിലെ നിയമങ്ങൾക്ക് വിശദീകരിക്കാനാവാത്ത സംഗതിയായിരുന്നു അത്. ഞാൻ ഒറ്റയ്ക്കാവുമ്പോൾ ചിലപ്പോൾ പാട്ട് മൂളിയിരുന്നു. ഞാൻ കേട്ട മധുരമായ ചില പാട്ടുകൾ എനിക്ക് നന്നായി പുനർജ്ജനിപ്പിക്കാൻ കഴിഞ്ഞിരുന്നു. അഗ്നിശമനസേനയുടെ തലവനാകാൻ കഴിഞ്ഞില്ലെങ്കിൽ സംഗീതസംവിധായകനാകണമെന്ന സ്വപ്നം എന്നിൽ മുളപൊട്ടി.

ജൂലൈ മാസത്തിലെ ഒരു ദിവസം ഞാനൊരു സംഗീതസംവിധായകനെ കണ്ടു. വാദ്യവൃന്ദത്തിന്റെ അകമ്പടിയോടെ കയ്യിലൊരു ദണ്ഡുമായി അയാൾ തീരത്തു നിന്നും സാവധാനം അകന്നുപോയി. അത് മതപരമായതോ പാർക്ക് വൃന്ദവാദ്യമോ ആയിരുന്നില്ല. സിംഫണി വൃന്ദവാദ്യമായിരുന്നു. അത് ഒരു ചങ്ങാടത്തിലായിരുന്നു, അതെങ്ങനെയാണ് ഉറപ്പിച്ചിരുന്നതെന്ന് വ്യക്തമായിരുന്നില്ല. അതിലെ സംഗീതം വെള്ളത്തിലേക്ക് തുളുമ്പി വീണു. ചങ്ങാടത്തിനു ചുറ്റും വള്ളങ്ങളും താറാവുകളും നീന്തി നടന്നിരുന്നു. അവയുടെ കിറുകിറു ശബ്ദങ്ങളും സ്ഫോടക ശബ്ദങ്ങളും സംഗീത സംവിധായകൻ ഭംഗിയായി സംയോജിപ്പിച്ച് സംഗീതത്തിൽ ലയിപ്പിച്ചു. സംഗീതസംവിധായകൻ സംഗീതജ്ഞരാൽ ചുറ്റപ്പെട്ടിരുന്നുവെങ്കിലും ഒരേ സമയം ഏകനുമായിരുന്നു. അത് ഈ തൊഴിലിലെ അഗാധമായ ഒരു ശോചനീയാവസ്ഥയാണ്. ഒരുപക്ഷേ ഈ ശോചനീയാവസ്ഥ അഗ്നിശമനസേനയുടെ ക്യാപ്റ്റന്റെ കാര്യത്തിൽ വ്യക്തമായിരുന്നില്ല. അത് അഗ്നിയുമായോ പുറത്തെ സാഹചര്യങ്ങളുമായോ ബന്ധപ്പെട്ടിരുന്നില്ല. പക്ഷേ ആന്തരികമായി ഹൃദയവേദന കഠിനമായിരുന്നു.

ചൊവ്വാഴ്ച

നാലു വിഭാഗം ആളുകൾക്കാണ് പലചരക്കുകൾക്കുള്ള റേഷൻ കാർഡുകൾ ലഭിച്ചിരുന്നത്; ഒന്നാമതായി തൊഴിലാളികൾ. ദിവസേന ഒരു പൗണ്ട് റൊട്ടി. തികച്ചും മതിയാകുമായിരുന്നു.

രണ്ടാമത് – സോവിയറ്റ് ഗവൺമെന്റ് ജീവനക്കാർ. ദിവസേന നാലിലൊന്ന് പൗണ്ട് റൊട്ടി.

മൂന്നാമത് – ജോലിയില്ലാത്ത ബുദ്ധിജീവികൾ. എട്ടിലൊന്നു പൗണ്ട് റൊട്ടി.

നാലാമത് – ബൂർഷ്വാസി. അവർക്ക് എട്ടിലൊന്ന് പൗണ്ട് പക്ഷേ

ദിവസേന ഉണ്ടായിരുന്നില്ല. ഒന്നും നിരാകരിക്കാതെ ആസക്തനായി മുന്നേറുക.

ഇപ്പോൾ റേഷൻ കാർഡുകൾ ഉപയോഗത്തിലുണ്ടോ എന്ന് ഞാൻ ഗെയ്ഗറോട് ചോദിച്ചു. അതിപ്പോൾ എടുത്തു മാറ്റിയെന്നായിരുന്നു അയാളുടെ മറുപടി. ദൈവത്തിന് സ്തുതി. പ്രത്യേകിച്ച് സോപ്പിന്റേയും മണ്ണെണ്ണയുടേയും കാര്യത്തിൽ കാർഡുകൾ മാറ്റുന്നത് സൗകര്യപ്രദമാണ്.

വാസിലേ്യവ്സ്കി ദ്വീപിൽ എട്ടാം ലൈനിൽ ഒരു മൂലയിൽ പുതിയ വിതരണ കേന്ദ്രം തുറന്നതായി ഞാൻ കണ്ടുപിടിച്ചു. പെട്രോഗ്രാഡ് ഭാഗത്തുനിന്നും ഞാൻ ഇഴഞ്ഞുവലിഞ്ഞ് അങ്ങോട്ടു നീങ്ങി. പുതിയ സ്ഥലങ്ങളെക്കുറിച്ച് എല്ലാവർക്കും അറിയാൻ കഴിയാത്തതിനാൽ അവിടെ ക്യൂ കുറവായിരിക്കും. ഉൾക്കടലിൽനിന്നും കാറ്റും ചെറിയ മഞ്ഞുമുണ്ടായിരുന്നു. ചെവികൾ വേദനിച്ചു. അമ്മൂമ്മയുടെ ഷാൾ എനിക്കു തന്നിരുന്നു. (അമ്മൂമ്മ അപ്പോൾ ജീവനോടെയുണ്ടായിരുന്നില്ല) എന്റെ ചെവി മറയാത്ത തൊപ്പിക്കു മുകളിൽ ധരിക്കുവാനായി എനിക്കു തന്നിരുന്ന ഷാൾ നാണക്കേടുകൊണ്ട് വിഡ്ഢിയായ ഞാൻ ധരിച്ചില്ല. തുച്ച്കോവ് പാലത്തിന്റെ മുകളിൽ നന്നായി കാറ്റടിക്കുന്നുണ്ടായിരുന്നു. എന്റെ പുസ്തകസഞ്ചിയനിന്നും ഷാളെടുത്ത് ഞാൻ തലയിൽ കെട്ടി. ഞാനെന്തിനാണ് നാണിക്കുന്നതെന്ന് ഒരാൾ ചോദിച്ചേക്കാം- കാരണം കൈപ്പാടകലെയുള്ളതുപോലും കാണുവാനാവാത്തവിധം മഞ്ഞുകാറ്റ് വീശുകയായിരുന്നു. ഇനി കാണുവാൻ കഴിഞ്ഞിരുന്നുവെങ്കിൽ പോലും ഈ ഷാളും ചുറ്റിവരുന്ന എന്നെ ആർക്കാണ് തിരിച്ചറിയാൻ കഴിയുക? പക്ഷേ എട്ടാം ലൈനിലേക്ക് എത്തിയപ്പോൾ ഞാൻ ഷാൾ എടുത്തുമാറ്റി.

ക്യൂവിൽ നിന്നു. പെലഗേയ വസീലേ്യവ്ന പറഞ്ഞു.

“ഞാൻ, പെലഗേയ വസീലേ്യവ്ന, ഞാൻ ക്യൂവിൽ നിങ്ങളുടെ മുന്നിലാണ്, ഞാൻ അല്പം താഴെ കാറ്റ് കുറവുള്ള സ്ഥലത്തുപോയി നിൽക്കട്ടെ.”

“തീർച്ചയായും.” ഞാൻ പറഞ്ഞു “നിങ്ങൾ താഴെ പോയി നിന്നുകൊള്ളു.”

“നിങ്ങൾ ക്യൂവിൽ നിന്നു പോവുകയില്ലല്ലോ? ഇനി നിങ്ങൾ പോവുകയാണെങ്കിൽ ദാ അവിടെ താഴെ വന്ന് എന്നോട് പറഞ്ഞിട്ടേ പോകാവൂ.”

ഞാൻ തലകുലുക്കി. പക്ഷേ അവർ അവിടെ തന്നെ നിലയുറപ്പിച്ചു.

“ഞാൻ ക്യൂവിൽ നിൽക്കുമായിരുന്നു.” അവർ പറഞ്ഞു.

“എനിക്ക് നല്ല ചൂടുണ്ട്, ഇനിയും ക്യൂ നിന്ന് കാറ്റുകൊണ്ടുകഴിയുമ്പോൾ എന്താകുമെന്നെനിക്കറിയില്ല. മണ്ണെണ്ണയില്ലാതെ ഒന്നും പാചകം ചെയ്യാൻ പറ്റില്ലല്ലോ!”

നിക്കൊളായ് കുസ്മിച്ച കടന്നു വരുന്നു:

“പെലെഗായ, നിങ്ങൾ പൊയ്ക്കൊള്ളൂ. ഞാൻ നിങ്ങൾക്കുവേണ്ടി ക്യൂ നിൽക്കാം. ദൈവത്തെയോർത്ത് നിങ്ങൾ വിഷമിക്കേണ്ടതില്ല!”

അവർ അയാൾക്ക് തന്റെ സ്ഥലം ഒഴിഞ്ഞുകൊടുത്തു.

“ഞാൻ വിഷമിക്കുന്നില്ല, നിക്കൊളായ് കുസ്മിച്ച്”

അവിടെ ക്യൂ നിന്നവരുടെ തോളുകളിലും തൊപ്പികളിലും കൺപീലികളിലും നനുത്ത മഞ്ഞിന്റെ തരികൾ ചിതറി വീണു. ചിലർ കാലുകൊണ്ട് മറ്റേക്കാലിൽ ചവിട്ടിക്കൊണ്ടിരുന്നു. താഴെ നിന്നും പെലഗേയ നിക്കൊളായ് കുസ്മിച്ചിനെ വിശ്വാസംവരാത്ത കണ്ണുകൾ കൊണ്ട് ഉഴിഞ്ഞു. അയാൾ പെലഗേയയെ കാണുകയും തലയിളക്കി പ്രതികരിക്കുകയും ചെയ്തു.

“നന്ദി നിക്കൊളായ്.” അവർ ഒതുങ്ങി നിന്നുകൊണ്ട് പറഞ്ഞു.

ആദ്യത്തെ ഒരു മണിക്കൂർ സമയം മണ്ണെണ്ണയില്ലാതെ ജീവിക്കുന്നതിന്റെ ബുദ്ധിമുട്ടുകളെക്കുറിച്ച് എല്ലാവരും വാചാലരായി. മണ്ണെണ്ണയും വിറകും. മൂന്നാമത്ത മണിക്കൂർ അവസാനിക്കുമ്പോൾ എനിക്ക് പരിചയമുള്ള സ്കവർസൊവ് സമീപത്തെത്തി. പൊതുവായ സംഭാഷണത്തെ പിൻതുണച്ചുകൊണ്ട് തന്റെ ജീവിതത്തിലെ ഏറ്റവും മോശമായ വർഷമായിരുന്നു 1919 എന്ന് അയാൾ പറഞ്ഞു.

“നിനക്കെത്ര പ്രായമുണ്ട്?” ക്യൂവിൽ നിന്ന ആരോ ചോദിച്ചു.

“പത്തൊൻപതോ ഇരുപതോ വയസ്സുകാണും. അത്രയല്ലെയുള്ളൂ! അതിൽ നീയെന്തു കാണാനാണ്?”

“ശരി, ഒന്നാമതായി...”

മറുപടി പറഞ്ഞുകൊണ്ട് താൻ ക്യൂവിൽ എന്നോടൊപ്പം നിൽക്കുന്ന പൂർണ്ണ അവകാശമുള്ള ഒരാളാണെന്ന ഭാവം പ്രകടിപ്പിക്കുന്നു. അവന്റെ ശബ്ദം വളരെ ഉറച്ചതായിരുന്നു. പക്ഷേ ക്യൂ നിന്നവർ അവനെ വിശ്വസിക്കുന്നില്ല.

എന്നെ ചൂണ്ടിക്കാണിച്ച് കൊണ്ട് നിക്കൊളായ് പറഞ്ഞു.

“ദാ, ഇയാൾ തുടക്കം മുതൽ ക്യൂവിൽ നിന്നിരുന്നയാളാണ്. ഞങ്ങൾ അയാളെ ഓർക്കുന്നുണ്ട്. ഞങ്ങൾ വെലഗായ വസീല്യെവ്നയെയും ഓർമ്മിക്കുന്നു, അവർക്ക് പകരമാണ് ഞാൻ നിൽക്കുന്നത്. (അയാൾ താഴെ മാറി നിൽക്കുന്ന സ്ത്രീയെ ചൂണ്ടിക്കാണിക്കുന്നു). ക്ഷമിച്ചാലും, നിങ്ങളെ ഞങ്ങളാരും ഓർമ്മിക്കുന്നില്ല”

സ്കവർസൊവ് അയാളുടെ തോളുകൾ കുലുക്കി. മഞ്ഞിന്റെ തരികൾ അടർന്നുവീണു. ഒരു നിമിഷം കൊണ്ട് സ്കവർസൊവ് മഞ്ഞുകാറ്റിൽ അലിഞ്ഞുപോയി. വാഗ്വാദത്തിനു മുതിരാതെ അയാൾ ക്യൂവിന്റെ പിന്നിലേക്കു നടന്നു. അവൻ എന്നന്നേക്കുമായി എന്റെ ജീവിതം വിട്ടകന്നു. കാരണം ഞാനവനെ പിന്നീടൊരിക്കലും കണ്ടില്ല.

ബുധനാഴ്ച

അലമാരയിൽ നീതിദേവതയായ തെമിസിന്റെ ഒരു ചെറിയ പ്രതിമ യുണ്ടായിരുന്നു. അച്ഛൻ നിയമപഠനം പൂർത്തിയാക്കിയപ്പോൾ സമ്മാനം കിട്ടിയതായിരുന്നു അത്. മുലകുടി മാറാത്ത പ്രായത്തിൽ എനിക്കത് ചൂണ്ടിക്കാട്ടി തെമിസ് എന്നു പറഞ്ഞു തന്നിരുന്നു. പിന്നീട് അതിഥി കളുടെ സാന്നിദ്ധ്യത്തിൽ എവിടെ തെമിസ്' എന്നു ചോദിക്കുമ്പോൾ ഞാൻ ചൂണ്ടിക്കാണിക്കുമായിരുന്നു. ആരാണ് തെമിസ് എന്നെനിക്കറി യാമായിരുന്നില്ല. അലമാരിയിൽ വെച്ചിട്ടുള്ള എന്തോ ചപ്പുചവറാണെന്നു മാത്രമേ ഞാൻ കരുതിയുള്ളൂ. എനിക്ക് തെമിസിനെ ഇഷ്ടമായിരുന്നു ഒന്നൊഴിച്ച്. തെമിസിന്റെ കയ്യിലെ ത്രാസ് ഇളകിയാടുന്നുണ്ടായിരുന്നില്ല. അതെനിക്ക് ഇഷ്ടപ്പെട്ടില്ല. ഏഴു വയസ്സുവരെ ഞാനതു സഹിച്ചു. പിന്നെ ഞാനൊരു ചുറ്റികയെടുത്ത് ഇളകാത്ത ത്രാസിൽ അടിച്ചു. എന്തൊ തടസ്സം കൊണ്ട് ത്രാസ് ഇളകാത്തതാണെന്നായിരുന്നു എന്റെ വിശ്വാസം. ത്രാസ് ഉടഞ്ഞുപോയി.

വ്യാഴാഴ്ച

ഇന്ന് കാലത്തെ പരിശോധനയ്ക്കുശേഷം ഗെയ്ഗർ മുറിയിൽ തന്നെ ഉണ്ടായിരുന്നു. അയാൾ ഒരു കൈ കസേരയുടെ ചാരിന്റെ മുകളിലൂടെ തൂക്കിയിട്ടു. "ദീർഘനേരം അബോധാവസ്ഥയിലായിരുന്നോ നിങ്ങളെന്ന് ഒരിക്കൽ നിങ്ങൾ വാളന്റീനയോട് ചോദിച്ചിരുന്നു". അയാൾ തന്റെ രണ്ടു കയ്യുകളും കസേരയുടെ ചാരിൽ കുത്തിക്കൊണ്ട് എന്നെ നോക്കി. ഞാൻ എന്റെ നെറ്റിവരെ പുതപ്പ് ഉയർത്തിവെച്ചു.

"അതും ഒരു രഹസ്യമാണോ?"

"ഇല്ല. അതെങ്ങിനെ രഹസ്യമാകും! നിങ്ങളുടെ പുനരധിവാസം വിജയകരമായി മുന്നേറുകയാണ്. ചില കാര്യങ്ങളൊക്കെ നിങ്ങളോട് വിശദീകരിക്കാൻ കഴിഞ്ഞേക്കുമെന്നാണ് ഞാൻ കരുതുന്നത്. കുറച്ചു കാര്യങ്ങൾ മാത്രം, എല്ലാം പെട്ടെന്ന് പറയാനാവില്ല."

ഈ വാക്യം കാത്തിരുന്നതുപോലെ വാളന്റീന ഒരു ട്രേയിൽ മൂന്നു കപ്പുകളുമായി മുറിയിലേക്ക് പ്രവേശിച്ചു. അവൾ വാതിൽപ്പിടിയിലെ എത്തിയുള്ളൂവെങ്കിലും അത് കോഫിയാണെന്ന് എനിക്ക് മനസ്സിലായി. നല്ല വാസനയുണ്ടായിരുന്നു. നല്ലവണ്ണം തിളപ്പിച്ച കാപ്പി ഞാനെന്നാണ് അവസാനമായി കുടിച്ചത്? എന്നെ എഴുന്നേറ്റിരിക്കാൻ സഹായിച്ചു. ഒരു നിമിഷത്തിനുള്ളിൽ ഞങ്ങൾ എല്ലാവരും ഇരുന്നു. ഞാൻ കട്ടിലിലും ഗെയ്ഗറും വാളന്റീനയും കസേരകളിലും ഇരുന്നു.

ഗെയ്ഗർ പറഞ്ഞു. "കാര്യമെന്താണെന്നു വെച്ചാൽ നിങ്ങൾ സത്യ ത്തിൽ ദീർഘകാലം അബോധാവസ്ഥയിലായിരുന്നു. അതിനുള്ളിൽ ലോകത്ത് പല മാറ്റങ്ങളും ഉണ്ടായി. ഞാൻ അല്പാല്പമായി നിങ്ങൾ ക്കതുപറഞ്ഞു തരാം. നിങ്ങൾക്ക് എന്താണ് സംഭവിച്ചതെന്ന് തുടർന്നും

ഓർക്കാൻ ശ്രമിക്കണം. നമ്മുടെ ദൗത്യം ഈ രണ്ടു പ്രവാഹങ്ങളും വേദനയില്ലാതെ സംഗമിപ്പിക്കുക എന്നതാണ്.''

കാപ്പി അതിന്റെ വാസനപോലെതന്നെ മെച്ചപ്പെട്ടതായിരുന്നു; ഒരുപക്ഷേ അല്പം കൂടി മെച്ചമായിരുന്നു. ഗെയ്ഗർ ശൂന്യാകാശം പിടിച്ചടക്കുന്നതിനെക്കുറിച്ച് പറയാൻ തുടങ്ങി. ഞങ്ങൾ അമേരിക്കക്കാരുമായി പണ്ടു മുതലേ ശൂന്യാകാശത്തേക്ക് പറക്കുന്നുണ്ടായിരുന്നു. റോക്കറ്റ് കണ്ടുപിടിച്ചവരിൽ പിതൃസ്ഥാനീയനായ കോൺസ്റ്റാന്റിൻ ത്സൊൽക്കോവ്സികിയുടെ ആശയമനുസരിച്ച് അക്കാര്യം പ്രതീക്ഷിച്ചിരുന്നതാണ്. (കാപ്പിയിൽ എന്തോ കുറവുണ്ടല്ലോ? പഞ്ചസാരയാണോ? കുറച്ച് പഞ്ചസാര കിട്ടുമോ എന്ന് ചോദിക്കുന്നു. കൈകൾ ഇളക്കിക്കൊണ്ട് എന്റെ ശരീരത്തിൽ ഗ്ലൂക്കോസ് എങ്ങനെ പ്രതികരിക്കുമെന്ന് തനിക്കറിയില്ലയെന്ന് ഗെയ്ഗർ പറഞ്ഞു) ശൂന്യാകാശത്ത് ആദ്യം പോയത് റഷ്യാക്കാരനാണ്. പക്ഷേ ചന്ദ്രനിൽ ആദ്യം പോയത് അമേരിക്കക്കാരനാണ്. എനിക്ക് ശൂന്യാകാശത്തെക്കുറിച്ചോ ചന്ദ്രനെക്കുറിച്ചോ ഒന്നുമറിയില്ല. എനിക്കു തോന്നുന്നത് അവിടെ പൂർണ്ണമായും ഒന്നും ചെയ്യാനില്ലെന്നാണ്.

''ആളുകൾ ഏറ്റവും ആഴം കൂടിയ കടലിന്റെ അടിത്തട്ടിൽ പോയിട്ടുണ്ട്.'' ഗെയ്ഗർ പറഞ്ഞു. ഞാൻ തലകുലുക്കി.

''നിങ്ങളുടെ കാലത്തെ ഇത്തരം ഏതെങ്കിലും കാര്യത്തെക്കുറിച്ച് ഓർമ്മിക്കുവാൻ കഴിയുന്നുണ്ടോ? '' വാളന്റീന ചോദിച്ചു.

''അതെ.'' ഞാൻ പറഞ്ഞു. ''ഇത്തരം ചില ചിന്തകൾ അക്കാലത്തും ഉണ്ടായിരുന്നു.''

ചില വിപണന മേളകളിൽ 'ആസ്ത്രേലിയൻ നിവാസി' എന്ന ഒരു കളിപ്പാട്ടം ഉണ്ടായിരുന്ന കാര്യം ഞാൻ വിവരിച്ചു. ഉന്തി നിൽക്കുന്ന കണ്ണുകളുള്ള ഒരു കൊച്ചു സ്ഫടികമനുഷ്യൻ വെള്ളം നിറച്ച ഒരു സ്ഫടിക സിലിണ്ടറിൽ നീന്തിത്തുടിച്ചു. സിലിണ്ടറിന്റെ മുകൾഭാഗം റബ്ബർപാടകൊണ്ട് വായു കടക്കാത്തവിധം അടച്ചിരുന്നു. റബ്ബർപാടയിൽ വിരലമർത്തുമ്പോൾ ആസ്ത്രേലിയൻ നിവാസി സ്വന്തം അച്ചുതണ്ടിൽ കറങ്ങിക്കൊണ്ട് അടിത്തട്ടിലേക്ക് സഞ്ചരിക്കും. ''ആസ്ട്രേലിയൻ നിവാസി കടലിന്റെ ആഴങ്ങളിലേക്ക് ഇറങ്ങുകയാണ്; അയാൾ മനുഷ്യരുടെ സൗഭാഗ്യങ്ങൾ തിരയുകയാണ്.'' കച്ചവടക്കാരൻ ഉച്ചത്തിൽ വിളിച്ചു കൂവി. ഒരു വശത്തേക്ക് അല്പം മുടന്തിനടക്കുന്ന വില്പനക്കാരൻ മേളയുടെ തിരക്കിലൂടെ ഊളിയിട്ട് നടക്കുകയും അയാളുടെ ശബ്ദം കുറഞ്ഞുവരികയും പെട്ടെന്ന് നിങ്ങളുടെ തൊട്ടടുത്ത് എങ്ങിനെയോ പ്രത്യക്ഷപ്പെടുകയും ചെയ്യുന്നു. ''ആസ്ട്രേലിയൻ നിവാസി ആഴങ്ങളിലേക്ക് ഇറങ്ങുന്നു...'' എല്ലാവരേയും ആശ്ചര്യപ്പെടുത്തിക്കൊണ്ട് മനുഷ്യസൗഭാഗ്യത്തിന്റെ പോരാളികൾ വളരെ അസാധാരണമായി കാണപ്പെട്ടു. അവർ എപ്പോഴും ചലിച്ചുകൊണ്ടേയിരുന്നു. ആസ്ത്രേലിയൻ നിവാസികളെപ്പോലെ അത്രയും വേഗതയിൽ കറങ്ങാൻ റഷ്യൻ നിവാസികൾക്ക് ഉറപ്പായും കഴിയുമായിരുന്നില്ല. ഗെയ്ഗറുടെ കൈ വാളന്റീനയുടെ

തോളിൽ അയാളുടെ വിരലുകൾ യാന്ത്രികമായി അവളുടെ മുടിയിഴകളിൽ തെരുപ്പിടിച്ചുകൊണ്ടിരുന്നു. അവർ എന്നെ ചൂണ്ടിക്കാട്ടുകയാണ്. ഒരു നാടകീയമായ അടക്കം പറയുന്ന ഭാവത്തിൽ ഗെയ്ഗർ അവളുടെ ചെവിയിൽ പറയുന്നു.

“ഇത് പഞ്ചഭൂതങ്ങളെ കീഴ്പ്പെടുത്താൻ മാത്രമല്ല, ഇത് സൗഭാഗ്യത്തിന്റെ പ്രശ്നമാണ്”

“സൗഭാഗ്യത്തിനുവേണ്ടിയുള്ള പോരാട്ടം നിങ്ങളെ അധികം പ്രലോഭിപ്പിക്കാറില്ലേ?” വാളന്റീന ചോദിച്ചു. “അതിൽ നിന്നും അടിസ്ഥാനപരമായി ദുഃഖങ്ങൾ മാത്രമേ ലഭിക്കാറുള്ളൂ.” ഞാൻ പറഞ്ഞു.

വാളന്റീന ഗെയ്ഗറുടെ കൈയ്യിൽ നിന്നും വിട്ടുമാറാൻ ശ്രമിക്കുന്നില്ല. അവൾ ചിരിക്കുന്നു. അവരുടെയിടയിൽ എന്തെങ്കിലും ബന്ധം ഉണ്ടാകുമോ എന്ന കാര്യത്തിൽ താത്പര്യം തോന്നുന്നു. അയാൾ അവളോട് ഉടമസ്ഥാവകാശത്തോടെയാണ് പെരുമാറുന്നത്. ഗെയ്ഗർ സാങ്കേതികമായ എന്തോ കാര്യം കൂടി എന്നോട് വിവരിക്കുകയുണ്ടായി. പക്ഷേ ഞാനത് ഓർമ്മിക്കുന്നില്ല. ഇപ്പോൾ ആളുകൾ ബാൾപെൻ കൊണ്ടാണ് എഴുതുന്നത്. ഈ പേനയാണ് കുറച്ചുദിവസങ്ങൾക്കു മുൻപ് വാളന്റീന എന്നിൽ നിന്നും ഒളിച്ചുവെച്ചത്. എന്നെ ക്ഷോഭത്തിൽ നിന്നും സംരക്ഷിക്കാനാണ് അവൾ ആഗ്രഹിച്ചത്. സത്യംപറഞ്ഞാൽ എനിക്കത് തരിമ്പും ക്ഷോഭമുണ്ടാക്കിയില്ല.

വൈകുന്നേരം എന്റെ ശരീരോഷ്മാവ് വർദ്ധിച്ചു. വാളന്റീന റോബിൻസൺ ക്രൂസോയുടെ ഒരു ഭാഗം വായിച്ചു തന്നു. ഏതു ഭാഗമാണ് വായിക്കേണ്ടതെന്ന് അവൾ ചോദിച്ചു. ബുക്ക് തുറക്കുമ്പോൾ കാണുന്ന ഭാഗം വായിച്ചോളാൻ ഞാൻ പറഞ്ഞു. എവിടെ തുടങ്ങിയാലും എനിക്ക് ഒരുപോലെയായിരുന്നു. എനിക്ക് പുസ്തകം മനഃപാഠമായിരുന്നു. തന്റെ പഴയ കപ്പലിൽനിന്നും റോബിൻസൺ സാധനങ്ങൾ കൊണ്ടുവരുന്ന ഭാഗമാണ് തുറക്കപ്പെട്ടത്. അധികമുള്ള പായ്മരങ്ങൾ കൂട്ടിക്കെട്ടി അയാൾ ഒരു ചങ്ങാടമുണ്ടാക്കുകയും പലതവണയായി മിച്ചമുള്ള ആഹാരസാധനങ്ങൾ, ആശാരിപ്പണിക്കുള്ള ഉപകരണങ്ങൾ, കപ്പൽപായകൾ, വടങ്ങൾ, തോക്കുകൾ, വെടിമരുന്ന് മുതലായ സാധനങ്ങൾ തീരത്തേക്ക് കൊണ്ടുവരികയും ചെയ്തു. ചങ്ങാടം ആടിയുലയുമ്പോൾ വായനക്കാരന്റെ ഹൃദയസ്പന്ദനവും ഉച്ചത്തിലാകും. കാരണം ആ ചങ്ങാടത്തിലുള്ള സാധനങ്ങൾക്ക് പകരമായി റോബിൻസണ് മറ്റൊന്നും അവശേഷിച്ചിരുന്നില്ല. അവൻ ജന്മംകൊടുത്ത കാലം വളരെ ദൂരെയെങ്ങോ അവശേഷിച്ചു. ഒരു പക്ഷേ എന്നന്നേക്കുമായി പോയി മറഞ്ഞു. അയാൾ ഇപ്പോൾ മറ്റൊരു കാലത്തിലാണ് ജീവിക്കുന്നത്. പഴയ അനുഭവങ്ങളും സ്വഭാവങ്ങളും എല്ലാം അവന് മറക്കേണ്ടിയിരിക്കുന്നു. അയാൾക്ക് ഒരു പുതുലോകം സൃഷ്ടിക്കേണ്ടിയിരിക്കുന്നു. അതത്ര എളുപ്പമായിരുന്നില്ല.

ഗെയ്ഗറേയും വാളന്റീനയേയും ബന്ധിപ്പിക്കുന്നതായി ഒന്നുമില്ലെന്ന്

ഞാൻ കരുതുന്നു. അവർ പരസ്പരം ആശയവിനിമയം നടത്തുന്നത് വളരെ ശാന്തമായാണ്. അത് ഡോക്ടർമാരുടെ ഒരു രീതിയാണ്.

വെള്ളിയാഴ്ച

സീവ്യർസ്കയ നാട്ടിൻപുറത്ത് ഞങ്ങൾ ഒരു വേനൽക്കാല വസതി വാടകയ്ക്കെടുത്തിരുന്നു. വാഴ്സ റെയിൽവേ ലൈനിൽ രണ്ടാം ക്ലാസ്സിൽ പുകയിലും ആവിയിലും കുളിച്ചാണ് ഞങ്ങൾ എത്തിച്ചേർന്നത്. രണ്ടു മണിക്കൂർ ട്രെയിൻ ഓടി. നാലിടങ്ങളിൽ നിർത്തി. അലക്സാൻട്രോവ്സ്കയ, ഗാദ്ചിന, സുയിദ പിന്നെ ഞങ്ങളുടെ സീവ്യർസ്കയ എന്നിവിടങ്ങളിലാണ് നിർത്തിയത്. പീറ്റേഴ്സ്ബർഗ് അല്ലാതെ ലോകത്ത് ഞാൻ ആദ്യമായി കേട്ട മറ്റൊരു വാസസ്ഥലമായിരുന്നു സീവ്യർസ്കയ. മോസ്കൊയുടെ നിലനിൽപ്പിനെക്കുറിച്ച് ഞാൻ സംശയിക്കുകയോ പാരീസിനെക്കുറിച്ച് എന്തെങ്കിലും അറിവോ എനിക്കുണ്ടായിരുന്നില്ല. പക്ഷേ സീവ്യർസ്കയ എനിക്കറിയാമായിരുന്നു. വാഴ്സാലൈനിലുള്ള രണ്ടുസ്റ്റേഷനുകളുടെ പേര് രണ്ടു വയസ്സുമുതൽ ഞാൻ വിളിച്ചുപറയുമായിരുന്നു; അങ്ങനെയാണ് എന്റെ ബന്ധുക്കൾ എന്നോട് പറഞ്ഞത്.

സീവ്യർസ്കയ സ്റ്റേഷനിൽ നിർത്തുമ്പോൾ തീവണ്ടി എഞ്ചിൻ ഒരു ദീർഘകാല നിശ്വാസം പുറപ്പെടുവിക്കും. അതിന്റെ അന്ത്യശ്വാസമായിരുന്നു അത്. അതിനുള്ളിൽ എന്തൊക്കെയോ ചീറ്റുകയും തുമ്മുകയും ചെയ്യുന്നുണ്ടെങ്കിലും വീണ്ടും മുന്നോട്ടുപോകാനുള്ള തയ്യാറെടുപ്പൊന്നും ഉണ്ടായിരുന്നില്ല. നിമിഷനേരം കൊണ്ട് നിശ്ശബ്ദമാകാൻ സാധിക്കില്ല എന്നു കാണിക്കുന്ന ഭാവമാണ് ഈ ശബ്ദങ്ങളിൽ നിറഞ്ഞു നിന്നത്. ഓടിക്കിതച്ച ഒരു പന്തയക്കുതിര അതിന്റെ ശ്വാസോച്ഛ്വാസം പുനഃസ്ഥാപിക്കുന്നതും പോലെ.

തൂവൽക്കിടക്കകൾ, ഊഞ്ഞാലുകൾ, പാത്രങ്ങൾ, പന്തുകൾ, ചൂണ്ടകൾ മുതലായ ഞങ്ങളുടെ സാധനങ്ങളെല്ലാം തീവണ്ടിയുടെ ലഗ്ഗേജ് വാനിൽ നിന്നും ട്രെയിലറിലേക്ക് കയറ്റി. ഞങ്ങൾ ഒരു ചെറിയ വാഹനത്തിൽ സഞ്ചരിക്കുകയും സാമാനങ്ങൾ കയറ്റിയ ട്രെയിലർ ഞങ്ങളുടെ വാഹനത്തിനു പിന്നിൽ കൊളുത്തുകയും ചെയ്തു. ട്രെയിലർ സാവകാശം ഞങ്ങളുടെ പുറകെ ഉരുണ്ടുവന്നു. ഒറിജേഷ് നദിയിലുള്ള ചെറിയ അണക്കെട്ടു കടക്കുമ്പോൾ ഞങ്ങളുടെ വാഹനം നിർത്തി. നദീതീരത്തെ കുത്തനെയുള്ള റോഡിലേക്ക് വാഹനം ഉന്തിക്കയറ്റുന്നതിന് ഞങ്ങളുടെ ഡ്രൈവർ കൃഷിക്കാരനായ ആണുങ്ങളുടെ സഹായം തേടി. മുഴുവൻ ജനക്കൂട്ടവും ട്രെയിനിൽ നിന്നും ഇത്തരം ഒരു വാഹനം വരുമെന്നും അത് തള്ളിക്കയറ്റാൻ സഹായിക്കണമെന്നും കരുതി അവിടെ കാത്തു നിന്നവരായിരുന്നു. ഓരോരുത്തർക്കും ഇരുപത് കോപ്പെക് വെച്ച് കൊടുക്കേണ്ടിയിരുന്നു; അതിൽക്കുറഞ്ഞ് അവരാരും സമ്മതിച്ചില്ല. രണ്ടു കുപ്പി ബിയറിന് ഇരുപത് കോപ്പെക് തികയുമായിരുന്നു; അവർ അതിൽ കുറഞ്ഞ് കുടിച്ചിരുന്നില്ല.

പ്ലാറ്റ്ഫോമിൽ എത്തിയാലുടൻ ഞാൻ താരതമ്യമില്ലാത്ത സേവ്യർസ്കയിലെ വായു ശ്വസിക്കും. കുട്ടിയായിരുന്ന എനിക്ക് അവിടത്തെ വായുവിന്റെ പ്രത്യേകതകൾ വിവരിക്കാൻ അറിയില്ലായിരുന്നു. (ഒരുപക്ഷേ ഇപ്പോഴും അതിന് എനിക്ക് കഴിയുന്നില്ല) എങ്കിലും പീറ്റേഴ്സ് ബർഗ്ഗിലെ വായുവുമായി അവിടത്തെ വായുവിന് പൊതുവായി ഒന്നുമുണ്ടായിരുന്നില്ല എന്ന കാര്യം എനിക്ക് വ്യക്തമായിരുന്നു. ഒരുപക്ഷേ അത് വായു മാത്രമായിരുന്നില്ല, അസ്വാഭാവികമായ എന്തോ ഒന്ന്, കട്ടിയുള്ള സുഗന്ധപൂരിതമായ കൂടുതൽ ശ്വസിച്ചാൽ മദ്യപാനിയെപ്പോലെ തോന്നിക്കുന്ന എന്തോ ഒന്നായിരുന്നു.

നിറങ്ങളും ശബ്ദങ്ങളും എന്നതുപോലെ കാഴ്ചകളും വ്യത്യസ്തമായിരുന്നു. ഹരിതവർണ്ണങ്ങളും മർമ്മരശബ്ദങ്ങളും തവിട്ടുനിറമാർന്നതും അടിത്തട്ടില്ലാത്തതും തുടിക്കുന്നതുമായിരുന്നു. നല്ല സൂര്യപ്രകാശമുള്ള ദിനങ്ങളിൽ ഇളം നീല നിറത്തിലേക്ക് മാറുന്ന കാഴ്ചകൾ. ഡാമിനടുത്ത് ആർത്തലയ്ക്കുന്ന വെള്ളച്ചാട്ടമുണ്ടായിരുന്നു. വെള്ളത്തിന്റെ വീഴ്ചയിൽ ലോഹക്കമ്പികൾ പ്രകമ്പനം കൊള്ളുന്നതുപോലെ കേൾക്കുകയും ബാഷ്പപടലങ്ങളിൽ മഴവില്ലു കാണുകയും ചെയ്തു. ഡാമിന്റെ ഒരു വശം പൂർണ്ണതയുള്ളതും ചിന്തോദ്ദീപകവുമായിരുന്നു. എതിർവശമാകട്ടെ പ്രക്ഷുബ്ധവും സ്ഫോടനാത്മകവുമായിരുന്നു. അതിനെല്ലാം ഉപരിയായി ഉജ്ജ്വലമായ ചെമ്മണ്ണിന്റെ കിഴുക്കാംതൂക്കായ മലഞ്ചെരിവുകൾ ഉണ്ടായിരുന്നു. അത് വളരെ പുരാതനമായിരുന്നു, ശാസ്ത്രീയമായി പറഞ്ഞാൽ അത് കളിമണ്ണായിരുന്നു. നാടൻ ചൂളകളിൽ ഇഷ്ടികയുണ്ടാക്കിയിരുന്നത് അതിൽ നിന്നായിരുന്നു.

ഈ കളിമണ്ണിനെ അവിടെയാരും പുരാതനകളിമണ്ണ് എന്ന് പറഞ്ഞിരുന്നില്ല. അവർ ചെമ്മണ്ണ് എന്നാണു പറഞ്ഞിരുന്നത്. അവർ ഇഷ്ടികകൾ ഓരോന്നായി അടുക്കിവെച്ച് പണിതു. മേസ്തരികളുടെ കുലശ്ശേരികൾ ചുവന്ന നിറത്തിൽ കാണപ്പെട്ടു. അവരുടെ വസ്ത്രങ്ങൾ, മൂക്കുകൾ വൃത്തിയാക്കിയ വിരലുകൾ എല്ലാം ചുവന്ന നിറത്തിൽ കാണപ്പെട്ടു. നാലു വയസ്സുള്ള ഞാൻ പണിതുകൊണ്ടിരിക്കുന്ന ഒരു കുളിമുറിയുടെ സമീപം നിന്ന് നോക്കി. ഞാനൊരു ചെറിയ നാവികന്റെ കുപ്പായമാണ് അണിഞ്ഞിരുന്നത്. അവർ വളരെ കൃത്യമായി ഇഷ്ടികകൾ അടുക്കിവെച്ച് പണിയുകയും കുലശ്ശേരിയുടെ കൈപ്പിടിക്കൊണ്ട് സംഗീതാത്മകമായി ഇഷ്ടികകൾ ഇടിച്ചിരുത്തുകയും എന്നോട് തമാശകൾ പറയുകയും ചെയ്തു. ഞാൻ ചിരിച്ചു. എന്നെ സംബന്ധിച്ചിടത്തോളം ഇഷ്ടികപ്പണിയുടെ സത്ത എന്നു പറയുന്നത് ഇഷ്ടികയിൽ ഇടിച്ചുകൊണ്ട് അവർ സൃഷ്ടിച്ച സംഗീതാത്മകമായ ശബ്ദമായിരുന്നു. അത്ര സാധാരണമായിരുന്നില്ല. ഞാൻ മേസ്തിരിയോട് കുലശ്ശേരി വാങ്ങി അതിന്റെ പിടികൊണ്ട് ഇടിച്ചുനോക്കി. പക്ഷേ അത്ര സംഗീതാത്മകമായ ശബ്ദം കേട്ടില്ല. എന്തോ ഒരുശബ്ദം കേട്ടു. എന്റെ കൈപ്പത്തിയിലും പുരാതന കളിമണ്ണ് പറ്റി.

ഒറിജേഷ് നദീ തീരത്തായിരുന്നു വീട്. നദി താഴോട്ടൊഴുകുന്നു. ഞങ്ങൾ അതിനു മുകളിലാണ്. രണ്ടു പൈൻ മരങ്ങൾക്കിടയിൽ കെട്ടിയ ഊഞ്ഞാലിൽ ഞങ്ങൾ ആടുകയായിരുന്നു. കൃത്യമായി പറഞ്ഞാൽ ഊഞ്ഞാലാടുന്നത് അയൽക്കാരി പെൺകുട്ടിയാണ്. അവൾ വലയുടെ ഒരറ്റത്ത് ഇരിക്കുകയാണ്. ഞാൻ അടുത്തു കിടന്നുകൊണ്ട് അവളെ നോക്കുന്നു. എനിക്ക് വയസ്സ് ഏഴ്. ഏഴു വയസ്സിൽ കൂടില്ലെന്നു കരുതുന്നു. പക്ഷേ ഈ താളാത്മകമായ ചലനം എന്നെ ഭയപ്പെടുത്തുന്നു. ഞങ്ങൾ–തിരകളിൽപെട്ട വള്ളമാണ്. ഞങ്ങൾക്കു കീഴെയുള്ള നദി കുതിച്ചുയരുന്നു, ഇപ്പോൾ അത് അപ്രത്യക്ഷമാകുന്നു, അത് പൈൻ മരങ്ങളുടെ അഗ്രങ്ങളിലേക്ക് തിരിഞ്ഞു പോകുന്നു. ഓരോ കുതിപ്പിലും അവളുടെ അഴിഞ്ഞുവീണ മുടിച്ചുരുൾ എന്നെ സ്പർശിക്കുന്നു. അതെന്റെ കണ്ണുകളിലൂടെ, കവിളുകളിലൂടെ, ചുണ്ടുകളിലൂടെ മുട്ടിയുരുമ്മി പോകുന്നു. ഞാൻ മുഖം തിരിക്കുന്നില്ല. അവളുടെ ഉടുപ്പിൽ തോൾപ്പലകകൾക്ക് നടുവിലായി നനഞ്ഞ ഒരു വൃത്തം രൂപമെടുക്കുന്നത് ഞാൻ ശ്രദ്ധിക്കുന്നു. ഞാനാ നനഞ്ഞ വൃത്തത്തിൽ എന്റെ കൈപ്പത്തി അമർത്തി. അവൾ കൈപ്പത്തി തട്ടിമാറ്റിയില്ല. കാരണം എനിക്കെന്നതു പോലെ അവൾക്കും അത് അസ്വാദ്യകരമാണ്. എന്റെ കൈപ്പത്തി കുറച്ച് ഇടത്തോട്ട് നീക്കിയപ്പോൾ എനിക്ക് അവളുടെ ഹൃദയത്തുടിപ്പ് അനുഭവപ്പെട്ടു. വേഗത്തിലും ശക്തിയോടെയും തുടിച്ചുകൊണ്ടിരുന്നു. ഇതാണ് അവളോടൊന്നിച്ചുള്ള ഞങ്ങളുടെ കൊച്ചു നനഞ്ഞ രഹസ്യം. എന്റെ ആദ്യത്തെ പ്രേമം!

ശനിയാഴ്ച

ഇന്നെനിക്കവർ കുടിക്കാനുള്ള ഒരു പുതിയ മരുന്നു തന്നു. ഭയങ്കര കയ്പ്പുള്ള മരുന്ന്. അതു കുടിച്ചപ്പോൾ എനിക്കോർമ്മ വന്നത് ഞാൻ ജീവിതത്തിൽ ആദ്യമായി വോഡ്ക കുടിച്ച കാര്യമാണ്. മഹോവയ തെരുവിലെ വലിയ ഫ്ളാറ്റിൽ എലിസബത്തിന്റെ ഓർമ്മ ദിവസം* ആഘോഷിക്കുകയായിരുന്നു. വൈദ്യുത ദീപങ്ങൾ പ്രഭ ചൊരിയുന്ന ഹാളും അതിൽ വളർത്തിയിരുന്ന ആകർഷകമായ ചെടികളും ഓർമ്മിക്കുന്നു. എലിസബത്ത് ആരായിരുന്നു എന്ന് ഓർമ്മിക്കുന്നില്ല.

സ്കബർസോവ് എന്റെയടുത്തേക്കു വന്നു. അയാളുടെ കണ്ണുകൾ തിളങ്ങി.

“ഇന്നു രാത്രി ജർമ്മൻ യുദ്ധമുന്നണിയിലേക്ക് ഞാൻ ഓടിപ്പോവുകയാണ്. അതു പ്രമാണിച്ച് അല്പം മദ്യം മോന്താവുന്നതാണ്.” അവന്റെ ഓവർ കോട്ടിന്റെ കീഴറ്റത്തെ അരികുവശം അല്പം ഉയർത്തി തന്റെ പാന്റ്സിന്റെ പോക്കറ്റിൽ വെളിയിലേക്ക് തല നീട്ടിയിരിക്കുന്ന കുപ്പി

---

* മാമോദീസ മുക്കുമ്പോൾ വിളിക്കുന്ന വിശുദ്ധന്മാരുടെ തിരുനാൾ പിറന്നാൾപോലെ തന്നെ റഷ്യയിൽ ആഘോഷിക്കാറുണ്ട്.

കാണിച്ചുകൊണ്ട് അയാൾ പറഞ്ഞു. “എന്റെ കയ്യിലൊരു തന്തയില്ലാത്തവനുണ്ട്.”

ഞാൻ എലിസബത്തിന്റെയടുത്ത് വെച്ചാണ് ആദ്യമായി സ്കൾസോവുമായി പരിചയപ്പെടുന്നത്. വെറും അരമണിക്കൂർ മുൻപാണ് അയാളെ പരിചയപ്പെട്ടത്. സ്കൾസോവിന്റെ ആവശ്യം നിരസിക്കാൻ വിഷമമായിരുന്നു. കാരണം അയാൾ യുദ്ധ മുന്നണിയിലേക്കാണ് പോകുന്നത്; ഒരുപക്ഷേ ഇത് അയാളുടെ അന്ത്യാഭിലാഷമായിക്കൂടെന്നില്ല. ഞാൻ സമ്മതിച്ചു. അതേ സമയം എന്റെ മനസ്സ് ചഞ്ചലമായി. ഞാനിതുവരെ വോഡ്ക കുടിച്ചിട്ടില്ലെന്നു സമ്മതിക്കാൻ എനിക്ക് നാണക്കേടായിരുന്നു. സ്കൾസോവ് എന്നെ കോണിപ്പടികൾക്കു കീഴിലെ മുറിയിൽ കൊണ്ടുപോയി തന്റെ കുപ്പി പുറത്തെടുത്തു. അവൻ ശ്രദ്ധാപൂർവ്വം അകത്തേക്കുള്ള വാതിൽ അടച്ചു. തന്റെ മുതുക് വാതിലിലേക്ക് അമർത്തിക്കൊണ്ട് അവൻ ദീർഘനേരം വോഡ്ക തന്റെ ചുണ്ടോട് അടുപ്പിച്ചുവെച്ചു. വോഡ്ക എങ്ങനെയാണ് കുടിക്കേണ്ടതെന്ന് എനിക്കറിയില്ലായിരുന്നു. കുപ്പിയിലെ ദ്രാവകത്തിന് ഒരു കുറവും സംഭവിച്ചിരുന്നില്ല. കുമിളകൾ പോലും നുരഞ്ഞു കണ്ടില്ല. ബോട്ടിലിൽ എന്തോ അവശിഷ്ടങ്ങൾ അടിഞ്ഞുകൂടുന്നത് ഞാൻ വ്യക്തമായി വേർതിരിച്ചു കാണുന്നു. അതിന്റെ ഉറവിടം ആദ്യം കുടിച്ചവന്റെ വായയാണെന്ന് എനിക്കു തോന്നി. ഒരു മോങ്ങലോടെ സ്കൾസോവ് കുപ്പിയിൽ നിന്നും സ്വയം വേർപെടുത്തി. കുപ്പി സംശയകരമായ രീതിയിൽ നിറഞ്ഞുകാണപ്പെട്ടു.

“നമുക്കീ നൂറ്റാണ്ടിന്റെയത്രയും തന്നെ പ്രായമുണ്ട്, ഇന്നെക്കെഞ്ചീ, അതുകൊണ്ട് നമ്മൾ ഉത്തരം പറയാൻ ബാദ്ധ്യസ്ഥരാണ്.” സ്കൾസോവ് നിന്നുകൊണ്ട് ഇളകിയാടാൻ തുടങ്ങിയിരുന്നു. “അതുകൊണ്ടാണ് ഞാൻ യുദ്ധ മുന്നണിയിലേക്ക് ഓടുന്നത്, മനസ്സിലായോ? ഇനി നിന്റെ ഊഴമാണ്, കുടിക്കൂ.”

“നൂറ്റാണ്ടിന്റെയത്രയുംതന്നെ പ്രായം” അതും ഒരു ചൊല്ലായി എനിക്കു തോന്നി. പലവട്ടം ജീവിതത്തിൽ മുഴങ്ങുന്ന ഒരു ചൊല്ല്! സ്കൾസോവ് പറയുന്നതു കേൾക്കുമ്പോൾ എനിക്ക് തമാശയും അല്പം വിരക്തിയും തോന്നി. അയാളുടെ ചുണ്ടിൽ മുട്ടിച്ച വോഡ്ക കുടിക്കാൻ എനിക്ക് വിരക്തി തോന്നിയെങ്കിലും എനിക്ക് നിരസിക്കാനാകുമായിരുന്നില്ല. നിരസിച്ചാൽ ഞാൻ വോഡ്ക കുടിക്കാൻ പേടിയുള്ളവനാണെന്ന് ധരിച്ചേക്കാം. അർദ്ധമനസ്സോടെ ഞാൻ കുപ്പി കയ്യിലെടുത്തു.

“വോഡ്ക കുടിക്കാൻ വളരെ എളുപ്പമാണെന്ന് പറയപ്പെടുന്നത് വെറുതെയല്ല.” എന്നെ പ്രോത്സാഹിപ്പിച്ചുകൊണ്ട് സ്കൾസോവ് പറഞ്ഞു. “ഒറ്റ വലിക്ക് പാതി കുപ്പി കുടിക്കണം!”

ഞാൻ ഒന്നുമൊത്തി (നിർദ്ദേശിക്കപ്പെട്ടതിലും വളരെക്കുറവായിരുന്നു), എന്റെ തൊണ്ട എരിഞ്ഞ് ശ്വാസം കിട്ടാൻ വേണ്ടി ഞാൻ കുപ്പി മാറ്റിപ്പിടിച്ചു.

“ശ്വാസം വലിക്കാതെ ഇനിയും കുടിക്കൂ” ഉന്മത്തനായി സ്ക്വർസോവ് പറഞ്ഞു.

ഒന്നുകൂടി മൊത്തി ഒരിറക്കു കുടിച്ചപ്പോൾ തലയിൽ സ്ക്വർസോവിന്റെ തുപ്പലിനെക്കുറിച്ച് ഓർമ്മ വന്നു. ഒരു പക്ഷേ അവൻ തന്ത്രപൂർവ്വം കുപ്പിയിലേക്ക് തുപ്പിയ അവന്റെ തുപ്പൽ എനിക്ക് മനം മറിയാൻ തുടങ്ങി.

“ശ്വാസം വലിച്ചത് നിന്റെ തെറ്റാണ്.” സ്ക്വർസോവ് പറഞ്ഞു. “ശ്വാസം വലിക്കേണ്ടിയിരുന്നില്ല.” അവന്റെ ശബ്ദത്തിൽ സംതൃപ്തിയുണ്ടായിരുന്നു. അവൻ അവന്റെ മൂക്കു തുടയ്ക്കുന്ന തൂവാലയെടുത്ത് എന്റെ നേരെ നീട്ടി, ഞാനത് തട്ടിമാറ്റി. അവന്റെ തൂവാല കാണുമ്പോൾ ഞാൻ ഛർദ്ദിച്ചേക്കുമെന്ന് ഭയന്നു.

നീവ്സ്കി തെരുവിൽ വെച്ച് കുറച്ചു ദിവസങ്ങൾക്കുശേഷം ഞാൻ സ്ക്വർസോവിനെ കണ്ടു. അവൻ ദൂരെ നിന്ന് എന്നെ കൈവീശി കാണിച്ചു. അവൻ എങ്ങോട്ടും പോയിരുന്നില്ല!

ഇപ്പോഴാണ് അതെനിക്ക് മനസ്സിലായത്,ഞങ്ങൾ നൂറ്റാണ്ടായി സമപ്രായക്കാരാണെങ്കിൽ ഞാൻ ജനിച്ചത് 1900–ലായിരിക്കണം. സ്വാഭാവികമായ സത്യമാണ്, പക്ഷേ എന്തുകൊണ്ട് അക്കാര്യം ആദ്യം തലയിലുദിച്ചില്ല?

“ഡോക്ടർ ഞാൻ 1900–ലാണോ ജനിച്ചത്?”

ഞാൻ ഗെയ്ഗറോട് ചോദിച്ചു.

“അതെ”, അയാൾ പറഞ്ഞു. “നിങ്ങൾ നൂറ്റാണ്ടായി സമപ്രായക്കാരാണ്.”

ങാ... ശരി

തിങ്കളാഴ്ച

എല്ലാ ദിവസവും പ്രാതലിനുശേഷം ഞാനും സേവയും കടൽപ്പുറത്ത് കറങ്ങി നടക്കും. പ്രഭാതത്തിലെ പറക്കലുകൾ ഞങ്ങൾക്ക് സർവ്വസാധാരണമായിത്തീർന്നു. പട്ടത്തിന്റെ നൂലുപിടിച്ച് നിയന്ത്രിക്കുന്നത് ഞാനായിരുന്നു. സേവയും നൂലിൽ പിടിക്കുമായിരുന്നു, പക്ഷേ അവൻ നൂല് വളരെ താഴ്ത്തിയാണ് പിടിച്ചിരുന്നത്. അവന് ഒന്നും നിയന്ത്രിക്കാൻ കഴിഞ്ഞിരുന്നില്ല. അതുകൊണ്ട് കൂടുതൽ ശരിയായി പറഞ്ഞാൽ അവൻ പട്ടത്തിന്റെ നൂലു പിടിച്ചിരുന്നു എന്നു മാത്രം. എന്തുകൊണ്ടെന്നാൽ ഓരോ തവണയും സേവ പട്ടം നിയന്ത്രിക്കാൻ നോക്കുമ്പോൾ അത് മൂക്കുകുത്തി വെള്ളത്തിൽ വീണിരുന്നു. ഇത്തരം സംഭവങ്ങൾ സാധാരണ സംഭവങ്ങളായിരുന്നു. കാരണം വായുവിലെ പറക്കൽ ആരംഭിച്ച കാലം മുതൽ അത്യാഹിതങ്ങളും അതിന്റെ കൂടപ്പിറപ്പായിരുന്നു. ഞങ്ങളുടെ കാര്യത്തിൽ ആശ്ചര്യകരമായ സംഗതി അത്തരം അത്യാഹിതങ്ങളൊക്കെ എന്റെ കസിൻ സേവയുമായി ഉറച്ച ബന്ധമുള്ളവയായിരുന്നു എന്നതാണ്.

സേവയും ഞാനും ഒരേപ്രായക്കാരായിരുന്നു. പക്ഷേ എന്തോ കാരണത്താൽ അവനെ എന്റെ ഇളയ സഹോദരനായാണ് കണക്കാക്കിയിരുന്നത്. തങ്ങളുടെ താഴ്ന്ന അവസ്ഥയിൽ വ്രണപ്പെടാത്ത ആളുകളുമുണ്ട്. അവർ അത് സ്വയം സ്വീകരിക്കുകയും അതാണ് തന്റെ ജീവിതത്തിലെ സ്വാഭാവികമായ സ്ഥാനം എന്ന് കരുതുകയും ചെയ്യും. സേവ അത്തരക്കാരനായിരുന്നില്ല. അവൻ താഴ്ന്ന സ്ഥാനത്തിൽ വളരെ ക്ലേശിച്ചിരുന്നു. പക്ഷേ മറ്റൊരു സ്ഥാനം ഏറ്റെടുക്കാൻ കഴിഞ്ഞിരുന്നുമില്ല.

ഉദാഹരണത്തിന് സേവ ഒരു ഭീരുവായിരുന്നു. ഒരുപക്ഷേ അങ്ങനെ പറയുന്നത് ശരിയല്ല; അവന് ധൈര്യമില്ലായിരുന്നു. അപരിചിതരേയും ജനാലയിലെ നിഴൽ ചിത്രങ്ങളേയും ഈച്ചകളേയും തവളകളേയും ചേരകളേയും അവന് ഭയമായിരുന്നു. പുല്ലിൽ കാണുന്ന ചേരകൾ വിഷമില്ലാത്തവയാണെന്നും അവയെ ഭയപ്പെടേണ്ടതില്ലെന്നും ഞാനവനോട് പറയുകയും ചേരയെ അതിന്റെ തലയുടെ താഴെയായി വിരലുകൊണ്ട് പിടിച്ച് സേവയ്ക്കു കൊടുക്കാൻ ശ്രമിക്കുകയും ചെയ്തിരുന്നു. പക്ഷേ അവൻ പെട്ടെന്ന് വിളറുകയും അവന്റെ ചുണ്ടുകൾ വിറയ്ക്കുകയും ചെയ്തു. എനിക്കവനോട് സഹതാപം തോന്നി. ഞാൻ ചേരയെ സ്വതന്ത്രമായി വിടുകയും അത് വഴിയിലൂടെ ഇഴഞ്ഞു പോവുകയും ചെയ്യും.

വൈകുന്നേരം എന്റെ മുറിയിൽ ഗെയ്ഗർ എന്നോടൊപ്പം ഇരുന്നു. വാളന്റീനയേയും അയാളെയും കുറിച്ചുള്ള എന്റെ ഊഹങ്ങൾ അയാൾ വായിച്ചു. എന്റെ കുറിപ്പുകൾ അതിന്റെ തുറന്ന നിഷ്ക്കളങ്കതയിൽ മഹത്വമുള്ളതാണെന്ന് അയാൾ പറഞ്ഞു. ഗെയ്ഗർ എന്റെ തുറന്ന മനഃസ്ഥിതിയെ ലക്ഷ്യം വെച്ച് കൊണ്ട് എന്റെ ചിന്തകളും വികാരങ്ങളും പ്രകടിപ്പിക്കുന്നതിൽ ഞാൻ ഒട്ടും നാണിക്കേണ്ടതില്ല എന്നും പറഞ്ഞു. അയാൾ തിരിഞ്ഞു നടക്കുമ്പോൾ എന്നെ നോക്കി പറഞ്ഞു. "വാളന്റീനയുമായുള്ള എന്റെ ബന്ധങ്ങൾ താങ്കൾക്ക് അവളോടുള്ള ബന്ധത്തിന് ഒരു തടസ്സമാവില്ല."

അയാളുടെ ബന്ധങ്ങൾ....

വ്യാഴാഴ്ച

ഞാൻ കുറച്ചു ദിവസങ്ങൾ എഴുന്നേൽക്കാതെ കിടന്നു. അവിശ്വസനീയമായ ദൗർബ്ബല്യമായിരുന്നു.എഴുതാനുള്ള ശക്തിയില്ലായിരുന്നു. ഇന്നെന്റെ പാവം തലയിൽ മറ്റൊരു ചൊല്ല് പൊന്തി വന്നു: "രൂപം നിർമ്മിക്കുന്നതിൽ നിങ്ങൾക്ക് പൂർണ്ണത കൈവന്നിട്ടില്ല. നിഴലും വെളിച്ചവുമുള്ള മോഡലിംഗിലേക്ക് മാറാൻ ഇനിയും സമയമായിട്ടില്ല."

അതിന്റെയർത്ഥം ഞാനൊരു ചിത്രകാരനായിരുന്നു എന്നാണോ? പക്ഷേ അങ്ങനെയാണെങ്കിൽ അതിനെക്കുറിച്ച് ഓർമ്മിക്കേണ്ടത് തല മാത്രമല്ല, കയ്യും ഓർമ്മിക്കേണ്ടതാണ്. അങ്ങനെ കയ്യും അതിനെക്കുറിച്ച് ഓർമ്മിക്കുന്നില്ല. എന്തോ വരയ്ക്കാൻ ശ്രമിച്ചുനോക്കി, പരാജയപ്പെട്ടു.

അവ്യക്തമായ ആ ചൊല്ല് എന്റെ ബോധമണ്ഡലത്തിൽ ഒരു ചൂണ്ട ക്കൊളുത്തുപോലെ ഉടക്കുകയും അതിൽ ദിവസം മുഴുവൻ തൂങ്ങിക്കിട ക്കുകയും ചെയ്തു.“രൂപം നിർമ്മിക്കുന്നതിൽ നിങ്ങൾക്ക് പൂർണ്ണത കൈവ ന്നിട്ടില്ല...” പൂർണ്ണമാക്കിയിട്ടില്ലെന്ന് വ്യക്തമാണ്. അതായത് ചിത്ര കാരനല്ല. ഞാനൊരു ജിവചരിത്രകാരനായിരിക്കാം. എന്നെ അങ്ങനെ വിളിക്കുക വഴി ഗെയ്ഗർ എന്തായിരിക്കും അർത്ഥമാക്കിയത്? വാളന്റീന യുമായുള്ള ബന്ധത്തെക്കുറിച്ച് പരാമർശിക്കുകവഴി അയാൾ എന്തായി രിക്കും ഉദ്ദേശിച്ചത്?

വെള്ളിയാഴ്ച

നദിയുടെ പേരായ ‘ ഒറിജേഷ് ’ എന്നത് പുല്ലിംഗമാണെന്ന് ഗെയ്ഗർ പറഞ്ഞു. അതിന്റെ അവസാനം മൃദുസ്വരം ഇല്ല. (മൃദുസ്വരത്തിൽ അവസാനിക്കുന്ന വാക്കുകൾ റഷ്യൻ ഭാഷയിൽ സ്ത്രീലിംഗമാണ്)

“എന്ത്?” ഞാൻ ചോദിച്ചു. “നദി ലിംഗം മാറ്റിയോ?” “ഇപ്പോൾ നദി കൾ മാത്രമല്ല മനുഷ്യരും ലിംഗം മാറ്റുന്നു! പക്ഷേ നിങ്ങൾ പഴയതു പോലെ മൃദുസ്വരത്തോടെ എഴുതിക്കോളൂ, അതാണ് കൂടുതൽ മനോ ഹരം.”

ഇന്ന് അയാളെന്നെ കമ്പ്യൂട്ടർ കാണിച്ചു തന്നു. ഒരു വിലകൂടിയ കളിപ്പാട്ടം. നിങ്ങൾ ഒരു ബട്ടൺ അമർത്തുന്നു. സ്ക്രീൻ തെളിയുന്നു. മറ്റൊരു ബട്ടൺ അമർത്തുമ്പോൾ സ്ക്രീനിൽ ചിത്രങ്ങൾ തെളിഞ്ഞു വരുന്നു. ഒരു മാന്ത്രിക വിളക്കുപോലെ!

കാമെനൊവ്സ്കി അവന്യുവിലുള്ള ത്രോയ്സ്കി പാലത്തിലൂടെ ഒരു ട്രാം ഓടുന്നു. 1900-ത്തിലാണ്. ഫോട്ടോയിൽ നിറങ്ങൾ വേർതിരിച്ചറി യാനാവില്ല, പക്ഷേ ഞാനിപ്പോൾ കാണുന്നത് മഞ്ഞയും ചുവപ്പും നിറ ങ്ങളുള്ള ഒരു ട്രാമാണ്. കുതിരവണ്ടി എന്തോ കാരണത്താൽ തവിട്ടു നിറത്തിലാണ് പെയിന്റ് ചെയ്തിരുന്നത്. ട്രാം ആകട്ടെ നല്ല തെളിഞ്ഞ നിറത്തിലുമായിരുന്നു. ഞാനതിന്റെ ബല്ലടിക്കുന്ന ശബ്ദം ഇപ്പോഴും ഓർമ്മിക്കുന്നു. പുറകിലെ വാതിലിൽ നിന്നും കണ്ടക്ടർ ഡ്രൈവറുടെ കാബിനിലേക്ക് മണിയടിച്ചിരുന്നു. അതിന്റെയർത്ഥം യാത്ര തുടങ്ങാ മെന്നായിരുന്നു. വഴിയാത്രക്കാരെയും മറ്റു വാഹനങ്ങളേയും ഉദ്ദേശിച്ച് ഡ്രൈവറും മണി മുഴക്കിയിരുന്നു. അയാൾക്ക് ഒരു പെഡൽ ഉണ്ടായി രുന്നു. മണിയടിക്കുന്നതിനായി. മണിയടിക്കാനായി അയാൾ പെഡൽ അമർത്തിയിരുന്നു. എന്റെ കുട്ടിക്കാലത്ത് ആ പെഡലിൽ ഒന്നമർത്താൻ ഞാനെത്ര കൊതിച്ചിരുന്നെന്നോ! ട്രാം ഡ്രൈവറുടെ കർക്കശമായ മുഖവും അയാളുടെ പെഡൽ ചവിട്ടുന്ന കാലും വളരെ വ്യത്യസ്തമായി കാണപ്പെട്ടു. അയാളുടെ കാല് മറ്റാരുടേതെന്നപോലെ അനക്കമില്ലാത്ത ശരീരത്തിൽ തുന്നിച്ചേർത്തതു പോലെയായിരുന്നു. അത് വിശ്രമമില്ലാതെ പെഡൽ അമർത്തിക്കൊണ്ടിരുന്നു. കാലിൽ അയാൾ ധരിച്ചിരുന്ന നീണ്ട കണങ്കാലുറ അവിടവിടെ ദ്വാരങ്ങളുള്ളതായിരുന്നു. അതിനു മുകളിലായി

അയാൾ സാധാരണ ഷൂസ് ധരിച്ചിരുന്നു. ഇലക്ട്രിക് ബെൽപോലെ ഉത്കൃഷ്ടമായ ഒരു ഉപകരണവുമായി നിരന്തരം ചേർന്നു പ്രവർത്തിക്കുന്നതിന് അയാളുടെ കാലിന് യാതൊരു ബുദ്ധിമുട്ടും ഉണ്ടായിരുന്നില്ല എന്നത് എന്നെ അത്ഭുതപ്പെടുത്തി.

സ്ക്രീൻ പുകമഞ്ഞിൽ മുങ്ങിപ്പോവുകയും മറ്റൊരു ചിത്രം തെളിഞ്ഞു വരികയും ചെയ്തു. ഒരു കാവൽക്കാരൻ (1908) രോമക്കുപ്പായവും ഫെൽറ്റ് ബൂട്ടും ധരിച്ചിരുന്നു. ...ഒരുപക്ഷേ അത് ജൂനിയർ കാവൽക്കാരനായിരുന്നു. അവർ ഫ്ളാറ്റിനു മുന്നിലെ മഞ്ഞു നീക്കുകയും വിറകു കൊണ്ടു വരികയും ചെയ്തിരുന്നു. സീനിയർ കാവൽക്കാരും ഉണ്ടായിരുന്നു. അവർ ഫുൾ സ്യൂട്ടിലായിരുന്നു വിഹരിച്ചിരുന്നത്. അവരെ ജൂനിയർ കാവൽക്കാർ അനുസരിക്കുകയും ബഹുമാനിക്കുകയും ചെയ്തു.

ഇവിടെയാണ് സേവ്യർസ്കയ തെരുവ്. പൊടിമില്ലിൽ നിന്നാണ് നൂറ്റാണ്ടിന്റെ തുടക്കം. ദൈവമേ, എത്ര തവണയാണ് ഞങ്ങളീ റോഡിലൂടെ കയറിയിട്ടുള്ളത്. ഫോട്ടോയിൽ ആരെയൊ കാണാം. ഒരുപക്ഷേ ഞങ്ങളായിരിക്കുമോ? വെള്ളിയാഴ്ച വൈകുന്നേരം റെയിൽവേ സ്റ്റേഷനിൽ പോവുകയും ഒരാഴ്ച ജോലികഴിഞ്ഞു വരുന്ന അച്ഛനെ സ്വീകരിക്കുകയും ഞായറാഴ്ച വൈകുന്നേരം യാത്രയയക്കുകയും ചെയ്യുമായിരുന്നു.

വേനൽക്കാല വസതികളിലേക്ക് യാത്ര തിരിച്ചിരുന്ന പീറ്റേഴ്സ് ബർഗ്ഗ് കുടുംബനാഥന്മാർ രണ്ടുതരം ആളുകളായിരുന്നു. വേനൽക്കാല വസതിയിലെ ഭർത്താക്കന്മാരും ഷാമ്പയിൽ പ്രേമികളും. വേനൽക്കാലവസതിയിലെ ഭർത്താക്കന്മാർ മെയ്മാസം മുതൽ സെപ്റ്റംബർ വരെ നഗരത്തിലെ വീടുകളിൽ നിന്ന് ഒഴിയുകയും ഗ്രാമീണ വസതികൾ വാടകയ്ക്കെടുക്കുകയും അങ്ങോട്ടു താമസം മാറുകയും ചെയ്തു. എല്ലാ ദിവസവും വൈകുന്നേരം ജോലിക്കുശേഷം അവർ ഗ്രാമീണ വസതികളിലേക്ക് മടങ്ങിപ്പോയി. അതിന് ഒത്തിരി സമയവും ഊർജ്ജവും ആവശ്യമായിരുന്നു. ഷാമ്പയിൻ പ്രേമികൾ നേരെ വിപരീതമായി പട്ടണത്തിൽ തന്നെ താമസിക്കുകയും വൈകുന്നേരങ്ങളിൽ മറ്റു വീടുകളിൽ വിരുന്നു പോവുകയും ചെയ്തിരുന്നു. എല്ലാ ആഴ്ചകളിലും ഷാമ്പയിൻ പ്രേമികൾ കണ്ടുമുട്ടുകയും ചീട്ടുകളിക്കുകയും ഷാമ്പയിൻ കുടിക്കുകയും ചെയ്തിരുന്നു എന്ന് കരുതപ്പെട്ടു. അതിന്റെ വഴിയെ ചിന്തിച്ചാൽ എന്റെ അച്ഛൻ ഒരു ഗ്രാമീണ ഭർത്താവായിരുന്നു. എന്നാൽ ഒരു കുപ്രസിദ്ധ ഷാമ്പയിൻ പ്രേമിയെപ്പോലെയാണ് പെരുമാറിയിരുന്നത്. വീട്ടുസാമാനങ്ങൾ മെയ് മാസത്തിൽ വെയർഹൗസിൽ കൊണ്ടുപോയി വെയ്ക്കുന്നതും പിന്നീട് സെപ്റ്റംബറിൽ പുതിയ വീടു കണ്ടുപിടിച്ച് അവയൊക്കെ അങ്ങോട്ടു മാറ്റുന്നതിനും അച്ഛന് ഒരു താത്പര്യവും ഉണ്ടായിരുന്നില്ല എന്നതാണ് വാസ്തവം. ചിലർ അതിനെ എതിർക്കുകയും ഇത്തരം കാര്യങ്ങൾ ആരും ഇഷ്ടപ്പെട്ടിരുന്നില്ല എന്നും പറഞ്ഞേക്കാം. ഒരുപക്ഷേ ആരും ഇഷ്ടപ്പെട്ടിരുന്നില്ല. പ്രത്യേകിച്ചും എന്റെ അച്ഛൻ ഒട്ടും ഇഷ്ടപ്പെട്ടിരുന്നില്ല.

വൈകുന്നേരം റെയിൽവേസ്റ്റേഷനിൽ ഞാനും അമ്മയും അച്ഛനെ കാത്തു നിൽക്കുമായിരുന്നു. ഞങ്ങൾ മാത്രമായിരുന്നില്ല. സേവ്യർസ്കയ ഗ്രാമീണവാസികളിൽ ഭൂരിഭാഗം ആളുകളും തങ്ങളുടെ പിതാക്കളെ പ്രതീക്ഷിച്ച് റെയിൽവേസ്റ്റേഷനിൽ നിൽക്കുമായിരുന്നു. ചിലർ കുതിരവണ്ടികളിൽ വരികയും വണ്ടികൾ സ്റ്റേഷനിൽ അവരെ കാത്തുകിടക്കുകയും ചെയ്തിരുന്നു. ട്രെയിനുകൾ കുറവായിരുന്നതിനാൽ എല്ലാവരും ഏകദേശം ഒരേ സമയത്താണ് ഒത്തു കൂടിയിരുന്നത്. എന്റെ ഓർമ്മ ശരിയാണെങ്കിൽ ആറരയ്ക്കായിരുന്നു ട്രെയിൻ എത്തിയിരുന്നത്. ആളുകൾ പരസ്പരം സംസാരിച്ചും പ്ലാറ്റ്ഫോമിൽ നിന്ന് കൊതുകുകളെ പിടിച്ചും സമയം ചെലവഴിച്ചു. ഷൂസിട്ട ഉപ്പൂറ്റികൊണ്ട് അവർ തടിക്കഷണങ്ങൾ പാകിയ തറയിൽ താളം പിടിച്ചു. കണ്ടുമുട്ടൽ പ്രതീക്ഷിച്ചുകൊണ്ട് അവർ ചിരിച്ചു. വൈകുന്നേരത്തെ തണുപ്പ് അല്പം കൂടുന്നുണ്ടെന്ന് പറഞ്ഞുകൊണ്ട് എന്റെ അമ്മ സഞ്ചിയിൽനിന്നും ഒരു ജാക്കറ്റെടുത്ത് എന്നെ അണിയിച്ചു. ഞാൻ തണുപ്പിനെ ഒട്ടും വകവെയ്ക്കുന്നില്ല എന്ന് അമ്മ പറയുമായിരുന്നു. സത്യത്തിൽ ഞാൻ തണുപ്പിനെ അത്ര കാര്യമായി ശ്രദ്ധിച്ചിരുന്നില്ല!

ദൂരെ നിന്നു തന്നെ ദൃശ്യമായ ട്രെയിൻ സാവധാനം അടുത്തേക്ക് വന്നു. പാളങ്ങൾ സന്ധിക്കുന്ന ബിന്ദുവിനു മുകളിൽ ട്രെയിൻ പ്രത്യക്ഷമായപ്പോൾ സ്വീകരിക്കാനെത്തിയ ആളുകൾ അതിനു നേരെ മുഖം തിരിച്ചു. അത് കണ്ണിൽപ്പെട്ടുകഴിഞ്ഞ് അവർ കണ്ണെടുക്കാതെ ട്രെയിൻ നോക്കി നിന്നു. അവർ പിന്നെയും തമ്മിൽ സംസാരിക്കുകയും സേവ്യർസ്കയയിലെ വർത്തമാനങ്ങളിൽ താത്പര്യപ്പെടുകയും ചെയ്തിരുന്നുവെങ്കിലും അവരുടെ ശ്രദ്ധ മുഴുവൻ കേന്ദ്രീകരിച്ചിരുന്നത് ഒരു ചിത്രശലഭ പുഴുവിനെപ്പോലെ ദൂരെ നിന്ന് നിരങ്ങിയെത്തി ഒരു തീവണ്ടിയായി രൂപപരിണാമം സംഭവിക്കുന്ന ട്രെയിനിലായിരുന്നു.

ഏതു ബോഗിയിലാണ് അച്ഛൻ യാത്ര ചെയ്തിരുന്നതെന്ന് എനിക്കറിയില്ലായിരുന്നു. അദ്ദേഹം വ്യത്യസ്ത ബോഗികളിൽ യാത്ര ചെയ്തിരുന്നു. അതിനാൽ അച്ഛനെ തിരഞ്ഞു കണ്ടുപിടിക്കുക എന്നത് എനിക്ക് സൗഭാഗ്യകരമായ കാര്യമായിരുന്നു. പ്ലാറ്റ്ഫോമിലേക്ക് ഇറങ്ങിയ അച്ഛൻ ഞങ്ങളെ ചുംബിക്കുമായിരുന്നു. – ആദ്യം എന്നെയും പിന്നെ അമ്മയേയും. അച്ഛന്റെ വരവ് എനിക്ക് അനിർവചനീയമായ സൗഭാഗ്യം പകർന്നു തന്നു. അച്ഛൻ എന്റെ കണ്ണിൽപെട്ടുകഴിഞ്ഞാൽ ഞാൻ സന്തോഷം... സന്തോഷം എന്ന് ഉരുവിടുമായിരുന്നു. ഞങ്ങൾ നദി മുറിച്ചു കടക്കുകയും പൊടിമില്ലു സ്ഥിതിചെയ്യുന്ന അതേ റോഡിലൂടെ കയറ്റം കയറി വേനൽക്കാല സൂര്യന്റെ പ്രഭയിൽ അവസാനമില്ലാതെ നീണ്ടുപോകുന്ന നിഴലുകളേയും താണ്ടി നടക്കുകയും ചെയ്തു. അതായിരുന്നു സന്തോഷം. ഞങ്ങൾ വീട്ടിനുള്ളിൽ പോവുകയും അത്താഴം കഴിക്കുകയും അച്ഛൻ കൊണ്ടുവന്ന സമ്മാനങ്ങൾ പരിശോധിക്കുകയും ഉറങ്ങുന്നതിനുമുൻപ് എന്തെങ്കിലും ഉച്ചത്തിൽ വായിക്കുകയും ഉറങ്ങിപ്പോവുകയും സ്വപ്നം കാണുകയും ചെയ്തു.

പ്രായപൂർത്തിയായിക്കഴിഞ്ഞ് ഞാൻ പതിവായി അച്ഛനെ സ്വപ്നം കാണുമായിരുന്നു. പ്രത്യേകിച്ച് വേനൽക്കാലത്തെ അച്ഛനെയായിരുന്നു കണ്ടത്. നീണ്ടു വളഞ്ഞ മൂക്കും വട്ടക്കണ്ണടയും ഉയർന്ന നെറ്റിയിൽ നിന്നും അകന്നുപോകുന്ന മുടിനിരകളും. വെളുത്ത ഷർട്ടും ഇളം നിറത്തിലുള്ള പാന്റ്സും വീതികൂടിയ ബൽറ്റും. വാച്ച് സൂക്ഷിക്കുന്ന പോക്കറ്റും വെള്ളിചങ്ങലയും. ഒരുപക്ഷേ ശ്രദ്ധാപൂർവ്വം പ്ലാറ്റ്ഫോമിൽ അച്ഛനെ വീക്ഷിച്ചിരുന്ന എന്റെ ഓർമ്മയിൽ രൂഢമൂലമായി പതിഞ്ഞിരുന്നത് അച്ഛന്റെ ഈ ചിത്രമായിരുന്നു.

അദ്ദേഹത്തിന്റെ ചലനങ്ങൾ ഞാൻ ഓർമ്മിക്കുന്നു. അതിശയോക്തി കലർന്ന രീതിയിൽ അല്പം സ്റ്റൈലിൽ അദ്ദേഹം പോക്കറ്റ് വാച്ച് ചെയിനിൽ പിടിച്ച് വലിച്ചെടുക്കുമായിരുന്നു. ഒരു ക്ലിക്ക് ശബ്ദത്തോടെ മൂടി തുറക്കുകയും ഒരു വികൃതഹാസം രൂപപ്പെടുകയും ചെയ്യും. സമയം പെട്ടെന്ന് ഓടിപ്പോകുന്നതിലുള്ള അതൃപ്തി വ്യക്തമാക്കുന്നതുപോലെ പോക്കറ്റ് വാച്ചിലേക്ക് ബോറടിക്കുന്ന ഭാവത്തിലോ സംശയാലുവിനെപ്പോലെയോ നോക്കുകയും ചെയ്തു. നാണക്കേടുണ്ടാകുമ്പോഴും രക്ഷ പെടാനുള്ള ചേഷ്ട പോക്കറ്റ് വാച്ചായിരുന്നു. അതൊരു ചേഷ്ടയായിരുന്നില്ല. ഒരുപക്ഷേ അതിന് കൂടുതൽ ബന്ധമുണ്ടായിരുന്നത് അദ്ദേഹത്തിന് ലഭ്യമായ സമയത്തിന്റെ ദൈർഘ്യം ആയിരിക്കാം. ഒരു വെളിപാടായിരുന്നോ? 1917-ലെ ജൂലൈ മാസത്തിലെ ഒരു വൈകുന്നേരം (ഗ്രാമീണ വസതിയിലെ ഞങ്ങളുടെ അവസാന വർഷം) ഞങ്ങൾ റെയിൽവേ സ്റ്റേഷനിൽ കാത്തിരുന്നു. അദ്ദേഹം വന്നില്ല. അന്ന് വാഴ്സാ റെയിൽവേ സ്റ്റേഷനിൽ വെച്ച് മദ്യാസക്തരായ നാവികർ അദ്ദേഹത്തെ വധിച്ചു.

ഞങ്ങളുടെ മഞ്ഞുപോലെ വെളുത്ത പ്രിയപ്പെട്ട അച്ഛൻ വൃത്തികെട്ട നടപ്പാതയിൽ കിടക്കുന്ന ചിത്രം വേദനയോടെ എന്റെ മനസ്സിൽ തെളിഞ്ഞുവന്നു. കാണികൾ അദ്ദേഹത്തിനു ചുറ്റും വന്നു പൊതിയുന്നതും ലജ്ജാശീലമുള്ള, അധിക്ഷേപിക്കപ്പെട്ട തെരുവിന്റെ ശ്രദ്ധയെ വെറുത്തിരുന്ന അദ്ദേഹം, അവരിൽ നിന്നും മാറിപ്പോകാനാവാതെ കിടന്നു. ദീർഘനേരം അവിടെ കിടന്നിരുന്നുവോ എന്ന് അമ്മ പോലീസ് സ്റ്റേഷനിൽ വെച്ച് ചോദിച്ചു. എന്തിനാണ് അദ്ദേഹത്തെ കൊന്നതെന്ന് ചോദിച്ചു; എന്തെങ്കിലും കാരണമുണ്ടായിരുന്നുവെങ്കിൽ ഭേദമായിരുന്നു എന്ന മട്ടിലായിരുന്നു ചോദ്യം! പിന്നെ ഉച്ചത്തിൽ കരഞ്ഞുകൊണ്ടു പറഞ്ഞു "ഞാനീ പട്ടാളക്കാരെയൊക്കെ സ്വന്തം കൈകൊണ്ട് വെടിവെച്ചു കൊന്നേനേ!" പോലീസുകാർ നിശ്ശബ്ദരായി എല്ലാം കേട്ടുകൊണ്ട് അമ്മയെ നോക്കിനിന്നു. നാവികരെ വെടിവെയ്ക്കുന്നത് എത്ര ഭയങ്കരമായ ദുരന്തമായിരിക്കും വരുത്തി വെയ്ക്കുക എന്നത് തന്റെ ദുഃഖം മൂലം അമ്മയ്ക്ക് മനസ്സിലാക്കാനായില്ല. അത് കടൽത്തിരകളുടെ നേരെയോ മിന്നൽപ്പിണറുകളുടെ നേരെയോ നിറയൊഴിക്കുന്നതിന് തുല്യമായിരിക്കും. അതെ, ഞങ്ങൾ മിന്നലാണെന്നു പേടിച്ചത് മിന്നലിനു മുൻപുള്ള ചൂടുമാത്രമായിരുന്നു. മിന്നൽ വളരെ മുൻപേയായിരുന്നു. ഞങ്ങൾ അക്കാര്യം അറിഞ്ഞില്ല.

ശനിയാഴ്ച

അച്ഛനെ സംബന്ധിച്ച് ഞാൻ ഓർത്തത് ചരിത്രപരമായ ഒരു ദുരന്ത കാലഘട്ടത്തെക്കുറിച്ചായിരുന്നു - വിപ്ലവങ്ങളും യുദ്ധങ്ങളും അതു പോലുള്ള മറ്റു ദുരന്തങ്ങളും. അതിന്റെ പ്രധാനമായ ഭീകരത നിറയൊഴി ക്കുന്നതിലല്ല. ക്ഷാമകാലവുമല്ല. അത് അടിസ്ഥാനപരമായി മനുഷ്യന്റെ ഉത്സാഹത്തെ സ്വതന്ത്രമാക്കിയിരുന്നു. മനുഷ്യനിൽ മുൻപ് നിയമം കൊണ്ട് അടക്കിവെച്ചിരുന്നതെല്ലാം തുറന്നു വിട്ടാൽ എങ്ങനെയുണ്ടാകും? കാരണം കൂടുതൽ ആളുകൾക്കും ബാഹ്യമായ നിയമങ്ങൾ മാത്രമേ നിലവിലുള്ളൂ. ആന്തരികമായ നിയമങ്ങൾ അവർക്ക് ഇല്ല.

ഞായറാഴ്ച

റോബിൻസൺ ക്രൂസോ താൻ രക്ഷപ്പെട്ട സ്ഥലത്ത് ഒരു തൂണു നാട്ടുകയും അതിൽ ഞായറാഴ്ച എന്ന് രേഖപ്പെടുത്തുകയും ചെയ്തു. ഞായറാഴ്ചയും പ്രവൃത്തി ദിവസങ്ങളുമായി തനിക്ക് തെറ്റിപ്പോയേക്കാ മെന്നും അങ്ങനെ യേശുവിന്റെ ഉയിർത്തെഴുന്നേൽപ്പുദിനം താൻ ശരി യായി ആഘോഷിക്കില്ലെന്നും റോബിൻസൺ ഭയപ്പെട്ടു. ഓരോ ഏഴാ മത്തെ വെട്ടുപാടും അയാൾ നീളം കൂട്ടി അടയാളപ്പെടുത്തി. മാസത്തിലെ ആദ്യത്തെ ദിവസം അതിലും നീളമുള്ള വെട്ടുപാടുകൊണ്ട് അടയാള പ്പെടുത്തി. ഒരു കത്തി ഉപയോഗിച്ച് ഒരു തൂണിൽ അയാൾ ഇപ്രകാരം രേഖപ്പെടുത്തി "ഞാനീ തീരത്ത് വന്നത് സെപ്റ്റംബർ 30ന് 1659-ലാണ്" ഇപ്പോൾ ഏതു വർഷമാണ്?

കമ്പ്യൂട്ടർ അത്യന്തം രസകരമായ ഒരു സാധനമാണ്. ഒരു ടൈപ്പ് റൈറ്ററിലെപ്പോലെ നമുക്കതിൽ ടൈപ്പുചെയ്യാം. തെറ്റു തിരുത്താനും പറ്റും. തെറ്റുതിരുത്തുന്നതാണ് പ്രധാനകാര്യം. അങ്ങനെ ഒരു തെറ്റ് ഉണ്ടായി രുന്നില്ല എന്നപോലെ യാതൊരു മനഃപ്രയാസവുമില്ലാതെ, ഓർമ്മപ്പെടു ത്തുന്ന തെറ്റുതിരുത്തലുകളൊന്നുമില്ലാതെ അഞ്ചുകോപ്പികൾ എടുക്കാൻ കഴിയും. ടൈപ്പിസ്റ്റുകൾക്ക് അസൂയ തോന്നും. കമ്പ്യൂട്ടറിൽ ടെക്സ്റ്റ് മാത്ര മുള്ള ഫയലുകൾ സൂക്ഷിക്കാനും വായിക്കാനും പറ്റും. ടൈപ്പു ചെയ്യാൻ ഞാൻ പഠിക്കും.

ഗെയ്ഗറുടെ നിർദ്ദേശാനുസരണം ഞാൻ 'ക്ലോണിംഗ്' എന്ന ലേഖനം കമ്പ്യൂട്ടറിൽ വായിച്ചു. ഹെർബർട്ട് വെൽസിന്റെ പൊരുൾ ഉൾക്കൊള്ളുന്ന എന്തോ ആയിരുന്നു അത്. അണുകേന്ദ്രങ്ങളെക്കുറിച്ചോ മൂലാണ്ഡത്തെ ക്കുറിച്ചോ എനിക്ക് കാര്യമായി ഒന്നും പിടികിട്ടിയില്ല. എന്ത് എവിടെയാണ് പറിച്ചു നട്ടതെന്ന് മനസ്സിലായില്ല. ആടിന്റെ അകിടിൽ നിന്നും ആടിനെ സൃഷ്ടിക്കുന്ന ഭാഗം എനിക്കിഷ്ടപ്പെട്ടു. തന്റെ മാറിടത്തിന്റെ ഗുണങ്ങളെ അടിവരയിട്ട് സ്നേഹിച്ചിരുന്ന പ്രശസ്ത അമേരിക്കൻ ഗായിക ഡോളി പാർട്ടനോടുള്ള ബഹുമാനം സ്ഫുരിക്കുന്ന പേരായിരുന്നു ആടിന് ഇട്ടി രുന്നത്. ലേഖനത്തിൽ എഴുതിയിരുന്ന കാര്യം (ആടിനെ സൃഷ്ടിക്കുന്ന കാര്യം) സത്യമായിരുന്നു എന്നാണ് ഗെയ്ഗർ കരുതുന്നത്. ഞാൻ

അബോധാവസ്ഥയിലായിരുന്ന സമയത്ത് ലോകത്ത് സംഭവിച്ച അത്തരം വ്യതിയാനങ്ങളുമായി എന്നെ പരിചയപ്പെടുത്തുന്നതാണെന്ന് ഗെയ്ഗർ പറഞ്ഞു. എന്റെ ബോധത്തിന് തയ്യാറെടുപ്പുകൾ നടത്തുന്നതിനുവേണ്ടി യായിരുന്നു അങ്ങനെ ചെയ്തത്.

ക്രയോജനിക്സിനെക്കുറിച്ചും വായിക്കുവാൻ കുറച്ചു കാര്യങ്ങൾ അയാൾ തന്നു. ആ ലേഖനവും വളരെ വിചിത്രമായിരുന്നു. പിന്നീട് സമാഗതമാകുന്ന ഉയിർത്തെഴുന്നേൽപ്പിനുവേണ്ടി ശരീരത്തെ എങ്ങനെയാണ് തണുപ്പിക്കുന്നത് എന്ന് അതിൽ പ്രതിപാദിച്ചിരുന്നു. യഥാർത്ഥത്തിൽ അത്തരം ശീതീകരണം നിലവിലിരുന്നുവോ എന്നതിനുപരിയായി അത്തരം ആശയം പോലും വളരെ ഹാസ്യജനകമായിരുന്നു എന്നതാണ്. ലേഖനം വിശ്വസിക്കുകയാണെങ്കിൽ ശീതീകരിക്കപ്പെട്ട ആളുകൾ വളരെക്കുറച്ചു മാത്രമേ ഉണ്ടായിരുന്നുള്ളൂ. എന്നാൽ മഞ്ഞുരുകിപ്പോയ ആരും തന്നെ ജീവനോടെ അവശേഷിച്ചതുമില്ല. അതേസമയം തന്നെ ഏതെല്ലാമോ പരീക്ഷണങ്ങൾ വിജയകരമായിരുന്നു. ഒരു കോഴിയുടെ ഭ്രൂണം നിരവധി മാസങ്ങൾ ദ്രാവകരൂപത്തിലുള്ള നൈട്രജനിൽ ഇട്ടുവെയ്ക്കുകയും പിന്നീട് അതിന്റെ മഞ്ഞുരുകിപ്പോയപ്പോൾ ഹൃദയം സ്പന്ദിക്കുകയും ചെയ്യുന്നതായി കാണുകയുണ്ടായി. ഒരു മുയലിന്റെ തലച്ചോറ് ശീതീകരിക്കുകയും (മുയലിന് തലച്ചോറുണ്ടോ?) പിന്നീട് മഞ്ഞുരുകിക്കഴിഞ്ഞപ്പോൾ അത് ജീവന്റെ ലക്ഷണങ്ങൾ കാണിക്കുകയും ചെയ്തു. ഒരു എലിയുടെ ഹൃദയം $^{-}196^{0}C$ വരെ തണുപ്പിക്കുകയും അതിനെ വീണ്ടും പൂർവ്വസ്ഥിതിയിലാക്കിയപ്പോൾ ഹൃദയം സ്പന്ദിക്കുകയും ചെയ്തു. അവസാനമായി ഒരു ആഫ്രിക്കൻ കുരങ്ങനെ $^{-}2^{0}C$ തണുപ്പിച്ചു. 55 മിനിട്ടുകൾ കുരങ്ങനെ ശീതീകരിച്ച അവസ്ഥയിൽ സൂക്ഷിച്ചു. അതിനുശേഷം അവൻ വിജയകരമായി ജീവിച്ചു.

തിങ്കളാഴ്ച

അനസ്താസ്യ. ആശ്ചര്യകരമായ പേര്. ഒരേ സമയം പൂർണ്ണസ്വരത്തിലും തരളവുമായ പേര്. മൂന്ന് 'അ' കാരവും രണ്ട് 'സ' യുമുണ്ട്. അവൾ പറഞ്ഞു "എന്റെ പേര് അനസ്താസ്യ." സെന്റ് പീറ്റേഴ്സ് ബർഗിലെ യുസുപ്പോവ് ഗാർഡന്റെ മദ്ധ്യഭാഗത്ത് എന്റെ മീതെ ഒരു മഞ്ഞുറാണിയെപ്പോലെ പുതിയ ഹലിഫാക്സ് സ്കേറ്റിംഗ് പാദുകങ്ങളുമണിഞ്ഞ് കയ്യുകളിൽ ഉറയും ധരിച്ച് അവൾ നിന്നു. ആദ്യം അവൾ എന്താണ് ഉച്ചരിച്ചത്? എല്ലാം ഓർക്കുന്നുണ്ട്. "എന്നോടു ക്ഷമിച്ചാലും!" അവൾ പറഞ്ഞു. "നിങ്ങൾക്ക് വേദനിക്കുന്നുണ്ടോ?" ഞാൻ നാലുകാലിലായിരുന്നു. ഞാനവളുടെ സ്കേറ്റിംഗ് പാദുകങ്ങളെ നോക്കുന്നു. നിലത്തിഴയുന്ന ഓവർകോട്ടും രോമക്കുപ്പായവും അത് അല്പം അനാവൃതമായിരുന്ന ഭാഗത്ത് കാണുന്ന അവളുടെ കണങ്കാലുകളിൽ അണിഞ്ഞിരുന്ന ഇറുകിയ കാലുറകളും കണ്ടു. എന്റെ വീഴ്ചയുടെ ആഘാതത്തിൽ കണ്ണുകളിൽ നിന്നും പൊന്നീച്ച പറന്നു. മൂക്കിൽനിന്നും രക്തം മഞ്ഞിലേക്ക് ഒഴുകി വീണു. അത് വളരെ ഭയങ്കരവും നാണക്കേടുണ്ടാക്കുന്നതുമായിരുന്നു.

അവൾ കുനിഞ്ഞു, അല്ല അവിടെ കുന്തക്കാലിൽ ഇരുന്നു; കയ്യുറകൾക്കുള്ളിൽനിന്നും ഒരു തൂവാല പുറത്തെടുത്ത് എന്റെ മൂക്കിൽ പൊത്തിവെച്ചു. "ഞാൻ നിങ്ങളെ എന്റെ കാലുകൊണ്ട് ഇടിച്ചു. എന്നോടു ക്ഷമിച്ചാലും! " മഞ്ഞിലെ രക്തത്തിന്റെ പാട് പടർന്നു. ഞാൻ നാണക്കേടുമൂലം അത് തുടച്ചുകളയാൻ ആഗ്രഹിച്ചു. പക്ഷേ അതിനു കഴിഞ്ഞില്ല. വാദ്യമേളക്കാർ പാട്ടു തുടരുന്നു. ഞങ്ങളെ താണ്ടി കൂടുതൽ പേരും സ്കേറ്റിംഗ് തുടരുന്നു. ചിലർ നിർത്തുന്നു. തൂവാലയ്ക്ക് പെർഫ്യൂമിന്റെ സുഗന്ധം. അതിൽ മുഴുവൻ എന്റെ രക്തം പടർന്നു. പക്ഷേ എനിക്ക് എഴുന്നേൽക്കാൻ കഴിഞ്ഞില്ല. ഞാൻ ആദ്യമായി സ്കേറ്റിംഗ് നടത്തുകയായിരുന്നു. എന്റെ കണ്ണിൽ നാണക്കേടിന്റെ കണ്ണുനീർ നിറഞ്ഞു. അവൾ എനിക്കു കൈതന്നു. കയ്യുറകൾക്കുള്ളിൽ ഊഷ്മളമായ അവളുടെ കൈ ഞാനെന്റെ കൈപ്പത്തിക്കുള്ളിൽ തൊട്ടറിയുന്നു. എന്റെ ഒരു കൈപ്പത്തി മഞ്ഞിലും മറ്റൊന്ന് അവളുടെ കയ്യിലുമായി നിലകൊള്ളുന്നു. ഒന്ന് തണുപ്പിലും മറ്റൊന്ന് ചൂടിലും. ജീവനുള്ളതും ജീവനില്ലാത്തതും. എന്തുകൊണ്ടാണ് ഞാനവളെ മഞ്ഞുറാണിയോട് ഉപമിച്ചത്? അവളുടെ സൗന്ദര്യം ഊഷ്മളമാണ്.

അവളെന്നെ ഉന്തിയിട്ടതായിരുന്നില്ല. ഞാൻ അവളിൽ നിന്നും ഒഴിഞ്ഞുമാറി പുറകോട്ടു തെറിക്കുകയായിരുന്നു. അവൾ വേഗത്തിൽ മനോഹരമായി, ചിലപ്പോഴൊക്കെ ഒറ്റയ്ക്കും, ചിലപ്പോൾ മറ്റുള്ള ഹൈസ്കൂൾ പെൺകുട്ടികൾക്കൊപ്പവും സ്കേറ്റു ചെയ്യുമായിരുന്നു. അവളൊരു ഹൈസ്കൂൾ പെൺകുട്ടിയായിരുന്നു എന്നാണ് തോന്നിയത്. അവർ ചിലപ്പോൾ മൂന്നോ നാലോ കുട്ടികൾ കൈകോർത്ത് പിടിച്ചുകൊണ്ട് സ്കേറ്റു ചെയ്തിരുന്നു. അവരുടെ പാദങ്ങൾ ഒരേസമയം വിസ്തൃതമായി പിളരുന്ന ശബ്ദത്തോടെ എത്ര മനോഹരമായാണ് ചലിച്ചത്? ഞാൻ സ്കേറ്റിംഗ് പാദുകങ്ങളുമണിഞ്ഞ് സ്കേറ്റു ചെയ്യുന്നവരെ കൗതുകത്തോടെ വീക്ഷിച്ചുകൊണ്ട്, പ്രത്യേകിച്ച് അവളെ കൗതുകത്തോടെ നോക്കിക്കൊണ്ട് മഞ്ഞുമൂടിയ കാടിന്റെ വക്കത്ത് നിന്നു. വസ്ത്രം മാറുന്ന മുറിയിലെ പച്ചയായ തണുപ്പിന്റേയും തടിബഞ്ചുകളുടേയും വിയർപ്പിന്റേയും ഗന്ധങ്ങൾ അനുഭവിച്ചതിനുശേഷം ഹിമപ്പരപ്പിലെ തണുത്ത കാറ്റും അട്ടഹാസങ്ങളും പൊട്ടിച്ചിരികളും പ്രധാനമായും സംഗീതവും ആസ്വദിച്ച് ഞാൻ നിന്നു. ഗായകസംഘം 'ജമന്തിപ്പൂക്കൾ' എന്ന ഗാനം ആലപിച്ചപ്പോൾ എത്ര മനോഹരമായാണ് അവൾ നൃത്തം ചെയ്തത്! അവളുടെ ഏഴയൽവക്കത്തുപോലും എത്താൻ കഴിയാത്ത ഒരു വിദ്യാർത്ഥിയോടൊപ്പമാണ് അവൾ നൃത്തം ചെയ്തത്. ഞാനവനെ നോക്കാതിരിക്കാൻ ശ്രമിക്കുകയും അവളെ മാത്രം ശ്രദ്ധിക്കുകയും എന്റെ മനം തുടിക്കുകയും ചെയ്തു.

സ്ത്രീകളെ സംബന്ധിച്ച് എന്റെ ജീവിതത്തിൽ പല വീഴ്ചകളും സംഭവിച്ചിട്ടുണ്ട്. മനഃപ്പൂർവ്വമല്ലാത്ത ഗൂഢാർത്ഥങ്ങൾ ആയിരുന്നു അതിനു നിദാനം. ഞാനൊരു ഊഞ്ഞാലിൽ ആടിയ കാര്യം ഈയടുത്ത കാലത്ത്

വിവരിച്ചുവല്ലോ. അന്ന് ഞാൻ ശക്തിയായി അടിച്ചുതല്ലി വീണതു കൊണ്ടാണ് ഞാനത് ഓർമ്മിക്കുന്നത്. പെൺകുട്ടി ആയത്തിൽ ഊഞ്ഞാ ലാട്ടുകയും ഞാൻ തെറിച്ചുപോയി ഒരു പൈൻമരത്തിന്റെ മൂട്ടിൽ ഇടിച്ചു വീഴുകയുമായിരുന്നു. അന്നും മൂക്കിൽ നിന്ന് രക്തം വരികയും അവർ എന്റെ തലയുടെ പുറകുവശത്തെ മുറിവ് തുന്നുകയും ചെയ്തു. പിന്നെ കുറെനാൾ എനിക്ക് അസഹ്യമായ തലവേദന വരുമായിരുന്നു.

ഇപ്പോൾ എല്ലാം പറഞ്ഞുകഴിഞ്ഞ് എനിക്ക് തോന്നുന്നത് അന്ന് യോസുപ്പോവ് ഗാർഡനിൽ എന്നോടൊപ്പം ഉണ്ടായിരുന്നത് അനസ്താസ്യ യല്ല എന്നാണ്. എന്റെ ഓർമ്മ ശരിയാണെങ്കിൽ അവളുമായി ഞാൻ കണ്ടുമുട്ടിയത് 1921 ലായിരുന്നു. 1921-ൽ എന്തു സ്കേറ്റിംഗ് നടത്താനാണ്? അത് അനസ്താസ്യയായിരുന്നു എന്ന് ഞാനെന്തുകൊണ്ടാണ് തീരു മാനിച്ചത്?

ചൊവ്വാഴ്ച

ഇന്ന് ഞാൻ കാലാനുസരണമായ ഒരു കണ്ടുപിടുത്തം നടത്തി. എന്റെ വർത്തമാനകാലത്തിന് ഞാൻ തീയതി നിശ്ചയിച്ചു. ഞാൻ അതിൽ ഒരു തീയതി കുറിക്കുകയും എനിക്കുതന്നെ അത് അവിശ്വസനീയമായി തോന്നുകയും ചെയ്തു.

സാധാരണ വാളന്റീന എനിക്ക് ഗുളികകൾ കൊണ്ടുവന്നു തരുന്നത് ഒരു ട്രേയിലാണ്. ഇന്നവൾ ഒരു കാർഡ്ബോർഡ് പെട്ടിയിൽ നിന്നാണ് ഗുളികകൾ എടുത്തു തന്നത്. അവൾ എന്റെ കട്ടിലിന്റെ പാർശ്വത്തിലുള്ള ഷെൽഫിൽ പെട്ടി മറന്നുവെച്ചു. ഞാൻ അസാധാരണമായ ആ പെട്ടി യിലെ തീയതികൾ വായിച്ചു. അതിന്റെ നിർമ്മാണ തീയതി 14-12-1997 കാലാവധി 14-12-1999 എന്നിങ്ങനെയായിരുന്നു.

കാലാവധി കഴിഞ്ഞ മരുന്നല്ല അവർ ഉപയോഗിക്കുന്നതെങ്കിൽ ഇപ്പോൾ 1998 അല്ലെങ്കിൽ 1999 ആയിരിക്കണം. നൂറ്റാണ്ടിന്റെ മറ്റേ അറ്റം വരെ എത്താൻ മാത്രം എന്ത് അപകടത്തിലാണ് ഞാൻ അകപ്പെട്ടത്? എന്റെ കേടുപറ്റിയ ബോധത്തിന്റെ കളികളാണൊയിതൊക്കെ? ഈ സംഖ്യകൾക്ക് വളരെ നിസ്സാരവും യുക്തിസഹവുമായ എന്തെങ്കിലും വിശദീകരണങ്ങൾ ഉണ്ടായിരിക്കുമെന്ന് എനിക്ക് ഉറപ്പായിരുന്നു. വളരെ വിഷമിച്ച് കട്ടിലിൽ നിന്നും എഴുന്നേറ്റ് വാതിൽക്കലുള്ള കണ്ണാടിയുടെ യടുത്തേക്ക് നടന്നു. കുഴിയിലാണ്ട കണ്ണുകൾ, അതിനുതാഴെ വൃത്താ കാരത്തിലുള്ള പാടുകൾ. തവിട്ടു നിറത്തിലുള്ള കണ്ണുകൾ, കരിനീല വൃത്തങ്ങൾ. എന്റെ മൂക്കിൽ നിന്നും ചുണ്ടുകളുടെ കോണുകളിലേക്ക് രേഖകൾ - മടക്കുകളായിരുന്നു ചുളിവുകളായിരുന്നില്ല. അത് ചിരിയുടെ അടയാളങ്ങളായിരുന്നു. കഴിഞ്ഞ ജന്മത്ത് ഞാൻ ധാരാളം ചിരിച്ചിരുന്നി രിക്കാം. ഇടത്തരം തവിട്ടു നിറത്തിലുള്ള മുടികൾ. ഒരു നരച്ച മുടിപോലു മില്ല. വിളറി, വിളറിയിരിക്കുന്നു. പക്ഷേ വയസ്സായിട്ടില്ല. നൂറ്റാണ്ടിന്റെ പ്രായമുള്ളയാൾക്ക് 1999ൽ വളരെ വ്യത്യസ്തമായ രൂപമായിരിക്കും!

ഗെയ്ഗർ കടന്നു വന്നു.

“ഡോക്ടർ ഇപ്പോൾ 1999 ആണോ അതോ 1998 ആണോ ?”

“1999 ആണ് ഫെബ്രുവരി 9” ഡോക്ടർ സാധാരണ മട്ടിൽ പറഞ്ഞു. അയാൾ മരുന്നു പെട്ടിയിലേക്ക് നോക്കി.

“നിങ്ങളത് മരുന്നുപെട്ടിയിൽ വായിച്ചതാണോ? ഞാനാണ് വാളന്റീനയോട് ആ പെട്ടി അവിടെ വെയ്ക്കാൻ പറഞ്ഞത്. അത്തരം സൂചനകൾ അനുവദിക്കാവുന്നതാണ്.”

“ഒരുപക്ഷേ നിങ്ങൾ ബാക്കിയെല്ലാം എനിക്ക് പറഞ്ഞുതരുമോ? ഞാനെങ്ങിനെ ഇവിടെയെത്തി? എനിക്കെന്താണ് സംഭവിച്ചത് ?”

ചിരിക്കുന്നു.

“ഞാൻ ചില സൂചനകൾ തരാം; പക്ഷേ എല്ലാം പറഞ്ഞുതരില്ല. നിങ്ങളുടെ ബോധം ഒഴിഞ്ഞ വയറുപോലെയാണ്. അമിതഭാരം നിറയ്ക്കുന്നത് അതിനെ കൊല്ലുന്നതുപോലെയാണ്. പറയാവുന്ന എല്ലാ കാര്യങ്ങളും ഞാൻ നിങ്ങളോട് തുറന്നു പറയുന്നുണ്ട്.”

“എന്നാൽ ഇപ്പോൾ റഷ്യയിൽ എന്താണ് നടക്കുന്നതെന്ന് പറയൂ. കുറഞ്ഞപക്ഷം പൊതുവായ കാര്യങ്ങളെങ്കിലും.”

ഗെയ്ഗർ ഒരു നിമിഷം ആലോചിച്ചു.

“ഏകാധിപത്യം വഴിമാറിക്കൊടുത്തത് ആകെ അലങ്കോലമായ ഒരു അവസ്ഥയിലേക്കാണ്. പണ്ടെങ്ങും ഇല്ലാത്തപോലെയുള്ള കൊള്ളയടിക്കലാണ്. മദ്യം ദുരുപയോഗം ചെയ്യുന്നയാളാണ് അധികാരത്തിലുള്ളത്. അതൊക്കെയാണ് പൊതുവായ കാര്യങ്ങൾ.”

“അതെ... അങ്ങനെയാണ് കാര്യങ്ങൾ വൈമാനികനായ പ്ലത്തോനവ്!”

വെള്ളിയാഴ്ച

രണ്ടു ദിവസങ്ങളിലായി ഗെയ്ഗർ പറഞ്ഞ കാര്യങ്ങളെക്കുറിച്ച് ആലോചിച്ചിരുന്ന എനിക്ക് ഒന്നും എഴുതാൻ കഴിഞ്ഞില്ല. ഞാനെന്റെ തൊണ്ണൂറ്റി ഒമ്പതാം വർഷത്തെക്കുറിച്ച് ആലോചിക്കുകയായിരുന്നു. എനിക്ക് ഒന്നിനെക്കുറിച്ചും ചിന്തിക്കാനുണ്ടായിരുന്നില്ല. കാരണം തലയിൽ ഒന്നും വന്നുദിച്ചില്ല. എനിക്കെല്ലാം മനസ്സിലായെന്നും സ്വീകാര്യമായെന്നും ശാന്തനായെന്നും തോന്നി. പിന്നീട് എന്റെ ബോധം തിരിച്ചു കിട്ടിയെന്നും അതിനുശേഷം വീണ്ടും തലകറങ്ങുന്നതായും തോന്നി. ഗെയ്ഗർ പറഞ്ഞത് ശരിയാണ്. ഞാനിപ്പോൾ എന്തെങ്കിലും പുതുതായി അറിഞ്ഞില്ലെങ്കിൽ എനിക്ക് ഭ്രാന്തുപിടിക്കും. അതിനേക്കാൾ നല്ലത് ഭൂതകാലത്തെക്കുറിച്ച് ഓർമ്മിക്കുന്നതാണ്.

സീവ്യർസ്കയയിൽ ചർച്ച് സ്ട്രീറ്റ് എന്ന ഒരു നീളമുള്ള സ്ട്രീറ്റ് ഉണ്ടായിരുന്നു. അത് പൊടിമില്ലും കടന്നു പീറ്റർ ആന്റ് പോൾ പള്ളിയുടെ

മുന്നിലൂടെ നദിക്കു കുറുകെയുള്ള പാലത്തിലേക്ക് നീണ്ടു കിടന്നു. ഒറിജേഷ് നദിയിൽ നിന്നും റോഡ് പോവുകയും പിന്നെ നദി ഒരു കൊളുത്തു പോലെ വളഞ്ഞ ഭാഗത്ത് താഴേക്ക് ഇറങ്ങുകയും ചെയ്തു. റോഡിലൂടെയാണ് ഞങ്ങളുടെ സൈനികവ്യൂഹം നീങ്ങിയത്. സൈനികവ്യൂഹം അത്ര വലുതായിരുന്നില്ലെങ്കിലും പൊരുതാൻ പോന്നതും നന്നായി സജ്ജീകരിക്കപ്പെട്ടതും ആയിരുന്നു. ഏറ്റവും മുന്നിൽ ഇരുതലയുള്ള കഴുകന്റെ കൊടിക്കൂറ പാറി. അതിനു പിന്നിൽ കുഴലൂത്തുകാരും ഡ്രം കൊട്ടുന്നവരും. അതിനും പിന്നിലായി സൈനികർ. റോഡിന്റെ കൂടുതൽ ഭാഗവും നിരപ്പുള്ളതായിരുന്നു. അതിലൂടെയുള്ള സൈനികരുടെ പദവിന്യാസം ഭംഗിയുള്ളതായിരുന്നു. കൊടിക്കൂറ പാറിപ്പറന്നു. കുഴലൂത്തുകാരൻ താളത്തിൽ കുഴലൂതി. അതിനൊപ്പിച്ച് ഡ്രം കൊട്ടുന്നയാൾ മേളം കൊഴുപ്പിച്ചു. ആ ഡ്രമ്മിസ്റ്റ് ഞാനായിരുന്നു. സീവ്യർസ്കയ മാർച്ചിനുവേണ്ടി അച്ഛൻ എനിക്ക് വാങ്ങിച്ചുതന്ന ഡ്രമ്മായിരുന്നു അത്. അതിൽ ശരിക്കുള്ള മൃഗത്തോൽ വലിച്ചുകെട്ടിയിരുന്നു. കളിപ്പാട്ട ഡ്രമ്മിൽ നിന്നും വ്യത്യസ്തമായി അതിൽനിന്നും പുറപ്പെട്ടിരുന്ന ശബ്ദം മുഴങ്ങുന്നതും അഗാധവുമായിരുന്നു. അങ്ങനെ ഡ്രം കൊട്ടുന്നത് എനിക്ക് വളരെ മധുരതരമായ അനുഭൂതിയാണ് പ്രദാനം ചെയ്തത്! ത്രംതററം, ത്ര.തററം, ത്രം-തററം -റം, ത്രം-പംബം.

ഞങ്ങളുടെ കൊട്ടുകേട്ട് ജോലിയിൽ നിന്നു വിരമിച്ച സൈനിക ജനറൽമാർ തങ്ങളുടെ ഗ്രാമീണ വസതിയുടെ വേലിക്കൽ വന്നുനിന്ന് നോക്കി. അവർ ഞങ്ങൾക്ക് അഭിവാദ്യങ്ങൾ അർപ്പിച്ചു. സൈനിക ജനറൽമാർ നാടകെട്ടിയ മങ്ങിയ തൊപ്പി ധരിച്ചിരുന്നു. അവർ ഒരു കൈ തൊപ്പിയുടെ പുറത്ത് വെച്ചിരുന്നു. അതിനു കീഴെയുള്ള അവരുടെ തുന്നിയ കുപ്പായങ്ങളും മറ്റു സൈനികമല്ലാത്ത വേഷഭൂഷാദികളും വേലിയുടെ മറവിലായിരുന്നു. പഴയസൈനിക ഉദ്യോഗസ്ഥർ ദീർഘനേരം ഞങ്ങളെ നോക്കി നിന്നു. കാരണം അവരുടെ യൗവ്വനം തന്നെയായിരുന്നു അവരുടെ മുന്നിലൂടെ മാർച്ച് ചെയ്തത്. അവരുടെ മിഴികൾ നിറഞ്ഞു!

ഞങ്ങൾ എങ്ങോട്ടാണ് എന്തിനാണ് പോയത്? ഇപ്പോൾ എനിക്കതിന് ഉത്തരം പറയാൻ കഴിയുന്നില്ല, ഒരുപക്ഷേ അന്നും എനിക്ക് അതിന് ഉത്തരം അറിയില്ലായിരിക്കാം. എല്ലാറ്റിനും ഉപരിയായി ഒന്നിച്ചുള്ള ചലനാത്മകതയുടെ സന്തോഷമായിരുന്നു അത്. ഒരു തരം ഹർഷപുളകിതമായ താളം. കൊമ്പുവാദ്യമോ കൊടിയോ അല്ല ഡ്രമ്മാണ് ഞങ്ങളുടെ ചെറിയ സംഘത്തെ ഒരു സൈനിക വ്യൂഹമാക്കി തീർത്തത്. ഭൂമിയിലെ ഞങ്ങളുടെ നടപ്പിനെ പറിച്ചെടുത്ത് ഒരേ താളത്തിൽ സംഗമിപ്പിച്ച് ഒരു ഘോഷയാത്രയാക്കി മാറ്റിയത് ഞങ്ങളുടെ ഡ്രമ്മിന്റെ കൊട്ടായിരുന്നു. ഡ്രമ്മിന്റെ ശബ്ദം നെഞ്ചിലേക്ക് കടന്ന് ഹൃദയത്തിന്റെ ആഴങ്ങളെ വശീകരിക്കാനുള്ള ശക്തിയുള്ളതായിരുന്നു. അത് ഞങ്ങളുടെ കർണ്ണങ്ങളിലും നാസാരന്ധ്രങ്ങളിലും രോമകൂപങ്ങളിലും ഊഷ്മളമായ ജൂലൈയിലെ കാറ്റിനും പൈൻമരങ്ങളുടെ ശബ്ദങ്ങൾക്കുമൊപ്പം കടന്നുകയറി. പിന്നീട്

വർഷങ്ങൾക്കുശേഷം തികച്ചും യാദൃച്ഛികമായി ഒരു ശരത്കാലത്തിന്റെ അന്ത്യത്തിൽ ഞാൻ സീവ്യർസ്കയയിൽ പോയപ്പോൾ മഴയുടെ സംഗീതത്തിൽനിന്നും വളരെ വിദൂരമായ ഡ്രമ്മിന്റെ ശബ്ദം വേർതിരിച്ചറിയാൻ എനിക്കു കഴിഞ്ഞു.

ശനിയാഴ്ച

അതെ അനസ്താസ്യയുമായി ഞാൻ പരിചയപ്പെട്ടത് 1921ലായിരുന്നു. തീർച്ചയായും ഹിമപ്പരപ്പിൽ വെച്ചായിരുന്നില്ല. ബൾഷോയ് പ്രൊസ്പെക്ടിന്റെയും സ്വെറിൻസ്കയ സ്ട്രീറ്റിന്റെയും മൂലയിലുള്ള ഒരു കെട്ടിടത്തിൽ വെച്ചായിരുന്നു ഞാൻ അവളെ പരിചയപ്പെട്ടത്. അവിടെയായിരുന്നു പെട്രോഗ്രാഡ് സോവിയറ്റ് ഞങ്ങളെ പാർപ്പിച്ചിരുന്നത്. ഒരു ഫ്ളാറ്റിലെ ഒരു മുറി മാത്രമാണ് ഞങ്ങൾക്കു തന്നിരുന്നത്. അതിൽ പാർത്തിരുന്ന മറ്റൊരാൾ തിയോളജി അക്കാഡമിയിലെ പ്രൊഫസറായിരുന്ന സെർഗേയ് വറോനിൻ എന്നയാളും അയാളുടെ മകൾ അനസ്താസ്യയുമായിരുന്നു. അനസ്താസ്യ സെർഗേയ്വ്ന എന്നായിരുന്നു അവളുടെ മുഴുവൻ പേര്. ഞാനവളെ അനസ്താസ്യ എന്നായിരുന്നു വിളിച്ചിരുന്നത്. എന്നേക്കാൾ ആറുവയസ്സിന് അവൾ ഇളയതായിരുന്നു. ഒരു പക്ഷേ അവളുടെ പേര് എനിക്കത്ര ഇഷ്ടമായിരുന്നിരിക്കാം. അതുകൊണ്ടാണ് ആസ്വാദ്യകരമായി ഞാനവളെ അനസ്താസ്യ എന്നു മാത്രം വിളിച്ചത്.

എന്റെ കാര്യത്തിൽ എങ്ങനെയാണ് ഓർമ്മകൾ തിരിച്ചു കിട്ടുന്നത് എന്ന് തനിക്കറിയില്ല എന്ന് ഗെയ്ഗർ സമ്മതിച്ചു. ജീവിതത്തിലെ സംഭവങ്ങൾ ആവർത്തിക്കുക വഴിയായിരിക്കുമോ? അതോ എല്ലാം കൂടിക്കുഴഞ്ഞ് ക്രമം തെറ്റിയായിരിക്കുമോ? അതോ അനുഭവിച്ച സംഭവങ്ങൾ സന്തോഷകരമോ ദുഃഖകരമോ എന്നതിനെ ആശ്രയിച്ചാണോ? ഏറ്റവും മോശമായ കാര്യം അതിവിദൂരമായ ഓർമ്മയുടെ മൂലയിലേക്ക് തള്ളിവിടുക എന്നത് ബോധത്തിന്റെ ഒരു സ്വഭാവമാണ്. അപ്പോൾ ഓർമ്മകൾ തകർന്നടിയുമ്പോൾ മോശമായ കാര്യത്തെക്കുറിച്ചുള്ള ഓർമ്മയായിരിക്കും ആദ്യം മരിക്കുന്നത്. സന്തോഷകരമായ അനുഭവങ്ങൾ അവശേഷിക്കും. അതുകൊണ്ട് അനസ്താസ്യയെക്കുറിച്ചും അത്തരം കാര്യങ്ങൾ മാത്രമേ ഞാൻ ആദ്യം ഓർമ്മിച്ചുള്ളൂ. അവൾ ആരായിരുന്നെന്നോ എന്റെ ജീവിതത്തിൽ അവൾ എന്തായിരുന്നു എന്നോ ഇനിയും എനിക്ക് പറയാൻ കഴിയുന്നില്ല. ഞാനവളുടെ പേരുമാത്രം ഓർത്തു. അത് ഉച്ചരിക്കുന്നതിലൂടെ എനിക്ക് വളരെ ആയാസരഹിതമായ അവസ്ഥ കൈവന്നു.

ഫ്ളാറ്റിൽ വറോനിൻ കുടുംബത്തിന് കിട്ടിയത് ഹാൾ മാത്രമായിരുന്നു. ഇടതുവശത്തും വലതുവശത്തുമുള്ള മുറികളിലേക്കുള്ള വാതിലുകൾ ഞങ്ങളുടെ സാന്നിദ്ധ്യത്തിൽ പലകയടിച്ച് അടച്ചിരുന്നു. തവിട്ടു നിറത്തിലുള്ള മിനുസപ്പെടുത്താത്ത പലകകൾ ഭംഗിയുള്ള 'മോഡേൺ' എന്ന് എഴുതിയിരുന്ന വാതിലുകളെ കൊട്ടിയടച്ചു. വറോനിൻ കുടുംബത്തിലെ അച്ഛനും മകളും വാതിലുകളിൽ പലകവെച്ച് ആണിയടിക്കുന്ന

കാവൽക്കാരനെ നോക്കി നിന്നു. ഞാനും അമ്മയും അവരോടൊപ്പം അവിടെ നിന്ന് അത് കാണുന്നുണ്ടായിരുന്നു. കാവൽക്കാരൻ ചുറ്റിക വെച്ച് ആണിയടിക്കുന്ന ശബ്ദം ചിലപ്പോൾ വളരെ ഗാഢവും താളാത്മകവുമായിരുന്നു. ചിലപ്പോൾ അത്ഭുതകരമാംവിധം ഉച്ചസ്ഥായിയിലായിരുന്നു. കാവൽക്കാരൻ മദ്യപിച്ചിരുന്നു. അയാളുടെ ചുറ്റിക കൊണ്ടുള്ള അടികൾ ആണികളുടെ തലയിൽ പതിക്കാതെ പലപ്പോഴും അവ മടങ്ങിപ്പോയിരുന്നു. അപ്പോൾ അയാൾ മടങ്ങിയ ആണികൾ കഠിനമായി അടിച്ച് പലകയിൽ പതിപ്പിക്കുമായിരുന്നു. പിന്നീട് എന്റെ കട്ടിൽ ഒരു പലക തറച്ച വാതിലിന്റെ അരികത്തായി കിടന്നിരുന്നു. അപ്പോൾ എല്ലാ വൈകുന്നേരങ്ങളിലും പലകയിൽ തറയ്ക്കപ്പെട്ടിരുന്ന ആണികൾ ഞാൻ പരിശോധിച്ചിരുന്നു. അതെന്നെ അലോസരപ്പെടുത്തി. എനിക്ക് ആ പലകകൾ മാറ്റി പകരം വേറെ പലകകൾ നന്നായി തറയ്ക്കണമെന്ന് ആഗ്രഹമുണ്ടായിരുന്നു. പക്ഷേ ഞാനത് ഇളക്കി മാറ്റാൻ തീരുമാനിച്ചില്ല. അതിന്റെയുള്ളിലെ വികലമാക്കിയ വാതിൽ കാണുന്നത് വളരെ ഭീകരമായിരുന്നു.

ഹാളിന്റെ വലതുവശത്തുള്ള മുറി അവർ നിക്കോളായ് ഇവാനൊവിച്ച് സര്യേത്സ്കി എന്നു പേരുള്ള ഒരാൾക്ക് കൊടുത്തു. സോസേജ് നിർമ്മാണ ഫാക്ടറിയിൽ ജോലി ചെയ്തിരുന്ന അയാൾ വളരെ അസന്തുഷ്ടനായിരുന്നു. അയാൾ അപൂർവ്വമായെ കുളിച്ചിരുന്നുള്ളൂ. സ്ഥിരമായി അയാളിൽ നിന്നും ഒരു ജീർണ്ണഗന്ധം വമിച്ചിരുന്നു. അയാളുടെ സോക്സ് തേഞ്ഞുപോകാതിരിക്കാനായി വളരെ വിരളമായി മാത്രമേ അത് കഴുകിയിരുന്നുള്ളൂ. അതുകൊണ്ട് പലപ്പോഴും അയാൾക്ക് സോക്സ് കൂട്ടിത്തുന്നേണ്ടതായി വന്നിരുന്നു. അപ്പോൾ അയാൾ അടുക്കളയിലേക്ക് പോകുമായിരുന്നു. നിക്കോളായ് ഇവാനോവിച്ച് അടുക്കള ഉപയോഗപ്പെടുത്തിയിരുന്നത് സോക്സ് തുന്നുവാനോ അതിഥികളെ കാണുവാനോ വേണ്ടിയായിരുന്നു. അയാൾ ആഹാരം കഴിച്ചിരുന്നത് പൂർണ്ണമായും അയാളുടെ കിടപ്പുമുറിയിലായിരുന്നു. അയാൾ ഫാക്ടറിയിൽ നിന്നും കൊണ്ടുവന്നിരുന്ന സോസേജായിരുന്നു പ്രധാന ആഹാരം.

ഇടതുവശത്തുള്ള മുറിയിലാണ് അമ്മയും ഞാനും താമസിച്ചിരുന്നത്. ഞങ്ങളുടെ ജനാലയിലൂടെ നോക്കിയാൽ ബൾഷോയ് പ്രോസ്പെക്ടിന്റെ ഒരു ഭാഗവും സീവ്യർസ്കയയുടെ ഒരു ഭാഗവും കാണുവാൻ കഴിഞ്ഞിരുന്നു. സീവ്യർസ്കയ സ്ട്രീറ്റ് പീറ്ററിന്റെ നാമധേയത്തിലുള്ള മൃഗശാല വരെ നീണ്ടു കിടന്നു. ആദ്യത്തെ ദിവസം വൈകുന്നേരം ഞാനും അമ്മയും ജനാലയിലൂടെ രണ്ട് സ്ട്രീറ്റുകളുടെ സംഗമസ്ഥാനം നോക്കി നിന്നു. അത് രണ്ട് നദികളുടെ സംഗമം പോലെയായിരുന്നു. റോഡിന്റെ ഇരുവശങ്ങളിലേയും നടപ്പാതകളിലൂടെ കാൽനട യാത്രികർ ഒഴുകിക്കൊണ്ടിരുന്നു. ഒട്ടും തിരക്കു കൂട്ടാതെ ചലിക്കുന്ന കുതിരവണ്ടികളും മോട്ടോർ വാഹനങ്ങളും. ഹർഷോന്മാദമുണ്ടാക്കുന്ന നാടകമായിരുന്നു; കണ്ണെടുക്കാൻ തോന്നുമായിരുന്നില്ല! ഒക്ടോബർ മാസത്തെ ശക്തമായ കാറ്റടിച്ചു. അതിന്റെ സമ്മർദ്ദം മൂലം ജനാല ചില്ലുകൾ കുലുങ്ങി. അതിന്റെ

ആയാസം ദൃശ്യമായിരുന്നു. കാറ്റ് അല്പം കൂടി ശക്തിയിൽ അടിച്ചാൽ ജനാലച്ചില്ലുകൾ പൊട്ടിത്തകർന്ന് ജാലകപ്പടിയിലും തറയിലും വഴി പോക്കരുടെ തലകളിലും പതിക്കുമെന്ന് ഞാൻ സത്യത്തിൽ വിചാരിച്ചിരുന്നു.

സാവകാശം ഇരുട്ടു പരന്നു. ഞങ്ങൾ തുടർന്നും അവിടെ തന്നെ നിൽക്കുകയും ഹെഡ്‌ലൈറ്റ് തെളിച്ച വാഹനങ്ങൾ മിന്നാമിനുങ്ങുകളുടെ ഒരു പ്രവാഹമായി പരിണമിക്കുകയും ചെയ്തു. ഞങ്ങൾക്ക് ഇപ്പോൾ അയൽക്കാർ ഉണ്ടെന്നും അത് ഞങ്ങളുടെ ജനാലകൾക്ക് ഒരു പുതിയ കാഴ്ച പ്രദാനം ചെയ്യുന്നുണ്ടെന്നും ഞാൻ കരുതി. ഒരു അയൽക്കാരി... മുൻപ് ഞാൻ ഭയപ്പെട്ടിരുന്നത് ഇപ്പോൾ അപ്രതീക്ഷിതമായി സന്തോഷമുളവാക്കുന്ന കാര്യമായി പരിണമിച്ചു. (അയൽക്കാരോടുകൂടി ഞാനൊരിക്കലും ജീവിച്ചിരുന്നില്ല) അത് സന്തോഷം തന്നെയാണോ എന്ന് ഞാൻ തിരിച്ചറിഞ്ഞിരുന്നില്ല. അനസ്താസ്യയെ ഇനി അടുത്ത് കാണാമെന്ന ചിന്ത എനിക്ക് എന്റെ ശരീരത്തിലേക്ക് ചൂടുപകരുന്നതുപോലെയാണ് അനുഭവപ്പെട്ടത്. എതിർവശത്തുള്ള കെട്ടിടത്തിന്റെ ഒന്നാം നിലയിൽ 'ലൈഫ്' എന്ന പുസ്തകക്കടയുടെ ജനാല പ്രകാശത്തിൽ കുളിച്ചു നിന്നു.

ഞായറാഴ്ച

പള്ളിയുണ്ട്. പക്ഷേ അവിടെ ആരാധനയില്ല. തീയിൽ ഉരുകിപ്പോയ പള്ളിമണികൾ അവിടെ കിടന്നിരുന്നു. കത്തിപ്പോയ ഉത്തരത്തിൽ നിന്നും അവ നിലംപതിച്ചിരുന്നു. മധ്യഭാഗത്ത് ഒരു വലിയ മണി ഒരു വലിയ വിള്ളലോടെ കിടന്നിരുന്നു. ഒരു ചെറിയ മണിയുടെ നാക്ക് വലിയ മണിയോട് ഉരുകി ചേർന്ന നിലയിൽ കാണപ്പെട്ടു. ചെറിയ മണി കാണുവാനുണ്ടായിരുന്നില്ല. അത് ഓടിപ്പോയോ എന്നോർത്ത് നിങ്ങൾ അത്ഭുതപ്പെട്ടേക്കാം. പക്ഷേ അടുത്തു തന്നെ രൂപം നഷ്ടപ്പെട്ട ഒരു ലോഹക്കട്ടി കാണുമ്പോൾ നിങ്ങൾക്കു മനസ്സിലാകുന്നു – അതായിരുന്നു ചെറിയ മണിയെന്ന്. നിങ്ങൾ ആലോചിക്കുന്നു! ഇന്ന് അതായത് ഞായറാഴ്ച ആരാധനയില്ലാത്തത് കഷ്ടമാണ്. നിങ്ങൾ മൗനമായി 'എന്റെ പിതാവ്' ചൊല്ലുന്നു. പള്ളിയുടെ ചുവരുകളിൽ തീപിടുത്തത്തിന്റെ അടയാളങ്ങൾ. അത് ഇപ്പോഴൊന്നും കത്തിപ്പോയതല്ലെങ്കിലും തീപിടുത്തത്തിന്റെ ഗന്ധങ്ങൾ അവശേഷിച്ചു. കോണിപ്പടിയിൽ കത്തിക്കരിഞ്ഞ പുസ്തകങ്ങളുടെ കൂമ്പാരം കാണാം. കൂടുതലും അവയിൽ നിന്നു തന്നെയാണ് ഗന്ധം പുറപ്പെട്ടത്!

കൂമ്പാരത്തിലേക്ക് ഒളിഞ്ഞു നോക്കുമ്പോൾ ചില പുസ്തകങ്ങൾ അഗ്നിയാൽ സ്പർശിക്കപ്പെടാതെ എല്ലാം വ്യക്തമായി വായിക്കാവുന്ന തരത്തിൽ കാണാൻ കഴിഞ്ഞു. "ഈശോയെ പരിശുദ്ധർക്ക് വിശ്രമമേകുകയും അങ്ങയുടെ പരിചാരകന്റെ ആത്മാവിന് അസുഖങ്ങളൊ ദുഃഖങ്ങളോ ദീർഘനിശ്വാസങ്ങളോ നൽകാതിരിക്കുകയും ചെയ്യേണമേ."

മരിച്ചവരേക്കാൾ ചിലപ്പോൾ കാര്യങ്ങൾ മോശമായിരിക്കുന്ന ജീവിക്കുന്നവർക്കുവേണ്ടി എന്തു ചെയ്യാൻ കഴിയും? അവരുടെ രോഗങ്ങളും സങ്കടങ്ങളും ആരോടു പറയും? അവരുടെ ദീർഘനിശ്വാസങ്ങളും? അൾത്താരയിലെ സുവിശേഷ പുസ്തകം നീ നോക്കുക. പാതി കരിഞ്ഞു കിടക്കുന്നു. നീ നിന്റെ വിരലുകൾ ചാരത്തിലൂടെ ഓടിക്കുന്നു. പിന്നീട് അശ്രദ്ധമായി ചുംബിക്കുന്നതുപോലെ നിന്റെ അധരങ്ങളിൽ സ്പർശിക്കുന്നു.

"പ്ലത്തോനവ് എന്താണ് നിന്റെ ചുണ്ടുകൾ കറുത്തിരിക്കുന്നത്?"

ആരാണ് ചോദിക്കുന്നത്? അയാൾക്ക് എന്റെ ചുണ്ടിൽ എന്താണ് കാര്യം?

"അങ്ങനെ എന്തുകൊണ്ടോ കറുത്തുപോയി. ഒരുപക്ഷേ ജീവിതത്തിൽ നിന്നാകാം"

ഞാൻ ചുറ്റുപാടും നോക്കി. അവിടെ ദൈവികമായ ഒരു സൗന്ദര്യം ദൃശ്യമായിരുന്നു. കടൽ, അസ്തമിക്കുന്നു. സൂര്യൻ മലകളിലേക്ക് കയറിയാൽ ഇതൊരു ദ്വീപാണെന്ന് മനസ്സിലാകും. ആകാശത്താൽ ചുറ്റപ്പെട്ട ഉണങ്ങിയ ഒരു കഷണം ഭൂമി. തിരകളില്ല. ഉപരിതലം മിനുസമാക്കിയതുപോലെ ഇളക്കമില്ലാതെ കാണപ്പെട്ടു. വെള്ളം പോലെ ശാന്തമായ എന്ന് പറയുന്നതുപോലെ! വെള്ളത്തിൽ സൂര്യന്റെ പാത. അതിലൂടെ മാലാഖമാർ പറക്കുന്നു. പാത അപ്രത്യക്ഷമാകുമ്പോൾ എല്ലാം അന്ധകാരത്തിൽ വിലയം പ്രാപിക്കുന്നു. ഈ സൗന്ദര്യത്തിന്റെ സ്ഥാനത്ത് എന്താണ് സ്ഥാനം പിടിക്കുന്നതെന്ന് ആർക്കും അറിയില്ല. അത് വളരെ ഭീകരമാണ്. മാലാഖമാർക്കു പകരം ആരായിരിക്കും അപ്പോൾ അവിടെ പറക്കുന്നതെന്നും അറിയില്ല. അതുകൊണ്ടായിരിക്കാം പകൽ സമയം ആശ്വാസകരവും അസ്തമയം യഥാർത്ഥത്തിൽ ഭീകരവുമായി റോബിൻസണ് തോന്നിയത്. ഇരുട്ടു പരക്കുന്ന ചിന്ത ഒരു ചവണ പോലെ ഹൃദയത്തെ ഞെരുക്കുകയും നീ നിന്റെ സർവ്വശക്തിയുമെടുത്ത് പേടിയോടെ ഉച്ചത്തിൽ കരയാതിരിക്കാൻ ശ്രമിക്കുകയും ചെയ്യും.

എന്റെ ഉച്ചത്തിലുള്ള കരച്ചിൽ കേട്ട് മുറിയിലേക്ക് നേഴ്സ് വാലന്റീന ഓടി വന്നു. എന്നെ കെട്ടിപ്പിടിച്ച് നെറ്റിയിൽ ചുംബിച്ചു. അവൾ തന്റെ പോക്കറ്റിൽ നിന്നും ഒരു തൂവാലയെടുത്ത് എന്റെ കണ്ണീർ തുടച്ചു. മറ്റൊരു തൂവാല എന്റെ മൂക്കിൽ അമർത്തിവെച്ചു.

"നിങ്ങൾ മൂക്കു ചീറ്റിയാലും!"

നമ്മൾ അനൗപചാരികമായി നീ എന്നല്ലേ അഭിസംബോധന ചെയ്തിരുന്നത്?

"എങ്കിൽ നീ മൂക്കു ചീറ്റുക!"

ഞാൻ മൂക്കു ചീറ്റി. നിങ്ങൾ എന്നു അഭിസംബോധന ചെയ്യുന്ന ഒരാളുടെ കൈയിലേക്ക് മൂക്കു ചീറ്റാൻ വിഷമമാണ്.

"എന്തോ ഭീകര സ്വപ്നം കണ്ടോ? ഇമകൾ അടയ്ക്കാതെ വാളന്റീന എന്നെ നോക്കി.

"നീ സ്വപ്നം കണ്ടുവോ? പറയൂ."

"സ്വപ്നം കണ്ടു. ഒരുപക്ഷേ ഓർമ്മിച്ചതാവാം."

എന്താണ് ഓർമ്മിച്ചത്? അത് പ്രധാനമാണ് "

"ഒരു ദ്വീപ്. ഒരു ഭാരമുള്ള വികാരം."

"ഏതു ദ്വീപ്? പേര് ഓർമ്മിക്കുന്നുണ്ടോ?"

"ആൾ താമസമില്ലാത്ത ദ്വീപ്? എന്നെ പീഡിപ്പിക്കാതിരിക്കൂ. നീയെന്റെയരുകിൽ കിടക്കൂ."

വാളന്റീന എന്റെ അരുകിൽ കിടക്കുകയും എന്റെ മുടിയിൽ തലോടുകയും ചെയ്തു. "ചിലപ്പോൾ നീ റോബിൻസൺ ക്രൂസോയാണെന്ന് സ്വപ്നം കണ്ടിട്ടുണ്ടാവും. അതത്ര അസ്വാഭിവകമല്ല. ഒരാൾക്ക് സ്വന്തം ജീവിതത്തെക്കുറിച്ചുള്ള ബോധം കുറവായിരിക്കുമ്പോൾ അങ്ങനെ സംഭവിക്കാം."

"ഒരുപക്ഷേ സ്വപ്നം കണ്ടതാകാം. മിണ്ടാതിരിക്കൂ... എനിക്കുവേണ്ടി പ്രാർത്ഥിക്കൂ."

തിങ്കളാഴ്ച

സര്യേത്സ്കി വൈകുന്നേരങ്ങളിൽ നിശ്ശബ്ദമായി വോഡ്ക കുടിക്കുകയും സോസേജ് തൊട്ടുകൂട്ടുകയും ചെയ്തു. വാതിലിന്റെ കൊളുത്തിടുന്ന ചങ്ങലക്കിലുക്കം, വിരിച്ചിട്ട പത്രത്തിന്റെ കിരുകിരു ശബ്ദം, തീപോലെ വീര്യമുള്ള ജലത്തിന്റെ ഗുളുഗുളു ശബ്ദം. അയാൾ സോസേജുകൾ ഫാക്ടറിയിലെ കാവൽക്കാർ കാണാതെ കടത്തിക്കൊണ്ടുവരുന്നത് തന്റെ അടിവസ്ത്രത്തിൽ ഒളിപ്പിച്ചാണെന്ന് ഒരിക്കൽ മദ്യപനായ സര്യേത്സ്കി എന്നോടു പറഞ്ഞു. ഉടുപ്പിന്റെ അടിയിൽ ഒരു ചരടുകെട്ടും. ചരടിൽ നിന്നും ഒരു നൂലിൽ സോസേജ് തന്റെ അടിവസ്ത്രത്തിന്റെ മുൻഭാഗത്ത് ഒളിപ്പിച്ചു വയ്ക്കും.

"അഥവാ അവർ തൊട്ടു നോക്കിയാൽ ഞാൻ പറയും അതെന്റെ മൂത്രക്കുഴലാണന്ന്" ചിരിച്ചുകൊണ്ട് അയാൾ പറഞ്ഞു. "ഞാൻ വളരെക്കുറച്ച് സോസേജുമാത്രമേ എടുക്കാറുള്ളൂ! വൈകുന്നേരം കഴിക്കാൻ മാത്രം! "

അയാൾ കൃത്യമായി അങ്ങനെയാണ് പറഞ്ഞത്. മൂത്രക്കുഴൽ! അങ്ങനെയൊന്ന് സര്യേത്സ്കിക്ക് ഉണ്ടായിരുന്നൊ? അത്തരം വിവരങ്ങൾ വെളിപ്പെടുത്താൻ മടിക്കുന്നവരാണ് കൂടുതലും.

സോസേജ് കടത്തിക്കൊണ്ടുവരുന്ന രീതിയെക്കുറിച്ച് അറിഞ്ഞപ്പോൾ മുതൽ അയാൾ എന്നെ അത്താഴം കഴിക്കാൻ ക്ഷണിക്കുമോ എന്ന് ഞാൻ ഭയന്നിരുന്നു. വോഡ്ക ഒഴിച്ചുതരികയും തൊട്ടുകൂട്ടാൻ സോസേജ്

തരികയും ചെയ്താൽ എനിക്ക് ഒക്കാനം വരും. ഞാൻ വെറുതെ ഭയന്നു. 'ബൽഷാസറിന്റെ അത്താഴം'* പോലെ അയാളുടെ അത്താഴം ഏകാന്തമായിരുന്നു. സര്യേത്സ്കി ഒരിക്കലും ആരെയും അത്താഴത്തിന് ക്ഷണിച്ചിരുന്നില്ല. പ്രത്യേകിച്ച് പെണ്ണുങ്ങളുമായി. സംസാരിക്കുമ്പോൾ അയാളുടെ ശബ്ദം വളരെ ഊഷ്മളമായി മാറുമായിരുന്നു (ഞാനത് ഒന്നിൽ കൂടുതൽ തവണ കേട്ടിട്ടുണ്ട്). എന്നാൽ അവരെപ്പോലും അയാൾ മുറിയിലേക്ക് ക്ഷണിക്കുമായിരുന്നില്ല. കാവൽക്കാരുടെ മുന്നിൽ കൃത്രിമമായി കാട്ടിയ അവയവം സര്യേത്സ്കിക്ക് ആവശ്യമുണ്ടായിരുന്നില്ല! അടുക്കളയിൽ അടുപ്പിനടുത്ത് വോഡ്കയുടേയും മണ്ണെണ്ണയുടേയും കഴുകാത്ത ശരീരത്തിന്റേയും ഗന്ധമുള്ള ശോകപൂർണ്ണമായ സര്യേത്സ്കിയുടെ രൂപം ഞാൻ ഓർമ്മിക്കുന്നു. ഒരു വൈദ്യുത ബൾബിന്റെ മങ്ങിയ വെളിച്ചം മുറിയിൽ കഷ്ടിച്ച് നിറഞ്ഞു നിന്നു. ഈ മനുഷ്യന്റെ സാന്നിദ്ധ്യത്തിൽ ബൾബിന് തെളിഞ്ഞു പ്രകാശിക്കാൻ സാധ്യമല്ലായിരുന്നു എന്നാണ് എനിക്ക് തോന്നിയത്. അയാൾ ഇല്ലാത്തപ്പോഴും ബൾബ് കത്തിക്കൊണ്ടിരുന്നു. ചിലപ്പോൾ കുറെ തവണ മിന്നിയതിനുശേഷം ബൾബ് പൂർണ്ണമായും അണഞ്ഞുപോവുകയും അടുപ്പിലെ ബർണർമാത്രം കത്തിനിൽക്കുകയും ചെയ്തു. കുറച്ചു കഴിഞ്ഞ് ബൾബ് വീണ്ടും പ്രകാശിക്കുമ്പോൾ സര്യേത്സ്കി സ്റ്റൗവ്വിന്റെ വാൽവിൽ പിടിച്ച് തീ നാളം കുറയ്ക്കുമായിരുന്നു.

അടുപ്പിൽ വെച്ചിരുന്ന പാത്രം വളരെ സാവധാനം തിളയ്ക്കുന്നവിധത്തിൽ അയാൾ വാൽവ് കുറച്ച് മാത്രം തുറന്നു. അങ്ങനെയായിരുന്നു അയാൾ മണ്ണെണ്ണ ലാഭിച്ചത്. മണ്ണെണ്ണ കൂടുതൽ നാളുകൾ അടുക്കളയിൽ ഉപയോഗിക്കാൻ ശ്രമിച്ചതായിരിക്കാം. അയാൾ ആരുമായും സൗഹൃദം സൂക്ഷിച്ചില്ല. പക്ഷേ അയാൾക്ക് ഏതെങ്കിലും തരത്തിലുള്ള സമ്പർക്കം അനിവാര്യമായിരുന്നു. സര്യേത്സ്കി ഏകനാണ് എന്നു വേണമെങ്കിൽ പറയാം. എന്നാൽ ആ വാക്ക് ഞങ്ങളുടെ അയൽക്കാരന്റെ സ്വഭാവം പകർന്നു തരുന്നുവോ എന്ന് സംശയമാണ്. ഒരു മരത്തടിയിൽ ഒറ്റയ്ക്ക് അകപ്പെട്ട ഞാഞ്ഞൂലിനെപ്പോലെയായിരുന്നു അയാൾ. ഞാഞ്ഞൂലിന്റെ എന്തോ സ്വഭാവം അയാൾക്കുണ്ടായിരുന്നു. പുളയലും മൃദുത്വവും. ചുറ്റുപാടുകളുടെ താപനില സ്വീകരിക്കാനുള്ള കഴിവും ഉണ്ടായിരുന്നു.

തിങ്കളാഴ്ച

ഇന്ന് ഗെയ്ഗർ എന്നോടു പറയുന്നു;

"1941 മുതൽ 1945 വരെ മഹത്തായ ദേശാഭിമാന യുദ്ധമായിരുന്നു, അതായത് രണ്ടാം ലോകമഹായുദ്ധം."

"എന്റെ കാലത്ത് മഹത്തായ യുദ്ധമെന്ന് പറഞ്ഞിരുന്നത് 1914-ലെ യുദ്ധത്തെയായിരുന്നു." ഞാൻ പറഞ്ഞു.

---

* 1989-ൽ റിലീസു ചെയ്ത ബൽഷാസറിന്റെ അത്താഴം അഥവാ 'സ്റ്റാലിനുമായി ഒരു രാത്രി' എന്ന സിനിമ.

“അതെ, അതെ.” ഗെയ്ഗർ തലകുലുക്കുന്നു.

“ഇപ്പോൾ ആ യുദ്ധത്തെയാണ് ഒന്നാംലോകമഹായുദ്ധം എന്നു പറയുന്നത്.”

മഹത്തായ ദേശാഭിമാന യുദ്ധത്തെക്കുറിച്ച് അയാൾ എന്നോട് ദീർഘനേരം സംസാരിച്ചു.

എനിക്കത് വിശ്വസിക്കാൻ കഴിയുന്നില്ല. സത്യമാണെങ്കിൽ പോലും എനിക്കത് വിശ്വസിക്കാൻ കഴിയുന്നില്ല.

ചൊവ്വാഴ്ച

സീവ്യർസ്കയയിൽ പുഷ്പങ്ങളുടെ ഗന്ധം. നിരവധി ഗ്രാമീണ വീടുകളിൽ ആളുകൾ ചെടികൾ വളർത്തിയിരുന്നു. നഗരത്തിലെ ആളുകൾ ഗ്രാമീണവീടുകൾ വാടകയ്ക്ക് എടുക്കുമ്പോൾതന്നെ പൂക്കളുടെ സാന്നിദ്ധ്യത്തെക്കുറിച്ച് ധാരണയുണ്ടാക്കിയിരുന്നു. പൂക്കൾ നന്ദിപൂർവ്വം സുഗന്ധം ചൊരിഞ്ഞു. വൈകുന്നേരങ്ങളിൽ ഇളം തെന്നൽ വീശിയടിക്കുമ്പോൾ വായു പൂന്തേനായി പരിണമിക്കുമായിരുന്നു. അതിനെ നമുക്ക് കുടിക്കാൻ കഴിയുമായിരുന്നു. തുറന്ന വരാന്തയിൽ ഇരുന്ന് ആകർഷണീയമായ അസ്തമയങ്ങൾ ആസ്വദിച്ചുകൊണ്ട് ഞങ്ങൾ പൂന്തേൻ നുകർന്നു. (വേനൽക്കാലത്തിന്റെ അന്ത്യത്തോടടുത്തകാലത്ത് ഭാഗികമായ അന്ധകാരത്തിൽ ഞങ്ങൾ മെഴുകുതിരി കത്തിച്ച് ഇരുന്നു).

ഗ്രാമീണ വസതികളിൽ താമസിക്കുന്നവർക്ക് ജമന്തിപ്പൂക്കർ ഇഷ്ടമായിരുന്നു. പ്രത്യേകിച്ചും അനസ്താസ്യ അതിനെക്കുറിച്ച് പ്രേമഗാനം പാടിക്കഴിഞ്ഞ്. അവൾ സീവ്യർസ്കയയിൽ നിന്നാണ് പാടിയത്. ഫ്രെഡറിക് പ്രഭുവിന്റെ തോട്ടത്തിൽ നിന്നാണ് പാടിയത്. ഞാൻ ഒറിജേഷ് നദിയുടെ അങ്ങേക്കരയിൽ നിന്നുകൊണ്ട് അവളുടെ ശബ്ദം ശ്രവിച്ചു. ആ ശബ്ദം സ്വതന്ത്രമായി വെള്ളത്തിലൂടെ പറക്കുകയും തോട്ടത്തിലെ പ്രകാശവലയങ്ങളാൽ അകമ്പടി സേവിക്കപ്പെട്ട് എന്റെ നദീതീരത്ത് രാഗതരംഗങ്ങൾ സൃഷ്ടിച്ചു. പറന്നുവന്ന ഇളം തെന്നൽ ഇലകളിൽ മർമ്മരങ്ങൾ സൃഷ്ടിക്കുകയും അവ രാത്രിയുടെ തണുപ്പിൽ വിറയ്ക്കുകയും എന്നിൽ ഏതോ പുതിയ വികാരങ്ങൾ വാരി നിറയ്ക്കുകയും ചെയ്തപ്പോൾ ഞാൻ ഖിന്നനായി.

ആ വർഷം ഞങ്ങളൊരു ഗ്രാമഫോൺ വാങ്ങുകയും രാവിലെ മുതൽ രാത്രിവരെ (വ്യാൽസേവ ജിപ്സി ഗാനങ്ങൾക്ക് പ്രശസ്തയായിരുന്നു.) അനസ്താസ്യ വ്യാൽസേവ (1871–1913) എന്ന ഗായികയുടെ ജിപ്സി ഗാനങ്ങൾ കേൾക്കുകയും ചെയ്തു. ഏകദേശം എല്ലാ ഗ്രാമീണ വസതികളിലും കേട്ടിരുന്നത് ഈ ഗാനങ്ങളായിരുന്നു. വ്യാൽസേവയും സീവ്യർസ്കയയിലെ ഗ്രാമീണ വസതിയിൽ താമസിച്ചിരുന്നു. അവർ മറ്റു വീടുകളുടെ സമീപത്തു കൂടി നടക്കുമ്പോൾ തന്റെ ഗാനം ശ്രവിക്കുകയും ചിലപ്പോൾ കൂടെ പാടുകയും ചെയ്തു.

ജമന്തിപ്പൂക്കളും പാട്ടുകാരിയുടെ കുടുംബപ്പേരും മങ്ങിപ്പോവുകയും ചെയ്തു. അവരുടെ ഗാനങ്ങളിൽ എല്ലാം സമ്മിശ്രമായി വരികയും അതു കേൾക്കുന്നവർ കരയാതിരിക്കുന്നത് വിരളവുമായിരുന്നു. അവളുടെ ആലാപനം വളരെ ഹൃദ്യമായിരുന്നു.

ഇനി വാടിപ്പോകുന്നതിനെക്കുറിച്ച് . ഒരിക്കൽ അച്ഛൻ അസ്ത്രഹാൻ എന്ന പട്ടണത്തിൽ നിന്നും ഒരു തണ്ണിമത്തൻ കൊണ്ടുവന്നു. ഞങ്ങളത് നന്നായി കഴുകി. അത് വരകളുള്ളതും ഒറു ചെറിയ ഞെട്ടുള്ളതുമായിരുന്നു. ഞങ്ങളതിന്റെ ഉപരിതലത്തിൽ വിരലുകൾ കൊണ്ട് തട്ടിനോക്കി. ആഴമുള്ള ഒരു ശബ്ദം കേട്ടു; കുലീനമായ ഒരു ശബ്ദമായിരുന്നു അത്. അത് വിളഞ്ഞ ഒരു നറുകനിയായിരുന്നു. ഞങ്ങളുടെയിടയിൽ തണ്ണിമത്തൻ വിദഗ്ധരൊന്നുമുണ്ടായിരുന്നില്ല. പക്ഷേ ഒരു കാര്യം വ്യക്തമായിരുന്നു.: ചീത്ത തണ്ണിമത്തനിൽനിന്നും അത്ര കുലീനമായ ശബ്ദം കേൾക്കില്ല. അച്ഛൻ അതിനെ രണ്ടായി മുറിച്ചു; കൃത്യമായി: ചുവന്ന നീരൊലിക്കുന്ന വേനൽ ഗന്ധമുള്ള തണ്ണിമത്തനായിരുന്നു അത്. ഓരോ പകുതിയിൽ നിന്നും അർദ്ധവൃത്തത്തിന്റെ രൂപത്തിൽ സൂര്യപ്രകാശത്തിൽ തിളങ്ങുന്ന കഷണങ്ങൾ അച്ഛൻ മുറിച്ചു.

ഞങ്ങൾ തണ്ണിമത്തൻ തിന്നു കഴിഞ്ഞ് അവശേഷിച്ച പച്ച തൊണ്ടുകൾ വളരെ ഭംഗിയുള്ളതായിരുന്നു. ഞാനത് വലിച്ചെറിയാൻ അനുവദിക്കാതെ മുൻപിലെ ചവിട്ടുപടിയുടെ അടിയിൽ ഇടയ്ക്കിടയ്ക്ക് കണ്ട് ആസ്വദിക്കാനായി കൂട്ടിവെച്ചു. അടുത്ത ദിവസം അതിന്റെ മിനുക്കം നഷ്ടപ്പെടുകയും കുറച്ചുദിവസങ്ങൾക്കുള്ളിൽ അത് ചുക്കിച്ചുളിഞ്ഞ് പോകുകയും ചെയ്തു. പക്ഷേ എന്തായാലും അത് കുപ്പത്തൊട്ടിയിൽ എറിഞ്ഞു കളയാൻ ഞാൻ അനുവദിച്ചില്ല. കാരണം ഞാനതിന്റെ ഭംഗിയെക്കുറിച്ച് ഓർമ്മിച്ചിരുന്നു. അത് കുറെ നാളുകൾ കൂടി ചവിട്ടുപടിയുടെ താഴെ കിടന്നിരുന്നു. പിന്നീട് ഈച്ച പൊതിയുന്ന തണ്ണിമത്തൻ തൊണ്ടുകൾ ഞാൻ കണ്ടു. സൗന്ദര്യം പെട്ടെന്ന് മങ്ങിപ്പോകുമെന്ന് ഞാൻ മനസ്സിലാക്കി.

ബൾഷോയ് പ്രൊസ്പെക്ടിൽ അനസ്താസ്യയും അവളുടെ അച്ഛനും എന്റെ അമ്മയുമൊരുമിച്ച് തണ്ണിമത്തൻ തിന്ന കാര്യം ഞാൻ ഓർമ്മിക്കുന്നു. ഫ്ളാറ്റ് 'ഉറപ്പിച്ചു' കഴിഞ്ഞ് വറോനിൻ കുടുംബത്തിനു ലഭിച്ച അണ്ഡാകൃതിയിലുള്ള വിചിത്രമായ ഹാളിൽ വെച്ചായിരുന്നു അത്. പട്ടണത്തിൽ നിന്നുള്ള തണ്ണിമത്തൻ അന്ന് ഒരു കടങ്കഥയായിരുന്നു. അക്കാലത്ത് പെട്രോഗ്രാഡിൽ റൊട്ടി കിട്ടാനുണ്ടായിരുന്നില്ല; ഇവിടെയാകട്ടെ തണ്ണിമത്തൻ ലഭ്യമായിരുന്നു! വലിയ ഓവർക്കോട്ടു ധരിച്ച ഏതോ ഒരാൾ തെരുവിൽ വെച്ച് തണ്ണിമത്തൻ വറോനിന്റെ കയ്യിൽ വെച്ചുകൊടുക്കുകയായിരുന്നു. അയാൾ കണ്ണിറുക്കി കാട്ടുകയും ഇതു കഴിക്കൂ എന്ന ഭാവത്തിൽ നോക്കുകയും ആൾക്കൂട്ടത്തിൽ അപ്രത്യക്ഷനാവുകയും ചെയ്തു. വറോനിൻ ആത്മവിശ്വാസമില്ലാതെ ചിരിച്ചു. ഞങ്ങളോട് ഒന്നും വിശദീകരിച്ചതുമില്ല.

സീവ്യർസ്കയയിലെപ്പോലെ തണ്ണിമത്തൻ തിളങ്ങിയില്ല. അക്കാലം മറ്റൊന്നായിരുന്നു! വറോനിൻ തണ്ണിമത്തൻ മുറിക്കുന്നത് അമ്മ ശ്രദ്ധാ പൂർവ്വം വീക്ഷിച്ചു. എന്റെ അച്ഛന്റെയത്രയും ചാതുര്യത്തോടെയല്ല അയാൾ അത് മുറിച്ചത്. കത്തി വശങ്ങളിലേക്ക് തെന്നിമാറി. ഞാൻ അമ്മയെ ശ്രദ്ധിച്ചു. അമ്മയും ഞാനും ഒരേ കാര്യംതന്നെ ആലോ ചിച്ചിരുന്നതിനാൽ അമ്മയ്ക്കും അക്കാര്യം മനസ്സിലായി. ഞാൻ അന സ്താസ്യയെ ശ്രദ്ധിക്കുകയായിരുന്നു. നറുമണമുള്ള തിളങ്ങുന്ന അവളുടെ മുഖവും ഒരിക്കൽ തണ്ണിമത്തന്റെ പുറംതോടുപോലെ മങ്ങി പ്പോകുമെന്ന് ഞാൻ സങ്കല്പിച്ചു. അങ്ങനെ സംഭവിക്കുമോ? ഞാൻ ഉത്തരം പറഞ്ഞു; അങ്ങനെയാവില്ല!

ബുധനാഴ്ച

ഇന്നെന്റെ ടെമ്പറേച്ചർ നോക്കി: 36.6^{0}C. ഈ കാലയളവിൽ ആദ്യ മായാണ് ഈ താപനില കാണിക്കുന്നത്. ഗെയ്ഗർ പറഞ്ഞത് വളരെ ഗുണകരമായ മാറ്റമാണെന്നാണ്. സത്യത്തിൽ അത് രാവിലെയുള്ള അവസ്ഥയായിരുന്നു. വൈകുന്നേരമായപ്പോൾ നില അല്പം വഷളാകു കയും 37.1^{0}Cൽ എത്തുകയും ചെയ്തു. തെർമ്മോമീറ്ററിലെ ചുവന്ന മാർക്കിന്റെ ഒരു പോയിന്റ് മാത്രം മുകളിലായിരുന്ന മെർക്കുറി. ദ്വീപിൽ വെച്ച് എനിക്ക് ഉയർന്ന താപനില ഉണ്ടാകുമായിരുന്നത് സർവ്വ സാധാരണ മായിരുന്നു. പ്രത്യേകിച്ചും ആതുരശാലയിൽ വെച്ച്.

ആതുരശാല സ്ഥിതി ചെയ്തിരുന്നത് മലയുടെ മുകളിലായിരുന്നു. ഒന്നിനു മുകളിൽ മറ്റൊന്നായി ഉണ്ടാക്കിയിരുന്ന തടിക്കട്ടിലുകളിൽ ഞങ്ങൾ കിടന്നു. വിരിപ്പുകളൊന്നുമില്ലാത്ത നഗ്നമായ പലകപ്പുറത്ത്. ഞങ്ങളും നഗ്നരായിരുന്നു. ആർക്കും അടിവസ്ത്രങ്ങൾ ഉണ്ടായിരുന്നില്ല. അത് തികച്ചും അനാവശ്യമായിരുന്നു; കാരണം നിരവധിയാളുകൾക്ക് പകർച്ചപ്പനിയും വയറിളക്കവും ആയിരുന്നു. കട്ടിലുകൾ അതിന്റെ അവ ശിഷ്ടങ്ങൾ പേറി വൃത്തികേടായിരുന്നു. നിങ്ങൾക്ക് ഒന്നു തിരിഞ്ഞുകിട ക്കണമെങ്കിൽ ഉണങ്ങിയതോ പച്ചയോ ആയ മലത്തിൽ കൈകുത്തേണ്ടി വരുമായിരുന്നു. മറ്റാരുടേതോ അല്ലെങ്കിൽ സ്വന്തം മലമോ ആയിരിക്കും. കൈ പലകയിൽ വഴുതിപ്പോകുമായിരുന്നു. ആർക്കും ഏഴുന്നേൽക്കാ നുള്ള ശക്തിയില്ലാതിരുന്നതിനാൽ പ്രാഥമികാവശ്യങ്ങളെല്ലാം കട്ടിലിൽ തന്നെ നിർവ്വഹിക്കപ്പെട്ടു. എന്തു പറയാനാണ്– ആരെയും പഴിക്കാനുള്ള ശക്തിപോലുമില്ല.

മലയുടെ മുകളിൽ നിന്നും നോക്കിയാൽ മുഴുവൻ ദ്വീപും കാണു വാൻ കഴിയും. പിന്നെ ഒരാൾക്ക് കാണാവുന്നത്ര ദൂരെ വരെ കടൽ കാണുവാൻ കഴിയും. ഫെബ്രുവരി മാസമായതിനാൽ തണുത്തുറഞ്ഞു പോകുമായിരുന്നു. താഴെയുള്ള കുളിമുറികളിലേക്ക് ഏകദേശം രണ്ടു മൈൽ ദൂരം ഞങ്ങളെ നഗ്നരായി നടത്തിയിരുന്നു. കുളിയും ആവിയിലുള്ള കുളിയും കഴിഞ്ഞ് ഞങ്ങളെ തിരിച്ചു കൊണ്ടുവന്നു. പൂജ്യത്തിനു താഴെ

20 ^{0}Cലെ കൊടും തണുപ്പിലാണ് മഞ്ഞുകാറ്റിനിടയിലൂടെ ഞങ്ങൾ തിരിച്ചു വന്നത്. കാട്ടിലൂടെ നടക്കുന്ന സമയത്ത് കാറ്റില്ലായിരുന്നു എന്നത് സത്യമാണ്. നഗ്നപാദങ്ങൾ മഞ്ഞുകട്ടികളിൽ വഴുതിപ്പോവുകയും ആരൊക്കെയോ നിലംപതിക്കുകയും ചെയ്തിരുന്നു. വഴുതിയതുകൊണ്ടല്ല നിലംപതിച്ചത്; ശക്തിയില്ലാത്തതുകൊണ്ടായിരുന്നു. ഉയർന്ന താപ നിലയോ പനിയോ ഉള്ളപ്പോൾ ആദ്യത്തെ നിമിഷങ്ങൾ സുഖകരമാണ്. പിന്നീട് പെട്ടെന്ന് തണുത്തു മരവിച്ചുപോവുകയും ചലിക്കാൻ കഴിയാ താവുകയും ചെയ്യും. ചിലർ വീണിട്ട് എഴുന്നേൽക്കാറില്ല; അവരെ കൈയിലോ കാലിലോ പിടിച്ച് വലിച്ചിഴച്ച് കൊണ്ടുവരുമായിരുന്നു. അവർ അലറിക്കരഞ്ഞിരുന്നു. ആർക്കാണ് ജീവനുള്ളതെന്ന് അങ്ങിനെ മാത്രമേ തിരിച്ചറിയാൻ കഴിഞ്ഞിരുന്നുള്ളൂ. അവർ നിശ്ശബ്ദരായിരുന്നപ്പോൾ പാദ ങ്ങൾക്കിടയിൽ ഞെരിഞ്ഞമരുന്ന മഞ്ഞിന്റെ ശബ്ദം മാത്രം കേട്ടു.

തീർച്ചയായും ഞങ്ങളിൽ നിരവധിപേർ അതിനുശേഷം മരണമടഞ്ഞു. ഏതൊരു മനുഷ്യനും തന്റേതായ പരിമിതികളുണ്ട്. ജീവിതവുമായി അള്ളിപ്പിടിച്ചിരിക്കുക എന്നത് ഒരു പ്രധാന പങ്കുവഹിക്കുന്ന സംഗതി യാണ്. അങ്ങനെയൊരു അള്ളിപ്പിടിക്കലില്ലാതെ വിഷമസന്ധി തരണം ചെയ്യാൻ പ്രയാസമാണ്. ഒരാൾ മരിക്കുന്നത് അയാളെ നിസ്സംഗത ചൂഴ്ന്നു നിൽക്കുമ്പോഴാണ്. നിങ്ങളുടെയടുത്തു കിടക്കുന്നയാൾ പിച്ചും പേയും പറയുകയോ വിവേകപൂർവ്വം സംസാരിക്കുകയോ ചെയ്യുന്നു. പെട്ടെന്ന് അയാൾ നിശ്ശബ്ദനാവുന്നു. നിങ്ങൾ തലതിരിച്ചു നോക്കുമ്പോൾ കാണു ന്നത് അയാളുടെ കോടിപ്പോയ താടിയെല്ലാണ്. അയാൾ മരിച്ചു എന്ന് നിങ്ങൾ മനസ്സിലാക്കുന്നു. അയാൾ അതേ നിലയിൽ ദീർഘനേരം കിടന്നു എന്നു വരാം. കാരണം ഇവിടെ ആരും വരാറില്ല. അഥവാ വന്നാൽ തന്നെ മരിച്ചയാളെ പുറത്തേക്ക് കൊണ്ടുപോകാൻ അവരാരും തിരക്കു കൂട്ടാറില്ല. അയാൾ കിടക്കുന്നു. നിങ്ങൾക്കും സ്വസ്ഥതയുണ്ട്. അയാൾ കരയുകയോ കൈകൾ കൊണ്ട് പ്രഹരിക്കുകയോ ചെയ്യുന്നില്ല.

ഞാൻ നേഴ്സ് വാളന്റീനയെ വിളിച്ച് ശാന്തമായ സ്വരത്തിൽ കട്ടിലിൽ എന്റെയടുത്തിരിക്കാൻ ആവശ്യപ്പെടുകയും അവരുടെ ക്ഷേമവിവരങ്ങൾ അന്വേഷിക്കുകയും ചെയ്തു. പക്ഷേ പെട്ടെന്ന് എനിക്ക് പിടിച്ചു നിൽക്കാൻ കഴിഞ്ഞില്ല. ഞാൻ പൊട്ടിക്കരഞ്ഞു. ഞാനൊരു ഉന്മാദിയായി മാറുകയായിരുന്നു. സീവ്യർസ്കയയിൽ 'ഉഷ്ണരാജ്യങ്ങൾ' എന്ന് അറിയപ്പെടുന്ന ഒരു സ്ഥലമുണ്ടായിരുന്നു. ഒറിജേഷ് നദീതീരം ചെമ്മണ്ണു നിറഞ്ഞതായിരുന്നു. ഈ പ്രദേശം മുഴുവൻ ചുവന്നതായിരുന്നു. പെത്രോവ് വോദ്കിന്റെ* ചുവന്ന കുതിര ഇവിടെ നിന്നായിരിക്കണം. മറ്റൊരു കുതിര ഇവിടെ നിന്നും വരാൻ സാധ്യമല്ല. ഇതാണ് ഉഷ്ണ രാജ്യങ്ങളുടെ നിറം. റോബിൻസണ് എല്ലാം അത്തരം നിറങ്ങളായിരുന്നു

---

* 'ചുവന്ന കുതിരയുടെ കുളി' എന്ന പെയിന്റിംഗ് (1912). റഷ്യൻ ചിത്ര കാരൻ കുസ്മ പെത്രോവ് വോദ്കിൻ (1878–1939)

എന്ന് ഞാൻ ഓർമ്മിക്കുന്നു. ഒരുപക്ഷേ നീലയും പച്ചയും നിറങ്ങളും ഉണ്ടായിരുന്നിരിക്കാം. സീവ്യർസ്കയയിലും നിങ്ങൾ ശ്രദ്ധിച്ചുനോക്കിയാൽ ഈ നിറങ്ങൾ കാണുവാൻ കഴിയും. 'ഉഷ്ണരാജ്യങ്ങളിൽ' വെയിൽ കാഞ്ഞിരുന്നപ്പോൾ ഞാൻ ആൾപ്പാർപ്പില്ലാത്ത ദ്വീപിനെക്കുറിച്ച് ഓർത്തു. ഞാനെന്റെ കവിളുകൊണ്ട് ചൂടുള്ള മണലിൽ സ്പർശിച്ചു. റോബിൻസൺ സൂര്യരശ്മികളിൽ നിന്നും സംരക്ഷിക്കപ്പെട്ടത് ആട്ടിൻതോൽ ധരിച്ചായിരുന്നു.അയാൾ അത്തരം വസ്ത്രങ്ങൾ സീവ്യർസ്കയയിൽ ധരിക്കുകയാണെങ്കിൽ ആരും അത്ഭുതപ്പെടുകയില്ല. ഗ്രാമീണ വീടുകളിൽ താമസിക്കുന്നവർ അതിലും വിചിത്രമായ രീതിയിലാണ് വസ്ത്രങ്ങൾ ധരിച്ചിരുന്നത്.

ഒരു ദിവസം 'ഉഷ്ണരാജ്യങ്ങളിൽ' കിടക്കുകയായിരുന്ന ഞാൻ തല പൊക്കി നോക്കിയപ്പോൾ ആരെയും കണ്ടില്ല. ഒറിജേഷ് നദീതീരത്തെ നദിയിലോ ആരെയും കണ്ടില്ല. മുൻപ് തീർച്ചയായും ആരെങ്കിലും എല്ലായ്പ്പോഴും അവിടെ ഉണ്ടായിരുന്നു. ഞാൻ എഴുന്നേറ്റ് ബാഗുമെടുത്ത് തീരത്തുകൂടി നടന്നു. പാലത്തിലൂടെ നദി മുറിച്ചുകടന്നു. അവിടെയും ശൂന്യമായിരുന്നു. ആദ്യം ഞാൻ കരുതിയത് ആളുകൾ ഒളിച്ചിരിക്കുകയാണെന്നോ താൽക്കാലികമായി അവരുടെ എന്തോ കാര്യങ്ങൾക്കായി പോയിരിക്കുകയാണെന്നോ ആയിരുന്നു. പക്ഷേ, യഥാർത്ഥത്തിൽ അവിടെ ആരും ഉണ്ടായിരുന്നില്ല. നടന്നുകൊണ്ടിരിക്കുന്ന ഓരോ നിമിഷങ്ങളിലും എനിക്ക് ഉറപ്പായും മനസ്സിലായി ഭൂമി ആളുകളിൽ നിന്നും സ്വതന്ത്രമാക്കപ്പെട്ടിരിക്കുന്നു. കുറഞ്ഞപക്ഷം സീവ്യർസ്കയ ഭൂമി സ്വതന്ത്രമാക്കപ്പെട്ടിരിക്കുന്നു!

അത് എന്റെ വെറും തോന്നലായിരുന്നില്ല. അത് ഉറച്ച വിശ്വാസമായിരുന്നു. പരിപൂർണ്ണമായും ആളുകളില്ലാത്ത അവസ്ഥ. വളരെയധികം കാര്യങ്ങളിലേക്കാണ് വിരൽ ചൂണ്ടുന്നത്. മുൻപൊരിക്കലും പുറപ്പെടുവിക്കാത്തവിധം ഉച്ചത്തിലുള്ള മർമ്മര ശബ്ദങ്ങളാണ് പൈൻ മരച്ചില്ലകളിൽ കാറ്റ് സൃഷ്ടിച്ചത്. ഒറിജേഷ് നദി മുൻപൊരിക്കലും കാണാത്തവിധം മിന്നിത്തിളങ്ങി. ഇവയിലെല്ലാം തന്നെ ആളുകളുടെ സാന്നിദ്ധ്യത്തിൽ അസാദ്ധ്യമായിരുന്ന ഒരു പരിപൂർണ്ണ സ്വാതന്ത്ര്യം ഒരാൾക്ക് അനുഭവിച്ചറിയാൻ കഴിയുമായിരുന്നു. ആളുകളുടെ നിലനിൽപ്പുകൊണ്ട് എന്തൊക്കെ അടിച്ചമർത്തിവെച്ചിരുന്നുവോ അവയെല്ലാം തങ്ങളുടെ പരിപൂർണ്ണമായ സാദ്ധ്യതകളിലേക്ക് പരിണമിക്കാൻ ശ്രമിച്ചു. മരങ്ങൾ അതിന്റെ ഹരിത വർണ്ണത്തിലും ആകാശം അതിന്റെ നീലിമയിലും മുഴുകി. നദിയുടെ ചുറ്റിത്തിരിയലിൽ എന്തോ ഒരു മൗലികത ദൃശ്യമായിരുന്നു. ഒറിജേഷ് എന്ന പേരുപോലും മൗലികത പുലർത്തുന്നതാണ്. അത്തരം പേരുകൾ ആളുകളാൽ നൽകപ്പെടുന്നതല്ല. അത് പ്രകൃതിയാൽ സൃഷ്ടിക്കപ്പെടുന്നതാണ്. വെള്ളത്തിലെ തടസ്സങ്ങൾ വളവുകളായി രൂപപ്പെടുന്നതുപോലെയും പാറമടക്കുകൾ കാറ്റിനാൽ ചെത്തി മിനുക്കപ്പെടുന്നതുപോലെയും. ഒറിജേഷ് ആളുകൾ വരുന്നതിനു മുൻപും ഇവിടെ ഒഴുകിയിരുന്നു. ഇപ്പോൾ ആളുകൾ പോയതിനുശേഷവും നദി ഒഴുകുന്നു.

നദി എനിക്കു നേരെ വളവുകൾ വെച്ചു നീട്ടി. ഓരോ വളവുകൾ കഴിയുമ്പോഴും പുതിയ വളവുകൾ തുടർന്നുകൊണ്ടിരുന്നു. അത് അവസാനിച്ചില്ല. വളവുകൾക്കുമേലെ ചുവന്ന മലഞ്ചെരിവുകൾ കാണാമായിരുന്നു. ഞാൻ നടന്നുകൊണ്ടേയിരുന്നു. ആ മനോഹരമായ ഭൂമി സ്വന്തമാക്കുന്നതിന്റെ വികാരം എന്നിൽ നിറഞ്ഞു നിന്നു. ഒറിജേഷ് നദിയുടെ പ്രവചനാതീതമായ ഭംഗികൾ, അവിടത്തെ ഇളംകാറ്റിന്റെ നൈർമ്മല്യം, വെള്ളത്തിൽ ഒരു വശത്തേക്ക് ചാഞ്ഞുകിടക്കുന്ന പുല്ലുകൾ ഇവയെല്ലാം എനിക്കുമാത്രം സ്വന്തമായി. ഞാനെന്റെ പുരയിടത്തിൽ ചുറ്റി നടന്നു. അവയൊന്നും മറ്റാർക്കും സ്വന്തമല്ല എന്ന് എനിക്കു നന്നായി മനസ്സിലായി (ഒരു മരംകൊത്തി ഒരു പൈൻ മരത്തിൽ കൊത്തുന്നു). എന്റെ അധികാരം വളരെ ഉപാധികളോടെയുള്ളതാണ്. മുഴുവൻ നദിയിലും മുഴുവൻ കാട്ടിലും ഞാൻ ഏകനായിരുന്നു. എന്റെ ഭാഗത്തു നിന്നും അവയ്ക്ക് ഭീഷണിയായി ഒന്നുമുണ്ടായിരുന്നില്ല. ഞാൻ ഒരു പരേഡിലെ കമാന്ററെപ്പോലെ അസ്വാഭാവികമായി തിരിച്ചു പിടിച്ച തലയും ഇടയ്ക്കിടെ നിന്ന് സല്യൂട്ടുകൊടുത്തുകൊണ്ടും അഭിവാദ്യം ചെയ്തുകൊണ്ടും അവയെ പരിശോധിക്കുകയായിരുന്നു. ചില്ലകൾ വീശിക്കൊണ്ട് ചൂളമടിച്ചുകൊണ്ട് കാക്ക കരഞ്ഞുകൊണ്ട് ചിലതൊക്കെ എന്നോട് പ്രതികരിച്ചു. പക്ഷേ എന്നോട് പ്രതികരിക്കാത്തതായും ചിലതൊക്കെ അവിടെയുണ്ടായിരുന്നു. എന്റെ ഓരോ നിരീക്ഷണങ്ങൾക്കും പ്രാഥമികമായ അർത്ഥങ്ങളുണ്ടായിരുന്നു. കാരണം ആ അറിവിന്റെ പൂർണ്ണത സ്വന്തമാക്കിയ ആൾ ഞാൻ മാത്രമായിരുന്നു. തീരത്തോടൊപ്പം റോഡുകൾ ഉയർന്നു. എങ്ങനെയോ മനസ്സിലാക്കാൻ പറ്റാത്തവിധം നദി എന്റെ കാഴ്ചയിൽ നിന്നും മറയുകയും മലയിടുക്കിന്റെ അടിത്തട്ടിലാവുകയും ചെയ്തു. കിഴുക്കാംതൂക്കായ മലശിഖരങ്ങളിൽ വളർന്നുനിന്ന മരങ്ങളുടെ അഗ്രഭാഗങ്ങൾ പറഞ്ഞു തന്നത് താഴെ വെള്ളം മാത്രമല്ല ഭൂമിയുമുണ്ടെന്നാണ്. മലഞ്ചെരുവിന്റെ അരികുകകളിൽ ചെന്നിരുന്നുവെങ്കിൽ എനിക്കാ മരങ്ങളുടെ അഗ്രഭാഗങ്ങളിൽ തൊട്ടുനോക്കാൻ കഴിയുമായിരുന്നു. പക്ഷേ ഞാൻ അങ്ങോട്ടു പോയില്ല.

നദിക്കരയിൽ ഇപ്പോഴും വീടുകൾ ഉണ്ടായിരുന്നു. അവയെല്ലാം ആശയ്ക്കു വകയില്ലാത്തവിധം ശൂന്യമായിരുന്നു എന്നു മാത്രം. ഈ വീടുകളെല്ലാം മുളച്ചുപൊന്തിയ പുൽച്ചെടികളാലും മരങ്ങളാലും ചുറ്റപ്പെട്ട പ്രകൃതിയുടെ ഭാഗമായി മാറിക്കഴിഞ്ഞിരുന്നു. വീടുകളുടെ മേൽക്കൂരകൾ കണ്ണുകൾക്കു മുന്നിൽ തന്നെ ശക്തി ക്ഷയിച്ച് ഏതു നിമിഷവും നിലംപതിക്കാവുന്ന വിധമാണ് നിലകൊണ്ടത്. അവയുടെ അടയ്ക്കാത്ത വാതിലുകൾ കാറ്റിൽ പ്രകമ്പനംകൊണ്ടു. പാതി ദ്രവിച്ച ജനാലവിരികൾ ജനാലകളിൽ മർമ്മരശബ്ദങ്ങൾ പുറപ്പെടുവിച്ചു.

എന്നിൽ ഭയം വളരുന്നതായി തോന്നി. അത് ഏകാന്തതയുടെ ഭയമായിരുന്നു. തീരം വീണ്ടും താഴേക്ക് ഇറങ്ങാൻ തുടങ്ങി. താഴെ നദിക്ക് കുറുകെ ഒരു ചെറിയ പാലം എന്റെ ശ്രദ്ധയിൽപ്പെട്ടു. ഞാൻ അങ്ങോട്ടു

പാഞ്ഞു ചെന്നു. എന്റെ കാലടികൾക്കു കീഴെ പലകകൾ മുഴക്കത്തോടെ മുട്ടുന്ന ശബ്ദം പുറപ്പെടുവിച്ചു. അവ ഇളകുകയും പരസ്പരം കൂട്ടിമുട്ടു കയും പ്രതിധ്വനികൾ പുറപ്പെടുവിക്കുകയും ചെയ്തു. പ്രകൃതിയുടെ അദൃശ്യരായ സന്നദ്ധഭടന്മാർ പ്രകൃതിയുമായി ബന്ധപ്പെടാത്ത അവ സാനത്തെ ജീവിയോടെന്നപോലെ ഞാൻ തീരത്തെത്തുന്നതുവരെ എന്നെ പിൻതുടരുകയും പ്രതിദ്ധ്വനികൾ തുടരുകയും ചെയ്തു. ഞാൻ ഓടാൻ തുടങ്ങി (പേടികൊണ്ടായിരുന്നില്ല, ജീവിതത്തോടുള്ള തീവ്രമായ അഭിലാഷം കൊണ്ടായിരുന്നു) കാട്ടിൽക്കൂടെ ഞാൻ വീട്ടിലേക്ക് ഓടി. വീട്ടിൽ എന്നെക്കാത്ത് ആരും ഇരിക്കുന്നില്ല എന്ന് എനിക്ക് ചിന്തിക്കാൻ കൂടി കഴിയുമായിരുന്നില്ല. വലിയ ലോകം അവസാനിച്ചേക്കാം. പക്ഷേ അത് മുഴുവനായ അവസാനമല്ല. എന്റെ ചെറിയ കുടുംബമെന്ന ലോകം ഇനിയും നിലനിൽക്കുന്നു എന്ന കാര്യത്തിൽ ഞാൻ ആശ വെടിഞ്ഞില്ല. ഞാൻ കരഞ്ഞുകൊണ്ട് ഓടി. എന്റെ കവിളിൽ കൂടി കണ്ണുനീർ ധാര യായി ഒഴുകുന്നത് ഞാൻ അനുഭവിച്ചു. എന്റെ ഏങ്ങലടികൊണ്ട് ശ്വാസം തടസ്സപ്പെട്ടു.

ഞാൻ വീടിനടുത്തെത്തിയപ്പോൾ ഇരുട്ടുപരക്കാൻ തുടങ്ങിയിരുന്നു. വൈദ്യുത വിളക്കിന്റെ വെളിച്ചത്തിൽ ഒരു ജനാലയിലൂടെ ഞാനെന്റെ അച്ഛനെ കണ്ടു. അദ്ദേഹത്തിന്റെ ഇഷ്ടപ്പെട്ട പോസിൽ കാല് കാലിൽ കയറ്റിവെച്ച് കൈ കെട്ടി ഇരിക്കുന്നതായി കാണപ്പെട്ടു. തള്ള വിരലു കൾ കൊണ്ട് അദ്ദേഹം തന്റെ തലയുടെ പുറകുവശം തടവുന്നുണ്ടായി രുന്നു. അമ്മ സമവാറിൽ നിന്നും ചൂടുവെള്ളം ഒഴിച്ചു. ഒരു വലിയ മഞ്ഞ ലാമ്പ് ഷേഡിന്റെ കീഴെ അതെല്ലാം യാഥാർത്ഥ്യങ്ങളല്ലാത്തതുപോലെ തോന്നി. അതൊരു പഴയ ഛായാചിത്രം പോലെ തോന്നിച്ചു. കാരണം അത് നിശ്ശബ്ദമായിരുന്നു. പക്ഷേ എന്റെ അച്ഛന്റെ വിരലുകൾ ഒട്ടും തെറ്റു പറ്റാതെ അദ്ദേഹത്തിന്റെ കഴുത്തിൽ ചലിക്കുന്നുണ്ടായിരുന്നു. സമ വാറിൽനിന്നും ചൂടുവെള്ളം പകർന്നെടുക്കുമ്പോൾ ആവി ഉയർന്നു പൊങ്ങിയിരുന്നു. സംസാരിച്ച വാക്കുകൾ മാത്രമാണ് നഷ്ടമായത്.

എന്റെ അമ്മ തലയുയർത്തി ചോദിച്ചു:

"നീ വന്നോ ചെറുക്കാ?"

അച്ഛൻ എന്റെ കൈ കവർന്ന് മൃദുവായി കുലുക്കി. എന്തൊരു സന്തോഷമായിരുന്നു! അത്രയും സന്തോഷം പിന്നീടൊരിക്കലും അനു ഭവിച്ചതായി ഓർമ്മിക്കുന്നില്ല.

വെള്ളിയാഴ്ച

ഞങ്ങൾ വറോനിന്റെ ഫ്ളാറ്റിലേക്ക് താമസം മാറ്റിയപ്പോൾ അന സ്താസ്യയ്ക്ക് പതിനഞ്ചു വയസ്സായിരുന്നു. ഫ്ളാറ്റിലുണ്ടായിരുന്ന എല്ലാ വരുടേയും റേഷൻ കാർഡിനു വേണ്ടിയുള്ള വിവരങ്ങൾ സമാഹരിച്ചത് ഞാനായിരുന്നു. അങ്ങനെയാണ് ഞാനവളുടെ പ്രായം അറിഞ്ഞത്. ഞങ്ങൾ അങ്ങോട്ടു താമസം മാറ്റിയ അതേ ദിവസം തന്നെയായിരുന്നു

ആറുവയസ്സിന്റെ വ്യത്യാസം എന്ന് ഞാനാലോചിക്കുകയും സ്വന്തം ചിന്തയിൽ അത്ഭുതപ്പെടുകയും ചെയ്തു. ആ ചിന്തയാണ് എന്നേയും അനസ്താസ്യയേയും തമ്മിൽ താരതമ്യപ്പെടുത്തിയത്. അതായത് ഞങ്ങളെ ബന്ധപ്പെടുത്തിയ ചിന്തയായിരുന്നു അത്. വളരെ ആകസ്മികമായാണോ ഞാനവളെക്കുറിച്ച് ചിന്തിച്ചത്? സര്യേത്സ്കിയുമായി ഞാനെന്റെ വയസ്സിനെ താരതമ്യപ്പെടുത്തിയില്ല.

ഏകദേശം പെട്ടെന്നു തന്നെ അനസ്താസ്യയെ അവളുടെ കാലടി ശബ്ദത്തിൽ നിന്നും ഞാൻ തിരിച്ചറിയാൻ തുടങ്ങി. അവൾ ഉപ്പൂറ്റി മുതൽ തള്ളവിരൽ വരെ നിലത്ത് ഊന്നി വളരെ മൃദുവായാണ് നടന്നിരുന്നത്. വറോനിനാകട്ടെ ആകെ ഇളക്കി മറിക്കുന്ന പദചലനങ്ങളോടെയായിരുന്നു. സര്യേത്സ്കി ഏതോ പൊയ്ക്കാൽ ഉപയോഗിച്ച് നടക്കുന്ന രീതിയിലാണ് നടന്നത്. അനസ്താസ്യയുടെ നടപ്പ് തറയുടെ അവ്യക്തമായ മൃദു ശബ്ദങ്ങളിൽ നിന്നും ഞാനെന്റെ മുറിയിലിരുന്ന് തിരിച്ചറിഞ്ഞിരുന്നു. അവളുടെ നടപ്പിന്റെ ദൂരത്തിൽ നിന്നും ഇലക്ട്രിക് സ്വിച്ചിന്റെ ടിക് ശബ്ദത്തിൽ നിന്നും അവൾ അടുക്കളയിലേക്കാണോ കുളിമുറിയിലേക്കാണോ നടക്കുന്നതെന്ന് ഞാൻ ഊഹിച്ചു. കുളിമുറിയും ടോയ്‌ലറ്റും അടുത്തു തന്നെയായിരുന്നു. അവിടുത്തെ സ്വിച്ചുകൾ വളരെ ലഘുവായ ശബ്ദത്തോടെ പ്രവർത്തിച്ചിരുന്നു. അടുക്കളയിലേക്കുള്ള യാത്രയായിരുന്നു കൂടുതൽ നീണ്ടത്. അവിടുത്തെ സ്വിച്ചിന്റെ ശബ്ദം മറ്റുള്ളതിനേക്കാൾ ഉയർന്നതായിരുന്നു. സ്വിച്ചിൽ പിടിച്ചു തിരിക്കാൻ തുടങ്ങുമ്പോൾ ഒരു സ്പ്രിംഗിന്റേതുപോലെ വ്യസനകരമായി ശബ്ദം തുടക്കത്തിൽ കേൾക്കുകയും അവസാനം അടക്കിപ്പിടിച്ച വെടിശബ്ദംപോലെ കേൾക്കുകയും ചെയ്തു. ആ ശബ്ദം കേൾക്കുമ്പോഴെല്ലാം എനിക്ക് അടുക്കളയിലേക്ക് പോകാൻ തോന്നിയിരുന്നു.

ചിലപ്പോൾ എങ്ങനെയായാലും ഞാൻ പുറത്തിറങ്ങുമായിരുന്നു. കൂടുതൽ തവണയും രാത്രിയിലായിരുന്നു പുറത്തിറങ്ങിയത്. ഫ്ളാറ്റു മുഴുവൻ ഉറക്കത്തിലാകുമ്പോഴായിരുന്നു. അനസ്താസ്യ തന്റെ നിശാവസ്ത്രവുമണിഞ്ഞ് വെള്ളം കുടിക്കാൻ വരാറുണ്ടായിരുന്നു. ഒന്നിലധികം കുടുംബങ്ങൾ ഒന്നിച്ചു താമസിച്ചിരുന്ന റഷ്യയിലെ ഫ്ളാറ്റുകളിൽ സാധാരണയായി ഓരോരുത്തരും ഭക്ഷണം കഴിക്കുന്നതും കുടിക്കുന്നതും അവരവരുടെ മുറികളിലായിരുന്നു. പക്ഷേ വറോനിൻ കുടുംബം അവരുടെ പഴയ സ്വഭാവമനുസരിച്ച് അടുക്കളയിലാണ് ഇക്കാര്യങ്ങളൊക്കെ നിർവ്വഹിച്ചത്. നിശാവസ്ത്രവും ഒരു പഴയ സ്വഭാവമായിരുന്നു. സാധാരണ ഫ്ളാറ്റിൽ പങ്കിട്ടു താമസിക്കുന്നവർ നിശാവസ്ത്രത്തിനു മുകളിൽ ഒരു നീണ്ട കുപ്പായം അണിഞ്ഞിരുന്നു.

ഞങ്ങൾ ആദ്യമായി അടുക്കളയിൽവെച്ച് കണ്ടുമുട്ടിയപ്പോൾ തന്റെ നിശാവസ്ത്രത്തിലുള്ള വേഷത്തിൽ അനസ്താസ്യ ഖേദം പ്രകടിപ്പിച്ചു. അവൾ കരുതിയത് എല്ലാവരും ഉറക്കത്തിലാണ് എന്നായിരുന്നു. അതിനത്ര വിഷമിക്കാനില്ല എന്ന് ഞാൻ മറുപടി പറഞ്ഞു. എന്റെ ഉത്സാഹ

പൂർവ്വമായ മറുപടി കേട്ട് അവൾ അത്ഭുതത്തോടെ നോക്കി. അതിനുശേഷം ഞങ്ങൾ വീണ്ടും രാത്രിയിൽ കണ്ടുമുട്ടിയപ്പോഴെല്ലാം അനസ്താസ്യ നിശാവസ്ത്രത്തിലായിരുന്നു. പിന്നീടൊരിക്കലും അവൾ എന്നോട് ഖേദം പ്രകടിപ്പിച്ചില്ല. ഞങ്ങൾ അപ്രതീക്ഷിതമായല്ല കണ്ടുമുട്ടിയിരുന്നതെന്ന് പിന്നീട് അവൾ മനസ്സിലാക്കിയിരിക്കണം. കൂടാതെ അത്തരം ഉടുപ്പാണ് അവൾക്ക് ചേരുന്നതെന്ന് അവൾ മനസ്സിലാക്കി. അത് അവളുടെ കൂർത്ത തോളിൽ നിന്നും പട്ടിന്റെ മനോഹാരിതയോടെ ഒഴുകിയിറങ്ങി.

അവൾ അടുക്കളയിലെ അലമാരിക്ക് പുറംതിരിഞ്ഞ് അടുപ്പുപാദത്തിൽ കൈപ്പത്തികൾ ഊന്നി നിൽക്കുമായിരുന്നു. തവിട്ടു നിറത്തിലുള്ള തടിയെ അവളുടെ വിരലുകൾ ഓമനിച്ചിരുന്നു. (നീളമുള്ള വിരലുകൾ). ഇങ്ങനെയാണ് ഞങ്ങളുടെ രാത്രിയിലെ സംഭാഷണങ്ങൾ തുടങ്ങിയിരുന്നത്. എന്റെ ജീവിതത്തിൽ അത്രയും താഴ്ന്ന ശബ്ദത്തിലുള്ള സംഭാഷണങ്ങൾ ഒരിക്കലും ഉണ്ടായിട്ടില്ല. ആരെയും ഉണർത്താതിരിക്കാൻ വേണ്ടി അടക്കം പറയുന്നതുപോലെയാണ് ഞങ്ങൾ സംസാരിച്ചിരുന്നത്. രാത്രിയിലെ അടക്കിയ സംസാരം ഒരു പ്രത്യേകതരം ആശയവിനിമയമായിരുന്നു. നിങ്ങൾ സാധാരണ കാര്യങ്ങളാണ് പറയുന്നതെങ്കിലും അത് വളരെ വ്യത്യസ്തമായ ഭാവങ്ങളാണ് സൃഷ്ടിക്കുന്നത്. ഞങ്ങളാകട്ടെ അസാധാരണ കാര്യങ്ങളെക്കുറിച്ചാണ് സംസാരിച്ചിരുന്നത്. അനസ്താസ്യയുടെ ഇളംചർമ്മങ്ങൾ തണ്ണിമത്തൻ തൊണ്ടുകളെ ഓർമ്മിപ്പിച്ചു. സ്വയം അത്ഭുതപ്പെട്ടുകൊണ്ട് ഞാൻ ചോദിച്ചു.

"നിങ്ങൾക്ക് പ്രായമാകാൻ പേടിയില്ലേ?"

അവൾ അത്ഭുതപ്പെട്ടില്ല. തോളുകൾ കുലുക്കി.

"ഞാൻ വാർദ്ധക്യത്തെയല്ല ഭയപ്പെടുന്നത്... മരണത്തെയാണ്. ഭീതിപ്പെടേണ്ട കാര്യമില്ല."

"അതായത് നിങ്ങൾ മരിക്കാൻ തയ്യാറല്ല, അതിനുപകരം പ്രായം കൂടിക്കൂടി വരും അല്ലേ?"

"എനിക്കറിയില്ല." അനസ്താസ്യ പുഞ്ചിരിച്ചു.

"മരിക്കാതിരിക്കാൻ പ്രായമാകണമെന്ന് നിർബ്ബന്ധമുണ്ടോ?"

"എല്ലാത്തിനും പ്രതിഫലം കൊടുക്കേണ്ടിവരും."

"എല്ലാത്തിനും വേണ്ട, സമ്മാനങ്ങൾക്ക് വേണ്ട. എനിക്ക് മരിക്കാതിരിക്കാനുള്ള ഒരു വരം കിട്ടിയിരുന്നെങ്കിൽ!"

"കിട്ടിയിരുന്നെങ്കിൽ എന്തു ചെയ്തേനേ?"

"എങ്കിൽ ജീവിക്കുമായിരുന്നു!?" ഏകദേശം ഉച്ചത്തിൽ ചിരിച്ചുകൊണ്ട് അവൾ പറഞ്ഞു. അറിയാതെ ശബ്ദം ഉയർന്നുപോയപ്പോൾ അവൾ പേടിക്കുകയും തന്റെ വിരലുകൾ വായിൽ തിരുകുകയും ചെയ്തു. "ഇപ്പോൾ എല്ലാവരും ഓടിവരും!"

ആരും ഓടി വന്നില്ല.

ശനിയാഴ്ച

അവസാന മൂന്നു നാളുകളായി എനിക്ക് നോർമൽ ടെമ്പറേച്ചർ ആയിരുന്നു. ആശുപത്രിമുറ്റത്ത് എന്നെ കൊണ്ടുപോയി സ്വതന്ത്രമായി നടത്താൻ ഗെയ്ഗർ തീരുമാനിച്ചു. അവരെന്നെ ദീർഘനേരം കുപ്പായമണിയിച്ചു. അതിനവർ കഠിനമായി യത്നിച്ചു. പ്രധാന സംഗതി – അത് അസാധാരണമായിരുന്നു എന്നതാണ്. അത് ദുർഗ്രാഹ്യതയുള്ള ഏതോ പദാർത്ഥംകൊണ്ട് നിർമ്മിക്കപ്പെട്ട ജാക്കറ്റായിരുന്നു. ഗെയ്ഗർ അതിനെ 'രോമക്കുപ്പായം' എന്നാണ് വിളിച്ചത്. ധ്രുവങ്ങളിൽ സഞ്ചരിക്കുന്നയാളുകൾ അണിയുന്ന കുപ്പായത്തോട് അതിന് ഇത്തിരി സാമ്യമുണ്ടായിരുന്നു. സിപ്പ് ഉള്ള ഷൂസുകളായിരുന്നു. ആ സിപ്പുകൾ എന്റെ ഓർമ്മയിൽ തെളിഞ്ഞു; പക്ഷേ അവ ഷൂസിൽ തുന്നിപ്പിച്ചവയായിരുന്നില്ല. ഞാനത് പലതവണ തുറക്കുകയും അടയ്ക്കുകയും ചെയ്തു. കൊള്ളാം! എന്നെ തണുപ്പിൽ രോഗസാദ്ധ്യതയുള്ളയിടങ്ങളിലും നടത്താൻ ഗെയ്ഗർ വളരെ ഭയപ്പെട്ടിരുന്നു. അയാളുടെ വാക്കുകളിൽ പുറംലോകമായുള്ള എന്റെ ഇടപെടലുകൾക്ക് പരിധി നിർണ്ണയിച്ചിരുന്നതിന്റെ ഒരു കാരണം ഇതായിരുന്നു. അതുകൊണ്ട് എല്ലാം ഭംഗിയായി പോകുന്നുവെങ്കിൽ എനിക്ക് എല്ലാ ദിവസവും പുറത്തു നടക്കാൻ കഴിഞ്ഞേക്കും.

മുറ്റത്തെ വായുവിന്റെ തീക്ഷ്ണതയിൽ ഞാൻ കിതച്ചു. കണ്ണുകൾ നിറഞ്ഞു. ആശുപത്രി ജനാലകളിലൂടെ എന്നെ നോക്കുന്ന കുറച്ചു മിഴിയിണകൾ ഞാൻ കണ്ടു. ഞാൻ തലയുയർത്തി നോക്കിയപ്പോൾ അവർ കണ്ണുകൾ പിൻവലിച്ചു. അതായത് ഇവിടെ മറ്റുള്ളവരും ഉണ്ടെന്ന് എനിക്ക് ബോധ്യമായി.

മഞ്ഞിൽ നടക്കുമ്പോൾ കിരുകിരു ശബ്ദം കേട്ടു. വായിൽ നിന്നും ആവി പരന്നു. ഞാൻ കയ്യുറ ഊരുകയും എന്റെ മുഖത്ത് മഞ്ഞിന്റെ തരികൾ തേച്ചുപിടിപ്പിക്കുകയും ചെയ്തു. (കയ്യുറ ധരിക്കാൻ ഗെയ്ഗർ പറഞ്ഞു) ഒരു മാപ്പിൾ മരത്തിൻ ചില്ല പിടിച്ചു കുലുക്കി ഞാൻ മഞ്ഞു പൊഴിയുന്നത് ആസ്വദിച്ചു. ഞങ്ങൾ – ഗെയ്ഗർ, വാളന്റീന, ഞാൻ – എല്ലാവരും മഞ്ഞിൽ മൂടി നിന്ന് ആർത്തു ചിരിച്ചു.

എനിക്ക് മഞ്ഞിനെ അത്ര ഇഷ്ടമല്ല. പക്ഷേ ദ്വീപിൽ മഞ്ഞു വീണാൽ പാതിവർഷവും അതവിടെ കിടക്കുമായിരുന്നു. ചരടുകൊണ്ടു കെട്ടിയ ക്യാൻവാസ് ഷൂസുകൾ അണിഞ്ഞാണ് നിങ്ങൾ നടക്കുന്നത് (അക്കാലത്ത് സിപ്പുള്ള ബൂട്ടുകൾ ആർക്കാണ് ഉണ്ടാവുക!) നീ തണുത്തു മരവിക്കുമോ എന്ന് ആരും പ്രത്യേകമായി ശ്രദ്ധിക്കുന്നില്ല. നിങ്ങളുടെ സൈനീകവ്യൂഹത്തിന്റെ മുന്നിൽ ഒന്നാമതായാണ് നടക്കുന്നതെങ്കിൽ ആരുടേയും കാലടി പതിയാത്ത അരയ്ക്കൊപ്പം മഞ്ഞിലൂടെയാണ് നടന്നിരുന്നത്. ഇന്നലെ ആരോ നടന്ന വഴിയാണെങ്കിൽ പോലും ഒരു രാത്രികൊണ്ട് മഞ്ഞിന്റെ കൂനകൾ രൂപമെടുത്തിരുന്നു. കൂടുതൽ ദൂരം പിന്നിടാനായി കഴിയാവുന്നത്ര കാലുകൾ നീട്ടി വലിച്ചു നടക്കുമായിരുന്നു. കീലിൽ നടക്കുന്നതുപോലുള്ള തോന്നലുമായി മുന്നേറുമ്പോഴാണ് കാലിൽ ഒരു മരക്കുറ്റി തട്ടുന്നത്. നിങ്ങളുടെ കയ്യിൽ രണ്ടുപിടികളുള്ള

ഒരു അറക്കവാൾ ഉണ്ടായിരിക്കും. നിങ്ങളുടെ ഒരു കാൽ മരക്കുറ്റിയിൽ തട്ടുമ്പോൾ നിങ്ങൾ അറക്കവാളുമായി നിലംപതിക്കും. നിങ്ങൾ ചിന്തിക്കുന്നു; കൂടുതൽ മഞ്ഞ് എന്റെ മുകളിൽ വീണു കഴിഞ്ഞാൽ അവർ എന്നെ കണ്ടുപിടിച്ചുവെന്നു വരില്ല. അവർ അടുത്ത വസന്തകാലത്തു മാത്രമേ എന്നെ കണ്ടുപിടിക്കുകയുള്ളൂ. വസന്തകാലത്ത് എന്നിൽ എന്താണ് അവശേഷിക്കുക?

വസന്തകാലത്ത് കണ്ടുപിടിക്കപ്പെട്ട ശവശരീരങ്ങൾ ഞാൻ കണ്ടിരുന്നു. കൊത്തിക്കീറിയ കണ്ണുകളും കാർന്നു തിന്ന ചെവികളുമുള്ള ശവശരീരങ്ങളെ 'ഹിമനഷ്ടങ്ങൾ' എന്നാണ് വിളിച്ചിരുന്നത്. മരിച്ചുപോയവർക്ക് തെറികൾ കേൾക്കേണ്ടി വരില്ലയെന്നതും വരിതെറ്റിക്കാതെ നടക്കേണ്ടതില്ലായെന്നതും ആശ്വാസകരമായ ചിന്തയായിരുന്നു. ഒരാളുടെ ശവശരീരം ഒരിക്കൽ എനിക്ക് വലിച്ചുകൊണ്ട് കുഴിയിലെത്തിക്കേണ്ടി വന്നു. ഞാനയാളുടെ കയ്യുകളിൽ പിടിച്ചു വലിച്ചു (അന്ന് എനിക്ക് മനംമറിച്ചിൽ ഉണ്ടായിരുന്നില്ല) അയാളുടെ കാലുകൾ മൊട്ടക്കുന്നുകളെ തഴുകി നിലത്തിഴഞ്ഞു. വലിച്ചുകൊണ്ടുവരുമ്പോൾ എനിക്കയാളോട് അസൂയ തോന്നി. അയാൾക്ക് ഇപ്പോൾ ഈ ജീവിതം പ്രശ്നമല്ല, എനിക്ക് ഇനിയും ഒത്തിരി അനുഭവിക്കാനുണ്ട്!

ആളുകൾ കാട്ടിൽ തണുത്തുമരവിച്ചുപോയ സംഭവങ്ങളുണ്ട്. മുതിർന്ന തീരുമാനങ്ങൾ കൊണ്ടായിരുന്നില്ല; ക്ഷീണം കൊണ്ടായിരുന്നു. അവർ ഒരു വശത്തേക്ക് അല്പം നടന്നു മാറുകയും നിലത്ത് ഇരിക്കുകയും ചെയ്തു. അവർക്ക് ഒട്ടും ശേഷിയുണ്ടായിരുന്നില്ല. തളർന്നിരുന്ന അവർക്ക് ജോലി തുടരുന്നതിലും എളുപ്പം തണുത്തു മരവിച്ചു പോകുന്നതായിരുന്നു. അവർ ഉറക്കം തൂങ്ങി ഇരിക്കുകയും ക്ഷണനേരം വിശ്രമിക്കുകയും പിന്നെ ഉറങ്ങിപ്പോവുകയും ചെയ്തു. ഉറക്കം മരണത്തിന് തടസ്സമാകാത്തതുകൊണ്ട് അവർ മരവിച്ചിരുന്നു.അവരുടെ മേൽ മഞ്ഞു മൂടി. അത്തരം ആളുകളെ അന്വേഷിച്ച് അധികമാരും നടന്നില്ല, കാരണം അവർ മഞ്ഞിൽ തണുത്തുറഞ്ഞു പോയിരുന്നു എന്ന് മനസ്സിലായിരുന്നു. ദ്വീപിൽ മറ്റെങ്ങോട്ടും ഓടിപ്പോകാൻ കഴിയുമായിരുന്നില്ല. അവരെ വസന്തകാലത്ത് കണ്ടെത്തുമെന്ന് അറിയാമായിരുന്നു.

ഇന്നത്തെ നടപ്പ് തൃപ്തികരമാണെങ്കിൽ എല്ലാ ദിവസവും എനിക്ക് പുറത്തു നടക്കാൻ കഴിയുമെന്ന് ഗെയ്ഗർ പറഞ്ഞു. ഞാനയാളെ നോക്കി. ഞാൻ വാളന്റീനയുമായി ശയിക്കുന്നതുപോലെ അയാളും ശയിക്കാറുണ്ടായിരിക്കുമെന്ന് ഞാനോർത്തു. ഞാൻ ശയിക്കുന്നതുപോലെയായിരിക്കില്ല! എനിക്കത് ഊഹിക്കാൻ കഴിയും... ആശുപത്രി ശൃംഗരിക്കാൻ പറ്റിയ സ്ഥലമാണ്. എത്ര കട്ടിലുകളാണ് ഇവിടെ.

ഞായറാഴ്ച

ഇന്ന് എന്റെ മുറിയിൽ ടെലിവിഷൻ വെച്ചു. അതെങ്ങനെയാണ് കൈകാര്യം ചെയ്യേണ്ടത് എന്നതിനെക്കുറിച്ച് ഗെയ്ഗർ എനിക്ക് ദീർഘനേരം വിവരിച്ചു തന്നു. ഞാൻ പെട്ടെന്നുതന്നെ അതെല്ലാം പഠിച്ചു. ഞാൻ

എത്ര ആത്മവിശ്വാസത്തോടെയാണ് റിമോട്ട് പ്രവർത്തിപ്പിച്ചത് എന്നു കണ്ട ഗെയ്ഗർക്ക് അല്പം മനസ്താപം തോന്നി. അയാൾ കരുതിയത് എന്റെ വിസ്മയം വളരെ വലുതായിരിക്കുമെന്നായിരുന്നു. ശരിക്കും എന്റെ വിസ്മയം വലുതായിരുന്നു. എക്കാലവും വലിയ സ്ക്രീനിലെ ചലച്ചിത്രം എന്നെ വിസ്മയിപ്പിച്ചിരുന്നു. അത് നിശ്ശബ്ദചിത്രങ്ങളായിരുന്നുവെങ്കിലും എനിക്ക് വിസ്മയം പകർന്നിരുന്നു.

"ടെലിവിഷൻ എന്ന വാക്ക് വളരെ ക്ലേശകരമാണ്." ഞാൻ ഗെയ്ഗറോട് പറഞ്ഞു.

"ടി.വി എന്ന് പറയൂ." അയാൾ പറഞ്ഞു.

അതിൽ ഇളംമാംസംപോലെ എന്തോ ഒരു തോന്നലുണ്ടായിരുന്നു. ഞാൻ ആ വാക്ക് ഉച്ചരിക്കാൻ മടിച്ചു. ഞാനും ഗെയ്ഗറും കൂടി വാർത്തകളെക്കുറിച്ചുള്ള കഥകൾ കണ്ടു. എനിക്ക് കാര്യമായി ഒന്നും മനസ്സിലായില്ല. കാരണം ഞാൻ കൂടുതലും ആലോചിച്ചുകൊണ്ടിരുന്നത് ടെലിവിഷൻ പുറപ്പെടുവിക്കുന്ന ശബ്ദങ്ങളെക്കുറിച്ചും സംഗീതത്തെക്കുറിച്ചും സൈറനെക്കുറിച്ചും ഒക്കെയായിരുന്നു. അതെ അതിന്റെ ശബ്ദം ഒന്നു വേറെതന്നെയായിരുന്നു.

"എന്താണ് ഡിഫാൾട്ട്?" ഞാൻ ചോദിച്ചു.

"കഴിഞ്ഞ വേനൽക്കാലത്ത് പണത്തിന്റെ വിലയിടിഞ്ഞു."

"ഇനിയെന്തു ചെയ്യാൻ പറ്റും? "

"മോഷണം കുറയ്ക്കണം. പക്ഷേ റഷ്യയിൽ അത് അസാദ്ധ്യമാണ്." മോഷണത്തെക്കുറിച്ച് ഞാൻ രണ്ടാമത്തെ തവണയാണ് അയാളിൽ നിന്നും കേൾക്കുന്നത്. എന്നാൽ എക്കാലത്തും കൊള്ളയടിയുണ്ടായിരുന്നു. 1999ലും 1899ലും ഒക്കെ കൊള്ളയടിച്ചിരുന്നു. അത് അയാളെ ഇത്ര മാത്രം വ്രണപ്പെടുത്തുന്നതെന്തുകൊണ്ട്? ഒരുപക്ഷേ ജർമ്മൻകാരനായതുകൊണ്ടാകുമോ? ജർമ്മൻകാർ അത്ര വലിയതോതിൽ കൊള്ളയടിക്കാറില്ല. യാതൊരു ഉളുപ്പുമില്ലാതെ മോഷ്ടിക്കുന്നതു കാണുമ്പോൾ അവർ വിസ്മയിക്കാറുണ്ട്. നമ്മൾക്കും വിസ്മയം തോന്നാറുണ്ട്, പക്ഷേ നമ്മൾ കൊള്ളയടിക്കും.

ടെലിവിഷൻ സ്ക്രീനിൽ വീടുകൾ. അവയ്ക്കൊന്നും പഴയ ശാശ്വത ഭാവങ്ങളില്ല. വളരെ ഭാരം കുറഞ്ഞ നിർമ്മിതികൾ പോലെ തോന്നുന്നു. അവയൊക്കെ എങ്ങനെ നിലകൊള്ളുന്നു എന്നുപോലും സംശയം തോന്നും. ഒത്തിരി ഗ്ലാസ്സും ലോഹവും ചേർന്ന നിർമ്മിതികൾ! ചിലപ്പോൾ അതിന്റെ ഗൃഹനിർമ്മാണ രീതി മനസ്സിലാക്കാൻ കഴിയുന്നില്ല. ചില്ലിൽ പൊതിഞ്ഞ എന്തോ പോലെ! ഗെയ്ഗർ എന്നെ നോക്കുന്നതായി തോന്നി.

"നിങ്ങൾക്ക് ഇഷ്ടപ്പെട്ടോ?" അയാൾ വീടുകളെക്കുറിച്ച് ചോദിച്ചു.

"ഇഷ്ടികകൊണ്ട് നിർമ്മിച്ച വീടുകളാണ് എനിക്ക് പരിചയം. ചരിഞ്ഞ മേൽക്കൂരയുള്ള വീടുകൾ." ഞാൻ പറഞ്ഞു.

"ശരി. ഇപ്പോൾ അവർ കാണിക്കുന്നത് മോസ്കോ ആണ്. സെന്റ് പീറ്റേഴ്സ് ബർഗ്ഗിൽ എല്ലാം നിങ്ങൾക്ക് ഇഷ്ടപ്പെടുന്നതുപോലെയാണ്. നിങ്ങൾ പുറത്തേക്ക് പോകുമ്പോൾ നേരിൽ കാണാം "

എപ്പോഴാണ് ഞാൻ പുറത്തേക്ക് പോകുന്നതെന്ന് ചോദിക്കണമെന്നുണ്ടായിരുന്നു. പക്ഷേ, ചോദിച്ചില്ല. ടെലിവിഷൻ കണ്ട് വിസ്മയം കൂടുന്ന ഭാവത്തിൽ ഇരുന്നു.

നിരവധി കാറുകളാണ് നിരത്തിലൂടെ ഓടുന്നത്. എന്റെ കാലത്തേതുമായി ഒരു സാമ്യവുമില്ല. പക്ഷേ ഈ കാലവും എന്റേതാണ്. ഞാൻ അത്തരം യാഥാർത്ഥ്യത്തിലേക്ക് ഇറങ്ങിവരാനാണ് ഗെയ്ഗർ ആഗ്രഹിക്കുന്നത്. അയാൾ എന്റെ പ്രതികരണങ്ങൾ ശ്രദ്ധിക്കുന്നുണ്ട്.

"പുതിയ രാജ്യത്തെക്കുറിച്ച് നിങ്ങൾക്ക് എന്തു തോന്നുന്നു?"

"അത് മറ്റൊരു രാജ്യമാണെന്നു തോന്നുന്നുണ്ടോ?"

"രാജ്യത്ത് പുതിയ കുഴപ്പങ്ങൾ ഉണ്ടെന്ന് തോന്നുന്നു."

ഞാൻ ചിരിക്കുന്നു. ഗെയ്ഗറും ചിരിക്കുന്നു. അല്പം അത്ഭുത ഭാവത്തോടെ അയാൾ ചിരിച്ചു. അയാൾ മറ്റെന്തോ ഉത്തരമാണ് എന്നിൽ നിന്നും പ്രതീക്ഷിച്ചത്.

"എല്ലാ കാലത്തും അതിന്റേതായ കുഴപ്പങ്ങളുണ്ട്. അവയൊക്കെ നാം തരണം ചെയ്യേണ്ടിരിക്കുന്നു?"

"അല്ലെങ്കിൽ ഒഴിവാക്കണം."

എന്നെ ശ്രദ്ധാപൂർവ്വം നോക്കുന്നു. മൃദുശബ്ദത്തിൽ പറയുന്നു. "നിങ്ങൾക്ക് തരണം ചെയ്യാൻ കഴിഞ്ഞില്ല."

എനിക്ക് കഴിഞ്ഞില്ല. ഗെയ്ഗർ ഒരു സാമൂഹ്യ ജീവിയാണെന്നു തോന്നുന്നു. ഞാൻ അങ്ങനെയല്ല. രാജ്യമോ ആളുകളോ എന്റെ അളവുകോലല്ല. പറയാനാഗ്രഹിച്ചത് - വ്യക്തിയാണ് അളവുകോൽ എന്നാണ്. അത് 'ഒരു ചൊല്ലു' പോലെ തോന്നിയേക്കാം. അനുഭവങ്ങളുടെ ഫലമായുള്ള ചൊല്ലുകൾ സത്യമായിരിക്കണമെന്നില്ല എന്നാണോ? തീർച്ചയായും അങ്ങനെയാകാം. ഞാൻ എഴുതുന്നു, ഗെയ്ഗർ വായിക്കട്ടെ!

സാധാരണയാളുകൾ എഴുതുന്നതുപോലെയല്ല ഞാൻ എഴുതുന്നതെന്ന് ഒരുപക്ഷേ ഗെയ്ഗർ കരുതുന്നുണ്ടാവാം. ആധുനികമല്ലാത്ത ഒരു ഭാവം അതിനു കൈവന്നിട്ടുണ്ട്.എന്റെ ചരിത്രം അറിയാത്ത ഒരാൾക്ക് അത് ശ്രദ്ധയിൽപ്പെട്ടുവെന്ന് വരില്ല. കൊള്ളാം! വളരെ നന്നായിരിക്കുന്നു. മുൻപ് ഞങ്ങൾ സംസാരിച്ചിരുന്നതു പോലെയല്ല അയാളും വാളന്റീനയും സംസാരിക്കുന്നത് എന്ന കാര്യം ഞാൻ കേൾക്കുന്നു. അതിന് നിർവിഘ്നമായ ഒരു ഭാവം കൈവന്നിരിക്കുന്നു. ചില സ്വരഭേദങ്ങൾ. ആശ്ചര്യകരമായ ഒരു ഭാവം. ഞാനവയെല്ലാം അനുകരിക്കാൻ ശ്രമിക്കുന്നു. എനിക്ക് നന്നായി ചെവി കേൾക്കാം.

തിങ്കളാഴ്ച

ഇന്ന് മുഴുവൻ ദിവസവും ടെലിവിഷൻ കണ്ടു. ചാനലുകൾ മാറി മാറി വെച്ചു കണ്ടു. ഒന്നിൽ പാട്ടു പാടുന്നു. മറ്റൊന്നിൽ നൃത്തം ചെയ്യുന്നു. മൂന്നാമതൊന്നിൽ പ്രഭാഷണം നടക്കുന്നു. എല്ലാവരും നല്ല ചുറുചുറുക്കോടെയാണ് സംസാരിക്കുന്നത്. മുൻപ് അങ്ങനെയായിരുന്നില്ല. ഇത്രയും വേഗത്തിൽ ആരും സംസാരിച്ചിരുന്നില്ല. പ്രത്യേകിച്ചും അവതാരകർ! പാട്ടു പാടുന്നതുപോലെ ദീർഘമായാണ് അവർ സംസാരിക്കുന്നത്. ഒറ്റ ശ്വാസത്തിൽ പറയാവുന്നത്രയും പറയുകയാണ്; ഉപവാക്യങ്ങളായി സംസാരത്തെ മുറിക്കുന്നില്ല. ശ്വാസം വലിക്കാതിരിക്കാമെങ്കിൽ യാതൊരു നിർത്തലുമില്ലാതെ സംസാരിക്കുമായിരുന്നു. കലാനിപുണൻ. നാക്കായി പരിണമിച്ച ഒരാൾ!

എന്റെ ഉച്ചഭക്ഷണവുമായി വാളന്റീന വന്നു.

“ഇങ്ങനെയാണോ ഇപ്പോൾ ആളുകൾ നൃത്തം ചെയ്യുന്നത്?”

ഞാൻ സ്ക്രീനിലേക്ക് കൈ ചൂണ്ടി ചോദിച്ചു.

“അതെ.” അവൾ ചിരിച്ചു. “ഏകദേശം അങ്ങനെയാണ്. എന്താ ഇഷ്ടമായില്ലേ? ”

“കൊള്ളാം ഇഷ്ടമാവാതിരിക്കാൻ കാരണമൊന്നുമില്ല. വളരെ ഉത്സാഹത്തോടെയുള്ള നൃത്തമാണ് ”

ഏറ്റവും രസകരമായ സംഗതി സീവ്യർസ്കയ തിയേറ്ററിൽ ബാധകൂടിയവരെ അവതരിപ്പിച്ചിരുന്നത് ഇപ്രകാരമായിരുന്നു എന്നതാണ്. അവരുടെ നൃത്തങ്ങൾ അവരുടെ ചികിത്സയുടെ ഭാഗമായിരുന്നു. ഒരു നടനുമായി ഞങ്ങൾക്ക് പരിചയമുണ്ടായിരുന്നു. ചിലപ്പോൾ അയാൾ കോഫി കുടിക്കാൻ ഞങ്ങളുടെയടുത്തു വന്നിരുന്നു. വേദിയിൽ വളരെ ഗാംഭീര്യത്തോടെയും പേടിപ്പെടുത്തുന്ന ഭാവത്തിലും രക്തവർണ്ണമുള്ള വെളിച്ചത്തിൽ പ്രത്യക്ഷനായിരുന്ന അയാൾ ഞങ്ങളുടെ വരാന്തയിലെ മേശയ്ക്കരുകിൽ വളരെ ദുർബ്ബലനായാണ് കാണപ്പെട്ടത്. തന്റെ നെറ്റിയിലെ വിയർപ്പ് അയാൾ തൂവാലകൊണ്ട് ഒപ്പിയെടുത്തു. ഇടയ്ക്കിടയ്ക്ക് അയാൾ കൊതുകിനെ അടിച്ചുകൊല്ലുകയും വളരെ സൂക്ഷ്മതയോടെ അതേ തൂവാലയിൽ വെയ്ക്കുകയും ചെയ്തു. അയാൾ വിടപറഞ്ഞു പോകുമ്പോൾ അമ്മയ്ക്ക് സമ്മാനങ്ങൾ കൊടുത്തിരുന്നു. നാടകമില്ലാത്ത സമയത്ത് അയാൾ ഒരു കണക്കെഴുത്തുകാരനായി ജോലി നോക്കിയിരുന്നു. അയാളുടെ പേര് പിച്ച്യോൻകിൻ എന്നായിരുന്നു.

“നിങ്ങൾ, ക്ഷമിക്കണം, നിനക്ക് ഇപ്പോഴത്തെ പാട്ടുകൾ ഒരുപക്ഷേ ഇഷ്ടമാകുന്നില്ലായിരിക്കും.” ചായ ഒഴിക്കുന്നതിനിടയിൽ വാളന്റീന പറഞ്ഞു. ഞാനത് ഇഷ്ടപ്പെട്ടില്ല. ഞാൻ നിശ്ശബ്ദത പാലിച്ചു. പുതിയതിന്റേയെല്ലാം ശത്രുവാകാൻ ഞാൻ ആഗ്രഹിച്ചില്ല. “കഴിഞ്ഞ പാട്ട് വളരെ സ്വരച്ചേർച്ചയുള്ളതായിരുന്നു.” വാളന്റീന തുടർന്നു. “ഇക്കാലത്ത് താളത്തിനാണ് പ്രാധാന്യം. പക്ഷേ, അതിലും എന്തോ കാര്യമുണ്ട് അല്ലേ?”

അടുത്ത ദിനങ്ങളിൽ ഞാൻ പ്രത്യേകം ശ്രദ്ധിച്ച ഒരു കാര്യം വാളൻ്റീന ഇപ്പോൾ ഒരു ആശുപത്രി നേഴ്സിനെപ്പോലെ കാണപ്പെട്ടില്ല എന്നതാണ്. അവളിപ്പോൾ അഴിച്ചിട്ട മുടിയുമായാണ് നടക്കുന്നത്. അത് അവൾക്ക് നന്നായി ചേരുന്നുമുണ്ട്. അവളുടെ ആദ്യത്തെ രൂപവും അവൾക്ക് നന്നായി ചേരുന്നതായിരുന്നു. ഞാനക്കാര്യം അവളോടു പറഞ്ഞപ്പോൾ അവൾ പറഞ്ഞത് ഗെയ്ഗറാണ് ഒരു ഹോസ്പിറ്റൽ നേഴ്സിന്റെ വേഷം കെട്ടണമെന്ന് അവളോട് ആവശ്യപ്പെട്ടതെന്നായിരുന്നു. ആദ്യദിനങ്ങളിൽ എല്ലാവരും ഭയന്നത് പുതിയ യാഥാർത്ഥ്യങ്ങൾ എന്നെ തകർത്തുകളയുമെന്നായിരുന്നു. അതുകൊണ്ടാണ് ഗെയ്ഗർ വട്ടക്കണ്ണട ധരിച്ചതും പഴയ തെർമ്മോമീറ്റർ ഉപയോഗിച്ചതും. പിന്നീട് കാര്യങ്ങൾ എളുപ്പമായി. വാളൻ്റീന പറഞ്ഞതു പ്രകാരം ഞാൻ നന്നായി പിടിച്ചു നിൽക്കുകയും എന്റെ മുന്നിൽ ഒരു നാടകവും ആവശ്യമായതുമില്ല. സത്യത്തിൽ വാളൻ്റീന മനഃശാസ്ത്രത്തിൽ ഡോക്ടറേറ്റിന് പഠിക്കുന്ന തിസീസെഴുതിക്കൊണ്ടിരിക്കുന്ന വിദ്യാർത്ഥിനിയാണ്. അവളുടെ വിഷയം എന്താണെന്ന് ഞാൻ ഊഹിച്ചു.

ചൊവ്വാഴ്ച

മരിച്ചുപോയ ബന്ധുക്കളുടെ ഓർമ്മദിന*മായ ഒരു ശനിയാഴ്ച സ്മൊളീൻസ്കി സെമിത്തേരിയിൽ ഞാൻ അനസ്താസ്യയോടൊപ്പം പോയി. ഞാൻ അമ്മൂമ്മയ്ക്കും അച്ഛനുമാണ് ഓർമ്മബലിയർപ്പിച്ചത്. അവളാകട്ടെ അവളുടെ അമ്മയ്ക്കാണ് ബലിയർപ്പിച്ചത്. അവൾ സെമിത്തേരിയിൽ നിന്നും തിരിച്ചുപോകുമ്പോഴാണ് ഞാൻ എത്തിച്ചേർന്നത്. ഞങ്ങളവിടെ ബന്ധുക്കളില്ലാത്തവരായി അവശേഷിച്ചു. (സാധാരണയായി അത്തരം ദിനങ്ങളിൽ കുടുംബസമേതമാണ് സെമിത്തേരിയിൽ സന്ദർശനം നടത്തുന്നത്) ഓർമ്മിക്കുന്നില്ല; അനസ്താസ്യയെ കണ്ടപ്പോൾ ഞാനെത്രമാത്രം സന്തോഷിച്ചു എന്നു മാത്രമേ ഓർമ്മിക്കുന്നുള്ളൂ. ആദ്യം ഞങ്ങൾ അല്പനേരം വെറുതെ നിന്നു. മരങ്ങൾ നിരന്നു നിന്ന ഉദ്യാന വീഥിയിലൂടെ നടന്നു.

"എങ്ങനെയാണ് നിങ്ങളുടെ അമ്മ മരിച്ചത്." ഞാൻ ചോദിച്ചു.

"ക്ഷയരോഗമായിരുന്നു. ദീർഘനാളുകൾ കിടന്നാണ് അമ്മ മരിച്ചത്. ഞാനും അച്ഛനും കരുതിയത് അമ്മ കുറെ നാളുകൾ കൂടി ജീവിക്കുമെന്നായിരുന്നു."

ഞാനവളുടെ കൈ കവരുകയും ശക്തിയായി അമർത്തുകയും ചെയ്തു. അവളും എന്റെ കൈയ്യമർത്തിക്കൊണ്ട് പ്രതികരിച്ചു. അച്ഛന്റെയും അമ്മൂമ്മയുടേയും ശവക്കല്ലറയിലേക്ക് ഞങ്ങൾ ഒരുമിച്ചാണ് നടന്നു ചെന്നത്. കല്ലറയിൽ വീണുകിടന്നിരുന്ന ചുള്ളിക്കമ്പുകൾ ഞങ്ങൾ എടുത്തു മാറ്റുകയും ഇരുമ്പിന്റെ വേലി തുണികൊണ്ടു തുടച്ചു

---

* നമ്മുടെ കർക്കിടവാവുപോലെ റഷ്യക്കാർക്കുള്ള ഒരു ദിവസം.

വൃത്തിയാക്കുകയും ചെയ്തു. ഇരുമ്പുവേലി നിർമ്മിക്കാവുന്ന ഒരു കാലത്തായിരുന്നു അവർ മരണമടഞ്ഞത്. ഇപ്പോഴാകട്ടെ ചെറിയ വൃക്ഷ ത്തൈകൾപോലും എനിക്ക് വാങ്ങുവാൻ കഴിയുന്നില്ല. മുൻപൊക്കെ പ്രവേശന കവാടത്തിനടുത്ത് വൃക്ഷത്തൈകൾ വിറ്റിരുന്നു. ആദ്യം ഞാൻ പുല്ലുകൾ പറിച്ച് കല്ലറയുടെ പരിസരം വൃത്തിയാക്കേണ്ട എന്നു കരുതി (എന്തെങ്കിലും സസ്യങ്ങൾ വളർന്നു നിന്നോട്ടെ!) പക്ഷേ അവയെല്ലാം പറിച്ചു കളയണമെന്ന് അനസ്താസ്യ നിർദ്ദേശിച്ചു. പുല്ലുകൾ വളർന്നു നിൽക്കുന്നതിന്റെ അർത്ഥം മരിച്ചയാളെക്കുറിച്ചുള്ള ഓർമ്മകൾ വളർന്നു പന്തലിക്കുന്നുവെന്നും പുല്ലുകൾക്കൊപ്പം അയാളുടെ സാന്നിദ്ധ്യം മണ്ണിൽ നിലനിൽക്കുന്നു എന്നുമാണ്. അനസ്താസ്യ ഇപ്രകാരം പറഞ്ഞു. എനി ക്കറിയില്ല. ഞാനങ്ങനെ ചിന്തിച്ചില്ല. പുല്ലുകൾ ഞങ്ങൾ തീർച്ചയായും പറിച്ചു കളഞ്ഞു.

പിന്നെ ഞങ്ങൾ സെമിത്തേരിയിൽ ചുറ്റി നടന്നു. വിദൂരമായ ഉദ്യാന പഥങ്ങളിൽ കൊഴിഞ്ഞു വീണിരുന്ന ഇലകൾ ആരും വൃത്തിയാക്കിയിരു ന്നില്ല. ഞങ്ങളതിന്റെ അഴുകിയ ഗന്ധം ശ്വസിച്ചു. തിളങ്ങുന്ന മഞ്ഞ നിറമുള്ള ഇലകൾ കാൽതട്ടി മടങ്ങുമ്പോൾ അവയുടെ മറുപുറം തവിട്ടു നിറത്തിലാണ് കണ്ടത്. വായുവിന്റെ നറുമണം മൂക്കിൽ അനുഭവപ്പെട്ടു. എന്റെ മൂക്കിൻ തുമ്പിൽ ഒരു തുള്ളി തൂങ്ങിക്കിടന്നു. അനസ്താസ്യ അത് തട്ടിമാറ്റി. കയ്യുറയിൽ നിന്നും കൈപ്പത്തി സ്വതന്ത്രമാക്കിയിട്ട് വളരെ സാധാരണ ഭാവത്തിൽ അവൾ എന്റെ മൂക്കിൽ തുമ്പിൽ തട്ടി! അവൾ ചിരിച്ചു. ഭയങ്കര നാണക്കേടു തോന്നിയെങ്കിലും ആ നിമിഷങ്ങൾ വളരെ ഹൃദ്യമായിരുന്നു!

ഒരു കാര്യം മറന്നു. ഞങ്ങളന്ന് സര്യേത്സ്കിയെ കണ്ടുമുട്ടി. ഞങ്ങളെ കണ്ടപ്പോൾ അവൻ പറഞ്ഞു. “ഞാനിവിടെ എന്റെ അമ്മയെ ഓർമ്മിക്കാൻ വന്നതാണ്.”

അവൻ കയ്യിൽ ഇളം ചുവപ്പുനിറമുള്ള കടലാസുപൂക്കൾ പിടിച്ചി രുന്നു. ഓവർകോട്ടിന്റെ പോക്കറ്റിൽ നിന്നും കുപ്പിയുടെ കഴുത്ത് വെളി യിലേക്ക് തള്ളി നിന്നിരുന്നു. പോക്കറ്റിൽ കുപ്പി പൂർണ്ണമായും മറഞ്ഞി രുന്നുവെങ്കിലും പോക്കറ്റ് വല്ലാതെ തുറിച്ചു നിന്നിരുന്നതിനാൽ അത് കുപ്പി യാണെന്ന് വ്യക്തമായിരുന്നു. മറ്റേ പോക്കറ്റിൽ സോസേജ് ആയിരിക്കു മെന്നതിൽ എനിക്ക് സംശയമുണ്ടായിരുന്നില്ല. സര്യേത്സ്കിക്ക് ഒരു കാലത്ത് അമ്മയുണ്ടായിരുന്നു എന്ന ചിന്ത എന്നെ ആശ്ചര്യപ്പെടുത്തി. അവൻ കുട്ടിയായിരുന്നപ്പോൾ അമ്മ അവന്റെ കയ്യിൽ പിടിച്ച് നടത്തി യിട്ടുണ്ടാവും. അതിനും മുൻപ് അവനെ വയറ്റിൽ ചുമന്നിട്ടുണ്ടാകും. പക്ഷേ അവൻ മുകുളനത്തിലൂടെ ജനിച്ചവനാണെന്ന് സങ്കൽപ്പിക്കുവാനാ യിരുന്നു എനിക്ക് എളുപ്പം.

അത് ശരത്കാലമായിരുന്നുവെങ്കിൽ സസ്യത്തയ്യുകൾ വാങ്ങുവാൻ ഞാൻ ആഗ്രഹിച്ചത് എന്തിനായിരുന്നു? മരിച്ചുപോയവരുടെ ഓർമ്മദിന മായ ശനിയാഴ്ച എന്നാണ്? വലിയ നോമ്പുകാലത്ത് മൂന്നു തവണകൾ,

ഈസ്റ്റർ കഴിഞ്ഞ് രണ്ടാം ചൊവ്വാഴ്ചയോ, ട്രിനിറ്റി ഞായറാഴ്ചയോ? നവംബർ മാസത്തിലെ ഡിമിത്രിയേവ്* ശനിയാഴ്ചയോ? അതോ എല്ലാം സംഭവിച്ചത് വസന്തകാലത്തായിരുന്നുവോ? ഇപ്പോഴെനിക്ക് സംശയം തോന്നുന്നു. കുളിർ കാറ്റുണ്ടായിരുന്നു കയ്യുറയും ധരിച്ചിരുന്നു. പക്ഷേ എന്തുകൊണ്ടാണ് ശരത്ക്കാലമാണെന്ന് എനിക്ക് തോന്നിയത് ?

ഞങ്ങൾ അടിവെച്ചു നീങ്ങിയത് കൊഴിഞ്ഞ ഇലകളിലൂടെയാണെന്ന് ഇപ്പോഴെനിക്ക് ഉറപ്പില്ല; ഒരുപക്ഷേ മഞ്ഞിലൂടെയായിരിക്കാം. തവിട്ടു നിറമുള്ള പൊടിപിടിച്ച ജീർണ്ണവസ്ത്രം ധരിച്ച മഞ്ഞിലൂടെയായിരിക്കാം. അത് ഒരു ചതഞ്ഞ നനഞ്ഞ ശബ്ദം പുറപ്പെടുവിച്ചിരുന്നു. സ്മൊളിൻസ്കി പള്ളിയുടെ അടുത്തുകൂടി നടന്നപ്പോൾ ഞങ്ങൾ വെള്ളം ഒഴുകി വീഴുന്ന ശബ്ദം കേട്ടു. മേൽക്കൂരയിൽ നിന്നും ഒഴുകിയ വെള്ളം അവിടെ വെച്ചിരുന്ന വീപ്പകളിൽ വീഴുന്ന ശബ്ദമായിരുന്നു അത്. ഞങ്ങളുടെ വാക്കുകളോടൊപ്പം ഞങ്ങളുടെ വായിൽ നിന്നും ആവി പറന്നു.

“നമ്മുടെ കുട്ടികളും പേരക്കുട്ടികളും ഇതുപോലെ ഇവിടെ വന്ന് നമ്മളെ ഓർമ്മിക്കുന്ന കാര്യം ഒന്നു സങ്കൽപ്പിച്ചു നോക്കൂ.” അനസ്താസ്യ പറഞ്ഞു. “അവർ നമ്മുടെ മുകളിൽ കൂടി നടന്നുകൊണ്ട് സംസാരിക്കും. അവർ എല്ലാ അസംബന്ധങ്ങളെക്കുറിച്ചും വാചാലരാകും. നമ്മൾ താഴെ നിശ്ശബ്ദരായി കിടക്കും.”

ഞങ്ങൾ രണ്ടാൾക്കും ജനിച്ച കുട്ടികളേയും പേരക്കുട്ടികളേയും കുറിച്ചാണ് അവൾ പറയുന്നതെന്നാണ് അതു കേട്ടപ്പോൾ തോന്നിയത്. അപ്പോൾ ഞങ്ങൾ രണ്ടുപേരും ഒരുമിച്ച് അവിടെ നിശ്ശബ്ദരായി കിടക്കും. അവളുടെ വാക്കുകളെക്കുറിച്ച് ഓർമ്മിച്ചുകൊണ്ട് മണ്ണിനടിയിൽ കിടക്കുന്നതായി സങ്കൽപ്പിച്ചുകൊണ്ട് ഞാൻ നടന്നു. എന്നെ നഷ്ടപ്പെടാൻ തുടങ്ങിയ ആരോ ഒരാൾ തീവ്രാഭിലാഷത്തോടെ ഇവിടെ എന്നെ വിളിക്കുന്നു. അയാൾ മരിച്ചവരുടെ നഗരത്തിൽ നിന്നും ജീവിക്കുന്നവരുടെ നഗരത്തിലേക്ക് തിരിച്ചുവരുന്നതായി സ്വപ്നം കാണുകയും വൈകുന്നേരം സന്തോഷങ്ങൾ പ്രതീക്ഷിക്കുകയും ചെയ്യുന്നു. അനസ്താസ്യയുമായി വീട്ടിലേക്കു പോകുന്നതും വൈകുന്നേരം അടുക്കളയിലിരുന്നു ഒരുമിച്ച് ചായ കുടിക്കുന്നതിനെക്കുറിച്ചും ഞാൻ ആലോചിക്കുകയും എന്നെയും സന്തോഷം ഗ്രസിക്കുകയും ചെയ്തു. നിശ്ശബ്ദരായി കിടക്കുന്ന അമ്മൂമ്മയും അച്ഛനും ഒരിക്കലും എന്നെ തടയില്ല. കാരണം എല്ലായ്പ്പോഴും എന്റെ സന്തോഷം അവരുടേയും സന്തോഷമായിരുന്നു. ചായ കുടിക്കാൻ ഇഷ്ടപ്പെട്ടിരുന്ന അവർക്ക് ഞങ്ങളുടെ മേശമേൽ സ്ഥലമുണ്ടായിരുന്നില്ല എന്നതും സത്യമാണ്.

ഞാൻ എല്ലാം ഒരിക്കൽ കൂടി തൂക്കി അളന്നു നോക്കി. അതെ, തീർച്ചയായും അത് ശരത്കാലമായിരുന്നു. സസ്യ തൈകൾ വാങ്ങാൻ ഞാൻ

* ഓർത്തഡോക്സ് ക്രിസ്ത്യൻ ആചാരപ്രകാരം ആത്മാക്കളെ ഓർമ്മിക്കുന്ന ദിനം.

ഉദ്ദേശിച്ചിരുന്നില്ല, കാരണം ശരത്ക്കാലത്ത് അവ എങ്ങും വിൽക്കപ്പെട്ടിരുന്നില്ല. ഞങ്ങൾ കണ്ടുമുട്ടിയ മാസം ഒക്ടോബർ ആയിരുന്നു. സെമിത്തേരിയിലെ കൂടിക്കാഴ്ച നവംബറിലായിരുന്നു. അന്ന് ഞങ്ങൾ പരസ്പരം ഏറെ അറിഞ്ഞിരുന്നില്ല എന്നും ഞാൻ ഓർമ്മിക്കുന്നു. തിരിച്ചുള്ള യാത്രയിൽ ഗേറ്റിൽ ഞങ്ങൾ ഒരു ദരിദ്രനേയോ ഒരു ദിവ്യനേയോ കണ്ടുമുട്ടിയിരുന്നു. അയാൾ ഞങ്ങൾക്ക് ഓരോ മഞ്ഞ ഇലകൾ സമ്മാനിക്കുകയും ഞങ്ങളെ വധൂവരന്മാർ എന്ന് അഭിസംബോധന ചെയ്യുകയും ചെയ്തു. അനസ്താസ്യ നാണിച്ചു തുടുത്തു. ഞാനയാൾക്ക് പതിനായിരം കൊടുത്തു. അതോ, നൂറോ? ഓർമ്മയില്ല. അന്ന് പണത്തിന് ഒരു വിലയുമുണ്ടായിരുന്നില്ല. ഞാനെനിക്ക് കിട്ടിയ മഞ്ഞയില ദീർഘനാളുകൾ സൂക്ഷിച്ചു വെച്ചു.

ബുധനാഴ്ച

"എന്തുകൊണ്ടാണ് 'ഒക്ടോബർ അട്ടിമറി' സംഭവിച്ചത്? നിങ്ങൾ എന്തു കരുതുന്നു" ഗെയ്ഗർ എന്നോട് ചോദിച്ചു. "നിങ്ങൾ അതെല്ലാം കണ്ടതല്ലേ!"

അത് അപ്രതീക്ഷിതമായിരുന്നു. പിന്നീട് ഗെയ്ഗർ ചരിത്ര നോവലുകൾ എഴുതുന്നു എന്നായിരിക്കാം വ്യക്തമാക്കുന്നത്.

"ആളുകളിൽ ഒത്തിരി ദ്രോഹ ചിന്തകൾ കുമിഞ്ഞു കൂടിയിരുന്നു." ഞാൻ ഉത്തരം നൽകാനുള്ള വാക്കുകൾ തേടുകയായിരുന്നു.

"അതിനൊരു പോംവഴി കണ്ടുപിടിക്കേണ്ടത് ആവശ്യമായിരുന്നു."

"വളരെ ആകാംക്ഷാഭരിതമായിരിക്കുന്നു. അതായത് നിങ്ങൾ സാമൂഹ്യമായ അവസ്ഥയേയോ ചരിത്രപരമായ മുന്നുപാധികളേയോ മറ്റു കാര്യങ്ങളുമായോ അട്ടിമറിയെ ബന്ധിപ്പിക്കുന്നില്ല?"

"വ്യാപകമായ പരിഭ്രാന്തി ചരിത്രപരമായ മുന്നുപാധിയല്ലേ?" ഗെയ്ഗർ എന്റെ കട്ടിലിനരുകിൽ ഒരു കസേര വലിച്ചിടുകയും അതിൽ കാലുകൾ കവച്ചുവെച്ചുകൊണ്ട് ഇരിക്കുകയും ചെയ്തു.

"1917–ലെ പരിഭ്രാന്തിക്ക് അതിന്റേതായ കാരണങ്ങളുള്ളതായി കണക്കാക്കപ്പെടുന്നു. യുദ്ധം, ജനങ്ങളുടെ നിർദ്ധനത്വം അറിയില്ല, മറ്റു പല കാരണങ്ങളും ഉണ്ടാകാം..."

"അതിലും വളരെ മോശമായ കാലങ്ങളുണ്ടായിരുന്നു. പക്ഷേ ഒരു പരിഭ്രാന്തിയും ഉണ്ടായില്ലല്ലോ?"

ഗെയ്ഗർ തന്റെ കൈകൾ കസേരയുടെ ചാരിൽ പിടിക്കുകയും കൈമുട്ടുകൾ ഇരു ചെന്നികളിലും അമർത്തുകയും ചെയ്തു. അയാളുടെ നെറ്റി വളരെ ചെറുതായും ചുളിവുകളോടെയും കാണപ്പെട്ടു.

"നിങ്ങളുടെ കാഴ്ചപ്പാട് വളരെ രസകരമാണ്. അത് ചരിത്രപരമല്ല..."

ഗെയ്ഗർ എന്നെ ഒട്ടും കൂസാതെ നോക്കുകയും വളരെ ചിന്താവിഷ്ടനായി കാണപ്പെടുകയും ചെയ്തു. അയാൾ തന്റെ ചെവിയുടെ

കീഴ്ഭാഗത്ത് തെരുപ്പിടിച്ചു. അയാളുടെ ചെവികൾ വലുതായിരുന്നു. പക്ഷേ അയാൾ അതിൽ പിടിച്ചു വലിക്കുന്നതുവരെ അക്കാര്യം ശ്രദ്ധിക്കപ്പെട്ടില്ല. ലോകത്ത് ആവശ്യത്തിലധികമായ നിരവധി കാര്യങ്ങളുണ്ട്.

അയാൾ പോയപ്പോൾ ഞാൻ ടെലിവിഷൻ കാണുവാൻ തുടങ്ങി. ഇംഗ്ലീഷിൽ അവർ 'ടാക് ഷോ' എന്നു പറയുന്ന പരിപാടിയായിരുന്നു. ഓരോരുത്തരും പരസ്പരം തടസ്സപ്പെടുത്തുകയാണ്. സ്വരഭേദങ്ങൾ ചേർച്ചയില്ലാത്തതും സംസ്കാരശൂന്യവും അസഹ്യവുമായിരുന്നു. ഇതാണോ എന്റെ പുതിയ ആധുനിക മനുഷ്യർ?

വ്യാഴാഴ്ച

രാത്രിയിലെ അനസ്താസ്യയുമായുള്ള ഞങ്ങളുടെ കൂടിക്കാഴ്ചകൾ തുടർന്നു. ഞങ്ങൾ പരസ്പരം നോക്കി സ്റ്റൂളുകളിൽ ഇരിക്കുകയും എന്നാൽ കൂടുതൽ തവണയും അടുത്തടുത്ത് ഭിത്തിയിൽ ചാരിയോ അലമാരയിൽ ചാരിയോ ഇരിക്കുകയും ചെയ്തു. ഞങ്ങൾ അടുത്തടുത്ത് ഇരുന്നപ്പോൾ ഞങ്ങളുടെ കയ്യുകൾ പരസ്പരം സ്പർശിക്കുകയും അവളുടെ ചൂട് ഞാൻ തൊട്ടറിയുകയും ചെയ്തു. ചൂടിനേക്കാൾ അധികമായി ഒരു വൈദ്യുത തരംഗമാണ് അനുഭവപ്പെട്ടത്. ഞങ്ങൾ രണ്ടു പേർക്കും അത് അനുഭവപ്പെട്ടു. ഞങ്ങളുടെയിടയിൽ തീപ്പൊരികൾ പറക്കുമെന്ന് ഞാൻ ഭയപ്പെട്ടു.

ജനാലയ്ക്കപ്പുറം താഴെ വൈകിയോടുന്ന രാത്രി വണ്ടികളുടെ ശബ്ദം കേട്ടു. അതിന്റെ നിശ്ശബ്ദമായ ചലനങ്ങൾ ശാന്തത പകരുന്നതായിരുന്നു. വീഥിയിലൂടെ നേരെ പോകുന്ന വണ്ടികളുടേയും സീവ്യർസ്കയ സ്ട്രീറ്റിലേക്ക് തിരിഞ്ഞു പോകുന്ന വണ്ടികളുടേയും ശബ്ദങ്ങൾ വേർതിരിച്ചറിയാൻ ഞാൻ പഠിച്ചു. ചിലപ്പോൾ രാത്രിയുടെ പ്രശാന്തതയെ കീറിമുറിച്ചുകൊണ്ട് വണ്ടികളുടെ കുടുക്കം കേട്ടിരുന്നു. ഫ്ളാറ്റിൽ കിടന്നുറങ്ങുന്നവരെ അത് ഉണർത്തുമെന്ന് ഞങ്ങൾ ഭയപ്പെട്ടു. ചിലപ്പോൾ അങ്ങനെ സംഭവിച്ചിരുന്നു. ഉറങ്ങിയിരുന്നവർ ടോയ്‌ലറ്റ് വരെ നിരങ്ങി എത്തുമായിരുന്നു. ടോയ്‌ലറ്റ് ഫ്ളഷ് അടിച്ചതിനുശേഷം അടുക്കള വാതിലിൽ അവർ ഞങ്ങളെ നോക്കി നിൽക്കുമായിരുന്നു. അവർ ഒന്നും പറഞ്ഞില്ല.

ഒരിക്കൽ അനസ്താസ്യയ്ക്ക് പകർച്ചപ്പനി ബാധിച്ചപ്പോൾ അവൾ വീട്ടിൽ ഒറ്റയ്ക്കായി. എല്ലാവരും ഓരോ കാര്യങ്ങൾക്കായി പുറത്തുപോയിരുന്നു. എന്നെ സംബന്ധിച്ച് അനസ്താസ്യയേക്കാൾ പ്രധാന കാര്യം എനിക്കുണ്ടായിരുന്നില്ല. ഞാനവളുടെ വാതിൽക്കൽ നിന്നു. എന്റെ ഹൃദയം തുടിക്കുന്നത് എനിക്ക് കേൾക്കാമായിരുന്നു. വാതിലിൽ മുട്ടിക്കൊണ്ട് ഞാൻ മുറിയിൽ പ്രവേശിച്ചു. അനസ്താസ്യ കിടക്കയിൽ കിടക്കുകയായിരുന്നു. അവളെ സമീപിച്ചപ്പോൾ അവളുടെ മൂക്കും കൺപോളകളും വിങ്ങിയിരിക്കുന്നതായും ചുവന്നിരിക്കുന്നതായും കണ്ടു. അവൾ കരയുകയായിരുന്നു എന്ന് തോന്നിപ്പിച്ചു.

“അടുത്ത് വരാതിരിക്കൂ” ജലദോഷമുള്ള സ്വരത്തിൽ മൂക്കടപ്പോടെ അവൾ പറഞ്ഞു “പകരും.”

ഞാൻ അടുത്തു ചെന്നു. ശ്രദ്ധാപൂർവ്വം കട്ടിലിന്റെ വക്കത്ത് ഇരുന്നു.

“ഗംഭീരമായിരിക്കും. ഒരുമിച്ച് രോഗം പിടിപെട്ടാൽ നന്നായിരുന്നു”

“നല്ലതായി ഒന്നുമില്ല ” അവൾ പറഞ്ഞു. അവിടെ പുതപ്പിനു മുകളിൽ കിടന്നിരുന്ന ഒരു പുസ്തകത്തെ കാണിച്ചുകൊണ്ട് അവൾ പറഞ്ഞു. “എനിക്ക് വായിക്കാൻ കൂടി കഴിയുന്നില്ല.”

അവൾ എഴുന്നേറ്റിരിക്കാൻ തുനിഞ്ഞു. പക്ഷേ ഞാനെന്റെ കൈപ്പത്തികൾ അവളുടെ തോളിൽ വെച്ചുകൊണ്ട് ആ ഉദ്യമത്തെ തടഞ്ഞു. നാലു വിരലുകൾ നിശാവസ്ത്രത്തിൽ വിശ്രമിച്ചു. അഞ്ചാമത്തെ വിരൽ അവളുടെ കുപ്പായക്കഴുത്തിന്റെ സീമകളെ ഭേദിച്ചു. ചെറുവിരൽ അവളുടെ ചർമ്മത്തിൽ സ്പർശിച്ചു. എന്റെ സ്പർശനേന്ദ്രിയങ്ങളെല്ലാം ചെറുവിരലിലേക്ക് കേന്ദ്രീകരിക്കപ്പെട്ടു. ഞാനൊരു ചെറുവിരലായി മാറി.

“കിടന്നോളൂ” കൈകൾ വലിച്ചെടുക്കാനുള്ള ശക്തി എനിക്കു ലഭിച്ചു. “ഞാൻ നിങ്ങൾക്ക് വേണമെങ്കിൽ പുസ്തകം വായിച്ചു തരാം, ഞാൻ ചെറുതായിരുന്നപ്പോൾ അസുഖം വന്നപ്പോൾ എനിക്ക് അങ്ങനെ വായിച്ചു തന്നിട്ടുണ്ട്.”

അനസ്താസ്യ എന്നെ ജിജ്ഞാസയോടെ നോക്കി. വായിലൂടെ ശ്വസിച്ചു. അവളുടെ പുസ്തകം അവൾ ഒരു വശത്തേക്ക് മാറ്റിവെച്ചു.

“എന്നാൽ അവർ നിങ്ങൾക്ക് വായിച്ചുതന്നത് എനിക്കും വായിച്ചു തരൂ.”

ഞാനെന്റെ മുറിയിൽ പോയി എനിക്ക് വായിച്ചുതന്ന പുസ്തകം എടുത്തുകൊണ്ടുവന്നു. വായിച്ചു കൊണ്ടിരുന്നപ്പോൾ പുതപ്പിനടിയിൽ അനസ്താസ്യയുടെ വിരലുകൾ ഞാൻ തൊട്ടറിഞ്ഞു. പുസ്തകത്തിൽ നിന്നും കണ്ണെടുക്കാതെ ഞാൻ ചോദിച്ചു. “ഞാൻ നിന്റെ കൈ പിടിച്ചോട്ടെ? അതിലൂടെ ഞാൻ നിന്റെ അസുഖം വലിച്ചെടുക്കും.” പ്രതികരണമായി അവൾ ചെറുതായി എന്റെ കയ്യിൽ അമർത്തി. ഞാൻ വീണ്ടും വായന തുടർന്നു. ഞാൻ ഉപവാക്യങ്ങൾ ഓരോന്നായി ഉച്ചത്തിൽ വായിച്ചു കൊണ്ടിരുന്നു. ഞാനതുവരെ ആർക്കും വേണ്ടി ഉച്ചത്തിൽ വായിച്ചിരുന്നില്ല എന്ന് ഞാനോർത്തു. അസുഖം വരുമെന്നുള്ള റോബിൻസണിന്റെ പേടിയെക്കുറിച്ച് വായിച്ചപ്പോൾ ഞാൻ അനസ്താസ്യയെ ഒളികണ്ണിട്ടു നോക്കി. അവൾ അടച്ച കണ്ണുകളുമായാണ് കിടന്നിരുന്നത്. അവൾ ഞാൻ വായിക്കുന്നതു കേൾക്കുന്നുണ്ടോ അതോ ഉറങ്ങുകയാണോ എന്ന് വ്യക്തമായിരുന്നില്ല.

അവൾ കേൾക്കുകയായിരുന്നു. എന്റെ കയ്യിൽ തഴുകിക്കൊണ്ട് അവൾ പറഞ്ഞു.

“ഇരിക്കാൻ അത്ര സുഖമില്ല. മുതുക് വേദനിക്കും. എന്നോടൊപ്പം

പുതപ്പിനു മുകളിൽ കിടക്കൂ.'' ഒരു നിശ്ശബ്ദ നിമിഷത്തിനുശേഷം ''ദയ വായി...'' അവൾ തേങ്ങി

'ദയവായി' എന്ന അവളുടെ തേങ്ങൽ എന്നെ തകർത്തുകളഞ്ഞു. എന്റെ തൊണ്ടയിൽ എന്തോ വന്നടയുകയും എന്റെ ശബ്ദം അടഞ്ഞു പോവുകയും ചെയ്തു. ഞാനെന്റെ ചെരുപ്പുകൾ ഊരി എറിഞ്ഞ് കട്ടിലിൽ കിടന്നപ്പോൾ അത് ഞരങ്ങി. എന്റെ മരംപോലെയായ സന്ധികളും ഞരങ്ങിയിട്ടുണ്ടാവാം. പിന്നീട് എനിക്ക് ശബ്ദം തിരിച്ചു കിട്ടുകയും ഞാൻ വീണ്ടും വായന തുടരുകയും ചെയ്തു. കൂടുതൽ അടുത്തേക്ക് നീങ്ങി ക്കിടന്നുകൊണ്ട് അനസ്താസ്യ അവളുടെ കയ്യ് എന്റെ നെഞ്ചിൽ വെച്ചു. അവളുടെ ചുടുനിശ്വാസം എനിക്ക് എന്റെ കഴുത്തിൽ അനുഭവപ്പെട്ടു. ശ്വസനം താളനിബദ്ധമായപ്പോൾ ഞാനവളെ നോക്കി. അവൾ ഉറങ്ങി പ്പോയിരുന്നു. എനിക്ക് സന്തോഷവും സമാധാനവും തോന്നി. ഞാന വളുടെയടുത്ത് ദീർഘനേരം ശയിക്കുകയും വാതിലിൽ താക്കോൽ തിരി യുന്ന ശബ്ദം കേട്ടപ്പോൾ എഴുന്നേൽക്കുകയും ചെയ്തു. അവളുടെ ചൂടുള്ള നെറ്റിയിൽ ചുംബിച്ചിട്ട് ഞാൻ പുറത്തിറങ്ങി.

രണ്ടു ദിവസങ്ങൾക്കുള്ളിൽ എനിക്കും പനി പിടിച്ചു. ഓരോ മണി ക്കൂറും എന്റെ തൊണ്ടയിലൂടെ അസുഖം കടന്നുവരുന്നത് ഞാൻ സന്തോഷത്തോടെ അറിഞ്ഞു. അനസ്താസ്യയ്ക്കും എനിക്കും കൂടി ഒരേ അസുഖം രണ്ടാൾക്കായി പങ്കു വെയ്ക്കപ്പെടുകയായിരുന്നു. ഇപ്പോൾ അനസ്താസ്യ എന്റെ മുറിയിൽ വരികയും എന്നോടൊപ്പം ശയിച്ച് എനിക്ക് പുസ്തകം വായിച്ചു തരികയും ചെയ്തു. അസുഖത്തിനെ പരി ചരിക്കുന്നതിലുപരിയായി ഞങ്ങളിൽ മറ്റെന്തോ രൂപമെടുക്കുന്നതായി രണ്ടാൾക്കും തോന്നിയെങ്കിലും അത് നിർവ്വചിക്കാനോ അതിനെക്കുറിച്ച് പറയുവാനോ ഞങ്ങൾ രണ്ടാളും തുനിഞ്ഞില്ല. നിർവ്വചിച്ചാൽ നിങ്ങളത് നശിപ്പിക്കും. ഞങ്ങളതിനെ കാത്തു സൂക്ഷിക്കാനാണ് ഇഷ്ടപ്പെട്ടത്.

വെള്ളിയാഴ്ച

ഒരു ദിവസം ശരത്ക്കാലത്തിൽ എന്റെയടുത്തേക്ക് സേവ സെന്റ് പീറ്റേഴ്സ്ബർഗ്ഗിലേക്ക് (അന്നത് പെത്രോഗ്രാഡ് ആയിരുന്നു) വന്നു. ഞാൻ സ്കൂൾ വിദ്യാഭ്യാസം പൂർത്തിയാക്കുന്നതിന് രണ്ടുവർഷങ്ങൾക്ക് മുൻപായിരുന്നു അത്. അവന്റെ മുഖം വളരെ നിഗൂഢതകൾ നിറഞ്ഞ തായിരുന്നു. അവന് ജന്മനാ ലഭിച്ച മുഖം വളരെ പ്രകടനാത്മകമായി രുന്നു. വിവിധ സമയങ്ങളിൽ അത് കൂർമ്മതയോടെയും തന്ത്രപരമായും ഗ്രഹണ ശക്തിയുള്ളതായും സങ്കടഭാവത്തിലും മറ്റും കാണപ്പെട്ടു. ഇത്തവണ അവന്റെ മുഖത്തിന് നിഗൂഢതകൾ ഒളിപ്പിച്ചുവെച്ചിരിക്കുന്ന ഭാവമായിരുന്നു. ഒന്നും മിണ്ടാതെ അവൻ എന്റെ മുറിയിലേക്ക് നേരെ നടന്നു പോയി. വീട്ടിൽ ആരെങ്കിലും ഉണ്ടോ എന്ന് ചോദിച്ചതിനുശേഷം (വീട്ടിൽ മറ്റാരും ഉണ്ടായിരുന്നില്ല) അവൻ മുറി പൂട്ടി താക്കോലെടുത്തു. താക്കോൽ വാതിലിൽ നിരവധി വർഷങ്ങളായി കിടന്നിരുന്നുവെങ്കിലും

ആരും അത് ഉപയോഗിച്ചിരുന്നില്ല. താക്കോൽ തിരിഞ്ഞില്ലായിരുന്നെങ്കിൽ പോലും ഞാൻ അത്ഭുതപ്പെടുമായിരുന്നില്ല! പക്ഷേ താക്കോൽ തിരിഞ്ഞു.

സേവ തന്റെ തല അല്പം ചരിക്കുകയും നാടക തിയേറ്ററിലേതു പോലെ ചുവരിനെ നോക്കുകയും ചെയ്തു. അവൻ തൂക്കിയിട്ടിരുന്ന യാത്രാ സഞ്ചിയുടെ വശങ്ങൾ വയറിനോട് ചേർന്നിരുന്ന് അവന്റെ ശ്വാസത്തിൽ താളത്തിന് ചലിച്ചു. ശ്വാസം നിയന്ത്രിച്ചിട്ട് സേവ ബാഗ് തുറന്ന് ഒരു കെട്ടു കടലാസുകൾ പുറത്തെടുത്തു.

“ഇതാ...”

അവൻ മുഴുവൻ കടലാസുകെട്ടും എനിക്കു തന്നു. അതിന്റെ ഓരോ താളുകളിലേയും ഉള്ളടക്കം ഒന്നു തന്നെയായിരുന്നു. അത് വർത്തമാന കടലാസുകളായിരുന്നു. ഉടനെയുള്ള ഒരു രാഷ്ട്രീയ വ്യതിയാനത്തിന് ആഹ്വാനം ചെയ്യുന്ന ലേഖനമായിരുന്നു അത്.

“നിനക്കിതെവിടെ നിന്നു കിട്ടി?”

“ഞാൻ സ്കൂളിലേക്ക് വരുന്ന വഴിയിൽ വെച്ച് അപരിചിതനായ ഒരാൾ തന്നതാണ്. സ്കൂളിലെ വിദ്യാർത്ഥികൾക്ക് വിതരണം ചെയ്യാൻ തന്നതാണ്”

“നീയെന്തു പറഞ്ഞു?”

“വിതരണം ചെയ്യാമെന്നു പറഞ്ഞു. ഇത് പിതൃരാജ്യത്തെ രക്ഷിക്കാനാണ്, നിനക്ക് മനസ്സിലാകുന്നുണ്ടോ? അത്തരം സാഹചര്യങ്ങളിൽ ഞാൻ തീർച്ചയായും കൂടെയുണ്ടാകും.” ബാഗിൽ ഒരു കുപ്പി വീഞ്ഞും ഉണ്ടായിരുന്നു. സേവ ഉറച്ച ശബ്ദത്തോടെ അത് മേശപ്പുറത്ത് വെച്ചു. “കുപ്പിയും അയാൾ നിനക്കു തന്നതാണോ?”

“അല്ല. അതു ഞാൻ വീട്ടിൽ നിന്നും അടിച്ചു മാറ്റിയതാണ്. വിപ്ലവ സമരം ആരംഭിക്കുന്നത് ആഘോഷിക്കാനായി ആദ്യം രണ്ടു ഗ്ലാസ്സുകൾ കൊണ്ടുവരൂ.”

ദീർഘനാളായി അവൻ അപ്രകാരം ആജ്ഞാപിച്ചിട്ടില്ല. ഞാൻ ഗ്ലാസ്സുകൾ കൊണ്ടു വന്നു. നിഗൂഢതയുടെ പരിലാളനങ്ങളിൽ സേവ സ്വയം തിളങ്ങി നിന്നു. ഞങ്ങൾ ഓരോ ഗ്ലാസ്സ് വൈൻ കുടിച്ചുകൊണ്ടിരുന്നപ്പോൾ ഞാനവനോട് അവൻ ദസ്തയേവ്സ്കിയുടെ ‘ഭൂതാവേശിതർ’ എന്ന നോവൽ വായിച്ചിട്ടുണ്ടോ എന്ന് ചോദിച്ചു. എന്തോ കാരണത്താൽ ഗൗരവം വിട്ട് സംസാരിക്കുന്നതുപോലെ അല്പം കിണുങ്ങിക്കൊണ്ട് പറഞ്ഞു.

“ശരി നോവലൊന്നും വേണ്ട; മനസ്സിലായോ? അതൊക്കെ വളരെ പണ്ട് നൂറു വർഷങ്ങൾക്കു മുൻപ്. ഇപ്പോഴത്തെ വസ്തുനിഷ്ഠമായ കാര്യം അധികാരം പിടിച്ചെടുക്കുക എന്നതാണ്.”

“ശരി. നോവലുകളില്ലാതെ ഭരണകൂടം അട്ടിമറിക്കാനാണ് ശ്രമം. അഞ്ചുവർഷത്തെ അല്ലെങ്കിൽ പത്തു വർഷത്തെ കഠിനപ്രയത്നം; സ്കൂളിനോട് വിട. സെന്റ് പീറ്റേഴ്സ്ബർഗ്ഗിനോട് വിട. നീയതിന് തയ്യാറാണോ?”

എന്റെ കസിൻ അതിന് തയ്യാറല്ലെന്ന് അവിടെ തന്നെ വ്യക്തമാക്കപ്പെട്ടു. എനിക്കവനോട് സഹതാപം തോന്നിയതുകൊണ്ട് ഞാൻ ഉറക്കെ ചിരിച്ചില്ല. വൈൻ കുടിച്ചുകഴിഞ്ഞ് കവിളുകൾ ചുവന്നു തുടുത്ത സേവ വിളറിയതായി കാണപ്പെട്ടു. അവന്റെ ചുണ്ടുകൾ വിറച്ചു.

"എനിക്കങ്ങിനെ തോന്നി..."

സേവയുടെ തലമുടികൾ എഴുന്നു നിന്നതായി എനിക്കു പറയാൻ കഴിയും. കാരണം ജനാലയിലൂടെ ഒരു കാറ്റു വീശി. ഒരുപക്ഷേ അവന്റെ അപ്പോഴത്തെ ഭാവം അവന്റെ അവസ്ഥയ്ക്ക് ചേരുന്നതായിരുന്നു എന്ന് ഞാൻ കണ്ടു.

സേവ കുഴഞ്ഞുമറിഞ്ഞ രീതിയിലാണ് സംസാരിച്ചത്. ഞാനവനെ ശ്രദ്ധിച്ചില്ല. ഞാനെന്തിനാണ് അവനെ അപ്രകാരം പേടിപ്പിച്ചത്? ഞാനെന്തിനാണ് അവന്റെ പറക്കലിനെ തടസ്സപ്പെടുത്തിയത്? ഒരു സ്കൂൾ വിദ്യാർത്ഥിയായ അവനെ അവർ എന്തു ചെയ്യാനാണ്. ഏറ്റവും കൂടിയ ശിക്ഷ അവനെ വിലക്കുക മാത്രമായിരിക്കും. ഒരുപക്ഷേ അത്രയും കൂടി പ്രശ്നങ്ങൾ ഉണ്ടാകാൻ സാദ്ധ്യതയില്ല.

സേവ വളരെ സ്തബ്ധനായിപ്പോവുകയും അവന് വൈൻ മുഴുവൻ കുടിക്കാൻ കഴിയാതെ വരികയും ചെയ്തു. വൈൻ കുപ്പി എന്റെയടുത്ത് ഉപേക്ഷിക്കുകയും ലഘുലേഖകൾ നശിപ്പിച്ചുകളയണമെന്ന് ആവശ്യപ്പെടുകയും ചെയ്തു. ഞാൻ അവയെല്ലാം തീർച്ചയായും നശിപ്പിച്ചുകളഞ്ഞു. കാരണം മദ്യമോ അട്ടിമറിയോ എന്നെ ആകർഷിച്ചിരുന്നില്ല. കുടിച്ചു തീരാത്ത വൈൻ ഞാൻ ചവറ്റുകുട്ടയിൽ ഉപേക്ഷിച്ചു. സേവ വെറുതെ അത് സ്വന്തം വീട്ടിൽ നിന്നും അടിച്ചുമാറ്റി! കടലാസുകൾ ഞാൻ അടുപ്പിലിട്ടു കത്തിച്ചു. വിപ്ലവചിന്തകളുടെ നിധി ഒരു തെളിവും അവശേഷിക്കാതെ കത്തിയമർന്നു. അതിന്റെ ഉള്ളടക്കം മുഴുവനും ഓർമ്മയിൽ നിന്നും പൂർണ്ണമായും പോയി മറഞ്ഞു.

അവശേഷിച്ചത് എന്റെ മുറിയിലേക്ക് ജനാലയിലൂടെ കാലുകൾ നീട്ടിവെച്ച് വന്നെത്തിയ ഒരു ചൂടുള്ള സെപ്റ്റംബറിലെ ദിനമായിരുന്നു. ശരത്ക്കാലത്ത് തുറന്നിട്ട ജാലകം അപൂർവ്വമായിരുന്നു. കൊത്തുപണികളുള്ള ഒരു പൂച്ചട്ടിയിൽ വിറച്ചുകൊണ്ടിരിക്കുന്ന റോസാപ്പൂക്കളും ലില്ലിപ്പൂക്കളും. എഴുത്തുമേശയിൽ ചരിഞ്ഞുപതിക്കുന്ന സൂര്യരശ്മികൾ. ഷോക്കേസിൽ ഒരു നിര ബുക്കുകൾ! സൂര്യപ്രകാശത്തിന്റെ അഭാവത്തിൽ ശ്രദ്ധിക്കപ്പെടാതെ പോകുന്ന പൊടിയുടെ കനംകുറഞ്ഞ ഒരു പാളി. ചരിത്രപുസ്തകത്തിലിരിക്കുന്ന ഒരു വണ്ട്!

ശനിയാഴ്ച

ആംഫിച്യാത്രോവ ചോദിച്ചു. "നിനക്ക് എന്നെ വേണോ?"

ഞാൻ ലേറയെ ആദ്യമായി കാണുകയായിരുന്നു. പക്ഷേ ഉറപ്പോടെ വേണമെന്നു പറഞ്ഞു. പതിനഞ്ചുവയസ്സുകാരന് മറ്റെന്താണ് പറയാൻ

പറ്റുക? മറ്റെന്തിനേക്കാളും അതെന്നെ ആകർഷിച്ചു. ഏതോ തരത്തിലുള്ള ആശയവിനിമയത്തിന്റെ ഫലമായിരുന്നു അത്. പക്ഷേ അത് സംഭവിച്ചപ്പോൾ ആശയവിനിമയമൊന്നും ഉണ്ടായിരുന്നില്ല ഹാളിന്റെ മറ്റേ അറ്റത്തു നിൽക്കുന്ന യുവതിയെ ഞാൻ പലവട്ടം നോക്കി. എന്റെ നോട്ടങ്ങൾ അവൾ സ്വീകരിച്ചു. എന്റെ നോട്ടത്തേക്കാൾ ആകർഷണീയതയോടെയാണ് അവൾ പ്രതികരിച്ചത്. ഞാനവളെ ആഗ്രഹിച്ചുവോ? അറിയില്ല. ഒരുപക്ഷേ ആഗ്രഹിച്ചിരിക്കാം. അവളിലെ അസാധാരണത്വമാണ് എന്നെ പിടിച്ചു നിർത്തിയത്. അവളുടെ കുപ്പായത്തിലെ നെടുനീളത്തിലുള്ള, ധൈര്യപൂർവ്വമുള്ള പിളർപ്പ് വ്യക്തമാക്കിയത് അവൾ മോചിതയായ ഒരു പെണ്ണാണെന്നായിരുന്നു!.

പഴയ ആചാരങ്ങളിൽ നിന്നും പ്രമാണങ്ങളിൽ നിന്നും മോചിതരായ സ്ത്രീകളെക്കുറിച്ച് ഞങ്ങൾ ക്ലാസ്സിൽ ഒത്തിരി ചർച്ചകൾ നടത്തിയിരുന്നു. അവരുടെ ബാഹ്യരൂപങ്ങളും അവരുടെ സദാചാരപരമായ അശ്രദ്ധകളും ഞങ്ങൾ വിശദമായി ചർച്ച ചെയ്തിരുന്നതാണ്. അവയെല്ലാം തന്നെ ലേറയിൽ ഒത്തിണങ്ങിയിരുന്നു. അതിനാൽ ഞാനവളെ ഒട്ടും പ്രയാസമില്ലാതെ നിർണ്ണയിച്ചു. അവളിൽ മോചിത സ്ത്രീകളുടെ എല്ലാ ലക്ഷണങ്ങളും ഒത്തിണങ്ങിയിരുന്നു; ഒന്നൊഴിച്ച് അവൾ മുടി പറ്റെ വെട്ടിച്ചിരുന്നില്ല. പ്രത്യേകതകളൊന്നുമില്ലാത്ത ഞാൻ അവളുടെ ശ്രദ്ധാകേന്ദ്രമായത് അത്ഭുതാവഹമായിരുന്നു. ഒരുപക്ഷേ അത് അത്ഭുതപ്പെടുത്തുന്ന കാര്യമായിരിക്കില്ല. ഒത്തിരി പുരോഗമനപരമായി ചിന്തിക്കുന്ന ഒരാളുടെ മുന്നിൽ എന്ത് പുരോഗമന ഭാവം കാട്ടുവാനാണ്?

സംഗീതമുതിരുന്ന ഹാളിൽ നിന്നും അവൾ എന്റെ കൈപിടിച്ച് ഉറച്ച തീരുമാനത്തോടെ നടന്നു. ഞങ്ങൾ സംഗീതത്തിന്റെ താളത്തിൽ ചലിക്കുന്നതായാണ് എനിക്കു തോന്നിയത്; ഞങ്ങളുട താളാത്മകമായ ചലനം എന്നിൽ അവശേഷിച്ച ആഗ്രഹത്തെ മരവിപ്പിച്ചു. അത് ഏതു ഹാൾ ആയിരുന്നുവെന്നും ഏതു സംഗീതമായിരുന്നുവെന്നും ഞാനിപ്പോൾ ഓർമ്മിക്കാൻ ശ്രമിക്കുന്നു. പക്ഷേ എനിക്ക് സാധിക്കുന്നില്ല. അതിന് വലിയ പ്രാധാന്യമില്ല. എല്ലാം നിമിഷനേരം കൊണ്ട് അപ്രത്യക്ഷമായി. തെരുവിലെ ശുദ്ധവായുവിനേക്കാൾ ഞാൻ ഓർമ്മിക്കുന്നത് ലേറയുടെ വിയർക്കുന്ന കൈപ്പത്തിയാണ്. അവളുടെ കൂട്ടുകാരി അവൾക്ക് വാടകയ്ക്ക് കൊടുത്ത ഫ്ളാറ്റ് അന്വേഷിച്ച് ഞങ്ങൾ ഇരുട്ടത്ത് നടന്നു. ഫ്ളാറ്റിന്റെ താക്കോൽ ലേറ തന്റെ സ്വതന്ത്രമായ കയ്യിൽ നീട്ടിപ്പിടിച്ചിരുന്നു. ഞങ്ങൾക്ക് പോകേണ്ട ദിശയിലേക്കാണ് കൈ നീട്ടിപ്പിടിച്ചിരുന്നത്. എല്ലാത്തിനും ഒരു നാടകീയത ദൃശ്യമായിരുന്നു.

കുണ്ടും കുഴിയുമുള്ള പടികൾ താണ്ടി ഞങ്ങൾ ഏറ്റവും മുകളിലത്തെ നിലയിലേക്കും കയറി. അവിടെ ലേറ തന്റെ താക്കോൽ കൊണ്ട് ഒരു വാതിൽ തുറക്കുകയും ഞങ്ങൾ ഒരു ചെറിയ മുറിയിൽ പ്രവേശിക്കുകയും ചെയ്തു. അവിടെ ഒരു കട്ടിലും മേശയും ഒരു കസേരയും മാത്രമേ ഉണ്ടായിരുന്നുള്ളൂ. കസേരയുടെ പിന്നിലായി മറ്റൊരു വാതിലിന്റെ

വെളുത്ത ചിത്രം ദൃശ്യമായിരുന്നു. അത് ഒരു അടുക്കളയിലേക്കാവും തുറന്നിരുന്നത്. ലേറ നേരെ എന്റെയടുത്തു വന്നു. അവൾക്ക് എന്നേക്കാൾ അല്പം ഉയരക്കൂടുതലുണ്ടായിരുന്നു. എന്റെ മൂക്കിൽ അവളുടെ ഈർപ്പമുള്ള ഉച്ഛ്വാസം അനുഭവപ്പെട്ടു. അവൾ അവളുടെ തല കുനിച്ചു. അവളുടെ ചുണ്ടുകൾ എന്റെ ചുണ്ടിൽ മുട്ടിച്ചു. എന്റെ ചുണ്ടുകളിലൂടെ അവളുടെ നാക്ക് ഓടിച്ചു. പിന്നെ സാവധാനം പുറം തിരിഞ്ഞു നിന്നു.

“എന്റെ കുപ്പായം അഴിക്കൂ.”

ചാരനിറമുള്ള ചെറു വളയങ്ങൾ അവളുടെ കഴുത്തിൽ കിലുങ്ങി.

ഞാൻ കുപ്പായത്തിന്റെ കെട്ടഴിക്കാൻ തുടങ്ങി.

“നീയെന്താ ആദ്യമായാണോ ഒരു പെണ്ണിന്റെ കുപ്പായമഴിക്കുന്നത്? ഇതെല്ലാം ആദ്യമാണോ?”

“ഇതെല്ലാം ആദ്യമാണ്.”

ലേറ ദീർഘനിശ്വാസം വിട്ടു. കുടുക്കുകൾ അഴിച്ച് കുപ്പായം മാറ്റി. അതിനടിയിൽ കനം കുറഞ്ഞ ഒരു കുപ്പായവും ഞൊറിവെച്ച പെറ്റിക്കോട്ടും ഉണ്ടായിരുന്നു. അതിനും അടിയിൽ അടിവസ്ത്രവും നീണ്ട കാലുറകളും ഉണ്ടായിരുന്നു. എല്ലാറ്റിന്റേയും കെട്ടുകൾ അഴിക്കാൻ ഞാൻ ദീർഘനേരം ചെലവഴിച്ചു. ലേറ പലവട്ടം ദീർഘനിശ്വാസങ്ങൾ ഉതിർത്തു. മേൽക്കുപ്പായങ്ങളിൽനിന്നും സ്വതന്ത്രയായ ലേറ കസേരയിലിരുന്നു. ഞാൻ കുനിഞ്ഞുനിന്ന് അവളുടെ നീണ്ടകാലുറ അഴിച്ചു മാറ്റാൻ തുടങ്ങി. കറുത്ത സ്റ്റോക്കിംഗ്സിനടിയിൽ അവളുടെ വെളുത്ത ചർമ്മം എന്റെ കയ്യിൽ സ്പർശിച്ചു. അവളുടെ കാലിലെ ചർമ്മം ആശ്ചര്യകരമായ വിധത്തിൽ വെളുത്തതായിരുന്നു. അക്കാലത്ത് പെണ്ണുങ്ങൾ 'സൺബാത്തി'ന് പോയിരുന്നില്ല.

ഞങ്ങൾ കിടക്കയിൽ കിടന്നു കഴിഞ്ഞ് ലേറയുടെ ദീർഘനിശ്വാസങ്ങളും എതിർപ്പുകളും വർദ്ധിച്ചു എന്നു പറയുന്നതിന്റെ ആവശ്യമില്ലല്ലോ! എന്റെ ചലനങ്ങളെ നിയന്ത്രിക്കുന്നതിൽ ലേറ ഒട്ടും നാണിച്ചില്ല. കുട്ടികളെ പഠിപ്പിക്കുന്നത് അവസാനത്തെ തവണയാണെന്ന ഭാവമായിരുന്നു അവൾക്ക്. കുറച്ചു കഴിഞ്ഞ് അവളുടെ ദീർഘ നിശ്വാസങ്ങളിൽ നിന്നും കോപത്തിന്റെ നിഴലുകൾ അകന്നുപോയി എന്നെനിക്കു തോന്നി. അതിൽ എനിക്ക് പൂർണ്ണമായും വിശ്വാസം വന്നില്ല. അവൾക്ക് എത്ര വയസ്സായിരുന്നു? പതിനെട്ടായിരിക്കും. അതിലും കൂടുതലാവാൻ വഴിയില്ല. അന്ന് അവൾ ഒത്തിരി പ്രായപൂർത്തിയായതുപോലെയാണ് എനിക്ക് തോന്നിയത്.

പിന്നീട് കസേരയിലിരുന്ന് അവൾ സിഗരറ്റ് വലിച്ചു. കാല് കാലിൽ കയറ്റിവെച്ച് വിവസ്ത്രയായി ഇരുന്ന് സിഗരറ്റു വലിച്ചു. തന്റെ തള്ളവിരലിനും ചൂണ്ടുവിരലിനുമിടയിൽ ഒരു വെള്ളിയുടെ സിഗരറ്റ് ഹോൾഡർ പിടിച്ച് വളരെ സാവകാശം അവൾ വായിലൂടെ പുകവിട്ടു. ഞാൻ കട്ടിലിലിരുന്ന് നിശ്ശബ്ദനായി അവളെ നോക്കി. നഗ്നയായ സ്ത്രീ ശരീരം ഞാൻ

ആദ്യമായി കാണുകയായിരുന്നു. എന്റെ കഴുത്തിൽ കിടന്ന കുരിശിൽ കൈ ചൂണ്ടി ലേറ ചോദിച്ചു.

"നീ ദൈവത്തിൽ വിശ്വസിക്കുന്നുണ്ടോ?"

"ഉണ്ട്."

"വിമാനങ്ങൾ പറക്കുന്ന കാലത്ത് ഒരു ദൈവവിശ്വാസിയായിരിക്കുന്നത് ലജ്ജാകരമാണ്. എന്നെ നോക്കൂ. ഞാനൊരു പുരോഹിതന്റെ മകളാണ്. പക്ഷേ ദൈവത്തിൽ വിശ്വസിക്കുന്നില്ല." അവൾ പുക നീട്ടി ഊതി. "എന്താ മിണ്ടാതിരിക്കുന്നത്?"

" വിമാനങ്ങൾക്ക് മരണത്തെ മാറ്റാൻ കഴിയുമോ?"

ലേറ ചിരിച്ചു.

"തീർച്ചയായും."

തിങ്കളാഴ്ച

ഓർമ്മിച്ചു. വൈമാനികനെക്കുറിച്ച് എല്ലാം ഓർമ്മിച്ചു. എനിക്ക് പത്തോ പന്ത്രണ്ടോ വയസ്സുള്ളപ്പോഴാണ് എന്റെ അച്ഛൻ എന്നെ വിമാനങ്ങൾ കാണിക്കാൻ സൈനിക വിമാനത്താവളത്തിൽ കൊണ്ടു പോയത്. രണ്ടു വർഷങ്ങൾക്ക് മുൻപ് പോലും സൈനിക വിമാനത്താവളങ്ങൾ നിലവിലുണ്ടായിരുന്നില്ല. വ്യോമ അഭ്യാസങ്ങൾ കാട്ടിയിരുന്ന സൈനികതാവളങ്ങൾ ഉണ്ടായിരുന്നു. ഇപ്പോൾ വിമാനത്താവളങ്ങൾ അടുത്തു തന്നെ പണികഴിപ്പിച്ചിട്ടുള്ളതിനാൽ വ്യോമഅഭ്യാസങ്ങൾ അവിടെയാണ് നടക്കാറ്. ഗെയ്ഗർ പറഞ്ഞതനുസരിച്ച് ഇപ്പോൾ അതിന് 'എയർഷോ' എന്നാണ് പറയുന്നത്. എന്റെ അഭിപ്രായത്തിൽ ഇന്നത്തെ ജീവിതത്തിൽ ധാരാളം 'ഷോ'കളുണ്ട്. ഒരാഴ്ച മുഴുവൻ ടെലിവിഷൻ കണ്ട ഒരാളുടെ വാക്കുകളാണിത്.

ജൂലൈ. സൂര്യൻ. അലങ്കരിച്ച കുടകളിൽ ചൂടുള്ള കാറ്റടിക്കുന്നു. ഒത്തിരിയാളുകൾ വൈക്കോൽ തൊപ്പി ധരിച്ചു നിൽക്കുന്നു. കുറച്ചുപേർ ത്രികോണാകൃതിയിലുള്ള കടലാസുതൊപ്പികൾ ധരിച്ചിരുന്നു. ഞങ്ങൾ അതിരാവിലെ എത്തിച്ചേർന്നതിനാൽ ഞങ്ങൾ മുന്നിലെ നിരയിൽ സ്ഥാനം പിടിച്ചു. ഞങ്ങൾക്ക് വിമാനങ്ങളെ മാത്രമല്ല വൈമാനികരെയും കാണാമായിരുന്നു. അവിടുത്തെ വൈമാനികരെ കണ്ട നിമിഷം തന്നെ ഞാനൊരു വൈമാനികനാകാൻ തീരുമാനിച്ചിരുന്നു. ഫയർ ക്യാപ്റ്റനോ സംഗീതജ്ഞനോ അല്ല ഞാനൊരു വൈമാനികനാകും എന്ന് തീരുമാനിച്ചു.

നിരവധി സഹായികളാൽ ചുറ്റപ്പെട്ട് അങ്ങനെ നിൽക്കാനും വിദൂരതയിൽ കണ്ണുകൾ നട്ടുകൊണ്ട് സാവകാശം ഒരു സിഗരറ്റ് എടുത്ത് ചുണ്ടിൽ വെയ്ക്കാനും ഞാൻ ആഗ്രഹിച്ചു. അതുപോലെ തന്നെ തുറിച്ചു നിൽക്കുന്ന മീശ അല്പം പിരിക്കാനും വിമാനത്തിലേക്കു നടക്കുന്നതിനു മുൻപായി ഒരു കൈകൊണ്ട് ഹെൽമെറ്റിന്റെ സ്ട്രാപ് എന്റെ താടിയിൽ

പിടിച്ചിടാനും വട്ടത്തിലെ ഡെപ്പികൾ പോലുള്ള കണ്ണട ധരിക്കാനും ഞാൻ ആഗ്രഹിച്ചു. പക്ഷേ ഏറ്റവും വലിയ ആകർഷണം മറ്റൊരു കാര്യത്തിലായിരുന്നു. എന്നെ പ്രലോഭിപ്പിച്ചത് വൈമാനികൻ എന്ന പദമായിരുന്നു. അതിൽ പറക്കലിന്റെ സൗന്ദര്യവും മോട്ടറിന്റെ അലർച്ചയും സ്വാതന്ത്ര്യവും ശക്തിയും എല്ലാം സമന്വയിച്ചിരുന്നു. അത് മനോഹരമായ പദമായിരുന്നു. പിൽക്കാലത്താണ് 'പറക്കുന്ന മനുഷ്യൻ' എന്ന വാക്ക് ഹ്ളേബ് നിക്കവ്* ഉണ്ടാക്കിയത്. അതും സാമാന്യം നല്ലൊരു വാക്കാണ്. പക്ഷേ അതിന് ഒരു കുരുവിയുടെ പോലുള്ള ചെറിയ തോന്നലാണ് സൃഷ്ടിക്കാനാവുക. പക്ഷേ വൈമാനികൻ എന്നത് ഒരു വലിയ ഭംഗിയുള്ള പക്ഷിയാണ്. അത്തരം പക്ഷിയാകാനാണ് ഞാൻ ആഗ്രഹിച്ചത്.

വൈമാനികൻ പ്ലത്തോനവ്. അതെന്റെ ഇരട്ടപ്പേരായിരുന്നില്ല. പക്ഷേ ആളുകൾ അന്നും ഇന്നും എന്നെ അങ്ങിനെ വിളിച്ചു. ഞാനത് ഇഷ്ടപ്പെടുകയും ചെയ്തു.

ചൊവ്വാഴ്ച

ഞാൻ സത്യത്തിൽ ചരിത്രപരമായല്ല ചിന്തിക്കുന്നത്.

– ഇവിടെ ഗെയ്ഗർ അഭിപ്രായപ്പെട്ടത് ഒരുപക്ഷേ ശരിയായിരിക്കാം. ചരിത്രപരമായ കാഴ്ചപ്പാട് എല്ലാവരേയും സാമൂഹ്യ സംഭവങ്ങളുടെ തടവുകാരാക്കി മാറ്റും. ഞാൻ കാര്യങ്ങൾ കാണുന്നത് മറ്റൊരു തരത്തിലാണ്. നേരെ വിപരീതമായാണ്. മഹത്തായ സംഭവങ്ങൾ വികാസം പ്രാപിക്കുന്നത് ഓരോ വ്യത്യസ്തമായ വ്യക്തിത്വങ്ങളിലുമാണ്. പ്രത്യേകിച്ചും മഹത്തായ വിപ്ലവങ്ങൾ.

എല്ലാം വളരെ നിസ്സാരമാണ്. ഓരോ വ്യക്തിയിലും മാലിന്യമുണ്ട്. നിന്റെ മാലിന്യം മറ്റുള്ളവരുടെ മാലിന്യവുമായി ചേർത്ത് അനുരണനം ചെയ്യുമ്പോഴാണ് വിപ്ലവങ്ങളും യുദ്ധങ്ങളും ഫാസിസവും കമ്മ്യൂണിസവും തുടങ്ങുന്നത്. ഈ അനുരണനത്തിന് ജീവിത നിലവാരവുമായോ ഭരണ വ്യവസ്ഥയുമായോ ബന്ധമൊന്നുമില്ല. അതായത് നേർബന്ധങ്ങൾ ഒന്നുമില്ല. ശ്രദ്ധിക്കേണ്ട കാര്യം മറ്റുള്ളവരുടെ മനസ്സിലെ നന്മകൾ തിന്മകളുടെയത്ര വേഗത്തിൽ പ്രതികരിക്കാറില്ല.

ബുധനാഴ്ച

ഒരാഴ്ച മുഴുവൻ ഞാൻ എഴുതിയില്ല. സുഖമില്ലാതെ കിടക്കുകയായിരുന്നു. ഞാൻ പുറത്തിറങ്ങി നടന്നപ്പോൾ തണുത്തു മരവിച്ചതുകൊണ്ടാണ് രോഗം വന്നതെന്ന് വാലന്റീന കരുതുന്നു. ചൂട് നിലനിർത്തുന്ന വസ്ത്രങ്ങൾ അണിയാമെന്ന് അവൾ ഉപദേശിക്കുന്നു. ഗെയ്ഗർ അവളുടെ അഭിപ്രായത്തോട് യോജിച്ചില്ല. അയാളുടെ അഭിപ്രായത്തിൽ ഞാൻ അനസ്താസ്യയുടേയും എന്റേയും രോഗം വളരെ ശുഷ്ക്കാന്തിയോടെ

* വെലിമിർ ഹ്ളേബ്നിക്കവ് (1885–1922) കവി, നാടകകൃത്ത്.

വിവരിക്കാൻ ശ്രമിക്കുക വഴി സ്വയം രോഗത്തിലേക്ക് വഴുതി വീഴുക യായിരുന്നു. ഗെയ്ഗർ സത്യത്തിൽ നിന്നും അത്ര ദൂരെയായിരുന്നില്ല.

എനിക്ക് എഴുതാൻ കഴിഞ്ഞില്ല എന്നു പറയുന്നത് അത്ര ശരിയായി രിക്കില്ല. എഴുതാൻ ആഗ്രഹിച്ചില്ല, എഴുതാനുള്ള മനഃസ്ഥിതി ഉണ്ടായി രുന്നില്ല. മാനസികാവസ്ഥ ഒട്ടും ഉണ്ടായിരുന്നില്ല. അത് സ്വാഭാവികമാണെ ന്നാണ് ഗെയ്ഗർ പറഞ്ഞത്. ആദ്യത്തെ ആഴ്ചകളിൽ ഞാൻ പിടിച്ചു നിന്നത് വലിയ മാനസിക പിരിമുറുക്കത്തോടും അന്തിച്ചുപോകുന്ന ആത്മസംയമനത്തോടും കൂടിയായിരുന്നു. പിന്നീട് ജീവിതം ഒരു ദിന ചര്യയായി മാറിയപ്പോൾ ഞാൻ തകർന്നടിയുകയായിരുന്നു. അതെ ഞാൻ സമ്മതിക്കുന്നു; ഞാൻ തകർന്നടിയുകയായിരുന്നു. എനിക്ക് നിശ്ചയ മായും ഒരു ദിനചര്യയും ഇഷ്ടമല്ല. തുടർച്ചയില്ലാത്ത ഒരു വളഞ്ഞ വഴി യാണ്. ഇത്ര വർഷങ്ങളും അത് എവിടെ ചുറ്റിത്തിരിയുകയായിരുന്നു? പ്രധാന സംഗതി എങ്ങോട്ടാണ് നയിക്കുന്നത് എന്നതാണ്. ടെലിവിഷ നിൽ ഞാൻ കാണുന്ന അപരിചിതമായ ആ ജീവിതത്തിലേക്കോ? ആ ജീവിതം എന്നെ ഒട്ടും മോഹിപ്പിക്കുന്നില്ല. ഗെയ്ഗറേയും മോഹിപ്പിക്കു ന്നില്ല.

ഡയറി എഴുത്തിനെക്കുറിച്ച് അയാൾ പറഞ്ഞത് ഞാൻ ഒട്ടും വിഷമി ക്കേണ്ടതില്ല എന്നാണ്. അതിൽ എല്ലാ ദിവസവും എഴുതണമെന്ന് എന്നോട് ആരും നിഷ്ക്കർഷിക്കുന്നില്ല. അങ്ങനെ നിഷ്ക്കർഷിക്കാത്ത തിന് നന്ദിയുണ്ട്. അതുകൊണ്ട് ഞാൻ ദിവസേന എഴുതില്ല. ഞാൻ ഗെയ്ഗറെ കൂടുതൽ കൂടുതൽ ഇഷ്ടപ്പെട്ടു തുടങ്ങി. അയാൾ തന്റെ വികാരങ്ങൾ ഞാനുമായി പങ്കു വെയ്ക്കാറുണ്ട്. അല്പം തണുത്ത രീതി യിലാണെങ്കിലും ആ തണുപ്പിലൂടെ അയാളുടെ ശുദ്ധമായ ദയാ വായ്പിന്റെ ഗന്ധം അനുഭവപ്പെടുന്നുണ്ട്.

അതിനു വിപരീതമായി ബാഹ്യമായ സ്നേഹവായ്പിനുള്ളിൽ ചീഞ്ഞുനാറുന്ന എന്തോ ഒളിച്ചുവെയ്ക്കുന്നതാണ് അസഹ്യമായ കാര്യം. എനിക്കൊരു പരിചയക്കാരനുണ്ടായിരുന്നു. അലക്സേയ് കൊസ്താൻ ചിനോവിച്ച് അവിര്യാനോവ് എന്നായിരുന്നു അയാളുടെ പേര്. പൊക്കം കുറഞ്ഞ കഷണ്ടിയുള്ള വലിയ തലയുള്ള കൂണുപോലുള്ള ഒരു മനു ഷ്യൻ. സസ്യങ്ങളെപ്പോലെ പരാഗണം നടത്തിയാൽ മാത്രമേ അയാൾക്ക് പ്രജനനം നടത്താൻ കഴിയുമായിരുന്നുള്ളൂ. കാരണം അത്രയും പൊക്കം കുറഞ്ഞ ഒരാളോടൊപ്പം ഏതു പെണ്ണാണ് നടക്കാൻ തയ്യാറാവുക? അയാളെപ്പോലെ തന്നെ ഉയരം കുറഞ്ഞ ഏതോ പെണ്ണുങ്ങൾ അയാൾക്ക് ഉണ്ടായിരുന്നുവെന്നു തോന്നുന്നു. നിങ്ങൾ അയാളുമായി ഒന്നോ രണ്ടോ മണിക്കൂറുകൾ സംസാരിച്ചാൽ ഇത്രയും ഹൃദയാലുവും ദയാലുവും നിങ്ങളുടെ നന്മയെ കാംക്ഷിക്കുന്നവനുമാണ് അയാളെന്ന് നിങ്ങൾക്ക് തോന്നും. തല ഒരു വശത്തേയ്ക്ക് ചരിച്ചുപിടിച്ചുകൊണ്ട് നിയന്ത്രണ മില്ലാതെ ഹ... ഹ... ഹ... എന്ന് അയാൾ ചിരിക്കും മറ്റൊരു മനോഹരമായ ദിനത്തിലായിരിക്കും അയാൾ നിങ്ങളുടെ നന്മയെ കാംക്ഷിക്കുന്നവനോ

ദയാലുവോ അല്ലെന്നും നിങ്ങളെ പിന്നിൽ നിന്നും കുത്തുന്ന ഒരു ദോഷൈകദൃക്കാണെന്നും നിങ്ങൾക്ക് മനസ്സിലാകുന്നത്. അവിര്യാനോവ് ആരായിരുന്നു? ഓർമ്മയില്ല. ഒന്നും ഓർമ്മിക്കുന്നില്ല. അയാളുടെ കൂണു പോലുള്ള രൂപവും വിരകളുടെ സ്വഭാവവും മനസ്സിൽ ബാക്കി നിൽക്കു ന്നുണ്ട്. അയാളുടെ തള്ളിനിൽക്കുന്ന കണ്ണടച്ചില്ലുകളും അതിലൂടെ ഉന്തി നിൽക്കുന്നതായി തോന്നിയ അയാളുടെ കണ്ണുകളും ഓർമ്മയിലുണ്ട്. എന്തുകൊണ്ടാണ് ഞാൻ പൊടുന്നനെ അയാളെക്കുറിച്ച് ചിന്തിക്കാൻ തുടങ്ങിയത്? അതെ, ഗെയ്ഗർ, അയാൾ അത്തരക്കാരനല്ല!

“എനിക്കാരുമല്ലാത്ത അവിര്യാനോവ് എന്തിനാണ് എന്നിലേക്ക് വന്നത്? അയാളുടെ സ്വഭാവവും ഉയരവും കണ്ണടകളും കൂടി ഓർമ്മയിൽ വന്നു. ഞാനെത്ര ശ്രമിച്ചിട്ടും അയാൾക്ക് എന്റെ ജീവിതത്തിൽ എന്തു സ്ഥാനമാണ് ഉള്ളതെന്നു കണ്ടുപിടിക്കാൻ കഴിയുന്നില്ല. എന്തു കൊണ്ടാണ് ഓർമ്മകൾ ഇപ്രകാരം രൂപമെടുത്തിട്ടുള്ളത്? ശാസ്ത്രീയ വീക്ഷണത്തിന്റെ വെളിച്ചത്തിൽ എന്താണ് ഓർമ്മകൾ?”

“തലച്ചോറിലെ ഒരു പ്രത്യേക കൂട്ടം നാഡീ വ്യൂഹങ്ങളെയാണ് ഓർമ്മ കൾ എന്നു പറയുന്നത്. നാഡീകോശങ്ങൾ പരസ്പരം ബന്ധപ്പെടുമ്പോൾ നിങ്ങൾ മറ്റ് ഓർമ്മകളിലേക്ക് നയിക്കപ്പെടുന്നു.”

“ചുരുക്കിപ്പറഞ്ഞാൽ അവിര്യാനോവിനെ മുഴുവനായി ഓർമ്മിച്ചെടു ക്കാൻ മാത്രമുള്ള നാഡീകോശങ്ങൾ എനിക്കില്ല. എങ്ങനെയൊ അത് വളരെ യാന്ത്രികമാണ്.”

“നിങ്ങൾ വിഷമിക്കാതിരിക്കൂ. ഒരുപക്ഷേ അവിര്യാനോവ് അയാളുടെ പരിപൂർണ്ണമായ പ്രസരിപ്പോടെ നിങ്ങളുടെ ഓർമ്മയിൽ പ്രത്യക്ഷപ്പെടും. ഒരുപക്ഷേ നിങ്ങളതിൽ അത്ര സന്തോഷവാനായിരിക്കില്ല.” എന്റെ ആശു പത്രി കുപ്പായത്തിന്റെ മേൽ ബട്ടനുകൾ ഇട്ടുകൊണ്ട് ഗെയ്ഗർ തുടർന്നു പറഞ്ഞു. “കൂടാതെ ഓർമ്മകൾ കണ്ണാടിപോലെ ജീവിതത്തെ പ്രതിഫലി പ്പിച്ചിരുന്നുവെങ്കിൽ വളരെ വിരസമായി തോന്നുമായിരുന്നു! ഓർമ്മകൾ ഓരോന്നായി തിരഞ്ഞെടുക്കുകയാണ്. അതാണ് ഓർമ്മകളെ കലയു മായി അടുപ്പിക്കുന്ന ഘടകം.”

എനിക്ക് സ്വന്തമായി അവിര്യാനോവിനെ ഒരാവശ്യവുമില്ല. ഇത്രതന്നെ അയാളെക്കുറിച്ച് ഓർമ്മിച്ചത് ധാരാളം മതിയാകും!

വ്യാഴാഴ്ച

ടെലിവിഷൻ പരിപാടികൾ എന്നെ വിസ്മയിപ്പിക്കുന്നു. അവർ എപ്പോഴും അവിടെ എന്തെങ്കിലും ഉപകരണങ്ങൾ വായിക്കുന്നു. പദ ങ്ങളും ഈണങ്ങളും ഊഹിച്ചെടുക്കുന്നു. കൂടാതെ, ആൾ താമസമില്ലാത്ത ദ്വീപിലേക്ക് ആരെയോ അയയ്ക്കാൻ അവർ പദ്ധതി തയ്യാറാക്കുന്നു. അവരെല്ലാം സന്തോഷവാന്മാരും വിഭവസമൃദ്ധിയുള്ളവരുമായിരുന്നു. എനിക്ക് തോന്നിയത് ദയനീയ ഭാവമായിരുന്നു. അവർക്ക് നിലനിന്നു

പോകാൻ അവരുടെ ജീവിതത്തിൽ ഒരു ദ്വീപ് ഉണ്ടായിരുന്നില്ല എന്നാണ് തോന്നിയത്. ഇതാണോ അവരുടെ ജീവിതത്തിന്റെ ഒറു കുറവ്.

ശനിയാഴ്ച

ഓർമ്മകളുടെ സ്വഭാവത്തെക്കുറിച്ചാണ് ഞാനിപ്പോൾ ചിന്തിക്കുന്നത്. എന്റെ ഓർമ്മയിൽ എന്തെങ്കിലും സൂക്ഷിച്ചു വെയ്ക്കപ്പെടുന്നുണ്ടോ? തലയിലെ നാഡികോശങ്ങളുടെ പ്രത്യേക കൂട്ടമാണോ ഇത് ? ക്രിസ്തുമസ്സ് ട്രീയുടെ ഗന്ധവും ഹാരങ്ങളുടെ കുപ്പിക്കിലുക്കവുമുള്ള ഒരു വായു പ്രവാഹം-അതാണോ നാഡീകോശങ്ങൾ? ജനൽപടിയിൽ കിരുകിരു ശബ്ദത്തോടെ തൂങ്ങിക്കിടക്കുന്ന കടലാസുകഷണങ്ങൾ. ജനാലകൾ ഏപ്രിൽ മാസത്തിൽ തുറന്നിടുമ്പോൾ മുറിയിൽ വസന്തകാലത്തിലെ വായു നിറയും. തെരുവിലെ വർത്തമാനങ്ങളും മുറിയിൽ നിറയും. നടപ്പാതകളിലെ സായാഹനത്തിലെ കാലടി ശബ്ദങ്ങളും തെരുവു വിളക്കിനടിയിലെ രാത്രിയിലെ പ്രാണികളുടെ മുരൾച്ചയും കൊണ്ട് അന്തരീക്ഷം മുഖരിതമാകും. ഞാൻ, എന്റെ ജീവിതാവസാനം വരെ ഓർമ്മിക്കുന്ന എന്റെയും അനസ്താസ്യയുടേയും കാതരമായ വികാരങ്ങൾ. അവയും നാഡീകോശങ്ങളാണോ? അവളുടെ മന്ത്രിക്കലും അതിൽ നിന്നും രൂപമെടുത്ത് ചിരിയായി പടർന്നു കയറുന്ന ശബ്ദവും അരുകിൽ കിടക്കുമ്പോഴുള്ള അവളുടെ മുടിയുടെ ഗന്ധവും എല്ലാം ഞാൻ ഓർമ്മിക്കുന്നു.

അസുഖത്തിന്റെ നാളുകൾക്കുശേഷം ഞങ്ങൾ രണ്ടാളും പലപ്പോഴും അടുത്തടുത്ത് കിടക്കുമായിരുന്നു. സാധാരണയായി ഉച്ചതിരിഞ്ഞ സമയത്ത് വീട്ടിൽ മറ്റാരും ഇല്ലാതിരുന്നപ്പോഴായിരുന്നു അത്. ഒരുമിച്ച് ആലിംഗനബദ്ധരായി ശയിച്ചിരുന്നു. ചിലപ്പോഴൊക്കെ പരസ്പരം സ്പർശിക്കാതെ കിടന്നു സംസാരിക്കുമായിരുന്നു. ചിലപ്പോൾ നിശ്ശബ്ദരായി കിടന്നു. അത്തരം ഒരു നിമിഷത്തിൽ ഞാനവളുടെ ചെവിയിൽ മന്ത്രിച്ചു:

"നിങ്ങളെന്റെ ഭാര്യയായാൽ കൊള്ളാമെന്നുണ്ട്."

അനസ്താസ്യ എപ്പോഴും പൊട്ടിച്ചിരിക്കുന്നവളായിരുന്നു. അവളിപ്പോൾ പൊട്ടിച്ചിരിക്കുമെന്ന് ഞാൻ ഭയപ്പെട്ടു. പക്ഷേ അവൾ ചിരിച്ചില്ല. വളരെ ഹ്രസ്വമായി അവൾ പറഞ്ഞു.

"എനിക്കും ആഗ്രഹമുണ്ട്."

അവളും എന്റെ ചെവിയിൽ പറഞ്ഞു. എനിക്കവളുടെ ചൂടുള്ള അധരങ്ങൾ അനുഭവവേദ്യമായി.

ഞങ്ങൾ അപ്പോൾ 'നീ'* എന്ന അഭിസംബോധനയിലേക്ക് മാറിയിരുന്നില്ല. ഞങ്ങളുടെ പവിത്രമായ ബന്ധം യാതൊരു പരീക്ഷണങ്ങൾക്കും വിധേയമാക്കരുതെന്നും അതിലേക്ക് നീ എന്നതുപോലുള്ള നിരർത്ഥക സംഗതികൾ കടന്നുവരരുതെന്നും ഞാൻ ആഗ്രഹിച്ചു. അനസ്താസ്യയ്ക്ക് പ്രായപൂർത്തിയാകാൻ ഒരു വർഷത്തിൽ കുറവ് സമയമുണ്ടായിരുന്നു.

അവൾ പ്രായപൂർത്തിയാകുന്നതുവരെ കാത്തിരിക്കാൻ ഞാൻ സ്വയം പ്രതിജ്ഞയെടുത്തു.

“പെണ്ണുങ്ങളില്ലാതെ നിങ്ങൾക്ക് ശ്രമകരമായിരിക്കും.” ഒരിക്കൽ അനസ്താസ്യ പറഞ്ഞു.

“എനിക്കൊരു പെണ്ണുണ്ട്. അത് നിങ്ങളാണ്.” ഞാൻ പറഞ്ഞു.

അവൾ നാണിച്ചു തുടുത്തു.

“എങ്കിൽ എല്ലാ അർത്ഥത്തിലും ഞാൻ ഒരു പെണ്ണാകാൻ ആഗ്രഹിക്കുന്നു.”

ഞാൻ അവളുടെ നെറ്റിയിൽ ചുംബിച്ചു.

“നമ്മൾ കല്യാണം കഴിക്കുന്നതിനു മുൻപ് അതു ചെയ്യാൻ ഞാനാഗ്രഹിക്കുന്നില്ല.”

ഏറ്റവും മൂർച്ചയുള്ള വികാരം സഫലമാകാതിരിക്കുകയും ഞാനത് പൂർണ്ണമായി അനുഭവിക്കുകയും ചെയ്തു. പിന്നീടൊരിക്കലും എന്റെ 'നിങ്ങൾ' എന്ന പ്രയോഗം അത്രയും വികാരപരമായിരുന്നിട്ടില്ല. ഇപ്പോഴും അതിന്റെ ഊഷ്മളത എന്റെ അധരങ്ങൾ തൊട്ടറിയുന്നു. ഏറ്റവും സംശുദ്ധമായ ഊഷ്മളത. നാഡീകോശങ്ങളുടെ പ്രത്യേക സംയോജിക്കലിലൂടെയാണ് ആ ഓർമ്മകൾ സ്വായത്തമാകുന്നതെന്ന് വിശ്വസിക്കാൻ പ്രയാസമാണ്.

തിങ്കളാഴ്ച

മനുഷ്യൻ പൂച്ചയല്ല. എവിടേക്ക് എടുത്തെറിഞ്ഞാലും പൂച്ചയെപ്പോലെ അവന് നാലുകാലിൽ നിൽക്കാനാവില്ല. ഒരു മനുഷ്യനെ ഒരു നിശ്ചിത ചരിത്രകാലത്തിലേക്കാണ് നിയുക്തനാക്കിയിരിക്കുന്നത്. അയാൾക്ക് അത് നഷ്ടമായാൽ എന്തു സംഭവിക്കും?

ചൊവ്വാഴ്ച

ഇന്നൊരു അസാധാരണ ദിവസമായിരുന്നു. ആദ്യമായാണ് ഞാൻ പട്ടണത്തിൽ എത്തുന്നത്. രാവിലെയുള്ള പരിശോധനകൾക്ക് ശേഷം ഗെയ്ഗർ ചോദിച്ചു.

“കാറിലൊന്നു ചുറ്റിക്കറങ്ങാൻ ആഗ്രഹമുണ്ടോ?”

എനിക്ക് ആഗ്രഹമുണ്ടായിരുന്നോ? ഇത്രനാളും എന്റെ മുറിയിൽ കുത്തിയിരുന്നതിനുശേഷം? ഞാനൊരു വിഡ്ഢിച്ചിരി ചിരിച്ചു. ഓരോ യാത്രയും ഓരോ ആഘോഷമാക്കിയിരുന്ന എന്റെ കുട്ടിക്കാലത്താണ് അവസാനമായി അത്തരം നിർദ്ദേശങ്ങളെ ഞാൻ ചിരിച്ചുകൊണ്ട് സ്വീകരിച്ചത്. ഇപ്പോഴും ഒരു യാത്ര അത്ര സാധാരണ കാര്യമല്ല. എന്റെ യൗവ്വനകാലത്ത് എനിക്ക് പരിചിതമായിരുന്ന വാഹനത്തിലുള്ള ഒരു യാത്രയല്ല എന്നെ കാത്തിരുന്നത്. ഇതുവരെ ഞാൻ ടെലിവിഷനിൽ കൂടി മാത്രം കണ്ടിട്ടുള്ള വാഹനത്തിലുള്ള ഒരു യാത്രയായിരുന്നു അത്. പ്രധാന

കാര്യം നിർബ്ബന്ധപൂർവ്വമുള്ള എന്റെ ഏകാന്ത വാസം അവസാനിക്കുകയും ഞാനൊരു പുതിയ ജീവിതത്തിലേക്ക് മുങ്ങാൻ തുടങ്ങുകയുമായിരുന്നു.

'മുങ്ങുക' എന്ന വാക്കു തന്നെയാണ് ഇവിടെ ഉചിതമായിട്ടുള്ളത്. എനിക്ക് പനി പിടിക്കുമെന്നു ഭയപ്പെട്ട എന്റെ ബന്ധുക്കൾ കടൽപ്പുറത്ത് വച്ച് എന്നോട് ഒന്നു 'മുങ്ങി' വരൂ എന്ന് പറഞ്ഞിരുന്നു. പക്ഷേ നീന്തരുത്. ഇല്ല ഞാൻ നീന്തില്ല, ഒന്നു മുങ്ങുക മാത്രമേയുള്ളൂ. അതാണ് എനിക്ക് കൂടുതൽ സന്തോഷം പകരുന്നത്. എന്റെ ദുർബ്ബലമായ ശരീരത്തിലേക്ക് പെട്ടെന്ന് രോഗബാധയേൽക്കാൾ സാദ്ധ്യതയുള്ളതിനാൽ ഗെയ്ഗർ എന്നെ വാഹനത്തിൽ നിന്നും പുറത്തുപോകാൻ അനുവദിച്ചില്ല. അപൂർവ്വമായി മാത്രം വാഹനം നിർത്തുകയും സൈഡ്ഗ്ലാസ് താഴ്ത്തുവാനും അനുവദിച്ചു. ഞാനൊരു ബട്ടൺ അമർത്തുകയും സൈഡ് ഗ്ലാസ്സ് ഒരു ചെറുശബ്ദത്തോടെ താഴേക്കു പോവുകയും ചെയ്തു. നിങ്ങൾ ഇഷ്ടപ്പെട്ടുപോകുന്ന ഒരു ശബ്ദമായിരുന്നു അത്.

അങ്ങനെ ഞങ്ങൾ ഹെർമിറ്റേജ്, ബ്രോൻസ് ഹോർസ്മാൻ, സെന്റ് ഐസക് ചർച്ച് എന്നിവിടങ്ങളിൽ, എന്റെ കാലത്തേതുമായി വലിയ വ്യത്യാസങ്ങളൊന്നും ഞാൻ കണ്ടില്ല. കല്ലുപാകിയ റോഡുകൾക്കു പകരം ടാറിട്ട റോഡുകളായിരുന്നു എന്ന വ്യത്യാസമുണ്ടായിരുന്നു. വൈദ്യുത പോസ്റ്റുകൾ മരത്തിന്റേതായിരുന്നില്ല മറ്റെന്തോ ആയിരുന്നു. വസില്യേവ്സ്കി ദ്വീപിലും ഞങ്ങൾ പോയി. അവിടെയും എല്ലാം ചിട്ടയോടെ ക്രമീകരിച്ചിരുന്നു. ഞങ്ങൾ പെട്രോഗ്രാഡ് ഭാഗത്തേക്കും വണ്ടിയോടിച്ചു പോയി.

ബൽഷോയ് പ്രൊസ്പെക്ടിന്റേയും സ്മെരീൻസ്കയ സ്ട്രീറ്റിന്റേയും മൂലയിൽ വണ്ടി നിർത്തി (വണ്ടി നിർത്തുകയും ഗെയ്ഗർ ശബ്ദമുണ്ടാക്കുകയും ചെയ്തു) ഞങ്ങൾ പുറത്തിറങ്ങി. 'ലൈഫ്' എന്ന പേരിൽ പുസ്തകക്കടയുണ്ടായിരുന്ന സ്ഥാനത്ത് ഇപ്പോൾ പുസ്തക സംബന്ധമല്ലാത്ത മറ്റെന്തോ പ്രവർത്തിക്കുന്നു. പാചക സംബന്ധമായ എന്തോ കടയാണ്. ബൽഷോയ് പ്രൊസ്പെക്ടിന്റെ എതിർവശത്തുള്ള കെട്ടിടത്തിന് മുൻപ് രണ്ടു നിലകൾ കുറവായിരുന്നു. ഞാനത് നന്നായി ഓർമ്മിക്കുന്നുണ്ട്. കാരണം ഞാനെന്റെ ജനാലയിലൂടെ നിരവധി വർഷങ്ങൾ ആ കെട്ടിടം നോക്കി നിന്നിട്ടുണ്ട്. അവരത് ഉയരം കൂട്ടി പുതുക്കിപ്പണിതു.

ഞങ്ങൾ ആ കെട്ടിടത്തിലേക്കാണ് യാത്ര തിരിച്ചത്. ഗെയ്ഗർ വാതിൽപ്പടിയുടെ അടുത്തുള്ള ബട്ടണിൽ മൂന്നു വിരലുകൾ അമർത്തി വാതിൽ വലിച്ചു തുറന്നു. തിടുക്കമില്ലാതെ അകത്തേക്കു കയറി. മുകളിലേക്ക്

* റഷ്യൻ ഭാഷയിൽ പ്രായംകൂടിയവരേയും അന്യരേയും ബഹുമാനപൂർവ്വം 'നിങ്ങൾ' എന്നാണ് അഭിസംബോധന ചെയ്യാറ്. എന്നാൽ പ്രായഭേദമന്യേ അടുത്ത സുഹൃത്തുക്കളേയും ബന്ധുക്കളേയും 'നീ' എന്നാണ് അഭിസംബോധന ചെയ്യേണ്ടത്.

കയറാൻ തുടങ്ങി. കോണിപ്പടികളിൽ ഉണങ്ങിപ്പിടിച്ച തുപ്പലുകളും സിഗരറ്റു കുറ്റികളും നിരവധിയുണ്ടായിരുന്നു. തുപ്പൽ സാധാരണമാണ്. പക്ഷേ സിഗരറ്റു കുറ്റികൾ അത്രമാത്രം ഞാൻ കണ്ടിരുന്നില്ല. അത് അസാധാരണ രീതിയിലായിരുന്നു. ഒരു വാതിലിൽ ഗെയ്ഗർ താക്കോൽ കിലുക്കി.

“ഇതെന്റെ കൂട്ടുകാരന്റെ ഫ്ളാറ്റാണ്.” അയാൾ ശബ്ദം താഴ്ത്തി പറഞ്ഞു. “ഇതിൽ നിന്നും നിങ്ങളുടെ കെട്ടിടത്തിലേക്ക് നല്ല കാഴ്ചയാണ്.”

ഞങ്ങൾ ഫ്ളാറ്റിൽ പ്രവേശിച്ചു. എല്ലാം അസാധാരണമായിരുന്നു. തറയും ഗൃഹോപകരണങ്ങളും വൈദ്യുതദീപങ്ങളും എല്ലാം! എല്ലാം മനസ്സിലാക്കാവുന്ന തരത്തിൽ എന്തിനു വേണ്ടിയുള്ളതാണെന്ന് വ്യക്തമാവുന്ന വിധത്തിലായിരുന്നു. ഒപ്പം വിസ്മയപ്പെടുത്തുന്ന രീതിയിലുമായിരുന്നു. ജനാലകൾ രണ്ടു ദിശകളിലേക്ക് തുറന്നു. ഒന്ന് ബൽഷോയ് പ്രൊസ്പെക്ടിലേക്കും മറ്റൊന്ന് മുറ്റത്തേക്കും. ഗെയ്ഗർ ബൽഷോയ് പ്രൊസ്പെക്ടിലേക്ക് തുറക്കുന്ന ജനാലയ്ക്കൽ എന്നെ കൊണ്ടുപോയി. ഞാൻ അത്ഭുതപ്പെട്ടു. നഗരത്തിൽ ശൈത്യകാലമാണ്. ജനാലയുടേത് ഇരട്ട ഫ്രെയിമല്ല. സാധാരണ തരത്തിലുള്ള കട്ടി കുറഞ്ഞ ജനൽ ഫ്രെയിമായിരുന്നു. ഫ്ളാറ്റിനുള്ളിൽ ചൂടുണ്ടായിരുന്നു.

ഞാനെന്റെ പഴയ കെട്ടിടത്തിന്റെ ജനാലയിലേക്ക് നോക്കി. ഞങ്ങൾ അനസ്താസ്യയോടൊപ്പം എങ്ങനെയാണ് ആ ജനാലകൾ മഞ്ഞു കാലത്തിന് മുൻപ് ചൂടു നിലനിർത്താനായി ഒരുക്കിയതെന്ന് ഓർമ്മിച്ചു. ജനാലപ്പടികൾക്കും ഷട്ടറുകൾക്കും ഇടയിലുള്ള വിടവിലേക്ക് കത്തികൊണ്ട് ഞങ്ങൾ പഞ്ഞിതള്ളിക്കയറ്റി നിറയ്ക്കുമായിരുന്നു. അതിനു മുകളിൽ പശ തേച്ച കടലാസുകൾ ഒട്ടിച്ചിരുന്നു. ഞങ്ങൾ പശ കുറുക്കിയെടുക്കുമായിരുന്നു. പശയുടെ ഗന്ധത്തിൽ നിന്നും എന്നും എന്റെ ഉത്സാഹം വർദ്ധിച്ചിരുന്നു. അതൊരു തരളമായ ശരത്കാല വികാരമായിരുന്നു. തെരുവിൽ കാറ്റും തണുപ്പും. ഞങ്ങൾക്കാകട്ടെ മുറിയിൽ ഇളം ചൂട്, പശതേച്ച കടലാസുകഷണം അനസ്താസ്യയുടെ കയ്യിൽ നിന്നും വാങ്ങുമ്പോൾ അവളുടെ ഒരു മുടിച്ചുരുൾ എന്റെ കവിളിൽ ഉരുമ്മിയമർന്നു. ഞാനവളുടെ കൈവിരലുകളിൽ ചുംബിച്ചു. അവൾ കൈ വലിച്ചുകളഞ്ഞു. “വട്ടുണ്ടോ? വിരലിൽ മുഴുവൻ പശയാണ്.” എന്റെ ചുണ്ടിൽ നിന്നും പശ മുഴുവൻ അവൾ നക്കിത്തുടച്ചു.

ഗെയ്ഗർ ബാഗിൽ നിന്നും ബൈനോക്കുലർ എടുത്ത് എനിക്കു തന്നു. ഹാ! കൃത്യമായും അതാ, അവിടെയാണ് ഞാൻ അവളുമായി നിന്നത്. ഇപ്പോൾ എല്ലാം വ്യക്തമായി കാണാം. അവൾ പശ തേച്ച കടലാസു കഷണങ്ങൾ എനിക്കു തരുന്നു. ഞാനവ ഒട്ടിക്കുന്നു. ഓരോ തവണ ഒട്ടിച്ചുകഴിഞ്ഞു. ഞാൻ വാതിൽപ്പടിയിൽ അമർത്തി തിരുമ്മുന്നു. കടലാസ് നനഞ്ഞതാണ്. വഴുക്കലുള്ളതാണ്. അതിന്റെ അടിയിൽ ചില മുഴകൾ ഉണ്ടാകാറുണ്ട്. ചിലപ്പോൾ നിശ്ശബ്ദമായി പ്രതലത്തിൽ മുറിഞ്ഞു

പോകാറുണ്ട്. ഞാനവയെ വീണ്ടെടുത്ത് കൃത്യമായി വീണ്ടും ഒട്ടിക്കും. ചെറുതായി അമർത്തുക മാത്രം ചെയ്യും. അതൊരു സങ്കീർണ്ണമായ പണിയാണ്. ഇതാണ് ഞങ്ങളെ ശൈത്യകാലത്ത് മഞ്ഞിൽ നിന്നും രക്ഷിച്ചത്. പക്ഷേ രക്ഷിച്ചില്ല! ഫ്ളാറ്റിലെ ചൂട് എന്നിട്ടും നഷ്ടപ്പെട്ടിരുന്നു.

വ്യാഴാഴ്ച

എന്റെ 'നിങ്ങൾ' എന്ന അഭിസംബോധനയും അനസ്താസ്യയും അമിതമായ ആഹ്ളാദദായകമായ കാര്യമായാണ് ഇപ്പോഴെനിക്ക് തോന്നുന്നത്. അക്കാലത്ത് എന്നെ സംബന്ധിച്ച് അത് അലംഘനീയമായ ഒരു പ്രതിജ്ഞയായിരുന്നു. ഒരു പരിധിവരെ എന്റെ കഠിന നിഷ്ഠയുടെ ഒരു പ്രതീകമായിരുന്നു അത്. ഒരു സന്ന്യാസി തന്റെ പ്രലോഭനങ്ങളെ ചെറുക്കാൻ പുരോഹിതന്റെ മേലങ്കിക്ക് സമാനമായി കാണുന്ന എന്തോ ഒന്നു പോലെയായിരുന്നു. അല്ലെങ്കിൽ അതിന് നേർവിപരീതമായി വളരെ സങ്കീർണ്ണമായ കാര്യമായിരിക്കാം.

ഞങ്ങളുടെ ബന്ധങ്ങളിൽ ഭോഗേച്ഛയുടെ തുടക്കം സന്നിഹിതമായിരുന്നു എന്നത് തീർച്ചയാണ്. എന്നാൽ അത് ഒരു പ്രത്യേകതരം ഭോഗതൃഷ്ണയായിരുന്നു. ഒരു നോട്ടത്തിന്റേയോ സ്വരഭേദത്തിന്റേയോ ആകസ്മികമായ സ്പർശനത്തിന്റേയോ അപ്പുറം കടക്കാതെ അവിശ്വസനീയമായ ഒരു മൂർച്ചയോടെ അത് നിലകൊണ്ടു. രാത്രിയിൽ കിടക്കയിൽ കിടന്നുകൊണ്ട് ഞാൻ പകലത്തെ ഞങ്ങളുടെ സംഭാഷണങ്ങൾ ഓർമ്മിച്ചു. അവളുടേയും എന്റേയും വാക്കുകൾ. നോട്ടങ്ങൾ. ഞാനവയെ വ്യാഖ്യാനിക്കുകയും പുനർവ്യാഖ്യാനം നടത്തുകയും ചെയ്തു.

പലകവെച്ച് കൊട്ടിയടച്ച വാതിലിനു തൊട്ടടുത്താണ് എന്റെ കട്ടിൽ കിടന്നിരുന്നത്. പലകയിൽ അടിച്ചിരുന്ന വളഞ്ഞ ആണികൾ രാത്രിയിൽ തിളങ്ങി. ഞാനവയിൽ വിരലുകൾ ഓടിച്ചുകൊണ്ട് വാതിലിനപ്പുറത്ത് കിടക്കുന്ന അവളുടെ കട്ടിലിനെക്കുറിച്ച് ആലോചിച്ചു. ഇടയ്ക്ക് അടക്കിപ്പിടിച്ച കിറുകിറു ശബ്ദങ്ങൾ കേൾക്കാമായിരുന്നു. ഞങ്ങൾ ബോർഡുകൊണ്ട് വിഭജിച്ച ഒരേ കട്ടിലിൽ കിടന്നാണ് ഉറങ്ങിയത്. താത്ക്കാലികമായി വിഭജിക്കപ്പെട്ടത് എന്നാണ് വിചാരിച്ചിരുന്നത്.

ഞങ്ങൾ എല്ലാവരിൽനിന്നും കഷ്ടപ്പെട്ട് മറച്ചുപിടിച്ച കാര്യം ഫ്ളാറ്റിൽ ആർക്കും തന്നെ ഒരു രഹസ്യമായിരുന്നില്ല. ഒരേ കൂരയുടെ കീഴിൽ കഴിയുന്നവരിൽ നിന്നും മറച്ചുവെയ്ക്കാൻ പറ്റാത്ത കാര്യങ്ങളുണ്ട്. അവളുടെ അച്ഛനായ വറോനിൻ സംശയലേശമന്യേ എന്തോ ഊഹിച്ചെടുത്തിരുന്നു. അയാൾ എന്നെ പ്രത്യേക ശ്രദ്ധയോടെ വീക്ഷിക്കാൻ തുടങ്ങി. അത് വളരെ ദയാവായ്പോടെയുള്ള നോട്ടമായിരുന്നു. പ്രൊഫസ്സർ കാരണമില്ലാതെ എന്റെ പുറത്ത് തട്ടുകയും ചിരിക്കുകയും ചെയ്തു. ഒരു ദിവസം അനസ്താസ്യയോടു ചേർത്ത് അദ്ദേഹം ഞങ്ങൾ രണ്ടാളേയും ഒരുമിച്ച് കെട്ടിപ്പിടിച്ചു. അത്തരം ആലിംഗനം തുല്യമായ അനുഗ്രഹങ്ങളോടെയായിരുന്നു.

തുടർന്നുള്ള മാസങ്ങളിൽ അനസ്താസ്യയും അവളുടെ അച്ഛനുമായുള്ള എന്റെ സുഹൃത്ബന്ധം കൂടുതൽ തിളക്കമുള്ളതായി മാറി. ഏകദേശം എല്ലാ ദിവസവും വൈകുന്നേരം ഞങ്ങൾ അവരുടെ വീട്ടിൽ ഒത്തുചേരുകയും ചായ കുടിക്കുകയും ചെയ്തു. ശരിക്കും അത് ചായയായിരുന്നില്ല. (അക്കാലത്ത് തേയില കിട്ടാൻ ബുദ്ധിമുട്ടായിരുന്നു) ഉണങ്ങിയ പച്ചമരുന്നുകളും ചെറിയ പഴങ്ങളും ചേർത്ത് തിളപ്പിക്കുന്ന വേനലിന്റെ ഗന്ധമുള്ള ഒരു പാനീയമായിരുന്നു അത്. അതെല്ലാം ശേഖരിച്ചിരുന്നത് അനസ്താസ്യയായിരുന്നു. വളരെ അപൂർവ്വമായി - പലവട്ടം നിർബ്ബന്ധിച്ചതിനുശേഷം-എന്റെ അമ്മയും ചായ കുടിക്കാൻ ഒത്തുകൂടിയിരുന്നു. അമ്മയ്ക്ക് വലിയ നാണമായിരുന്നു. ഫ്ളാറ്റിലെ പൊതുവായ സ്ഥലങ്ങൾ പങ്കുവെയ്ക്കുമ്പോൾ അല്പം ദൂരം പാലിക്കണമെന്ന ചിന്താഗതിക്കാരിയായിരുന്നു അമ്മ. അമ്മയുടെ ആലോചന ശരിയായിരുന്നു എന്നാണ് എനിക്കു തോന്നിയത്.

അടുത്ത കാലത്ത് ഞാൻ ഓർമ്മിച്ച അവിര്യാനോവ് അവിടെ ഇരിപ്പുണ്ടായിരുന്നു. തല തോളിലേക്ക് ചരിച്ചുകൊണ്ട് കട്ടിയുള്ള കണ്ണട ധരിച്ച് അയാൾ ഇരുന്നു. അയാൾ വരുമ്പോൾ കയ്യുള്ള കസേരയിൽ ഇരിക്കുകയും അതിൽ അമർന്നു പോകുകയും ചെയ്തു. അയാൾ വളരെ കുറച്ചു മാത്രം സംസാരിച്ചു. പുഞ്ചിരിച്ചു, പക്ഷേ കൂടുതൽ സമയവും പൊട്ടിച്ചിരിച്ചു. വഴിഞ്ഞൊഴുകുന്ന ആത്മാർത്ഥതയാലെന്നപോലെ ആർത്തു ചിരിച്ചു. അയാൾ വറോനിന്റെ സഹപ്രവർത്തകനായിരുന്നു. അയാളും വൈദികശാസ്ത്രവിദ്യാലയത്തിലെ പ്രൊഫസറായിരുന്നു. ഇപ്പോൾ അയാളെ കസേരയിൽ കണ്ടു (വർണ്ണപുസ്തകത്തിലെ ചീവിടിനെപ്പോലെ) എനിക്കെല്ലാം ഓർമ്മ വരികയും ചെയ്തു.ഗെയ്ഗർ പറയുന്നതുപോലെ നാഡീകോശങ്ങളുടെ ബന്ധം പുനഃസ്ഥാപിക്കപ്പെട്ടു. ആ ശൈത്യകാലത്ത് വറോനിനെ അറസ്റ്റു ചെയ്തപ്പോൾ അയാൾക്കെതിരായി പ്രതിവിപ്ലവ പ്രവർത്തനത്തിന് പ്രധാനെ തെളിവുകൊടുത്തത് അവിര്യാനോവ് ആയിരുന്നു. സര്യേത്സ്കിയുടെ കുറ്റാരോപണത്തോടെയാണ് വറോനിനെ അറസ്റ്റ് ചെയ്തതെങ്കിലും അവിര്യാനോവിന്റെ തെളിവിന്റെ അടിസ്ഥാനത്തിലാണ് കേസ് കെട്ടിച്ചമച്ചത്. പ്രതിവിപ്ലവകാരി എന്ന വാക്ക് വ്യക്തമായി പറയുവാൻ സര്യേത്സ്കിക്ക് കഴിയുമായിരുന്നില്ല!

ശനിയാഴ്ച

ഇന്നലെ ഞങ്ങൾ സീവ്യർസ്കയയിലേക്ക് കാറിൽ യാത്ര തിരിച്ചു. ഞാൻ ട്രെയിനിൽ പോകാനാണ് ആഗ്രഹിച്ചത്. പക്ഷേ ഗെയ്ഗർ എതിർത്തു. ട്രെയിനിൽ വൈറസുകൾ ഉണ്ടാകുമെന്നും എന്റെ ശരീരം വളരെ ദുർബ്ബലമാണെന്നും അയാൾ പറഞ്ഞു. എന്റെ പഴയകാലത്ത് ശരീരം നല്ല പ്രതിരോധശേഷിയുള്ളതായിരുന്നു. ട്രെയിൻ യാത്ര എന്നെ സംബന്ധിച്ച് നിസ്സാരമായിരുന്നു. അയാൾ കാര്യങ്ങൾ പെരുപ്പിച്ചു പറയുകയാണ്. പക്ഷേ ഇവിടെ ഞാനല്ല ഗെയ്ഗറാണ് കാര്യങ്ങൾ തീരുമാനിക്കുന്നത്.

ഞങ്ങൾ കാറിലാണ് പോയത്. മുൻപ് പോയതുപോലെ ഗെയ്ഗർ വണ്ടിയോടിക്കുകയും ഞാൻ അയാളുടെ അരുകിലുള്ള സീറ്റിൽ ഇരിക്കുകയും ചെയ്തു. ഞാൻ സീറ്റുബെൽറ്റു കെട്ടി. ആധുനിക വാഹനങ്ങൾ (കാറുകൾ എന്ന് പറയാൻ ഗെയ്ഗർ ഉപദേശിച്ചു) വലിയ വേഗതയിലാണ് ഓടിക്കുന്നത്. നഗരത്തിലെ റോഡുകളിൽ അതത്ര ശ്രദ്ധിക്കപ്പെടാറില്ല. പക്ഷേ നഗരം വിട്ട് അതിവേഗത്തിൽ വണ്ടിയോടുമ്പോൾ നിങ്ങളുടെ ശ്വാസം നിലച്ചുപോകും! ഞങ്ങൾ മറ്റു കാറുകളെ കടന്നുപോകുമ്പോൾ ഞാൻ സീറ്റിന്റെ കൈപ്പിടിയിൽ കൈകൾ അമർത്തി. ഗെയ്ഗർ അതു ശ്രദ്ധിക്കുകയും കാറിന്റെ വേഗത കുറയ്ക്കുകയുംചെയ്തു. ഏതു റഷ്യക്കാരനാണ് വേഗതയെ ഇഷ്ടപ്പെടാത്തത്? അയാൾ ചിരിച്ചു. ഞാനും ചിരിച്ചു. ആ വേഗത്തിൽ ഞങ്ങൾ എന്തിലെങ്കിലും മുട്ടുകയാണെങ്കിൽ എന്റെ ശരീരം പ്രതിരോധശേഷിയെ മറികടന്ന് നിരവധി കഷ്ണങ്ങളായി തകർന്നുപോയേനേ! ഗെയ്ഗറുടെ ശരീരവും തകർന്നു പോയേനേ.

ഞങ്ങളുടെ മുൻപേ പോയ വാഹനങ്ങളുടെ കാറ്റടിച്ച് മഞ്ഞും ചളിയും ഉയർന്നു പൊങ്ങി. അത് ഞങ്ങളുടെ കാറിന്റെ മുൻ ഗ്ലാസ്സുകൾ മൂടിക്കെട്ടിയ രൂപത്തിലാക്കി. അത് കാറ്റോ പ്രകാശമോ കടത്തിവിട്ടില്ല. ഗെയ്ഗർ ഗ്ലാസ്സിൽ വെള്ളം സ്പ്രേ ചെയ്യുകയും വൈപ്പറുകൾ പ്രവർത്തിപ്പിക്കുകയും ചെയ്തു. കാറിന്റെ സൈഡ്ഗ്ലാസ്സ് താഴ്ത്തുവാൻ പഠിച്ചിരുന്ന ഞാൻ ബട്ടൺ അമർത്തുകയും എന്റെ വശത്തെ ഗ്ലാസ്സ് താഴ്ത്തുകയും ചെയ്തു. വാഹനത്തിലേക്ക് കുത്തിയടിച്ച കാറ്റു മൂലം ഞാൻ ഉടനെ തന്നെ ഗ്ലാസ്സ് ഉയർത്തി. അതാണ് നല്ലത് എന്ന അർത്ഥത്തിൽ ഗെയ്ഗർ തലയിളക്കി.

ഞങ്ങൾ റെയിൽവേ സ്റ്റേഷനിലാണ് വണ്ടി പാർക്ക് ചെയ്തതെന്ന് എനിക്കു മനസ്സിലായില്ല. സ്റ്റേഷനിലെ ഒരേയൊരു കെട്ടിടം മാത്രമേ എനിക്ക് തിരിച്ചറിയാൻ കഴിഞ്ഞുള്ളൂ. അത് അവർ ഒരു കടയായി രൂപാന്തരപ്പെടുത്തിയിരുന്നു. ഇതാണ് നിന്റെ ഇപ്പോഴത്തെ രൂപം സീവ്യർസ്കയ! കാറിൽ നിന്നും പുറത്തിറങ്ങിയപ്പോൾ ഗെയ്ഗർ എന്നോട് ഒരു നേർത്ത തുണികൊണ്ടുള്ള മുഖാവരണം ധരിക്കാൻ ആവശ്യപ്പെട്ടു. ഞാൻ തോളുകൾ കുലുക്കിക്കൊണ്ട് അത് ധരിച്ചു. ആത്യന്തികമായി ഇവിടെ പ്രധാനി അയാളാണ്. ഞാൻ അനുസരിക്കാൻ പഠിച്ചു. മുഖാവരണത്തെ തുളച്ചുകൊണ്ട് മറ്റൊന്നിനും പകരം വെയ്ക്കുവാനാകാത്ത സീവ്യർസ്കയയിലെ വായുവിന്റെ ഗന്ധം എന്നെ ചൂഴ്ന്നു നിന്നു. റോഡിലൂടെ ദരിദ്രമായ അഞ്ചുനില കെട്ടിടങ്ങളെ കടന്ന് ഞങ്ങൾ അണക്കെട്ടിന്റെ ഭാഗത്തേക്ക് നടന്നു.

സീവ്യർസ്കയയിൽ ശൈത്യകാലം അവസാനിക്കുന്നതായാണ് കണ്ടത്. എല്ലായിടത്തും മഞ്ഞിന്റെ സാന്നിദ്ധ്യമുള്ളപ്പോൾ തന്നെ ഒരു പ്രത്യേകതരം വസന്തകാലത്തിന്റെ ഗന്ധം അനുഭവപ്പെടുന്നതായി എനിക്കു തോന്നി. ഒരുപക്ഷേ ഒരു ഗന്ധമായിരിക്കില്ല; വായുവിന്റെ നൈർമ്മല്യമായിരിക്കാം.

“എവിടെയാണ് ഫ്രെഡറിക് പ്രഭുവിന്റെ വേനൽക്കാല വസതി? ”

മുഖം മറച്ച തുണിയുള്ളതുകൊണ്ടായിരിക്കാം എന്റെ ശബ്ദം വളരെ അടക്കിപ്പിടിച്ച രീതിയിലും കുറ്റപ്പെടുത്തുന്ന രീതിയിലുമാണ് വെളിയിൽ വന്നത്.

“അത് കാത്തുസൂക്ഷിക്കപ്പെട്ടില്ല.”

മഞ്ഞ് കിരുകിരു ശബ്ദമുണ്ടാക്കാതെ നുറുങ്ങിപ്പോകുന്ന രൂപത്തിലായിരുന്നു.

“എന്തുകൊണ്ട് കാത്തുസൂക്ഷിക്കപ്പെട്ടില്ല?”

‘എന്തുകൊണ്ട്’ എന്ന ചോദ്യത്തിന് സാംഗത്യമില്ലാത്ത അവ്യക്തമായ ഒരു ഭാവമായിരുന്നു ഗെയ്ഗറുടേത്. ഞങ്ങൾ അണക്കെട്ടിനടുത്തേക്ക് ഇറങ്ങിച്ചെന്നു. വെള്ളത്തിനടുത്തുള്ള അവശിഷ്ടങ്ങൾ ചപ്പുചവറുകൾ നിറഞ്ഞതായിരുന്നു. ഞങ്ങളുടെ അടിയിൽ നിന്നും നുരഞ്ഞുപൊന്തുന്ന ജലം എങ്ങനെയാണ് കുത്തിയൊലിക്കുന്നതെന്ന് ഞങ്ങൾ അതിശയിച്ചു. ഞാൻ ഒരിക്കലും ശൈത്യകാലത്ത് ഇവിടെ വന്നിട്ടില്ല. അതുകൊണ്ട് എനിക്ക് ബുദ്ധിമുട്ടുകളൊന്നും തോന്നിയില്ല. ശൈത്യകാലത്തിലെ അവസ്ഥ സീവ്യർസ്കയയുമായി സാമ്യമുള്ളതായിരുന്നില്ല. ഒരുപക്ഷേ വേനൽക്കാലത്ത് എല്ലാം തിരിച്ചുവന്നേക്കാം. ഫ്രെഡറിക് പ്രഭുവിന്റെ വേനൽക്കാല വസതിയുൾപ്പെടെ തികച്ചും എല്ലാം!

ഇതാണ് റോഡ്. അണക്കെട്ട് മുറിച്ചു കടന്ന് ഈ റോഡിലൂടെയാണ് ഞങ്ങളന്ന് മുകളിലേക്ക് കയറിയിരുന്നത്. ചുവന്ന മലയടിവാരങ്ങൾ. അന്ന് അച്ഛനും അമ്മയും ജീവനോടെയുണ്ടായിരുന്നു. അമ്മയ്ക്ക് എങ്ങനെയുണ്ട് എന്ന് ഗെയ്ഗറോട് ചോദിക്കാൻ ഞാൻ ആഗ്രഹിക്കുന്നില്ല. അമ്മ വളരെ നാളുകൾക്ക് മുൻപ് തന്നെ മരിച്ചുപോയിരിക്കാം. പക്ഷേ അതു കേൾക്കാൻ ഞാൻ ഭയപ്പെടുന്നു.

ഞങ്ങൾ ത്സെർക്കോവ്സ്ക്കയ റോഡിലൂടെയാണ് നടന്നിരുന്നത്; റോഡിന്റെ പേര് എഴുതിയിരുന്നത് ‘റെഡ്’ എന്നായിരുന്നു. പുരാതനമായ ചുവന്ന കളിമണ്ണിനെ ഉദ്ദേശിച്ചാണ് ചുവന്ന റോഡ് എന്ന പേരിട്ടതെങ്കിൽ അത് തികച്ചും അർത്ഥവത്താണ്. പെട്ടെന്നു തന്നെ ഞാൻ ഞങ്ങളുടെ വീടു കണ്ടു. അതിന്റെ മേൽക്കൂരയും നിറവും മാറിയിരുന്നു. ഒരു പെട്ടിപോലെ അതിന്റെ രൂപം മാറ്റിയിരുന്നു. എങ്കിലും തെറ്റുകൂടാതെ അതിനെ തിരിച്ചറിയുവാൻ കഴിയുമായിരുന്നു. ഗെയ്ഗർ വിദഗ്ധമായി കുറച്ചു പിൻവലിഞ്ഞു. ഞാൻ ഗേറ്റിൽ പിടിച്ചുകൊണ്ട് നിന്ന് സസൂക്ഷ്മം വീടിനെ നോക്കി. ഇതു തന്നെ. ഞാൻ ഗെയ്ഗറുടെ നേരെ തിരിഞ്ഞു. അയാൾ തലകുലുക്കി. ജനാലയുടെ നിറം പോലും പഴയതുപോലെ മഞ്ഞയായിരുന്നു.

വീട്ടിൽ നിന്നും ഇറങ്ങി വന്ന പ്രായമുള്ള ഒരാൾ ഗേറ്റിനു നേരെ നടന്നു വന്നു. എന്നെ കണ്ടപ്പോൾ അയാൾ നടത്തത്തിന്റെ വേഗത കുറയ്ക്കുകയും അടുത്തുവന്ന് നിൽക്കുകയും ചെയ്തു.

“ഒത്തിരി നാളുകൾക്ക് മുൻപ് ഞങ്ങൾ ഈ വീട് വാടകയ്ക്കെടുത്തിരുന്നു.” ഞാൻ പറഞ്ഞു.

അയാൾ തലകുലുക്കിക്കൊണ്ട് പറഞ്ഞു. “എന്റെ അച്ഛന്റെയടുത്തുനിന്നാണ് ഈ വീട് എനിക്കു കിട്ടിയത്. “എന്റെ അച്ഛനോ അപ്പൂപ്പനോ ഇത് വാടകയ്ക്ക് കൊടുത്തിട്ടില്ല.”

“ഒരുപക്ഷേ നിങ്ങളുടെ അപ്പൂപ്പന്റെ അച്ഛൻ?”

എന്റെ മുഖാവരണം കണ്ട് അയാൾ ചോദിച്ചു:

“നിങ്ങളിവിടെ ചികിത്സയിലാണോ?”

“അതെ, ചില അർത്ഥത്തിൽ അതെ.”

അയാൾ തലകുലുക്കി. അയാൾ റോഡിലേക്കിറങ്ങുകയും അഴികൾക്കിടയിലൂടെ കൈകടത്തി ഗേറ്റിന്റെ ഉള്ളിലെ കൊളുത്തിടുകയും ചെയ്തു. അയാൾ തിരക്കുകൂട്ടാതെ അണക്കെട്ടിന്റെ വശത്തേക്ക് നടന്നുപോയി.

അയാൾ പോയിട്ടും വീട്ടിലെ വെളിച്ചം അണഞ്ഞിരുന്നില്ല. അവിടെ ആരോ ഉണ്ടായിരിക്കണം. ഒരുപക്ഷേ എന്റെ കുടുംബം ആയിരിക്കും. അകത്തേക്ക് പോയിരുന്നുവെങ്കിൽ എന്റെ പ്രിയപ്പെട്ടവരെയെല്ലാം എനിക്കു കാണാമായിരുന്നു. (നീ തിരിച്ചെത്തിയോ സുഹൃത്തേ!) കാലാതീതമായ അവരുടെ മേശയ്ക്കു ചുറ്റുമുള്ള ഒത്തു ചേരലിലും സ്വപ്നങ്ങളിലും വ്യാമോഹങ്ങളിലും പങ്കുചേരാനും സന്തോഷത്താൽ പൊട്ടിക്കരയാനും എന്റെ ഏകാന്തമായ അലച്ചിലുകൾക്ക് സമാപ്തി പകരുന്ന ഒരു ദിനം വന്നു ചേരുകയും ചെയ്യുമായിരുന്നു! പക്ഷേ ഞാൻ അകത്തേക്കു പോയില്ല.

*കുരുവി ആനന്ദനൃത്തം ചെയ്യുന്നു
ദുരന്തങ്ങളുടെ പടിവാതിൽക്കലാണ്
ഒന്നും മുൻകൂട്ടി കാണുന്നില്ല
ഒരു പരിണത ഫലങ്ങളും!

പഴയ ഏതോ വരികൾ ഓർമ്മയിൽ തെളിഞ്ഞു. അനുബന്ധങ്ങളൊന്നും ഓർമ്മയില്ല. ഒരു പക്ഷേ ഇത് എന്നെക്കുറിച്ചാവുമോ?

തിങ്കളാഴ്ച

ശൈത്യകാലത്ത് ആറു മണിക്ക് എഴുന്നേറ്റിരുന്നു. വെളിച്ചം വീശുന്നത് ഉച്ചയാകുമ്പോഴാണ്. എനിക്ക് ഏറ്റവും സംഭ്രമജനകമായ സമയം പ്രഭാതമായിരുന്നു. വൈകുന്നേരമാകുമ്പോൾ വേദനയും ക്ഷീണവും തണുപ്പും കൊണ്ട് ഞാൻ മരിച്ചോട്ടെ, എന്നാലും രാത്രിയിലെ വിശ്രമത്തെക്കുറിച്ചുള്ള പ്രതീക്ഷ വൈകുന്നേരം ആശ്വാസം പകർന്നിരുന്നു. ഇന്ന് എല്ലാം

* നിക്കോളായ് ലെസ്ക്കോവ് (1831–1895) എഴുതിയ കവിത

വീണ്ടും പുതുതായി ആരംഭിക്കുമെന്ന പ്രതീക്ഷയോടെയാണ് രാവിലെ കണ്ണുകൾ തുറന്നത്. പലപ്പോഴും ഉണരാൻ കഴിഞ്ഞിരുന്നില്ല. കണ്ണു തുറന്നു കഴിഞ്ഞാൽ ഉടൻ എഴുന്നേറ്റിരുന്നു. ഒരു മിനിട്ട് താമസിച്ചാലും വടികൊണ്ട് അടി കിട്ടുമായിരുന്നു. ഉണരാതെ തന്നെ എഴുന്നേറ്റിരുന്നു. ഞങ്ങളെ ജോലിസ്ഥലത്തേക്ക് നടത്തുമ്പോഴും ഞാൻ ഉറങ്ങുകയായിരിക്കും. നടന്നുകൊണ്ട് ഉറങ്ങാൻ കഴിയും. സമയക്കുറവുകൊണ്ട് മുഖം കഴുകാറില്ലായിരുന്നു. ജോലിസ്ഥലത്തുവെച്ച് ചിലപ്പോൾ മുഖം മഞ്ഞു കൊണ്ടോ നനഞ്ഞ കരിമ്പായൽ കൊണ്ടോ അമർത്തി തുടച്ചിരുന്നു. ഒരു കഷണം റൊട്ടി കഴിക്കാനും അതോടൊപ്പം വെള്ളം കുടിക്കാനും മാത്രം കഴിഞ്ഞിരുന്നു. സേനാവ്യൂഹത്തിലേക്ക് തിളപ്പിച്ച വെള്ളമാണ് കൊണ്ടു വരുന്നത്. പക്ഷേ അത് എല്ലാവർക്കും പകർന്നു തരുമ്പോൾ നന്നായി തണുത്തിരിക്കും. അതത്ര പ്രധാനമായിരുന്നില്ല. കാരണം തിളപ്പിച്ച വെള്ളത്തിൽ ചേർക്കുവാൻ തേയിലയോ കാപ്പിപ്പൊടിയോ ഒന്നുമുണ്ടായിരുന്നില്ല. അതോടൊപ്പം കുടിക്കുവാൻ മറ്റൊന്നും ഉണ്ടായിരുന്നില്ല. ഭൂമിയിൽ രണ്ടു കാര്യങ്ങളെക്കുറിച്ചു മാത്രമേ ഞാൻ സ്വപ്നം കണ്ടിരുന്നുള്ളൂ. വയറുനിറയെ ആഹാരം കഴിക്കുക, നന്നായി ഉറങ്ങുക.

ചൊവ്വാഴ്ച

പ്രൊഫസർ വറോനിനെ കൊണ്ടുപോകാൻ വൈകുന്നേരമാണ് രഹസ്യപ്പൊലീസ് വന്നത്. അവർ വളരെ അപ്രസന്നരും കാര്യമാത്ര പ്രസക്തരും വലിയ ശക്തിയെ പ്രതിനിധാനം ചെയ്യുന്നവരുമായിരുന്നു. അവർ സ്വയം വന്നവരായിരുന്നില്ല. ഒട്ടും ധൃതികൂട്ടാതെയാണ് മുറി പരിശോധിച്ചത്. പേജുകൾ മറിക്കാൻ പരിചിതമല്ലാത്ത കൈവിരലുകളാൽ ഒന്നിനുപുറകെ മറ്റൊന്നായി നിരവധി പുസ്തകങ്ങൾ പരിശോധിച്ചു. പേജുകൾ മറിച്ചു ക്ഷീണിച്ചപ്പോൾ പുസ്തകങ്ങളുടെ പുറം ചട്ടകളിൽ പിടിച്ച് അവ ശക്തമായി കുടഞ്ഞു. പുസ്തകത്തിലെ അടയാള കടലാസുകളും പോസ്റ്റുകാർഡുകളും താഴെ വീണു. ഒരു തവണ വിപ്ലവത്തിനു മുൻപുള്ള ഒരു പത്തു റൂബിളിന്റെ നോട്ട് ചുറ്റിത്തിരിഞ്ഞു വായുവിൽ പറന്നു. അതുപോലെ തന്നെ കിടക്കവിരികൾ ശ്രദ്ധാപൂർവ്വം പരിശോധിച്ചു. അനസ്താസ്യ ഉപയോഗിച്ചിരുന്ന കിടക്ക വിരികളിൽ അവരുടെ വിരലുകൾ തെരുപ്പിടിക്കുന്നത് ഞാൻ ഇടനാഴിയിൽ നിന്നും കണ്ടു.

അനസ്താസ്യ. രഹസ്യപ്പൊലീസ് തങ്ങളുടെ കടലാസുകൾ നൽകിയപ്പോൾ അവൾ കസേരയിൽ ആഴ്ന്നിരുന്നു. പ്രൊഫസർ അവരോട് എന്തൊക്കെയോ വിശദീകരിക്കുകയായിരുന്നു. പക്ഷേ അവൾ കസേരയിൽ ഇരിക്കുകയായിരുന്നു. നിശ്ചലയായി. നിശ്ശബ്ദയായി അവൾ ഇരുന്നു. അവളെ അത്രമാത്രം വിളറിയ നിലയിൽ ഞാനൊരിക്കലും കണ്ടിരുന്നില്ല. വറോനിനും അവളെ നോക്കുകയും ഭയപ്പെടുകയും ചെയ്തു. അയാൾ കസേരയുടെ മുന്നിൽ കുനിഞ്ഞുനിന്ന് അവളുടെ നെറ്റിയിൽ കൈകൾ തൊട്ടുകൊണ്ട് എല്ലാം ശരിയാകുമെന്ന് പറഞ്ഞ് ആശ്വസിപ്പിച്ചു. വറോനിനെ മുറിയുടെ മറ്റെ അറ്റത്തേക്ക് കൊണ്ടുപോയി ചോദ്യം ചെയ്യാൻ

തുടങ്ങി. ഒരു രഹസ്യപ്പൊലീസുകാരൻ അനസ്താസ്യയ്ക്ക് കുടിക്കാൻ വെള്ളമെടുത്തു കൊടുത്തു. അയാളുടെ ചെയ്തിയിൽ മനുഷ്യത്വത്തിന്റെ ഒരു സ്ഫുരണം ദൃശ്യമായി.

തന്റെ കുറ്റാരോപണത്തിന്റെ വെളിച്ചത്തിലാണ് ഇതെല്ലാം നടക്കുന്നതെന്ന കാര്യം സര്യേത്സ്കി മറച്ചുവെച്ചില്ല. പരിശോധനയിൽ എന്തെങ്കിലും വിട്ടുപോകുമോ എന്ന സംശയത്താൽ സര്യേത്സ്കി സന്ദർശകരെ വറോനിന്റെ അടുക്കളയിലെ അലമാര പരിശോധിക്കാനായി കൂട്ടിക്കൊണ്ടുപോയി. അരിപ്പയും ചിരവയും കുറെ ഒഴിഞ്ഞ ജാറുകളും അവർ കണ്ടെടുത്തു. എന്താണ് തിരഞ്ഞതെന്ന് ആർക്കും അറിയില്ലായിരുന്നു. തിരയുന്നവർക്കും അറിയില്ലായിരുന്നു.

“ഇനി അവളെ ഉത്തരവാദിത്വത്തോടെ നോക്കേണ്ടയാൾ നീയാണ്.” വറോനിൻ ഇടനാഴിയിൽ വെച്ച് എന്റെ ചെവിയിൽ മന്ത്രിച്ചു.

ഞങ്ങൾ ആലിംഗനബദ്ധരായി, പിന്നെ അദ്ദേഹം മകളെ കെട്ടിപ്പിടിച്ചു. അവൾക്ക് കുടിവെള്ളം എടുത്തുകൊടുത്ത പൊലീസുകാരൻ അച്ഛന്റെ കഴുത്തിൽ അവൾ ചുറ്റിപ്പിടിച്ച കയ്യുകൾ അഴിച്ചു. ഈ രണ്ടു പ്രവൃത്തികളും ഒരു പക്ഷേ അയാൾക്ക് പരിചിതമായ കാര്യങ്ങളാകാം. അച്ഛന്റെ സാന്നിദ്ധ്യത്തിൽ അനസ്താസ്യ കരഞ്ഞില്ല. അദ്ദേഹത്തിന് അത് താങ്ങാനാവില്ലെന്ന് അവൾ ഭയന്നു. അദ്ദേഹം പൊയ്ക്കഴിഞ്ഞപ്പോൾ അവൾ കരഞ്ഞു. അവൾ സംസാരിച്ചപ്പോൾ ഏങ്ങലടികളോടെയാണ് അവളിൽ നിന്നും ഒന്നിനു പുറകെ മറ്റൊന്നായി ഛർദ്ദിക്കുന്നതുപോലെ വാക്കുകൾ പുറത്തു വന്നത്. അയാൾ വൈകുന്നേരം പോയത് അവൾക്ക് വളരെ ഭയാനകമായി തോന്നി. കാര്യങ്ങൾ തീർപ്പായപ്പോൾ പകലോ രാത്രിയൊ അല്ലാതെ അസ്ഥിരമായ ഒരു സംക്രമസന്ധ്യയിൽ അയാൾ പോയത് അവളെ ഭയപ്പെടുത്തി.

ഞാൻ സര്യേത്സ്കിയുടെ വാതിലിനു മുന്നിൽ ചെന്ന് അയാളുടെ വാതിൽപ്പടിയിൽ പിടിച്ചു തിരിച്ചു. വാതിൽ അകത്തു നിന്ന് ചങ്ങലയിട്ട് ബന്ധിച്ചിരുന്നു. ഞാൻ ചങ്ങലക്കുടുക്കിൽ ശക്തിയായി പിടിച്ചു വലിക്കുകയും വാതിൽ തുറക്കപ്പെടുകയും ചെയ്തു. സര്യേത്സ്കി കൈ നെഞ്ചിൽ കെട്ടിക്കൊണ്ട് മേശയ്ക്കരികിൽ ഇരിക്കുന്നുണ്ടായിരുന്നു. മേശ വൃത്തിയായിരുന്നു. അതിൽ സോസേജുകളും ഉണ്ടായിരുന്നില്ല.

“ഞാൻ നിന്നെ കൊല്ലും, മനുഷ്യാധമാ.”

ശബ്ദം കൂട്ടാതെ ഞാൻ പറഞ്ഞു.

“തൊഴിലാളിയെ കൊന്നാൽ കോടതി നിന്നെ ശിക്ഷിക്കും.”

സര്യേത്സ്കിയും ശബ്ദം താഴ്ത്തി പറഞ്ഞു. അവന്റെ ശബ്ദത്തിൽ വെല്ലുവിളിയേക്കാൾ ദുഃഖഭാവമായിരുന്നു മുഴച്ചു നിന്നത്. അയാൾ നിശ്ചലനായിരുന്നു. അയാളുടെ കവിളത്ത് മാത്രം ഒരു മുഴ വിറച്ചു കൊണ്ടിരുന്നു. ഒരു ഉഭയജീവി. ദുഃഖമുള്ള ഇഴജന്തു! ഞാനവന്റെയടുത്തേക്ക് നടന്നു ചെന്നു.

"ആരും അറിയാത്ത വിധം ഞാൻ നിന്നെ കൊല്ലും."

ആ രാത്രി മുഴുവൻ ഞാൻ വറോനിന്റെ വീട്ടിലാണ് കഴിഞ്ഞത്. അനസ്താസ്യ കസേരയിലിരുന്നു. ഞാനവളുടെയടുത്തായി നിലത്തിരുന്നു. വെളുക്കാറായപ്പോൾ അവൾ മയങ്ങി. ഞാനവളെയെടുത്ത് കട്ടിലിൽ കിടത്തി. ഞാനവളെ കിടക്കയിലേക്ക് കിടത്തിയപ്പോൾ അവൾ കണ്ണുകൾ തുറന്നുകൊണ്ട് പറഞ്ഞു.

"അയാളെ കൊല്ലരുത്. കേൾക്കുന്നുണ്ടോ? നിങ്ങൾ അയാളെ കൊല്ലരുത്." ഉറക്കത്തിൽ എന്നതുപോലെയാണ് അവൾ പറഞ്ഞത്. ഞാൻ മൗനം പാലിച്ചു. കാരണം എന്തു പറയണമെന്ന് എനിക്കറിയില്ലായിരുന്നു. ശരി ഞാൻ കൊല്ലുകയില്ല എന്നോ? കൊല്ലാതിരിക്കാൻ ശ്രമിക്കാമെന്നോ? അവളുടെ അച്ഛന്റെ അറസ്റ്റിനുശേഷമുള്ള ജീവിതം എങ്ങനെയായിരിക്കും: ഞാൻ ആലോചിച്ചു. ഞാൻ അനസ്താസ്യയെ നോക്കി. അവൾ വീണ്ടും ഉറങ്ങാൻ തുടങ്ങിയിരുന്നു. ഞാനും ഇപ്പോൾ ഉറങ്ങാൻ തുടങ്ങും. ഒരു തവണ പേന എന്റെ വിരലുകളിൽ നിന്നും നിലത്തു വീണു. അതെന്നെ ഉണർത്തി. നാളെ തുടരാം.

ബുധനാഴ്ച

തുടരുന്നു. പ്രൊഫസറുടെ അറസ്റ്റിനുശേഷം ജീവിതം ഏകദേശം പഴയതുപോലെ തന്നെ മുന്നോട്ടുപോയി. അമ്മയും അനസ്താസ്യയും ഞാനും സരേ്യത്സ്കിയെ അടുക്കളയിൽ വെച്ചും ഹാളിൽ വെച്ചും ടോയ്‌ലറ്റിന്റെ സമീപത്തു വെച്ചും വീണ്ടും കണ്ടുമുട്ടി. ആശ്ചര്യകരമായിരുന്നത് ഞങ്ങളയാളെ അഭിസംബോധന ചെയ്തു എന്നതാണ്. ആദ്യം അയാളെ സ്വാഗതം ചെയ്തത് അമ്മയായിരുന്നു. (സരേ്യത്സ്കി ഇനിയും കുറ്റാരോപണം തുടർന്നേക്കുമെന്നും അയാളെ സ്വാഗതം ചെയ്യുകവഴി അയാളെ നിശ്ശബ്ദനാക്കാൻ കഴിഞ്ഞേക്കുമെന്നും അമ്മ കരുതി) പിന്നീട് ഞാനും പിന്നീട് അനസ്താസ്യയും അമ്മയുടെ വഴി പിൻതുടർന്നു. അമ്മ ശബ്ദമുയർത്തിയാണ് അയാളെ അഭിസംബോധന ചെയ്തത്. ഞങ്ങളാകട്ടെ തലതാഴ്ത്തി സ്വാഗതം ചെയ്യുകയായിരുന്നു. അയാളുടെ ഭാവിയിലെ കുറ്റാരോപണങ്ങളെക്കുറിച്ച് ഞങ്ങൾ ഓർത്തില്ല. ഒരേ കൂരയുടെ കീഴിൽ ജീവിക്കുമ്പോൾ ഒരാളെ കണ്ടില്ലെന്നു നടിക്കാൻ വിഷമമായിരുന്നു. ഒരു പക്ഷേ ന്യായീകരിക്കാൻ കഴിഞ്ഞേക്കുമെങ്കിലും സ്ഥിരമായി വെറുപ്പോടെ ജീവിക്കാൻ വിഷമമായിരുന്നു.

ചിലപ്പോഴൊക്കെ ഞങ്ങൾ അനസ്താസ്യയോടൊപ്പം ഒരുമിച്ച് ശയിച്ചിരുന്നു. പക്ഷേ മുൻപത്തെപോലെ സ്നിഗ്ദ്ധമായ ഒരു പ്രകടനവും ഞങ്ങൾ അനുവദിച്ചില്ല. അവളുടെ അച്ഛൻ തടവിൽ കഴിയുന്ന ഈ സമയത്ത് ഞങ്ങൾക്ക് സന്തോഷിക്കുവാനുള്ള അവകാശമില്ലെന്നും അദ്ദേഹത്തിന് എന്തെങ്കിലും സംഭവിച്ചുപോയാൽ ഞങ്ങൾ മാത്രമായിരിക്കും അതിന്റെ കുറ്റക്കാരെന്നും തോന്നി. അത് വിശദീകരിക്കാൻ വിഷമമാണ്. പക്ഷേ അദ്ദേഹത്തിന്റെ മോചനം എന്തുകൊണ്ടോ ഞങ്ങളുടെ

ചാരിത്ര്യശുദ്ധിയുമായി ഞങ്ങൾ ബന്ധപ്പെടുത്തി. ശൈത്യകാലത്തിന്റെ അവസാനം അനസ്താസ്യയ്ക്ക് പതിനാറു വയസ്സ് തികഞ്ഞപ്പോൾ ഞങ്ങളുടെ ബന്ധങ്ങളിൽ പ്രത്യേകമായ ഒരു വ്യതിയാനവും സംഭവിച്ചില്ല. ഞങ്ങൾക്ക് വേണമെങ്കിൽ വിവാഹിതരാകാൻ കഴിയുമായിരുന്നു. പക്ഷേ അന്നത്തെ അവസ്ഥയിൽ മുൻകാലങ്ങളിലെപ്പോലെ തന്നെ ഞങ്ങൾക്കതിനു സാദ്ധ്യമായില്ല.

ഒരിക്കൽ മദ്യപിച്ചിട്ട് ഇടനാഴിയിലൂടെ കടന്നു പോകുമ്പോൾ സര്യേത്സ്കി എന്നോട് പറഞ്ഞു! "പ്രൊഫസർക്കെതിരെ ഞാൻ കുറ്റാരോപണം നടത്തിയത് എന്തുകൊണ്ടാണെന്ന് എനിക്ക് സ്വയം അറിയില്ല. എന്തോ കാരണത്താൽ ഞാൻ അവിടെ പോവുകയും കുറ്റാരോപണം നടത്തുകയും ചെയ്തു." ടോയ്‌ലറ്റിലേക്ക് കുറച്ച് ചുവടുകൾ നടന്നതിനു ശേഷം അയാൾ തിരിഞ്ഞു നിന്ന് പറഞ്ഞു. "പക്ഷേ നിങ്ങൾക്കെതിരെ ഞാൻ കുറ്റാരോപണം നടത്തുകയില്ല. നിങ്ങൾക്ക് സമാധാനമായിരിക്കാം."

പിന്നീട് പലതവണ ഞാൻ ചിന്തിച്ചു. എന്തുകൊണ്ടായിരിക്കാം അയാൾ അപ്രകാരം കുറ്റാരോപണം നടത്തിയത്? നിന്ദിക്കപ്പെട്ടതു കൊണ്ടാകുമോ? പക്ഷേ സര്യേത്സ്കിയെ ആരും നിന്ദിച്ചിരുന്നില്ല. അയാളെ ആരും അത്ര ശ്രദ്ധിച്ചിരുന്നില്ല. ങാ... ഒരുപക്ഷേ അതാകാം. ഒരുപക്ഷേ അയാൾക്ക് ഏറ്റവും വലിയ നിന്ദ എന്നു പറയുന്നത് അതായിരിക്കുമോ?

ഞങ്ങൾ അനസ്താസ്യയും ഞാനും ഇടയ്ക്കിടെ ഗറോഹൊവ്സ്കയ സ്ട്രീറ്റിൽ പലതവണ പോയിരുന്നു. പ്രൊഫസറെ കാണാനുള്ള അനുമതി ലഭിക്കുമെന്ന് പ്രതീക്ഷിച്ചാണ് ഞങ്ങൾ പോയത്. എന്നാൽ അനുമതി ലഭിച്ചില്ല. അദ്ദേഹത്തിന് എന്തെങ്കിലും കൊടുക്കാൻ പോലും അനുമതി ലഭിച്ചില്ല. അവിടുത്തെ കാവൽക്കാരുമായി അനസ്താസ്യ ചിരിച്ചു കൊണ്ടും സ്നേഹപൂർവ്വവും അവരെ സംസാരിച്ച് വശപ്പെടുത്താൻ ശ്രമിച്ചുവെങ്കിലും എല്ലാം വൃഥാവിലായി. അവരുടെ മുഖലക്ഷണ ശാസ്ത്രപരമായ കടുംപിടുത്തം അഭേദ്യമായിരുന്നു. അവരെ നോക്കി നിന്നപ്പോൾ ഞാൻ സങ്കൽപ്പിച്ചത് അവരുടെ മുടിക്കു കുത്തിപ്പിടിച്ച് ശക്തിയോടെ ഭിത്തിയിൽ ആഞ്ഞടിക്കുന്നതിനെക്കുറിച്ചാണ്. സർവ്വശക്തിയുമെടുത്ത് സന്തോഷത്തോടെ ആഞ്ഞടിക്കുമ്പോൾ അവരുടെ വൃത്തികെട്ട തവിട്ടു നിറമുള്ള രക്തം ഗവൺമെന്റ് കസേരകളിലും നിലത്തും സീലിംഗിലും ചിതറി തെറിക്കും. ഓരോ തവണയും അവിടെ പോകുമ്പോൾ ഞാൻ ഇങ്ങനെയാണ് സങ്കൽപ്പിച്ചിരുന്നത്. എന്റെ ചിന്തകൾ അറിഞ്ഞാലും അവർക്ക് ഒന്നും ചെയ്യാൻ കഴിയില്ല എന്നു ഞാൻ കരുതി. അവസാനമായി ഞങ്ങളവിടെ പോയത് മാർച്ച് 26-ാം തീയതിയായിരുന്നു. അവർ ഞങ്ങളോട് പറഞ്ഞത് പ്രൊഫസർ വറോനിൻ വെടിവെച്ചു കൊല്ലപ്പെട്ടു എന്നാണ്!

വെള്ളിയാഴ്ച

ഇന്ന് നേഴ്സ് വാളന്റീനയുടെ സ്ഥാനത്ത് വന്നത് ആഞ്ചലീന എന്ന നേഴ്സായിരുന്നു. അവൾ ചെറുപ്പമായിരുന്നുവെങ്കിലും വാളന്റീനയുടെ വശ്യത അവൾക്ക് ഉണ്ടായിരുന്നില്ല. അവളുടെ ബാഹ്യരൂപം പേരിൽ നിന്നും വിഭിന്നമായി, അശ്ലീലം തുടിക്കുന്ന ഭാവമാണ് ഉണ്ടാക്കിയത്. ഗെയ്ഗർ പറഞ്ഞു. വാളന്റീനയ്ക്ക് സുഖമില്ലാതിരിക്കുകയാണെന്ന്. എന്തുകൊണ്ടോ അയാളുടെ മുഖഭാവം എനിക്കു പിടിച്ചില്ല.

ദിവസം മുഴുവൻ ഞാൻ കമ്പ്യൂട്ടറിൽ ടൈപ്പുചെയ്യാനായി ചെലവഴിച്ചു. ഞാനൊരു കമ്പ്യൂട്ടർ വിദ്യാർത്ഥിയെപ്പോലെ തോന്നി.

ശനിയാഴ്ച

മരിച്ചവരെ മരവിപ്പിച്ചു കിടത്തുകയും അനന്തരം ഉയിർത്തെഴുന്നേൽക്കുന്നതിനെക്കുറിച്ചും ഒരു അമേരിക്കക്കാരൻ എഴുതിയ പുസ്തകം കുറച്ചുദിവസങ്ങൾക്കു മുൻപ് ഗെയ്ഗർ എനിക്കു കൊണ്ടുവന്നു തന്നു. അതിനോടു സാദൃശ്യമുള്ള എന്തോ ആയിരുന്നു അയാൾ എനിക്ക് വാഗ്ദാനം ചെയ്തത്. ഹോസ്പിറ്റലിലായിരിക്കുമ്പോൾ പ്രത്യേകിച്ചും അത്തരം വായന വളരെ ആകർഷണീയമായിരുന്നു. മരവിപ്പിക്കലിനു വിധേയമാകുന്നവർ മല്ലിടേണ്ടി വരുന്ന ഒരു ചോദ്യപരമ്പര എഴുത്തുകാരൻ ഉന്നയിക്കുന്നുണ്ട്. അത് അത്ര നിസ്സാര ചോദ്യങ്ങളല്ല. മരിച്ചയാളുടെ മരവിപ്പിക്കലിനുശേഷം വിധവയ്ക്കും ഭാര്യ മരിച്ചയാൾക്കും വിവാഹബന്ധത്തിലേർപ്പെടാമോ? മഞ്ഞുരുകി ജീവിതത്തിലേക്ക് തിരിച്ചുവന്നയാൾ പഴയ ഇണകളോട് എങ്ങനെ പെരുമാറണം? ബന്ധുവിനേയോ ഫ്ളാറ്റിലെ അയൽക്കാരനേയോ (അത് ഞാൻ കൂട്ടിച്ചേർത്തതാണ്) മരവിപ്പിക്കാൻ നിയമപരമായ അവകാശമുണ്ടോ? മരവിപ്പിച്ച് ജീവിച്ചുവരുന്നയാൾക്ക് വോട്ടുചെയ്യാനുള്ള അവകാശമുണ്ടോ? അവസാനത്തെ ചോദ്യം എന്നെ ശരിക്കും സ്പർശിച്ചു.

അമേരിക്കക്കാരന്റെ അഭിപ്രായത്തിൽ അടിസ്ഥാനപരമായ കുഴപ്പം വോട്ടു ചെയ്യുന്നതിനേക്കാളും മരവിപ്പിക്കുന്നതിലും മഞ്ഞുരുകി ജീവിതത്തിലേക്ക് വരുന്നതിലുമാണ്. തണുപ്പിക്കുമ്പോൾ കോശലായനികളിൽ നിന്നും വമിക്കുന്ന ദ്രാവകം മഞ്ഞു കട്ടയായി രൂപാന്തരപ്പെടുന്നു. തണുപ്പിക്കുമ്പോൾ വെള്ളം വികസിക്കുമെന്നും കോശങ്ങളെ നശിപ്പിക്കുമെന്നും എല്ലാവർക്കും അറിയാവുന്നതാണല്ലോ! കൂടാതെ മഞ്ഞുകട്ടയായി രൂപാന്തരപ്പെടാത്ത ദ്രാവകം ഒരു പ്രത്യേകതരം നശിപ്പിക്കുന്ന ഉപ്പു ലായനിയായിത്തീരുന്നു. അത് കോശങ്ങൾക്ക് നാശം വിതയ്ക്കുന്നതുമാണ്. അതുകൊണ്ട് വളരെ വേഗത്തിലുള്ള തണുപ്പിക്കലിലൂടെ പരലുകളുടെ വലിപ്പവും ഉപ്പുലായനിയുടെ ഗാഢതയും കുറഞ്ഞു കിട്ടുന്നു.

തണുപ്പിക്കുമ്പോഴുള്ള കോശങ്ങളുടെ നാശം ഒഴിവാക്കാനായി ഗ്ലിസറിൻ ഉപയോഗിക്കുന്നു. അത് ഉപ്പുവെള്ളത്തെ നിർവ്വീര്യമാക്കുന്നു. ഈ രീതിയിൽ ശരീരം പൂർവ്വസ്ഥിതിയിലാക്കുമ്പോൾ ഗ്ലിസറിൻ ശരീരത്തിൽ

നിന്നും മാറുക എന്നതാണ് ഒന്നാമത്തെ കാര്യം. ഇക്കാര്യം പരിഹരിക്കപ്പെട്ടില്ലെങ്കിൽ മറ്റെല്ലാ പ്രവർത്തനങ്ങളും അർത്ഥമില്ലാതായിത്തീരും. രക്തത്തിനുപകരം ശരീരത്തിൽ ഗ്ലിസറിൻ യാതൊരു ഗുണവും ചെയ്യില്ല. സത്യത്തിൽ മറ്റു ചോദ്യങ്ങളുണ്ട്. എന്തിനാണ് ഗെയ്ഗർ ഇത്തരം കാര്യങ്ങൾ എന്റെ മുൻപിൽ കൊണ്ടു വരുന്നത്? ഞാനെന്തിനാണ് അവയൊക്കെ വായിക്കുന്നത്?

ഒരു ദിവസം ഞാൻ അയാളോട് ചോദിച്ചു.

"അപ്പോൾ അത് നടക്കും, അതിൽ മാത്രമല്ല കാര്യം തണുപ്പിക്കുന്നത്രയും തന്നെ പ്രാധാന്യമുള്ളതാണ് ശരിയായ രീതിയിലുള്ള ചൂടാക്കുന്ന കാര്യവും?"

"അതെ, അങ്ങനെയാണ് അതിന്റെ പ്രവർത്തനം."

എന്റെ ധാരണ ശരിയാണെങ്കിൽ ശാസ്ത്രത്തിന്റെ വിജയങ്ങൾക്കുപരിയായി ഇതേവരെ "ഒരാളെപ്പോലും ശരിയായി ജീവിപ്പിക്കാൻ കഴിഞ്ഞിട്ടില്ല, ശരിയല്ലേ?"

"സാധിച്ചു." അയാൾ ഉത്തരം പറഞ്ഞു.

"ആരെ? അതുകൊള്ളാമല്ലോ? ആഫ്രിക്കൻ കുരങ്ങനാണോ? "

ഗെയ്ഗർ സഹതാപത്തോടെയും വളരെ സൂക്ഷ്മതയോടെയും എന്നെ നോക്കി.

"നിങ്ങൾ. "

വ്യാഴാഴ്ച

ഈ ദിവസങ്ങളിലെല്ലാം ഞാൻ കേട്ടതിനെക്കുറിച്ച് ചിന്തിക്കുകയായിരുന്നു. ആദ്യം ഞാനതെല്ലാം വളരെ ശാന്തതയോടെ സ്വീകരിച്ചു. എന്നാൽ രണ്ടാം തരംഗം എന്നെ കീഴ്പ്പെടുത്തി. എന്നെ അവർ മഞ്ഞുരുക്കി ജീവിതത്തിലേക്ക് കൊണ്ടുവന്നു. യുക്തിപരമായി അത് വിരൽ ചൂണ്ടുന്നത് എന്നെ തണുപ്പിച്ച് മഞ്ഞു കട്ടിയായി വെച്ചിരിക്കുകയായിരുന്നു എന്നാണ്. ഇവിടെ എന്താണ് പറയുക...

എന്റെ ചിന്തകൾ ദിശമാറി ചുറ്റിത്തിരിഞ്ഞു. അത് തുടക്കത്തിലെ ബിന്ദുവിലേക്ക് മടങ്ങി വരാൻ ബുദ്ധിമുട്ടി. നിവാ നദിയിൽ തണുത്തുറഞ്ഞുപോയ തടിക്കഷണങ്ങളും കുപ്പികളും വാഷ്ടബ്ബുകളും മരിച്ച നായകളും പ്രാവുകളും എനിക്ക് ഓർമ്മ വന്നു. വസന്തത്തിലെ മഞ്ഞിൽ എല്ലാം വേദനാജനകമായി ഉരുകി പുറത്തേക്ക് വന്നു. മഞ്ഞിന്റെ തടവറയിൽ ഞാൻ എങ്ങനെയാകും കാണപ്പെട്ടത്? ഒരു മാടപ്രാവിനെപ്പോലെയോ? ഒരു പക്ഷേ ഒരു ഉറങ്ങുന്ന രാജകുമാരിയെപ്പോലെയോ? എന്റെ രക്തപ്രസാദമില്ലാത്ത രൂപം മഞ്ഞിലൂടെ കാണപ്പെട്ടിരുന്നോ? എന്റെ കണ്ണുകൾ അടഞ്ഞിരുന്നുവോ? അതൊ മഞ്ഞുകട്ടകൾ ഉണ്ടായിരുന്നില്ലേ? ഉണ്ടാവാതിരിക്കാനാണ് സാദ്ധ്യത. ഞാൻ വായിച്ചത് തണുപ്പിക്കാനായി നൈട്രജനാണ് ഉപയോഗിക്കുന്നതെന്നാണ്.

ചില ദിവസങ്ങളിൽ ദ്വീപിൽ സ്വയം തണുത്തു മരവിച്ചുപോകാൻ ഞാൻ ആഗ്രഹിച്ചിരുന്നു. മരത്തിനടിയിലിരുന്ന് സ്വയം മറന്ന് ഉറങ്ങുക. അപ്പോൾ ലെർമന്തോവിനെ അനുസ്മരിച്ചു. മറക്കാനും മയങ്ങാനും ഞാൻ ആഗ്രഹിച്ചു. എങ്ങനെയാണ് അത് സംഭവിക്കുക എന്ന് ഞാൻ വ്യക്തമായി സങ്കൽപ്പിച്ചിരുന്നു. തണുപ്പില്ലാത്തപ്പോൾ ഒരാഗ്രഹവും ഉണ്ടാകുന്നില്ല; ജീവിക്കാൻ തന്നെ തോന്നുന്നില്ല. നിങ്ങൾ ജീവിതത്തെക്കുറിച്ചും മരണത്തെക്കുറിച്ചും ചിന്തിക്കാതിരിക്കുമ്പോൾ നിങ്ങൾക്ക് ഭയവും ഉണ്ടാകുന്നില്ല. എല്ലാം ഒരിക്കൽ സഫലമാകുമെന്ന് നിങ്ങൾ പ്രതീക്ഷിക്കുന്നു. എന്തെങ്കിലും അവിടെ സംഭവിക്കുകയും നിങ്ങളെ മരണത്തിൽ നിന്ന് രക്ഷപ്പെടുത്തുകയും ചെയ്യുന്നു. പക്ഷേ അത് സംഭവിച്ചില്ല. വസന്തകാലത്ത് പൈൻ മരത്തിന്റെ അടിയിൽ നിങ്ങൾ ഒരിക്കലും വിവരിക്കാനാഗ്രഹിക്കാത്ത മനുഷ്യരെ കണ്ടുമുട്ടുന്നു. അതെ, എനിക്കത് ഓർമ്മ വരുന്നുണ്ടെങ്കിലും വളരെ മോശമായാണ് ഞാൻ ശൈത്യകാലത്തെ അതിജീവിച്ചത്. ഒരുപക്ഷേ ഞാനവിടെ തണുത്തുറഞ്ഞിരുന്നുവോ? സാദ്ധ്യതയില്ല. നല്ല തണുത്തുറയലിന് ഗ്ലിസറിൻ വേണമല്ലോ. ഞാൻ കണ്ണാടിയിൽ നോക്കുകയും എന്റെ പ്രതിബിംബം നന്നായിരിക്കുന്നുവെന്ന് ഒട്ടും സങ്കോചമില്ലാതെ ചിന്തിക്കുകയും ചെയ്യുന്നു.

ഗെയ്ഗർ പലവട്ടം മുറിയിൽ വരികയും എന്റെ തോളിൽ തട്ടുകയും ചെയ്തു. തോളിൽ തട്ടിയിട്ട് ഒന്നും മിണ്ടാതെ അയാൾ പുറത്തേക്ക് പോകുന്നു. ഇവിടെ ഞാൻ എന്തു പറയാനാണ്?

ഞാൻ ചോദിച്ചു: "നിങ്ങൾ എങ്ങിനെയാണ് എന്റെ മഞ്ഞുരുക്കി ജീവിതത്തിലേക്ക് കൊണ്ടു വന്നത്? പ്രധാനമായും നിങ്ങളെങ്ങനെയാണ് എന്റെ ശരീരത്തിൽ നിന്നും ഗ്ലിസറിൻ മാറ്റിയത്? "

"വിദഗ്ധനാണ് അത് ചെയ്തത്." ഗെയ്ഗറുടെ നോട്ടത്തിൽ ആദരവ് ദൃശ്യമായി. "ഗ്ലിസറിൻ ഉണ്ടായിരുന്നില്ല."

"അതെങ്ങനെ?" ഞാൻ അത്ഭുതപ്പെട്ടു.

"ഉണ്ടായിരുന്നില്ല. അതു തന്നെ. അതിലാണ് രഹസ്യം കുടികൊള്ളുന്നത്."

വെള്ളിയാഴ്ച

മാർച്ച് മാസം അവസാനം. മാർച്ച് അവസാനമാണ് സര്യേത്സ്കി കൊല്ലപ്പെടുന്നത്. അയാൾ ജോലി ചെയ്തിരുന്ന സോസേജ് ഫാക്ടറിയിൽനിന്നും അധികം ദൂരത്തല്ലാതെ ഷ്ദാനോവ്സ്കി നദിയുടെ കരയിലാണ് തലയോട്ടി തകർന്ന നിലയിൽ അയാളെ കണ്ടെത്തിയത്. കുറ്റാന്വേഷണ ഡിപ്പാർട്ടുമെന്റിൽനിന്നും കുറ്റാന്വേഷകനായ ത്രേഷ്നിക്കവ് എന്നയാൾ ഞങ്ങളുടെയടുത്തു വന്നു. നാല്പതു വയസ്സ് പ്രായം തോന്നിക്കുന്ന ആരോഗ്യവാനായ അയാൾ കടൽക്കുതിരയുടെ കൊമ്പുപോലുള്ള മീശവെച്ചിരുന്നു. സര്യേത്സ്കിയുടെ മരണത്തോടനുബന്ധിച്ചാണ്

അയാൾ വന്നതെന്ന് പറഞ്ഞു. സര്യേത്സ്കിക്ക് ആരെങ്കിലും ശത്രുക്കളായി ഉണ്ടായിരുന്നുവോ എന്നും അയാളുടെ മുറിക്ക് അവകാശിയാകാൻ കഴിയുന്ന ഏതെങ്കിലും ബന്ധു ഉണ്ടോ എന്നും അയാൾ അന്വേഷിച്ചു. ശത്രുക്കളോ ബന്ധുക്കളോ! (അന്വേഷണത്തിൽ എങ്ങിനെയാണ് കാര്യങ്ങൾ രൂപപ്പെടുത്തേണ്ടതെന്ന് അവർക്കറിയാമായിരുന്നു!) ഞങ്ങൾക്ക് രണ്ടു കൂട്ടരേയും അറിയില്ല എന്നു പറഞ്ഞു. തലേന്നു രാത്രി ഞങ്ങളെല്ലാം എവിടെയായിരുന്നു എന്നയാൾ അന്വേഷിച്ചു. ഞങ്ങളെല്ലാവരും വീട്ടിൽ ഉണ്ടായിരുന്നു.

സര്യേത്സ്കിയുടെ പാന്റ്സ് അഴിഞ്ഞു കിടക്കുകയായിരുന്നുവെന്നും അയാളുടെ അരയിൽ ഒരു ചരട് കെട്ടിയിരുന്നുവെന്നും ത്രേഷ്നിക്കവ് ഞങ്ങളോടു പറഞ്ഞു. ചരടിന്റെ ഒരു തുമ്പ് അയാളുടെ അടിവസ്ത്രത്തിനുള്ളിലേക്ക് നീണ്ടു കിടന്നു. "ആ ചരട് എന്തിനായിരുന്നു എന്ന് നിങ്ങൾക്കറിയാമോ?" അയാൾ ചോദിച്ചു.

അത് സോസേജ് കെട്ടിത്തൂക്കാനാണെന്ന് ഞങ്ങൾക്കെല്ലാം നന്നായി അറിയാമെങ്കിലും ഞങ്ങൾ പറഞ്ഞു:

"ഇല്ല, അറിയില്ല."

ത്രേഷ്നിക്കവ് സംശയിച്ചത് സര്യേത്സ്കി അത്യാസക്തിയുള്ള ഒരു കുറ്റവാളിയാണെന്നും അയാൾ ആരെയോ ബലാൽസംഗം ചെയ്യാൻ ശ്രമിച്ചുവെന്നുമാണ്. അതിനെ തുടർന്നുള്ള അടിപിടിയിൽ മരണമടഞ്ഞുവെന്നും സംശയിക്കപ്പെട്ടു. ഞങ്ങളെല്ലാം അതിനെ എതിർക്കുകയും ഇന്നേവരെ സര്യേത്സ്കിയുടെ വീട്ടിൽ ഒരു പെണ്ണും വന്നതായി കണ്ടില്ല എന്നും പറഞ്ഞു. രണ്ടാമതു പറഞ്ഞ കാര്യം ത്രേഷ്നിക്കവിനെ സംശയാലുവാക്കി.

"അത്" അയാൾ ദീർഘശ്വാസം വിട്ടു. "വളരെ മോശമായ ഒരു ലക്ഷണമാണ്. പെണ്ണുങ്ങൾ അയാളെ കാണുവാൻ വന്നിട്ടേയില്ല എന്നത്."

പിന്നീട് ഞങ്ങളുടെ കെട്ടിടത്തിൽനിന്നും ശവശരീരം തിരിച്ചറിയാനായി മോർച്ചറിയിൽ പോയത് ഞാനായിരുന്നു. ഒട്ടും ബുദ്ധിമുട്ടില്ലാതെ അയാളെ തിരച്ചറിഞ്ഞു. മാർബിൾ മേശമേൽ ശരിക്കും സര്യേത്സ്കി കിടന്നിരുന്നു. പൂർണ്ണനഗ്നനായ വിളറിയ മുഖമുള്ള കുറിയ മനുഷ്യൻ. അയാൾ 'പീപ്പി' എന്ന് വിശേഷിപ്പിച്ച സാധനം വളരെ ചെറുതായാണ് കാണപ്പെട്ടത്. ബലാൽസംഗത്തെക്കുറിച്ചുള്ള ഏതൊരു സംശയത്തേയും തുടച്ചുമാറ്റുന്നതായിരുന്നു ആ കാഴ്ച.

സര്യേത്സ്കിയുടെ തലയിൽ പറയത്തക്ക പരിക്കുകളൊന്നും ഞാൻ കണ്ടില്ല. അയാളുടെ തലയോട്ടിയുടെ പുറകുവശത്ത് ഒരു അടി കിട്ടിയിരുന്നു. കൊലപ്പെടുത്താൻ ഉപയോഗിച്ച ആയുധങ്ങളൊന്നും കണ്ടുപിടിക്കാൻ കഴിയാതിരുന്നതിനാൽ ത്രേഷ്നിക്കവ് അനുമാനിച്ചത് ആരൊ സര്യേത്സ്കിയെ തള്ളി നിലത്തിടുകയും അയാളുടെ തല കൂർത്ത ഏതോ കല്ലിലിടിച്ച് മരണം സംഭവിച്ചു എന്നുമാണ്. നദിക്കരയിൽ ധാരാളം

കൂർത്ത പാറക്കല്ലുകൾ ഉണ്ടായിരുന്നു. ഒരുപക്ഷേ പിന്നിൽ നിന്നുള്ള ഒരടിയാകാം മരണകാരണമെന്നും ത്രേഷ്നിക്കവ് പറഞ്ഞു. അങ്ങനെ യാണെങ്കിൽ സര്യേത്സ്കി ആരേയും ആക്രമിക്കാൻ സാദ്ധ്യതയില്ല. അയാൾ ആക്രമിക്കപ്പെട്ടതായിരിക്കാം. പരേതന്റെ പാന്റ്സ് അഴിഞ്ഞ നിലയിൽ കണ്ടില്ലായിരുന്നു എങ്കിൽ ത്രേഷ്നിക്കവ് അത്തരം വീക്ഷണ ഗതിയുമായി യോജിച്ചേനേ!

സര്യേത്സ്കി തന്റെ അടിവസ്ത്രത്തിനുള്ളിൽ ഒളിപ്പിച്ച സോസേജ്, ഫാക്ടറിയിൽ നിന്നും കടത്തുമായിരുന്നു എന്ന് എനിക്ക് അന്വേഷണ ഉദ്യോഗസ്ഥനോട് പറയാൻ കഴിയുമായിരുന്നു. കാവൽക്കാരെ കടന്ന് പുറത്തുവന്നു കഴിയുമ്പോൾ ആളൊഴിഞ്ഞ നദിക്കരയിലേക്ക് അയാൾ നടന്നു പോയിരിക്കും. (മദ്യപിച്ചിരുന്നപ്പോൾ അയാൾ തന്നെ ഇക്കാര്യം പറഞ്ഞിട്ടുള്ളതാണല്ലോ) പാന്റ്സ് അഴിച്ച് സോസേജ് കൈയിലെടുത്താ യിരിക്കും നടന്നിട്ടുണ്ടാവുക. അതെല്ലാം മനസ്സിലാക്കാവുന്നതേയുള്ളൂ. കാരണം അടിവസ്ത്രത്തിൽ സോസേജും തൂക്കിയിട്ട് നടക്കുന്നത് ബുദ്ധി മുട്ടുള്ള കാര്യമാണ്. ഞാനങ്ങനെ പറഞ്ഞിരുന്നുവെങ്കിൽ വിജനമായ ആ സ്ഥലത്ത് സോസേജ് ഇഷ്ടപ്പെടുന്ന ഒരാൾ സര്യേത്സ്കി മാത്രമായിരി ക്കില്ല എന്ന നിഗമനത്തിൽ ത്രേഷ്നിക്കവ് എത്തിച്ചേരുമായിരുന്നു. വിശ പ്പുള്ള ഞങ്ങളുടെ അക്കാലത്ത് സോസേജ് ഫാക്ടറിയിലെ ഒരു ജോലി ക്കാരൻ മറ്റാരുടേയോ സോസേജ് പ്രേമത്തിന് ഇരയായിത്തീർന്നതാകാം. അയാളുടെ അരയിലെ ചരടിൽ സോസേജ് കാണുവാനുണ്ടായിരുന്നില്ല എന്നതിൽ നിന്നും അത് എടുത്തുകൊണ്ടുപോയിരുന്നു എന്ന് വ്യക്തമാ യിരുന്നു.

പക്ഷേ, ഞാനതൊന്നും ത്രേഷ്നിക്കവിനോട് വിവരിക്കാൻ തുനി ഞ്ഞില്ല. അയാൾക്ക് ഇഷ്ടമുള്ളതെന്തും സര്യേത്സ്കിയെക്കുറിച്ച് ചിന്തി ച്ചോട്ടെ. പരേതനോടുള്ള എന്റെ പ്രതികാരമായിരുന്നുവോ അത്? അറിയില്ല. ഞാനയാളെ ഓർത്തു സഹതപിച്ചുവോ എന്നെനിക്ക് പറയാൻ കഴിയുന്നില്ല. പിരിയുന്നതിനു മുൻപ് എന്തോ കാരണത്താൽ ത്രേഷ്നി ക്കവ് ചോദിച്ചു സര്യേത്സ്കി രഹസ്യപ്പൊലീസിന്റെ ഒറ്റുകാരനായിരു ന്നുവോ എന്ന്. ആറാമിന്ദ്രിയത്തിന്റെ തോന്നലിൽ നുണപറയുന്നതിനേ ക്കാൾ നല്ലത് സത്യം പറയുന്നതാണെന്ന തീരുമാനത്തിൽ ഞാൻ അതെ എന്ന് ഉത്തരം പറഞ്ഞു. ആ ചോദ്യത്തിന്റെ അർത്ഥമെന്തായിരുന്നു? ഒരുപക്ഷേ കൊലപാതകത്തിന് പ്രേരണ ഞങ്ങളിലും ഉണ്ടാകാം എന്നും അത് തനിക്ക് അറിയാമെന്നും ധ്വനിപ്പിക്കുകയായിരുന്നുവോ അയാൾ ചെയ്തത്? ഏതായാലും ക്രിമിനൽ കേസ് അവസാനിപ്പിക്കപ്പെട്ടു.

ഒരിക്കൽ ഞങ്ങൾ അയാളുടെ പോക്കറ്റിൽ ഒരു കുപ്പി വോഡ്കയു മായി ഓടിപ്പോയ സ്മൊളിൻസ്ക് സിമിത്തേരിയിലാണ് സര്യേത്സ്കി യുടെ ശവമടക്കൽ നടന്നത്. സംസ്കാര ചെലവുകൾ സോസേജ് ഫാക്ടറി യാണ് വഹിച്ചത്. പ്രത്യേക ആഡംബരങ്ങളൊന്നുമില്ലാതെയും ആളു കളുടെ സാന്നിദ്ധ്യമില്ലാതെയുമാണ് അത് നടത്തപ്പെട്ടത്. ഫാക്ടറിയുടെ

മേലാളന്മാർ ഫാക്ടറിയുടെ ഉൽപ്പാദനം നിർത്തി വെയ്ക്കാൻ തയ്യാറാകാതിരുന്നതുകൊണ്ട് സര്യേത്സ്കിയുടെ സഹപ്രവർത്തകർക്ക് ഒഴിവു കിട്ടിയില്ല. അല്ലെങ്കിൽ ഫാക്ടറിയിൽ സര്യേത്സ്കിയുമായി അടുപ്പമുള്ള ഒരാൾപോലും ഉണ്ടായിരുന്നില്ല എന്നതുമാകാം കാരണം. രണ്ടാമത്തെ കാരണമാകാം കൂടുതൽ ശരിയായത്. ഞാനും അനസ്താസ്യയും ശവസംസ്കാരത്തിന് പങ്കെടുത്തില്ല. അത് മനസ്സിലാക്കാവുന്നതേയുള്ളൂ.

ശനിയാഴ്ച

എന്റെ ബോധത്തിന്റെ അഗാധതകളിൽ നിന്നും എന്തോ ഉപരിതലത്തിലേക്ക് പൊന്തി വന്നു. അക്കാഡമിക് ഡ്രോയിംഗുകൾ രൂപങ്ങളെക്കുറിച്ചുള്ള അറിവിന്റേയും ധാരണയുടേയും അടിസ്ഥാനത്തിലാണ് സങ്കൽപ്പിക്കപ്പെടുന്നത്. അതിൽ കഴമ്പില്ലാത്ത കോപ്പിയടിയും ധാരണയുടെ അടിസ്ഥാനത്തിലുള്ള ഡ്രോയിംഗും വിഭിന്നമായി കാണപ്പെടുന്നു. കൂടാതെ രൂപങ്ങളെ ഒരു പ്രത്യേക ഘടനയിൽ വരയ്ക്കേണ്ടതായി വരുന്നു. ചിത്രത്തിന്റെ സീമകൾ ലംഘിച്ച് വിരസമായ ഭാഗങ്ങൾ ഉണ്ടാകാതിരിക്കാനാണ് അങ്ങനെ ചെയ്യുന്നത്.

എന്തായാലും വളരെ രസകരമായിരിക്കുന്നു; ഇത്തരം കാര്യങ്ങൾ ഒരു ചിത്രകാരന്റെ തലയിൽ മാത്രമേ വന്നുദിക്കുകയുള്ളോ? അതൊ എല്ലാവർക്കും അത് ബാധകമാണോ? ഉദാഹരണത്തിന് ഗെയ്ഗർക്ക്?

തിങ്കളാഴ്ച

ഇന്ന് ഗെയ്ഗറോടൊപ്പം എഴു വയസ്സുള്ള ഒരു ആൺകുട്ടിയും വന്നു. കൃത്യമായി പറഞ്ഞാൽ ഗെയ്ഗർ വാളന്റീനയുടെ ഏതോ കടലാസുകൾ എടുക്കാനായി വന്നതാണ് (അത് ജനാലപ്പടിയിൽ കിടന്നിരുന്നു). കുട്ടി വാതിലിന്റെ വിടവിലൂടെ നോക്കി. ഞാനവനെ കണ്ടു. വാളന്റീനയ്ക്ക് എന്തു പറ്റിയെന്ന് ഞാൻ ഗെയ്ഗറോട് ചോദിച്ചപ്പോൾ വാതിൽ പൂർണ്ണമായും തുറക്കപ്പെട്ടു. “അമ്മയ്ക്ക് ഗർഭാരംഭത്തിലെ ഛർദ്ദിയാണ്.” കുട്ടി പറഞ്ഞു. “ഞാനും അച്ഛനും കൂടി അമ്മയുടെ സാധനങ്ങളെടുക്കാൻ വന്നതാണ്.”

അവന്റെ പുറകിലായി മുടി പറ്റെ വെട്ടിയ തവിട്ടുനിറമുള്ള ഒരാൾ ഒരു ബാഗും തോളിൽ തൂക്കി നിന്നിരുന്നു. അതായിരിക്കണം വാളന്റീനയുടെ ഭർത്താവ്. അവളേക്കാൾ അയാൾക്ക് പൊക്കം കുറവാണ്. അയാൾ കുട്ടിയെ വാതിൽക്കൽ നിന്നും മാറ്റിയിട്ട് വാതിലുകൾ ചേർത്തടച്ചു. ഗെയ്ഗർ കൈ മലർത്തിക്കൊണ്ടു പറഞ്ഞു.

“വാളന്റീന വീണ്ടും ഗർഭിണിയായി. സങ്കൽപ്പിച്ചു നോക്കൂ... എനിക്കതിൽ യാതൊരു പങ്കുമില്ല.”

വാതിൽ വലിച്ചടച്ച രീതി കണ്ടപ്പോൾ വാളന്റീനയുടെ ഭർത്താവിന് അക്കാര്യത്തിൽ അത്ര ഉറപ്പു പോരെന്നു തോന്നി. “എനിക്കും ഒരു

പങ്കുമില്ല." ഞാൻ തമാശയായി പറഞ്ഞു. "നിങ്ങളെയത് ദുഃഖിപ്പിക്കുന്നുണ്ടോ?" ഗെയ്ഗർ ഗൗരവത്തോടെ ചോദിച്ചു. ഞാൻ മൗനം പാലിച്ചു. എന്നെ സന്തോഷിപ്പിച്ചത് ഗെയ്ഗറിന് അതിൽ ഒരു പങ്കുമില്ല എന്ന കാര്യമാണ്.

ജീവചരിത്രകാരൻ എന്ന നിലയിൽ അയാളെ വിശ്വസിക്കാൻ ഞാൻ ബാധ്യസ്ഥനാണ്.

ചൊവ്വാഴ്ച

പുറം ലോകത്തേക്കുള്ള എന്റെ യാത്ര അധികം വിദൂരമല്ലാത്ത ഭാവിയിൽ ഉണ്ടാകുമെന്ന് ഗെയ്ഗർ എന്നോടു പറഞ്ഞു എനിക്കെല്ലാം വളരെ നന്നായി മനസ്സിലാകുന്നുണ്ടെങ്കിൽ അതിന്റെ അർത്ഥം എന്താണെന്ന് ഞാൻ ചോദിച്ചു. ഞാൻ ടെലിവിഷൻ കാണുകയും പത്രം വായിക്കുകയും ചെയ്യുന്നുണ്ട്. ഗെയ്ഗർ അയാൾക്ക് ഇഷ്ടപ്പെട്ട രീതിയിൽ കസേരയുടെ ചാര് നെഞ്ചോട് ചേർത്ത് കസേരയിൽ ഉപവിഷ്ടനായിക്കൊണ്ട് കാര്യങ്ങൾ വിശദീകരിച്ചു. അധികം താമസിയാതെ എനിക്ക് പ്രത്യക്ഷപ്പെടേണ്ടി വരും. മാധ്യമങ്ങളിൽ ഞാനൊരു 'ന്യൂസ് മേക്കർ' എന്ന രീതിയിലാകും പ്രത്യക്ഷനാകുന്നത്. ഇത് ഉടനേയോ താമസിച്ചോ സംഭവിക്കാൻ പോകുന്ന കാര്യമാണ്.

"പരീക്ഷണങ്ങൾക്ക് പണം ആവശ്യമുണ്ട്. പൊതുജനതാത്പര്യം എന്നു പറയുന്നതാണ് പണം!" ഗെയ്ഗർ പറഞ്ഞു. ഞാൻ നിശ്ശബ്ദത പാലിച്ചു. ഞാനാ സൗന്ദര്യമുള്ള വാചകം മനസ്സിൽ താലോലിച്ചു. അതിന്റെ ഉപജ്ഞാതാവും മൗനം പാലിച്ചു. ജനാലയ്ക്കൽ സൂര്യൻ കത്തി നിന്നു. ജനാലപ്പടിയിൽ വെള്ളത്തുള്ളികൾ താളം പിടിച്ചു. ഗെയ്ഗറുടെ നിരീക്ഷണത്തിലാണ് മഞ്ഞുരുകിയതെങ്കിലും അയാൾ അതിൽ ഭാഗഭാക്കായില്ല. ഏകദേശം എന്റെ മഞ്ഞുരുകൽപോലെ! എന്റെ സിരകളിലേക്ക് ഏതു ലായനിയാണ് കുത്തിവെയ്ക്കപ്പെട്ടതെന്ന് തനിക്കിതേവരെ മനസ്സിലായിട്ടില്ല എന്ന് ഗെയ്ഗർ സമ്മതിച്ചു. തണുത്തു മരവിക്കുമ്പോൾ കോശങ്ങളുടെ സുരക്ഷിതത്വം ഉറപ്പാക്കാൻ കഴിയാത്ത സാധാരണ ഉപ്പു ലായനിയാണ് എന്നിൽ കാണപ്പെട്ടത്. എന്റെ നിരവധി വർഷങ്ങളായുള്ള ഗാഢനിദ്രയിൽ ബാഷ്പീകരിക്കപ്പെട്ടുപോയ രാസപദാർത്ഥങ്ങളുടെ സാന്നിദ്ധ്യം നിസ്സംശയം ഉണ്ടായിരുന്നു. അതില്ലായിരുന്നുവെങ്കിൽ ഞാനിത്ര എളുപ്പത്തിൽ മഞ്ഞുരുകി ജീവിച്ചുവരുമായിരുന്നില്ല.

എന്റെ സിരകളിൽ ഉപ്പു ലായനി കണ്ടതിനുശേഷം ഗെയ്ഗർ അതു മാറ്റി പകരം എന്റെ ബ്ലഡ് ഗ്രൂപ്പ് മഞ്ഞുരുകലിന്റെ സമയത്ത് നിറയ്ക്കുകയും ചെയ്തു. അയാളുടെ വാക്കുകളിൽ അത്ര വിഷമം പിടിച്ച ജോലിയല്ലായിരുന്നു. എന്റെ ശരീരം തണുപ്പിച്ചു കിടത്തിയ ആളുടെ മഹത്തായ കണ്ടുപിടുത്തമായിരുന്നു ആദ്യത്തെ ലായനിയുടെ ഉള്ളടക്കം. പക്ഷേ, ആ ലായനിയുടെ ഫോർമുല സൂക്ഷിച്ചു വെയ്ക്കപ്പെട്ടില്ല. അതിന്റെ

കാരണങ്ങളെക്കുറിച്ച് ഞാൻ ഗെയ്ഗറോട് ചോദിക്കാൻ മുതിർന്നില്ല, കാരണം അതത്ര താത്പര്യമുണർത്തുന്ന കാര്യമായിരുന്നില്ല. ഞങ്ങളുടെ രാജ്യത്തിന്റെ പ്രത്യേകതകളെക്കുറിച്ച് മനസ്സിലാകുമ്പോൾ എന്തെങ്കിലും സംരക്ഷിക്കപ്പെട്ടു എന്നത് ആശ്ചര്യമുണ്ടാക്കുന്ന കാര്യമാണ്.

ഞാൻ സംരക്ഷിക്കപ്പെട്ടു എന്നതാണ് എന്നേയും ഗെയ്ഗറേയും ഈ കഥയിൽ സമാധാനിപ്പിക്കുന്ന കാര്യം. അതൊരു തർക്കമില്ലാത്ത നേട്ടം തന്നെയാണെന്ന് ഞങ്ങൾ കരുതുന്നു.

ബുധനാഴ്ച

ഞാൻ ചമ്മിപ്പോയ ഒരു കാര്യം ഓർമ്മ വന്നു. ചിരിക്കാതിരിക്കാൻ അസാധ്യമായിരുന്നു. ഈ കഥയുടെ തലവാചകം, ഞാനും സേവയും കൂടി എങ്ങനെയാണ് വേശ്യയുടെ അടുത്തുപോയത് എന്നാണ്. ഞങ്ങൾ ഒരുമിച്ചാണ് പോയത്. അങ്ങനെയാണ് കാര്യങ്ങൾ പരിസമാപിച്ചത്. ഞങ്ങൾ രണ്ടാൾക്കും കൂടി അവൾ ഒരാളായിരുന്നു.

സേവയുടേതായിരുന്നു ആശയം. ആശയം എന്നല്ല പറയേണ്ടത്, സ്വപ്നം എന്നാണ്. പണം സമ്പാദിച്ചുവെച്ചാൽ നമുക്ക് ഏതെങ്കിലും വേശ്യാലയത്തിൽ പോകാമെന്ന്, അവൻ എന്നോട് പലവട്ടം പറഞ്ഞു. ഇത്തരം വിവരണങ്ങളിലെ വാക്കുകൾ എന്നെ വല്ലാതെ ആകർഷിക്കുകയും എന്നിൽ ചിരിയുണർത്തുകയും ചെയ്തിരുന്നു. ഉദാഹരണത്തിന് സർക്കസിനോ സിനിമയ്ക്കോ പോകാമെന്നു പറയുന്നതിൽ നിന്നും വിഭിന്നമായാണ് വേശ്യയെ കാണാൻ പോകാമെന്നു പറഞ്ഞപ്പോൾ എനിക്കു തോന്നിയത്. അത്തരം ആശയം സാഹചര്യത്തെ അപകടരഹിതമാക്കുന്നുണ്ടെന്ന് ഒരുപക്ഷേ സേവയ്ക്ക് തോന്നിയിരിക്കും. അസാധാരണമായ ഒരു നിർദ്ദേശം മുന്നോട്ടു വെയ്ക്കുകയായിരുന്നു അവൻ ചെയ്തത്. എപ്പോഴൊക്കെ ഈ വിഷയത്തിലേക്ക് അവൻ വന്നിട്ടുണ്ടോ അപ്പോഴൊക്കെ അവൻ വളരെ വികാരഭരിതനായിരുന്നു.

പോക്കറ്റിൽ അത്രയധികം പണമൊന്നും ഇക്കാര്യത്തിന് ആവശ്യമില്ല എന്ന് അവൻ പറഞ്ഞിരുന്നു. അവന്റെ കണക്കുകൂട്ടലനുസരിച്ച് ഒരു വേശ്യയെ രണ്ടുപേർക്കും ചേർന്നെടുക്കുന്നത് ഓരോരുത്തർക്കും ഓരോ ആളെ എടുക്കുന്നതിലും വളരെ വിലക്കുറവായിരിക്കുമെന്നായിരുന്നു. യോജിപ്പിലെത്തണമെന്നു മാത്രം. ഞങ്ങളുടെ ചെറുപ്രായത്തിന്റെ അടിസ്ഥാനത്തിൽ (സേവ ചെറുതായൊന്നു ചിരിച്ചു) കിടപ്പറ രഹസ്യങ്ങളെക്കുറിച്ച് ഞങ്ങൾ അജ്ഞരായിരിക്കുമെന്നായിരിക്കും പെണ്ണ് കരുതുക. സേവ തന്റെ ഇടുപ്പ് അശ്ലീലമായി ഇളക്കി, അവളെ നിസ്സാരമായി പീഡിപ്പിക്കാൻ ഞങ്ങൾക്ക് അറിയാമായിരുന്നു.

മറ്റൊരു സ്കൂൾ വർഷത്തിന്റെ അവസാനമായിരുന്നു അവസരം സമാഗതമായത്. ഞങ്ങൾ അത് ബൾഷോയ് പ്രോസ്പെക്ടിൽ ആഘോഷിക്കുകയായിരുന്നു. ഞങ്ങളുടെ ഓരോരുത്തരുടേയും ബന്ധുക്കൾ ഞങ്ങൾക്ക് സമ്മാനമെന്ന നിലയിൽ കുറച്ചു പണം തന്നിരുന്നു.

“ഇന്ന് വേശ്യകളുടെയടുത്തുപോകാം.” സേവ എന്റെ ചെവിയിൽ മന്ത്രിച്ചു. “തയ്യാറായിരുന്നുകൊള്ളൂ.”

ഞാൻ പറുപടിയൊന്നും പറഞ്ഞില്ല. തയ്യാറായിരിക്കുക എന്നതു കൊണ്ട് അവൻ എന്താണുദ്ദേശിക്കുന്നതെന്ന് ഞാൻ ചോദിച്ചതുമില്ല.

“ഇവിടെ അടുത്തുള്ള ബൾഷായ പുഷ്സ്കാർസ്കയ സ്ട്രീറ്റിലാണ് അവരെ കൂട്ടിക്കൊടുക്കുന്നത്.”

വിറച്ചുകൊണ്ട് ഞാൻ തലകുലുക്കി. ഇക്കാര്യത്തെക്കുറിച്ച് നിരവധി തവണ ഞാനും സേവയുമായി സംസാരിച്ചിട്ടുള്ളതിനാൽ ഇപ്പോൾ അവനെ ഒറ്റയ്ക്കു വിടുന്നത് വഞ്ചനയായിരിക്കുമെന്ന് എനിക്കു തോന്നി. ആത്മാർത്ഥമായി തുറന്നു പറഞ്ഞാൽ ഞാനും ഇക്കാര്യത്തിൽ ഗോപ്യമായ ഒരു താത്പര്യം താലോലിച്ചിരുന്നു.

ഞങ്ങൾ അങ്ങോട്ടു നടന്നുപോയി . പെണ്ണിനോട് എങ്ങനെ എന്താണ് ചെയ്യേണ്ടതെന്നതിനെക്കുറിച്ച് വഴിയിലുടനീളം സേവ പറഞ്ഞുകൊണ്ടേയിരുന്നു.

“ചിലപ്പോൾ നമ്മളിലൊരാൾക്ക് ഇന്ന് കാര്യം സാധിക്കാതെ വന്നേക്കാം.” സേവ പറഞ്ഞു. “മനസ്സിന് ചാഞ്ചല്യമുണ്ടെങ്കിൽ അങ്ങനെ സംഭവിക്കാം”

എന്റെ നേരെയുള്ള അവന്റെ വിമർശനാത്മകമായ നോട്ടം ആർക്കാണ് അങ്ങനെ സംഭവിക്കുക എന്ന് വ്യക്തമാക്കിയിരുന്നു. വളരെ വിരളമായേ അത്തരം നോട്ടം അവൻ എന്റെ നേരെ തൊടുത്തുവിട്ടിരുന്നുള്ളൂ.

സേവ പ്രവചിച്ച സ്ഥലത്തുതന്നെ പെണ്ണുങ്ങൾ നിന്നിരുന്നു. എനിക്ക് അവനിലുള്ള വിശ്വാസം വർദ്ധിച്ചു. സേവ അതിൽ ഒരു പെണ്ണിന്റെയടുത്തേക്ക് ചെന്നപ്പോൾ (കൂട്ടത്തിൽ ഏറ്റവും തടിയുള്ള പെണ്ണായിരുന്നു അത്) ഞാൻ കഴിയാവുന്നത്ര ഒഴിഞ്ഞു മാറി നിന്നു. അവൻ അലക്ഷ്യമായ ഒരു നോട്ടം എന്റെ നേരെയെറിഞ്ഞുവെങ്കിലും തന്റെ ഉദ്യമത്തിൽ നിന്നും വ്യതിചലിച്ചില്ല. താൻ തെരഞ്ഞെടുത്ത പെണ്ണിന്റെയടുത്തു ചെന്നതിനുശേഷം അവൻ അവളുമായി ദീർഘമായ ഒരു സംഭാഷണത്തിന് മുതിർന്നു. അവൻ ഇടയ്ക്കിടയ്ക്ക് എന്നെ ചൂണ്ടിക്കാണിക്കുകയും പെണ്ണ് തലകുലുക്കുകയും ചെയ്തിരുന്നു. അവൾ എന്റെ നേരെ വേഗത്തിൽ ഒന്നു നോക്കിയതുപോലുമില്ല, കാരണം തർക്കിച്ചുകൊണ്ടിരുന്നത് എന്നെക്കുറിച്ചായിരുന്നില്ല പണത്തിനെക്കുറിച്ചായിരുന്നു എന്ന് വ്യക്തമായിരുന്നു. അവസാനം അവളെ പറഞ്ഞു സമ്മതിപ്പിക്കാൻ സേവയ്ക്ക് കഴിഞ്ഞു. ഞങ്ങൾ രണ്ടുപേരും അവളെ പിൻതുടരാൻ അവൾ ആവശ്യപ്പെട്ടു.

“നമുക്ക് അവളെ രണ്ടുമണിക്കൂർ നേരം കിട്ടും” നടക്കുന്നതിനിടയിൽ സേവ എന്റെ ചെവിയിൽ പറഞ്ഞു. “ഓരോരുത്തർക്കും ഓരോ മണിക്കൂർ വീതം.”

സേവ പീഡിപ്പിക്കാൻ തുനിഞ്ഞ പെണ്ണിന്റെ പേര് കാച്യ എന്നായിരുന്നു. അവളുടെ ജോലിയേയോ പ്രായത്തേയോ അടിസ്ഥാനപ്പെടുത്തി അവളെ പെൺകുട്ടി എന്ന് പറയാനാവില്ല. കാച്യയുടെ ഒരു വശം ചേർന്ന് നടക്കുമ്പോൾ ഞാനവളെ നോക്കി. അവൾക്ക് മുപ്പതുവയസ്സെങ്കിലും പ്രായമുണ്ടായിരുന്നു. ഞങ്ങൾ കൂടുതൽ നടക്കേണ്ടി വന്നില്ല. കാച്യ ഒരു തടിയിൽ നിർമ്മിച്ച വീടിന്റെ മുറ്റത്തേക്ക് കടക്കുകയും അതിന്റെ രണ്ടാം നിലയിലേക്ക് ഞങ്ങളെ കൂട്ടിക്കൊണ്ടുപോവുകയും ചെയ്തു.

ഞാൻ സങ്കൽപ്പിച്ച യാതൊന്നും തന്നെ കാച്യയുടെ വീട്ടിൽ ഉണ്ടായിരുന്നില്ല. കടുംചുവപ്പുള്ള തിരശ്ശീലകളോ മേൽക്കട്ടിയുള്ള വലിയ കട്ടിലോ ഒന്നുമുണ്ടായിരുന്നില്ല. അതൊരു ദരിദ്രമായ പാർപ്പിടമായിരുന്നു. ആവശ്യക്കാരിൽനിന്നും സ്വതന്ത്രയായിക്കഴിഞ്ഞ് കാച്യ സാധാരണ ജീവിതം നയിച്ചിരുന്നയിടം മാത്രമായിരുന്നു അത്. കാച്യയ്ക്ക് ഒരു പ്രേമോപാസകയോട് ഒട്ടും തന്നെ സാമ്യമുണ്ടായിരുന്നില്ല. അടുക്കളയിലെ മേശമേൽ മുട്ടുകൈകൾ കുത്തിനിന്നിരുന്ന തളർന്ന സ്ത്രീയിൽ യൗവ്വനത്തിന്റെ ഒരു പ്രസരിപ്പും കണ്ടില്ല.

സേവയാണ് ആദ്യം അവളുമായി മുറിയിലേക്ക് കയറിപ്പോയത്. ഞാൻ അടുക്കളയിൽ ആദ്യത്തെ ഞരക്കത്തിന് കാതുകൂർപ്പിച്ചിരുന്നു. പക്ഷേ ഞരക്കങ്ങളൊന്നും കേട്ടില്ല. അരമണിക്കൂറിനുശേഷം തന്റെ കൈകൾ പാന്റ്സിന്റെ പോക്കറ്റിൽ തിരുകിക്കൊണ്ട് സേവ വെളിയിൽ വന്നു. അവൻ ഒരു ചുവന്ന കൊഞ്ചിനെപ്പോലെ തുടുത്തിരുന്നു. (ആവിയിൽ വേവിച്ചിരുന്നുവോ?) അവൻ എല്ലാ വസ്ത്രങ്ങളും ധരിച്ചിരുന്നു. അവന്റെ പിന്നിലായി വാതിൽക്കൽ കാച്യ പ്രത്യക്ഷപ്പെട്ടു. അവളുടേയും വസ്ത്രങ്ങൾ ഒട്ടും അലങ്കോലപ്പെട്ടിരുന്നില്ല. അവളുടെ ക്ഷീണം പ്രത്യക്ഷത്തിൽ വർദ്ധിച്ചിരുന്നു. അവൾ എന്നെ മുറിയിലേക്ക് ക്ഷണിക്കുന്ന ആംഗ്യം കാണിച്ചു. എനിക്ക് അത്ര വൃത്തിയില്ല എന്നു തോന്നിയ അവളുടെ ഇളം തവിട്ടു നിറമുള്ള മുടിയിൽ അവൾ തലോടി.

“നോക്കൂ... ഞാൻ നേരത്തെ പറഞ്ഞിരുന്നില്ലേ നമ്മളിൽ ഒരാൾക്ക് ഇന്നു കാര്യം നടക്കില്ലെന്ന്...” അപ്രതീക്ഷിതമായി സേവ ഒന്നും ആലോചിക്കാതെ പറഞ്ഞു. അവന്റെ ശബ്ദത്തിലെ സന്തോഷം കണ്ടാൽ അവൻ എന്നെയാണ് ഉദ്ദേശിക്കുന്നതെന്ന് തോന്നുമായിരുന്നു. “നീ ആരെയാണുദ്ദേശിക്കുന്നത്? ” ഉടനെ ഞാൻ ചോദിച്ചു. “എനിക്കാണ് കാര്യം നടക്കാത്തത്! ”

സേവയുടെ മുഖത്ത് കൃത്രിമമായ ഒരു പുഞ്ചിരി പ്രത്യക്ഷപ്പെട്ടു. അവന്റെ പുഞ്ചിരിയും ദുഃഖം തുടിക്കുന്ന കണ്ണുകളും എന്റെയുള്ളിൽ ചിരിയുടെ തിരികൊളുത്തി. ഉള്ളിൽ നിന്നും ഉയർന്നു വന്ന ചിരിയുടെ അലകൾ എനിക്ക് പിടിച്ചു നിർത്താനാവാതെ പൊട്ടിച്ചിരിയായി പുറത്തു വന്നു. അപ്രതീക്ഷിതമായി എന്നോടൊപ്പം കാച്യയും പൊട്ടിച്ചിരിച്ചു. തന്റെ വലിയ ശരീരം ഇളക്കിക്കൊണ്ട് അവൾ വളരെ വികൃതമായാണ് ചിരിച്ചത്. അവളിൽ തളർച്ചയുടെ ഒരു കണികപോലും അവശേഷിച്ചില്ല.

അല്പം പ്രതിഷേധത്തോടെയാണെങ്കിലും സേവയും പൊട്ടിച്ചിരിച്ചു. അവന് മറ്റൊന്നും ചെയ്യുവാനുണ്ടായിരുന്നില്ല.

ഞാൻ കാച്യയുടെ കൂടെ പോകേണ്ട എന്നു തീരുമാനിച്ചു. ഞങ്ങളവൾക്ക് ഒരാളുടെ പണം കൊടുത്തു. പണം വാങ്ങിയപ്പോഴും അവൾ ചിരിച്ചുകൊണ്ടേയിരുന്നു. റോഡിലേക്ക് ഇറങ്ങിയതിനുശേഷം ദീർഘനേരം ഞങ്ങളവളുടെ ജനാലയിൽ നോക്കി നിന്നു. ജൂണിലെ നല്ല സൂര്യപ്രകാശമുള്ള ഒരു ദിവസമായിരുന്നു അത്. തടി കരിഞ്ഞ ഗന്ധവും കുതിരച്ചാണകത്തിന്റെ ഗന്ധവും പേറി ഒരു ഇളംകാറ്റടിച്ചു. റോഡരുകിൽ അവിടെയും ഇവിടെയുയുമായി കുതിരകളെ കെട്ടിയിരുന്നു. കാറ്റിൽ കാച്യയുടെ ജനാലവിരി ഇളകുകയും അവിടെ നിന്ന് ഞങ്ങളെ നോക്കുന്ന കാച്യയെ ഞാൻ കാണുകയും ചെയ്തു. അവളുടെ മുഖം എന്റെ മനസ്സിലില്ല, പക്ഷേ അന്നത്തെ ഗന്ധങ്ങളും ജാനലവിരിയുടെ ഇളക്കങ്ങളും എന്റെ ഓർമ്മയിലുണ്ട്. തടിയിൽ നിർമ്മിച്ച വീടുകളുടേയും റോഡിലെ ഉരുളൻ കല്ലുകളുടേയും മങ്ങിയ തിളക്കവും എന്റെ ഓർമ്മയിലുണ്ട്. ഇത്തരം വീടുകളിലാണ് കാച്യയെപ്പോലുള്ള പെണ്ണുങ്ങൾ താമസിച്ചിരുന്നതെന്ന് പിന്നീടെനിക്കു മനസ്സിലായി. അടുത്തകാലത്ത് പുഷ്ക്കാർസ്കയ സ്ട്രീറ്റിലൂടെ ഞാൻ ഗെയ്ഗറോടൊപ്പം നടക്കുകയുണ്ടായി. ഇപ്പോൾ അവിടെ അത്തരം വീടുകളോ പെണ്ണുങ്ങളോ ഇല്ല. വിയർപ്പും ശുക്ലവും വലിച്ചെടുത്തതിനുശേഷം അവരുടെ ശരീരങ്ങൾ പണ്ടെങ്ങോ ചീഞ്ഞുമണ്ണടിഞ്ഞിരുന്നു.

വ്യാഴാഴ്ച

എന്റെ ജീവശാസ്ത്രപരമായ പ്രായം ഏകദേശം മുപ്പതു വയസ്സാണെന്ന് ഗെയ്ഗർ പറഞ്ഞു. ദ്രവാവസ്ഥയിലുള്ള നൈട്രജനിൽ എന്നെ ഒട്ടുംതന്നെ വാർദ്ധക്യം ബാധിച്ചിരുന്നില്ല.

ശനിയാഴ്ച

സര്യേത്സ്കിയുടെ കൊലപാതകം സംബന്ധിച്ച ക്രിമിനൽ കേസ് അവസാനിപ്പിച്ചതിനുശേഷം ഒരാഴ്ച കഴിഞ്ഞ് അവർ ഞങ്ങളുടെ ഫ്ളാറ്റിൽ അന്വേഷണത്തിനായി വന്നു. ഇപ്പോൾ അത് രഹസ്യപ്പൊലീസായിരുന്നു; ക്രിമിനൽ കുറ്റാന്വേഷകരായിരുന്നില്ല. ആ സമയത്ത് ഞാൻ രണ്ടുവിഭാഗം അന്വേഷകരേയും കണ്ടിരുന്നതിനാൽ എനിക്കവരെ താരതമ്യം ചെയ്യാൻ കഴിഞ്ഞിരുന്നു. ക്രിമിനൽ കുറ്റാന്വേഷകരെ വിപ്ലവത്തിനു മുൻപേ നിയമിക്കപ്പെട്ടവരായിരുന്നു. അവർ കാര്യം പറഞ്ഞാൽ മനസ്സിലാകുന്നവരും ഒരു തരത്തിൽ ആർക്കും ഇഷ്ടപ്പെടുന്നവരും പ്രത്യേകതരം ഹാസ്യബോധമുള്ളവരുമായിരുന്നു. രഹസ്യപ്പൊലീസിൽ പ്രവർത്തിച്ചിരുന്നവരാകട്ടെ നേർ വിപരീത സ്വഭാവമുള്ളവരായിരുന്നു. അവരുടെ മ്ലാനമായ മുഖഭാവങ്ങൾ ഒരിക്കലും തമാശപറയാൻ യോജിച്ചവയായിരുന്നില്ല. എന്നെ സര്യേത്സ്കിയുടെ മൃതശരീരം തിരിച്ചറിയാനായി വിളിച്ചപ്പോൾ ഞാനിക്കാര്യം കുറ്റാന്വേഷകനായ ത്രേഷ്നിക്കവുമായി പങ്കു

വെച്ചിരുന്നു. ത്രേഷ്നിക്കവ് ചിരിച്ചുകൊണ്ടു പ്രതികരിച്ചത് ഇപ്രകാരമായിരുന്നു. ക്രിമിനൽ കുറ്റാന്വേഷകരും രഹസ്യപ്പൊലീസും തമ്മിലുള്ള പ്രധാന വ്യത്യാസം ആദ്യത്തെ കൂട്ടർ ഒരു കേസ്സിനാസ്പദമായ വ്യക്തിയെ കണ്ടെത്താൻ ശ്രമിക്കുന്നവരും രണ്ടാമത്തെ കൂട്ടർ ഒരു വ്യക്തിക്കുവേണ്ടി കേസ് കണ്ടെത്തുന്നവരുമാണ്! രഹസ്യപ്പൊലീസിന്റെ ജോലി സംബന്ധമായ ഗുണങ്ങളെക്കുറിച്ച് ത്രേഷ്നിക്കവ് വലിയ ആദരവ് വെച്ച് പുലർത്തിയിരുന്നു.

അവർ തന്നെയാണ് എന്റെ മുറിയിലെ പരിശോധന നടത്തിയത്. വറോനിന്റെ മുറിയിൽ മുൻപ് ഞാൻ കണ്ടിരുന്ന പരിശോധനയിൽ നിന്ന് ഒട്ടും വിഭിന്നമായിരുന്നില്ല അവരുടെ പരിശോധന. ഒരേയൊരു വ്യത്യാസം രഹസ്യപ്പൊലീസുകാർ തൊട്ടുനോക്കിയ ഓരോ വസ്തുവിനും എന്റെ അമ്മയും അച്ഛനുമായി ബന്ധപ്പെട്ട ഒരു ചരിത്രമുണ്ടായിരുന്നു എന്നതാണ്. പ്രത്യേകിച്ചും അച്ഛൻ ഞങ്ങളെ വിട്ടുപിരിഞ്ഞിരുന്നതിനാൽ അദ്ദേഹത്തിന്റെ വസ്തുക്കൾക്ക് ഞങ്ങളുടെ മനസ്സിൽ കൂടുതൽ സ്ഥാനമുണ്ടായിരുന്നു. അച്ഛന്റെ വെള്ളി വാച്ച് ഒരു പരിശോധകൻ തന്റെ കയ്യിലിട്ടു തൂക്കി നോക്കുന്നതും ചെവിയിൽ പിടിച്ചു നോക്കുന്നതും കണ്ടു നിൽക്കാൻ വിഷമമുണ്ടായിരുന്നു. അച്ഛൻ വളരെ ആകർഷണീയമായി ക്ലിക്ക് എന്ന ശബ്ദത്തോടെ മൂടി തുറന്നിരുന്ന പോക്കറ്റ് വാച്ച് അയാൾ തുറന്നത് ഒരു കുരങ്ങൻ ഏതോ കായ തല്ലിപ്പൊട്ടിക്കുന്നതുപോലെയായിരുന്നു. ഞങ്ങളുടെ അടിവസ്ത്രങ്ങളിലും കിടക്കവിരികളിലും അവർ സൂക്ഷ്മമായി പരിശോധിക്കുന്നതു കാണുവാൻ വളരെ അരോചകമായിരുന്നു. അപരിചിതമായ കരങ്ങൾ രാത്രി വസ്ത്രങ്ങളിലും കിടക്കവിരികളിലും പരതുന്നത് അമ്മയ്ക്ക് എത്രമാത്രം അസഹ്യമായിരിക്കുമെന്ന് എനിക്കറിയാമായിരുന്നു. താനെല്ലാം വീണ്ടും കഴുകിയെടുക്കുമെന്ന് അമ്മ ആലോചിച്ചു. എല്ലാം നല്ലതുപോലെ കഴുകി അവരുടെ കയ്യുകളുടെ ഒരടയാളം പോലും അവശേഷിപ്പിക്കുകയില്ല! ചിലപ്പോൾ അമ്മ അങ്ങനെ ചിന്തിച്ചിട്ടുണ്ടാവില്ല. ഒരുപക്ഷേ അർദ്ധ പ്രജ്ഞയായി ചലിക്കാനാവാതെ ഇരിക്കുകയായിരിക്കാം. എന്റെ ഭാവി ഭയാനകമായ ഒരു തുലാസിൽ തൂക്കി നോക്കപ്പെടുകയാണെന്നും അതിന്റെ തട്ടം എന്റെ നാശത്തിലേക്ക് താഴ്ന്നു പോകരുതെന്നും അമ്മ സങ്കൽപ്പിക്കുകയായിരുന്നു.

തീർച്ചയായും എനിക്ക് പിശകു പറ്റുന്നുണ്ട്. എന്റെ മനസ്സു നിറഞ്ഞു നിൽക്കുന്നത് തുലാസായിരുന്നു. അമ്മയല്ല അവിടെ ഇരുന്നത്. അത് അനസ്താസ്യയായിരുന്നു. അവൾ ഇപ്പോൾ ബോധരഹിതയായി നിലം പതിക്കുമെന്ന് കരുതി. പക്ഷേ, എന്റെ അമ്മയാകട്ടെ സന്ദർശകരുടെ കയ്യിൽ പിടിച്ചുകൊണ്ട് ഞാൻ ഒരു കാര്യത്തിലും കുറ്റക്കാരനല്ല എന്ന് അവരോടു പറയുകയായിരുന്നു. അക്കാര്യം വിപ്ലവ നിയമ പാലകർ തീരുമാനിക്കുമെന്നായിരുന്നു അവർ പ്രതികരിച്ചത്. പക്ഷേ അവർ പരസ്പരം ബന്ധമില്ലാത്തതുപോലെ സംസാരം തുടർന്നു കൊണ്ടിരുന്നു. എന്റെ ഭാഗ്യഹീനമായ വിധിയെ മന്ത്രംചൊല്ലി കീഴടക്കുന്നതുപോലെയായിരുന്നു അമ്മയുടെ വേഗത്തിലുള്ള സംസാരം.

ഞാൻ ചില്ലലമാരയിലുണ്ടായിരുന്ന കണ്ണുകെട്ടിയ ന്യായദേവതയുടെ പ്രതിമയിലേക്കു നോക്കി. എനിക്കൊരു കാര്യം മനസ്സിലായി, ആരും ഒന്നും തീരുമാനിക്കാനോ ശരിയാക്കാനോ പോകുന്നില്ല. ഇതിന്റെ ഏതു തരത്തിലുള്ള അനന്തരഫലവും അന്യായമായിരിക്കും. കാരണം തൂക്കി നോക്കാനുള്ള ഉപകരണം നിലവിലുണ്ടായിരുന്നില്ല. അന്ന് വൈകുന്നേരം എന്നെ ഏറ്റവും കൂടുതൽ ഭയപ്പെടുത്തിയത് ഉടഞ്ഞ തട്ടുകളുമായി നിന്ന ആ ചെറിയ വെങ്കല പ്രതിമയായിരുന്നു. എന്റെ കിടക്ക വിരികളിൽ മാന്തിക്കൊണ്ടിരുന്ന ക്ഷുദ്രജീവികളേക്കാളും എന്നെ ഭയപ്പെടുത്തിയത് ആ കാഴ്ചയായിരുന്നു. ചെറുപ്രതിമയുടെ കാഴ്ച ഒരു പ്രതീക്ഷയ്ക്കും വകയില്ലാത്ത വിധമായിരുന്നു. ശരിയും ശരിയല്ലാത്തതും എന്ന ധാരണ തന്നെ കുറെ വർഷത്തേക്ക് അപ്രത്യക്ഷമായിരിക്കുന്നതായി എനിക്ക് വ്യക്തമായി മനസ്സിലായി. കയറ്റവും ഇറക്കവും പോലെ ഇരുളും വെളിച്ചവും പോലെ, മാനുഷികവും മൃഗീയവും എന്നപോലെ !ആരാണ് തൂക്കിനോക്കുന്നത്? എന്താണ് അവർ തൂക്കുന്നത്? ഇപ്പോൾ ആർക്കാണ് ഇതിന്റെയൊക്കെ ആവശ്യം? എന്റെ നീതിദേവതയുടെ കയ്യിൽ ഒരു വാൾ മാത്രം അവശേഷിച്ചു.

അവർ എന്നെ പുറത്തേക്ക് കൊണ്ടുപോകുമ്പോൾ എന്റെ അമ്മ അവരിൽ ഒരു രഹസ്യപ്പൊലീസുകാരനോട് ചെവിയിൽ അടക്കം പറഞ്ഞു. എന്റെ അച്ഛന്റെ പോക്കറ്റ് വാച്ചിൽ താത്പര്യം കാണിച്ചയാളായിരുന്നു അത്. അമ്മ അയാളുടെ കൈപ്പത്തിയിൽ പിടിക്കുകയും എന്തോ അതിൽ വെച്ചുകൊടുക്കുകയും ചെയ്തു. അത് എന്റെ അച്ഛന്റെ പ്രിയപ്പെട്ട വാച്ചായിരുന്നു എന്ന് പ്രത്യേകം പറയേണ്ടതില്ലല്ലോ! വാച്ചു പ്രേമി ഒന്നും മിണ്ടാതെ പൊള്ളയായ ഒരു ചിരി കാഴ്ച വെച്ചു. അയാളുടെ കൈ വാച്ചു സഹിതം പുറകിലെ പോക്കറ്റിലേക്ക് വഴുതി നീങ്ങി. അമ്മ അയാളുടെ തോളിലേക്ക് ചാഞ്ഞു; അതുകൊണ്ട് യാതൊരു പ്രയോജനവുമില്ലെന്ന് മനസ്സിലാക്കാതെയായിരുന്നു അമ്മയുടെ പ്രവൃത്തി. അവസാനത്തെ ആലിംഗനം അമ്മ എനിക്കല്ല നൽകിയത്. എനിക്കെന്തെങ്കിലും ദാക്ഷിണ്യം വാങ്ങിത്തരാൻ കഴിയുമെന്ന പ്രതീക്ഷയിൽ അയാളെയാണ് അമ്മ ആലിംഗനം ചെയ്തത്. എന്റെയടുത്ത് അനസ്താസ്യയുണ്ടായിരുന്നു. ഞാനവളെ എന്റെ കവിളുകൊണ്ട് ഉരുമ്മി. പക്ഷേ അപ്പോൾ പെട്ടെന്ന് എന്റെ അമ്മ എന്റെയടുത്തേക്ക് ധൃതിയിൽ വന്നു. എന്നെ ആനയിച്ച ഉദ്യോഗസ്ഥർ ഞങ്ങളുടെയിടയിൽ നിന്നു.

കോണിപ്പടികൾ തിരിയുന്നിടത്തുനിന്ന് ഞാനെന്റെ ഫ്ളാറ്റിന്റെ പ്രകാശമാനമായ ദീർഘ ചതുരാകൃതിയിലുള്ള വാതിലിലേക്ക് നോക്കി. എന്നെ കൂട്ടിക്കൊണ്ടുപോകുന്ന പൊലീസുകാരുടെ പുറകിലൂടെ ഞാനെന്റെ പ്രിയപ്പെട്ടവരുടെ മുഖങ്ങൾ അവസാനമായി കണ്ടു. ഇപ്പോഴും ഞാനത് ഒരു ഫോട്ടോയിലെപ്പോലെ കൃത്യമായി ഓർമ്മിക്കുന്നു. അവരുടെ ദുഃഖം എന്നിലേക്ക് ഒരു പ്രഭാപൂരമായി പടരുകയും എന്റെ ചിത്രം വ്യക്തമായി അവരുടെ മനസ്സുകളിൽ പതിയുകയും ചെയ്തു. എന്റെ മരണശേഷം ഈ രണ്ടു ചിത്രങ്ങളും ഒന്നായി ലയിച്ചു ചേരും.

പുറത്ത് അവർ എന്നെ കൊട്ടിയടച്ച ഒരു വാനിലേക്ക് തള്ളിക്കയറ്റി. എന്റെ പുറകെ രഹസ്യപ്പൊലീസ് ഉദ്യോഗസ്ഥർ വാനിൽ പ്രവേശിച്ചു കഴിഞ്ഞപ്പോൾ വാനിന്റെ വാതിൽ അസുഖകരമായ ഒരു ശബ്ദത്തോടെ വലിച്ചടയ്ക്കപ്പെട്ടു. അതിനേക്കാൾ ആശയറ്റ ഒരു ശബ്ദം ഞാനെന്റെ ജീവിതത്തിൽ കേട്ടിട്ടില്ല. വാനിന്റെ സീലിംഗിൽ കമ്പി വലകളിട്ട ഒരു ജനാലയുണ്ടായിരുന്നു. അതിന്റെ വെളിച്ചത്തിൽ ഞാനെന്റെ സഹയാത്രികരുടെ മൂടിക്കെട്ടിയ മുഖങ്ങൾ കണ്ടു. വീടുകളുടെ മേൽക്കൂരകളും ഉയർന്ന നിലകളും അതിലൂടെ എനിക്ക് കാണാമായിരുന്നു. ചില കെട്ടിടങ്ങൾ എനിക്ക് പരിചിതമായിരുന്നതിനാൽ ഇപ്പോൾ എവിടെക്കൂടിയാണ് യാത്ര ചെയ്യുന്നതെന്ന ഒരു ധാരണ എനിക്കുണ്ടായിരുന്നു. അപ്പോഴും ഇരുട്ടു പരന്നിരുന്നില്ല എന്ന് ഞാൻ ഓർമ്മിക്കുന്നു. വൈകുന്നേരമായിരുന്നെങ്കിലും ആകാശം പ്രകാശപൂരിതമായിരുന്നു. വെളുത്ത രാത്രികൾ* അടുത്തു വരികയായിരുന്നു. ഞാൻ ഇനിയൊരിക്കലും മടങ്ങി വരില്ല എന്ന തോന്നലോടെ നഗരവുമായി വിട പറഞ്ഞു. അങ്ങനെ തന്നെ സംഭവിച്ചു. ഇപ്പോൾ ഞാൻ മടങ്ങി വന്നത് പരിപൂർണ്ണമായും മറ്റൊരു നഗരത്തിലേക്കായിരുന്നു. പഴയ നഗരം ഇപ്പോഴില്ല!

തിങ്കളാഴ്ച

കുട്ടിക്കാലത്ത് റോഡുകൾ നിർമ്മിക്കുന്നത് നോക്കി നിൽക്കാൻ എനിക്കിഷ്ടമായിരുന്നു. ആറുവശങ്ങളിൽ ചെത്തി മിനുക്കിയ വലിയ തടിക്കഷണങ്ങളാണ് അവർ റോഡു നിർമ്മിക്കാൻ ഉപയോഗിച്ചിരുന്നത്. അവർ എങ്ങനെയാണ് തടിക്കഷണങ്ങളുടെ ഇടയിൽ ടാറും മണ്ണും ചേർത്ത് റോഡുകൾ നിർമ്മിക്കുന്നതെന്ന് ഞാൻ താത്പര്യപൂർവ്വം നോക്കി നിന്നിരുന്നു. അത്തരം റോഡിലൂടെ ചക്രങ്ങൾ ശബ്ദമില്ലാതെ ഉരുളുമായിരുന്നു. വളരെ മൃദുവായിരിക്കുന്നത് തടിയുടെ ഗുണമായിരുന്നു. അത് ജീവനുള്ളതുപോലെ തോന്നിച്ചു. ചിലപ്പോൾ രാവിലെ സ്കൂളിലേക്ക് പോകുമ്പോൾ ഇളകിമാറിയ തടിക്കഷണങ്ങൾ മാറ്റുകയും റോഡ് നന്നാക്കുകയും ചെയ്യുന്നതിന്റെ ശബ്ദങ്ങൾ ഞാൻ കേട്ടിരുന്നു. ആറുവശങ്ങളുള്ള മരക്കട്ടകൾ അവർ ഒരു ഉന്തുവണ്ടിയിൽ കൊണ്ടുവരികയോ റോഡിലെ കുഴിക്കനുസൃതമായി തടിക്കഷണങ്ങൾ ചെത്തിമിനുക്കി എടുക്കുകയോ ചെയ്തിരുന്നു. അവരുടെ കൂട്ടത്തോടെയുള്ള കാലടി ശബ്ദങ്ങൾ തടിപ്പുറത്ത് അമർത്തിയ ശബ്ദങ്ങൾ പുറപ്പെടുവിച്ചു. ഞാൻ അർദ്ധസുഷുപ്തിയിൽ കിടന്ന് ഈ ശബ്ദങ്ങൾ കേൾക്കുകയും അവയെനിക്ക് മധുരമായി തോന്നുകയും ചെയ്തു. കാരണം ജോലി ചെയ്യുന്നവർ അതിരാവിലെ എഴുന്നേൽക്കുകയും കാറ്റും തണുപ്പും സഹിച്ച് പ്രവർത്തിക്കുകയും ചെയ്യുമ്പോൾ ഞാനെന്റെ ചൂടുള്ള കിടക്കയിൽ കിടക്കുകയായിരിക്കും. ഞാൻ അങ്ങനെതന്നെ കിടക്കുകയും എന്റെ നിമിഷങ്ങൾ അനശ്വരങ്ങളായി എനിക്ക് അനുഭവപ്പെടുകയും ചെയ്തു. വെളുപ്പാൻ

* സെന്റ് പീറ്റേഴ്സ് ബർഗിൽ ജൂൺ 21 അടുപ്പിച്ചുള്ള ദിനങ്ങളിൽ സൂര്യൻ അസ്തമിക്കാറില്ല.

കാലത്തെ ഇളം ഇരുട്ടിൽ മുറ്റം വൃത്തിയാക്കുന്നവർ വലിയ കോരികകൾകൊണ്ട് ശൈത്യകാലത്ത് മഞ്ഞുകോരി മാറ്റുമ്പോഴും ഞാനങ്ങനെ സുഖസുഷുപ്തിയിൽ കിടക്കുകയായിരിക്കും! അവർ മഞ്ഞ് ചുരണ്ടി മാറ്റുകയും ഐസുകട്ടകൾ ഉടയ്ക്കുകയും ചെയ്തു. അവർ ശബ്ദം താഴ്ത്തി കലഹിച്ചിരുന്നു. അവർക്ക് എന്നെപ്പോലെ മഞ്ഞു കാണുന്നത് സന്തോഷകരമായിരുന്നില്ല. അവർ എന്നെപ്പോലെ ശരത്കാലത്തിന്റെ പാതിയിൽ മഞ്ഞുവീഴാൻ കാത്തിരുന്നിട്ടില്ല. കാലത്ത് കണ്ണുതുറക്കുമ്പോൾ പാതകളിൽ വീണ മഞ്ഞിന്റെ തൂവെള്ളനിറം വീടിന്റെ സീലിംഗിൽ പ്രതിഫലിക്കുന്നുണ്ടോ എന്ന് എന്നെപ്പോലെ അവർ നോക്കിയിരുന്നില്ല.

ഇപ്പോൾ ഞാനും മഞ്ഞിനെ ഇഷ്ടപ്പെടുന്നില്ല. ആൻഡ്രൂ വിശുദ്ധനെഴുതിയ പശ്ചാത്താപത്തിന്റെ തിരുസഭാചട്ടങ്ങൾ ഞാൻ കഴിഞ്ഞയാഴ്ച വായിച്ചു. പീഡാനുഭവവാരം ഇന്ന് തുടങ്ങുകയാണ്. ഞാൻ ഗെയ്ഗറോട് തിരുസഭാചട്ടങ്ങൾ കൊണ്ടുവരാൻ ആവശ്യപ്പെടും; പക്ഷേ അയാളുടെ കയ്യിൽ അത് ഉണ്ടാകുമോ എന്ന് സംശയമാണ്. വാളന്റീന ഇല്ലാത്തത് എന്നെ ഒത്തിരി ബോറടിപ്പിക്കുന്നുണ്ട്. അവൾ തിരിച്ചു വരുമോ?

ബുധനാഴ്ച

ലെനിന്റെ മരണശേഷമാണ് അധികാരികളുടെ തലയിൽ മരിച്ചവരുടെ ശരീരം തണുപ്പിച്ചു സൂക്ഷിക്കുന്ന ആശയം ഉദിച്ചതെന്ന് ഗെയ്ഗർ പറഞ്ഞു. ലെനിനെപ്പോലെ രാഷ്ട്രത്തിന്റെ തലവനായ ഒരാൾപോലും സാധാരണ ജനങ്ങളെപ്പോലെ മരണശേഷം ഇല്ലാതാകുന്നത് അധികാരികളെ അസ്വസ്ഥരാക്കി. സയൻസ് വികാസം പ്രാപിച്ച് മരിച്ചയാളുടെ ശരീരത്തിന് ജീവിതം കൊടുക്കാൻ കഴിയുന്നതുവരെ ശവശരീരം തണുപ്പിച്ച അവസ്ഥയിൽ സൂക്ഷിച്ചു വെയ്ക്കുകയാണ് ഏക പോംവഴി എന്നവർ കരുതി. മരവിപ്പിക്കലിന്റെ മേഖലയിലെ ഗവേഷണങ്ങൾക്ക് അവരെ പ്രേരിപ്പിച്ച ഘടകം മരണാനന്തര ജീവിതത്തെക്കുറിച്ചുള്ള സ്വാഭാവികമായ പരിഗണനയായിരുന്നു. തൊഴിലാളി സമൂഹത്തിന്റെ ലോകപ്രശസ്തനായ നേതാവിന്റെ ശവശരീരം മരവിപ്പിച്ചു സൂക്ഷിക്കാൻ പക്ഷേ അവർ തയ്യാറായില്ല. ചീയാൻ തുടങ്ങിയ ശവശരീരം സുഗന്ധ ലേപനങ്ങൾ പുരട്ടി സൂക്ഷിക്കാൻ മാത്രമാണ് അവർ ശ്രമിച്ചത്.

ലെനിന്റെ മരണശേഷം ശരീരം മരവിപ്പിക്കുന്നതു സംബന്ധിച്ച ചുമതലപ്പെടുത്തിയ മുറോംത്സെവിനെയും അയാളുടെ ഗ്രൂപ്പിനേയും ഗെയ്ഗർ പരാമർശിച്ചു.

"നിങ്ങൾക്ക് ആ പേര് പരിചിതമാണോ?" "അതെ" വലിയ ആത്മവിശ്വാസമില്ലാതെ ഞാൻ പറഞ്ഞു.

"അതെ, അതുപോലെ എന്തോ കേട്ടിരുന്നു."

അമേരിക്കക്കാരന്റെ പുസ്തകത്തിൽ ഞാൻ വായിച്ച കാര്യങ്ങൾ 1920കളിൽ മുറോംത്സേവ് ചെയ്തിരുന്നു. അദ്ദേഹത്തിന്റെ പരീക്ഷണശാലയിൽ മുയലുകളേയും എലികളേയും മരവിപ്പിക്കുകയും പിന്നെ ചൂടാക്കുകയും ചെയ്തിരുന്നു. കുരങ്ങന്മാരെയൊഴിച്ച് എല്ലാത്തിനേയും

അയാൾ പരീക്ഷിച്ചിരുന്നു. അക്കാലത്തെ ലെനിൻ ഗ്രാഡിൽ കുരങ്ങന്മാർ ഉണ്ടായിരുന്നില്ല. മുറോംത്സേവ് അറസ്റ്റുചെയ്യപ്പെടുന്നതുവരെ 1924–26 കാലഘട്ടത്തിൽ പരീക്ഷണശാല വളരെ വിജയകരമായി പ്രവർത്തിച്ചിരുന്നു.

കമ്മ്യൂണിസ്റ്റ് പാർട്ടി കേന്ദ്രക്കമ്മിറ്റിയുടെ യോഗത്തിൽ തുടർച്ചയായി രണ്ടുമണിക്കൂർ പ്രസംഗിച്ചതിനെ തുടർന്ന് ഫെലിക്സ് ജിർഷിൻസ്കി[1] ഹൃദയാഘാതം മൂലം മരിച്ചപ്പോൾ 1926-ൽ അയാളുടെ മൃതദേഹം മരവിപ്പിക്കലിന് വിധേയമാക്കാൻ ശാസ്ത്രജ്ഞൻ വിസമ്മതിച്ചു. ഗെയ്ഗർ എനിക്ക് വിശദീകരിച്ചുതന്നു. ശാസ്ത്രം അത്രയ്ക്ക് ദുർഘടമായ പരീക്ഷണങ്ങൾ നടത്താൻ വളർന്നിട്ടില്ല എന്നായിരുന്നു മുറോംത്സേവ് പറഞ്ഞത്. പരീക്ഷണം എലിയിൽ നിന്നും ജിർഷിൻസ്കിയിലേക്ക് വളരാൻ മാത്രം പാകമായിട്ടില്ല എന്ന് തെളിയിക്കാൻ അയാൾ ശ്രമിച്ചുവെങ്കിലും ആരും അയാളുടെ വാക്കുകൾ ചെവിക്കൊണ്ടില്ല.

മുറോംത്സേവിനെ വിധ്വംസകപ്രവർത്തനത്തിന് കുറ്റപ്പെടുത്തി. അതിനെക്കുറിച്ചുള്ള ഔദ്യോഗിക വിശദീകരണം ജിർഷിൻസ്കിയെ മരവിപ്പിക്കാൻ ശാസ്ത്രജ്ഞൻ തയ്യാറാകാതിരുന്നത് ജിർഷിൻസ്കി എന്നെങ്കിലും ഭാവിയിൽ ജീവിതത്തിലേക്ക് തിരിച്ചുവരാൻ അയാൾ ആഗ്രഹിക്കാത്തതിനാലാണെന്നായിരുന്നു. നിരവധി നാളുകളിലെ കഠിനമായ ചോദ്യം ചെയ്യലുകൾക്കുശേഷം കുറ്റാരോപിതനായ വ്യക്തി കുറ്റം ഏറ്റുപറഞ്ഞു. പിൽക്കാലത്ത് ജിർഷിൻസ്കിയുമായി ഇടപെടേണ്ടി വരുന്നയാളുകളെയോർത്ത് അയാൾക്ക് ദുഃഖം തോന്നിയെന്നും സോവിയറ്റ് നാട്ടിലെ നേതാക്കളെ മരണമില്ലാത്ത അനശ്വരതയുടെ പടിവാതിൽക്കൽ എത്തിക്കുന്ന പ്രവർത്തി നശിച്ചുകാണണമെന്ന് താൻ ആഗ്രഹിച്ചതായും അയാൾ സമ്മതിച്ചു.

വ്യാഴാഴ്ച

ആദ്യത്തെ ചോദ്യം ചെയ്യലിൽ എന്നെ അടിച്ചില്ല. ചോദ്യം ചെയ്യൽ നടത്തിയ ബാബൂഷ്കിൻ എന്ന ഉദ്യോഗസ്ഥൻ വിവരങ്ങൾ ശേഖരിക്കുകയും എഴുതിയെടുക്കുകയുമായിരുന്നു ചെയ്തത്. വറോനിന്റെ ഗൂഢാലോചനയിൽ ഞാൻ പങ്കെടുത്തിരുന്നതായി സമ്മതിക്കുന്നുവോ എന്നയാൾ ചോദിച്ചു. ആത്മാർത്ഥമായ കുറ്റസമ്മതം എന്നെ ഒത്തിരി ദുരിതങ്ങളിൽ നിന്നും ഒഴിവാക്കുമെന്നും അയാൾ പറഞ്ഞു. എല്ലാ കുറ്റങ്ങളും ഞാൻ വിസമ്മതിക്കുകയും ബാബൂഷ്കിൻ ചിന്താഗ്രസ്തനായി എന്നെ നോക്കുകയും ചെയ്തു. അന്നേ ദിവസം അയാൾക്ക് ക്ഷീണിതനായ ഒരു ഭാവമായിരുന്നു. അയാളുടെ പേരിനിണങ്ങുന്ന[2] ഒരു മുത്തശ്ശിഭാവം അയാൾക്ക് കൈവന്നിട്ടുള്ളതായി എനിക്കു തോന്നി.

---

1. ബോൾഷെവിക്കുകളുടെ രഹസ്യപ്പൊലീസ് (KGB) മേധാവിയായിരുന്നു. (1917 മുതൽ 1926 വരെ)

2. ബാബുഷ്ക എന്ന റഷ്യൻ വാക്കിന്റെ അർത്ഥം അമ്മൂമ്മ എന്നാണ്.

ചോദ്യം ചെയ്യലിനുശേഷം എന്നെ ഇരുട്ടുള്ള, ദുർഗന്ധമുള്ള ഒരു അറയിലടച്ചു. ഞാൻ ജയിലറുടെ തുറക്കപ്പെട്ട വാതിൽക്കൽ തൂങ്ങി നിന്നപ്പോൾ അവർ ശക്തമായി എന്നെ അതിലേക്ക് തള്ളിവിട്ടു. (അതിലെ കാഴ്ച ദയനീയമായിരുന്നു). ഞാൻ എന്തിലോ തട്ടി നിലത്തു വീണു. ഞാൻ മുഖം കുത്തി കുറച്ചു സമയം കിടന്നു. എന്റെ കണ്ണുകൾ അടഞ്ഞും മൂക്ക് തറയുടെ ഗന്ധം ശ്വസിച്ചും കൈപ്പത്തികൾ പഴകിപ്പൊളിഞ്ഞ തടിയുടെ തറയിൽ തെരുപ്പിടിച്ചുകൊണ്ടുമിരുന്നു. എന്നോ ഒരു കാലത്ത് തടികൊണ്ടു നിർമ്മിക്കപ്പെട്ട തറ നിറം മങ്ങിയും വൃത്തികേടുകൾ നിറഞ്ഞും അതിന്റെ രൂപം തന്നെ മാറിപ്പോയിരുന്നു. ഞാൻ അനങ്ങാതെ കിടന്നു. ഇതെല്ലാം ഒരു സ്വപ്നമായിരിക്കണമെന്ന് ആഗ്രഹിക്കുകയും അനങ്ങാതെയും ശ്വാസം വിടാതെയും സ്വപ്നത്തിന്റെ ഏതൊരു ഭാഗത്തും ഉണർന്ന് യാഥാർത്ഥ്യമായി തീരരുതെന്ന് വിശ്വസിക്കുകയും ചെയ്തു.

എന്റെ പ്രതീക്ഷകളൊന്നും സഫലമായില്ല. അവസാനം ഞാൻ ഉണരുകതന്നെ ചെയ്തു. ആദ്യം നാലു കാലിനും പിന്നെ പൂർണ്ണ ഉയരത്തിലും! എന്റെ കൂടെയുള്ള തടവുകാരുടെ കറുത്ത നിഴൽ ചിത്രങ്ങളിലേക്ക് ഞാൻ നോക്കി. എനിക്ക് കൂടുതലൊന്നും വേർതിരിച്ചറിയാൻ കഴിഞ്ഞില്ല. അവരിലൊരാൾ നിർവ്വികാരനായി എനിക്ക് കിടക്കാനുള്ള തട്ട് കാണിച്ചുതന്നു. എന്നോട് ആരും ഒന്നും ചോദിച്ചതുമില്ല. ഞാനൊന്നും പറഞ്ഞുമില്ല. ഞാൻ കിടക്കുകയും ഗാഢമായി സ്വപ്നങ്ങളില്ലാതെ ഉറങ്ങുകയും ചെയ്തു. അർദ്ധരാത്രിയിൽ ആരുടേയോ തേങ്ങൽ കേട്ട് ഉണരുകയും പിന്നീട് വീണ്ടും ഉറങ്ങുകയും ചെയ്തു. രാവിലെ ഉണർത്തപ്പെട്ടപ്പോൾ ഞാനെവിടെയാണെന്ന് എനിക്ക് മനസ്സിലാക്കാൻ കഴിഞ്ഞില്ല.

എന്റെ രണ്ടാമത്തെ ചോദ്യം ചെയ്യലിന് ബാബൂഷ്കിൻ എന്നെ തല്ലി. തലേന്നാൾ അയാൾ അത്ര നല്ല അവസ്ഥയിലായിരുന്നില്ല. അതിനാൽ പാതിമനസ്സോടെ ചോദ്യം ചെയ്യൽ ആരംഭിക്കുവാൻ അയാൾ ആഗ്രഹിച്ചില്ല എന്നേയുള്ളൂ. ഒരുപക്ഷേ ഇന്നലെ വൈകുന്നേരം അയാൾക്ക് മറ്റെന്തെങ്കിലും ജോലിയുണ്ടായിരുന്നിരിക്കാം. ഇത്തവണ അയാൾ വളരെ ഉന്മേഷവാനും ഒട്ടും തിരക്കില്ലാത്തവനുമായിരുന്നു. എന്നെയയാൾ ഒരു കസേരയിലിരുത്തി. കൈകൾ പുറകോട്ടു പിടിച്ചു കെട്ടി. കാലുകളും ബന്ധിച്ചു. തന്റെ ഷർട്ടിന്റെ കൈ തെറുത്തു കയറ്റിയിട്ട് അയാൾ എന്റെ മുഖമടച്ച് ശക്തിയായി അടിച്ചു. എന്റെ മൂക്കിൽ നിന്നും ഒഴുകിയിറങ്ങിയ രക്തം താടിയിലൂടെ തുള്ളിയായി വീഴുന്നത് ഞാനറിഞ്ഞു. ഞാൻ കസേരയോടൊപ്പം നിലംപതിച്ചപ്പോൾ ബാബൂഷ്കിൻ എന്റെ ഷൂസുകൾ പറിച്ചെറിയുകയും ഒരു വടികൊണ്ട് എന്റെ ഉപ്പൂറ്റിയിൽ സർവ്വശക്തിയുമെടുത്ത് അടിക്കുകയും ചെയ്തു. അത് അസഹ്യമായ വേദനയുണ്ടാക്കി. പക്ഷേ ഗൗരവമുള്ള പരിക്കുപറ്റിയില്ല. ഗൗരവമുള്ള പരിക്കുകൾ ഒരുപക്ഷേ അയാളുടെ ഡിപ്പാർട്ടുമെന്റിൽ അനുവദനീയമല്ലായിരുന്നിരിക്കാം.

ബാബൂഷ്കിൻ എന്നെ പിടിച്ചു കെട്ടിയപ്പോഴും ഷർട്ടിന്റെ കൈ തെറുത്തുകയറ്റിയപ്പോഴും ഞാൻ ഭയന്നില്ല. ഞാൻ കരുതിയത് അയാൾ എന്നെ അങ്ങനെ ഭയപ്പെടുത്തുകയാണെന്നായിരുന്നു. പക്ഷേ അയാൾ ഭയപ്പെടുത്തുകയായിരുന്നില്ല. അയാൾ എന്നെ അടിച്ചു എന്നു മാത്രമല്ല അയാൾ വളരെ ആസ്വദിക്കുകയും ചെയ്യുന്നതായി തോന്നി. അയാൾ നിശ്ശബ്ദനായിരുന്നു. ഞാനും നിശ്ശബ്ദത പാലിച്ചു. ജീവിതത്തിൽ ഞാൻ നിരവധി അടിപിടികൾ കണ്ടിട്ടുണ്ട്. അവയെല്ലാം ആക്രോശങ്ങളും വെല്ലുവിളികളും നിറഞ്ഞവയായിരുന്നു. പക്ഷേ ഇത് വാക്കുകളുടെ അഭാവത്തിൽ തികച്ചും വ്യത്യസ്തമായിരുന്നു. ഒരേയൊരു ചോദ്യം ചോദിച്ചിട്ട് ഞാൻ ഉത്തരം പറയുന്നതുവരെ എന്നെ തല്ലാനായിരുന്നു ബാബൂഷ്കിൻ തീരുമാനിച്ചിരുന്നത്. ഞാൻ നിശ്ശബ്ദത പാലിച്ചത് വീരസാഹസികത കൊണ്ടായിരുന്നില്ല. ഞാൻ ഏകദേശം അബോധാവസ്ഥയിലും എന്താണ് സംഭവിക്കുന്നതെന്ന് മനസ്സിലാക്കുന്നതിൽ അശക്തനുമായിരുന്നു.

തന്റെ ചോദ്യത്തിന് ഉത്തരം കിട്ടാതായപ്പോൾ അയാൾ എന്നോടു മറ്റൊരു ചോദ്യം ചോദിച്ചു. “നിങ്ങൾ എങ്ങിനെയാണ്.” എന്നെ അടിച്ചിട്ട് വളരെ വിചിത്രമായ സ്വരത്തിലാണ് ബാബൂഷ്കിൻ നിങ്ങൾ എന്ന് അഭിസംബോധന ചെയ്തത്. “നിങ്ങൾ എങ്ങനെയാണ് നിങ്ങളുടെ അയൽക്കാരനായ സര്യേത്സ്കിയെ കൊന്നത്? നിങ്ങൾ അയാളെ കൊല്ലുമെന്ന് ഭീഷണിപ്പെടുത്തിയ കാര്യം സര്യേത്സ്കി ഞങ്ങളെ അറിയിച്ചിരുന്നു. ഞങ്ങളതിന് വലിയ അർത്ഥം കല്പിച്ചില്ല.” അയാൾ സര്യേത്സ്കിയുടെ എഴുത്തെടുത്ത് എന്റെ കൺമുന്നിൽ കാട്ടി. “പക്ഷേ ഞങ്ങളത് ശ്രദ്ധിക്കണമായിരുന്നു!”

മൂന്നാമത്തെ ചോദ്യം ചെയ്യലിന് രണ്ടു കാവൽക്കാർ എന്റെ കൈകളിൽ പിടിച്ച് വലിച്ചിഴച്ചാണ് കൊണ്ടുവന്നത്. എന്റെ പാദങ്ങൾ വീർത്തുകെട്ടി ഇരുന്നതിനാൽ എനിക്ക് നടക്കാനാവുമായിരുന്നില്ല. എന്റെ ഷൂസുകൾ കാലിൽ ധരിക്കാൻ കഴിയുമായിരുന്നില്ല. എന്റെ നഗ്നമായ കാലടികൾ ഇടനാഴിയിലെ സിമന്റ് തറയിൽ ഉരഞ്ഞുകൊണ്ടിരുന്നു. മൂന്നാമത്തെ ചോദ്യം ചെയ്യലിൽ അവിര്യാനോവിന്റെ തെളിവ് ബാബൂഷ്കിൻ വായിച്ചു. വറോനിനുമായുള്ള പ്രതിവിപ്ലവ പ്രവർത്തനങ്ങളിൽ എന്റെ ഭാഗം അതിൽ വിശദമായി വിവരിച്ചിരുന്നു. ആ ചോദ്യം ചെയ്യലിൽ പ്രതിവിപ്ലവ പ്രവർത്തനങ്ങളിലെ എന്റെ ഭാഗവും സര്യേത്സ്കിയെ കൊലപ്പെടുത്തിയ കുറ്റവും ഞാൻ ഏറ്റു പറഞ്ഞു.

വെള്ളിയാഴ്ച

ഗെയ്ഗർ എനിക്ക് പശ്ചാത്താപത്തിന്റെ തിരുസഭാചട്ടങ്ങൾ കൊണ്ടുവന്നു തന്നു. ഞാൻ ദിവസം മുഴുവൻ അതു വായിച്ചു. വളരെ സാവധാനം, നിർത്തി, നിർത്തി വായിച്ചു.

എന്റെ നികൃഷ്ടമായ ജീവിതത്തിന്റെ ചെയ്തികളെയോർത്ത് ഞാനെവിടെയാണ് വിലപിക്കേണ്ടത്?

എന്റെ ഇന്നത്തെ വിലാപത്തിന്
ഈശോയെ, ഞാനെന്താണ് ആദ്യം അർപ്പിക്കേണ്ടത്?

ഞായറാഴ്ച

ഇന്ന് ഈസ്റ്ററാണ്. വർഷങ്ങൾക്ക് മുൻപ് ഞാൻ പോകുമായിരുന്ന സെന്റ് പ്രിൻസ് വ്ളാദിമിർ പള്ളിയിൽ രാത്രിയിൽ ഞാൻ ഗെയ്ഗറോടൊപ്പം പോയി. ഗെയ്ഗർ ആദ്യം എന്നെ അവിടെകൊണ്ടുപോകാൻ ആഗ്രഹിച്ചില്ല. അത്രയും ആളുകൾ കൂടുന്ന സ്ഥലങ്ങളിൽ എനിക്ക് അണുബാധയുണ്ടാവാൻ സാദ്ധ്യതയുള്ളതിനാലാണ് അയാൾ സമ്മതിക്കാതിരുന്നത്. പക്ഷേ ഞാൻ നിർബ്ബന്ധം പിടിച്ചു. റോഡുകളിലെല്ലാം നിറയെ കാറുകളായിരുന്നു. ഞങ്ങൾ കാർ പാർക്ക് ചെയ്യാൻ പള്ളിയുടെ അടുത്ത ബ്ലോക്കിൽ മാത്രമാണ് കഴിഞ്ഞത്. ശരിക്കും ഒത്തിരി ആളുകൾ ഉണ്ടായിരുന്നു.

പുറത്ത് പൊലീസ് ആൾത്തിരക്ക് നിയന്ത്രിക്കാൻ ശ്രമിച്ചിരുന്നു. ഞങ്ങൾക്ക് കഷ്ടിച്ചാണ് പ്രവേശനം ലഭിച്ചത്. പള്ളിക്കകത്തും വലിയ തിരക്കായിരുന്നു. ശ്വാസം മുട്ടുന്ന തിരക്ക്. പള്ളിയിലെ ആരാധനാ രൂപങ്ങൾ കൂടുതൽ കറുത്തുപോയതൊഴിച്ചാൽ അവിടെ മറ്റൊരു വ്യത്യാസവും സംഭവിച്ചിരുന്നില്ല. ഗെയ്ഗർ രണ്ടു മെഴുകുതിരികൾ വാങ്ങി. ഞങ്ങൾ മുന്നോട്ടുനടന്നു. അതത്ര എളുപ്പമായിരുന്നില്ല. തട്ടിയും മുട്ടിയും മുമ്പോട്ടുപോകുന്ന ഒരു ഒഴുക്കിൽ ഞങ്ങളും ഭാഗഭാക്കായി. കുറച്ചു നിമിഷങ്ങൾ നിന്നു കഴിഞ്ഞപ്പോഴാണ് അതൊരു ഒഴുക്കാണെന്ന് ഞങ്ങൾക്ക് ബോധ്യമായത്. അത്ര സാവധാനമായിരുന്നു അത് മുന്നോട്ട് നീങ്ങിയത്. എന്റെ കയ്യിലെ മെഴുകുതിരിയിൽ നിന്നും മെഴുക് ഉരുകി എന്റെ കയ്യിൽ വീണു. പക്ഷേ, എനിക്ക് പൊള്ളിയില്ല. ഞാൻ മണത്തു നോക്കി. അത് പാരഫിൻ മെഴുകായിരുന്നു.

എനിക്ക് മറ്റൊരു ഈസ്റ്റർ ഓർമ്മ വന്നു. മെഴുകുതിരികളില്ലാതെ, പള്ളിയില്ലാതെ തുറന്ന ആകാശത്തിനു കീഴെ ചെലവഴിച്ച ഒരു ഈസ്റ്റർ! അത് തുറന്ന ആകാശം മാത്രമായിരുന്നില്ല, മേഘങ്ങളില്ലാത്ത അടിത്തട്ടില്ലാത്ത വടക്കുഭാഗത്തുനിന്നും പ്രകാശരശ്മികൾ മിന്നിമറയുന്ന ആകാശം. എന്റെ ഓർമ്മയിലുള്ള ഒരേയൊരു കാര്യം അന്നു രാത്രി തടവുകാരായ ഞങ്ങളെയെല്ലാം പുറത്തുപോകാൻ അനുവദിക്കുകയും ഞങ്ങൾ ശ്മശാനത്തിലെ പള്ളിയിൽ ഒത്തുകൂടുകയും ചെയ്തു എന്നതാണ്. അത്തരം ഈസ്റ്റർ ഞാനൊരിക്കലും കണ്ടിട്ടില്ല ഇനിയങ്ങോട്ട് കാണുകയുമില്ല. പള്ളിയുടെ ഉള്ളിൽ ബിഷപ്പുകൾ നിരവധിയുണ്ടായിരുന്നതിനാൽ മറ്റു പുരോഹിതർക്കും സാധാരണക്കാർക്കും ഒട്ടും സ്ഥലമുണ്ടായിരുന്നില്ല.

ഞങ്ങൾ ഉരുകുന്ന മഞ്ഞുകൂനകൾക്കരികിൽ ശവക്കല്ലറകളുടെ ഇടയിൽ നിൽക്കുകയും തുറന്നു കിടന്ന വാതിലിലൂടെ വന്നെത്തിയ

പ്രാർത്ഥനാഗീതികൾ കേൾക്കുകയും ചെയ്തു. വസന്തത്തിന്റെ ഗന്ധ മുണ്ടായിരുന്നു. കാറ്റ് ഊഷ്മളമായിരുന്നു. ശവകുടീരങ്ങൾക്കകത്തുള്ളവർ ഞങ്ങളുടെ കാലടികൾക്കിടയിൽ കിടന്നു. ദ്വീപിലെ ജീവിതത്തിനിടയിൽ ആദ്യമായി മനസ്സിന് ഭാരം കുറഞ്ഞതായി തോന്നി. ഉറങ്ങാത്ത ഈ രാത്രി ക്കുശേഷം ഞങ്ങളെ കാത്തിരിക്കുന്നത് അതികഠിനമായ ജോലികളുടെ ഒരു ദിവസമാണെന്ന് ഞങ്ങൾക്ക് അറിയാമായിരുന്നു. പക്ഷേ, ആരും ക്യാമ്പിലേക്ക് മടങ്ങിപ്പോയില്ല, കാരണം ഞങ്ങളെ ചൂഴ്ന്നുനിന്ന മാനസി കോല്ലാസം ഞങ്ങൾക്ക് കൂടുതൽ വിലപ്പെട്ടതായിരുന്നു. ദീർഘകാലത്തെ തടവിന് പുതുതായി ക്യാമ്പിൽ എത്തിച്ചേർന്നവർപോലും ആസന്നമായ സ്വാതന്ത്ര്യത്തിൽ വിശ്വസിച്ചു. രാത്രിയുടെ തെളിഞ്ഞ ആകാശത്ത് അവരത് വ്യക്തമായി കണ്ടു.

ചൊവ്വാഴ്ച

ദീർഘനാളുകളായി കാത്തിരുന്ന പ്രസ്കോൺഫറൻസ് ഇന്നലെ കഴിഞ്ഞു. ഞാനല്ല അത് കാത്തിരുന്നത്; ഞാനല്ല അതിനായി തിടുക്കം കൂട്ടിയത്. എന്നെ എങ്ങനെയാകും സ്വീകരിക്കപ്പെടുക എന്നോർത്ത് ഞാൻ അസ്വസ്ഥനായിരുന്നു. അതിന്റെ തലേന്നാളും പിറ്റേന്നും ഞാൻ ഉറങ്ങി യില്ല. ഇന്ന് ഉച്ചയ്ക്ക് മാത്രമാണ് അല്പം ഉറങ്ങാൻ കഴിഞ്ഞത്. ഞാനി പ്പോൾ മാത്രമാണ് ഉണർന്നത്. വൈകുന്നേരമായിരിക്കുന്നു. ജനാലയ്ക്കു പുറത്ത് അപ്രിയമായ ഇരുട്ടു പരന്നു. എന്റെ പഴയ അസ്വസ്ഥതകൾ മടങ്ങി വരുന്നതായി തോന്നുന്നു. രാത്രി ഇനിയും ഉറങ്ങാൻ കഴിയില്ല. ഇനി എങ്ങനെയാണ് ജീവിക്കേണ്ടത്? മഞ്ഞു മൂടിയതുപോലെ എന്നിലെ അവ്യക്തത എന്നെ മൂടി. ഇനി എന്തു ചെയ്യണം? ഇപ്പോൾ എല്ലാവർക്കും എന്റെ മുഖം അറിയാം. ഞാൻ പ്രസിദ്ധനായിത്തീർന്നിരിക്കുന്നു. പക്ഷേ എനിക്കതിന്റെ യാതൊരാവശ്യമുണ്ടായിരുന്നില്ല. ഞാൻ ഒരാധുനിക മനുഷ്യനായിരുന്നുവെങ്കിൽ എന്റെ പ്രശസ്തി എന്നെ സന്തോഷിപ്പിക്കു മായിരുന്നു. ഞാനാ സന്തോഷത്തിൽ മുങ്ങിക്കുളിക്കുമായിരുന്നു. ഞാന വർക്ക് ഒരന്യനാണ്. ഞാനെന്തിന് അവരിൽ ഒരാളായിത്തീരണം? അക്വേറിയത്തിൽ കിടക്കുന്ന ഒരു മത്സ്യത്തെ നോക്കുന്നതുപോലെ കണ്ണു കളിൽ ജിജ്ഞാസയുമായാണ് അവരെന്നെ നോക്കുന്നത്. ഞാൻ ആരാ ണെന്ന് എനിക്കു തന്നെ അറിയാൻ കഴിയാത്ത അവസ്ഥ! കുട്ടിക്കാലത്ത് എന്നെ ഹാളിന്റെ നടുവിലേക്ക് നിർഭയനായി പോകൂ എന്നു പറഞ്ഞ് തള്ളിവിട്ടതുപലെ!

എനിക്ക് സഭാകമ്പം അനുഭവപ്പെട്ടു. കോൺഫറൻസ് ഹാളിൽ പ്രവേശിക്കുന്നതിന് മുൻപ് ഞാൻ വാതിലിന്റെ വിടവിലൂടെ ഒളിഞ്ഞു നോക്കി. ജനസമുദ്രവും ഒത്തിരി ടെലിക്യാമറകളും. ഒത്തിരിയാളുകൾക്ക് അകത്തേക്ക് വരാൻ കഴിഞ്ഞിട്ടില്ല എന്ന് അവർ എന്നോട് പറഞ്ഞു. എനിക്ക് പെട്ടെന്ന് ഹാൾ ഏതാണെന്ന് മനസ്സിലായി. യൂണിവേഴ്സിറ്റി യിൽ പഠിച്ചിരുന്ന കാലത്ത് ഞാനവിടെ വന്നിട്ടുണ്ട്. ഒരുപക്ഷേ ഇത് യൂണി വേഴ്സിറ്റിയായിരിക്കുമോ? ഞാനീ ഹാൾ ഓർമ്മിക്കുന്നു എന്നതുകൊണ്ട്

ഞാനിവിടെ പഠിച്ചിരുന്നു എന്നർത്ഥമില്ല. വിദ്യാർത്ഥികൾക്കുള്ള ഒരു ചോദ്യം. ആരോടും ഈ ചോദ്യം ചോദിക്കാതിരിക്കാനുള്ള ബുദ്ധി എനിക്കുണ്ട്. അത് യൂണിവേഴ്സിറ്റിയല്ല എന്ന് വെളിവാക്കപ്പെട്ടു. എന്റെ ചോദ്യങ്ങളില്ലാതെ തന്നെ നമ്മൾ നിൽക്കുന്നത് സയൻസ് അക്കാഡമിയിലാണ് എന്ന് എന്നെ അറിയിച്ചു. വർണ്ണശബളമായ കോണിപ്പടിക്കു മുകളിലായി ലെമണസോവിന്റെ ഒരു ചിത്രം സ്ഥാപിച്ചിരുന്നു. കഴിഞ്ഞ ജന്മത്ത് ഞാനൊരു അക്കാഡമി അംഗമായിരുന്നുവോ?

ഞങ്ങൾ ഗെയ്ഗറും അക്കാഡമി വൈസ് പ്രസിഡന്റുമടക്കം ഹാളിൽ പ്രവേശിച്ചപ്പോൾ എല്ലാവരും കയ്യടിച്ചു. റഷ്യൻ അക്കാഡമിയുടെ ശാസ്ത്രീയനേട്ടത്തിനും എന്റെ മനുഷ്യോചിതമായ ധൈര്യത്തിനുമാണ് ഈ കയ്യടി നൽകിയതെന്ന് അക്കാഡമി വൈസ് പ്രസിഡന്റ് പറഞ്ഞു. ധൈര്യത്തെക്കുറിച്ച് പ്രതിപാദിക്കുന്നതു കേട്ടപ്പോൾ ഞാൻ കണ്ണുകൾ താഴ്ത്തി. എന്തുകൊണ്ടെന്നാൽ മരവിപ്പിക്കലിനെക്കുറിച്ച് എനിക്ക് കുഴഞ്ഞുമറിഞ്ഞ ഓർമ്മകളാണുണ്ടായിരുന്നത്. അതുപോലെതന്നെ ധൈര്യത്തെക്കുറിച്ചും.

ആ സാഹചര്യങ്ങൾ ചിലതൊക്കെ ഗെയ്ഗറുടെ സംസാരത്തിൽ വിശദീകരിക്കപ്പെട്ടു. സളവ്യെത്സ്കി ക്യാമ്പിൽ അക്കാഡമിഷനായിരുന്ന മുറോംത്സ്യേവിന്റെ ഗ്രൂപ്പാണ് ഈ മരവിപ്പിക്കൽ നടത്തിയതെന്ന് അയാൾ പറഞ്ഞു. ഞാൻ നോട്ടം ഗെയ്ഗറിൽ കേന്ദ്രീകരിക്കുകയും തന്റെ പ്രസംഗം തുടർന്നുകൊണ്ടുതന്നെ ഗെയ്ഗർ തലകുലുക്കി അക്കാര്യം ഉറപ്പിക്കുകയും ചെയ്തു. മുറോംത്സ്യേവിനെക്കുറിച്ചുള്ള ഞങ്ങളുടെ സംഭാഷണത്തിൽ അയാൾ സളവ്യെത്സ്കി ദ്വീപിനെക്കുറിച്ച് പരാമർശിച്ചിരുന്നില്ല. ചുരുക്കത്തിൽ എനിക്കത് ഊഹിച്ചെടുക്കാൻ കഴിയുമായിരുന്നു.

ഗെയ്ഗർ വളരെ ദീർഘമായി സംസാരിച്ചു. എന്റെ ശരീരം മരവിപ്പിച്ചു സൂക്ഷിച്ചുവെച്ചതിന്റെ വിശദാംശങ്ങളിലേക്ക് കടക്കുകയും വൈദ്യശാസ്ത്രപരമായ വിവരങ്ങൾ നൽകുകയും ചെയ്തു. ഞാൻ അപ്പോഴേക്കും അയാൾ പറയുന്നത് ശ്രദ്ധിക്കാതായി. എന്റെ മനസ്സിൽ ധാരാളം മറ്റു ചിന്തകൾ കടന്നുകയറി - ദ്വീപ്, അവിടുത്തെ യാതനകൾ, തണുപ്പ്. പ്രത്യേകിച്ചും തണുപ്പായിരുന്നു. പ്രാപഞ്ചികമായതിനെ തരണം ചെയ്യാൻ കഴിയാത്ത തണുപ്പ്. അത് ആഴത്തിൽ വർദ്ധിച്ചുവരികയും തണുപ്പിൽ ത്തന്നെ അവസാനിക്കുകയും ചെയ്തു.

എന്റെ പുനഃപ്രാപ്തിയെ ബാധിച്ചേക്കുമെന്നതിനാൽ എന്റെ ഭൂതകാലത്തെക്കുറിച്ച് ചോദ്യങ്ങൾ ചോദിക്കുന്നതിൽ നിന്നും പത്രപ്രവർത്തകരെ ഗെയ്ഗർ വിലക്കി. അവർ വർത്തമാനകാലത്തെക്കുറിച്ച് ചോദിക്കുന്നു. ആദ്യ ചോദ്യങ്ങൾക്ക് ഞാൻ വളരെ തണുപ്പൻ മട്ടിൽ ഉത്തരങ്ങൾ പറയുകയും ഇടയ്ക്കിടയ്ക്ക് മുരടനക്കുകയും ചെയ്തു. എന്റെ താപനില സാധാരണമാണെന്ന് ഞാൻ പറയുന്നു. പ്രഷറും സാധാരണ നിലയിലാണ്. മൈക്രോഫോണിന്റെ പരുപരുത്ത ഉപരിതലം ഞാൻ ചുണ്ടുകളാൽ തൊട്ടറിയുകയും ദൂരെ നിന്നെന്നപോലെ സ്വന്തം ശബ്ദം

കേൾക്കുകയും ചെയ്തു. എന്റെ പ്രസംഗത്തിലെ താൽക്കാലികമായ നിറുത്തലുകളുടെ സമയത്ത് ക്യാമറാക്കണ്ണുകൾ മിന്നി. ഞാൻ ചെറിയ വാക്യങ്ങൾ ഉച്ചരിക്കുകയും സ്വയം നാണിക്കുകയും ചെയ്തു. ഇങ്ങനെയായിരിക്കാം മരവിപ്പിക്കലിന് വിധേയനായ ഒരു വാലില്ലാക്കുരങ്ങൻ ഉത്തരങ്ങൾ നൽകുക; പക്ഷേ ഒന്നും രണ്ടും ശതാബ്ദങ്ങളിലെ ഒരു മനുഷ്യൻ ഇപ്രകാരമായിരിക്കുകയല്ല പ്രതികരിക്കുക!

"നിങ്ങൾ സാധാരണ ജീവിതത്തിലേക്ക് തിരിച്ചുവന്ന ആദ്യനാളുകളിൽ ചില ആരോഗ്യപരമായ ബുദ്ധിമുട്ടുകൾ ഉണ്ടായിരുന്നു. എന്ന് അറിയാൻ കഴിഞ്ഞിട്ടുണ്ട്. ഇപ്പോഴെങ്ങനെ തോന്നുന്നു?"

"ഇപ്പോൾ നന്നായി തോന്നുന്നു." ഞാൻ വളരെ അയവോടെ പറഞ്ഞു. "കുറഞ്ഞപക്ഷം നൈട്രജൻ ദ്രാവകത്തിലെ അവസ്ഥയേക്കാൾ നന്നായിരിക്കുന്നു"

കയ്യടികൾ! അയാൾ കൊള്ളാം! മഞ്ഞുരുകി ജീവിതത്തിലേക്ക് വന്നിട്ട് തമാശ പറയുന്നു. ഞാൻ നാണംകൊണ്ടു തുടുക്കുന്നതായി എനിക്കു തോന്നി.

"നിങ്ങൾ ബ്ലോക്കുമായി സംസാരിച്ചിട്ടുണ്ടോ?"

ആരോ പിൻനിരയിൽ നിന്നും ഉറക്കെ ചോദിച്ചു.

ഗെയ്ഗർ ചാടി എഴുന്നേറ്റ് ശകാരഭാവത്തിൽ തലകുലുക്കി

"ഞാനാണ് ചോദിച്ചത്"

"ഞാനയാളെ ഒരു കവി സായാഹ്നത്തിൽ വെച്ച് കണ്ടിട്ടുണ്ട്." ഞാൻ മറുപടി പറഞ്ഞു. "പക്ഷേ വർത്തമാനം പറഞ്ഞിട്ടില്ല" പക്ഷേ ഞാനൊരു ക്യൂവിൽ നിൽക്കുമ്പോൾ റെമിസോവുമായി സംസാരിച്ചിട്ടുണ്ട്. അയാൾ ജീവിച്ചിരുന്നത് പതിന്നാലാമത്തെ ലൈനിലാണ്..."

"എന്താണ് സംസാരിച്ചത്?"

ഗെയ്ഗർ ഭീഷണിപ്പെടുത്തുന്നതുപോലെ പെൻസിൽകൊണ്ട് മൈക്രോഫോണിൽ തട്ടി.

"എനിക്കോർമ്മയില്ല." ചിരി എന്നെ ശ്വാസം മുട്ടിക്കുന്നു. ഞാൻ പിടിച്ചു നിൽക്കാൻ ശ്രമിക്കുന്നു. "ഞാൻ എട്ടാമത്തെ വരിയിലാണ് നിന്നത്. അദ്ദേഹവും അവിടെ നിന്നിരുന്നു. അത് റെമിസോവാണെന്ന് എനിക്കറിയില്ലായിരുന്നു. പിന്നീടാണ് ഫോട്ടോ നോക്കിയപ്പോൾ അത് അയാളായിരുന്നു എന്ന് എനിക്ക് മനസ്സിലായത്.

എന്റെ ചുണ്ടുകളിൽ ഒരു പുഞ്ചിരി വിരിയുന്നു. ഹാളിലെ എല്ലാവരും ചിരിക്കാൻ തുടങ്ങുന്നു. ഞാൻ ആർത്തു ചിരിക്കുന്നു. എല്ലാവരും ആർത്തു ചിരിക്കുന്നു. ഞാൻ കരയാൻ തുടങ്ങുന്നു. ഹാളിൽ മൂകത പടരുന്നു. ഗെയ്ഗർ എന്റെയടുത്തേക്ക് ധൃതിയിൽ വരുന്നു. (അയാളുടെ കസേര മറിഞ്ഞു വീഴുന്നു) അയാൾ എന്റെ തോളിൽ പിടിച്ച് എന്നെ പിൻവാതിലിലൂടെ മുറ്റത്തേക്ക് നടത്തുന്നു. അവിടെ ഞങ്ങളെ കാത്ത്

ഒരു കാറുണ്ടായിരുന്നു. അസുഖകരമായ ഒരു തണുപ്പ് എന്നെ ഗ്രസിക്കുന്നു. അങ്ങനെയാണ് ഞാനീ വർഷങ്ങളിലൊക്കെ തണുത്തുറഞ്ഞ് കിടന്നിരുന്നത്! ഇനി ഞാനൊരിക്കലും ചൂടായി ഉണരില്ലേ?

ബുധനാഴ്ച

ബ്ലോക്കുമായി സംസാരിക്കാൻ ഞാൻ ഒത്തിരി ആഗ്രഹിച്ചിരുന്നു. വളരെക്കുറച്ചുമാത്രം മനഃപാഠമായി അറിയാവുന്ന ഞാൻ അയാളുടെ കവിത വായിച്ചു പഠിച്ചിരുന്നു. 'വൈമാനികൻ' എന്ന ആ കവിത തുടങ്ങുന്നത് ഇപ്രകാരമാണ്;

"തന്റെ രണ്ടു തുഴകളാൽ തുഴഞ്ഞുകൊണ്ട്
പറക്കുന്നവൻ സ്വാതന്ത്ര്യത്തിലേക്ക് മുക്തനാകുന്നു
ഒരു കടൽരാക്ഷസൻ ജലത്തിൽ എന്നപോലെ
വായുവിന്റെ അരുവികളിൽ വഴുതിപ്പോവുന്നു"

എനിക്ക് ബ്ലോക്കിന്റെ ടെലിഫോൺ നമ്പർ അറിയാമായിരുന്നു. പക്ഷേ ഞാനൊരിക്കലും ഫോൺ ചെയ്തില്ല. ആ നമ്പർ രാവും പകലും ഞാൻ ഉരുവിട്ടു. ഇപ്പോഴും അതെനിക്ക് ഓർമ്മിക്കാൻ കഴിയും: 6-12-00.

വ്യാഴാഴ്ച

ക്ലാരത്സെതികിനാ എന്നു പേരുള്ള ഒരു പത്തേമാരിയിലാണ് അവർ ഞങ്ങളെ കെമിൽ നിന്നും കൊണ്ടുവന്നത്. വായുവും വെളിച്ചവും കടക്കാത്ത ഇടതിങ്ങി മരക്കഷണങ്ങൾ അടിച്ച ഒരു തട്ടിലാണ് ഞങ്ങളെ കൊണ്ടുവന്നത്. തടവു പുള്ളികളിൽ അവസാനത്തേതിൽ ഒരാളായിരുന്ന ഞാൻ പത്തേമാരിയുടെ പുറത്തേക്കുള്ള വഴിയുടെ കോണിപ്പടിയിലാണ് ഇരുന്നത്. അവിടെ ആളുകൾ കുറവായിരുന്നു. പത്തേമാരിയിലെ മേൽത്തട്ടിലെ ചരക്കുകളുടെ വിടവിലൂടെ കടൽക്കാറ്റ് അടിച്ചു കയറി. അതെന്റെ ജീവൻ രക്ഷിച്ചു. ആദ്യം പത്തേമാരിയിലേക്ക് ഉന്തിക്കയറ്റപ്പെട്ടവർ തിക്കിത്തിരക്കി ശ്വാസം മുട്ടുന്ന അവസ്ഥയിലായിരുന്നു.

കെമിൽ നിന്നും ഞങ്ങൾ യാത്ര തിരിച്ചതിനുശേഷം ഏകദേശം ഒരു മണിക്കൂർ കഴിഞ്ഞപ്പോൾ കൊടുങ്കാറ്റടിച്ചു. വൈറ്റ് സീയിലെ തിരകൾ സമുദ്രത്തിലേക്കാൾ കുറവായിരുന്നെങ്കിലും അസഹ്യമായിരുന്നു. ഒരുപക്ഷേ അവയുടെ പൊക്കം കുറവായതിനാലാവാം ഏറ്റവും ദുർബലരായവർ ആദ്യം ഛർദ്ദിക്കാൻ തുടങ്ങി. മരത്തിന്റെ വീപ്പകളിൽ മത്തി അടുക്കിയതുപോലെയാണ് പത്തേമാരിയിൽ ആളുകളെ കുത്തിനിറച്ചിരുന്നത്. അവർ സ്വന്തം ശരീരത്തിലും അന്യരുടെ ശരീരങ്ങളും ഛർദ്ദിച്ചു. കടൽചൊരുക്ക് ഭയപ്പെടാത്തവർക്കുപോലും ആ അവസ്ഥ അരോചകമായിത്തീർന്നു.

ഏറ്റവും ചീത്തയായ കാര്യങ്ങളാണ് ഞങ്ങളെ കാത്തിരുന്നത്. കപ്പൽ ഒരു വശത്തുനിന്നും മറ്റൊരു വശത്തേക്ക് കൂപ്പു കുത്തിയപ്പോൾ

ഹൃദയഭേദകമായ ആർത്തനാദങ്ങൾ ഉയർന്നു. കപ്പലിന്റെ വശങ്ങളിൽ നിന്നവർ മരിച്ചു. ആയിരക്കണക്കിന് പൗണ്ട് ഭാരം വരുന്ന ജനക്കൂട്ടം വശങ്ങളിൽ നിന്നിരുന്ന മനുഷ്യരെ പത്തേമാരിയുടെ വശങ്ങളിലെ ഇരുമ്പുകമ്പികളിൽ വെച്ച് അടപോലെ അമർത്തി! പിന്നീട് തകർന്ന അവരുടെ ശരീരങ്ങൾ പത്തേമാരിയുടെ തട്ടിലൂടെ വലിച്ചിഴച്ചപ്പോൾ ചോരയുടെ അടയാളങ്ങൾ നീളത്തിൽ തെളിഞ്ഞു കണ്ടു.

ഞാനും ഛർദ്ദിച്ചിരുന്നു. എന്റെ അകത്തുള്ളതെല്ലാം പുറത്തു വന്നിരുന്നു. പത്തേമാരിയുടെ ചാഞ്ചാട്ടം തുടങ്ങിയപ്പോൾ എന്നെ ഗ്രസിച്ചിരുന്ന മുങ്ങിപ്പോകുമോ എന്ന ഭയം എന്നെ വിട്ടകന്നു. എന്നിൽ ഉയർന്നു പൊങ്ങിയ നിസ്സംഗഭാവം ഛർദ്ദിലൊ മരണങ്ങളോ ഇല്ലാത്ത ഒരു ലോകത്തിന്റെ ചിത്രമാണ് എന്നിൽ വരച്ചിട്ടത്. അവിടെ അകമ്പടിക്കായി കാവൽക്കാരും ഉണ്ടായിരുന്നില്ല. എന്തോ കാരണത്താൽ ഈ ദുർഗന്ധത്തിലും അന്ധകാരത്തിലും നിന്ന് ഞങ്ങളാരും രക്ഷപ്പെടാൻ പോകുന്നില്ല എന്നെനിക്ക് തോന്നി. പത്തേമാരിയുടെ മേൽത്തട്ട് തകർന്നുപോവുകയും ഞങ്ങൾക്ക് ഇനി അവശേഷിക്കുന്ന കാര്യം സ്വന്തം ഛർദ്ദിയിലും മലത്തിലും അനന്തമായി നീന്തി നടക്കുക എന്നതു മാത്രമായിരിക്കും.

കടലിടുക്കിലെത്തിയപ്പോൾ ഞങ്ങളെ മേൽത്തട്ടിൽ നിന്നും ചവിട്ടിയിറക്കി. നടക്കാൻ വയ്യാത്തവരെ മറ്റുള്ളവർ വലിച്ചുകൊണ്ടുപോകണമെന്ന് അവർ ഉത്തരവിട്ടു. നടന്നവരും നടക്കാൻ കഴിയാത്തവരും ഒരേ അവസ്ഥയിലായിരുന്നു. ഞങ്ങൾ ഭാഗ്യമുള്ളവരായിരുന്നു. കാരണം 'ക്ലാരാ ത്സെത്കിനായുടെ' വയറ്റിൽ അകപ്പെട്ടിട്ടും ഞങ്ങൾ ജീവനോടെയുണ്ടല്ലോ? അത്രയ്ക്ക് ഭീകരമായ മറ്റൊരു സാഹചര്യത്തിലും ഞങ്ങളാരും അകപ്പെട്ടിരുന്നില്ല. ഇനി ഇത്രയും ഭീകരമായ ഒരു കാഴ്ചയും ഞങ്ങൾ കാണില്ല എന്ന് ഞങ്ങൾക്കു തോന്നി.

തീരത്ത് ഞങ്ങളെ പല വരിയിലായി നിരത്തി നിർത്തി. എങ്ങനെയാണ് ഞങ്ങൾ ഉദ്യോഗസ്ഥരെ അഭിസംബോധന ചെയ്യേണ്ടത് എന്നവർ പഠിപ്പിച്ചു. കമാന്റർമാർക്ക് ഞങ്ങൾ സ്വാഗതം ആശംസിച്ചു. പക്ഷേ നഗ്ചേ്യവ് എന്ന ഞങ്ങളുടെ കമാന്റർമാർക്ക് ഞങ്ങളുടെ സ്വാഗതം ഒട്ടും ഇഷ്ടപ്പെട്ടില്ല. കാരണം ഞങ്ങൾ ആർത്തലച്ചത് വളരെ അപ്രിയമായ രീതിയിലായിരുന്നു. കടലിലെ ജീവന്മരണ പോരാട്ടത്തിനുശേഷം ആർക്കും ശക്തിയുണ്ടായിരുന്നില്ല. ഉറങ്ങാൻ വല്ലാത്ത ആഗ്രഹം തോന്നി. ഞങ്ങളുടെ പഴയ സ്വതന്ത്രമായ ലോകത്തിന്റെ ഭാഗമായിരുന്ന കടലിലെ വായു ഉറക്കം വരാതിരിക്കാനായി ആഞ്ഞു വലിച്ചു. അതായത് ഞാൻ കരുതിയിരുന്നത് ഈ ലോകത്തിന്റെ ഒരു ഭാഗം ഇനിയും ഞങ്ങളിൽ അവശേഷിക്കുന്നുണ്ടെന്നായിരുന്നു.

ഞങ്ങൾ എണ്ണമറ്റ തവണ സ്വാഗതം പറഞ്ഞു. കാറ്റ് അതിനെ ദ്വീപിന്റെ എല്ലാ ഭാഗങ്ങളിലും എത്തിച്ചു. പക്ഷേ, അതുകൊണ്ടുമാത്രം ഞങ്ങളുടെ 'സ്വാഗതം' നന്നായില്ല. നഗ്ചേ്യവ് കരുതിയത് ഞങ്ങളുടെ

സ്വാഗതം സന്തോഷരഹിതമായിരുന്നു എന്നായിരുന്നു. സന്തോഷത്തോടെയുള്ള സ്വാഗതമോതാൻ ഞങ്ങൾക്ക് ശക്തിയില്ലായിരുന്നു. ക്രിമിനലുകളും പാതിരികളും അക്കാഡമി അംഗങ്ങളും സാർ ചക്രവർത്തിയുടെ പട്ടാള ഉദ്യോഗസ്ഥരും ഉച്ചത്തിൽ സ്വാഗതം പറഞ്ഞുവെങ്കിലും അവയൊന്നും ഒരേ ശബ്ദത്തിൽ ചേർച്ചയോടെ കേൾക്കാമായിരുന്നില്ല. ഞാൻ ഒന്നാമത്തെ നിരയിൽ മില്ലർ എന്ന ജനറലിന്റെ സമീപത്താണ് നിന്നിരുന്നത്. മഹത്തായ യുദ്ധത്തിൽ പങ്കെടുത്ത ഒരു ജനറലായിരുന്നു ഇപ്പോൾ തടവുകാരനായി നിന്നിരുന്ന ജനറൽ. അയാൾ യൗവ്വനയുക്തനുമായിരുന്നു. കടൽകാക്കകൾ ഞങ്ങളെ വട്ടംചുറ്റി പറന്നു. അവയും സ്വാഗതമോതിയിരുന്നു. അവയുടെ സ്വാഗതം പറച്ചിൽ ഞങ്ങളുടേതിനേക്കാൾ മെച്ചമായിരുന്നു. കാരണം നഗ്ചേ്യവിന് അതിനെക്കുറിച്ച് പരാതിയുണ്ടായിരുന്നില്ല. ഒരു നിമിഷം അറിയാതെ ഞാനുറങ്ങിപ്പോയി.

ഞാൻ കണ്ണുതുറന്നപ്പോൾ കാണുന്നത് കമാന്റർ ഞങ്ങളുടെ നേരെ നടന്നടുക്കുന്നതാണ്. അത് ഞാൻ കാരണമാണെന്ന് എനിക്ക് ഉറപ്പായിരുന്നു. എന്റെ പട്ടാളക്കാർക്കു ചേരാത്ത ഭാവം തലവന്റെ ദേഷ്യം വർദ്ധിപ്പിച്ചതിനാലാവാം അയാൾ എന്റെ നേരെ വരുന്നത്. അയാൾ എന്റെ നേരെയല്ല വന്നത്. തികഞ്ഞ പട്ടാള ചിട്ടകൾക്ക് പര്യായമായിരുന്ന മില്ലറുടെ നേരെയാണ് അയാൾ വന്നത്. തന്റെ പരിചയസമ്പന്നമായ കണ്ണുകൾകൊണ്ട് നഗ്ചേ്യവ് ആ തടവുകാരനെ അളക്കുകയും അത്രയും പട്ടാളച്ചിട്ടകൾ പുലർത്തുന്ന ഒരാളാകാൻ തനിക്ക് ഒരിക്കലും സാധ്യമല്ലെന്ന് തിരിച്ചറിയുകയും ചെയ്തു. തന്റെ തോൽ ജാക്കറ്റുമണിഞ്ഞ് അയാൾ ചാടിച്ചാടി അടുത്തേക്കു വന്നു. അയാൾ ഒരു നിഷ്ഠുരനായിരുന്നു. നടക്കുന്നതിനിടയിൽ അയാൾ തന്റെ കൈത്തോക്ക് ഉറയിൽ നിന്നെടുത്തു.

“പരമാധികാരിയുടെ മുമ്പിൽ ഇങ്ങനെയാണോ നിൽക്കുന്നത്? കണ്ണുകൾകൊണ്ട് എന്നെ തിന്നുകളയുന്ന ഭാവമാണല്ലോ നിനക്ക്, തന്തയില്ലാത്തവനേ?”

മില്ലർ ശാന്തനായി നഗ്ചേ്യവിനെ നോക്കി. അയാൾ തന്റെ തോൾസഞ്ചി നേരെയിട്ടു. അയാളുടെ പ്രവൃത്തിയിൽ ഒരു സംഭ്രമമോ പേടിയോ നിശ്ശേഷം ദൃശ്യമായിരുന്നില്ല. തന്റെ തോൽകുപ്പായത്തിന്റെ കിരുകിരു ശബ്ദം പുറപ്പെടുവിച്ചുകൊണ്ട് നഗ്ചേ്യവ് കൈത്തോക്ക് മില്ലറുടെ നെറ്റിയിൽ കുറച്ചു നിമിഷങ്ങൾ ലക്ഷ്യം പിടിച്ചു നിന്നു. ആ നിമിഷങ്ങളിൽ ഞാൻ ചിന്തിച്ചത് ഇനി അയാൾ വെടിവെയ്ക്കില്ല എന്നായിരുന്നു. അയാളുടെ കണ്ണുകൾ കുറുകി. മുഖം വടിച്ച അയാളുടെ മംഗോളിയൻ കവിളെല്ലിൽ ഒരു തലമുടി ഊർന്നു കിടന്നിരുന്നു. അത്തരം സന്ദർഭങ്ങളിൽ വൈകിക്കുന്നത് വേണ്ടെന്നു വെയ്ക്കുന്നതിന് തുല്യമാണ്.

നഗ്ചേ്യവ് വെടിവെച്ചു.

രണ്ട് കാവൽക്കാർ കൊല്ലപ്പെട്ട മനുഷ്യന്റെ കാലിൽ പിടിച്ചുവലിച്ച് കാവൽ ബൂത്തിലേക്ക് കൊണ്ടുപോയി. തോൾ സഞ്ചി അവർ പോകുന്നതിനിടയിൽ അവർ കൈക്കലാക്കി. ഒരു വിചിത്രമായ രീതിയിലാണ് കൊല്ലപ്പെട്ടയാളുടെ ശരീരം കിടന്നിരുന്നത്. അതിന്റെ ഒരു വശത്ത് ഒരു കൈ അസുഖകരമായ രീതിയിൽ മടക്കിവെച്ചിരുന്നു. കണ്ണുകൾ തുറന്നിരുന്നു. മുൻപത്തെ ശാന്തമായ ഭാവത്തോടെ തീരത്ത് എന്താണ് നടക്കുന്നതെന്ന് ജനറൽ വീക്ഷിക്കുന്നതുപോലെ തോന്നിച്ചു.

പിന്നീട് എങ്ങനെയാണ് തിരിയേണ്ടതെന്ന് അവർ ഞങ്ങളെ പഠിപ്പിച്ചു. ഞങ്ങൾ ഇടത്തോട്ടും വലത്തോട്ടും തിരിയുകയും വട്ടം ചുറ്റുകയും ചെയ്തു. ഒരു ഊഷ്മളമായ വേനൽക്കാറ്റ് ഞങ്ങളെ തഴുകി. സളവ്യെത്സ്കി ദ്വീപിൽ വേനൽക്കാലത്ത് ചൂടുകാറ്റ് ഉണ്ടാകും. ആ കാറ്റിൽ കടലിന്റെ നറുമണവും പൈൻമരത്തിന്റെ കറയും തായ്ഗാ പഴങ്ങളുടെ ഗന്ധവും കലർന്നിരുന്നു. വൈറ്റ് കടലിന്റെ ഗന്ധം ദക്ഷിണഭാഗത്തെ കടലുകളുടെ ഗന്ധത്തിൽ നിന്ന് വിഭിന്നമായിരുന്നു. പക്ഷേ, അതിന്റെ പുതുമണം ശരീരത്തിന്റെ ഓരോ അണുവിലും ആഴ്ന്നിറങ്ങിയിരുന്നു. അസ്തമിക്കാത്ത ഉത്തരായന സൂര്യൻ കടൽതിരകളിൽ തിളങ്ങി. കരങ്ങൾ ഉൾക്കടലിന് പുറംതിരിഞ്ഞു നിന്നു. പക്ഷേ, ഞങ്ങൾ ചുറ്റിക്കറങ്ങിയപ്പോൾ തിരകളിലെ തിളക്കം കാണാമായിരുന്നു. അതെന്നെ തികച്ചും സന്തോഷവാനാക്കി. അതെന്നെ അലൂഷ്ത്തായിലെ കടലിനെ ഓർമ്മിപ്പിച്ചു. 1911ൽ ഞാനെന്റെ മാതാപിതാക്കളുമായി ഒഴിവുകാലം പങ്കിട്ടത് അവിടെയായിരുന്നു.

വെള്ളിയാഴ്ച

അതെ അലൂഷ്ത. പ്രൊഫസർ കോർണറിൽ ഗിയാത്സിൻതോവ് വക്കീലിന്റെ വേനൽക്കാല വസതിയിലായിരുന്നു ഞങ്ങൾ താമസിച്ചിരുന്നത്. അച്ഛന്റെ ബിരുദാനന്തര ബിരുദത്തിന് ഗൈഡായിരുന്നത് വക്കീലായിരുന്നു. 1911 ൽ ഗിയാത്സിൻ തോവിന്റെ കുടുംബം നൈസിൽ തങ്ങളുടെ വേനൽക്കാലം ചെലവഴിക്കാൻ തീരുമാനിച്ചു. അപ്പോൾ തന്റെ ക്രീമിലെ വേനൽക്കാല വസതി വക്കീൽ തന്റെ പ്രിയശിഷ്യന് നൽകുകയായിരുന്നു. അങ്ങനെയാണ് ഞങ്ങൾ അലൂഷ്ത്തയിൽ എത്തിയത് - കൃത്യമായി 1911ൽ.

പോസ്റ്റ് ഓഫീസിൽ നിന്നും അരമണിക്കൂർ നടക്കാവുന്ന ദൂരത്തായിരുന്നു പ്രൊഫസർ കോർണർ താമസിച്ചിരുന്നത്. പത്ത് കോപ്പെക് കൊടുത്താൽ ലൈൻ ബസ്സിന് അങ്ങോട്ടിറങ്ങാവുന്നതേയുള്ളൂ. പക്ഷേ ഞങ്ങൾ ഒരിക്കലും അങ്ങനെ പോയിട്ടില്ല. ഞങ്ങൾ പോസ്റ്റ് ഓഫീസിൽ എല്ലായ്പ്പോഴും നടന്നു മാത്രമേ പോയിരുന്നുള്ളൂ. അതായിരുന്നു ഞങ്ങളുടെ സായാഹ്ന സവാരി. ഞങ്ങൾ സൈപ്രസ് മരങ്ങളും ഒലീവ് മരങ്ങളും ജൂനിപ്പർ കാടുകളും താണ്ടി വായുവിന്റെ നറുമണവും ശ്വസിച്ച് നടന്നു. പീറ്റേഴ്സ് ബർഗ്ഗിലെ വായുവിനും ഈർപ്പമുണ്ടായിരുന്നു. എന്നാൽ

അതിന്റെ ഗന്ധം അത്ര പ്രിയങ്കരമായിരുന്നില്ല. അതെങ്ങനെ വെളിപ്പെടുത്തണമെന്ന് എനിക്കറിയില്ല. എനിക്ക് വളരെ നല്ല ഇഷ്ടം തോന്നിയ പ്രകൃതിയായിരുന്നു അവിടുത്തേത്.

കടൽപ്പുറം ഞാൻ ഒത്തിരി ഇഷ്ടപ്പെട്ടു. തിരമാലകളുടെ ശബ്ദം ഒരു വാദ്യവൃന്ദത്തിലെ ബാസ്പോലെ കടുപ്പമുള്ള, ആഘോഷപരമായ ശബ്ദമായിരുന്നു. വീണ്ടും വെള്ളത്തിലേക്ക് എടുത്ത് ചാടാനായി മണലിൽ കിടന്ന് നനവോടെ ഉരുണ്ടു. പിന്നീട് ചെവിയിൽ നിറയെ വെള്ളവുമായി വീണ്ടും മണലിലേക്ക്! അടുത്തുതന്നെ പന്തടിക്കുന്ന ശബ്ദങ്ങളും കൂക്കിവിളികളും. ശബ്ദങ്ങൾ എന്റെ ചെവിയിലെ വെള്ളത്തിൽ പ്രകമ്പനങ്ങൾ സൃഷ്ടിക്കുന്നു. പക്ഷേ ശബ്ദത്തിന് കടന്നുപോകാൻ കഴിയുന്നില്ല. ദൂരെ നിന്നെന്നപോലെ ഞാൻ ശബ്ദങ്ങൾ കേൾക്കുന്നു. നിങ്ങൾ ഒരു വശം തിരിഞ്ഞ് ഉരുളുകയാണെങ്കിൽ ചെവിയിലെ വെള്ളത്തിന്റെ അടപ്പ് തുറക്കുകയും ഒരു അദൃശ്യമായ പ്രവാഹം ചെവിയിലൂടെ ഒഴുകുകയും ചെയ്യുന്നു. ശബ്ദങ്ങളുടെ വ്യക്തത തിരിച്ചുകിട്ടുന്നു. ആകാശത്തിന്റെ മദ്ധ്യത്തിൽ സൂര്യൻ. വിരലുകൾക്കിടയിലൂടെ നിങ്ങൾ സൂര്യനെ നോക്കുന്നു. രക്തതുടുപ്പാർന്ന വിരലുകൾ ഇപ്പോൾ കത്തിപ്പോകുമെന്ന് നിങ്ങൾക്കു തോന്നുന്നു. വിരലുകളുടെ പാർശ്വഭാഗങ്ങൾ കുങ്കുമനിറം പുരണ്ടുകാണുന്നു.

കടൽപ്പുറത്തെ കളിവീട് നിർമ്മാണം. നടുവിരലിലൂടെ ഊർന്നിറങ്ങുന്ന നനഞ്ഞ മണൽ ഒരു ഗോപുരമായി രൂപപ്പെടുന്നു. കടലിന്റെ വശത്ത് മതിലാണ്. കല്ലുകൾകൊണ്ട് ബലപ്പെടുത്തിയ മതിൽ. അവയ്ക്ക് അരികിലൂടെ മടിയോടെ ഉരുണ്ടുകയറുന്ന നുരയും പതയും. തിരകൾക്കെതിരായി മതിലിന് കൂടുതൽ പിടിച്ചു നിൽക്കാൻ കഴിയില്ല. അവയെ ബലപ്പെടുത്തേണ്ടതുണ്ട്. കൂടാതെ അവയുടെ മുന്നിലെ കിടങ്ങിന് ആഴം കൂട്ടുകയും വേണം. ചുരുക്കത്തിൽ ഒരു കോട്ടയുടെ ഉടമസ്ഥനാവുക എന്നത് വളരെ ശ്രമകരമായ കാര്യമാണ്.

രണ്ട് ഉടമസ്ഥർ ഉണ്ടായിരുന്നു. ഞാനും മിച്യ ദോണും – മോസ്കോവിലെ പ്രശസ്തനായ ഒരു സർജന്റെ മകനായിരുന്നു അയാൾ. കടലിലൂടെ പ്രതീക്ഷിക്കാവുന്ന അപരിഷ്കൃതമായ ഏതൊരാക്രമണത്തേയും ചെറുക്കാൻ തക്കവണ്ണം ഞങ്ങൾ കോട്ട ബലപ്പെടുത്തിയിരുന്നു. അക്രമകാരികൾ പേടിപ്പെടുത്തുന്നവരും ഇടറിയ ശബ്ദത്തിൽ സംസാരിക്കുന്നവരുമായിരുന്നു. അക്രമികൾ മനുഷ്യരെ തിന്നുന്നവരായിരുന്നു. തങ്ങളുടെ വഴിയിൽ കാണുന്ന എല്ലാവരേയും പിടിച്ചു തിന്നുകൊണ്ട് അവർ വഞ്ചികളിലാണ് വന്നിരുന്നത്. പക്ഷേ എന്റേയും മിച്യയുടേയും അവസ്ഥ പച്ചത്തുരുത്തിൽ ഒട്ടും അപകടകരമായിരുന്നില്ല . കാവൽമാടങ്ങളുടെ ഉയരങ്ങളിൽ സൈപ്രസ് മരങ്ങൾ വളർന്നു നിൽക്കുകയും അവ കാറ്റിൽ മനോഹരമായി ഇളകിയാടുകയും ചെയ്തു.

ഇടയ്ക്കിടയ്ക്ക് ശക്തമായ തിരകൾ ഉരുണ്ടു കയറി. ഞങ്ങളുടെ ബലപ്പെടുത്തിയ മതിലിന് സമാന്തരമായി ഒന്നും നശിപ്പിക്കാതെ അതിന്റെ

അരികുകളെ തഴുകി തിരയടിച്ചു. ഇവിടെയടുത്ത് പച്ചപ്പടർപ്പിൽ മൂടിക്കിടക്കുന്ന അലൂഷ്ത കോട്ടയ്ക്ക് സമാനമായി അത് കോട്ടയെ നിരവധി നൂറ്റാണ്ടുകൾ പഴയതാക്കുന്നു. 'അലൂഷ്ത' എന്ന വാക്ക് ഞാൻ ഉച്ചരിക്കുമ്പോൾ അതിന്റെ തികച്ചും നൂതനമായ ഒരു സ്വഭാവം തുറക്കപ്പെടുന്നു. സൂര്യപ്രകാശത്തിലെ തണ്ണിമത്തൻപോലെ എത്ര നനവുള്ളതും തിളക്കമുള്ളതുമായ വാക്കാണത്! അലൂഷ്ത... എന്റെ ചുണ്ടുകൾ മന്ത്രിക്കുന്നത് മിച്യ കാണുന്നുണ്ടെങ്കിലും അവൻ ഒന്നിനെക്കുറിച്ചും ചോദിക്കുന്നില്ല.

തലയിൽ തൊട്ടിപോലുള്ള തൊപ്പികളും ധരിച്ച് ഇറക്കം കുറഞ്ഞ പാന്റ്സും ഷർട്ടും ധരിച്ച ഞങ്ങൾ കടൽപ്പുറത്തുനിന്നും നടക്കുന്നു. കുട്ടികളുടെ തൊട്ടിപോലുള്ള തൊപ്പി ധരിക്കാൻ ഞങ്ങൾക്ക് നാണമായിരുന്നു. പക്ഷേ മിച്യയുടെ അച്ഛൻ വിശദീകരിക്കുന്നു. ....പക്ഷേ ഞാൻ ഡോക്ടറുടെ വാക്കുകൾ കേൾക്കുന്നില്ല. കടൽപ്പുറത്തെ മൂടൽമഞ്ഞും ക്ഷീണവും എനിക്ക് തലയിൽ അനുഭവപ്പെടുന്നു. അയാളുടെ രോമാവൃതമായ കൈത്തണ്ടയും പുറത്തേയ്ക്ക് 'ഉന്തി നിൽക്കുന്ന മണിബന്ധത്തിലെ അസ്ഥികളും ഞാൻ ശ്രദ്ധിക്കുന്നു. അയാളുടെ നീളമുള്ള വിരലുകൾ മൂർച്ചയുള്ള കത്തി പിടിക്കാൻ സൃഷ്ടിക്കപ്പെട്ടതുപോലെ കാണപ്പെട്ടു. അവ ഉപയോഗിച്ച് അയാൾ മനുഷ്യമാംസം അറുത്തു മുറിച്ചുകൊണ്ടിരുന്നു. അയാളുടെ വിരൽ മുട്ടുകൾക്കിടയിലെ രോമം നിറം മങ്ങി കാണപ്പെട്ടു. അത് നനയുമ്പോൾ മാത്രമേ ദൃശ്യമായിരുന്നുള്ളൂ.

വസ്ത്രങ്ങൾക്കുള്ളിൽ കടലുപ്പ് അനുഭവപ്പെട്ടു. അത് ഞങ്ങളുടെ തൊലിയെ മുറുക്കമുള്ളതാക്കി. തല താഴ്ത്തുമ്പോൾ തോളിൽ വെയിലടിക്കുന്നു. വെള്ളത്തിൽ മുങ്ങി വരുമ്പോൾ വെയിലിന്റെ ചൂട് വളരെ ഹൃദ്യമാണ്. അപ്പോൾ ഞാൻ തലതാഴ്ത്തി നടക്കുന്നു. ചരലും സൈപ്രസ് മരത്തിന്റെ ചില്ലകളും ഇടയ്ക്കിടെ കരിവണ്ടുകളും ചിത്രശലഭങ്ങളും എന്റെ കാലടികൾക്കിടയിൽ ഞെരിഞ്ഞമർന്നു. ഞാനവയെ കൈവെള്ളയിൽ എടുക്കുകയും അവ മരിക്കുന്ന ഭാവത്തിൽ അഭിനയിക്കുകയും ചെയ്യുന്നു. അവ എന്നെ പറ്റിക്കുകയാണെന്ന് എനിക്കറിയാം. എങ്കിലും ഞാൻ അറിയാത്ത ഭാവം നടിച്ച് വളരെ സൂക്ഷ്മതയോടെ അവയെ പുൽത്തകിടിയിൽ വെയ്ക്കുന്നു. പിന്നീട് എത്രയോ തവണ ഞാൻ മരിച്ചതുപോലെ അഭിനയിക്കുകയും അവർ എന്നെ പുല്ലിൽ എടുത്ത് വെച്ചിട്ട് തൊടാതിരിക്കട്ടെ എന്ന് ആഗ്രഹിക്കുകയും ചെയ്തു. പക്ഷേ അവർ ഒരിക്കലും അങ്ങനെ ചെയ്തില്ല. അവർ അത് വിശ്വസിക്കാതെ എന്റെ ഗൗരവത്തോടെയുള്ള മരണം കാത്തിരുന്നു.

ശനിയാഴ്ച

അമേരിക്കക്കാർ സെർബിയയിൽ ബോംബിട്ടു. അത് നിരവധി ആഴ്ചകളായി ഞാൻ ടെലിവിഷനിൽ കാണുന്നു. എന്തുകൊണ്ടാണെന്നോ, എന്തിനുവേണ്ടിയാണെന്നോ അറിയില്ല. ഞാനക്കാര്യം ഗെയ്ഗറോട് ചോദിക്കാൻ തീരുമാനിച്ചുവെങ്കിലും മറന്നുപോയി. കാരണം അയാൾ വന്നു പറഞ്ഞത് വാളന്റീന ജോലി പൂർണ്ണമായും ഉപേക്ഷിക്കുകയാണെന്നും

അവളുടെ ഭർത്താവിന് അവൾ കൂടുതൽ ശിശുവിനെ ശ്രദ്ധിക്കണമെന്നാണ് ആഗ്രഹമെന്നും പറഞ്ഞു. ഗെയ്ഗറെയല്ല ശ്രദ്ധിക്കേണ്ടത് എന്ന് ഞാൻ മനസ്സിൽ കൂട്ടിച്ചേർത്തു!

"അപ്പോൾ അവളുടെ ഡോക്ടറേറ്റോ?" ഞാൻ ചോദിച്ചു.

"എന്തുകൊണ്ടാണ് അവൾ സ്വന്തം കുടുംബത്തിനെക്കുറിച്ച് എന്നോട് പറയാതിരുന്നത്?"

" നിങ്ങൾക്ക് അസൂയ തോന്നുന്നുണ്ടോ?"

"ഇല്ല, അസൂയയില്ല. എന്റെ ജീവിതത്തിൽനിന്നും ആളുകൾ ഒഴിഞ്ഞു പോകുമ്പോൾ ഞാൻ വേദനിക്കുന്നു. എന്റെ എല്ലാ സമകാലീനരും പോയിക്കഴിഞ്ഞു. ഇപ്പോഴിതാ വാളന്റീനയും"

"അതെ!" ഗെയ്ഗർ എന്റെ പുനരധിവാസത്തിന് ആവശ്യമായ കടലാസുകൾ ഉണ്ടാക്കുകയാണെന്നും പറഞ്ഞു. ഞാൻ അല്പം ഉദാസീനമായാണ് അതിനോട് പ്രതികരിച്ചത്. കാരണം അയാൾ ഒത്തിരി വിശദമായ വിവരണങ്ങൾ നടത്തിക്കൊണ്ടിരുന്നു. പുനരധിവാസം ആവശ്യമാണ്, ന്യായവിധി ഒഴിവാക്കാനായി പുനരധിവാസം ആവശ്യമാണ്. എനിക്ക് ഒരു പുനരധിവാസത്തിന്റേയും ആവശ്യമില്ലെന്ന് ഗെയ്ഗർക്ക് അറിയാം. സത്യത്തിൽ എനിക്ക് പുനരധിവാസത്തിന്റെ ആവശ്യമുണ്ടോ?

തിങ്കളാഴ്ച

ഇന്ന് എന്നെ ടെലിവിഷൻ നിലയത്തിൽ കൊണ്ടുവന്നു. കാമെനോ ഓസ്ത്രവ് പ്രോസ്പെക്ടിൽ നിന്നും വളരെ അകലെയല്ലാതെ പെട്രോഗ്രാഡ് സൈഡിലായിരുന്നു നിലയം സ്ഥിതി ചെയ്തിരുന്നത്. ഇവിടെ നിന്നാണ് മാന്ത്രികമായ പ്രസരണം ഉത്ഭവിക്കുന്നത്. ഒരു പ്രഹേളികയ്ക്ക് നഗരത്തിന്റെ മേൽവിലാസമുള്ളത് ആശ്ചര്യമായിരിക്കുന്നു! ഞങ്ങൾ കാമെനോ ഓസ്ത്രവ് റോഡിലൂടെ വണ്ടിയിൽ യാത്ര ചെയ്തപ്പോൾ നൂറ്റാണ്ടിന്റെ തുടക്കത്തിലെ ചില കെട്ടിടങ്ങൾ ഞാൻ തിരിച്ചറിഞ്ഞു. എന്നെ അറസ്റ്റു ചെയ്യുന്നതിന് കുറച്ചുനാൾ മുൻപ് അവയിൽ ഒരു കെട്ടിടത്തിൽ ഞാൻ പോയിരുന്നു. വറോനിൻ എടുത്തിരുന്ന ഒരു പുസ്തകം തിരിച്ചുകൊടുക്കാൻ വേണ്ടിയാണ് ഞാൻ അവിടെ പോയത്. വളരെ വിചിത്രമായിരിക്കുന്നു. ഇപ്പോൾ ആൾ ജീവിച്ചിരിപ്പില്ല പക്ഷേ പുസ്തകം ജീവിതം തുടരുന്നു.

ടെലിവിഷൻ നിലയത്തിൽ അവർ ആദ്യം എന്നെ മെയ്ക്കപ്പ് ചെയ്തു. മുഖത്ത് പൗഡർ ഇടുകയും മുടിയിൽ ഒരു സ്പ്രേ അടിക്കുകയും ചെയ്തു. ഞങ്ങളുടെ കാലത്ത് അതിനെ 'ആട്ടൊമൈസർ' എന്നാണ് വിളിച്ചിരുന്നത്. ഇപ്പോഴത് സ്പ്രേ എന്നാണ് അറിയപ്പെടുന്നത്. 'സ്പ്രേ'യാണ് എളുപ്പം. ഇംഗ്ലീഷിൽ ഇത്തരം ധാരാളം ചെറിയ വാക്കുകളുണ്ട്. 'പിങ്-പോങ് ബാൾ' പോലെ അവയെല്ലാം വളരെ എളുപ്പമുള്ളതും ലാഭകരവുമാണ്. സംഭാഷണത്തിന്റെ കാര്യത്തിൽ ഞങ്ങളുടെ കാലത്ത് ആരും ലാഭം നോക്കിയിരുന്നില്ല.

സ്റ്റുഡിയോയിൽ എന്റെ ശരീരത്തിൽ മൈക്രോഫോൺ ഉറപ്പിച്ചുവെച്ചു. റെക്കോർഡ് ചെയ്യപ്പെട്ട സംഭാഷണം പിന്നീടു മാത്രമേ പ്രക്ഷേപണം ചെയ്യുകയുള്ളൂവെന്നും അതുകൊണ്ട് ഞാൻ വിഷമിക്കേണ്ട കാര്യമില്ലെന്നും അവർ പറഞ്ഞു. സത്യത്തിൽ ഞാൻ ഒട്ടും തന്നെ വിഷമിച്ചിരുന്നില്ല. റെക്കോർഡു ചെയ്യുകയാണെങ്കിൽ അങ്ങനെയാകട്ടെ! ഒരു പാടാളുകൾ നിങ്ങൾ എന്തു പറയുന്നു എന്നു നോക്കി ഇരിക്കുകയോ നിങ്ങളെ പ്രോത്സാഹിപ്പിക്കുകയോ ചെയ്യുമ്പോഴാണ് നിങ്ങൾക്ക് സംസാരിക്കാൻ വിഷമം വരുന്നത്. ഇവിടെ കാര്യങ്ങൾ വ്യത്യസ്തമായിരുന്നു. മൂകത. പരിപൂർണ്ണമായ നിശ്ശബ്ദത! ആതിഥേയ കാലിന്മേൽ കാലു കയറ്റിവച്ച് സ്വാഗതമരുളുന്ന ഭാവത്തിൽ ഇരുന്നു. അവൾ എല്ലായ്പ്പോഴും അങ്ങനെയാണ് ഇരുന്നത്. ഞാനവളെ നേരത്തെ ടെലിവിഷനിൽ കണ്ടിരുന്നു. ഒരു ബാൾപോയിന്റ് പേന അവളുടെ കയ്യിലിരുന്ന് തിരിഞ്ഞു. ലൈറ്റിൽ അത് തിളങ്ങിക്കാണപ്പെട്ടു. അവളുടെ വിരലുകൾക്ക് നല്ല നീളമുണ്ട് അതിൽ മോതിരങ്ങൾ അണിഞ്ഞിരുന്നു. അത്തരം വിരലുകളിൽ ഒരു പേന കിടന്നു കറങ്ങുന്നത് വിജയകരമായ ഒരു തൊഴിലിനെയാണ് ഓർമ്മിപ്പിച്ചത്.

"ഓരോ ദിവസവും നിങ്ങൾ എന്തെങ്കിലും പുതുതായി ഓർമ്മിക്കാറുണ്ടോ?"

" എല്ലാ ദിവസവും."

" ഇന്ന് നിങ്ങൾക്ക് എന്താണ് ഓർമ്മ വന്നത്?"

അവളുടെ പാവാട ചെറുതാണ്. മുട്ടുകൾ കാണാം. മറുപടി പറയുമ്പോൾ അരയ്ക്കു കീഴെ നോക്കാതിരിക്കാൻ പ്രത്യേകം ശ്രദ്ധിച്ചു.

"കാമെനൊ ഓസ്ത്രവിലെ ഒരു വീട്. ഞങ്ങളതിന്റെ അടുത്തുകൂടി യാത്ര ചെയ്തു. എനിക്കത് ഓർമ്മ വന്നു. അവിടെ രസകരമായ ഇരുമ്പഴികൾ ഉണ്ടായിരുന്നു. പിരിഞ്ഞിരിക്കുന്ന അഴികൾ. പച്ചിരുമ്പിൽ നിർമ്മിച്ച താമരപ്പൂക്കൾ അതിമനോഹരമായിരുന്നു. എന്നെ അറസ്റ്റു ചെയ്യുന്നതിനു മുൻപായി ഞാനവിടെ പോവുകയും കോണിപ്പടികൾ കയറുകയും തടിയിൽ കൈകൊണ്ടു തൊടുകയും ചെയ്തു. എന്തോ കാരണത്താൽ അതിന്റെ മാർദ്ദവം എന്നിൽ ദീർഘനാൾ നിലനിന്നു. ഇപ്പോഴും എന്റെ വിരലുകൾക്ക് അത് അനുഭവപ്പെടുന്നുണ്ട്. അവിടെ ഒരു ഫ്ളാറ്റിൽ കുറച്ച് പുസ്തകങ്ങൾ കൊടുക്കാൻ വേണ്ടിയാണ് ഞാൻ പോയിരുന്നത്. ഞാൻ ബെല്ലടിച്ചു. ഹ്രസ്വമായ ഒരു കിലുക്കത്തോടെ പൂട്ട് തുറക്കപ്പെട്ടു. ഉരഞ്ഞു നീങ്ങുകയോ കിറുകിറു ശബ്ദം പുറപ്പെടുവിക്കുകയോ ചെയ്തില്ല. അത് കിലുക്കത്തോടെ തുറക്കപ്പെടുകയായിരുന്നു. ഉള്ളിലേക്ക് കടക്കുമ്പോൾ ഒത്തിരി പുസ്തകങ്ങളുള്ള ഒരു ഫ്ളാറ്റിന്റെ പ്രത്യേക ഗന്ധം നിങ്ങൾക്ക് അനുഭവപ്പെടും. മുടന്തുള്ള ഒരു പെണ്ണാണ് വാതിൽ തുറന്നത്. എന്തുകൊണ്ടോ എനിക്ക് ഉടനെ മനസ്സിലായി അവൾക്ക് മുടന്തുണ്ടെന്ന്. ഒരുപക്ഷേ എനിക്കതറിയാമായിരുന്നോ? നേർത്ത മുഖം,

ആഴത്തിൽ പതിഞ്ഞിരുന്ന കണ്ണുകൾ- അത്തരം പീറ്റർസ്ബർഗ്ഗ് പെണ്ണു ങ്ങളുണ്ട്. തോളിൽ ഒരു ഷാൾ. തന്റെ മുടന്തിൽ ഒട്ടും നാണിക്കാതെ എന്റെ മുന്നിൽ നടന്നു. സത്യത്തിൽ അവിടെ നിറയെ പുസ്തകങ്ങളാ യിരുന്നു. ഞാനും നാലോ അഞ്ചോ പുസ്തകങ്ങൾ കൊണ്ടുചെന്നിരുന്നു. “നന്ദി.” ഞാൻ പറഞ്ഞു. “ഇത് നിങ്ങളെ ഏൽപ്പിക്കാൻ ആവശ്യപ്പെട്ടി രുന്നു.” “ഒരുപക്ഷേ ഞാൻ ആവശ്യമില്ലാത്ത കാര്യങ്ങൾ കൂടുതലായി പറയുന്നുണ്ടോ?” “ഇല്ല. നിങ്ങളെന്തു കരുതുന്നു. ഇതെല്ലാം തന്നെ വളരെ താത്പര്യമുണർത്തുന്ന കാര്യങ്ങളാണ്.” അവളുടെ കയ്യിലെ പേന കൂടുതൽ ശക്തിയായി കറങ്ങി. “ഒക്ടോബർ അട്ടിമറി നടന്ന ദിവസ ത്തെക്കുറിച്ചുള്ള നിങ്ങളുടെ ഓർമ്മ എന്താണ്?”

“അറിയാമോ, എനിക്കാ ദിവസം ഓർമ്മയില്ല. പിന്നീടാണ് ആ ദിവസം അത്ര പ്രാധാന്യമുള്ളതാണെന്ന് മനസ്സിലായതും ഞാനത് ഓർമ്മിച്ചെടു ത്തതും. എനിക്ക് തെറ്റു പറ്റിയിട്ടില്ലെങ്കിൽ അന്ന് ആദ്യം മഴ പെയ്യുകയും പിന്നീട് മഞ്ഞു വീഴുകയും ചെയ്തു. ഞാൻ പുറത്തെങ്ങോ പോയിരി ക്കുകയായിരുന്നു. കഴുത്തിൽ കെട്ടുന്ന മഫ്ളർ വീട്ടിൽവെച്ച് മറന്നു പോയിരുന്നു. മഞ്ഞിന്റെ അടരുകൾ കഴുത്തിൽ വീണ് ഉരുകി. ചൂടുള്ള തൊലിയിൽ മഞ്ഞുരുകുന്നത് അനുഭവപ്പെട്ടു. കാറ്റും നേരത്തെയുള്ള ഇരുട്ടും അനുഭവപ്പെട്ടു. സെന്റ് പീറ്റേഴ്സ് ബർഗ്ഗിലെ ഏറ്റവും അരോ ചകമായ സമയമാണ് അത്.”

ഞാൻ മറ്റെന്തോ പറഞ്ഞു. പക്ഷേ ഏതോ നിമിഷത്തിൽ എന്റെ ഇടതുഭാഗത്തുനിന്നും ഒരു ചെറുചലനം ആരംഭിച്ചു. ഗെയ്ഗർ ടെലിവിഷൻ അവതാരകയ്ക്ക് നിർത്താനുള്ള സിഗ്നൽ കൊടുത്തു. അവൾ അവസാ നത്തെ ഏതോ ഒരു ചോദ്യം നൽകുകയും ഷൂട്ടിംഗ് നിർത്തുകയും ചെയ്തു. ഗെയ്ഗർ നേരത്തെ നിർത്താൻ ആവശ്യപ്പെട്ടതിനാലോ എന്റെ ഉത്തരങ്ങളുടെ അപര്യാപ്തതയാലോ അവൾ ഇച്ഛാഭംഗത്തോടെയാണ് നിലകൊള്ളുന്നതെന്ന് തോന്നി. കൂടുതൽ സാധ്യത എന്റെ ഉത്തരങ്ങളാ ലാകാം. കാരണം അവൾ ആഗ്രഹിച്ചതൊന്നുമല്ല കേട്ടത്.

ഷൂട്ടിംഗ് കഴിഞ്ഞപ്പോൾ ഞാൻ പോയ ഫ്ളാറ്റ് എനിക്ക് കണ്ടുപിടി ക്കാൻ കഴിയുമോ എന്ന് എന്നോട് ചോദിച്ചു. എനിക്കു തോന്നി എനിക്ക് സാധിക്കുമെന്ന്... “കെട്ടിടം തിരിച്ചറിയാൻ കഴിയുമെങ്കിൽ എന്തുകൊണ്ട് ഫ്ളാറ്റ് തിരിച്ചറിയാൻ കഴിയില്ല?” ഗെയ്ഗർ ചോദിച്ചു. “എന്താണ് അതിന്റെ ആവശ്യമെന്ന്.” അയാൾക്ക് കൊടുത്ത ഉത്തരം അവർക്ക് എന്റെ ഭൂത കാലവുമായുള്ള കണ്ടുമുട്ടൽ ഷൂട്ട് ചെയ്യണമെന്നതായിരുന്നു. ഇത് പ്രക്ഷേ പണം ചെയ്യുമ്പോൾ അവർ കൊടുക്കുന്ന പേര് ‘ഭൂതകാലവുമായുള്ള കണ്ടുമുട്ടൽ’ എന്നായിരിക്കും. അത്തരം പഴഞ്ചനായ ഒരു പേരിലുള്ള പ്രോഗ്രാമിനുവേണ്ടി എന്നെ വിട്ടുകൊടുക്കാനാവില്ല എന്ന് ഗെയ്ഗർ പറഞ്ഞു. മറ്റേതെങ്കിലും പേരുകൊടുക്കാമെന്ന് അവർ പറഞ്ഞുവെങ്കിലും ഗെയ്ഗർ തന്റെ ചാഞ്ചാട്ടം തുടർന്നു. അത്തരം ഒരു കൂടിക്കാഴ്ച എനിക്ക്

ഗുണം ചെയ്യുമോ എന്ന് ഗെയ്ഗർക്ക് തീർച്ചയുണ്ടായിരുന്നില്ല. അത് മുൻകൂട്ടി തയ്യാറെടുത്ത ഒരു കൂടിക്കാഴ്ചയായിരിക്കണമെന്ന് അയാൾ കരുതി. പക്ഷേ ടെലിവിഷൻ നിലയത്തിലെ ആളുകൾ അയാളെ പറഞ്ഞു സമ്മതിപ്പിച്ചു.

ഞങ്ങൾ കെട്ടിടത്തെ സമീപിച്ചപ്പോൾ മുൻവാതിൽ ഞാൻ തിരിച്ചറിഞ്ഞില്ല. കൊത്തുപണികളുള്ള ഓക്കു മരത്തിന്റെ വാതിലിനു പകരം തടിക്കഷണങ്ങൾ കൂട്ടിവെച്ച ഒരു വാതിലാണ് കണ്ടത്. അത് കാറ്റിൽ ആടി കിറുകിറു ശബ്ദം പുറപ്പെടുവിച്ചു. രണ്ട് ക്യാമറാമാന്മാരിൽ ഒരാൾ തടിക്കഷണങ്ങൾക്കിടയിൽ വിരലുകൾ കൊണ്ട് തൊട്ടുനോക്കി. അയാൾ പറഞ്ഞു "ഇത് പാനലിംഗാണ്". അയാൾ അകത്തെ അന്ധകാരത്തിൽ അപ്രത്യക്ഷനായി. ഞാൻ വാതിലിനോട് നടന്നടുക്കുന്നത് ഷൂട്ട് ചെയ്യാൻ രണ്ടാമത്തെ ക്യാമറാമാൻ നിർദ്ദേശിച്ചു. എന്നെ കെട്ടിടത്തിന്റെ മൂലയിലേക്ക് കൊണ്ടുപോയി ഒരു തവണ കൂടി വാതിലിനടുത്തേക്ക് നടന്നു വന്ന് പ്രവേശിക്കാൻ നിർദ്ദേശിച്ചു. ഞാൻ വാതിലിനടുത്തേക്ക് നടന്നു വന്ന് അതു തുറക്കാൻ തുടങ്ങിയപ്പോഴാണ് അതിന്റെ കൈപ്പിടിക്കു പകരം ഒരു നീളമുള്ള സ്ക്രൂ പുറത്തേക്ക് ഉന്തിനിൽക്കുന്നത് കണ്ണിൽ പെട്ടത്. ഞാൻ സംശയിച്ചു നിന്നു. ഭൂതകാലവുമായുള്ള കണ്ടുമുട്ടൽ അതിന്റെ തുടക്കത്തിൽതന്നെ സ്ഫുടത നഷ്ടപ്പെട്ടതായി എനിക്കു തോന്നി. ഞാൻ എന്റെ തള്ളവിരലും ചൂണ്ടുവിരലും ഉപയോഗിച്ച് സ്ക്രൂവിൽ പിടിച്ച് വലിച്ചെങ്കിലും ഒന്നാമത്തെ ശ്രമം പരാജയപ്പെട്ടു. ഞാനെന്റെ വിരലുകളിൽ നോക്കി. പിരിയുടെ പാടുകൾ വിരലുകളിൽ വ്യക്തമായി ആലേഖനം ചെയ്യപ്പെട്ടിരുന്നു. ഞാൻ രണ്ടാമതും സ്ക്രൂവിൽ പിടിച്ച് ശക്തിയായി വലിച്ചു. വാതിൽ തുറക്കപ്പെട്ടു.

മൂത്രത്തിന്റെ രൂക്ഷഗന്ധമാണ് തുറക്കപ്പെട്ട വാതിൽക്കൽ എന്നെ ആദ്യമായി എതിരേറ്റത്. ടെലിവിഷൻ ക്യാമറയിൽ നിന്നും പുറത്തേക്ക് വരുന്ന വെളിച്ചമൊഴിച്ച് മറ്റൊരു വെളിച്ചവും ഉണ്ടായിരുന്നില്ല. ആ വെളിച്ചം എന്റെ കണ്ണിൽ നേരെ പതിച്ചതിനാൽ മറ്റൊന്നും കാണാൻ കഴിഞ്ഞില്ല. ഞാൻ കോണിപ്പടികളിൽ കാൽവെച്ചത് പടികളുടെ സ്ഥാനം ഊഹിച്ചുകൊണ്ടായിരുന്നു. മുകളിലേക്ക് കയറുകയും പ്രകാശകിരണങ്ങൾ എന്നോടൊപ്പം സഞ്ചരിക്കുകയും ചെയ്തു. കാലിടറുമ്പോൾ കിരണങ്ങളും ഇടറി. ഞങ്ങൾ ചവിട്ടിക്കയറിയത് ആ പഴയ തേഞ്ഞ കോണിപ്പിടികളായിരുന്നു. കൂടുതൽ ഉറപ്പു വരുത്താനായി ഞാൻ കോണിയുടെ റെയിലിംഗിൽ വിരലോടിച്ചുനോക്കി. ഭൂതകാലത്തെ കണ്ടുമുട്ടലുമായി യോജിക്കുന്ന തരത്തിലുള്ള അതേ പ്രതീതി ജനിപ്പിക്കുന്ന തോന്നലാണ് ഉണ്ടായത്. പക്ഷേ മനോഹരമായി തെന്നിപ്പോകുന്ന ഉപരിതലം അനുഭവപ്പെട്ടില്ല. ഉരുണ്ട മിനുസമായ പ്രതലത്തിനുപകരം നഗ്നമായ ലോഹത്തിന്റെ റെയിലിംഗാണ് അനുഭവപ്പെട്ടത്. അതിൽ ഒട്ടും തന്നെ തടി അവശേഷിച്ചിരുന്നില്ല. ഒന്നും കാണുവാൻ സാധിച്ചില്ലെങ്കിലും കാലുകൾ നയിച്ചത് ആവശ്യമുള്ള വാതിലിലേക്കായിരുന്നു.

ഗെയ്ഗർ ഡോർബെൽ അടിച്ചു. ആദ്യം പതുക്കെയും പിന്നെ ഉച്ചത്തിലും മണി മുഴങ്ങി. കാലുകൾ വലിച്ചിഴച്ചു നടക്കുന്ന ശബ്ദം കേട്ടു. വാതിൽ വലിച്ചുതുറക്കപ്പെട്ടു. (ഫ്ളാറ്റിൽ ഉള്ളവർ വലിച്ചിഴച്ചു നടക്കാൻ അറിയാവുന്നവരായിരുന്നു) വാതിൽക്കൽ നിറയെ ദ്വാരങ്ങളുള്ള ബനിയൻ ധരിച്ച ഒരാൾ പ്രത്യക്ഷപ്പെട്ടു. കഷണ്ടിയുള്ള അയാൾ മദ്യപിച്ചിരുന്നു. ക്യാമറയുടെ ലൈറ്റ് അയാളുടെ മേൽ പതിച്ചപ്പോൾ സംശയദൃഷ്ടിയോടെ എന്തിനാണ് തന്റെ ഫോട്ടോയെടുക്കുന്നതെന്ന് അയാൾ ചോദിച്ചു. ഞാൻ ഈ കെട്ടിടത്തിൽ 1923ലാണ് ആദ്യം പ്രവേശിച്ചതെന്നും ഇപ്പോൾ ഒരിക്കൽ കൂടി അതിൽ പ്രവേശിക്കാൻ ആഗ്രഹിച്ചുവെന്നും അയാളോടു പറഞ്ഞു. ബനിയനിട്ടയാൾ ഒട്ടും ആശ്ചര്യപ്പെട്ടില്ല. പക്ഷേ ഇന്ന് എന്നെ അകത്തേക്ക് കടത്തിവിടാൻ കഴിയില്ല. ഇന്ന് ചില അതിഥികളുണ്ട്. നാളെ വരാൻ അയാൾ നിർദ്ദേശിച്ചു.

ഒരു തരത്തിൽ അയാൾ പറഞ്ഞത് ശരിയായിരുന്നു. ഏകദേശം എൺപത് വർഷങ്ങളായി കാത്തിരിക്കുന്ന ഒരാൾക്ക് ഒരു ദിവസം എന്തു വ്യത്യാസമുണ്ടാക്കാനാണ്? അയാളുടെ അതിഥികളും ബനിയനിട്ടായിരിക്കും ഇരിക്കുന്നതെന്ന് ഞാൻ സങ്കൽപ്പിച്ചു. അവർ ഇനിയും കൂടുതൽ സമയം അവിടെ ഇരുന്നേക്കുമെന്നും ഭാവിയിലും അവർ അവിടെ ഇരിക്കുമെന്നും പ്രതീക്ഷിച്ചു. ഇനി ഇവിടേക്ക് വീണ്ടും വരാൻ പോകുന്നില്ല എന്ന് അറിയാമായിരുന്നു. അല്ലെങ്കിൽ ഇതിനു മുൻപ് ഇവിടെ ജീവിച്ചിരുന്നവർ എന്നോടൊപ്പം ഉണ്ടാകണം. ഇവിടെ ജീവിച്ചിരുന്നവരുടെ ഫ്ളാറ്റ് ഇവർ കയ്യടക്കിയതുപോലെ എന്റെ മനസ്സിലുള്ളവരുടെ സ്ഥാനവും ഇവർ കയ്യടക്കും. ഇവിടെ മുൻപ് ജീവിച്ചിരുന്നവരുടെ കുടുംബപ്പേര് എന്റെ ഓർമ്മയിൽ തെളിഞ്ഞു വന്നു. 'മിശിറിക്കോവുകൾ' എന്നായിരുന്നു അവരുടെ കുടുംബപ്പേര്

മുൻവാതിലിൽനിന്നും ആദ്യം പുറത്തു കടന്നത് ഗെയ്ഗർ ആയിരുന്നു. മറ്റുള്ളവരെല്ലാം കടന്നു പോകുന്നതുവരെ അയാൾ വാതിലിന്റെ സ്ക്രൂവിൽ പിടിച്ച് തുറന്നു പിടിച്ചുകൊണ്ടു നിന്നു. താൻ നിരവധി രാജ്യങ്ങളിൽ പോയിട്ടുണ്ടെന്നും അവിടെയെല്ലാം യുദ്ധമോ വിപ്ലവമോ ഉണ്ടായോ എന്നത് കണക്കിലെടുക്കാതെ മുൻവാതിലിൽ വാതിലിന്റെ കൈപ്പിടി കേടുപറ്റാതെ സൂക്ഷിക്കപ്പെട്ടിരുന്നു എന്ന് ഗെയ്ഗർ പറഞ്ഞു. സെന്റ് പീറ്റേഴ്സ് ബർഗ്ഗിലും ദീർഘനാളുകൾ കൈപ്പിടി കേടുപറ്റാതെ സൂക്ഷിക്കപ്പെട്ടിരുന്നു. ഈയടുത്ത കാലത്താണ് കാര്യങ്ങൾ കൈപ്പിടികൾ അഴിച്ചുമാറ്റുന്ന രീതിയിലേക്ക് എത്തിയത്. ലോഹം വിറ്റു കാശാക്കാനാണ് ആളുകൾ അത് ചെയ്തിരുന്നത്. ഗെയ്ഗറുടെ അഭിപ്രായമനുസരിച്ച് വാതിൽപ്പിടികളുടെ തിരോധാനം വ്യക്തമായും സ്വൈര്യ ജീവിതത്തിന്റെ അന്ത്യം കുറിക്കുകയായിരുന്നു. അതായിരുന്നു സാവധാനത്തിലുള്ള എന്നാൽ സ്ഥിരമായ കാടത്തത്തിന്റെ തുടക്കം.

വാതിൽ പിടികൾക്ക് ഗെയ്ഗർ എന്തെല്ലാം അർത്ഥങ്ങളാണ് കൊടുക്കുന്നത്?

ചൊവ്വാഴ്ച

പ്രൊഫസർ ഗിയാത്സിൻതോവിന്റെ വേനൽക്കാല വസതി. ക്രീമിലെ ചൂടിൽപോലും അതിൽ തണുപ്പ് സംരക്ഷിക്കപ്പെട്ടിരുന്നു. കടപ്പുറത്തു നിന്നും നടന്നു വന്നുകഴിഞ്ഞാൽ ഞാൻ വീടിന്റെ പാതി ഇരുട്ടിൽ ആഴ്ന്നിരിക്കുമായിരുന്നു. അതെന്റെ ചൂടായ ശരീരത്തെ തണുപ്പിച്ചിരുന്നു. ഈ വീടിന്റെ തണുപ്പിന് അതിന്റെ പുതുമയുമായി ബന്ധമൊന്നുമുണ്ടായിരുന്നില്ല. പഴയ പുസ്തകങ്ങളുടെ ഗന്ധവും കടലിൽനിന്നു കിട്ടിയ സമ്മാനങ്ങളും ചേർന്ന ഒരു മിശ്രഗന്ധമാണ് അവിടെയുണ്ടായിരുന്നത്. ഉണങ്ങിയ സ്റ്റാർഫിഷ്, കടൽചിപ്പിയുടെ തോടുകൾ, വലിയ ആമത്തൊണ്ട്, വാൾമീനിന്റെ വാൽ, കുഴലമീനിന്റെ മുള്ളുകൾ ഇവയെല്ലാം ഷെൽഫിന്റെ തട്ടുകളിൽ കിടന്ന് ഉപ്പുള്ള കടൽഗന്ധം പുറപ്പെടുവിച്ചു. സ്ഥലവാസികളെക്കുറിച്ച് പറയാനാണെങ്കിൽ അവരുടെ ഭൂമിയെക്കുറിച്ച് എനിക്ക് യാതൊരു ധാരണയുമുണ്ടായിരുന്നില്ല. ഒരുപക്ഷേ അവർക്ക് റോബിൻസണുമായി എന്തെങ്കിലും ബന്ധമുണ്ടായിരിക്കാം. അക്കാലത്തെ അങ്ങനെയൊരു ധാരണ എനിക്കുണ്ടായിരുന്നു.

കടലിന്റെ സമ്മാനങ്ങൾ ശ്രദ്ധാപൂർവ്വം മാറ്റിവെച്ചിട്ട് ഞാൻ പ്രൊഫസറുടെ പുസ്തകങ്ങൾ ഷെൽഫിൽ നിന്നും എടുത്തു. മയിൻ റീഡിന്റെയും ജൂൾസ് വെർനെയുടേയും കടൽയാത്രകളെ പ്രതിപാദിക്കുന്ന കഥകളും വിചിത്രമായ രാജ്യങ്ങളെക്കുറിച്ചുള്ള വിവരണങ്ങളുമായിരുന്നു അത്. അതെല്ലാം സാരോപദേശ കഥകളിൽനിന്നും അനന്തമായ അകലം പാലിക്കുന്നവയായിരുന്നു. കുട്ടികൾ സ്വപ്നം കാണുന്നതും എന്നാൽ ഒരിക്കലും യാഥാർത്ഥ്യമാകാത്തതുമായ കാര്യങ്ങളാണ് പ്രൊഫസർ ഗിയാത്സിൻ തോവ് തന്റെ വസതിയിൽ കൂട്ടിവെച്ചിരുന്നത്. അയാളുടെ ജീവിതരീതിയനുസരിച്ച് മനസ്സിൽ കാണുന്ന കാര്യങ്ങളോ റഷ്യൻ സാമ്രാജ്യത്തിന്റെ നിയമസംഹിതകൾക്കുള്ളിൽ നിൽക്കുന്ന കാര്യങ്ങളോ ആയിരുന്നില്ല. അവയൊക്കെയും അയാൾക്ക് പ്രിയപ്പെട്ട രാജ്യങ്ങളിൽ നിയമങ്ങളെ ഉണ്ടായിരുന്നില്ല എന്നാണ് സംശയിച്ചത്!

ഞാൻ കാലിന്മേൽ കാലും കയറ്റിവെച്ച് കയ്യുള്ള കസേരയിലിരുന്ന് പുസ്തകങ്ങൾ വായിച്ചു. വലതുകൈകൊണ്ട് പേജുകൾ മറിച്ചു. എന്റെ ഇടതുകൈ വെണ്ണയും പഞ്ചസാരയും തേച്ച ഒരു റൊട്ടിക്കഷണത്തിൽ അമർന്നിരിക്കുകയായിരുന്നു. റൊട്ടിക്കഷണം കടിച്ചുകൊണ്ട് ഞാൻ വായിച്ചു. പഞ്ചസാര എന്റെ പല്ലുകൾക്കിടയിൽ ഞെരിഞ്ഞമർന്നു. ഇടയ്ക്കിടെ ഞാൻ കണ്ണുകൾ പുസ്തകത്തിൽനിന്നും ഉയർത്തുകയും ആളുകൾ നിയമജ്ഞരാകുന്നത് എങ്ങനെയാണെന്ന് ആലോചിക്കുകയും ചെയ്തു. കുട്ടിക്കാലം മുതൽ അവർ അത് സ്വപ്നം കണ്ടിരുന്നുവോ? സംശയമാണ്. ഞാൻ ബാൻഡ് മാസ്റ്ററാകാനാണ് സ്വപ്നം കണ്ടിരുന്നത്. അല്ലെങ്കിൽ സംഗീതസംവിധാകനാകാൻ ആഗ്രഹിച്ചിരുന്നു. നിയമജ്ഞനാകാൻ ഒരിക്കലും ആഗ്രഹിച്ചിട്ടില്ല.

ആ തണുപ്പുള്ള മുറിയിൽ എന്നന്നേക്കുമായി കൂനിക്കൂടിയിരുന്നു പുറത്ത് നടക്കുന്ന അട്ടിമറികളോ ഭൂകമ്പങ്ങളോ ഒന്നുമറിയാതെ ഒരു ഗുളികപോലെ ഇരിക്കുന്നതിനെക്കുറിച്ച് ഞാൻ സങ്കൽപ്പിച്ചിരുന്നു. പഞ്ചസാരയോ വെണ്ണയോ റഷ്യൻ സാമ്രാജ്യം തന്നെയും പുറത്ത് ഇല്ലാതായിട്ടും ഞാൻ കൂനിക്കൂടിയിരുന്നു വായിച്ചുകൊണ്ടേയിരുന്നു. പിന്നീടുള്ള വർഷങ്ങൾ തെളിയിച്ചത് പഞ്ചസാരയുടേയും വെണ്ണയുടേയും കാര്യത്തിൽ യാഥാർത്ഥ്യമായി. കുത്തിയിരുന്നു വായിക്കാൻ മാത്രം കഴിഞ്ഞില്ല. പുതിയ ജീവിതം വായിക്കാനുള്ള അവസരം നൽകിയില്ല.

അതേ ഒരു പ്രധാന കാര്യം! ഷെൽഫിന്റെ ഒരു തട്ടിൽ നിയമദേവതയുണ്ടായിരുന്നു. ഞങ്ങളുടെ വീട്ടിലെപ്പോലെ തന്നെയായിരുന്നു അത്. ഒരേയൊരു വ്യത്യാസം മാത്രം. ഗിയാത്സിൻതോവിന്റെ വീട്ടിൽ നിയമദേവതയുടെ പ്രതിമ ഉടയ്ക്കാൻ മാത്രം ആരും ധൈര്യപ്പെട്ടില്ല. ഇപ്പോൾ എനിക്കു തോന്നുന്നു. ഒരുപക്ഷേ നിയമദേവതയുടെ പ്രതിമ എന്റെ അച്ഛനു കൊടുത്തത് ഗിയാത്സിൻതോവ് ആയിരിക്കാം. അത് അയാളുടെ അഭിരുചിയനുസരിച്ചുള്ള സാധനമായിരുന്നു.

ശനിയാഴ്ച

ഇന്ന് ഞാൻ ഗെയ്ഗറോട് ചോദിച്ചു.

“എന്റെ അമ്മ മരിച്ചുപോയോ?”

“മരിച്ചു. 1940–ൽ.” അയാൾ പറഞ്ഞു.

ഞായറാഴ്ച

ഇന്ന് ഞങ്ങൾ ഗെയ്ഗറോടൊപ്പം സ്മൊളീൻസ്ക് ശ്മശാനത്തിൽ പോയി. സ്മൊളീൻസ്ക് ദേവമാതാവിന്റെ മുന്നിലാണ് പ്രഭാതത്തിലെ പ്രാർത്ഥന ആരംഭിച്ചത്. ഞാനതിൽ പങ്കെടുക്കുകയും ഗെയ്ഗർ പുറത്തു നിൽക്കുകയും ചെയ്തു. പിന്നീട് ഞങ്ങൾ വാഴ്ത്തപ്പെട്ട സീനിയയുടെ കപ്പേളയിൽ പോയി. അടുത്തകാലത്താണ് സീനിയയെ വാഴ്ത്തപ്പെട്ടവളായി പ്രഖ്യാപിച്ചത്.ഞാനും അമ്മയും കൂടി മുൻപ് ഈ കപ്പേളയിൽ പോയ കാര്യം ഓർമ്മ വന്നു. അന്ന് അവിടെ എഴുതിവെച്ചിരുന്നു: നിങ്ങളുടെ പ്രാർത്ഥനകൾ എഴുതിവെയ്ക്കുക. “നീയും എഴുതിവെയ്ക്കുക” അമ്മ പറഞ്ഞു. ഞാൻ എഴുതി. എന്താണ് ഞാനന്ന് എഴുതിയത്?

ഒരു ശിരോവസ്ത്രം മുറുക്കി കെട്ടിയിരുന്ന എന്റെ അമ്മയെ ഞാനിപ്പോഴും ഓർമ്മിക്കുന്നു. ഒരു വസന്തകാലദിനമായിരുന്നു അത്. ശിരോവസ്ത്രം ശക്തിയായി വലിച്ചുകെട്ടിയതിനാൽ അമ്മയുടെ മുഖത്തിന്റെ രൂപം തന്നെ വ്യത്യാസപ്പെട്ടിരുന്നു. മുഖത്തിന് ഗൗരവവും ദുഃഖമുളവാക്കുന്നതുമായ ഭാവം കൈവന്നിരുന്നു. ആദ്യം മഴക്കാറുണ്ടായിരുന്നു. പിന്നെ കാറ്റടിക്കുകയും ആകാശത്തിന്റെ ഒരു മൂല തെളിഞ്ഞ് നീലിമ

രൂപമെടുക്കുകയും ചെയ്തു. ഞങ്ങൾ അച്ഛന്റെ ശവക്കല്ലറയ്ക്കരുകിൽ ഇരിക്കുകയായിരുന്നു. ഞങ്ങളിരിക്കുന്നയിടം വരെ നീലിമ വിസ്തൃതമായി പടർന്നു. അവിടെ അത് നിന്നു പോയി. അങ്ങനെ ഞാനും അമ്മയും നീലാകാശത്തിന്റെയും ചാരനിറമുള്ള ആകാശത്തിന്റേയും അതിർത്തിയിൽ ഇരുന്നു. ആകാശത്ത് പിന്നീട് വ്യതിയാനങ്ങളൊന്നും സംഭവിച്ചില്ല. ഞാൻ ചെറിയ ഗ്ലാസ്സിലേക്ക് വോഡ്ക പകർന്നു. അമ്മ റൊട്ടി ചെറിയ കഷണങ്ങളായി മുറിച്ചു. ഞാൻ മുൻപൊരിക്കലും ശ്രദ്ധിച്ചിട്ടില്ലാത്തവിധം അമ്മയുടെ കൈപ്പത്തിയുടെ പുറത്ത് ഞരമ്പുകൾ തെളിഞ്ഞു കാണപ്പെട്ടു. ഒരുപക്ഷേ തണുപ്പുകൊണ്ടാവാം അല്ലെങ്കിൽ അമ്മയുടെ വാർദ്ധക്യം ആരംഭിച്ചതുകൊണ്ടാകാം.

" എങ്ങനെയാണ് അമ്മ മരിച്ചത്?"

അമ്മയുടെ കല്ലറയ്ക്കടുത്തുവെച്ച് അങ്ങനെയൊന്നും ചോദിക്കരുതെന്നു കരുതി മനഃപൂർവ്വമാണ് അങ്ങോട്ടു നടക്കുമ്പോൾ ഞാനീ ചോദ്യം ചോദിച്ചത്. മൂന്നാമതൊരാളുടെ സാന്നിദ്ധ്യത്തിൽ അങ്ങനെയൊന്നും ചോദിക്കരുത് എന്ന് അമ്മ എന്നോ ഒരിക്കൽ എന്നെ വിലക്കിയിരുന്നു. അമ്മയുടെ സാന്നിദ്ധ്യം ഉണ്ടായിരുന്നില്ലെങ്കിലും എന്റെ ചോദ്യത്തിൽ എന്തോ ഒരു വികൃതഭാവം ഉണ്ടായിരുന്നു.

"ന്യുമോണിയ പിടിപെട്ടാണ് അവർ മരിച്ചത്."

പേപ്പർ നാപ്കിൻ കൊണ്ട് തന്റെ മൂക്ക് ചീറ്റിത്തുടച്ചുകൊണ്ട് ഗെയ്ഗർ പറഞ്ഞു. "അവർക്ക് ഇവിടെ വെച്ച് ജലദോഷം പിടിപെട്ടു എന്നാണ് അറിഞ്ഞത്."

ശവക്കല്ലറ ഞങ്ങൾ ബുദ്ധിമുട്ടില്ലാതെ കണ്ടുപിടിച്ചു. അത് റോഡിൽ നിന്നും അത്ര ദൂരെയായിരുന്നില്ല. എന്റെ അമ്മ അതിനുള്ളിൽ പ്രവേശിച്ചു കഴിഞ്ഞ് അതിന്റെ ഉപരിതലത്തിൽ യാതൊരു വ്യത്യാസവും സംഭവിച്ചിരുന്നില്ല. വാച്യാർത്ഥത്തിൽ തന്നെ അമ്മ അതിൽ പ്രവേശിക്കുകയായിരുന്നു. രണ്ടു ശവക്കല്ലറകൾ ഒരുമിച്ചാണ് വേലികെട്ടി തിരിച്ചിരുന്നത്. അമ്മൂമ്മയുടെ അടുത്തു തന്നെയാണ് അമ്മയെയും അടക്കിയതെന്ന് ഗെയ്ഗർ പറഞ്ഞു. അമ്മൂമ്മയുടെ മരണശേഷം അച്ഛൻ സ്ഥാപിച്ച ഗ്രാനൈറ്റ് കുരിശ് അവിടെയുണ്ടായിരുന്നു. അച്ഛന്റെ മരണശേഷം കുരിശിൽ അച്ഛന്റെ പേരും ആലേഖനം ചെയ്യപ്പെട്ടിരുന്നു. ഇവിടെ അമ്മയുടെ ശവമടക്കിയപ്പോൾ ആരും ഒന്നും കൊത്തിവെച്ചില്ല. അങ്ങനെ ചെയ്യാൻ ആരും ഉണ്ടായിരുന്നില്ല. ശ്മശാന സ്തൂപത്തിന്റേയോ പേരിന്റേയോ അഭാവത്തിലാണെങ്കിലും അവിടെ അമ്മയുടെ സാന്നിദ്ധ്യം ഉണ്ടായിരുന്നു. അതെനിക്ക് തൊട്ടറിയാൻ കഴിഞ്ഞു.

ഗെയ്ഗർ തന്റെ കുപ്പായത്തിന്റെ പാർശ്വത്തിലെ പോക്കറ്റിൽ നിന്നും ഒരു തോലിന്റെ കെയ്സ് എടുത്തു. അതിൽനിന്നും രണ്ടു ചെറിയ വെള്ളി

ഗ്ലാസ്സുകളെടുത്ത് അയാൾ ഫ്ളാസ്കിൽ നിന്നും കൊഗ്ന്യാക്[1] എന്ന മദ്യം പകർന്നു.

"1940ൽ നിങ്ങളുടെ മരണവാർത്ത അവർ അമ്മയെ അറിയിച്ചു" ഗെയ്ഗർ പറഞ്ഞു. "രസകരമായ സംഗതി നിങ്ങൾ ന്യുമോണിയ പിടി പെട്ടാണ് മരിച്ചതെന്നായിരുന്നു അവർ അറിയിച്ചത്. സോവിയറ്റ് രഹസ്യ പൊലീസ് ഹാസ്യഭാവനയുള്ളവരായിരുന്നു! നിങ്ങളെ മരവിപ്പിച്ചു കിടത്തി യിട്ട് അവർ പറഞ്ഞത് നിമോണിയയാണെന്നായിരുന്നു! നിങ്ങൾ ദ്രാവക നൈട്രജനിൽ കിടന്ന് ജലദോഷം പിടിച്ചു!"

ചിയേഴ്സ് പറയാതെ ഗ്ലാസ്സുകൾ കൂട്ടിമുട്ടിക്കാതെ ഞങ്ങൾ മദ്യം കഴിച്ചു.

ആ അറിയിപ്പിനുശേഷം അമ്മയ്ക്ക് സ്വന്തമെന്നു പറയാൻ ആരു മുണ്ടായിരുന്നില്ല. അമ്മയ്ക്ക് ശ്മശാനത്തിലൊഴിച്ച് മറ്റൊരിടത്തും പോകാ നുണ്ടായിരുന്നില്ല. അവർ ഇവിടെ മണിക്കൂറുകളോളം ഇരിക്കുകയും വേർ പിരിഞ്ഞു പോയവരോട് സല്ലപിക്കുകയും ചെയ്തു. എനിക്ക് പിടിപെട്ടു വെന്ന് അറിയിപ്പു കിട്ടിയ അതേ രോഗം പിടിപെട്ട് മരിക്കുകയും ചെയ്തു. അത് സാന്ദർഭികമായിരുന്നോ? അത് അമ്മയെ കാണുന്നതുവരെ എനി ക്കറിയാൻ കഴിയില്ല. അമ്മയെക്കുറിച്ച് ആലോചിക്കുമ്പോൾ അമ്മ മരിച്ചത് ലെനിൻ ഗ്രാഡിന്റെ[2] ബ്ലോക്കേഡിലായിരിക്കുമെന്നാണ് ഞാൻ കരുതു ന്നത്. ഒരുപക്ഷേ കഴിഞ്ഞ ദിവസം ഞാൻ ബ്ലോക്കേഡിനെക്കുറിച്ച് വായിച്ചതുകൊണ്ടായിരിക്കാം.

"ഈ ശ്മശാനത്തിൽ എനിക്കറിയാവുന്ന മറ്റു പലരുടേയും കല്ലറ യുണ്ട്." ഞാൻ ഗെയ്ഗറോട് പറഞ്ഞു. അയാൾ തലകുലുക്കിയെങ്കിലും ഒന്നും പറഞ്ഞില്ല. അയാൾ എന്നിൽനിന്നും തുടർന്നുള്ള ചോദ്യങ്ങൾ പ്രതീക്ഷിച്ചിരുന്നു. പക്ഷേ ഞാനൊന്നും ചോദിച്ചില്ല. ഒന്നും ശ്മശാന ത്തിന്റെ കവാടം കടന്ന് പുറത്തേക്ക് നടക്കുമ്പോൾ അമ്മ ബ്ലോക്കേഡിനു മുൻപ് മരിച്ചത് നന്നായി എന്നെനിക്കു തോന്നി.

അനസ്താസ്യ ബ്ലോക്കേഡുവരെ ജീവിച്ചിരുന്നോ?

ചൊവ്വാഴ്ച

എന്റെ അച്ഛന് ജലദോഷം പിടിപെടുമ്പോൾ അദ്ദേഹം ഉപ്പുവെള്ളം തൊണ്ടയിൽ കൊള്ളുമായിരുന്നു. ഞാൻ കുളിമുറിയിൽ അദ്ദേഹത്തിന്റെ യടുത്ത് ഒരു സ്കൂളിൽ കയറി നിന്ന് അച്ഛന്റെ പ്രവൃത്തി നിരീക്ഷിക്കു മായിരുന്നു. തൊണ്ടയിൽ വെള്ളം കൊള്ളുമ്പോൾ പുറപ്പെടുവിക്കുന്ന

1. ശ്മശാനം സന്ദർശിക്കുമ്പോൾ പ്രതീകാത്മകമായ മദ്യപാനം റഷ്യക്കാ രുടെ ആചാരമാണ് അങ്ങനെ മദ്യപിക്കുമ്പോൾ ചിയേഴ്സ് പറഞ്ഞ് ഗ്ലാസു കൾ കൂട്ടിമുട്ടിക്കാൻ പാടില്ല.
2. 1941-44 കാലത്ത് ലെനിൻ ഗ്രാഡിനെ സൈനികശക്തിയാൽ ഒറ്റപ്പെടുത്തി യിരുന്നു.

അസുഖകരമായ ശബ്ദത്തിന്റെ ഉറവിടം തേടിയായിരുന്നു എന്റെ നിരീക്ഷണം. അമ്മ കത്തിച്ചു തന്ന മെഴുകുതിരിയുടെ വെളിച്ചത്തിൽ ഞാനതു കണ്ടുപിടിക്കാൻ ശ്രമിച്ചു. പക്ഷേ ശബ്ദത്തിന്റെ ശരിയായ ഉറവിടം എനിക്ക് കാണുവാൻ കഴിഞ്ഞില്ല. ഒരു പ്രകൃതിസ്നേഹി അഗ്നിപർവ്വതത്തിന്റെ മുഖത്തുനിന്നും ലാവയൊഴുകുന്നതു കാണുവാൻ പർവ്വത ശിഖരത്തിൽ കയറുന്നതുപോലെയായിരുന്നു അത്. പിന്നീട് വളർന്നു കഴിഞ്ഞപ്പോൾ ശബ്ദമുണ്ടാക്കാതെ തന്നെ തൊണ്ടയിൽ വെള്ളം കൊള്ളാൻ കഴിയുമെന്ന് ഞാൻ പഠിച്ചു. എന്നാൽ ശബ്ദമുണ്ടാക്കിക്കൊണ്ടാവുമ്പോൾ ഉച്ഛ്വാസം ശക്തമാകുമായിരുന്നു. ശബ്ദമില്ലാതെ മന്ത്രിക്കുന്നത് ശക്തിയില്ലായ്മയും സങ്കടമുണ്ടാക്കുന്നതുമാണ്.

ബുധനാഴ്ച

തടികൾ. വലിയ തടിക്കഷണങ്ങൾക്ക് ദ്വീപിൽ പറഞ്ഞിരുന്നത് 'ബലാനി' എന്നായിരുന്നു. ഷിഫ്റ്റിന്റെ അവസാനം ഞങ്ങൾ ഓരോ തടവുകാരനും പതിമ്മൂന്ന് ബലാനികൾ അധികൃതരെ ഏൽപ്പിക്കണമായിരുന്നു. ഞങ്ങൾ ജോടികളായാണ് ജോലി ചെയ്തിരുന്നത്. അപ്പോൾ 26 തടിക്കഷണങ്ങൾ കൊടുക്കേണ്ടിയിരുന്നു. അത്ര കഠിനമായ ജോലിയിൽ പരിചയമില്ലാതിരുന്നവർക്ക് ഈ പാഠം പൂർത്തിയാക്കാൻ കഴിഞ്ഞില്ല.

മരം വെട്ടിയിട്ട് അതിന്റെ ശാഖകളും ചില്ലകളും അറുത്തുമാറ്റേണ്ടിയിരുന്നു. ആദ്യം മഞ്ഞിൽ മൂടി നിൽക്കുന്ന പൈൻ മരത്തിന്റെ കാണ്ഡം തെളിക്കണമായിരുന്നു. ഞങ്ങൾ നഗ്നമായ കൈകൾ കൊണ്ടാണ് മഞ്ഞ് വാരി മാറ്റിയത്. ഇരുമ്പുകോരികകൾ ഉണ്ടായിരുന്നില്ല. കയ്യുറകൾപോലും തന്നിരുന്നില്ല. കൈകൾ ചൂടാക്കാൻവേണ്ടി ഞങ്ങൾ കാലുകൊണ്ട് കയ്യിലെ മഞ്ഞ് തുടച്ചുനീക്കുമായിരുന്നു. കാലടികളും ഏകദേശം നഗ്നമായിരുന്നു. പഴയ ചാക്കുകൊണ്ട് തുന്നിയെടുത്ത പാദരക്ഷകളുടെ അടിഭാഗം കീറി തൂങ്ങിക്കിടന്നിരുന്നു. തടിയുടെ കാണ്ഡം വൃത്തിയാക്കി കഴിഞ്ഞാൽ രണ്ടു പിടികളുള്ള ഒരു അറുക്കവാളുകൊണ്ട് ഞങ്ങൾ അത് അറുക്കാൻ തുടങ്ങും. ആദ്യം വാളിന്റെ പല്ലുകൾ വഴുതിപ്പോകും. തടിയുടെ പുറംഭാഗത്ത് തണുത്ത് മരവിച്ച് കല്ലുപോലെയിരിക്കുന്നതുകൊണ്ടാണ് തുടക്കത്തിലെ വിഷമതകൾ അനുഭവപ്പെടുന്നത്. പിന്നീട് പൈൻമരത്തിന്റെ മാംസത്തിലേക്ക് കടന്നുകഴിഞ്ഞാൽ ജോലിയുടെ ആയാസം അല്പം കുറയും. ഒരേ തരത്തിലുള്ള താളാത്മകമായ ചലനങ്ങളിലൂടെ സമയം കടന്നുപോകും. നിങ്ങൾ സ്വയം മറ്റൊരു യാഥാർത്ഥ്യത്തിലേക്ക് ആഴ്ന്നുപോകും. കുന്തക്കാലിലിരുന്നോ മുട്ടുകുത്തി നിന്നോ അറക്കവാളിന്റെ കൈപ്പിടിയിൽ ഞങ്ങളുടെ കൈകൾ മരവിക്കുന്നതുവരെ ഞങ്ങൾ ആ ജോലി തുടരും. കൈകൾ മരവിക്കുമ്പോൾ ഞങ്ങൾ പരസ്പരം സ്ഥലം മാറ്റി നിൽക്കുകയും കൈകൾ മാറ്റിപ്പിടിക്കുകയും ചെയ്തു. ഞങ്ങളുടെ തണുത്തു മരവിച്ച കാലുകൾ അല്പം ചൂടാക്കാനായി അല്പനേരം എഴുന്നേറ്റു നിൽക്കുമായിരുന്നു.

മഞ്ഞിൽ മരവിച്ചുപോകുന്ന കാലുകൾ പലപ്പോഴും മുറിച്ചു മാറ്റേണ്ടി വന്നിരുന്നു. അതിന്റെയർത്ഥം സളവ്യെത്സ്കി ക്യാമ്പിൽ* കാലില്ലാത്ത വരുടെ എണ്ണം വർദ്ധിച്ചുവന്നുവെന്നല്ല; അത്തരം ആളുകൾ താമസിയാതെ മരണമടഞ്ഞിരുന്നു. അവർ പൊതുവായ തളർച്ച ബാധിച്ച് ആതുരാലയ ത്തിലോ കാല് മുറിച്ചിട്ട് വൃത്തികെട്ട പഴന്തുണി കെട്ടിവെച്ചതിനാലോ പിന്നീട് മരണത്തിന് കീഴടങ്ങുകയും ചെയ്തു.

എന്റെ ജോടിയായി ജോലി ചെയ്തിരുന്ന വാസ്യ കറോബ്ക്കവ് അങ്ങനെയാണ് മരണമടഞ്ഞത്. അവൻ ഉച്ച മുതൽ പറയാൻ തുടങ്ങിയ താണ് അവന് കാലുള്ളതായി തോന്നുന്നില്ലെന്ന്. അധികൃതർ ആരും കേട്ടഭാവം നടിച്ചില്ല. വാസ്യയ്ക്ക് മരം അറുക്കാൻ കഴിയുന്നില്ലായിരുന്നു. അവന് നിൽക്കാൻപോലും ത്രാണിയുണ്ടായിരുന്നില്ല. അവൻ മരച്ചുവട്ടിൽ മഞ്ഞിൽ ഇരിക്കുകയായിരുന്നു. ഞാൻ ഒറ്റയ്ക്ക് അറുക്കാൻ ശ്രമിച്ചു. അവൻ വാളിന്റെ അറ്റത്ത് തൂങ്ങിക്കിടക്കുകയായിരുന്നു. അവന്റെ കൈ കൾ ചലിച്ചില്ല. ജോലിസമയം അവസാനിച്ചപ്പോൾ ഞങ്ങൾക്ക് പത്തു തടിക്കഷണങ്ങൾ മാത്രമാണ് പൂർത്തിയാക്കാൻ കഴിഞ്ഞത്. പകുതി പോലും പൂർത്തിയാക്കാൻ കഴിഞ്ഞില്ല. സാധാരണ നടപടിയെന്നപോലെ നേരം വെളുക്കുന്നതുവരെ കാട്ടിൽ ഉപേക്ഷിക്കപ്പെട്ടു. അതിനുള്ളിൽ ഞങ്ങൾക്ക് പൂർത്തിയാക്കാൻ കഴിയാതിരുന്ന തടിക്കഷണങ്ങൾ പൂർത്തി യാക്കേണ്ടിയിരുന്നു. വാസ്യ കരഞ്ഞു. ഞങ്ങളെ ക്യാമ്പിലേക്ക് മടങ്ങി വരാൻ അനുവദിക്കണമെന്ന് അധികൃതരുടെ കാലിൽ വീണ് അപേക്ഷിച്ചു. അവർ അതൊന്നും ചെവികൊണ്ടില്ല. അവർ തോക്കിന്റെ പാത്തികൊണ്ട് അവനേയും എന്നേയും മർദ്ദിച്ചു. അവരുടെ ശാപവാക്കുകൾ മഞ്ഞു കാറ്റിൽ അലിഞ്ഞുപോവുകയും അവരുടെ മർദ്ദനം മഞ്ഞിന്റെ വെളുത്ത പൊളിരുകൾക്കിടയിൽ അത്ര ശക്തിയായി അനുഭവപ്പെട്ടതുമില്ല.

ഞങ്ങൾ രാത്രി മുഴുവൻ കാട്ടിൽ ചെലവഴിച്ചെങ്കിലും ഒരു തടി ക്കഷണം പോലും അറുത്തെടുക്കാൻ കഴിഞ്ഞില്ല. ആദ്യം വാസ്യ മഞ്ഞിന്റെ മുകളിൽ കിടന്നു. ഞാനവനെയെടുത്ത് തടിക്കഷണങ്ങളുടെ പുറത്തു കിടത്തി. അവന്റെ ചാക്കുകൊണ്ടു തുന്നിയ ഷൂസുകൾ അഴിച്ചു മാറ്റി. അവന്റെ കാലടികൾ ഐസുപോലെ തണുത്തു കട്ടിയായിരുന്നു. അർദ്ധ രാത്രിവരെ ഇരുട്ടായിരുന്നു. മഞ്ഞുകാറ്റ് അവസാനിച്ചപ്പോൾ ചന്ദ്രികയിൽ ഞാൻ വാസ്യയുടെ മുഖം കണ്ടു. കണ്ണീർ ഒലിച്ചിറങ്ങിയി രുന്നു. ദുഃഖമുണർത്തുന്നതോ സഹതാപമുണർത്തുന്നതോ ആയി അതിൽ ഒന്നും കണ്ടില്ല. അവന്റെ മുഖത്തിന് കരയാനോ ചിരിക്കാനോ ഉള്ള കഴിവ് നഷ്ടപ്പെട്ടിരുന്നു. അതിൽ നിഴലിച്ചിരുന്നത് മഹത്വവും ഗാംഭീര്യവുമാണെന്ന് എനിക്ക് തോന്നി.

ഇടയ്ക്കിടയ്ക്ക് ഞാൻ ചൂടാക്കാനായി അങ്ങോട്ടും ഇങ്ങോട്ടും ഓടി. ശക്തി ക്ഷയിക്കുമ്പോൾ അപ്രകാരം ഓടാൻ കഴിയില്ല. രാവിലെ എനിക്ക്

---

* 1923-ൽ വൈറ്റ് സീക്ക് അടുത്തുള്ള സളവ്യേത്സ്കി ദ്വീപിൽ ബോൾഷെവി ക്കുകൾ നടത്തിയിരുന്ന കോൺസൺട്രേഷൻ ക്യാമ്പ്

കാര്യങ്ങളൊക്കെ ഉറക്കമോ ആഹാരമോ ഇല്ലാതെ ആവർത്തിക്കാൻ തുടങ്ങി. അവരെനിക്ക് ഒരു പുതിയ സഹായിയെ തന്നു. വാസ്യയെ രണ്ടു തടവുകാർ തൂക്കിയെടുത്ത് ആതുരാലയത്തിലേക്ക് കൊണ്ടുപോയി. അവിടെ അയാളുടെ രണ്ടു കാലുകളും മുറിച്ചു കളഞ്ഞു. ഒരു ദിവസത്തിനുശേഷം രക്തത്തിൽ വിഷബാധമൂലം അയാൾ മരിച്ചു.

ഞങ്ങൾ എങ്ങനെയാണ് മൈനസ് നാൽപ്പതു ഡിഗ്രി തണുപ്പിൽ ചൂടുള്ള വസ്ത്രങ്ങളോ ഷൂസുകളോ ആഹാരമോ ഇല്ലാതെ ജോലിയെടുത്തതെന്ന് ഞാൻ ഗെയ്ഗറോടു പറഞ്ഞപ്പോൾ അയാൾ ചോദിച്ചത് എങ്ങനെയാണ് അത്തരം സാഹചര്യങ്ങളിൽ ജീവനോടെ അവശേഷിക്കാൻ കഴിയുക എന്നായിരുന്നു. അങ്ങനെ ഞങ്ങളാരും അവശേഷിച്ചില്ല!

വ്യാഴാഴ്ച

ഞാൻ ആശുപത്രി വിട്ടു. നേരത്തെയോ വൈകിയോ എപ്പോഴായാലും അത് ചെയ്യേണ്ടിയിരുന്നു. ആശുപത്രിയിലെ ചൂടുള്ള അവസ്ഥയിലെ ജീവിതം ഇനി അത്ര നന്നായിരിക്കില്ല എന്ന് ഗെയ്ഗർ കരുതി. ഈയാഴ്ച മുഴുവൻ മാറിത്താമസിക്കുന്നതിന്റെ തിരക്കിലായിരുന്നതിനാൽ ഒന്നും എഴുതാനുള്ള അവസരമുണ്ടായിരുന്നില്ല. അവസരം എന്നു പറയുമ്പോൾ സമയം മാത്രമല്ല; എന്റെ മനസ്സിലുള്ള മറ്റെന്തോ കൂടിയാണ്.

ഇതിന്റെ എല്ലാത്തിന്റേയും അർത്ഥം ഞാൻ മാറിത്താമസിച്ചത് എന്റെ പഴയ ഫ്ളാറ്റിലേക്കായിരുന്നു എന്നതാണ്. അവിടെ ബൾഷോയ്, സീവ്യർസ്കയ റോഡുകൾ സന്ധിക്കുന്ന മൂലയിൽ ഞാൻ വീണ്ടും ജീവിക്കാൻ തുടങ്ങി. ഡോക്ടറന്മാരുടെ പ്രത്യേകിച്ച് ഗെയ്ഗറുടെ നിർദ്ദേശനുസരണം നഗരസഭ ആ പഴയ കമ്മ്യൂണൽ ഫ്ളാറ്റ് വാങ്ങി കേടുപാടുകൾ തീർത്ത് എനിക്ക് താമസിക്കാൻ തരികയായിരുന്നു എന്നാണ് മനസ്സിലായത്. എന്റെ അമ്മയും ഞാനും ഒരിക്കൽ താമസിച്ചിരുന്ന മുറിയിൽ വൈദ്യസഹായത്തിനു വരുന്ന നേഴ്സുകൾക്കും (കൂടുതൽ സമയവും ആഞ്ചലയായിരുന്നു അതിൽ) ഹാളിൽ എനിക്കും സര്യേത്സ്കി താമസിച്ചിരുന്ന മുറിയിൽ ഗെയ്ഗർ ഇടയ്ക്ക് സന്ദർശിക്കുമ്പോൾ താമസിക്കാനുമായി അവർ ഒരുക്കി. പുതിയ ജീവിത സാഹചര്യങ്ങളുമായി പൊരുത്തപ്പെടാനുള്ള എല്ലാ സൗകര്യങ്ങളും ഒരുക്കി തന്നിരുന്നു.

പുതിയ ഫ്ളാറ്റിലെ ആദ്യത്തെ ദിവസം ഞാൻ ഒറ്റയ്ക്കാണ് ചെലവഴിച്ചത്. എന്റെ ഓർമ്മകളെ സംബന്ധിച്ച ചാതുര്യം ജ്വലിച്ചു നിൽക്കുന്നത് അങ്ങനെയാണെന്ന് മനസ്സിലാക്കി. ഞാനതിന് നന്ദിയുള്ളവനായിരുന്നു. മുറികളിലൂടെ നടന്നു നോക്കി. തിണ്ണകളും വാതിലുകളും ഫ്രെയിമുകളും എല്ലാം തികച്ചും മറ്റൊന്നായിരുന്നു. പഴയ വീട്ടുസാമാനങ്ങൾ എനിക്കായി പ്രത്യേകം വാങ്ങിയതുപോലും വളരെ വ്യത്യസ്തത പുലർത്തി. ഞാൻ അടുക്കളയിലെ വെള്ളത്തിന്റെ ടാപ്പ് തുറന്നു. വെള്ളം കുത്തി വീഴുന്ന ശബ്ദം പോലും പഴയതിൽ നിന്നും വ്യത്യസ്തമായിരുന്നു.

1920-ൽ സ്റ്റീൽ സിങ്കിൽ വെള്ളം വീഴുമ്പോൾ പെരുമ്പറ കൊട്ടുന്ന ശബ്ദ മായിരുന്നു. ഇപ്പോൾ പെരുമ്പറ കൊട്ടുന്നില്ല! മുറികളുടെ വിസ്താരം മാത്രമാണ് വ്യത്യാസപ്പെടാതെ അവശേഷിച്ചത്. അതിലും എനിക്കത്ര ഉറപ്പില്ലായിരുന്നു. പോയ വർഷങ്ങളിൽ അയൽവക്കത്തെ ഫ്ളാറ്റുകൾ പലവട്ടം പുതുക്കിപ്പണിയുകയും അതിന്റെ വിസ്താരത്തിന് വ്യത്യാസ മുണ്ടാകുകയും ചെയ്തിട്ടുണ്ട്. അതുകൊണ്ട് പഴയകാലവുമായി ഒരു സാമ്യം കണ്ടുപിടിക്കുന്നതിൽ വലിയ അർത്ഥമില്ല എന്നവർ പറഞ്ഞു.

പക്ഷേ അത് ഉണ്ടായിരുന്നു. പുതുക്കിപ്പണിഞ്ഞ ഫ്ളാറ്റിലും പുതു തായി വാങ്ങിയ പഴയ വീട്ടുപകരണങ്ങളിലും ഒരു സാമ്യം ദൃശ്യമായി രുന്നു. ഉദാഹരണത്തിന് ജനലിനടുത്തുനിന്ന് വാതിലിൽ വരെ എത്ര ചുവടു നടക്കണമെന്ന് കൃത്യമായി അറിയാമായിരുന്നു. ഓരോ ജനാല യിൽ നിന്നുള്ള കാഴ്ചകളും കണ്ണടച്ചുകൊണ്ട് സങ്കല്പിക്കാൻ കഴിയു മായിരുന്നു. പക്ഷേ ഏറ്റവും പ്രധാന കാര്യം കണ്ണുകളടച്ചപ്പോഴൊക്കെ ഇവിടെ എന്നോ ജീവിച്ചിരുന്നവരുടെ ശബ്ദങ്ങൾ കേട്ടു. തികഞ്ഞ വ്യക്തതയോടെ ആദ്യമായി മനസ്സിലായി എനിക്ക്, എന്നന്നേക്കുമായി ജീവനോടെയുള്ള അവരെ നഷ്ടപ്പെട്ടുവെന്ന്.

ഞാൻ കട്ടിലിൽ കിടന്ന് കണ്ണുകളടച്ചു. എനിക്ക് അപ്രത്യക്ഷനാകാൻ ആഗ്രഹം തോന്നി. ജീവനില്ലാതെ വീണ്ടും തണുത്തു മരവിക്കുവാനും ഇനിയൊരിക്കലും മഞ്ഞുരുകി ജീവൻ തിരിച്ചുകിട്ടാനും ഞാൻ ആഗ്രഹി ച്ചില്ല. ഇരുട്ടുള്ളതും ചളി നിറഞ്ഞതുമായ സ്വപ്നങ്ങളിലേക്ക് ഞാൻ ഊളി യിട്ടു. സ്വപ്നത്തിന്റെ ആഴങ്ങളിൽ ആശയറ്റ എനിക്ക് ഫ്ളാറ്റിലെ നിഴലു കളെയാണോ ഞാൻ സ്വപ്നം കാണുന്നത് അതോ ഞാൻ ഉണർന്നിരിക്കു മ്പോൾ നിഴലുകൾ സ്വയം വട്ടം കറങ്ങുകയാണോ എന്ന് മനസ്സിലായില്ല. അത്തരം സാഹചര്യങ്ങളിൽ ഉണരാനുള്ള അഭിവാഞ്ഛയാണ് ഉണ്ടാ കേണ്ടത് എന്നെനിക്കറിയാമായിരുന്നു. പക്ഷേ അതിനുള്ള ശ്രമം നട ത്താനുള്ള കഴിവ് ഉണ്ടായിരുന്നില്ല. കാരണം സ്വപ്നം കാണുന്നതാണോ ഉണർന്നിരിക്കുന്നതാണോ ഏതാണ് കൂടുതൽ ഭീതിയുണർത്തുന്നതെന്ന് എനിക്കറിയില്ലായിരുന്നു. ഒരിക്കൽ ദ്വീപിൽ വെച്ച് ഇങ്ങനെയുള്ള ഒരു ചിന്ത എന്നെ ഗ്രസിച്ചിരുന്നു.

വാതിൽക്കലെ മണിയടിനാദമാണ് എന്നെ ഉണർത്തിയത്. അത് ഗെയ്ഗറായിരുന്നു. അയാൾ എന്നെ അത്യധികം സന്തോഷവാനാക്കി. അയാൾ വന്നില്ലായിരുന്നുവെങ്കിൽ ഞാൻ ഒരുപക്ഷേ ഒരിക്കലും ഉണരു മായിരുന്നില്ല. അയാൾ എന്നെ പരിശോധിക്കുവാനും എനിക്ക് ഒരു കുപ്പി കൊഗ്ന്യാക് തരാനുമാണ് വന്നത്. ഗെയ്ഗറുടെ പതിഞ്ഞ ശബ്ദവും കൊഗ്ന്യാക്കും എന്നെ ശാന്തനാക്കി. പിന്നെയെനിക്ക് ഉറങ്ങാൻ തോന്നി യില്ല. ഞാൻ കുത്തിയിരിക്കാനും സംസാരിക്കാനും ആഗ്രഹിച്ചു.

മറ്റു കാര്യങ്ങളുടെയിടയിൽ എനിക്ക് ഒറ്റയ്ക്ക് പുറത്തുപോകാനും നടക്കാനും സാധിക്കുമോ എന്ന് ഗെയ്ഗറോട് ചോദിച്ചു. അയാൾ പറഞ്ഞത് അത് ആവശ്യമാണെന്നാണ്. പോക്കറ്റിൽനിന്നും ഒരു പണ

സഞ്ചിയെടുത്ത് എന്നെ ഏൽപ്പിച്ചു. ബാങ്ക് നോട്ടുകളുടെ വില അയാൾ കുറെ സമയം വിശദീകരിച്ചു. എന്തിന് എങ്ങനെയാണ് വില കൊടുക്കുന്നത് എന്നൊക്കെ വിശദീകരിച്ചു. അയാൾ പറഞ്ഞത് കുറച്ചു മാത്രമേ ഞാൻ ഓർമ്മിക്കുന്നുള്ളൂ. ഞങ്ങൾ രാത്രി രണ്ടുമണിവരെ സംസാരിച്ചിരിക്കുകയും പിന്നീട് ഗെയ്ഗർ വീട്ടിൽ വിളിച്ച് അയാൾ എന്റെ ഫ്ളാറ്റിൽ രാത്രി ഉറങ്ങാൻ പോകുകയാണെന്ന് അറിയിക്കുകയും ചെയ്തു. ഗെയ്ഗറുടെ കുടുംബത്തെക്കുറിച്ചോ ജോലിക്കുശേഷം അയാൾ മറ്റെന്തെങ്കിലും കാര്യങ്ങളിൽ ഏർപ്പെടുന്നുണ്ടോ എന്നൊന്നുമുള്ള കാര്യങ്ങൾ ഒന്നുംതന്നെ അറിയില്ലല്ലോ എന്ന് ഞാൻ ചിന്തിച്ചു. ഇന്ന് അയാൾ എന്നോടൊപ്പം ചെലവഴിച്ച സമയം ജോലിയുടെ ഭാഗമാണോ? അതോ അതിനുപരിയായ എന്തെങ്കിലുമാണോ?

ഗെയ്ഗർ അയാൾക്കുവേണ്ടി ഒരുക്കിയിരുന്ന സര്യേത്സ്കിയുടെ മുറിയിലാണ് കിടന്നത്. എനിക്ക് ഉറക്കം വന്നില്ല. പകൽ ഞാൻ ധാരാളം ഉറങ്ങിയിരുന്നു. ഞാൻ ഇരുന്ന് എഴുതുകയാണ്. ഇടയ്ക്കിടെ ഭിത്തിക്കപ്പുറത്ത് കട്ടിലിന്റെ സ്പ്രിംഗ് ഞരങ്ങുന്ന ശബ്ദം കേൾക്കാം. അതു കൊള്ളാം! അത് ഗെയ്ഗറാണല്ലോ സര്യേത്സ്കി അല്ലല്ലോ!

വെള്ളിയാഴ്ച

എന്റെ നശിച്ച ജീവിതത്തിന്റെ പരിദേവനങ്ങൾ എവിടെ നിന്നാണ് ഞാൻ തുടങ്ങേണ്ടത്?

ശനിയാഴ്ച

വൈകുന്നേരം ഞാൻ ജനാലയ്ക്കൽ നിൽക്കുകയായിരുന്നു. ജനൽപ്പടിയിൽ ഗെയ്ഗർ വെച്ചിട്ടുപോയ കൊഗ്ന്യാക്കിന്റെ കുപ്പി തുറന്നിരിക്കുന്നത് ശ്രദ്ധിച്ചു. ആദ്യം താഴെ ചലിക്കുന്ന കാറുകളേയും പിന്നീട് ആകാശത്തേക്കും നോക്കി. ആകാശത്തിൽ പഴയ എയ്റോപ്ലെയിനുമായി അധികം സാമ്യമില്ലാത്ത പറക്കുന്ന യന്ത്രങ്ങളായിരുന്നു കണ്ടത്. വൈമാനികനായ ഞാൻ പ്ലത്തോനവ് ഗെയ്ഗർ തന്ന കോഗ്ന്യാക് കുടിച്ചിട്ട് ഇപ്പോൾ നിലവിലില്ലാത്ത കമാന്റന്റ് എയർപോർട്ടിനെക്കുറിച്ച് ആലോചിക്കുകയായിരുന്നു. അതെന്താണ് ഇപ്പോൾ ഇല്ലാത്തത്? എങ്ങനെയാണ് അതിന് ഈ ലോകത്തുനിന്നും പോകാൻ കഴിയുക? സന്തോഷത്തോടെയുള്ള ഒരു മുഴുവൻ ജീവിതവും ദുഃഖങ്ങളും കണ്ടുപിടുത്തങ്ങളും ചിലപ്പോൾ കാത്തിരിപ്പിന്റെ വിരസതയും ഒഴിഞ്ഞ ബഞ്ചിലെ മഴയുടെ പടപടശബ്ദങ്ങളും വേനൽക്കാലത്ത് പൊടിപടലങ്ങളുടെ ചുരുളുകളാലും മുഖരിതമായ ഒരു മുഴുവനായ ലോകം എങ്ങിനെയാണ് ഉപരിതലത്തിൽ നിന്നും നിർഗ്ഗമിക്കുന്നത്?

എവിടെയാണ് ആ ലോകം? മനോഹരമായി വസ്ത്രധാരണം ചെയ്ത് കൈയിൽ പൂക്കളുമായി വൈമാനികരെ സ്വാഗതം ചെയ്ത പെണ്ണുങ്ങൾ എവിടെ? ഔദ്യോഗിക തൊപ്പികൾ മൂക്കോളം ഇടിച്ചുവെച്ച പുരുഷന്മാർ

എവിടെ? കയ്യിൽ ചൂരൽ വടിയും കിടിച്ചുപിടിച്ച സിഗരറ്റുമായി നടക്കുന്ന പുരുഷന്മാരെവിടെ? നമ്മളെല്ലാവരും നിലയുറപ്പിച്ചിരുന്ന ഭൂതലം ഏത് അറ്റ്ലാന്റീസായയാണ് കടലിന്റെ അംഗാധതയിലേക്ക് ആഴ്ന്നു പോയത്? 'റഷ്യൻ സൊസൈറ്റി ഓഫ് എയ്റോനോട്ടിക്സ്' എന്ന് വലിയ അക്ഷരങ്ങളിൽ വിമാനം പാർക്കുചെയ്യുന്ന ഷെഡ്ഡുകളുടെ മുകളിൽ എഴുതിവെച്ചിരുന്നത് എവിടെയാണ്?

എന്റെ അഞ്ചു കൈവിരലുകൾ പോലെ ഈ വിമാനങ്ങളൊക്കെ കൃത്യമായി അറിയാമായിരുന്നു. കണ്ണുകൾ അടച്ചുകൊണ്ട് അവയുടെ മോട്ടറിന്റെ ശബ്ദത്തിൽ നിന്നും അവയെ വേർതിരിച്ചറിയാൻ കഴിഞ്ഞിരുന്നു. ബ്ലറിയൊ എന്ന മോണോപ്ലെയിൻ രണ്ടു മോട്ടോറുള്ള വുയാസെനയിൽ നിന്നോ ഫർമാനയിൽ നിന്നോ വിഭിന്നമായിരുന്നു. വൈമാനികരെ മുഖം നോക്കി അറിയാമായിരുന്നു! "പെഗു, പോയറെ, ഗരോസ്സ, നെസ്തറോവ, മസിയേവിച്ച്" അവരെയെല്ലാം വ്യക്തിപരമായി കണ്ടിട്ടുള്ള പരിചയമായിരുന്നില്ല. വീട്ടിൽ അവരുടെയൊക്കെ ചിത്രങ്ങൾ തൂക്കിയിട്ടിരുന്നു. ആ ചിത്രങ്ങളൊക്കെ എവിടെ?

അവയെല്ലാം ഇപ്പോൾ പോയിരിക്കുന്നു. അതുകൊണ്ടാണ് ഞാൻ കൊഗ്ന്യാക്ക് കുടിച്ചത്. ഈ ചിത്രങ്ങൾ മനസ്സിൽ ഉദിച്ചതുകൊണ്ടാണ് ഇപ്പോൾ കൊഗ്ന്യാക്ക് വീണ്ടും കുടിക്കുന്നത്. അടുത്തയിടെ ഒരു ദിവസം എന്നോടു ചോദിക്കുകയുണ്ടായി "എന്തുകൊണ്ടാണ് പരിപൂർണ്ണ മനസ്സാലെ നിങ്ങൾ ഒരു വൈമാനികനാകാൻ ആഗ്രഹിച്ചത്? അത് ആകാശത്തെക്കുറിച്ചുള്ള സ്വപ്നമായിരുന്നുവോ?" ആകാശം ഒന്നു മാത്രമായിരുന്നില്ല; മറ്റു മനോഹരമായ സംഗതികളുണ്ടായിരുന്നു- ഹെൽമെറ്റ്, പൈലറ്റിന്റെ കണ്ണട, മീശ. ഒരിക്കൽ കൂടി; വില കൂടിയ സിഗററ്റുകൾ, ലെതർ ജാക്കറ്റുകളും രോമക്കുപ്പായങ്ങളും പാന്റ്സുകളും. വൈമാനികൻ യഥാർത്ഥ ആരാധനാപാത്രങ്ങളും ഉന്നതനിലവാരം പുലർത്തുന്നവരുമായിരുന്നു.

ആരാധനാപാത്രങ്ങൾക്ക് അവരുടേതായ ദുർബല സ്ഥാനങ്ങളും ഉണ്ടായിരുന്നു. വൈമാനികർക്ക് ആവണക്കെണ്ണയുടെ ഗന്ധമുണ്ടായിരുന്നു. എഞ്ചിൻ ലൂബ്രിക്കേഷന് ഉപയോഗിച്ചിരുന്നത് ആവണക്കെണ്ണയായിരുന്നു. പ്രത്യേകിച്ചും രോമക്കുപ്പായം ധരിച്ച് പറക്കാൻ പോയിരുന്നവരെയാണ് ഈ ഗന്ധം കവർന്നത്. കൂടുതൽ പേരും രോമക്കുപ്പായം ധരിച്ചാണ് പറന്നിരുന്നത്. കാരണം ഉയരങ്ങളിൽ ഭയങ്കര തണുപ്പായിരുന്നു. അവർക്ക് എങ്ങനെയും അവിടെ ഉയരങ്ങളിൽ എത്തേണ്ടിയിരുന്നു. ഒരു വൈമാനികൻ ഒരിക്കൽ ഉയർന്നുപൊങ്ങാൻ ശ്രമിച്ചിട്ട്, സാധിച്ചില്ല. രണ്ടാം തവണയും ഫലം അതു തന്നെ! എല്ലാവരും ചിരിക്കുകയും ഷാമ്പയിൽ നുരച്ചു പതയുകയും ചെയ്തു. നാലാമത്തെ ശ്രമത്തിനുശേഷം അവർ കൊടിവീശി അയാളെ തിരിച്ച് ഷെഡ്ഡിലേക്ക് വിമാനം ഒതുക്കാൻ അനുവദിച്ചു.

അതായിരുന്നു സ്വപ്നം! തീർച്ചയായും ആകാശത്തെക്കുറിച്ചും ഒരു സ്വപ്നമുണ്ടായിരുന്നു. ആകാശവുമായി താരതമ്യപ്പെടുത്തുമ്പോൾ എയർ പോർട്ടിലുള്ള ഞങ്ങളെല്ലാം വളരെ ചെറുതായിരുന്നു.

ഇവിടെ ചാഞ്ചല്യത്തോടെ എരിപൊരി കൊള്ളുന്നു
മൈതാനത്തെ മൂടുന്ന മൂടൽമഞ്ഞുപോലെ
വിമാനശാലകളും ആളുകളും എല്ലാം ഭൗമമാണ്
ഭൂമിയിലേയ്ക്ക് അമർത്തിവെച്ചതുപോലെ

ഭൂമിയിൽ ഞങ്ങളെയെല്ലാം അമർത്തിവെയ്ക്കപ്പെട്ടതുപോലെയാണ്. പക്ഷേ ആകാശത്തെ കാര്യം അങ്ങനെയല്ല; അവിടെ എല്ലാം മറ്റൊരു വിധമാണ്!

ഞായറാഴ്ച

ഇന്ന് ആദ്യമായി വിട്ടിൽ നിന്നും ഒറ്റയ്ക്ക് വെളിയിലിറങ്ങി നടന്നു. ബൾഷോയ് പ്രോസ്പെക്ടിലൂടെ തുഛ്ക്കോവ് പാലത്തിലേക്ക് നടന്നു. ഭൂമിക്കടിയിലുള്ള വഴിയിലൂടെ അലക്സാന്തറോവ്സ്കി റോഡ് മുറിച്ചു കടന്നു. (മുൻപ് അലക്സാന്തരോവ്സ്കി ആയിരുന്നു. ഇപ്പോൾ ദൊബ്ര ലുബോവ് എന്നാണ് അറിയപ്പെടുന്നത്) ദൊബ്രലുബോവ് ഒരു നല്ല മനുഷ്യ നായിരുന്നു; പുരാതന റഷ്യൻ സാഹിത്യം പഠിച്ചിരുന്നയാളാണ്. പാല ത്തിൽ വെച്ച് റെയിൻകോട്ട് കാറ്റിൽ പടപടെ തുടിക്കാൻ തുടങ്ങി. അത് ഗെയ്ഗർ തന്നതായിരുന്നു. പാലത്തിന്റെ മധ്യത്തിൽ നിൽക്കുകയും കൈവരിയുടെ അടുത്തേക്ക് നടക്കുകയും ചെയ്തു. ഏഴുപതിറ്റാണ്ടു കൾക്ക് മുൻപെന്നപോലെ നദിയിലെ കറുത്ത ജലം പാലത്തിന്റെ കാലു കൾക്ക് ചുറ്റും മഥിക്കുന്നതായി കാണപ്പെട്ടു. അന്ന് സളഗൂബിന്റെ ഭാര്യ ഷെബൊത്താര്യേവ്സകയ വെള്ളത്തിൽ വീണു മരണമടഞ്ഞപ്പോൾ ഞാനീവെള്ളം നോക്കി നിന്നിട്ടുണ്ട്. അതു കാണാൻ ധാരാളമാളുകൾ വന്നിരുന്നു. ഭീകരമായ കാഴ്ചയായിരുന്നു.

വസിലേവ്സ്കി ദ്വീപിൽ ഞാൻ മാളയ് പ്രോസ്പെക്ട്ലേക്ക് പ്രവേ ശിച്ച് ഓരോ തെരുവുകളും മുറിച്ചു കടന്നു. തീർച്ചയായും ചില വ്യത്യാസ ങ്ങൾ ദൃശ്യമാണ്. പക്ഷേ എല്ലാം മനസ്സിലാക്കാൻ കഴിയുന്നുണ്ട്. പതി നേഴാമത്തെ ലൈനിൽ വലത്തോട്ട് തിരിഞ്ഞ് ഒരു ബ്ലോക്ക് നടന്നു കഴി ഞ്ഞാൽ സ്മൊളീൻസ്കി ശ്മശാനമായി. ഇതെന്റെ പ്രിയപ്പെട്ട സ്ഥല മാണ്. എന്റെ ഓർമ്മ എന്നെ വഴിതെറ്റിച്ചില്ല. ശ്മശാനത്തിന്റെ ഗേറ്റിൽ ചെന്നപ്പോൾ എന്റെ ഹൃദയം തുടിക്കുകയും ഒരു നിമിഷനേരത്തേക്ക് ഹൃദയം നിന്നുപോവുകയും ചെയ്തു. മദ്ധ്യത്തിലെ മരങ്ങൾ നിരയായി നിൽക്കുന്ന വഴിയിലൂടെ നടന്നു. പള്ളി കടന്നപ്പോൾ വീണ്ടും നടത്തം നിർത്തി.

വഴി ഓർമ്മിച്ചു. എന്റെ അമ്മയുടെയടുത്തേക്ക് നേരെ. അവളുടെ, അനസ്താസ്യയുടെ അമ്മയുടെയടുത്തേക്ക്? എങ്ങോട്ടാണ് നടക്കേണ്ടത്?

ഞങ്ങൾ ഒരുമിച്ച് അവിടെ ഒരു തവണയല്ല പോയിട്ടുള്ളത്. എനിക്കു തോന്നി ഇടത്തോട്ടാണ്. ഞാൻ ശ്മശാന വീഥിയിൽ നിന്നും ഇടത്തോട്ട് നടന്നു. വീണു കിടന്നിരുന്ന ഇലകളേയും ചില്ലകളേയും വകഞ്ഞുമാറ്റി കല്ലറകൾക്കിടയിലൂടെ നടന്നു. കല്ലറകളിലെ പേരുകൾ വായിച്ചു. സളഗൂബ്, ഷെരാബാത്താര്യേവ്സ്കയ... അതെ കുറച്ചു മുൻപാണ് പാല ത്തിൽവെച്ച് ഞാൻ ഷെരാബാത്താര്യേവ്സ്കയയെ ഓർമ്മിച്ചത്, ഇപ്പോൾ കാണുകയും ചെയ്തു. എനിക്ക് ഒട്ടും അത്ഭുതം തോന്നിയില്ല.

വറോനിന... ഞാൻ പേടിച്ചുപോയി. ഒത്തിരി പേടിച്ചു പോയി. ഞാൻ ദൂരേക്ക് നോക്കിയിട്ട് വീണ്ടും സൂക്ഷിച്ചു നോക്കി. വറോനിന അന്തോ നിന മിഹായി ലോവ്ന. ആ പേരിന്റെ ആദ്യ അക്ഷരമായ 'അ' എന്റെ ശ്വാസമെടുത്തു. അവളുടെ പേരിന്റെ തുടക്കം എന്റെ ശ്വാസം നിലച്ചു പോകാൻ പര്യാപ്തമായിരുന്നു. പൂർണ്ണമായി വായിക്കാൻ കഴിഞ്ഞില്ല! ശ്വാസം ആഞ്ഞു വലിച്ച് അല്പം ശാന്തതയോടെ വായിച്ചു. അന്തോനിന, അനസ്താസ്യയല്ല! ഇവിടെ അനസ്താസ്യയുടെ പേരില്ല! അതിന്റെയർത്ഥ മെന്താണ്? ഒന്നുമില്ല. എനിക്ക് ഭയം തോന്നി. ഈ ശവക്കല്ലറകളിലൊന്നും അനസ്താസ്യയില്ല എന്ന കാര്യം ഞാൻ സന്തോഷത്തോടെ മനസ്സി ലാക്കി.

ഞാൻ സെമിത്തേരി വിട്ടുപോകുമ്പോൾ ഒരു തെണ്ടിയെ കണ്ടു. ഇത്ത വണ അയാളുടെ കയ്യിൽ മഞ്ഞ ഇലകൾ ഉണ്ടായിരുന്നില്ല. ഇത് മറ്റേതോ തെണ്ടിയാണ്. ഗേറ്റിൽ എവിടെ നിന്നാണ് മഞ്ഞയിലകൾ കാണാനാവുക ഇത് മെയ് മാസമാണ്. എങ്കിലും തല തിരിച്ചാൽ പുറകിൽ അവൾ കാണു മെന്ന് തോന്നി... പേടിച്ചരണ്ട ഞാൻ തലതിരിച്ചില്ല. തെണ്ടിയുടെ കയ്യിൽ പണം നൽകിക്കൊണ്ട് ഇന്നക്കെന്റിക്കും അനസ്താസ്യയ്ക്കും വേണ്ടി പ്രാർത്ഥിക്കാൻ പറഞ്ഞു.

"ആരോഗ്യത്തിനോ ആത്മശാന്തിക്കോ?"

അയാൾ ചോദിച്ചു.

മഴ ചാറാൻ തുടങ്ങി.

"എനിക്കറിയില്ല... രണ്ടു പേരുടെ കാര്യത്തിലും എനിക്ക് വ്യക്തത യില്ല."

എങ്കിലും ഞാൻ തിരിഞ്ഞുനോക്കാതിരുന്നത് മോശമായി. എന്തും സംഭവിക്കാവുന്ന ഒരു നിമിഷമായിരുന്നു അത്.

തിങ്കളാഴ്ച

1921 മെയ്മാസത്തിൽ ഒരു ദിവസം ഞാനും ഒസ്താപ്ചുക്കും ചേർന്ന് മരത്തിന്റെ പരസ്യഫലകങ്ങൾ ചേർത്തു വയ്ക്കുകയായിരുന്നു. അവർ അയാളോട് ചോദിച്ചു.

"നിന്റെ പേരെന്താണ്?"

അവൻ പറഞ്ഞു

"ഒസ്താപ്ചുക്ക് ഇവാൻ മിഹായ്‌ലോവിച്ച്"

തന്റെ പെൻസിലിൽ തുപ്പൽ തൊട്ട് ബോർഡുകളിലൊന്നിൽ തുടിക്കുന്ന ഷീറ്റിൽ ക്ലർക്ക് എഴുതി. അവളുടെ കയ്യിൽ പകർത്തി എഴുതാനുള്ള പെൻസിലാണ് ഉണ്ടായിരുന്നത്. അവളുടെ നാവും ചുണ്ടുകളും വയലറ്റു നിറത്തിൽ കാണപ്പെട്ടു. അവളുടെ സ്വർണ്ണനിറമുള്ള മുടി ഒരു ചുവന്ന തുണികൊണ്ട് കെട്ടിയിരുന്നു. പ്രഭാതം മുഴുവൻ സൂര്യൻ തിളങ്ങി നിന്നിരുന്നു. യാതൊരു പ്രാധാന്യവുമില്ലാത്ത കാര്യങ്ങളാണ് സംഭവിച്ചത്. അവയൊക്കെ ഇപ്രകാരം ഓർമ്മിക്കുകയും ചെയ്യുന്നു. പ്രക്ഷോഭങ്ങൾക്കു വേണ്ടി പോസ്റ്ററുകൾ ഒട്ടിക്കാനുള്ള ഡിസ്പ്ലേ ബോർഡുകൾക്കുവേണ്ടിയാണ് ഞങ്ങൾ ഫലകങ്ങൾ ഉണ്ടാക്കിയത്. ഞങ്ങളത് ഷ്ദാനോവ്സ്കയയുടെ തീരത്ത് ഒരു ആശാരിയുടെ വർക്ക് ഷോപ്പിലാണ് ഉണ്ടാക്കിക്കൊണ്ടിരുന്നത്. ഏതു പ്രക്ഷോഭത്തിനുവേണ്ടിയാണ് അത് ഉപയോഗിക്കാൻ പോകുന്നതെന്ന് ഞങ്ങൾക്ക് അറിയില്ലായിരുന്നു. ഞങ്ങൾ പഴയ ബോർഡുകളുടെ കൂനയിൽനിന്നും എടുത്ത് ബോർഡുകളുടെ അളവനുസരിച്ച് അറുക്കുകയും അവയെ കൃത്യമായി ഭൂമിയിൽ അടുക്കിവെയ്ക്കുകയും ചെയ്തു. പിന്നീട് ഞങ്ങളവയെ തിരിച്ചു പിടിക്കുകയും അതിന്റെ അതിരുകളിൽ ഫ്രെയിം വെച്ച് ആണിയടിക്കുകയും ചെയ്തു. അങ്ങനെ ഡിസ്പ്ലേ ബോർഡ് നിർമ്മിക്കപ്പെട്ടു.

ഒസ്താപ്ചുക്ക് തന്റെ കഴുത്തുള്ള ജാക്കറ്റും ഷർട്ടും അഴിച്ചുമാറ്റി. ഞാനയാളോടു പറഞ്ഞു.

"ജലദോഷം പിടിക്കും. ഇവിടെ നല്ല തണുപ്പുണ്ട്."

"ഇല്ല." അയാൾ പറഞ്ഞു. "സൂര്യപ്രകാശത്തിൽ ജലദോഷം വരില്ല. ഒരിക്കലെങ്കിലും എന്റെ ശരീരം സൂര്യപ്രകാശം ഒന്നു തൊട്ടറിയട്ടെ."

ഒസ്താപ്ചുക്കിന്റെ ശരീരം വെളുവെളെ കാണപ്പെട്ടു. ഏതോ നിശാജീവിയുടേതുമാതിരി. അസുഖകരമായ വെളുത്ത നിറത്തിലാണ് അയാളുടെ ശരീരം കാണപ്പെട്ടത്.

"കൂടാതെ ജാക്കറ്റും ഷർട്ടും കേടാക്കാൻ ഞാൻ ഉദ്ദേശിക്കുന്നില്ല." കുറച്ചു നിമിഷങ്ങൾക്കുശേഷം അയാൾ കൂട്ടിച്ചേർത്തു. "ജോലി ചെയ്യുമ്പോൾ ഞാനവ നശിപ്പിക്കാൻ ആഗ്രഹിക്കുന്നില്ല."

ഒസ്താപ്ചുക്കിന്റെ ആശങ്കയുടെ അടിസ്ഥാനം എനിക്കു പിടികിട്ടിയില്ല. അയാളുടെ വസ്ത്രങ്ങൾ പ്രകടമായും വളരെ മുഷിഞ്ഞതായിരുന്നു. പക്ഷേ ഞാൻ നിശ്ശബ്ദത പാലിച്ചു. ഞാനെന്റെ വസ്ത്രങ്ങൾ അഴിച്ചുവെച്ചില്ല. അവസാനത്തെ ക്യാമ്പിലെ രീതികൾ അനുസരിച്ച് കൂടുതൽ വസ്ത്രങ്ങൾ ധരിക്കുന്നതാണ് നല്ലതെന്നാണ് എനിക്ക് തോന്നിയത്.

ഇടവേളയിൽ വർക്ക്ഷോപ്പിൽ ഒരു വലിയ കഷണം റൊട്ടിയും ഒരു കഷണം പഞ്ചസാരയും ഒരു കപ്പ് ക്യാരറ്റ് ചായയും ഞങ്ങൾക്കായി

കൊണ്ടുവന്നു. ഒസ്താപ്ചുക്ക് തന്റെ ചായ കമഴ്ത്തിക്കളഞ്ഞിട്ട് എന്നോടും അപ്രകാരം ചെയ്യാൻ ആവശ്യപ്പെട്ടു. ഞാൻ ആദ്യം അല്പം സന്ദേഹപ്പെട്ടു. അയാൾ എന്നെ നിർബ്ബന്ധിച്ചു. എന്താണ് ചെയ്യേണ്ട തെന്ന് കൃത്യമായി അറിയാവുന്ന ഒരു മനുഷ്യനായാണ് അയാൾ കാണ പ്പെട്ടത്. ഞാനെന്റെ കപ്പിലെ ചായയും കമഴ്ത്തിക്കളഞ്ഞു. അപ്പോൾ അയാൾ തന്റെ മാറ്റി വെച്ചിരുന്ന തോൾ സഞ്ചിയിൽ നിന്നും ഇരുണ്ട നിറത്തിലുള്ള ദ്രാവകമുള്ള ഒരു കുപ്പി പുറത്തെടുത്തു. അയാളുടെ വ്യംഗ്യാർത്ഥത്തിലുള്ള കണ്ണിറുക്കലിൽ നിന്നും എന്റെ സമ്മതം ആവശ്യ മാണെന്ന് എനിക്ക് തോന്നി. ക്യാരറ്റ് ചായയായിരുന്നുവെങ്കിലും അത് കളഞ്ഞതിൽ വിഷമം തോന്നി. ഒസ്തൂപ്ചുക്കുമായി ചാരായം കുടിക്കാൻ എനിക്കത്ര സന്തോഷമുണ്ടായിരുന്നില്ല. ഞാനതു രണ്ടും സൂചിപ്പിച്ചു.

“എന്റെ ഭാര്യയുടെ ബന്ധുക്കൾ ഗ്രാമത്തിൽ നിന്നും കൊടുത്തയച്ച താണ്.” എന്റെ സഹമദ്യപാനി പറഞ്ഞു. “നിങ്ങൾക്ക് ഗ്രാമത്തിൽ ബന്ധു ക്കളുണ്ടോ?”

ഇല്ല എനിക്കങ്ങിനെ ഒരു ബന്ധുവും ഉണ്ടായിരുന്നില്ല. ഭാര്യപോലും ഉണ്ടായിരുന്നില്ല.

ഒസ്താപ്ചുക്ക് കുപ്പിയിൽനിന്നും മദ്യം രണ്ടു കപ്പുകളിലായി പകർന്നു. അയാൾ ഓരോ കപ്പിലും മാറിമാറി കുപ്പിയുടെ കഴുത്തുയർ ത്താതെ പിടിച്ച് ഒഴിച്ചു. ഒരു തുള്ളി പോലും വെളിയിൽ പോയില്ല. അശുദ്ധമായ ചാരായത്തിന്റെ ഗന്ധം വായുവിൽ പരന്നു.

“നമ്മുടെ പ്രക്ഷോഭത്തിന്റെ വിജയത്തിനുവേണ്ടി.”

അയാൾ പറഞ്ഞു.

അയാൾ സൃഷ്ടിച്ച ഗോഷ്ടി കണ്ടാൽ ആ വിജയത്തിൽ അയാൾക്ക് വിശ്വാസമില്ലെന്ന് തോന്നുമായിരുന്നു. ഒരു ചെറിയ ശബ്ദത്തോടെ ഞങ്ങൾ കപ്പുകൾ കൂട്ടിമുട്ടിച്ചു. കപ്പിൽ നിന്നും കുടിക്കുകയും ഓരോ കവിൾ കുടിക്കുമ്പോഴും തൊട്ടുകൂട്ടിയതിനാൽ ഞാനെന്റെ റൊട്ടിയും പഞ്ചസാരക്കഷണവും തിന്നു തീർത്തു. ഒസ്താപ്ചുക്ക് തന്റെ റൊട്ടി മാത്രം തിന്നു തീർക്കുകയും പഞ്ചസാരക്കഷണം ഒന്നു രണ്ടു തവണ നക്കിയതിനുശേഷം വളരെ കൃത്യമായി തന്റെ തോൾസഞ്ചിയിൽ എടുത്ത് വെയ്ക്കുകയും ചെയ്തു.

ഇടവേളയുടെ അവശേഷിച്ച സമയം ഞങ്ങൾ പലകപ്പുറത്ത് കിടന്നു. ഒസ്താപ്ചുക്ക് തന്റെ ജീവിതത്തെക്കുറിച്ച് പറയുകയും ഞാൻ മാനത്തു നീന്തിനടക്കുന്ന മേഘങ്ങളെ നോക്കി കിടക്കുകയും ചെയ്തു. അവ വളരെ വേഗത്തിലാണ് നീന്തി നടന്നിരുന്നത്. അവയുടെ രൂപവും നിറവും മാറി മറിയുന്നുണ്ടായിരുന്നു. അവ വർക്ക്ഷോപ്പിൽ ഭിത്തിയുടെ അപ്പുറത്ത് നിന്ന് പ്രത്യക്ഷപ്പെടുകയും അടുത്ത വീടിന്റെ മേൽക്കൂരയുടെ മുകളിൽ പെട്ടെന്നുതന്നെ അപ്രത്യക്ഷമാകുകയും ചെയ്തു. അവ ഓരോന്നു ദ്രവാവ സ്ഥയുടേയും ചഞ്ചലമായ അവസ്ഥയുടേയും മൂർത്തീകരണമായിരുന്നു.

തന്റെ ജീവിതം മുഴുവൻ പുൾക്കോവ വാനനിരീക്ഷണശാലയിൽ കാവൽക്കാരനായി ജോലി ചെയ്ത ഒസ്താപ്ചുക്കിനെപ്പോലെയായിരുന്നില്ല മേഘങ്ങൾ. ഇപ്പോൾ വാനനിരീക്ഷണശാല പ്രവർത്തനം നിർത്തിയതിനാൽ അയാൾക്ക് ജോലിയൊന്നും ചെയ്യുവാനുണ്ടായിരുന്നില്ല.

ബോർഡിന്റെ ഗന്ധത്തിൽ നിന്നും മെയ് മാസത്തിലെ ഈ ദിനത്തിൽ നിന്നും ഒസ്താപ്ചുക്കിന്റെ കഥകളിൽ നിന്നുപോലും എനിക്ക് സന്തോഷത്തിനോട് അടുത്ത വികാരം തോന്നി. അന്ന് ഞാൻ കണ്ടതും എനിക്ക് തോന്നിയതുമായ കാര്യങ്ങൾ എന്നോട് പറഞ്ഞത് എന്റെ ജീവിതം ആരംഭിച്ചിട്ടേയുള്ളൂ എന്നായിരുന്നു. ജീവിതത്തിലെ ഏറ്റവും നിസ്സാരമായ സംഭവങ്ങൾ ഇത്ര പുതുമയുള്ളതും സന്തോഷകരവുമാണെങ്കിൽ മുന്നോട്ടുള്ള ജീവിതം എത്ര ആനന്ദകരമായിരിക്കും? അങ്ങനെയാണ് എനിക്കിപ്പോൾ തോന്നിയത്!

ചൊവ്വാഴ്ച

സേവ എന്നോടു പറഞ്ഞു.

“ബോൾഷെവിക്കുകളുടെ പാർട്ടിയിൽ ചേരൂ!”

ജൂൺമാസമായിരുന്നു. സൂര്യൻ ജ്വലിച്ചു നിന്നു. പെട്രോവ്സ്കി പാർക്കിൽ ഓക്കുമരത്തിന്റെ ഇലകൾക്കിടയിലൂടെ സൂര്യൻ അരിച്ചിറങ്ങുന്നു. കഴിഞ്ഞ വർഷത്തെ ഓക്കുമരത്തിന്റെ കായ്കൾ വീണുകിളുർത്ത വഴിയിലൂടെ ഞങ്ങൾ നടന്നു.

“എന്തിനാണ് പാർട്ടിയിൽ ചേരുന്നത്?”

“വിപ്ലവത്തിനുവേണ്ടി തയ്യാറെടുക്കാൻ. മാർക്സ് പറയുന്നതനുസരിച്ച് വിപ്ലവം ചരിത്രത്തിന്റെ തീവണ്ടി എഞ്ചിനാണ്.”

സേവ ഇപ്പോൾ മാർക്സിസ്റ്റാണ് എന്ന് മനസ്സിലായി.

“തീവണ്ടി എഞ്ചിൻ ശരിയായ വഴിയെ അല്ല ഓടുന്നതെങ്കിലോ? ഏതായാലും നീയല്ലല്ലോ അതിനെ നിയന്ത്രിക്കാൻ പോകുന്നത്?” ഞാൻ ചോദിച്ചു.

സേവ അങ്ങനെയൊരു സാധ്യത അനുവദിക്കുന്നില്ല. അവൻ ദേഷ്യഭാവത്തിൽ എന്നെ നോക്കുന്നു. അത്തരം ഒരു നോട്ടം അവന് സ്വായത്തമായത് കുറച്ച് നാളുകൾക്ക് മുൻപാണ്.

“പാർട്ടിയാണ് ശക്തി” അവൻ പറയുന്നു. “ഞങ്ങൾ എത്രപേരുണ്ടെന്നറിയാമോ? എല്ലാവർക്കും തെറ്റുപറ്റാൻ സാദ്ധ്യമല്ല”

ഒന്നാമതായി അവർക്ക് തെറ്റുപറ്റിയേക്കാം. രണ്ടാമതായി എഞ്ചിൻ ഡ്രൈവർക്ക് തെറ്റു പറ്റിയേക്കാം. മൂന്നാമതായി കരുതിക്കൂട്ടി തെറ്റായ വഴിയിലേക്ക് നയിക്കപ്പെട്ടേക്കാം.

ഞാനിതൊന്നും സേവയോടു പറഞ്ഞില്ല. അവനെ കൂടുതൽ ദേഷ്യം പിടിപ്പിക്കാൻ ഞാൻ ആഗ്രഹിച്ചില്ല. മറ്റൊരവസരത്തിലായിരുന്നുവെങ്കിൽ

ഞാൻ എന്തെങ്കിലും പറയുമായിരുന്നു. ഇപ്പോൾ ഞാനതിനു തുനിഞ്ഞില്ല. ഈ വേനൽക്കാലദിനവും നിവാ നദിയിലെ ആവിയന്ത്രത്തിലോടുന്ന ബോട്ടുകളുടെ കൂക്കിവിളികളും ഞങ്ങളുടെ വഴിയിലൂടെയുള്ള നടത്തവും ഒത്തിരി പ്രിയപ്പെട്ടതായിരുന്നു. "പാർട്ടിയാണ് ശക്തി." സേവയുടെ അരുകിലൂടെ നടക്കുമ്പോൾ അവൻ ദുർബ്ബലനാണെന്ന് തോന്നി. അവന്റെ ദൗർബ്ബല്യം കൊണ്ടാണ് എന്നോട് ദേഷ്യപ്പെടുന്നതെന്ന് അറിയാമായിരുന്നു. എനിക്കവനെ നന്നായി അറിയാമായിരുന്നു. അവൻ ശക്തരാണെന്ന് തോന്നുന്നവരോട് അവൻ ചേർന്നു നിൽക്കുകയും അവരുടെ ശക്തിയുടെ ഒരു ഭാഗം തനിക്ക് പകർന്ന് കിട്ടുമെന്ന് അവൻ വിശ്വസിക്കുകയും ചെയ്തു. അവർ അവന് ഒന്നും നൽകാൻ പോകുന്നില്ല. സേവ ഒരു സ്വേച്ഛാധിപതിയായാൽ അവൻ ആദ്യം നശിപ്പിക്കുന്നത് എന്നെയായിരിക്കുമെന്ന് ഒരു നിമിഷം ഞാൻ ആലോചിച്ചു!

സേവാ, നീയിപ്പോൾ എവിടെയാണ്? ഏത് ശവക്കല്ലറയിലാണ്?

ബുധനാഴ്ച

രാവിലെ ഞാൻ ചപ്പുചവറുകൾ കുപ്പത്തൊട്ടിയിൽ കളയാനായി പോയി. അവയിൽ പരിശോധന നടത്തി സാധനങ്ങൾ ശേഖരിക്കുന്ന ഒരാൾ അവിടെ നിന്നിരുന്നു. എത്ര മനോഹരമായ പേരുകൾ നല്കിയാലും കുപ്പത്തൊട്ടി എല്ലായ്പ്പോഴും കുപ്പത്തൊട്ടിതന്നെയായിരിക്കും. അതിൽ കിടന്നു നിരങ്ങാൻ പണ്ടത്തെപ്പോലെ ഇപ്പോഴും ആളുകൾ മടിച്ചിരുന്നില്ല. ഈ മനുഷ്യന് ഒട്ടും നാണമുണ്ടായിരുന്നില്ല. അയാളുടെ കണ്ണിൽപ്പെട്ട സാധനങ്ങളൊക്കെ പെട്ടിപ്പുറത്ത് നിരത്തിവെച്ചിട്ട് അയാൾ ശ്രദ്ധാപൂർവ്വം ഓരോന്നായി പരിശോധിച്ചു. ഞാൻ കൊണ്ടുചെന്ന ചപ്പുചവറുകൾ അയാളെ കാണിക്കാൻ ആവശ്യപ്പെട്ടു. ഞാൻ കൊണ്ടുചെന്നതൊക്കെ നോക്കിയിട്ടു അപ്രതീക്ഷിതമായി അയാൾ എന്നോടു ചോദിച്ചു.

"നിങ്ങളെ മരവിപ്പിച്ചു കിടത്തിയിരുന്നു എന്നു പറയുന്നത് സത്യമാണോ?"

ഞാനതിനെക്കുറിച്ച് ഗെയ്ഗറോട് പറഞ്ഞു.

"അതാണ് നിങ്ങളുടെ കീർത്തി" അയാൾ പറഞ്ഞു, "അംഗീകാരവും."

വ്യാഴാഴ്ച

ഇന്ന് ഗെയ്ഗർ എനിക്ക് കണ്ണട കൊണ്ടുവന്നുതന്നു. തടിച്ച ഫ്രെയിമും പ്ലെയിൻ ഗ്ലാസ്സുമുള്ള കണ്ണടയായിരുന്നു. അതണിയുമ്പോൾ എന്നെ ആർക്കും തിരിച്ചറിയാൻ കഴിയുമായിരുന്നില്ല. കറുത്ത ചില്ലുള്ള കണ്ണട വാങ്ങാമായിരുന്നു എന്ന് ഗെയ്ഗർ പറഞ്ഞു. ഒന്നാമതായി അത് ഉപയോഗിക്കാൻ അത്ര സൗകര്യപ്രദമല്ല, രണ്ടാമതായി അതണിയുമ്പോൾ അനാവശ്യമായി ആളുകളുടെ ശ്രദ്ധ പിടിച്ചുപറ്റും. പ്രസ് കോൺഫറൻസിനു ശേഷം തെരുവിൽ എന്നെ തിരിച്ചറിയാൻ തുടങ്ങിയിരുന്നു.

“ഈ രൂപം നിങ്ങൾ കാത്തുസൂക്ഷിക്കുക.” ഗെയ്ഗർ പറഞ്ഞു. “കണ്ണട ധരിച്ചുകൊണ്ട് ഫിലിം ഷൂട്ടുചെയ്യാൻ അനുവദിക്കരുത്.”

ഞാൻ സമ്മതിക്കില്ല. ദിവസത്തിന്റെ രണ്ടാംപകുതിയിൽ ഒരു ടി.വി. ചാനൽ ഇന്റർവ്യൂ ഷൂട്ടുചെയ്യാൻ വന്നപ്പോൾ ഞാൻ കണ്ണട ഊരി മാറ്റി. ക്യാമറയും ലൈറ്റും ക്രമീകരിക്കാനായും എന്റെ മുഖത്ത് പൗഡറിടാനും ദീർഘസമയം ആവശ്യമായി വന്നു. ഇന്റർവ്യൂ ഏകദേശം ഒന്നര മണിക്കൂർ സമയം ഉണ്ടായിരുന്നു. ഈ സമയത്തെല്ലാം ഞാൻ കണ്ണടയില്ലാതെ ഇരിക്കുകയായിരുന്നു.

“അന്നത്തെ കാലവും ഇന്നത്തെ കാലവുമായി എന്തു വ്യത്യാസമാണ് നിങ്ങൾ കാണുന്നത്?”

എന്റെ മുഖത്ത് അടിച്ച തെളിഞ്ഞ ലൈറ്റിന്റെ പ്രഭയിൽ എനിക്ക് ചോദ്യകർത്താവായ പത്രപ്രവർത്തകന്റെ മുഖം കാണുവാൻ കഴിഞ്ഞില്ല. ചോദ്യകർത്താവിന്റെ മുഖം കാണാതെ ഉത്തരം പറയാൻ വിഷമമായിരുന്നു.

“സാധാരണ തെരുവിലെ ശബ്ദങ്ങൾ അക്കാലത്ത് വ്യത്യസ്തമായിരുന്നു. കുതിരക്കുളമ്പടി ശബ്ദം പരിപൂർണ്ണമായി ഇല്ലാതായിരിക്കുന്നു. മോട്ടോറുകളുടെ ശബ്ദം നോക്കുകയാണെങ്കിൽ അത് അക്കാലത്ത് വ്യത്യസ്തമായിരുന്നു. അന്ന് പുറംതള്ളപ്പെടുന്ന പുകയുടെ ശബ്ദങ്ങൾ ഓരോന്നായി കേട്ടിരുന്നു. ഇന്നാകട്ടെ എല്ലാംകൂടി ചേർന്ന് ഒരു മുരൾച്ചയായിരിക്കുന്നു. അപായമണികളുടെ ശബ്ദവും അന്ന് വ്യത്യസ്തമായിരുന്നു. ഒരു പ്രധാന കാര്യം ഞാൻ മറന്നുപോയി. ഇന്ന് ആരും ഉച്ചത്തിൽ സംസാരിക്കുന്നില്ല. പണ്ട് ധാരാളം തെരുവു വ്യാപാരികൾ ഉച്ചത്തിൽ ശബ്ദം പുറപ്പെടുവിച്ചിരുന്നു. പാട്ടപ്പണിക്കാരും പാൽക്കാരികളും തെരുവിൽ കൂവി വിളിച്ചിരുന്നു. ഇപ്പോൾ ശബ്ദങ്ങളൊക്കെ ഒത്തിരി മാറിപ്പോയി.”

“ശബ്ദങ്ങൾ മാറിയെന്നത് പാതി കാര്യമാണ്. വാക്കുകൾ തന്നെ മാറിയിട്ടില്ലേ? ശരിക്കും വാക്കുകൾ മാറിയിട്ടുണ്ടോ?”

“ഞാനങ്ങനെ കരുതുന്നു” ഞാൻ പറഞ്ഞു. “ചില മാറ്റങ്ങൾ ഉണ്ടായിട്ടുണ്ടെന്നാണ് ഞാൻ കരുതുന്നത്. പക്ഷേ, പുതിയ വാക്കുകളോട് ഇടപഴകാൻ എളുപ്പമാണ്. പുതിയ ശബ്ദങ്ങളോടും പുതിയ ഗന്ധങ്ങളോടും.”

“ഞാൻ ശ്രമിക്കുന്നത് ചരിത്രപരമായ കാര്യങ്ങളെക്കുറിച്ച് നിങ്ങളെക്കൊണ്ട് സംസാരിപ്പിക്കുവാനാണ്. നിങ്ങളാകട്ടെ ശബ്ദങ്ങളെക്കുറിച്ചും ഗന്ധങ്ങളെക്കുറിച്ചുമാണ് സംസാരിക്കുന്നത്.”

തലയിലേക്ക് രക്തം ഇരച്ചുകയറി. ഹൊ അതെത്ര ശക്തിയിലാണ് തള്ളിക്കയറുന്നത്.

“എടുത്തുപറയേണ്ടുന്ന കാര്യം ഇതുമാത്രമാണെന്ന് നിങ്ങൾക്ക് മനസ്സിലാകുന്നില്ലേ? ചരിത്രഗ്രന്ഥങ്ങളിൽ നിങ്ങൾക്ക് വാക്കുകളെക്കുറിച്ച്

വായിക്കാൻ കഴിയും. പക്ഷേ ശബ്ദങ്ങളെക്കുറിച്ച് വായിക്കാനാവില്ല. ഒരു നിമിഷംകൊണ്ട് ആ ശബ്ദങ്ങൾ നഷ്ടപ്പെട്ടതിന്റെ അർത്ഥം നിങ്ങൾക്ക് മനസ്സിലാകുന്നുണ്ടോ? ഞാനൊരു ദീർഘശ്വാസം വിട്ടു. ഞാൻ ഒറ്റയ്ക്കായിരിക്കുമ്പോഴും ഗെയ്ഗറുടെ കൂടെയായിരിക്കുമ്പോഴും ശാന്തനായിരുന്നു. സ്വന്തം സമയം നഷ്ടപ്പെട്ടവനാണ് ഞാനെന്ന് അയാൾക്ക് അറിയാമായിരുന്നു. അതുകൊണ്ട് അയാൾ കൂടുതലൊന്നും സംസാരിച്ചിരുന്നില്ല. എന്റെ മാനസിക വിഭ്രാന്തികളോട് അയാൾ ക്ഷമ കാട്ടിയിരുന്നു. ഇപ്പോൾ അയാൾ വളരെ മാന്യമായി എന്നാൽ നിർബന്ധപൂർവ്വം ടെലിവിഷൻ ജോലിക്കാരെ പുറത്താക്കുന്നു. ഇടനാഴിയിൽനിന്നും അവരുടെ അമ്പരന്ന കുശുകുശുപ്പുകൾ കേൾക്കാമായിരുന്നു.

എല്ലാവരും പോയെന്ന് ഉറപ്പായപ്പോൾ ഞാൻ കണ്ണട ധരിച്ച് ദീർഘനേരം കണ്ണാടി നോക്കിനിന്നു.

ശനിയാഴ്ച

തികച്ചും വിപരീതസ്വഭാവം പുലർത്തുന്ന രണ്ടുപേരെ എങ്ങനെയാണ് ഒരു പേരുകൊണ്ട് അടയാളപ്പെടുത്താൻ കഴിയുക? ദ്വീപിലെ പീഡന ക്യാമ്പിൽ ഒരു രഹസ്യപൊലീസുകാരൻ ഉണ്ടായിരുന്നു. ഒരു തന്തയില്ലാത്ത ദുഷ്ടൻ. അത്തരം ദുഷ്ടന്മാരെ ലോകത്ത് ഒരിക്കലും അറിയപ്പെട്ടുകാണില്ല. അയാളുടെ കുടുംബപ്പേരും വാറോനിൽ എന്നായിരുന്നു. അതെങ്ങനെ ന്യായീകരിക്കാനാവും? എന്തിന്? പേരുകളുടെ കാര്യത്തിൽ ഒരു യുക്തിക്കും സാംഗത്യമില്ലെന്നാണോ? ഞാനയാളോട് പ്രതികാരം ചെയ്യുന്നത് സ്വപ്നം കാണുകയും ജോലി ചെയ്യുന്ന സമയത്ത് അതിനെക്കുറിച്ച് ആലോചിച്ചുറപ്പിക്കുകയും അതെനിക്ക് ശക്തി പകരുകയും പിന്നീട് എന്റെ ശക്തി ചോർന്നുപോകുകയും ചെയ്തു. ഒരിക്കലും മാപ്പു കൊടുക്കാത്ത പാപികളുടെ പട്ടികയിൽ അയാളുടെ പേരും എഴുതിച്ചേർക്കണമേ എന്ന് ദൈവത്തോട് ചോദിക്കാൻ ഞാൻ ആഗ്രഹിച്ചു. പക്ഷേ, അയാളുടെ പേരിൽ അനസ്താസ്യയുടെ അച്ഛന്റെ നിഴൽ പ്രതിഫലിക്കുമോ എന്ന് ഞാൻ ഭയന്നു. ഞാൻ സര്യേത്സ്കിക്ക് നരകം ലഭിക്കണമേയെന്ന് പ്രാർത്ഥിച്ചപ്പോൾ അയാൾ കൊല്ലപ്പെട്ട കാര്യം എനിക്ക് ഓർമ്മ വന്നു. ഒരു കാര്യത്തിൽ എനിക്ക് ലജ്ജ തോന്നി. കാരണം സര്യേത്സ്കിക്ക് മനുഷ്യസഹജമായ ഗുണങ്ങളുണ്ടായിരുന്നു. വറോനിനാകട്ടെ അത് ഒട്ടുംതന്നെ ഉണ്ടായിരുന്നില്ല. വറോനിന്റെ പ്രവൃത്തികളെല്ലാം വിസ്തരിച്ചു പറയാൻ ഞാൻ ശ്രമിക്കുന്നില്ല.

ആളുകൾ എന്നോട് എപ്പോഴും ചോദിക്കുന്നുണ്ട്. ഞാനെങ്ങനെയാണ് കോൺസൻട്രേഷൻ ക്യാമ്പിലെ പീഡനങ്ങൾ അതിജീവിച്ചതെന്ന്. ജീവിതത്തിന്റെ ഭൗതികവശങ്ങൾ മാത്രമല്ല ഒരു വ്യക്തിയെന്ന നിലയിൽ ഞാനതെങ്ങനെ അതിജീവിച്ചു എന്നതായിരുന്നു ചോദ്യം. അതൊരു നിയമപരമായ ചോദ്യം തന്നെയാണ്. കാരണം, ക്യാമ്പുകൾ നരകങ്ങളാണ്. ശാരീരികപീഡനങ്ങൾക്കുവേണ്ടി മാത്രമുള്ളതായിരുന്നില്ല. അവിടെ

അകപ്പെടുന്നവരുടെ മാനുഷികഗുണങ്ങൾ നശിപ്പിക്കാൻ കൂടിയുള്ളതായിരുന്നു. ഒരാളിലെ മാനുഷിക ഗുണങ്ങൾ മുഴുവനായി നശിപ്പിക്കപ്പെടാതിരിക്കണമെങ്കിൽ ഒരാൾ മാനസികമായെങ്കിലും ഒരു തവണ അവിടം വിടേണ്ടതായി വരും. സ്വർഗ്ഗത്തെക്കുറിച്ച് ചിന്തിക്കണം.

ഞായറാഴ്ച

വേനൽക്കാല വസതിയിൽ പലതവണയും മറ്റുള്ളവർ ഉറങ്ങിക്കിടക്കുമ്പോൾ വെളുപ്പാൻ കാലത്ത് നിങ്ങൾ ഉണരാറുണ്ട്. ആരെയും ഉണർത്താതിരിക്കുവാൻ ശബ്ദമുണ്ടാക്കാതെ തള്ളവിരൽ നിലത്തൂന്നി വരാന്തയിലേക്ക് നടക്കും. അത് വളരെ സൗമ്യമായ കിറുകിറുപ്പ് ശബ്ദമാണ്. ഉറങ്ങുന്നവരെ അത് ശല്യപ്പെടുത്താറില്ല. നിങ്ങൾ ശബ്ദമുണ്ടാക്കാതെ ജനാല തുറക്കാൻ ശ്രമിക്കുന്നു. പക്ഷേ, തെന്നിനീങ്ങുന്ന ജനാലച്ചട്ടങ്ങൾ വഴങ്ങിക്കൊടുക്കാതിരിക്കുന്നതിനാൽ ജനാലച്ചില്ലുകൾ കിലങ്ങുന്നു. എല്ലാം വരുത്തിവെച്ചതിൽ നിങ്ങൾ പശ്ചാത്തപിക്കുന്നു. പക്ഷേ, ജനാല മുഴുവനായി തുറക്കുമ്പോൾ നിങ്ങളിൽ സന്തോഷം നിറയുന്നു. ജനാല വിരികൾ ഇളകുന്നില്ല. ഒരു ഇളംകാറ്റുപോലുമില്ല. പൈനിന്റെ ഗന്ധത്താൽ സാന്ദ്രമായ വായു നിങ്ങളെ അദ്ഭുതപ്പെടുത്തുന്നു. ജനാലയുടെ ചട്ടത്തിലൂടെ ഒരു എട്ടുകാലി നിരങ്ങിനീങ്ങുന്നു. നിങ്ങൾ ജനാലപ്പടിയിൽ മുട്ടുകൈകൾ കുത്തുന്നു. (പഴയ പെയിന്റ് അല്പം അടർന്ന് നിങ്ങളുടെ തൊലിയിൽ ഒട്ടിപ്പിടിക്കുന്നു). നിങ്ങൾ വെളിയിലേക്ക് നോക്കുന്നു. പുല്ലുകളിൽ ജലബിന്ദുക്കൾ തിളങ്ങുന്നു. പ്രഭാതത്തിലെ നിഴലുകൾ തീക്ഷ്ണമായി കാണപ്പെടുന്നു. സ്വർഗ്ഗത്തിലെപ്പോലെ നിശ്ശബ്ദമാണ്. എന്തുകൊണ്ടാണ് എനിക്ക് തോന്നുന്നത് സ്വർഗ്ഗം നിശ്ശബ്ദമായിരിക്കണമെന്നാണ്.

ഇതാണ് യഥാർത്ഥ സ്വർഗ്ഗം. വീട്ടിൽ അമ്മയും അച്ഛനും മുത്തശ്ശിയും ഉറങ്ങുന്നു. ഞങ്ങൾ പരസ്പരം സ്നേഹിക്കുകയും ഒന്നിച്ചിരിക്കുന്നത് ഞങ്ങൾക്ക് ആശ്വാസം പകരുകയും ചെയ്യുന്നു. ഞങ്ങൾക്ക് ആവശ്യമുണ്ടായിരുന്ന ഒരേയൊരു കാര്യം സമയം ചലിക്കാതെ നില്ക്കണമെന്നതായിരുന്നു. ഞങ്ങളുടെ നല്ലകാലത്തെ ശല്യപ്പെടുത്താതെ കാലം നിശ്ചലമായി നില്ക്കണമായിരുന്നു. പുതിയ സംഭവങ്ങളുണ്ടാകാൻ ഞാൻ ഇഷ്ടപ്പെടുന്നില്ല. നിലവിലുള്ള കാര്യങ്ങൾതന്നെ ധാരാളമല്ലേ? കാരണം, എല്ലാം തുടർന്നുപോവുകയാണെങ്കിൽ എന്റെ പ്രിയപ്പെട്ടവർ മരണമടയും. സ്വസ്ഥമായി വീടിനുള്ളിൽ ഉറങ്ങുന്നവർ മരണമടയും. ഞങ്ങളുടെ സന്തോഷം എത്ര ഭയങ്കരമായ ഗർത്തത്തിനുമുകളിലാണ് തൂങ്ങിക്കിടന്നതെന്ന് ഞങ്ങൾ അറിഞ്ഞിരുന്നില്ല. അവർ ഉണരുകയും അവർക്കായി വിധിക്കപ്പെട്ട ജീവിതം ജീവിച്ചുതീർക്കുകയും അവസാനിക്കുകയും ചെയ്യും. ഈ യാത്ര എങ്ങോട്ടാണെന്നത് വ്യക്തമാണ്. അത് എന്നേയും കാത്തിരിക്കുന്ന കാര്യമാണ്. ഒരുപക്ഷേ ഞങ്ങളെയെല്ലാവരേക്കാളും ആദ്യം അത് കാത്തിരിക്കുന്നത് അമ്മൂമ്മയെയായിരിക്കാം. എന്നാൽ

അമ്മൂമ്മയുടെ മിഴികളിൽ ഭയത്തിന്റെ ലാഞ്ഛനപോലും ദൃശ്യമല്ല! ഞങ്ങളുടെ സൗഭാഗ്യങ്ങളെല്ലാം ക്ഷണികമാണെന്നും മിഥ്യയാണെന്നും അമ്മൂമ്മ ഊഹിച്ചിരിക്കാം.

സ്വർഗ്ഗം എന്നാൽ കാലത്തിന്റെ സാന്നിദ്ധ്യമില്ലാത്തയിടമാണ്. കാലം നിലച്ചുപോയാൽ സംഭവങ്ങൾ പിന്നീട് ഉണ്ടാകില്ല. അപ്രധാന സംഭവങ്ങൾ നിലച്ചുപോകും. ചുവട്ടിൽ പരുപരുത്തതും തവിട്ടുനിറമുള്ളതും അഗ്രത്തിൽ മിനുസവും തിളക്കമുള്ളതുമായ പൈൻ മരങ്ങൾ നിലനില്ക്കും. വേലിപ്പടർപ്പിലെ നെല്ലിക്കകളും എങ്ങും പോയില്ല. ഗേറ്റിന്റെ കിറുകിറു ശബ്ദവും അടുത്ത വീട്ടിലെ കുട്ടിയുടെ അടക്കിയ കരച്ചിലും വരാന്തയുടെ മേൽക്കൂരയിൽ പുതുമഴയുടെ താളവും കേൾക്കുന്നു. ഭരണമാറ്റമോ സാമ്രാജ്യങ്ങളുടെ പതനമോ അതിനെ ബാധിക്കുന്നില്ല. ചരിത്രത്തിന് പുറത്ത് സംഭവിക്കുന്നതെല്ലാം കാലാതീതവും സ്വതന്ത്രവുമാണ്.

തിങ്കളാഴ്ച

ഗെയ്ഗർ ഉണ്ടായിരുന്നു. പോകുന്നതിനുമുമ്പ് അനസ്താസ്യ ജീവിച്ചിരിക്കുന്നു എന്നു പറഞ്ഞു.

അനസ്താസ്യ - ജീവിക്കുന്നു.

മെയ് 24, 1999-ൽ അനസ്താസ്യ ജീവിക്കുന്നു!

ചൊവ്വാഴ്ച

രാത്രി ഉറങ്ങിയില്ല. അതിരാവിലെ ഗെയ്ഗറെ ഫോൺ ചെയ്തു. രണ്ടാൾക്കും കൂടി അവളെ കാണാൻ പോകാൻ വേണ്ടിയായിരുന്നു. അയാൾ മുരടനക്കി മങ്ങിയ ശബ്ദത്തിൽ പറഞ്ഞു.

"അവൾ ആശുപത്രിയിലാണ്."

"ഏത് ആശുപത്രിയിൽ?"

"എൺപത്തിയേഴാമത്" ആശുപത്രിയിൽ. അത് അത്ര പ്രധാനമല്ല. എന്തായാലും ഇപ്പോൾ അങ്ങോട്ടു ഫോൺ ചെയ്യാൻ പറ്റിയ സമയമല്ല. വളരെ നേരത്തെയാണ്. രണ്ട് മണിക്കൂറിനുശേഷം ഫോൺ ചെയ്യാൻ കഴിയും."

ഞാൻ വാച്ചിൽ നോക്കി. രാവിലെ ആറുമണി. അതുകൊണ്ടാണ് അയാളുടെ ശബ്ദം അപ്രകാരം അടഞ്ഞിരുന്നത്.

8.30 ന് അയാൾ എന്നെ തിരിച്ചുവിളിച്ചു.

"യാത്ര മാറ്റിവെയ്ക്കണം. അനസ്താസ്യ സെർഗ്യേവ്ന തയ്യാറല്ല."

ഞാൻ നിശ്ശബ്ദനായി. എന്തുചോദിക്കണമെന്ന് എനിക്കറിയില്ലായിരുന്നു. 87-ാമത് ആശുപത്രിയിൽ കിടക്കുന്നു. എന്നെ കാണാൻ ആഗ്രഹമില്ല.

"അവൾ തയ്യാറല്ലെന്നാണ് പറഞ്ഞത്." ഗെയ്ഗർ ഉരുവിട്ടു. "നിങ്ങൾക്കവളെ മനസ്സിലാക്കാൻ കഴിയും. സ്ത്രീയല്ലേ..."

എനിക്ക് മനസ്സിലാകുന്നില്ല. ഞാൻ ന്യായീകരിക്കുകയോ ദേഷ്യപ്പെടുകയോ ചെയ്യുന്നില്ല. എനിക്ക് ഒന്നും മനസ്സിലാകുന്നില്ല. ഉച്ചയ്ക്ക് ഗെയ്ഗറെ ഒരിക്കൽ കൂടി വിളിക്കുന്നു.

"ഒരുപക്ഷേ അവൾക്ക് എന്നെ ഓർമ്മ വരുന്നില്ലായിരിക്കുമോ? തൊണ്ണൂറ്റിമൂന്നാം വയസ്സിൽ അങ്ങനെയൊക്കെ സംഭവിച്ചുകൂടെ?...."

"അവരുടെ ഓർമ്മ സത്യത്തിൽ സമയാനുവരണം തെളിഞ്ഞും മങ്ങിയുമാണ് വരുന്നത്. പക്ഷേ നിങ്ങളെ അവർ കൃത്യമായി തിരിച്ചറിയുന്നുണ്ട്." ഗെയ്ഗറുടെ ശബ്ദം വീണ്ടും മനസ്സിലാകുന്നില്ല,

എന്തിനീ അമാന്തം? നാണിക്കാൻ കഴിയുന്നത് ഇരുപതു വയസ്സിലോ മുപ്പതുവയസ്സിലോ ആണ്. അറുപത് കഴിഞ്ഞ് എന്തു നാണിക്കാൻ? ഇത്തരമൊരു കൂടിക്കാഴ്ച ശരിക്കും മരണാനന്തര കൂടിക്കാഴ്ചയാണ്. ഇവിടെ എങ്ങനെയാണ് നിന്റെ രൂപമെന്നതിന് യാതൊരു പ്രാധാന്യവുമില്ല. ഈ പ്രായത്തിൽ നിങ്ങൾ സ്ത്രീയാണോ പുരുഷനാണോ എന്നതിന് യാതൊരു അർത്ഥവുമില്ല. പക്ഷേ, എന്തുചെയ്യാം അനസ്താസ്യയ്ക്ക് അങ്ങനെ തോന്നുന്നില്ല.

ബുധനാഴ്ച

എനിക്കറിയാം അവൾ അടുത്തെങ്ങോ ഉണ്ടെന്ന്. പക്ഷേ കാണുവാൻ കഴിയുന്നില്ല. എനിക്കങ്ങനെ ഈ വിധം ജീവിക്കാൻ കഴിയും? ഞാനെത്ര നാൾ കാത്തിരിക്കണം. അവളിൽനിന്നും ശ്രദ്ധ തിരിക്കാനായി എനിക്ക് മറ്റെന്തെങ്കിലും ജോലിയിൽ വ്യാപൃതനാകാനും കഴിയുന്നില്ല. മുൻപ് ഞാൻ ധാരാളം വായിക്കുകയും ടെലിവിഷൻ കാണുകയും ചെയ്തിരുന്നു. പുതിയ യാഥാർത്ഥ്യങ്ങൾ ഞാൻ പഠിക്കുകയായിരുന്നു. പക്ഷേ, ഇപ്പോൾ ഞാൻ അനസ്താസ്യയെക്കുറിച്ചു മാത്രമേ ചിന്തിക്കുന്നുള്ളൂ. ഞാനവളെ വെറുതെ ഓർമ്മിക്കുകയായിരുന്നില്ല. ഇപ്പോൾ അവളെ കാണാൻ എങ്ങനെയായിരിക്കുമെന്ന് സങ്കല്പിക്കുകയായിരുന്നു. ഞാൻ ശ്രമിക്കുകയും ഭയപ്പെടുകയും ചെയ്തു. എന്നെക്കുറിച്ചല്ലായിരുന്നു എനിക്ക് ഭയം. അനസ്താസ്യയെക്കുറിച്ചായിരുന്നു. അവളുടെ പേടി എന്നെ ഞെട്ടിച്ചേക്കുമെന്ന് ഞാൻ ഭയന്നു.

അവളൊരിക്കൽ പറഞ്ഞത് ഞാൻ ഓർമ്മിക്കുന്നു. ഒരിക്കലും അവൾക്ക് മരിക്കാൻ ആഗ്രഹമില്ലെന്ന്. ഇനിയും മരിച്ചിട്ടുമില്ല. അവൾ വാർദ്ധക്യത്തെ ഭയപ്പെട്ടിരുന്നു. ഒരുപക്ഷേ, അവളെ വാർദ്ധക്യം ബാധിച്ചിട്ടില്ലായെന്നുണ്ടോ? സംശയമാണ്... ഞാൻ ബോധപൂർവ്വം അവളുടെ ബാഹ്യരൂപത്തെക്കുറിച്ച് ഗെയ്ഗറോട് ഒന്നും ചോദിച്ചില്ല. ഇപ്പോഴവൾ എങ്ങനെയിരിക്കും, മൊട്ടത്തലയാണോ? പല്ലെല്ലാം കൊഴിഞ്ഞുപോയിരിക്കുമോ? തല മൊട്ടയായിരിക്കണമെന്നില്ല, പക്ഷേ, പല്ലുകൾ ഒരുപക്ഷേ ഉണ്ടായിരിക്കില്ല!

അവളുടെ മുടികൾ പട്ടുപോലെ മൃദുലമായിരുന്നു. ഞാൻ പട്ടിനെക്കുറിച്ച് എഴുതാൻ ആഗ്രഹിച്ചില്ല. ഒരുപക്ഷേ എല്ലാവരും പട്ടിനെക്കുറിച്ച്

എഴുതാറുണ്ട്. പക്ഷേ, സത്യത്തിൽ പട്ടുപോലെ തന്നെയായിരുന്നു. ഞാൻ നിങ്ങളുടെ രാത്രിയിലെ കൂടിക്കാഴ്ചവേളകളിൽ സ്പർശിച്ചുനോക്കിയിട്ടുള്ള അവളുടെ സിൽക്ക് കുപ്പായംപോലെതന്നെയായിരുന്നു അവളുടെ മുടികൾ. പട്ടിന് ഒഴുകാനുള്ള ഒരു കഴിവുണ്ട്. ഒരുപക്ഷേ വളഞ്ഞുപുളഞ്ഞ് ഒഴുകാൻ കഴിയും. എന്റേത് കുറ്റിമുടിയാണ്. അതിന് ചുരുളാൻ പറ്റിയേക്കും. പക്ഷേ വളഞ്ഞുപുളഞ്ഞ് ഒഴുകാൻ പറ്റില്ല. കാരണം, അത് പട്ടല്ല. ഞാൻ അനസ്താസ്യയുടെ കൂന്തലിൽ മുഖം പൂഴ്ത്തിക്കൊണ്ട് മന്ത്രിച്ചു.

“അതാണ് എവിടെനിന്ന് കിട്ടി ഈ ഗുണം? ഗോതമ്പുനിറത്തിലുള്ള ഈ മുടികൾക്ക് എവിടെനിന്നാണീ നറുമണം? ഇത് എനിക്കുള്ളതാണോ? ഇതിന്റെ നറുമണം എന്നെന്നും എന്റേതായിരിക്കുമോ?” അവൾ മറുപടി പറഞ്ഞു. “നമ്മുടെ ഏതു ഗുണവും ഓരോരുത്തർക്കും അവകാശപ്പെട്ടതാണ്!” ഞാൻ അവളുടെ മുടിയിഴകളിലൂടെ കൈയോടിക്കുകയും അവ എന്റെ മുടിയിലേക്ക് തൊടുവിക്കുകയും ചെയ്തു. “ഇതെന്റെ മുടിയാണെന്ന് സങ്കല്പിക്കാമോ? അങ്ങനെ മാത്രമേ കരുതാവൂ,” അവൾ പറഞ്ഞു.

എൺപത്തിയേഴാമത് ആശുപത്രിയിൽ അവൾ കിടക്കുന്നു. അത് എവിടെയാണ് ഈ ആശുപത്രി?

വ്യാഴാഴ്ച

അവളുടെ ജീവിതം എങ്ങനെയായിരുന്നു എന്നതിനെക്കുറിച്ച് ഗെയ്ഗർ ഇന്ന് എന്നോട് വിവരിക്കാൻ ശ്രമിച്ചു. ഞാനയാളോട് അപ്രകാരം ഒന്നും പറയാൻ ആവശ്യപ്പെട്ടില്ല. അത്തരം വിവരണങ്ങൾ എന്നെ ഒരിക്കലും സന്തോഷിപ്പിക്കില്ല എന്നെനിക്കറിയാമായിരുന്നു. എന്നാൽ ഞാനയാളെ തടസ്സപ്പെടുത്തിയില്ല.

അനസ്താസ്യ 1932 വരെ ദീർഘനാൾ എന്നേയും കാത്തിരുന്നു. പിന്നെ ബാൾട്ടിക് ഫാക്ടറിയിലെ ചീഫ് ഡിസൈൻ എഞ്ചിനീയറായ പൊസ്ജീവിനെ വിവാഹം കഴിച്ചു. 1933-ൽ അവർക്ക് ഇന്നക്കെഞ്ചി എന്ന മകൻ ജനിച്ചു (ഗെയ്ഗർ എന്നെ അർത്ഥംവെച്ചു നോക്കി) അക്കാലത്തും അവൾ എന്നെക്കുറിച്ച് ഓർത്തിരുന്നു എന്ന് മകന്റെ പേരിൽനിന്നും വ്യക്തമായി. പക്ഷേ പിന്നീട് അവൾ എന്നെ കാത്തിരുന്നില്ല.

1938-ൽ പൊസ്ജീവ് വിദേശചാരന്മാരുമായി ബന്ധം പുലർത്തി എന്നാരോപിച്ച് വെടിവെച്ച് കൊല്ലപ്പെട്ടു. സെന്റ് പീറ്റേഴ്സ് ബർഗിലെ ബ്ലോക്കേഡിന്റെ ഒന്നാമത്തെ ശൈത്യകാലത്ത് ഇന്നക്കെഞ്ചി മരിച്ചു. തന്റെ രണ്ടു തീരാനഷ്ടങ്ങളും ഇന്നക്കെഞ്ചി എന്ന പേരിനോട് ബന്ധപ്പെട്ടാണെന്ന് പിന്നീട് അനസ്താസ്യ പറയുകയുണ്ടായി. ഇന്നക്കെഞ്ചിയുടെ മരണത്തിനുശേഷം ജീവിക്കാൻ ഒട്ടും താത്പര്യമില്ലാതിരുന്ന അനസ്താസ്യ കുട്ടിയുടെയടുത്ത് മരിക്കാൻവേണ്ടി വെറുതെ കിടന്നു. അവളെ

അധികൃതർ ഒഴിഞ്ഞവീട്ടിൽ കണ്ടെത്തുകയും ഹോസ്പിറ്റലിൽ പ്രവേശിപ്പിക്കുകയും പിന്നീട് കസാനിലേക്ക് കുടിയൊഴിപ്പിക്കുകയും ചെയ്തു.

രണ്ടാംലോക മഹായുദ്ധത്തിനുശേഷം അനസ്താസ്യ കീടങ്ങളെക്കുറിച്ച് പഠിക്കുന്ന ശാസ്ത്രജ്ഞനായ പ്രൊഫസർ അസിപ്പോവിനെ വിവാഹം കഴിച്ചു. ഒരു കുട്ടി ജനിച്ചു എന്നതല്ലാതെ വിവാഹബന്ധം അത്ര ഉറപ്പുള്ളതായിരുന്നില്ല (ഇത്തവണ തന്റെ അച്ഛന്റെ പേരായ സെർഗേയ് എന്നാണ് അവൾ മകന് പേരിട്ടത്) അസിപ്പോവ് തന്റെ ഗവേഷണവിഷയത്തെപ്പോലെ വെറുമൊരു കീടമായിരുന്നുവെന്ന് അനസ്താസ്യ പിന്നീട് ദുഃഖത്തോടെ പറയുകയുണ്ടായി. അവസാനം തന്റെ മകനേയും കൂട്ടി അവൾ അയാളെ ഉപേക്ഷിച്ചുപോന്നു.

തന്റെ രണ്ടു പൂർവ്വകാല ഭർത്താക്കന്മാരും സൃഷ്ടിച്ച ഗർത്തം തന്റെ മകന് അമ്മയുടെ കുടുംബപ്പേരായ 'വറോനിൻ' എന്ന പേരു നല്കാൻ മാത്രം അഗാധമായിരുന്നു. ഒരുപക്ഷേ അനസ്താസ്യയ്ക്ക് തന്റെ അച്ഛനോടുണ്ടായിരുന്ന നിസ്സീമമായ സ്നേഹമായിരിക്കാം ആ പേരിലേക്ക് നയിച്ചത്. സെർഗേയ് വറോനിൽ തന്റെ ബാല്യകാലത്ത് ഒന്നോ രണ്ടോ തവണയെ തന്റെ അച്ഛനെ കണ്ടിരുന്നുള്ളൂ. അച്ഛനെക്കുറിച്ചുള്ള അയാളുടെ ഓർമ്മകളും വളരെ മങ്ങിയതായിരുന്നു. കുട്ടി വളർന്നപ്പോൾ അച്ഛൻ ജീവനോടെയുണ്ടായിരുന്നില്ല. അസിപ്പോവ് അപ്രതീക്ഷിതമായി ഒരു മധ്യേഷ്യൻ സാഹസികയാത്രയ്ക്കിടയിൽ മരിച്ചുപോയിരുന്നു.

സെർഗേയ് വറോനിന്റെ വിധിനിയോഗം അയാൾ കാണാത്ത തന്റെ അച്ഛന്റെ വിധിയോട് സാദൃശ്യം പുലർത്തിയിരുന്നു. ആശ്ചര്യകരമെന്നു പറയാം (ഒരുപക്ഷേ ആശ്ചര്യകരമായിരിക്കില്ല) അയാളും തന്റെ അച്ഛനെപ്പോലെ കീടശാസ്ത്രജ്ഞനായിത്തീർന്നു. അയാളുടേയും വിവാഹം വളരെ പ്രായം ചെന്നിട്ടായിരുന്നു എന്നുമാത്രമല്ല, വിവാഹബന്ധം വളരെ പെട്ടെന്നുതന്നെ വേർപ്പെടുത്തുകയും ചെയ്തു. അച്ഛനുമായി താരതമ്യപ്പെടുത്തുമ്പോൾ ചില വ്യത്യാസങ്ങൾ ഉണ്ടായിരുന്നു. അതിൽ ഒന്നാമത്തേത് സെർഗേയ് വറോനിന് ഒരു മകൾ 1980-ൽ ജനിച്ചു എന്നതും അപ്പോൾ അവൾക്ക് അനസ്താസ്യ എന്നു പേരിട്ടു എന്നതുമാണ്. രണ്ടാമത്തേതും ഏറ്റവും പ്രാധാന്യത്തോടെ എടുത്തുപറയേണ്ടതുമായ വ്യത്യാസം അയാൾ ഒരിക്കലും മധ്യേഷ്യയിലേക്ക് യാത്ര ചെയ്തില്ല എന്നതാണ്. അയാൾ ഗവേഷണവിധേയമാക്കിയ സാധനങ്ങളുടെ പ്രത്യേകതകൾ കാരണം അയാൾക്ക് അങ്ങോട്ട് യാത്ര ചെയ്യേണ്ടിവന്നില്ല.

പെരിസ്ത്രോയ്ക്കയുടെ കാലഘട്ടത്തിൽ അയാൾ അമേരിക്കയിലെ ഏതോ യൂണിവേഴ്സിറ്റിയിലേക്ക് പോകുകയും പിന്നീട് അവിടെ സ്ഥിരതാമസമാക്കുകയും ചെയ്തു. അയാൾ മടങ്ങിവന്നില്ല. അയാളുടെ മുൻഭാര്യ സെന്റ് പീറ്റേഴ്സ് ബർഗ്ഗിൽ തുടർന്നു ജീവിക്കുകയും അയാളുടെ മകൾ അമ്മയുടെ കൂടെ താമസിക്കാൻ ഇഷ്ടപ്പെടാതിരിക്കുകയും ചെയ്തു. പതിന്നാലുവയസ്സുമുതൽ മകൾ അമ്മയെ ഉപേക്ഷിച്ച് അമ്മൂമ്മയുടെ കൂടെ ജീവിക്കാൻ തുടങ്ങി. അങ്ങനെ രണ്ട് അനസ്താസ്യമാരും

ഒരുമിച്ച് ജീവിക്കാൻ തുടങ്ങി. മൂന്നാഴ്ചകൾക്ക് മുൻപ് മൂത്ത അന സ്താസ്യ ആശുപത്രിയിലായി.

വയസ്സു മൂത്ത അനസ്താസ്യ. ഞങ്ങൾ വേർപിരിഞ്ഞപ്പോൾ അവൾക്ക് 17 വയസ്സ് ആയിരുന്നു. എനിക്ക് ഇരുപത്തിമൂന്നു വയസ്സായി രുന്നു. ഇപ്പോഴാകട്ടെ അവൾക്ക് 93, എനിക്കോ ഏകദേശം 30 വയസ്സ്! ഗെയ്ഗറുടെ വാക്കുകൾ വിശ്വസിക്കാമെങ്കിൽ എന്റെ ജീവശാസ്ത്രപര മായ പ്രായം മുപ്പതാണ്. ഞാൻ നൈട്രജൻ ദ്രാവകത്തിൽ കിടക്കുകയാ യിരുന്നു. അവളാകട്ടെ പക്വത കൈവരിക്കുകയും പുഷ്പിണിയാകുകയും പിന്നെ മടങ്ങിപ്പോകുകയും ജരാനരകൾ ബാധിച്ചവളായി പരിണമിക്കു കയും ചെയ്തു. അവളുടെ സ്വഭാവം ദുഷിച്ചുപോകുകയും സഹപ്രവർത്ത കരുമായി അവൾ വഴക്കടിക്കുകയും സ്വന്തം ഭർത്താവിനെ കീടമെന്ന് വിളിക്കുകയും ചെയ്തു. അവൾ അവളുടെ കീടശാസ്ത്രജ്ഞനായ ഭർത്താവിനെ അങ്ങനെ വിളിച്ചിരിക്കും. എങ്ങനെയാണ് അയാളെ അങ്ങനെ വിളിക്കാതിരിക്കാൻ കഴിയുക?

അവൾ ഭർത്താവിന്റെ രണ്ടാംപേരു സ്വീകരിക്കാതെ വറോനിനയായി തന്നെ അവശേഷിച്ചത് എനിക്ക് അല്പം ആശ്വാസം പകർന്നു.

എനിക്കവളെ കാണാൻ ആഗ്രഹമുണ്ടോ?

വെള്ളിയാഴ്ച

ഒത്തിരി ആഗ്രഹമുണ്ട്.

അവളെ കാണാൻ ഒത്തിരി ആഗ്രഹമുണ്ട്.

ശനിയാഴ്ച

രാവിലെ നേരത്തെ എഴുന്നേറ്റ് കാപ്പി കുടിച്ചു. ടെലിഫോൺ ഡയറ ക്ടറിയുടെ യെല്ലോ പേജിൽ നിന്നും നഗരത്തിലെ 87-ാം നമ്പർ ആശു പത്രിയുടെ ടെലിഫോൺ നമ്പർ കണ്ടുപിടിച്ചു. ഫോൺ ചെയ്തു. ഞാൻ പ്രതീക്ഷിച്ചതുപോലെ ആശുപത്രി വളരെ ദൂരെയായിരുന്നു. എനിക്ക് ഒറ്റയ്ക്ക് അവിടെ വരെ പോകാൻ സാധിക്കുമായിരുന്നില്ല. ഞാനൊരു ടാക്സി വിളിച്ചു. ഇന്ന് ഞാനവളെ കാണാൻ പോകുമെന്ന് ഞാൻ ഉറപ്പിച്ചു. പക്ഷേ, ഞാൻ ഗെയ്ഗറോട് ഒന്നും പറഞ്ഞില്ല. ഞാനവിടെ ഒറ്റയ്ക്ക് പ്രത്യക്ഷപ്പെടണമെന്നാണ് ആഗ്രഹിച്ചത്.

കാറിൽ കയറിയിരുന്ന് തെക്കോട്ടു യാത്ര തിരിച്ചു. നഗരത്തിന്റെ പഴയ ഭാഗത്തുകൂടി യാത്ര ചെയ്യുന്നത് നല്ല അനുഭവമായിരുന്നു. പക്ഷേ, ഞങ്ങൾ കപ്പൂച്ചിനൊയിൽ എത്തിയപ്പോൾ എന്റെ മനസ്സ് ശോകസാന്ദ്ര മായി. പീറ്റർബർഗ്ഗ് ജില്ലയുമായി അതിന് സാമ്യമുണ്ടായിരുന്നില്ല. ഞങ്ങൾ ആശുപത്രിയിൽ വണ്ടി നിർത്തി. നഗരത്തിന്റെ ആ ഭാഗത്തിന് യോജി ക്കുന്നവിധം വൃത്തികെട്ട ഒരു സ്ഥലമായിരുന്നു അത്. പഴകിപ്പൊളിഞ്ഞ ഒരിടം. ജനാലകളിലെ പൊട്ടലുകൾ പേപ്പറൊട്ടിച്ച് അടച്ചിരുന്നു.

ചിലയിടങ്ങളിൽ ഗ്ലാസിനുപകരം പ്ലൈവുഡ് അടിച്ചിരുന്നു. ഒട്ടും പരി പാലിക്കപ്പെടാത്ത കെട്ടിടങ്ങൾപോലും ഇത്ര മനസ്സിടിക്കുന്ന തരത്തിൽ കാണപ്പെട്ടിട്ടില്ല. പുതിയവയൊക്കെ അത്ര ഉറപ്പുള്ളതായിരുന്നില്ല. അവ യൊക്കെ ജാട കാണിക്കുന്ന തട്ടിപ്പുകളാണെന്ന് വ്യക്തമായിരുന്നു.

വെളുത്ത ലാബു കോട്ടു ധരിച്ച രണ്ട് ആളുകൾ സിഗരറ്റുവലിച്ചു കൊണ്ട് നിന്നിരുന്നു. അവർ കാർക്കിച്ചു തുപ്പി. രണ്ട് ഒട്ടകങ്ങൾ. ഞാന വർക്കരികിലൂടെ ഇൻഫർമേഷൻ കൗണ്ടറിന്റെയടുത്ത് എത്തി. ചരടിൽ കെട്ടിയ കണ്ണട കഴുത്തിൽ തൂക്കിയിട്ടുകൊണ്ട് ഒരു കിഴവി അവിടെ ഇരിപ്പുണ്ടായിരുന്നു.

"വറോനിന അനസ്താസ്യ സെർഗേയ്വ്ന ഏതു മുറിയിലാണ്?"

അവർ കണ്ണട ധരിച്ചു. അവർ തുപ്പൽ തൊട്ട് ഏതോ താളുകൾ മറിച്ചു നോക്കി. ഇവിടത്തെ സന്ദർശകസമയം എപ്പോഴാണെന്ന് ഞാൻ ടെലി ഫോൺ വിളിച്ചപ്പോൾ ചോദിക്കാൻ മറന്നുപോയി. സന്ദർശകർക്കുള്ള ഷൂസിനെക്കുറിച്ചും വെളുത്ത ലാബ് കോട്ടിനെക്കുറിച്ചും ഞാൻ അന്വേഷി ച്ചിരുന്നില്ല.

"നാലാമത്തെ നിലയിൽ 407-ാം നമ്പർ മുറി."

"സന്ദർശനസമയം എപ്പോഴാണ്?"

"എപ്പോൾ വേണമെങ്കിലും സന്ദർശിക്കാം!" കണ്ണുകൾ ഉയർത്താതെ അവർ പറഞ്ഞു.

"ഇപ്പോൾ അവരെ കണ്ടാൽ എങ്ങിനിരിക്കും?"

"ആരെ?"

"വറോനിനയെ"

അവർ മറുപടി പറഞ്ഞില്ല. ഒരുപക്ഷേ ലാബുകോട്ടിനെക്കുറിച്ചോ ഷൂസിനെക്കുറിച്ചോ എനിക്ക് ചോദിക്കാമായിരുന്നു.

"അവിടെ രണ്ട് ഒട്ടകങ്ങൾ വെളിയിൽ നില്ക്കുന്നുണ്ട് - ഞാൻ വാതിൽക്കലേക്ക് കൈചൂണ്ടി. നിങ്ങൾ വാതിൽക്കലേക്ക് നോക്കൂ, എന്നെ യല്ല നോക്കേണ്ടത്."

ഞാൻ ഗോവണി വഴി മുകളിലേക്ക് കയറി. ലിഫ്റ്റ് കേടായി കിടക്കുക യായിരുന്നു. ഒന്നിടവിട്ട് ബൾബുകൾ കത്തിയിരുന്നു. ഭാഗികമായി ഇരുൾ മൂടിയ വഴികളിയെ കൃത്രിമച്ചെടികളിൽ ഞാൻ തട്ടിവീഴാൻ തുടങ്ങി. എന്റെ പുതിയ ജീവിതത്തിൽ ഇത്തരം സന്ദർഭങ്ങളുമായി ഞാൻ ഇട പഴകിയിരുന്നു. പ്രത്യേകിച്ചും ഗവൺമെന്റ് സ്ഥാപനങ്ങളിലെ അന്ത രീക്ഷം ഇപ്രകാരമായിരുന്നു. അതിന്റെ സൗന്ദര്യം എന്നെ സംബന്ധിച്ച് സംശയാസ്പദമായ കാര്യമായിരുന്നു. അതുകൊണ്ട് അതിന് വെളിച്ച ത്തിന്റെ ആവശ്യം ഉണ്ടായിരുന്നില്ല. ഇവിടെ വിപരീതാർത്ഥത്തിലാണ് വെളിച്ചം ആവശ്യമായിരുന്നത്. പ്രകാശം എത്ര കുറവാണോ അത്രയും ഭംഗിയായി അവ കാണപ്പെടും. അപ്പോൾ അതിനെക്കുറിച്ച് ചിന്തിക്കാൻ

എനിക്ക് തോന്നിയത് വളരെ വിചിത്രമായിരിക്കുന്നു. എന്റെ വിഹ്വലത കൊണ്ടാണ് ഇത്തരം ചിന്തകൾ ഉണ്ടാകുന്നത്.

ഇപ്പോൾ ഞാൻ എഴുതുന്നതെല്ലാംതന്നെ എന്റെ വിഹ്വലമനസ്സിന്റെ ഭാവനകളാണ്. ചഞ്ചലമായ എന്റെ ബോധമനസ്സ് ഇനിയും പൂർണ്ണമായി മഞ്ഞുരുകിത്തീരാത്ത അവസ്ഥയിലാണ്. എന്തിനാണ് ഇതൊക്കെ എഴുതിക്കൂട്ടിയതെന്ന് എനിക്കറിയില്ല. ഞാനിന്ന് എങ്ങോട്ടും യാത്ര പോയില്ല. ടെലിഫോൺ, മേൽവിലാസം, ആശുപത്രിയുടെ ഫോട്ടോ എന്നിവ ഡയറക്ടറിയുടെ യെല്ലോ പേജിൽ കണ്ടുപിടിച്ചു. പക്ഷേ, ഞാൻ യാത്ര പോയില്ല. ആശുപത്രിയിലേക്ക് ഫോൺ ചെയ്ത് അനസ്താസ്യ യുടെ മുറി 407 ആണ് എന്ന് കണ്ടുപിടിച്ചു. പോകാനുള്ള തീരുമാനമെടു ക്കാൻ എനിക്ക് കഴിഞ്ഞില്ല.

ഞായറാഴ്ച

ഇന്നലെത്തെപ്പോലെയാണ് ഇന്നും ദിവസം ആരംഭിച്ചത്. അതി രാവിലെ എഴുന്നേല്ക്കുകയും കാപ്പി കുടിക്കുകയും ചെയ്തു. ഞാനൊരു ടാക്സി ബുക്ക് ചെയ്യുകയും പിന്നീട് പോകുകയും ചെയ്തു. ആശുപത്രി യുടെ ജനാലകൾ പേപ്പറൊട്ടിച്ചിരുന്നു. രണ്ട് പുകവലിക്കാർ വാതിൽക്കൽ നില്ക്കുന്ന എല്ലാം ഫോട്ടോവിലെപ്പോലെ ആവർത്തിക്കുന്നു. ഇൻഫർ മേഷൻ കൗണ്ടറിൽ കണ്ണട കഴുത്തിൽ കെട്ടിത്തൂക്കിയ കിഴവി ദുർമന്ത്ര വാദിനി ഇരിക്കുന്നു. അതാ നാലാമത്തെ നില. ഇടനാഴിയിലൂടെ നട ക്കുന്നു. മുറികളുടെ നമ്പറെഴുതിയ ചതുരങ്ങളിലൂടെ കണ്ണുകൾ തെന്നി നീങ്ങി. ചിലയിടങ്ങളിൽ നമ്പർ വ്യക്തമാണ്. ചിലയിടങ്ങളിൽ നമ്പർ കാണാനില്ല. 407 എന്ന നമ്പർ പെൻസിൽകൊണ്ടാണ് എഴുതിയിരുന്നത്. വാതിലിൽ മുട്ടുന്നു. ഹൃദയം തുടികൊട്ടി. മുറിക്കുള്ളിൽനിന്നും (കുറച്ചു സമയത്തിനുശേഷം) അകത്തേക്ക് കയറാൻ പറയുന്ന പരുക്കനായ ഒരു സ്ത്രീശബ്ദം കേട്ടു. ഞാൻ വാതിലിൽ തള്ളിനോക്കി. വാതിൽ തടഞ്ഞിരി ക്കുകയാണ്. അതേ ശബ്ദം തന്നെ ശക്തിയായി തള്ളാൻ പറയുന്നു. ശക്തിയായി തള്ളി. വാതിൽ മലർക്കെ തുറന്നു. ഉൾക്കിടിലത്തോടെ ഞാൻ നോക്കി. ഇപ്പോൾ ഇതെഴുതുമ്പോഴും ഭയം എന്നെ ചൂഴ്ന്നു നില്ക്കുന്നു.

ഞാൻ മുറിയിലേക്ക് പ്രവേശിക്കുന്നു. മൂത്രത്തിന്റെ രൂക്ഷഗന്ധം മൂക്കിനെ മഥിക്കുന്നു. രണ്ടു വരിയിലായി എട്ടു കിടക്കകൾ. എട്ടു കിഴവി കൾ. ഏഴെണ്ണം കിടക്കുന്നു. ഒരാൾ പാതി നിവർന്നിരിക്കുന്നു. അവർ ജനാലയ്ക്കടുത്താണ്. അവരാണ് ഉത്തരം പറഞ്ഞതെന്ന് തോന്നി. ഇവരിൽ ഏതാണ് അനസ്താസ്യയെന്ന് ഊഹിക്കാൻ ശ്രമിക്കുന്നു.

“നിങ്ങൾ ആരെക്കാണാൻ വന്നതാണ്?” ഇരിക്കുന്ന വൃദ്ധ ചോദിച്ചു.

അതെ. അവർ തന്നെയാണ് മുൻപ് വാതിൽ തുറക്കാൻ പറഞ്ഞത്. അതേ ശബ്ദം. അപൂർവ്വമായ ഒരു ശബ്ദം. അത്തരം ഒരു ശബ്ദം സമീ പത്തുനിന്നും ഉയരുന്നത് ജീവിതകാലം മുഴുവൻ എനിക്ക് ഓർമ്മിച്ചു വെയ്ക്കാൻ കഴിയും...

"അനസ്താസ്യ സെർഗ്യേവ്ന"

"വറോനിനയെ കാണാനാണോ? നിങ്ങൾ അവരുടെ ആരാണ് പേരിക്കിടാവോ? അതോ ബന്ധുവോ?" നല്ല ചോദ്യം. പ്രധാന സംഗതി, ചോദ്യത്തിൽ തന്നെ ഉത്തരം തെരഞ്ഞെടുക്കാനുള്ള സാദ്ധ്യതയുണ്ടായിരുന്നു എന്നതാണ്. ചോദ്യകർത്താവിനെ ഞാൻ നോക്കി. അവരുടെ മുഖം വെളിച്ചമില്ലാത്ത വശത്തായിരുന്നു. ശബ്ദം മാത്രമേ കേൾക്കാനുണ്ടായിരുന്നുള്ളൂ.

"വെറുമൊരു ബന്ധു."

കട്ടിലിൽ കിടക്കുന്ന വൃദ്ധകൾ ചലിക്കുകയും ചിലർ കൈമുട്ടിൽ ഊന്നി ഉയരാൻ ശ്രമിക്കുകയും ചെയ്തു. കിടയ്ക്കയ്ക്കരുകിലെ കുട്ടിമേശകളിൽ ഒന്നിൽനിന്നും ഒരു ലോഹമഗ്ഗ് ഉരുണ്ടുവീണു. ഞാനത് നിലത്തുനിന്നും എടുത്തുപൊക്കി. മഗ്ഗിന്റെ വക്കിൽ ചുണ്ടുമുട്ടുന്ന ഭാഗത്ത് റൊട്ടിയുടെ ഉണങ്ങിയ തരികൾ കാണാമായിരുന്നു.

"ശരി, നിങ്ങളൊരു ബന്ധുവാണെങ്കിൽ നിങ്ങളവളെ പരിചരിക്കൂ... ശബ്ദം എന്നെ ഉപദേശിച്ചു. കിഴവി രണ്ടു ദിവസങ്ങളായി മലത്തിൽ കുളിച്ചുകിടക്കുകയാണ്. അവളെ നോക്കാൻ ആരും വരുന്നില്ല." അപ്രതീക്ഷിതമായി ശബ്ദം താഴ്ത്തി അവർ പറഞ്ഞു. "കിഴവികളെ കുളിപ്പിക്കാൻ ആരും ആഗ്രഹിക്കുന്നില്ല,"

ആരും ആഗ്രഹിക്കുന്നില്ല. എന്റെ കണ്ണുകൾ മുറിയിലെ വെളിച്ചവുമായി ഇടപഴകുകയും സംസാരിക്കുന്നവരുടെ മുഖഭാവങ്ങൾ എനിക്ക് കാണാൻ സാധിക്കുകയും ചെയ്തു. അതിൽ അല്പം പോലും രൗദ്രഭാവം ഉണ്ടായിരുന്നില്ല. ഒരു ഗ്രാമീണമായ പതിഞ്ഞ മൂക്ക്. അതിൽനിന്നും നിരവധി ചുളിവുകൾ രൂപമെടുത്തിരുന്നു. തല മൂടിക്കെട്ടിയ തുണിയിൽനിന്നും നരച്ച മുടികൾ പുറത്തേക്ക് തള്ളിനിന്നിരുന്നു.

"കാച്യ, നീ വെറുതെ ചെലയ്ക്കാതിരിക്കൂ." മറ്റൊരു കട്ടിലിൽനിന്നും ശബ്ദം ഉയർന്നു "ആദ്യമായി വന്നുകയറിയ ഒരാളെ ആക്രമിക്കാതിരിക്കൂ."

"മുൻപ് എവിടെയായിരുന്നു?" കാച്യ താത്പര്യത്തോടെ ചോദിച്ചു.

"എവിടെയായിരുന്നോ അവിടെ ഇപ്പോൾ അവൾ ഇല്ല. (അത് കൃത്യമായ ഉത്തരമാണെന്ന് ഞാൻ ശ്രദ്ധിച്ചു) പേരക്കുട്ടി ഇന്നലെ വന്നിരുന്നോ? അവൾ വന്നു. എന്നിട്ട് കുളിപ്പിച്ചോ? അതൊരു നേഴ്സിന് ചെയ്യാവുന്നതേയുള്ളൂ."

കാച്യ ചുണ്ടുകൾ നുണഞ്ഞു. അവർ ആ സാദ്ധ്യതയും തൂക്കിനോക്കുന്നതുപോലെ കാണപ്പെട്ടു.

"നിങ്ങൾ ഞങ്ങളുടെ നേഴ്സിനെ കാത്തിരിക്കാൻ പോകയാണോ?" കാച്യയുടെ ശബ്ദം കൂടുതൽ സൗഹാർദ്ദപൂർവ്വമായി. "നൂറിന്റെ

നോട്ടെടുത്തു കൊടുക്കാതെ നേഴ്സ് ചെറുവിരലനക്കില്ല. അവളിപ്പോൾ സ്റ്റാഫ് റൂമിൽ ഇരുന്ന് മദ്യപിക്കുകയായിരിക്കും."

ഇവിടെ ഏതാണ് അനസ്താസ്യ എന്നതിനെക്കുറിച്ച് എനിക്ക് യാതൊരു ധാരണയുമുണ്ടായിരുന്നില്ല. അവരാരും എനിക്ക് അവളെ കാട്ടി തരുന്നില്ല. അവർ കരുതുന്നത് എനിക്ക് അവളെ അറിയാമെന്നാണ്. അവസാനം കാച്യയുമായി സംസാരിച്ച സ്ത്രീ ഒരു കട്ടിലിലേക്ക് കൈ ചൂണ്ടിക്കൊണ്ടു പറഞ്ഞു.

"ഞങ്ങളാരും പറയുന്നതിന് ചെവികൊടുക്കാതെ നിങ്ങൾ നിങ്ങളുടെ അമ്മൂമ്മയുടെയടുത്തേക്ക് പൊയ്ക്കൊള്ളൂ."

എങ്ങോട്ടാണ് പോകേണ്ടതെന്ന് എനിക്ക് മനസ്സിലാകുകയും ഞാൻ ആദ്യചുവട് അങ്ങോട്ടേക്ക് വെയ്ക്കുകയും ചെയ്തു. സത്യത്തിൽ ഇത് ഒന്നാമത്തെ നിമിഷം തന്നെ എനിക്ക് തോന്നിയതായിരുന്നു. പക്ഷേ ഉറപ്പില്ലായിരുന്നു. ഇപ്പോഴിതാ ഉറപ്പ് ലഭിച്ചുകഴിഞ്ഞു. ഞാൻ പോകുന്നു. അനസ്താസ്യയെ ശ്രദ്ധിക്കാതെ എന്റെ കണ്ണുകൾ അവളുടെ കട്ടിലിനു സമീപമുള്ള കുട്ടിമേശമേൽ പതിച്ചു. ഒരു കുപ്പി മിനറൽ വാട്ടർ, ലോഷന്റെ ഒരു ട്യൂബ്, കൃത്രിമപല്ലുകൾ ഇട്ടുവെച്ചിരിക്കുന്ന ഒരു ഗ്ലാസ്, അത് അനസ്താസ്യയുടെ വെപ്പുപല്ലുകളായിരുന്നു.

അനസ്താസ്യ. കണ്ണുകളടച്ച് കിടക്കുന്നു. വായ അല്പം തുറന്നിരിക്കുന്നു. ഭാരിച്ച ശ്വാസോച്ഛ്വാസം. ചിലപ്പോൾ അവൾ ശ്വസിക്കുമ്പോൾ കുമിളകൾ രൂപപ്പെടുകയും വായിൽ അവ പൊട്ടിപ്പോകുകയും ചെയ്തു. അവളുടെ ഇടതുകൈ പുതപ്പിൽ ചുരുട്ടിപ്പിടിച്ച മുഷ്ടിയുമായി ആരെയോ ഭീഷണിപ്പെടുത്തുന്നതുപോലെ കാണപ്പെട്ടു. ആരെയായിരിക്കും? ബോൾഷെവിക്കുകളെയായിരിക്കുമോ? അവളുടെ അച്ഛനെ കൊല്ലുകയും എന്നെ നൈട്രജനിൽ മുക്കിയിടുകയും ചെയ്ത ബോൾഷെവിക്കുകളെയാകുമോ? അല്ലെങ്കിൽ പൊതുവായ ജീവിതത്തെയായിരിക്കുമോ?

ഞാനവളുടെ കൈയിൽ പിടിക്കുകയും അവളുടെ കൈത്തലം എന്റെ ചുണ്ടോടടുപ്പിക്കാൻ തുനിയുകയും ചെയ്തു. എത്ര തവണ ഇപ്രകാരം ചെയ്തിരിക്കുന്നു. അതിസൂക്ഷ്മമായി ഇന്ദ്രിയാതീതമായ ഒരു സ്പർശനമായിരുന്നു അത്. അവളുടെ കൈത്തലത്തിലെ വളവിലെ ഓരോ രേഖകളേയും നഗ്നനേത്രങ്ങളാൽ കാണുവാൻ കഴിയാത്ത രോമങ്ങളെ തൊട്ടുരുമ്മി അറിഞ്ഞുകൊണ്ടുള്ള പ്രവൃത്തിയായിരുന്നു അവയൊക്കെയും! എന്നാൽ ഇപ്പോൾ കൈത്തലം വളരെ വ്യത്യസ്തമായിരുന്നു. എന്റെ കണ്ണീരിന്റെ നനവുണ്ടായിരുന്നു. ചുരുട്ടിപ്പിടിച്ച മുഷ്ടി സാവധാനം അയഞ്ഞു. ഭീഷണിപ്പെടുത്താൻ വളരെ വൈകിപ്പോയിരുന്നു. അല്ലെങ്കിൽ തന്നെ ഇനി ആരെ ഭീഷണിപ്പെടുത്താൻ?

"എങ്കിലും നിങ്ങളവളെ കഴുകിത്തുടച്ചെങ്കിൽ നന്നായിരുന്നു." അത് കാച്യയാണ് പറഞ്ഞത്.

"ഞാൻ തയ്യാറാണ്. എന്നാൽ അതെങ്ങനെയാണ് ചെയ്യുന്നതെന്ന് എനിക്കറിയില്ല."

"എല്ലാം എല്ലാവർക്കും അറിയില്ലല്ലോ, ഞങ്ങൾ നിങ്ങൾക്ക് പറഞ്ഞു തരാം."

അവർ സളവ്യേത്സ്കി ദ്വീപിലെ കോൺസൺട്രേഷൻ ക്യാമ്പു പോലും അതിജീവിച്ചേനേ.

കിടയ്ക്കയുടെ അടിയിൽനിന്നും ഒരു ഓയിൽ ക്ലോത്ത് എടുത്ത് നിവർത്തിയിടാൻ അവർ എന്നോട് ആജ്ഞാപിച്ചു. അനസ്താസ്യയെ തോളിൽ പിടിച്ചുയർത്തി ഒരു വശത്തേക്ക് മാറ്റിയിട്ട് ഓയിൽ ക്ലോത്ത് വിരിച്ചിട്ടു. അവളുടെ ശരീരത്തിന് ഒട്ടും ഭാരമുണ്ടായിരുന്നില്ല. അനസ്താസ്യ ഡയപ്പർ അണിഞ്ഞുകിടക്കുകയാണ്. ടെലിവിഷനിൽ അത്തരം ഡയപ്പറുകൾ ശിശുക്കളെ അണിയിക്കുന്നത് ഞാൻ കണ്ടിട്ടുണ്ട്.

"പേടിക്കേണ്ട" കാച്യയുടെ നിർദ്ദേശം "എല്ലാം പരിചയമായിക്കൊള്ളും."

ഞാൻ ഭയപ്പെട്ടില്ല. അനസ്താസ്യയുടെ നഗ്നത കാണാൻ ഞാനെത്ര കൊതിച്ചിരുന്നുവെന്ന് ഓർമ്മിച്ചു. ഞാനവളുടെ മുഖത്തേക്ക് നോട്ടമെറിഞ്ഞു. അവളുടെ കണ്ണുകൾ അല്പം തുറന്നിരുന്നു. പക്ഷേ അവയിൽ ബോധത്തിന്റെ നിഴൽ പോലും ഉണ്ടായിരുന്നില്ല. അത് ഇത്തിരി കൂടി നന്നായി എന്നെനിക്ക് തോന്നി. "അതഴിച്ചുമാറ്റൂ" അവളുടെ പേരക്കിടാവാണ് ഈ ഡയപ്പറുകൾ വാങ്ങുവാൻ തുടങ്ങിയത്. ആദ്യമൊക്കെ ഞങ്ങൾ പഴന്തുണികളാണ് തിരുകിവെച്ചിരുന്നത്."

ഞാൻ ഡയപ്പറിന്റെ കെട്ടഴിച്ചു. ഒരു ചെറുശബ്ദത്തോടെ ഞാനത് മാംസത്തിൽനിന്നും ഇളക്കിമാറ്റി. ഗന്ധം. തുറന്നടിക്കുന്ന രൂക്ഷമായ ദുർഗന്ധം. ദുർഗന്ധമാണെങ്കിൽ എന്താ? സളവ്യേത്സ്കി ദീപിൽ ഇതിലും ദുർഗന്ധം വമിക്കുന്ന കാര്യങ്ങളൊക്കെ ഞാൻ അനുഭവിച്ചിട്ടുണ്ട്. എന്റെ മുന്നിൽ കിടക്കുന്നത് എനിക്ക് പ്രിയപ്പെട്ട എന്റെ ഏറ്റവും അടുത്ത ഒരാളാണ്. അയാളുടെ അവസ്ഥ ഇതാണെങ്കിൽ യാഥാർത്ഥ്യബോധത്തോടെ അതിനെ അഭിമുഖീകരിക്കുകയാണ് വേണ്ടത്. എന്റെ ജീവിതത്തിലേക്കുള്ള തിരിച്ചുവരവുവരെ അയാൾ പിടിച്ചുനിന്നു എന്നത് ഒരു മഹാഭാഗ്യമല്ലേ? ഞാൻ ഡയപ്പർ കൃത്യമായി തെറുത്തെടുത്ത് നിലത്തു വെച്ചു.

"ഇനി കട്ടിലിനടിയിൽനിന്നും ബഡ്പാൻ എടുത്ത് ഓയിൽ ക്ലോത്തിൽ വെയ്ക്കുക. തള്ളയെ അരക്കെട്ടിൽ പിടിച്ചുയർത്തി അവളുടെ ചന്തി ബഡ്പാനിന്റെ മുകളിൽ വരുന്ന വിധം ഇരുത്തുക" കാച്യ എഴുന്നേൽക്കുകയും അവരുടെ ചെരുപ്പുകൾ തിരഞ്ഞു വട്ടം ചുറ്റുകയും ചെയ്തു. അവളുടെ പേരക്കുട്ടി ഇതെല്ലാം തനിയെ ചെയ്യും. നിങ്ങളും പഠിക്കും."

കാച്യ ഒരു നിമിഷം മുറിയിൽനിന്ന് പുറത്ത് പോകുകയും ഒരു പിടിയുള്ള പാത്രത്തിൽ വെള്ളവും സ്പോഞ്ചുമായി തിരിച്ചുവന്നു. പാത്രത്തിലെ

വെള്ളത്തിന് ചൂടുണ്ടായിരുന്നു. അതിന്റെ നിറത്തിൽനിന്നും പൊട്ടാസ്യം പെർമാംഗനേറ്റ് ചേർത്തിരുന്നു എന്ന് വ്യക്തമായി. കാച്യയുടെ അധികാര സ്വരത്തിലുള്ള ഭാവം എന്നെ ഗൗരവത്തോടെ കാര്യങ്ങൾ ചെയ്യാൻ പ്രേരിപ്പിച്ചു. ഇടതുകൈക്കൊണ്ട് ഞാൻ അല്പാല്പം വെള്ളമൊഴിക്കുകയും വലതുകൈക്കൊണ്ട് അനസ്താസ്യയുടെ നാഭി പ്രദേശം വൃത്തിയാക്കുകയും ചെയ്തു. ഞാൻ വളരെ ശ്രദ്ധാപൂർവ്വം സ്പോഞ്ച് ഉപയോഗിച്ചു.

"അവളുടെ കാലുകൾ കൂടുതൽ അകത്തിവെയ്ക്കൂ, അല്ലെങ്കിൽ നന്നായി കഴുകാൻ പറ്റില്ല" കാച്യ നിശ്ശബ്ദയായിരിക്കരുത്. നിശ്ശബ്ദയായിരുന്നാൽ എനിക്കിത് ചെയ്യാൻ കഴിയില്ല! കുത്തിയൊഴിച്ച വെള്ളത്തിന്റെ ശക്തിയിൽ ഒരു കഷണം മലം ബഡ്പാനിൽ തെറിച്ചുവീണു.

ടൗവ്വൽകൊണ്ട് അനസ്താസ്യയെ തോർത്തിയെടുത്തു. ഓയിൽ ക്ലോത്ത് തുടച്ചെടുത്തു. ഡയപ്പർ എടുത്ത് പുറത്തുകൊണ്ടുപോകുകയും ബഡ്പാൻ കഴുകുകയും ചെയ്തു. ചൊറിച്ചിലുണ്ടാകാതിരിക്കാൻ എല്ലാം ലോഷൻ തേച്ച് വൃത്തിയാക്കാൻ എന്നോട് ആജ്ഞാപിച്ചു. ട്യൂബിൽ നിന്നും ലോഷൻ ക്രീം വിരലുകളിലെടുത്ത് അവളുടെ നാഭിയിൽ തേക്കാൻ തുടങ്ങി. എന്റെ കൈ വിറയ്ക്കുന്നത് എനിക്ക് അനുഭവപ്പെട്ടു. എപ്പോഴോ ഞാൻ ഏറെ കൊതിച്ച ഒരു പുഷ്പമായിരുന്നു ഇത്.

തിങ്കളാഴ്ച

മെയ്മാസത്തിന്റെ അവസാന ദിവസം. നാളെ വേനൽക്കാലം തുടങ്ങുന്നു. ഒന്നാം രാവിന്റെ ആരംഭത്തിൽ ശരിക്കും വേനൽക്കാലത്താണ് ഞാനിതെഴുതുന്നത്. ഉച്ചയ്ക്ക് അനസ്താസ്യയെ കാണാൻ പോയിരുന്നു. വേനൽക്കാലത്തെ കാര്യങ്ങൾ ഓർമ്മ വന്നു.

രണ്ടു പ്രധാന റോഡുകൾ സന്ധിക്കുന്ന മൂലയിൽ അപ്രതീക്ഷിതമായി അവളെ കണ്ടുമുട്ടി. "നീ എങ്ങോട്ടുപോകുന്നു?" "ഞാൻ വീട്ടിലേക്ക് പോകുന്നു" "ഞാനും വീട്ടിലേക്ക് പോകുന്നു." ബൾഷോയ് പ്രൊസ്പെക്ടിലൂടെ അവളോടൊപ്പം നടക്കുന്നു. ഞങ്ങളുടെ കണ്ണിൽ സൂര്യപ്രകാശം അടിക്കുന്നുണ്ടായിരുന്നു. അവളുടെ ഷൂസിന്റെ തടികൊണ്ടുള്ള അടിഭാഗം സൃഷ്ടിക്കുന്ന ശബ്ദം പ്രതിദ്ധ്വനിക്കുന്നു. അവൾ വളരെ സൂക്ഷിച്ചാണ് കാലടികൾ വെയ്ക്കുന്നത്. പക്ഷേ, ഷൂസിന്റെ പ്രത്യേകതകൊണ്ട് ശബ്ദം കേട്ടുകൊണ്ടേയിരുന്നു. അർജിനാർനയ റോഡിന്റെ മൂലയിൽവെച്ച് എവിടെനിന്നോ ഒരു ഒറ്റക്കുതിരവണ്ടി പാഞ്ഞുവന്നു. അവസാന നിമിഷം ഞാൻ എന്റെ കൈകൾ നീട്ടി. അനസ്താസ്യയെ പിന്നോട്ടു വലിച്ചു. അവളുടെ മാറിടത്തിലാണ് എന്റെ കൈകൾ സ്പർശിച്ചത്. സ്പർശനത്തിൽ എന്നിൽ എന്തോ ഉടഞ്ഞുവീണു. അതിനേക്കാൾ ഉപരിയായി ഞാൻ ഭയന്നുപോയി. അവൾ ആ കുതിരവണ്ടിയുടെ അടിയിൽ പെട്ടുപോകുമായിരുന്നു. നല്ല തെളിഞ്ഞ ദിവസമായിരുന്നു അത്. ചൂടുള്ള ബാൾട്ടിക് കാറ്റ്. അവൾ മണൽതിട്ടയിൽ കിടന്നേനേ. ഇളംകാറ്റ് അവളുടെ കുപ്പായത്തെ തഴുകി ഒഴുകുമായിരുന്നു. അസാധാരണ രീതിയിൽ പിണച്ചു

വെച്ച അവളുടെ കാലുകൾ. തേഞ്ഞുതുടങ്ങിയ അവളുടെ ഷൂസിന്റെ അടിഭാഗം. അവളെയോർത്ത് ഞാനെപ്പോഴും ഭയപ്പെട്ടിരുന്നു. അവൾക്ക് പെട്ടെന്ന് എന്തെങ്കിലും സംഭവിച്ചുപോകുമെന്ന് ഞാൻ ഭയന്നിരുന്നു. അവൾ ഞാൻ കരുതിയതിലും കൂടുതൽ കരുത്തുള്ളവളായിരുന്നു. ജീവിതം അവളെ കരുത്തുള്ളവളായി മാറ്റിയെടുത്തു.

ഹോസ്പിറ്റൽ ഭൂമിയിലേക്ക് നടക്കുന്നതിനിടയിൽ ഞാന് നാസ്ച്യയെ കണ്ടുമുട്ടി. കോവണി കയറുമ്പോൾ തന്നെ ഞാനവളെ കാണുകയും അവൾ ആരാണെന്ന് തിരിച്ചറിയുകയും ചെയ്തു. അവളുടെ രണ്ടു ചുവട് പിന്നിലെത്തിയപ്പോൾ ഇന്നലത്തെപ്പോലെ ഹൃദയം ശക്തിയായി മിടിക്കാൻ തുടങ്ങി. ഞാനവളെ നന്നായി ഒന്നു നോക്കിയില്ലെങ്കിലും അനസ്താസ്യയുമായി അവൾക്ക് ഒത്തിരി സാദൃശ്യങ്ങളുണ്ടെന്ന് തിരിച്ചറിഞ്ഞു. മുടിയും നടത്തവും എല്ലാം അനസ്താസ്യയെപ്പോലെയായിരുന്നു. ഒരുപക്ഷേ ഞാനത് കാത്തിരിക്കുകയായിരുന്നു. അല്ലെങ്കിൽ അങ്ങനെ ആവാൻ ആഗ്രഹിച്ചിരുന്നു. അവൾ ശരിക്കും അനസ്താസ്യയോട് സാദൃശ്യമുള്ളവളായിരുന്നു. വാതിൽക്കൽ എന്നെ മനസ്സിലാക്കിക്കൊണ്ട് അവൾ ചോദിച്ചു.

“നിങ്ങൾ - ഇന്നക്കെഞ്ചിയല്ലേ?” ഞാൻ തലകുലുക്കി സമ്മതിച്ചു. എനിക്ക് ശബ്ദിക്കാൻ കഴിയുമോ എന്ന് ഞാൻ ഭയന്നു.

“ഞാൻ നാസ്ച്യ” എനിക്ക് കൈതന്നുകൊണ്ട് അവൾ പറഞ്ഞു, “നിങ്ങളെ ടെലിവിഷനിലൂടെ കണ്ടപ്പോഴേ നിങ്ങൾ ഇവിടെ വരുമെന്ന് ഞാൻ കരുതിയിരുന്നു.”

അവൾ ചിരിച്ചു. ഞാൻ അവളുടെ കൈപിടിച്ചുകൊണ്ടുതന്നെ നിന്നു. കൈ തണുത്തതായിരുന്നു. മെലിഞ്ഞ കൈയിലെ ഓരോ അസ്ഥികളും തൊട്ടറിയാമായിരുന്നു.

“എന്റെ ഡോക്ടറാണ് അനസ്താസ്യയെക്കുറിച്ച് എന്നോട് പറഞ്ഞത്”

“അറിയാം. ഞാനാണ് അക്കാര്യം നിങ്ങളുടെ ഡോക്ടറെ അറിയിച്ചത്.” അവളുടെ കൈ എന്റെ കൈയിൽനിന്നും ഊർന്നുപോയി. “ഞാൻ കരുതി നിങ്ങൾക്കത് പ്രാധാന്യമുള്ള കാര്യമായിരിക്കുമെന്ന്.” പ്രാധാന്യമുള്ള കാര്യം അവളുടെ പുഞ്ചിരിയായിരുന്നു. അനസ്താസ്യയുടേതുപോലെയുള്ള പുഞ്ചിരി. കുട്ടികൾ അച്ഛനമ്മമാരെപോലെയല്ല അപ്പൂപ്പനോടും അമ്മൂമ്മയോടുമാണ് സാദൃശ്യം പുലർത്തുന്നതെന്ന് പറയാറുണ്ട്.

ഇന്നലെത്തേതുപോലെ മൂക്കിലേക്ക് തുളഞ്ഞുകയറുന്ന ദുർഗന്ധം ഉണ്ടായിരുന്നില്ല. അത് ഗന്ധത്തിന്റെ കാഠിന്യം കുറഞ്ഞതുകൊണ്ടായിരുന്നില്ല. അപ്രകാരമുള്ള തോന്നൽ ഇല്ലാതായതുകൊണ്ടായിരുന്നു.

അനസ്താസ്യ പഴയതുപോലെ ബോധരഹിതയായി കാണപ്പെട്ടുവെങ്കിലും ഇന്നലെ കണ്ടതിനേക്കാൾ മെച്ചമായ അവസ്ഥയിലാണെന്ന്

തോന്നി. അവളുടെ കണ്ണുകൾ തുറന്നിരുന്നു. നോട്ടം എവിടെയും കേന്ദ്രീകരിച്ചില്ല. അവളുടെ നോട്ടം മുറിയിലാകെ ലക്ഷ്യമില്ലാതെ ചുറ്റിത്തിരിഞ്ഞു ചലിച്ചുകൊണ്ടേയിരുന്നു.

ഞാനും നാസ്ച്യയും കൂടി അനസ്താസ്യയുടെ തല കഴുകി. ആദ്യം തലയിണകൾ എടുത്തുമാറ്റി. അവളുടെ കഴുത്തിൽ ടൗവ്വലുകൾ ചുറ്റി വെച്ചു. വെള്ളം താഴേക്ക് തെറിക്കാതിരിക്കാനായിരുന്നു അങ്ങനെ ചെയ്തത്. പിന്നീട് ഞാൻ ഒരു വൃത്താകൃതിയിലുള്ള പാത്രത്തിൽ ചൂടുവെള്ളം കൊണ്ടുവന്നു. ഞങ്ങൾ വളരെ ശ്രദ്ധിച്ച് പാത്രവും വെള്ളവും തലയിണയുടെ സ്ഥാനത്തു വെയ്ക്കുകയും മുടി കഴുകാൻ തുടങ്ങുകയും ചെയ്തു. ഞാൻ അനസ്താസ്യയുടെ തല ഉയർത്തിപ്പിടിച്ചു. നാസ്ച്യ സ്വന്തം ഉള്ളംകൈകളിൽ ഷാമ്പൂ പതപ്പിച്ച് മുടി വൃത്തിയായി കഴുകി. അനസ്താസ്യയുടെ മുടി കുറ്റിപോലെ ചെറുതായാണ് മുറിച്ചിരുന്നത്. മുടി വെട്ടിയിരുന്ന രീതിയും ഇമ കളയാത്ത മിഴികളും ഒരു ഭ്രാന്തിയുടെ ഭാവമാണ് പകർന്നത്. മുടിയിൽ ബാക്കിയിരുന്ന ഷാമ്പൂ കഴുകിക്കളയാനായി ഒരു പിടിയുള്ള പാത്രത്തിൽനിന്നു ഞാൻ വെള്ളം ധാരയായി ഒഴിച്ചുകൊടുത്തു. അപ്പോൾ രണ്ടുമൂന്നു തവണ അനസ്താസ്യ ഇമകൾ അടച്ചുവെങ്കിലും നോട്ടത്തിന് യാതൊരു വ്യതിയാനവും സംഭവിച്ചില്ല.

"അവളുടെ മുടിക്ക് നല്ല നീട്ടമുണ്ടായിരുന്നതായി ഞാൻ ഓർമ്മിക്കുന്നു" എന്തുകൊണ്ടോ ഞാൻ നാസ്ച്യയോട് അപ്രകാരം പറഞ്ഞു.

"അവർ ഹോസ്പിറ്റലിൽവെച്ച് തല കഴുകാനുള്ള എളുപ്പത്തിനായി മുടി മുറിച്ചു കളഞ്ഞതാണ്." പിന്നീട് അവളെ ഓയിൽ ക്ലോത്തിലും ടൗവ്വലുകളിലും കിടത്തി സ്പോഞ്ചുകൊണ്ട് കഴുകിത്തുടച്ചു. നാസ്ച്യ അവളുടെ നഖങ്ങൾ മുറിച്ചു. അനസ്താസ്യ എതിർത്തതുമില്ല. കാര്യമായ സഹകരണം പുലർത്തിയതുമില്ല. "കുറച്ചു ദിവസങ്ങൾക്കുമുൻപ് അമ്മൂമ്മയ്ക്ക് എല്ലാം നോർമലായിരുന്നു" നാസ്ച്യ പറഞ്ഞു. "ഇവിടെ ആശുപത്രിയിൽപോലും അവർ സാധാരണ നിലയിലായിരുന്നു. അവർ നിങ്ങളെ കാണാൻ വിസമ്മതിക്കുകയും ചെയ്തു. പക്ഷേ, ഇപ്പോൾ അവരുടെ അവസ്ഥ നിങ്ങൾക്ക് കാണാമല്ലോ!"

മുറിയിൽനിന്ന് പുറത്തിറങ്ങിയപ്പോൾ എനിക്കും നാസ്ച്യയ്ക്കും ഒരു കൂട്ടം പത്രപ്രവർത്തകരെ അഭിമുഖീകരിക്കേണ്ടിവന്നു. നിരവധി ഫ്ളാഷ് ലൈറ്റുകളിൽ ഞാൻ കണ്ണുചിമ്മി നിന്നു.

"നിരവധി ദശവർഷങ്ങൾക്കുശേഷം തന്റെ പ്രേമഭാജനത്തെ കണ്ടപ്പോൾ നിങ്ങൾക്ക് എന്തു തോന്നി?"

ഞാനെന്റെ ഇമകൾ ശക്തിയായി അടയ്ക്കുകയും പിന്നെ തുറക്കാതിരിക്കുകയും ചെയ്തു. ഞാൻ കുട്ടിക്കാലത്ത് അങ്ങനെ ചെയ്യുമായിരുന്നു. അത് എന്നെ പല സാഹചര്യങ്ങളിലും രക്ഷിച്ചിരുന്നു. വൈകുന്നേരത്തെ ന്യൂസിൽ എന്നെയവർ കാണിച്ചത് അപ്രകാരമായിരുന്നു.

ചൊവ്വാഴ്ച

രാവിലെ മഴ പെയ്തു. ആരോ കോരിയൊഴിക്കുന്നതുപോലെ ജനാല ച്ചില്ലുകളിൽ മഴ വർഷിച്ചു. 'എന്റെ ഫ്ളാറ്റ് ഒരു മൂലയിലായിരുന്നതിനാൽ കാറ്റ് ഇരുഭാഗത്തുനിന്നും വന്നു. ജനാലചില്ലുകളിലൂടെ കനംകുറഞ്ഞ സുതാര്യമായ തിരകളായി വെള്ളം ഒഴുകുന്നത് നോക്കി ഞാൻ കട്ടിലിൽ കിടന്നു. തിരകൾ നിരവധി നിറങ്ങളിൽ മിന്നിത്തിളങ്ങുന്നതു കണ്ടപ്പോൾ ജിജ്ഞാസയോടെ എഴുന്നേറ്റു. താഴെ ഒരു അപകടം നടക്കുകയും പൊലീസ് വണ്ടി വരുകയും ചെയ്തിരുന്നു. അതെന്നെ പഴയൊരു അപ കടം ഓർമ്മിപ്പിച്ചു. ഇതേ സ്ഥലത്ത് രണ്ട് ലോറി ഡ്രൈവർമാരായിരുന്ന് അന്ന് അപകടത്തിൽപെട്ടത്. അന്നും മഴയുണ്ടായിരുന്നു. ഞാനന്നും ജനാലയ്ക്കൽ ഇതുപോലെ നിന്നിരുന്നു. അത് ഏതുവർഷമായിരുന്നു? ഈ ലോകത്ത് എല്ലാം സംഭവിച്ചിരുന്നു. ഞാൻ നെറ്റികൊണ്ട് ജനാല ച്ചില്ലിൽ അമർത്തി. രണ്ടു വണ്ടികൾ കൂട്ടിയിടിച്ചു. അത്ര ശക്തിയോടെ യല്ല. മുന്നിലെ ലൈറ്റുകൾ തകർന്നുപോയിരുന്നു. കോട്ടും സ്യൂട്ടും ധരിച്ച് ടൈ കെട്ടിയ രണ്ടുപേർ മഴയത്തുനിന്നിരുന്നു. അവർ പരസ്പരം കുറ്റാ രോപണം നടത്തി. പഴയ ലോറി ഡ്രൈവറന്മാരെപ്പോലെയായിരുന്നു അവർ കാണപ്പെട്ടത്.

ഗെയ്ഗർ കുറച്ചുനേരത്തേക്ക് വന്നു. അയാൾ എനിക്ക് പണം കൊണ്ടു വന്നതാണ്. ഇത് ആദ്യമായായിരുന്നില്ല. അത് എവിടെനിന്നാണെന്ന് ഞാന യാളോട് ചോദിച്ചില്ല. അത് ഗവണ്മെന്റിൽനിന്നും എനിക്ക് കിട്ടുന്ന പ്രത്യു പകാരമായിരിക്കാം, അല്ലെങ്കിൽ പാർലമെന്റിൽ പ്രസിഡന്റിന്റെയടുത്തു നിന്നാകാം. ജനസംഖ്യയിൽ ഒരു ഭാഗത്തെ മരവിപ്പിച്ചു ജീവിപ്പിക്കാനായി അവർ ബഡ്ജറ്റിൽ പണം വകകൊള്ളിച്ചു കാണുമോ? പഴയകാലത്തെ അപേക്ഷിച്ച് ബാങ്ക് നോട്ടുകൾ വലിപ്പം കുറഞ്ഞവയായിരുന്നു. അത് എവിടെനിന്നാണ് കൊണ്ടുവരുന്നതെന്ന് ചോദിക്കണം.

നേഴ്സ് ആഞ്ചല വരുകയും തിണ്ണ കഴുകുകയും എനിക്ക് ഇൻജക്ഷൻ തരുകയും ചെയ്തു. എന്റെ ആവശ്യപ്രകാരം അവളിപ്പോൾ എല്ലാ ദിവസവും വരുന്നില്ല. അതുകൊണ്ട് തിണ്ണയിൽ എല്ലാം വേണ്ടതുപോലെ കിടന്നിരുന്നു. കുത്തിവെയ്പ്പുകൾ തികച്ചും അർത്ഥശൂന്യമായിരുന്നു എന്നാണ് എന്റെ അഭിപ്രായം. പതിവായി കുത്തിവെച്ചില്ലെങ്കിൽ കുത്തി വെയ്പുകൊണ്ട് എന്തുപ്രയോജനം? എന്റെ ധിക്കാരം ശമിപ്പിക്കാനായി അവൾ വെറുതെ എന്റെ പുറകുവശം കുത്തിത്തുളയ്ക്കുകയായിരുന്നു. ആദ്യം അവൾ രാത്രി എന്റെ വീട്ടിൽ താമസിക്കുന്നതിനെ ഞാൻ വിലക്കി. പിന്നീട് അവളുടെ സന്ദർശനങ്ങൾ കുറയ്ക്കണമെന്ന് ഞാൻ ഗെയ്ഗറോട് പറഞ്ഞു. അവൾക്ക് അത് നാണക്കേടായി. എന്തധികാരത്തിലാണ് ഗെയ്ഗർ അവളെ എന്റെയടുത്തേക്ക് പറഞ്ഞയയ്ക്കുന്നതെന്ന് എനിക്ക് മനസ്സിലായില്ല. എനിക്കത് വളരെ അസ്വസ്ഥതയുണ്ടാക്കി.

ഉച്ചയ്ക്ക് ഒരു മണിക്ക് ടാക്സി വിളിച്ചു. ഇന്ന് ഞാനും നാസ്ച്യയു മായി ആശുപത്രിയുടെ കവാടത്തിൽ കണ്ടുമുട്ടാമെന്ന് പരസ്പരം സമ്മതി ച്ചിരുന്നു. അവളുടെ യൂണിവേഴ്സിറ്റിയിലെ ക്ലാസ്സുകഴിഞ്ഞ് കൃത്യം രണ്ടു മണിക്ക് കണ്ടുമുട്ടാമെന്നായിരുന്നു പറഞ്ഞിരുന്നത്. നാസ്ച്യ സാമ്പത്തിക ശാസത്രത്തിന്റെ ഡിപ്പാർട്ടുമെന്റിലെ ഒരു വിദ്യാർത്ഥിനിയായിരുന്നു. പെണ്ണുങ്ങൾക്ക് എന്റെ അഭിപ്രായത്തിൽ അതത്ര സാധാരണ വിഷയ മായിരുന്നില്ല. പക്ഷേ ജീവിതം തികച്ചും മാറി മറഞ്ഞിരിക്കുന്നു. അസാ ധാരണമെന്നു പറയാൻ മാത്രം പുതിയ ജീവിതത്തെക്കുറിച്ച് എനിക്കെന്ത റിയാം?

ഞാൻ ഒന്നരയ്ക്ക് ആശുപത്രിയിലെത്തി. ഞാൻ കെട്ടിടത്തിനു വലം വെയ്ക്കുകയും അനസ്താസ്യയുടെ മുറിയുടെ ജനാല ഏതാണെന്ന് ഊഹിക്കാൻ ശ്രമിക്കുകയും ചെയ്തു. അവളുടെ ജനാലയുടെ ചില്ലിൽ നീളത്തിൽ ഒരു പിളർപ്പ് ഉണ്ടായിരുന്നുവെന്ന് അത് പേപ്പറൊട്ടിച്ച് അട ച്ചിരുന്നതായും ഞാൻ ഓർമ്മിച്ചു. പക്ഷേ അത്തരം വിള്ളലുകളുള്ള ജനാല ചില്ലുകൾ നിരവധിയുണ്ടായിരുന്നതിനാൽ എനിക്ക് അനസ്താസ്യ യുടെ ജനൽ കണ്ടുപിടിക്കാനായില്ല. തീർച്ചയായും ആന്റേഴ്സന്റെ കഥ എന്റെ മനസ്സിലൂടെ കടന്നുപോയി. ഉറങ്ങുന്നതിനുമുമ്പ് എന്റെ അമ്മൂമ്മ എനിക്കത് പറഞ്ഞുതന്നിരുന്നു. അമ്മൂമ്മയുടെ വായന നീണ്ടുപോകു മ്പോൾ താളം തെറ്റുകയും ശബ്ദമില്ലാതാകുകയും ചെയ്തിരുന്നു. ഞങ്ങൾ രണ്ടുപേരിൽ ആദ്യം ഉറങ്ങുന്നത് അമ്മൂമ്മയായിരുന്നു.

നാസ്ച്യ കൃത്യം രണ്ടുമണിക്ക് എത്തിച്ചേർന്നു. അതായിരുന്നു കൃത്യത. എനിക്ക് അപരിചിതമായ സുഗന്ധലേപനങ്ങൾ അവൾ ഉപ യോഗിച്ചിരുന്നു. വളരെ ലോലവും അതിസൂക്ഷ്മവുമായിരുന്നു അവളുടെ സുഗന്ധം. മുൻകാലങ്ങളിൽ പെണ്ണുങ്ങളുടെ ഗന്ധം മറ്റൊന്നായിരുന്നു. ഇവിടെ എങ്ങനെയാണ് എനിക്ക് അനസ്താസ്യയുടെ മുടിയെക്കുറിച്ച് ഓർമ്മിക്കാതിരിക്കാൻ കഴിയുക? ഒരുപക്ഷേ ഞാനൊരു പഴഞ്ചനായി രിക്കാം. പക്ഷേ, ആ നറുമണത്തിന്റെ തരംഗം എന്നെ ചിന്താക്കുഴപ്പത്തി ലാക്കി.

കഥയിങ്ങനെയാണ് – ഞങ്ങൾ ചാരുബെഞ്ചിലിരുന്ന് ആശുപത്രിയിൽ കയറാനായി ഷൂസിന്റെ മുകളിൽ കവചങ്ങൾ ധരിക്കുകയായിരുന്നു. തന്റെ ചെരുപ്പിൽ പൊതിഞ്ഞ് അതുകെട്ടുന്ന തിരക്കിൽ എന്റെ മുഖം അവളുടെ തലയുടെ പിൻവശത്ത് വളരെയടുത്തായി എത്തി. അവൾ അവളുടെ ചെരുപ്പിൽ എന്തോ നേരെയാക്കുകയായിരുന്നു. നാസ്ച്യയുടെ സുഗന്ധം അനസ്താസ്യയുടെ മുടിയെക്കുറിച്ചുള്ള ഓർമ്മയെ ഛേദിച്ചു കളഞ്ഞു. ഞാനറിയാതെ ഞാൻ അവളിലേക്ക് കൂടുതൽ അടുക്കുകയും പെട്ടെന്നവൾ തിരിയുകയും ചെയ്തു. അവൾ തന്റെ തലയുടെ പുറകു വശംകൊണ്ട് എല്ലാം തൊട്ടറിയുകയും എന്നെ കയ്യോടെ പിടികൂടുകയും ചെയ്തു! ഞാൻ ചുവന്നുതുടുത്തുപോയി! അവൾക്ക് കാര്യം പിടികിട്ടി. ഒരുപക്ഷേ അവൾ എല്ലാം തെറ്റായി വ്യാഖ്യാനിച്ചിരിക്കാം.

നാസ്ച്യയോടൊപ്പം ഞങ്ങളെ കാത്തിരുന്നത് ഒരു അദ്ഭുതമായിരുന്നു! അനസ്താസ്യയെ ഒരു പ്രത്യേക മുറിയിലേക്ക് മാറ്റിയിരുന്നു. ഹോസ്പിറ്റലിലെ പ്രധാന ഡോക്ടർ ഞങ്ങളെ സ്വീകരിക്കാൻ താഴെയിറങ്ങിവരുകയും ഞങ്ങളെ അനസ്താസ്യയുടെ മുറിയിലേക്ക് കൂട്ടിക്കൊണ്ടുപോകുകയും ചെയ്തു. വലിയ ആകാരമുള്ള തടിച്ചു കുറുകിയ അയാൾക്ക് വലിയ തലയുമുണ്ടായിരുന്നു. അയാൾ വളഞ്ഞ കാലുള്ളവനല്ല എന്ന് എനിക്ക് തോന്നി. ത്രീപീസ് സൂട്ടിന്റെ പുറത്ത് ഒരു വെളുത്ത് ലാബ്കോട്ട് ധരിച്ചിരുന്നു. അയാളുടെ കഴുത്തിൽ ഒരു സ്റ്റെതസ്കോപ്പ് തൂക്കിയിട്ടിരുന്നു. അയാൾ ആരെയാണ് അതുപയോഗിച്ച് തന്റെ മുറിയിൽ പരിശോധിക്കുന്നതെന്ന് ഞാൻ അത്ഭുതപ്പെട്ടു.

“ഞാനാണ് ഈ ഹോസ്പിറ്റലിലെ പ്രധാന ഡോക്ടർ” എന്ന് അയാൾ പറയുകയും ലാബ്കോട്ടിലെ ബാഡ്ജ് കാട്ടിത്തരുകയും ചെയ്തു. അതിൽ ‘ഹെഡ് ഡോക്ടർ’ എന്ന് എഴുതിയിരുന്നു.

അയാൾക്ക് കോഫിയുടെ ഗന്ധമുണ്ടായിരുന്നു. അയാളെ എന്തു ജോലിയിൽനിന്നാണ് അടർത്തിയെടുത്തതെന്ന് അത് വ്യക്തമാക്കി. അയാൾക്ക് സിഗരറ്റിന്റേയും ഗന്ധമുണ്ടായിരുന്നു. അവർ അയാളെ താഴെനിന്നും ഫോൺ ചെയ്തപ്പോൾ അയാൾ ധൃതിയിൽ സിഗരറ്റ് ആഷ്ട്രേയിൽ കുത്തിക്കെടുത്തിയെന്നു കരുതേണ്ടിയിരിക്കുന്നു. എന്തിനാണ് ഫോൺ ചെയ്തത്? എന്തുകൊണ്ടാണ് പ്രത്യേകമുറിയിലേക്ക് അവളെ മാറ്റിയത്? ഇന്നലെ ടെലിവിഷനിൽ വന്ന എന്റെ അടഞ്ഞ കണ്ണുകൾ ഹോസ്പിറ്റലിലെ ഭീകരമായ ജീവിതസാഹചര്യങ്ങളോടുള്ള എന്റെ പ്രതികരണമായി അവർ വ്യാഖ്യാനിച്ചിരിക്കുമോ?

“ഞങ്ങളുടെ വിഷമകരമായ സാഹചര്യങ്ങളിൽപോലും ഞങ്ങൾ വറോനിനയ്ക്ക് പ്രത്യേകമായി ഒരു മുറികൊടുക്കാൻ തീരുമാനിച്ചു. അത് സ്വാഭാവികമായ ഒരു തീരുമാനമായിരുന്നു. താങ്കളത് പരിഗണിക്കണം...”

അയാൾ കൂടുതൽ തവണയും എന്നോടാണ് സംസാരിച്ചത്. വളരെ അപൂർവ്വമായി മാത്രമേ നാസ്ച്യയോട് സംസാരിച്ചുള്ളൂ. ഞാൻ തല കുലുക്കിയെങ്കിലും ഒന്നും ശ്രദ്ധിച്ചില്ല. പല വാതിലുകളും താണ്ടി ഞങ്ങൾ നടന്നു. ഒരു വാതിൽ തുറക്കപ്പെടുകയും ഞങ്ങളതിൽ അനസ്താസ്യയെ കാണുകയും ചെയ്തു. സാങ്കേതികമായി വളരെ ഉയർന്ന ഒരു കട്ടിലിലാണ് അവൾ കിടന്നിരുന്നത്. കട്ടിലെന്നല്ല, നിരവധി ഗിയറുകളും ബട്ടനുകളും ചക്രങ്ങളുമുള്ള സ്വയം ചലിക്കുന്ന ഒരു വാഹനം എന്നാണ് അതിനെ പറയേണ്ടത്. മഞ്ഞുപോലെ തൂവെള്ള നിറമുള്ള കിടക്കവിരികൾ. മുറിയുടെ മധ്യത്തിൽ അവൾ കട്ടിലിൽ കിടന്നു.

അതൊരു വിചിത്രമായ കാഴ്ചയായിരുന്നു. അനസ്താസ്യ തിങ്ങിനിറഞ്ഞ ദുർഗന്ധമുള്ള മുറിയിൽ കിടന്നപ്പോൾ അവൾ ഒരു സാധാരണ ജീവിതത്തിന്റെ ഭാഗമായിരുന്നു. നിത്യതയുടെ ഒഴുക്കിൽ അവൾ ഒഴുകുകയായിരുന്നു. ദുഃഖപൂർണ്ണമായിരുന്നെങ്കിലും അത് സ്വാഭാവികമായിരുന്നു.

ഇപ്പോഴവൾ പൊതുസമൂഹത്തിന്റെ ഭാഗമല്ലാതായി മാറിയിരിക്കുന്നു. അവളെ പൊതുസമൂഹത്തിന് എതിരായി പ്രതിഷ്ഠിച്ചിരിക്കുന്നു. ജീവിതത്തിൽനിന്നും വലിച്ചുമാറ്റിയ ഏതൊരു വസ്തുപോലയുമായിരുന്നു അവൾ. ഒരു ചത്വരത്തിന്റെ കേന്ദ്രഭാഗത്തെ സ്മാരകംപോലയോ ഒരു പള്ളിയുടെ മധ്യഭാഗത്ത് ശവപ്പെട്ടിയിൽ കിടത്തിയിരിക്കുന്ന മൃതശരീരം പോലെയോ ആയിരിക്കുന്നു. ശാരീരിക വിസർജ്യങ്ങളുടെ ലോകത്തിനിന്നും അനസ്താസ്യ ഒറ്റപ്പെട്ടുപോയിരിക്കുന്നു. നാസ്ച്യ ഒരു വൃത്തിയുള്ള ടൗവ്വലെടുത്തപ്പോൾ അവൾ സങ്കടത്തോടെ പറഞ്ഞു. അവരുടെ അമ്മൂമ്മയെ ഇനി മുതൽ നാസ്ച്യ വൃത്തിയാക്കേണ്ടതില്ല, അത് അവർ നിർവ്വഹിച്ചുകൊള്ളാമെന്നും പറഞ്ഞു.

അമ്മൂമ്മയെ!

ബുധനാഴ്ച

ഞാൻ ഉണർന്നപ്പോൾ സൂര്യപ്രകാശമുണ്ടായിരുന്നു. ജനാല തുറന്നു. ചൂടുണ്ട്. ഏകദേശം പതിനൊന്നുമണിക്ക് നാസ്ച്യ ഫോൺ ചെയ്യുകയും സ്പർബീവ്നയ മെട്രോ സ്റ്റേഷനിൽ ഒരു മണിക്കൂറിനകം കാണാമെന്ന് പറയുകയും ചെയ്തു. ആ മെട്രോ സ്റ്റേഷൻ ഞാൻ താമസിക്കുന്നതിന് വളരെയടുത്ത് സെന്റ് വ്ളാഡിമിർ ചാപ്പലിന്റെ അടുത്താണത്രെ! ഞാൻ പുറത്തിറങ്ങി ചെന്നപ്പോൾ നാസ്ച്യ അവിടെ നില്പുണ്ടായിരുന്നു. ചാരനിറത്തിലുള്ള ഒരു ബാഗും തൂക്കി, അതിനുമീതെ ഒരു സ്വെറ്ററും തൂക്കിയിട്ട് അവൾ നിന്നു. അവളുടെ തോളുകൾ നഗ്നമായിരുന്നു. മുടി വിതർത്തിട്ടിരുന്നു. ഏകദേശം ഒരു നൂറ്റാണ്ടുമുൻപ് അനസ്താസ്യ അർദ്ധരാത്രിയിൽ അടുക്കളയിലേക്ക് പോകുമ്പോൾ മുടി അഴിച്ചിടുന്നതുപോലെയായിരുന്നു അത്. ഞാൻ ഒരു മാന്യനെപ്പോലെ നാസ്ച്യയുടെ ബാഗ് വാങ്ങിപ്പിടിച്ചു. അവളുടെ തോളിൽ ഇളംചുവപ്പുനിറത്തിൽ ഒരു കര കാണപ്പെട്ടു. കരയ്ക്കു ചുറ്റുമായി തവിട്ടുനിറത്തിലുള്ള തൊലിപ്പുറത്തെ പുള്ളികൾ കാണാമായിരുന്നു. ഒരുപക്ഷേ, അനസ്താസ്യയ്ക്കും അത്തരം പുള്ളിക്കുത്തുകൾ ഉണ്ടായിരുന്നിരിക്കും. അവളുടെ തോളുകൾ ഞാൻ കണ്ടിട്ടില്ല. അങ്ങനെ പറഞ്ഞാൽ ശരിയാവില്ല. ഞാൻ കണ്ടിട്ടുണ്ട്. മിനിഞ്ഞാന്ന്!

ഞങ്ങൾ മെട്രോയിൽ പ്രവേശിച്ചു. നാസ്ച്യ ടോക്കണുകൾ വാങ്ങി.

“ഞാൻ മുൻപൊരിക്കലും മെട്രോയിൽ കയറിയിട്ടില്ല.”

“നിങ്ങൾക്ക് കൂടുതലൊന്നും നഷ്ടപ്പെട്ടിട്ടില്ല,”

ഒരു ചലിക്കുന്ന കോവണിപ്പടിയിലൂടെ ഞങ്ങൾ താഴോട്ടിറങ്ങി. ഒരു ഭൂഗർഭ ട്രെയിനിൽ ഞങ്ങൾ കയറി. പിന്നീട് അതിൽനിന്നിറങ്ങി മറ്റൊന്നിൽ കയറി. ഇതെല്ലാം ആദ്യമായാണ് ഞാൻ അനുഭവിച്ചത്. സത്യത്തിൽ അധികമൊന്നും നഷ്ടമായിട്ടില്ലെന്ന് എനിക്ക് തോന്നി. എന്നെ

അലോസരപ്പെടുത്തിയത് പരസ്യത്തിനുവേണ്ടി എല്ലായിടത്തും പ്രവർത്തിക്കുന്ന സ്പീക്കറുകളായിരുന്നു. പരസ്യപ്പലകകളിൽനിന്നും മുഖം തിരിക്കാം, പക്ഷേ ശബ്ദം കേൾക്കുകയല്ലാതെ നിവൃത്തിയില്ലല്ലോ. ഞാനെന്റെ ചെവികൾ പൊത്തി. നാസ്ച്യ ചിരിച്ചു.

മെട്രോയിൽനിന്നും പുറത്തിറങ്ങിയപ്പോൾ കണ്ടത് കോൺക്രീറ്റ് ചതുരങ്ങളാൽ നിർമ്മിച്ചിരുന്ന ഒരു നടപ്പാതയാണ്. ഞാൻ ആദ്യമായാണ് ഇത്തരം ഒരു പ്രദേശത്തുകൂടി കാൽനടയായി പോകുന്നത്. ഇടതുവശത്ത് ചായം പൂശാത്ത ഒരു നിര ഗാരേജ് ആയിരുന്നു. വലതുവശത്ത് വളർച്ച മുരടിച്ച ബർച്ച് മരങ്ങൾ നിരയായി നില്ക്കുന്ന ഒരു പാഴ്ഭൂമിയായിരുന്നു. വണ്ടിചക്രങ്ങളുടെ പാടുകളിൽ ഉണങ്ങിപ്പിടിച്ച ചളിയുടെ മദ്ധ്യത്തിൽ നിന്നിരുന്ന ബർച്ച് മരങ്ങൾ അത്ര സുഖമുള്ള കാഴ്ചയായിരുന്നില്ല. അവയുടെ ജീവിതം പീഡനങ്ങൾ നിറഞ്ഞതായിരുന്നു. അവയുടെ ചേറു പുരണ്ട പ്രേമലോലുപത പൊടിപിടിച്ച ഗാരേജിനേക്കാളും വിരസമായിരുന്നു. ഗാരേജിന് നാട്യങ്ങളൊന്നുമുണ്ടായിരുന്നില്ല. എനിക്ക് ഇനിയും അറിയാൻ കഴിയാത്ത ഒരു പീറ്റേഴ്സ് ബർഗിൽ കൂടിയാണ് ഞങ്ങൾ നടന്നത്. ഇരുപതു മിനിറ്റുകൾക്കുശേഷം ഞങ്ങളുടെ മുൻപിൽ ഹോസ്പിറ്റൽ തലയുയർത്തിനിന്നു.

അനസ്താസ്യ നന്നായി വസ്ത്രധാരണം ചെയ്തിരുന്നു. പക്ഷേ, പഴയതുപോലെ പ്രതികരിക്കുന്നുണ്ടായിരുന്നില്ല. ചിലപ്പോൾ അവൾ കണ്ണു തുറക്കുകയും ഏതുനിമിഷവും സംസാരിച്ചേക്കുമെന്ന പ്രതീതി ജനിപ്പിക്കുകയും ചെയ്തു. പക്ഷേ, ഒന്നും സംസാരിച്ചില്ല. അവളുടെ കുഴിയിലാണ്ടുപോയ അധരങ്ങളിൽനിന്നും പ്രയാസപ്പെട്ടുള്ള നിശ്വാസങ്ങൾ മാത്രം പുറത്തേക്ക് വന്നു. ആദ്യത്തെ കുറെ നിമിഷങ്ങൾ ഒരു നേഴ്സ് മുറിയിൽ എല്ലാം അടുക്കിപ്പെറുക്കി വെയ്ക്കുകയും പിന്നെ പുറത്തേക്ക് പോകുകയും ചെയ്തു. അനസ്താസ്യയുടെ ഇടതുവശത്തുള്ള കസേരകളിലാണ് ഞങ്ങൾ ഇരുന്നത്. ഞാനവളുടെ കൈ സ്വന്തം കൈയിലെടുക്കുകയും ചെറുതായി അമർത്തുകയും ചെയ്തു. അനസ്താസ്യ അവളുടെ കണ്ണുകൾ തുറന്നു. പിന്നെ കണ്ണുകൾ അടച്ചു. അവളുടെ കൈ എന്റെ കൈക്കുള്ളിൽ തന്നെയായിരുന്നു. എന്റെ വിരലുകൾ സാവകാശം അവളുടെ വിരലുകളെ അകത്തി. എപ്പോഴോ ഞങ്ങൾ അങ്ങനെ ചെയ്യാൻ ഇഷ്ടപ്പെട്ടിരുന്നു.

രാവിലെ എല്ലാവരും ഫ്ളാറ്റിൽനിന്നും പോയെന്ന് ഉറപ്പുവരുത്തിയതിനുശേഷം ഞാനവളുടെ മുറിയിൽ പോകുകയും കട്ടിലിനടുത്ത് ഇരിക്കുകയും ചെയ്യും. ഞാൻ വന്നതും കസേരയിലിരിക്കുന്നതും തീർച്ചയായും അവൾ അറിയുന്നുണ്ട് എന്ന കാര്യം അവളുടെ ഇമകളുടെ ദ്രുതചലനത്തിൽനിന്ന് എനിക്ക് മനസ്സിലായി. ഞങ്ങൾ രണ്ടുപേർക്കും അവൾ ഉറങ്ങുകയല്ല എന്നറിയാമായിരുന്നു. അവളുടെ നീല നയനങ്ങൾ തുറക്കുന്ന നിമിഷങ്ങൾ ഞങ്ങൾക്ക് ഏറ്റവും പ്രിയപ്പെട്ടതായിരുന്നു. ഞങ്ങൾ

രണ്ടുപേരും ഏറെ ആഗ്രഹിച്ചിരുന്നത് കണ്ണുതുറക്കുമ്പോൾ ആദ്യമായി അവൾ കാണുന്നത് എന്നെ ആയിരിക്കണമെന്നായിരുന്നു. ഞാൻ കുനിഞ്ഞ് അവളുടെ കണ്ണുകളിൽ ചുംബിക്കുകയും എന്റെ ചുണ്ടുകളിൽ അവളുടെ ഇമകളുടെ ഇളംചൂട് അനുഭവിക്കുകയും ചെയ്തു. അനസ്താസ്യ പുതപ്പിനടിയിൽനിന്നും ഒരു കൈ വെളിയിലേക്കിട്ട് അർദ്ധസുഷുപ്തിയിലെന്നതുപോലെ എന്റെ നേരെ കൈ നീട്ടി. നീല ഞരമ്പുകളുള്ള മെലിഞ്ഞ അവളുടെ കൈ കിടക്കയിൽ ഒരു സർപ്പത്തെപോലെ കാണപ്പെട്ടു. ഞങ്ങളുടെ വിരലുകൾ പരസ്പരം കോർത്ത് അമർത്തുമായിരുന്നു. ചിലപ്പോൾ വേദനിക്കുന്നതുവരേയോ ഞൊട്ടയൊടിക്കുന്നതുവരേയോ ഞങ്ങൾ അമർത്തിയിരുന്നു. അപ്പോൾ സ്വതന്ത്രമായിരുന്ന എന്റെ തള്ളവിരലുകൊണ്ട് വേദനയെ വകവെയ്ക്കാതെയോ അല്ലെങ്കിൽ വേദന കൊണ്ടോ അനസ്താസ്യയുടെ വിരലുകളെ ഓമനിക്കാറുണ്ടായിരുന്നു.

"അമ്മൂമ്മ എപ്പോഴോ പറഞ്ഞിട്ടുണ്ട് ദുരന്തത്തിന്റെ കാരണമായിത്തീർന്നത് സര്യേത്സ്കി എന്ന ഏതോ ആളാണെന്ന്" ശബ്ദം താഴ്ത്തി നാസ്ച്യ പറഞ്ഞു. "അയാളുടെ കുറ്റാരോപണത്തോടെയാണ് എല്ലാ കുഴപ്പങ്ങളും തുടങ്ങിയത് അല്ലേ?"

"അങ്ങനെയും പറയാം."

എനിക്ക് അവളുടെ നോട്ടം അനുഭവപ്പെട്ടു.

"അത് മറ്റൊരുതരത്തിലും ആകാമായിരുന്നോ?"

"എല്ലാം വളരെ നേരത്തെ തുടങ്ങിയിരുന്നു എന്ന കാര്യം എനിക്ക് നിരാകരിക്കാനാവില്ല. എന്താണെന്ന് മാത്രം കൃത്യമായി അറിയില്ല."

മെട്രോവിൽ നാസ്ച്യ എന്റെ കരം ഗ്രഹിച്ചു നടന്നു. എനിക്കത് ഇഷ്ടമായി.

വ്യാഴാഴ്ച

വീണ്ടും നാസ്ച്യയുമായി സ്പർച്ചീവ്നയ മെട്രോയിൽ കണ്ടുമുട്ടുകയും ഒരുമിച്ച് ആശുപത്രിയിൽ പോകുകയും ചെയ്തു. ഞാൻ കണ്ണട ധരിക്കാൻ മറന്നുപോകുകയും മെട്രോയിൽ ആളുകൾ എന്നെ തിരിച്ചറിയാൻ തുടങ്ങുകയും ചെയ്തു. നിരവധിയാളുകൾ ഉടനെതന്നെ ആട്ടോഗ്രാഫ് എഴുതിവാങ്ങി. ഞങ്ങൾ അടുത്ത മെട്രോസ്റ്റേഷനിൽ ഇറങ്ങുകയും ഞാൻ ബാഗിൽ ദീർഘനേരം പരതിയപ്പോൾ കണ്ണട കണ്ടെടുക്കുകയും ചെയ്തു. ഞങ്ങൾ ആശുപത്രിയിലെത്തിച്ചേർന്നു. അവിടെ ടെലിവിഷൻ ചാനലിന്റെ ജോലിക്കാർ ഉണ്ടായിരുന്നു. നാസ്ച്യ അവരെ ദൂരെനിന്നു തന്നെ മനസ്സിലാക്കി. കാത്തുസൂക്ഷിച്ചിരുന്ന എന്റെ രൂപം വെളിപ്പെടാതിരിക്കുവാനായി ഞാൻ കണ്ണട ഊരി മാറ്റി. ഞങ്ങൾ നിരവധി പത്രപ്രവർത്തകരുടെയിടയിലൂടെ നടന്നു. ഞാൻ ഒരു വാക്കും ഉരിയാടില്ല.

ഞങ്ങൾ ആശുപത്രിയിൽ പ്രവേശിച്ചുകഴിഞ്ഞ് ഇരുണ്ട മുടിയുള്ള ഒരു പെണ്ണ് മൈക്രോഫോണുമായി എന്നെ സമീപിച്ചു. എനിക്കു വേണ മെങ്കിൽ അവളെ കടന്നുപോകാമായിരുന്നു. എന്നാൽ ഞാനവിടെ നിന്നു. അവളുടെ മുഖത്തെ എന്തോ ഭാവം എന്റെ മേൽ ആധിപത്യം പുലർത്തി.

"നിങ്ങളവളെ പഴയതുപോലെതന്നെ സ്നേഹിക്കുന്നുണ്ടോ?" അവൾ ചോദിച്ചു.

നല്ല മുഖം. അത്തരം മുഖത്തുനിന്നും ഇത്തരം ചോദ്യങ്ങളെ ചോദി ക്കാവുകയുള്ളൂ. റോഡിൽ നിന്നയാളും അകത്തേക്ക് വന്ന് ഞങ്ങളുടെ ചുറ്റിലുമായി നിന്നു.

"സ്നേഹിക്കുന്നു"

"പഴയതുപോലെ തന്നെ?"

വെള്ളിയാഴ്ച

ഉണർന്നപ്പോൾ എനിക്കത്ര സുഖമില്ല എന്ന് തോന്നി. സന്ധികളിലും കപോലാസ്ഥികളിലും വേദനിക്കുന്നുണ്ടായിരുന്നു. കണ്ണിൽ വെള്ളം നിറഞ്ഞു. ഗെയ്ഗറെ വിളിച്ച് എനിക്ക് പകർച്ചപ്പനിയാണെന്നു തോന്നുന്നു വെന്ന് പറഞ്ഞു. അത് ഫ്ളൂവായിരിക്കുമെന്ന് ഗെയ്ഗർ പറഞ്ഞു. എന്നെ വീട്ടിൽ നിന്നു പുറത്തുപോകാൻ അയാൾ വിലക്കി. നാല്പതു മിനിറ്റി നുള്ളിൽ മരുന്നുകളുമായി അയാൾ എത്തിച്ചേർന്നു.

മെട്രോയിലെ യാത്ര ഇതു വരുത്തിവെയ്ക്കുമെന്ന് വ്യക്തമായിരുന്നു. കാരണം ഇപ്പോഴത്തെ പനിയെ ചെറുക്കാനുള്ള പ്രതിരോധശക്തി നിങ്ങൾക്കില്ല. പക്ഷേ, നിങ്ങൾ ഇതിലൂടെയൊക്കെ കടന്നുപോകേണ്ടതും ആവശ്യമാണ്. പക്ഷേ, ഇനി ആശുപത്രിയിൽ പോകേണ്ട. അത് നിങ്ങൾക്കും അനസ്താസ്യയ്ക്കും അപകടകരമാണ്. ഒരുപക്ഷേ അവൾക്ക് കൂടുതൽ അപകടകരമായേക്കാം."

എനിക്കിനിയും പ്രതിരോധശക്തിയില്ല. അവൾക്കതുണ്ടെന്നു തോന്നുന്നു. ഗെയ്ഗർ പോയിക്കഴിഞ്ഞപ്പോൾ ഞാൻ നാസ്ച്യയെ ഫോണിൽ വിളിക്കാൻ ശ്രമിച്ചു. പക്ഷേ, അവൾ വീട്ടിലുണ്ടായിരുന്നില്ല. മുൻകൂട്ടി തീരുമാനിച്ച സമയത്ത് ഞാൻ മെട്രോയുടെ അടുത്തുള്ള ചാപ്പലി ന്റെയടുത്തെത്തി. നാസ്ച്യ അവിടെനിന്നിരുന്നു. ഞാൻ ആത്മവിശ്വാസ മില്ലാതെ മുഖം കൈപ്പത്തിക്കൊണ്ടു മറച്ചുപിടിച്ച് ഒരുവശത്തേക്ക് ചരിഞ്ഞുകൊണ്ട് അവളെ സമീപിച്ചു. ഞാൻ നടന്നുവരുന്നത് അവൾ ദൂരെ നിന്നുകാണുകയും ഞാൻ അടുത്തേക്ക് ചെല്ലുന്നത് അദ്ഭുത ത്തോടെ അവൾ വീക്ഷിക്കുകയും ചെയ്തു. അവൾ തന്റെ തള്ളവിരലു കൊണ്ട് (ആത്മവിശ്വാസമില്ലായ്മയുടെ പ്രതികരണംപോലെ) ചെവി യുടെ പുറകിലേക്ക് അളകങ്ങൾ മാടിയൊതുക്കാൻ ശ്രമിച്ചു. മൂന്നുചുവട് അകലം പാലിച്ചുകൊണ്ട് ഞാൻ കാര്യം പറഞ്ഞു. അവൾക്കെല്ലാം മനസ്സി ലാകുകയും ഫോൺ ചെയ്യാമെന്ന് പറഞ്ഞ് വേർപിരിയുകയും ചെയ്തു.

വീട്ടിൽ എന്നെ കാത്തിരുന്നത് ഏകാന്തതയായിരുന്നു. കാലത്തുള്ള ഗെയ്ഗറുടെ വരവ് കണക്കാക്കാതിരിക്കാം. അത് ഡോക്ടറെന്ന നിലയിലുള്ള അയാളുടെ കടമ മാത്രമായിരുന്നു. അയാൾ തന്റെ കടമ വളരെ ഉത്തരവാദിത്വത്തോടെയും സൗഹൃദത്തോടെയും നിർഹിച്ചിരുന്നു. പക്ഷേ ഞാൻ പണ്ടൊരിക്കൽ അസുഖം പിടിപെട്ട അനസ്താസ്യയുടെ കട്ടിലിൽ ഇരുന്നതിനോട് അതിനെ താരതമ്യം ചെയ്യാന് കഴിയില്ല. ഞാൻ ഇരിക്കുകയല്ല, കിടക്കുകയായിരുന്നു. ഞാനവൾക്ക് റോബിൻസൺ ക്രൂസോ വായിച്ചുകൊടുത്തു. അവൾ എന്റെ കൈയിൽ പിടിച്ചുകൊണ്ട് കിടന്നു. ഇപ്പോൾ അനന്തകാലത്തിനുശേഷം ഞങ്ങൾ കണ്ടുമുട്ടിയപ്പോഴും ഞങ്ങളുടെ കൈകൾ പരസ്പരം കൂട്ടിമുട്ടി. അനസ്താസ്യ അന്നത്തെപ്പോലെ കിടക്കയിൽ കിടക്കുകയും വീണ്ടും രോഗഗ്രസ്തയാകുകയും ചെയ്തു. സത്യത്തിൽ രോഗം തന്നെ, ഇപ്പോൾ മറ്റൊരു രോഗമാണെന്നു മാത്രം. അസ്താസ്യയും മറ്റൊരുവളായി മാറിയിരിക്കുന്നു.

എങ്കിലും അവളിന്നും ജീവിച്ചിരിക്കുന്നു എന്നത് ആശ്വാസം പകരുന്നു. അവളുടെ ഭൂമിയിലെ നിലനില്പാണ് എന്റെ മുൻകാല ജീവിതം. വെറും സ്വപ്നമായിരുന്നില്ല എന്നതിന് തെളിവായി വർത്തിക്കുന്നത്. കട്ടിലിൽ ഇങ്ങനെ കണ്ണുകൾ അടച്ചുകിടന്നുകൊണ്ട് അനസ്താസ്യ ഇപ്പോൾ വരുമെന്നും എന്റെ കരം ഗ്രഹിക്കുമെന്നും അവളുടെ തണുപ്പ് എനിക്കു പകർന്നുതരുമെന്നും ഞാൻ മോഹിച്ചു. അവൾ അവളുടെ ആശുപത്രിയിലെ കിടക്ക വിട്ടെഴുന്നേല്ക്കുമെന്നും ഇവിടെ വരുമെന്നും എന്റെ കരം ഗ്രഹിക്കുമെന്നും ഇനിയും സങ്കല്പിക്കാവുന്നതാണ്. ഒരാളുടെ ജീവിതത്തിൽ അസാദ്ധ്യമായി ഒന്നുമില്ല. അസാദ്ധ്യമായവയൊക്കെ തുടങ്ങുന്നത് മരണം മുതലാണ്. എന്നാൽ അങ്ങനെയുമാകണമെന്നില്ല!

ഞായറാഴ്ച

ഇന്നലെ മുഴുവൻ ദിവസവും ഞാൻ മയങ്ങുകയായിരുന്നു. ഗെയ്ഗർ അസ്വസ്ഥനായി. പകർച്ചപ്പനി അത്ര ശക്തമാകുമെന്ന് അയാൾ പ്രതീക്ഷിച്ചിരുന്നില്ല. "കഴിഞ്ഞ നിരവധി ദശവർഷങ്ങളിൽ രോഗം വരാതിരുന്നതിനുള്ള പകരം വീടലായി കണക്കാക്കിയാൽ മതി." ഗെയ്ഗർ പറഞ്ഞു. "ഇത് പരിതസ്ഥിതികളുമായി ഇണക്കിച്ചേർക്കുന്ന ഒരു പ്രക്രിയയാണ്."

അയാൾ ഭംഗിയായി പറഞ്ഞു...

ദിവസത്തിൽ മൂന്നുനേരം എന്നെ പരിചരിക്കാൻ ഒരു നേഴ്സ് വരും. ആഞ്ചലയല്ല, ഒരു മദ്ധ്യവയസ്കയായ വിരസയായ സ്ത്രീയായിരുന്നു, ഒരു രോഗിയുടെ സ്വപ്നം. ചൂടുനോക്കുകയും ഗുളികകൾ തരുകയും ചെയ്യും. ചിലപ്പോൾ കുത്തിവെയ്ക്കും. എല്ലാ തവണയും ഗെയ്ഗറെ ഫോണിൽ വിളിക്കും. (അയാളുടെ കൊതുകിന്റെ ആളൽപോലുള്ള അസുഖകരമായ ശബ്ദം റിസീവറിന്റെ അങ്ങേ തലയ്ക്കൽ ഞാൻ കേൾക്കും) എല്ലാ വൈകുന്നേരങ്ങളിലും അയാൾ എന്നെ സന്ദർശിക്കും.

ഞാൻ അവസാനമായി രോഗം ബാധിച്ചു കിടന്നത് ദ്വീപിൽ വെച്ചായിരുന്നു. അവിടെ തീർച്ചയായും മറ്റൊരു പരിചരണമായിരുന്നു ലഭിച്ചത്. വളരെ വ്യത്യസ്തം. വൈകുന്നേരം വൈദ്യപരിശോധകൻ എന്റെ ടെമ്പറേച്ചർ നോക്കി 39.5^{0}C.

“നാളെ എന്നെ ജോലിയിൽനിന്നും ഒഴിവാക്കി തരൂ” ഞാൻ അപേക്ഷിച്ചു.

“പറ്റില്ല്യ” അയാൾ പറഞ്ഞു. “ഒഴിവാക്കപ്പെട്ടവരുടെ എണ്ണം പരിധി കഴിഞ്ഞുപോയി. നിങ്ങൾ ഇത്തിരി ലഘുവായ ജോലിക്കു പോകൂ. നിങ്ങളുടെ ടെമ്പറേച്ചർ 39.5 ഉണ്ടെന്ന് ഞാൻ രേഖപ്പെടുത്താം.”

രാവിലെ ഞാൻ ബുദ്ധിമുട്ടിയാണ് ഉണർന്നത്. പട്ടാളക്യാമ്പിലെ ശക്തി കുറഞ്ഞ ബൾബിന്റെ പ്രകാശം എന്റെ കണ്ണുകളെ മഞ്ഞളിപ്പിച്ചു. നവംബർ മാസത്തിലെ ദീർഘമായ രാത്രിയാണ്. സൂര്യനുദിക്കാൻ ഇനിയും അഞ്ചുമണിക്കൂറുകൾ കഴിയണം. എന്തു സൂര്യൻ? എനിക്ക് എന്റെ ചെവികളെ വിശ്വസിക്കാനായില്ല. കിടങ്ങുകുഴിക്കലായിരുന്നു എനിക്ക് വിധിക്കപ്പെട്ട ജോലി. എണീറ്റ് നടക്കാൻപോലും ശേഷിയില്ല. എതിർക്കാനുള്ള ശക്തിയുമില്ല. വളരെ മോശം അവസ്ഥയായിരുന്നു. പകർച്ചപ്പനിയുടെ ദുരവസ്ഥയുമായി താരതമ്യപ്പെടുത്തുമ്പോൾ ജോലി എളുപ്പമായിരുന്നു.

മുട്ടോളം വെള്ളത്തിലാണ് ഞാൻ നില്ക്കുന്നത്. നീണ്ട കാലുറകൾ ധരിച്ചാണ് കിടങ്ങിൽ ജോലി ചെയ്യുന്നത്. പക്ഷേ അത് കൂടുതൽ ബുദ്ധിമുട്ടായിരുന്നു. അതിനാൽ കിടങ്ങിലെ ജോലിക്കുമുൻപ് അവയൊക്കെ അഴിച്ചുമാറ്റിയിരുന്നു. എന്റെ കാലിൽ എനിക്ക് ഐസിന്റെ തണുപ്പ് അനുഭവപ്പെട്ടു. ശരീരത്തിന്റെ മറ്റു ഭാഗങ്ങൾ ചൂടായിരുന്നു. എന്റെ കാൽ ചുവട്ടിലെ വെള്ളം തിളക്കാൻപോന്ന ചൂടായിരുന്നു എനിക്ക് ശരീരത്തിന്. എന്റെ കാലിന്റെ ഉപ്പൂറ്റികൾ ചേറിൽ ആഴ്ന്നുപോയി. അതിനെ ഞാൻ ഓരോരോ കോരികകളിൽ കോരി മുകളിലെത്തിച്ചു. ഒരു ചതഞ്ഞ ശബ്ദത്തോടെ അത് കരയിലെത്തി. ഓരോരോ കോരികകളിലായി കറുത്ത ചളി ഒഴുകിയിറങ്ങി. എനിക്കിനി വയ്യ! കിടങ്ങിന്റെ വക്കിൽ കിടന്നുപോയി.

വറോനിൻ നീട്ടിപ്പിടിച്ച റിവോൾവറുമായി വരുന്നു. എനിക്ക് അനങ്ങാൻ പോലും ശേഷിയില്ല. അതെ, ഒരുപക്ഷേ ഇപ്പോൾ അയാൾ വെടിവെച്ചേക്കും. എന്നെ സംബന്ധിച്ച് എല്ലാം അവസാനിക്കുകയാണ്. കിടങ്ങും രാവിലെയുള്ള ഉണർത്തലും പീഡനങ്ങളും എല്ലാം അവസാനിക്കുകയാണ്. സര്യേത്സകി ഭാഗ്യവാനായിരുന്നു. അയാൾക്ക് പീഡനമൊന്നും അനുഭവിക്കേണ്ടിവന്നില്ല. ഭാരമുള്ള എന്തോകൊണ്ട് അയാളുടെ തലയ്ക്ക് കിട്ടിയ ഒരു പ്രഹരം അയാളെ കൂടുതൽ ഒന്നു നരകിക്കാതെ മരണത്തിലേക്ക് നയിച്ചു. ചോദ്യം ചെയ്യലിന്റെ സമയത്ത് എന്നെ മർദ്ദിക്കുകയും ഗ്യാസ് ചേംബറിൽ കയറ്റി ശ്വാസം മുട്ടിക്കുകയും ചെയ്തു. ഇപ്പോൾ കിടങ്ങിന്റെ വക്കത്ത് ശേഷിയില്ലാതെ കിടക്കുന്ന എന്നെ വധിക്കാൻ എളുപ്പമായിരുന്നു. ഒരു വെടി – ഞാൻ പിന്നെ ഉണ്ടാവില്ല. അസുഖം

വരുമ്പോൾ അമ്മൂമ്മ വായിച്ചുതരുന്ന കഥകളും സിവ്യർസ്കയിലെ വേനൽകാലവസതിയും അനസ്താസ്യയും ആരുമില്ലാത്ത ലോകത്തേക്ക് ഞാൻ യാത്രയാകും. ഇനി ഞാനൊറ്റയ്ക്ക് ഇഴഞ്ഞുനീങ്ങേണ്ട കാര്യമില്ല. ഒരുപക്ഷേ ലോകത്തിന്റെ ഏതോ ഒരു ഭാഗത്ത് അവയെല്ലാം ഇനിയും നിലനില്ക്കും. എന്റെ തലയിൽ അവയൊന്നും ഉണ്ടാവേണ്ട ആവശ്യമില്ല. അവയൊക്കെ പ്രസന്നമായ ഒരു തീരം കണ്ടെത്തുകയും അവിടെ നിലനില്ക്കുകയും ചെയ്തേക്കാം.

വറോനിൽ എന്നെ തൊഴിച്ചു. പക്ഷേ ആശ്ചര്യമെന്നു പറയട്ടെ എനിക്ക് ഒട്ടും വേദനിച്ചില്ല. ഒരുപക്ഷേ എനിക്ക് എന്റെ ശരീരവുമായുള്ള ബന്ധത്തിന് കോട്ടം തട്ടിയിരിക്കാം. എന്നാലും അയാൾ എന്നെ തൊഴിച്ചു. എനിക്ക് അസുഖമാണെന്ന് ആരോ പറഞ്ഞു. അപ്പോൾ അയാൾ ഒരിക്കൽകൂടി തൊഴിച്ചു. എനിക്ക് ബോധം നശിക്കുന്നതുപോലെ കണ്ണുകൾ അടയ്ക്കാമായിരുന്നു. പക്ഷേ എന്തുകൊണ്ടോ ഞാൻ കണ്ണുകൾ അടച്ചില്ല. യഥാർത്ഥത്തിൽ എന്റെ ബോധം നശിക്കുകയായിരുന്നു. അല്ലെങ്കിൽ ഇങ്ങനെയുള്ള ഒരവസ്ഥയെ അഭിമുഖീകരിക്കുവാൻ എനിക്ക് വിഷമമായിരിക്കും.

വറോനിൽ എല്ലായ്പ്പോഴും എന്നപോലെ തന്നെയാണ് പെരുമാറിയത്. മറ്റൊരു തടവുകാരനെ മർദ്ദിച്ചശേഷം അയാളോട് ഒരു മഗ്ഗിൽ മൂത്രമൊഴിക്കാൻ വറോനിൽ ആജ്ഞാപിച്ചു. അയാൾ എന്റെ നേരെ മൂത്രത്തിന്റെ മഗ്ഗ് നീട്ടിപ്പിടിച്ചിട്ട് ഒന്നെങ്കിൽ ഇതു കുടിക്കുക അല്ലെങ്കിൽ ജോലി തുടരുക എന്നുപറഞ്ഞു. എന്റെ നേരെ തോക്കുചൂണ്ടി അയാൾ എണ്ണാൻ തുടങ്ങി മൂന്നുവരെ.

കോൺസൺട്രേഷൻ ക്യാമ്പുകളിലെ പീഡനങ്ങൾക്ക് ഒരു പരിധിയും ഉണ്ടായിരുന്നില്ല എന്ന് പറയപ്പെടുന്നു. ഞാനീ വിവരണം പബ്ലിക് പ്രോസിക്യൂട്ടർക്കോ പൊലീസിനോ സുപ്രീം കോടതിക്കോ നൽകാൻ തയ്യാറാണ്. അവരെല്ലാം വറോനിനെക്കുറിച്ച് കേൾക്കട്ടെ! എഴുതുമ്പോൾ എന്റെ താപനില ഉയരുന്നത് ഞാനറിയുന്നു. തലയിൽ മുഴക്കങ്ങൾ കേൾക്കുന്നു വിധിന്യായത്തിന്റെ ദിവസം പീഡിപ്പിക്കുന്നവനെന്നോ കൊലപാതകിയെന്നോ മാത്രമല്ല ഞാൻ വറോനിനെ കുറ്റാരോപണം നടത്തുന്നത് എനിക്ക് ഏറ്റവും പ്രിയപ്പെട്ട ഒരു പേരിനെ ദുരുപയോഗപ്പെടുത്തിയെന്ന കുറ്റവും ഞാൻ ആരോപിക്കും. കുടുംബപ്പേരിന് അവിടെ എന്തെങ്കിലും അർത്ഥമുണ്ടോ?

അപ്പോൾ യഥാർത്ഥത്തിൽ എന്റെ ബോധം നശിക്കുന്നു. അതെന്നെ വെടിവെച്ചുകൊല്ലപ്പെടുന്നതിൽനിന്നും രക്ഷിക്കുകയും എന്നെ ആതുരശാലയിൽ എത്തിക്കുകയും ചെയ്തു. രോഗമുക്തനായപ്പോൾ ജോലി ചെയ്യാൻ വിസമ്മതിച്ചതിന് എന്നെയവർ സേക്കിൾനയ മലകളിലെ ഏകാന്ത തടവിലേക്ക് അയച്ചു.

തിങ്കളാഴ്ച

ആഞ്ചല എന്ന നേഴ്സ് ഇനി എന്നെ പരിചരിക്കാൻ വരുകയില്ല എന്ന് ഗെയ്ഗർ ഇന്ന് എന്നെ അറിയിച്ചു. അതെനിക്ക് നല്ല തീരുമാനമായി തോന്നി. അവർ എന്തിനാണ് അവളെ എന്റെയടുത്തേക്ക് അയച്ചതെന്നറിയില്ല. അതത്ര ശരിയായ കാര്യമായി എനിക്ക് തോന്നിയില്ല. എനിക്ക് അത്തരം സംസ്കാരശൂന്യയായ ഒരു നേഴ്സിനെ ആവശ്യമില്ല.

ചൊവ്വാഴ്ച

ഇന്ന് ഒരു ടെലിവിഷൻ ചാനലിൽ എന്നെക്കുറിച്ചുള്ള സിനിമ കാണിച്ചു. ഞാൻ അവസാനം കൊടുത്ത അഭിമുഖസംഭാഷണങ്ങളെ ആസ്പദമാക്കി നിർമ്മിച്ചതായിരുന്നു അത്. അതിന്റെ പല ഭാഗങ്ങളും സളവ്യേത്സ്കി കോൺസൻട്രേഷൻ ക്യാമ്പിനെക്കുറിച്ചുള്ള ന്യൂസ്റീലുമായി കൂട്ടിക്കലർത്തുകയും ശോകാത്മകമായ സംഗീതത്തിന്റെ പശ്ചാത്തലവും ഒരുക്കിയിരുന്നു. അക്കാലത്തെ ശബ്ദങ്ങളും വാക്കുകളും സംഗീതം ആദേശം ചെയ്തു. അവയൊന്നും സംഗീതാത്മകമായിരുന്നില്ല, പ്രത്യേകിച്ച് വാക്കുകൾ.

അവർ പറയുന്ന അർദ്ധസത്യങ്ങളാണ്. ഇത്തരം ന്യൂസ് റീലുകൾ റഷ്യൻ രഹസ്യപ്പൊലീസിന്റെ ആജ്ഞയനുസരിച്ച് നിർമ്മിച്ചവയായിരുന്നു എന്നു മാത്രമല്ല നേരെചൊവ്വെയുള്ള സത്യങ്ങളെ മൂടിവെച്ചു എന്നതായിരുന്നു അവയിലെ കള്ളത്തരം. കോൺസൺട്രേഷൻ ക്യാമ്പിലെ ആതുരശാലയിൽ ആരും വൃത്തിയായ വെളുത്ത വസ്ത്രം ധരിച്ച് ഇരിക്കുന്നതോ ചെസ് കളിക്കുന്നതോ പത്രം വായിക്കുന്നതോ ഞാൻ കണ്ടിട്ടില്ല. ഞാൻ ആവർത്തിച്ചുപറയുന്ന കാര്യം അതിലില്ല. സ്ക്രീനിൽ മിന്നിമറയുന്ന വെള്ളയും കറുത്തതുമായ രൂപങ്ങൾക്ക് യാഥാർത്ഥ്യവുമായി യാതൊരു ബന്ധവുമുണ്ടായിരുന്നില്ല. അവർ നിറംമങ്ങിയ നിഴലുകളായിരുന്നു. മൃഗങ്ങളുടേയും മനുഷ്യരുടേയും ശിലാലിഖിതങ്ങൾപോലെ യഥാർത്ഥ മനുഷ്യരേയോ മൃഗങ്ങളേയോ തിരിച്ചറിയാൻ കഴിയാത്തതുപോലെയായിരുന്നു. അത് അക്കാലത്തെ ജീവിതത്തെക്കുറിച്ച് ഒന്നും പറയുന്നില്ല. അവയിൽ കാട്ടുപോത്തിന് നാലു കാലുകളുണ്ടെന്നും മനുഷ്യന് രണ്ടുകാലുകളേയുള്ളൂവെന്നും മാത്രം മനസ്സിലാക്കാനേ പ്രയോജനപ്പെട്ടുള്ളൂ.

സളവ്യേത്സ്കി ശബ്ദങ്ങൾ നിരവധിയായിരുന്നു. തലയ്ക്കടിക്കുന്ന ശബ്ദങ്ങൾ, ഒരു പട്ടാളക്കാരൻ വന്ന് ഒരു തടവുകാരന്റെ മുടിക്ക് കുത്തിപ്പിടിച്ച് അയാൾ ക്ഷീണിക്കുന്നതുവരെ അവന്റെ തല കട്ടിലിന്റെ കാലിൽ ഇടിക്കുന്നതിന്റെ ശബ്ദങ്ങൾ, നഖത്തിൽവെച്ച് പേനിനെ കൊല്ലുന്ന ശബ്ദം മുതലായവയായിരുന്നു അവിടത്തെ ശബ്ദങ്ങൾ. അതുപോലെ ഗന്ധങ്ങളും ഉണ്ടായിരുന്നു. മൂട്ടയെ ചതച്ചുകൊല്ലുമ്പോഴുള്ള കുത്തിക്കയറുന്ന ഒരു ഗന്ധം, കഴുകാത്ത ശരീരങ്ങളുടെ ഗന്ധം, എല്ലാ ദിവസവും തേഞ്ഞുപോകുന്നതുവരെ ഞങ്ങൾ ജോലി ചെയ്യുമായിരുന്നു. അതു

കഴിഞ്ഞ് ഞങ്ങൾക്ക് ശരീരം കഴുകാൻ കഴിഞ്ഞിരുന്നില്ല. അതെല്ലാം കൂടി നെയ്തെടുത്ത ഒരു പൊതുവായ നിരാശയുടെ ഗന്ധമുണ്ടായിരുന്നു. നിരാശയുടെ നിറവും ശബ്ദവും ആത്മാവിൽ ഒളിപ്പിച്ചുവെച്ചിരിക്കുകയായിരുന്നു. അവയാകട്ടെ ഇന്ദ്രിയാതീതവുമായിരുന്നു.

തീർച്ചയായും ദ്വീപിൽ കാടിന്റെ ശബ്ദങ്ങൾ ഉണ്ടായിരുന്നു. ചാഞ്ചാടുന്ന ചില്ലകളുടേയും ചിത്രപ്പുല്ലുകളുടേയും ശബ്ദം. പൈൻ കായകളുടേയും ആകാശത്തിന്റേയും ഗന്ധം. കൈപ്പത്തികൾ വളച്ച് ഒരു ബൈനോക്കുലർപോലെ കണ്ണുകളിൽവെച്ച് പരിസരമെല്ലാം മറച്ച് ആകാശത്തെ നോക്കിയാൽ പാരീസിലെവിടെയോ അല്ലെങ്കിൽ കുറഞ്ഞപക്ഷം സെന്റ് പീറ്റേഴ്സ് ബർഗ്ഗിൽ എവിടേയോ ആണെന്ന് തോന്നും. ഇത്തരം കാര്യങ്ങൾ പിറന്നുവീണത് വിധിയെ മാറ്റിമറിക്കുമെന്ന പ്രതീക്ഷയിൽ നിന്നായിരുന്നില്ല, അവ അടയാളപ്പെടുത്തിയത് ലോകത്ത് ന്യായയുക്തമായ കാര്യങ്ങൾ മനുഷ്യരിലല്ലെങ്കിൽ പ്രകൃതിയിലെങ്കിലും നിലനില്ക്കുന്നു എന്നായിരുന്നു. ഇവിടെ കാറ്റിൽ വാതിലുകൾ ഞരങ്ങുകയും (ഉദാസീനമായ കിറുകിറുശബ്ദവും പിന്നെ ശക്തിയായി വാതിലടയുന്ന ശബ്ദവും) കാട്ടുചില്ലകൾ കത്തിയമർന്ന കുപ്പയുടെ ഗന്ധവും ഉണ്ടാകും. നിങ്ങൾ തീയിൽ ഒരു നിമിഷം നോക്കിനില്ക്കുകയും ഒന്നോ രണ്ടോ ഉണക്കക്കമ്പുകൾ അതിലേക്ക് എറിയുകയും ചെയ്യുന്നു. അത് നന്നായി കത്തേണ്ടതുപോലെ കത്തുന്നു. മനുഷ്യന്റെ നിയമങ്ങൾ മാറ്റിയെഴുതാവുന്നതാണ് ഭൗതിക നിയമങ്ങൾ മാറ്റാനാവില്ല.

ഞാൻ ന്യൂസ്റീലിലെ ചിത്രങ്ങൾ പിൻതുടർന്നു. ഒരു പ്രത്യേകതരം പടപട ശബ്ദത്തോടെയൊണ് അവർ അത് അവതരിപ്പിച്ചത്. ഒത്തിരി കാര്യങ്ങൾ തിരിച്ചറിഞ്ഞു. വിശുദ്ധ കവാടം ഞാൻ തിരിച്ചറിഞ്ഞു. ഞാൻ ആദ്യമായി ആ കവാടം കടന്നപ്പോൾ എന്റെ ഹൃദയം ഒരു നിമിഷം സ്തംഭിച്ചുപോയത് ഞാനോർമ്മിച്ചു. കപ്പലിൽ കാലെടുത്തുകുത്തിയ നിമിഷം മുതൽ ഞാൻ ക്യാമ്പിലെ അംഗമായെങ്കിലും എന്റെ തടവു ജീവിതത്തെക്കുറിച്ച് പൂർണ്ണബോധവാനായത് കവാടം കടന്നപ്പോഴായിരുന്നു. തടവുജീവിതം എന്നതിന് ഞാൻ തെറ്റി എഴുതിയത് ദരിദ്രജീവിതം എന്നായിരുന്നു. അതും അത്ര മോശമല്ല. മുഖ്യഉദ്യോഗസ്ഥനായ നഗ്ച്യേവ് എന്ന തന്തയില്ലാത്തവനെ തിരിച്ചറിഞ്ഞു. തന്തയില്ലാത്തവന്മാരുടെ കൂട്ടത്തിൽ വറോനിൻ അവിടെ എവിടേയോ മിന്നിമറഞ്ഞതായി എനിക്ക് തോന്നി. അത് അയാളായിരുന്നുവോ?

വറോനിനെ എടുത്തുനോക്കൂ. ഇപ്പോൾ അയാൾ ആരാണ്? അയാളെ ദഹിപ്പിച്ചിട്ടില്ലെങ്കിൽ ഒരു കൂമ്പാരം അസ്ഥിയായി പരിണമിച്ചിരിക്കും. അന്ന് എല്ലാവരിലും എത്രമാത്രം ഭയമാണ് അയാൾ സൃഷ്ടിച്ചത്? ഇപ്പോൾ വെറും ചാരമായി മാറിയിരിക്കുന്നു. മങ്ങിയ നിറത്തിലുള്ള ഒരു പിടി ചാരം. ഞാനയാളെ തന്തയില്ലാത്തവനെന്ന് വിളിച്ചു. ഇപ്പോഴും ഞാനയാളെ വെറുക്കുന്നു. അതൊക്കെ ഇപ്പോൾ സംഭവിച്ചു. എന്നിരിക്കട്ടെ അപ്പോൾ വർത്തമാനകാലത്തിലെ അയാളെ ഞാൻ വെറുക്കും. ഇപ്പോൾ അയാൾ

ആരാണെന്ന് ആർക്കറിയാം? അപ്പോൾ ആരെയാണ് ഞാൻ വെറുക്കേണ്ടത്? അന്നത്തെ അയാളോടാണ് എനിക്ക് വെറുപ്പെങ്കിൽ അതിന്റെയർത്ഥം അയാൾ ചാരമായില്ല എന്നാണോ? ഒരുപക്ഷേ എന്റെ ഓർമ്മകളിൽ അവശേഷിക്കുക വഴി വറോനിൻ എന്റെ ഭാഗമായി മാറിയിരിക്കുമോ? എന്നിൽത്തന്നെയുള്ള അയാളെയാണോ ഞാൻ വെറുക്കുന്നത്?

ബുധനാഴ്ച

നാസ്ച്യ ഫോൺ ചെയ്യുകയും എന്റെ ആരോഗ്യം എങ്ങനെയുണ്ടെന്ന് ചോദിക്കുകയും ചെയ്തു. അവൾക്ക് അക്കാര്യത്തിൽ താത്പര്യമുണ്ടെന്നുള്ളത് എന്നെ സന്തോഷിപ്പിച്ചു. അവളില്ലാതെ എനിക്ക് ബോറടിക്കുന്നുണ്ടായിരുന്നു. അനസ്താസ്യയുടെ ആരോഗ്യത്തെക്കുറിച്ച് ഞാൻ അന്വേഷിച്ചു. നാസ്ച്യ എല്ലായ്പ്പോഴും 'എന്റെ അമ്മൂമ്മ' എന്നാണ് പറയുന്നതെങ്കിലും അങ്ങനെ പറയാൻ എനിക്ക് മടി തോന്നി. എല്ലാം നന്നായിരിക്കുന്നു. എല്ലാം സാധാരണപോലെയായിരിക്കുന്നു.

സര്യേത്സ്കിയിൽനിന്നാണ് കുഴപ്പങ്ങളുടെ ഉദ്ഭവം എന്ന് നാസ്ച്യ പറയുകയുണ്ടായി. വറോനിൽ നിന്നും വിഭിന്നമായി സര്യോത്സ്കിയെ വെറുക്കാൻ എനിക്ക് കഴിഞ്ഞില്ല. എനിക്കയാളോട് സഹതാപമാണ് തോന്നിയത്. ഒരുപക്ഷേ പുച്ഛത്തോടെയുള്ള സഹതാപം. സ്വയം പൂട്ടിയ മുറിയിലിരുന്ന് സോസേജ് അരിയുന്ന അയാളുടെ ചിത്രം സഹതാപമുണർത്തുന്നതാണ്. സത്യത്തിൽ അയാളുടെ ദുർബലമായ തലയിൽ പ്രൊഫസറെ കുറ്റപ്പെടുത്താനുള്ള ആശയം എങ്ങനെയാണ് മിന്നിയതെന്ന് എനിക്കറിയില്ല. അവസാനമായി പ്രധാനകാര്യം മറ്റൊന്നായിരുന്നു. തൊഴിൽപരമായി അയാൾ മനുഷ്യനെ തിന്നുന്നവനായിരുന്നില്ല. ഉദാഹരണത്തിന് വറോനിനെപ്പോലെയായിരുന്നില്ല. അയാൾ കൊല്ലപ്പെട്ടത് ഭയങ്കര കഷ്ടമായിപ്പോയി.

ഫിലിമിനുശേഷം അഭിമുഖസംഭാഷണത്തിനുവേണ്ടിയുള്ള വിളികൾ നിരവധി വന്നു. ഞാൻ തിരസ്കരിച്ചു. എന്നെ കണ്ടുപിടിച്ചുകഴിഞ്ഞ് (അങ്ങനെയാണ് അവർ പറഞ്ഞത്) ആദ്യ ആഴ്ചകളിൽ ഞാൻ അഭിമുഖസംഭാഷണങ്ങൾക്ക് സമ്മതം മൂളിയിരുന്നു. എന്നാൽ താമസിയാതെ എല്ലാം ആവർത്തിക്കപ്പെടുകയാണെന്ന് മനസ്സിലായി. ഒരേ കാര്യം തന്നെ മറ്റൊരു തരത്തിൽ പറയാൻ ശ്രമിച്ചു. പക്ഷേ ഓരോ തവണയും അത് കൂടുതൽ മോശമായതേയുള്ളൂ. ഞാനിക്കാര്യം ഗെയ്ഗറുമായി പങ്കുവെച്ചു. അയാൾ പറഞ്ഞത് അങ്ങനെ ആവർത്തിക്കുന്നതിൽ നാണക്കേടൊന്നും കരുതേണ്ടതില്ല. എല്ലാ പ്രശസ്തരായ ആളുകളും അപ്രകാരം ചെയ്യാറുണ്ട്. അതുകൊണ്ട് ധൈര്യപൂർവ്വം തുടർന്നോളൂ എന്നാണ്. അയാളുടെ വാക്കുകളനുസരിച്ച് പരസ്യത്തിന്റെ അടിസ്ഥാനത്തിലാണ് ഇപ്പോഴത്തെ മീഡിയ സൃഷ്ടിക്കപ്പെട്ടിട്ടുള്ളത്. അതുകൊണ്ട് എത്രമാത്രം ആവർത്തിക്കുന്നുവോ അത്രയും നല്ലതാണ്. അയാൾ മുഴുവൻ സിദ്ധാന്തത്തിന്റെയും കെട്ടഴിച്ചു. അതുപ്രകാരം ഒരു മനുഷ്യന്റെ പുതുമയിലേക്കുള്ള പ്രയാണം

പഴയ ബന്ധങ്ങൾക്ക് വഴങ്ങിക്കൊടുക്കുന്നതായിരിക്കും. ഇത് കുട്ടികളിലാണ് കൂടുതൽ വ്യക്തമായി കാണുന്നത്. അവർ വായിക്കുന്നതെന്തും പുനർവായനയ്ക്ക് വിധേയമാക്കാറുണ്ട്. ഒരുപക്ഷേ കാര്യങ്ങൾ അങ്ങനെയാവാം. ഞാൻ പുതിയ പുസ്തകങ്ങളേക്കാളൊക്കെ ഇഷ്ടപ്പെട്ടത് 'റോബിൻസൺ ക്രൂസോ' ആയിരുന്നു. എങ്കിലും ഇന്റർവ്യൂകൾ ഞാൻ തിരസ്കരിച്ചു.

ഫോണിൽ വിളിച്ചവരിൽ ഒരു യുവതിയെ സഹായിക്കാനാണ് ഞാൻ തീരുമാനിച്ചത്. അവളുടെ ശബ്ദത്തിന് വിറയലുണ്ടായിരുന്നു. അതാണ് വിറയ്ക്കുന്ന ശബ്ദം പുരുഷന്മാരോട് ചെയ്യുന്നത്. ടെലിഫോണിലൂടെ ഒരു ചോദ്യത്തിനുമാത്രം ഉത്തരം പറയാമെന്ന് സമ്മതിച്ചു. അവൾ ദീർഘനേരം ക്ലേശിച്ചാണ് ആ ചോദ്യം ചോദിച്ചത്.

"ക്യാമ്പിൽ നിങ്ങൾ എന്തു സുപ്രധാന കണ്ടുപിടുത്തമാണ് നടത്തിയത്?"

അതൊരു വിരസമായ ചോദ്യമായിരുന്നു. 'പ്രധാനമൊന്നും' 'ഏറ്റവും' എന്നും മറ്റുമുള്ള വിശേഷണങ്ങൾ ചേർത്ത ചോദ്യങ്ങളൊക്കെയും വിരസമാണ്. ഇതു ചോദിക്കാൻവേണ്ടി അവളെന്തിനാണ് ഇത്ര ദീർഘനേരം ആടിനെപ്പോലെ കരഞ്ഞതെന്ന് മനസ്സിലായില്ല. എത്ര വിരസമായ ചോദ്യമാണോ അത്രയും വിഷമമായിരിക്കും അതിന് ഉത്തരം പറയാൻ.

"മനുഷ്യൻ അവിശ്വസനീയമായ വേഗത്തിൽ നീചനായി മാറുമെന്ന് ഞാൻ കണ്ടുപിടിച്ചു."

വ്യാഴാഴ്ച

'ഫ്രോസൻ ഫുഡ്സ്' എന്ന കമ്പനിയിൽനിന്നും ഇന്ന് എന്നെ വിളിച്ചു. അവർ എനിക്കൊരു പരസ്യത്തിന്റെ കോൺട്രാക്ട് വാഗ്ദാനം ചെയ്തു. ഞാൻ നിരസിച്ചു. ഫോൺ വെച്ചു.

ഇന്ന് ഞാൻ വീണ്ടും കമ്പ്യൂട്ടറിൽ ടൈപ്പ് ചെയ്തു. റോബിൻസൺ ക്രൂസോയുടെ നിരവധി പേജുകൾ ഞാൻ പകർത്തി. ഞാൻ കൈകൊണ്ടും വളരെ വേഗത്തിൽ എഴുതുമായിരുന്നു.

വെള്ളിയാഴ്ച

ഞാൻ അസുഖമായി കിടന്നിട്ട് ഒരാഴ്ച കഴിഞ്ഞിരിക്കുന്നു. ഇപ്പോൾ അല്പാല്പം സുഖം പ്രാപിച്ചുതുടങ്ങി. താപനില അത്ര കൂടുതലല്ല. ഏകദേശം മുപ്പത്തിയേഴ്, എന്നാൽ ഞാൻ വളരെ ക്ഷീണിതനായിരുന്നു. രാവിലെതന്നെ ഗെയ്ഗർ വന്നു. അയാൾ എന്നോട് കിടക്കയിൽ കിടന്നു വിശ്രമിക്കുവാൻ നിർബന്ധിച്ചു. അയാളുടെ നിർബന്ധമില്ലാതെ ഞാൻ അങ്ങനെതന്നെ കിടക്കുകയായിരുന്നു. കാരണം, എഴുന്നേല്ക്കാനുള്ള ശക്തിയില്ലായിരുന്നു. 'ഫ്രോസൻ ഫുഡ്സി'നെക്കുറിച്ച് ഞാൻ പറഞ്ഞപ്പോൾ അയാൾ ചിരിച്ചു. ഇന്നത്തെ കാലം പ്രായോഗികബുദ്ധിയുള്ളവരുടേതാണെന്നും തിരസ്കരിക്കുന്നതിനുമുൻപ് ആലോചിക്കേണ്ടതായിരുന്നു.

എന്നും അയാൾ പറഞ്ഞു. പരസ്യക്കാരുമായി ഇടപെടുമ്പോൾ കൂടുതൽ ശ്രദ്ധ വേണമെന്ന് അയാൾ ഒരിക്കൽ കൂടി പറഞ്ഞു. പോകുമ്പോഴാണ് അയാൾ പറഞ്ഞത്. അയാളുടെ മുഖഭാവത്തിൽനിന്നും അത് തമാശ യാണോ കാര്യമാണോ എന്ന് മനസ്സിലായില്ല.

നാസ്ച്യ ഫോൺ വിളിച്ചു. അതെന്നെ കൂടുതൽ ഒറ്റപ്പെടുത്തി. അവൾ സഹതാപത്തോടെ സംസാരിച്ചു. പക്ഷേ മര്യാദകൊണ്ടാണ് വിളിച്ചതെന്ന് ഞാൻ കരുതുന്നു. അതവളുടെ സ്വരത്തിൽനിന്നും വ്യക്തമായിരുന്നു. അതിന് കൂടുതലായി എനിക്കെന്താണ് പ്രതീക്ഷിക്കാനുള്ളത്? അവളു മായി എന്തെങ്കിലും പ്രത്യേക ബന്ധമോ അവകാശവാദമോ എനിക്കില്ല. ഞാൻ ഇവിടെ എല്ലാവർക്കും അന്യനാണെന്ന് കരുതുന്നു. അവർക്കെല്ലാം അവരുടെ ജീവിതമുണ്ട്. സംസാരത്തിലും ചിന്തയിലും സഹവർത്തിത്വ ത്തിലും സ്വന്തം രീതികളുണ്ട്. അവർ പ്രാധാന്യം കല്പിക്കുന്നത് മറ്റു പലതിനുമാണ്. അവരുടെ കാര്യങ്ങൾ എന്റേതിനേക്കാൾ മോശമോ നല്ലതോ എന്നതല്ല അവയെല്ലാം മറ്റതോ കാര്യങ്ങളാണ് എന്നതാണ് സത്യം. ഞാൻ മറ്റൊരു ഭൂഖണ്ഡത്തിൽനിന്നോ മറ്റൊരു ഗൃഹത്തിൽ നിന്നോ വന്നയാളെപ്പോലെയായിരുന്നു. അവരെന്നെ കാഴ്ചബംഗ്ലാവിലെ മൃഗത്തെയെന്നപോലെയാണ് കണ്ടിരുന്നത്. തങ്ങളിൽ ഒരാളായി കരുതി യിരുന്നില്ല.

ഏകാന്തത എല്ലായ്പ്പോഴും മോശമല്ല. ദ്വീപിൽ കഴിഞ്ഞിരുന്നപ്പോൾ ഞാൻ ഏകാന്തതയെക്കുറിച്ച് മാത്രമേ ചിന്തിച്ചിരുന്നുള്ളൂ. ലൈറ്റുകൾ കെടുത്തിക്കഴിയുമ്പോൾ ഞാൻ പെട്ടെന്ന് ഉറക്കത്തിലേക്ക് വഴുതിവീഴു മായിരുന്നു. തടവുകാർക്ക് കിടക്കാനുള്ള തട്ടിലേക്ക് ഞാൻ വീഴുകയായി രുന്നു. ഉറക്കത്തിലേക്ക് വഴുതിവീഴുന്നതിനുമുമ്പായി നിദ്രയുടെ സീമ കളിലെ കുറെ നിമിഷങ്ങൾ എന്റെ സ്വന്തമായിരുന്നു. അതായിരുന്നു സ്വപ്നങ്ങൾ നെയ്യാനുള്ള എന്റെ നിമിഷങ്ങൾ.

തിരകൾക്കുമുകളിൽ ഇഴഞ്ഞുനിങ്ങുന്ന റോബിൻസൺ ക്രൂസോ വായി ഞാൻ സ്വയം സങ്കല്പിച്ചു. എന്നെ അയാളുടെ ദ്വീപിലേക്ക് മാറ്റ പ്പെട്ടു. ഞങ്ങൾ പരസ്പരം സ്ഥലങ്ങൾ വെച്ചുമാറി. (അയാൾക്കെന്തി നാണ് എന്റെ ദ്വീപ്?) അനുഗൃഹീതമായ ആൾപാർപ്പില്ലാത്ത ആ ദ്വീപിൽ നിരവധി തവണ ഞാൻ അയാളുടെ സ്ഥാനം കൈയടക്കി. എന്റെ നഗ്ന മായ കാലടികൾ ഒരു ഉഷ്ണമേഖലയിലെ കാടുകളുടെ ഇലകളുടെ പര വതാനിയിൽ അമർന്നു. നല്ല ചൂടിലും ആ ഇലകൾ വാടാതെ പുതുമ യോടെ നിലകൊണ്ടു. ശൈത്യത്തിലും പച്ചനിറം കൈവിടാതെ നിന്നു. അവിടെ ശൈത്യകാലം ഉണ്ടായിരുന്നില്ല. പരവതാനി കാലടികൾക്കിട യിൽ ഞെരിഞ്ഞമർന്നു. വലിയ കരണ്ടികൾപോലെയുള്ള ഇലകൾ എന്റെ മുഖത്തിന്റെ നേരെ പിടിക്കുകയും അവയിൽ സംഭരിക്കപ്പെട്ടിരുന്ന മഴവെള്ളം കുടിക്കുകയും ചെയ്തു. വെള്ളം ഒരേയളവിൽ വീഴാതെ എന്റെ മൂക്കിലും കണ്ണിലുമൊക്കെ വീണു.

തത്തകളോടൊഴിച്ച് മറ്റാരോടും ഞാൻ വർത്തമാനം പറഞ്ഞില്ല. എനിക്ക് അവയിൽനിന്നു കേൾക്കാൻ ആഗ്രഹമുണ്ടായിരുന്ന കാര്യങ്ങൾ മാത്രമാണ് അവർ പറഞ്ഞത്. അവിടെ നിർബന്ധിച്ചുള്ള ജോലിയോ എന്റെ തടവുകാരായ സഖാക്കളോ കാവൽക്കാരോ ആരുമുണ്ടായിരുന്നില്ല. മനുഷ്യജീവിതത്തിന് അനുയോജ്യമായ ഒന്നും ഞാനവിടെ കണ്ടില്ല. മറ്റൊന്നും കാണാൻ ഞാൻ ആഗ്രഹിച്ചതുമില്ല. സളവ്യേത്സ്കി കോൺസൺട്രേഷൻ ക്യാമ്പ് എന്ന നരകം സൃഷ്ടിച്ചവർ മനുഷ്യരിൽ നിന്നും മനുഷ്യത്വത്തെ ഇല്ലായ്മ ചെയ്തു. പക്ഷേ, റോബിൻസൺ ചെയ്തത് നേർവിപരീതമായിരുന്നു. അയാൾ തന്റെ ചുറ്റുമുള്ള പ്രകൃതിയെ മനുഷ്യത്വമുള്ളതാക്കി മാറ്റി. അതെല്ലാം അയാളുടെ തുടർച്ചയാക്കി മാറ്റി. അവർ സംസ്കാരത്തിന്റെ ഓർമ്മകളെ നശിപ്പിച്ചപ്പോൾ അയാൾ സംസ്കാരം സൃഷ്ടിച്ചു. ഓർമ്മകളിൽനിന്നും.

തിങ്കളാഴ്ച

ഗ്രീക്കുകാർ ന്യായദേവതയെ ചിത്രീകരിച്ചിരിക്കുന്നത് കണ്ണു കെട്ടാതെയാണെന്ന് ഞാനെവിടെയോ വായിക്കുകയുണ്ടായി. ത്രാസുമില്ല, വാളുമില്ല. നമുക്കിപ്പോൾ അറിയാവുന്ന ന്യായദേവത റോമാക്കാരുടെ ന്യായദേവതയാണ്. റോമൻ ന്യായദേവതയാണ് നല്ലത്. ത്രാസിനൊപ്പം ഉയർത്തിയ കൈകളും മറ്റൊരു കൈയിൽ വാളും കണ്ണുകൾ മൂടിക്കെട്ടിയ നിലയിലും നീളമുള്ള ഞൊറി വീണുകിടക്കുന്ന കുപ്പായവും അനാവൃതമായ ഇടത്തെ മാറിടവും. എന്റെ കൗമാരപ്രായത്തിൽ അതെന്നെ വല്ലാതെ ആകർഷിച്ചു.

ചിലപ്പോൾ ഞാനാ പ്രതിമയെടുത്ത് എന്റെ എഴുത്തുമേശമേൽ വെയ്ക്കും. അതിന്റെ ശ്രേഷ്ഠമായ പോളീഷിംഗിനു മുകളിലൂടെ ഞാൻ വിരലുകളോടിക്കും. ഞാനവളെ എന്റെ കൈകളിലെടുക്കുകയും എത്ര കൃത്യമായി അവ കൈയിലൊതുങ്ങുന്നു എന്ന് കരുതുകയും ചെയ്തു. വിരലുകൾ കുപ്പായഞൊറികളിൽ തെരുപ്പിടിക്കും. അവളുടെ ഉയർത്തിപ്പിടിച്ച കൈ എന്റെ കൈപ്പത്തിയുടെ താങ്ങായി മാറും. ഞാനതിന്റെ രൂപസൗകുമാര്യത്തിൽ ആകൃഷ്ടനായി. ഇതാണ് എന്നെയൊരു ചിത്രകാരനാക്കിയത്.

ഒരു ചിത്രകാരനായിരുന്നു. കുറെനാൾ മുൻപ് ഇതിനടുത്തുവരെ എന്റെ ഓർമ്മകൾ എത്തിയിരുന്നു. ഓർമ്മിച്ചു. പക്ഷേ ഒരുമിച്ചെല്ലാം ഓർമ്മിക്കാൻ കഴിഞ്ഞില്ല. ചിലപ്പോൾ സ്വപ്നത്തിലായിരിക്കും ഓർമ്മിക്കുക. പക്ഷേ അത് സത്യമാണെന്ന് വിശ്വസിക്കില്ല. ഇപ്പോൾ എനിക്കു വിശ്വാസമായി. ഞാനൊരു ചിത്രകാരനായിരുന്നു. ഒരുപക്ഷേ ആയിരുന്നിരിക്കില്ല, ആകാൻ ആഗ്രഹിച്ചിരിക്കും. ന്യായദേവതയെക്കുറിച്ച് ചിന്തിച്ച നിമിഷത്തിൽ എന്റെ ചോദ്യത്തിന് ഉത്തരവും എനിക്കു ലഭിച്ചു. എല്ലാ വ്യക്തതയോടെയും ബോധമുദിച്ചു. ന്യായദേവത, അതിന്റെ രൂപം,

അതിന്റെ സാക്ഷാത്കാരം, ഞാൻ ചിത്രകാരൻ, ചിത്രകലാ അക്കാദമിയിലെ വിദ്യാർത്ഥി. നദീതീരത്തുള്ള സ്ഫിൻക്സിന്റെ രൂപം. (മനുഷ്യന്റെ ശിരസും സിംഹത്തിന്റെ ഉടലുമുള്ള ഈജിപ്ഷ്യൻ പ്രതിമ) ഫ്ളവർവേസ്, കുതിര, അപ്പോളോ ദേവന്റെ ചിത്രം. ഡ്രോയിംഗ് പേപ്പറിൽ പെൻസിൽ ഉരയുന്ന ശബ്ദം. ഞാനെന്തുകൊണ്ട് അക്കാര്യം ഓർമ്മിച്ചില്ല.

പെൻസിൽ കണ്ടുപിടിച്ചു. എന്തെങ്കിലും പടം വരയ്ക്കാൻ തീരുമാനിച്ചു. ഫ്ളവർവേസ്, കുതിര... ശരിയായില്ല. ഞാൻ വളരെ വികാരഭരിതനാണെന്ന് തോന്നുന്നു. അസമയമാണെന്നതു കണക്കാക്കാതെ ഗെയ്ഗറെ വിളിച്ചുപറഞ്ഞു. എന്റെ കണ്ടുപിടുത്തത്തെക്കുറിച്ച് പറഞ്ഞു.

“അതെ” അയാൾ പറഞ്ഞു. “നിങ്ങൾ ചിത്രകലാ അക്കാദമിയിൽ പഠിച്ചിരുന്നു. വളരെ വിജയകരമായ പഠിപ്പായിരുന്നു അത്. നിങ്ങൾക്കറിയാവുന്ന കാരണങ്ങളാൽതന്നെ നിങ്ങൾക്ക് ഡിഗ്രി മുഴുവനാക്കാൻ കഴിഞ്ഞില്ല.”

അയാളുടെ ദുർബ്ബലമായ സംസാരം കേട്ടുകൊണ്ടിരുന്നപ്പോൾ അയാളെ ഞാൻ ഉണർത്തിയതിന്റെ പകയുള്ള സന്തോഷത്തിന്റെ അഭാവത്തോടെയായിരുന്നില്ല സംസാരമെന്ന് തോന്നി. എനിക്ക് സന്തോഷം മാത്രമല്ല അല്പം അസഹ്യതയും അനുഭവപ്പെട്ടു. ഗെയ്ഗർ മുൻപേതന്നെ എന്നെ ഇക്കാര്യം അറിയിക്കേണ്ടതായിരുന്നു എന്നെനിക്ക് തോന്നി. ഞാൻ അയാളോട് അക്കാര്യം പറയുകയും ചെയ്തു. അയാൾ അല്പം നിർത്തി ഉത്തരം പറഞ്ഞത് അയാൾക്ക് സ്വയം അതിനെക്കുറിച്ച് സംശയങ്ങളുണ്ടായിരുന്നു അവസാനം വരുന്നപോലെ വരട്ടെയെന്ന തീരുമാനമെടുക്കുകയും ചെയ്തു. എന്റെ ഓർമ്മകളിലെ ആ കുറവ് ഞാനിപ്പോൾ പരിഹരിച്ചത് ആ തീരുമാനത്തിന്റെ കൃത്യത വ്യക്തമാക്കിയാണ്. എന്റെ ജീവിതത്തിലെ പ്രധാന കാര്യങ്ങളൊക്കെ ഞാൻ തന്നെ സ്വയം ഓർമ്മിച്ചെടുക്കണമെന്നാണ് അയാൾ പറഞ്ഞത്.

“ശരി, ഞാനിപ്പോൾ ഓർമ്മിപ്പിച്ചെങ്കിലെന്താണ്?”

ചൊവ്വാഴ്ച

രാവിലെ ഗെയ്ഗർ വന്നത് ഒരു സെറ്റ് വാട്ടർ കളർ പെയിന്റുകളും ചെറിയ ബ്രഷുകളും പേപ്പറുമായിട്ടായിരുന്നു. എന്റെ വിളി അയാളിൽ ഒരു ധാരണയുണ്ടാക്കിയെന്നത് വ്യക്തമായിരുന്നു. അയാളെന്നെ വിശദമായി പരിശോധിക്കുകയും വീടിനു പുറത്തുപോകാനുള്ള അനുവാദം തരുകയും ചെയ്തു. ഞാനുടനെ നാസ്ച്യയെ വിളിച്ചു. ‘സ്പർച്ചീവ്നയ’ മെട്രോവിൽ കണ്ടുമുട്ടിയതിനുശേഷം ആശുപത്രിയിലേക്ക് പോയി. അനസ്താസ്യയുടെ അവസ്ഥയിൽ കാര്യമായ മാറ്റമൊന്നും സംഭവിച്ചിരുന്നില്ല. കാര്യമായ മാറ്റമൊന്നും എന്ന് എടുത്തുപറയാൻ കാരണം ഞങ്ങൾ തിരിച്ചുപോരുന്നതിനുമുൻപ് അവൾ തന്നെ കൈമുട്ടുകളിൽ ഊന്നി ഉയർന്നുകൊണ്ട് നാസ്ച്യയെ പേരെടുത്തു വിളിച്ചു. അപ്പോൾ അവളുടെ

കണ്ണുകൾ സീലിംഗിൽ കേന്ദ്രീകരിച്ചിരുന്നു. അവൾ നാസ്ച്യയെ കാണുന്നുണ്ടോ എന്ന് വ്യക്തമായിരുന്നില്ല.

ഞങ്ങൾ തിരിച്ചുപോന്നപ്പോൾ എവിടെയെങ്കിലും കയറി ഊണുകഴിക്കാമെന്ന് ഞാൻ നിർദ്ദേശിച്ചു. ഞങ്ങൾ എക്കച്ചെരിൻ കനാൽ എന്ന് ഇന്ന് പേരുവിളിക്കുന്ന മെട്രോ സ്റ്റേഷനിൽ ഇറങ്ങി. നാസ്ച്യ എന്നെ കൊണ്ടുപോയ ചെറിയ റെസ്റ്റോറന്റിൽനിന്നു നോക്കിയപ്പോൾ കസാൻ പള്ളി കാണാമായിരുന്നു. കനാലിന്റെ ഗ്രാനൈറ്റ് ഭിത്തിയാണ് ഞങ്ങളെ പള്ളിയിൽനിന്നും വേർതിരിച്ചത്. അതിനിടയിൽകൂടി ഒഴുകിയിരുന്ന ജലം ദൃശ്യമായിരുന്നില്ല.

"നമുക്കു രണ്ടാൾക്കുമുള്ള ആഹാരം ഓർഡർ കൊടുക്കൂ" ഞാൻ നാസ്ച്യയോടു പറഞ്ഞു. "ഞാനൊരു റെസ്റ്റോറന്റിൽ കയറി ഇതുപോലെ ആഹാരം കഴിച്ചത് നൂറുവർഷങ്ങൾക്കു മുൻപായിരിക്കും."

"എൺപതുവർഷങ്ങൾക്കു മുൻപായിരിക്കും." നാസ്ച്യ തിരുത്തി.

ഞങ്ങൾ ജനാലയ്ക്കരുകിൽ അഭിമുഖമായി ഇരുന്നു. ജനാലക്കാഴ്ച മുഴുവൻ പള്ളിയുടെ രൂപം കവർന്നെടുത്തിരുന്നു. അത് ഞങ്ങളെ അവജ്ഞയോടെ നോക്കി. കാരണം അത് എന്നെയും അനസ്താസ്യയെയും ഒരുമിച്ച് നിരവധി തവണകൾ കണ്ടിരുന്നു. വേനൽക്കാലത്തുപോലും തണുപ്പു തോന്നുന്ന ഗ്രാനൈറ്റ് പടവുകളിൽ പള്ളിയെ നോക്കി ഞാനും അനസ്താസ്യയും അവിടെ ഇരിക്കാറുണ്ടായിരുന്നു. എന്റെ ഓർമ്മയിലെ ഏറ്റവും അവസാനത്തെ ചിത്രം ഒരു ശരത്കാല സന്ധ്യയിൽ ഞാനും അസ്താസ്യയും അവിടെ ഇരുന്നതാണ്. തൂണിൽ തങ്ങിനിന്ന ഏതോ വർത്തമാനക്കടലാസ് ഒരു പ്രേതം കണക്കെ വിറയ്ക്കുന്നുണ്ടായിരുന്നു. ഞാനും അനസ്താസ്യയും അതു നോക്കിയിരുന്നു. ഞങ്ങൾ രണ്ടുപേരും പള്ളിയും. പള്ളി എൺപത് വയസ്സ് ഇളയതായിരുന്നു.

ഇപ്പോൾ അത് എന്നെ നാസ്ച്യയുമായി കണ്ടു. നിങ്ങൾ കരുതുന്നതുപോലെ ഒന്നുമില്ല എന്ന് എനിക്കു വേണമെങ്കിൽ പള്ളിയോട് പറയാമായിരുന്നു. പക്ഷേ പറഞ്ഞില്ല. എന്റെ വായിൽ മുഴുവൻ നാസ്ച്യ ഓർഡർ ചെയ്ത ബീഫ് സ്റ്റിക്കായിരുന്നു. എനിക്കുതന്നെ മനസ്സിലായില്ല എനിക്ക് എന്താണ് സംഭവിക്കുന്നതെന്ന്. ഞാൻ നാസ്ച്യയെ ഇഷ്ടപ്പെടുന്നുണ്ടോ? തീർച്ചയായും എനിക്കവളെ ഇഷ്ടമാണ്. എനിക്കവളുമായി എളുപ്പത്തിലും നന്നായും ഇടപെടാൻ പറ്റുന്നുണ്ട്. അത്തരം വികാരങ്ങൾ എന്റെ തടവുകാലത്തോ അതിനുശേഷമോ എനിക്ക് അനുഭവപ്പെട്ടിട്ടില്ല. ഞാനീവിധം അനസ്താസ്യയോട് എന്തെങ്കിലും വിശ്വാസക്കേട് കാട്ടിയിട്ടുണ്ടോ? ഇല്ല, അങ്ങനെ കരുതുന്നില്ല. അവിടെ ജനാലയ്ക്കൽവെച്ച് ഈ ചോദ്യം എന്നിൽ അങ്കുരിച്ചപ്പോൾ ഞാൻ വികാരഭരിതനായിരുന്നു. ഇപ്പോൾ വീട്ടിൽ ഞാൻ സമാധാനിച്ചു. അത് അർത്ഥമില്ലാത്ത ചിന്തയാണെന്ന് മനസ്സിലായി.

എന്റെ നോട്ടം ഗെയ്ഗർ കൊണ്ടുവന്ന പെയിന്റുകളിൽ പതിച്ചു. എപ്പോഴാണ് ഇന്ന് ഇതൊക്കെ വാങ്ങാൻ അയാൾക്കു കഴിഞ്ഞത്? ഒരുപക്ഷേ, ഇന്ന് വാങ്ങിയതായിരിക്കില്ല. എല്ലാം വാങ്ങിവെച്ചിട്ട് അനുകൂലമായ സമയം കാത്തിരുന്നതാവാം.

ബുധനാഴ്ച

ഷോകേസ് ജനാലകളിൽ ക്യാൻവാസ് ജനാലവിരികൾ ഇട്ടിരുന്നു. പുരാതനപ്രതിമകളുടെ പ്ലാസ്റ്റർ ഓഫ് പാരീസിലുള്ള തനിയാവർത്തനങ്ങൾ. മൈക്കൽ ആഞ്ചലോയുടെ അടിമ, ഡിസ്ക്കോബോലുസ് എന്ന ഗ്രീക്ക് പ്രതിമ, അപ്പോക്സിയോമെനോസ് എന്ന ഗ്രീക്കുപ്രതിമ അങ്ങനെ പലതും അവിടെയുണ്ടായിരുന്നു. പലതരം രൂപങ്ങൾ, ഗോളങ്ങൾ, ക്യൂബ്, സിലിണ്ടർ, പിരമിഡ്, കോൺ, പ്രിസം, ത്രികോണം, ഡേവീഡിന്റെ മുഖത്തിന്റെ ഭാവങ്ങൾ, മൂക്ക് കണ്ണുകൾ, അധരങ്ങൾ.

ഇന്നലെ അർദ്ധരാത്രിവരെ പെയിന്റുചെയ്യാൻ പരിശ്രമിച്ചു. ഒന്നും സാധിച്ചില്ല.

വ്യാഴാഴ്ച

ഏതോ ജനസമ്മതിയുള്ള പ്രസിദ്ധീകരണക്കാർ 1919–ലെ സെന്റ് പീറ്റേഴ്സ് ബർഗ്ഗിനെക്കുറിച്ച് എഴുതാനായി എന്നെ നിയോഗിക്കുന്നു. എനിക്കത് നല്ലൊരു അവസരമായി. പെയിന്റിംഗ് ശരിയാകുന്നില്ല. ഒരുപക്ഷേ എഴുത്ത് നന്നായാലോ? അവർ നല്ല പാരിതോഷികം തരുന്നുണ്ട്. അത്രയ്ക്ക് ഞാൻ പ്രതീക്ഷിച്ചില്ല. ഞാൻ പത്രാധിപസമിതിയോടു പറഞ്ഞു. ഞാൻ എഴുതാൻ പോകുന്നത് സംഭവങ്ങളെക്കുറിച്ചായിരുന്നില്ല ആളുകളെക്കുറിച്ചും ആയിരിക്കണമെന്നില്ല. ഞാൻ പറയാതെ തന്നെ അവർക്ക് അതറിയാമായിരുന്നു. ഓരോ ദിവസത്തേയും ഏറ്റവും പ്രാധാന്യമില്ലാത്ത ശ്രദ്ധ വേണ്ടാത്ത കാര്യങ്ങളിലാണ് എനിക്ക് താത്പര്യം തോന്നുന്നത്. ആധുനികർക്ക് അത് അത്ര ശ്രദ്ധ കൊടുക്കേണ്ട കാര്യമില്ല എന്ന് തോന്നിയേക്കാം. ഈ നിത്യത മറ്റു സംഭവങ്ങളോടൊപ്പം പോകുകയും പിന്നീട് അപ്രത്യക്ഷമാകുകയും ചെയ്യും. അവയൊക്കെ ശൂന്യതയിൽ സംഭവിച്ചതുപോലെ ആരാലും വിവരിക്കപ്പെടാതെ അപ്രത്യക്ഷമാകും.

അവർ തല കുലുക്കി. എഴുതിക്കോളൂ. ചോദിക്കേണ്ട കാര്യമില്ല. പക്ഷേ എനിക്കു പിന്നെ നിർത്താൻ കഴിയാതെ വന്നേക്കാം. പാറകൾക്കിടയിൽ കക്കകൾ കണ്ടേക്കാം. ദശലക്ഷം കക്കകൾ, കടലിന്റെ അടിത്തട്ടിൽ ജീവിച്ച കക്കകൾ. നമുക്ക് അവയുടെ ബാഹ്യരൂപം മാത്രമേ മനസ്സിലാകൂ. പാറകളിൽനിന്നും സ്വതന്ത്രമായ അവയുടെ ജീവിതത്തെക്കുറിച്ച് നമുക്ക് അറിയില്ല. തിരതല്ലുന്ന കടൽ സസ്യങ്ങളുടെ വെള്ളത്തിലെ ജീവിതം ചരിത്രാതീത സൂര്യനാൽ തിളങ്ങിനിന്ന ഒരു ജീവിതം. ആ വെള്ളം ചരിത്രപരമായ സംഗീതശില്പങ്ങളിൽ കാണാനാവില്ല. എഡിറ്റോറിയൽ ഓഫീസിലുള്ളവർ ചിരിച്ചുകൊണ്ടു പറയുന്നു, “നിങ്ങളൊരു കവിയാണ്.”

ഞാൻ എതിർക്കുകയും ഗെയ്ഗറുടെ അഭിപ്രായമനുസരിച്ച് ഞാനൊരു ജീവചരിത്രകാരനാണെന്ന് പറയുകയും ചെയ്തു.

വെള്ളിയാഴ്ച

ഞാൻ രണ്ട് കാവൽക്കാരുടെ മേൽനോട്ടത്തിൽ സേക്കിർനയ മലകൾ കയറുകയും എന്റെ വയർ ഭീതിയാൽ തുടിക്കുകയും ചെയ്തു. എന്റെ പേടി ലജ്ജയുണ്ടാക്കി. കാരണം ഞാൻ ഒരിക്കലും അപ്രകാരം ഭയപ്പെട്ടിരുന്നില്ല. സളോവ്സ്കി ക്യാമ്പിലേക്ക് പുറപ്പെടുമ്പോൾ പോലും ഞാനിത്രമാത്രം ഭയന്നിരുന്നില്ല. എന്റെ കൂടെ നടക്കുന്ന കാവൽക്കാർ വളരെ ശാന്തരും നിസ്സംഗരുമായിരുന്നു. ക്യാമ്പിലെ രീതികൾവെച്ച് സാദ്ധ്യമായ ഏറ്റവും നല്ല കാര്യമായിരുന്നു അത്. അവർ എന്നോട് ആജ്ഞാപിക്കുകയോ എന്നെ ശപിക്കുകയോ ചെയ്തില്ല. പക്ഷേ അവർ എന്റെ വിധിയിൽ പ്രത്യേക താത്പര്യമൊന്നും പ്രകടിപ്പിച്ചതുമില്ല. ക്യാമ്പിലെ ജീവിതം കൊണ്ട് അവരും മുഷിഞ്ഞിരുന്നു എന്നത് വ്യക്തമായിരുന്നു. ക്യാമ്പിൽ നിരവധി തടവുകാരുണ്ടായിരുന്നു.

ഞങ്ങൾ മല കയറാൻ തുടങ്ങിയപ്പോഴാണ് അവിശ്വസനീയ സൗന്ദര്യമുള്ള ഒരു പ്രകൃതി ഞങ്ങളുടെ മുന്നിൽ അനാവൃതമായത്. മഞ്ഞ നിറമുള്ള കാടുകൾ. നീലത്തടാകം. ചക്രവാളത്തിലെവിടെയോ ഈയമുരുക്കിയൊഴിച്ചതുപോലുള്ള കടൽ. കാടുകൾ മുഴുവനും മഞ്ഞനിറത്തിലായിരുന്നില്ല എന്ന് ഞാൻ ഓർമ്മിക്കുന്നു. പൈൻ മരത്തിന്റെ ഹരിതവർണ്ണങ്ങൾ ദൃശ്യമായിരുന്നു. ആരോ ഒരു നിറത്തിലുള്ള ചായത്തിൽ മറ്റൊരു നിറത്തിലുള്ള ചായംകോരി ഒഴിപ്പിച്ച് ഇളകാതെ വെച്ചിരിക്കുന്നതുപോലെ അത്. എനിക്ക് എന്തോ അസ്വസ്ഥത അനുഭവപ്പെട്ടു. എന്റെ ആസന്നമായ മരണത്തിന്റെ മുന്നോടിയായാണ് ഞാൻ ആ സൗന്ദര്യത്തെ കണ്ടത്. ഒരാളുടെ ജീവിതത്തിൽ കാണാവുന്ന ഏറ്റവും സുന്ദരമായ കാഴ്ചകൾ അയാൾ മരണത്തിനു മുൻപായിരിക്കും കാണുന്നതെന്ന് എനിക്ക് തോന്നി. ഈ സൗന്ദര്യം മേൽനോട്ടം വഹിക്കുന്ന കാവൽക്കാർക്കും ദൃശ്യമായിരുന്നു. പക്ഷേ അവർ തെറ്റായ ദിശയിലേക്കാണ് നോക്കിയത്.

അവർ എന്നെ നയിച്ചത് പള്ളിയിൽ സ്ഥിതി ചെയ്യുന്ന ഒരു ഏകാന്ത തടവറയിലേക്കായിരുന്നു. വാതിലിൽ അവർ തോക്കിന്റെ പാത്തിക്കൊണ്ട് മുട്ടിവിളിച്ചു. കഥകളിലെ ചെന്നായുടെ പല്ലുകളാൽ ഞെരിക്കുന്നതുപോലെ വാതിലിന്റെ മറുപുറത്ത് പൂട്ടുതുറക്കുന്ന ശബ്ദം കേട്ടു. വാച്യാർത്ഥത്തിൽ എന്നെ വിഴുങ്ങി. എന്നോട് അകത്തേക്ക് കടക്കുവാൻ ആജ്ഞാപിച്ചു. കാവൽക്കാർ പുറത്തുനിന്നു. വാതിൽപ്പടിയിൽ കയറിനിന്ന ഞാൻ വിടപറയുന്ന ഭാവത്തിൽ അവരെ നോക്കി. അവർ എന്നെ ഉപേക്ഷിച്ച് പോകുന്നു എന്നത് എനിക്ക് കഠിനവും വ്യസനകരവുമായി തോന്നി. ബന്ധുക്കളുടെയടുത്ത് അഭയം തേടിയെത്തിയ കുട്ടിയെപ്പോലെ! എന്നെ കാത്തിരിക്കുന്ന മരണത്തിന്റെ മുഖത്തിനു മുൻപിലും ആ കാവൽക്കാരെ എനിക്ക് ബന്ധുക്കളായാണ് തോന്നിയത്.

അവർ എന്നെ പള്ളിയുടെ മുകളിലത്തെ നിലയിൽ കൊണ്ടുപോയി അടിവസ്ത്രമൊഴിച്ചുള്ള എല്ലാ വസ്ത്രങ്ങളും ഷൂസും അഴിപ്പിച്ചു. സിമന്റിട്ട തിണ്ണയാണെന്നു കണ്ട് ഞാൻ എന്റെ സോക്സ് അഴിപ്പിക്കാതിരിക്കാൻ അപേക്ഷിച്ചു. എന്റെ മുഖത്ത് തല്ലി. ഞാനെന്റെ പുതിയ തടവറയിൽ നഗ്നപാദനായി അടിവസ്ത്രങ്ങൾ മാത്രം ധരിച്ച് രക്തത്തിൽ കുളിച്ച മുഖവുമായാണ് പ്രവേശിച്ചത്. എന്നെ തല്ലിയത് നന്നായെന്ന് എനിക്ക് തോന്നി. അപ്രകാരം എനിക്കല്പം ആശ്വാസം തോന്നി.

ശനിയാഴ്ച

ഇന്ന് നാസ്ച്യയെ കാണാൻ അരമണിക്കൂർ മുൻപേ ഞാൻ മെട്രോ സ്റ്റേഷനിൽ എത്തിച്ചേർന്നു. അത് അബദ്ധം പിണഞ്ഞതായിരുന്നില്ല. വീട്ടിൽനിന്ന് ഇറങ്ങുമ്പോഴേ നേരത്തെയാണെന്ന് മനസ്സിലായി. ഞങ്ങൾ കാണാറുള്ള സ്ഥലത്ത് അരമതിലിൽ ഇരുന്നു. എനിക്കെന്താ അവളെ കാണാൻ തിടുക്കമായോ എന്ന് ആലോചിച്ചു. ഞാനെന്റെ തോളുകൾ പോലും കുലുക്കി. എന്തുകൊണ്ടോ വീട്ടിലിരിക്കാൻ തോന്നിയില്ല. അവിടെ പ്രേതങ്ങളുടെ സാന്നിദ്ധ്യം മാത്രമേ അനുഭവപ്പെട്ടിരുന്നുള്ളൂ.

നിരത്തിൽ ടാറു ചെയ്യുന്നത് നോക്കി. കുളിക്കാത്ത മദ്യം മണക്കുന്ന ആളുകൾ വൃത്തികെട്ട (പണ്ടെങ്ങോ ഓറഞ്ചുനിറമായിരുന്ന) കൈയില്ലാത്ത കുപ്പായങ്ങളുമിട്ട് ചൂടുള്ള ടാറിന്റെ മിശ്രിതം കോരികകളിൽ കോരി ഇടുകയും റോളർവെച്ച് നിരത്തുകയും ചെയ്തു. അവരുടെ മുഖങ്ങൾ ഭീകരമായിരുന്നു. തടിയുടെ നടപ്പാത നിർമ്മിച്ചിരുന്ന കാലത്ത് ഇത്രയും മുഖങ്ങൾ ഞാൻ കണ്ടിട്ടില്ല. മഴ പെയ്തു. ആദ്യം ചാറ്റൽ മഴ. പിന്നെ ശക്തിയായി പെയ്തു. ടാറിന്റെ കുഴിവുള്ള ഭാഗങ്ങളിൽ വെള്ളം കെട്ടിനില്ക്കുകയും പുക ഉയരുകയും ചെയ്തു. ആവിയും പുകയും കൂടിക്കുഴഞ്ഞ് ഉയർന്നു. മഴയത്ത് ടാർ ചെയ്താൽ ദീർഘനാൾ കേടുപാടുകളില്ലാതെ കിട്ടുമോ? അതും ഇത്തരം ആളുകൾ ചെയ്യുന്ന ടാറിംഗ്.

ഞാൻ ദൂരെ നാസ്ച്യയെ കണ്ടു. മെലിഞ്ഞു സുന്ദരിയായ അവൾ ഒരു കുടയും പിടിച്ചാണ് വന്നത്. പെണ്ണുങ്ങളിൽ ഞാൻ വിലമതിക്കുന്ന ഒരു വിഗ്രഹം പോലെയാണ് അവളെ കാണപ്പെട്ടത്. എന്നെ കണ്ടപ്പോൾ ചുവടുകൾ നീട്ടിവെയ്ക്കുകയും ഏകദേശം ഓടുന്ന വേഗതയിൽ നടക്കുകയും ചെയ്തു. ഞാൻ വിയർക്കാൻ തുടങ്ങി. നിരവധി വർഷങ്ങൾ തണുത്തുറയുകയും ഇപ്പോൾ വിയർക്കാനും തുടങ്ങി. അവൾ ഓടി വന്ന് എനിക്ക് അഭയം തരുകയും ചെയ്തു. പോക്കറ്റിൽനിന്നും കടലാസിന്റെ കൈലേസെടുത്ത് എന്റെ മുഖം തുടച്ചുതന്നു. അത് എനിക്ക് വളരെ ആസ്വാദ്യകരമായി തോന്നി. മഴ തോർന്നു. നാസ്ച്യ തന്റെ കുട ചുരുക്കി. അതിനെ ഒരു നനഞ്ഞ പക്ഷിയെ എന്നതുപോലെ പിടിച്ചുകൊണ്ട് അതിന്റെ ഞൊറികൾ അവൾ ഭംഗിയായി മടക്കി.

ഞങ്ങൾ മെട്രോയിലേക്ക് ഇറങ്ങി. (റഷ്യയിൽ കൂടുതൽ മെട്രോ സ്റ്റേഷനുകളും മെട്രോ ലൈനുകളും ഭൂമിക്കടിയിലാണ് സ്ഥിതി

ചെയ്യുന്നത്) നാസ്ച്യയുടെ സഹായത്താൽ എസ്ക്കലേറ്ററിൽ എങ്ങനെയാണ് നിൽക്കേണ്ടതെന്ന് പഠിച്ചു. താഴേക്കിറങ്ങുമ്പോൾ ഒരു സ്ത്രീ സഹയാത്രികയുടെ ഒരു പടി താഴെ നില്ക്കാനും മുഖം അവളുടെ നേരെ തിരിച്ചുവെയ്ക്കാനും പഠിച്ചു. സഹയാത്രികയുടെ മുടിയിൽ വെള്ളത്തുള്ളികൾ പ്രകാശിച്ചു. ബാഗിൽ നനഞ്ഞ കുടയുടെ കറുത്ത പാട് തെളിഞ്ഞു കണ്ടു.

"നാസ്ച്യ നിനക്കറിയാമോ, ഞാനാരായിരുന്നു എന്ന് എനിക്കോർമ്മ വന്നു" ഒന്നു നിർത്തി ഞാൻ പറഞ്ഞു "ചിത്രകാരൻ, തുടക്കക്കാരനായ ഒരു ചിത്രകാരൻ."

അവളെന്നെ ചെറിയ ജിജ്ഞാസയോടെ നോക്കി. അത് ഓർമ്മിച്ചെടുക്കാൻ എനിക്കെത്ര നേരം വേണ്ടിവന്നുവെന്ന് അവൾക്കറിയില്ലായിരുന്നു.

"നിങ്ങളുടെ അക്കാലത്തെ പെയിന്റിംഗുകൾ എന്തെങ്കിലും കണ്ടുപിടിക്കാൻ കഴിഞ്ഞോ?"

ഞാൻ ഇല്ല എന്ന അർത്ഥത്തിൽ തല കുലുക്കി. നാസ്ച്യ എന്നെ എസ്ക്കലേറ്റർ ചലിക്കുന്ന ദിശയിലേക്ക് തിരിച്ചുനിർത്തുകയും ഞങ്ങൾ എസ്ക്കലേറ്ററിൽനിന്നും താഴെയിറങ്ങുകയും ചെയ്തു.

ഞായറാഴ്ച

ഇന്നലെ മുഴുവൻ ലേഖനമെഴുതാനുള്ള പദ്ധതി മനസ്സിൽ തയ്യാറാക്കുകയായിരുന്നു. ഒരു പ്രയത്നവും കൂടാതെ വളരെ എളുപ്പത്തിൽ അത് മനസ്സിൽ രൂപമെടുത്തു. ഞാനൊരു ചിത്രകാരനാണല്ലോ, ചിത്രകാരനല്ല. എനിക്ക് സംഭവങ്ങളുടെ അനുക്രമം പ്രധാനമല്ല, എന്നെ വിഷമിപ്പിക്കുന്ന ഒരേയൊരു വസ്തുത സംഭവങ്ങളുടെ നിലനില്പാണ്. ഞാൻ ഓർമ്മിക്കുന്ന മുറയ്ക്ക് പദ്ധതി എഴുതിയുണ്ടാക്കുകയാണ്. അതിന് മറ്റു യുക്തികളൊന്നുമുണ്ടായിരുന്നില്ല.

പുതിയ സാധനങ്ങളൊന്നുമുണ്ടായിരുന്നില്ല. എല്ലാവരും പഴയ വസ്ത്രങ്ങൾതന്നെയാണ് ധരിച്ചിരുന്നത്. അതിൽ എന്തോ ഒരു സ്റ്റൈൽ ഉണ്ടായിരുന്നു. അക്കാലത്തെ ഒരു പ്രിയപ്പെട്ട ചൊല്ലായിരുന്നു 'ദുഷ്കരമായ കാലഘട്ടം' എന്നത്. ദുഷ്ക്കരമായ കാലഘട്ടം എങ്ങനെ തരണം ചെയ്യുമെന്നറിയുക. അതിന് പഴയതുമാത്രം ധരിക്കുക. പുതിയതുണ്ടെങ്കിലും അവയൊന്നും ധരിക്കാതിരിക്കുക. ഞങ്ങൾ ധരിച്ചതെല്ലാം വളരെ ആത്മവിശ്വാസത്തോടെയായിരുന്നു. വർത്തമാനപത്രങ്ങൾ വിറ്റിരുന്നില്ല. അവയൊക്കെ കെട്ടിടത്തിന്റെ മൂലകളിൽ ഒട്ടിച്ചുവെയ്ക്കുമായിരുന്നു. തൊഴിലാളി സമൂഹം അതൊക്കെ വായിച്ചു. അത് ആളുകളെ തമ്മിൽ ചേർത്തു നിർത്തി.

രഹസ്യമായ വ്യാപാരത്തിന്റെ ഏർപ്പാടുകൾ ഉണ്ടായി. തുറന്ന വ്യാപാരം നിരോധിച്ചിരുന്നു.

വെള്ളം മുകളിലത്തെ നിലയിൽ വരെ എത്തിയില്ല. അവിടെ വെള്ളം ബാത്ത് ടബ്ബുകളിലാണ് ശേഖരിച്ചുവെച്ചിരുന്നത്. അവർ ബാത്ത് ടബ്ബുകളുടെ അരികിലെ അറ്റംവരെ വെള്ളം നിറയ്ക്കുകയും സ്വയം വാഷ്ബേസിനുകളിൽ കഴുകുകയും ചെയ്തു.

വസ്ത്രങ്ങളെക്കുറിച്ചു പറഞ്ഞാൽ എല്ലാവരും ചുരുങ്ങിയ വസ്ത്രങ്ങളാണ് ധരിച്ചിരുന്നത്. കാരണം തണുപ്പിൽ കിടന്നുറങ്ങുമ്പോൾ ആരും തുണി അഴിച്ചിരുന്നില്ല.

വൈദ്യുത വിളക്കുകൾ കത്തിയില്ല. കാരണം ദിവസത്തിൽ രണ്ടു മണിക്കൂർ മാത്രമേ വിദ്യുച്ഛക്തി ലഭിച്ചിരുന്നുള്ളൂ. മണ്ണെണ്ണ വിളക്കുകളാണ് കൂടുതലും ഉപയോഗിച്ചിരുന്നത്.

ഡ്രെയിൻ പൈപ്പുകൾ ശൈത്യകാലത്ത് തണുത്തുമരവിച്ചു. ടോയ്‌ലറ്റ് ഞങ്ങൾ ഉപയോഗിച്ചിരുന്നില്ല. മുറ്റത്തെ മറപ്പുരകളിലാണ് പോയിരുന്നത്. അങ്ങനെ പോകുമ്പോൾ നിറഞ്ഞ മൂത്രപ്പാത്രവും കൊണ്ടുപോയിരുന്നു. മറപ്പുരകൾ എല്ലാ മുറ്റങ്ങളിലും ഉണ്ടായിരുന്നില്ല. ട്രാമുകൾ അപൂർവമായിരുന്നു. കൂടുതലും കാൽനടയായാണ് സഞ്ചരിച്ചിരുന്നത്. ട്രാമുകൾ വരുകയാണെങ്കിൽ അതിൽ വലിയ തിരക്കായിരുന്നു.

വളരെ അസാധാരണമായ ഒരു കാഴ്ച. ശൈത്യകാലത്ത് പുകക്കുഴലിൽനിന്നും പുക പൊങ്ങിയില്ല. കത്തിക്കാൻ ഇന്ധനമൊന്നും ഉണ്ടായിരുന്നില്ല. ആളുകൾ കെട്ടിടത്തിന്റെ ഘടനയിലുള്ള ഉരുപ്പിടികളെടുത്ത് കത്തിച്ചിരുന്നു. ഉള്ളിലെ മുറികളെ തമ്മിൽ ബന്ധിക്കുന്ന വാതിലുകൾ അറുത്തെടുത്തു. അനസ്താസ്യയ്ക്ക് അസുഖമായിക്കിടന്നപ്പോൾ ഞാൻ കാവൽക്കാരനോട് അൻപതുവിറകുകൾ കടം വാങ്ങിക്കുകയും പിന്നീട് ഒരു മാസത്തോളം അതെങ്ങനെ തിരിച്ചുകൊടുക്കുമെന്ന് ചിന്തിച്ച് തല പുണ്ണാക്കുകയും ചെയ്തു. കടം വീട്ടാനായി അമ്മൂമ്മ എനിക്കുതന്ന ഒരു വെള്ളിയുടെ ഉപ്പുപാത്രം അയാൾക്ക് കൊടുക്കേണ്ടിവന്നു. കഷ്ടമായിപ്പോയി.

പഞ്ചസാരയ്ക്കും റൊട്ടിക്കും എല്ലാം റേഷൻ കാർഡുണ്ടായിരുന്നു. എന്റെ ലേബർ കാർഡ് ഉപയോഗിച്ച് ഞാൻ കണങ്കാലുറകൾ വാങ്ങി.

നിരവധി മണിക്കൂറുകൾ മണ്ണെണ്ണയ്ക്കായി കാത്തുനിന്നിട്ടുണ്ട്. ഉരുളക്കിഴങ്ങിന്റെ തൊലികൊണ്ട് അപ്പമുണ്ടായിട്ടുണ്ട്. കാരറ്റും ബിര്യോസയും ചേർത്ത് ചായകുടിച്ചിരുന്നു. ഭക്ഷണത്തെക്കുറിച്ച് പറയുകയാണെങ്കിൽ, ബൾഷായ മോർസ്കയെ സ്ട്രീമിന്റേയും നീവ്സ്കി പ്രോസ്പെക്ടിന്റേയും മൂലയിൽ ഒരു കുതിര ദീർഘനാളുകളായി വീണുകിടന്നിരുന്നു. അതിന്റെ പൃഷ്ടഭാഗത്തുനിന്നു ആരോ ഒരു വലിയ കഷണം ഇറച്ചി അറുത്തെടുത്തു.

സീലിംഗ് മെഴുക്, കടലാസ്, പേന, നിബ്ബ് എന്നിവയായിരുന്നു 1919-ലെ ഏറ്റവും പ്രശസ്തമായ സമ്മാനങ്ങൾ. ഞാൻ അനസ്താസ്യയ്ക്ക് ഒരു ജാറിൽ മൊളാസെസ് കൊടുത്തു.

ഞാൻ നഷ്ടപ്പെട്ട ലോകത്തെ പുനർനിർമ്മിക്കാൻ ശ്രമിച്ചു. പക്ഷേ ഞാൻ വെറും ഓട്ടക്കലമായാണ് അവശേഷിച്ചത്. മറ്റൊരു തോന്നൽ കൂടിയുണ്ടായി. എങ്ങനെയാണ് അത് ശരിയായി അത് പ്രകടിപ്പിക്കേണ്ടതെന്നറിയില്ല. അന്നത്തെ ലോകത്ത് ഞങ്ങൾ വ്യത്യസ്തരും ഏകാകികളും പരസ്പരം ശത്രുത പുലർത്തിയിരുന്നവരുമായിരുന്നു. എന്നാൽ ഇപ്പോൾ നോക്കുമ്പോൾ ഞങ്ങൾ പരസ്പരം ബന്ധുത്വം പുലർത്തിയിരുന്നതായി തോന്നുന്നു. ഞങ്ങൾക്ക് പൊതുവായ ധാരാളം സമയമുണ്ടായിരുന്നു. അത് ഞങ്ങളെ പരസ്പരം ബന്ധിച്ചു. ഇന്ന് എല്ലാവരും എനിക്ക് അന്യരായിരിക്കുന്നു എന്നത് എന്നെ പേടിപ്പെടുത്തുന്നു. അനസ്താസ്യയും ഗെയ്ഗറും ഒഴിച്ച് മറ്റെല്ലാവരും. ഇപ്പോൾ സ്വന്തമെന്നു പറയാൻ രണ്ടു പേർ മാത്രം. മുൻപാകട്ടെ മുഴുവൻ ലോകവും.

തിങ്കളാഴ്ച

എന്തുകൊണ്ടാണ് ഞാനൊരു ചിത്രകാരനായിരുന്നു എന്ന കാര്യം ദീർഘനാളുകളായി എനിക്ക് ഓർമ്മിക്കാൻ കഴിയാതിരുന്നത് എന്ന് ഞാൻ ഗെയ്ഗറോട് ചോദിച്ചു. എനിക്കിപ്പോൾ ഒന്നും വരയ്ക്കാനാവുന്നില്ല എന്നതിന് എന്തു വിശദീകരണമാണ് നൽകാനാവുക?

“അത് തലച്ചോറിലെ ചില കോശങ്ങളുടെ കുഴപ്പംകൊണ്ടാണ്” ഗെയ്ഗർ പറഞ്ഞു. “നിങ്ങൾ മഞ്ഞുരുകി മനുഷ്യനായി മാറിയപ്പോൾ ചില കോശങ്ങൾ ഇനിയും പൂർവ്വസ്ഥിതിയിലേക്ക് വന്നിട്ടില്ല എന്നുവേണം കരുതാൻ.”

“പക്ഷേ അതായിരുന്നു എന്റെ പ്രധാന ജോലി.”

“ഒരുപക്ഷേ അതുകൊണ്ടുതന്നെയാകാം ആ കോശങ്ങൾ പൂർവ്വസ്ഥിതിയെ പ്രാപിക്കാതിരുന്നത്.” ഒന്നു നിർത്തിയിട്ട് അയാൾ തുടർന്നു. “അതുകൊണ്ട് നിങ്ങളിപ്പോൾ ഭംഗിയായി എഴുതുന്നു. നിങ്ങളുടെ സൃഷ്ടിപരമായ കഴിവിന്റെ ഒരു കനാൽ നഷ്ടപ്പെട്ടപ്പോൾ മറ്റൊന്ന് നിങ്ങൾക്ക് തുറന്നുകിട്ടി. നിങ്ങളുടെ സാഹിത്യരചനകൾ ചിത്രകലയുടെ മറ്റൊരു രൂപംതന്നെയല്ലേ?”

ഒരു മനോഹരമായ ഉത്തരം!

ചൊവ്വാഴ്ച

ഇന്ന് ഞാൻ വീണ്ടും സെക്കീർക്കയെക്കുറിച്ച് ചിന്തിക്കുകയായിരുന്നു. ഇവിടെ ചിത്രരചനയും സാഹിത്യവിവരണങ്ങളും അപ്രസക്തമാണ്. ഏതു തരത്തിലുള്ള വിവരണങ്ങളാണ് മുഴുവൻ സമയവും തണുപ്പിനെ പ്രദാനം ചെയ്യുന്നത്. അല്ലെങ്കിൽ വിശപ്പിനെ പ്രദാനം ചെയ്യുന്നത്. എല്ലാ കഥകളും ധ്വനിപ്പിക്കുന്നത് ഒരു സംഭവത്തിന്റെ പൂർത്തീകരണമായിരിക്കും. ഇവിടെയാകട്ടെ വിചിത്രമായ അനന്തതയാണ്. നിങ്ങൾക്ക് ഒരു മണിക്കൂറോ രണ്ടോ മൂന്നോ പത്തോ മണിക്കൂറോ തികയ്ക്കാനാവില്ല,

തണുപ്പിനോടോ പട്ടിണിയോടോ പൊരുത്തപ്പെടാൻ അസാദ്ധ്യമാണ്. തടവറയിലെ രണ്ടാമത്തെ തട്ടിലെ തടവുകാർ നഗ്നപാദരായി അടിവസ്ത്രം മാത്രം ധരിച്ച് കഴുക്കോൽ തടികളിൽ ഇരിക്കുകയാണ്. തടവറ ചൂടാക്കുന്നില്ല. സംസാരിക്കുന്നതും ചലിക്കുന്നതും നിരോധിച്ചിരിക്കുന്നു. തട്ടുകൾക്ക് നല്ല ഉയരമുണ്ട്. കാലുകൾ നിലത്ത് എത്തില്ല. കുറേ സമയത്തിനുശേഷം കാലുകൾ നീരുവെച്ച് വീർക്കുകയും നിലത്തുകുത്താൻ കഴിയാതെ വരുകയും ചെയ്തു. പീഡനം തുടങ്ങുകയും മരണത്തിൽ കലാശിക്കുകയും ചെയ്യും. ഈ പീഡനത്തെക്കുറിച്ച് എങ്ങനെ വിവരിക്കാനാണ്? നിങ്ങൾ കുറേസമയം അത് വിവരിക്കേണ്ടിവരും. മണിക്കൂറുകളും ദിവസങ്ങളും മാസങ്ങളും.

മാസങ്ങളോളം വിരളമായേ ആർക്കെങ്കിലും പിടിച്ചുനില്ക്കാനാവൂ. മനസ്സിന്റെ സമനില തെറ്റുകയോ മരിക്കുകയോ ചെയ്യും. രാവിലെ മുതൽ തൂക്കിയിട്ട പാദങ്ങളുമായി ഇരിക്കുമ്പോൾ സിമന്റുതറയിൽ പൊങ്ങുതടി വലിക്കുന്നതുപോലെ തോന്നും. തടിപ്പലകകൾ തുടകളിൽ കത്തിക്കയറുന്നതുപോലെ തോന്നും. പിന്നെ കാലുകൾ ഇല്ല എന്നു തോന്നുകയും ശരീരം മുഴുവനായി വേദനിക്കുകയും ഇരിക്കാൻ അസാദ്ധ്യമായിത്തീരുകയും ചെയ്യും. അതിസൂക്ഷ്മമായ രീതിയിൽ നിങ്ങളുടെ കൈപ്പത്തി കാലുകൾക്കടിയിൽ തിരുകി ഇരിക്കുന്ന തടിക്കഷണത്തിൽ അല്പം ബലംകൊടുത്ത് ഒന്നു ചലിക്കാൻ ശ്രമിക്കുന്നു.

കാവൽക്കാരന്റെ കണ്ണുകൾ കിളിവാതിലിലൂടെ നിങ്ങളെ നിരീക്ഷിക്കുന്നു. നിങ്ങൾ ബലം പിടിക്കുന്നതും മറ്റു തടവുകാരേക്കാൾ അല്പം ഉയരാൻ ശ്രമിക്കുന്നതം അയാൾ കാണുന്നു. ഒരു വടിയുമായി അയാൾ അറയിൽ പ്രവേശിക്കുന്നു. തലയിലും തോളിലും അടിക്കുന്നു. നിങ്ങൾ തട്ടിൽനിന്നു വഴുതിനിലത്തു വീഴുകയും ഉച്ചത്തിൽ വിലപിക്കുകയും ചെയ്യുന്നു. പീഡിപ്പിക്കപ്പെടുന്ന ശരീരത്തിൽനിന്ന് നീ സ്വയം മുക്തനാകുന്നതുപോലെ തോന്നുന്നു. മൃഗീയമായ സ്വന്തം വിലാപം നിനക്ക് അന്യമാകുന്നു. നീ തന്നെയാണോ വിലപിക്കുന്നത്? നിങ്ങളെത്തന്നെയാണോ കാൽക്കാരൻ അടിക്കുകയും ചവിട്ടിക്കുഴക്കുകയും ചെയ്യുന്നത്? നീയൊരു മനുഷ്യനല്ലാതായി മാറുന്നു. ഒരു ചക്രമായി പരിണമിക്കുന്നു. എന്തുകൊണ്ടാണ് അവർനിന്നെ ഉരുട്ടാത്തത്?

അവർ നിങ്ങളെ കോണിപ്പടികളിലൂടെ വലിച്ചിഴച്ച് 'വിളക്കുമാടത്തിൽ കൊണ്ടുപോകുന്നു. പള്ളിയുടെ ഏറ്റവും ഉയർന്ന ഭാഗമാണ് വിളക്കുമാടം' – പണ്ട് ഒരു ലൈറ്റ് ഹൗസ് ആയി പ്രവർത്തിച്ചിരുന്നയിടം. അവിടെ ഇപ്പോൾ വിളക്കോ ഗ്ലാസ്സുകളോ ഇല്ല. കാറ്റുമാത്രം. ഒരു കുന്നിൻ മുകളിൽ എന്നതുപോലെ വീശിയടിക്കുന്ന കാറ്റുമാത്രം. നിങ്ങൾ കുറച്ചു സമയം പ്രതിരോധിക്കുന്നു. പിന്നീട് പ്രതിരോധം അപ്രത്യക്ഷമാകുന്നു. സമയവും അപ്രത്യക്ഷമാകുന്നു. കാലത്തിന്റെ തുടർച്ചയെക്കുറിച്ച് വിവരിക്കാനാവില്ല. നീ കാറ്റിന്റെ ആഗ്രഹത്തിന് നിന്നെ സമർപ്പിക്കുന്നു. അത് നിന്റെ

മുറിവുകളെ ഉണക്കുന്നു. അത് നിന്നെ ശരിയായ ദിശയിലേക്ക് നയിക്കുന്നു. നീ പറക്കുന്നു.

വ്യാഴാഴ്ച

ഇന്ന് ഞങ്ങൾ ആശുപത്രിയിൽ ആയിരുന്നപ്പോൾ അനസ്താസ്യ 'ഇന്നക്കെഞ്ചി' എന്ന് ഉച്ചരിച്ചു. ബോധം തിരിച്ചുകിട്ടാതെ മുൻപൊരിക്കൽ അവൾ 'നാസ്ച്യ' എന്ന് ഉച്ചരിച്ചതുപോലെയായിരുന്നു അതും. എങ്ങനെയാണെങ്കിലും അവളുടെ ബോധമനസ്സിൽ എന്തൊക്കെയോ തിളങ്ങുകയും അവിടെ എന്തൊക്കെയോ സംഭവങ്ങൾ നടക്കുകയും അതിൽ ആരുടെയൊക്കെയോ സാന്നിദ്ധ്യം അനുഭവപ്പെടുകയും ചെയ്യുന്നു. ഉദാഹരണത്തിന് ഞാനും നാസ്ച്യയും.

വെള്ളിയാഴ്ച

അനസ്താസ്യ വീണ്ടും എന്നെ പേരെടുത്തുവിളിച്ചു. ഞാൻ അവളിലേക്ക് മുഖം കുനിച്ചുകൊണ്ട് പറഞ്ഞു. "ഞാനിവിടെയുണ്ട് അനസ്താസ്യ". പലതവണ ഞാനത് ആവർത്തിച്ചു. സാവകാശവും വ്യക്തമായും ഞാൻ പറഞ്ഞു.

"നീ എന്താണ് എന്നോട് പറയാൻ ആഗ്രഹിക്കുന്നത്?" അവൾ കണ്ണുകളടച്ചുകൊണ്ട് കിടന്നു. വളരെ ബദ്ധപ്പെട്ട് ശ്വസിച്ചു. അവൾ ഞാൻ പറഞ്ഞത് കേട്ടുവോ?

ശനിയാഴ്ച

കണ്ണടയൊഴിച്ചാൽ അയാൾ കാറൽമാർക്സിനോട് സാദൃശ്യമുള്ളയാളായിരുന്നു. അയാളുടെ വലത്തെ കൈ ഒരു ചൂരലിൽ വിശ്രമിക്കുകയും ഇടത്തെ കൈയിൽ പിടിച്ചിരുന്ന നീളമുള്ള ലോഹചുണ്ടുകോലിന്റെ അറ്റത്ത് ഉറപ്പിച്ചിരുന്ന ചോക്കുകൊണ്ട് അയാൾ ബോർഡിൽ പടം വരയ്ക്കുകയും ചെയ്തു. കണ്ണിന്റെ ഘടനയാണ് അയാൾ വരച്ചത്. ആപ്പിൾപോലുള്ള കണ്ണിന്റെ ഗോളവും താഴത്തേയും മുകളിലത്തേയും ഇമകളും അയാൾ വരച്ചു. അദൃശ്യമായ രേഖകളൊക്കെ അയാൾ ദൃശ്യമാകുന്ന വിധമാണ് അത് വരച്ചത്. അതിന്റെ രൂപം വളരെ സുതാര്യമായിരുന്നു.

ഒരുപക്ഷേ മാർക്സും അദ്ദേഹത്തിന്റെ അസംഖ്യം അനുയായികളും ചേർന്ന് ചിത്രം വരയ്ക്കുന്നതായിരിക്കും നന്നെന്ന് ഞാൻ ആലോചിച്ചു. മൈക്കൽ ആഞ്ചലോയുടെ ഡേവിഡ് എന്ന ശില്പത്തിന്റെ പടം വരയ്ക്കാമായിരുന്നു. സ്കെച്ചുകൾ വരയ്ക്കാനായി പ്ലസ് എന്ന നഗരത്തിലേക്ക് യാത്ര ചെയ്യാമായിരുന്നു. ലോകത്ത് വിഷാദഭാവം കുറഞ്ഞിരുന്നെങ്കിൽ എന്ന് ഞാൻ ആശിക്കുന്നു. ഒരു ചിത്രകാരൻ ചിത്രം രചിക്കാത്തവനേക്കാൾ ഉന്നതനും മാന്യനുമായിരിക്കും. ലോകത്തെ തന്റെ എല്ലാ

സാക്ഷാത്കാരങ്ങളിലും അയാൾ വിലമതിക്കുന്നു. അതിനെ അയാൾ കാത്തുസൂക്ഷിക്കുകയും ചെയ്യുന്നു.

എന്റെ ചിന്തകൾ ഞാൻ ഗെയ്ഗറുമായി പങ്കുവെച്ചു. അയാൾ ചുണ്ടുകൾകൊണ്ട് ഗോഷ്ടി കാണിക്കുകയും നിശ്ശബ്ദത പാലിക്കുകയും ചെയ്തു. എന്റെ തുറന്നുള്ള ചോദ്യത്തിന് അയാൾ ഉറപ്പുപറയാനാവില്ല എന്ന് ഉത്തരം പറഞ്ഞു. തന്റെ ചെറുപ്പകാലത്ത് ചിത്രകാരനായിരുന്ന ഒരു സാർവ്വദേശീയ വില്ലനെ അയാൾക്ക് അറിയാമായിരുന്നു. നിങ്ങൾ ഇവിടെ എന്തു പറയാനാണ്? കലയുടെ സ്വാധീനത്തിന് ഇവിടെ ചില പരിമിതികളുണ്ട്.

തിങ്കളാഴ്ച

ഇന്ന് ഞാൻ അനസ്താസ്യയുടെയടുത്ത് പോയത് ഒറ്റയ്ക്കായിരുന്നു. നാസ്ച്യ അവളുടെ വാർഷിക പരീക്ഷയ്ക്കു തയ്യാറെടുക്കുകയായിരുന്നു. ടെലിഫോണിലൂടെ ടാക്സി ബുക്ക് ചെയ്ത് ഞാൻ യാത്ര തിരിച്ചു. മെട്രോയിലുള്ള യാത്ര അസാദ്ധ്യമായിരുന്നു. കണ്ണടകൊണ്ട് രക്ഷയില്ല, കണ്ണട ധരിച്ചാലും എന്നെ എല്ലാവരും തിരിച്ചറിയും. ഇപ്പോഴിതാ ടാക്സി ഡ്രൈവർക്കും എന്നെ മനസ്സിലായി. ദീർഘനേരം തന്റെ മുൻവശത്തെ കണ്ണാടിയിലൂടെ എന്നെ നോക്കിയിട്ട് അയാൾ ചോദിച്ചു.

“ക്ഷമിക്കൂ. അവിടെ മഞ്ഞിൽ കിടന്ന സമയത്ത് നിങ്ങൾക്ക് എന്തെങ്കിലും തോന്നിയോ? എന്തെങ്കിലും ആഗ്രഹങ്ങൾ?”

“മഞ്ഞുരുകണമെന്ന ആഗ്രഹമുണ്ടായിരുന്നു” ഞാൻ ഒരു നിമിഷം മൗനം പാലിച്ചു.

“അത് മനസ്സിലാക്കാവുന്നതേയുള്ളൂ.”

അനസ്താസ്യ എന്നെ മൗനമായി സ്വാഗതം ചെയ്തു. അവൾ ഒന്നും സംസാരിച്ചില്ല. തൊലിയിൽ മഞ്ഞകുത്തുകളുള്ള അവളുടെ കൈ താഴേക്ക് തൂങ്ങിക്കിടന്നു. ഞാൻ കട്ടിലിനരികിലുള്ള കസേരയിൽ ഇരിക്കുകയും അവളുടെ കൈപ്പത്തി സ്വന്തം കൈപ്പത്തിക്കുള്ളിൽ ഒതുക്കുകയും ചെയ്തു. അവളുടെ കൈ പ്രതികരിക്കുന്നതായി തോന്നി. എന്റെ കൈയിൽ മൃദുവായി അമർത്തുന്നതുപോലെ തോന്നി. ഒരുപക്ഷേ ഏതൊരു കൈപ്പത്തിയും അതുപോലെ തടിച്ചുവെന്നിരിക്കും. പേശികളുടെ സ്വാഭാവികമായ ഒരു സങ്കോചം മാത്രം.

ഞാൻ കുനിഞ്ഞ് അനസ്താസ്യയുടെ ചെവിയിൽ ഞങ്ങളുടെ കൈകളുടെ പണ്ട് സ്പർശിച്ചിരുന്ന കാര്യം ഓർമ്മയുണ്ടോ എന്ന് ചോദിച്ചു. കഴിഞ്ഞ ജീവിതത്തിലെ കാര്യം അവൾ ഓർമ്മിക്കുന്നുണ്ടോ? അവളുടെ ഇമകൾ തുടിച്ചു, പക്ഷേ തുറന്നില്ല. നമ്മൾ ഒരു ക്രിസ്തുമസ് ട്രീ അലങ്കരിച്ചത് ഓർമ്മയുണ്ടോ എന്ന് ഞാൻ ചോദിച്ചു. ഞാൻ കിരുകിരു ശബ്ദത്തോടെ പെട്ടിയിൽനിന്നും കളിപ്പാട്ടങ്ങളുടെ വർണ്ണക്കടലാസ് പൊതികൾ അഴിച്ചത് ഓർമ്മയുണ്ടോ? ഓരോ സാധനങ്ങളും നൂൽ കോർത്ത്

അനസ്താസ്യയുടെ കൈയിൽ കൊടുത്തതും അവളുടെ വിരലുകളിൽ എല്ലാവരുടേയും കൺമുന്നിൽവെച്ച് ഞാൻ സ്പർശിച്ചതും ഓർമ്മയുണ്ടോ എന്ന് ഞാൻ ചോദിച്ചു. അനസ്താസ്യയുമായി ചേർന്നുള്ള ഞങ്ങളുടെ ജോലികൊണ്ടാണ് അങ്ങനെ സ്പർശിക്കാനുള്ള ഭാഗ്യമുണ്ടായത്.

അത് വൈകുന്നേരമായിരുന്നു. രാവിലെ ഞാൻ വറോനിന്റെ വീട്ടിൽ ചെന്നപ്പോൾ എനിക്ക് ക്രിസ്തുമസ്സ് ട്രീ മറ്റൊരു രൂപം കൈവരിച്ചതായി തോന്നി. തിളങ്ങുന്ന ആഭരണങ്ങളുമായി ട്രീ ഡിസംബറിലെ ഇരുണ്ട സൂര്യപ്രകാശത്തിൽ തിളങ്ങിനിന്നു. കുട്ടിജനാല തുറന്നു കിടന്നിരുന്നു. ആഭരണങ്ങളുടെ കിലുക്കം അവ്യക്തമായി കേൾക്കാമായിരുന്നു. അനസ്താസ്യയുടെ കൈപിടിച്ചുകൊണ്ട് ഞാൻ മന്ത്രിച്ചു. "വളരെ വിരളവും മറ്റൊന്നിനോടും സാദൃശ്യമില്ലാത്തതുമായ ശബ്ദങ്ങൾ ഈ ലോകത്ത് നിലനില്ക്കുന്നുണ്ട്. ഉദാഹരണത്തിന് കുട്ടി ജനാലയിലൂടെ കാറ്റടിക്കുമ്പോൾ ഉണ്ടാകുന്ന ആഭരണങ്ങളുടെ കിലുക്കം. അതൊരു ചില്ലിന്റെ കിലുക്കംപോലെ നിർവചിക്കാനാവാത്ത ഉടഞ്ഞുപോകുന്ന ശബ്ദമാണ്. അനസ്താസ്യ നീയത് ഓർമ്മിക്കുന്നുണ്ടോ? ഞാനാ ശബ്ദത്തെ ഒത്തിരി ഇഷ്ടപ്പെടുകയും കൂടെക്കൂടെ ഓർമ്മിക്കുകയും ചെയ്യുന്നു."

അനസ്താസ്യയോട് മറ്റു പ്രിയപ്പെട്ട കാര്യങ്ങളും ഞാൻ മന്ത്രിച്ചു. ഉദാഹരണത്തിന് ഒരിക്കൽ എന്റെ കൈ നോക്കി ഫലം പറയാമെന്നു പറഞ്ഞ് അവൾ എന്റെ കൈപ്പത്തി എടുത്തു നോക്കിയത്. അവളുടെ വിരൽത്തുമ്പുകൾ എന്റെ കൈരേഖകളിലൂടെ ഉരുമ്മി നീങ്ങിയപ്പോൾ എനിക്ക് രോമാഞ്ചമുണ്ടായി. ഞാനവളുടെ വാക്കുകൾ കേട്ടില്ല. കാരണം, എന്റെ ചെവികൾ പ്രവർത്തിക്കുന്നുണ്ടായിരുന്നില്ല. എന്റെ ശരീരഭാഗങ്ങളിൽ അനസ്താസ്യയുടെ വിരൽത്തുമ്പുകൾ ഉരുമ്മുന്ന എന്റെ കൈപ്പത്തി മാത്രം സജീവമായി അവശേഷിച്ചു. എന്റെ ഉള്ളംകൈയിലെ എല്ലാ നിമ്നോന്നതഭാഗങ്ങളും രേഖകളും അവൾ തൊട്ടഴിഞ്ഞു. ആയുർരേഖയാണ് ഏറ്റവും നീളം കൂടിയതായി തോന്നിയത്. എന്റെ കാര്യത്തിൽ മഞ്ഞിൽ ഉറഞ്ഞുകിടന്നിരുന്ന കാലം ആയുർരേഖയിൽ ആലേഖനം ചെയ്യപ്പെട്ടിരുന്നുവോ എന്ന് ഞാൻ അത്ഭുതത്തോടെ ഓർത്തു.

വ്യാഴാഴ്ച

ഞാൻ ഉണർന്നത് ആതുരാലയത്തിലായിരുന്നു. മുൻപു ഞാൻ താമസിച്ചിരുന്ന വൃത്തികെട്ട പട്ടാളത്താവളമായിരുന്നില്ല അത്. നല്ല വെളിച്ചവും വൃത്തിയുമുള്ള മുറിയായിരുന്നു. തറയും സീലിംഗും കസേരകളും മേശകളും കട്ടിലും എല്ലാം തൂവെള്ള നിറത്തിലായിരുന്നു. അതുകൊണ്ട് ശാന്തനായി ഞാൻ ചിന്തിച്ചു സക്കീർക്കയിലെ മർദ്ദനത്തിനുശേഷം എന്നെ നേരെ സ്വർഗ്ഗത്തിലേക്കാണ് കൊണ്ടുവന്നിരിക്കുന്നത്.

പക്ഷേ, അത് സ്വർഗ്ഗമായിരുന്നില്ല. സ്വർഗ്ഗത്തിലെപ്പോലെയുള്ള സാധനങ്ങളൊന്നും അവിടെ കണ്ടില്ല. വെനീസ് മാതൃകയിലുള്ള ചാരു

കസേര മഹാമനസ്കതയോടെ പെയിന്റടിച്ചിരുന്നത് പെയിന്റ് ഒഴുകി കട്ടി പിടിച്ച രീതിയിലായിരുന്നു. സ്വർഗ്ഗത്തിൽ അവർ ഇങ്ങനെയൊന്നം പെയിന്റടിക്കാൻ വഴിയില്ല. മുറി വെളുത്ത നിറത്തിൽ കാണപ്പെട്ടു. പക്ഷേ അത് ഭൂമിയിലായിരുന്നു. കട്ടിലിൽനിന്നും ഏന്തിവലിഞ്ഞു നോക്കിയപ്പോൾ വെളുത്തതല്ലാത്ത സാധനങ്ങളും ഞാൻ കണ്ടു. നീല ബക്കറ്റും ചുവന്ന നിലം തുടയ്ക്കാനുള്ള തുണിയും എന്റെ കണ്ണിൽപ്പെട്ടു. ബക്കറ്റിൽ ചുവന്ന അക്ഷരങ്ങളിൽ LAZARUS എന്ന് എഴുതിയിരുന്നു.

ബാക്കിയുള്ള വസ്തുക്കളും വെളുത്തതായിരുന്നില്ല. ഉദാഹരണത്തിന് തിണ്ണ. ശരിക്കും തറയുടെ നിറം ഇളം തവിട്ടായിരുന്നു. നിമിഷങ്ങൾക്കു മുൻപ് തറയുടെ നിറം മറ്റൊന്നായി എനിക്കു തോന്നിയിരുന്നു എന്ന് അത്ഭുതത്തോടെ ഞാൻ ഓർത്തു. നിറം മാത്രമല്ല, ഗന്ധങ്ങളും തിരിച്ചു വന്നു. മുറിക്കകത്ത് മരുന്നുകളുടെ ഗന്ധം അനുഭവപ്പെട്ടു. ബക്കറ്റിൽ നിന്നും നിഗൂഢമായ എന്തോ ലിഖിതങ്ങളോടെ ശുചീകരണസാമഗ്രികൾ തൂങ്ങിക്കിടന്നു. ഇവയൊന്നും സ്വർഗ്ഗത്തിന് ആവശ്യമുള്ള കാര്യങ്ങളായിരുന്നില്ല.

ഒരു നേഴ്സ് മുറിയിൽ പ്രവേശിച്ചു. ഞാൻ കണ്ണുകൾ ഇറുക്കിയടച്ചു. ഇത് ക്യാമ്പിലെ ഒരു സ്വഭാവമാണ്. നീയവിടെയെങ്ങും ഇല്ല എന്ന ഭാവത്തിൽ കിടക്കുക. ആരോ അനങ്ങുന്നതായി കേട്ടാലും നിങ്ങൾ നിശ്ചലനായി കിടക്കുക. ഇരുട്ടുമായി അലിഞ്ഞുചേരുക. ഒന്നും കാണാതെയും ആരാലും കാണപ്പെടാതെയും കിടക്കുക.

തറ തുടച്ചിട്ട് ബക്കറ്റുമെടുത്ത് നേഴ്സ് മുറിയിൽനിന്നും പുറത്തു പോയി. പുരുഷന്റെ കാലടി ശബ്ദങ്ങൾ കേട്ടു. എന്റെ കൺപീലികൾക്കിടയിലൂടെ ഈർപ്പമുള്ള തറയിൽ എന്റെയരുകിലേക്ക് സമീപിക്കുന്ന ഷൂസുകൾ ഞാൻ കണ്ടു. ക്യാമ്പിൽ എപ്പോഴാണ് അവസാനമായി ഷൂസുകൾ കണ്ടതെന്ന് ഞാൻ ഓർമ്മിച്ചു. ഷൂസുകളുടെ മുകളിൽ പാന്റ്സിന്റെ മടക്കിയ അടിഭാഗം ദൃശ്യമായി. ലാബ് കോട്ടിന്റെ വെൺമ പാന്റ്സിന്റെ കറുപ്പിനെ മറച്ചു. അകത്തേക്ക് വന്നയാൾ കട്ടിലിൽ സമീപിച്ച് എന്റെ പേര് വിളിച്ചു.

അയാളുടെ വരവ് ഗെയ്ഗർ ആദ്യമായി പ്രത്യക്ഷപ്പെട്ടതിനെയാണ് ഓർമ്മിപ്പിച്ചത്. ശരിക്കും അതൊക്കെ വിപരീതദിശയിലെ ഓർമ്മിപ്പിക്കലായിരുന്നു. ഗെയ്ഗറുടെ വരവ് എന്നെ ഓർമ്മിപ്പിച്ചത് ക്യാമ്പിലെ അയാളുടെ വരവിനെയായിരുന്നു. കാലത്തിന്റെ ഇരുദിശകളിലേക്കും സഞ്ചരിക്കാമെന്നതിനാലാണ് കാര്യങ്ങൾ തലതിരിഞ്ഞുപോകുന്നത്. പ്രധാനസംഗതി: ഞാൻ കണ്ണുകൾ തുറന്നു. അപരിചിതൻ എന്നെ നോക്കി നിശ്ശബ്ദനായി നിന്നു. പ്രൊഫസറിന്റെ ഛായയുള്ള താടിയും വട്ടക്കണ്ണടയും. ഞാനും നിശ്ശബ്ദത പാലിച്ചു. കാരണം, അയാളായിരുന്നു സംസാരിക്കേണ്ടിയിരുന്നത്. അയാൾ പറഞ്ഞുതുടങ്ങി.

“ഇന്നക്കെഞ്ചി പെത്രോവിച്ച് നിങ്ങളുടെ ഒന്നാമത്തെ കർത്തവ്യം സുഖം പ്രാപിക്കുക എന്നതാണ്.” പ്രകടമായും രണ്ടാമത്തെ കർത്തവ്യത്തെക്കുറിച്ച് ചോദിക്കണമെന്ന് തോന്നിയെങ്കിലും ഞാൻ ചോദിച്ചില്ല. ബക്കറ്റിൽ എഴുതിയിരുന്നത് ഓർമ്മിച്ചുകൊണ്ട് ഞാൻ ചോദിച്ചു.

"LAZARUS എന്നതുകൊണ്ട് ആതുരാലയം എന്നാണോ അർത്ഥമാക്കുന്നത്?”

“അല്ല അത് ഒരു പ്രത്യേക ദൗത്യത്തിന്റെ ചുരുക്കപ്പേരാണ്.”

അയാൾ ചിരിച്ചു.

Laboratory for Absolute Zero and Regeneration in the USSR എന്നതിന്റെ ചുരുക്കപ്പേരാണ് LAZARUS. നിങ്ങളത് കേട്ടിരിക്കാൻ ഇടയില്ല.”

കേട്ടിരുന്നോ? അതെ, ഇല്ല. സളോവ്കിയിൽ നിരവധി ലബോറട്ടറികൾ ഉണ്ടായിരുന്നു. അതിനെക്കുറിച്ചൊന്നും ആർക്കും ഒന്നും കാര്യമായി അറിയുമായിരുന്നില്ല. അവയുടെ പ്രവർത്തനം എങ്ങനെയാണെന്നോ പേരുകൾ എന്താണെന്നോ ആർക്കും അറിയില്ലായിരുന്നു. പക്ഷേ, അവയിൽ ഒരു ലാബിൽനിന്നുള്ള ആളുകളെ ലസാറൂസുകൾ എന്ന് വിളിച്ചിരുന്നു. ഒരിക്കൽ അവരെയെന്താണ് ലസാറൂസുകൾ എന്നു വിളിക്കുന്നതെന്ന് ഞാൻ ചോദിച്ചിരുന്നു. പക്ഷേ, ആരും ഉത്തരം തന്നില്ല.

ലസാറുസുകളെ നിരവധി തവണ കപ്പലിന്റെ മേൽത്തട്ടിൽവെച്ച് ഞാൻ കണ്ടിരുന്നു. അവർ ഒരു ബോട്ടിൽനിന്നും ഇറങ്ങി വരുകയായിരുന്നു. ക്യാമ്പിലെ നിലവാരമനുസരിച്ച് നല്ല നിലയിലുള്ള ആളുകളുടെ തോന്നലാണ് അവർ സൃഷ്ടിച്ചത്. നന്നായി വസ്ത്രധാരണം ചെയ്തും ആഹാരം കഴിച്ചും കഴിഞ്ഞിരുന്ന അവരെ ആരും മർദ്ദിക്കുമായിരുന്നില്ല. എന്നോട് സംസാരിച്ചയാളിൽനിന്നും വ്യത്യസ്തമായി ലസാറുസുകൾ ഷൂസുകൾ ധരിച്ചിരുന്നില്ല. പക്ഷേ അവരുടെ ബൂട്ടുകൾ പോലും സമൃദ്ധിയുടെ അടയാളമായിരുന്നു. ആൻസർ എന്ന ദ്വീപിൽനിന്ന് ബൾഷോയ് സളേവ്യോത്സ്കി ദ്വീപിലേക്ക് എത്തിച്ചേർന്നവരായിരുന്നു ലസാറൂസുകൾ എന്ന് ഞാൻ ഓർമ്മിക്കുന്നു. പിന്നീട് അവർ അങ്ങോട്ടുതന്നെ പോകുകയും ചെയ്തു.

“നമ്മളിപ്പോൾ ആൻസർ ദ്വീപിലാണോ?” ഞാൻ ചോദിച്ചു.

“അതെ, നമ്മൾ ആൻസറിലാണ്.”

ശനിയാഴ്ച

രാവിലെയുള്ള നാസ്ച്യയുടെ ഫോൺവിളിയുമായാണ് ദിവസം ആരംഭിച്ചത്. അതിരാവിലെ ആറുമണിക്ക്. അവളെ ഇപ്പോൾ ആശുപത്രിയിൽനിന്നും അറിയിച്ചുവത്രെ. (ഒരു നിമിഷം എന്റെ ഹൃദയം തുടിച്ചു) അനസ്താസ്യയ്ക്ക് ബോധം വീണുവെന്ന്. നാസ്ച്യ ടാക്സിപിടിച്ചുവന്നു

എന്നേയും കൂട്ടി ആശുപത്രിയിൽ പോകാൻ തീരുമാനിച്ചിരുന്നു. ഇരുപതു മിനിറ്റുകഴിഞ്ഞ് മുൻവാതിലിൽ കാത്തുനില്ക്കാൻ അവൾ എന്നോടു പറഞ്ഞു. പത്തുമിനിറ്റിനുള്ളിൽ ഞാൻ പുറത്തിറങ്ങി. ബൾഷോയ് പ്രോസ്പെക്ട് ആളൊഴിഞ്ഞ നിലയിലായിരുന്നു. വണ്ടികളും വളരെ അപൂർവ്വമായാണ് ഓടിയിരുന്നത്. പെത്രോ പൗലോസ്കി കോട്ടയുടെ പുറകിൽ ഉദിച്ചുയർന്ന സൂര്യൻ മുകളിലെ നിലകളിൽ മഞ്ഞ നിറത്തിൽ തിളങ്ങി. ഞാനത് തീർച്ചയായും കണ്ടിരുന്നു.

ഏകദേശം 1911-ലെ ഒരു വേനൽക്കാല പുലരിയിൽ ഞങ്ങൾ ഇതു പോലെ റെയിൽവേ സ്റ്റേഷനിൽ വിമാനജോലിക്കാരെയും പ്രതീക്ഷിച്ച് നിന്നു. മുകളിലെ നിലകളിൽ സൂര്യവെളിച്ചവും പ്രഭാതത്തിലെ തണുത്ത കാറ്റുമുണ്ടായിരുന്നു. ഞാൻ ഇറക്കം കുറഞ്ഞ ട്രൗസറാണ് ധരിച്ചിരുന്നത്. എന്റെ മുട്ടുകാലുകളിൽ രോമാഞ്ചമുണ്ടായി. അല്പം ചൂടുകിട്ടാൻ വേണ്ടി ഞാൻ മുകളിലേക്കും താഴേക്കും ചാടിക്കൊണ്ടിരുന്നു. സത്യത്തിൽ എനിക്കത്ര തണുപ്പൊന്നും ഉണ്ടായിരുന്നില്ല. ഞാൻ വളരെ ജിജ്ഞാസയോടെ നിലകൊണ്ടു. വിമാനജോലിക്കാർ വരില്ലെന്നും ഞങ്ങൾ അലൂഷ്ത്തായിൽ പോകുകയില്ലെന്നും ഞാൻ ഭയന്നു. കല്ലുപാകിയ തറയിൽ എന്റെ ചെരുപ്പുകൾ അസ്വസ്ഥതയോടെ താളം പിടിച്ചു. ആ ശബ്ദം സാവധാനം നിരവധി പദചലനങ്ങളിൽ ആഴ്ന്നുപോയി. ഞാൻ സന്തോഷം! സന്തോഷം! എന്ന് മന്ത്രിച്ചു. വിമാന ജോലിക്കാർ വന്നു.

ടാക്സി വന്നു. ഞാൻ നാസ്ച്യയോടൊപ്പം പിൻസീറ്റിൽ ഇരുന്നു. ബിർഷിവോയ്, ദ്വൊർത്സവൊയ് എന്നീ പാലങ്ങൾ, സെനാത്സക്കയ സ്ക്വയർ, മയക്കോവ്സ്കി പ്രോസ്പെക്ട് മുതലായ ഇടങ്ങളിലൂടെ ഞങ്ങൾ മുന്നോട്ടു നീങ്ങി. ഞങ്ങളുടെ യാത്ര അലൂഷ്ത്തായിലേക്കായിരുന്നില്ല. എന്നാൽ പൊതുവെ തെക്കോട്ടായിരുന്നു. കാറിൽ ചൂടുണ്ടായിരുന്നു. ഞാൻ സൈഡ് ഗ്ലാസ് താഴ്ത്തുകയും മുട്ടുകൈ ജനാലയിൽ വെയ്ക്കുകയും ചെയ്തു. എന്റെ കൈ അലക്ഷ്യമായി കാറ്റിന്റെ ശക്തിയിൽ വിരലുകൾ ഉദാസീനമായും വിഷാദഭാവത്തിലും വെള്ളത്തിനടിയിലെ സസ്യങ്ങളെപ്പോലെ ചലിച്ചു. അനസ്താസ്യയോട് ഞാനെന്തു പറയും? അവൾ എന്നോട് എന്തു പറയും?

ഹോസ്പിറ്റൽ മുറി വാതിൽക്കൽ നേഴ്സ് ഞങ്ങളെ തടഞ്ഞുനിർത്തി. ബോധം വന്നപ്പോൾ അനസ്താസ്യ പുരോഹിതനെ വിളിക്കാൻ ആവശ്യപ്പെടുകയും ഇപ്പോൾ അയാൾ അവളുടെ കുമ്പസാരം സ്വീകരിക്കുകയുമാണ്. പത്തുമിനിട്ടുകൾക്കുശേഷം നീട്ടിപ്പിടിച്ച കൈകളിൽ പരിശുദ്ധ സമ്മാനങ്ങളുമായി പുരോഹിതൻ പുറത്തുവന്നു. അതിനുശേഷം നേഴസ് മുറിക്കുള്ളിലേക്ക് പോയി. അവൾ പുറത്തുവന്നിട്ട് ഞങ്ങൾക്ക് അഞ്ചു മിനിറ്റ് സമയമുണ്ടെന്നും അതിൽ കൂടുതൽ ചെലവഴിക്കാൻ അനസ്താസ്യയ്ക്ക് ശക്തിയില്ല എന്ന് അറിയിച്ചു. ഞാൻ നാസ്ച്യയുടെ കണ്ണുകളിലേക്ക് നോക്കി. അവൾ മുഖം കുനിച്ചു. എന്റെ വ്യഥ അവൾ

അറിഞ്ഞു. വാതിലിനരുകിൽ അവൾ എന്നെ മൃദുവായി മുന്നോട്ട് തള്ളി. ഞാൻ വാതിൽ തുറന്നു.

അനസ്താസ്യയുടെ നോട്ടം എന്നെ എതിരേറ്റു. ഇരുട്ടിൽ തെളിച്ചു പിടിച്ച ടോർച്ചിന്റെ വെട്ടത്തിൽ നടക്കുന്നതുപോലെ അവളുടെ നോട്ടത്തിന്റെ തീക്ഷ്ണതയിൽ ഞാൻ മുന്നോട്ട് ഹ്രസ്വമായ കാലടികൾ വെച്ച് നടന്നു. എന്റെ തോളിൽ നാസ്ച്യയുടെ കൈപ്പത്തി എനിക്ക് അനുഭവപ്പെട്ടു. പക്ഷേ അതെന്നെ ഒട്ടും സഹായിച്ചില്ല. അവളുടെ കൈപ്പത്തിയുടെ ഭാരം എന്നെ ശല്യപ്പെടുത്തുകയായിരുന്നു. ഒരുപക്ഷേ, ഞാനിവിടെ ഒറ്റയ്ക്കായിരുന്നു വരേണ്ടിയിരുന്നത്. എന്റെ തൊണ്ടയിൽ വാക്കുകൾ മരവിച്ചു. കട്ടിലിനരുകിലേക്ക് ചെന്ന ഞാൻ ഒരുവാക്കും ശബ്ദിച്ചില്ല. ഞാൻ മുട്ടുകുത്തി നില്ക്കുകയും നെറ്റി അനസ്താസ്യയുടെ കൈകളിൽ അമർത്തുകയും ചെയ്തു. എന്റെ തലയ്ക്കു പിന്നിൽ ഒട്ടും ഭാരമില്ലാത്ത അവളുടെ മറ്റേ കൈ എന്റെ തലമുടികളെ തഴുകുന്നതായി അനുഭവപ്പെട്ടു. എന്നോ ഒരിക്കൽ അവൾ എന്നെ തഴുകിയതുപോലെ എനിക്ക് അനുഭവപ്പെട്ടു. ഞങ്ങൾ വീണ്ടും ഞങ്ങളുടെ പഴയ ഫ്ളാറ്റിൽ ഇരിക്കുന്നതായും എന്റെ അമ്മയും പ്രൊഫസർ വറോനിനും സര്യേത്സ്കിപോലും ജീവിച്ചിരിക്കുന്നതായും എനിക്ക് തോന്നി. അവരെല്ലാം ജീവിച്ചിരിക്കുന്നു. അവരെല്ലാം ജോലിക്കുപോകുകയും ഞാനും അനസ്താസ്യയും മാത്രം വീട്ടിൽ അവൾ അസുഖമായി കിടക്കുകയാണ്. ഞാനിതാ അവളെ ശുശ്രൂഷിക്കാനെത്തിയതാണ്. ഞാനവളുടെ കൈത്തലത്തിൽ എന്റെ നെറ്റി അമർത്തിവെയ്ക്കുകയും അവൾ എന്റെ തലയുടെ പുറകുവശം തഴുകുവാൻ തുടങ്ങുകയും ചെയ്തു. ഞാനിതെല്ലാം ഉണർന്നിരുന്നു കൊണ്ട് കാണുകയും ഞാനെന്തൊക്കെയോ സംസാരിക്കുകയും ചെയ്തു. അനസ്താസ്യയും നാസ്ച്യയും നേഴ്സും നിശ്ശബ്ദരായി ഞാൻ പറയുന്നതു കേട്ടു. അനസ്താസ്യ നിശ്ശബ്ദത ഭേദിക്കുകയും സംസാരിക്കാൻ തുടങ്ങുകയും ചെയ്തു.

"സര്യേത്സ്കി"

ഒരു പടിവാതിൽ തുറക്കുന്ന ശബ്ദം പോലെയാണ് അത് തോന്നിയത്. ചില്ലിൽ ഒരു ആണി വീണതുപോലെയാകാം. അവളുടെ അപ്പോഴത്തെ അവസ്ഥയേക്കാളും ബാഹ്യരൂപത്തേക്കാളും അവളുടെ ശബ്ദമാണ് പുറത്തേക്ക് വന്നത്. ഞാൻ തല ഉയർത്തി അനസ്താസ്യ നേഴ്സിനെ നോക്കി.

"സര്യേത്സ്കി - എല്ലാത്തിനുമുപരിയായി അതെന്റെ പാപമാണ്."

നേഴ്സ് തല കുലുക്കി. ഉപചാരഭാവത്തിന്റെ പ്രകടനം മാത്രമായിരുന്നു അത്. സര്യേത്സ്കിയെക്കുറിച്ച് അവർക്ക് എന്തെങ്കിലും അറിയാനുള്ള സാദ്ധ്യതയില്ല.

"നിങ്ങളെന്തിനെക്കുറിച്ചാണ് അമ്മൂമ്മേ പറയുന്നത്?" നാസ്ച്യ ചോദിക്കുന്നു. അവൾ ഉത്തരം പ്രതീക്ഷിക്കാത്ത ഒരു ചോദ്യമായിരുന്നു ചോദിച്ചത് എന്ന ഭാവമുണർത്തി. "ഞാനവനെ... ഇപ്പോൾ അതെങ്ങനെയാണ്

പറയപ്പെടുന്നത്?... ഞാനവനെതിരെ ഒരു കരാർ ഏർപ്പാടാക്കുകയായിരുന്നു. അതെ, അതുതന്നെയാണ്. കരാർ നല്കുകയായിരുന്നു, അവനെ ഇല്ലായ്മ ചെയ്യാൻ. അതായിരുന്നു ദൗർഭാഗ്യങ്ങൾക്ക് നിദാനം!"

"അമ്മൂമ്മേ"

"അമ്മൂമ്മ നിനക്കൊരു ദൗർഭാഗ്യമാണ്."

അനസ്താസ്യ ക്ലേശിച്ച് ശ്വാസം വലിക്കുകയും അനിയന്ത്രിതമായ ഒരു ചുമയിൽ ആമഗ്നയാകുകയും ചെയ്തു. നേഴ്സ് അവളുടെ പുറം തടവിക്കൊടുക്കുകയും തലയിണവെച്ച് നേരെയിരുത്താൻ ശ്രമിക്കുകയും ചെയ്തു. അനസ്താസ്യയുടെ ശ്രദ്ധയിൽപെടാതെ ഞങ്ങളോട് പുറത്തു പോകാൻ നേഴ്സ് ആംഗ്യം കാട്ടി. നേഴ്സിന്റെ മുൻകരുതലുകൾ അനാവശ്യമായിരുന്നു. കാരണം അനസ്താസ്യ ഒന്നും കാണുന്നുണ്ടായിരുന്നില്ല. ഞങ്ങൾ പുറത്തേക്ക് പോകുന്നു.

കുറച്ചുനിമിഷങ്ങൾക്കുശേഷം അവർ അനസ്താസ്യയെ ഒരു സ്ട്രെച്ചറിൽ കിടത്തി പുറത്തേക്ക് കൊണ്ടുപോയി. സ്ട്രെച്ചർ ആശുപത്രിയിൽ സാധാരണമല്ലാത്ത വേഗതയിൽ ഉരുളുന്നു. ഞങ്ങൾ പിൻതുടരുന്നു. എതിരെ വന്നവർ പാർശ്വഭിത്തികളിലേക്ക് ഒതുങ്ങിനില്ക്കുന്നു. തീവ്രപരിചരണ വിഭാഗത്തിന്റെ വാതിൽ തുറന്ന് അനസ്താസ്യയെ അവർ പ്രവേശിപ്പിക്കുന്നു. ഞങ്ങളുടെ മുന്നിൽ തീവ്രപരിചരണവിഭാഗത്തിന്റെ വാതിലുകൾ അടഞ്ഞു.

ഒരു മണിക്കൂറിനു ശേഷം തീവ്രപരിചരണ വിഭാഗത്തിലെ ഒരു ഡോക്ടർ പുറത്തുവന്ന് അനസ്താസ്യ കോമയിലാണെന്ന് അറിയിക്കുന്നു. ഞങ്ങൾ അടഞ്ഞ വാതിലിനു പുറത്ത് നിന്നു. കുറച്ചുകഴിഞ്ഞ് അവർ ഞങ്ങൾക്കുവേണ്ടി കസേരകൾ കൊണ്ടുവന്നു. വൈകുന്നേരം വരെ ഞങ്ങൾ അതിൽ ഇരുന്നു. പത്തുമണി രാത്രിയായപ്പോൾ ആശുപത്രി നിയമപ്രകാരം ഞങ്ങളോട് വീട്ടിൽ പോകാൻ പറഞ്ഞു. പത്തുമണിയായെന്ന് ഞാൻ അറിഞ്ഞില്ല. പുറത്ത് വെളിച്ചമുണ്ടായിരുന്നു. കാര്യങ്ങൾ അത്ര നന്നല്ല എന്ന് എനിക്കും നാസ്ച്യയ്ക്കും തോന്നി. ഞങ്ങൾ തിരിച്ചുപോന്നു.

ഞായറാഴ്ച

രാവിലെ ആശുപത്രിയിൽ പോയി. അനസ്താസ്യയുടെ നില വ്യത്യാസമില്ലാതെ തുടർന്നു. വൈകുന്നേരം ഗെയ്ഗർ വിളിച്ചു. എനിക്കു ബോധം തിരിച്ചുകിട്ടിയിട്ട് ഇന്നലെ ആറുമാസം തികഞ്ഞു.

അനസ്താസ്യയ്ക്ക് ബോധം തിരിച്ചുകിട്ടുമോ?

തിങ്കളാഴ്ച

എല്ലാം പഴയതുപോലെതന്നെ. ഞങ്ങളുടെ സാഹചര്യങ്ങളിൽ അതൊരു നല്ല വാർത്തയായിരുന്നു.

ബുധനാഴ്ച

ഇന്നും ഇന്നലെയും ആശുപത്രിയിൽ പോയിരുന്നു. ഇടനാഴിയിലെ കസേരയിൽ ഇരുന്നു. തീവ്രപരിചരണ വിഭാഗത്തിലേക്ക് ഞങ്ങളെ എന്തായാലും കടത്തിവിടില്ല. പിന്നെ എന്തിനാണ് അവിടെ ഇരിക്കുന്ന തെന്ന് ഞങ്ങളോട് അവർ ചോദിച്ചു. ഞങ്ങൾ അടുത്തുതന്നെയുണ്ട് എന്ന സമാധാനത്തിനാണ് അങ്ങനെയിരിക്കുന്നതെന്നു പറഞ്ഞു.

ഇന്നലെ പ്രധാന ഡോക്ടർ ഞങ്ങളെ അദ്ദേഹത്തിന്റെ മുറിയിലേക്ക് തന്റെ സഹപ്രവർത്തകർ സാദ്ധ്യമായതൊക്കെ ചെയ്യുന്നുണ്ടെന്നും അറിയിച്ചു. അയാൾ ഞങ്ങളെ കൊഗ്ന്യാക്ക് മദ്യം നല്കി സത്കരിച്ചു. കൊഗ്ന്യാക്ക് കുടിച്ചുകഴിഞ്ഞ് അയാളുടെ മുഖം ചുവന്നുതുടുത്തു. പിരിമുറുക്കമില്ലാതെ അയഞ്ഞ ഭാവത്തിൽ അയാൾ സംസാരിച്ചു. അനസ്താസ്യയുടെ കാര്യത്തിൽ യാതൊരു പ്രതീക്ഷയുമില്ലെന്ന് പറഞ്ഞു. എനിക്കും നാസ്ച്യക്കും തന്റെ വിസിറ്റിങ്ങ് കാർഡ് തന്നു. അത് രണ്ടാം തവണയായിരുന്നു അയാൾ കാർഡ് തരുന്നതെന്ന് ഞാൻ ഓർത്തു. ഞങ്ങളെ യാത്രയാക്കിയിട്ട് അയാൾ തോളിലിട്ടിരുന്ന ലാബ് കോട്ട് നേരെയാക്കി. ലാബ്കോട്ടിനടിയിൽ വിലകൂടിയ സ്യൂട്ടായിരുന്നു അയാൾ ധരിച്ചിരുന്നത്. നാസ്ച്യയാണ് അക്കാര്യം എന്നോടു പറഞ്ഞത്. ലാബ് കോട്ടിന്റെ എല്ലാ ബട്ടൻസുകളും ഇട്ടാൽ സ്യൂട്ട് ഒട്ടുംതന്നെ വെളിയിൽ കാണുമായിരുന്നില്ല. ലാബ്കോട്ടിനടിയിലെ സ്യൂട്ട് എന്നെ ഓർമ്മപ്പെടുത്തിയത് അക്കാഡമിഷൻ മുറോംത്സ്യേവിനെയായിരുന്നു. പ്രധാന ഡോക്ടറിൽ മുറോംത്സ്യേവിനെ ഓർമ്മിപ്പിക്കാൻ സ്യൂട്ട് അല്ലാതെ മറ്റൊന്നും ഉണ്ടായിരുന്നില്ല.

മുറോംത്സ്യേവ്. അയാളുടെ കോട്ടും സ്യൂട്ടും ഷൂസുകളും സംസാരിക്കുന്ന രീതിയും സളോവ്കി കോൺസൺട്രേഷൻ ക്യാമ്പിന്റെ സവിശേഷതകൾ ഒന്നും വെളിപ്പെടുത്തുന്നവയായിരുന്നില്ല. എല്ലാ ദിവസവും അയാൾ എന്നെ പരിശോധിച്ചിരുന്നു. ചിലപ്പോഴൊക്കെ ചികിത്സിക്കുന്ന ഡോക്ടറോടൊപ്പവും ചിലപ്പോൾ എന്നെ പ്രത്യേകമായും പരിശോധിച്ചിരുന്നു. അയാളുടെ താത്പര്യം വ്യത്യസ്തമായിരുന്നു എന്ന് എനിക്ക് അല്പാല്പമായി മനസ്സിലാകുകയും അത് മറ്റു ഡോക്ടർമാരുടെ താത്പര്യത്തിൽനിന്നും ഭിന്നമായിരുന്നു എന്നും വ്യക്തമായി. എന്റെ അനുമാനങ്ങളുമായി ദീർഘനാൾ എനിക്ക് കാത്തിരിക്കേണ്ടതായി വന്നില്ല. ഒരു ദിവസം നേഴ്സിനെ പറഞ്ഞുവിട്ടിട്ട് ഞങ്ങൾ മാത്രമായപ്പോൾ മുറോംത്സ്യേവ് എനിക്ക് പരിശീലനം നല്കാൻ തുടങ്ങി.

1926 ൽ കെ.ജി.ബി.യുടെ തലവനായിരുന്ന ജിർഷീൻസ്കിയുടെ മൃതദേഹം മരവിപ്പിച്ചു. പുനർജ്ജീവിപ്പിക്കാൻ അക്കാദമീഷൻ മറോംത്സ്യേവ് വിസമ്മതിച്ചതിനാൽ മരവിപ്പിച്ചു പുനർജ്ജനിപ്പിക്കുന്ന പരീക്ഷണശാലയും അതിന്റെ പ്രവർത്തനക്ഷമതയും അറസ്റ്റുചെയ്യുകയും സ്റ്റാലിൻഗ്രാഡിൽനിന്നും സളോവ്കി കോൺസൺട്രേഷൻ ക്യാമ്പിലേക്ക് മാറ്റി

പാർപ്പിക്കുകയും ചെയ്തു. ആളുകളെ മരവിപ്പിച്ചു പുനർജ്ജനിപ്പിക്കാനുള്ള പ്രായോഗികജ്ഞാനമില്ലാത്ത ഒരു ന്യായീകരണവും ആരും ചെവിക്കൊണ്ടില്ല. കമ്മ്യൂണിസ്റ്റുപാർട്ടി കേന്ദ്രക്കമ്മിറ്റിക്ക് മുറോംത്സ്യേവ് താൻ എലികളിൽ നടത്തിയ പരീക്ഷണങ്ങളുടെ വിശദവിവരങ്ങൾ എഴുതുകയും ജിർഷിൻസ്കിയെ മരവിപ്പിക്കാൻ വിസമ്മതിച്ചതിന്റെ കാരണങ്ങൾ വിശദീകരിക്കുകയും ചെയ്തെങ്കിലും ആരും അത് ചെവികൊണ്ടില്ല. മുറോംത്സ്യേവിനെ ചോദ്യംചെയ്ത കുറ്റാന്വേഷകന്റെ വാക്കുകൾ പ്രകാരം ജോസഫ് സ്റ്റാലിന്റെ സ്വന്തം കൈപ്പടയിലാണ് അക്കാഡമിഷ്യൻ കൊടുത്ത കത്തിൽ വിയോജനക്കുറിപ്പ് എഴുതുകയും മുറോംത്സ്യേവിന്റെ തീരുമാനം തെറ്റാണെന്ന് രേഖപ്പെടുത്തുകയും ചെയ്തിരുന്നത്. ജിർഷിൻസ്കിയുടെ മൃതദേഹം മരവിപ്പിക്കാൻ ശ്രമിക്കുമ്പോൾ എലികളുടെ കാര്യത്തിൽ മുൻപുചെയ്തതുപോലെ ശാസ്ത്രീയ സമീപനം സ്വീകരിക്കണമെന്ന് സ്റ്റാലിന്റെ തീരുമാനത്തിൽ സൂചിപ്പിച്ചിരുന്നു. മൃതിയടഞ്ഞയാളെ അല്പം വലിയ എലിയായി കരുതണമെന്നും സൂചിപ്പിച്ചിരുന്നു.

അതേസമയം മരവിപ്പിക്കലിനെക്കുറിച്ചുള്ള കത്ത് സ്റ്റാലിന്റെ പ്രത്യേക ശ്രദ്ധ പിടിച്ചുപറ്റി. മുറോംത്സ്യേവിന്റെ വീക്ഷണത്തിൽ അതാണ് മരവിപ്പിക്കൽ ലബോറട്ടറിയുടെ സൗഭാഗ്യകരമായ വിധി കുറിക്കപ്പെടാൻ കാരണമായത്. അവർ വെടിയുണ്ടകളിൽനിന്നും രക്ഷപ്പെട്ടു എന്നു മാത്രമല്ല ക്യാമ്പിലെ നിലവാരമനുസരിച്ച് അവരെ മനുഷ്യരായി താമസിക്കാൻ അനുവദിക്കുകയും ചെയ്തു. സളോവ്കിയിൽ അവശേഷിച്ചവർക്ക് ഒരു കാര്യം ബോദ്ധ്യമായി. ഉത്തരവു പുറപ്പെടുവിച്ച സ്റ്റാലിന് ഇവിടെ നടത്തപ്പെടുന്ന പരീക്ഷണങ്ങളിൽ വ്യക്തിപരമായ താത്പര്യമുണ്ടായിരുന്നു. അദ്ദേഹം തന്റെ എല്ലാ ശത്രുക്കളേയും ഉന്മൂലനം ചെയ്തിരുന്നില്ല. എങ്കിലും അതെല്ലാം വേണ്ടവിധം ശരിയാകുമെന്നും അപ്പോൾ തനിക്ക് മരണമില്ലായ്മയെക്കുറിച്ച് ചിന്തിക്കേണ്ട സമയം സമാഗതമാകുമെന്നും സ്റ്റാലിൻ കരുതിയിരുന്നു.

ഒരു ദിവസം സ്റ്റാലിൻ മുറോംത്സ്യേവിനെ ഫോണിൽ വിളിച്ചു. അതിൽനിന്നും അദ്ദേഹത്തിന്റെ താത്പര്യം വ്യക്തമാക്കിയിരുന്നു. പരീക്ഷണം നടത്തിയ എലികളിൽ ഏതെങ്കിലും ജീവിച്ചുവോ എന്ന് സ്റ്റാലിൻ ചോദിച്ചു. ജീവിച്ചു എന്ന് ഉറപ്പാക്കുന്ന ഉത്തരം ലഭിച്ചുകഴിഞ്ഞപ്പോൾ പരീക്ഷണം ജീവനുള്ള ആളുകളെ ഉപയോഗിച്ച് തുടരാനാണ് സ്റ്റാലിൻ നിർദ്ദേശിച്ചത്. രാഷ്ട്രീയ നേതൃത്വത്തിൽനിന്നും ശാസ്ത്രീയ മാർഗ്ഗനിർദ്ദേശം പ്രതീക്ഷിക്കാതിരുന്ന അക്കാദമി അംഗം വിയോജിപ്പ് പ്രകടിപ്പിച്ചു. സിരകളിൽ പ്രത്യേക ലായനി നിറയ്ക്കുന്നതിനാൽ ജീവനുള്ള ശരീരമാണോ മരിച്ചതാണോ എന്നതിൽ പ്രാധാന്യമില്ല. കാരണം തണുത്തുറയുമ്പോൾ എങ്ങനെയായാലും ആൾ മരിച്ചിരിക്കും. ഇനി ഈ ഉദ്ദേശ്യത്തിൽ എവിടെ നിന്നാണ് ജീവനുള്ള ആളുകളെ കണ്ടുപിടിക്കാൻ കഴിയുക?

സ്റ്റാലിൻ നിശ്ശബ്ദനായി എല്ലാം കേട്ടു. ക്യാമ്പിൽ ജീവനുള്ള ആളുകൾ ഇനിയും ധാരാളം അവശേഷിച്ചിരുന്നതിനാൽ അയാൾക്ക് തികച്ചും പ്രശ്നം മനസ്സിലായില്ല. നേതാവ് ടെലിഫോൺ ക്യാമ്പിന്റെ തലവനു കൈമാറാൻ പറഞ്ഞു. അയാളോട് ജീവനുള്ള ആളുകളെ പരീക്ഷണത്തിന് കൊടുക്കാൻ ആജ്ഞാപിച്ചു. തടവുകാരുടെ അവസ്ഥ കണ്ടാൽ തന്നെ കുറ്റപ്പെടുത്തുമോ എന്ന പേടിയോടെ ക്യാമ്പിന്റെ തലവൻ വളരെ ദുർബ്ബലമായ സ്വരത്തിലാണ് ജീവനുള്ളവരെ കണ്ടുപിടിക്കാമെന്ന് ഏറ്റത്. അയാളെ തീർച്ചയായും ഒരു കാര്യത്തിലും ആരും കുറ്റപ്പെടുത്തിയിരുന്നില്ല.

സെക്കീർക്കിലെ ഏകാന്തതടവുകാരുടെ തടവറയിൽനിന്നാണ് ജീവനുള്ളവരെ കണ്ടുപിടിച്ചത്. ക്യാമ്പിലെ തലവന്റെ അഭിപ്രായമനുസരിച്ച് എന്തിനും തയ്യാറായ ആളുകൾ അവരായിരുന്നു. മറ്റുള്ളവരെയപേക്ഷിച്ച് അവരുടെ പ്രത്യേകത അവർ മരവിപ്പിക്കൽ പരീക്ഷണത്തിന് സ്വയം തയ്യാറായിരുന്നു എന്നതാണ്. ഈയാളുകളെ മർദ്ദിച്ച് സമ്മതിപ്പിക്കേണ്ടി വന്നില്ല. അതിനാൽ കേടുപാടില്ലാത്ത മനുഷ്യശരീരത്തോടെ ശുദ്ധമായ പരീക്ഷണത്തിന് അവരെ ഉപയോഗിക്കാമായിരുന്നു. സക്കിർക്കിലെ ആളുകളെ ആൻസർ ദ്വീപിൽ എത്തിക്കുകയും കുറച്ചുമാസങ്ങൾ നന്നായി ആഹാരം കൊടുക്കുകയും പിന്നീട് അവരെ പരീക്ഷണത്തിൽ ഉപയോഗിക്കുകയും ചെയ്തു.

മുറോംത്സ്യേവ് ഇനിയും ഒത്തിരി കാര്യങ്ങൾ പറഞ്ഞുതന്നിരുന്നു. (പിന്നീട് ഒന്നിൽ കൂടുതൽ തവണ അദ്ദേഹം എന്നെ ഒരുമിച്ചു നടക്കാൻ ക്ഷണിച്ചിരുന്നു). പക്ഷേ ഓരോ ദിവസവും ഞാൻ അദ്ദേഹം പറയുന്നത് ശ്രദ്ധക്കുറവോടെയാണ് കേട്ടിരുന്നത്. ഞാനയാളുടെ അടുത്തുകൂടി നടക്കുകയും വളരെ യാന്ത്രികമായി എല്ലാം ശ്രദ്ധിക്കുന്നു എന്ന ഭാവത്തിൽ അദ്ദേഹത്തിന്റെ സംസാരം മുറിയുമ്പോഴും ചിരിക്കുമ്പോഴും തല കുലുക്കുകയും കൂടെ ചിരിക്കുകയും ചെയ്തു. പക്ഷേ ഞാൻ എന്നെക്കുറിച്ചാണ് ചിന്തിച്ചുകൊണ്ടിരുന്നത്. ഇടയ്ക്ക് ഒന്നും ആലോചിക്കാതെ തീരങ്ങളിൽ അടിക്കുന്ന തിരയുടെ അഴുക്കുപിടിച്ച പതകളിൽ നോക്കി നടന്നു. ആൻസർ ദ്വീപിലെ മൂർച്ചയുള്ള പാറക്കല്ലുകൾ തിരിച്ചൊഴുകുന്ന തിരകളെ കീറിമുറിക്കുന്നത് ഞാൻ ശ്രദ്ധിച്ചു. ഏതോ ഒരർത്ഥത്തിൽ ഞാനും അയാളും ഒരേ കാര്യത്തിനുവേണ്ടി പ്രവർത്തിക്കുന്നതിനാൽ ഞങ്ങളുടെ ബന്ധം കൂടുതൽ ഊഷ്മളമായിത്തീർന്നു. പക്ഷേ നിലവിലിരുന്ന സാഹചര്യങ്ങൾ ക്രമേണ അയാളിൽനിന്നും എന്നെ അകറ്റി. മുറോംത്സ്യേവ് ജീവനോടെ അവശേഷിക്കുമെന്നതിനാലും ഞാൻ മരിക്കാൻ തയ്യാറെടുക്കുകയുമായിരുന്നു എന്നതിനാലുമാണ് അങ്ങനെ സംഭവിച്ചത്.

വെള്ളിയാഴ്ച

ഇന്ന് ആശുപത്രിയിൽ പോയതിനുശേഷം നാസ്ച്യ എന്നെ അവളുടെ വീട്ടിലേക്ക് ക്ഷണിച്ചു. കൂടുതൽ കൃത്യമായി പറഞ്ഞാൽ അനസ്താസ്യയുടെ വീട്ടിലേക്ക്. സ്നാമെൻസ്കയ പള്ളി സ്ഥിതി ചെയ്യുന്നയിടത്തു

നിന്നും അധികം അകലെയല്ലാതെ ഒരു പഴയ ഫ്ളാറ്റായിരുന്നു അത്. എന്നെ അത്ഭുതപ്പെടുത്തിക്കൊണ്ട് അവിടെ ഇപ്പോൾ പള്ളി ഉണ്ടായിരുന്നില്ല. അവിടെ മെട്രോ സ്റ്റേഷൻ ഉണ്ടായിരുന്നു. സ്വർഗ്ഗീയ ലോകത്തെ അധോലോകം കീഴടിക്കിയിരിക്കുന്നു!

എന്റെ വരവ് പ്രമാണിച്ച് നാസ്ച്യ ഉച്ചഭക്ഷണം തയ്യാറാക്കിയിരുന്നു. ആദ്യം ബോർഷ് സൂപ്പും രണ്ടാമത് വൈനൊഴിച്ച് വറുത്തെടുത്ത പന്നിയിറച്ചിയും അവൾ വിളമ്പി. അത് വളരെ രുചികരമായിരുന്നു. ഈ മാസങ്ങളിലെല്ലാം ഞാൻ വളരെ നന്നായി ഭക്ഷണം കഴിച്ചിരുന്നു. ഗെയ്ഗറുടെ നിർദ്ദേശാനുസരണം പ്രത്യേക അത്താഴപ്പാത്രങ്ങളിൽ എനിക്ക് ഭക്ഷണം വീട്ടു കൊണ്ടുവന്നു തന്നിരുന്നു. അത്താഴപ്പാത്രങ്ങളിൽ വന്നുചേരുന്ന ഭക്ഷണവും നാസ്ച്യയുടെ കൈകളാൽ ഉണ്ടാക്കിത്തരുന്ന ചൂടുള്ള ഭക്ഷണവും താരതമ്യപ്പെടുത്താവുന്നതായിരുന്നില്ല. നാസ്ച്യ നല്കിയ ഭക്ഷണം വളരെ രുചികരമായിരുന്നു. ഒന്ന് ഗവൺമെന്റ് സഹായത്താലും മറ്റൊന്ന് ഗാർഹിക സാഹചര്യത്തിലും ആയിരുന്നു. ഭക്ഷണത്തെക്കുറിച്ച് ഇത്ര വിശദമായി എഴുതാൻ എനിക്കല്പം നാണക്കേടുണ്ട്.

“നിങ്ങളെനിക്കുവേണ്ടി പ്രത്യേകമായി തയ്യാറാക്കിയതാണോ ഇതൊക്കെ?” ഞാൻ ചോദിച്ചു.

‘നിങ്ങൾ’ എന്ന അഭിസംബോധന വളരെ ബാലിശമായിരുന്നു. അവൾ ചിരിച്ചു. നിങ്ങൾക്കുവേണ്ടി പ്രത്യേകമായി തയ്യാറാക്കിയതാണ് എന്നായിരുന്നു അതിന്റെയർത്ഥം. മേശപ്പുറത്തുനിന്നും പാത്രങ്ങൾ എടുത്തു മാറ്റുന്നതിനിടയിൽ അവളുടെ കാലുകൾ എന്റെ തുടയിൽ സ്പർശിച്ചു. എന്റെ അവളോടുള്ള ‘നിങ്ങൾ’ എന്ന അഭിസംബോധനയിൽ എപ്പോഴോ പുലർത്തിയിരുന്ന തീവ്രത ഉണ്ടായിരുന്നില്ല. ഒരുപക്ഷേ കാലം മാറിയതിനാലാവാം. ഒരിക്കൽ ആഘോഷപൂർവ്വം താലോലിച്ചിരുന്നത് പന്നീട് പരിഹാസ്യമായി മാറിയേക്കാം. എങ്ങനെയെങ്കിലും നാസ്ച്യയുമായി ‘നീ’ എന്ന അഭിസംബോധനയിലേക്ക് മാറണം. എങ്ങനെ?

അലമാരയിൽ കണ്ണോടിച്ചപ്പോൾ ന്യായദേവതയുടെ പ്രതിമ കണ്ണിൽപ്പെട്ടു. എന്റെ കുട്ടിക്കാലത്തെ ഒടിഞ്ഞ ത്രാസ് പിടിച്ച അതേ പ്രതിമ! അലമാര പ്രതിമയും പേറി മറ്റ് അലമാരകളിൽനിന്നും സ്വതന്ത്രമായി മുറിയിൽ ഒഴുകിനടന്നു. ഞാൻ നാസ്ച്യയുടെ ബോർഷ് സൂപ്പ് ഓരോരോ സ്പണുകളായി കുടിക്കുമ്പോഴും എന്റെ പിന്നിൽ ന്യായദേവത നില്ക്കുന്നതായി തോന്നി. ഞാനതിനുനേരെ കൈനീട്ടുകയും ഉടനെ തന്നെ കൈപിൻലിക്കുകയും ചെയ്തു. നാസ്ച്യ അത് ശ്രദ്ധിച്ചു.

“ഇത് അമ്മൂമ്മയുടെ ശേഖരത്തിലെ പ്രതിമയാണ്. പഴയകാലത്തുനിന്നും അവശേഷിച്ച അപൂർവ്വം ചില സാധനങ്ങളിൽ ഒന്ന്. നിങ്ങൾക്കത് തിരിച്ചറിയാൻ കഴിയുന്നുണ്ടോ?”

ന്യായദേവതയുടെ പ്രതിമയുടെയടുത്ത് എന്റെ ഫോട്ടോ വെച്ചിരുന്നു. ഇതെല്ലാം എന്റെ അമ്മയുടെയടുത്തുനിന്നും അനസ്താസ്യയ്ക്ക് ലഭിച്ചതായിരിക്കണം. അമ്മയ്ക്ക് ഇതൊക്കെ മറ്റാരെയാണ് ഏല്പിക്കാനാവുക?

എന്റെ അച്ഛൻ മരിക്കുന്നതിനുമുൻപ് അദ്ദേഹം എടുത്ത എന്റെ ഫോട്ടോയായിരുന്നു അത്.

സേവ്യർസ്ക്കയ 1917. ഞാൻ പാലത്തിന്റെ കൈവരിയിൽ ചാരി നെഞ്ചത്ത് കൈകൾ കെട്ടി അച്ഛന്റെ നിർദേശമനുസരിച്ച് വിദൂരതയിലേക്ക് നോക്കിനില്ക്കുന്നു. എനിക്കു കീഴെ ഒറിജേഷ് നദിയുടെ കുത്തൊഴുക്ക്. നദിയുടെ പ്രവാഹത്തിൽ അടിത്തട്ടിലെ ജലസസ്യങ്ങൾ ആടിയുലഞ്ഞു. അവയിൽ കൂടുതൽ നേരം നോക്കിനിന്നാൽ നദിയിലെ പാമ്പുകൾ പുളയുന്നതുപോലെ തോന്നുമായിരുന്നു. വെള്ളത്തിന്റേയും പൈൻ മരത്തിന്റേയും ഗന്ധം. വനത്തിന്റെ ഉള്ളിലെവിടെയോ നിന്ന് നേർത്ത ഒരു കുയിൽനാദം.

“എന്തിനാണ് വിദൂരതയിൽ നോക്കുന്നത്” ഞാൻ അച്ഛനോട് പറഞ്ഞു. “അത് സ്വാഭാവികമല്ല. ക്യാമറയുമായി നില്ക്കുന്ന അച്ഛനെ ഞാൻ ശ്രദ്ധിക്കുന്നില്ല എന്ന ഭാവമായിരിക്കും അതിന്.”

“അല്ല.” മുക്കാലിയുടെ പിന്നിലൊളിച്ചുകൊണ്ട് അച്ഛൻ പറഞ്ഞു. “അത് അനന്തതയിലേക്കുള്ള ഒരു വീക്ഷണമാണ്. കാരണം ഛായാച്ചിത്രങ്ങളിൽ നിന്റെ വർത്തമാനവും ഭൂതവും ചിലപ്പോൾ ഭാവിയും ആലേഖനം ചെയ്യപ്പെടുന്നു. വിരോധാഭാസം തീർച്ചയായും നല്ല അവസ്ഥയായിരിക്കും. പക്ഷേ, ചിലപ്പോൾ മറിച്ചുമാകാം.” അദ്ദേഹം നേരെനിന്ന് എന്നെ ചിന്താഗ്രസ്തനായി വീക്ഷിക്കുന്നു.” ആർദ്രഭാവത്തെയോർത്ത് നാണിക്കേണ്ടതില്ല. കാരണം പുഞ്ചിരിക്ക് അതിന്റേതായ പരിമിതികളുണ്ട്. എന്നെ മാത്രമല്ല, അതിന് ഉന്നതമായ അവസ്ഥയെ പ്രതിഫലിപ്പിക്കാനാവില്ല,”

പിന്നെ ക്യാമറ ഒരുക്കിവെച്ചിട്ട് അതേ പോസിൽ അച്ഛന്റെ ഫോട്ടോയെടുക്കാൻ എന്നോടു പറഞ്ഞു. ഞാൻ നിന്നതുപോലെ അച്ഛനും വിദൂരതയിൽനോക്കിനിന്നു. അദ്ദേഹത്തിന്റെ നോട്ടത്തിൽ എന്റേതിനേക്കാൾ കൂടുതൽ അനശ്വരതയുണ്ടായിരുന്നു എന്നതിന് സംശയമില്ല. എന്റെ അച്ഛൻ അനശ്വരതയുടെ പടികടന്നുപോകാൻ അച്ഛന് കുറച്ച് ആഴ്ചകൾ മാത്രമേ അവശേഷിച്ചിരുന്നുള്ളൂ. വാഴ്സ റെയിൽവേ സ്റ്റേഷനിൽ എല്ലാം തയ്യാറായിരുന്നു.

ശനിയാഴ്ച

എനിക്ക് അനശ്വരതയുടെ പടി കടന്നുപോകാൻ തയ്യാറാക്കിയിരുന്നത് സ്ളോവ്കിഷിലായിരുന്നു. തണുത്തുറയലിനുശേഷം ജീവിക്കാനുള്ള സാദ്ധ്യതകളൊന്നും എനിക്ക് ഇല്ല എന്ന് മുറോംത്സേവുമായുള്ള കൂടിക്കാഴ്ചകളിൽനിന്നും എനിക്ക് മനസ്സിലായി. ഞങ്ങൾ ഒരുമിച്ച് നടക്കുന്ന സമയങ്ങളിലെല്ലാം എന്നോട് എന്തെങ്കിലും പ്രത്യേക താത്പര്യം ഇല്ലാതെതന്നെ വളരെ നല്ല സ്വഭാവമാണ് അദ്ദേഹം കാഴ്ചവെച്ചത്. ആരെയാണ് ഇപ്പോൾ തണുത്തറയിലിന് വിധേയനാക്കാൻ പോകുന്നത് എന്ന കാര്യത്തിൽ സ്വയം ഒരു തീരുമാനമെടുക്കാനായിരുന്നു അദ്ദേഹം ആഗ്രഹിച്ചത്.

ഞാനൊരു മതവിശ്വാസിയാണെന്ന് മനസ്സിലാക്കിയപ്പോൾ അക്കാദമി അംഗം എന്നോടു പറഞ്ഞു. മരവിപ്പിക്കാനുള്ള സമ്മതം ആത്മഹത്യാപരമല്ല എന്ന്. സെക്കിർക്കിലേക്ക് തിരിച്ചുപോകാനാണ് എന്റെ തീരുമാനമെങ്കിൽ അത് കൂടുതൽ ആത്മഹത്യാപരമായ ഒരു തീരുമാനമായിരിക്കുമെന്നാണ് അയാൾ കരുതിയത്.

"നിങ്ങൾക്ക് രണ്ടു വഴികളാണുള്ളത്." മുറോംത്സ്യേവ് ഒരേ സ്വരത്തിൽ പറഞ്ഞു. "രണ്ടു വഴികളും മരണത്തിൽ കലാശിക്കും." കുറഞ്ഞ പക്ഷം അയാൾ ആത്മാർത്ഥതയോടെയാണ് പറഞ്ഞത്. ഞാൻ തോളുകൾ കുലുക്കിക്കൊണ്ട് പറഞ്ഞു.

"എല്ലാ വഴികളും മരണത്തിലാണ് കലാശിക്കുന്നത്" "നിങ്ങൾ LASARUS (തണുത്തുറയലിനു വിധേയനായി പുനർജ്ജനിക്കാൻ കഴിയുമോ എന്ന പരീക്ഷണം നടത്തുന്നവർ) ആകാനാണ്. മൂന്നുമാസം എല്ലാ സുഖസൗകര്യങ്ങളോടെയും ജീവിക്കാം. എന്റെ ഇഷ്ടത്തിന് അനുസരിച്ച് സംതൃപ്തിയോടെ മരിക്കുന്നതാണ് നല്ലത്. എന്തായാലും തിരഞ്ഞെടുക്കാനുള്ള അവകാശം നിങ്ങൾക്കാണ്."

ഞാനതു തിരഞ്ഞെടുത്തു. ഞാനൊരു 'ലസാറൂസ്' ആയി.

ഞായറാഴ്ച

അനസ്താസ്യ മരിച്ചു. ഞാൻ ഹോസ്പിറ്റലിലേക്ക് യാത്ര തിരിച്ചു. അവിടെ നാസ്ച്യ എന്നെ കാത്തുനിന്നിരുന്നു.

അനസ്താസ്യ മരിച്ചു.

തിങ്കളാഴ്ച

ഇന്ന് ഞങ്ങൾ ശവസംസ്കാരചടങ്ങുകളുടെ തയ്യാറെടുപ്പിലായിരുന്നു. അത് അവളുടെ മരണത്തിൽനിന്നും ഞങ്ങളുടെ ശ്രദ്ധ തിരിച്ചു. ഞാനും നാസ്ച്യയും എന്തെങ്കിലും തീരുമാനത്തിലെത്തുമ്പോഴും എന്തെങ്കിലും വാങ്ങാൻ ഓർഡർ കൊടുക്കുമ്പോഴും അനസ്താസ്യ അത്ര സജീവമല്ലെങ്കിലും ഒരു നിശ്ശബ്ദ സാന്നിദ്ധ്യമായി ഞങ്ങളുടെ കൂടെ ഉണ്ടായിരുന്നു. അവൾക്കു ചുറ്റുമായി നടന്ന എല്ലാ കാര്യങ്ങളിലും അവളുടെ സാന്നിദ്ധ്യമുണ്ടായിരുന്നു.

അനസ്താസ്യയുമായി ബന്ധപ്പെട്ട സങ്കീർണ്ണമായ ഒരു സംഭവമുണ്ടായി. ഹോസ്പിറ്റൽ വിട്ട് ഞങ്ങൾ താമസസ്ഥലത്തേക്ക് പോയി. (അനസ്താസ്യയുടെ മൃതദേഹം കാണാൻ അനുവദിക്കപ്പെട്ട സമയത്ത് ഞങ്ങൾക്ക് എത്തിച്ചേരാൻ കഴിഞ്ഞില്ല.) എന്റെ മാനസികാവസ്ഥയിൽ വിഷമമുണ്ടായിരുന്ന നാസ്ച്യ എന്നെ വീട്ടിൽ കൊണ്ടുവന്ന് ആക്കാൻ കൂടെ വന്നു. സത്യത്തിൽ എനിക്ക് സ്വയം നിയന്ത്രിക്കാൻ കഴിഞ്ഞിരുന്നില്ല. സ്വാഭാവികവും പ്രതീക്ഷിച്ചിരുന്നതുമായ അനസ്താസ്യയുടെ വിയോഗം നാസ്ച്യയിൽ സ്വച്ഛമായ ദുഃഖമാണ് സൃഷ്ടിച്ചതെങ്കിൽ എന്നിൽ തികച്ചും വ്യത്യസ്തമായ വികാരങ്ങളാണ് സൃഷ്ടിച്ചത്.

അതെന്നെ പിടിച്ചുകുലുക്കി. ഞാൻ ഉച്ചത്തിലും ബന്ധമില്ലാതെയും സംസാരിക്കുകയും എന്റെ ശബ്ദം എന്റെ നിയന്ത്രണത്തിലല്ലാതെയും ഞാൻ പൊട്ടിത്തെറിക്കുകയും ചെയ്തു. ഹോസ്പിറ്റലിൽനിന്നും പോന്നപ്പോൾ ഞാൻ ശാന്തനായിരുന്നുവെങ്കിലും വീണ്ടും നിയന്ത്രണം വിട്ട് ഡ്രൈവറോട് ദേഷ്യപ്പെടുകയും ചെയ്തു. ഏറ്റവും ആശ്ചര്യകരമായ കാര്യം ഓരോ സംഭവങ്ങളും വളരെ വിശദമായി ഞാൻ ഓർമ്മിക്കുന്നു എന്നതാണ്. ഡ്രൈവറുമായി വഴക്കു കൂടുമ്പോൾ കുറച്ചുകഴിഞ്ഞ് എനിക്കുതന്നെ ഇത് നാണക്കേടുണ്ടാക്കുമെന്ന് ഞാൻ ചിന്തിച്ചിരുന്നു.

വീട്ടിൽ ഞാൻ കൈയുള്ള കസേരയിൽ ഇരിക്കുകയും പൊട്ടിക്കരയുകയും ചെയ്തു. അനസ്താസ്യയുടെ മരണത്തോടെ എന്റെ കാലവുമായി ബന്ധിപ്പിക്കുന്ന അവസാനത്തെ ചരടാണ് തകർന്നുപോയത്. നാസ്ച്യ കസേരയുടെ കൈയിൽ ഇരുന്നു. അവളുടെ കൈ എന്റെ തലയിൽ എനിക്ക് അനുഭവപ്പെട്ടു. ഞാൻ അവളുടെ കൈത്തലം എന്റെ കൈയിലെടുത്ത് ചുംബിച്ചു. പലതവണ ചുംബിച്ചു. നാസ്ച്യ സങ്കോചത്തോടെ കൈ പിൻവലിച്ചു.

“അങ്ങനെ ചെയ്യാതിരിക്കൂ. എല്ലാത്തിനുമുപരി നിങ്ങൾക്ക് അവരെ മാത്രം മതിയല്ലോ? അങ്ങനെയല്ലേ?”

അവളെക്കൂടി നഷ്ടപ്പെടുമെന്ന ഭയം എന്നെ ഗ്രസിച്ചു.

“നിങ്ങൾ അവളായി മാറണമെന്നാണ് ഞാൻ ആഗ്രഹിക്കുന്നത്.”

അതായിരുന്നു ഞങ്ങളുടെ ആദ്യരാത്രി. ഞാൻ അവളിലേക്ക് പ്രവേശിച്ചപ്പോൾ അവൾ ഇന്ന് ഗർഭിണിയാകുമെന്ന് എനിക്ക് ഉറപ്പായിരുന്നു. എന്റെ നഗ്നമായ വികാരങ്ങളെക്കുറിച്ചുള്ള അറിവ് അസഹ്യവും തീവ്രവുമായിരുന്നു. അതെന്നെ കീറിമുറിച്ചു. എന്നെ പല കഷണങ്ങളായി മുറിച്ചു. അവളിൽ ചൊരിഞ്ഞുവീണു. ഞാൻ ഉച്ചത്തിൽ കരഞ്ഞു. ആ നിമിഷം അവൾ നാസ്ച്യയാണോ അനസ്താസ്യയാണോ എന്നെനിക്ക് മനസ്സിലായില്ല. അന്നുമുതൽ ഞാനവളെ ‘നിങ്ങൾ’ എന്ന് അഭിസംബോധന ചെയ്യുന്നത് മതിയാക്കി.

ഭാഗം രണ്ട്

വെള്ളിയാഴ്ച (ഗെയ്ഗർ)

രണ്ടാഴ്ചത്തേക്ക് താൻ ഡയറി എഴുതുന്നതല്ലെന്ന് ഇന്നക്കെഞ്ചി മറ്റൊരു ദിവസം എന്നെ അറിയിച്ചു. അയാൾ അങ്ങനെ അറിയിക്കുകയായിരുന്നു.

അയാളതു ചെയ്യുന്നില്ല എന്നെനിക്കറിയാമായിരുന്നു. രണ്ടാഴ്ചത്തേക്കല്ല, ഒരു മാസമായി അയാൾ ഒന്നും എഴുതിവെയ്ക്കുമായിരുന്നില്ല. പഴയ തമാശയിൽ പറയുന്നതുപോലെ ആരാണ് ഇതൊക്കെ എണ്ണിനോക്കുന്നത്?

ഞാൻ മിണ്ടാതിരിക്കാൻ തുനിഞ്ഞില്ല, ഒരു മാസമെന്ന് മനസ്സിലായപ്പോൾ ഞാനക്കാര്യം അയാളോട് പറഞ്ഞു. പ്രത്യുത്തരമായി അയാളെന്നെ ജർമ്മൻകാരനെന്ന് വിളിച്ചു. പിന്നെ ചിരിച്ചുകൊണ്ട് അയാൾക്ക് ഇത് പ്രശംസിക്കുന്നതുപോലെയാണ് തോന്നുന്നതെന്നുപറഞ്ഞു. ഞാൻ സമ്മതിച്ചതുപോലെ ചിരിച്ചു. എനിക്കും അത് പ്രശംസയായായാണ് തോന്നുന്നതെന്ന് മറുപടി പറഞ്ഞു.

പ്രധാന സംഗതി ഞാനീ സംഭാഷണത്തിൽനിന്നും നേടിയത് ഡയറിക്കുറിപ്പുകൾ തുടരേണ്ടതിന്റെ ആവശ്യകത അയാളെ ബോദ്ധ്യപ്പെടുത്തി എന്നതാണ്. അങ്ങനെ ചെയ്യുന്നതിനുവേണ്ടി നാസ്ച്യയും ഇതുതന്നെ ചെയ്യുമെന്ന് ഞാനയാളോട് വാഗ്ദാനം ചെയ്തു. ഞാനും ഡയറി എഴുത്ത് തുടങ്ങാമെന്നും സമ്മതിച്ചു. അല്ലെങ്കിൽ ഒരുപക്ഷേ ഇന്നക്കെഞ്ചിക്ക് ഒരു പരീക്ഷണമൃഗത്തെപ്പോലെ തോന്നിയാലോ എന്നതായിരുന്നു എന്റെ ചിന്ത.

"നമ്മൾ ഓരോരുത്തരും അവരവരുടെ കമ്പ്യൂട്ടറുകളിൽ എഴുതും. പിന്നീട് അവയെല്ലാംകൂടി കൂട്ടിയോജിപ്പിക്കും."

ഇന്നക്കെഞ്ചിക്ക് എഴുതുന്നത് സന്തോഷദായകമായ കാര്യമാണെന്ന് എന്തുകൊണ്ടോ എനിക്ക് തോന്നി. അയാൾ എങ്ങനെയോ അടിതെറ്റിപ്പോയ ചിത്രകലയ്ക്ക് പകരമായി എഴുത്ത് മാറുകയായിരുന്നു. ഈ ദിവസങ്ങളിൽ അയാൾ ഒന്നും എഴുതാത്തതിന്റെ കാരണം, അയാൾക്ക് ഇപ്പോൾ എഴുത്തിലൂടെ എന്തെങ്കിലും സൃഷ്ടിക്കുന്നതിനേക്കാൾ പ്രാധാന്യം അയാളുടെ ജീവിതത്തിന് കൈവന്നതുകൊണ്ടാണ്.

എന്റെ കാര്യം വ്യത്യസ്തമാണ്. ഞാൻ സംസാരിക്കാൻ വളരെ പിന്നിലാണ്. എഴുതാനും വളരെ മോശമാണ്. എനിക്ക് ജീവിതവും കലയുമില്ല. ഒരേയൊരു സയൻസുമാത്രമാണ് ഉള്ളത്. എനിക്ക് ഇന്നക്കെഞ്ചിയെക്കുറിച്ച് എഴുതേണ്ടതെല്ലാം ഒരു നിരീക്ഷണ റെക്കോർഡിന്റെ പേജുകൾ നിറയ്ക്കാൻ മാത്രമേ കഴിയുമായിരുന്നുള്ളൂ.

ഒരുപക്ഷേ എല്ലാം അങ്ങനെയല്ലേ?

വെള്ളിയാഴ്ച (നാസ്ച്യ)

എല്ലാവരും എഴുതണമെന്ന്! ആദ്യം അങ്ങനെ ഒരാശയം എനിക്ക് വിചിത്രമായി തോന്നി. പിന്നീട് ഞാൻ ആലോചിച്ചു. എന്തുകൊണ്ട് പാടില്ല? മൂന്നു കാഴ്ചപ്പാടിലുള്ള ഡയറിക്കുറിപ്പുകൾ രസകരമായിരിക്കും.

ആദ്യം എന്തിൽനിന്നാണ് തുടങ്ങേണ്ടത്? ഞാൻ ഗർഭിണിയാണ്. അതിനേക്കാൾ പ്രാധാന്യമുള്ള കാര്യം എന്റെ ജീവിതത്തിലില്ല. പ്ലത്തോനവുമായുള്ള ആദ്യരാത്രിയിൽത്തന്നെ അതു സംഭവിച്ചുവെന്നാണ് എനിക്ക് തോന്നുന്നത്. അയാളുടെ പ്രകൃതി എന്നെ അല്പം ഭയപ്പെടുത്തി. നിമിഷനേരത്തേക്ക് ഒന്നോ രണ്ടോ തവണ അയാളുടെ ബോധം നശിച്ചിരുന്നു എന്നാണ് എനിക്ക് തോന്നിയത്. അത് മനസ്സിലാക്കാവുന്നതേയുള്ളൂ. അയാൾ എനിക്ക് നല്കുന്നത് ഇരട്ടി സ്നേഹമാണ്. എന്റെ അമ്മൂമ്മയോടും എന്നോടുമുള്ള സ്നേഹം! എന്നെയത് ശല്യപ്പെടുത്തുന്നില്ല. നേർവിപരീതമായി ഞാനത് ആസ്വദിക്കുകയാണ്.

എന്റെ മനസ്സിനെ കൂടുതൽ മഥിച്ചതും വേവലാതിപ്പെടുത്തിയതുമായ കാര്യം ഞാനൊരു കന്യകയായിരുന്നില്ല എന്നതാണ്. ആധുനിക കാലത്തെ വ്യക്തിക്ക് അതൊരു പ്രശ്നമല്ല, പക്ഷേ എന്റെ പ്രിയപ്പെട്ടവൻ സാധാരണക്കാരനായിരുന്നില്ല. അയാൾ ആദ്യരാത്രിക്കുശേഷം മാത്രമാണ് എന്നെ "നീ" (റഷ്യൻ ഭാഷയിൽ കൂടുതൽ അടുപ്പവും സ്നേഹവുമുള്ളവരെ മാത്രമേ 'നീ' എന്ന് അഭിസംബോധന ചെയ്യാറുള്ളൂ. ബഹുമാനത്തോടെയും അപരിചിതരേയും 'നിങ്ങൾ' എന്നാണ് അഭിസംബോധന ചെയ്യേണ്ടത്) എന്ന് അഭിസംബോധന ചെയ്തത്. അമ്മൂമ്മയുമായാകട്ടെ അയാൾ ഒരിക്കലും 'നിങ്ങൾ' എന്ന പരിധിക്കപ്പുറം പോയിട്ടില്ല. ബുനീന്റെ (സാഹിത്യത്തിന് ആദ്യ നോബൽ പുരസ്കാരം നേടിയ റഷ്യൻ സാഹിത്യകാരൻ ഇവാൻ അലക്സ്യേവിച്ച് ബുനീൻ) വാക്കുകൾ കടമെടുത്ത് പ്ലത്തോനവിനെ ഗെയ്ഗർ വിശേഷിപ്പിച്ചത് 'പോയ യുഗത്തിലെ വ്യക്തി' എന്നാണ്. പോയ യുഗങ്ങളിൽ അവർ കന്യാകാത്വം കർക്കശമായി കാത്തു സൂക്ഷിച്ചിരുന്നു. അത് നഷ്ടപ്പെടാൻ കഴിയുമായിരുന്നില്ല. എന്റെ കൂട്ടുകാരൻ അതിനെക്കുറിച്ച് ഒന്നും ചോദിച്ചില്ല. അയാൾക്ക് എല്ലാം മനസ്സിലായിരുന്നു എന്ന് ഞാൻ കരുതുന്നു. അയാൾ അനുഭവിച്ചറിഞ്ഞു എന്നു പറയുന്നതാവാം കൂടുതൽ ശരി.

ഞങ്ങൾ ബൾഷോയിലെ അദ്ദേഹത്തിന്റെ ഫ്ളാറ്റിൽ ഒന്നിച്ചു താമസിക്കാൻ തുടങ്ങിയതിനുശേഷം സ്നേഹം തുളുമ്പുന്ന വാക്കുകളല്ലാതെ

മറ്റൊന്നും ഞാൻ കേട്ടിട്ടില്ല. എന്നോട് എങ്ങനെയായിരിക്കും പെരുമാറുന്ന തെന്ന് മുൻപ് ഞാൻ ഊഹിച്ചിരുന്നു. പക്ഷേ അന്ന് എന്നോട് ഒന്നും സംസാരിക്കാൻ അയാൾക്ക് കഴിഞ്ഞില്ല. ഇപ്പോൾ സംസാരിക്കുന്നു. ഞാനും സംസാരിക്കുന്നു. എന്തുകൊണ്ടെന്നാൽ ഞാനയാളെ ഒത്തിരി സ്നേഹിക്കുന്നു. പ്ലത്തോഷക്കുട്ടൻ (പ്ലത്തോനവ്) മിടുക്കനും കുലീനനു മാണ്. കൂടാതെ കിടക്കയിലാകട്ടെ അതിസമർത്ഥനാണ്! തണുത്തുറഞ്ഞ യാളാണെന്ന് തോന്നുകയേയില്ല. നല്ലയാളാണ്. ഞാനത് അദ്ദേഹത്തോട് എല്ലായ്പ്പോഴും പറയാറുണ്ട്. അയാളുടെ ഉത്തരം ഒരു പുഞ്ചിരിയായി രിക്കും. ഒരു നല്ല പുഞ്ചിരി! പ്രിയപ്പെട്ടവനെ നീ ചിരിച്ചുകൊള്ളുക!

ശനിയാഴ്ച (ഇന്നക്കെഞ്ചി)

അങ്ങനെ ഞാനെന്റെ കുറിപ്പുകൾ തുടരുന്നു. കൂടുതൽ കൃത്യമായി പറഞ്ഞാൽ ഇത് കുറിപ്പുകളല്ല. ഞാൻ കമ്പ്യൂട്ടർ ഉപയോഗിച്ച് എഴുതണ മെന്ന് നിർദ്ദേശിച്ചതിന്റെ അടിസ്ഥാനത്തിൽ ഞാൻ മറ്റൊരു വാക്ക് കണ്ടു പിടിച്ചു 'അച്ചടി'. ഞാനത് ഗെയ്ഗറോടും നാസ്ച്യയോടും പറഞ്ഞു. അവർ താത്പര്യമില്ലാതെ തല കുലുക്കുകമാത്രം ചെയ്തു. അത് അവർക്ക് ഇഷ്ടപ്പെട്ടില്ല എന്നു വ്യക്തമായി. അത് അത്ര മനോഹരമായ വാക്കായി അവർക്ക് തോന്നിയില്ല. സത്യം പറഞ്ഞാൽ എനിക്കും അതത്ര മനോഹരമായി തോന്നിയില്ല. പക്ഷേ ഞാൻ വിട്ടുകൊടുത്തില്ല. എന്റെ സ്നേഹിതർ എത്രമാത്രം എന്നെ സഹിക്കുമെന്ന് ഞാൻ പരീക്ഷിക്കുക യായിരുന്നു.

ഇതുവരെ അവർ എന്നെ സഹിക്കുകയാണ്. ഒരു മാസം ഒന്നുമെഴു താതിരുന്നതിനുശേഷം ഞാൻ പേന കൈയിലെടുത്തതിൽ ഗെയ്ഗർ വളരെ സന്തുഷ്ടനാണ്. പഴയ കുറിപ്പുകളെഴുതി ഞാൻ മുഷിഞ്ഞിരുന്നു. അപ്പോഴാണ് ഞാനത് നിർത്തിയത്. ഇപ്പോഴിതാ ഗെയ്ഗറുടെ സ്വാധീന ത്തിൽ ഞാനത് വീണ്ടും തുടങ്ങുന്നു. നേരെ പറയട്ടെ, ഒരു ശങ്കയു മില്ലാതെ ഞാനതു തുടങ്ങുന്നു.

ഗെയ്ഗർ എന്നിൽ സമ്മർദ്ദം ചെലുത്താനുള്ള കാരണം പഴയ സ്റ്റൈലി ലുള്ള ഡയറിക്കുറിപ്പുകൾ എന്നെ സംബന്ധിച്ച് ജൈവമായ ഒരു കാര്യ മായിരുന്നു. ബുനീന്റെ ഭാഷയിൽ പറഞ്ഞാൽ 'ഞാൻ പോയ യുഗത്തിലെ' വ്യക്തിയാണ്. ആറുമാസങ്ങളായി ഞാൻ ഡയറി എഴുതുന്നുണ്ട്. എന്തു കൊണ്ട് അതു തുടർന്നുകൂടാ? 'പോയ യുഗത്തിനെ' ക്കുറിച്ച് അയാൾ എപ്പോഴോ എന്നോട് പറഞ്ഞിരുന്നു. അതൊരു വ്യക്തമായ വിശേഷണ മാണ്, ഞാനത് ഓർമ്മിക്കുന്നു. ബൂനിനെ പണ്ടെങ്ങോ വായിച്ചതാണ്. ഞാനങ്ങനെ ഒരു ശൈലി ഓർമ്മിക്കുന്നില്ല. ഗെയ്ഗറുടെ ഉത്സാഹം എനിക്ക് മനസ്സിലാക്കാവുന്നതേയുള്ളൂ. എന്റെ തലച്ചോറിൽ നടക്കുന്ന വ്യാപാരങ്ങൾ അയാൾക്ക് രേഖപ്പെടുത്തണം. എനിക്കതിന്റെ ആവശ്യ മെന്താണ്? ഗെയ്ഗർ സ്വയം മനസ്സിലാക്കിയതുപോലെ കഴിഞ്ഞ അര വർഷമായി ഞാൻ എഴുതിയില്ലേ? അതുപോരേ?

ഈ കുറിപ്പുകൾ എന്നെ അസാധാരണക്കാരനായ പരീക്ഷണത്തിന് വിധേയനായ ഒരു വ്യക്തിയായി മാറ്റുമെന്ന് ഞാനയാളോട് പറഞ്ഞു. പരീക്ഷണ വിധേയമായ ഒരു എലിയെപ്പോലെ എനിക്ക് തോന്നിയേക്കാം. ഞാനാകട്ടെ പുതിയ ജീവിതരീതിയുമായി പൊരുത്തപ്പെട്ടുവരുകയാണ്. എനിക്ക് ചെറുപ്പക്കാരിയായ ഒരു ഭാര്യയുണ്ട്. വൈകുന്നേരങ്ങളിൽ എനിക്ക് എഴുതാനുള്ള മനഃസാന്നിദ്ധ്യമില്ല. ഗെയ്ഗർ എതിർത്തു. എലികൾ ഡയറിക്കുറിപ്പുകൾ എഴുതാറില്ല. പുതിയ ജീവിതവുമായി പൊരുത്തപ്പെടുന്നതിൽ ആരും എന്നെ ശല്യപ്പെടുത്തിയില്ല. (അയാൾ നാസ്ച്യയെ നോക്കി) അയാൾ എല്ലാം നേരെ തുറന്നു പറഞ്ഞു.

എന്റെ പുനരധിവാസ സംഭവ പരമ്പരകൾ ശാസ്ത്രത്തിൽ അവശേഷിക്കപ്പെടണമെന്ന കാര്യം അയാളെന്നെ ബോദ്ധ്യപ്പെടുത്തി. എലിയെക്കുറിച്ചുള്ള പരാമർശത്തിൽ അയാൾ പ്രതികരിച്ചത് എനിക്കും നാസ്ച്യയ്ക്കും അയാൾക്കും ഒരേ സ്ഥാനം നിർദ്ദേശിച്ചുകൊണ്ടായിരുന്നു. സംഭവങ്ങളെയൊക്കെ മൂന്നു കോണുകളിൽനിന്നും വീക്ഷിക്കണമെന്നും സംഭവിക്കുന്നതിനൊക്കെ വിവിധ മാനങ്ങളിലുള്ള കാഴ്ചപ്പാടുകളുണ്ടാകുമെന്നും അയാൾ പറഞ്ഞു. ഞങ്ങൾ മൂന്നുപേരും എഴുതുമെന്നത് എനിക്കല്പം ആശ്വാസം പകർന്നു. ഞാൻ മാത്രമായി പ്രത്യേക സ്ഥാനത്ത് അവരോധിക്കപ്പെടുകയില്ല. ചുരുക്കിപ്പറഞ്ഞാൽ ഗെയ്ഗർ എന്നെ വശത്താക്കി.

ഏറ്റവും പ്രാധാന്യമുള്ള കാര്യം നാസ്ച്യ ഗർഭിണിയാണ് എന്നതായിരുന്നു.

തിങ്കളാഴ്ച (ഗെയ്ഗർ)

നാസ്ച്യയെ ഇന്നക്കെഞ്ചി എങ്ങനെയായിരിക്കും സ്വീകരിച്ചിരിക്കുക എന്നത് ഞാൻ അത്ഭുതത്തോടെ കാണുന്ന കാര്യമാണ്. അവൾ അയാളുടെ ജീവിതത്തിലേക്ക് കടന്നുവന്നത് എന്റെ യാതൊരു ഇടപെടലും കൂടാതെയാണ്. എന്റെ കാഴ്ചപ്പാടിൽ ഏറ്റവും അനുയോജ്യമായ കാര്യമാണ് സംഭവിച്ചത്. ഈ കാലത്ത് ഇതിലും നല്ല കാര്യം രൂപപ്പെടുത്താൻ കഴിയില്ല. അത് സ്വാഭാവികമായി സംഭവിക്കുകയായിരുന്നു.

നാസ്ച്യയെ എടുക്കൂ. എല്ലാത്തിലും ഉപരിയായി അവൾ അയാളെ സ്നേഹിക്കുന്നു. അയാളുടെ ജീവിതത്തിന്റെ പൂർണ്ണതയെ എല്ലാ അർത്ഥത്തിലും അവൾ ഇഷ്ടപ്പെടുന്നു. അനസ്താസ്യയോടുള്ള അയാളുടെ വികാരങ്ങളോടെയും കോൺസൺട്രേഷൻ ക്യാമ്പിലെ അയാളുടെ അനുഭവങ്ങളോടെയും അയാളുടെ ഇപ്പോഴത്തെ പ്രശസ്തിയോടെയും നാസ്ച്യ അയാളെ ഇഷ്ടപ്പെടുന്നു.

എനിക്കു തോന്നുന്നത് അയാളുടെ ഇപ്പോഴത്തെ പ്രശസ്തി നാസ്ച്യയുടെ പ്രത്യേക ശ്രദ്ധയാകർഷിച്ചു എന്നാണ്. അവൾ അതിൽ നീന്തിത്തുടിക്കുകയണ്. അത് ക്ഷമിക്കാവുന്ന കാര്യമാണ്. നാസ്ച്യ അടിസ്ഥാനപരമായി വളരെ ചെറുപ്പമാണ്.

അവൾ വളരെ മിടുക്കിയാണ്. ഇന്നക്കെഞ്ചിയെപ്പോലുള്ള ഒരു മനുഷ്യന് അത് പ്രധാനപ്പെട്ട കാര്യമാണ്. അവൾ വളരെ വികാരവതിയാണ്. ചിലപ്പോൾ അസാമാന്യരീതിയിൽ വികാരവതിയാവുകയും അത് അരോചകമായിത്തീരുകയും ചെയ്തേക്കാം. പക്ഷേ നമ്മുടെ അവസ്ഥയിൽ അത് നാസ്ച്യയുടെ ഗുണമാണ്. അവളുടെ ഊർജ്ജസ്വലമായ സഹായം കൊണ്ടാണ് ഇന്നക്കെഞ്ചി പുതിയകാലജീവിതവുമായി താദാത്മ്യം പ്രാപിക്കുന്നത്.

റഷ്യൻ സ്ത്രീകൾ അത്ഭുതകരമായ രീതിയിൽ ഊർജ്ജസ്വലരാണ്. ജർമ്മൻകാരനെന്ന നിലയിൽ എനിക്ക് അവരിൽ ഇഷ്ടം തോന്നുന്ന ഘടകമാണത്.

കൂടാതെ നാസ്ച്യ വളരെ പ്രായോഗികബുദ്ധിയുള്ളവളാണ്. പിശുക്കുള്ളവളോ മിതവ്യയശീലമുള്ളവളോ ആയിരുന്നില്ല. അവൾ പ്രായോഗികബുദ്ധിയുള്ളവളാണ്. ജർമ്മൻകാരെ ഓർമ്മിച്ച സ്ഥിതിക്ക് പറയട്ടെ, അതൊരു ജർമ്മൻ ഗുണമാണ്. അത് അവളിൽ ചില വിശദഭാവങ്ങളോടെ പ്രകടമായിരുന്നു.

ഉദാഹരണത്തിന് നമ്മൾ തെരുവിലെ ഒരു തണ്ണിമത്തൻ കടയ്ക്കു മുന്നിലൂടെ കടന്നുപോകുന്നുവെന്നിരിക്കട്ടെ. ഇന്നക്കെഞ്ചി അവിടെതന്നെ ഒരു തണ്ണിമത്തൻ വാങ്ങാൻ ആഗ്രഹിക്കുന്നു. അടുത്തുള്ള സൂപ്പർമാർക്കറ്റിലെ തണ്ണിമത്തനാണ് നല്ലതെന്ന് നാസ്ച്യ പറയുന്നു. അതിനാണ് വിലക്കുറവ്. പക്ഷേ ഇന്നക്കെഞ്ചിയാകട്ടെ ഉടനെ അവിടെനിന്ന് തണ്ണിമത്തൻ വാങ്ങാൻ ആഗ്രഹിക്കുന്നു. ജീവിതം അതിന്റെ ശ്രേഷ്ഠമായ ഭാവങ്ങളെ പ്രകടിപ്പിക്കുന്നത് അയാൾ ഇഷ്ടപ്പെടുന്നു. എന്നാൽ ഒരു സൂപ്പർമാർക്കറ്റ് എന്നത് ക്ഷമിച്ചാലും അത് മറ്റൊരു കാര്യമാണ്. എവിടെ കാണുന്നോ അവിടെ വാങ്ങിക്കുക!

അവളുടെ പ്രായോഗികതയിൽ തെറ്റൊന്നുമില്ല. അവളുടെ പ്രായത്തിനും മാനസികാവസ്ഥയ്ക്കും തികച്ചും അത് അപ്രതീക്ഷിതമാണ് എന്നു മാത്രം. അവളുടെ വികാരാധിക്യവുമായി അതെങ്ങനെ ഒത്തുപോകും?

ഈ കാലഘട്ടത്തിന്റെ രീതിയായിരിക്കുമോ അത്? നിയമജ്ഞരുടേയും സാമ്പത്തിക വിദഗ്ദ്ധരുടേയും തലമുറകളുടെ രീതി.

എവിടെയാണ് ചോദിക്കപ്പെടുന്നത്, സ്വപ്നത്തിലോ? എവിടെയാണ് പറക്കുന്നത്?

ചൊവ്വാഴ്ച (ഇന്നക്കെഞ്ചി)

നാസ്ച്യയുമായുള്ള എന്റെ ബന്ധങ്ങൾ വിശ്വാസവഞ്ചനയാണോയെന്ന് അനസ്താസ്യ മരിച്ചുകഴിഞ്ഞ് ഞാൻ എന്നോടുതന്നെ ചോദിച്ചു. സ്ത്രീ-പുരുഷബന്ധത്തിന്റെ അടിസ്ഥാനത്തിലല്ല, ഏറ്റവും പൂർണ്ണമായ മാനുഷികമാനങ്ങളുടെ സാദ്ധ്യമായ അടിസ്ഥാനത്തിൽ അവസാനം വരെ

തുറന്ന മനസ്സോടെ പറയുകയാണെങ്കിൽ അനസ്താസ്യയുടെ മരണത്തിനും നാസ്ച്യയുമായുള്ള എന്റെ ബന്ധത്തിനും മുൻപുതന്നെ ഈ ചോദ്യം എന്നിൽ ഉദിച്ചിരുന്നു. പക്ഷേ അതു തുറന്നു ചോദിക്കാൻ ഞാൻ ഭയന്നു. അതെന്നെ എങ്ങോട്ടാണ് നയിക്കുന്നതെന്ന് എനിക്കറിയാമായിരുന്നു. അനസ്താസ്യയുടെ മരണത്തിനുശേഷം ഒരാഴ്ച കഴിഞ്ഞ് ഈ ചോദ്യം ചോദിച്ചപ്പോൾ അതിന് ഉത്തരം പറയാൻ ഞാൻ ഭയപ്പെട്ടു. എന്നാൽ ഉത്തരം പറയാൻ അല്പം പോലും താമസം വരുത്തുന്നതും അസാദ്ധ്യമായിരുന്നു.

സാധാരണനിലയിൽ ഉത്തരം പറയാൻ മടിക്കുന്ന ചോദ്യങ്ങൾക്ക് ചിലപ്പോൾ കടലാസ്സിൽ ഉത്തരം എഴുതാൻ കഴിഞ്ഞേക്കും. അല്ലെങ്കിൽ എന്റെ കാര്യത്തിലാണെങ്കിൽ കമ്പ്യൂട്ടറിൽ ഉത്തരം ടൈപ്പു ചെയ്യാം. നാസ്ച്യയുമായുള്ള എന്റെ ജീവിതം അനസ്താസ്യയോടുള്ള വിശ്വാസവഞ്ചനയാണോ എന്ന ചോദ്യത്തിന് ഒരു ഉറച്ച "അല്ല" എന്നതാണ് എന്റെ ഉത്തരം.

അതിന്റെ ഏറ്റവും വലിയ തെളിവാണ് നാസ്ച്യയുടെ ഗർഭം. എനിക്കും അനസ്താസ്യയ്ക്കും കൂടി കുട്ടികൾ ഉണ്ടാകേണ്ടതായിരുന്നു. പക്ഷേ ഞങ്ങൾക്കിനി കുട്ടികളുണ്ടാകാൻ തരമില്ല. നാസ്ച്യ പേറുന്നത് അനസ്താസ്യയുടെ മാംസംതന്നെയാണ്. അതിന്റെയർത്ഥം ഞങ്ങളുടെ ഭാവിയിൽ ജനിക്കാൻ പോകുന്ന കുഞ്ഞ് ഭാഗികമായി അനസ്താസ്യയുടേതുകൂടിയാണ് എന്നാകുന്നു. റഷ്യൻ ചരിത്രം ഇത്രയ്ക്ക് ഇരുണ്ടതല്ലായിരുന്നുവെങ്കിൽ ഇപ്പോൾ അനസ്താസ്യയുടേയും എന്റേയും പേരക്കുട്ടിയായിരിക്കേണ്ടവളാണ് നാസ്ച്യ. ഇത് ചരിത്രത്തിന്റെ മാത്രം കാര്യമാണോ? എല്ലാ കുറ്റങ്ങളും ചരിത്രത്തിൽ മാത്രം കൂട്ടിവെയ്ക്കുന്നത് ശരിയാണോ?

ഇപ്പോൾ റഷ്യയിൽ കൂട്ടിച്ചേർക്കപ്പെട്ട ചരിത്രത്തിന്റെ അഭാവത്തെക്കുറിച്ചുള്ള വാക്കുകൾ പറയാൻ ആളുകൾ ഇഷ്ടപ്പെടുന്നു എന്നു ഞാൻ മനസ്സിലാക്കുന്നു. എന്റെ കാലത്തെപ്പോലെ ഇപ്പോഴും 'ശൈലികൾ' ഉണ്ടാകുകയും അത് ആളുകൾ ആവർത്തിച്ചുപറഞ്ഞാലും ഇല്ലെങ്കിലും അവയ്ക്ക് പ്രാധാന്യം ഏറുകയും ചെയ്യുന്നു. നിങ്ങൾ കാണുന്ന ചരിത്രം ഇല്ലായിരിക്കാം. അത് ഒരു രണ്ടാംശ്രമംപോലെ എന്തോ ഒന്നാകാം. ഇത് ആവർത്തനമാകാം. എന്നാൽ അതേസമയം മുൻപുണ്ടായിരുന്നതിന്റെ തനിയാവർത്തനമാകണമെന്നില്ല.

ജീവിക്കാൻ എനിക്ക് ഒരവസരംകൂടി നൽകപ്പെട്ടതിനെ എങ്ങനെയാണ് വിശദീകരിക്കാൻ കഴിയുക? ഞാൻ എന്താണ്? വസ്തുക്കളെ അതിന്റെ പേരിട്ടു വിളിക്കണമെങ്കിൽ എന്റെ ജീവിതത്തെ ഉയിർത്തെഴുന്നേൽപ്പായി കണക്കാക്കാമോ? അനസ്താസ്യ തന്റെ ജീവിത സായാഹ്നത്തിൽ എന്നെ കണ്ടുമുട്ടുംവരെ ജീവിച്ചു. ഞാൻ എന്നെ സ്നേഹിക്കുകയും ഞാൻ സ്നേഹിക്കുകയും ചെയ്യുന്ന നാസ്ച്യയെ കണ്ടുമുട്ടി. ഇതെല്ലാം വേറിട്ട ഓരോ സംഭവങ്ങളാണോ? അതോ അവസരങ്ങളാണോ?

തീർച്ചയായും അല്ല. ഞാനും നാസ്ച്യയും (അനസ്താസ്യയും) ഒരേ മാർബിൾ ഫലകത്തിന്റെ കഷണങ്ങൾ മാത്രമാണ്. കാരണം നിരവധി കഷണങ്ങൾ ഒന്നിച്ചുചേരുമ്പോഴാണ് സ്ഥിരവും ക്രമവുമായ ഒരു രൂപം ജനിക്കുന്നത്.

അനസ്താസ്യയുടെ ശവക്കല്ലറയിലേക്ക് പോകാൻ എന്നെ നിർബന്ധിക്കാൻ എനിക്ക് കഴിയുന്നില്ല. അവൾ മരിച്ചു എന്ന് വിശ്വസിക്കാൻ കഴിയുന്നില്ല.

ബുധനാഴ്ച (ഇന്നക്കെഞ്ചി)

ഇപ്പോൾ ജീവിതത്തിന് അല്പാല്പമായി ഒരു ചിട്ട വന്നു. എല്ലാത്തിലും സന്തോഷം ദർശിക്കാൻ കഴിയുന്നുണ്ട്. നിത്യതയാണ് സന്തോഷം. തോന്നുന്നിടത്ത് പോകുക, തോന്നുന്നതെന്തും വായിക്കുക. വെറുതെ സാധാരണമായി ജീവിക്കുക. പക്ഷേ എന്റെ ഏറ്റവും വലിയ സന്തോഷം നാസ്ച്യയാണ്. അവളുടെ പ്രതീക്ഷിച്ചിരിക്കുന്ന കുട്ടിയാണ്. സായാഹ്നങ്ങളിൽ നാസ്ച്യയുമൊരുമിച്ച് ഞാൻ സോഫയിലിരിക്കുമ്പോൾ ഞാനവളുടെ വയറ് തലോടാറുണ്ട്. വയറ്റിൽ ഇനിയും ദൃശ്യമാകാത്ത വ്യതിയാനങ്ങളേയുള്ളൂ. എന്റെ സങ്കല്പത്തിന്റെ കനിയാണ് ദൃശ്യമായി വരുന്നതെന്നാണ് നാസ്ച്യ പറയാറുള്ളത്. അക്കാര്യം അവൾക്കാണ് വ്യക്തമായി അറിയാൻ കഴിയുക. നിങ്ങൾ എന്തു കരുതിയാലും അവളുടെ വയർ അവൾക്കാണല്ലോ നന്നായി അറിയാവുന്നത്!

ഞാൻ കുട്ടിയെക്കുറിച്ച് സ്ഥിരമായി ചിന്തിക്കുന്നു. ഞാൻ കുട്ടി എന്ന് എഴുതുമ്പോൾ അത് 'അവനാ'ണ് എന്ന ഒരു തോന്നൽ ഉണ്ടാകുന്നു. സത്യത്തിൽ അതങ്ങനെയല്ല. എനിക്ക് തോന്നുന്നത് ഒരു പെൺകുഞ്ഞിനെയാണ് ഞാൻ കൂടുതൽ ആഗ്രഹിച്ചിരുന്നതെന്നാണ്. അവൾ അനസ്താസ്യ, നാസ്ച്യ... എന്നിങ്ങനെയുള്ള ശ്രേണി പൂർണ്ണമാക്കിയേനേ! അവളെ എങ്ങനെയാണ് പേരിട്ടുവിളിക്കേണ്ടതെന്നറിയില്ല. എല്ലാവർക്കും ഒരേ പേരു വരുന്നത് അത്ര നന്നല്ല.

ബുധനാഴ്ച (നാസ്ച്യ)

കുട്ടിയാണ് പ്ലത്തോനവിന്റെ പ്രിയപ്പെട്ട വിഷയം. ഞാനത്രയും പ്രതീക്ഷിച്ചിരുന്നില്ല. എങ്ങനെയാണ് ഒരു പുരുഷനിൽ ഇത്രയും മാതൃത്വം കാണുക. ശരിയായി പറഞ്ഞാൽ പിതൃത്വമെന്നാണ് പറയേണ്ടത്. പക്ഷേ അത് എന്തുകൊണ്ടോ അത്ര കണ്ട് യോജിക്കുന്നില്ല. വൈകുന്നേരങ്ങളിൽ അദ്ദേഹം എന്റെ വയർ തലോടാറുണ്ട്. എനിക്കപ്പോൾ ഇക്കിളിയുണ്ടാകും. അദ്ദേഹം എന്നെ സ്പർശിക്കുമ്പോൾ ഞാനെന്തിനാണ് പുളയുന്നതെന്ന് ചോദിക്കാറുണ്ട്. തോളുകൾ കുലുക്കി ഒന്നുമില്ലെന്നു പറയുമെങ്കിലും എനിക്കറിയാം എന്താണ് കാര്യമെന്ന്. ഇക്കിളിയെടുത്ത് ചിരിച്ചു പോകാതിരിക്കാനാണ് ഞാൻ പുളയുന്നത്. ചിരി ഒരുപക്ഷേ അദ്ദേഹത്തിന് പരിഭവം തോന്നാൻ കാരണമായേക്കാം. കീഴ്വായു വിടാനും എനിക്ക് ഭയമാണ്. ഗർഭിണിയായിക്കഴിഞ്ഞ് എനിക്ക് വായു ശല്യം

തുടങ്ങി. പ്രത്യേകിച്ച് ഊണു കഴിയുമ്പോൾ വായുകോപം വർദ്ധിക്കും. അപ്പോൾ വയർ അല്പം വീർക്കും. പ്ലത്തോനവ് അത് കുഞ്ഞിന്റെ വലിപ്പമായി തെറ്റിദ്ധരിച്ചേക്കാം.

എന്റെ ഫ്ളാറ്റിലാണോ അതോ പ്ലത്തോനവിന്റെ ഫ്ളാറ്റിലാണോ എവിടെ ജീവിക്കുന്നതാണ് ഞങ്ങൾക്ക് നല്ലതെന്ന് ഞങ്ങൾ പലവട്ടം ചിന്തിച്ചു. പ്ലത്തോനവിന്റെ ഫ്ളാറ്റിൽ ജീവിക്കാമെന്ന് തീരുമാനിച്ചു. ഞാനും ഗെയ്ഗറും കൂടിയാണ് ആ തീരുമാനമെടുത്തത്. പ്രിയപ്പെട്ട പ്ലത്തോനവ് അതിൽ ഇടപ്പെട്ടില്ല. തണുത്തുറയലിന് വിധേയനായ മനുഷ്യൻ പരിചിതമായ വീട്ടിൽ ജീവിക്കുന്നതാണ് നല്ലതെന്ന് ഗെയ്ഗർ പറഞ്ഞു. തണുത്തുറയലിന് വിധേയരായവരുടെ കാര്യത്തിൽ വലിയ ജ്ഞാനിയായ ഗെയ്ഗറോട് വാദിച്ചിട്ട് കാര്യമില്ല. അതിന്റെ ആവശ്യവുമില്ല. ബൾഷോയിലെ പ്ലത്തോനവിന്റെ ഫ്ളാറ്റ് കൂടുതൽ വിസ്തൃതവും സൗകര്യപ്രദവുമായിരുന്നു. എന്റെ ഫ്ളാറ്റ് വേണമെങ്കിൽ വാടകയ്ക്ക് കൊടുക്കാം. അത് വെറുതെയിടേണ്ടതില്ലല്ലോ. ഗെയ്ഗർ പ്ലത്തോനവിന് ഗവൺമെന്റിന്റെ പിന്തുണ ഉറപ്പാക്കിയിട്ടുണ്ട്. അതുകൊണ്ടുമാത്രം ഞങ്ങൾക്ക് ജീവിച്ചുപോകാൻ കഴിയില്ല എന്ന് ഇപ്പോൾ വ്യക്തമായി. കാരണം ഞങ്ങളുടെ ഗവൺമെന്റിന്റെ പിന്തുണ അത്ര ഉദാസീനമായിരുന്നു.

പ്ലത്തോനവിന് ഇപ്പോൾ ധാരാളം പുതിയ ചെലവുകളുണ്ട്. അയാൾ ഇപ്പോൾ പ്രശസ്തനാണ്. അയാൾ വിസ്മയമുണർത്തുന്ന വ്യക്തിയാണ്. എല്ലാവരും ഇപ്പോൾ അയാളെ കാണാനും പരിചയപ്പെടാനും ആഗ്രഹിക്കുന്നു. അദ്ദേഹം നന്നായിരിക്കാൻ ഞാനും ആഗ്രഹിക്കുന്നു. സെന്റ് പീറ്റേഴ്സ് ബർഗ്ഗിലെ മ്യൂസിയത്തിലെ പ്രദർശനവസ്തുവായല്ല ഒരു യഥാർത്ഥ സാമൂഹികജീവിയായി അദ്ദേഹത്തെ കാണാനാണ് എനിക്കിഷ്ടം. കുട്ടിയും ഞാനും മാത്രം മതി അദ്ദേഹത്തിനോടൊപ്പം. മറ്റാരും ഞങ്ങൾക്ക് ആവശ്യമില്ല.

വ്യാഴാഴ്ച (ഗെയ്ഗർ)

കലണ്ടറിലെ തിയ്യതികൾ രേഖീയമായ കാലത്തിലാണ് അധിവസിക്കുന്നതെന്ന് ഞാൻ ഇവിടെ വായിച്ചു. ആഴ്ചയിലെ ദിനങ്ങളാകട്ടെ ചാക്രികമാണ്. ചരിത്രം രേഖീയമായ കാലമാണ്. ചാക്രികമായ സമയം പരസ്പരം ലയിച്ചു ചേരുന്നതാണ്. അത് കാലംപോലുമല്ല. അത് അനശ്വരതയാണെന്ന് വേണമെങ്കിൽ പറയാം.

ഞങ്ങൾ മൂന്നാളും ചേർന്ന് രൂപപ്പെടുത്തുന്ന ചരിത്രം എങ്ങോട്ടേക്കും പോകാൻ ആഗ്രഹിക്കുന്നില്ല. അതാണ് ഏറ്റവും വിശ്വാസയോഗ്യമായ ചരിത്രം.

വെള്ളിയാഴ്ച (ഇന്നക്കെഞ്ചി)

മാർക്സ് ചിത്രരചന പഠിപ്പിച്ചു. അയാൾ അത് ഞങ്ങളെ അടിച്ചേല്പിക്കുകയായിരുന്നു. തീർച്ചയായും 'മൂലധന'ത്തിന്റെ രചയിതാവുമായി

ഇക്കാര്യത്തിൽ ഒരു സാദൃശ്യമുണ്ട്. കലയുടെ പ്രൊഫസർ എന്ന നിലയിൽ അക്കാര്യം അയാൾക്ക് മനസ്സിലാവാതിരിക്കാൻ തരമില്ല. മാർക്സിനോട് സാദൃശ്യമുള്ള ഒരാളെ പുതിയ ഭരണകൂടം സ്പർശിക്കുകയില്ല എന്നയാൾ കരുതിയോ? അയാൾ ഫലിതം പറഞ്ഞുവോ? എതിർത്തോ? എനിക്കയാളുടെ മുഴുവൻ പേരും ഓർമ്മ വരുന്നില്ല, അതുകൊണ്ട് നമുക്കയാളെ മാർക്സ് എന്നു വിളിക്കാം.

മുക്കാലിയിലിരിക്കുന്ന ചിത്രത്തിന്റെ അരുകിലൂടെ അയാൾ ചരിഞ്ഞു നടക്കുന്നു. തടിക്കഷണങ്ങൾ പാകിയ തറയിൽ കാലുരസി അയാൾ നടന്നു. വണ്ണമുള്ള കൈവിരലുകൾകൊണ്ട് തടവി തടവി അയാൾ പറയുന്നു.

“ക്യാൻവാസിൽ രൂപങ്ങൾ നീന്തിനടക്കുന്നു. എല്ലാ രൂപങ്ങളുടേയും നിയന്ത്രണം ഏറ്റെടുക്കേണ്ടതും അതിൽ ഒരു ലോകം സൃഷ്ടിക്കേണ്ടതുമാണ്.”

ഒരു ലോകം സൃഷ്ടിക്കുക. ആഴങ്ങളിൽനിന്നും വന്ന ശബ്ദം ചിലമ്പിച്ചു. അയാളുടെയുള്ളിൽ അധിവസിക്കുന്ന മറ്റേന്തോ വ്യക്തി നല്കുന്ന നിർദ്ദേശങ്ങൾപോലെയായിരുന്നു ആ ശബ്ദം പുറത്തുവന്നത്.

ശനിയാഴ്ച (ഗെയ്ഗർ)

ഇന്ന് ഞാൻ പ്ലത്തോനവ് കുടുംബത്തിൽ പോയി. അവരുടെ വിവാഹം ഔദ്യോഗികമല്ലെങ്കിലും ഞാനവരെ അങ്ങനെയാണ് വിളിക്കാൻ പോകുന്നത്. അതൊരു നല്ല പേരാണ്. പ്ലേറ്റോ എന്ന പേരിന് ബുദ്ധിയുടെ ഛായയുണ്ട്.

ഈ ദമ്പതികളും ആ ഛായ പേറുന്നുണ്ടോ? അതെ, ഏതോ ഒരു തലം വരെ അവർ അത്തരമൊരു ഛായ പേറുന്നുണ്ട്. ഇന്നക്കെഞ്ചി തന്റെ വിശിഷ്ടമായ ജീവിതസാഹചര്യങ്ങളാലും അയാൾ കടന്നുപോയ ജീവിതത്തിന്റെ വ്യാപ്തിയാലും .നാസ്ച്യയാകട്ടെ തന്റെ നൈസർഗ്ഗികമായ ഗുണങ്ങളാലും. ബുദ്ധിപരമായ ഒരു തലത്തിലാണ് അവർ അധിവസിക്കുന്നത്.

നാസ്ച്യ ബുദ്ധിമതിയാണെന്ന് ഞാൻ പറയില്ല. ഒരു പെൺകുട്ടിയെക്കുറിച്ച് അപ്രകാരം പറയുന്നത് ഹാസ്യാത്മകമാണ്. ഞാൻ ഉദ്ദേശിച്ചത് അവരുടെ പൊതുവായ ജീവിതം അവൾ വളരെ ബുദ്ധിപൂർവ്വം നടത്തിക്കൊണ്ടുപോകുന്നു എന്നാണ്. സ്ത്രീസഹജമായ ബുദ്ധിയോ മറ്റോ അക്കാര്യത്തിൽ കാണാൻ കഴിയും.

സത്യത്തിൽ ബുദ്ധി എന്നത് എല്ലാത്തിനും ഉപരിയായി അനുഭവമാണ്. തീർച്ചയായും ക്രിയാത്മകമായ അനുഭവമാണ്. ക്രിയാത്മകമല്ലെങ്കിൽ നിങ്ങൾക്ക് ലഭിക്കുന്ന ഓരോ ആഘാതവും ഗുണകരമായിരിക്കില്ല.

ഞാനതിനെക്കുറിച്ച് ഉച്ചത്തിൽ സംസാരിച്ചപ്പോൾ ഇന്നക്കെഞ്ചി എതിർക്കുകയും ആഘാതങ്ങളില്ലാതെ തന്നെ ക്രിയാത്മകത്വം

സംഭവിക്കാവുന്നതാണെന്നും പറഞ്ഞു. ഇത്രയും വലിയ ജീവിതത്തിന്റെ ഭാണ്ഡക്കെട്ടുകൾ പേറുന്ന ഒരാളുടെ ആധികാരികഭാവം ആ ശബ്ദത്തിലുണ്ടായിരുന്നു. ആഘാതങ്ങളില്ലാതെ എങ്ങനെ ക്രിയാത്മകമാകുമെന്ന കാര്യത്തിൽ എനിക്ക് വ്യക്തതയില്ല. ഇന്നക്കെഞ്ചി അത് വിവരിച്ചുതന്നതുമില്ല. ഞാൻ ചോദിക്കാൻ തുനിഞ്ഞതുമില്ല.

പിന്നീട് സ്വാദിഷ്ഠമായ അത്താഴമുണ്ടായിരുന്നു. അത് മെഴുകുതിരി വെട്ടത്തിലുമായിരുന്നു. നാസ്ച്യ അവളുടെ വീട്ടിൽനിന്നും കൊണ്ടുവന്ന രണ്ടു മെഴുകുതിരി കാലുകളിൽ മെഴുകുതിരിയും കത്തിച്ചുവെച്ചു. അത് അമ്മൂമ്മയുടേതാണെന്ന് അവൾ വിശദീകരിക്കുകയും ഇന്നക്കെഞ്ചി അത് തിരിച്ചറിഞ്ഞുവോ എന്ന് ചോദിക്കുകയും ചെയ്തു. അയാൾ തീർച്ചയില്ലാത്ത ഒരു നോട്ടം കാഴ്ചവെച്ചു. നാസ്ച്യയ്ക്ക് അയാൾ ആ മെഴുകുതിരിക്കാലുകൾ തിരിച്ചറിയണമെന്ന ആഗ്രഹമുണ്ടായിരുന്നു.

തീർച്ചയായും അയാൾക്ക് അത് തിരിച്ചറിയാൻ കഴിയുമായിരുന്നു. അത്താഴത്തിനുള്ള നന്ദി എന്ന രീതിയിലെങ്കിലം അയാൾ അത് തിരിച്ചറിയേണ്ടതായിരുന്നു.

അത്താഴത്തിനുശേഷം അവർ സോഫയിലിരുന്നു. ഞാൻ ചാരുകസേരയിലിരുന്നു. ഇന്നക്കെഞ്ചി നാസ്ച്യയുടെ വയറിൽനിന്നും കൈ മാറ്റിയതേയില്ല. അതിൽനിന്നും നാസ്ച്യ ഗർഭിണിയാണെന്ന് എനിക്ക് മനസ്സിലായി. ഞാൻ തമാശയായി അക്കാര്യം അവരോട് ചോദിച്ചു. അവർ വളരെ ഗൗരവത്തോടെ പറഞ്ഞു. "അതെ, ഗർഭിണിയാണ്."

എന്നെ അത് സന്തോഷിപ്പിച്ചു. വളരെ സന്തോഷിപ്പിച്ചു. ഞാനവരെ അഭിനന്ദിച്ചു.

ഇന്നക്കെഞ്ചി പറഞ്ഞതനുസരിച്ച് ഞാൻ ഭാഗ്യക്കുറി കളിക്കാൻ തുടങ്ങി. അയാളുടെ കാലത്ത് കൂടുതൽ ആളുകൾ ഭാഗ്യക്കുറി കളിച്ചിരുന്നു. ഇപ്പോൾ ആളുകൾ അത് കളിക്കാറില്ല. അതിന് എന്തെങ്കിലും അർത്ഥമുണ്ടോ? പ്രത്യേകിച്ച് അത് കളിക്കാൻ രസമാണ്. സുഖകരമായ ഒരു കളിയാണ്.

ഞാനായിരുന്നു പ്രസിഡന്റെങ്കിൽ വൈകുന്നേരങ്ങളിൽ ഭാഗ്യക്കുറി കളിക്കാൻ റഷ്യൻ ജനതയെ നിർബന്ധിക്കുമായിരുന്നു. എല്ലാത്തിൽനിന്നും ഇപ്പോൾ അധികാരം ഏറ്റെടുക്കാൻ കഴിയുന്നത് നല്ല കാര്യമായി എനിക്ക് തോന്നി.

ഞായറാഴ്ച (ഇന്നക്കെഞ്ചി)

ഇന്നലെ വൈകുന്നേരം ഗെയ്ഗറുമായി ചെലവഴിച്ച സമയം വളരെ നല്ലതായിരുന്നു. നാസ്ച്യയുടെ ഗർഭത്തെക്കുറിച്ച് അറിഞ്ഞപ്പോൾ അയാൾ വളരെ ഉത്സാഹം കാണിച്ചു. അതെ, പരീക്ഷണം നടത്തുന്നയാൾക്ക് തന്റെ പരീക്ഷണവസ്തു വിജയിക്കുന്നത് സ്വാഭാവികമായും എല്ലായ്പ്പോഴും ആശ്വാസം പകരും. ഞാൻ നല്ല അർത്ഥത്തിലാണ് ഇത് പറയുന്നത്. തമാശ പറയുകയാണ്. ഗെയ്ഗറുമായുള്ള ഞങ്ങളുടെ ബന്ധം

ഒന്നാമതായി മാനുഷികമാണ്. ഒരു ഡോക്ടറും രോഗിയുമായുള്ള ബന്ധമെന്നത് രണ്ടാമത്തെ കാര്യമാണ്. ഞാൻ ആശുപത്രിയിൽനിന്നും പുറത്തു വന്നപ്പോൾ മുതൽ അക്കാര്യം വ്യക്തമായിരുന്നു. ഒരുപക്ഷേ അയാളുടെ ബാഹ്യചേഷ്ടകൾ ഒരു തണുപ്പൻ ഭാവം കാണിച്ചേക്കാം. എനിക്കയാളെ നന്നായി അറിയാം. അയാൾ നൈസർഗ്ഗികമായി ഹൃദ്യനായ ഒരു വ്യക്തിയാണ്.

മറ്റൊരു കാര്യം സാമാന്യസത്യങ്ങളോടുള്ള സ്നേഹം ഗെയ്ഗറുടെ കൂടപ്പിറപ്പായിരുന്നു. കൂടുതൽ കൃത്യമായി പറഞ്ഞാൽ ഒരു സമവാക്യത്തോടോ ശൈലിയോടോ അയാൾ കാട്ടുന്ന സ്നേഹം. ഉദാഹരണത്തിന് കാപ്പി കുടിച്ചുകഴിഞ്ഞ് മർദ്ദം വർദ്ധിക്കുന്നതുപോലെ. അല്ലെങ്കിൽ കുറ്റകൃത്യത്തിനുശേഷം ശിക്ഷ ലഭിക്കുന്നതുപോലെ. കാപ്പി എല്ലായ്യ്പ്പോഴും മർദ്ദം വർദ്ധിപ്പിക്കുകയില്ല എന്ന് ഞാൻ അടുത്ത കാലത്ത് എവിടെയോ വായിച്ചു. കുറ്റത്തേയും ശിക്ഷയേയും കുറിച്ച് കൂടുതലൊന്നും പറയുന്നില്ല.

ചെറുപ്പക്കാർ പെട്ടെന്ന് പക്വമതികളായി മാറുമെന്നും തന്റെ പ്രായത്തേക്കാൾ ആശ്ചര്യകരമായ പ്രായോഗിക ബുദ്ധി കാട്ടുന്നവളാണ് നാസ്ച്യയെന്നും അടുത്ത കാലത്ത് ഗെയ്ഗർ പറയുകയുണ്ടായി. അന്യനായ ഒരാൾ അത് പ്രശംസയായി കരുതിയേക്കാം. പക്ഷേ ഞാൻ ഗെയ്ഗറെ നന്നായി മനസ്സിലാക്കിയിട്ടുണ്ട്. നാസ്ച്യയുടെ സ്വഭാവത്തെക്കുറിച്ച് വിപരീതാർത്ഥത്തിലാണ് അയാൾ പറയുന്നത്. അയാൾ വിരോധാഭാസത്തെ ഇഷ്ടപ്പെടുന്ന ആളല്ല. ഇവിടെ തുടക്കമെന്ന നിലയിൽ എന്തു ശൈലിയാണ് അയാൾ പ്രയോഗിക്കുക എന്ന് ഞാൻ ഏകദേശം ഊഹിക്കാറുണ്ട്. "യൗവ്വനം പ്രേമനിർഭരമാണ്' എന്നോ മറ്റോ ആയിരിക്കും അത്. കാര്യമാത്രപ്രസക്തമായ സംഗതികളുമായി പ്രേമത്തെ കൂട്ടിക്കുഴയ്ക്കാമെന്നത് അയാളുടെ മനസ്സിന്റെ ആഴങ്ങളെ പ്രകോപിക്കുന്ന കാര്യമാണ്.

ഗെയ്ഗർ നിയമാനുസൃതം ജീവിക്കുന്ന വ്യക്തിയാണ്. ശൈലികളെ അയാൾക്ക് ഇഷ്ടമാണ്. കാരണം നിയമങ്ങളെ സൃഷ്ടിക്കുന്നത് ശൈലികളാണ്. അയാളുടെ ശക്തി നിയമങ്ങളിലാണ്. അയാളുടെ ദൗർബ്ബല്യവും അതിൽതന്നെയാണ്. നിയമത്തെ ഒഴിവാക്കുന്നത് അയാൾ ഭയപ്പെടുന്നു. മുൻകൂട്ടി വരച്ചുവെയ്ക്കപ്പെട്ട ഏതൊരു ചട്ടക്കൂട്ടിലും ഒതുങ്ങാത്ത സങ്കീർണ്ണത ജീവിതത്തിനുണ്ട് എന്ന് അയാൾക്ക് മനസ്സിലാവുന്നുണ്ട് എന്നെനിക്ക് തീർച്ചയാണ്. അതേസമയം ആ ചട്ടക്കൂടിനെ അയാൾ വിലമതിക്കുന്നു. അയാളെ സംബന്ധിച്ച് നിയമാനുസൃതമായ ലോകത്തെക്കുറിച്ചുള്ള ചോദ്യമാണത്. റഷ്യൻ ജീവിതത്തിലും നിയമങ്ങൾ ഒഴിവാക്കാവുന്നതാണ്. പക്ഷേ, ഗെയ്ഗർക്ക് അത് മനസ്സിലാകുന്നില്ല. അല്ലെങ്കിൽ അയാൾ അത് അംഗീകരിക്കുന്നില്ല.

തടസ്സങ്ങളും ആഘാതങ്ങളും സ്വയംപ്രേരിതമായി അനുഭവങ്ങളെ ജനിപ്പിക്കുന്നതിനെക്കുറിച്ചായിരുന്നു ഇന്നലത്തെ ഞങ്ങളുടെ വിഷയം.

ആഘാതങ്ങൾ ചില പ്രക്രിയകൾക്ക് വിധേയമായി അനുഭവങ്ങളായി രൂപപ്പെടുന്നു. അതിനെക്കുറിച്ചായിരുന്നു സംസാരം. എനിക്കങ്ങനെ തോന്നുന്നില്ല. ആഘാതങ്ങൾ അനുഭവങ്ങളെ സൃഷ്ടിച്ചേക്കാം. എന്നാൽ സൃഷ്ടിക്കണമെന്നുമില്ല. എന്റെ പ്രധാനമായ ധാരണകളൊന്നും തന്നെ ആഘാതവുമായി ബന്ധപ്പെട്ടവയല്ല. എന്നാൽ എനിക്ക് നിരവധി ആഘാതങ്ങൾ ജീവിതത്തിൽ ഉണ്ടായിട്ടുണ്ട്. അക്ഷരാർത്ഥത്തിൽ അങ്ങനെയാണ്.

തിങ്കളാഴ്ച (നാസ്ച്യ)

എന്റെ അമ്മൂമ്മയുടെ വീട് വാടകയ്ക്ക് കൊടുക്കാൻ ഇന്ന് ധാരണയായി. എല്ലാം പെട്ടെന്നായിരുന്നു സംഭവിച്ചത്. അതിന്റെ വിലയെക്കുറിച്ച് ആലോചിക്കുകയോ പ്രതിഫലത്തെക്കുറിച്ച് ചിന്തിക്കുകയോ ചെയ്തിട്ടില്ല എന്ന് ഞാൻ പ്ലത്തോനവിനോട് പറഞ്ഞു. അയാൾ എന്റെ മൂക്കിൻ തുമ്പിൽ ചുംബിച്ചു. അയാൾ താത്പര്യമില്ലാത്ത ഭാവത്തിൽ നിലകൊണ്ടു. അത്തരം വിശദവിവിരങ്ങളിൽ അയാൾ തത്പരനായിരുന്നില്ല. ഞാൻ മൂക്കുകൊണ്ട് അയാളുടെ താടിയിൽ ഉരസി.

“ഇപ്പോൾ നമുക്ക് ജീവിതം വളരെ എളുപ്പമായിരിക്കുമെന്ന് നിനക്ക് മനസ്സിലാകുന്നുണ്ടോ മണ്ടിപ്പെണ്ണേ?”

“പ്രധാനസംഗതി” അയാൾ തുടർന്നുപറഞ്ഞു. “ജീവിക്കുക എന്നതാണ്. മറ്റു കാര്യങ്ങളൊക്കെ പിന്നാലെ വന്നുകൊള്ളും. അങ്ങനെ പിന്നാലെ വരാൻ നമ്മുടെ പ്രയത്നം ആവശ്യമാണ്.

അതായത് ഞങ്ങൾ രണ്ടാൾക്കും വേണ്ടുന്ന സമ്പത്ത് സ്വരൂപിക്കുന്നത് ഞാനാണ്. അതെനിക്ക് അഭിമാനക്ഷതമുണ്ടാക്കുമോ? ഒരിക്കലുമില്ല. പ്ലത്തോനവ് കൂടി സമ്പത്ത് സ്വരൂപിക്കണമായിരുന്നെങ്കിൽ അത് വലിയ ദുരന്തമായിത്തീർന്നേനേ! ഞങ്ങൾ ഒരുമിച്ചു നില്ക്കുമ്പോൾ ഒറ്റയ്ക്കു നില്ക്കുന്നതിലും ശക്തിയുള്ളവരും പരസ്പരപൂരകങ്ങളുമാണ്. അതിനാണ് മാതൃകാ ദാമ്പത്യമെന്ന് പറയുന്നത്. ഞാൻ അദ്ദേഹത്തിന്റെ ജീവിതം ധന്യമാക്കാൻ ശ്രമിക്കുന്നു. അദ്ദേഹം മരവിച്ചുകിടന്ന കാലത്ത് നഷ്ടപ്പെട്ടതെല്ലാം പരിഹരിക്കാൻ ശ്രമിക്കുന്നു.

ഒത്തിരി വായിക്കും. ഞങ്ങളുടെ കിടയ്ക്കക്കരുകിൽ രണ്ട് അടുക്ക് പുസ്തകങ്ങൾ ഉണ്ട്. അദ്ദേഹത്തിന്റെ വശത്ത് വലുതും എന്റെ വശത്ത് ചെറുതുമായ അടുക്കുകളാണ്. പ്ലത്തോനവിന്റെ പുസ്തകശേഖരത്തിലൂടെ കണ്ണോടിച്ചപ്പോൾ ഞാൻ കണ്ടത് ചരിത്രവും തത്ത്വചിന്തയും സാഹിത്യവും സംബന്ധിക്കുന്ന പുസ്തകങ്ങളാണ്. തുമ്മലുണ്ടാക്കുന്നതൊന്നും ഉണ്ടായിരുന്നില്ല. എന്റെ പുസ്തകശേഖരത്തെക്കുറിച്ച് പറയുന്നത് അത്ര ഉചിതമല്ല. കുറ്റാന്വേഷണവും കാല്പനികപ്രേമങ്ങളും പ്രതിപാദിക്കുന്നവയായിരുന്നു. അത് പെണ്ണുങ്ങൾക്കുള്ള പുസ്തകങ്ങളായിരുന്നു. തികച്ചും ദേശീയത പുലർത്തുന്ന പുസ്തകങ്ങൾ.

എന്റെ പുസ്തകങ്ങൾ എപ്പോഴും മാറ്റിവെയ്ക്കാനോ വലിച്ചെറിയുവാനോ കഴിയും. പക്ഷേ പ്ലാത്തോനവിന്റെ പുസ്തകങ്ങൾ അങ്ങനെയൊന്നും ചെയ്യാൻ പറ്റില്ല. അതോർത്ത് ഞാൻ അസൂയപ്പെട്ടു. ഞാൻ അദ്ദേഹത്തിന്റെ കൈകൾക്കുള്ളിൽ നുഴഞ്ഞുകയറിയിട്ട് മന്ത്രിച്ചു.

"ഇന്നക്കെഞ്ചി പെത്രോവിച്ച് നിങ്ങൾ വലിയ തിരക്കിലാണോ?"

അയാൾ ചിരിക്കുന്നു. അയാൾ ക്ഷമ ചോദിക്കുന്നു. അത്യാസക്തിയോടെ ചോദിക്കുന്നു. ഞാൻ ഉദാസീനമായി എതിർക്കുന്നു. നിലത്തേക്ക് എടുത്തെറിയപ്പെടുന്ന പുസ്തകത്തേക്കാൾ താത്പര്യം എന്നിൽ തോന്നുന്നു. പുസ്തകത്തിന്റെ പുറംചട്ട മുകളിലായി അതവിടെ അമർന്നു കിടക്കുന്നു. ഞങ്ങളുടെ പ്രേമലീലകൾ പുസ്തകം നിരീക്ഷിക്കുന്നു. ഞാൻ ഇടയ്ക്കിടയ്ക്ക് പുസ്തകത്തിലേക്ക് നോക്കുന്നു. പ്രേമത്തിന്റെ ഉച്ചസ്ഥായിയിൽ എന്റെ കണ്ണുകൾ പുസ്തകത്തിന്റെ പുറംചട്ടയിലെ ബ്രിട്ടീഷ് ചരിത്രകാരനായ അർനോൾഡ് ടോയെൻബിയുടെ കണ്ണുകളുമായി ഉടക്കുന്നു. അതെന്നെ അല്പം ചഞ്ചലയാക്കുന്നു. ഒരു മിനിറ്റിനുശേഷം എന്നെ മറികടന്ന് പ്ലത്തോനവ് പുസ്തകം എടുക്കുകയും വായനയിൽ മുഴുകുകയും ചെയ്യുന്നു. അതെന്നെ വേദനിപ്പിച്ചു. ഇപ്പോൾ ഈ നിമിഷത്തിൽ ഞാനിതെഴുതുമ്പോൾ അയാൾ യു.എസ്.എസ്.ആർ. എങ്ങനെയാണ് ശൂന്യാകാശം പിടിച്ചടക്കിയത് എന്നതിനെക്കുറിച്ചുള്ള പുസ്തകം വായിക്കുകയാണ്. അത് വളരെ അപ്രതീക്ഷിതമായ കാര്യമാണ്.

ഗർഭിണിയായ ഞാൻ ഇത്തരം കായികചേഷ്ടകൾക്ക് വശംവദയാകുന്നത് വളരെ വിചിത്രമല്ലേ? ഡോക്ടറോട് ചോദിക്കേണ്ടിയിരിക്കുന്നു.

ചൊവ്വാഴ്ച (ഇന്നക്കെഞ്ചി)

ഇന്ന് സളോവ്കി കോൺസൺട്രേഷൻ ക്യാമ്പിനെക്കുറിച്ച് വായിച്ചു. കെം എന്ന സ്ഥലത്തെ ക്യാമ്പിനെക്കുറിച്ച് അതിൽ പ്രതിപാദിക്കുന്നു. എന്റെ കസിനായ സേവയെ ഞാൻ അവസാനമായി കണ്ടത് അവിടെ വെച്ചായിരുന്നു. അതിനെക്കുറിച്ചെഴുതാൻ എന്തുകൊണ്ടോ എനിക്ക് തോന്നുന്നില്ല.

ബുധനാഴ്ച (ഗെയ്ഗർ)

ഇന്നക്കെഞ്ചി എന്നോട് പറഞ്ഞ് ഗവൺമെന്റിൽനിന്ന് ബൽക്കോവ് എന്നു പേരുള്ള ആരോ ഒരാൾ വിളിച്ചിരുന്നുവെന്ന്. അയാൾ ഇന്നക്കെഞ്ചിയുമായി ദീർഘനേരം സംസാരിച്ചുവത്രെ.

തീർച്ചയായും അയാൾ ഉദ്ദേശിക്കുന്നത് ഷെൽത്ത്ക്കോവിനെയായിരിക്കും. ഇന്നക്കെഞ്ചിയൊഴിച്ച് എല്ലാവർക്കും സുപരിചിതനാണ് ഷെൽത്ത്ക്കോവ്. അയാൾ എല്ലാവിധ പിന്തുണയും വാഗ്ദാനം ചെയ്തു. ആവശ്യം വരുകയാണെങ്കിൽ ഇന്നക്കെഞ്ചിക്ക് വിളിക്കാനായി അയാൾ തന്റെ ഫോൺ നമ്പർ കൊടുത്തു. ഭാവിയിൽ പീറ്റേഴ്സ് ബർഗ്ഗിൽ വരുമ്പോൾ ചായ കുടിക്കാൻ വരാമെന്നും അയാൾ ഇന്നക്കെഞ്ചിയോട് പറഞ്ഞു.

വളരെ ജനാധിപത്യപരമായ മര്യാദ.

ബുധനാഴ്ച (നാസ്ച്യ)

ഗവൺമെന്റിൽനിന്നും ഷെൽത്ത്ക്കോവ് പ്ലത്തോനവിനെ ഫോണിൽ വിളിച്ചു. എല്ലാവിധ പിൻതുണകളും വാഗ്ദാനം ചെയ്തു. എല്ലാവിധ പിൻതുണയും വാഗ്ദാനം ചെയ്യപ്പെട്ടപ്പോൾ അത് സംശയദൃഷ്ടിയോടെ കാണേണ്ടതാണെന്ന് സത്യത്തിൽ ആരോ അഭിപ്രായപ്പെട്ടു. അത്തരം വാഗ്ദാനങ്ങൾ ധാർമ്മിക ബാദ്ധ്യതകളൊന്നും സൃഷ്ടിക്കുന്നില്ല. പക്ഷേ ഇതിൽ കാര്യമൊന്നുമില്ല, കാരണം ഇന്നക്കെഞ്ചിക്ക് ആവശ്യങ്ങളൊന്നു മില്ലെങ്കിൽ ഷെൽത്ത്ക്കോവിന് എന്താണ് വാഗ്ദാനം ചെയ്യാനാവുക?

പ്ലത്തോനവും നല്ലയാളാണ്. പ്രത്യേക വികാരങ്ങളൊന്നുമില്ലാതെ അയാൾ സംസാരിക്കുന്നു. അക്ഷോഭ്യനായി എന്നു വേണമെങ്കിൽ പറയാം. സന്തോഷാധിക്യവും അടക്കാൻ പറ്റാത്ത ദുഃഖവും പ്രകടിപ്പി ക്കാതെ ശാന്തനായി അയാൾ സംസാരിക്കുന്നു. ഞാൻ അയാളുടെ മുന്നിൽ കൈവീശി അയാളെ ജീവിതത്തിലേക്ക് മടങ്ങിവരാൻ ക്ഷണി ക്കുന്നു. ഉള്ളിൽ ഞാൻ പ്ലത്തോനവിനെ ഓർത്ത് അഭിമാനിക്കുന്നു. രാജ്യത്തെ നേതാക്കന്മാരാണ് അയാളെ വിളിക്കുന്നത്. അയാളാകട്ടെ അക്ഷോഭ്യനായി ശാന്തനായി സംസാരിക്കുന്നു. ഒരു തികഞ്ഞ പുരുഷൻ.

വ്യാഴാഴ്ച (ഇന്നക്കെഞ്ചി)

ഞാൻ മുൻപ് പ്രസ്താവിച്ചതുപോലെ ഗെയ്ഗർ അത്ര സത്യസന്ധ നല്ല. നാസ്ച്യയുടെ പ്രായോഗികജ്ഞാനത്തെക്കുറിച്ചുള്ള ഗെയ്ഗറുടെ അഭിപ്രായത്തെയാണ് ഞാൻ ഉദ്ദേശിക്കുന്നത്. അത്തരം വാക്കുകൾ എന്നെ മുറിപ്പെടുത്തുമെന്ന് അറിയാവുന്ന അയാൾ ഇപ്പോൾ നിശ്ശബ്ദത പാലിക്കുകയാണ്. ഗെയ്ഗർ നിങ്ങൾ മിണ്ടാതിരിക്കുന്നതാണ് നല്ലത്. ഒരു പക്ഷേ ഞാനെന്റെ കുറിപ്പുകളിൽ എന്തെങ്കിലും അതിശയോക്തിപരമായി പ്രതിപാദിച്ചിരിക്കും, പക്ഷേ എനിക്ക് തെറ്റുപറ്റിയിട്ടില്ല. ഗെയ്ഗർ ബുദ്ധിയും വിവേകവുമുള്ള ആളാണ്. സാമൂഹികധർമ്മങ്ങളിൽ വിശ്വസി ക്കുന്നു. അയാളുടെ പ്രസ്താവനകളിൽ അത്തരം ധർമ്മങ്ങൾ പ്രതിഫലി ക്കുന്നത് വിരളമല്ല. ഞാൻ മനസ്സിലാക്കിയിടത്തോളം ഗെയ്ഗർക്ക് അക്കാര്യങ്ങളിൽ നല്ല അറിവുണ്ട്. അക്കാര്യങ്ങൾ അയാൾ വളരെ അശ്രദ്ധമായി പ്രതിപാദിക്കുമെങ്കിലും അയാളുടെ മനസ്സിൽ അതിന് ഉന്നതമായ സ്ഥാനമാണുള്ളത്.

അയാൾക്ക് മനസ്സിലാകാത്ത കാര്യം യാഥാർത്ഥ്യത്തിന്റെ വശ്യത ചോർന്നുപോകുകയും അത് ബാഷ്പീകരിക്കാൻ തുടങ്ങുകയും ചെയ്യും. ശൈലികൾ അവശേഷിക്കുകയും ഒരാൾ പ്രതീക്ഷിച്ചതിനുപരിയായി അത് പ്രയോഗിക്കപ്പെടുകയും ചെയ്യും. ഉദാഹരണത്തിന് എന്റെ കാലത്ത് സമാധാനം ജനങ്ങൾക്കും കൃഷിഭൂമി കർഷകനും എന്ന ഒരു ചൊല്ലുണ്ടാ യിരുന്നു. എന്നിട്ടെന്തായി? സമാധാനത്തിനുപകരം ലഭിച്ചത് ആഭ്യന്തര യുദ്ധമായിരുന്നു. കൃഷിഭൂമിക്കുപകരം കാർഷികോല്പന്നങ്ങൾക്കുവേണ്ടി യുള്ള ആജ്ഞാപത്രങ്ങളും പിന്നിട്ട് കൂട്ടുകൃഷിക്കളങ്ങളുമാണ് ഉണ്ടായത്. ഗെയ്ഗർ അക്കാലത്ത് ജീവിച്ചിരുന്നെങ്കിൽപോലും ഇക്കാര്യം സ്വപ്നം

കാണാൻ പോലും അയാൾക്കോ മറ്റാർക്കെങ്കിലുമോ കഴിയുമായിരുന്നില്ല. യാഥാർത്ഥ്യത്തെക്കുറിച്ചുള്ള തന്റെ മുദ്രാവാക്യങ്ങൾ അയാൾ എപ്രകാരം സ്വീകരിക്കുമായിരുന്നു?

അല്ലെങ്കിൽ പ്രായോഗിക പരിജ്ഞാനത്തെക്കുറിച്ചുള്ള അയാളുടെ അവലോകനങ്ങൾ ഞാനതിനെക്കുറിച്ച് ചിന്തിക്കുകയായിരുന്നു. ഒരുപക്ഷേ ആഘാതങ്ങളിൽനിന്നും എന്തെങ്കിലും തരത്തിലുള്ള പ്രായോഗിക പരിജ്ഞാനം ലഭിച്ചേക്കാം. പക്ഷേ അതത്ര പ്രാധാന്യമുള്ളതല്ല എന്നതാണ് എന്റെ തുടർന്നുള്ള ചിന്ത. എന്റെ കുട്ടിക്കാലത്ത് പള്ളികളിൽ ഞാൻ മരിച്ചവരെ കണ്ടിട്ടുണ്ട്. അതും ഒരു ആഘാതമായിരുന്നു. പക്ഷേ അവർ മരണഭയം എന്നിൽ സൃഷ്ടിച്ചില്ല എന്നു ഞാൻ ഓർമ്മിക്കുന്നു. ഞാനവരെ വിശദമായി പരിശോധിക്കുകയും അവരെ തൊട്ടുനോക്കാൻ പോലും മടികാട്ടിയിരുന്നില്ല. ഒരിക്കൽ ഒരു കിഴവന്റെ നെറ്റിയിൽ ഞാൻ തലോടി. അയാളുടെ നെറ്റി തണുത്തതും പരുപരുപ്പുള്ളതുമായിരുന്നു. എന്റെ അമ്മ എന്റെ നേരെ പാഞ്ഞുവരുകയും എന്നെ പിടിച്ചുമാറ്റാൻ ശ്രമിക്കുകയും ചെയ്തു. പക്ഷേ എന്തിനാണെന്ന് എനിക്ക് മനസ്സിലായില്ല.

വർഷങ്ങൾക്കുശേഷം എനിക്ക് പക്വത വന്നപ്പോൾ മാത്രമാണ് മരണം എന്താണെന്ന് ഞാൻ അറിഞ്ഞതും അതിന്റെ ഭീകരത അറിഞ്ഞതും. മരിച്ചവരുമായി ഞാൻ കണ്ടുമുട്ടിയതിന്റെ ഫലമായിരുന്നില്ല അത്. എന്റെ ആന്തരിക വളർച്ചയുടെ യുക്തികൊണ്ടാണ് മരണത്തെ ഞാൻ കണ്ടുപിടിച്ചത്.

ശനിയാഴ്ച (ഗെയ്ഗർ)

പ്രായോഗിക പരിജ്ഞാനം എന്ന വിഷയം ഞങ്ങളുടെ ഇന്നക്കെഞ്ചിയെ വളരെ ഗൗരവമായി സ്വാധീനിച്ചു. അതിനെക്കുറിച്ച് മറ്റൊരു സംഭാഷണം കൂടി ഞങ്ങൾ തമ്മിൽ ഉണ്ടായി. ക്യാമ്പിലെ പീഡനങ്ങളല്ല തന്നെ സൃഷ്ടിച്ചതെന്ന് ഇന്നക്കെഞ്ചി പറഞ്ഞു. തികച്ചും മറ്റുള്ള കാര്യങ്ങളാണ്. ഉദാഹരണത്തിന് സിവിർസ്കയയിലെ ചീവീടുകളുടെ തുളഞ്ഞുകയറുന്ന ശബ്ദം. തിളച്ചുമറിയുന്ന ഒരു സമോവാറിന്റെ ഗന്ധം.

അതും പരിഗണിക്കപ്പെടുന്ന കാര്യമാണെന്ന് ഞാനയാളെ പറഞ്ഞു മനസ്സിലാക്കാൻ തുനിഞ്ഞു. ആത്യന്തികമായി എല്ലാ പ്രക്രിയകളും ഏതെങ്കിലും ഒരു പശ്ചാത്തലത്തിലാണ് സംഭവിക്കുന്നത്. അയാൾ കൈവീശി എതിർത്തു. ചീവിടുകളുടെ ശബ്ദമാണ് പ്രധാന പ്രകിയ. സമോവാറിന്റെ ഗന്ധവും.

“ശരി ഞാൻ ചോദിക്കുന്നു ചരിത്രം എന്നത് സംഭവങ്ങളുടെ കണ്ണികളാണ് എന്ന് സമ്മതിക്കുന്നുവോ?”

“സമ്മതിക്കുന്നു.” ഇന്നക്കെഞ്ചി പറഞ്ഞു.

“ഇവിടത്തെ ചോദ്യം എന്തിനെയാണ് സംഭവം എന്ന് കരുതാവുന്നത് എന്നതാണ്.”

ഇന്നക്കെഞ്ചിയെ സംബന്ധിച്ചിടത്തോളം ചരിത്രം വെറും ബാഹ്യമായ

കാലമല്ല. ചരിത്രത്തിൽ അടങ്ങിയിരിക്കുന്ന സംഭവങ്ങളുടെ പ്രത്യേകതകളല്ല പ്രതിഭാസങ്ങളുടെ പ്രത്യേകതകളാണ് കണക്കാക്കേണ്ടത്.

വിസ്തൃതമായ ഈ ലോകത്ത് സംഭവിക്കുന്ന എന്തു സംഗതിയും അതിന് കാരണമാകുന്ന ചീവിടും സമോവാർ എന്നിവയുൾപ്പെടെ ചരിത്ര സംഭവമാകുന്നു. എന്തുകൊണ്ട്? എന്തുകൊണ്ടെന്നാൽ നിശ്ചലമാകുമ്പോൾ അവ രണ്ടും ശാന്തിയും സമാധാനവും പ്രദാനം ചെയ്യുന്നു. അതിലാണ് അവയുടെ ചരിത്രപരമായ ദൗത്യം കുടികൊള്ളുന്നത്.

തിങ്കളാഴ്ച (നാസ്ച്യ)

ദിവസം ആരംഭിച്ചത് ദുഃഖത്തോടെയായിരുന്നു. ഞങ്ങളുടെ വാടകക്കാരാകാൻ വന്നയാളുകൾ എന്നെ വിളിച്ച് അവർ പിൻവാങ്ങുന്നതായി അറിയിച്ചു. കാരണമെന്താണെന്ന് ഞാൻ ചോദിച്ചു. വ്യക്തിപരമാണെന്ന് അവർ മറുപടി പറഞ്ഞു. ഞാൻ വിവരം പ്ലത്തോനവിനെ അറിയിച്ചു. അദ്ദേഹം അതിനോട് തണുത്ത സമീപനം പുലർത്തി. എനിക്ക് ദുഃഖം തോന്നി. വളരെ അന്വേഷണങ്ങൾക്കൊടുവിലാണ് എനിക്ക് കുട്ടികളില്ലാത്ത ഒരു ദമ്പതികളെ കണ്ടുപിടിക്കാൻ കഴിഞ്ഞത്. ഇപ്പോഴിതാ അതിങ്ങനെയും ആയിത്തീർന്നു. വീണ്ടും എല്ലാം പുനരാരംഭിക്കണം. ഭാഗ്യമില്ല. ഞാൻ കരുതി. ഇവിടെ പ്ലത്തോനവിന്റെ ചെറുപ്പകാലത്തെ ഒരു പദ്യശകലം എനിക്ക് ഓർമ്മവന്നു. കടലിന്റെ അടിത്തട്ടിൽ മനുഷ്യന്റെ സന്തോഷം തേടിപ്പോകുന്ന ഒരു ആസ്ത്രേലിയക്കാരനെക്കുറിച്ചായിരുന്നു അത്. അങ്ങനെയുള്ളവരെയാണ് നമുക്ക് ആവശ്യം.

ഇന്ന് വൈകുന്നേരം ഞങ്ങൾ ആസ്ത്രേലിയൻ കോൺസുലേറ്റിൽ ഒരു സ്വീകരണത്തിന് പോയിരുന്നു എന്നത് രസകരമായി തോന്നുന്നു. ഒരു വിദേശരാജ്യത്തിന്റെ സ്വീകരണത്തിന് ഞാൻ പോയത് ആദ്യമായാണ്. വളരെ ആഹ്ലാദകരമായിരുന്നു. ആദ്യം ആസ്ത്രേലിയൻ കോൺസുൽ പ്രത്യക്ഷപ്പെടുകയും എല്ലാവരേയും സ്വാഗതം ചെയ്യുകയും ചെയ്തു. ആസ്ത്രേലിയക്കാരനല്ലാത്ത ഏതോ ഒരാൾ പിന്നീട് പ്രസംഗിച്ചു. സെർബിയയിൽ ബോംബിടേണ്ടതിന്റെ ആവശ്യകതയെക്കുറിച്ച് അയാൾ വിവരിക്കാൻ തുടങ്ങി. ആരും അത് പ്രതീക്ഷിച്ചിരുന്നില്ല. ഏറ്റവും രസകരമായ കാര്യം ഒരു കളിപ്പാട്ടത്തിന്റേതുപോലെ തുറിച്ച കണ്ണുകളായിരുന്നു അയാൾക്കുണ്ടായിരുന്നത് എന്നായിരുന്നു. അയാളുടെ പ്രസംഗമാകട്ടെ പ്ലത്തോനവിന്റെ കവിതാശകലം വായിക്കുന്നതുപോലെയായിരുന്നു. അതുകഴിഞ്ഞ് ബുഫെ ഡിന്നറുണ്ടായിരുന്നു. എന്റെ പ്ലത്തോനവിന്റെ അടുത്തേക്ക് ധാരാളം ആളുകൾ വരുകയും അദ്ദേഹത്തിന്റെ പുരുഷത്വത്തെ അഭിനന്ദിക്കുകയും ചെയ്തു. അദ്ദേഹം ഉപചാരപൂർവ്വം അവർക്കൊക്കെ നന്ദിപറഞ്ഞു. അദ്ദേഹത്തിന് മറ്റൊരു വഴിയും ഉണ്ടായിരുന്നില്ല എന്നു പറഞ്ഞു. എന്റെ സഹയാത്രികനിൽ ഞാൻ അഭിമാനം കൊണ്ടു. എന്തിനാണ് അവർ കോൺസുലേറ്റിലേക്ക് അദ്ദേഹത്തെ വിളിച്ചതെന്ന് ഞങ്ങൾക്ക് മനസ്സിലായില്ല. ഒരുപക്ഷേ ധൈര്യമുള്ള ആളുകളെ അവർ ക്ഷണിച്ചതായിരിക്കാം.

ചൊവ്വാഴ്ച (ഗെയ്ഗർ)

ഇന്നക്കെഞ്ചിക്ക് വ്യത്യാസം സംഭവിച്ചിട്ടുണ്ട്. അയാളുടെ കാലത്ത് ഇല്ലാതിരുന്ന ഒന്നിനെക്കുറിച്ചും അയാളിപ്പോൾ ഭയക്കുന്നില്ല. ഇപ്പോഴത്തെ കാലവും അയാൾക്ക് സ്വന്തമായി. അതിൽ അയാൾ നന്നായി ആമഗ്ന നായി ജീവിച്ചു.

ഉറച്ച വിശ്വാസത്തോടെയല്ലെങ്കിലും അയാൾ ശാന്തനായി അവിടെ പിടിച്ചുതൂങ്ങിക്കിടന്നു. വിശിഷ്ടവ്യക്തിയെന്ന തന്റെ വേഷവുമായി അയാൾ പൊരുത്തപ്പെട്ടു.

ആളുകൾ അയാളെ എല്ലായിടത്തേക്കും ക്ഷണിച്ചു. അയാളെ എല്ലാ യിടത്തും സന്തോഷത്തോടെ സ്വീകരിക്കപ്പെട്ടു. അയാൾ ടെലിഫോണിൽ ഉത്തരം പറയുന്നത് ഞാൻ കേട്ടു. "നന്ദി" "എനിക്കെന്റെ കലണ്ടറിൽ ഒന്നു നോക്കണം." ഇന്നക്കെഞ്ചിക്ക് ശരിക്കും ഒരു കലണ്ടറുണ്ട്. അത് നാസ്ച്യയാണ്.

അവൾക്കും അത്തരം ജീവിതം വളരെ ഇഷ്ടമായി. നാസ്ച്യ ഏഴാം സ്വർഗ്ഗത്തിലാണ്. അവളുടെ വികാരങ്ങൾ അവൾ മറച്ചുവെയ്ക്കാറില്ല. അവൾ വളരെ സന്തോഷവതിയായിരുന്നു. തന്റെ ഗർഭത്തെക്കുറിച്ച് ഓർമ്മിക്കുമ്പോൾ അവളിൽ ഒരു തളർന്ന ഭാവം ദൃശ്യമാകും. പക്ഷേ അപ്പോഴും അവൾ സന്തോഷത്താൽ മിന്നിത്തിളങ്ങും.

ഞാനതിൽ സന്തോഷവാനാണ്. അത്തരം ഗുണകരമായ ഒരു ഉറവിടം കണ്ടെത്താൻ പ്രയാസമാണ്. എന്റെ രോഗിക്ക് അത് വളരെ അത്യാവശ്യമാണ്.

വ്യാഴാഴ്ച (ഇന്നക്കെഞ്ചി)

എന്റെ സളവ്യെത്സ്കി വർഷങ്ങളിലെ മനുഷ്യത്വമുള്ള ഒരേയൊരു സമയം ആൽസറിലെ ദിനങ്ങളായിരുന്നു. അത് ഏറ്റവും സൗഭാഗ്യകര മായ സമയമായിരുന്നുവെന്ന് പറയാനാവില്ല. കാരണം, എന്റെ ശാരീരിക സമ്പുഷ്ടി എന്നെ പിരിഞ്ഞുപോകാനുള്ള ദിനത്തിലേക്ക് അടുപ്പിക്കുക യായിരുന്നു. പരീക്ഷണത്തിന്റെ ഫലത്തെക്കുറിച്ച് ഞാനോ പരീക്ഷണ വിധേയരാക്കപ്പെട്ട മറ്റാരെങ്കിലുമോ യാതൊരു മിഥ്യാധാരണയുംവെച്ചു പുലർത്തിയിരുന്നില്ല. ഞങ്ങളുടെ സമയം നീട്ടിക്കിട്ടുന്നതിനായി ചെയ്യാ വുന്നതൊക്കെ മുറോംത്സ്യേവ് ചെയ്തിരുന്നു. പൊലിഞ്ഞുപോകുന്ന ഒരു ജീവിതവുമായി താരതമ്യപ്പെടുത്തുമ്പോൾ നീട്ടിക്കിട്ടുന്ന രണ്ടു മൂന്നാഴ്ചകൾക്ക് എന്തർത്ഥമാണുള്ളത്?

കൊല്ലാൻവേണ്ടി തീറ്റിപ്പോറ്റുന്ന വളർത്തുമൃഗങ്ങളെപ്പോലെ ഞങ്ങൾക്ക് തോന്നി. ഒരു വ്യത്യാസം മാത്രം – കൊല്ലുമെന്ന് മൃഗങ്ങൾക്ക് അറിയില്ലായിരുന്നു. ഞങ്ങൾക്ക് അതറിയാം. സത്യത്തിൽ ഞങ്ങളുടെ ജീവിതത്തിൽ മൃഗതുല്യമായ എന്തോ ഉണ്ടായിരുന്നു. ദുഃഖിക്കാൻ കഴി യാത്തവിധം ഒരാൾക്ക് ബുദ്ധിമാന്ദ്യം സംഭവിക്കുന്നതുപോലെയായിരുന്നു അത്. വെള്ളത്തിൽ ദീർഘനേരം മുക്കിപ്പിടിച്ചിട്ട് സ്വതന്ത്രമാക്കുമ്പോൾ

വരുംവരായ്കകളെക്കുറിച്ച് ആലോചിക്കാതെ വായിൽക്കൂടി ശ്വാസം ആഞ്ഞുവലിക്കുന്നതുപോലെയായിരുന്നു അത്. ശ്വസിക്കാൻ കഴിയുന്നു എന്ന ഒറ്റക്കാരണത്താൽ സന്തോഷിക്കുക.

പരീക്ഷണവിധേയരാക്കപ്പെട്ടവരുടെ പൂർണ്ണമായ യാത്രാസ്വാതന്ത്ര്യത്തിനുവേണ്ടി മുറോംത്സ്യേവ് പരാതി നല്കി. ദ്വീപിനുള്ളിൽ പരിധിയില്ലാത്ത യാത്രയ്ക്ക് അനുമതി ലഭിച്ചു. പ്രാതലിനുശേഷം (വയറുനിറയുന്ന പ്രാതലായിരുന്നു) ഞാൻ നടക്കാനിറങ്ങും. ഇറക്കം കുറഞ്ഞ ആട്ടിൻരോമക്കുപ്പായവും കരടിരോമത്തൊപ്പിയും ഓഫീസർ ബൂട്ടും ധരിച്ച് ഞാൻ നടന്നു. വഴിയിൽ പാതിവസ്ത്രം ധരിച്ച തടവുകാർ വീൽബാരൊയും ഉന്തിവരുന്നത് ഞാൻ കണ്ടു. ഞാനും അടുത്ത കാലം വരെ അങ്ങനെയായിരുന്നു നടന്നിരുന്നത്. അവർ നിശ്ശബ്ദരായി കണ്ണുകളാൽ എന്നോട് യാത്ര ചോദിച്ചു. പരീക്ഷണവിധേയരാക്കപ്പെട്ടവരുമായി സംസാരിക്കുന്നത് കഠിനമായി നിരോധിച്ചിരുന്നു. ഞാൻ കടലിലേക്ക് ഇറങ്ങുകയും തീരത്തുകൂടി നടക്കുകയും ചെയ്തു.

ദ്വീപിന്റെ മദ്ധ്യഭാഗത്ത് കാടിന്റെയുള്ളിൽ മഞ്ഞുവീണു കിടന്നിരുന്നുവെങ്കിലും കടൽത്തീരത്ത് മഞ്ഞുണ്ടായിരുന്നില്ല. ഇടയ്ക്കിടയ്ക്ക് കുറ്റിക്കാടുകളിൽ മഞ്ഞിന്റെ സാന്നിദ്ധ്യം വിളിച്ചറിയിക്കുന്ന അടയാളങ്ങൾ ഉണ്ടായിരുന്നുവെങ്കിലും അത് മണലുമായി കൂടിക്കുഴഞ്ഞ് അവ്യക്തമായി മാറിയിരുന്നു. ആൻസറിന്റെ തീരങ്ങളിൽ ആശ്ചര്യജനകമായ മണൽത്തീരമായിരുന്നു ഉണ്ടായിരുന്നത്. ബൂട്ടുകളിട്ടിരുന്നിട്ടും മണലിന്റെ മാർദ്ദവം എനിക്ക് അനുഭവപ്പെട്ടു. ഏതോ ദക്ഷിണ ഭാഗത്താണ് ഞാൻ എത്തിയിരിക്കുന്നതെന്ന് സങ്കല്പിച്ചു. വേനൽക്കാലത്തു ധരിക്കുന്ന ബക്കറ്റ് തൊപ്പിയുടെ നനഞ്ഞ അരികും വിയർപ്പൊഴുകുന്ന തള്ളവിരലുകൾക്കിടയിൽ മണ്ണിന്റെ കിരുകിരുപ്പും എനിക്ക് അനുഭവപ്പെട്ടു.

ഞാൻ വെള്ളത്തിലേക്ക് നോക്കാതിരിക്കാൻ ശ്രമിച്ചു. കാരണം, വെള്ളം വേനൽക്കാലത്തേതായിരുന്നില്ല. കടലിനു മുകളിൽ ആകാശനീലിമ ഉണ്ടായിരുന്നില്ല. അതുകൊണ്ട് കടലിന് ചേരുന്ന നിറം എവിടെനിന്നും കടമെടുക്കാൻ കഴിയുമായിരുന്നില്ല. എന്നാൽ മണലിന് തികച്ചും വേനൽക്കാലത്തിന്റെ ഭാവമായിരുന്നു. സത്യത്തിൽ മണലിന് തണുപ്പുണ്ടായിരുന്നു. പക്ഷേ, ഞാനതിനെ സ്പർശിച്ചില്ല.

ഞാനിപ്പോൾ ശൂന്യാകാശത്തെക്കുറിച്ച് വായിക്കുകയാണ്. ആദ്യമായി അവിടെ പോയത് നായകളാണെന്നത് രസകരമായിരിക്കുന്നു.

വെള്ളിയാഴ്ച (ഗെയ്ഗർ)

ശീതീകരിച്ച ആഹാരസാധനങ്ങൾ വില്ക്കുന്ന കമ്പനിയുമായി ഇന്ന് ഇന്നക്കെഞ്ചി പരസ്യത്തിന്റെ കാര്യത്തിൽ ധാരണാപത്രം ഒപ്പുവെച്ചു. ഫോൺ ചെയ്തവർ നാസ്ച്യയുമായി സംസാരിച്ചതിൽനിന്നാണ് അത് ഉരുത്തിരിഞ്ഞത്.

എന്നൊ ഒരിക്കൽ അവർ അയാളെ വിളിച്ചിരുന്നെന്ന് ഇന്നക്കെഞ്ചി

എന്നോട് പറഞ്ഞിരുന്നു. അയാൾ ഫോൺ വെച്ചുകളഞ്ഞു. ഒരുപക്ഷേ ഞാനും റിസീവർ താഴെവെച്ച് ബന്ധം വിഛേദിക്കുമായിരുന്നു.

പക്ഷേ നാസ്ച്യ അപ്രകാരം ബന്ധം വിഛേദിച്ചില്ല. അവരുമായി വ്യാപാരസംബന്ധമായ രീതിയിൽ തന്നെ അവൾ സംസാരിച്ചു. പ്രതിഫലം എത്രയാണെന്ന് അവൾ മനസ്സിലാക്കുകയും താത്പര്യം കാണിക്കുകയും ചെയ്തു.

ഒരു തരത്തിൽ അവൾ ചെയ്തത് ശരിയായ കാര്യമാണ്. ഇന്നക്കെഞ്ചിയെ സംരക്ഷിക്കുന്നതിനായി ഗവൺമെന്റ് അനുവദിച്ച തുക പല കാര്യങ്ങൾക്കും തികയാതെ വന്നു. അത് കൃത്യമായി ലഭിക്കാതെയുമായി. എനിക്ക് ഹോസ്പിറ്റലിൽ പ്രതിഫലം വാങ്ങുന്ന കൺസൽട്ടേഷൻ കൊടുക്കേണ്ടതായി വന്നു. അത് അത്ര നിയമാനുസൃതമല്ല. എന്നാൽ അതിൽനിന്നുള്ള വരവ് നമ്മുടെ രോഗിയെ സംരക്ഷിക്കാനാണ് ഉപയോഗിച്ചിരുന്നത്.

ധാരണാപത്രം ഒപ്പിട്ട കാര്യം എന്നോടുപറഞ്ഞത് നാസ്ച്യയായിരുന്നു. അല്പം അഹങ്കാരത്തോടെയാണ് അവൾ പറഞ്ഞത്. ഇന്നക്കെഞ്ചി അതിനെക്കുറിച്ച് ഒന്നും പ്രതികരിച്ചില്ല. അയാൾക്ക് അത് എന്തെങ്കിലും അരോചകമായി തോന്നിയിരിക്കുമോ?

ശീതീകരിച്ച സാധനങ്ങൾ വില്ക്കുന്ന കമ്പനിയുമായുള്ള ധാരണാപത്രം തുടരുകയാണെങ്കിൽ ഒരുപക്ഷേ ഒ.പി. കൺസൽട്ടേഷൻ എനിക്ക് ഒഴിവാക്കാൻ കഴിഞ്ഞേനേ.

വെള്ളിയാഴ്ച (ഇന്നക്കെഞ്ചി)

നാസ്ച്യയ്ക്ക് എന്തൊക്കെയോ വ്യത്യാസങ്ങൾ സംഭവിച്ചിട്ടുണ്ട്. അനസ്താസ്യ മരിക്കുന്നതിനുമുൻപുള്ള സമയത്തെ അപേക്ഷിച്ച് അവൾ മറ്റൊരാളായി മാറിയിട്ടുണ്ട്. ഓരോ ദിവസവും ഞാനൊരു പുതിയ നാസ്ച്യയെയാണ് കാണുന്നത്. അതെനിക്ക് വലിയ സംതൃപ്തി പ്രദാനം ചെയ്യുന്നു.

ഏതു കാര്യത്തിലാണ് അവൾക്ക് അനസ്താസ്യയുമായി സാദൃശ്യമുള്ളത്?

ശനിയാഴ്ച (നാസ്ച്യ)

അടുത്തയാഴ്ച ന്യൂസ് ഏജൻസിയിൽ ഒരു വലിയ പ്രസ്കോൺഫറൻസ് പ്ലാൻ ചെയ്തിട്ടുണ്ട്. ആദ്യം ഞാൻ കരുതിയത് അത് ഏജൻസിയുടെ സംരംഭമായിരിക്കുമെന്നാണ്. പക്ഷേ ഏതോ പച്ചക്കറി കമ്പനി പ്രോഗ്രാമിന്റെ ചെലവ് വഹിച്ചോളാമെന്ന് ഏറ്റിട്ടുള്ളതായി ഏജൻസി അറിയിച്ചു. പ്ലത്തോനവ് പരസ്യത്തിനായി സമ്മതിച്ച കമ്പനി തന്നെയായിരുന്നു അതെന്നതിനാലാണ് വളരെ അത്ഭുതകരമായ ഒരു ഏകീഭാവം അനുഭവപ്പെട്ടത്. ഞാൻ വളരെ ജിജ്ഞാസുവായി! പച്ചക്കറിക്കച്ചവടക്കാർ തങ്ങളുടെ ക്യാബേജ് മാത്രമല്ല പരസ്യപ്പെടുത്തുന്നത്. ക്യാബേജിനെ

പരസ്യപ്പെടുത്തുന്നയാളെക്കൂടി പരസ്യപ്പെടുത്തുകയാണ്. എല്ലാം വളരെ കൃത്യമായി ചിന്തിച്ചുറപ്പിച്ചിരുന്നു.

സന്ദർഭവശാൽ എന്റെ പ്ലത്തോനവ് ധാരണാപത്രം ഒപ്പിട്ടിരുന്നത് നിരവധി ക്ലിപ്പുകൾ എടുക്കാനായിരുന്നു. ഒപ്പിട്ടതിനുശേഷം ആദ്യത്തെ ക്ലിപ്പെടുക്കാനായി അദ്ദേഹത്തെ ഒരു സ്റ്റുഡിയോയിൽ കൊണ്ടുപോയി. ഷൂട്ടിംഗിന് ചേർന്ന വസ്ത്രമല്ല താൻ ധരിച്ചിട്ടുള്ളതെന്ന് പറഞ്ഞ് അയാൾ ദുർബലമായി തിരസ്കരിക്കാൻ ശ്രമിച്ചപ്പോൾ അവർ പറഞ്ഞു നേരെ വിപരീതമായി വസ്ത്രം ഊരുകയാണ് വേണ്ടതെന്ന്. ഞാനദ്ദേഹത്തിന്റെ ചെവിയിൽ മന്ത്രിച്ചു. വിഷമിക്കേണ്ട കാര്യമൊന്നുമില്ല. അടിവസ്ത്രം നല്ല വൃത്തിയുള്ളതാണല്ലോ എന്ന്. അതുകൊണ്ടുമാത്രം അയാൾക്ക് സമാധാനിക്കാൻ കഴിഞ്ഞില്ല.

സ്റ്റുഡിയോയിൽ എത്തി. ഏതോ പ്രത്യേക തരം വസ്തുകൊണ്ട് നിർമ്മിക്കപ്പെട്ട ഒരു വലിയ പാത്രം അവിടെ ഉണ്ടായിരുന്നു. വെള്ളിത്തിളക്കമുള്ള ആ പാത്രത്തിൽ നൂറുകണക്കിന് പോളീഷുചെയ്ത തറയാണികൾ ഉണ്ടായിരുന്നു. ഒരു ജലസംഭരണിപോലെ തോന്നിയ ആ പാത്രത്തിന്റെ വക്കിൽ പശയിൽമുക്കിയ പഞ്ഞി ഒട്ടിച്ചിരുന്നു. അത് തണുത്ത് മരവിച്ചിരിക്കുകയാണെന്ന് തോന്നുമായിരുന്നു. ദ്രവരൂപത്തിലുള്ള നൈട്രജനെ അനുകരിച്ചുകൊണ്ട് എന്തോ വാതകം പാത്രത്തിൽ നിന്നും പുറത്തേക്ക് പ്രവഹിക്കുന്നുണ്ടായിരുന്നു. പാത്രത്തിനുപുറത്ത് തറയിൽ വാതകം പല അടുക്കുകളിലുള്ള മൃദുരോമങ്ങൾപോലെ കാണപ്പെട്ടു. പ്ലത്തോനവിനെ വസ്ത്രങ്ങളഴിച്ച് അടിവസ്ത്രം മാത്രമണിയിച്ചുകൊണ്ട് പാത്രത്തിൽ നട്ടുമുളപ്പിക്കുന്നു. ശരിക്കും അയാളുടെ തലയും തോളുകളും മാത്രമേ കാണാനാവൂ. ഫ്രെയിമിൽ കേന്ദ്രീകരിച്ചുകൊണ്ട് പ്ലത്തോനവിനോട് ചോദിക്കുന്നു.

“നിരവധി ദശവർഷങ്ങൾ ഇങ്ങനെ കഴിയാൻ നിങ്ങളെ സഹായിച്ചതെന്താണ്?”

അയാൾ ഒരു പാക്കറ്റ് ശീതീകരിച്ച പച്ചക്കറി തന്റെ തലയ്ക്കുമീതെ ഉയർത്തിപ്പിടിച്ചുകൊണ്ട് പറഞ്ഞു, “ഇതാ ഇതാണ്” സ്റ്റുഡിയോ മുഴുവൻ ചിരി നിറഞ്ഞു. എനിക്ക് വല്ലാത്ത സങ്കടം തോന്നി.

ഞായറാഴ്ച (ഗെയ്ഗർ)

പരസ്യചിത്രത്തിന്റെ ഷൂട്ടിംഗിനെക്കുറിച്ച് ഇന്നക്കെഞ്ചിയും നാസ്ച്യയും എനിക്ക് വിവരിച്ചുതന്നു.

ഒരു വശം നോക്കിയാൽ സംഗതി രസകരമാണ്. മറ്റൊരുവശത്ത് ഇന്നക്കെഞ്ചിയുടെ ജീവിതത്തിലെ ദുഃഖപൂർണ്ണമായ അവസ്ഥയെ അപമാനിക്കുന്നതുപോലെയാണ് തോന്നിയത്. ഒന്നാമതായി അയാളുടെ കണ്ണുകളിലെ ഭാവം അത് വ്യക്തമാക്കി.

അയാൾ ഒരു പാത്രത്തിൽ നിരവധി ദശവർഷങ്ങൾ വെറുതെ

കിടക്കുകയായിരുന്നു. അയാൾ ഒരു കുന്തവും ചെയ്യാതെ ശീതീകരിച്ച പച്ചക്കറി തിന്ന് കഴിയുകയായിരുന്നു.

എത്ര സംസ്കാരശൂന്യമായ വിവരണമാണ്!

ഭയങ്കരം!

തിങ്കളാഴ്ച (ഇന്നക്കെഞ്ചി)

രണ്ടു ദിവസം മുൻപ് എന്നെ ഒരു പരസ്യക്കമ്പനി ചിത്രീകരിച്ചു. നിരവധി അത്തരം ക്ലിപ്പുകളെടുക്കാൻ നാസ്ച്യ അവരുമായി കരാറു ചെയ്തിരുന്നു. അവിശ്വസനീയമായ വിഡ്ഢിത്തമാണ്. അതിനെക്കുറിച്ച് പറയാൻതന്നെ നാണമാകുന്നു. പക്ഷേ ബുദ്ധിക്കു നിരക്കാത്ത പ്രതിഫലമാണ് തരുന്നത്. ഇത്രയും പണം ലഭിക്കുമെന്ന് ഞാനൊരിക്കലും കരുതിയില്ല.

എന്നെ അറസ്റ്റു ചെയ്തതിനുശേഷം രാജ്യത്ത് എന്താണ് സംഭവിച്ചതെന്ന് ഞാനിപ്പോൾ വായിച്ചറിയുന്നു. രാജ്യം മുഴുവനായി തടവുകാരുടെ ക്യാമ്പുകളായി പരിണമിച്ചു എന്നാണ് എഴുത്തുകാർ എഴുതുന്നത്. അക്കാലത്ത് പുതുതായി വന്നുചേർന്ന തടവുകാരിൽനിന്നും തലസ്ഥാനവുമായി ബന്ധം പുലർത്തിയിരുന്ന മുറോംത്സ്യേവിൽനിന്നും ചിലതൊക്കെ ഞാൻ കേട്ടറിഞ്ഞിരുന്നു എന്നത് വാസ്തവമാണ്. പക്ഷേ ഭീകരതയുടെ പൂർണ്ണരൂപത്തെക്കുറിച്ച് ഞാൻ സങ്കല്പിച്ചിരുന്നില്ല.

മുറോംത്സ്യേവ്. അയാൾ സത്യസന്ധനും ജാഗ്രത കുറഞ്ഞയാളുമായിരുന്നു. അയാൾ സളോവ്കി കോൺസൺട്രേഷൻ ക്യാമ്പിൽ കഴിഞ്ഞിരുന്നതുകൊണ്ട് മറ്റു കുഴപ്പങ്ങളിൽനിന്നും രക്ഷപ്പെട്ടു എന്നാണ് കരുതുന്നത്. ചുഴലിക്കാറ്റിന്റെ കേന്ദ്രഭാഗത്ത് നില്ക്കുമ്പോഴും അയാൾ എല്ലാവരേക്കാളും ശാന്തനായിരുന്നു. ഞങ്ങൾ ഒരുമിച്ചു നടക്കാൻ പോകുന്ന സമയത്ത് അദ്ദേഹം എന്നോട് പറഞ്ഞിരുന്ന കാര്യങ്ങൾ പുറത്തെവിടെയെങ്കിലും വെച്ചായിരുന്നെങ്കിൽ മുപ്പതുതവണ അയാളെ വെടിവെച്ചു. കൊല്ലാൻ പര്യാപ്തമായിരുന്നു. എന്നെ ദ്രവരൂപത്തിലുള്ള നൈട്രജനിൽ മുക്കാൻ തയ്യാറാക്കുന്ന സമയത്ത് എന്റെ വിമർശനങ്ങൾ മറ്റുള്ളവരോടു പറയാൻ ഞാൻ മടികാട്ടിയില്ല. എന്റെ വാക്കുകൾ ക്യാമ്പിലെ അധികൃതരുടെ ചെവികളിലെത്തിയെങ്കിലും അവർ ശാന്തരായി അതൊക്കെ കേട്ടു. എന്റെ വിമർശനങ്ങളൊക്കെയും എന്നോടൊപ്പം തണുത്തുമരവിച്ചു പോകുമെന്ന് അവർക്കറിയാമായിരുന്നു. അവരൊരിക്കലും മഞ്ഞുരുകി വെളിയിൽ വരില്ല എന്നും അവർക്കറിയാമായിരുന്നു.

പരീക്ഷണ വിധേയരാക്കപ്പെട്ട മറ്റുള്ളവർ ക്യാമ്പിലെപ്പോലെ ജാഗ്രത പുലർത്തിയത് എന്നെ അത്ഭുതപ്പെടുത്തി. ഒരുപക്ഷേ ഒരു ദിവസം അവർ മഞ്ഞുരുകി ജീവിതത്തിലേക്ക് തിരിച്ചുവരുമെന്നും അക്കാലത്ത് അവരുടെ നേരെ കുറ്റപ്പത്രം ചുമത്തുമെന്നും അവർ ഭയപ്പെട്ടിരിക്കാം. അവരുടെ ഭയം എനിക്ക് ദുസ്സഹമായി തോന്നി. അതിവിദൂരമായ ഭാവിയിൽപോലും ഞങ്ങൾക്കീ ബോൾഷെവിക് നരകത്തിൽനിന്നും മോചനമില്ലേ?

മുറോംത്സ്യേവിന് പ്രത്യേകം ഫ്ളാറ്റുണ്ടായിരുന്നു. ചിലപ്പോൾ അയാൾ എന്നെ അയാളുടെ ഫ്ളാറ്റിലേക്ക് ക്ഷണിക്കുകയും കോഫിയും കൊഗ്ന്യാക്കും നല്കി സത്കരിക്കുകയും ചെയ്തു. അയാളുടെ ചുണ്ടുകൾ കപ്പിൽ സ്പർശിക്കുമ്പോൾ എഴുന്നുനില്ക്കുന്ന അയാളുടെ മേൽമീശ കോഫിയിൽ ആഴ്ന്നുപോകുമായിരുന്നു. ശാസ്ത്രജ്ഞൻ തന്റെ മേൽമീശ പരിപാലിക്കാൻ പ്രത്യേക ശ്രദ്ധ ചെലുത്തിയിരുന്നു എന്ന് വ്യക്തമായിരുന്നു. അയാളുടെ മുഖത്തിനെ ഒരു ചെറിയ താടി അലങ്കരിച്ചിരുന്നു. വട്ടക്കണ്ണട അപാരമായി തിളങ്ങി കാണപ്പെട്ടു. എങ്കിലും ഏറ്റവും മനോഹരമായിരുന്നത് അയാളുടെ മേൽമീശയായിരുന്നു. ആ മീശയും കോഫിയും കൊഗ്ന്യാക്കും പ്രതീക്ഷയുണർത്തുന്നതായിരുന്നു. അത്തരം ആളുകളുടെ നിലനില്പ് സാധാരണ ജീവിതം എന്നെങ്കിലും തിരിച്ചുവരും എന്ന പ്രതീക്ഷയുണർത്തുന്നതായിരുന്നു.

ഞങ്ങളുടെ കൂടിക്കാഴ്ചയിൽ ഒരിക്കൽ മുറോംത്സ്യേവ് പറഞ്ഞു.

“ഉടനെതന്നെ ശരിയായ ഭീകരാവസ്ഥ തുടങ്ങും.”

“അതെന്താ?” ഞാൻ ചോദിച്ചു. “ഇപ്പോഴത്തേത് ഭീകരാവസ്ഥയല്ല എന്നുണ്ടോ?”

“വിരോധാഭാസം വ്യർത്ഥമാണ്. ഭീകരാവസ്ഥയ്ക്ക് രണ്ടു കാര്യങ്ങളാണ് ആവശ്യമായിട്ടുള്ളത്. സമൂഹത്തിന്റെ സന്നദ്ധതയും ആരുടെ നേതൃത്വമാണ് എന്നതുമാണ്. സമൂഹം സന്നദ്ധമാണ്. ഒരു ചെറിയ കാര്യം മാത്രമേ ഇനി വേണ്ടൂ.”

“ആരാണ് നേതൃത്വത്തിൽ വരിക?”

മുറോംത്സ്യേവ് നിശ്ശബ്ദനായി.

“ഏറ്റവും ശക്തനായ ആൾ. നിങ്ങൾക്കറിയാമല്ലോ അയാളെന്നെ ഒരിക്കൽ ഫോണിൽ വിളിച്ചിരുന്നു. അയാളുടെ കരുത്ത് ടെലിഫോണിൽ കൂടിപോലും അനുഭവിക്കാൻ കഴിഞ്ഞു. മൃഗീയമായ കരുത്ത്. മാനുഷികമല്ല.”

ഞാൻ മുറോംത്സ്യേവിനെ വിശ്വസിച്ചു. അയാൾ എലികളുമായി ജോലി ചെയ്തയാളാണ്.

ചൊവ്വാഴ്ച (നാസ്ച്യ)

ഇന്നു രാവിലെ ഷെൽത്ത്ക്കോവ് വിളിച്ചു. ഞാനാണ് ഫോണെടുത്തത്. കൃത്യമായി പറഞ്ഞാൽ അയാളുടെ സഹായിയായ പെൺകുട്ടിയാണ് വിളിച്ചത്. പ്ലത്തോനവ് വീട്ടിലില്ല എന്ന് ഞാൻ ഉത്തരം പറഞ്ഞപ്പോൾ ഷെൽത്ത്ക്കോവ് സംഭാഷണത്തിൽ ഇടപെടുകയായിരുന്നു. പ്ലത്തോനവ് ഇല്ലാത്തതാണ് നല്ലതെന്നു പറഞ്ഞാണ് അയാൾ തുടങ്ങിയത്.

"നിങ്ങളും ഞാനും കൂടി ഒരു ചെറിയ കരാറിൽ ഏർപ്പെടുന്നു. ഒരു ടീപാർട്ടി. നിങ്ങളുടെ ഭർത്താവ് അറിയാതെ. എല്ലാം തയ്യാറാകുമ്പോൾ അദ്ദേഹത്തെ ക്ഷണിക്കാം."

"താങ്കൾ പീറ്റേഴ്സ്ബർഗ്ഗിലുണ്ടോ?"

"നിങ്ങളോ?"

റിസീവറിൽ ഒരു ചിരി ഉയർന്നുകേട്ടു. ഞാനും ചിരിച്ചു. പക്ഷേ ഉപചാരപൂർവ്വമായിരുന്നു ചിരിച്ചത്. വൈകുന്നേരം കാണാം. ഷെൽത്ത്ക്കോവ് മഹാനായ വ്യക്തിയാണ്. ഫലിതപ്രിയനാണ്. ഇടപഴകാൻ എളുപ്പമുള്ളയാളാണ്. സത്യത്തിൽ അത്തരം ഒരു ടീപാർട്ടി ദീർഘനാളായി ഇന്നക്കെഞ്ചി ആഗ്രഹിച്ചിരുന്നതാണ്. അവസാനം അതിനുള്ള അവസരം വന്നുചേർന്നിരിക്കുന്നു. ഒന്നിനും ഭംഗം വരുത്താതെ പെട്ടെന്നായിരുന്നു അത്. ഷെൽത്ത്ക്കോവിനെ ഉയർത്തിക്കാട്ടുന്ന നടപടിയായിരുന്നു. ദൗർബല്യങ്ങളില്ലാത്ത മനുഷ്യരില്ലല്ലോ!

പ്ലത്തോനവും ഞാനും കൂടി ബേക്കറിയിൽനിന്നും വിവിധതരം മധുരപലഹാരങ്ങൾ വാങ്ങി. കൃത്യം ആറുമണിക്ക് വാതിലിൽ കോളിംഗ് ബെൽ മുഴങ്ങി. ഞങ്ങൾ വാതിൽ തുറന്നു. രണ്ട് അംഗരക്ഷകരാണ് ആദ്യം പ്രവേശിച്ചത്. അവരുടെ ചെവികളിൽ വയറുകൾ തൂങ്ങിക്കിടന്നിരുന്നു. അതിനുപിന്നിലായി 'നോർഡ്' ബേക്കറിയിൽനിന്നുള്ള യൂണിഫോം ധരിച്ച് പരിചാരകരാണ് വന്നത്. അതിനു പിന്നിലാണ് ആദരണീയനായ ഷെൽത്ത്ക്കോവ് നടന്നുവന്നത്. ഷെൽത്ത്ക്കോവിനു പിന്നിലായി പത്തോളം ഫോട്ടോഗ്രാഫർമാരും ടി.വി. പ്രതിനിധികളും കടന്നുവന്നു. പിന്നിലായി രണ്ട് അംഗരക്ഷകരും വന്നപ്പോഴാണ് പ്രതിനിധി സംഘം പൂർണ്ണമായത്.

പത്തുമിനിട്ടുകൾ ചായ കുടിച്ചു. രംഗം ഷൂട്ടുചെയ്യുന്നതിനാവശ്യമായ നേരമത്രയും ചായകുടി തുടർന്നു. മനസ്സു തുറന്നുള്ള സത്ക്കാരമൊന്നും ഉണ്ടായിരുന്നില്ല. എല്ലാവരേയും ക്ഷണിക്കേണ്ടതിനുപകരം ഷെൽത്ത്ക്കോവും പ്ലത്തോനവും ഞാനും മാത്രമാണ് മേശയ്ക്കരുകിൽ ചായ കുടിക്കാൻ ഇരുന്നത്. അങ്ങനെയൊരവസ്ഥയിൽ എന്തു മനസ്സു തുറക്കാനാണ്? പ്രതിനിധി സംഘത്തിലെ മറ്റുള്ളവർ എതിർവശത്തുള്ള ചുവരും ചാരി നില്ക്കുകയും ഞങ്ങളുടെ ഫോട്ടോകളും ക്ലിപ്പുകളും എടുക്കുകയും ചിലർ വാക്കിടോക്കികളിൽ സംസാരിക്കുകയും ചെയ്തു. ഞങ്ങൾ ഓരോ കവിൾ ചായ കുടിക്കുകയും മുഴുവനാളുകളും തിക്കിത്തിരക്കി ശബ്ദമുണ്ടാക്കിക്കൊണ്ട് യാത്രയാവുകയും ചെയ്തു. "റഷ്യൻ ഗവണ്മെന്റിൽ നിന്ന്" എന്ന് എഴുതിയിരുന്ന ഒരു വലിയ ചായയുണ്ടാക്കുന്ന പാത്രവും നോർഡ് ബേക്കറിയിൽനിന്നും വാങ്ങിയ മൂന്നു കേക്കുകളും മാത്രം ബാക്കിയായി.

അദ്ദേഹം ഇങ്ങനെയാണോ എല്ലായ്പ്പോഴും ചായ കുടിക്കുന്നത്?

ചൊവ്വാഴ്ച (ഗെയ്ഗർ)

നാസ്ച്യ വിളിച്ചിരുന്നു. ഇന്നു വൈകുന്നേരം അപ്രതീക്ഷിതമായി ഷെൽത്ത്ക്കോവ് അവരുടെ വീടു സന്ദർശിച്ച കാര്യം പറഞ്ഞു.

ഞാനത് അറിഞ്ഞിരുന്നു. ടെലിവിഷനിൽ ഞാൻ കണ്ടിരുന്നു. അതെല്ലാം കാണിച്ചിരുന്നു. ഇന്നക്കെഞ്ചി പ്ലത്തോനവും മരവിപ്പിക്കലിനു വിധേയരായവരുടെ രക്ഷാധികാരിയായ ഷെൽത്ത്ക്കോവും.

നാസ്ച്യ വിളിച്ചത് മധുരപലഹാരങ്ങളും കേക്കും കഴിക്കുന്നതിനു വേണ്ടിയായിരുന്നു. ഷെൽത്ത്ക്കോവിനെക്കുറിച്ച് സംസാരിക്കാനായിരുന്നില്ല. എല്ലാം നല്ല സ്വാദുള്ളതാണ്. തിന്നാൻ ആരുമില്ല. നാളെ ചായ കുടിക്കാൻ വരണമെന്ന് അവൾ പറഞ്ഞു.

"തീർച്ചയായും വരാം."

ബുധനാഴ്ച (ഗെയ്ഗർ)

ഞാൻ ചായ കുടിച്ചു. ഞാൻ ഷെൽത്ത്ക്കോവല്ല. എനിക്ക് അത്ര വേഗത്തിൽ ചായ കുടിക്കാൻ പറ്റില്ല. ഞാൻ വളരെ വൈകുംവരെ രാത്രി 1.30 വരെ അവിടെ ചെലവഴിച്ചു. പിന്നെ ടാക്സി പിടിച്ച് വീട്ടിൽ പോയി. ഞാൻ പ്രതീക്ഷിക്കാതിരുന്നപ്പോൾ ഇന്നക്കെഞ്ചി ഏകാധിപത്യത്തെക്കുറിച്ചും ഭീകരതയെക്കുറിച്ചും ചർച്ച ചെയ്യാൻ തുടങ്ങി. ആളുകൾക്ക് അത് എന്തൊരു ദൗർഭാഗ്യമാണെന്ന് അയാൾ പറഞ്ഞു. (നാസ്ച്യ നിശ്ശബ്ദയായി എനിക്ക് മധുരപലഹാരങ്ങൾ ചൂണ്ടിക്കാണിച്ചുതന്നു) "ആത്യന്തികമായി ഏകാധിപത്യം സമൂഹത്തിന്റെ തീരുമാനമാണ്. സ്റ്റാലിൻ സാമൂഹ്യ മനോഗതി പ്രകടിപ്പിക്കുക മാത്രമായിരുന്നു."

"മരിക്കാനുള്ള സാമൂഹ്യ മനോഗതി ഉണ്ടാകില്ല" ഞാൻ വിയോജിപ്പ് പ്രകടിപ്പിച്ചു.

"ഉണ്ടാകും. അതിനെയാണ് കൂട്ടആത്മഹത്യ എന്നു പറയുന്നത്. എന്തുകൊണ്ടാണ് തിമിംഗലക്കൂട്ടം തീരങ്ങളിൽ വന്നണയുന്നത്? താങ്കൾ അതിനെക്കുറിച്ച് ചിന്തിച്ചിട്ടില്ലേ?"

ഞാൻ ചിന്തിച്ചിട്ടില്ല.

"നിങ്ങൾ പറയാനാഗ്രഹിക്കുന്നത് സ്റ്റാലിൻ അത്തരം ആത്മഹത്യകൾക്ക് ഒരു ഉപകരണം മാത്രമായിരുന്നു എന്നാണോ?"

"ഒരുപക്ഷേ, അതെ. ഒരു കയറുപോലെയോ ഒരു ബ്ലെയിഡുപോലെയോ മാത്രം."

'അത്തരം കാഴ്ചപ്പാട് ദുഷ്ടനെ ഉത്തരവാദിത്വത്തിൽനിന്ന് ഒഴിവാക്കും. കെട്ടിത്തൂങ്ങിയ കയറിനെ കുറ്റപ്പെടുത്താനാകുമോ?"

ഇന്നക്കെഞ്ചി തല കുലുക്കി.

"അല്ല, ഉത്തരവാദിത്വം ദുഷ്ടനുതന്നെയായിരിക്കും. നിങ്ങൾ

മനസ്സിലാക്കേണ്ട കാര്യം നീചത്വം പൂർത്തിയാക്കാൻ കഴിഞ്ഞില്ല എന്നതാണ്. ആളുകൾ അതിനെ കാത്തിരിക്കുകയായിരുന്നു!"

"കാത്തിരിക്കുകയായിരുന്നോ?"

വെള്ളിയാഴ്ച (നാസ്ച്യ)

ഇന്നു രാവിലെ ഞാൻ പ്ലത്തോനവിനേക്കാൾ നേരത്തെ ഉണർന്നു. കിടക്കയിൽ ചമ്രം പടിഞ്ഞിരുന്നുകൊണ്ട് ഉറങ്ങുന്ന ഭർത്താവിനെ നോക്കി. അദ്ദേഹത്തിന്റെ മുഖത്ത് ഒട്ടും പ്രസന്നത കാണുവാനുണ്ടായിരുന്നില്ല. യാതനകൾ മാത്രമാണ് കണ്ടത്. അദ്ദേഹത്തിന്റെ ചൊടികളും കൺപീലികളും ചിലപ്പോൾ വിറയ്ക്കുന്നുണ്ടായിരുന്നു. എന്തുകൊണ്ടാണ് എന്ന് ആരെങ്കിലും ചോദിച്ചേക്കാം. വിധിയുടെ പ്രഹരങ്ങൾക്കും നഷ്ടങ്ങൾക്കുംശേഷം ഒരു സന്തോഷകരമായ പര്യവസാനം കണ്ടുപിടിച്ചു കഴിഞ്ഞു. എല്ലാവരുടേയും ശ്രദ്ധ പിടിച്ചുപറ്റി, പണം, നഷ്ടപ്പെട്ടുപോയ തന്റെ അനസ്താസ്യയെവരെ അയാൾ എന്നിൽ കണ്ടുപിടിച്ചു.

എനിക്കദ്ദേഹത്തെ ഉണർത്താൻ ആഗ്രഹം തോന്നി. പക്ഷേ ധൈര്യപ്പെട്ടില്ല. ഉണർത്തിയാൽ ഞാനതിന് വിശദീകരണം നല്കണം. അത്തരം വിശദീകരണം ഒരുപക്ഷേ അദ്ദേഹത്തെ മുറിപ്പെടുത്തിയേക്കാം. അദ്ദേഹത്തോട് വളരെ സൂക്ഷിച്ച് ഇടപെടണമെന്ന് ഗെയ്ഗർ എപ്പോഴും എന്നെ ഓർമ്മപ്പെടുത്തിയിരുന്നു. അതുകൊണ്ട് ഞാനദ്ദേഹത്തെ ഉണർത്തിയില്ല. അദ്ദേഹത്തെ വീക്ഷിച്ചുകൊണ്ടിരുന്നു. പുതപ്പിൽവെച്ചിരുന്ന കൈയിലെ തൊലിക്കടിയിൽ നൂലുകൾപോലെ ഞരമ്പുകൾ. ചെറിയ കുട്ടികളുടേതുമായി അതിന് എന്തോ സാദൃശ്യമുണ്ടായിരുന്നു. ഒന്നാലോചിച്ചുനോക്കൂ! നൂറുവർഷം പ്രായമുള്ളയാളിന്റെ കൈയാണ്! എന്നെ ഓമനിക്കുന്ന കൈ!

ഒരു പുരുഷൻ എന്ന നിലയിൽ ഞാൻ ഇന്നക്കെഞ്ചി പെത്രോവിച്ചിനെ എങ്ങനെ വിലമതിക്കുന്നു എന്ന് ഒരു വനിതാ പ്രസിദ്ധീകരണത്തിന്റെ അഭിമുഖസംഭാഷണത്തിൽ എന്നോട് ചോദിക്കുകയുണ്ടായി. തികച്ചും അപ്രിയമായ ചോദ്യം. ചോദ്യം അപ്രിയമാണെന്ന് ഉത്തരം പറഞ്ഞുവെങ്കിലും ഇന്നക്കെഞ്ചി ഒരു ഗംഭീര പുരുഷനാണെന് പറയാതിരിക്കാൻ എനിക്ക് കഴിഞ്ഞില്ല!

ദീർഘനേരം ഇരുന്നതിനുശേഷം ഞാൻ വീണ്ടും പുതപ്പിനടിയിലേക്ക് ഇഴഞ്ഞുകയറി. ഞാൻ എല്ലാത്തരം കാര്യങ്ങളെക്കുറിച്ചും ചിന്തിക്കാൻ തുടങ്ങി. ഇന്നലെ ഏതോ ഫർണിച്ചർ കമ്പനിയുടെ പരസ്യത്തിന്റെ ചുമതല വഹിക്കുന്നയാൾ എന്നെ വിളിച്ചിരുന്നു. ഫർണിച്ചറിന്റെ വില മറ്റു കമ്പനികളിൽ വർദ്ധിക്കുമ്പോൾ അയാളുടെ കമ്പനിയുടെ ഫർണിച്ചറിന്റെ വില കഴിഞ്ഞ മൂന്നു വർഷങ്ങളായി ശീതികരിച്ച നിലയിലായിരുന്നു എന്ന് കാണികളോട് ഇന്നക്കെഞ്ചി പെത്രോവിച്ചിനെക്കൊണ്ട് പറയിക്കണമെന്നായിരുന്നു അയാൾ ആവശ്യപ്പെട്ടത്. കാണികൾ ഉടനെത്തന്നെ അവരുടെ ഫർണിച്ചർ വാങ്ങാൻ തുടങ്ങുമെന്നായിരുന്നു അയാൾ കരുതിയിരുന്നത്. താഴ്ന്ന നിലവാരത്തിലുള്ള ഈ പ്രസ്താവനയ്ക്ക്

പച്ചക്കറി പരസ്യത്തേക്കാളും ഒന്നരയിരട്ടി പാരിതോഷികമായിരുന്നു അയാൾ വാഗ്ദാനം ചെയ്തത്. അത് ആലോചിക്കേണ്ട വിഷയമാണ്. പച്ചക്കറിയേക്കാൾ മാന്യതയുള്ളതാണല്ലോ ഫർണിച്ചർ!

ശനിയാഴ്ച (ഇന്നക്കെഞ്ചി)

എന്നെ ചൂരലുകൊണ്ട് തട്ടിക്കൊണ്ട് മാർക്സ് പറഞ്ഞു: "ജോലിയുടെ അടിസ്ഥാനം നിർമ്മാണ രേഖകളാണ്. രൂപങ്ങളുടെ നിർമ്മാണം നിനക്കിനിയും സ്വായത്തമാക്കിയിട്ടില്ല. ഇരുളും വെളിച്ചവുമുള്ള മാതൃകാപ്രതിമകളിലേക്ക് കടന്നുപോകാൻ നിനക്കിനിയും സമയമായിട്ടില്ല."

പക്ഷേ ഞാൻ കടന്നുപോയിക്കഴിഞ്ഞു. എന്തിനാണ് ഒരാൾ ഇപ്രകാരം ചോദിക്കുന്നത്?

ശനിയാഴ്ച (ഗെയ്ഗർ)

ഒരു വ്യവസായ സ്ഥാപനത്തിന്റെ പരിപാടിയിൽ ഇന്നക്കെഞ്ചിയെ ക്ഷണിക്കാൻ അവർ നാസ്ച്യ മുഖാന്തിരം ശ്രമിച്ചു. ശീതീകരണ സാമഗ്രികളുടെ ഫാക്ടറിയായിരുന്നു അത്. നാസ്ച്യ സ്വയം എന്നോട് അതിനെക്കുറിച്ച് പറയുകയായിരുന്നു. എന്റെ അഭിപ്രായം അവൾ ചോദിച്ചു. ഞാനവളുടെ തോളിൽ തലോടിക്കൊണ്ട് അല്പം വേഗത കുറയ്ക്കാൻ നിർദ്ദേശിച്ചു. അവൾ എതിർത്തില്ല. കമ്പനിയുടെ വാഗ്ദാനത്തിൽ അവൾക്ക് സംശയം തോന്നിയതിനാലാണ് അവൾ എന്റെ അഭിപ്രായം ആരാഞ്ഞത്. അതൊരു നല്ലകാര്യമായി എനിക്ക് തോന്നി. കാരണം നാസ്ച്യയുടെ ഔത്സുക്യം എന്നിൽ ഭയം ജനിപ്പിച്ചിരുന്നു. ഇന്നക്കെഞ്ചിക്കും അത് തോന്നിയിരുന്നു. "നാസ്ച്യ വളരെ പ്രായോഗിക ബുദ്ധിയുള്ളവളായി താങ്കൾ കരുതുന്നുണ്ടാവാം" ഒരിക്കൽ ഇന്നക്കെഞ്ചി എന്നോടു പറഞ്ഞു, "റഷ്യൻ ഭാഷയിൽ പറഞ്ഞാൽ സ്വന്തം താത്പര്യത്തിന് മുൻഗണ കൊടുക്കുന്നവൾ!"

"ഇല്ല, ഞാനങ്ങനെ കരുതുന്നില്ല. അവൾ പലപ്പോഴും ബാലിശമായ രീതിയിലാണ് ചിന്തിക്കുന്നതെന്ന് എനിക്ക് തോന്നുന്നു. ആധുനിക കാലത്തിന്റെ രീതിയാണത്."

ഇന്നക്കെഞ്ചി ദീർഘനേരം എന്നെ നിർന്നിമേഷനായി നോക്കി.

"നിങ്ങൾക്കറിയാമോ, ഞാനും അങ്ങനെയാണ് കരുതുന്നത്."

ഞങ്ങൾ രണ്ടുപേരും ചിരിച്ചു.

എനിക്കത്ര ചിരി വരുന്നുണ്ടായിരുന്നില്ല എന്നു പറയുന്നതാവും ശരി. ഇന്നക്കെഞ്ചിയുമായുള്ള പരസ്യം ടെലിവിഷനിൽ കണ്ടപ്പോൾ പ്രത്യേകിച്ചും ചിരിക്കാൻ തോന്നിയില്ല. ഞാനങ്ങനെ പതിവായി ടെലിവിഷൻ കാണുന്നയാളല്ല. അത്താഴത്തിനിടയ്ക്ക് കുറച്ചുസമയം വാർത്തകൾ കാണാനായി ടി.വി. ഓൺ ചെയ്യാറുണ്ട്. അവിടെ ന്യൂസിനുശേഷം ഡ്രമ്മിനകത്തിരിക്കുന്ന ഇന്നക്കെഞ്ചിയെ കണ്ടു. പിന്നീട് വിചിത്രമായ ആ പരസ്യവാചകവും...

നാസ്ച്യയുമായി ഗൗരവത്തോടെ ഇക്കാര്യം സംസാരിക്കണമെന്ന് എനിക്ക് തോന്നി. പിന്നീടുതോന്നി, ഒരു തരത്തിൽ അവളുടെ ഭാഗം ശരിയായിരിക്കാമെന്ന്. പണം ആവശ്യമാണ്, പണം.

തിങ്കളാഴ്ച (ഇന്നക്കെഞ്ചി)

നാസ്ച്യയുടെ ഉത്സാഹത്തോടെയുള്ള പ്രവർത്തനങ്ങൾ ഗെയ്ഗറെ അലോസരപ്പെടുത്തുന്നുണ്ട് എന്നെനിക്ക് തോന്നി. പക്ഷേ, ഞാനുമായുള്ള സംഭാഷണത്തിനിടയ്ക്ക് അത് ബാലിശമായ കാര്യമാണെന്ന് അയാൾ തന്നെ നിർവചിക്കുകയുണ്ടായി. എല്ലാം ശരിയാണ്. അത് തികച്ചും ബാലിശമാണ്. അത്തരമൊരു വീക്ഷണം എനിക്കും സഹായകമാണ്. അതിലൂടെ നാസ്ച്യയുടെ ചെയ്തികൾ ക്ഷമിക്കുവാൻ കഴിയുന്നുണ്ട്. പക്ഷേ നാസ്ച്യയുടെ കുട്ടിത്തം ചിലപ്പോൾ എന്നിൽ കണ്ണീർ ജനിപ്പിക്കാറുണ്ട്. ചിലപ്പോൾ പുതിയ ലോകവുമായുള്ള എന്റെ അപരിചിതത്വത്തെയോർത്ത് എനിക്ക് ഭയം തോന്നുകയും എനിക്കും അനുഭവങ്ങൾക്കും അതുമായി പൊരുത്തപ്പെടാനാവില്ല എന്നും തോന്നുന്നുണ്ട്.

എന്റെ അനുഭവങ്ങളല്ല എന്നെ വാർത്തെടുത്തത് എന്നതിനാൽ ഞങ്ങൾക്ക് ഒരിക്കലും പരസ്പരം അലിഞ്ഞുചേരാൻ കഴിയില്ല എന്ന് ഭയപ്പെടുന്നു. അനുഭവങ്ങൾ എന്നെ കൊല്ലുകയായിരുന്നു. ഞാനിപ്പോൾ സോവിയറ്റു കാലഘട്ടത്തെക്കുറിച്ച് കിട്ടാവുന്ന പുസ്തകങ്ങളെല്ലാം വായിക്കുകയാണ്. ക്യാമ്പുകളിലെ അതിഭയങ്കരമായ പീഡനങ്ങളെക്കുറിച്ച് അതിനെ അതിജീവിച്ചവർ വിവരിക്കേണ്ടതില്ല എന്ന് ഷലമോവിന്റെ കൃതികളിൽ എഴുതിയിരിക്കുന്നതു വായിച്ച ഞാൻ അത്തരം ചിന്തകളിൽ കാലിടറി വീഴുകയായിരുന്നു. അവയൊക്കെ മാനുഷികമായ അനുഭവസീമകൾക്കും അപ്പുറത്താണ്. അവയ്ക്കുശേഷം ജീവിക്കാതിരിക്കുന്നതാണ് നല്ലത്.

എന്റെയുള്ളിൽ നീറിപ്പിടിക്കുന്ന കാര്യങ്ങൾ ഞാൻ കണ്ടിട്ടുണ്ട്. അത് വാക്കുകൾക്ക് അതീതമാണ്. തടവിലാക്കപ്പെട്ട സ്ത്രീകളെ കൂട്ടത്തോടെ കോൺസൺട്രേഷൻ ക്യാമ്പുകളിൽകൊണ്ടുവരികയും അവിടെവെച്ചു തന്നെ കാവൽക്കാർ അവരെ കൂട്ടബലാൽസംഗം ചെയ്യുകയും ചെയ്തിരുന്നു. ഗർഭിണിയാകുന്ന നിർഭാഗ്യവതികളെ ജൂലിയറ്റ് ദ്വീപ് എന്നറിയപ്പെട്ടിരുന്ന സായാത്സ്കി ദ്വീപിലേക്ക് അയച്ചിരുന്നു. ലൈംഗിക ദുരാചാരങ്ങൾക്ക് ശിക്ഷ കൊടുത്തിരുന്ന സ്ഥലമായിരുന്നു അത്. ആ ദ്വീപിലെ അവസ്ഥ വളരെ ഭയാനകമായിരുന്നു. ശക്തിയായി കാറ്റടിക്കുന്ന നഗ്നമായ ദ്വീപിൽ ആരും തന്നെ അതിജീവിച്ചില്ല. ഞാനിതെഴുതുമ്പോൾ ഒരിക്കൽ ജീവനോടെയുണ്ടായിരുന്നവരുടെ നിഴലുകൾ അവിടെ അലഞ്ഞുനടക്കുന്നുണ്ടാകാം. വാക്കുകൾ പൊടിഞ്ഞ് ധൂളികളായേക്കാം! അവയൊരിക്കലും ആളുകളായി തിരിച്ചുവരില്ല.

വാക്കുകൾക്ക് ശക്തി തിരിച്ചുകിട്ടണമെങ്കിൽ അവർണ്ണനീയമായ കാര്യങ്ങൾ വർണ്ണിക്കണം. സ്മോൾനി ഇൻസ്റ്റിറ്റ്യൂട്ടിൽ നിന്നുള്ള

പെണ്ണുങ്ങളുടെ മെലിഞ്ഞ മുഖങ്ങൾ രഹസ്യപ്പൊലീസുകാരുടെ തുപ്പലൂറുന്ന ചുണ്ടുകളാൽ കളങ്കിതമായി. അവരുടെ കഴുകാത്ത കൈകളാൽ പെണ്ണുങ്ങളെ നശിപ്പിച്ചു. ആ തന്തയില്ലാത്തവന്മാരുടെ വിയർപ്പിന്റേയും മദ്യത്തിന്റേയും ദുർഗന്ധം സഹിച്ചുകൊണ്ട് നിലം തുടയ്ക്കാൻ നിയോഗിക്കപ്പെട്ട സ്ത്രീകൾ ജോലി ചെയ്തു. അവർക്ക് അനുസരിക്കാതിരിക്കാൻ നിവൃത്തിയുണ്ടായിരുന്നില്ല.

ഭർത്താവിനെ വെടിവെച്ചു കൊല്ലുകയും അഞ്ചു മക്കളെ അകറ്റിനിർത്തുകയും ചെയ്യപ്പെട്ട ഒരു സ്ത്രീയുടെ വിലാപം. അവളേയും സളോവ്കിയിലേക്ക് അയച്ചു. അവിടെ അവളെ ബലാൽസംഗം ചെയ്യുകയും അവൾക്ക് ഏതോ മോശം ലൈംഗികരോഗം പകർന്നുകിട്ടുകയും ചെയ്തു. ഡോക്ടർ രോഗവിവരം അവളെ അറിയിച്ചു. ആതുരാലയത്തിന്റെ മുൻവാതിൽക്കൽ തണുത്തുറഞ്ഞ തറയിൽ കിടന്ന് അവൾ വട്ടം കറങ്ങി. ആദ്യം അവളെ ആരും തല്ലിയില്ല. എഴുന്നേല്ക്കാൻ അവളോട് ആജ്ഞാപിക്കപ്പെട്ടു. പിന്നെയവർ അവളെ ബൂട്ടുകളിട്ട കാലുകൾകൊണ്ട് ക്രൂരമായി ചവിട്ടാൻ തുടങ്ങി. പിന്നെ അവർക്ക് മർദ്ദനം ഒരു ഹരമായി. അവർ മൃഗതുല്യരായി മാറി. ഓരോ പ്രഹരമേല്ക്കുമ്പോഴും അവൾ ഉച്ചത്തിൽ വിലപിക്കുന്നുണ്ടായിരുന്നു. അവളുടെ കരച്ചിലിന്റെ ശബ്ദമല്ല അതിൽ അന്തർലീനമായിരുന്ന സ്ത്രൈണഭാവമില്ലാത്ത ഒരു പുരുഷസ്വരമായിരുന്നു തികച്ചും അസഹ്യമായിരുന്നത്! ഞാനത് കണ്ടു. ഇപ്പോഴും ഞാൻ എന്റെ ഓർമ്മയിൽനിന്ന് വിജയകരമല്ലാതെ അക്കാര്യങ്ങൾ ചികഞ്ഞെടുക്കുന്നു. ഞാനിത്തരം ഓർമ്മകളുമായാണ് ജീവിക്കുന്നത്. അതാണ് എന്നെ നാസ്ച്യയിൽനിന്നും വ്യത്യസ്തനാക്കുന്നതും ഞങ്ങളെ വ്യത്യസ്ത ഗ്രഹങ്ങളിൽനിന്നുള്ള ആളുകളാക്കി മാറ്റുന്നതും. അനന്തമില്ലാത്ത വ്യത്യസ്തതകൾ ഞങ്ങളെ ചൂഴ്ന്നുനില്ക്കുമ്പോൾ ഞങ്ങൾക്കെങ്ങനെയാണ് ഒരുമിച്ച് ജീവിക്കാനാവുക? അവൾ വസന്തം പൂത്തുനില്ക്കുന്ന പൂന്തോട്ടത്തിലും ഞാനേതോ പടുകുഴിയിലുമാണ്. ജീവിതം എത്ര ഭയങ്കരമാണെന്ന് എനിക്കറിയാം. അവൾക്ക് അതറിയില്ല.

ചൊവ്വാഴ്ച (നാസ്ച്യ)

ഇന്ന് പ്ലത്തോനവിന്റെ പത്രസമ്മേളനം ഉണ്ടായിരുന്നു. മുൻപത്തേക്കാളും തികഞ്ഞ ആത്മവിശ്വാസത്തോടെയാണ് എന്റെ പ്രിയതമനെ കാണപ്പെട്ടത്. പത്രസമ്മേളനത്തിൽവെച്ചുതന്നെ അക്കാര്യം എന്റെ ചിന്തയിലുദിച്ചതാണ്. വൈകുന്നേരത്തെ പുനഃസംപ്രേക്ഷണത്തിൽ അക്കാര്യം എനിക്ക് കൂടുതൽ ഉറപ്പായി. അതെല്ലാം വീണ്ടും പറയേണ്ട കാര്യമില്ല. സായാഹ്നപത്രത്തിൽ അതെല്ലാം പ്രസിദ്ധീകരിച്ചിരുന്നു.

ചൊവ്വാഴ്ച (ഗെയ്ഗർ)

വൈകുന്നേരം ഇന്നക്കെഞ്ചിയുടെ വലിയ പത്രസമ്മേളനം കണ്ടു.

അയാൾ ഇരുന്നത് ഒരു പരസ്യസ്ക്രീനിന്റെ മുൻപിലായിരുന്നു. അത് അസാധാരണമായ വാണിജ്യപരമായ ഒരു ഭാവം ജനിപ്പിച്ചു.

ഇന്നക്കെഞ്ചി കൂടുതൽ ആത്മവിശ്വാസം പ്രകടിപ്പിച്ചു. അയാൾ ശാന്തനായി ഉത്തരങ്ങൾ പറഞ്ഞു.

അയാൾ ഒരു പെൻസിൽ കൈ വിരലുകളാൽ തെരുപ്പിടിച്ചുകൊണ്ടിരുന്നു. പിന്നീട് നാസ്ച്യ എന്നോട്ടു പറഞ്ഞു. പച്ചക്കറി കമ്പനിയാണ് പെൻസിൽ അയാൾക്ക് കൊടുത്തതെന്ന് (അതൊരു ശീതികരിച്ച ക്യാരറ്റല്ലാത്തത് നന്നായെന്ന് എനിക്ക് തോന്നി) ആത്മവിശ്വാസം ജനിപ്പിക്കാനായിരുന്നു അയാളെക്കൊണ്ട് ഒരു പെൻസിൽ പിടിപ്പിച്ചത്. നാസ്ച്യയ്ക്ക് അത്തരം കാര്യങ്ങളൊന്നും ആവശ്യമില്ലെന്ന് എനിക്ക് തോന്നി.

തൽക്ഷണരചിതമായ, ഒഴിച്ചുകൂടാനാവാത്ത ചില നല്ല നിമിഷങ്ങളാൽ ജീവിതം ധന്യമാണ്. ഗവൺമെന്റിന്റെ ഭാഗത്തുനിന്ന് തന്നെ പിന്തുണയ്ക്കുന്ന സാമ്പത്തിക സഹായത്തെക്കുറിച്ചുള്ള ചോദ്യത്തിന് ഇന്നക്കെഞ്ചി ഉത്തരം പറഞ്ഞപ്പോൾ പരസ്യസ്ക്രീനിന്റെ ക്യാമറക്കണ്ണുകൾ ‘ലിമിറ്റഡ് ലയബിലിറ്റി കമ്പനി മാതൃരാജ്യം” എന്നതിൽ കേന്ദ്രീകരിച്ചു.

രാജ്യസ്നേഹമുദിക്കുന്ന കമ്പനിയുടെ പേര് ക്യാമറാമാൻ മാത്രമല്ല ശ്രദ്ധിച്ചത്. ഇന്നക്കെഞ്ചിയെ സംബന്ധിച്ച് മാതൃരാജ്യം ഒരു ലിമിറ്റഡ് ലയബിലിറ്റി കമ്പനിയാണോ എന്ന് പരസ്യസ്ക്രീനിലെ ആ ഭാഗം ചൂണ്ടിക്കാണിച്ചുകൊണ്ട് ഒരു പത്രത്തിന്റെ റിപ്പോർട്ടർ ചോദിച്ചു. ഹാസ്യം പതഞ്ഞുപൊന്തിയെങ്കിലും ഇന്നക്കെഞ്ചിക്ക് LLC എന്നു ചുരുക്കെഴുത്തിന്റെ അർത്ഥം മനസ്സിലായിരുന്നില്ല.

അയാൾക്ക് എല്ലാം വിശദീകരിച്ചുകൊടുത്തുകഴിഞ്ഞപ്പോഴാകട്ടെ അയാൾ ചിരിക്കാൻ കൂട്ടാക്കിയതുമില്ല. രാജ്യത്തിന്റെ പരിധിയുള്ള ഉത്തരവാദിത്വത്തിൽ മോശമായതൊന്നുമില്ല എന്ന് അയാൾ ഗൗരവം വിടാതെ പറയുകയും ചെയ്തു. ഓരോരുത്തരും അവരുടെ ചെയ്തികൾക്ക് ഉത്തരവാദിത്വമുള്ളവരായിരിക്കും. വ്യക്തിപരമായ ഉത്തരവാദിത്വത്തിന് ഒരു പക്ഷേ പരിധിയുണ്ടായിരിക്കില്ല.

ഒരാളുടെ ദാരിദ്ര്യത്തിന് ഗവൺമെന്റിനെ കുറ്റപ്പെടുത്തുന്നതിൽ അർത്ഥമില്ല എന്നും അയാൾ കൂട്ടിച്ചേർത്തു. ചരിത്രത്തെ കുറ്റപ്പെടുത്തുന്നതിലും അർത്ഥമില്ല. ഒരാൾക്ക് സ്വയം കുറ്റപ്പെടുത്താനേ കഴിയൂ.

റിപ്പോർട്ടർ വിഷണ്ണനായി. മറ്റൊരാൾ ചോദിച്ചു : “കോൺസൺട്രേഷൻ ക്യാമ്പിൽ അടച്ചതിന് നിങ്ങൾ ഗവൺമെന്റിനെ കുറ്റപ്പെടുത്തുന്നില്ലേ? നിങ്ങളെ ഒരു ഐസ് കട്ടയായി മാറ്റിയതിന് നിങ്ങൾ കുറ്റപ്പെടുത്തുന്നില്ലേ? അറിയാത്ത കാരണങ്ങളാൽ നിങ്ങളുടെ ജീവിതം വലിയ ശിക്ഷയാക്കിത്തീർത്തതിന് നിങ്ങൾ ഗവൺമെന്റിനെ കുറ്റപ്പെടുത്തുന്നില്ലേ?”

“അറിയാത്ത കാരണങ്ങളാലുള്ള ശിക്ഷ നിലനില്ക്കുന്നില്ല.” ഇന്നക്കെഞ്ചി ഉത്തരം പറഞ്ഞു “ആലോചിക്കുമ്പോൾ തീർച്ചയായും ഉത്തരം ലഭിക്കും.”

രസകരമായ വാദഗതി. രഹസ്യപ്പൊലീസിന്റെ യുക്തിയുമായി അത് യോജിക്കുന്നു. അവർ എപ്പോഴും അവിടെ ഉത്തരം കണ്ടുപിടിക്കാൻ സഹായിച്ചിരുന്നു.

ചൊവ്വാഴ്ച (ഇന്നക്കെഞ്ചി)

അനസ്താസ്യയോട് നാസ്ച്യയ്ക്ക് സാദൃശ്യങ്ങളുണ്ടോ എന്ന് ഞാൻ എപ്പോഴും സ്വയം ചോദിക്കുമായിരുന്നു. ഞങ്ങൾ പരിചയപ്പെട്ടു കഴിഞ്ഞയുടൻ എനിക്ക് തോന്നിയത് സാദൃശ്യങ്ങളുണ്ടെന്നായിരുന്നു. ഇപ്പോൾ പ്രകടമായി ഇല്ല എന്നു തോന്നുന്നു. നാസ്ച്യയിൽ എന്ത് വ്യതിയാനങ്ങളാണ് സംഭവിച്ചതെന്ന് എനിക്ക് മനസ്സിലായില്ല. അവൾ കൂടുതൽ ശാന്തയായി പരിണമിച്ചുവോ? കൂടുതൽ ആത്മവിശ്വാസമുള്ളവളായി മാറിയോ? കല്യാണം കഴിക്കുമ്പോൾ മാത്രമേ പെണ്ണിനെ മനസ്സിലാക്കാൻ കഴിയൂ എന്ന് പറയാറുണ്ട്. ഒരുപക്ഷേ, അത് മറ്റൊരു ശൈലിയാകാം. ആവർത്തനവിരസമായ ഒരു പഴയ ശൈലി. പക്ഷേ അത് ശരിയല്ല എന്ന് പറയാൻ കഴിയുമോ?

ഞങ്ങൾ ഒരുമിച്ചു ജീവിക്കുന്നതിനുമുൻപ് നാസ്ച്യ കുറച്ച് വ്യത്യസ്തമായിരുന്നു. ഞങ്ങളുടെ ഇടപെടലിന്റെ സാഹചര്യങ്ങൾ മാറിയപ്പോൾ പഴയ രീതി തന്നെ കാത്തുസൂക്ഷിക്കണമെന്ന് കരുതുന്നത് വിചിത്രമല്ലേ? ഉദാഹരണത്തിന് ഞങ്ങളിപ്പോൾ പരസ്പരം നഗ്നരായി കാണാറുണ്ട്. അപ്പോൾ ഞങ്ങൾക്ക് പഴയ വാക്കുകൾ ഉപയോഗിക്കാൻ കഴിയുമോ? എനിക്ക് അനസ്താസ്യയുമായി അത്തരം ഒരു ജീവിതഘട്ടം ഉണ്ടായിരുന്നില്ല എന്നതാണ്. ഉണ്ടായിരുന്നെങ്കിൽ ഒരുപക്ഷേ അവളും മാറുമായിരുന്നേനേ! നാസ്ച്യയെ അനസ്താസ്യയുമായി താരതമ്യപ്പെടുത്തുന്നത് നിർത്തേണ്ട സമയമായിരിക്കുന്നു. നാസ്ച്യ ഒരു വേറിട്ട വ്യക്തിത്വമാണ്. അവൾ ഒരു ആട്ടിൻകുട്ടിയോ അമ്മൂമ്മയുടെ തനിസ്വരൂപമായ കുട്ടിയോ അല്ല. ഞാനെന്തിനാണ് അവളെ അന്യന്റെ അളവുകോൽകൊണ്ട് അളക്കുന്നത്?

ബുധനാഴ്ച (നാസ്ച്യ)

ആരോ ശബ്ദം താഴ്ത്തി പിറുപിറുക്കുന്നതുകേട്ടാണ് ഞാൻ രാത്രി ഉണർന്നത്. ലൈറ്റിട്ടപ്പോൾ അത് പ്ലത്തോനവാണെന്ന് മനസ്സിലായി. അയാൾ ഉറക്കത്തിൽ കരയുകയും അയാളുടെ മുഖം കണ്ണീരിനാൽ നനഞ്ഞു കാണപ്പെടുകയും ചെയ്തു. അയാൾ എന്തോ ഉച്ചരിക്കാൻ ശ്രമിച്ചെങ്കിലും വായ തുറക്കാതിരുന്നതിനാലും ശബ്ദം വളരെ ദുർബ്ബലവും കുട്ടികളുടേതുപോലെയുമായിരുന്നതിനാലും ഒന്നു വ്യക്തമായില്ല. അതുകൊണ്ടാണ് അയാൾ എന്തോ പിറുപിറുക്കുകയാണെന്ന് തോന്നിയത്. കണ്ണുകളടച്ച ഒരു മുഖത്ത് സാധാരണഗതിയിൽ ഭാവങ്ങൾ പ്രകടമല്ല. പക്ഷേ അതിൽ അഗാധമായ ദുഃഖം പ്രകടമായിരുന്നു. മുഖമല്ല ദുഃഖത്തിന്റെ ഒരു മുഖംമൂടിയായിരുന്നു. കഴിഞ്ഞ ജീവിതത്തിൽ അയാൾ അനുഭവിച്ച ദുരിതങ്ങൾ പ്രതിഫലിപ്പിക്കുന്നതായിരുന്നു. അദ്ദേഹത്തെ

ഉണർത്തണോ? അതോ ഉണർത്താൻ പാടില്ലേ? അശാന്തമായ ആ സ്വപ്നത്തെ മുറിച്ചുകൊണ്ട് അദ്ദേഹത്തെ തട്ടിയുണർത്താൻ ആഗ്രഹിച്ചു. അങ്ങനെ ചെയ്യുന്നത് കൂടുതൽ മോശമാകുമോ എന്ന് ഞാൻ ഭയന്നു. ഞാൻ ചുണ്ടുകളാൽ പ്ലത്തോനവിന്റെ അടഞ്ഞ കണ്ണുകളിൽ തൊട്ടറിഞ്ഞു. ഉപ്പുരസം അനുഭവപ്പെട്ടു. അയാൾ കണ്ണുകൾ തുറന്നു. എന്നാലും ഉണർന്നില്ല. കണ്ണുകൾ വീണ്ടും അടയ്ക്കുകയും പിന്നീട് കരയാതെ ഉറങ്ങുകയും ചെയ്തു.

എനിക്ക് പിന്നീട് ഉറങ്ങാൻ കഴിഞ്ഞില്ല. പകലത്തെ എല്ലാ അസംബന്ധങ്ങളും തലയിലേക്ക് ഇഴഞ്ഞുവരാൻ തുടങ്ങി. എന്റെ ഫ്ളാറ്റ് വാടകയ്ക്ക് കൊടുക്കാനായി ഞാനിന്ന് അന്തിമമായ കരാറുണ്ടാക്കിയതും അഡ്വാൻസ് വാങ്ങിയതും ഞാൻ ഓർമ്മിച്ചു. കുറച്ചു വീട്ടുപകരണങ്ങളും പാത്രങ്ങളും അല്ലറചില്ലറ സാധനങ്ങളും ഞാൻ വീട്ടിൽ തന്നെ സൂക്ഷിക്കാൻ തീരുമാനിച്ചു. പ്രിയപ്പെട്ട പുസ്തകങ്ങളും വളരെ പ്രിയപ്പെട്ട എല്ലാ സാധനങ്ങളും അമ്മൂമ്മയുടെ സാധനങ്ങളും ഞാൻ കൊണ്ടുപോകാൻ തീരുമാനിച്ചു. അപ്പോൾ ഒരു പട്ടിക തയ്യാറാക്കേണ്ടതാണ്. പ്ലത്തോനവിനെ ഉണർത്താതിരിക്കാനായി ഞാൻ പട്ടിക തയ്യാറാക്കാൻ തുനിഞ്ഞില്ല.

വ്യാഴാഴ്ച (ഇന്നക്കെഞ്ചി)

നിരവധി രഹസ്യപ്പൊലീസുകാർ മെഡിക്കൽ ഡിപ്പാർട്ടുമെന്റിൽ ഒരു യുവതിയെ ബലാത്സംഗം ചെയ്തു. ഒരു മരച്ചുവരിന്റെ അപ്പുറത്തു കിടന്നിരുന്ന ഞാൻ എല്ലാം കേട്ടു. എഴുന്നേല്ക്കാൻ കഴിഞ്ഞില്ല. ഞാൻ ഡോക്ടറെ ഉച്ചത്തിൽ വിളിച്ചു. പക്ഷേ ഡോക്ടർ അവിടെയുണ്ടായിരുന്നില്ല. ഞാൻ ചുവരിൽ കൊട്ടാൻ തുടങ്ങി. പക്ഷേ, ആരും എന്നെ ചെവിക്കൊണ്ടില്ല. ഞാൻ ചുവരിൽ മുട്ടിക്കൊണ്ടേയിരുന്നു. ബലാത്സംഗം ചെയ്തവരിൽ ഒരാൾ എന്റെയടുത്തുവന്ന് എന്നെ വലിച്ചു തറയിലിട്ടു ചവിട്ടി. എന്റെ ബോധം പോയി.

ചുവരിനപ്പുറത്തുനിന്നും കരച്ചിൽ കേട്ടുകൊണ്ടാണ് എനിക്ക് ബോധം തിരിച്ചുകിട്ടിയത്. ഡോക്ടറുടെ ശബ്ദവും മെഡിക്കൽ ഉപകരണങ്ങൾ കൂട്ടിമുട്ടുന്ന ശബ്ദങ്ങളും കേട്ടു. പിന്നീട് ഡോക്ടർ എന്റെയടുത്തേക്ക് വന്നു.

“അവിടെയുണ്ടായിരുന്ന രഹസ്യപ്പൊലീസുകാരനെ ഞാൻ കാട്ടിത്തരാം.” ഞാൻ പറഞ്ഞു. “അയാൾ എന്നെ തല്ലാൻ വന്നിരുന്നു. ഞാനയാളെ ഓർമ്മിക്കുന്നുണ്ട്.”

എന്നെ കട്ടിലിൽ കിടക്കാൻ ഡോക്ടർ ശ്രദ്ധാപൂർവ്വം സഹായിച്ചു.

“ശരിക്കും നിങ്ങൾ ഓർമ്മിക്കുന്നുണ്ടോ?” അയാൾ വാതിൽപ്പടിയിൽ തിരിഞ്ഞുനിന്ന് ചോദിച്ചു.

“നിങ്ങളുടെ സ്ഥാനത്ത് ഞാനായിരുന്നെങ്കിൽ അത് വേഗം മറക്കുമായിരുന്നു.”

അത്ഭുതകരമാണ്. പക്ഷേ, ചുമരിനപ്പുറത്ത് ആരാണെന്ന് എനിക്കറിയാമായിരുന്നു. പെട്രോഗ്രാഡിൽ ഞാൻ ഒരിക്കൽ ഒരു ഫ്ളാറ്റിൽവെച്ച് കണ്ടുമുട്ടിയ ശരീരമില്ലാത്ത ഒരു ജീവിയായിരുന്നു അത്. കോണിപ്പടികളുടെ കൈവരികളിൽ പച്ചിരുമ്പിൽ തീർത്ത ലില്ലിപ്പൂക്കളും ഫ്ളാറ്റിൽ പുസ്തകങ്ങളുടെ ഗന്ധവും. അവൾ എന്റെ മുന്നിൽ നടന്നു. അവൾക്ക് മുടന്തുണ്ടായിരുന്നു. പുസ്തകഷെൽഫുകൾക്ക് അരികിലൂടെ ഞാൻ സാവധാനം അവളോടൊപ്പം നടന്നു. അതെ, അവൾക്ക് മുടന്തുണ്ടായിരുന്നു. അവൾ തലയ്ക്കു പുറകിൽ മുടികെട്ടി വെച്ചിരുന്നു. അവളുടെ തോളിൽ ഒരു ഷാൾ ഉണ്ടായിരുന്നു. പുസ്തകങ്ങളുടെ പശ്ചാത്തലത്തിൽ അവൾ ശരിക്കും ഒരു ലൈബ്രേറിയനായി കാണപ്പെട്ടു. ഞാനവൾക്ക് നിരവധി പുസ്തകങ്ങൾ കൊണ്ടുവന്നുകൊടുത്തു. അവയിൽ പ്രൊഫസർ വറോനിൽ എടുത്തുകൊണ്ടുപോയ പുസ്തകങ്ങളും ഉണ്ടായിരുന്നു. മിശ്റിക്കോവ് കുടുംബമായിരുന്നു അത്. ഏതു തരത്തിലുള്ള കുടുംബമായിരുന്നു അതെന്ന് അറിയില്ല. അതെനിക്ക് ഒരിക്കലും അറിയാൻ കഴിഞ്ഞില്ല.

അവളുടെ പേരുപോലും എനിക്കറിയാൻ കഴിഞ്ഞില്ല. ആവശ്യമില്ലാഞ്ഞിട്ടാണോ? ഒരുപക്ഷേ ആ രഹസ്യത്തിന് ഒരു പേരില്ല എന്നു കരുതിയായിരിക്കാം.

ഞങ്ങൾ വായനശാല കടന്നുപോയി (സത്യത്തിൽ അവിടെയുണ്ടായിരുന്ന എല്ലാ മുറികളും വായനശാലയായിരുന്നു) ഒരു വട്ടമേശയുടെ ഇരുവശങ്ങളിലുമായി രണ്ടു കസേരകൾ കിടന്നിരുന്നു. അവൾ വട്ടംചുറ്റി അപ്പുറത്തുപോയി കസേരയുടെ ചാരിൽ പിടിച്ചുകൊണ്ടുനിന്നു. ആദ്യമായാണ് ഞാനവളുടെ നേരെ നോക്കിയത്. അല്ല, അവൾ ലൈബ്രേറിയനല്ല! അതിന് ഒട്ടും സാദ്ധ്യതയില്ല.

“ഇതാ” ഞാൻ പുസ്തകങ്ങൾ അവളുടെ നേരെ നീട്ടി. “ഇതു നിങ്ങൾക്കു തരാനാണ് അവർ പറഞ്ഞത്.” അവൾ വീണ്ടും മൗനം പാലിച്ചപ്പോൾ ഞാൻ പറഞ്ഞു. “നന്ദി”

അവൾ പുഞ്ചിരിച്ചു. ആശ്ചര്യകരമായ മുഖം. ഒരു പൗരാണികശില്പം പോലെ, കുഴിഞ്ഞ കണ്ണുകളോടെ, അവളുടെ തരളമായ കഴുത്തിൽ ഒരു ഞെരമ്പ് തുടിച്ചുനിന്നു. അവളുടെ മുടന്ത്! അവൾ പ്രതികരിച്ചു.

“സ്വാഗതം”

അവൾ എനിക്ക് ചായ നല്കാൻ തുനിഞ്ഞില്ല. കാരണം, ചായ അവൾക്ക് ഒട്ടും ചേരുമായിരുന്നില്ല. അവളെന്താ മണ്ണെണ്ണ സ്റ്റൗവിൽ വെള്ളം തിളപ്പിക്കുമോ? എന്നോട് ഇരിക്കാൻപോലും പറഞ്ഞില്ല, രാജകുമാരി! ഞാൻ നിന്നുകൊണ്ട് അവളെ നോക്കി. അവളുമായി കൂടിച്ചേർന്നതോർത്ത് ഞാൻ സന്തോഷിച്ചു. സന്തോഷമല്ല... മറ്റെന്തോ വികാരമായിരുന്നു. ഒരുപക്ഷേ വേദനയുടെ മധുരമായിരുന്നു. അവൾക്ക് എന്തോ പ്രത്യേകതകൾ ഉണ്ടായിരുന്നു. അത് ആകർഷണീയമായിരുന്നു. എല്ലാവരേയും ആകർഷിച്ചിരുന്നു. അതുകൊണ്ടാണ് മൃഗതുല്യരായ രഹസ്യ

പ്പൊലീസുകാർ മെഡിക്കൽ ഡിപ്പാർട്ടുമെന്റിൽനിന്നും അവളെ വേട്ടയാടി യത്. നാടോടി നൃത്തങ്ങളിലെ ഗായികമാർ അവരെ ആകർഷിച്ചില്ല. തന്ത യില്ലാത്തവന്മാർക്ക് ശരീരമില്ലാത്തവളെതന്നെ വേണമായിരുന്നു.

എല്ലാവരും പോയിക്കഴിഞ്ഞപ്പോൾ ആ രാത്രി അവൾ എന്റെയടുത്തു വന്നു. മുടന്തോടെ വന്നു. പിന്നെ ഇഴഞ്ഞുകയറി. അവൾ എന്നെ ഓർമ്മി ക്കുന്നുണ്ടായിരുന്നു. അവളെന്നെ തിരിച്ചറിയുകയും ചെയ്തു. അവൾ എന്റെ കിടക്കയിൽ ഇരിക്കുകയും പിന്നെ അതിൽ കിടക്കുകയും ചെയ്തു. അവൾക്ക് ഇരിക്കാനുള്ള ശക്തിയുണ്ടായിരുന്നില്ല. ഞാനവളുടെ കൈ കളിൽ തലോടി. മുടികളിൽ തലോടി. രക്തം കട്ടപിടിച്ച അവളുടെ മുടി യിഴകൾ സൂചിമുനകൾപോലെ കുത്തിക്കൊണ്ടു. അവൾ നിശ്ശബ്ദയാ യിരുന്നു. അവൾ നിശ്ശബ്ദയായിരിക്കണമെന്ന് എനിക്കറിയാമായിരുന്നു. പക്ഷേ, ഞങ്ങളുടെ സ്പർശനം വാക്കുകൾക്കും അതീതമായിരുന്നു. വെളുപ്പാൻകാലത്ത് അവൾ ചുണ്ടുകൾ എന്റെ ചെവിയിൽമുട്ടിച്ചു പറഞ്ഞു.

“നന്ദി”

ഞാൻ ഉത്തരം പറയാൻ തുനിഞ്ഞു. പക്ഷേ അവളെന്റെ വായ പൊത്തിപ്പിടിച്ചു.

ഇല്ലെങ്കിൽ ഞാനിപ്പോൾ ഉണ്ടാകുമായിരുന്നില്ല. അവളുടെ ഉള്ളം കൈക്ക് മരുന്നിന്റെ ഗന്ധമായിരുന്നു.

എന്റെയടുത്ത് കിടന്നപ്പോൾ അവൾ അനസ്താസ്യയായിരുന്നു. അവൾ പോയപ്പോൾ എനിക്ക് രഹസ്യപ്പൊലീസുകാരനെ കൊല്ലാനുള്ള ദേഷ്യം തോന്നി. എനിക്കല്പം സമാധാനം തോന്നുകയും ഞാൻ ഉറങ്ങി പ്പോകുകയും ചെയ്തു.

വെള്ളിയാഴ്ച (ഗെയ്ഗർ)

ഇന്നലെ സ്മൊൾനിയിൽനിന്നും എന്നെ വിളിച്ചിരുന്നു. ഗവർണർ എന്നേയും ഇന്നക്കെഞ്ചിയേയും അദ്ദേഹത്തിന്റെയടുത്തേക്ക് ക്ഷണി ക്കുന്നതായി പറഞ്ഞു. ഇന്നക്കെഞ്ചിയുടെ ഫ്ളാറ്റിനെ സംബന്ധിക്കുന്ന തീരുമാനം ഗവർണ്ണർ തലത്തിൽ തീരുമാനിക്കുകയായിരുന്നതിനാൽ ഞാൻ ഇന്നക്കെഞ്ചിയോട് കൂടിക്കാഴ്ചയ്ക്ക് വരാൻ പറയാമെന്നേറ്റു.

ഞാനയാൾക്ക് ഫോൺ ചെയ്തു. അയാൾക്ക് എതിർപ്പൊന്നും ഉണ്ടാ യിരുന്നില്ല. പൊതുവെ ഇക്കാര്യത്തോട് വളരെ ശാന്തനായാണ് അയാൾ പ്രതികരിച്ചത്.

ഇന്ന് പന്ത്രണ്ടുമണിക്ക് ഞങ്ങളവിടെ എത്തിച്ചേർന്നു. ഗവർണർ ആരെയോ കാണുകയായിരുന്നതിനാൽ ഞങ്ങൾക്ക് കാത്തിരിക്കേണ്ടി വന്നു. ഞങ്ങളെ കൂടിക്കാഴ്ചയ്ക്ക് ക്ഷണിച്ചപ്പോൾ അവിടെ പത്രക്കാരും സന്നിഹിതരായിരുന്നു. കൂടിക്കാഴ്ച നടത്തുന്നവർ ഒരു വട്ടമേശയ്ക്കു ചുറ്റുമായി കൈയുള്ള കസേരകളിൽ ആസനസ്ഥരായി.

ഗവർണർ തന്റെ കൈയിലുള്ള കടലാസ് നിവർത്തി എന്തൊക്കെയോ വായിച്ചു. അവയിൽ അവസാനത്തേതൊഴിച്ച് ഒരു വാക്യവും ഞാൻ ഓർമ്മിക്കുന്നില്ല. ഇന്നക്കെഞ്ചിയെപ്പോലെ ജനാധിപത്യവും ഏകാധിപത്യവും വേർതിരിച്ചറിയാൻ കഴിയുന്ന മറ്റാരും ഇപ്പോൾ ഉണ്ടായിരിക്കില്ല എന്നാണ് അവസാനം പറഞ്ഞത്.

ഇന്നക്കെഞ്ചി നന്ദി പറഞ്ഞു. കൂടുതൽ സംസാരിക്കേണ്ടയാവശ്യമുണ്ടായിരുന്നില്ല എന്നാണ് എനിക്ക് തോന്നിയത്. പക്ഷേ അയാൾ ഉത്തരം പറയാൻ തുനിഞ്ഞു. "എന്തുകൊണ്ട് ഉണ്ടായിരിക്കുകയില്ല?"

എല്ലാ കാലഘട്ടത്തിലും തിന്മയുടെ നിലവാരം ഏകദേശം ഒരുപോലെയാണെന്ന് ഇന്നക്കെഞ്ചി പറഞ്ഞു. അത് വ്യത്യസ്തരൂപങ്ങൾ കൈവരിക്കുമെന്നുമാത്രം. ചിലപ്പോൾ അത് അരാജകത്വത്തെയും ചിലപ്പോൾ അധികാരത്തേയും പ്രതിനിധാനം ചെയ്യുന്നു. ദീർഘകാലം ജീവിച്ചയാളെന്ന നിലയിൽ അയാൾ രണ്ടും കണ്ടിട്ടുണ്ട്.

ഗവർണർ ഒരു നിമിഷം ആലോചിച്ചിട്ട് ഇന്നക്കെഞ്ചിയുടെ ആരോഗ്യസ്ഥിതിയെക്കുറിച്ച് അന്വേഷിച്ചു.

ഇവിടെ ഉത്തരം കാര്യമാത്രപ്രസക്തമായിരുന്നില്ല. താപനിലയിലെയും മർദ്ദത്തിലേയും വ്യതിയാനങ്ങളെക്കുറിച്ചാണ് അതിഥി ഗവർണ്ണറോട് പറഞ്ഞത്. തീർച്ചയായും അത് അപ്രതീക്ഷിതമായിരുന്നു. പക്ഷേ, മനോഹരമായിരുന്നു.

ശനിയാഴ്ച (ഇന്നക്കെഞ്ചി)

ഇന്നലെ എന്നെ ഏതോ പാർട്ടിയിൽനിന്ന് വിളിക്കുകയും ആ പാർട്ടിയിൽ ചേരാൻ ആവശ്യപ്പെടുകയും ചെയ്തു. ഞാൻ സന്ദേഹം രേഖപ്പെടുത്തി. ഇത് ഭരിക്കുന്ന പാർട്ടിയാണെന്നും എനിക്ക് എന്തെങ്കിലും നേടണമെങ്കിൽ സാധിക്കുമെന്നും അവർ പറഞ്ഞു. എനിക്ക് നാസ്ച്യയുണ്ട്... അതിൽ കൂടുതലായി എനിക്കെന്തു നേടാനാണ്? ഞാനവർക്ക് നന്ദിപറഞ്ഞിട്ട് ഫോൺ വെച്ചു. അതിനുശേഷം ഗവർണ്ണറുടെ ക്ഷണം സംബന്ധിച്ച് ഗെയ്ഗർ എന്നെ വിളിച്ചു. ഞാനുടനെ തന്നെ അയാളോടൊപ്പം പോകാൻ സമ്മതിച്ചു. പാർട്ടിക്കാരുടെ ഫോൺ വിളിയെക്കുറിച്ച് എന്തുകൊണ്ടോ ഞാൻ സംസാരിക്കാൻ തുനിഞ്ഞില്ല. ഒരുപക്ഷേ, അതിന് ഗവർണ്ണറുടെ ക്ഷണവുമായി എന്തെങ്കിലും ബന്ധമുണ്ടാകുമോ? എന്നിൽ നിന്നും അവർക്ക് എന്താണ് വേണ്ടത്? അവർക്ക് പച്ചക്കറിയുമായുള്ള എന്റെ പരസ്യം ഇഷ്ടപ്പെട്ടിരിക്കുമോ?

ഇന്ന് ഗവർണർ ഞങ്ങളെ സ്വീകരിച്ചപ്പോൾ എനിക്ക് അദ്ദേഹത്തെ വളരെയടുത്തുനിന്ന് വീക്ഷിക്കാൻ കഴിഞ്ഞു. അധികാരത്തിന്റെ രൂപമെന്തെന്ന് മനസ്സിലാക്കാൻ കഴിഞ്ഞു. തുറന്നുപറഞ്ഞാൽ പ്രകൃത്യാതീതമായി ഒന്നുമില്ലാത്ത സാധാരണരൂപമായിരുന്നു അത്. കുത്തുകളുള്ള വലിയ കഷണ്ടി, നന്നായി അണിഞ്ഞൊരുങ്ങിയ ചുളിവുകളുള്ള മുഖം, തൊലികളിൽ ചെറിയ പാടുകൾ. ഞാൻ ഗവർണ്ണറെ അടുത്തുനിന്നു

നോക്കുകയും എനിക്ക് യാതൊരു മാനസിക വിക്ഷോഭവും അനുഭവപ്പെടാതിരിക്കുകയും ചെയ്തു. അദ്ദേഹത്തിന്റെ സാമീപ്യം ടി.വി.യിലൂടെ കാട്ടിയിരുന്നെങ്കിൽ എനിക്ക് മാനസിക വിക്ഷോഭം തോന്നിയേനേ! ശരിക്കും അതാണ് കൃത്യമായ താരതമ്യപ്പെടുത്തൽ! വീക്ഷിക്കപ്പെടുന്ന പദാർത്ഥം വളരെ അടുത്തും വ്യക്തമായി കാണാവുന്നതുമാണ്. പക്ഷേ അത് ഒരു സ്ക്രീനിന്റെ മറുവശത്ത് എന്നതുപോലെ ഞാനുമായി യാതൊരു ബന്ധവും പുലർത്തിയില്ല.

എന്റെ ജീവിതമാകട്ടെ ഇപ്പുറത്തെ വശത്താണ്!

ഞായറാഴ്ച (ഇന്നക്കെഞ്ചി)

എന്തായാലും എന്റെ കസിൻ സേവയെക്കുറിച്ച് എഴുതാം. കെംട്രാൻസിറ്റ് പോയിന്റിലെ സേവയെക്കുറിച്ച്, ലതർ ജാക്കറ്റണിഞ്ഞ് ചുവന്ന നക്ഷത്രം പതിച്ച തൊപ്പിയണിഞ്ഞുനില്ക്കുന്ന സേവയെക്കുറിച്ച്.

ഞങ്ങളുടെ വിധി നിർണ്ണയിക്കുന്ന ഉദ്യോഗസ്ഥപ്രമുഖനെ പ്രതീക്ഷിച്ച് തടവുകാരായ ഞങ്ങൾ മൂന്നാമത്തെ മണിക്കൂറാണ് നില്ക്കുന്നത്. കൃത്യമായും വിധി തന്നെയാണ് തീരുമാനിക്കപ്പെട്ടത്. ഓരോരുത്തർക്കും അത് വ്യത്യസ്തമായിരുന്നു. അവരുടെ കൂടെ വന്ന പ്രമുഖനായ ഉദ്യോഗസ്ഥൻ സേവയായിരുന്നു. നിരവധി രഹസ്യപ്പൊലീസുകാരുടെ അകമ്പടിയോടെയാണ് അവൻ നടന്നുവന്നത്. അവനെ കണ്ടപ്പോൾ ആദ്യനിമിഷങ്ങളിൽ ഞാൻ അത്ഭുതപ്പെട്ടുപോയോ എന്ന് പറയാൻ കഴിയുന്നില്ല. ചുരുക്കത്തിൽ അത്തരത്തിൽ എന്തെങ്കിലും അവനിൽനിന്നും പ്രതീക്ഷിക്കാമായിരുന്നു. അവൻ അന്വേഷിച്ചുനടന്ന ആ വലിയ ശക്തി അവൻ കണ്ടെത്തുകയും ഇപ്പോൾ അതിന്റെ ഭാഗമായി അതിന്റെ പേരിൽ പ്രവർത്തിക്കുകയും ചെയ്യുന്നു.

അവൻ ഉടനെതന്നെ എന്നെ തിരിച്ചറിഞ്ഞില്ല. ആദ്യം മേശയ്ക്കരികിൽ കസേരയായിരുന്നു. ജഗ്ഗിൽനിന്നും ഒരു ഗ്ലാസ് വെള്ളം കുടിച്ചു. പിന്നീട് കണ്ണുകളുയർത്തുകയും എന്നെ മനസ്സിലാക്കുകയും ചെയ്തു. എനിക്ക് തോന്നി അവൻ ചിരിച്ചുവെന്ന്. അങ്ങനെ തോന്നിയെന്നു മാത്രം. അതൊരു ചിരിയായിരുന്നില്ല. ഒരു പേശീസങ്കോചം മാത്രമായിരുന്നു. ഉടനെത്തന്നെ അവൻ കണ്ണുകൾ മേശപ്പുറത്തെ കടലാസ്സിൽ കേന്ദ്രീകരിച്ചു. മൂക്കിൽ ഒന്നു ചൊറിഞ്ഞിട്ട് അവൻ അത് വായിക്കാൻ തുടങ്ങി. ഓരോരുത്തരുടെ പേരും നിയോഗിക്കപ്പെട്ട സ്ഥലവും വായിക്കാൻ തുടങ്ങി. ബലംപിടിച്ച കാർക്കശ്യത്തിനുമപ്പുറത്തേക്ക് അവന്റെ ശബ്ദം വിറച്ചിരുന്നു. 'പി' എന്ന അക്ഷരത്തിലെത്തിയപ്പോൾ ശബ്ദം മുറിഞ്ഞു.

"പ്ലത്തോനവ്"

സേവയുടെ നോട്ടത്തിൽ യാചനാഭാവവും ഭയവും ദൃശ്യമായിരുന്നു. അവന് എന്നോടുള്ള രക്തബന്ധം വിട്ടുവീഴ്ച ചെയ്യാൻ പ്രേരകമായേക്കാമെന്ന് സംശയലേശമെന്യേ അവൻ ചിന്തിക്കുന്നുണ്ടായിരുന്നു. രഹസ്യ

പ്പൊലീസ് അത് അപ്പോൾ തന്നെ എത്തേണ്ടിടത്ത് എത്തിക്കുകയും ചെയ്യും.

"ഞാനാണ്" ഞാൻ പറഞ്ഞു.

സേവയും ഞാനും രണ്ടു വൈമാനികർ. അക്കാലത്തേക്കാളും വടക്കു ഭാഗത്തുള്ള കടലിലാണ്. ഇപ്പോൾ അവനാണ് നേതാവ്. എല്ലാ നിയന്ത്രണ ചരടുകളും അവന്റെ കൈകളിലാണ്. എങ്ങോട്ടാണ് പറക്കുന്നത്?

"എന്റെ പ്രത്യേകനിർദ്ദേശം ലഭിക്കുന്നതുവരെ പപ്പോവ്സ്കി ഐലന്റിൽ തുടരുക"

ഒരു ഉച്ഛ്വാസംപോലെ വാക്കുകൾ പുറത്തുവന്നു. "ശരി സർ, ഇവിടെ തുടരാം."

ഞാൻ നിലത്തുനോക്കി. നിലത്തെ പലകയിൽനിന്നും ചായം ഇളകി. അവിടെ ഒരു ഒട്ടകം രൂപമെടുത്തു. അത് നിലത്തുകിടന്നു. ഉഷ്ണരാജ്യങ്ങളിൽ ഒട്ടകങ്ങൾ സുഖമായി കഴിയുന്നു. അവർക്ക് എല്ലാം മറക്കാം. സേവയെ കാണാതെതന്നെ അവന്റെ ആശ്വാസം എനിക്ക് അനുഭവപ്പെട്ടു. അവനുമായി ഞാൻ പരിചയഭാവം നടിച്ചില്ല. ഒരു ട്രാൻസിറ്റ് പോയിന്റിൽ വെച്ചല്ല പരിചയഭാവം കാണിക്കേണ്ടത് എന്നെനിക്കറിയാമായിരുന്നു.

ആ നിമിഷം അവൻ എന്നെ ക്യാമ്പിൽനിന്നും രക്ഷിക്കുമെന്ന ഒരു പ്രതീക്ഷ എന്നിൽ ജനിച്ചു. അല്ലെങ്കിൽ കുറഞ്ഞപക്ഷം ഇവിടെ കഠിനമായ ജോലിയിൽനിന്ന് ഒഴിവാക്കുകയെങ്കിലും ചെയ്യും. അവൻ ഇന്നോ നാളെയോ എന്നെ കണ്ടുമുട്ടുമെന്നും ഇല്ലെങ്കിൽ വിളിപ്പിക്കുമെന്നും ഞാൻ പ്രതീക്ഷിച്ചു. തുടക്കത്തിൽ ഒരുപക്ഷേ എന്നെ സന്തോഷിപ്പിക്കാനും ഒരുപക്ഷേ എന്റെ വിധി തന്നെ എളുതാക്കാനും അവനു കഴിഞ്ഞേക്കും.

അതൊന്നും സംഭവിച്ചില്ല. എന്നെ കാണാനോ എന്റെയടുത്ത് കൂടുതൽ സമയം നില്ക്കാനോ സേവ താത്പര്യം കാണിച്ചില്ല. അവന്റെ ശങ്കയുടെ അടിസ്ഥാനം അവന് അത് കൂടുതൽ അപകടകരമാകുമെന്ന ചിന്തയായിരിക്കാം എന്നാണ് ഞാൻ കരുതുന്നത്.

പന്ത്രണ്ടു മണിക്കൂറിനുള്ളിൽ സേവയുടെ ഉത്തരവ് പ്രത്യക്ഷപ്പെട്ടു. സളെവ്യത്സ്കി ക്യാമ്പിലെ പതിമൂന്നാമത്തെ സംഘത്തിലാണ് എന്നെ നിയോഗിച്ചത്. സളെവ്യത്സ്കിയിലെ ഏറ്റവും ക്രൂരമായ സ്ഥലങ്ങളിൽ ഒന്നായിരുന്നു അത്. സേവയ്ക്ക് എന്തെങ്കിലും നേട്ടമുണ്ടാക്കാനായാണോ അവൻ എന്നെ നശിപ്പിക്കാൻ തീരുമാനിച്ചത്? അറിയില്ല. തന്റെ ഉത്തരവിൽ ഒപ്പിട്ടപ്പോൾ അവൻ ക്ലേശിച്ചിരിക്കുമെന്നുള്ളത് ഉറപ്പായിരുന്നു. ഒരുപക്ഷേ ചരിത്രത്തിലെ ചലനശക്തികളെക്കുറിച്ചുള്ള ഞങ്ങളുടെ തർക്കത്തെക്കുറിച്ച് അവൻ ഓർമ്മിച്ചിരിക്കും.

ചൊവ്വാഴ്ച (ഗെയ്ഗർ)

ഗവർണറെ കാണാൻ നാസ്ച്യയെ അവർ ക്ഷണിച്ചിരുന്നില്ല. ഇന്നക്കെഞ്ചി തലേന്നാൾ അതിനെക്കുറിച്ച് പരാതിപറഞ്ഞു.

യഥാർത്ഥത്തിൽ അയാൾ അപ്രകാരമൊന്നും പറഞ്ഞില്ല. ക്ഷണിക്കപ്പെടാത്തയാളിൽനിന്നാണ് പരാതി ഉയർന്നതെന്നായിരുന്നു ഇതിൽനിന്നും വ്യക്തമായത്. അത്തരം കാര്യങ്ങളിൽ നാസ്ച്യയെ കൂടി കണക്കാക്കണമെന്ന് ഇന്നക്കെഞ്ചി എന്നെ ഓർമ്മിപ്പിച്ചു.

അവൾ വിളറിയിരുന്നു. ഗർഭം അത്ര ലഘുവായല്ല അവളിൽ വളരുന്നതെന്ന് വ്യക്തമായിരുന്നു. അതുകൊണ്ടുതന്നെ അവൾ പെട്ടെന്ന് വികാരാധീനയാകുമായിരുന്നു.

ഗവർണറുടെ കൂടിക്കാഴ്ചയ്ക്ക് ഞങ്ങൾ കാത്തിരുന്നപ്പോൾ കഴിഞ്ഞ ദിവസങ്ങളിൽ താൻ വായിച്ച ശൂന്യാകാശത്തിലെ നായകന്മാരെക്കുറിച്ചുള്ള പുസ്തകത്തെക്കുറിച്ച് ഇന്നക്കെഞ്ചി എന്നോടു പറഞ്ഞു. അയാളെ ഏറ്റവും കൂടുതൽ സ്വാധീനിച്ചത് ബെൽക, സ്തര്യേൽക്ക എന്നീ നായകളായിരുന്നു. അയാൾ വളരെ ജിജ്ഞാസയോടെ അതിനെക്കുറിച്ച് പറഞ്ഞു.

ചൊവ്വാഴ്ച (നാസ്ച്യ)

പ്ലത്തോനവും ഗെയ്ഗറുംകൂടി ഗവർണറെ കാണാൻ പോയി. എന്നെ ആരും ക്ഷണിച്ചില്ല. എനിക്ക് ഗവർണറെ ആവശ്യമുണ്ടായിട്ടല്ല, ഒരു മര്യാദയനുസരിച്ച് അതിഥിയുടെ ഭാര്യ അയാളുടെ കൂടെ ഉണ്ടാവേണ്ടതായിരുന്നു. അത്തരം ഒരു ചിന്ത ഗെയ്ഗർക്ക് ഉണ്ടായെന്നുവരില്ല. പക്ഷേ പ്ലത്തോനവ് അത് പരിഗണിക്കേണ്ടതായിരുന്നു. ആദ്യം ഞാൻ ഇക്കാര്യം പ്ലത്തോനവിനോട് പറഞ്ഞില്ല. പിന്നീട് ഞങ്ങൾ കിടപ്പറയിൽ രമിക്കുന്നതിനിടയിൽ ഞാനതുപറഞ്ഞു. അയാൾക്ക് അത് വളരെ സംഭ്രമമുണ്ടാക്കി. ഞാൻ അക്കാര്യം ആലോചിച്ചുപോലുമില്ല എന്നുപറഞ്ഞ് പ്ലത്തോനവ് വിഷമിച്ചു.

അക്കാര്യം ഓർമ്മിക്കാതിരുന്നത് വലിയ കഷ്ടമാണ്. ഇനി ഇന്ന് കൂടുതലൊന്നും എഴുതാൻ തോന്നുന്നില്ല.

വ്യാഴാഴ്ച (ഇന്നക്കെഞ്ചി)

ബലാത്സംഗം ചെയ്ത രഹസ്യപ്പൊലീസുകാരന്റെ വഴി ഞാൻ പഠിച്ചു. ക്യാമ്പിൽ സ്വതന്ത്രമായി സഞ്ചരിക്കുന്നവരുടെ വഴി എനിക്കെങ്ങനെയാണ് പിൻതുടരാൻ സാധിക്കുക? വഴികൾക്കടുത്തുള്ള ഒരു വർക്ഷോപ്പിലായിരുന്നു എനിക്കു ജോലി. രഹസ്യപ്പൊലീസുകാരന്റെ കുടുംബപ്പേര് അത്ര വിഷമമുള്ളതായിരുന്നില്ല. പാനൊവ് എന്നായിരുന്നു അത്. അയാളുടെ വഴികൾ വർക്ഷോപ്പിനു സമീപമുള്ള സ്റ്റീംബാത്ത് റൂമിലേക്കാണ് നയിച്ചത്.

സാധാരണയായി ശനിയാഴ്ച എന്റെ ഷിഫ്റ്റു കഴിയുമ്പോൾ പാനൊവ് അവിടെ പ്രത്യക്ഷപ്പെട്ടിരുന്നു. ചിലപ്പോൾ ആഴ്ചയുടെ മദ്ധ്യത്തിലും വന്നിരുന്നു. ആദ്യം ഞാൻ കരുതിയത് അയാൾ സ്റ്റീംബാത്ത് നടത്തുന്ന മുറിയിൽ പെണ്ണുങ്ങളുമായി സന്ധിക്കുന്നുണ്ടെന്നായിരുന്നു.

പക്ഷേ, അത്തരം കൂടിക്കാഴ്ചകൾ അയാൾ വീട്ടിലാണ് നടത്തിയിരുന്ന തെന്ന് എനിക്കറിയാൻ കഴിഞ്ഞു. പാനൊവ് ഒറ്റയ്ക്ക് സ്റ്റീംബാത്തിന് പോകാൻ ഇഷ്ടപ്പെട്ടിരുന്നു. വളരെ വിശാലമായ അർത്ഥത്തിൽ അയാൾ ശാരീരികസുഖം ആസ്വദിച്ചിരുന്നു. പക്ഷേ, ആവികൊള്ളുന്നത് അയാൾക്ക് വളരെ പ്രാധാന്യമർഹിക്കുന്ന കാര്യമായിരുന്നു. ഞങ്ങളുടെ വഴികൾ പ്രപഞ്ചത്തിൽ കൂട്ടിമുട്ടിയത് ആകസ്മികമായിരുന്നില്ല എന്നെനിക്ക് തോന്നി. എന്തായാലും പാനൊവിനെ ഞാൻ അവസാനം വകവരുത്തു മെന്ന് എന്റെ മനസ്സ് പറഞ്ഞു. ഞാനങ്ങനെ പദ്ധതിയിട്ടു.

എനിക്കയാളുടെ പുറകെ ഓടേണ്ടതായി വന്നില്ല. അയാൾ സ്വയം എന്നെ മറികടന്നുപോകുകയും വർക്ക്ഷോപ്പിന്റെ മങ്ങിയ ജനാലയിലൂടെ ഞാനയാളെ കാണുകയും ചെയ്തു. ഒരു ദിവസം ഞാൻ ഒരു ബക്കറ്റും തുടയ്ക്കാനുള്ള തുണിയും സംഘടിപ്പിച്ച് ജനാലയുടെ ചില്ല് കഴുകി. എല്ലാവരും എന്നെ നോക്കിചിരിച്ചു. എന്തിനാണ് കഴുകുന്നതെന്ന് ആർക്കും അറിയില്ലായിരുന്നു. ചില്ലിലെ അഴുക്ക് എനിക്ക് അസഹ്യ മാണെന്ന് ഞാൻ പറഞ്ഞു. അതെന്റെ വീട്ടിൽവെച്ചുള്ള സ്വഭാവമാണ്. എങ്കിലും എല്ലാവരും ചിരിച്ചുകൊണ്ട് "വീട്ടിൽവെച്ചുള്ള സ്വഭാവമാണെ ങ്കിൽ കൊള്ളാം." എന്നുപറഞ്ഞു. അതിനാൽ പാനൊവ് അങ്ങോട്ടും ഇങ്ങോട്ടും പോകുന്നത് ഞാൻ വ്യക്തമായി കാണാൻ തുടങ്ങി. അയാൾ മിക്കവാറും തിരിച്ചുപോകുന്നത് ഒറ്റയ്ക്കായിരുന്നു. അതിന്റെയർത്ഥം സ്റ്റീം ബാത്തിന് അയാൾ അവസാനത്തെ ആളായിരുന്നു എന്നാണ്.

ഒരു ദിവസം ജനാലയ്ക്കരികിലൂടെ തലയും താഴ്ത്തി മൂക്കിൽ വിരൽ വെച്ചുകൊണ്ട് ക്ഷീണിതനായി അയാൾ നടന്നുപോകുന്നത് ഞാൻ കണ്ടു. ഞാൻ വർക്ക്ഷോപ്പിന്റെ പിൻവാതിലിലൂടെ പുറത്തിറങ്ങി പ്രധാന വഴിയിൽ കടക്കാതെ സ്റ്റീംബാത്ത് മുറിയിലേക്ക് നടന്നു. മുറിയുടെ ജനാല യ്ക്കുള്ളിൽ വെളിച്ചം ഉണ്ടായിരുന്നില്ല. കുളിമുറിയുടെ വാതിൽ താക്കോ ലിട്ട് പൂട്ടിയിരുന്നു. പക്ഷേ വാതിൽപ്പടിയുടെ അടിയിൽനിന്നും ഞാൻ താക്കോൽ കണ്ടെത്തി. അത് അവിടെ തിരിച്ചുവെയ്ക്കുകയും ചെയ്തു. എനിക്ക് പ്രധാനമായും മനസ്സിലായ കാര്യം ക്യാമ്പിന്റെ നിയമപ്രകാരം കുളിമുറി അടയ്ക്കേണ്ട സമയം കഴിഞ്ഞാണ് അയാൾ അതിൽ ചെല വഴിച്ചത് എന്നതായിരുന്നു. താക്കോൽ അയാളുടെ കൈവശം ഉണ്ടായി രുന്നു. അയാൾ കുളിമുറി അടയ്ക്കുകയായിരുന്നു.

എനിക്ക് പോകാൻ കഴിയുമായിരുന്നു, പക്ഷേ ഞാൻ ഒരിക്കൽ കൂടി വാതിൽപ്പടി ഉയർത്തി. അതിന്റെ ചട്ടം കൂടിയിരുന്നത് വലിയ വിടവോടു കൂടിയായിരുന്നു. ഞാനെന്റെ ട്രൗസറിന്റെ പോക്കറ്റിൽനിന്നും ഒരു ഹാക്സോ ബ്ലേഡ് പുറത്തെടുത്തു. അതിന്റെ ഒരു വശം നല്ല മൂർച്ച യുള്ളതും മറുവശം തുണിചുറ്റിയതുമായിരുന്നു. ഞാൻ ചട്ടത്തിനിടയി ലേക്ക് ബ്ലേഡ് തിരുകിക്കയറ്റി. അത് നല്ലപോലെ അതിൽ കയറിയിരുന്നു. അതിന്റെ അറ്റത്ത് ഞാൻ രണ്ടുവിരലുകൾകൊണ്ട് തള്ളി. അത് പൂർണ്ണ മായും ആ വിടവിലേക്ക് തിരിച്ചെടുക്കാൻ കഴിയാത്തവിധം ആഴ്ന്നുപോയി.

നിങ്ങൾക്ക് അക്കാര്യം അറിഞ്ഞുകൂടെങ്കിൽ അത് ശ്രദ്ധയിൽപെടുന്ന കാര്യം അസാദ്ധ്യമായിരുന്നു. എനിക്കു മാത്രമേ അതിനെക്കുറിച്ച് അറിയാമായിരുന്നുള്ളൂ. ആ രഹസ്യമാണ് എന്റെ ജീവിതം എളുപ്പമാക്കിയത്.

വെള്ളിയാഴ്ച (ഗെയ്ഗർ)

എന്നെ പ്രസിഡന്റിന്റെ ഓഫീസിൽനിന്നും വിളിച്ചു. ഗവൺമെന്റ് അവാർഡുകൾ വാങ്ങാനായി ഇന്നക്കെഞ്ചിയേയും എന്നേയും മോസ്കോവിലേക്ക് ക്ഷണിക്കുന്നതായി അവർ ആഘോഷപൂർവ്വം പ്രഖ്യാപിച്ചു.

രണ്ടുമാസങ്ങൾക്ക് മുൻപ് അവർ എന്നെ വിളിച്ചിരുന്നത് എനിക്ക് ഓർമ്മവന്നു. എന്നെ കൂടാതെ ആരാണ് ധൈര്യപൂർവമുള്ള ഒരു ശാസ്ത്രീയ പരീക്ഷണത്തിന് അവാർഡുലഭിക്കാൻ അർഹതയുള്ളത് എന്ന് അവർ ചോദിച്ചു. ഞാനതിന് അർഹനാണോ എന്ന് എനിക്കറിയില്ല എന്ന മുഖവുരയോടെ തുടങ്ങിയ എന്റെ സംഭാഷണം മുഴുമിപ്പിക്കുന്നതിനുമുൻപ് അവർ ഇടയിൽ കയറി ഒരിക്കൽകൂടി ചിന്തിക്കൂ എന്ന് പറഞ്ഞു. ഭ്രാന്ത്!

ആർക്കെങ്കിലും പരീക്ഷണം ധൈര്യപൂർവമുള്ളതായിരുന്നുവെങ്കിൽ അത് ഇന്നക്കെഞ്ചിക്കായിരുന്നു. അതുകൊണ്ട് ഞാനയാളുടെ പേര് നിർദ്ദേശിച്ചു.

ഇത്തവണ എന്റെ സംഭാഷണത്തിൽ പങ്കുചേർന്നവരാണ് സംശയം പ്രകടിപ്പിച്ചത്. ഇന്നക്കെഞ്ചി പെത്രോവിച്ച് ഒരർത്ഥത്തിൽ പരീക്ഷണവിധേയനാക്കപ്പെട്ട 'വസ്തു' മാത്രമാണെന്നായിരുന്നു അവരുടെ കാഴ്ചപ്പാട്! "അല്ല" അപ്രതീക്ഷിതമായ രോഷപ്രകടനത്തോടെ ഞാനതിനെ എതിർത്തു "അല്ല, അല്ല, അല്ല..."

അവർ വിലമതിക്കുന്നത് പരീക്ഷണത്തിന്റെ വിഷയത്തെയാണെങ്കിൽ, അയാൾ ആയിരുന്നു ഏറ്റവും നിർവ്യാജമായ പരീക്ഷണവിഷയം. സ്വബോധത്തോടെ പരീക്ഷണവിധേയനായ അയാൾ ശരിക്കും പരീക്ഷണ വിഷയമായിരുന്നു!

പ്രസിഡന്റിന്റെ ഓഫീസിലുള്ളവർക്ക് അക്കാര്യം ബോദ്ധ്യമായി എന്നാണ് ഇപ്പോൾ മനസ്സിലാകുന്നത്. എനിക്കും ഇന്നക്കെഞ്ചിക്കും അവാർഡുകൾ നല്കി. എനിക്ക് ശാസ്ത്രബഹുമതിയും ഇന്നക്കെഞ്ചിക്ക് ധൈര്യത്തിനുള്ള ബഹുമതിയുമാണെന്നുമാത്രം. അയാളുടെ ഭാഗത്ത് അവർ കൂടുതലായി വിലമതിച്ചത് ധൈര്യത്തെയായിരുന്നു. ഞാനിക്കാര്യം ഫോണിലൂടെ പറഞ്ഞപ്പോൾ അത് ആദരവ് ജനിപ്പിക്കുന്നതാണെന്ന് ഞാൻ പറഞ്ഞു.

ഇന്നക്കെഞ്ചിയാകട്ടെ അതിനോട് വളരെ നിർവ്വികാരനായാണ് പ്രതികരിച്ചത്. അവാർഡുദാനചടങ്ങിലേക്ക് നാസ്ച്യയെ ക്ഷണിച്ചിട്ടുണ്ടോ എന്നുമാത്രം അയാൾ ചോദിച്ചു. 'ഇല്ല' എന്ന് ഞാൻ ഉത്തരവും പറഞ്ഞു. ഇവിടെ എന്തെങ്കിലും വ്യത്യാസം വരുത്താൻ എനിക്ക് കഴിയുമായിരുന്നില്ല!

വെള്ളിയാഴ്ച (ഇന്നക്കെഞ്ചി)

ഗെയ്ഗർ എന്നെ ഫോണിൽവിളിച്ച് എന്തോ വിചിത്രമായ അവാർഡുകളെക്കുറിച്ച് പറഞ്ഞു. അത് അവിശ്വസനീയമായിരുന്നു എന്നതല്ല (മഞ്ഞുരുക്കൽ പരീക്ഷണത്തിനുശേഷം എന്തെല്ലാം കാര്യങ്ങളിൽ ഞാൻ വിശ്വസിച്ചിരിക്കുന്നു) പക്ഷേ, അത് ഞാനുമായി ഒത്തുപോകുന്നതായിരുന്നില്ല! കൂടാതെ ക്രെംലിൻ കൊട്ടാരത്തിലേക്ക് ക്ഷണിക്കുന്നത് ബന്ധുക്കളെ കൂടാതെയാണെന്നും ഗെയ്ഗർ അറിയിച്ചു. നാസ്ച്യ വീണ്ടും പിണങ്ങും. അവാർഡുകളെക്കുറിച്ച് പറയുകവഴി അവർ അയാളെ കളിയാക്കുകയാണോ? അത്തരം കാര്യങ്ങൾ ഞാൻ വായിച്ചറിഞ്ഞിട്ടുണ്ട്.

വെള്ളിയാഴ്ച (നാസ്ച്യ)

നാളെ എന്റെ ഫ്ളാറ്റിലേക്ക് വാടകക്കാർ വരും. അവസാനവട്ട ഒരുക്കങ്ങൾ വീക്ഷിക്കാനായി ഇന്ന് ഫ്ളാറ്റിൽ പോയപ്പോൾ ബഹുമാന്യരായ അവാർഡുജേതാക്കളെ എന്റെകൂടെ കൊണ്ടുപോയി. ഞങ്ങൾ ടാക്സിയിലാണ് പോയത്. പിൻസീറ്റിൽ വലതുവശത്ത് ശാസ്ത്രത്തിനുള്ള ബഹുമതി ലഭിച്ചയാളും വലതുവശത്ത് ധൈര്യത്തിനുള്ള അവാർഡുജേതാവും ഞാൻ മദ്ധ്യത്തിലുമായാണ് ഇരുന്നത്. ഒരുപക്ഷേ എനിക്ക് ഉത്തമയായ അമ്മ എന്ന ബഹുമതിയും ലഭിച്ചേക്കുമോ?

ചടങ്ങിലേക്ക് എന്നെ ക്ഷണിക്കാത്തതിൽ അവർക്ക് നാണക്കേടുണ്ട്. പക്ഷേ ഞാനവരെ എനിക്കു കഴിയുംവിധം സമാധാനിപ്പിച്ചു. വയറ്റിൽ ഒരു കുട്ടിയേയും പേറി തിരക്കുള്ള ചടങ്ങിനു പോകാൻ ഞാൻ ആഗ്രഹിച്ചിരുന്നില്ല. ഇത്തവണ അവർ രണ്ടുപേരും എന്നെ ഓർമ്മിച്ചു എന്നത് എനിക്ക് ആശ്വാസം പകർന്നു. ഞാനവരെ രണ്ടുപേരെയും ഇഷ്ടപ്പെടുന്നു, മന്ദബുദ്ധിയായ ഗെയ്ഗറെപോലും!

ഫ്ളാറ്റിൽ എല്ലാം അടുക്കിപ്പെറുക്കി. നാലു സഞ്ചികളിൽ അന്യരുടെയടുത്ത് വെയ്ക്കേണ്ടാത്ത സാധനങ്ങൾ ശേഖരിച്ച് ബൾഷോയ് പ്രോസ്പെക്ടിലേക്ക് കൊണ്ടുപോന്നു. പ്ലത്തോനവിന്റെ അമ്മയുടെയടുത്തുനിന്നും എന്റെ അമ്മൂമ്മയ്ക്ക് ലഭിച്ച ന്യായദേവതയുടെ പ്രതിമയാണ് എനിക്ക് അക്കൂട്ടത്തിൽ വിലമതിക്കുന്നതായി തോന്നിയത്. പുരാവൃത്തമനുസരിച്ച് ന്യായദേവതയുടെ കൈയിലെ ത്രാസ് ഉടഞ്ഞത് എന്റെ ഭർത്താവിന്റെ കൈയിൽനിന്നായിരുന്നു. ഞാൻ മനഃപൂർവ്വം അദ്ദേഹത്തിന്റെ സാന്നിദ്ധ്യത്തിൽ ആഘോഷപൂർവ്വം ഒട്ടും തിരക്കുകൂട്ടാതെ പ്രതിമ എടുക്കുകയായിരുന്നു. പക്ഷേ അയാൾ പ്രതികരിച്ചില്ല. അത് ഞങ്ങളുടെ ഊണുമുറിയിലെ ഷോകേസിൽവെച്ചപ്പോൾ അദ്ദേഹം നിർവ്വികാരനായി തലകുലുക്കി. “ന്യായത്തിനും ഉപരിയായി എന്താണുള്ളത്?” അദ്ദേഹത്തെ ഉണർത്താനായി ഞാൻ ശബ്ദമുയർത്തി ചോദിച്ചു.

“ഒരുപക്ഷേ സഹാനുഭൂതി മാത്രമായിരിക്കും.”

ഗെയ്ഗർ പോയ്ക്കഴിഞ്ഞപ്പോൾ തനിക്ക് തലവേദന തോന്നുന്നു എന്ന് അദ്ദേഹം പറഞ്ഞു. ഇവിടെ അക്കാര്യത്തിൽ ഒരു ന്യായവുമില്ല.

ശനിയാഴ്ച (നാസ്ച്യ)

ഇന്നലെ പ്ലത്തോനവിന് തികച്ചും വല്ലാത്ത വിഷമമായിരുന്നു. ഞാൻ അദ്ദേഹത്തിന് കിടക്ക ഒരുക്കുകയും അദ്ദേഹം പെട്ടെന്നുതന്നെ ഉറങ്ങാൻ കിടക്കുകയും ചെയ്തു. കുറച്ചുസമയം കഴിഞ്ഞ് ഞാൻ ഗെയ്ഗറെ ഫോണിൽ വിളിച്ചു. പ്ലത്തോനവിന്റെ സ്ഥിതിയെക്കുറിച്ച് വിശദീകരിച്ചു. അയാളുടെ കുട്ടിക്കാലത്തെ കളിപ്പാട്ടമായ ന്യായദേവതയുടെ പ്രതിമ ഇപ്പോൾ അദ്ദേഹത്തെ സന്തോഷിപ്പിക്കുന്നില്ല എന്നും ഞാൻ പറഞ്ഞു.

"തന്റെ ചിത്രകലയുടെ ആദ്യചുവടുവെയ്പ്പുകളിൽ ഈ പ്രതിമ ഒത്തിരി സ്വാധീനം ചെലുത്തിയിരുന്നു എന്ന് അയാൾ എഴുതിയിട്ടുണ്ട്" ഗെയ്ഗർ എന്നെ ഓർമ്മപ്പെടുത്തി. "ഇപ്പോൾ അയാൾക്ക് ഇവിടെ ഒരു തരം മരവിപ്പാണ്. ഇപ്പോൾ ആ പ്രതിമയ്ക്ക് അത്ര വലിയ സ്വാധീന മില്ല. ഈ സാഹചര്യത്തിൽ വേണം പ്രതിമയുമായുള്ള കാര്യത്തിൽ വിഷ മതകൾ ഉടലെടുക്കുന്നത് കാണേണ്ടത്."

"ഞാനതിനെ എന്തുചെയ്യണം?"

"അതവിടെ ഷോകേസിൽ ഇരിക്കട്ടെ. ഒരുപക്ഷേ പിന്നീട് ഒരു മുന്നേറ്റം അതിനുണ്ടാവും."

അതാണ് കാര്യം. അതവിടെ ഇരിക്കട്ടെ!

തിങ്കളാഴ്ച (ഇന്നക്കെഞ്ചി)

ഞാൻ ആലോചിക്കുകയായിരുന്നു. എങ്ങനെയാണ് അന്ന് പാനൊ വിനെ വകവരുത്താൻ ഞാൻ തീരുമാനിച്ചത്? ക്യാമ്പിൽ അത്തരം ഉൾ പ്രേരണകൾ പെട്ടെന്നുതന്നെ അപ്രത്യക്ഷമാകാറുണ്ട്. അതിനുള്ള ശക്തി യില്ലാഞ്ഞിട്ടല്ല (തീർച്ചയായും ശക്തിയുമില്ല) അത്തരം പ്രതികാരത്തിൽ ഒരർത്ഥവും തോന്നാത്തതുകൊണ്ടാണ്. വികാരങ്ങൾ ബാഷ്പീകരിക്ക പ്പെടുന്നു. അവ ഒന്നുമില്ലായ്മയായി അവശേഷിക്കുകയും അവയെല്ലാം സ്വരക്ഷയിലേക്കുമാത്രം വിരൽ ചൂണ്ടുകയും ചെയ്യുന്നു. പിന്നീട് ഞാൻ ആൻസറിൽ മരവിപ്പിക്കൽ പരീക്ഷണത്തിന് വിധേയനാവാൻ കാത്തി രുന്നപ്പോൾ എനിക്ക് ഏതെങ്കിലും തരത്തിലുള്ള അസഹ്യതയോ അപ മാനമോ തോന്നിയില്ല. മർദ്ദനങ്ങൾക്കും നിന്ദകൾക്കും പീഡനങ്ങൾക്കും ശേഷം അവയെല്ലാം എങ്ങോ പോയ്മറഞ്ഞു. ക്ഷീണം മാത്രം ബാക്കി യുണ്ടായിരുന്നു.

ശാന്തമായ ഒരു വൈകുന്നേരം അറക്കവാളിന്റെ കഷണം കുളിമുറി യുടെ വാതിൽപ്പടിയിൽ ഒളിപ്പിച്ചുവെച്ചതിനുശേഷം ഞാൻ സമാധാന ത്തോടെ ദീർഘനിശ്വാസം വിട്ടു. അത്തരം വസ്തുക്കൾ കൈയിൽ സൂക്ഷിക്കുന്നത് അപകടകരമായിരുന്നു. അതിന്റെ ആവശ്യമില്ല. അത് എനിക്ക് ആവശ്യം വരുന്നത് ഇവിടെയായിരുന്നു. ഇനി അനുകൂലമായ സമയംവരെ കാത്തിരിക്കുകയേ വേണ്ടൂ.

അത്തരം ഒരു നിമിഷം വരെ ഞാൻ കാത്തിരുന്നു. പക്ഷേ പാനൊവിനെ ഞാൻ വധിച്ചില്ല!

അയാൾ കുളിമുറിയിൽ ഏകനാണെന്ന് ഞാൻ മറ്റൊരു ശാന്തമായ വൈകുന്നേരം മനസ്സിലാക്കി. പാനൊവുമായി ബന്ധപ്പെട്ട എല്ലാ കാര്യങ്ങളും സംഭവിച്ചിരുന്നത് ശാന്തമായ വൈകുന്നേരങ്ങളിലായിരുന്നു. വർക്ക്ഷോപ്പിൽനിന്നും പുറത്തുചാടിയ ഞാൻ കുളിമുറിയോട് അടുത്തു. കുളിമുറിയുടെ ജനാലയിൽ വൈദ്യുതദീപത്തിന്റെ വെട്ടമുണ്ടായിരുന്നു. മുടന്തുള്ള പെൺകുട്ടി ബലാൽക്കാരത്തിന് അടിമയായ രാത്രിയെക്കുറിച്ച് ഞാൻ ഓർമ്മിച്ചു. എന്റെ കൈ സ്വയം ആഞ്ഞടിക്കുന്ന അവസ്ഥയിലേക്ക് ആ ഓർമ്മകൾ എന്നെ നയിക്കുമെന്ന് ഞാൻ ആശിച്ചു. ഒരു അടിയല്ല, ഒരു കുത്ത് ആഴമുള്ള ഒരു മുറിവ്. വളരെ ദുർഗ്രഹവും മനോഹരവുമായ ഒരു ചലനത്തിലൂടെ വീതികുറഞ്ഞ അറക്കവാൾ പാനൊവിന്റെ വാരിയെല്ലുകൾക്കിടയിൽ ആഴ്ന്നിറങ്ങണം. അയാൾ അസഹ്യമായ വേദനയിൽ പുളയണമെന്ന് ഞാനാഗ്രഹിച്ചില്ല. എനിക്കയാൾ ജീവനോടെ ഉണ്ടാകരുത് എന്നുമാത്രമേ ആഗ്രഹമുണ്ടായിരുന്നുള്ളൂ. അവന്റെ ചീഞ്ഞ നിലനില്പ് അവസാനിക്കണം.

വാതിൽ ചട്ടം ശബ്ദമുണ്ടാക്കാതെ ഉയർത്തി ഞാൻ എന്റെ ആയുധം കരസ്ഥമാക്കി. അന്തിസൂര്യന്റെ കിരണങ്ങൾ വാൾത്തല തിളക്കിയത് എനിക്ക് പ്രശംസനീയമായിത്തോന്നി. എത്രയോ തവണ ഞാൻ രാകി മിനുക്കിയതാണ് ആ വാൾത്തല! വർക്ക്ഷോപ്പിലുള്ളവരിൽ നിന്നും ഞാനതിനെ മറച്ചുവെച്ചു. പ്ലത്തോനവ് നീ ആർക്കുവേണ്ടിയാണ് ഈ വാൾത്തല മൂർച്ചകൂട്ടുന്നത് എന്ന് ആരും ചോദിച്ചില്ല, ആരും ശ്രദ്ധിച്ചുമില്ല. ആ വൈകുന്നേരം ഞാൻ വാൾത്തലയെ പ്രശംസിച്ചു. പാനൊവ് എന്നെ ശ്രദ്ധിക്കുമെന്ന് ഭയപ്പെടാതെ ഞാൻ പ്രശംസിച്ചു. അവൻ ഒരിക്കലും രക്ഷപ്പെടരുത് എന്ന് ഞാൻ ആഗ്രഹിച്ചു.

വാതിൽ തുറക്കുന്നതിനുമുൻപായി ഞാൻ ജനാലയ്ക്കൽചെന്നു നോക്കി. അവിടെ മരത്തിന്റെ ബെഞ്ചിൽ ചലനമറ്റ പാനൊവ് കിടന്നിരുന്നു. അയാൾ മലർന്നുകിടന്നു. കൈയുകൾ ശരീരത്തോട് ചേർത്ത് പിടിച്ചിരുന്നു. അയാളുടെ ശരീരം ശവം കണക്കെ വിളറിവെളുത്തിരുന്നു. അതിൽ ജീവന്റെ ലക്ഷണങ്ങൾ കണ്ടില്ല. ഞാനയാളുടെ വയർ സൂക്ഷ്മമായി വീക്ഷിച്ചു. ശ്വസിക്കുന്നതിന്റെ ചെറിയ ചലനംപോലും കാണാനുണ്ടായിരുന്നില്ല.

മോർച്ചറിയിൽ ചലനമറ്റുകിടന്ന സര്യേത്സ്കിയുടെ ചിത്രമാണ് ജനാലയ്ക്കലെ കാഴ്ച എന്നിൽ ജനിപ്പിച്ചത്. സര്യേത്സ്കി എങ്ങനെയായിരുന്നു എന്നു നോക്കിനിന്ന എനിക്ക് ന്യായം ജയിച്ചതായി തോന്നി. ആ വിജയത്തിൽ ഞാൻ സന്തോഷവാനായിരുന്നില്ല. സര്യേത്സ്കി ജീവനോടെയുണ്ടാകണമെന്ന് ഞാൻ ഒത്തിരി ആഗ്രഹിച്ചു.

പാനൊവിന്റെ കൈ വിറയ്ക്കുകയും അയാൾ നെഞ്ചത്ത് മാന്തുകയും ചെയ്തു. ഞാൻ ദീർഘനിശ്വാസം വിട്ടു. ആ നിമിഷം സന്തോഷമാണോ

ദുഃഖമാണോ എന്താണ് അനുഭവിച്ചതെന്ന് എനിക്കറിയാമായിരുന്നില്ല. ഒരു കാര്യം എനിക്കറിയാമായിരുന്നു. ഞാൻ പാനൊവിനെ കൊല്ലുകയില്ല.

ചൊവ്വാഴ്ച (ഇന്നക്കെഞ്ചി)

ഇന്ന് ഉച്ചയ്ക്ക് ഞങ്ങൾ എയ്റോപ്ലെയിനിൽ മോസ്കോവിലെത്തി. എയ്റോപ്ലെയിൻ എന്നു പറയേണ്ടതില്ല. പ്ലെയിൻ എന്നുമാത്രം പറഞ്ഞാൽ മതി എന്ന് ഗെയ്ഗർ എന്നെ പഠിപ്പിച്ചു. ഇക്കാലത്ത് ഫോണിൽ വിളിച്ചു എന്ന് ആരും പറയാറില്ല. വിളിച്ചു എന്നുമാത്രം പറഞ്ഞാൽ മതിയാകും. ഹോട്ടലിലെ റെസ്റ്റോറന്റിൽനിന്നും അത്താഴം കഴിച്ചതിനുശേഷം ഞങ്ങൾ ഓരോരുത്തരും അവരവരുടെ മുറിയിൽ ഇരിക്കുകയാണ്.

ഡോക്ടർ ഗെയ്ഗറെപ്പോലെയല്ല, വൈമാനികൻ പ്ലത്തോനവ് ആദ്യമായാണ് ആകാശത്തേക്ക് ഉയർന്നുപറക്കുന്നത്. അത്തരം പ്രത്യേകതയുള്ള വൈമാനികനാണ് അയാൾ. അനാവശ്യമായ പറക്കലുകൾ ഇഷ്ടപ്പെടാത്ത ആളായിരുന്നു അയാൾ. എന്റെ ജീവിതത്തിലെ ഇന്നത്തെ ആദ്യ പറക്കൽ അത്ര സുഗമമായിരുന്നില്ല. വിമാനം വേഗത്തിലോടി ഉയർന്നു പൊങ്ങാൻ ശ്രമിച്ചപ്പോൾ എനിക്ക് ശ്വാസതടസ്സവും അസ്വസ്ഥതയും അനുഭവപ്പെട്ടു. ഞാൻ നല്ലപോലെ വിളറിയിരിക്കുന്നു എന്നു പറഞ്ഞ ഗെയ്ഗർ എന്റെ സീറ്റിന്റെ മുകളിലുള്ള കാറ്റുകിട്ടാനുള്ള ബട്ടൻ അമർത്തിയപ്പോൾ എനിക്ക് അല്പം ആശ്വാസം തോന്നി. വിമാനം ഉയരത്തിലെത്തിയപ്പോൾ എന്റെ അസ്വസ്ഥത ശമിച്ചു.

അച്ഛന്റെ കൂടെ അവസാനമായി കമാന്റോ എയർപോർട്ട് സന്ദർശിച്ച ചിത്രം എന്റെ മനസ്സിൽ തെളിഞ്ഞുവന്നു. ആഗസ്റ്റ് അവസാനമായിരുന്നു. ഒരു എയർ ഡെമോൺസ്ട്രേഷൻ നടക്കുകയാണ്. മഴയുണ്ട്. ജനം കട്ടിപിടിച്ചു നില്ക്കുന്നു. നിരയായി കിടന്നിരുന്ന വിമാനങ്ങളിൽ വൈമാനികൻ ഫ്രളോവിന്റെ വിമാനമായിരുന്നു ഞങ്ങളുടെ ഏറ്റവും അടുത്തായി കിടന്നിരുന്നത്. ജനം വളരെ ആവേശത്തിലാണ് അയാളുടെ വിമാനം പറപ്പിക്കൽ കാത്തിരുന്നത്. മുൻപൊരിക്കലും കാണിച്ചിട്ടില്ലാത്ത പ്രകടനങ്ങൾ അയാൾ വായുവിൽ കാഴ്ചവെയ്ക്കുമെന്ന് പ്രഖ്യാപിച്ചിരുന്നു.

ഫ്രലോവ് ഒരു കത്തിക്കാത്ത സിഗരറ്റ് തന്റെ ചുണ്ടിൽവെച്ചുകൊണ്ട് വിമാനത്തിന്റെ സമീപം നിൽപുണ്ടായിരുന്നു. അയാൾ തന്റെ എല്ലാ പോക്കറ്റുകളിലും തീപ്പെട്ടി തപ്പി നോക്കി. അയാൾ തീപ്പെട്ടി കണ്ടുപിടിച്ചു. ഒരെണ്ണം ഉരച്ചു. മഴയിൽ കൊള്ളി കെട്ടുപോയി. ഞാൻ ഇപ്രകാരം ചിന്തിച്ചു. ഇന്നത്തെ വിമാനം പറത്തൽ പ്രകടനത്തിൽ ഫ്രാളോവിന്റെ വിമാനം തകർന്നുവീണാൽ അയാളുടെ നിസ്സാരമായ ഒരു അന്ത്യാഭിലാഷം സഫലീകരിക്കപ്പെടാതിരിക്കും!

എനിക്ക് വൈമാനികനോട് സഹതാപം തോന്നി. ഞാൻ അച്ഛനോട് തീപ്പെട്ടിയും വാങ്ങി ഓടിച്ചെന്നു. അത് അനുവദനീയമല്ല. പ്രകടനത്തെ നിയന്ത്രിക്കുന്നയാൾ എന്നെ ചൂണ്ടി വിസിലൂതി. പക്ഷേ ഞാൻ തീപ്പെട്ടി വൈമാനികനെ ഏല്പ്പിക്കാനായി ഓടി. എങ്ങനെയോ കാര്യം പിടികിട്ടിയ

ഫ്രേളോവ് എന്റെ നേരെ വന്നു. അയാൾ ചിരിച്ചു. നീട്ടിപ്പിടിച്ച കൈയിൽ തീപ്പെട്ടിയുമായി ഞാനപ്പോഴും ഓടുകയായിരുന്നു. ഞങ്ങൾ കണ്ടുമുട്ടി. വൈമാനികൻ കൈയിൽനിന്ന് തീപ്പെട്ടി എടുക്കുകയും സിഗരറ്റിന് തീ കൊളുത്തുകയും ചെയ്തു. അയാൾ ആദ്യത്തെ പുകയൂതി. അയാളുടെ മുഖം പുകയിൽ മുങ്ങി. എന്നോട് വിടപറഞ്ഞുകൊണ്ട് അയാൾ എന്റെ കൈയിൽ മുറുക്കെ പിടിച്ചു. ആ പിടുത്തത്തിന്റെ ശക്തിയിൽ ഞാൻ കരഞ്ഞുപോയേനേ. പക്ഷേ, ഞാൻ പിടിച്ചുനിന്നു. ഇങ്ങനെയാണ് വൈമാനികന്റെ കൈ കൊടുക്കൽ! കാഴ്ചക്കാരുടെയിടയിലേക്ക് തിരിച്ചെത്തിയ ഞാൻ വീണ്ടും വ്യോമപരിധി ലംഘിച്ചു. ഇത്തവണ ആരും വിസിലടിച്ചില്ല. അയാൾ തിരിഞ്ഞുനിന്നു.

ഞാൻ അച്ഛന്റെയടുത്ത് നിന്ന് വ്യോമപരിധി വീക്ഷിക്കുന്നു. വൈമാനികൻ ഫ്രേളോവിന്റെ ഊഴമെത്തി. നേരത്തെ തന്നെ തന്റെ സിഗരറ്റ് വലിച്ചുതീർന്ന അയാൾ വിമാനത്തിന്റെ കോക്പിറ്റിൽ ഇരിക്കുന്നുണ്ടായിരുന്നു. വിമാനത്തിന്റെ പങ്കകൾ കറങ്ങി. എട്ടോളം സഹായികൾ പിടിച്ചു നിർത്തിയിരുന്ന വിമാനം മുന്നോട്ടായുകയും കുലുങ്ങുകയും ചെയ്യുന്നു. വൈമാനികന്റെ സിഗ്നലനുസരിച്ച് സഹായികൾ പിടിവിടുകയും നിലത്ത് പതിഞ്ഞു കിടക്കുകയും ചെയ്തു. അവസാനം യന്ത്രത്തെ ഭൂമിയിൽ തടഞ്ഞുനിർത്തിയിരുന്ന എല്ലാ കെട്ടുകളിൽനിന്നും അത് മുക്തി നേടി. ഒരു ചക്രത്തിൽ ഉയർന്നുപൊങ്ങി വേഗതയിൽ ഓടിയ വിമാനം കുറച്ചു ദൂരം രണ്ടുചക്രങ്ങളിൽ ഓടിയിട്ട് ആകാശത്തേക്ക് കുതിച്ചുയർന്നു. കുത്തനെ കിഴുക്കാൻതൂക്കായി വിമാനം കുതിച്ചുയർന്നു.

പറക്കൽ, എയ്റോപ്ലെയിൻ ഒരു വലിയ പക്ഷിയെപ്പോലെയാണ് വായുവിൽ പറക്കുന്നത്. അതിനെ എന്താണ് വായുവിൽ പിടിച്ചുനിർത്തുന്നതെന്ന് അറിയില്ല. ഭൗതികനിയമങ്ങളെക്കുറിച്ചും വിമാനത്തിന്റെ ഘടനയെക്കുറിച്ചും ആളുകൾ പറയുന്നതൊക്കെ വ്യക്തമായി മനസ്സിലാകുന്നുണ്ട്. എന്നാൽ വായുവിലെ അതിന്റെ ഏകാന്തമായ കുതിച്ചുചാട്ടം ഒട്ടും മനസ്സിലാകുന്നില്ല. അത് ആശ്ചര്യകരമാണ്. അതിലിരിക്കുന്നയാൾക്ക് അത് വളരെ ഭീകരവുമാണ്.

ഞാൻ വെറുതെയല്ല ഭയപ്പെട്ടത്. അതിനൊരു കാരണവുമുണ്ട്. അത് സംഭവിച്ചത് വിഷമംപിടിച്ച പ്രകടനങ്ങളൊക്കെ കാട്ടിക്കഴിഞ്ഞപ്പോഴായിരുന്നു. വിദൂരമായ നീലാകാശത്തുനിന്നും ഫ്രേളോവിന്റെ വിമാനം ഭൂമിയിലേക്ക് ഇറങ്ങാനായി പറന്നുവന്നു. അയാളുടെ വട്ടംചുറ്റലും സാധാരണഗതിയിലുള്ള താഴ്ന്ന പറക്കലും പെട്ടെന്ന് തടസ്സപ്പെട്ടു. ഇന്നും എനിക്ക് അതിനെ താരതമ്യപ്പെടുത്താൻ കഴിയുന്നത് വെടികൊണ്ട പക്ഷിയോടാണ്. അക്കാലത്തെ പത്രങ്ങളിലും അങ്ങനെയാണ് പറഞ്ഞിരുന്നത്. ആലങ്കാരിക വർണ്ണനകൾക്കുമപ്പുറം ഞാൻ കണ്ടതു വലതു ചിറകൊടിഞ്ഞ ഒരു പക്ഷിയെപ്പോലെ യന്ത്രം അതിന്റെ അച്ചുതണ്ടിൽ വട്ടം കറങ്ങിക്കൊണ്ട് നിലം പതിക്കുന്നതാണ്.

വിമാനത്തിന്റെ ചിറകുകളെ ബന്ധിപ്പിക്കുന്ന കേബിൾ പൊട്ടിപ്പോയെന്നും വിമാനത്തിന്റെ ഘടനയ്ക്ക് ശക്തിക്ഷയം സംഭവിച്ചുവെന്നും മറ്റും പിന്നീട് എഴുതപ്പെടുകയുണ്ടായി. പക്ഷേ, ആ നിമിഷങ്ങളിൽ മനസ്സിലായ ഒരേയൊരു കാര്യം ദുഃഖകരമായ ഒരു കുഴപ്പം സമാഗതമായിരിക്കുന്നു എന്നു മാത്രമായിരുന്നു. ഈ മൂക്കുകുത്തിയുള്ള ചാട്ടത്തിൽനിന്നും ഇനിയും വൈമാനികൻ വിജയകരമായി തിരിച്ചുവരുമെന്ന് പ്രതീക്ഷിക്കാമായിരുന്നു. പക്ഷേ, വിമാനത്തിൽനിന്ന് ഏകദേശം വേർപ്പെട്ട് കാറ്റിൽ കുലുങ്ങിയിരുന്ന വലതുചിറക് യാതൊരു പ്രതീക്ഷയ്ക്കും വക നല്കിയില്ല.

എയർപോർട്ടിലെ ജനം മൗനം പൂണ്ടു. വൈമാനികൻ തന്റെ മരണത്തിലേക്കാണ് പറക്കുന്നതെന്ന് എല്ലാവർക്കും അറിയാമായിരുന്നു. അയാൾ അവിശ്വസനീയമാം വിധം ദീർഘനേരം പറന്നു. വിമാനത്തിന്റെ ഭ്രമണം ഹാസ്യജനകമായിരുന്നു. അതുകൊണ്ടുതന്നെ ഭീകരവുമായിരുന്നു. ഓരോ തവണയും വിമാനം അതിന്റെ അച്ചുതണ്ടിൽ കറങ്ങുമ്പോൾ കോക്പിറ്റിൽ ഇരിക്കുന്ന ഫ്രളോവിനെ ഞങ്ങൾക്ക് കാണാൻ കഴിഞ്ഞു. ഓരോ തവണയും അയാളുടെ കൈകൾ വ്യത്യസ്തമായ നിലകളിൽ ഇരിക്കുന്നതായാണ് കണ്ടത്. അയാൾ നിരാശനായി വ്യത്യസ്ത ഗിയറുകളുപയോഗിച്ച് വിമാനത്തിന്റെ കറക്കം നിയന്ത്രിക്കാൻ ശ്രമിക്കുകയാണെന്ന് വ്യക്തമായിരുന്നു. അയാളുടെ പറന്നുകൊണ്ടിരിക്കുന്ന നിമിഷങ്ങൾ നീണ്ടുപോയി. അയാളുടെ ജീവിതവും അപ്രകാരം നീണ്ടുപോകുമെന്ന് ഞാൻ ചിന്തിച്ചു. ഇപ്പോൾ ഞാനയാളെ ജീവനോടെ കാണുകയാണ്. എന്നാൽ മറ്റൊരു നിമിഷത്തിൽ അയാളെ മരിച്ച നിലയിൽ കാണേണ്ടിവരുമെന്ന് എല്ലാവർക്കും അറിയാമായിരുന്നു. വ്യത്യസ്ത ലിവറുകളിൽ പിടിച്ചുകൊണ്ട് അവസാനശ്രമം നടത്തുന്ന അയാളും ഞങ്ങളും ശബ്ദിക്കാനാവാതെ മരവിച്ചുനിന്നു. ജീവിതത്തിൽനിന്നും മരണത്തിലേക്ക് രൂപാന്തരം പ്രാപിക്കുന്ന ദുഃഖകരമായ നിമിഷത്തെ സ്വായത്തമാക്കാൻ ഞാൻ തയ്യാറെടുത്തു. പക്ഷേ ഒന്നുംതന്നെ സ്വായത്തമാക്കാൻ എനിക്ക് കഴിഞ്ഞില്ല.

വിമാനം മൂക്കുംകുത്തി നിലം പതിച്ചു. മരംകൊണ്ടുള്ള അതിന്റെ ഘടന പൊട്ടിത്തകർന്നു. ജനങ്ങളുടെ നിശ്ശബ്ദത ആയിരങ്ങളുടെ പൊട്ടിക്കരച്ചിലായി ഉയർന്നുപൊങ്ങി. ജനക്കൂട്ടം എല്ലാ വശങ്ങളിൽനിന്നും വിമാനത്താവളത്തിലേക്ക് താഴെ വീണ വിമാനത്തിനരുകിലേക്ക് മേശപ്പുറത്തു മറിഞ്ഞുവീണ കാപ്പി മേശവിരിയിൽ പടരുന്നതുപോലെ പടർന്നുകയറി. ആളുകൾ ഓടാൻ തയ്യാറെടുത്തുനില്ക്കുകയായിരുന്നു. ഭൂമിയിൽ വന്നിടിച്ചു തകർന്ന വിമാനത്തിന്റെ ശബ്ദം കായികമേളയിലെ സ്റ്റാർട്ടു പറയുന്നതുപോലെയാണ് പ്രവർത്തിച്ചത്. മറ്റുള്ളവരോടൊപ്പം ഞാനും തിക്കി ത്തിരക്കി ഓടുകയും കരയുകയും ചെയ്തു. അപകടത്തിൽ പെട്ടയാളെ ആദ്യം കാണാനുള്ള തിരക്കിൽ വേഗത്തിൽ ഓടിയവരുടെ പിന്നിലായിപ്പോയ ഞാൻ ഓട്ടത്തിന്റെ വേഗത കുറച്ചു. എത്ര സാവധാനം

ഓടിയോ അത്രയും ഉച്ചത്തിലായി എന്റെ കരച്ചിൽ. എന്റെ കരച്ചിലിന്റെ ഉയർന്ന ശബ്ദംകൊണ്ട് ഒന്നാമത്തെ ലൈനിൽ ഓടാൻ പറ്റാത്തതിന്റെ കുറവു നിവർത്തുകയായിരുന്നു ഞാൻ.

അവസാനം ഞാൻ ഫ്രളോവിനെ കണ്ടപ്പോൾ ഞാൻ കരുതിയത്രയും ഭീകരമായിരുന്നില്ല അയാളുടെ കിടപ്പ്. പിളർന്ന നെറ്റി, വായിൽനിന്നും രക്തപ്രവാഹം, അസ്വാഭാവികമായി നീട്ടിപ്പിടിച്ച കൈകൾ. ആ കൈക്കൊണ്ടാണ് എന്റെ കൈയിൽനിന്നും അയാൾ തീപ്പെട്ടി വാങ്ങിയത്. ആ കൈകൊണ്ടാണ് വേദനിക്കുന്നവിധം എന്റെ കൈ അമർത്തിയത് ഇനിയൊരു ദുർബലമായ കൈ കൊടുക്കാൻപോലും അവയ്ക്ക് കഴിവില്ല. പിന്നീട് ഞാൻ പ്രശസ്തമായ ബ്ലോക്കിന്റെ (എ.എ. ബ്ലോക്ക് (1990–1921) റഷ്യൻ കവി) വരികൾ വായിച്ചപ്പോൾ എനിക്ക് ആ കൈകൾ ഓർമ്മ വന്നു.

ഇപ്പോൾ വൈകിപ്പോയി. പുൽത്തകിടിയിൽ തകർന്ന ചിറകിന്റെ വളവ്... യന്ത്രത്തിന്റെ കൂടിക്കുഴഞ്ഞ കമ്പികൾക്കുള്ളിൽ ഒരു കൈ; ഉത്തോലകത്തേക്കാൾ ഭീകരം.

ഉത്തോലകത്തേക്കാൾ ഭീകരം – ഞാനതിന്റെ വിലയറിയുന്നു.

ബുധനാഴ്ച (നാസ്ച്യ)

ക്രെംലിനിൽ നിന്നുള്ള റിപ്പോർട്ട് ഞാൻ ടി.വി.യിൽ കണ്ടു. എന്റെയാളുകൾ ഇന്ന് തീപിടിച്ചുനടക്കുകയായിരുന്നു. അവാർഡ് ജേതാവ് പ്ലത്തോനവ് അവാർഡ് സ്വീകരിക്കുന്നതിനിടയിൽ ബേൽക്കയെ (1960 -ൽ ബഹിരാകാശയാത്ര നടത്തിയ റഷ്യൻ നായ്ക്കൾ)ക്കുറിച്ചും സ്ത്രേ്യൽക്കയെക്കുറിച്ചും സംസാരിക്കാനുള്ള അവസരം ഉപയോഗിച്ചു. ഞാൻ കരുതുന്നു അത് വളരെ സന്ദർഭോചിതവും പ്രകൃതിസ്നേഹവും പുലർത്തുന്ന കാര്യമായിരുന്നു. ഗെയ്ഗറും മോശമല്ല. അയാൾ നടക്കുന്നതിനിടയിൽ നന്ദി രേഖപ്പെടുത്തിക്കൊണ്ട് സ്വന്തം ഇരിപ്പിടത്തിലേക്ക് മടങ്ങി. അയാൾ ചടങ്ങിലെ പ്രധാന അധികാരിയുടെ നേരെ നോക്കിയില്ല. അയാൾ അദ്ദേഹത്തെ അത്ര ഇഷ്ടപ്പെട്ടിരുന്നില്ല. അല്ലെങ്കിൽ അദ്ദേഹത്തിൽ ഇഷ്ടം തോന്നുന്നതായി എന്താണുള്ളത്? ഒറ്റവാക്കിൽ രണ്ട് അവാർഡുജേതാക്കളേയും ഓർത്ത് ഞാൻ അഭിമാനിക്കുന്നു.

ബുധനാഴ്ച (ഗെയ്ഗർ)

ഇന്നക്കെഞ്ചിയും ഞാനും മോസ്കോവിൽനിന്നും മടങ്ങിവരുകയാണ്. സ്ലീപ്പർ കമ്പാർട്ടുമെന്റിലാണ് ഞങ്ങൾ യാത്ര ചെയ്യുന്നത്. ട്രെയിനിൽ തിരിച്ചുപോകാമെന്ന് തീരുമാനിക്കുകയായിരുന്നു.

പ്ലെയിനിൽ ഇന്നക്കെഞ്ചിക്ക് ചില അസ്വസ്ഥതകളുണ്ടായി. ഏതോ മരിച്ചുപോയ വൈമാനികനെക്കുറിച്ചുള്ള ഓർമ്മകൾ ഇന്നക്കെഞ്ചിയെ വേട്ടയാടുന്നുണ്ട്. മരിച്ചത് അയാളുടെ കണ്ണുകൾക്ക് മുമ്പിലായിരുന്നു.

ഞാൻ എഴുതുന്നു.

ഇന്നക്കെഞ്ചി അവാർഡുകൾ പരിശോധിക്കുകയാണ്. അയാൾ അവാർഡുകളുടെ രണ്ടു ചെറിയ കാർഡ്ബോർഡ് പെട്ടികൾ തന്റെ മുന്നിൽ തുറന്നുവെച്ചു. ഒന്നിൽ ശാസ്ത്രത്തിനുള്ള ബഹുമതിയും രണ്ടാമത്തേതിൽ ധൈര്യത്തിനുള്ള അവാർഡുമായിരുന്നു. ആലോചനാമഗ്നനായി അയാൾ ചുണ്ടുകൾ കൂർപ്പിച്ചു. അമ്പരന്ന ഒരു മനുഷ്യന്റെ ഭാവമായിരുന്നു അയാൾക്ക്. അദ്ദേഹത്തെ ശ്രദ്ധിക്കുന്നത് വളരെ ആഹ്ലാദകരമായിരുന്നു.

സ്താറയ സ്ക്വയറിലെ പ്രസിഡന്റിന്റെ ഔദ്യോഗിക ഓഫീസിൽ ഇന്നു രാവിലെ അവർ ഞങ്ങളോട് ഒത്തുചേരാൻ ആവശ്യപ്പെട്ടു. ഭാവിയിലെ അവാർഡുജേതാക്കളെ എല്ലാവരേയും എനിക്ക് അറിയാമായിരുന്നു. അല്ലെങ്കിൽ ഏകദേശം എല്ലാവരേയും.

പെട്ടെന്നു തന്നെ ഞങ്ങളെ ബസ്സിൽ കയറ്റി ക്രെംലിനിനിലെത്തിച്ചു. ഒരു താഴ്ന്ന സീലിംഗുള്ള ഹാളിൽ ഞങ്ങൾ അവാർഡുദാനം പ്രതീക്ഷിച്ച് കാത്തിരുന്നു. ഞങ്ങൾ മധുരപലഹാരങ്ങൾ കഴിക്കുകയും പഴച്ചാറുകൾ കുടിക്കുകയും ചെയ്തു.

പ്രോട്ടോക്കോൾ സെക്ഷനിലെ മാനേജർ ഹാളിലൂടെ ചുറ്റി നടക്കുന്നുണ്ടായിരുന്നു. പ്രസിഡന്റിനുള്ള സമ്മാനങ്ങൾ അയാളെ ഏല്പിക്കാൻ നിർദ്ദേശിക്കപ്പെട്ടു. പ്രസിഡന്റിന് നേരിട്ട് സമ്മാനങ്ങൾ നല്കാൻ ആരേയും അനുവദിച്ചിരുന്നില്ല.

അയാൾ ഞങ്ങളേയും സമീപിച്ചു. ഞാനും ഇന്നക്കെഞ്ചിയും കൈകൾ മലർത്തി. ഞങ്ങൾ ആർക്കും ഒന്നും നല്കാൻ തീരുമാനിച്ചിരുന്നില്ല. മാനേജരുടെ മുഖത്ത് നിരാശ പ്രത്യക്ഷമായി. അയാൾ എല്ലാവരേയും അവാർഡുകൾ സ്വീകരിക്കാൻ ക്ഷണിച്ചപ്പോൾ ഇന്നക്കെഞ്ചി ടോയ്ലെറ്റിലായിരുന്നു. മാനേജരുടെ നിരാശ അധികരിച്ചു.

ഞങ്ങളുടെ ജോടിയിൽനിന്നും ആദ്യം ക്ഷണിച്ചത് ഇന്നക്കെഞ്ചിയെയായിരുന്നു. തന്റെ കൈയിലെ പേപ്പറിലൂടെ കണ്ണോടിച്ചിട്ട് പ്രസിഡന്റ് ഇന്നക്കെഞ്ചിയുടെ ധൈര്യത്തെ പ്രകീർത്തിക്കുകയും അയാളെ യൂറി ഗഗാറിനുമായി താരതമ്യപ്പെടുത്തുകയും ചെയ്തു.

“ഗഗാറിനുമായി താരതമ്യപ്പെടുത്തുവാൻ ഞാൻ അർഹനല്ല എന്ന് ഭയപ്പെടുന്നു.” പരിതാപകരമായി ഇന്നക്കെഞ്ചി പറഞ്ഞു. “കാരണം എന്റെ ധൈര്യം ബലാൽക്കാരമായി അടിച്ചേല്പിക്കപ്പെട്ടതാണ്. അതിന് ആദ്യമായി ശൂന്യാകാശത്തുപോയ ബേൽക്ക, സ്തര്യേൽക്ക എന്നീ നായകളുടെ ധൈര്യവുമായി സാദൃശ്യമുണ്ട്. അവർക്കും മറ്റൊരു മാർഗ്ഗമുണ്ടായിരുന്നില്ല. അതുകൊണ്ട് എന്നെ അവയുമായി താരതമ്യപ്പെടുത്തുന്നതാണ് കൂടുതൽ അഭികാമ്യം.”

ഹാളിൽ കൈയടി മുഴങ്ങി. പ്രസിഡന്റ് തീർച്ചയില്ലാത്തവിധം ചിരിച്ചു. പിന്നീട് പൊതുവായ കൈയടിയിൽ പങ്കുചേർന്നു. ബേൽക്കയേയും

സ്തര്യേൽക്കയേയും കുറിച്ച് അയാൾ ഒട്ടും പ്രതീക്ഷിക്കാത്ത കാര്യമായിരുന്നു.

ഇന്നക്കെഞ്ചി ഇപ്പോൾ രണ്ടു മെഡലുകലും എടുത്തണിഞ്ഞു. മിനറൽ വാട്ടറിന്റെ കുപ്പിക്കിടയിലൂടെ ഞാനയാളുടെ നെഞ്ചത്ത് രണ്ടു മെഡലുകളും കണ്ടു. അയാൾക്കത് നന്നായി ചേരുന്നുണ്ട്.

വെള്ളിയാഴ്ച (ഇന്നക്കെഞ്ചി)

ഇന്നലെയാണ് ഗെയ്ഗറോടൊപ്പം മോസ്കോവിൽനിന്നും തിരിച്ചെത്തിയത്. അസാധാരണമായ ഒരു യാത്രയായിരുന്നു. ക്രംലിനിലൂടെ നടക്കുമ്പോൾ ഞാനോർത്തു. ഇരുപതുകളിലോ മുപ്പതുകളിലോ ആണ് ഞാനിവിടെ വന്നിരുന്നതെങ്കിൽ എനിക്കൊരു പ്രത്യേക വ്യക്തിയെ കാണാൻ കഴിയുമായിരുന്നു...

ഞങ്ങളുടെ എല്ലാ പ്രതീക്ഷകളും ഞങ്ങളുടെ വെറുപ്പും ലോകത്തിന്റെ നെറുകയിലേക്ക് ആവിപോലെ ഉയർന്നത് ഇവിടെയായിരുന്നു. അവർ അതിൽ സ്വയം തപിക്കുകയും മൂക്കിലൂടെ വലിച്ചെടുക്കുകയും ചെയ്തു. അക്കാലത്ത് യഥാർത്ഥത്തിൽ ക്രെംലിനിൽ വരുകയും അവരോട് കണ്ണിൽ നോക്കി ഞങ്ങളുടെ ജീവിതത്തെക്കുറിച്ച് അവരോട് പറയാനും കഴിഞ്ഞിരുന്നുവെങ്കിൽ! തീർച്ചയായും അതൊരു തമാശയായി തോന്നാം. നിങ്ങൾക്ക് നിങ്ങളുടെ വായ തുറക്കാനോ അവരോട് ഒരു വാക്കുപോലും സംസാരിക്കുവാനോ കഴിഞ്ഞെന്നുവരില്ല! അവരുടെ നേരെ നോക്കാനെങ്കിലും കഴിഞ്ഞിരുന്നെങ്കിൽ എത്ര നന്നായിരുന്നു! കടന്നുപോകുമ്പോഴുള്ള ഒരു നോട്ടം മാത്രം. ഹൃദയംപൊട്ടി മരിച്ചുപോയേക്കാം. എങ്കിലും ഒരു നോട്ടം സാദ്ധ്യമായെങ്കിൽ!

പക്ഷേ ഞാൻ ഇപ്പോഴത്തെ നേതാവിന്റെ നേരെ നോക്കി. ഹൃദയം തകർന്നില്ല. ഹൃദയമിടിപ്പ് കൂടിയതുമില്ല. അത് അദ്ദേഹം ഇങ്ങനെയോ അങ്ങനെയോ ആയതുകൊണ്ടല്ല ഇത് എന്റെ കാലമല്ലാത്തതുകൊണ്ടു മാത്രമാണ്. ഞാൻ ഒന്നുംതന്നെ അനുഭവിക്കുന്നില്ല, എനിക്ക് സംഭവങ്ങളോട് വളരെ അവ്യക്തമായ താത്പര്യങ്ങളേയുള്ളൂ. എന്നെ പ്രസിഡന്റിന് പരിചയപ്പെടുത്തുമ്പോൾ എന്റെയുള്ളിൽ വലിയ പ്രതികരണങ്ങളൊന്നും ഉണ്ടാകുന്നില്ല. സിംബാബെ എന്ന രാജ്യത്തിന്റെ പ്രസിഡന്റിന് എന്നെ പരിചയപ്പെടുത്തിയാൽ ഉണ്ടാകുന്ന തരം ഒരു പ്രതികരണമാണ് എന്നിൽ ഉണ്ടാകുന്നത്. നിങ്ങൾക്ക് ആവശ്യമുള്ളതൊക്കെ അദ്ദേഹത്തോട് പറയാം. പക്ഷേ, അത് നിങ്ങളെ മോഹിപ്പിക്കുന്നില്ല! അതൊരു താത്പര്യവും ഉണർത്തുന്നില്ല.

അവാർഡുദാനചടങ്ങ് കഴിഞ്ഞ് ഞങ്ങളെ ഒരു ഗ്ലാസ്സ് ഷാമ്പയിൻ കുടിക്കാൻ ക്ഷണിച്ചു. ഞാൻ ക്രെംലിനിലെ ഷാമ്പയിൻ കുടിച്ചു. പിന്നെ ഓർത്തു; ഇത് അധികാരത്തിന്റെ ഷാമ്പയിനാണ്. എല്ലായ്പ്പോഴും അത്തരം എന്തെങ്കിലും ചിന്ത ഉദിക്കും. അധികാരവും പിടിച്ചടക്കാനുള്ള

കഴിവും ഷാമ്പയിനോടൊപ്പം എന്റെ തൊണ്ടയിലേക്ക് ഒഴിച്ചതുപോലെ യാണ് എനിക്കു തോന്നിയത്?

പക്ഷേ, പ്രധാന സംഗതി ഒരു ഉദ്യോഗസ്ഥ മേധാവിയെ ഭരണാധി കാരിയാക്കി മാറ്റുന്ന രാജ്യത്തിന്റെ ചില പ്രത്യേക ഉത്തരവാദിത്വങ്ങൾ രാജ്യകാര്യങ്ങളെ അയാളുടെ വ്യക്തിപരമായ കാര്യങ്ങളാക്കി മാറ്റുകയും രാജ്യംതന്നെ അയാളുടെ സ്വന്തം "ഞാൻ" എന്ന ഭാവത്തിന്റെ ഭാഗമായി പരിണമിക്കുകയും ചെയ്യുന്നു എന്നതാണ്.

ഞങ്ങൾ മോന്തിയ പാനീയത്തെക്കുറിച്ചുള്ള എന്റെ ചിന്തകൾ ഞാൻ ഗെയ്ഗറുമായി പങ്കുവെച്ചു. പക്ഷേ എന്റെ ചിന്തകളോട് അയാൾ യോജി ച്ചില്ല.

"ഒരു നല്ല ഉദ്യോഗസ്ഥമേധാവിയുണ്ടെങ്കിൽ ഒരു ഭരണാധികാരിയുടെ ആവശ്യമില്ല."

കൊള്ളാം! ഗംഭീരമായിരിക്കുന്നു. ഒരു യൂറോപ്യൻ കാഴ്ചപ്പാട്. എന്റെ ഗ്ലാസ്സ് ഞാൻ ഗെയ്ഗറിന്റെ ഗ്ലാസ്സുമായി കൂട്ടിമുട്ടിച്ചു.

"റഷ്യയിൽ എവിടെയാണ് നിങ്ങൾ നല്ല ഉദ്യോഗസ്ഥമേധാവിയെ കണ്ടത്?"

ഞങ്ങൾ ഔപചാരികമായി ഗ്ലാസ്സുകൾ കൂട്ടിമുട്ടിച്ചപ്പോൾ എന്റെ കൈയിൽനിന്നും ഗ്ലാസ്സ് വഴുതിവീണു. വാച്യാർത്ഥത്തിൽ ഒരു സ്ലോമോ ഷൻ ചിത്രം പോലെ അത് പറന്നുപോകുന്നതും ഒരു നിമിഷത്തിനുശേഷം അത് നുരഞ്ഞുപൊന്തി വിവിധ വശങ്ങളിലേക്ക് തുളുമ്പിവീഴുന്നതും ഞാൻ സങ്കല്പിച്ചു. ഞാൻ സങ്കല്പിച്ചതുപോലെതന്നെ അത് അവസാനം നിലംപതിക്കുകയും വിവിധ വശങ്ങളിലേക്ക് ഷാമ്പയിൻ തൂളിത്തൂവി പ്പോകുകയും ചെയ്തു. ഞാൻ വളരെ അസാധാരണമായ ഒരു സമയ ത്തിന്റെ സാക്ഷിയായി മാറി. വർത്തമാനകാലത്തിന്റേയോ ഭൂതകാലത്തി ന്റേയോ അല്ല, ഭാവികാലത്തിന്റെ സാക്ഷി! ആ ചിത്രം യഥാർത്ഥത്തിൽ ഗ്ലാസ് നിലംപതിക്കുന്നതിനുമുമ്പ് എല്ലാ വിശദാംശങ്ങളോടെയും ഞാൻ വീക്ഷിച്ചു. നിരവധി ഉദ്യോഗസ്ഥർ ഓടിവരുകയും എന്നോട് വിഷമിക്കേണ്ട തില്ലെന്ന് പറയുകയും ചെയ്തു. ഞാൻ എന്തായാലും ഒട്ടും വിഷമിച്ചില്ല.

ശനിയാഴ്ച (ഗെയ്ഗർ)

ഞാൻ ഇന്നക്കെഞ്ചിയുമായുള്ള യാത്രയെക്കുറിച്ച് ഓർമ്മിക്കുകയാ യിരുന്നു. പ്രത്യേകിച്ചും അധികാരത്തിന്റെ പാനീയമെന്ന് അയാൾ വിശേഷിപ്പിച്ച ഷാമ്പയിനെക്കുറിച്ചുള്ള സംഭാഷണം. എത്ര വിചിത്രമായ കല്പന! ഈ പാനീയം ഒരു ഉദ്യോഗസ്ഥമേധാവിയെ ഭരണാധികാരി യായി പരിണമിപ്പിക്കുമെന്നാണ് അയാൾ പറഞ്ഞത്.

എനിക്കറിയില്ല ഇപ്പോഴത്തെ പ്രസിഡന്റ് എന്താണ് കുടിക്കുന്നതെന്ന്. (അത് മറ്റു വല്ല പാനീയവുമായിരിക്കുമെന്ന് ഞാൻ ഭയക്കുന്നു.) എന്താ യാലും അയാളിൽനിന്ന് ഗുണകരമായതൊന്നും സംഭവിച്ചില്ല.

ഇന്നക്കെഞ്ചി എന്നെ വിസ്മയ സ്തബ്ധനാക്കുന്നു. ഏറ്റവും നിഷ്ഠുരമായ ഭരണത്തിൻകീഴിൽ ജീവിച്ച ഒരാൾ ഭരണാധികാരി എന്ന് വളരെ ലഘുവായി പറയുന്നത് അവിശ്വസനീയമാണ്!

അയാളുടെ കൈയിൽനിന്ന് ഗ്ലാസ് നിലംപതിച്ചതിൽ അദ്ഭുതമില്ല!

ഞായറാഴ്ച (ഇന്നക്കെഞ്ചി)

കമ്പ്യൂട്ടറിൽ വാക്കുകൾ ആട്ടോമാറ്റിക് ആയി തിരുത്താനായി ഓട്ടോ കറക്ഷൻ സംവിധാനമുണ്ട്. എനിക്കൊരു വിചിത്രമായ കാര്യം തോന്നുകയുണ്ടായി. ചിലപ്പോൾ കമ്പ്യൂട്ടറിലെ എഡിറ്റർ ആവശ്യമുള്ളതിലും കൂടുതൽ തെറ്റുതിരുത്തുകയും ചിലതൊക്കെ കൂട്ടിച്ചേർക്കുകയും ചില തൊക്കെ മായിച്ചുകളയുകയും ചെയ്യുന്നു. എന്റെ ആഴത്തിലുള്ള വിശ്വാസം അയാൾ വളരെ വിപുലമായാണ് തന്റെ അധികാരം പ്രയോഗിക്കുന്നതെന്നാണ്. ഏതോ അന്യനായ ഒരാളുടെ സാന്നിദ്ധ്യമാണ് ഈ കമ്പ്യട്ടർ പ്രോഗ്രാം എന്നിൽ സൃഷ്ടിക്കുന്നത്. ഞാനിക്കാര്യം ഗെയ്ഗറെ അറിയിച്ചു. അയാൾ കളിയാക്കി ചിരിച്ചു. ഒത്തിരിക്കാലമായി ഇത്തരം കാര്യങ്ങൾ ആരും ശ്രദ്ധിക്കാറില്ലെന്നും പറഞ്ഞു. അത് കമ്പ്യൂട്ടറിന്റെ സാധാരണമായ ഒരു അധികപ്രസംഗമാണെന്ന് അയാൾ പറയുന്നു.

തിങ്കളാഴ്ച (നാസ്ച്യ)

കഴിഞ്ഞ ദിവസം ഗെയ്ഗർ എനിക്ക് ഒരു പാക്കറ്റ് കടലാസുകൾ കൊണ്ടുവന്നു. പ്ലത്തോനവിന്റെ ആറുമാസക്കാലത്തെ ജീവിതക്കുറിപ്പുകൾ നോട്ടുബുക്കിൽനിന്നും കമ്പ്യൂട്ടറിലേക്ക് മാറ്റി പ്രിന്റെടുത്തിരുന്നു. അയാൾ അവയെല്ലാം എനിക്ക് കൊണ്ടുവന്നുതന്നത് എനിക്ക് ഭർത്താവിനെ കൂടുതൽ മനസ്സിലാക്കാൻ വേണ്ടിയായിരുന്നു. ഞാൻ ഭർത്താവിനെ അത്ര മോശമായി അറിയുന്നവളല്ല! പക്ഷേ, എന്നെ ഈ കുറിപ്പുകളിൽ ആകർഷിച്ചത് എത്ര വിശദമായാണ് പ്ലത്തോനവ് ഓരോ കാര്യവും എഴുതിയിരിക്കുന്നതെന്നാണ്. എത്രയും പഴയതാണോ അത്രയും സ്നേഹത്തോടെയാണ് എഴുതിയിരിക്കുന്നത്. അക്കാര്യത്തെക്കുറിച്ച് ചോദിച്ചപ്പോൾ അദ്ദേഹം പറഞ്ഞത് താൻ ആസന്നമായ ലോകപുനരുദ്ധാരണത്തെക്കുറിച്ച് ഒരു പ്രൊജക്ട് തയ്യാറാക്കുകയാണെന്നായിരുന്നു. എന്റെ പ്രിയപ്പെട്ടവർ തമാശ പറഞ്ഞതാണ്.

അത്തരം ഒരു പ്രൊജക്ടിൽ പ്ലത്തോനവിന്റെ കുറിപ്പുകൾക്കുണ്ടാവുന്ന തുല്യപ്രാധാന്യം മറ്റുള്ളവരുടെ കുറിപ്പുകൾക്കും ലഭിക്കുമോ? ഉദാഹരണത്തിന് എന്റെ കുറിപ്പുകൾക്ക്? ആർക്കുവേണം എന്റെ പഴങ്കഥ? ചരിത്രപരമായ നിലവാരമില്ലാത്ത ഭൂതകാലം പോലുമല്ല അത് വർത്തമാനകാലം മാത്രമാണല്ലോ! പ്രത്യേകമായി എന്താണ് എനിക്കെഴുതാൻ കഴിയുക?

ഉദാഹരണത്തിന് ജയിലിലെയോ ആർമിയിലേയോ പോലെ നഴ്സറി ക്ലാസ്സിൽ വരിവരിയായി നിർത്തുന്നതിനെക്കുറിച്ചോ? ദുഃഖം നിറഞ്ഞ

പ്രാതലിനെക്കുറിച്ചോ? റവ കുറുക്കിലെ കട്ടിയുള്ള ഉണ്ടകളും ടോയ് ലെറ്റിൽ നിന്നും വീശിയടിക്കുന്ന ക്ലോറിൻഗന്ധവും എനിക്ക് ഓക്കാനമുണ്ടാക്കും. കുറുക്കിയ കട്ടിയുള്ള ഉണ്ടകൾ ഞാൻ സ്പൂൺകൊണ്ട് വകഞ്ഞുമാറ്റും, എങ്കിലും കാണാതെ കിടക്കുന്ന ചില ഉണ്ടകളെ ഞാൻ നാവുകൊണ്ടു തടഞ്ഞുനോക്കും. അപ്പോഴാണ് ഞാൻ ഛർദ്ദിക്കുന്നത്.

എന്റെ ഈ വിശദീകരണങ്ങളിൽ സ്നേഹമില്ല. ആർക്കാണ് അതുണ്ടാവുക? പക്ഷേ ആരെങ്കിലും അതിനെയൊക്കെ സ്നേഹിക്കുകയും സ്നേഹത്തോടെ വിശദീകരിക്കുകയും ചെയ്യും. അല്ലെങ്കിൽ ലോകം അപൂർണ്ണമായിപ്പോകും. ഒരുപക്ഷേ എന്നേയും മരവിപ്പിക്കലിനു വിധേയയാക്കിയാൽ നൂറുവർഷങ്ങൾക്കുശേഷം അവയൊക്കെയും എനിക്ക് വിലമതിക്കാനായേക്കും! ഞാനെന്റെ സന്തതി പരമ്പരകൾക്ക് അത് കൊടുത്തേനേ!

തിങ്കളാഴ്ച (ഗെയ്ഗർ)

ഇന്നക്കെഞ്ചിയുടെ പുനരധിവാസം സംബന്ധിക്കുന്ന പേപ്പർ കിട്ടി.

'അടിസ്ഥാനപരമായ കുറ്റകൃത്യങ്ങളുടെ അഭാവത്താൽ' എന്ന് അതിൽ പറഞ്ഞിരുന്നു. അതിന്റെയർത്ഥം അയാൾ ഏതെങ്കിലും പ്രതിവിപ്ലവസംഘത്തിൽ ഭാഗഭാക്കാകുകയോ സര്യേത്ക്സിയെ വധിക്കുകയോ ചെയ്തിട്ടില്ല എന്നാണ്. ആർക്കും അതിനെക്കുറിച്ച് ഒരു സംശയവുമില്ല.

എന്തായാലും അങ്ങനെയൊരു കടലാസ് കൈയിലിരിക്കുന്നത് നല്ലതാണ്. റഷ്യയെപ്പോലെ ഉദ്യോഗസ്ഥ മേധാവിത്വമുള്ള ഒരു രാജ്യത്ത് നിങ്ങളൊരു ഒട്ടകമല്ല എന്ന് തെളിയിക്കുന്ന കടലാസ് എപ്പോഴും ആവശ്യമാണ്. നമ്മുടെ കാര്യത്തിൽ എല്ലാം വളരെ ലളിതമാണ്. ഗവൺമെന്റാണ് കുറ്റം ചെയ്തത്. അതിന്റെയർത്ഥം ഗവൺമെന്റുതന്നെയാണ് അത് അംഗീകരിക്കേണ്ടത് എന്നാണ്.

ഇന്നക്കെഞ്ചി ആ കടലാസ് തൊട്ടുനോക്കിയതുപോലുമില്ല. അയാളിൽ അസന്തുഷ്ടി നിഴലിക്കുന്നതായി എനിക്ക് തോന്നി. അയാളെന്താ ഗവൺമെന്റിനെ അത്രമാത്രം അവഗണിക്കുകയാണോ? അയാൾക്ക് പുനരധിവാസം വേണ്ടേ? അതൊന്നും ഞാൻ അയാളിൽ കണ്ടില്ല.

ഒരുപക്ഷേ തന്റെ യാതനകളുമായി തട്ടിച്ചുനോക്കുമ്പോൾ ഇത്തരമൊരു കടലാസ്സിന് അയാൾ ഒരു വിലയും കാണുന്നില്ലായിരിക്കാം.

ഞാനയാളോട് ചോദിച്ചു.

"നിങ്ങളെ കുറ്റവിമുക്തനാക്കാനുള്ള ഗവൺമെന്റിന്റെ അവകാശം നിങ്ങൾ മനസ്സിലാക്കുന്നുണ്ടോ? നിങ്ങളത് തിരിച്ചറിയുന്നില്ലെങ്കിൽ അതും മനസ്സിലാക്കാവുന്നതേയുള്ളൂ."

അയാൾ തോളുകൾ കുലുക്കി.

“ദൈവത്തിനുമാത്രമേ കുറ്റവിമുക്തനായി പ്രഖ്യാപിക്കാൻ കഴിയുകയുള്ളൂ. ഗവൺമെന്റ് ചെയ്യുന്നത് അത്ര പ്രാധാന്യമുള്ള കാര്യമല്ല.”

അതെ, അതാണ് കാര്യത്തിന്റെ മറ്റൊരു വശം!

ചൊവ്വാഴ്ച (ഇന്നക്കെഞ്ചി)

മരവിപ്പിക്കലിന് വിധേയരാക്കപ്പെട്ട എല്ലാവരുടേയും ജീവിതത്തിൽ മരവിപ്പിക്കാൻ കൊണ്ടുപോകുന്നതിനുമുമ്പ് മയക്കുമരുന്ന് കുത്തിവെയ്ക്കുന്ന ഒരു നിമിഷം സമാഗതമാകും. (ബൈബിളിൽ ബത്തനിയായിൽ മരിച്ചുകഴിഞ്ഞ് നാലാം ദിവസം ജീസസ് ഉയർത്തെഴുന്നേക്കാൻ സഹായിച്ച ലാസറിനെ അനുസ്മരിച്ചുകൊണ്ട് മരവിപ്പിക്കലിന് വിധേയരായവരെ ‘ലസാറൂസ്’ എന്നാണ് കോൺസൺട്രേഷൻ ക്യാമ്പിൽ വിളിച്ചിരുന്നത്) ലസാറൂസിന് മയക്കുമരുന്നു കുത്തിവെയ്ക്കുന്ന കാര്യം വളരെ രഹസ്യമായി അക്കാദമി അംഗം മുറോംത്സ്യേവ് ഏർപ്പെടുത്തിയതാണ്. ഉന്നതരായ ഉദ്യോഗസ്ഥർ വിശ്വസിച്ചിരുന്നത് ആളുകളെ ജീവനോടെ മരവിപ്പിക്കലിനു വിധേയരാക്കണമെന്നുമാത്രമല്ല, അവർ ഉണർന്നിരിക്കുമ്പോൾ തന്നെ അങ്ങനെ ചെയ്യണമെന്നായിരുന്നു. ഉറക്കം ജീവിതത്തിന്റെ ഒരു അവസ്ഥയാക്കി കണക്കാക്കാമെങ്കിലും മുറോംത്സ്യേവ് നിയമത്തിൽ നിന്നും വ്യതിചലിച്ച് മയക്കുമരുന്നു കുത്തിവെയ്ക്കാൻ തീരുമാനിക്കുകയായിരുന്നു. ലസാറൂസുകൾ അക്കാര്യത്തിൽ അദ്ദേഹത്തിനോട് നന്ദിയുള്ളവരായിരുന്നു. ഉറങ്ങുമ്പോൾ പരമമായ ശൂന്യതയിലേക്ക് വിലയം പ്രാപിക്കുന്നത് എളുപ്പമായിരുന്നു. കുത്തിവെയ്ക്കുന്നതിനുമുൻപ് ലസാറൂസുകൾ ഉറക്കം മരണത്തിന് തടസ്സമല്ല എന്ന റഷ്യൻ പഴഞ്ചെല്ല് ദോഷൈകദൃക്കായ ഭാവമുണർത്തിയെങ്കിലും മയക്കുമരുന്നു കുത്തിവെയ്ക്കാനുള്ള അയാളുടെ തീരുമാനത്തെ ഒരു വിചിത്രമായ രീതിയിൽ ശക്തിപ്പെടുത്തി.

മയങ്ങുമ്പോൾ ഞാൻ ലസാറൂസിനെ ഓർമ്മിച്ചു. അയാളുടെ വിധിമാത്രമായിരുന്നു എന്റെ ഏക പ്രതീക്ഷ. മരിച്ചു നാലുദിവസങ്ങൾക്കുശേഷം ദുർഗന്ധം വമിക്കുന്ന ഒരാൾക്ക് ഉയിർത്തെഴുന്നേൽക്കാമെങ്കിൽ എല്ലാ നിയമങ്ങളുമനുസരിച്ച് മരവിപ്പിച്ച ഒരു മനുഷ്യനെ ഉയിർത്തെഴുന്നേല്പിക്കുവാൻ അസാദ്ധ്യമാകുമോ? മഞ്ഞുരുകുമ്പോൾ ഞാൻ ജീവനോടെ തിരിച്ചുവരുന്ന കാര്യം ഉദിക്കുന്നതേയില്ല. ദുഃഖത്തോടെ പിരിഞ്ഞുപോകാൻ ഞാൻ ആഗ്രഹിച്ചില്ല. നാലു ദിവസങ്ങൾക്കുശേഷമാണ് ലാസറിനെ ദൈവം ഉയിർത്തെഴുന്നേല്പിച്ചത്. അവർ എന്നെ എപ്പോഴാണ് ഉയിർത്തെഴുന്നേല്പിക്കുന്നത്? അവരെന്നെ ഉയിർത്തെഴുന്നേല്പിക്കുമോ? അവർ എന്നെ ഉയിർത്തെഴുന്നേല്പിക്കുമെന്ന് വിശ്വസിക്കാനായിരുന്നു ഞാൻ ആഗ്രഹിച്ചത്.

ഇപ്പോൾ എന്റെ മഞ്ഞുരുകലിനെക്കുറിച്ച് ആലോചിക്കുമ്പോൾ കഴിഞ്ഞുപോയ വർഷങ്ങളുടെ വെളിച്ചത്തിൽ ഞാൻ സ്വയം ചോദിക്കുന്നു എന്റെ മഞ്ഞുരുകൽ ഒരു തലമുറയുടെ മുഴുവൻ ഉയിർത്തെഴുന്നേല്പായി

പരിണമിച്ചുവോ? ഞാനിപ്പോൾ ഓർമ്മയിൽനിന്നും ചികഞ്ഞെടുക്കുന്ന ഏതൊരു വിശദാംശവും കഴിഞ്ഞ യുഗത്തിലെ വിശദാംശമായി മാറുകയാണ്. ഒരുപക്ഷേ, വിശദാംശങ്ങളിലായിരിക്കില്ല, മുഴുവൻ കാര്യവും അങ്ങനെയാകുമോ? ഞാൻ മാത്രം ഉയിർത്തെഴുന്നേറ്റത് ഞങ്ങളുടെ പേടിപ്പെടുത്തുന്ന കാലഘട്ടത്തിൽ ഞങ്ങൾ അനുഭവിച്ച ക്രൂരതകൾ എല്ലാവരേയും ബോദ്ധ്യപ്പെടുത്താൻ വേണ്ടിയായിരിക്കുമോ? ഞാനിത് നാസ്ച്യയുമായി പങ്കുവെയ്ക്കും. എല്ലാം രൂപം നല്കിയത് ഞാൻ സാക്ഷ്യപ്പെടുത്താൻ വേണ്ടിയായിരുന്നു എന്ന് ഞാൻ പറഞ്ഞാലോ? സത്യത്തിൽ ഞാൻ എല്ലാം കാണുകയും ഓർമ്മിക്കുകയും ചെയ്യുന്നു. ഇപ്പോൾ ഞാനത് വിശദമായി എഴുതുന്നു.

വ്യാഴാഴ്ച (നാസ്ച്യ)

അടുത്ത കാലത്തായി അർദ്ധ ആഡംബരപൂർണ്ണമായ സൗഖ്യത്തിലാണ് ഞാൻ കഴിയുന്നത്. ഛർദ്ദിക്കാൻ തോന്നുന്നതിനാൽ ഞാൻ ഒന്നും ചെയ്യാതെ വെറുതെ കിടക്കാനാണ് ഇഷ്ടപ്പെടുന്നത്. പക്ഷേ അങ്ങനെയല്ല എനിക്ക് ചെയ്യാൻ നിരവധി ജോലികളുണ്ട്. പ്ലത്തോനവിന് ആഹാരമുണ്ടാക്കണം. അദ്ദേഹം പരാതി പറയുന്നയാളല്ല. റൊട്ടിയുടെ പുറംപാളികൊണ്ട് സംതൃപ്തിപ്പെടുന്ന കൂട്ടത്തിലാണ്. പക്ഷേ അതെന്നിൽ ഒരു പടയൊരുക്കം സൃഷ്ടിക്കും. അദ്ദേഹം എന്നോട് പറയുന്നു. “തണുപ്പിച്ച പച്ചക്കറിയുടെ പരസ്യം ഞാൻ സ്വപ്നം കാണുന്നു. അതിൽനിന്നു കിട്ടിയ പണംകൊണ്ട് നമുക്കൊരു വീട്ടുവേലക്കാരിയെ വെയ്ക്കരുതോ?

“സാധിക്കും. പക്ഷേ നമ്മളെ രണ്ടുപേരെ കൂടാതെ മറ്റൊരാൾ നമ്മുടെ വീട്ടിൽ തൂങ്ങിപ്പിടിച്ചു നടക്കുന്നത് എനിക്കിഷ്ടമല്ല. അതിനേക്കാൾ എനിക്ക് എളുപ്പം സ്വയം ഭക്ഷണം ഉണ്ടാക്കുന്നതാണ്.” അദ്ദേഹത്തിനുവേണ്ടി ഭക്ഷണമുണ്ടാക്കുന്നത് എനിക്ക് സന്തോഷം പകരുന്ന കാര്യമാണ്. അദ്ദേഹത്തിന് അത് അത്യാവശ്യമാണ്. തെരുവിലെ ഏതെങ്കിലും ഒരു പുരുഷനെപ്പോലെയല്ല പ്ലത്തോനവ്. വളരെ പ്രത്യേകതകളുള്ള മനുഷ്യനാണ്. ഈ നൂറ്റാണ്ടിന്റെ പ്രായമുള്ളയാളാണ്. അദ്ദേഹത്തിന് പരിചരണവും ശ്രദ്ധയും ആവശ്യമാണ്.

എനിക്ക് ചിരിയാണ് വരുന്നത്. പക്ഷേ, സത്യത്തിൽ അദ്ദേഹത്തിന് എന്തോ ബലഹീനതയുണ്ട്. ഇന്നലെ അദ്ദേഹം കുളിമുറിയിൽ കാൽ വഴുതി വീണു. ബാത്ത് ടബ്ബ് പ്ലാസ്റ്റിക്കായതുകൊള്ളാം. ഇരുമ്പിന്റേയായിരുന്നെങ്കിൽ അദ്ദേഹത്തിന് പരുക്കുപറ്റുമായിരുന്നു. പക്ഷേ എന്നെ പേടിപ്പിച്ചുകളഞ്ഞു. ഞാൻ ഒറ്റക്കുതിപ്പിന് പറന്നുചെന്നു. നോക്കുമ്പോൾ അദ്ദേഹം ടബ്ബിൽ കിടക്കുകയാണ്. ചിരിക്കുന്നു.

“ഒരു കാൽ ടബ്ബിന്റെ അരികിൽ ഉറപ്പിച്ചുനിർത്താൻ ശ്രമിച്ചപ്പോൾ മറ്റേക്കാൽ തെറ്റിപ്പോയി.”

എന്റമ്മേ! കാലു മടങ്ങിപ്പോയി എന്ന് ഒരു വയസ്സനല്ലേ പറയാനാകൂ. കരുത്തുള്ള ഒരു പുരുഷന് പറയാൻ കൊള്ളുന്ന കാര്യമാണോ അത്?

സത്യത്തിൽ അദ്ദേഹത്തിന് വയസ്സ് 99 ആയി. പക്ഷേ അത് കാര്യമല്ല, ഭർത്താവെന്ന നിലയിൽ ഒരു തരിമ്പും അദ്ദേഹത്തെ അത് ശല്യപ്പെടുത്തുന്നില്ല. കുളിമുറിയിലെ വീഴ്ചയെക്കുറിച്ച് ഗെയ്ഗറോട് പറഞ്ഞു. അദ്ദേഹം നെറ്റി ചുളുക്കി. പ്ലത്തോനവിനെ ശ്രദ്ധാപൂർവ്വം നോക്കണമെന്ന് എന്നോടു പറഞ്ഞു. ഇതിൽ കൂടുതൽ എന്തു ശ്രദ്ധിക്കാനാണ്...

അവാർഡുജേതാവ് പ്ലത്തോനവിന് പുനരധിവാസത്തിനുള്ള അവകാശം ഗെയ്ഗർ നേടിയെടുത്തു. അത് വളരെ പ്രാധാന്യമുള്ള കാര്യമാണെന്ന് അയാൾ പറഞ്ഞു. കടലാസുകൾ അത്രവേഗം ശരിയായതിൽ അയാൾ അത്ഭുതം പ്രകടിപ്പിക്കുകയും പ്ലത്തോനവിന്റെ പ്രശസ്തിയാണ് അതിന് നിദാനമെന്ന് പറയുകയും ചെയ്തു. പ്രധാന കഥാപാത്രം അതിനോട് ഉദാസീനത പുലർത്തുന്നത് കുറച്ചു വിചിത്രമായി തോന്നി. പൊതുവേ പറഞ്ഞാൽ ആരുടേയും പുനരധിവാസം ആവശ്യമില്ലെന്നും അദ്ദേഹം അനുഭവിച്ച യാതനകളുടെ ആയിരത്തിലൊന്ന് അംശംപോലും കുത്തിക്കുറിച്ച ഈ കടലാസിന് വിലയില്ലെന്നും എനിക്ക് മനസ്സിലാകുന്നുണ്ട്. പക്ഷേ, അതിൽ അത്ര നിന്ദ്യമായി ഒന്നുമില്ല. അദ്ദേഹം ഗെയ്ഗറോട് ഏകദേശം ദേഷ്യഭാവത്തിലാണ് പെരുമാറിയത്!

വെള്ളിയാഴ്ച (ഇന്നക്കെഞ്ചി)

കഴിഞ്ഞ ദിവസത്തെ എന്റെ കുളിമുറിയിലെ വീഴ്ച ഒരു മടയത്തരമായിരുന്നു. വീഴ്ചയുടെ ശബ്ദംകേട്ട് നാസ്ച്യ വിഷമത്തോടെ ഓടിവന്നു. സത്യത്തിൽ എനിക്ക് വേദനിക്കുന്നുണ്ടായിരുന്നുവെങ്കിലും ഒന്നും പറ്റാത്ത ഭാവത്തിൽ ഞാൻ ചിരിച്ചു. വഴുക്കലുള്ള ടബ്ബിന്റെ പാർശ്വത്തിൽ തട്ടി എന്റെ കാലുമടങ്ങിവീണതാണെന്ന് ഞാൻ പറഞ്ഞു. അതൊന്നുമായിരുന്നില്ല യഥാർത്ഥ കാരണം. എന്റെ കാലിനൊരു കൊളുത്തിപ്പിടുത്തം അനുഭവപ്പെടുകയും ഞാൻ വീഴുകയും ചെയ്തു. ഏറ്റവും ദുഃഖകരമായ സംഗതി ഇത് ആദ്യമായല്ല സംഭവിക്കുന്നതെന്ന കാര്യത്തിലായിരുന്നു. കഴിഞ്ഞയാഴ്ച റോഡ് മുറിച്ച് കടന്നപ്പോൾ റോഡിന്റെ അതിർത്തി വരിക്കല്ലിൽ തട്ടി വീഴാൻ ഭാവിച്ചു. ഒരു ദിവസം മുമ്പ് പാലു വാങ്ങിക്കാൻ കടയിൽ പോയപ്പോൾ കടയുടെ മുന്നിലെ ചവിട്ടുപടികളിൽ ഞാൻ വീണു.

കണ്ണുകളിൽ നൈമിഷികമായ ഭയത്തോടെ ഒരു ചെറുപ്പക്കാരൻ കൈകൾ കുത്തി വീഴുന്നത് നാണക്കേടുണ്ടാക്കുന്ന കാര്യമാണ്. വയസ്സായ മനുഷ്യനാണെങ്കിൽ സാരമില്ല. പക്ഷേ ചെറുപ്പക്കാരന്റെ കാര്യം കഷ്ടമാണ്. എനിക്ക് നൂറുവയസ്സുണ്ട് എന്നുവരുകിലും! എഴുന്നേല്ക്കാൻ എല്ലാവരും ചേർന്നു സഹായിക്കുന്നു. എല്ലാവരും സഹതപിക്കുന്നു. ശ്രദ്ധാകേന്ദ്രമായി മാറുന്നത് എനിക്ക് ഇഷ്ടമില്ലാത്ത കാര്യമാണ്. അത്തരം ഒരു വൈമുഖ്യം എനിക്കെന്റെ അച്ഛനിൽനിന്നും ലഭിച്ചതാണ്. എത്ര വിചിത്രമാണെന്ന് എനിക്ക് തോന്നി. കടയുടെ പടികളിൽ വീണു കിടക്കുന്ന ഞാൻ അച്ഛനെക്കുറിച്ച് ഓർമ്മിച്ചു. അനക്കമില്ലാതെ ബാൾട്ടിക് റെയിൽവേ സ്റ്റേഷനിൽ കിടന്നിരുന്ന അച്ഛനെ!

എന്റെ വീഴ്ചകൾ എന്നെ അശാന്തനാക്കാൻ തുടങ്ങി. ക്രെംലിനിൽ ഷാമ്പയിൽ ഗ്ലാസ് വഴുതിവീണ സംഭവവും എന്നെ വിഷമിപ്പിച്ചു. ഇതൊക്കെ ഗെയ്ഗറോട് പറയണമോ വേണ്ടയോ എന്ന് എനിക്കറിയില്ല. അയാൾ ഇതുകേൾക്കുമ്പോൾ വിറച്ചുപോകും. അത് സമാധാനപരമായ ജീവിതത്തോട് വിടപറയുന്നതിലും വീണ്ടും ടെസ്റ്റുകളും പരിശോധനകളും നടത്തുന്നതിലുമായിരിക്കും കലാശിക്കുക.

ന്യായദേവതയുടെ പ്രതിമ ഞങ്ങളുടെ വീട്ടിൽ തിരിച്ചെത്തിയതുമുതലാണ് ഇതിന്റെയൊക്കെ തുടക്കം ഉണ്ടായത്. ഒരുപക്ഷേ എനിക്കങ്ങനെ തോന്നിയതായിരിക്കാം. ആ പ്രതിമ എന്നെ ഓർമ്മിപ്പിക്കുന്നത് എന്റെ ചിത്രകലയിലെ പരാജയത്തേയും എന്റെ അറസ്റ്റിനുമുൻപ് നടന്ന ദുഃഖകരമായ കാര്യങ്ങളേയുമാണ്. ഇതെല്ലാം മാനസിക പ്രശ്നങ്ങളാണെന്ന കാര്യം ഞാൻ നിരാകരിക്കുന്നില്ല. പകുതി അസുഖവും മാനസികമാണെന്ന് ഗെയ്ഗർ എന്നോട് പറഞ്ഞിരുന്നു. അസുഖം വിട്ട് സുഖം പ്രാപിക്കുന്നതിലും മാനസികമായ കാരണങ്ങളുണ്ട്. സ്വന്തം മനസ്സിനെ ശരിയായി ചിട്ടപ്പെടുത്തേണ്ടത് ആവശ്യമാണ്. ഞാനത് സ്വയം നിയന്ത്രിക്കാൻ ശ്രമിക്കും.

(നാസ്ച്യ)

ഇപ്പോൾ അവാർഡ് ജേതാവ് ഒരു വിചിത്ര കല്പനയ്ക്ക് അടിപ്പെട്ടിരിക്കുകയാണ്. അദ്ദേഹത്തെ മരവിപ്പിച്ചുകഴിഞ്ഞകാലം മുതൽ ഇപ്പോൾ വരെയുള്ള വിടവുനികത്താൻ ശ്രമിക്കുകയാണ്. 1930 മുതൽ 1980 വരെയുള്ള കാലഘട്ടത്തിലെ പുസ്തകങ്ങളും സിനിമകളും അദ്ദേഹവും ഞാനും ചേർന്ന് ശേഖരിക്കുകയാണ്. കൂടുതൽ സിനിമകളിലും സോവിയറ്റുകാലത്തെ അസംബന്ധ ജൽപ്പനങ്ങളെ കണക്കാക്കാതിരുന്നാൽ കൃത്യമായ ജീവിതരീതികൾ ദൃശ്യമാണ്. അതുപോലെ തന്നെ വസ്ത്രധാരണം. അമ്പതുകളിലെ വീതികൂടിയ പാന്റ്സ്, കൈതെറുത്തുവെച്ച ഷർട്ടുകൾ, അറുപതുകളിലെ അറ്റംകൂർത്ത ഷൂസുകളും ട്രൗസറുകളും സിഗരറ്റുകളും എന്റെ പാർശ്വത്തിൽ തട്ടിക്കൊണ്ട് പ്ലത്തോനവ് പറഞ്ഞു.

“നീ മുഖത്തേക്ക് നോക്കൂ... അവരുടെ മുഖങ്ങളെല്ലാം പരിപൂർണ്ണമായും വ്യത്യസ്തമാണ്. അരനൂറ്റാണ്ടുപോലും കടന്നുപോയിട്ടില്ലെന്ന് ഓർക്കണം.”

“അതെ, കുറച്ച് വ്യത്യസ്തമാണ്. അല്ല ഇപ്പോൾ മുഖങ്ങൾ എപ്രകാരമാണ്?” ഞാൻ അദ്ദേഹത്തോട് ചോദിച്ചു.

“നീ ശരിക്കും കാണുന്നില്ലേ? മാനസിക തകർച്ചയുള്ള പൈശാചിക ഭാവമാണ് അവർക്ക്. എന്നെ തൊട്ടുപോകരുത്. എന്ന ഭാവമാണ് അവർക്ക്. എല്ലാവർക്കുമല്ല, പക്ഷേ കൂടുതൽ പേർക്കും.”

“നിങ്ങൾക്കെന്താ സോവിയറ്റു സൗന്ദര്യമാണോ കൂടുതലിഷ്ടം?” ഞാൻ ശ്രദ്ധാപൂർവ്വം അദ്ദേഹത്തിന്റെ ചെവിയിൽ കടിച്ചുകൊണ്ടു ചോദിച്ചു.

അയാൾ ഇഷ്ടമല്ല എന്ന അർത്ഥത്തിൽ തോളുകൾ കുലുക്കി.

തിങ്കളാഴ്ച (ഗെയ്ഗർ)

ഇന്നക്കെഞ്ചി പഴയ സിനിമകളും ന്യൂസ് റീലുകളും കാണുകയാണ്. അയാൾക്ക് സമയത്തിന്റെ വിടവുണ്ടെന്നും അയാൾ അത് പരിഹരിക്കുകയാണെന്നും പറയുന്നു.

ഇന്നലെ ഞാനവരോടൊപ്പം അമ്പതുകളിലെ ന്യൂസ് റീൽ കണ്ടു. അത് രസകരമായിരുന്നു. മറ്റൊരു ഗോളത്തിൽ എത്തിയതുപോലെ.

സോവിയറ്റ് യുവജനസംഘടനയിലെ ഒരു പെണ്ണിന്റെ ക്ലോസപ്പ് കാണിക്കുന്ന ഭാഗത്ത് ഇന്നക്കെഞ്ചി വീഡിയോ കാസെറ്റ് നിർത്തി. മുഖം വളരെ ഭാവങ്ങൾ തുടിക്കുന്നതായിരുന്നു. പെണ്ണുങ്ങളുടെ മുഖത്താണ് കാലഘട്ടം ആണുങ്ങളുടെ മുഖത്തേക്കാൾ വ്യക്തമായി പ്രതിഫലിക്കുന്നതെന്ന കാര്യം ഞാൻ ശ്രദ്ധിച്ചിരുന്നു. ഒരുപക്ഷേ പെണ്ണുങ്ങളുടെ മുഖങ്ങൾ കൂടുതൽ ചലനാത്മകമായതുകൊണ്ടാകാം.

"ക്യാമ്പുകളിൽ ഇനിയും ദശലക്ഷക്കണക്കിന് ആളുകളുണ്ട്. പക്ഷേ, അവളുടെ മുഖത്ത് നിർവ്യാജമായ സന്തോഷം തുളുമ്പുന്നുണ്ട്. നിർവ്യാജം! ഇന്നക്കെഞ്ചി സ്ക്രീനിന്റെ അരികിലേക്ക് നടന്നുചെന്നു. എന്തുകൊണ്ടാണ് അവളിത്ര സന്തോഷിക്കുന്നത്? മറ്റൊന്നും കണക്കാക്കാതെ.

നാസ്ച്യ ഗോഷ്ടി കാണിച്ചു, 'അതെ, പെണ്ണുങ്ങളുടെ മുഖം അസാമാന്യ ചലനാത്മകതയുള്ളതാണ്."

"എന്തുകൊണ്ടാണ് മയക്കുമരുന്നിന് അടിമപ്പെട്ട ഒരാൾക്ക് ചെറ്റപ്പുരയിലെ ദുർഗന്ധം അറിയാൻ കഴിയാത്തത്?" ഞാൻ പറഞ്ഞു. "എന്തുകൊണ്ടാണ് ആളുകൾ യഥാർത്ഥ്യത്തേക്കാൾ ഉട്ടോപ്യൻ ചിന്തകളെ ഇഷ്ടപ്പെടുന്നത്?"

"എന്നാൽ ഞാനത് ഇഷ്ടപ്പെടുന്നില്ല" ഇന്നക്കെഞ്ചി റിമോട്ട് കൺട്രോൾ എടുത്ത് വീഡിയോ നിർത്തിയിട്ട് ടെലിവിഷൻ പ്രവർത്തിപ്പിച്ചു. സ്ക്രീനിൽ ചാനലുകൾ മിന്നിമറഞ്ഞു. "ഇപ്പോൾ എല്ലാവരും സ്വതന്ത്രരാണെന്നതുപോലെയാണ്. പക്ഷേ അവരുടെ മുഖത്തിന് കയ്പുള്ള ഭാവമാണ്. സ്വാതന്ത്ര്യത്തോടൊപ്പം സന്തോഷവും വരുമെന്ന് എനിക്ക് ഉറപ്പുണ്ടായിരുന്നു."

"അതായത്, ഉട്ടോപ്യയിൽ ജീവിക്കുകയും സന്തോഷവാന്മാരായിരിക്കുകയും ചെയ്യുന്നതാണ് സ്വതന്ത്രരായി ദുഃഖിതരായിരിക്കുന്നതിനേക്കാളും അഭികാമ്യം!" നാസ്ച്യ നിർദ്ദേശിച്ചു. ഇന്നക്കെഞ്ചി കൈകൾ കുടഞ്ഞു. റിമോട്ട് ശബ്ദത്തോടെ വീണുടഞ്ഞു.

ആദ്യം ഞാനത് എഴുതണമെന്ന് കരുതിയില്ല. ഇന്നക്കെഞ്ചി എന്നെ അസ്വസ്ഥനാക്കുന്നു. ആരോഗ്യത്തിൽ അയാൾക്കെന്തോ പ്രശ്നമുണ്ട്. ചലനപ്രക്രിയകൾക്ക് എന്തോ പ്രശ്നമുണ്ട്. എന്താണ് കൃത്യമായ കാര്യമെന്ന് എനിക്ക് മനസ്സിലാക്കാൻ കഴിയുന്നില്ല.

പ്ലത്തോനവ് കുളിമുറിയിൽ വീണ കാര്യം നാസ്ച്യ പറഞ്ഞിരുന്നു. ക്രെംലിനിൽ ഗ്ലാസ് ഉടഞ്ഞത് ഞാൻ നേരിൽ കണ്ടതാണ്. തീർച്ചയായും യാദൃച്ഛികമായി വീഴാവുന്നതാണ്. ഗ്ലാസ് കൈയിൽനിന്നും വഴുതി വീണതും റിമോട്ട് വീണതും യാദൃച്ഛികമാകാം. പക്ഷേ, എന്തോ ഒന്ന് എന്നോട് കൂടുതൽ കരുതലോടെയിരിക്കാൻ ആവശ്യപ്പെടുന്നുണ്ട്.

ഞാൻ കൂടുതൽ ശ്രദ്ധയോടെ ഇന്നക്കെഞ്ചിക്ക് വിളിക്കാൻ തുടങ്ങി. എന്തോ ഒരു ആത്മവിശ്വാസമില്ലാത്ത ഭാവം അയാളുടെ സമീപനങ്ങളിൽ പ്രത്യക്ഷമായിരുന്നു. നിങ്ങൾ വളരെ അടുത്തുനിന്നും നോക്കിയില്ലെങ്കിൽ അത് ശ്രദ്ധയിൽപെടുകയില്ല. പക്ഷേ മുൻപ് അങ്ങനെയൊരു കാര്യം ഉണ്ടായിരുന്നില്ല.

ചൊവ്വാഴ്ച (നാസ്ച്യ)

ഇന്നലെ വ്യവസായിയായ ച്യൂറിൻ ഞങ്ങളെ വിളിച്ചു. അയാൾ അങ്ങനെ തന്നെ പരിചയപ്പെടുത്തി. വ്യവസായ സംരംഭകൻ. എണ്ണ വ്യവസായിയാണെന്നു തോന്നുന്നു. പ്ലത്തോനവാണ് അദ്ദേഹവുമായി സംസാരിച്ചത്. എനിക്കുംകൂടി കേൾക്കാൻ വേണ്ടി സ്പീക്കർ ഫോണിലിട്ടു (ഞങ്ങളുടെ പ്ലത്തോനവ് കാര്യങ്ങൾ സ്വാംശീകരിക്കുന്നത് ഓരോ ദിവസവുമല്ല, ഓരോ മണിക്കൂറിലുമാണ്.) ച്യൂറിൻ പറഞ്ഞു അയാൾ യെളാഗിൻ ദ്വീപിൽ ഒരു വെടിക്കെട്ട് നടത്തുന്നുണ്ടെന്നും ഞങ്ങളെ അതു കാണുവാൻ അദ്ദേഹം ക്ഷണിക്കുകയും ചെയ്യുന്നെന്ന്. എനിക്ക് പെട്ടെന്ന് ഓർമ്മ വന്നു (1975 ൽ പുറത്തിറങ്ങിയെ ABBA യുടെ പാട്ടുകൾ കേന്ദ്രീകരിച്ചുള്ള മ്യൂസിക്കൽ ആൽബം) മാമ മിയ, ഫോബ്സിന്റെ പട്ടികയിലെ പത്തു കോടീശ്വരന്മാരിൽ ഒരാളാണ് ച്യൂറിൻ! ഒരു മോസ്കോക്കാരൻ! അയാളെപ്പോലെ ഒരു ധനികൻ സെന്റ് പീറ്റേഴ്സ് ബർഗ്ഗിലോ അയാൾ എണ്ണ ഖനനം ചെയ്യുന്ന സൈബീരിയയിലോ ഇല്ല! തദ്ദേശ സ്നേഹത്തെ ഒരു വശത്തേക്ക് മാറ്റിവെച്ചിട്ട് നോക്കിയാൽ മുഴുവൻ പണവും തൊഴിൽ സാദ്ധ്യതകളും മോസ്കോവിലാണെന്നു കാണാം. അത് അവിതർക്കിതമായ ഒരു പരമാർത്ഥമാണ്. ഞാനിപ്പോൾ ചെയ്യുന്നതുപോലെ ആ പ്രശ്നത്തിലേക്ക് ശ്രദ്ധ തിരിക്കേണ്ട ആവശ്യം പോലുമില്ല.

ച്യൂറിന്റെ വാക്കുകളനുസരിച്ച് ഇന്ന് കാലത്ത് സെന്റ് പീറ്റേഴ്സ് ബർഗ്ഗിലെത്തിയ അയാൾക്ക് യാതൊരു മുന്നൊരുക്കങ്ങളും കൂടാതെ വൈകുന്നേരം വെടിക്കെട്ട് നടത്തണമെന്നു തോന്നി. അവിചാരിതമായി ഉച്ചിയിൽ മഞ്ഞുവീഴുന്നപോലെ ഒരപരിചിതൻ ഞങ്ങളോട് ഇടപെടുന്നതിൽ ഞങ്ങൾക്ക് മുഷിവുതോന്നുന്നുണ്ടോ എന്ന് അദ്ദേഹം ചോദിച്ചു. അപരിചിതനാണ്, പക്ഷേ ഞങ്ങൾക്ക് ഒട്ടും മുഷിവുതോന്നുന്നില്ല എന്ന് പ്ലത്തോനവ് മറുപടി പറഞ്ഞു. “ജീവിതം ആകസ്മികതകൾ നിറഞ്ഞതാണ്” ച്യൂറിൻ പറഞ്ഞു. “ഇന്നു വൈകുന്നേരം വെടിക്കെട്ടു നടത്തണമെന്നും അത് യെളാഗിൻ ദ്വീപിൽ തന്നെ വേണമെന്നും തോന്നി. അതിന്റെയർത്ഥം ഇന്ന് വെടിക്കെട്ട് നടക്കുമെന്നാണ്.” ഞങ്ങളുടെ കുപ്പത്തൊട്ടികളിൽ തെരഞ്ഞുനടക്കുന്ന ഭവനരഹിതരായ ആളുകൾ ഈ വാക്കുകൾ

സംഗീതംപോലെ ശ്രവിക്കും. അയാൾക്ക് ജീവിതം എങ്ങനെയിരിക്കണമെന്ന് അറിയില്ല അല്ലെങ്കിൽ യെളാഗിനിൽ വെടിക്കെട്ട് നടത്തുമോ?

പ്ലത്തോനവ് അത്ര ഉത്സാഹമില്ലാതെയാണ് അയാളോട് ഇടപ്പെട്ടത്. കൂടുതൽ ഉത്സാഹം കാട്ടണമെന്ന അർത്ഥത്തിൽ ഞാൻ അദ്ദേഹത്തോട് ആംഗ്യം കാണിച്ചു. യെളാഗിനിലെ വെടിക്കെട്ട് പണത്തിന്റെ തള്ളിച്ചയും പൊങ്ങച്ചവും കാണിക്കാനുള്ള ശ്രമം മാത്രമാണെന്ന് എനിക്കറിയാം. "എങ്കിലും എനിക്കവിടെ പോകാൻ ഒത്തിരി ആഗ്രഹമുണ്ട്" എന്ന് കടലാസിലെഴുതി ഞാൻ പ്ലത്തോനവിന്റെ കണ്ണിനു നേരെ പിടിച്ചു.

"ശരി, ഞങ്ങൾ വരാം." പ്ലത്തോനവ് അയാളോട് പറഞ്ഞു. "ഞങ്ങൾക്കായി ലിമൂസിൻ (റഷ്യയിലെ ഏറ്റവും വലിയ ആഡംബര കാർ) അയച്ചുതന്നു! ഇപ്പോൾ ഞാനിതെഴുതുമ്പോൾ എന്റെ പ്രഭു എന്റെ പിന്നിൽ വന്നുനിന്നു. ലിമൂസിൻ എന്ന വാക്ക് വായിച്ച് ചിരിച്ചു. "നിർത്തൂ... ലിമോസിനെക്കുറിച്ചെഴുതുന്നത് മതിയാക്കൂ" അദ്ദേഹം പറഞ്ഞു.

ശരിയാണ്, പ്രിയപ്പെട്ടവനേ, നീ പറഞ്ഞത് ശരിയാണ്... എങ്കിലും രണ്ടുവാക്കുകൂടി പറഞ്ഞുകൊള്ളട്ടെ. പ്രധാന വെടിക്കെട്ട് കഴിഞ്ഞതിനുശേഷം ആചാരവെടികൾ തുടങ്ങി. പ്രശസ്തരായ ആളുകളുടെ പേരുകൾ പ്രഖ്യാപിച്ചിട്ട് അവർക്ക് വേണ്ടിയാണ് ആകാശത്തുപോയി പൊട്ടിവിരിയുന്ന ആചാരവെടി മുഴക്കുന്നത്. ആദ്യത്തെ ആചാരവെടി ച്യൂറിന്റെ പേരിലായിരുന്നു. രണ്ടാമത്തേതാകട്ടെ പ്ലത്തോനവിന്റെ പേരിലായിരുന്നു. അത് ആശ്ചര്യജനകമായിരുന്നു. ച്യൂറിന്റെ വിരലിൽ മനോഹരമായൊരു വജ്രമോതിരം അണിഞ്ഞിരിക്കുന്നത് ഞാൻ ശ്രദ്ധിച്ചു. അയാളെ സന്തോഷിപ്പിക്കാനായി അത് മനോഹരമാണെന്ന് ഞാൻ അയാളോട് പറഞ്ഞു. ച്യൂറിനാകട്ടെ മോതിരം തന്റെ വിരലിൽനിന്നും ഊരിയെടുത്ത് അത് പ്ലത്തോനവിനായിരിക്കും കൂടുതൽ യോജിക്കുന്നത് എന്ന ഭാവത്തിൽ പ്ലത്തോനവിന് വെച്ചുനീട്ടി. എന്നിട്ട് അയാൾ എന്നെ നോക്കി കണ്ണിറുക്കി. പ്ലത്തോനവ് അത് തിരസ്കരിച്ചു. ച്യൂറിനാകട്ടെ അത് പ്ലത്തോനവിന്റെ കൈവെള്ളയിൽ വെച്ചിട്ട് നിർബന്ധപൂർവ്വം വിരലുകൾ കൂട്ടിപ്പിടിച്ചു. "രാജകീയമായ ഒരു ഭാവപ്രകടനം" പത്രപ്രവർത്തകർ ആരോ വിളിച്ചുപറഞ്ഞു. (പല പത്രങ്ങളിലും ഞാനാ ചിത്രം ഇന്നു കണ്ടു) ച്യൂറിൻ രാജാവിനേക്കാൾ ഉപരിയായി കച്ചവടക്കാരനാണെങ്കിലും! മോതിരം വളരെ ഗംഭീരമാണ്. ഞാൻ ഇന്നു രാവിലെയും അത് വിശദമായി നോക്കി. പ്ലത്തോനവ് അത് അണിയാൻ വിസമ്മതിച്ചു.

(ഇന്നക്കെഞ്ചി)

ഞാൻ നാലുദിവസമല്ല മരവിച്ചു കിടന്നതെങ്കിലും ലസാറൂസ് എന്നത് വളരെ അനുയോജ്യമായ ഒരു ചുരുക്കെഴുത്താണ്. ലാസറിന്റെ ഉയിർത്തെഴുന്നേൽപ്പിന്റെ ചിത്രം ഞാൻ കണ്ടിട്ടുണ്ട്. ഒരു ശവക്കല്ലറയിൽനിന്നും എഴുന്നേറ്റുവരുന്ന ലാസറിന്റെ സമീപത്തുള്ളവർ മൂക്കുപൊത്തിക്കൊണ്ടാണ് നില്ക്കുന്നത്. ശരി... ഗെയ്ഗറുടെ കുറിപ്പുകൾ പ്രകാരം

എന്നെയവർ ദ്രവരൂപത്തിലുള്ള നൈട്രജനിൽ കണ്ടെത്തിയപ്പോൾ എന്റെ രൂപവും അത്ര നന്നായിരുന്നില്ല. ദുർഗന്ധമുണ്ടായിരുന്നില്ല എന്നത് ശരിയാണ്.

ആദ്യത്തെ തവണ ലാസർ മരണമടഞ്ഞത് അപ്രതീക്ഷിതമായിട്ടായിരുന്നു. അയാൾക്ക് അസുഖം ബാധിച്ചിരുന്നു; കഠിനമായ അസുഖം ബാധിച്ചിരുന്നു. എന്റെ മരവിപ്പിക്കലും അപ്രതീക്ഷിതമായിരുന്നില്ലല്ലോ. അതായത് ഞങ്ങൾ രണ്ടാൾക്കും തയ്യാറെടുക്കാനുള്ള സമയം ലഭിച്ചിരുന്നു. യാത്രയാകുന്നതിനുമുൻപ് അയാളുടേയും എന്റേയും ചിന്താഗതികൾ ഒന്നാകാൻ സാദ്ധ്യതയുണ്ട്. പിന്നീട് അയാളെ ദൈവം ഉയിർത്തെഴുന്നേല്പിച്ചു. അപ്പോൾ അതുവരെ അയാൾ എങ്ങനെ ജീവിച്ചു? എന്നെ ജീവിതത്തിലേക്ക് കൊണ്ടുവന്നത് ഗെയ്ഗറാണെങ്കിലും പൂർണ്ണമായും എന്താണ് സംഭവിച്ചതെന്ന് മനസ്സിലാക്കാൻ കഴിയുന്നില്ല. ഗെയ്ഗറുടെ കൈകളിൽ എന്നെ ജീവിതത്തിലേക്ക് തിരിച്ചുകൊണ്ടുവന്നത് ദൈവമാണ് എന്ന ഒരേയൊരു ആശയത്തിലേക്കാണ് ഞാൻ എത്തിച്ചേർന്നത്.

ഉയിർത്തെഴുന്നേല്പിനുശേഷം ലാസറുടെ ജീവിതം എങ്ങനെയാണ് മുന്നോട്ടുപോയത്? അയാൾ മുപ്പതുവർഷക്കാലം പിന്നെയും ജീവിച്ചിരുന്നു എന്ന് മനസ്സിലാകുന്നു. സൈപ്രസ്സിലെ ഏതോ നഗരത്തിലെ ബിഷപ്പ് ആയിരുന്നു പിന്നീട് ലാസർ. പക്ഷേ, ജീവചരിത്രമെന്നു പറയാൻമാത്രം വിശദവിവരങ്ങളൊന്നും എനിക്കറിയില്ല. ജീവനുള്ളവരുടെ ലോകത്തുനിന്നും പോയിക്കഴിഞ്ഞ് ലാസറിന് എന്താണ് തോന്നിയതെന്നതാണ് എന്നെ അസ്വസ്ഥമാക്കുന്നത്.

ഒരാൾ തിരിച്ചുവരുന്നത് എവിടെ നിന്നായാലും ആകസ്മികമല്ല. സ്വാഭാവികമായ സംഭവപരമ്പരകളിലെ ഒരു വ്യതിയാനമോ അല്ലെങ്കിൽ ആരുടേയോ തീരുമാനപ്രകാരമോ ആണ് അങ്ങനെ സംഭവിക്കുന്നത്. എല്ലാത്തരം തിരിച്ചുവരവുകൾക്കും ഭാരിച്ച ഒരു കാരണമുണ്ടാകും. എവിടെനിന്നുമല്ലാതെ മഹാപ്രപഞ്ചത്തിൽനിന്നും തിരിച്ചുവരുന്ന ഒരാൾക്ക് പ്രത്യേകമായ നിയോഗങ്ങളുണ്ടാകും. നാലു ദിവസങ്ങളിലെ ലാസർ സാക്ഷ്യം വഹിക്കുന്നത് ദൈവത്തിന്റെ സർവ്വശക്തിയെയാണ്.

ഞാനെന്തിനെയാണ് സാക്ഷ്യപ്പെടുത്തുന്നത്? അവസാന വിശകലനത്തിൽ ഞാനും അതുതന്നെയാണ് സാക്ഷ്യപ്പെടുത്തുന്നത്. അതിനുമപ്പുറം ഞാനുൾപ്പെട്ടിരുന്ന പ്രാഥമികമായ കാലത്തേയും സാക്ഷ്യപ്പെടുത്തുന്നുണ്ടാവാം. എന്റെ കാലത്ത് എന്നോടൊപ്പം ജീവിച്ചിരുന്നവർ തങ്ങളുടെ പിൻമുറക്കാരുടെ മുന്നിൽ എന്താണ് സാക്ഷ്യപ്പെടുത്തേണ്ടതെന്ന് അറിഞ്ഞിരുന്നില്ല. പത്തുവർഷങ്ങൾക്കുശേഷം എന്താണ് പ്രയോജനപ്രദമാകുന്നതെന്നും അവർ അറിഞ്ഞിരുന്നില്ല. പക്ഷേ, എനിക്കറിയാം! അത് കുറഞ്ഞ അളവിൽ എന്നെ സഹായിക്കുന്നുണ്ട്. തീർച്ചയായും കുറഞ്ഞ അളവിൽ മാത്രമാണ്, എന്തുകൊണ്ടെന്നാൽ എന്റെ സാക്ഷ്യപ്പെടുത്തലുകൾ നിസ്സഹായത പുലർത്തുന്നവയാണ്. അത്തരമൊരു

ഉയിർത്തെഴുന്നേല്പ്പ് അപൂർണമാണെങ്കിലും എന്റെ ഉയിർത്തെഴുന്നേല്പ് എന്റെ മുൻകാലത്തിന്റേതായിരുന്നുവെങ്കിൽ നന്നായിരുന്നു.

ഉയിർത്തെഴുന്നേല്പ്പിനെക്കുറിച്ച് ഞാൻ കൂടെക്കൂടെ ചിന്തിക്കുന്നു. നാസ്ച്യയുടെ പേരും അത് വിളിച്ചുപറയുന്നുണ്ട്. അനസ്താസ്യയുടെ ഉയിർത്തെഴുന്നേൽപ്പാണ് നാസ്ച്യയെന്ന് എനിക്ക് ചിലപ്പോൾ തോന്നാറുണ്ട്. രണ്ടു വ്യത്യസ്ത ജീവിതങ്ങളിൽനിന്നും മനഃപൂർവ്വം എനിക്കു വേണ്ടി രചിക്കപ്പെട്ട പരസ്പരം കൂട്ടിത്തയ്യലുകളില്ലാത്ത ഒരു പൊതു ജീവിതമായിരുന്നു അവരുടേത്. ചിലപ്പോൾ അത്തരം ചിന്ത ഭ്രാന്തമാണെന്ന് എനിക്ക് തോന്നാറുണ്ട്. കാരണം, എന്റെ വ്യത്യസ്ത ജീവിതങ്ങളുടെ ഏകീഭാവം അത് നിരാകരിക്കുന്നു. അവരെ രണ്ടുപേരെയും ഞാൻ സ്നേഹിക്കുന്നു എന്ന് എനിക്ക് ഉറപ്പോടെ പറയാൻ കഴിയും.

വ്യാഴാഴ്ച (നാസ്ച്യ)

ഒരു ഗ്യാസ് കമ്പനിയുടെ പൊതുവായ പരിപാടിയുടെ നടത്തിപ്പിനായി പ്ലത്തോനവിനെ നിർദ്ദേശിക്കപ്പെട്ടു. അദ്ദേഹം അത് നിരാകരിച്ചു. അതിന്റെ പ്രതിഫലത്തുകയെക്കുറിച്ച് അറിഞ്ഞപ്പോൾ തുറന്നുപറഞ്ഞാൽ എന്റെ മുഖം തുടുത്തുപോയി. പക്ഷേ ഞാൻ പ്ലത്തോനവിനോട് ഒരക്ഷരവും പറഞ്ഞില്ല. അദ്ദേഹം പുരുഷനാണ് അത് അദ്ദേഹത്തിന്റെ തീരുമാനമാണ്. ഗ്യാസ് കമ്പനിക്കാർ പക്ഷേ പിൻവലിഞ്ഞില്ല. എന്നെ വിളിച്ച് അവർ കാര്യങ്ങൾ വിശദീകരിച്ചു. അവർ ആർട്ടിക് റീജിയണിൽ ഒരു വാതക ഖനി പുതുതായി തുറക്കുകയാണ്. ഈ സാഹചര്യത്തിൽ ഇന്നക്കെഞ്ചിയെ എന്തുവിലകൊടുത്തും അവർക്ക് വേണം. പ്രധാന നടത്തിപ്പുകാരനായിട്ടല്ലെങ്കിൽ ഒരു അതിഥിയായിട്ടെങ്കിലും പങ്കെടുത്താൽ മതി. അതിഥിയാകുന്നതുകൊണ്ട് പ്രതിഫലം ഒട്ടും കുറയ്ക്കുന്നതല്ല. ഇന്നക്കെഞ്ചിയിൽനിന്നും അവർ ആവശ്യപ്പെടുന്നത് ഇത്രമാത്രം. ധൈര്യത്തിനുലഭിച്ച മെഡൽ അണിഞ്ഞുകൊണ്ട് പരിപാടിയിൽ പങ്കെടുക്കണം. കമ്പനിയുടെ മാനേജിംഗ് ഡയറക്ടർക്ക് (അയാളുടെ ഭാര്യയും ഉണ്ടായിരിക്കും) വേണ്ടി പുതിയ സംരംഭം വിജയിക്കട്ടെ എന്ന് ഒരു ടോസ്റ്റ് പറയുക. ഇത്രയും മാത്രം മതി. അത് കൊള്ളാം. സംഗതി ചിരിയുണർത്തുന്നതാണ് പ്രത്യേകിച്ച് ഡയറക്ടർക്കുള്ള ടോസ്റ്റ്. എന്നാൽ ഒട്ടും ഭാരിച്ചതോ നാണക്കേടുണ്ടാക്കുന്നതോ ആയ കാര്യമല്ല. പ്ലത്തോനവ് സമ്മതിച്ചു.

ഗെയ്ഗറോട് ഞാനറിയാതെയുള്ള തീരുമാനമാണിതെന്നു പറയണമെന്ന് ഞാനദ്ദേഹത്തോടു പറഞ്ഞു. അല്ലെങ്കിൽ ഞങ്ങളുടെ പൊതു സ്നേഹിതൻ എന്നെ തിന്നുകളയും. പച്ചനോട്ടുകളുടെ അർത്ഥം ഗെയ്ഗറിന് നന്നായറിയാം. പക്ഷേ പണം നേടുന്ന മാർഗ്ഗങ്ങളെക്കുറിച്ച് സംസാരിക്കുമ്പോൾ ഗോഷ്ടികൾ കാണിക്കാൻ തുടങ്ങും. “നോക്കൂ, നാസ്ച്യ” എന്നൊക്കെ പറയും. മറ്റുള്ളവരേക്കാൾ കച്ചവടമനസ്ഥിതിയുള്ളവളായി അറിയപ്പെടാൻ ഞാൻ ആഗ്രഹിക്കുന്നില്ല. ഞാനും ലേഡി ഹാമിൽട്ടൺ ആയിത്തീരാൻ കൊതിക്കുന്നുണ്ട്. പക്ഷേ, ആരെങ്കിലും

നിലനില്പിന് ആവശ്യമായ സമ്പത്ത് സ്വരൂപിക്കേണ്ടേ? ജർമ്മൻകാരൻ അങ്ങനെ ചെയ്യുന്നില്ല എന്നുപറയുന്നത് വിചിത്രമാണ്.

അതെങ്ങനെയായാലും ഞങ്ങൾ പൊള്ളുന്ന സൂര്യപ്രകാശത്തിൽ വ്യവസായമേളയ്ക്ക് പോയി. പ്രശസ്തമായ യൂസുപ്പോവ് (റാസ്പുടിൻ വധിക്കപ്പെട്ട സെന്റ് പീറ്റേഴ്സ് ബർഗ്ഗിലെ കൊട്ടാരം) കൊട്ടാരത്തിലാണ് മേള ഒരുക്കിയത്. എല്ലായിടത്തും പരിചാരകരുടെ വേഷത്തിൽ ആഫ്രിക്കൻ കറുത്തവർഗ്ഗക്കാരും നിരവധി നറുപുഷ്പങ്ങളും ഉണ്ടായിരുന്നു. ഡയറക്ടർ ബോർഡ് അംഗങ്ങൾ, ഡ്യൂമ അംഗങ്ങൾ, സിനിമാനടികൾ, കൊള്ളക്കാർ, സോവിയറ്റ് ഭാവങ്ങളുള്ള മൂഢന്മാർ, മോഡലുകൾ, പത്രക്കാർ, പ്രൊഫഷണൽ വെടിപറച്ചിലുകാർ എന്നിവർ ഹാളിൽ ഉണ്ടായിരുന്നു. ഒറ്റവാക്കിൽ പറഞ്ഞാൽ ഗ്യാസിനെ സ്നേഹിക്കുന്ന എല്ലാവരും ഉണ്ടായിരുന്നു.

വജീം എന്നു പേരുള്ള കമ്പനിയുടെ പി.ആർ.ഒ. ആണ് ഞങ്ങളെ സ്വീകരിച്ചത്. ഞങ്ങളെ തോളിൽ കൈയിട്ട് കെട്ടിപ്പിടിച്ചതിനുശേഷം അയാൾ യാതൊരു പരിചയപ്പെടുത്തലുകളുടെ കൂടാതെ ഉച്ചത്തിൽ അടക്കം പറഞ്ഞു. "എനിക്ക് കൂടുതലിഷ്ടം തോന്നിയത് പത്രപ്രവർത്തക ഷാബ്ചെര്യൻകൊയുടെ പ്രവൃത്തിയാണ്. ഞങ്ങൾ അവളെ ഒരാളെ മാത്രമായിരുന്നു ക്ഷണിച്ചിരുന്നത്. അവൾ എന്താണ് ചെയ്തതെന്ന് നിങ്ങൾക്കറിയാമോ?"

"ഇല്ല, ഞങ്ങൾക്കറിയില്ല" ഞങ്ങൾ ഒരുമിച്ചു പറഞ്ഞു.

"അവൾക്കുള്ള ക്ഷണക്കത്ത് അവൾ ഭർത്താവിനെ കൊടുത്തു. അവൾ അര മണിക്കൂർ കഴിഞ്ഞ് വരുകയും തന്റെ ലിസ്റ്റിലുണ്ടെന്നു പറയുകയും ചെയ്തു. സ്വന്തം പാസ്പോർട്ടും കാണിച്ചു. കാവൽക്കാർ ലിസ്റ്റ് പരിശോധിക്കുകയും അവളെ കടത്തിവിടുകയും ചെയ്തു."

"അവളുടെ ഭർത്താവും കടന്നുപോയോ?" പ്ലത്തോനവ് ചോദിച്ചു.

അതിലല്ലേ എല്ലാ സൂത്രവും ഇരിക്കുന്നത്. ഇനീഷ്യലുകൾ ആരു നോക്കാനാണ്. കൊച്ചുകള്ളി, ക്ഷമിച്ചാലും!"

വജീം മനോഹരമായി ചിരിച്ചു. മിനിട്ടിനുശേഷം അയാൾ മറ്റാരുമായോ സംഭാഷണത്തിൽ മുഴുകി. ഞങ്ങൾക്ക് ഷാമ്പയിൻ നല്കപ്പെട്ടു. ഞാൻ തമാശയായി പ്ലത്തോനവിനോട് ചോദിച്ചു. തന്റെ പ്രകടനത്തിന് ഷാമ്പയിൻ തടസ്സമാകില്ലല്ലോ എന്ന്. അദ്ദേഹം ചിരിക്കുകയും തന്റെ ഓവർകോട്ടിന്റെ പോക്കറ്റിൽ കൈക്കൊട്ടിക്കാണിക്കുകയും ചെയ്തു. പ്ലത്തോനവ് പറയേണ്ട ടോസ്റ്റിലെ വാചകങ്ങൾ പ്രിന്റ് ചെയ്തത് പോക്കറ്റിലുണ്ടായിരുന്നു. അത് വജീം തന്നതായിരുന്നു. മഞ്ഞിന്റെ തടവിൽനിന്നും സ്വതന്ത്രനാക്കപ്പെട്ട മനുഷ്യൻ ഉത്തര ധ്രുവത്തിൽ മഞ്ഞിനോട് യുദ്ധം പ്രഖ്യാപിച്ചിട്ടുള്ള സാവ്ചെര്യൻകൊ – വിത്താലിയും ലൂറുമിനേയും ദമ്പതികൾക്ക് വിജയം നേർന്നുകൊണ്ട് ഗ്ലാസ് ഉയർത്തി.

നീവ്സ്കി പ്രോസ്പെക്ട് വിട്ടുപോകാതെയാണ് ദമ്പതികൾ മഞ്ഞിനോട് യുദ്ധം ചെയ്യുന്നതെന്ന് എല്ലാവർക്കും അറിയാമായിരുന്നു. പക്ഷേ അതിലെ കലാപരമായ മേന്മകൊണ്ട് അത്തരം സംഭാഷണം അനുവദിക്കപ്പെട്ടു.

കൊട്ടാരത്തിൽ പ്ലത്തോനവ് വളരെ ക്ഷീണിതനായാണ് കാണപ്പെട്ടത്. അദ്ദേഹം പുഞ്ചിരിച്ചു - പുഞ്ചിരി മനോഹരവുമായിരുന്നു. പക്ഷേ ആരോ നിർബന്ധിച്ച് ചിരിപ്പിക്കുന്ന ഒരു ഭാവം പ്രകടമായിരുന്നു. അദ്ദേഹം നന്നായി മദ്യപിച്ചിരുന്നു. വളരെക്കൂടുതൽ എന്നുതന്നെ പറയാം. പക്ഷേ അദ്ദേഹത്തിന്റെ ക്ഷീണത്തിന് അതുമായി ബന്ധമുണ്ടായിരുന്നില്ല. ഞങ്ങൾ പാർട്ടിക്ക് എത്തിച്ചേർന്ന ആദ്യനിമിഷം മുതൽ ആ തളർച്ച അദ്ദേഹത്തെ ചൂഴ്ന്നുനിന്നു.

വിഭവങ്ങൾ വിളമ്പിയത് ഒരുപക്ഷേ അദ്ദേഹത്തിന് ഇഷ്ടപ്പെട്ടു കാണില്ല. പത്തിരുപതു പരിചാരകർ നിർത്തിപ്പൊരിച്ച പന്നിക്കുഞ്ഞിനെ ഒരു വലിയ തളികയിൽ ഹാളിലൂടെ കൊണ്ടുപോകുകയും അതിനുപിന്നിലായി മറ്റൊരു തളികയിൽ വലിയ കടൽ മത്സ്യം എന്നിങ്ങനെ എനിക്ക് പരിചയമില്ലാത്ത നിരവധി വിഭവങ്ങളുടെ ഒരു മേളയായിരുന്നു. പ്ലത്തോനവിനോട് എന്തെങ്കിലും അസ്വസ്ഥത തോന്നുന്നുണ്ടോ എന്ന് ഞാൻ ചോദിച്ചപ്പോൾ എന്തോ ഒരു വല്ലായ്മ അനുഭവപ്പെടുന്നുണ്ടെന്ന് അദ്ദേഹം പറഞ്ഞു.

ഞങ്ങളോടൊപ്പം ഊണുമേശയ്ക്കരുകിൽ ഇരുന്നത് ജോലിയിൽനിന്നും വിരമിച്ച ഒരു നാവിക സേനാപതിയായിരുന്നു. ഒരു മഹാമനസ്ക്കനായ അമ്മാവൻ, മദ്യം കുടിക്കാതെ ഒരു ടോസ്റ്റുപോലും വിട്ടുകളയാൻ അദ്ദേഹം തയ്യാറല്ലായിരുന്നു. അരമണിക്കൂർ കഴിഞ്ഞപ്പോൾ പ്ലത്തോനവ് ഞങ്ങളുടെ അടുത്തിരിക്കുന്നയാളോട് കുശലം ചോദിച്ചു. ജോലിയിൽനിന്നും വിരമിച്ചതിനാൽ ധാരാളം സമയമുണ്ടാകുമല്ലോ എന്നാണ് പ്ലത്തോനവ് ചോദിച്ചത്. അതാണ് നഗ്നമായ സത്യമെന്ന് നാവികൻ ചിരിച്ചുകൊണ്ടു പറഞ്ഞു. അയാളുടെ വെളുത്ത വെപ്പുപല്ലുകൾ തിളങ്ങി. താമസിയാതെ പ്ലത്തോനവ് അതേ ചോദ്യം ആവർത്തിച്ചു. കുറച്ചുകഴിഞ്ഞ് ഒരിക്കൽ കൂടി അതേ ചോദ്യം ചോദിച്ചു. നാവികനാകട്ടെ ഓരോ തവണയും ആദ്യതവണപോലെ താത്പര്യപൂർവ്വം ഉത്തരം പറഞ്ഞു.

പ്ലത്തോനവിനുവേണ്ടി പറഞ്ഞുവെച്ച ടോസ്റ്റ് പാർട്ടിയുടെ തുടക്കത്തിൽ നടക്കാതിരുന്നത് കഷ്ടമായിപ്പോയി. അങ്ങനെയായിരുന്നുവെങ്കിൽ സംഘാടകർ പ്ലാൻ ചെയ്തതുപോലെ ഭംഗിയാകുമായിരുന്നു. പാർട്ടിയുടെ മൂർദ്ധന്യാവസ്ഥയിൽ അത് അവസാനിക്കാറായപ്പോഴാണ് ടോസ്റ്റ് പറഞ്ഞത്. മഞ്ഞുമായി യുദ്ധം ചെയ്യുന്ന ഷാബ്ഷെര്യൻകൊ ദമ്പതികൾക്കായി പ്ലത്തോനവ് ടോസ്റ്റ് പറയാൻ മുതിർന്നപ്പോൾ ഹാളിൽ വലിയ എതിർപ്പൊന്നുമുണ്ടായില്ല. എല്ലാവരും ആ ടോസ്റ്റ് കേട്ടുവോ എന്ന് എനിക്ക് ഉറപ്പില്ല. ഹാളിന്റെ അങ്ങേയറ്റത്ത് ഇരുന്നിരുന്ന ഷാബ്ഷെര്യൻകൊ

ദമ്പതികൾ എല്ലാവരേക്കാളും ഉച്ചത്തിൽ അലറിവിളിച്ചിരുന്നുവെങ്കിലും അവർ ടോസ്റ്റ് കേട്ടു എന്നത് രസകരമായി തോന്നി. പാർട്ടിയിലേക്ക് കടന്നു വരാൻ സൂത്രം പ്രയോഗിക്കുകയും വഴക്കുണ്ടാക്കുകയും ചെയ്ത ഷാബ്ചെര്യൻകൊ ദമ്പതികൾ തങ്ങളുടെ പേരിൽ ടോസ്റ്റ് പറയുന്നതു കേട്ട് അവർ ആശ്ചര്യപ്പെട്ടില്ല. മഞ്ഞുമായുള്ള അവരുടെ യുദ്ധത്തെക്കുറിച്ച് പ്രഖ്യാപിച്ചിട്ടും അവർ ആശ്ചര്യപ്പെട്ടില്ല. അവർ എഴുന്നേറ്റുനിന്ന് തല കുനിച്ച് നല്ല വാക്കുകൾ ഏറ്റുവാങ്ങി. (യഥാർത്ഥത്തിൽ കമ്പനി ഡയറക്ടർ ഷാബ്ചെര്യൻകൊ ദമ്പതികൾക്കായിരുന്നു ഇന്നക്കെഞ്ചി ടോസ്റ്റ് പറയേണ്ടിരുന്നത്. ഓർമ്മപ്പിശകോടെ ഇന്നക്കെഞ്ചി പാർട്ടിയിൽ വലിഞ്ഞുകയറിവന്ന ഷാബ്ചെര്യൻകൊ ദമ്പതികൾക്കാണ് ടോസ്റ്റ് പറഞ്ഞത് - വിവർത്തകൻ) എന്തായാലും പ്രതിഫലം ഞങ്ങൾക്ക് കിട്ടി.

(ഇന്നക്കെഞ്ചി)

എന്റെ പഴയ ഫ്ളാറ്റിൽ ചിലപ്പോൾ ഞാനേതോ ദ്വീപിലാണെന്ന് എനിക്ക് തോന്നാറുണ്ട്. മറ്റാരുടേയോ ജീവിതക്കടലിന്റെ നടുവിൽ. പാവം റോബിൻസൺ ക്രൂസോ.

(ഗെയ്ഗർ)

ഇന്നക്കെഞ്ചി എന്നെ കൂടുതൽ കൂടുതൽ അസ്വസ്ഥനാക്കുന്നു. അയാളുടെ ചനലങ്ങളിൽ വിശ്വാസം കുറഞ്ഞുവരുന്നു. ചിലപ്പോൾ അയാൾ നടക്കുമ്പോൾ ചെറുതായി നില തെറ്റുന്നത് ഞാൻ കാണുന്നു.

നിങ്ങൾ വളരെ ശ്രദ്ധിച്ചുനോക്കിയില്ലെങ്കിൽ മനസ്സിലാവില്ല. ഞാൻ ശ്രദ്ധിച്ചുനോക്കാറുണ്ട്. ഞാൻ കാര്യങ്ങളുടെ വഴി മനസ്സിലാക്കാനും അതെങ്ങനെ പരിണമിക്കുമെന്നറിയാനുമാണ് ശ്രമിക്കുന്നത്.

പ്രശ്നം ചലനത്തിൽ മാത്രമല്ല, അയാളുടെ പ്രധാന ഓർമ്മകൾക്കും തടസ്സമുണ്ടാകുന്നുണ്ട് എന്നാണ് എനിക്ക് തോന്നുന്നത്. സംഭാഷണത്തിനിടയിൽ അയാളുടെ ശ്രദ്ധ തിരിയുകയാണെങ്കിൽ അയാൾക്ക് അർത്ഥം നഷ്ടപ്പെടുന്നതായി കാണുന്നു.

ഇതിനെക്കുറിച്ച് അയാളോടോ നാസ്ച്യയോടോ സംസാരിക്കാൻ ഞാനുദ്ദേശിക്കുന്നില്ല. അവരെ പേടിപ്പിക്കാൻ ആഗ്രഹിക്കുന്നില്ല. ഇതെല്ലാം താത്ക്കാലിക കാര്യങ്ങളാണെന്ന് ഞാൻ പ്രതീക്ഷിക്കുന്നു.

ഗ്യാസ് വ്യവസായികളോടൊപ്പമുള്ള പരിപാടി. തെറ്റുപറ്റിയതിന്റെ കാരണം മദ്യപാനമായിരിക്കാം. അങ്ങനെയാണെങ്കിൽപോലും ഞാനാ സംഭവം ഇഷ്ടപ്പെടുന്നില്ല. തലേ ദിവസം എഴുതിക്കൊടുത്തു പഠിപ്പിച്ചതൊക്കെ എങ്ങനെയാണ് മറക്കാൻ പറ്റുക? ഗ്യാസ് വ്യവസായികളുടെ പദ്ധതി മുഴുവനായിത്തന്നെ നാസ്ച്യയുടെ തോന്ന്യാസമാണ്. അവൾ ഇക്കാര്യത്തിൽ ഇടപ്പെട്ടിട്ടേയില്ല എന്ന് എന്നെ ബോദ്ധ്യപ്പെടുത്താൻ അയാളും കിണഞ്ഞു പരിശ്രമിച്ചുവെങ്കിലും എനിക്കത് വിശ്വാസം വന്നില്ല.

നാസ്ച്യയാണ് ഇതെല്ലാം ഉണ്ടാക്കിവെച്ചതെന്നാണ് എനിക്ക് തോന്നുന്നത്.

എനിക്കവളുടെ തലയ്ക്കിട്ടൊന്നു കൊടുക്കാൻ തോന്നി. പക്ഷേ ഞാൻ പിടിച്ചുനിന്നു. അവൾ ഹാസ്യമുണർത്തുന്നവളാണ്.

ഞായറാഴ്ച (ഇന്നക്കെഞ്ചി)

അലക്സാണ്ടർ നീവ്സ്കി മൊണാസ്റ്ററിയിലെ സെമിത്തേരിയിൽ ഞങ്ങളിന്ന് നടക്കാൻ പോയി. സെമിത്തേരിയിൽ നടക്കുന്നത് എനിക്കിഷ്ടമാണ്. നാസ്ച്യയ്ക്ക് അത് ഇഷ്ടമല്ല. നടക്കുന്നതിനിടയിൽ അവൾ പറഞ്ഞു. "എന്നെങ്കിലും ഞങ്ങളുടെ സന്തോഷം അവസാനിക്കുമെന്ന ആശയം അവളിൽ വേദനയുണ്ടാക്കുന്നു" "അത് എന്നെങ്കിലും തീർച്ചയായും അവസാനിക്കും, ചിലപ്പോൾ ഉടനെയായിക്കൂടെന്നുമില്ല. ലോകത്ത് എല്ലാം സംഭവിക്കുന്നു" ഞാൻ പറയുകയും പശ്ചാത്തപിക്കുകയും ചെയ്തു. നാസ്ച്യ കരയാൻ തുടങ്ങി. എങ്ങനെയോ അത് അവളുടെ സ്വഭാവത്തിന് ചേരുന്ന പ്രവൃത്തിയായിരുന്നില്ല.

ഇന്നലെ വളരെ മനോഹരമായിരുന്നു. ചിതറിവീഴുന്ന സെപ്തംബർ മാസത്തെ സൂര്യപ്രകാശം, ഭൂമിയിൽ മഞ്ഞ കുത്തുകൾപോലെ ഇലകൾ വീണു കിടന്നു. അവ ഇനിയും മുഴുവനായി ഭൂമിയെ മൂടിയിട്ടില്ല. എന്റെ കൈയിൽ പിടിച്ചുകൊണ്ട് നാസ്ച്യ നടന്നു. അവളുടെ മുഖം അവൾ എന്റെ തോളിൽ അമർത്തുന്നുണ്ടായിരുന്നു. അത് ഞങ്ങളുടെ നടത്തത്തിന്റെ വേഗത കുറച്ചു. ശവക്കല്ലറകൾക്കുമുന്നിൽ സ്ഥാപിച്ചിരുന്ന ശിലാലിഖിതങ്ങൾ വായിച്ചുകൊണ്ട് ഞങ്ങൾ നടന്നു. പഴയ ശിലാഫലകങ്ങൾക്കായിരുന്നു കൂടുതൽ ഭംഗി. ഇന്നത്തെ വിലപിടിപ്പുള്ളവയേക്കാൾ ഭംഗി പഴയതിനായിരുന്നു. ശിലാലിഖിതങ്ങളാകട്ടെ ഗംഭീരമായിരുന്നു. അവയുടെ വർണ്ണവിന്യാസരീതി പുതിയതുമായി താരതമ്യം ചെയ്യാനേ കഴിയുമായിരുന്നില്ല. അവയിൽ ഒരു ആത്മാവുണ്ടായിരുന്നു. കൂടാതെ റഷ്യൻ സാഹിത്യത്തിന്റെ സുവർണ്ണകാലം അവയുമായി ബന്ധപ്പെട്ടുകിടക്കുന്നു.

സുവർണ്ണ കാലഘട്ടവുമായി എനിക്ക് ബന്ധമില്ലെങ്കിലും എന്റെ ബാല്യവും യൗവ്വനവും അതുമായി ബന്ധപ്പെട്ടുകിടക്കുന്നു. പ്ലത്തോനവ് എപ്പോഴാണ് ക്രിയകളുടെ മൂലരൂപങ്ങൾ 'യാച്ച്' എന്നു ചേർത്ത് എഴുതുന്നത്? റഷ്യൻഭാഷ പഠിപ്പിച്ച അദ്ധ്യാപികയുടെ മുഖവും രൂപവും ശബ്ദവും ഓർമ്മ വരുന്നില്ല. എന്തുകൊണ്ടാണ് അദ്ധ്യാപിക എന്ന് ചിന്തിക്കുന്നത്? അത് പുരുഷനായിക്കൂടെ? അതെ അതാണ് സത്യം. വട്ടക്കണ്ണടയിൽനിന്നും ഞാന്നുകിടന്നിരുന്ന അയാളുടെ ചരട് പുരുഷന്മാരുടെ ഓവർകോട്ടിന്റെ പോക്കറ്റിലേക്കാണ് നീണ്ടുകിടന്നത്! അത് തീർച്ചയായും അത് അദ്ധ്യാപകനായിരുന്നു.

ഞങ്ങളുടെ മുന്നിൽ ഉയർന്നുനിന്ന ഒരു ഗ്രാനൈറ്റ് കല്ലിൽ പരിചിതമായ എന്തോ വിവരങ്ങൾ തെളിഞ്ഞുവരുന്നതായി എനിക്ക് തോന്നി. പക്ഷേ അതെന്താണെന്ന് എനിക്കിനിയും മനസ്സിലാകുന്നില്ല. അല്പം

മനസ്സിലാവുന്നു. പേര് തീർച്ചയായും മനസ്സിലായി. ചെരഞ്ചി അസിപ്പോവിച്ച് ദോബ്രസ്ക്ളോനവ് 1835–1916. "നിർഭയനായി പോകൂ" എന്ന വാക്കുകളും ഓർമ്മ വന്നു. എന്തുകൊണ്ടോ ആ വാക്കുകൾ അവിടെ എഴുതിയിരുന്നില്ല. ലോകത്തുള്ള സർവ്വ കാര്യങ്ങളും എഴുതി വെയ്ക്കാൻ കഴിയുമോ?

സ്വർഗ്ഗരാജ്യത്തേക്ക് നിർഭയനായി പോകൂ ചെരഞ്ചി അസിപ്പോവിച്ച്. വാതിൽക്കൽ തോലിൽ പഞ്ഞിനിറച്ച കരടി, നിരനിരയായി വിശാലമായ മുറികൾ; അവയിലൂടെ ഓടിപ്പോകുന്നതും വിജയകരമായി കവിത വായിച്ചതുമായ എന്റെ ബാല്യകാലം എനിക്ക് ഓർമ്മ വന്നു. താത്ത്വികമായി ഒരുപക്ഷേ ഇത് മറ്റേതോ ചിരഞ്ചി അസിപ്പോവിച്ച് ആയിരിക്കാം. പക്ഷേ ഹൃദയം പറയുന്നു ഇത് അയാൾ തന്നെയാണ്. എല്ലാം തുടങ്ങിയതിനു ഒരു വർഷം മുമ്പ് 1916–ൽ അദ്ദേഹം മൃതിയടഞ്ഞു. ഭാഗ്യവാൻ. പില്ക്കാലത്തുസംഭവിച്ച ആപേക്ഷികമായ വ്യതിയാനങ്ങളൊന്നും കാണാതെ തന്റെ കൂടെയുള്ളവരുടെ പരിതാപകരമായ ജീവിതം ഒരിക്കലും പ്രതീക്ഷിക്കാതെ ശാന്തനായി മരണമടഞ്ഞു!

1916–നുശേഷം 83 വർഷങ്ങൾ കടന്നുപോയിരിക്കുന്നു. ചെരഞ്ചി അസിപ്പോവിച്ചിന്റെ അവശിഷ്ടങ്ങൾ ഇനിയെന്തു കാണാനാണ്? അസ്ഥികൂടം, വിവാഹമോതിരം, അയാളുടെ വിലപിടിപ്പുള്ള യൂണിഫോമിലെ ബട്ടൻസുകൾ (ഒരുപക്ഷേ യൂണിഫോം തന്നെയും ഉണ്ടായിരിക്കാം) കൂടാതെ തീർച്ചയായും രണ്ടുവാലുള്ള അയാളുടെ താടിരോമങ്ങൾ! നിസ്സാരമെന്നു തോന്നിക്കുന്ന കുറച്ച് അവശിഷ്ടങ്ങൾ! പക്ഷേ അത് അയാളുടെ ഭാഗങ്ങളായിരുന്നു. എന്റെ ആറാം വയസ്സിൽ എനിക്ക് ജനക്കൂട്ടത്തിന്റെ മുന്നിൽ നിന്നും കവിത ചൊല്ലാൻ ധൈര്യം പകർന്നുതന്ന ആളായിരുന്നു അത്. ഇവിടെ ഇതാ രണ്ടുമീറ്റർ അപ്പുറത്ത് ഭൂമിക്കടിയിൽ അയാൾ കിടക്കുന്നു.

"ഈ ശവക്കല്ലറ മാന്തി നോക്കിയാൽ ഞാൻ അവസാനമായി 1905–ൽ കണ്ടുമുട്ടിയ ആളെ കാണുവാൻ കഴിയും" ഞാൻ നാസ്ച്യയോട് പറഞ്ഞു.

നാസ്ച്യയുടെ ദീർഘമായ നോട്ടം എന്നിൽ പതിഞ്ഞു. വാചാലമായ മൗനം! ചെരഞ്ചി അസിപ്പോവിച്ചിനെ മാന്തിയെടുക്കാൻ അവൾക്ക് താത്പര്യമില്ലെന്ന് മനസ്സിലായി.

"എന്റെ ബാല്യകാലത്തിന്റെ സാക്ഷികളിൽ ഒരാളാണ് അയാൾ – ഞാൻ വിശദീകരിച്ചു. എനിക്ക് അച്ഛനാണ് അയാളുടെ മുഴുവൻ പേരും പറഞ്ഞുതന്നത്. ഞാനത് ഇപ്പോഴും ഓർക്കുന്നു. അങ്ങനെ സംഭവിക്കാറുണ്ട്. എന്റെ ആദ്യകാല ഓർമ്മയിൽ തെളിഞ്ഞുവരുന്ന ഒരു പേരാണ് അയാളുടേത്. ഞാനിപ്പോൾ അപ്രതീക്ഷിതമായി അയാളുടെ പേരിൽ കാൽതട്ടി നില്ക്കുന്നു! നിനക്ക് മനസ്സിലാവുന്നുണ്ടോ?"

"ഒരു കണ്ടുമുട്ടലും ഇതിനേക്കാൾ അത്ഭുതകരമായില്ല."

നാസ്ച്യ എന്റെ തോളിലേക്ക് കൂടുതൽ ശക്തിയായി മുഖമമർത്തി. ചെരഞ്ചി അസിപ്പോവിച്ചിനെ കുഴിമാന്തിയെടുക്കാൻ ആരും മുതിരില്ല എന്ന് അവൾ കാണുന്നു.

നാസ്ച്യ

ഇന്നത്തെ ഞങ്ങളുടെ നടത്തം വളരെ വിചിത്രമായിരുന്നു എന്നു വേണം പറയാൻ. അലക്സാണ്ടർ നീവ്സ്കിയിലെ ശ്മശാനത്തിലൂടെ ഞങ്ങൾ നടന്നു. തങ്ങൾ ആദ്യമായിരുന്നില്ല ശ്മശാനത്തിലൂടെ നടക്കുന്നത്. പ്ലത്തോനവിന് അതെങ്ങനെ പറയണമെന്ന് എനിക്കറിയില്ല. അത്തരം ചില ദൗർബല്യങ്ങളുണ്ട്. ഇത്തരം നടത്തങ്ങളിൽ എനിക്കത്ര താത്പര്യമില്ല. എങ്കിലും അതെന്റെ ഉത്സാഹത്തെ വർദ്ധിപ്പിക്കാറില്ല എന്നെനിക്ക് പറയാൻ കഴിയില്ല. അത് ഡെസ്നിലാന്റിലെ നടത്തം പോലെയാവില്ലല്ലോ. വയറ്റിൽ കുട്ടിയുള്ളതുകൊണ്ട് നടക്കേണ്ടത് എന്റെ ആവശ്യമായിരുന്നു.

ഞങ്ങൾ നടന്നുനടന്ന് പോകുന്നതിനിടയിൽ പ്ലത്തോനവ് പെട്ടെന്ന് ഒരു ശവക്കല്ലറയുടെ മുന്നിൽ നിശ്ചലനായി നിന്നു. അതിൽ സംസ്കരിച്ചിരുന്നത് ചെരഞ്ചി അസിപ്പോവിച്ച് എന്ന ഒരാളെയായിരുന്നു. അയാളുടെ പേര് ഓർമ്മിച്ചില്ലെങ്കിൽ അതൊരു പാപമാകും. എന്റെ ഭർത്താവിന്റെ ബാല്യകാലത്ത് അദ്ദേഹത്തോട് “നിർഭയനായി പോകൂ” എന്ന് പറഞ്ഞയാളാണ് ചെരഞ്ചി അസിപ്പോവിച്ച്. ഞാൻ തർക്കിക്കുന്നില്ല, അത്തരം ഒരു ചൊല്ല് നല്ലതാണ്. ചെരഞ്ചി അസിപ്പോവിച്ച് എന്ന പേരിനേക്കാൾ മോശമല്ല. പക്ഷേ ആ ശവക്കല്ലറ പ്ലത്തോനവിൽ ചെലുത്തിയ സ്വാധീനം വിവരണാതീതമാണ്.

ആ ചൊല്ലുമായി ബന്ധപ്പെട്ട എല്ലാ കാര്യങ്ങളും വിശദീകരിച്ചതിനു ശേഷം ചെരഞ്ചി അസിപ്പോവിച്ചിന്റെ കുഴിമാന്തിയാൽ അസ്ഥിക്കൂടവും വിലപിടിപ്പുള്ള കോട്ടും കൂടാതെ മറ്റൊന്നും കാണാൻ വഴിയില്ല എന്നും പറഞ്ഞു. അതെ, ഞാൻ സമ്മതിക്കുന്നു. ഇവിടെ മുഖസ്തുതി പറയേണ്ട ആവശ്യമില്ല. അദ്ദേഹം കുറച്ചുസമയം ആലോചിച്ചിട്ടു പറഞ്ഞു. ചിലപ്പോൾ താടിയും കണ്ടേക്കാം. എന്തെങ്കിലും ലോഹസാധനങ്ങളും കണ്ടേക്കാം. അദ്ദേഹം അതെല്ലാം വളരെ ഗൗരവത്തോടെയാണ് പറയുന്നത്. കുറച്ചുകൂടി കഴിഞ്ഞാൽ അദ്ദേഹം യഥാർത്ഥത്തിൽ ആ ശവക്കല്ലറ തുറക്കുമെന്നും കുഴിതോണ്ടുമെന്നും എനിക്ക് തോന്നി. ഏകദേശം ഒരു മണിക്കൂറോളം ഞങ്ങൾ ശവക്കല്ലറയുടെ അരികിൽ ചെലവഴിച്ചു.

ഞങ്ങളുടെ നടപ്പിനിടയിലെ ഏറ്റവും ദുഃഖകരമായ കാര്യം ഞങ്ങൾ സന്ന്യാസിമഠത്തിൽ പ്രവേശിച്ചപ്പോൾ പ്ലത്തോനവിന്റെ കാൽ വീണ്ടും ഇടറി എന്നതാണ്. അദ്ദേഹം അതിന് കാരണം പറഞ്ഞത് കല്ലുകൾ പാകിയിരുന്ന കവാടമായിരുന്നതിനാലാണ് ഇപ്രകാരം സംഭവിച്ചതെന്നും ടാറിട്ട റോഡാണെങ്കിൽ തനിക്ക് അപ്രകാരം സംഭവിക്കുമായിരുന്നില്ല എന്നുമാണ്. ഞാൻ തല കുലുക്കിയെങ്കിലും വികാരത്തള്ളലിൽ കിതയ്ക്കുകയും അദ്ദേഹത്തിന്റെ കൈയിൽ അമർത്തിപ്പിടിക്കുകയും ചെയ്തു. ഞാനെന്റെ തല അദ്ദേഹത്തിന്റെ തോളിൽ ചായ്ച്ചുകൊണ്ട് അദ്ദേഹവുമായുള്ള ദൂരം പരമാവധി കുറച്ചു. അദ്ദേഹം അത്ര ഉറച്ച വിശ്വാസത്തോടെയല്ല നടന്നിരുന്നത്. ഗെയ്ഗറോട് അതിനെക്കുറിച്ച് പറയണമോ എന്നെനിക്കറിയില്ല. അയാൾ വളരെ അമിത ജാഗ്രതയുള്ളയാളാണ്. അയാൾ

ഉടനെത്തന്നെ തന്റെ രോഗിയെ പരിശോധനകൾക്കായി ഹോസ്പിറ്റലിൽ കൊണ്ടുപോകും. ആശുപത്രി കാര്യങ്ങൾ പ്ലത്തോനവിന് ഒട്ടും പിടിക്കുന്നില്ല. ഞാനിപ്പോൾ കാത്തിരിക്കുന്നതാവും ശരി.

ചൊവ്വാഴ്ച (ഇന്നക്കെഞ്ചി)

ക്ലാസ്സ് മുറിയിൽ നിങ്ങളുടെ ഇരിപ്പിടം എവിടെയാണെന്നതിന് പ്രത്യേക പ്രാധാന്യമുണ്ട്. തീവ്രമായ നോട്ടം കിട്ടുന്ന സ്ഥാനത്തിരിക്കുന്നതാണ് ഏറ്റവും രസകരം. ഉദാഹരണത്തിന് മൈക്കൽ ആഞ്ചലോയുടെ 'മരിക്കുന്ന അടിമ' എന്ന ശില്പം പോലെ കുത്തനെ കീഴ്പ്പോട്ട് നോക്കുകയും മുക്കാൽഭാഗം തലതിരിക്കുകയും ചെയ്യുക. അതാണ് ഏറ്റവും രസകരമായ നോട്ടം. അയാളുടെ തല വളരെ പുറകോട്ടു തള്ളിയ നിലയിൽ ആദ്യ മൂന്നു നിരകളിലൊന്നിലാണ് നിങ്ങൾ ഇരിക്കുന്നതെങ്കിൽ ഒരിക്കലും നേരെ കാണാൻ കഴിയാത്ത നിങ്ങളുടെ നെറ്റിയുടെ കീഴ്ഭാഗവും മൂക്കിൽതുമ്പും തുറന്നുകാണിക്കും. കണ്ണുകൾ മൂക്കിന്റെ അടിഭാഗത്തേക്ക് വഴുതിവീഴുകയും നെറ്റിയുടെ മുകൾഭാഗം അദൃശ്യമാകുകയും ചെയ്യും. അത്തരം സ്ഥാനങ്ങളിൽ ഇരിക്കുന്നവർ കാഴ്ചയുടെ നിയമങ്ങളനുസരിച്ച് വിഷമകരമായ രൂപങ്ങൾ നിർമ്മിക്കാനും അനുപാതങ്ങൾ കാണുവാനും പാലിക്കുവാനും കഴിവുള്ളവരുമായിരിക്കും.

അതെ, എനിക്ക് ഓർമ്മ വന്നു. മാർക്സ് എന്ന് മുൻപ് പ്രസ്താവിച്ചയാളുടെ പേര് അലക്സാണ്ടർ വസില്യേവിച്ച് എന്നായിരുന്നു. അക്കാദമി ഓഫ് ആർട്സിന്റെ ഒരു പുസ്തകത്തിൽ നിന്നാണ് എനിക്കയാളെ പിടികിട്ടിയത്. അദ്ദേഹം ബാൾട്ടിക് കനാലിൽ മരണമടഞ്ഞു. അദ്ദേഹത്തിന് വളരെ തെളിച്ചമുള്ള ഒരു രൂപമാണ് ഉണ്ടായിരുന്നത്. 1910-ലെ തിളക്കമുള്ള വേഷങ്ങൾ 1930ൽ മുഴുവനുമായി ഫാഷനല്ലാതായിത്തീർന്നു. സ്റ്റൈലുകളിൽ വന്ന മാറ്റങ്ങൾ അലക്സാണ്ടർ വസില്യേവിച്ചിനെ ബാധിച്ചില്ല.

(ഗെയ്ഗർ)

ഇന്നക്കെഞ്ചി ഇത്രനാളും എഴുതിയതെല്ലാം വായിച്ചു. അയാളുടെ കാഴ്ചപ്പാടുകളെ അഭിനന്ദിക്കാനാണ് തോന്നിയത്.

ചിലപ്പോൾ കാര്യങ്ങൾ അയാൾ കാണുന്നതുപോലെതന്നെ കൃത്യമായി ഞാൻ കാണുന്നു. അയാളുടെ കാതുകൾകൊണ്ട് കേൾക്കുന്നു.

ഒരു ട്രേയിലേക്ക് എടുത്തെറിയപ്പെട്ട ഉപകരണങ്ങളുടെ കിലുക്കം.

ഒരു ബാന്റേജ് കീറുന്ന ശബ്ദം.

തറ കഴുകിയ ഗന്ധം. നാരങ്ങയുടേയോ സ്ട്രോബെറിയുടേയോ ഗന്ധങ്ങൾ. കെട്ട ഗന്ധങ്ങളല്ലെങ്കിൽ അത് ഉന്മേഷം വർദ്ധിപ്പിക്കും ഇതാണ് വ്യതിയാനങ്ങളുടെ ഗന്ധങ്ങൾ. ആ ഗന്ധങ്ങൾ അനുഭവപ്പെട്ടുകഴിഞ്ഞാണ് ജീവിതം അടിസ്ഥാനപരമായി വ്യത്യാസപ്പെട്ടു എന്ന് മനസ്സിലായത്. മുൻപ് എല്ലായിടത്തും ഒരു ക്ലോറിന്റെ ഗന്ധമായിരുന്നു.

എന്റെ ഇന്റേൺഷിപ്പിന്റെ കാലത്ത് ക്ലോറിന്റെ ഗന്ധമുള്ള വെള്ളം കൊണ്ട് കഴുകി ഞാൻ പണമുണ്ടാക്കിയിട്ടുണ്ട്. എന്റെ യൗവനകാലവുമായി ബന്ധപ്പെട്ട് ഓർമ്മയിലെത്തുന്നത് അത്തരം മടുപ്പിക്കുന്ന ഗന്ധമാണ്. അത്തരം ഗന്ധം അനുഭവപ്പെടുമ്പോൾ ഹൃദയം വേഗത്തിൽ തുടിക്കും.

മടുപ്പുളവാക്കുന്നതുമായി നിങ്ങൾ ഇടപെടാനും പിന്നീട് അതോർത്ത് ദീർഘനിശ്വാസമുതിർക്കാനും കഴിയും. അപ്പോഴാണ് അതിന്റെയൊരു ഭംഗി.

എന്റെ കാലത്തിന് തടസ്സങ്ങളൊന്നും ഉണ്ടായിട്ടില്ല. ഭൂതകാലത്തെയോർത്ത് ദുഃഖിക്കാൻ എനിക്ക് കഴിയും.

ഇന്നക്കെഞ്ചിയുടെ കാര്യം അങ്ങനെയല്ല. ഒരു നദിയുടെ രണ്ടു തീരങ്ങൾപോലെ അയാൾക്ക് രണ്ട് ജീവിതങ്ങളുണ്ട്. ഇന്നത്തെ തീരത്തു നിന്നുകൊണ്ട് അയാൾ ഗതകാലത്തെ തീരത്തിലേക്കു നോക്കുന്നു.

അയാൾ ഒരിക്കലും ഈ നദി നീന്തിക്കടന്നിട്ടില്ല. അവിടെ ഒരു നദി പോലും ഉണ്ടായിരുന്നില്ല. അയാൾക്ക് ബോധം വന്നപ്പോൾ വെള്ളം വളരെ പിന്നിലായിരുന്നു. അയാളുടെ വഴിയായിരുന്നത് നദിയുടെ അടിത്തട്ടായി പരിണമിച്ചു. പക്ഷേ അയാൾ ആ വഴിയിലൂടെ നടന്നില്ല. താൻ ജീവിക്കാത്ത വർഷങ്ങളെയോർത്ത് വിഷമിക്കാറുണ്ട് എന്നയാൾ എന്നോട് പറഞ്ഞു.

വ്യാഴാഴ്ച (ഇന്നക്കെഞ്ചി)

ഞാൻ ബഹ്ചീന്റെ (മിഹയീൽ ബഹ്ചീൻ (1895–1975) റഷ്യൻ തത്ത്വചിന്തകൻ) പുസ്തകം വായിച്ചു. ഇടയ്ക്കിടെ ഗെയ്ഗർ എനിക്ക് പുസ്തകങ്ങൾ കൊണ്ടുവന്നു തരുമായിരുന്നു. അയാളുടെ അഭിപ്രായത്തിൽ വിദ്യാഭ്യാസമുള്ളവർ ഏറ്റവും പ്രാഥമികമായ കാര്യങ്ങളെങ്കിലും അറിഞ്ഞിരിക്കേണ്ടതാണ്. ഞാൻ ഐസുകട്ടയിൽ നിദ്രപൂകിയിരുന്ന കാലത്തെ വിവിധ മേഖലകളിലെ പുസ്തകങ്ങൾ അയാൾ എനിക്കുവേണ്ടി കൊണ്ടുവന്നു. വായിച്ചുകൊണ്ടിരുന്നപ്പോൾ ഞാൻ ആലോചിച്ചു. റോബിൻസണെ ദ്വീപിൽ അകപ്പെടുത്തിയത് അയാളുടെ പാപങ്ങളാണ്. അയാളുടെ സ്വന്തം ലോകം അയാൾക്ക് നഷ്ടമാകുകയും ചെയ്തു. എനിക്കും സ്വന്തം സമയം നഷ്ടമായത് എന്റെ പാപങ്ങൾ മൂലമായിരിക്കാം. നാസ്ച്യയ്ക്കു വേണ്ടിയായിരുന്നില്ലെങ്കിൽ...

അവൾ ബഹ്ചീന്റെ പുസ്തകം വായിച്ചിട്ടുണ്ടെന്ന് മനസ്സിലാക്കുന്നു. സാഹിത്യം എങ്ങനെ സമയത്തേയും സ്ഥലകാലങ്ങളേയും പ്രതിനിധീകരിക്കുന്നു എന്നതിനെക്കുറിച്ചുള്ള പണത്തിന്റെ അഭാവമാണ് നഷ്ടപ്പെട്ട സമയമെന്നും ലോകമെന്നും പറയുന്നത് എന്നതായിരുന്നു നാസ്ച്യയുടെ കാഴ്ചപ്പാട്. ഗെയ്ഗർ ആർത്തുചിരിച്ചു. നാസ്ച്യയെ ചൂഴ്ന്നു നില്ക്കുന്ന ബുദ്ധിമുട്ട് കണക്കാക്കാതെ അയാൾ അവളെ വിലമതിച്ചു. ഞാൻ ചിരിച്ചില്ല. ഞാൻ പെട്ടെന്ന് ചിന്തിച്ചത് സമയവും ലോകവും നഷ്ടപ്പെട്ടവരെ

ക്കുറിച്ചായിരുന്നു. അവരെല്ലാം മൃതിയടഞ്ഞവരാണ്. ഞാനും റോബിൻസണും ആകട്ടെ അർദ്ധപ്രാണനായിത്തീർന്നവരാണ്. ഞങ്ങളുടെ ഭൂതകാലത്തും പഴയലോകത്തും ഞങ്ങളെ അറിഞ്ഞിരുന്നവരെ സംബന്ധിച്ച് ഒരുപക്ഷേ ഞങ്ങളും മൃതിയടഞ്ഞവർ തന്നെയായിരിക്കാം.

ശനിയാഴ്ച (ഗെയ്ഗർ)

ഇന്നക്കെഞ്ചിയെ ഫോൺ ചെയ്തു. എടുത്തത് നാസ്ച്യയായിരുന്നു. പ്ലത്തോനവ് സ്മൊളീൻസ്കി ശ്മശാനത്തിൽ പോയിരിക്കുകയാണെന്ന് അവൾ പറഞ്ഞു. പലവട്ടം അവൾ അയാളെ അനുഗമിച്ചിരുന്നുവെന്നും കൂടെക്കൂടെയുള്ള ശ്മശാനങ്ങളിലെ നടത്തം അയാൾക്ക് വിഷമകരമായി ത്തീർന്നുവെന്നും കിതയ്ക്കുന്ന ശബ്ദത്തിൽ നാസ്ച്യ പറഞ്ഞു.

"ശ്മശാനങ്ങളിലെ നടത്തമോ?"

"അതെ, ശ്മശാനങ്ങളിലൂടെയുള്ള നടത്തം. അതാണ് അയാളുടെ പുതിയ ഹോബി." നാസ്ച്യ ഒന്നുനിർത്തി. "അദ്ദേഹം പഴയ പരിചയക്കാരെ അന്വേഷിക്കുകയാണ്."

ഞാൻ സ്മൊളീൻസ്കി ശ്മശാനത്തിൽ പോയി. അയാളുടെ അമ്മയുടെ കല്ലറ എവിടെയാണെന്ന് ഓർമ്മിക്കുകയും ഞാൻ അങ്ങോട്ട് നടക്കുകയും ചെയ്തു. നിരയായ മരങ്ങൾ നില്ക്കുന്ന നടപ്പാതകൾ കുറച്ചു നിമിഷങ്ങൾക്കുശേഷം ഞാൻ ഇന്നക്കെഞ്ചിയെ കണ്ടു. എന്റെ ഉപദേശമനുസരിച്ച് മറ്റുള്ളവർ തിരിച്ചറിയാതിരിക്കാനായി കറുത്ത കണ്ണട ധരിച്ചായിരുന്നു അയാൾ നടന്നിരുന്നത്. എങ്കിലും അയാളെ തിരിച്ചറിഞ്ഞിരുന്നു.

ഇടയ്ക്കിടെ മുടന്തിക്കൊണ്ട് അയാൾ നടന്നു. അയാൾ ഒരു വർത്തമാന പത്രത്തിൽ എന്തോ പൊതിഞ്ഞുപിടിച്ചിരുന്നു. സായാഹ്നപത്രമായിരുന്നു അത്. വിചിത്രമായ രീതിയിലാണ് ആ കെട്ട് അയാൾ പിടിച്ചിരുന്നത്. അത് അയാളുടെ മുടന്തിലുള്ള എന്റെ ശ്രദ്ധ തിരിച്ചു.

അഭിവാദ്യം ചെയ്തിട്ട് എന്താണ് ശ്മശാനത്തിൽ പൊതിഞ്ഞുകെട്ടി കൊണ്ടുനടക്കുന്നതെന്ന് ഞാൻ ചോദിച്ചു. ഇന്നക്കെഞ്ചി ചൂളിപ്പോയി. അയാൾ അവ്യക്തമായി എന്തോ പറഞ്ഞു. എന്റെ ചോദ്യം അയാളെ അത്രയും വികാരവിവശനാക്കുമെന്നറിഞ്ഞിരുന്നെങ്കിൽ അങ്ങനെ ചോദിക്കുമായിരുന്നില്ല.

"നിങ്ങൾക്ക് എന്തുവേണമെങ്കിലും മറച്ചുവെയ്ക്കാം" ഞാൻ ചിരിച്ചുകൊണ്ട് പറഞ്ഞു.

"എനിക്കൊന്നും മറച്ചുവെയ്ക്കാനില്ല."

ഇന്നക്കെഞ്ചി പത്രം തുറന്നുകാട്ടി. അതിൽ ന്യായദേവതയുടെ പ്രതിമയായിരുന്നു. അതെങ്ങനെയുണ്ട്? അയാൾക്ക് ശ്മശാനത്തിൽ അതിന്റെ ആവശ്യമെന്താണ്? ഇവിടെ എന്തു ന്യായവിധിയാണ് അയാൾ നടപ്പാക്കുന്നത്?

എനിക്ക് ചിരിപൊട്ടി. പക്ഷേ ഞാൻ നിയന്ത്രിച്ചു. അയാൾ അത് തന്റെ അമ്മയുടെ ശവക്കല്ലറയിലേക്കാണ് കൊണ്ടുവന്നത്. അയാൾ അനസ്താസ്യയുടെ കല്ലറയിൽ പോയിരുന്നില്ല. ന്യായദേവതയുടെ പ്രതിമ സംബന്ധിച്ച് എന്തോ കഥയുണ്ടാകണം. അല്ലെങ്കിൽ അയാൾ വിളറിപ്പോകേണ്ട ആവശ്യമുണ്ടായിരുന്നില്ല.

മരങ്ങൾ നിരയായി നില്ക്കുന്ന നടപ്പാതയിലൂടെ ഞങ്ങൾ പുറത്തേക്ക് നടന്നു. ഞാൻ തല താഴ്ത്തി നടന്നു. ഞാൻ ചിന്തകളിൽ മുങ്ങിനടന്നു. അയാളുടെ കാലടിപ്പാടുകൾ പിൻതുടർന്നു ഞാൻ നടന്നു.

അയാൾ യഥാർത്ഥത്തിൽ മുടന്തുന്നുണ്ടായിരുന്നു. അടുത്തുതന്നെ ഞങ്ങൾ ഗൗരവമായ പരിശോധകൾ നടത്തുന്നുണ്ട്. അതിനെക്കുറിച്ച് ഞാനയാളോട് ഒന്നും പറഞ്ഞില്ല.

നാസ്ച്യ

പ്ലത്തോനവ് തന്റെ വിരസമായ വിവരണങ്ങളാൽ ഞങ്ങളെ വിഷമിപ്പിച്ചു. അദ്ദേഹം എല്ലാം ആവർത്തിച്ചുപറഞ്ഞുകൊണ്ടേയിരുന്നു. കൂടുതൽ ദീർഘമായി എഴുതി. ഇത് ഇതിനേക്കാൾ ഭംഗിയായി എഴുതാമായിരുന്നില്ലേ എന്ന് തോന്നി. ഗെയ്ഗർ പോലും എന്തോ പ്രകടിപ്പിക്കാൻ ശ്രമിക്കുന്നതായി തോന്നി. എന്തുകൊണ്ട് ഗെയ്ഗർക്കും ആയിക്കൂടാ? കലാപരമായ കഴിവുകൾ എന്തടിസ്ഥാനത്തിലാണ് അയാൾക്ക് നിഷേധിക്കാനാവുക? ജർമ്മൻ ഭാഷയിൽ ഗെയ്ഗർ എന്ന വാക്കിന്റെ അർത്ഥം വയലിനിസ്റ്റ് എന്നാണ്.

ഞായറാഴ്ച (ഗെയ്ഗർ)

പ്രഭാതപരിപാടിയിൽ ഒരു ഗായകസംഘം ഉണ്ടെന്ന് നമുക്ക് പറയാം. ഞങ്ങൾക്ക് സ്കൂളിൽ ഒരു ഗായകസംഘം ഉണ്ടായിരുന്നു. ഞാനതിൽ പാടിയിരുന്നില്ല. പക്ഷേ, ചെവി തുറന്ന് കേട്ടിരുന്നു. പല വിശേഷ ദിവസങ്ങളിലും പ്രഭാതത്തിൽ ഞാൻ സമൂഹഗാനം കേട്ടുനിന്നു.

പുതുവത്സരത്തിലെ പ്രഭാതപരിപാടിയായിരുന്നു ഏറ്റവും സന്തോഷകരമായത്. ഇപ്പോഴും എന്തുപേരിൽ വിളിക്കണമെന്നറിയാത്ത ഒരു തടിയുടെ തട്ടിൽ കയറിനിന്നാണ് അവർ പാടിയിരുന്നത്. ഒരു സ്റ്റേജിൽ മൂന്ന് തട്ടുകളിലായി ഒരുക്കിയിരുന്ന മരത്തിന്റെ ബഞ്ചായിരുന്നു അത്. അതിൽ ഗാനം ആലപിക്കുന്നവർ നിരയായി നിന്നിരുന്നു.

സമൂഹഗാനത്തിന്റെ സംവിധായികയുടെ വാക്കുകൾപ്രകാരം മേൽ വിവരിച്ച തരത്തിലുള്ള ഗായകരുടെ നിലപാട് അവരുടെ ശബ്ദസാദ്ധ്യതകളെ പൂർണ്ണമായും തുറന്നു. അവരെ അണിനിരത്തിയിരുന്നത് ശബ്ദം എങ്ങനെയോ നമ്മുടെ ആത്മാവിലേക്ക് പറന്നുവരുന്നതുപോലെയായിരുന്നു. കുറഞ്ഞപക്ഷം എന്റെ ആത്മാവിലേക്ക് ശബ്ദം പറന്നുവന്നു.

പെൺകുട്ടികളുടെ ശബ്ദം വളരെ മനോഹരമായിരുന്നു. തിളങ്ങുന്ന വെള്ളിനാണയം പോലെയായിരുന്നു അവർ. അവരാണ് പ്രഭാതത്തിന്റെ

സൗന്ദര്യം നിർണ്ണയിച്ചത്. അവരുടെ ശബ്ദങ്ങളെ ഞാൻ വിളിച്ചിരുന്നത് 'പ്രഭാതശബ്ദങ്ങൾ' എന്നായിരുന്നു. എല്ലാ ദിവസവും കാറിൽ പാട്ടു കേൾക്കാറുണ്ട്, അവയിൽ ചിലതൊക്കെ സമൂഹഗാനങ്ങളാണ്. ഇപ്പോൾ എത്ര അപൂർവ്വമായാണ് പ്രഭാതശബ്ദങ്ങളിൽ പാടുന്നത്. ആരുംതന്നെ പാടുന്നില്ല എന്ന് പറയാവുന്നതാണ്. മായാജാലങ്ങളൊന്നുമില്ലാത്ത മാന്യമായ കഴിവിന്റേയും തൊഴിലിന്റേയും ഒരു സമന്വയമായിരുന്നു അത്. ഇന്ന് അത്തരം പ്രഭാതങ്ങളില്ല.

നാസ്ച്യ

1993-ൽ ഞാൻ എന്റെ അമ്മയോടൊപ്പം ടുണീഷ്യയിലായിരുന്നു. ആദ്യമായി വിദേശരാജ്യത്ത് വിശ്രമിക്കാൻ പോയതായിരുന്നു ഞങ്ങൾ. അച്ഛനെ കൂടാതെ ആദ്യമായി യാത്ര ചെയ്യുകയായിരുന്നു. എന്നാൽ ഞങ്ങളുടെ ഉല്ലാസയാത്രയ്ക്ക് ആവശ്യമായ പണം അമേരിക്കയിൽനിന്നും അയച്ചുതന്നത് അച്ഛനായിരുന്നു. അച്ഛൻ ഔദ്യോഗികമായി ഞങ്ങളെ വിട്ടുപിരിഞ്ഞിരുന്നില്ലെങ്കിലും അദ്ദേഹത്തിന് എന്താണ് സംഭവിച്ചു കൊണ്ടിരിക്കുന്നത് എന്ന് ഞങ്ങൾക്ക് വ്യക്തമായിരുന്നു. അദ്ദേഹം ഒരിക്കൽ ഞങ്ങളുടെ വീട്ടിൽ വന്നപ്പോൾ താഴെ മുറ്റത്ത് അദ്ദേഹത്തോടൊപ്പം വന്ന ഒരു ചെറുപ്പക്കാരിയെ ഞാൻ ജനാലയിലൂടെ കണ്ടു. അവർ അവിടെ അദ്ദേഹത്തെ കാത്തുനിന്നിരുന്നു. അത് അദ്ദേഹം ഞങ്ങളിൽനിന്നും ഒളിക്കണമെന്നു കരുതി ചെയ്തതല്ല. അദ്ദേഹമതിനെക്കുറിച്ച് ചിന്തിച്ചതേയില്ല എന്നതാണ് കാര്യം. ഞങ്ങൾ അവരെ ശ്രദ്ധിക്കുമെന്ന് അദ്ദേഹം കരുതിയില്ല. അവർ ചുംബിക്കുകയും ഈ നാടിന് അപരിചിതമായ രീതിയിൽ കൈകൾ കോർത്തുകൊണ്ട് നടന്നുപോകുകയും ചെയ്തു. അവൾ അമേരിക്കക്കാരിയായിരുന്നു. അച്ഛനോടൊപ്പം വന്നിട്ട് അവർ ഹോട്ടലിൽ താമസിക്കുകയായിരുന്നു. അദ്ദേഹത്തിന്റെ ദിവസത്തിന്റെ കൂടുതൽ സമയവും അവരുടെ മുറിയിലാണ് ചെലവഴിച്ചിരുന്നതെന്ന് എനിക്ക് മനസ്സിലായി.

അല്ല, ഞാനെന്താണ് പറഞ്ഞുവന്നത്? അതെ, ടുണീഷ്യയിൽ വളരെ തെളിഞ്ഞ എന്റെ ടുണീഷ്യൻ ഓർമ്മകൾ പങ്കിടാനാണ് ഞാൻ ആഗ്രഹിച്ചത്. തകർന്നുപോയ കാർത്തേജ് നഗരത്തിന്റെ അവശിഷ്ടങ്ങൾ, ആ സെനറ്റർ, എന്താണ് അയാളുടെ പേര്, ഞാൻ ഓർക്കുന്നില്ല. കടൽപ്പുറം ഹോട്ടലിന്റെ ലോബിയിലേക്ക് വിലയം പ്രാപിക്കുന്ന ചൂട്. ആഫ്രിക്കൻ പഴങ്ങളും പച്ചക്കറികളും എല്ലാം ഉൾപ്പെടുത്തിയായിരുന്നു വിനോദയാത്രാ ടിക്കറ്റ്. ആദ്യ ദിവസം വൈകുന്നേരത്തെ കലാപരിപാടിയിൽ ഒന്നാം റാങ്കുകാരിയായി തെരഞ്ഞെടുത്തു. (അതും ടിക്കറ്റിൽ ഉൾപ്പെടുത്തിയിരുന്ന കാര്യമാണ്)

കലാപരിപാടികളിൽ ഗംഭീര പാട്ടുകളായിരുന്നു. അത്ഭുതകരമായ വിധം ഉണർവ്വുള്ളതും സന്തോഷകരവുമായിരുന്നു. അത് ആഫ്രിക്കയുമായി ബന്ധമുള്ളതായി തോന്നിയില്ല. ഒരുപക്ഷേ ഈ സായാഹ്നങ്ങളായിരിക്കാം

ഈ ഭൂമിയെ ഇത്ര ആകർഷകമാക്കി മാറ്റിയത്! വിവിധ ഗോത്രങ്ങളെ ആക്രമിച്ചവരേയും എന്റെ സ്വന്തം അമ്മയേയും അവ ആകർഷിച്ചു. എന്റെ അമ്മയുമായി നിരന്തരം വഴക്കടിച്ച് ഞാൻ വിഷമിച്ചു. തിരിച്ചുപോരുന്ന ദിനങ്ങൾ എണ്ണി ഞാൻ സമയം ചെലവഴിച്ചു. എയർ ടിക്കറ്റ് മാറ്റി നേരത്തെയാക്കാൻ കഴിയുമായിരുന്നില്ല. ഞാനിതെല്ലാം എന്തിന് എഴുതണം? ഇതെന്റെ അമ്മയെക്കുറിച്ചല്ലേ?

ഇത് പ്ലത്തോനവിനെക്കുറിച്ചാണ്. നല്ലതല്ലാത്ത എന്തോ സംഭവിക്കുന്നതായി എനിക്ക് തോന്നുന്നു. എനിക്കത് ഉൾക്കൊള്ളാനാവുന്നില്ല. ഞാനത് ഗെയ്ഗറോട് പറഞ്ഞു. അയാൾ ഭയന്നിരിക്കുകയാണ്. അദ്ദേഹവുമായുള്ള സംഭാഷണങ്ങളാണ് എനിക്ക് അസഹ്യമായി കൊട്ടിയടച്ചതുപോലെ തോന്നിയത്. അദ്ദേഹം പറഞ്ഞതിൽ പാതിയും എനിക്ക് മനസ്സിലായില്ല. പക്ഷേ എന്നെ പരിഭ്രാന്തയാക്കാൻ അതുമതിയായിരുന്നു.

ഗെയ്ഗർ

വേർഡ് പ്രോസസിംഗിൽ ദിനങ്ങൾ എല്ലായ്പ്പോഴും ചേർക്കപ്പെടാറില്ലെന്ന് ഞങ്ങളുടെ കമ്പ്യൂട്ടർ ടെക്നീഷ്യൻ എന്നെ അറിയിച്ചു.

നഷ്ടപ്പെട്ട ദിനങ്ങൾ പിന്നീട് കൂട്ടിച്ചേർക്കാമോ എന്ന് ഞാൻ ചോദിച്ചു. ഈ അവാസ്തവികമായ ലോകത്ത് എല്ലാം സാദ്ധ്യമാണെന്ന് അവൻ പറഞ്ഞു. എല്ലാം സമയത്തിന്റേയും പ്രയത്നത്തിന്റേയും കാര്യം മാത്രമാണ്.

പെട്ടെന്ന് എനിക്ക് തോന്നി, അതിന്റെ ആവശ്യമുണ്ടോ?

ചൊവ്വാഴ്ച (ഇന്നക്കെഞ്ചി)

നാസ്ച്യ ക്ലാസ്സിൽ പോയിക്കഴിഞ്ഞപ്പോൾ ഞാൻ വീണ്ടും നിക്കോളായ ശ്മശാനത്തിൽ സമയം ചെലവഴിച്ചു. ശ്മശാനത്തിന്റെ ഇന്നത്തെ അവസ്ഥയിൽ എനിക്ക് വേദന തോന്നി. ശ്മശാനം കൊള്ളയടിക്കപ്പെടാത്ത അതിന്റെ ഭൂതകാലം എനിക്ക് ഓർമ്മയുണ്ട്. എന്റെ കുട്ടിക്കാലത്തുണ്ടായിരുന്ന ഭംഗിയുള്ള മാർബിൾ ഫലകങ്ങൾ ഇന്ന് കാണുന്നില്ല. ശവക്കല്ലറയിലെ മാർബിൾ ഫലകങ്ങൾ എന്തിനായിരിക്കും എടുത്തിട്ടുണ്ടാവുക? റോഡിൽ നിരത്താനായിരിക്കുമോ? തങ്ങളുടെ ശ്മശാനങ്ങൾ പാഴാക്കുന്ന ജനങ്ങൾക്ക് എന്തു സംഭവിക്കും? ഞങ്ങൾക്ക് സംഭവിച്ചത് തന്നെ സംഭവിക്കും.

പിരിഞ്ഞുപോയവരുടെ ഓർമ്മദിനങ്ങളിൽ ഞാനും എന്റെ മാതാപിതാക്കളും ചില ബന്ധുക്കളെ സന്ദർശിക്കാനായി ഇവിടെ വന്നിരുന്നു. അത്തരം യാത്രകൾ ഞാൻ ഇഷ്ടപ്പെട്ടിരുന്നു. കാരണം, നഗരത്തിനുപുറത്ത് ഹരിതാഭമായ കുളത്തിനരികെ ഒരു പാർക്കിൽ പോകുന്ന പ്രതീതിയായിരുന്നു എനിക്ക്. ഒരു ശ്മശാനമാണെന്ന് തോന്നിയതേയില്ല. മരണം നിറഞ്ഞുനില്ക്കുന്നതായി തോന്നിയില്ല. ഒരുപക്ഷേ ശ്മശാനത്തോടുള്ള

എന്റെ ഇഷ്ടംകൊണ്ട് ഞാൻ മരണത്തെ ഭയപ്പെട്ടില്ല. തീർച്ചയായും ഭയപ്പെട്ടിരുന്നു, പക്ഷേ അതെനിക്ക് ഒട്ടും പരിഭ്രാന്തി പകർന്നില്ല.

ഞാൻ മരണഭയമില്ലാതെ കഴിഞ്ഞ മറ്റൊരു സ്ഥലം സളോവ്കി ദ്വീപിലായിരുന്നു. ശ്മശാനത്തിൽനിന്നും വിപരീതമായി ദ്വീപിൽ എല്ലായിടത്തും മരണം അനുഭവപ്പെട്ടു. മൃത്യു അതിന്റെ ബലിയാടുകളെ തേടിയെത്തുകയായിരുന്നു എന്ന് ഒരാൾക്കും പറയാൻ കഴിയില്ല. കാരണം, മൃത്യു ഞങ്ങളോടൊപ്പം ആ പട്ടാളക്ക്യാമ്പിൽ ജീവിക്കുകയായിരുന്നു. മരണത്തിന്റെ സാന്നിദ്ധ്യം നിത്യവും ഞങ്ങൾക്ക് അനുഭവപ്പെടുകയും ഞങ്ങളത് കൂടുതൽ ശ്രദ്ധിക്കാതെയുമായി. ആളുകൾ ഭയമില്ലാതെ മരിച്ചു.

മരിച്ചവരെ ശവപ്പെട്ടികളില്ലാതെ വളരെ ലളിതമായാണ് കുഴിച്ചുമൂടിയിരുന്നത്. ആതുരാലയത്തിൽനിന്ന് പുറത്തേക്ക് കൊണ്ടുവരുന്ന മൃതശരീരങ്ങൾ ഒരു വണ്ടിയിൽ വെച്ചിരുന്ന വലിയ വീഞ്ഞപ്പെട്ടിയിലേക്ക് ഇടുകയായിരുന്നു പതിവ്. പെട്ടി നിറയാൻ നാലുശവങ്ങൾ വേണമായിരുന്നു. നാലാമത്തെ ശവം വെളിയിലേക്ക് ഉന്തിനില്ക്കുകയാണെങ്കിൽ പെട്ടിയുടെ തടിപ്പലകകൊണ്ടുള്ള അടപ്പിൽ ഒരു പട്ടാളക്കാരൻ വലിഞ്ഞുകയറുകയും അത് ചവിട്ടി അടയ്ക്കുകയും ചെയ്തു. പെട്ടി കുഴിയുടെയടുത്തുകൊണ്ടുവന്ന് താഴേക്ക് എറിയുകയായിരുന്നു ചെയ്തിരുന്നത്. കുഴികൾ നിറയുമ്പോൾ മാത്രമേ മൂടിയിരുന്നുള്ളൂ. അത്തരം കുഴികൾ അവിടെ നിരവധിയുണ്ടായിരുന്നു. ചിലപ്പോഴെല്ലാം എനിക്ക് അത്തരം കുഴികൾക്കടുത്തുകൂടി പോകേണ്ടതായി വന്നു. പക്ഷേ, അതെന്നെ ഒട്ടും തന്നെ ഭയപ്പെടുത്തിയില്ല.

ഒരിക്കൽ മാത്രമാണ് ഞാൻ ഭയങ്കരമായി പേടിച്ചുപോയത്. അതെങ്ങനെയായിരുന്നു. അഴുകിത്തുടങ്ങിയ നഗ്നമായ ഒരു മൃതശരീരം. ആടിയുലഞ്ഞുള്ള അയാളുടെ നടത്തത്തിലൂടെ കണ്ണോടിച്ച എനിക്ക് അയാൾക്ക് ജീവനുണ്ട് എന്ന സംശയംപോലും തോന്നിയില്ല. ആ മനുഷ്യനിൽ ഒന്നും ജീവനുള്ളതായി കണ്ടില്ല. പക്ഷേ, അയാൾ എന്റെ നേരെ കൈനീട്ടിയിട്ട് സ്വയം പരിചയപ്പെടുത്തി.

“സെഫ്യാനോവ്സ്കി”

അയാളുടെ വീർത്തുകെട്ടിയ ഇടത്തെ കൺപോള തുറക്കാൻ കഴിഞ്ഞില്ല.

ഇന്ന് ഞാൻ ചെരഞ്ചി അസിപ്പോവിച്ചിന്റെ ശവക്കല്ലറയ്ക്കുമുന്നിൽ നിന്നുകൊണ്ട് അന്ന് എത്ര മധുരമായാണ് അയാൾ എന്നെ സഹായിച്ചതെന്ന് ഓർത്തു. എത്ര കൃത്യമായ വാക്കാണ് അദ്ദേഹം അന്ന് എന്നെ സഹായിക്കാനായി കണ്ടുപിടിച്ചത്. ഇപ്പോൾ അയാൾ നിസ്സാരമായ വെറും രണ്ടുമീറ്റർ അകലത്തിൽ എന്നിൽനിന്നും ദൂരെ കിടക്കുന്നു. അദ്ദേഹത്തിന്റെ ശവക്കല്ലറ രണ്ട് മനുഷ്യനിർമ്മിതമായ കുന്നുകൾക്കിടയിൽ തിങ്ങിഞെരുങ്ങിനിന്നു. അതെന്നെ തിരകൾക്കിടയിലെ ഒരു വഞ്ചിയെ ഓർമ്മിപ്പിച്ചു.

കഴിഞ്ഞ തവണ നാസ്ച്യ കരുതി ഞാനയാളുടെ കുഴി മാന്താൻ പോകുകയാണെന്ന്. മാന്താൻ പോകുന്നുണ്ടോ? ഉടനെയൊന്നും അങ്ങനെ ചെയ്യാൻ ഉദ്ദേശിക്കുന്നില്ല. ഒരുപക്ഷേ അദ്ദേഹത്തിന്റെ ശവക്കല്ലറ തോണ്ടുന്നത് എനിക്കത്ര ഭീകരമായി തോന്നുന്നില്ല. ഏതായാലും സളവ്യേസ്കിയിലെ ശവക്കല്ലറയിൽനിന്നും അഴുകിയ ജഡം കൈനീട്ടുന്നതിലും ഭീകരമല്ലല്ലോ! ഒരുപക്ഷേ ചെരഞ്ചി അസിപ്പോവിച്ചിന്റെ മുഖത്തിന് ഇന്നും വലിയ വ്യതിയാനങ്ങളൊന്നും സംഭവിച്ചിരിക്കാൻ സാദ്ധ്യതയില്ല. അന്നും അയാൾ ജീവനുള്ള ഒരു തലയോട്ടിപോലെയാണ് കാണപ്പെട്ടത്. അതെ, എനിക്കയാളെ കാണാൻ അതിയായ ആഗ്രഹമുണ്ട്. എനിക്കീ രണ്ടുമീറ്റർ ദൂരം കടന്ന് അദ്ദേഹത്തിന്റെയടുത്ത് എത്തിച്ചേരാൻ കഴിഞ്ഞിരുന്നുവെങ്കിൽ എന്ന് ഞാനാഗ്രഹിച്ചു. ഒരുപക്ഷേ, അവിടെ കിടന്നുകൊണ്ട് അദ്ദേഹം 'നിർഭയനായി പോകൂ' എന്ന് പറഞ്ഞിരുന്നുവെങ്കിൽ ഞാൻ തീർച്ചയായും പോകുമായിരുന്നു.

ഗെയ്ഗർ

ഇന്നക്കെഞ്ചിയുടെ തലച്ചോറ് സ്കാൻ ചെയ്യണമായിരുന്നു. അത് എത്രയും വേഗം ചെയ്യേണ്ടിയിരുന്നു. ഞങ്ങളുടെ ആശുപത്രിയിലെ സ്കാനിംഗ് മെഷീൻ കേടായിരുന്നു. അതിനാൽ നഗരത്തിലെ മറ്റേതെങ്കിലും ക്ലീനിക്കിൽ സ്കാൻ ചെയ്യാൻ ശ്രമിച്ചു. രോഗി ആരാണെന്ന കാര്യം ഞാനവരോടു പറഞ്ഞു. എന്നിട്ടും നാലുമാസത്തിനുശേഷമുള്ള ഡേറ്റാണ് കിട്ടിയത്. ആറുമാസത്തേക്ക് അവരുടെ ബുക്കിംഗ് എടുക്കാൻ ആളുകൾ ക്യൂവിലാണെന്ന് അവർ എന്നോടു പറഞ്ഞു. ഒടുവിൽ മുന്നൂറു ഡോളർ കൈക്കൂലി കൊടുത്തപ്പോൾ എനിക്ക് മറ്റന്നാളത്തേക്ക് അനുമതി ലഭിച്ചു.

ഇന്നക്കെഞ്ചി

എന്റെ ഓർമ്മയ്ക്ക് എന്തോ വിചിത്രമായ കാര്യങ്ങൾ സംഭവിക്കുന്നു. ചില കുറഞ്ഞ കാലയളവിലെ കാര്യങ്ങൾ ഓർമ്മിക്കാൻ കഴിയുന്നില്ല. പുലർകാല പ്രാർത്ഥനയിൽ 'ക്രൂരമായ ഓർമ്മകളിൽനിന്നും എന്നെ ഒഴിവാക്കണേ' എന്ന് എല്ലാവരും കന്യാമറിയത്തോട് ആവശ്യപ്പെടാറുണ്ട്. ഞാനും അങ്ങനെ പ്രാർത്ഥിച്ചിട്ടുണ്ട്. എന്റെ ഓർമ്മപിശകിന്റെ രീതി മറ്റൊന്നായിരുന്നു. ഒരു മിനിറ്റ് മുൻപ് ഞാൻ ചെയ്യാനുദ്ദേശിച്ച കാര്യം പെട്ടെന്ന് വിസ്മരിക്കപ്പെട്ടു.

പക്ഷേ ക്രൂരമായ ഓർമ്മകൾ അവശേഷിച്ചു.

വ്യാഴാഴ്ച (നാസ്ച്യ)

ചരിത്രരേഖകൾ സൂക്ഷിക്കുന്ന ഗ്രന്ഥപ്പുരയിൽ ഇന്നക്കെഞ്ചി അംഗത്വമെടുത്തു.

"നിങ്ങളെന്താണ് അവിടെ അന്വേഷിക്കാൻ പോകുന്നത്?"

"എന്റെ സമകാലികരായ ആളുകളെ."

“ഞാനും നിങ്ങളുടെ സമകാലികരുടെ കൂടെ ഉൾപ്പെടുന്നതല്ലേ?” ഞാൻ ചിരിച്ചില്ല.

“വ്യത്യസ്തരായ ആളുകൾ!” അദ്ദേഹം പറഞ്ഞു.

“നീയുമായി താരതമ്യപ്പെടുത്തുമ്പോൾ പ്രാധാന്യമില്ലാത്തവരാണ് എന്റെ ജീവിതത്തിന്റെ ചെറിയ സാക്ഷികൾ.”

ഞാനദ്ദേഹത്തെ ആശ്ലേഷിച്ചു. അദ്ദേഹം എന്റെ നെറ്റിയിൽ ചുംബിച്ചു. അദ്ദേഹത്തിന്റെ മറ്റു ചുംബനങ്ങളും എനിക്ക് പ്രിയമാണ്. പക്ഷേ, നെറ്റിയിലെ ചുംബനം പ്രത്യേകതകളുള്ളതാണ്, സൗഹൃദവും സാഹോദര്യവുമുണർത്തുന്നതാണ്. ഏറ്റവും നല്ല കാമുകനിലും കാണാവുന്ന ഒരു ന്യൂനതയാണ് അത്തരം പ്രത്യേക ചുംബനങ്ങളുടെ അഭാവം. ഇപ്പോൾ എനിക്ക് മനസ്സിലാകുന്നു എന്റെ അമ്മൂമ്മ എന്താണ് അയാളിൽ അമൂല്യമായി കണ്ടതെന്ന്. അവർ തന്റെ ജീവിതകാലമത്രയും അയാളോട് വിശ്വസ്തത പുലർത്തി. ഞാനും അയാളെ ഒട്ടും കുറവല്ല സ്നേഹിക്കുന്നത്. മുൻപ് അത്തരം കാര്യങ്ങൾ ഞാൻ സ്വയം പറയുകയോ അദ്ദേഹത്തോട് പറയുകയോ ചെയ്തിട്ടില്ല. ഇന്ന് ഉറങ്ങുന്നതിനുമുൻപ് ഞാൻ പറഞ്ഞു. ഞാൻ അദ്ദേഹത്തിനു നേരെ പാതി തിരിഞ്ഞുനിന്നു. അദ്ദേഹം എന്റെ തോളിൽ കൈകൾ വെച്ചിട്ട് എന്നെ പിടിച്ചു. തിരിച്ച് അദ്ദേഹത്തിന്റെ നേരെ നിർത്തി. ഞങ്ങളങ്ങനെ ദീർഘനേരം നിന്നു. മൂകമായി നിന്നു.

നാളെ അദ്ദേഹത്തെ സ്കാനിംഗിന് കൊണ്ടുപോകും. എന്തുകൊണ്ടോ എനിക്ക് പ്രയാസം തോന്നി.

വെള്ളിയാഴ്ച (ഇന്നക്കെഞ്ചി)

ഇന്നായിരുന്നു ഗെയ്ഗർ സ്കാനിംഗ് ആസൂത്രണം ചെയ്തിരുന്നത്. എന്റെ അവസ്ഥ അദ്ദേഹത്തിന് സന്തോഷകരമല്ല. സത്യത്തിൽ എനിക്കും സന്തോഷം തോന്നിയില്ല. അതുകൊണ്ടാണ് ഞങ്ങളിപ്പോൾ ഇവിടെ കൺസൽട്ടേഷൻ കേന്ദ്രത്തിൽ വന്നത്. ഗെയ്ഗർ അസാധാരണമായ നിലയിൽ ഗാംഭീര്യം പ്രകടിപ്പിച്ചു. എന്റെ അവസ്ഥ എന്താണെന്ന് ഞാൻ തന്നെ വിവരിക്കണമെന്നാണ് ഗെയ്ഗർ പറഞ്ഞത്. എന്റെ സൗഭാഗ്യങ്ങളെല്ലാം ഞാൻ ധൂർത്തടിച്ചുകളഞ്ഞതായി മനസ്സിലായി. സഹതാപമുണർത്തുന്ന സന്തോഷം ഹാസ്യഭാവം പകർന്നു. ഗെയ്ഗർ ചിരിക്കുന്നില്ല. സ്കാനിംഗ് മെഷിനിൽ ജോലി ചെയ്ത ഒരാളും ചിരിച്ചില്ല.

ജോലി തുടങ്ങുന്നതിനുമുൻപ് എനിക്ക് ഇടുങ്ങിയ സ്ഥലങ്ങളോടുള്ള ഭയം ഉണ്ടോ എന്നവർ ചോദിച്ചു. തണുത്ത ഒരു പെട്ടിയിൽ നിരവധി വർഷങ്ങൾ അടയ്ക്കപ്പെട്ട ഒരാൾ എന്തു മറുപടി പറയാനാണ്? അവർ എന്നോട് അങ്ങനെ ചോദിച്ചതിനുശേഷം എനിക്ക് സംശയം തോന്നിത്തുടങ്ങി എന്നതാണ് രസകരമായ കാര്യം. ഷൂസുകൾ അഴിക്കുമ്പോൾ ഞാൻ സംശയിച്ചു. പരിശോധനയ്ക്കുള്ള മേശയിൽ കയറി കിടക്കുമ്പോഴും എനിക്ക് ഉത്തരമില്ലായിരുന്നു. ഈ ചോദ്യം എന്നിൽ ഉദിച്ചത് ആദ്യമായാണ്. ഞാൻ പറഞ്ഞു “ഇല്ല”.

എന്റെ മുകളിൽ ഏതോ മൂടികൾ വന്ന് അടയുകയും ഞാൻ മേശ യുൾപ്പെടെ ഒരു കുഴലിലേക്ക് ഉരുണ്ടുകയറുകയും ചെയ്തപ്പോൾ "അതെ" എന്ന് പറയണമായിരുന്നു എന്ന് എനിക്ക് തോന്നി. ഒരു ടെലി വിഷൻ പ്രോഗ്രാമിൽ കാണിച്ച ശവപ്പെട്ടികൾ ശ്മശാനത്തിലൂടെ സഞ്ചരി ക്കുന്ന ചിത്രമാണ് എനിക്ക് ഓർമ്മവന്നത്. ഉപകരണത്തിന്റെ മൂടി ശവ പ്പെട്ടിയുടെ മൂടിയുമായി സാമ്യമുള്ളതായിരുന്നു. കണ്ണുകളടയ്ക്കാൻ ഡോക്ടർ പറഞ്ഞതിൽ എനിക്ക് അത്ഭുതം തോന്നിയില്ല. എന്തു കൊണ്ടാണ് ഞാൻ കണ്ണുകൾ അടയ്ക്കാതിരുന്നത്?

കുഴലിലേക്ക് കടന്നുപോകുമ്പോൾ ഞാൻ അവസാനമായി കണ്ടത് ഒരു ലോഹവാതിലിന്റെ പുറകിലേക്ക് മറഞ്ഞുപോകുന്ന ഡോക്ടറെയായി രുന്നു. ലോഹവാതിൽ! ഈ കുഴലിൽ എനിക്ക് അനങ്ങാതെ കിടക്കണ മായിരുന്നു. ഗോഗൽ അനുഭവിച്ചത് എന്താണെന്ന് എനിക്കറിയാൻ കഴിഞ്ഞു. എന്നെ മൂകമായ ഭയം ചൂഴ്ന്നുനിന്നു. ഞാൻ പെട്ടെന്ന് കണ്ണുകൾ അടച്ചു. എന്റെ തലയ്ക്കുമുകളിൽ നക്ഷത്രങ്ങൾ നിറഞ്ഞ ആകാശം ഞാൻ സങ്കല്പിച്ചു. എനിക്ക് സമാധാനമായി. എന്തോ മൂളലും യാന്ത്രികമായ കിറുകിറുശബ്ദവും കേട്ടു. പിന്നെ നിശ്ചലമായി. വീണ്ടും മൂളൽ കേട്ടു. ബുദ്ധിയുള്ള യന്ത്രം എന്റെ തലച്ചോറിന്റെ ചിത്രങ്ങളെ ടുത്തു. എന്റെ കാലുകൾ ഇടറുന്നതിന്റേയും എനിക്ക് ഓർമ്മപ്പിശക് പറ്റുന്നതിന്റേയും കാരണം പ്രിയപ്പെട്ട യന്ത്രം കാണുന്നുണ്ടാകും. അത് എല്ലാം ശാന്തമായും നിഷ്പക്ഷമായും റിപ്പോർട്ട് ചെയ്യും.

കുഴലിൽനിന്ന് പുറത്തുവന്നു. ഷൂസിന്റെ ലേസ് കെട്ടുമ്പോൾ ഗെയ്ഗർ ഡോക്ടറുടെയടുത്തുനിന്ന് ഫിലിം വാങ്ങി വെളിച്ചത്തുപിടിച്ച് നോക്കു ന്നതു കണ്ടു. ഗെയ്ഗറുടെ മുഖഭാവത്തിൽനിന്നും അയാൾ സംതൃപ്ത നാണോ എന്ന് എനിക്ക് മനസ്സിലായില്ല. അയാൾ യാത്ര പറഞ്ഞ് സ്വന്തം ക്ലീനിക്കിലേക്ക് പോയി. ഫിലിം അയാൾ ബാഗിൽ സൂക്ഷിച്ചു.

ഗെയ്ഗർ

ഒരു മഹാദുരന്തം!

ഇന്നക്കെഞ്ചിയുടെ മുന്നിൽ ഞാനെങ്ങനെ പിടിച്ചുനിന്നു എന്നെനി ക്കറിയില്ല. തികഞ്ഞ ദുരന്തമാണ്. അക്കാര്യം ത്വരിതഗതിയിൽ ഫിലിം നോക്കിയപ്പോൾ മനസ്സിലായി. തലയ്ക്കു കൈകൊടുത്തുകൊണ്ട് ഞാൻ ക്ലീനിക്കിൽ എല്ലാം ശ്രദ്ധാപൂർവ്വം പഠിച്ചു. മരിച്ച കോശങ്ങളുടെ എണ്ണം കണക്കാക്കാൻ കഴിയുന്നതിലും ഉപരിയാണ്. കോശങ്ങൾ മരിക്കാനുള്ള കാരണത്തെക്കുറിച്ച് എനിക്ക് യാതൊരു ധാരണയുമില്ല എന്നതാണ് ഏറ്റവും ഭയാനകമായ കാര്യം. പൊതുവെ പറഞ്ഞാൽ മനസ്സിലാകുന്ന ഒരു കാര്യം മരവിപ്പിക്കലാണ് അതിനു നിദാനം എന്നതാണ്. പക്ഷേ അവിടെ നടക്കുന്ന പ്രക്രിയ എന്താണ്? അടിസ്ഥാനപരമായ എന്തു പ്രക്രിയയാണ് അവിടെ നടക്കുന്നത്? അതിനെക്കുറിച്ചുള്ള വ്യക്തമായ

ധാരണയില്ലാതെ യാതൊരു തരത്തിലുള്ള ഇടപെടലുകളും സാദ്ധ്യമല്ല. എല്ലാത്തിന്റേയും തുടക്കം വിജയത്തിന്റെ കഥ എന്ന രീതിയിലായിരുന്നു.

മഞ്ഞുരുകിയതിനുശേഷം എല്ലാം വളരെ കുറ്റമറ്റ നിലയിലായിരുന്നു. ഇന്നക്കെഞ്ചി അബോധാവസ്ഥയിലായിരുന്നപ്പോഴാണ് എം.ആർ.ഐ. സ്കാൻ നടത്തിയത്. അപ്പോൾ എല്ലാം നന്നായിരുന്നു. ക്ലീനിക്കിലെ മെഷീൻ പ്രവർത്തിക്കുന്നുണ്ടായിരുന്നു.

പ്രധാന കാര്യം പ്ലത്തോനവിനോട് ഞാനെന്തുപറയുമെന്നതാണ്. അല്ലെങ്കിൽ പറയേണ്ട എന്നോ? പറയുകയാണെങ്കിൽ അവർ രണ്ടു പേരോടും പറയേണമോ, അതോ അവരിൽ ഒരാളോടുമാത്രം പറഞ്ഞാൽ മതിയോ?

ആരോടു പറയണം?

ഇന്നക്കെഞ്ചി

ഇന്ന് ഞാൻ ചരിത്രരേഖകൾ സൂക്ഷിക്കുന്ന സ്ഥലത്ത് പോയിരുന്നു. അവർ എന്നെ ഉപ്പും ബ്രഡും (സ്ലാവിക് രാജ്യങ്ങളിൽ ഉപ്പും ബ്രഡും നല്കി സ്വീകരിക്കുന്ന ഒരു ചടങ്ങുണ്ട്) നല്കി സ്വീകരിച്ചു. അവർക്ക് എന്നോട് ഒരു ബന്ധുത്വം പ്രകടമായിരുന്നു. ഞാൻ തന്നെ ഒരു പുരാതന പ്രതിഭാസമാണല്ലോ! ഏത് ചരിത്രകാലമാണ് എനിക്ക് താത്പര്യമുള്ള തെന്ന് അവർ ചോദിച്ചു. ചരിത്രകാലമല്ല, ആളുകളെക്കുറിച്ചറിയാനാണ് എനിക്ക് താത്പര്യമെന്ന് ഞാൻ പറഞ്ഞു. കൂടാതെ ശബ്ദങ്ങൾ, ഗന്ധ ങ്ങൾ, സ്വാഭാവരീതികൾ, അംഗവിക്ഷേപങ്ങൾ എന്നിവയിലും താത്പര്യ മുണ്ട്. അവയിൽ എന്തൊക്കെയോ ഞാൻ ഓർക്കുന്നു. ചിലതൊക്കെ മറന്നുപോകുകയും ചെയ്തു. ശരിക്കും മറന്നുപോയി. ഞാനതുപറഞ്ഞ പ്പോൾ അവർ ഒരു കള്ളച്ചുമ ചുമയ്ക്കുകയും ചിരിക്കുകയും ചെയ്തു. ഞാൻ ഇപ്പോഴും പൂർണ്ണമായും മഞ്ഞുരുകിത്തീർന്ന മനുഷ്യനായിട്ടില്ല എന്ന് അവർ ചിന്തിച്ചിരിക്കണം. അവർ വർഷങ്ങൾ ചോദിച്ചു. 1905 മുതൽ 1923 വരെയാണെന്ന് ഞാൻ പറഞ്ഞു. അത് സെന്റ് പീറ്റേഴ്സ്ബർഗ്ഗിന്റെ കാര്യത്തിലാണ്. സളോവ്കി ദ്വീപിനെക്കുറിച്ചാണെങ്കിൽ 1923–1932 കാല ഘട്ടമാണ് എനിക്കറിയാൻ താത്പര്യം. ചെമ്പൻമുടിക്കാരനായ യാഷിൻ എന്നുപേരുള്ള ഒരു ജോലിക്കാരനെ അവർ കാർഡ്ബോർഡ് പെട്ടികൾ സൂക്ഷിച്ചിട്ടുള്ള മുറിയിലേക്ക് അയച്ചു.

പുരാതനസാമഗ്രികളടങ്ങിയ വലിയ പെട്ടികളാണ് അവിടെയുണ്ടാ യിരുന്നത്. യാഷിൻ അത്തരം നിരവധി പെട്ടികൾ കൊണ്ടുവന്നു. അവ വ്യത്യസ്ത കാലഘട്ടങ്ങളെ പ്രതിനിധീകരിച്ചു. ഓരോ പെട്ടിയിലും അതി ലുള്ള സാധനങ്ങളുടെ പട്ടികയുണ്ടായിരുന്നു. ഞാൻ ഒന്നാമത്തെ പെട്ടി യുടെ പട്ടിക തുറക്കുകയും അതിൽ മുങ്ങിപ്പോകുകയും ചെയ്തു. അതിൽ സ്ഥാപനങ്ങളുടെ പേരുവിവരങ്ങളും അതിലെ ജോലിക്കാരുടെ വിവരങ്ങളും ഓഫീസ് വിവരങ്ങളും അധികാരസ്ഥാപനങ്ങളിൽനിന്നുള്ള ഉത്തരവുകളും ചില പത്രവാർത്തകളുടെ കട്ടിംഗുകളും ഉണ്ടായിരുന്നു.

അവയെല്ലാം എടുത്തുവെച്ചിട്ട് യാഷിൻ കുറച്ചുദൂരെ മാറി അവിടെ തന്നെ നിന്നു. എന്റെ തലയുടെ പുറകുവശത്ത് എനിക്ക് അയാളുടെ സഹതാപ മുള്ള നോട്ടം അനുഭവപ്പെട്ടു.

ചെമ്പൻമുടിക്കാരന്റെ സഹതാപം ഉത്സാഹം പകരുന്നതായിരുന്നു. അവസാനം അയാൾ എന്റെയടുത്തുവന്ന് സഹായവാഗ്ദാനം നടത്തി. "ഈ പേരുകൾ നിങ്ങൾ..." ഞാൻ സംസാരിച്ചുതുടങ്ങിയപ്പോൾ അയാൾ ഇടയിൽ കയറി പറഞ്ഞു. "നിങ്ങളൊരു പട്ടിക തയ്യാറാക്കി ആളുകൾ പ്രവർത്തനനിരതരായിരുന്ന വർഷങ്ങൾ എഴുതിത്തരൂ. തുടക്കത്തിൽ അതൊരു പത്തുപേരുടെ പേരാകട്ടെ."

ചെരഞ്ചി അസിപ്പോവിച്ച് പ്രവർത്തന നിരതനായിരുന്നത് ഏത് വർഷ ത്തിലാണ്? അയാളെക്കുറിച്ച് ഏകദേശം എല്ലാം വ്യക്തമാണ്. അയാളുടെ യാത്ര നികോൾസ്കി ശ്മശാനത്തിൽ അവസാനിച്ചു. എന്റെ വിചിത്ര മായ സഖാവ് സ്ക്വാർത്സേവ്? ക്ഷാമം ബാധിച്ച പെട്രോഗ്രാഡിലെ ക്യൂവിൽനിന്നും നിഷ്കാസിതനായ സ്ക്വാർത്സേവ്. രഹസ്യ പോലീസു കാരൻ വറോനിൻ? എന്റെ ശരീരത്തിലെ ഓരോ കോശങ്ങളിലും അയാളുടെ പ്രവർത്തനം മുഴുവനായി അനുഭവപ്പെട്ടു. സ്ക്വാർത്സേവും വറോനിന്നും സമാനതകളില്ലാതെ എന്റെ ജീവിതത്തിലൂടെ പറന്നവരാണ്. ഞാൻ പത്തുപേരുകൾ എഴുതി യാഷിനുകൊടുത്തു.

ചൊവ്വാഴ്ച (നാസ്ച്യ)

പ്ലത്തോനവിന്റെ ആരോഗ്യത്തെക്കുറിച്ച് ഞാൻ ചിന്തിച്ചുകൊണ്ടേയി രുന്നു. എനിക്ക് സ്വസ്ഥതയില്ലാതായി. പകൽ സമയത്ത് ഈ പേടി എന്നെ അസ്വസ്ഥമാക്കി. രാത്രിൽ അത്രയധികം വിഷമം തോന്നിയില്ല. അതിന്റെ യഥാർത്ഥ കാരണങ്ങൾ എന്താണ്? ഒന്നുമില്ല, ഒന്നുമില്ല. അതൊക്കെ ഗെയ്ഗറുടെ സംശയങ്ങളെ ആസ്പദമാക്കിയുള്ളതാണ്. അവയൊന്നും സ്ഥിരീകരിക്കാൻ സാദ്ധ്യതയില്ല. അതെല്ലാമാണ് എന്നെ പേടിപ്പിക്കുന്നത്.

ഇന്ന് കാലത്ത് പല്ലുതേയ്ക്കാൻ കുളിമുറിയിൽ കയറിയ ഞാൻ വാതി ലടച്ച് നിശ്ശബ്ദയായി കരഞ്ഞു. കരയുന്ന ശബ്ദം പുറത്തുകേൾക്കാതിരി ക്കാൻ ടാപ്പ് തുറന്നുവെച്ചു. ശബ്ദമുണ്ടാക്കാതെ മൂക്കുചീറ്റി. ഒട്ടും ശബ്ദ മുണ്ടാക്കാതെ ഞാൻ മൂക്കള തുടച്ചുകളഞ്ഞു. കരയുന്നവർ ശബ്ദത്തിൽ മൂക്കു ചീറ്റുമല്ലോ!

പ്രത്യേക കാരണങ്ങളില്ലാതെ ഞാനും മൂക്കു ചീറ്റി.

ഇന്നക്കെഞ്ചി

യാഷിൻ വിളിച്ചു. അയാൾ ഒസ്തൂപ്ചുക്കിനെക്കുറിച്ചുള്ള വിവരങ്ങൾ കണ്ടുപിടിച്ചതായി അറിയിച്ചു.

"എഴുതിക്കോളൂ."

"ഞാൻ എഴുതുന്നുണ്ട്."

ഒസ്തൂപ്ചുക്ക് ഇവാൻ മിഹായിലോവിച്ച്. ജനനം 1880. പുൾക്കോവ ഒബ്സർവേറ്ററിയിൽ ഒരു കാവൽക്കാരനായി 1899 മുതൽ 1929 വരെ ജോലി ചെയ്തു. (ഞാൻ കൂട്ടിച്ചേർത്തു, 1921-ൽ ഞാനും അയാളും ചേർന്ന് ഫദനോവ്സ്കയ നാബിരേഷ്നയിൽ ഡിസ്പ്ലേ ബോർഡുകൾ ഉണ്ടാക്കി പലകപ്പുറത്തു കിടന്നുകൊണ്ട് അയാളുടെ ഭാര്യയുടെ ബന്ധു ഗ്രാമത്തിൽനിന്നും കൊടുത്തയച്ച വാറ്റുചാരായം കുടിച്ചു.)

അങ്ങനെ 1922 ൽ അയാൾ സീവ്യെർസ്കയയിൽനിന്നും അത്ര അകലെയല്ലാത്ത ജീവെൻസ്കയ എന്ന ഗ്രാമത്തിലേക്ക് പോയി. തികഞ്ഞ ഭയത്തോടെയാണ് അയാൾ പോയതെന്ന് ഞാൻ കരുതുന്നു. ഗ്രാമത്തിലാകുമ്പോൾ ഭയത്തെ സാവകാശം നേരിടാമെന്ന് അയാൾ കരുതിയിരിക്കും. അത് ഒസുതാപ്ചുക്കിന്റെ തെറ്റിദ്ധാരണയായിരുന്നു.

സോവിയറ്റ് വിരുദ്ധപ്രവർത്തനങ്ങളുടെ പേരിൽ നിരവധി മാസങ്ങൾക്കുശേഷം അയാൾ ഗ്രാമത്തിൽ അറസ്റ്റ് ചെയ്യപ്പെട്ടു. കുറ്റകൃത്യത്തിൽ പറഞ്ഞിരുന്ന ഒരു തെളിവ്. നല്ല സൂര്യപ്രകാശമുള്ള 1921 മെയ് മാസത്തിൽ ഒരു ദിവസം ഒരു സോവിയറ്റ് വിരുദ്ധ പ്രക്ഷോഭണത്തിനുള്ള ഡിസ്പ്ലേ ബോർഡുകൾ അയാൾ നിർമ്മിച്ചു എന്നതായിരുന്നു. ഇതേ കുറ്റം എന്നിലും ചുമത്താവുന്നതായിരുന്നു. പക്ഷേ എങ്ങനെയോ ഞാൻ ഒഴിവാക്കപ്പെട്ടു. ഒരുപക്ഷേ അപ്പോഴേക്കും കൊലപാതക കുറ്റം എന്നിൽ ചുമത്തിയിരുന്നതിനാലാണോ? സംശയമാണ്. ഞാനായിരുന്നു കുറ്റാന്വേഷകനെങ്കിൽ കൊലപാതകത്തെയും ഈ സോവിയറ്റ് വിരുദ്ധ പ്രവർത്തനത്തേയും കൂട്ടിയിണക്കുമായിരുന്നു.

ഏറ്റവും രസകരമായ സംഗതി സോവിയറ്റ് വിരുദ്ധനായ ഒസ്തൂപ്ചുക്ക് 1932ൽ സളോവ്കി കോൺസൺട്രേഷൻ ക്യാമ്പിൽ എത്തപ്പെട്ടു എന്നതാണ്. ഒരുപക്ഷേ, ഞങ്ങൾ അവിടെ കണ്ടുമുട്ടിയിരിക്കുമോ? സാദ്ധ്യതയുണ്ട്, ഒസുതാപ്ചുക്കിനെ മരവിപ്പിക്കൽ പരീക്ഷണത്തിനായി പരീക്ഷണശാലയിലേക്ക് അയച്ചിരുന്നുവെങ്കിൽ അയാൾ കണ്ടുമുട്ടുമായിരുന്നു. പക്ഷേ, അവർ അയാളെ പരീക്ഷണശാലയിലേക്ക് അയച്ചില്ല. ഞങ്ങളുടെ വിധി വീണ്ടും വഴിപിരിഞ്ഞു. 1935 ൽ അയാൾ ലെനിൻ ഗ്രാഡിൽ തിരിച്ചുവരികയും പുൾ കോവ്സ്കയ ഒബസർവേറ്ററിയിൽ തന്റെ ജീവിതകാലം മുഴുവൻ ജോലിചെയ്യുകയും ചെയ്തു. 1958-ൽ അയാൾ മരിച്ചു.

പുൾക്കോവ്സ്കി ഒബ്സർവേറ്ററിയിൽ സൂക്ഷിച്ചിരുന്ന പേഴ്സണൽ ഫയലിൽനിന്നും യാഷിൻ അറിഞ്ഞ വിവരങ്ങളാണ് ഇവയൊക്കെയും. അതേ കടലാസ്സുകളിൽനിന്നും മറ്റൊരു വിവരവും യാഷിന് ലഭിച്ചു. ഇവാൻ മിഹായ്ലോവിച്ചിനെ അടക്കിയത് സെറാമിഫോവ് സെമിത്തേരിയിലായിരുന്നു എന്ന കാര്യവും അതിൽ പറഞ്ഞിരുന്നു. അവരുടെ ജീവനക്കാരൻ ജീവിച്ചിരുന്നപ്പോഴുള്ള ആത്മസമർപ്പണത്തെ പുകഴ്ത്തിയ ഒബ്സർവേറ്ററി മരണത്തിലും അയാളെ കൈവെടിഞ്ഞില്ല. ഒരു സ്മാരകശില സ്ഥാപിച്ചതിന്റെ മാത്രമല്ല മരിച്ചയാളിന്റെ ശവക്കല്ലറയിലേക്ക് വാങ്ങിയ

പൂക്കളുടേയും റീത്തുകളുടേയും വിലവിവരങ്ങളും ഒബ്സർവേറ്ററി സൂക്ഷിച്ചിരുന്നു. ഓരോ അഞ്ചു വർഷങ്ങൾ കഴിയുമ്പോഴും ശവക്കല്ലറയുടെ അതിർത്തിവേലികൾ പെയിന്റ് ചെയ്യാനായി വാങ്ങിയ സിൽവർ ടോൺ പെയിന്റിന്റെ വിലയും അതിൽ രേഖപ്പെടുത്തിയിരുന്നു. ഒസ്താപ്ചുക്കിന്റെ ശവക്കല്ലറയുടെ മുകളിൽ വലതുവശത്ത് മൂലയിൽ ലാറ്റിൻ ഭാഷയിൽ ഇപ്രകാരം കൊത്തിവെച്ചിരുന്നു "ക്ലേശങ്ങളിലൂടെ നക്ഷത്രങ്ങളിലേക്ക്"

ഗെയ്ഗർ

ഇന്ന് നാസ്ച്യയുമായി സംസാരിച്ചു. ഞാൻ എല്ലാം അവൾക്ക് വിശദീകരിച്ചുകൊടുത്തു. ശരിക്കുപറഞ്ഞാൽ കഴിയുന്നതെല്ലാം വിശദീകരിച്ചു കൊടുത്തു. കാരണം സ്വയം വളരെക്കുറച്ചുമാത്രമേ എനിക്ക് മനസ്സിലാകുന്നുള്ളൂ.

കാര്യങ്ങളുടെ വൈദ്യശാസ്ത്രപരമായ വിശദീകരണം ഞാനിവിടെ എഴുതുന്നില്ല. ഇന്നുവരെയുള്ള വൈദ്യശാസ്ത്ര റിപ്പോർട്ടിൽ ഞാനതെല്ലാം എഴുതിവെച്ചിരുന്നു. അവയൊക്കെ ആവർത്തിക്കുന്നത് വിഡ്ഢിത്തമായിരിക്കും. എന്റെ കുറിപ്പുകളിലെല്ലാം ചോദ്യങ്ങൾ മാത്രമേ കാണുകയുള്ളൂ എന്നത് അതിലും വലിയ വിഡ്ഢിത്തമായിരിക്കും.

നാസ്ച്യ അത് മനസ്സിലാക്കുകയും പരിഭ്രാന്തയാകുകയും ചെയ്തു. ആദ്യം അവളെന്റെ കൈയിൽ കടന്നുപിടിച്ചു. പിന്നെ തീവ്രമായ ഭാവം പ്രകടിപ്പിച്ചു.

അങ്ങനെയായതുകൊള്ളാം. വികാരം ഉള്ളിൽ കടന്നാൽ കാര്യങ്ങൾ ഇതിലും മോശമാകും.

എന്റെ മനോനില മോശമായി. ഒരു ഡോക്ടർ ഒരിക്കലും രോഗിയുമായി ആത്മബന്ധം സ്ഥാപിക്കരുത്. അത് രണ്ടാൾക്കും ദോഷമേ വരുത്തുകയുള്ളൂ.

എന്നെ സംബന്ധിച്ച് ഇന്നക്കെഞ്ചി എന്റെ രോഗിയല്ല. അയാളെ ഞാൻ ദ്രാവക നൈട്രജനിൽ നിന്നും ജീവനോടെ പുറത്തെടുത്തതു മുതൽ അയാൾ എന്റെ മകനായി മാറുകയായിരുന്നു. അതൊരു മേനി പറച്ചിലായി തോന്നുമെങ്കിലും അതങ്ങനെയാണ്. പ്രത്യേകിച്ച് എനിക്ക് മകനോ മകളോ ഇല്ല.

ഇന്നക്കെഞ്ചിയുടെ തലച്ചോറിന് എന്താണ് സംഭവിക്കുന്നതെന്ന് നാസ്ച്യ അയാളെ അറിയിച്ചിരിക്കുമോ? ഞാനവളെ ഒന്നും വിലക്കിയിട്ടില്ല. അയാളെ അതറിയിക്കാമോ എന്നും എനിക്കറിയില്ല.

അയാൾ ചോദിച്ചാലോ? ശരി, അയാൾ ചോദിച്ചാൽ, അപ്പോൾ എനിക്കറിയില്ല... ഞാനയാളെ നന്നായി പഠിച്ചിട്ടുണ്ട്. പക്ഷേ അയാളുടെ പ്രതികരണങ്ങൾ എനിക്ക് സങ്കല്പിക്കാൻ കഴിയുന്നില്ല. അയാളെ അറിയിക്കുന്നതാണ് നന്നെങ്കിൽ അക്കാര്യം ഒരുപക്ഷേ നാസ്ച്യ ചെയ്യുന്നതായിരിക്കും നല്ലത്.

ഞാനിപ്പോൾ നോക്കുമ്പോൾ അവൾ എന്റെ കൈയിൽ മുറുകെ പിടിച്ചിരിക്കുകയാണ്. അവൾ ഒരു യാഥാർത്ഥ്യമായി മുന്നിൽ നില്ക്കുകയാണ്. അവളുടെ ബാലിശമായ തലചുറ്റൽ കണക്കാക്കേണ്ടതില്ല.

വ്യാഴാഴ്ച (നാസ്ച്യ)

ഞാൻ ഗെയ്ഗറുമായി സംസാരിച്ചു. ഞാനയാളെ കാത്തിരിക്കുകയായിരുന്നു. നല്ല വാർത്ത പ്രതീക്ഷിക്കേണ്ടതില്ലെന്ന് എനിക്ക് മനസ്സിലായി. ഗെയ്ഗർ പറഞ്ഞതെല്ലാം വിശദമായി എനിക്ക് മനസ്സിലായില്ല. പക്ഷേ അതിന്റെയർത്ഥം കൊടിയ നാശമാണെന്ന് മനസ്സിലായി. പ്ലത്തോനവിന്റെ തലച്ചോറിലെ കോശങ്ങൾ കൂട്ടം കൂട്ടമായി 'മരണമടയുന്നു'. ഗെയ്ഗർ ഉദ്ദേശിച്ചത് കോശങ്ങളുടെ പരിപൂർണ്ണമായ മരണമല്ല, പക്ഷേ അതിന്റെ പ്രവർത്തനത്തിലെ തീവ്രമായ ദുർബലതയാണ്. ഈ പ്രക്രിയയിൽ ധാരാളം കോശങ്ങൾ മരണമടയുകയും വളരെ കുറച്ച് കോശങ്ങൾ മാത്രം പുനർജ്ജനിക്കുകയും ചെയ്യുന്നു. അയാളുടെ അഭിപ്രായമനുസരിച്ച് പുനർജ്ജനിക്കുന്നതുകൊണ്ടാണ് പ്ലത്തോനവിന്റെ വലതുകാലിലെ മുടന്ത് നിന്നുപോയത്. അതേസമയം പൊതുവായുള്ള പ്ലത്തോനവിന്റെ അവസ്ഥ മോശമാകുകയാണ്. വളരെ വേഗത്തിലാണ് ഇത് സംഭവിക്കുന്നത്. വരുംദിനങ്ങളിൽ ഗെയ്ഗർ പ്ലത്തോനവിന്റെ നട്ടെല്ല് പരിശോധിക്കും. അവിടെയും അയാൾ പ്രശ്നങ്ങളുള്ളതായി കാണുന്നു.

ഇപ്പോൾ ഞാൻ എല്ലാം സ്പഷ്ടമായി പ്രസ്താവിക്കുന്നുണ്ട്. പക്ഷേ ഗെയ്ഗർ പറഞ്ഞത് കേട്ടപ്പോൾ ഞാൻ ഭ്രാന്തമായാണ് പ്രതികരിച്ചത്. അതോർത്ത് ഞാനിപ്പോൾ നാണിക്കുന്നു. അയാൾ വളരെ സംയമനത്തോടെയാണ് എന്നോട് പെരുമാറിയിരുന്നത് (എനിക്കതു കാണാൻ കഴിയുന്നില്ലേ?) ഇനി അയാൾ എല്ലാ കാര്യത്തിലും എന്നിൽനിന്നും ഓടിയൊളിക്കും. പ്ലത്തോനവിനോട് ഇതൊക്കെ തുറന്നുപറയാമോ എന്ന് ഞാൻ ഗെയ്ഗറോട് ചോദിച്ചില്ല. അക്കാര്യം ഞാൻ സ്വയം തീരുമാനിക്കേണ്ടതാണെന്ന് പിന്നീടെനിക്ക് മനസ്സിലായി. ഒരു വശം നോക്കുമ്പോൾ രോഗിയെ സമ്മർദ്ദത്തിലാക്കുന്നത് അത്ര നന്നല്ല. മറ്റൊരു വശം ചിന്തിക്കുമ്പോൾ അയാളിൽനിന്ന് എന്തോ മറച്ചുവെയ്ക്കപ്പെടുന്നു എന്ന് താമസിയാതെ അയാൾക്ക് മനസ്സിലാകും. അപ്പോൾ അയാളുടെ അവസ്ഥ ഇതിലും മോശമാകും. ഞാൻ ഒത്തിരി ആലോചിച്ചു. വീണ്ടും വീണ്ടും തിരിച്ചും മറിച്ചും ചിന്തിച്ചു. വൈകുന്നേരം അദ്ദേഹത്തെ കണ്ടപ്പോൾ ഉച്ചത്തിൽ കരഞ്ഞുകൊണ്ട് ഞാൻ എല്ലാം തുറന്നുപറഞ്ഞു. തീർച്ചയായും എല്ലാം പറഞ്ഞില്ല. ഞാൻ തീരുമാനിച്ചത്രയും പറഞ്ഞു. ഞാൻ തീരുമാനിച്ചതുപോലെ കാര്യങ്ങൾ നടന്നു.

അദ്ദേഹം ശാന്തനായി എല്ലാം കേട്ടു. അത് പ്രതീക്ഷിക്കാവുന്ന കാര്യമാണെന്ന് പറഞ്ഞു. ദശവർഷങ്ങൾ ദ്രാവകരൂപത്തിലുള്ള നൈട്രജനിൽ കിടന്നതിന്റെ പ്രത്യാഘാതങ്ങൾ ഉണ്ടാവാതെ വയ്യല്ലോ!

ഞങ്ങൾ കിടക്കയിൽ കിടന്നപ്പോൾ ഞാൻ പറഞ്ഞു "നമ്മൾ ഇതെല്ലാം തരണം ചെയ്യും. ആശ കൈവെടിയരുത്." അദ്ദേഹം എന്നെ

കെട്ടിപ്പിടിച്ചു. എന്റെ മൂക്കിന്റെ പാലത്തിൽ ചുണ്ടുകൾ അമർത്തിക്കൊണ്ട് മന്ത്രിച്ചു.

“തീർച്ചയായും. ഞാൻ ജീവിതം മുഴുവൻ ആശ വെടിയാതെ ജീവിക്കുകയായിരുന്നു!”

ഇന്നക്കെഞ്ചി

നാസ്ച്യ എം.ആർ.ടി. സ്കാനിന്റെ ഫലങ്ങളെക്കുറിച്ച് എന്നോട് പറഞ്ഞു. കൂടുതൽ നല്ലത് ചുരുക്കെഴുത്ത് പറയാതെ മാഗ്നെറ്റിക് റെസൊനൻസ് ടോമൊഗ്രാഫി എന്ന് മുഴുവനായി പറയുകയാണ് (ചുരുക്കെഴുത്ത് ഉച്ചരിക്കുന്നത് ‘മ്ർത്ത്’ റഷ്യൻഭാഷയിൽ മരണമടഞ്ഞവൻ എന്നാണ് അർത്ഥം!) കൂടുതൽ എളുപ്പം പരിശോധനാഫലങ്ങൾ എന്നു പറയുന്നതാവും.

ഞാനിന്ന് സെറഫീമൊവ് ശ്മശാനത്തിൽ പോയി. ചരിത്രരേഖകളിൽ നിന്നുള്ള വിവരമനുസരിച്ച് ഒസ്തൂപ്ചുക്കിന്റെ ശവക്കല്ലറ ശ്മശാനത്തിലെ പള്ളിയുടെ അടുത്തായിരുന്നു. ഞാൻ പ്രയാസമില്ലാതെ കല്ലറ കണ്ടുപിടിച്ചു. “ക്ലേശങ്ങളിലൂടെ നക്ഷത്രങ്ങളിലേക്ക്” എന്ന് എഴുതിവെച്ചിരുന്നത് ദൂരെവെച്ചുതന്നെ ശ്രദ്ധയിൽപെട്ടു. തവിട്ടുനിറമുള്ള കല്ലിലെ എഴുത്ത് അടുത്ത കാലത്ത് ചായം തേച്ചുമിനുക്കിയിരുന്നു. വേലിക്കെട്ടിന് ഉപയോഗിച്ച ചായം തന്നെയായിരുന്നു എഴുത്തിനും ഉപയോഗിച്ചത്. രസകരമായ കാര്യം ഒസ്താപ്ചുക്കുമായുള്ള പഴയകാലത്തെ എന്റെ ഓർമ്മദിനത്തിൽ നക്ഷത്രങ്ങളെക്കുറിച്ച് ഞങ്ങൾ സംസാരിച്ചിരുന്നില്ല എന്നതാണ്. ഞങ്ങൾ കണ്ടുമുട്ടിയ ദിനത്തിൽ തന്നെ ഞങ്ങൾ വേർപിരിയുകയും ചെയ്തു.

ഇപ്പോൾ ഞാനയാളുമായി അവസാനമായി കണ്ടുമുട്ടുകയാണെന്ന് കരുതി. ഒസ്താപ്ചുക്കുമായുള്ള എന്റെ ഇടപെടൽ വലിയ പതിപ്പൊന്നും എന്നിൽ അവശേഷിപ്പിച്ചില്ല. മഹത്തായ കാര്യം ഞങ്ങൾ എന്നന്നേക്കുമായി വേർപിരിയുന്നു എന്നതായിരുന്നു. അത് എനിക്ക് തലയിൽ ഉൾക്കൊള്ളാനായില്ല. ഒരാളെ നഷ്ടപ്പെടുന്നു എന്നത് വളരെ ഭീകരമായിരുന്നു. കാരണം ഒരാളെയോ വസ്തുവിനെയോ നഷ്ടപ്പെടുന്നത് മരണത്തിന്റെ ഭാഗമായിരുന്നു. അത് എല്ലാറ്റിന്റേയും നഷ്ടമാണ്.

ഇവിടെ സെറഫീമൊവ് ശ്മശാനത്തിൽ അപ്രതീക്ഷിതമായി സ്വന്തം കൈക്കൊണ്ട് കോപ്പയിൽ വാറ്റുചാരായം ഒഴിക്കുന്ന ഒസ്താപ്ചുക്കിനെ ഞാൻ കാണുന്നു. വൈരുദ്ധ്യങ്ങൾ കൂടിക്കുഴഞ്ഞ അയാളുടെ മുഖം രൂക്ഷഗന്ധത്തിൽ ചുളിയുകയും എന്നാൽ ഒരേ സമയം സന്തോഷത്തോടെ രൂക്ഷഗന്ധമുള്ള ചാരായത്തെ സ്വാഗതം ചെയ്യുകയും ചെയ്യുന്നു. തന്റെ ജാക്കറ്റ് ഊരിമാറ്റിയ ഒസ്താപ്ചുക്ക് അർദ്ധനഗ്നനായിരുന്നു. വളരെ ശ്രദ്ധാലുവായിരുന്ന അയാൾ ആവശ്യമില്ലാതെ വസ്ത്രം ധരിക്കാൻ ഇഷ്ടപ്പെട്ടില്ല. തന്റെ ശവക്കല്ലറയുടെ അരഞ്ഞാണക്കല്ലിൽ ഇരുന്നുകൊണ്ട് വിരലുകളാൽ മൂക്ക് പൊത്തിപ്പിടിച്ചുകൊണ്ട് (രൂക്ഷ

ഗന്ധമുള്ള വാറ്റുചാരായമായിരുന്നത്) നെറ്റി ഉയർത്തിപ്പിടിച്ച് അയാൾ മദ്യം വിഴുങ്ങി. ഞാൻ അയാളുടെ തൊണ്ടമുഴയുടെ ചലനം നോക്കിയിരുന്നു.

ഇനി എന്റെ ഊഴമാണ്. ഞാൻ കൂടെ കൊണ്ടുവന്ന വോഡ്ക എടുത്ത് ചെറിയ വെള്ളി ഗ്ലാസ്സിലേക്ക് ഒഴിച്ചു. 1921 ൽ അത്തരം വിലപിടിച്ച വെള്ളി ഗ്ലാസ്സുകൾ ഉണ്ടായിരുന്നില്ല. പക്ഷേ അത് ഞങ്ങൾക്ക് രണ്ടാൾക്കും ആശ്വാസകരമായിരുന്നു. ആ സ്ഥലത്തിന് അനുയോജ്യമായ ഒരു നടപടിയായിരുന്നതിനാലാണ് ഞങ്ങൾ മദ്യപിക്കുന്നത്. എനിക്ക് കുറേക്കാലമായി ഒസ്താപ്ചുക്കുമായി ഒരുമിച്ച് മദ്യപിക്കണമെന്ന ആഗ്രഹമുണ്ടായിരുന്നു. അയാൾ എന്നിൽനിന്ന് വെറും രണ്ടുമീറ്റർ അകലെയാണ്. അടുത്തല്ലായിരിക്കാം, ഭൂമിക്കടിയിലായിരിക്കാം - എന്നാലും അയാൾ ഇവിടെയുണ്ട്. ഇത്തവണ അയാൾ ഒരു ഉയർന്ന കഴുത്തുള്ള ജാക്കറ്റോ അതിലും ഭംഗിയായ മറ്റെന്തെങ്കിലും ഗംഭീരമായ വസ്ത്രമോ ധരിച്ചേക്കാം. അവസാനം അത് ധരിച്ചില്ലല്ലോ എന്നോർത്ത് അയാൾ വിഷമിക്കേണ്ടതില്ല. ഭൂമിയിൽ എല്ലാം ഭയങ്കരമായി നശിച്ചുപോയേക്കാം.

ഒസ്താപ്ചുക്കിന്റെ സാന്നിദ്ധ്യം എനിക്ക് ഒട്ടും ഭയമുണ്ടാക്കുന്നില്ല. അയാളിൽനിന്നും വ്യത്യസ്തനായി സ്വന്തം എം.ആർ.ടി.യുമായി ഞാൻ എങ്ങനെയും ജീവനോടെയിരിക്കുന്നു. ഇനിയും കുറച്ചുകാലം കൂടി ജീവിക്കാനും സാദ്ധ്യതയുണ്ട്. എനിക്ക് ചലിക്കാൻ സാധിക്കുന്നുണ്ട്. ഉദാഹരണത്തിന് സാവൂഷ്കിന തെരുവിലൂടെ ട്രാമിൽ സഞ്ചരിച്ച് ഒരു വോഡ്ക വാങ്ങിവരാൻ എനിക്കു കഴിയും. പ്രധാനമായും ശ്മശാനത്തിൽനിന്നും ജീവനോടെ പുറത്തുപോകാൻ എനിക്കു കഴിയുന്നു. ഒസ്താപ്ചുക്കാകട്ടെ മനോഹരമായ ഓർമ്മ വചനങ്ങൾ എഴുതിവെച്ച കല്ലറയ്ക്കകത്ത് രാവും പകലും കിടക്കുകയാണ്. അവിടെ എഴുതിവെച്ചിരിക്കുന്നത് വിശ്വസിച്ചാൽ രാത്രിയിൽ നക്ഷത്രങ്ങളുടെ തണുത്ത പ്രകാശത്തിൽ തന്റെ ജോലിസ്ഥലം മൂലം അയാൾ അങ്ങനെ ബുദ്ധിമുട്ടുന്നുണ്ടാവാം.

ശനിയാഴ്ച (നാസ്ച്യ)

ഇന്നലെ പ്ലത്തോനവ് മദ്യപിച്ചിരുന്നു. ഞാൻ ചോദിച്ചു:

“നിങ്ങളിതെവിടെയാണ് മദ്യപിച്ചത്? വലിയ രഹസ്യമല്ലെങ്കിൽ പറയമോ?”

“ഒട്ടും രഹസ്യമല്ല പ്രിയപ്പെട്ടവളേ, സെറഫീമോവ് ശ്മശാനത്തിൽ ഒസ്താപ്ചുക്ക് എന്നയാളുമായിട്ടാണ് മദ്യപിച്ചത്.”

“ആരാണ് ഒസ്താപ്ചുക്ക്?”

“പ്രിയപ്പെട്ടവളേ, ഒസ്താപ്ചുക്ക് മരണമടഞ്ഞയാളാണ്.”

അയാൾ എന്നെ ചുംബിച്ചു. പിന്നെ ഒന്നരമണിക്കൂർ കംപ്യൂട്ടറിന്റെ മുന്നിലിരുന്നു.

(ഗെയ്ഗർ)

എന്താണ് സംഭവിക്കുന്നതെന്ന് എനിക്ക് കുറച്ചുമാത്രമേ മനസ്സിലാകുന്നുള്ളൂ. എനിക്ക് അയാളിൽ ഒരു സ്വാധീനവുമില്ല. എനിക്ക് പേടി തോന്നുന്നു.

ഇന്നു ഞാനൊരു സ്വപ്നം കണ്ടു. ദ്രുതഗതിയിൽ ഓടിക്കൊണ്ടിരുന്ന ഒരു വണ്ടി. ഞാനാണ് ഡ്രൈവർ. സ്റ്റിയറിംഗും ബ്രേക്കുമില്ലാത്ത വണ്ടിയാണ്. അതിന്റെയർത്ഥം മനസ്സിലാക്കാൻ ഒരു പരിഭാഷകന്റെ ആവശ്യമില്ല. ദീർഘകാലത്തെ അതിശീതീകരണ പ്രക്രിയയുടെ ഫലമാണ് മരണമടയുന്ന കോശങ്ങൾ എന്നെനിക്കറിയാം. പക്ഷേ, അതുമാത്രമല്ല ആവശ്യമുള്ള വിവരം. എങ്ങനെയാണ് സെല്ലുകൾ മരിക്കുന്നതെന്ന് എനിക്ക് ഉത്തരമില്ല. കോശങ്ങളുടെ നാശം എന്തുകൊണ്ടാണ് അരക്കൊല്ലത്തിനു ശേഷം സംഭവിക്കാൻ തുടങ്ങിയത്? ഒരു കോശത്തിന് നാശം സംഭവിച്ചാൽ അത് തുടക്കം മുതലെ ഉണരുകയില്ല എന്നത് യുക്തിപരമായ കാര്യമാണ്. പക്ഷേ, അത് ഉണരുകയും കഴിഞ്ഞ അരക്കൊല്ലം ഉണർന്നിരിക്കുകയും ചെയ്തു. ഒരുപക്ഷേ കോശങ്ങളുടെ നാശം ഉടനെ തന്നെ ആരംഭിച്ചിരുന്നു എന്നു കരുതുകയും അതിന്റെ കൂട്ടത്തോടെയുള്ള നാശം ഇപ്പോൾ മാത്രമാണ് സംഭവിച്ചതെന്നും കരുതിയാലോ? അല്ല, അങ്ങനെയായിരിക്കില്ല. കാരണം ഇന്നക്കെഞ്ചി എല്ലായ്പ്പോഴും വളരെ കർക്കശമായ നിരീക്ഷണത്തിന് വിധേയനായിരുന്നു. ഞങ്ങൾ പുനരധിവാസരീതികൾ മാറ്റി. അതുമൂലം കോശങ്ങളുടെ നാശത്തിന് ഉത്തേജനം ലഭിച്ചു എന്നു ചിന്തിക്കാവുന്നതാണ്. പക്ഷേ ഞങ്ങളുടെ രീതികൾ മാറ്റിയിട്ടില്ല. അവയൊന്നും തന്നെ മാറ്റിയിട്ടില്ല. തലച്ചോർ തിളച്ചുമറിയുകയാണ്.

നാസ്ച്യ

ടൈം മാഗസിൻ പ്ലത്തോനവിനെ ഈ വർഷത്തെ പ്രമുഖവ്യക്തിയായി പ്രഖ്യാപിച്ചു. മാഗസിന്റെ പേര് അദ്ദേഹത്തിന് അനുയോജ്യമാണ്. വളരെ നല്ല അംഗീകാരവുമാണ്. പക്ഷേ, ഒരു സന്തോഷവും തോന്നിയില്ല. ഒരാഴ്ച മുൻപായിരുന്നുവെങ്കിൽ ഞങ്ങളത് ആഘോഷിക്കുമായിരുന്നു.

മാഗസിൻ കവറിൽനിന്നും പ്ലത്തോനവ് ഞങ്ങളെ നോക്കുന്നു. എല്ലാ പരസ്യപലകകളിൽനിന്നും ബുക്ഷോപ്പുകളിൽനിന്നും പ്ലത്തോനവ് ഞങ്ങളെ നോക്കി ഗംഭീരമായിരിക്കുന്നു. അവർ നല്ലൊരു ഫോട്ടോയാണ് കണ്ടുപിടിച്ചത്. ബ്ലാക്ക് ആന്റ് വൈറ്റ് ഫോട്ടോയാണെങ്കിലും അതിന്റെ പ്രകാശ ക്രമീകരണം ഗംഭീരമായിരുന്നു. ചിരിക്കുമ്പോൾ തെളിഞ്ഞു വരുന്ന മുഖത്തെ ചുളിവുകൾ വളരെ ഹൃദ്യമായിരുന്നു. പ്ലത്തോനവ് ഒരു സിനിമാനടനെപ്പോലെ തോന്നിച്ചു.

എല്ലാ പുസ്തകക്കടകളുടെ മുന്നിലും ഞാനറിയാതെ എന്റെ ചുവടുകൾ മന്ദഗതിയിലായി. മിടുക്കൻ മിടുമിടുക്കൻ. ഞാൻ വിചാരിക്കുന്നു അങ്ങനെയൊരാൾക്ക് ഒന്നും സംഭവിക്കില്ല. സംഭവങ്ങൾക്കെല്ലാം എന്തോ തരം യുക്തിയുണ്ട്. വിരസമായി കാണപ്പെടുന്ന പ്രായമുള്ള ഒരു സന്ന്യാസിയല്ല. ഇവിടെ ഒരു പ്ലേബോയിയെപ്പോലെ കാണപ്പെടുന്ന ഒരാൾ, വില്യം ബ്രാഡ്പിറ്റ് എന്ന അമേരിക്കൻ നടനെപ്പോലെ സുമുഖനായ ഒരാൾ! അതെല്ലാം 'മരിക്കുന്ന കോശങ്ങളുമായി' ഒത്തുപോകുമോ?

ഇന്നക്കെഞ്ചി

ആദ്യം 'റോബിൻസൺ ക്രൂസോ' വായിച്ചു. പിന്നീട് പുതിയ നിയമം, ധൂർത്തനായ മകനോട് സാദൃശ്യം പുലർത്തി.

കാരുണ്യം ന്യായത്തേക്കാൾ മേലെയാണെന്ന് ഞാൻ നാസ്ച്യയോട് പറഞ്ഞു. ഇപ്പോൾ പുനരാലോചന നടത്തി. കാരുണ്യമല്ല സ്നേഹമാണ് ന്യായത്തേക്കാൾ മേലെ.

ഗെയ്ഗർ

ജോലിക്കുശേഷം ഇന്നക്കെഞ്ചിയുടെ അടുത്ത് പോയി. അയാൾ വീട്ടിൽ ഒറ്റയ്ക്കായിരുന്നു. അയാളുടെ അവസ്ഥയെക്കുറിച്ച് മോശമായ വാർത്ത ലഭിച്ചതിനുശേഷം ഞങ്ങൾ ആദ്യമായി മറ്റാരുടേയും സാന്നിദ്ധ്യത്തിലല്ലാതെ കണ്ടുമുട്ടുകയായിരുന്നു. നാസ്ച്യയുടെ സാന്നിദ്ധ്യം കാര്യങ്ങൾ ലഘൂകരിച്ചേനേ. അവൾ മൗനം തൂങ്ങിനില്ക്കാൻ അനുവദിക്കില്ല. വായാടിപ്പെണ്ണ്. ഇവിടെ ഞങ്ങൾ പകുതിസമയവും മിണ്ടാതിരുന്നു. അയാളോ ഞാനോ പരീക്ഷണഫലങ്ങളെക്കുറിച്ച് സംസാരിക്കാൻ ഇഷ്ടപ്പെട്ടില്ല.

ഇന്നക്കെഞ്ചി

നീവ്സ്കി പ്രോസ്പെക്ട്. വൈമാനികൻ ഫ്രളോവിന്റെ ശവസംസ്കാരം. ധൈര്യശാലിയായ ആ മനുഷ്യന്റെ അന്ത്യയാത്രയിൽ മംഗളം നേരാനായി ഞാനും സേവയും എത്തിച്ചേർന്നിരുന്നു. എന്റെ കുടുംബാംഗങ്ങളും ദുഃഖിതരായിരുന്നു. പക്ഷേ അവർ വീട്ടിൽ തന്നെ ഇരുന്നു. ആളുകളുടെ മുന്നിൽ കരയാൻ അവർ തുനിഞ്ഞില്ല. അവർക്കത് സഹിക്കാവുന്നതിലും മേലെയായിരിക്കുമെന്ന് അവർ അറിഞ്ഞു. ഞാനും സേവയും കരയുകയായിരുന്നു. പന്ത്രണ്ടുവയസ്സുള്ള ഞാൻ സേവയുടെ തോളിൽ കയറി ഇരിക്കുകയായിരുന്നു. അപ്രകാരം എനിക്ക് കുറച്ചെന്തെങ്കിലും കാണുവാൻ കഴിയുമായിരുന്നു. കുറെ ആളുകൾ അപ്രകാരം ഇരിക്കുന്നുണ്ടായിരുന്നു. പിന്നീട് സേവയെ എന്റെ തോളിൽ ഇരുത്തിക്കൊള്ളാമെന്ന് ഞാൻ സമ്മതിച്ചിരുന്നു. പക്ഷേ അങ്ങനെ ചെയ്യേണ്ടതായി വന്നില്ല. ഞങ്ങളക്കാര്യം മറന്നുപോയിരുന്നു. എന്റെ കൈകൾ

സേവയുടെ താടിയിൽ ചേർത്താണ് കൊളുത്തിപ്പിടിച്ചിരുന്നത്. സേവയുടെ കണ്ണുനീർ കൈപ്പത്തിയിലൂടെ ഒഴുകുന്നത് ഞാനറിഞ്ഞു.

ഇപ്പോൾ വിലാപയാത്ര ദൃശ്യമാവുകയും അത് ഞങ്ങളുടെ അടുത്തുകൂടി കടന്നുപോകുകയും ചെയ്തു. ഞാനാ നാടകീയ നിമിഷങ്ങൾ മനസ്സിൽ കുറിച്ചിടുകയും പിന്നീട് എന്റെ ഓർമ്മകളിൽ പലപ്പോഴും ആ രംഗങ്ങൾ ആവർത്തിക്കപ്പെടുകയും ചെയ്തു. വിലാപയാത്ര ദ്രുതഗതിയിൽ തുടക്കത്തിലേക്കു മടങ്ങുകയും അത് അതിന്റെ ഉജ്ജ്വലമായ മുന്നോട്ടുള്ള ചലനം വീണ്ടും ആരംഭിക്കുകയും ചെയ്തു.

മുന്നിൽ നടന്നത് കുരിശേന്തിയ ഓഫീസറന്മാരായിരുന്നു. ക്രിസ്തുവിന്റെ പടമുള്ള ബാനറുകളും റീത്തുകളും ആദ്യം കടന്നുവന്നു. മദ്ധ്യഭാഗത്ത് കുരിശ്, ബാനറുകൾ ഇരുവശങ്ങളിലും പിന്നിലും റീത്തുകൾ അപ്രകാരമായിരുന്നു ക്രമീകരിച്ചിരുന്നത്. അതിനുപിന്നിലായി മൃതിയടഞ്ഞയാളിന്റെ നിരവധി മെഡലുകളും അവാർഡുകളും പ്രദർശിപ്പിക്കുന്ന രണ്ടു സ്തൂപങ്ങൾ താങ്ങിപ്പിടിച്ചിരുന്നു. വിലാപയാത്രയിൽ ഏറ്റവും ഉയർന്നുനില്ക്കുന്ന കുടയുടെ കീഴെ അവസാനം ശവമഞ്ചം കാണപ്പെട്ടു. കുടയുടെ കീഴെ അടച്ച ശവപ്പെട്ടി. ശവപ്പെട്ടിയിൽ ഞങ്ങൾക്കേവർക്കും പ്രിയങ്കരനായിരുന്ന പരേതൻ. ഒരു റീത്തിൽ ഗ്രീക്ക് മിത്തോളജിയെ ഓർമ്മിപ്പിക്കുന്ന ഐകാറൂസ് എന്ന് എഴുതിയിരുന്നു.

അവയെല്ലാം സാവധാനത്തിൽ ഞങ്ങളിലേക്ക് ഒഴുകിവന്നു. അട്ടഹാസങ്ങളും സംഭാഷണങ്ങളും ഞങ്ങൾക്ക് ചുറ്റും നിശ്ശബ്ദതയിലേക്ക് വഴിമാറി. കുതിരക്കുളമ്പടി ശബ്ദങ്ങൾമാത്രം മുഴങ്ങിക്കേട്ടു. ഞാൻ സേവയുടെ മുടിയിൽ കുത്തിപ്പിടിച്ചു. പക്ഷേ അവൻ ശ്രദ്ധിച്ചില്ല. ശവപ്പെട്ടിയിൽ കിടക്കുന്ന ഫ്രഌോവിനെ സങ്കല്പിക്കാൻ ശ്രമിച്ചു. അയാൾ നെഞ്ചത്ത് കൈകൾ കെട്ടിയും അതിൽ ഒരു രൂപം പിടിച്ചിരിക്കുന്നതായും കാണപ്പെട്ടു. നെറ്റിയിൽ ഒരു കടലാസ് വളയം ഉണ്ടായിരുന്നു. വിളറിയ നിലയിലായിരുന്നു. അയാളുടെ ചുണ്ടുകളിൽനിന്നും പുകയിലയുടെ ഗന്ധം വമിച്ചു. എന്റെ സഹായംകൊണ്ട് അവസാനമായി അയാൾ വലിച്ച സിഗരറ്റിന്റെ ഗന്ധം.

ഞങ്ങൾ ഗസ്ചീന്നേയ് ദ്വെരിന് പുറംതിരിഞ്ഞ് നില്ക്കുകയായിരുന്നു. സമുദ്രംപോലെ ജനം ഞങ്ങൾക്കരുകിലൂടെ അലക്സാണ്ടർ നീവ്സ്കി സന്ന്യാസാലയത്തിലേക്ക് നടന്നു. കടൽ അതീവസാന്ദ്രമായിരുന്നു. അതിന്റെ വഴിയിൽ വന്നതിനെയെല്ലാം അത് കവർന്നെടുത്തു. കുതിരവണ്ടികൾ, വണ്ടികൾ, തെരുവുവിളക്കുകൾ എല്ലാം. ഒഴുക്കിൽപ്പെട്ടുപോയവയൊന്നും സ്വതന്ത്രമായി ചലിപ്പിക്കാനാവാതെ ഒരേ താളത്തിൽ ചലിച്ചുകൊണ്ടിരുന്നു.

അവസാനം താഴെയിറങ്ങിയ ഞാനും സേവയോടൊപ്പം ആ മനുഷ്യസമുദ്രത്തോടുചേർന്ന് നീവ്സ്കി ശ്മശാനത്തിലേക്ക് നടന്നു. മറ്റെങ്ങോട്ടും പോകുക അസാദ്ധ്യമായിരുന്നു. ഞങ്ങൾ നീവ്സ്കി തെരുവിലൂടെ

'യെക്കച്ചെരിൻ' ഗാർഡനിലൂടെ അനിച്ച്കോവ് പാലത്തിലൂടെ സ്നാമേൻസ്കയ സ്ക്വയറിലൂടെ ഒക്കെ നടന്ന് ശ്മശാനത്തിലേക്ക് പോയി. ഇതുവരെ എന്തുകൊണ്ടാണ് ഞാൻ വൈമാനികൻ ഫ്രളോവിന്റെ ശവക്കല്ലറ സന്ദർശിക്കാതിരുന്നതെന്ന് എനിക്കറിയില്ല.

അതാണ് ഏകദേശരൂപം. ഏത് സീസണിലായിരുന്നു അതെന്ന് ഞാൻ ഓർമ്മിക്കുന്നില്ല. നീവ്സ്കിയിൽ മഞ്ഞുണ്ടായിരുന്നില്ല. പക്ഷേ ഏതു കാലമാണെന്ന് ഓർമ്മ കിട്ടുന്നില്ല. ഇവിടെ നിങ്ങൾക്ക് മരങ്ങളൊന്നും കാണാൻ കഴിയില്ല. ആളുകളാകട്ടെ സീസൺ കണക്കാക്കാതെയാണ് വസ്ത്രധാരണം നടത്തുന്നത്. ഇവിടെയൊരു മഞ്ഞുകാലവും മഞ്ഞില്ലാത്ത കാലവുമുണ്ട്. മറ്റുള്ളതൊന്നും ഞങ്ങളുടെ ലോകത്ത് സംഭവിക്കുന്നില്ല.

നാസ്ച്യ

നമ്മൾ വിവാഹിതരാകണമെന്ന് മറ്റൊരു ദിവസം പ്ലത്തോനവ് എന്നോടു പറഞ്ഞു. എന്താണ് അദ്ദേഹം അർത്ഥമാക്കുന്നതെന്ന് എനിക്ക് മനസ്സിലായി. ഞങ്ങളുടെ ബന്ധം അനശ്വരതയുടെ പ്രവിശ്യകളിലെത്തിക്കാനാണ് അദ്ദേഹം ആഗ്രഹിച്ചത്. കാലത്തെ വിശ്വസിക്കുന്നത് അസാദ്ധ്യമാണെന്ന് അദ്ദേഹം കരുതുന്നു. അദ്ദേഹത്തിന്റെ ദിനങ്ങൾ എണ്ണപ്പെട്ടു കഴിഞ്ഞിരിക്കുന്നു. അദ്ദേഹം അത് നേരെ പറഞ്ഞില്ലെങ്കിലും വ്യത്യസ്ത സാഹചര്യങ്ങളിൽ അദ്ദേഹം പറഞ്ഞ വിവിധ അഭിപ്രായങ്ങളിൽ അത് സ്ഫുരിച്ചിരുന്നു. അത് എനിക്ക് മാത്രമേ കാണാനാവുകയുള്ളൂ. കാരണം ഞാനാണ് സ്ഥിരമായി അദ്ദേഹവുമായി ഇടപഴകുന്നത്. ഒരുപക്ഷേ ഗെയ്ഗറും ഉണ്ടായിരിക്കും. തീർച്ചയായും ഗെയ്ഗറുമുണ്ട്.

ഗെയ്ഗർക്ക് ഈ വിവാഹാഭ്യർത്ഥനയെക്കുറിച്ച് അറിയില്ല. പൊതുവെ പ്ലത്തോനവിന്റെ അവസ്ഥയെക്കുറിച്ച് അദ്ദേഹത്തിന് നല്ലപോലെ അറിയാം. എനിക്ക് ഗെയ്ഗറെ മനസ്സിലാകുന്നുണ്ട്. ഞങ്ങളെക്കാൾ ഒട്ടും കുറവല്ലാതെ അദ്ദേഹം വിഷമിക്കുന്നുണ്ട്. പക്ഷേ രോഗത്തെക്കുറിച്ച് പ്ലത്തോനവുമായോ ഞാനുമായോ അദ്ദേഹം ചർച്ച ചെയ്യാറില്ല. ഞാനദ്ദേഹത്തിൽനിന്നും ആശ്വാസവചനങ്ങൾ പ്രതീക്ഷിച്ചു. പക്ഷേ അവ ഒരിക്കലും ലഭിച്ചില്ല. അത് ആദ്യം എന്നെ വല്ലാതെ വേദനിപ്പിച്ചുവെങ്കിലും പിന്നീടെനിക്ക് കാര്യം പിടികിട്ടി. ഗെയ്ഗർ യുക്തിപൂർവ്വം ചിന്തിക്കുന്നയാളും ജർമ്മൻ രീതിയിൽ വളരെ വിശ്വസ്തനായ ആളുമാണ്. പ്ലത്തോനവിന് എന്താണ് സംഭവിക്കുന്നതെന്ന് അയാൾക്കറിയില്ല. അതുകൊണ്ട് സമാധാനിപ്പിക്കാനും കഴിഞ്ഞില്ല. അടിസ്ഥാനമില്ലാത്ത ആശ്വാസവചനങ്ങൾ അർത്ഥരഹിതമാണെന്ന് അയാൾ കരുതി. അതിൽ അദ്ദേഹത്തിന് ഉറപ്പായും തെറ്റുപറ്റി.

പ്ലത്തോനവും ഒന്നും പറയുന്നില്ല. മറ്റു കാരണങ്ങൾകൊണ്ടായിരിക്കാം. അദ്ദേഹം ധൈര്യമുള്ള ഒരു പുരുഷനാണ്. അദ്ദേഹം എല്ലാം സ്വയം അടക്കുകയാണ്. അത് എന്നെ മുറിവേല്പിക്കുമോ എന്ന് അദ്ദേഹം

ഭയക്കുന്നു. ഗെയ്ഗറെ മുറിപ്പെടുത്താൻ അദ്ദേഹത്തിന് ഭയമില്ല. പക്ഷേ മനസ്സിലാക്കാത്ത കാര്യം ചർച്ച ചെയ്യാൻ അവർ രണ്ടാളും തയ്യാറായില്ല. അതുകൊണ്ട് എല്ലാവരും മൗനം പാലിച്ചു. ഇടയ്ക്ക് ഞാനതിനെക്കുറിച്ച് സംസാരിക്കുമ്പോൾ എന്നെ അവരിൽ ഒരാളും പിൻതാങ്ങിയില്ല.

ടൈം മാഗസിന്റെ അവാർഡ് ലഭിച്ചതിൽ പ്ലത്തോനവിനെ ഷെൽത്ത്ക്കോവ് വിളിച്ച് അഭിനന്ദിച്ചു. ആംഗ്യഭാഷയിൽ അയാളെ ചായ കുടിക്കാൻ ക്ഷണിക്കൂ എന്ന് ഞാൻ പ്ലത്തോനവിനോട് പറഞ്ഞു. അദ്ദേഹം അയാളെ ക്ഷണിച്ചില്ല.

ഇന്നക്കെഞ്ചി

ഈയാഴ്ച രണ്ടുതവണ ഷെൽത്ത്ക്കോവ് വിളിച്ചിരുന്നു. ഒരു തവണ നാസ്ച്യയുടെ സാന്നിദ്ധ്യത്തിലും മറ്റൊരു തവണ അവളില്ലാതെയും. അവളില്ലാത്തപ്പോൾ വിളിച്ചതിനെക്കുറിച്ച് ഞാനവളോട് ഒന്നും പറഞ്ഞില്ല. അയാൾ എന്നോട് പറഞ്ഞത് ഒരു രസകരമായ രാഷ്ട്രീയ പദ്ധതി എനിക്കായി അദ്ദേഹത്തിന്റെ പക്കലുണ്ട് എന്നായിരുന്നു. ഞാനൊരു പഴയ പതം വന്നയാൾ (ദ്രാവക നൈട്രജനിൽ കിടന്ന കാര്യമായിരിക്കുമോ അയാൾ ഉദ്ദേശിക്കുന്നത്) എന്ന നിലയിൽ എനിക്കത് പ്രയോജനകരമായിരിക്കും... ഞാനയാളെ മുഴുമിപ്പിക്കാൻ സമ്മതിച്ചില്ല. ഞാൻ രാഷ്ട്രീയക്കാരനല്ല എന്ന് ഞാൻ പറഞ്ഞു.

"പക്ഷേ നിങ്ങൾ – അയാൾ പ്രതികരിച്ചു – എന്റെ പദ്ധതി കേട്ടതുപോലുമില്ലല്ലോ?"

"കേൾക്കാതിരുന്നത് നന്നായി. ഒരുപക്ഷേ അതൊരു ഗവണ്മെന്റ് രഹസ്യമായിരിക്കാം. രാഷ്ട്രീയക്കാരനായ അയാൾ നിരസിക്കുന്ന ആ രഹസ്യവും പേറി ഞാൻ ജീവിക്കേണ്ടി വരും."

"അത്ര വലിയ രഹസ്യമൊന്നുമല്ല" ഷെൽത്ത്ക്കോവ് മുരണ്ടു. "ശരി, അതില്ലാതെ കഴിയാം. ചായ കുടിക്കുന്നതാവും നന്ന്. ശരിയല്ലേ!"

അന്ന് ചായ കുടിച്ച് നേരത്തെപ്പോലെ അയാൾ ഉച്ചത്തിൽ ചിരിച്ചു.

ഇത് ആത്മാർത്ഥമായ ചിരിയാണെന്ന് എന്തുകൊണ്ടാണ് നാസ്ച്യ കരുതുന്നത്.

നാസ്ച്യ

പ്ലത്തോനവ് ഗെയ്ഗറുടെയടുത്ത് രക്തപരിശോധന നടത്താൻ പോയി. ഞാൻ സെന്റ് വ്ളാഡിമിർ പള്ളിയിൽ പോയി. മുൻകാലത്ത് പള്ളിയുടെ ശ്മശാനമായിരുന്നു എന്ന് പറയപ്പെടുന്ന പാർക്കിൽ കൂടിയാണ് ഞാൻ നടന്നത്. മാപ്പിൾ പോപ്ലാർ എന്നിവയുടെ ഇലകൾ വഴികളിൽ അവിടവിടെയായി വീണുകിടന്നിരുന്നു. ശരത്കാലം ആരംഭിച്ചിരിക്കുന്നു എന്ന് ഞാൻ ഓർത്തു. ഒരു ചെറിയ മഞ്ഞൽ മാത്രമേ കാണാനുള്ളൂ. ഹിമപാതം ആരംഭിച്ചിട്ടില്ല.

ഇതുവരെ ഞങ്ങൾ രണ്ടാളും ഒരുമിച്ചാണ് പള്ളിയിൽ പോയിരുന്നത്. ഇവിടെ ഇപ്പോൾ ഞാൻ ഒറ്റയ്ക്കാണ്. എന്റെയുള്ളിൽ എന്തോ വിങ്ങി. ഞാനിവിടെ ഒറ്റയ്ക്കാകുന്ന ദിനങ്ങൾ സമാഗതമാകുകയാണോ? ഈ ചിന്ത മാത്രമേ ഉണ്ടായിരുന്നുള്ളൂവെങ്കിൽ ഞാൻ എങ്ങനെയെങ്കിലും അത് അകറ്റി നിർത്തുമായിരുന്നു. പക്ഷേ പൊതുവായ നഷ്ടം സംഭവിക്കുന്ന ശരത്കാലത്തെക്കുറിച്ചുള്ള ചിന്തയും എന്നെ അലട്ടി. പള്ളിയുടെ ഗേറ്റ് കടന്നു ഞാൻ നടക്കുമ്പോൾ അലഞ്ഞുതിരിഞ്ഞുനടന്നവർ ആരും എന്നെ ശല്യപ്പെടുത്താൻ വന്നില്ല. അവരുടെ കണ്ണുകൾ മാത്രം എന്നെ പിന്തുടർന്നു. ഒരു പ്രത്യേകജീവിയെ എന്ന പോലെ അവർ എന്നെ നോക്കി.

വൈകുന്നേരത്തെ പ്രാർത്ഥനയായിരുന്നു. അതിനെ എന്തുപേരിട്ടാണ് വിളിക്കുന്നതെന്നെനിക്കറിയില്ല. ഭാഗികമായി അന്ധകാരത്തിലായിരുന്ന പള്ളിയിൽ മെഴുകുതിരികൾ കത്തിനിന്നു. പള്ളിയിൽ പ്രവേശിച്ച ഞാൻ അൾത്താരയുടെ ഇടതുവശത്ത് വിശുദ്ധ പാന്റലെയ്മൊണിന്റെ ചിത്രത്തിനരുകിലായി സ്ഥാനം പിടിച്ചു. ചിത്രത്തിനടുത്ത് ഒരു പ്രാർത്ഥന എഴുതി തൂക്കിയിരുന്നു. ഞാനതു വായിച്ചു. പിന്നീട് വിഗ്രഹചിത്രത്തിന്റെ ചില്ലിൽ ഞാൻ നെറ്റിയമർത്തിക്കൊണ്ട് ദീർഘനേരം നിന്നു. ഞാൻ പാന്റലിമോണിനോട് പ്ലത്തോനവിനെക്കുറിച്ച് പറഞ്ഞു. അദ്ദേഹം ജീവിതത്തിൽ എത്രമാത്രം യാതനകൾ അനുഭവിച്ചിട്ടുണ്ടെന്നും പ്രധാനമായും ഞങ്ങൾക്കിപ്പോൾ ഒരു കുട്ടി പിറക്കാൻ പോകുന്നു എന്നും ഞാൻ പറഞ്ഞു. എന്റെയടുത്തുനിന്നയാളുകളും വിഗ്രഹത്തെ ചുംബിക്കുന്നുണ്ടായിരുന്നു. എന്റെ നെറ്റിക്കടിയിലെ ചില്ലിന്റെ തണുപ്പ് പോയി. പക്ഷേ ഞാൻ പറഞ്ഞുകൊണ്ടേയിരുന്നു. ശബ്ദമില്ലാതെ ചുണ്ടുകൾ കൊണ്ട് ഞാൻ പ്രാർത്ഥിച്ചു. ഞാൻ ചൂടാക്കിയ ഗ്ലാസ്സിന്റെ ചൂട് പാന്റലിമോണിന്റെ ചൂടായി പരിണമിച്ചു. ശബ്ദമില്ലാത്ത പ്രാർത്ഥനകൾ എന്റെയരുകിലേക്ക് ഒഴുകിയെത്തി. അതെന്നെ ശാന്തയാക്കി.

പിന്നീട് ദുഃഖിതരുടെ സന്തോഷമാകുന്ന രക്ഷകന്റെയടുത്ത് ഞാൻ നിന്നു. ഇതിനുമുൻപൊരിക്കലും എനിക്ക് രക്ഷകനുമായി ആത്മഭാഷണങ്ങളൊന്നും സംഭവിച്ചിരുന്നില്ല. ഇപ്പോൾ അതുണ്ടായി. ഞാൻ മാത്രമാണ് സംസാരിച്ചതെങ്കിലും അതൊരു സംഭാഷണമായിരുന്നു. എനിക്കു കിട്ടിയ ഉത്തരം പ്രതീക്ഷകളായിരുന്നു. അതെന്റെ നിരാശയെ അകറ്റി. ദുഃഖിതരുടെ ഒരു പ്രത്യേക സന്തോഷം.

പ്ലത്തോനവ് വന്നതിനുശേഷമാണ് ഞാൻ വീട്ടിൽ തിരിച്ചെത്തിയത്. ഞാനെവിടെയായിരുന്നു എന്ന് അദ്ദേഹം ചോദിച്ചപ്പോൾ ആദ്യം ഞാൻ പറയാനുദ്ദേശിച്ചിരുന്നില്ലയെങ്കിലും ഞാൻ എല്ലാം പറഞ്ഞു. പള്ളിയെക്കുറിച്ചുള്ള എന്റെ വിവരണം അദ്ദേഹത്തിന്റെ നില വളരെ ഗൗരവമുള്ളതാണെന്ന ധാരണയുണ്ടാക്കുമോ എന്ന് ഞാൻ ഭയന്നു.

അത് അദ്ദേഹത്തെ പൂർണ്ണമായും തകർത്തുകളയുമെന്ന് ഞാൻ ഭയപ്പെട്ടു. പക്ഷേ അത്തരം സന്തോഷം എന്നിൽ നിറയുമെന്നും

അദ്ദേഹവുമായി അത് പങ്കുവെയ്ക്കാൻ കഴിയുമെന്നും എനിക്ക് ഊഹിക്കാൻ കഴിഞ്ഞില്ല,

അദ്ദേഹം എന്നോട് പറഞ്ഞു.

“നീ അടിമുടി തിളങ്ങിനില്ക്കുകയാണ്. എന്റെ കാര്യങ്ങൾ കുഴപ്പത്തിലാവുകയാണെങ്കിൽ നിന്റെ തിളക്കം അതിന്റെ വിപരീതഭാവത്തിലേക്ക് പരിണമിക്കും.”

സത്യത്തിൽ ഞാനത് പ്രതീക്ഷിച്ചില്ല.

“നിങ്ങൾ പറയുന്നത് ഞാൻ നിങ്ങൾക്കുവേണ്ടി പ്രാർത്ഥിക്കുകയും അത് സത്യമായിത്തീരുമെന്ന് വിശ്വസിക്കാതിരിക്കുകയും ചെയ്യുന്നുവെന്നാണോ? മഴയ്ക്കുവേണ്ടി പ്രാർത്ഥിക്കാൻ പോകുകയും കുടയുമായി മടങ്ങിവരുകയും ചെയ്ത പൂജാരിയെക്കുറിച്ച് ചേഹവ് എഴുതിയ കഥ ഓർമ്മയില്ലേ?”

“നിനക്ക് കുടയുടെ ആവശ്യമില്ല. പ്രാർത്ഥിക്കുകമാത്രം ചെയ്യുക.”

അയാൾ എന്റെ നെറ്റിയിൽ ചുംബിച്ചു. അയാൾ പറഞ്ഞത് ശരിയല്ല! ഒട്ടും ശരിയല്ല!

ഇന്നക്കെഞ്ചി

നാസ്ച്യയെ കൊണ്ടുപോകാൻ ആംബുലൻസ് വന്നു. വയറിന് ഭാരം തോന്നുന്നതായി അവൾ പറഞ്ഞിരുന്നു. പക്ഷേ ഡോക്ടറെ വിളിക്കാൻ ഞാൻ തുനിഞ്ഞാൽ അവൾ സമ്മതിച്ചിരുന്നില്ല. ഇന്ന് കാര്യങ്ങൾ കൂടുതൽ വഷളായപ്പോൾ ഡോക്ടറെ വിളിക്കേണ്ടിവന്നു. അവൾ ഗർഭിണിയാണെന്നറിഞ്ഞപ്പോൾ തുടക്കം മുതലേ പോയിരുന്ന നീവ്സ്കി മെറ്റേണിറ്റി ഹോസ്പിറ്റലിൽ അവളെ അഡ്മിറ്റ് ചെയ്തു. ഞാനെന്തുകൊണ്ടാണ് നേരത്തെ അവളെ ഹോസ്പിറ്റലിൽ അഡ്മിറ്റ് ചെയ്യാതിരുന്നത്? മനസ്സിലാകുന്നു. അവൾക്ക് എന്നെ ഒറ്റയ്ക്കാക്കി പോകാൻ ഇഷ്ടമായിരുന്നില്ല. ഒറ്റപ്പെടാൻ ഞാനും ഇഷ്ടപ്പെട്ടില്ല. അതെനിക്ക് ഭീകരമായി തോന്നിയിരുന്നു. ഇനി എന്തു നോക്കാനാണ്? അതിനെക്കുറിച്ചുള്ള ചിന്ത എന്നെ വിഷമിപ്പിച്ചു. ഞാൻ തന്നെ അവളെ കൈയിൽപിടിച്ചുവലിച്ച് ഹോസ്പിറ്റലിൽ അഡ്മിറ്റ് ചെയ്യണമായിരുന്നു.

ഞങ്ങൾ ഹോസ്പിറ്റലിൽ എത്തിച്ചേർന്നപ്പോൾ എനിക്ക് അസഹനീയമായി തോന്നി. എന്നെ അവളോടൊപ്പം മുറിയിലിരിക്കാൻ അനുവദിക്കണമെന്ന് ഞാൻ ആവശ്യപ്പെട്ടു. “എവിടെ? നിങ്ങളെന്താ പറയുന്നത്, ഹേ സുഹൃത്തേ. ഈ രാത്രിയിൽ വന്നിട്ട് റൂമിൽ പോകണമെന്നോ?” അവർ പ്ലത്തോനവിനെ റിസപ്ഷന്റെ അപ്പുറത്ത് കടന്നുപോകാൻ അനുവദിച്ചില്ല. ഞങ്ങൾ വരാനായി രാത്രി തിരഞ്ഞെടുത്തപ്പോലെയായിരുന്നു അവരുടെ സംസാരം. നാസ്ച്യയെ സ്ട്രെച്ചറിലാണ് മുറിയിലേക്ക് കൊണ്ടുപോയത്. വളരെയടുത്ത ബന്ധുവിനെ സ്ട്രെച്ചറിൽ കൊണ്ടുപോകുന്നത് കണ്ടുനില്ക്കാൻ വിഷമമാണ്.

ഒരു മണിക്കൂറോളം ഞാൻ പ്രവേശനകവാടത്തിനരുകിൽ കാത്തിരുന്നു. ആളുകൾ വന്ന് എന്നെ നോക്കി. മുഴുവൻ ഹോസ്പിറ്റൽ ജീവനക്കാരും എന്നെ വന്നുനോക്കിയെന്നാണ് ഞാൻ കരുതുന്നത്. അവരെന്നെ നോക്കുകയല്ലാതെ എന്നെയും നാസ്ച്യയേയും ഒന്നിപ്പിക്കുവാനായി ഒന്നും ചെയ്തില്ല. ഒന്നും. അവസാനം എന്നോട് കസേരവിട്ട് പുറത്തുപോകാൻ പറഞ്ഞു. അവർക്ക് രാത്രി ഹോസ്പിറ്റൽ അടയ്ക്കണമെന്നും പറഞ്ഞു. ഒരു വാക്കും പറയാതെ ഞാൻ പുറത്തിറങ്ങിനടന്നു. എനിക്ക് എന്താണ് തോന്നിയതെന്ന് അവരോട് പറയാമായിരുന്നു. പക്ഷേ കൃത്യമായ വാക്ക് കണ്ടുപിടിക്കാൻ കഴിഞ്ഞില്ല.

കുറച്ചുനിമിഷങ്ങൾക്കകം ഞാൻ നീവ്സ്കി പ്രൊസ്പെക്ടിൽ നിൽക്കുന്നതായി കണ്ടു. മെട്രോയിൽ കയറി ടോക്കൺ വാങ്ങി യാത്ര ചെയ്യാമായിരുന്നു. പക്ഷേ പോയില്ല.

“നിങ്ങൾ മെട്രോയിൽ കയറുന്നുണ്ടോ?” മെട്രോ ജീവനക്കാരി ചോദിച്ചു. “ഞങ്ങൾ അടയ്ക്കാൻ തുടങ്ങുകയാണ്, വേണമെങ്കിൽ കയറിക്കോളൂ.”

അടച്ചോളൂ! വീട്ടിൽ നാസ്ച്യയുണ്ടായിരിക്കില്ലല്ലോ എന്ന് ആലോചിച്ചപ്പോൾ മെട്രോയിൽ പോകേണ്ടെന്ന് തീരുമാനിച്ചു. മെട്രോയിൽനിന്നിറങ്ങി മോസ്കോ റെയിൽവേ സ്റ്റേഷനിലേക്ക് നടന്നു. അവിടെ ഇരിക്കാൻ തീരുമാനിച്ചു. വെളിച്ചമുള്ള ആളുകളില്ലാത്ത ഒരു സ്ഥലത്തെക്കുറിച്ചാണ് ഞാൻ സ്വപ്നം കണ്ടതെങ്കിലും മോസ്കോയിലേക്ക് പോകുന്ന ജനങ്ങളുടെ തിരക്കായിരുന്നു അവിടെ. അവരോട് സംസാരിക്കാനോ അവരെ കാണാനോ ഞാൻ ഇഷ്ടപ്പെട്ടില്ല. അവരുടെ നിലനില്പ്പിനെക്കുറിച്ച് അറിയാൻപോലും എനിക്ക് താത്പര്യമുണ്ടായിരുന്നില്ല. കാരണം നാസ്ച്യയുമായി വേർപിരിഞ്ഞതിനുശേഷം ആരും അവിടെയെങ്ങും ഉണ്ടാകാതിരിക്കുന്നതായിരുന്നു എനിക്ക് അഭികാമ്യം. അവരുടെ സാന്നിദ്ധ്യം എന്റെ ഏകാന്തത വർദ്ധിപ്പിച്ചതേയുള്ളൂ. ഒന്നര മണിക്കൂർ സമയം റെയിൽവേ സ്റ്റേഷനിൽ കുത്തിയിരുന്നു.

ഞാൻ സ്നാമെൻസ്കയെ സ്ക്വയറിലേക്ക് നടന്നു. ഉജ്ജ്വലമായ സ്മാരകങ്ങളും പള്ളികളുമുള്ള സ്നാമെൻസ്കയ സ്ക്വയർ ഞാൻ ഓർമ്മിക്കുന്നു. ചക്രവർത്തി കല്ലുപോലുള്ള കാലടികളുമായി മടങ്ങിവരുന്നത് ഞാൻ സങ്കല്പിച്ചു. അദ്ദേഹത്തിന്റെ മുന്നിൽ ഹെഡ്ലൈറ്റുകൾ തെളിച്ച കാറുകളും വാഹനങ്ങളും വഴിതടഞ്ഞുനിന്നു. ആരും അദ്ദേഹത്തിന്റെ വരവ് പ്രതീക്ഷിച്ചിരുന്നില്ല. അദ്ദേഹത്തിന്റെ കുതിര സാവകാശം അടിവെച്ചുനീങ്ങി. കുതിരക്കുളമ്പടി ശബ്ദങ്ങൾ മുഴങ്ങി. ടാറിട്ട റോഡിൽ തീ പാറി. ഞാൻ തിരിച്ചുവന്നില്ലേ? പിന്നെ ചക്രവർത്തിക്ക് തിരിച്ചുവന്നുകൂടെ? ഞങ്ങൾ രണ്ടാളുകളും ചരിത്രമാകുന്നു.

നെവ്സ്കി സന്ന്യാസാലയത്തിലേക്ക് ഞാൻ ആയാസപ്പെട്ടു നടന്നു. കാലുകൾ മടങ്ങുകയും ഞാൻ ക്ഷീണിച്ചുതളരുകയും ചെയ്തു. ഏതോ

വീടിന്റെ മുന്നിൽ പുറത്തെടുത്തിട്ട ഒരു അടുക്കളയിലെ മേശ കണ്ടു. ഞാനതിൽ ഇരുന്നു. അതിന്റെ ചെറിയ ഷട്ടറുകളിൽ എന്റെ കാൽ അറിയാതെ തട്ടി. തപ്പുകൊട്ടുന്ന അടക്കിയ ശബ്ദം പുറപ്പെട്ടു. ഞാനൊരിക്കലും നീവ്സ്കി തെരുവിൽ അങ്ങനെ ഇരുന്നിട്ടില്ല. അടുക്കള മേശയുടെ പുറത്ത്. കുറച്ചു വിശ്രമിച്ചശേഷം യാത്ര തുടർന്നു.

എന്നെ അദ്ഭുതപ്പെടുത്തിക്കൊണ്ട് സന്ന്യാസാലയത്തിന്റെ വാതിലുകൾ തുറന്നുകിടക്കുന്നതാണ് ഞാൻ കണ്ടത്. ഗേറ്റിൽ നിന്നിരുന്നയാളുകൾ എന്തോ പ്രതീക്ഷിച്ചുനില്ക്കുകയായിരുന്നു. ഒരു മിനിട്ടു കഴിഞ്ഞപ്പോൾ 'മ്യൂണിവാട്ടർ' എന്നെഴുതിവെച്ചിട്ടുള്ള ഒരു വാഹനം ഗേറ്റിലൂടെ വേഗത കുറച്ച് അകത്തേക്ക് കടന്നു. വാഹനത്തിനു പിന്നാലെ ധൃതി വെക്കാതെ ഞാനും അകത്തേക്ക് നടന്നു. എന്നെ ആരും തടഞ്ഞുനിർത്തിയില്ല. 'മ്യൂണിവാട്ടർ' ജോലിക്കാരനാണ് ഞാനെന്ന് അവർ തെറ്റിദ്ധരിച്ചിരിക്കാം. ഒരുപക്ഷേ ഞാൻ ചിന്താഗ്രസ്തനായി കാണപ്പെട്ടതിനാലാവാം വെള്ളം കൈകാര്യം ചെയ്യുന്നവർ എല്ലായ്പ്പോഴും ചിന്താഗ്രസ്തരായിരിക്കും.

സംശയിച്ചുനിന്ന ഞാൻ നിക്കോൾസ്കി ശ്മശാനത്തിൽ കയറാൻ തീരുമാനിച്ചു. വണ്ടിയും ശ്മശാനം ലക്ഷ്യമാക്കി നീങ്ങുകയായിരുന്നു. വണ്ടി ഇപ്പോഴും വളരെ സാവധാനമാണ് നീങ്ങിക്കൊണ്ടിരുന്നത്. അതിന്റെ വഴി തൊട്ടുനോക്കി മനസ്സിലാക്കുന്നതുപോലെയായിരുന്നു വണ്ടി നീങ്ങിയത്. വണ്ടിയുടെ ഹെഡ്ലൈറ്റ് ഇരുട്ടിൽനിന്നും മരങ്ങളും സ്മാരകങ്ങളും കണ്ടുപിടിച്ചു. വൈദ്യുതരശ്മികളിൽ ത്രിമാനരൂപം പൂണ്ട അവ ചലിക്കുകയും പരസ്പരം സ്ഥലങ്ങൾ മാറുകയും സ്വന്തം നിഴലുകൾ നഷ്ടമാകുകയും മറ്റുള്ളവയുടെ നിഴലുകൾ സ്വന്തമാക്കുകയും ചെയ്തു.

നിക്കോൾസ്കി ശ്മശാനത്തിൽ ദ്രുതഗതിയിൽ വേല നടക്കുകയായിരുന്നു. രണ്ട് മണ്ണുമാന്തിയന്ത്രങ്ങളാണ് തീക്ഷ്ണപ്രകാശമുള്ള വൈദ്യുതദീപങ്ങളുടെ സഹായത്തോടെ പ്രവർത്തിച്ചിരുന്നത്. അവർ ശവക്കുഴികൾ തോണ്ടി തുറസ്സായ സ്ഥലത്ത് കുടിവെയ്ക്കുന്നതുപോലെയാണ് ആദ്യം എനിക്ക് തോന്നിയത്. അല്ല, അവർ ശവക്കുഴിയിൽ നിന്നല്ല മണ്ണുമാന്തുന്നതെന്ന് കൂടുതൽ അടുത്തെത്തിയപ്പോഴാണ് എനിക്ക് മനസ്സിലായത്. ശ്മശാനത്തിലെ റോഡിൽ വിപരീത ദിശകളിൽനിന്നും പൈപ്പ് ഇടാനുള്ള ചാൽ ഓരം ചേർത്ത് കുഴിക്കുകയായിരുന്നു. നിരവധി വർഷങ്ങളായി സംസ്കരിക്കപ്പെട്ട പല ശവപ്പെട്ടികളും റോഡിന്റെയുള്ളിലേക്ക് പാതിയോളം അതിക്രമിച്ച് കടന്നിരുന്നു. അത്തരം ശവപ്പെട്ടികൾ മാന്തിയെടുക്കാതെ അവർക്ക് ചാൽ നിർമ്മിക്കാൻ കഴിയുമായിരുന്നില്ല.

ചെരഞ്ചി അസിപ്പോവിച്ചിന്റെ ശവക്കല്ലറയും റോഡിലേക്ക് ഉന്തിനില്ക്കുകയായിരുന്നു എന്നും പൈപ്പ് ലൈനിന് ചാൽ നിർമ്മിക്കുവാൻ അത് തടസ്സമായേക്കാമെന്ന ചിന്ത ഒരു നിമിഷം എന്നിൽ മിന്നി മറഞ്ഞു.

രണ്ടാമത്തെ മണ്ണുമാന്തിയന്ത്രത്തിൽനിന്നും നീണ്ടുകിടന്ന കനാലിനു സമാന്തരമായി ഞാൻ നടന്നു. ഭൂമിയിൽ വേരുപിടിച്ചതുപോലെ ഞാൻ നിന്നു. പുതുമണ്ണിന്റെ ഒരു ചെറിയ കൂനയുടെ മുകളിൽ ചെരഞ്ചി അസിപ്പോവിച്ചിന്റെ ശവപ്പെട്ടി കുത്തിനിർത്തിയിരുന്നു. ചെരഞ്ചി അസിപ്പോവിച്ചാണ് ശവപ്പെട്ടിയിലുള്ളതെന്ന് എനിക്ക് ഉറപ്പില്ലായിരുന്നു. പക്ഷേ ശവപ്പെട്ടി അയാളുടെ കല്ലറയുടെ മുകളിൽ തൂങ്ങിനിൽക്കുകയായിരുന്നു. അയാളല്ലെങ്കിൽ മറ്റാരാവും ശവപ്പെട്ടിയിൽ?

ഞാൻ ശവപ്പെട്ടിയുടെ നേരെ നടന്നുചെന്നു. അതിന്റെ പാർശ്വത്തിലുള്ള ഒരു കഷണം അടർന്നുപോയിരുന്നു. അതിലൂടെ ഒന്നും വ്യക്തമായി കാണുവാൻ കഴിയുമായിരുന്നില്ല. വൈദ്യുതദീപത്തിൽനിന്നുള്ള പ്രകാശം അതിന്റെയുള്ളിൽ വീഴുന്നുണ്ടായിരുന്നില്ല. ശവപ്പെട്ടിയുടെ മൂടി തുറക്കാതെ ഒരാൾക്കും അതിനുള്ളിൽ ചെരഞ്ചി അസിപ്പോവിച്ചാണോ എന്ന് പറയുവാൻ കഴിയുമായിരുന്നില്ല. പക്ഷേ അത് നിങ്ങൾക്കെങ്ങനെ ചെയ്യാൻ കഴിയും?

ഞാൻ ആലോചിക്കുന്നതിനിടയിൽ വന്നെത്തിയ ഒരു വാഹനത്തിൽനിന്നും ഒരു ഹോസ് നീണ്ടുവന്നു. ഒരു ഭീമാകാരമായ പമ്പരത്തിൽ ചുറ്റിവെച്ചിരുന്ന ഹോസായിരുന്നു അത്. അപ്രതീക്ഷിതമായ ചെറിയ ശബ്ദത്തോടെ ആ പമ്പരം കറങ്ങുകയും ഹോസ് അഴിഞ്ഞുവരുകയും ചെയ്തു. അവർ ശ്മശാനത്തിൽ കുടിവെള്ള വിതരണത്തിനുള്ള പൈപ്പ് ഇടുകയായിരുന്നു. ആരെയും ശല്യപ്പെടുത്താതിരിക്കാനായി ആ ജോലി രാത്രിയിൽ ചെയ്തുവെന്നേയുള്ളൂ. കനാലിന്റെ അടിത്തട്ടിൽ കുടിവെള്ള വിതരണത്തിനുള്ള കുഴൽ കൃത്യമായി ഇട്ടിരുന്നു. ജീവിക്കുന്നവർക്ക് കുടിവെള്ള വിതരണം നടത്തിക്കഴിഞ്ഞ് നഗരസഭാധികാരികൾ വേർപ്പെട്ടുപോയവരിലേക്ക് ശ്രദ്ധ കേന്ദ്രീകരിച്ചപ്പോൾ കണ്ടുനിന്നവർ ഹർഷോന്മത്തരായി. മറ്റുള്ളവരുടെ ശ്രദ്ധയിൽപ്പെടാതെ ഞാൻ ശവപ്പെട്ടിയുടെ അടുത്തുചെല്ലുകയും പാതി ദ്രവിച്ച തടിയിൽ കൈപ്പത്തി വെക്കുകയും ചെയ്തു. ഞാനതിൽ തപ്പിതടഞ്ഞു. ശവപ്പെട്ടിയുടെ മുകൾഭാഗം ഉറപ്പിച്ചിരുന്ന സ്ഥലത്ത് ഒരു വിടവുണ്ടായിരുന്നു. അതിലൂടെ വിരലുകൾ കടത്തി ശക്തിയായി ഞാൻ പെട്ടിയുടെ മുകൾഭാഗം മുകളിലേക്ക് വലിച്ചു.

ശക്തിയുടെ ആവശ്യമുണ്ടായിരുന്നില്ല, പെട്ടിയുടെ മുകൾഭാഗം തുറന്നുപോന്നു. ഞാൻ ഒരിക്കൽ കൂടി ചുറ്റുപാടുമുള്ളവരെ നോക്കി. അവരെല്ലാം കുഴിയിലൂടെ പൈപ്പിടുന്നത് ശ്രദ്ധിച്ചുനില്ക്കുകയാണ്. ശവപ്പെട്ടിയുടെ അടപ്പ് ഒറ്റവലിക്ക് ഞാൻ തുറന്നു. അത് പെട്ടിയുടെ ഒരു വശത്തേക്ക് മടക്കിവെച്ചു. വൈദ്യുത ദീപത്തിന്റെ പ്രകാശത്തിൽ പെട്ടിക്കുള്ളിലെ അവശിഷ്ടങ്ങൾ ദൃശ്യമായിരുന്നു. അത് ചെരഞ്ചി അസിപ്പോവിച്ച് ആയിരുന്നു. ഞാനയാളെ പെട്ടെന്ന് തിരിച്ചറിഞ്ഞു.

തലയോട്ടിയിൽ നരച്ച മുടികൾ ഒട്ടിപ്പിടിച്ചുകിടന്നിരുന്നു. ഗാംഭീര്യമുള്ള അയാളുടെ വസ്ത്രങ്ങൾക്ക് ഉടവുപറ്റിയിരുന്നില്ല. ജീവിച്ചിരുന്നപ്പോൾ

കണ്ടതുപോലെതന്നെ തോന്നിച്ചു. മൂക്ക് ഉണ്ടായിരുന്നില്ല. കണ്ണിന്റെ സ്ഥാനത്ത് രണ്ടു കറുത്ത കുഴികൾ. മറ്റു കാര്യങ്ങളിലൊക്കെ ചെരഞ്ചി അസിപ്പോവിച്ചിന് വലിയ മാറ്റങ്ങളൊന്നും സംഭവിച്ചിരുന്നില്ല. 'നിർഭയ നായി പോകൂ' എന്ന് അയാൾ പറയുമെന്ന് കരുതി. ഒരു നിമിഷം ഞാൻ കാത്തിരുന്നു. പിന്നീട് അയാൾക്ക് വായയും ഇല്ല എന്ന് മനസ്സിലാക്കി.

ഗെയ്ഗർ

നാസ്ച്യ ആശുപത്രിയിലാണ്. ഇന്നക്കെഞ്ചിയെ ഇന്ന് അവളുടെ യടുത്തു നില്ക്കാൻ അവർ അനുവദിച്ചില്ല. നാളെ ചെല്ലാൻ പറഞ്ഞിരി ക്കുകയാണ്. അയാൾ എന്നെ വിളിച്ച് അക്കാര്യം പറഞ്ഞിരുന്നു. കൂടാതെ 'ഫർമാൻ-4' എന്ന വിമാനത്തിന്റെ വിശദവിവരങ്ങൾ വേണമെന്ന് അയാൾ പറഞ്ഞു.

"എന്തിനാണ്?" ഞാൻ ചോദിച്ചു.

"അറിയട്ടെ, കഴിഞ്ഞകാലത്തിന്റെ പൂർണ്ണമായ ചിത്രമല്ലേ നമുക്ക് വേണ്ടത്. ആ വിവരങ്ങൾ കൂടി നമ്മുടെ വിഷയത്തിൽ ചേർക്കുക."

"അത് വിഷമമുള്ള കാര്യമല്ല. വിശ്വവിജ്ഞാനകോശം തുറന്നുവെച്ച് പകർത്തി എഴുതുകയേ വേണ്ടൂ."

"എനിക്കത്ര സുഖകരമായി തോന്നുന്നില്ല. അത്രയും കഠിനപ്രയത്ന ത്തിന്റെ ആവശ്യമുണ്ടോ എന്നെനിക്കറിയില്ല."

'അതത്ര കാര്യമാക്കാനില്ല. എല്ലാം ശരി."

ഒന്നിനുമുകളിൽ മറ്റൊന്നായി രണ്ടു ജോടി ചിറകുകളുള്ള വിമാന മാണ് "ഫർമാൻ -4". രണ്ടു സീറ്റുകൾ. 1910-1916 കാലഘട്ടത്തിൽ നിർമ്മിച്ച താണ്. 65 എച്ച്.പി. മോട്ടോർ, രണ്ടര മീറ്റർ വ്യാസമുള്ള പ്രൊപ്പലർ, 400 കിലോ ഭാരം, 180 കിലോ ഉയർത്താനുള്ള കഴിവ്, ഇതൊക്കെയായിരുന്നു അതിന്റെ സവിശേഷതകൾ. പൈൻ മരത്തിന്റെ തടിക്കൊണ്ടായിരുന്നു വിമാനം നിർമ്മിച്ചിരുന്നത്. ചിറകുകളും ചക്രങ്ങളും പാടപോലുള്ള മഞ്ഞ ക്യാൻവാസുകൊണ്ട് പൊതിഞ്ഞിരുന്നു. തികച്ചും പരിശുദ്ധം. ഫ്രങ്കോവ് ഫർമാനിലായിരുന്നു പറഞ്ഞത് (കവിതപോലെ പ്രാസമൊപ്പിച്ച് വരു ന്നുണ്ട്) നിർഭാഗ്യവശാൽ തകർന്നുവീണ് അയാൾ മരിച്ചത് ഈ വിമാന ത്തിലായിരുന്നു.

ഞാനിതെല്ലാം എന്തിനാണ് എഴുതുന്നതെന്ന് എനിക്കറിയില്ല. അതത്ര എളുപ്പമായ കാര്യമല്ല. എങ്കിലും ഇന്നക്കെഞ്ചിയുടെ പരിശോധനയുടെ ഫലങ്ങളെക്കുറിച്ച് എഴുതുന്നതിലും എളുപ്പമാണ്.

ഇന്നക്കെഞ്ചി

ഇന്നലെ രാത്രി ഉറക്കം വരുന്നതുവരെ ഞാൻ മേശമേൽവെച്ച് എഴു തുകയായിരുന്നു. ഫ്രളോവിന്റെ വിമാനം ഞാനിന്നലെ സ്വപ്നത്തിൽ കണ്ടു. സ്വപ്നത്തിൽ അതിന്റെ "ഫർമാൻ-4" എന്ന പേരുപോലും ഞാൻ

കണ്ടു. ഓർമ്മയിൽ 4 എന്ന അക്കം സൂക്ഷിക്കപ്പെട്ടിരുന്നു. ആർക്കാണ് അങ്ങനെ ചിന്തിക്കാനാവുക? അയാളുടെ വിമാനം ഓടിപ്പോകുകയും റൺവേയിൽ ഉയർന്നുപൊങ്ങാൻ കഴിയാതെ വരുന്നതുമാണ് ഞാൻ കണ്ടത്. തന്റെ ഷൂസിനടിയിൽ വൈമാനികൻ പുല്ലും പൂക്കളും ജല കണങ്ങളും കണ്ടു. പിന്നെ അവയെല്ലാം കൂടി ചേർന്ന് ഒരു കടുംപച്ച പിണ്ഡമായി പരിണമിച്ചു. ഒരുപക്ഷേ ഉയർന്നുപറക്കാതിരിക്കുന്നതാവും നല്ലത്. അയാൾക്ക് മതിവരുവോളം വിമാനം റൺവേയിലൂടെ ഓടിക്കട്ടെ. അതിനലെന്താ തെറ്റുള്ളത്? അയാൾക്ക് പാരച്യൂട്ടിൽ ചാടി രക്ഷപ്പെടാ മായിരുന്നു. പക്ഷേ ഞങ്ങളയാളെ സ്നേഹിച്ചിരുന്നത് അതിനുവേണ്ടി യായിരുന്നില്ല.

ഞാൻ രാത്രി ഇന്നക്കെഞ്ചിയുടെ വീട്ടിൽ ഉറങ്ങി. മൂന്നുമണിവരെ സംസാരിച്ചിരുന്നു. അയാൾ ഒരു വോഡ്ക തുറന്നുവെച്ചു. ആദ്യം ഒരു കുപ്പി. പിന്നീട് മറ്റൊന്ന്. ഞാൻ എതിർത്തില്ല. ഇവിടെ എന്ത് എതിർക്കാ നാണ്. ഞങ്ങൾ രണ്ടു കുപ്പികളും കുടിച്ചുതീർത്തു. അയാൾ തന്റെ ആരോഗ്യത്തെക്കുറിച്ച് ചോദിക്കാൻ തുടങ്ങുമെന്ന് ഞാൻ ഭയന്നു. പക്ഷേ ചോദിച്ചില്ല. അയാളെ ഇപ്പോൾ കൂടുതൽ അലട്ടുന്നത് നാസ്ച്യയുടെ ആരോഗ്യനിലയാണ്. കുട്ടി മരിച്ചുപോകുമെന്ന് അയാൾ ഭയപ്പെടുന്നു. സംഭാഷണം എങ്ങനെയോ വഴുതിപ്പോവുകയും ഇപ്പോഴത്തെ ജീവിത ഘടനയെക്കുറിച്ചാവുകയും ചെയ്തു. ഇന്നക്കെഞ്ചി അതിനെ അരാജ കത്വം എന്ന് വിശേഷിപ്പിച്ചു. അരാജകത്വത്തിനുശേഷം മേധാവിത്വപര മായ ഭരണമാണ് ഉണ്ടാവുക എന്നത് ഞാൻ ശ്രദ്ധിച്ചു. അത് വളരെ ദുഃഖകരമാണ്. അരാജകത്വത്തേക്കാൾ കുറച്ച് വിനാശകരമാണ് മേധാ വിത്വഭരണമെന്ന് കാലത്തിന്റെ കാവൽക്കാരനായ ഇന്നക്കെഞ്ചി പറഞ്ഞു. ജനങ്ങളെ അയാൾ ആഴക്കടലിലെ മത്സ്യങ്ങളോട് ഉപമിച്ചു. അവർക്ക് ഉയർന്ന മർദ്ദത്തിലെ ജീവിക്കാൻ കഴിയുകയുള്ളൂ എന്നയാൾ പറഞ്ഞു. ഞാനതിനെ കുടിച്ച മദ്യത്തിന്റെ അളവുമായി ബന്ധിപ്പിക്കുന്നു. അസുഖ കരമായ കണ്ടുപിടുത്തം. ഞങ്ങൾ ഒരുമിച്ചിരുന്നതിനിടയിൽ ഇന്ന ക്കെഞ്ചിക്ക് പലതവണ ശ്വാസംമുട്ടലുണ്ടായി. വ്യക്തമായും വിഴുങ്ങുന്ന ക്രമക്കേടായിരുന്നു കാരണം. തൊണ്ടയുടെ പ്രശ്നമല്ല, അത് തല ച്ചോറിന്റെ പ്രശ്നമാണ്.

ഇന്നക്കെഞ്ചി

ഞാനിന്ന് നാസ്ച്യയെ കാണാൻ പോയിരുന്നു. അവൾ അത്ര സുഖ കരമായ അവസ്ഥയിലായിരുന്നില്ല. വളരെ വിളർച്ചയോടെയും ഇളംപച്ച നിറത്തിലും അവൾ കാണപ്പെട്ടു. ഞാനിതേവരെ അവളെ അങ്ങനെ കണ്ടിട്ടില്ല. ഞാൻ രാത്രി വളരെ വൈകുവോളം അവർ പറഞ്ഞുവിടുന്ന തുവരെ അവിടെയിരുന്നു. ഉച്ചയ്ക്ക് അവളുടെ ഊണുമുഴുവൻ ഞാനാണ് കഴിച്ചത്. അവൾക്ക് ഒന്നും കഴിക്കാൻ സാധിച്ചില്ല. ചികിത്സിക്കുന്ന

ഡോക്ടറുടെ അഭിപ്രായമനുസരിച്ച് അവളുടെ ശരീരത്തിൽ സംഭവിക്കുന്ന പ്രക്രിയയുടെ ഫലമായിരുന്നു വിശപ്പില്ലായ്മ.

പരുഷമായി പറഞ്ഞാൽ ആഹാരം മോശമായിരുന്നു. ഞാൻ കരുതുന്നത് ഇവിടത്തെ പാചകക്കാരൻ ഊണിന് സ്വാദ് വർദ്ധിപ്പിക്കുവാൻ ഒന്നും ചെയ്യുന്നില്ല. ചേരുവകളൊന്നും തന്നെ വേണ്ടവിധം ചേർക്കുന്നില്ല. ചുരുക്കിപ്പറഞ്ഞാൽ അവർ മോഷ്ടിക്കുന്നു. ആളുകളല്ലേ, നമുക്ക് ഒന്നും ചെയ്യാൻ കഴിയില്ല.

ഗെയ്ഗർ പറയുന്നത് അത്തരം ആളുകളിൽ നിങ്ങൾക്ക് സമ്മർദ്ദം ചെലുത്താനാവില്ല. ജനാധിപത്യത്തിന്റെ ഗുണങ്ങളെക്കുറിച്ച് ഇന്നലെ ഞങ്ങൾ രണ്ടാളും അർദ്ധരാത്രിവരെ തർക്കിച്ചു. അയാൾ പറയാതെ തന്നെ ആ ഗുണങ്ങൾ കാണുന്നു. ചില സ്ഥലങ്ങളിൽ അത് സ്വാഭാവികവും അനുയോജ്യവുമായിരിക്കും. പക്ഷേ അത് നമ്മുടെ രാജ്യത്ത് അത്ര വികാസം പ്രാപിക്കുന്നില്ല. ഉദാഹരണത്തിന് ഗെയ്ഗറുടെ മാതൃരാജ്യത്ത് അത് വികാസം പ്രാപിക്കുന്നുണ്ട്. പക്ഷേ നമ്മൾക്ക് അതില്ല.

വ്യക്തിപരമായ ഉത്തരവാദിത്വങ്ങളാണ് എല്ലാ കാര്യങ്ങളുമെന്നാണ് ഞാൻ കരുതുന്നത്. വ്യക്തിപരവും ഓരോരുത്തരെ സംബന്ധിച്ചതുമാണത്. അത് നഷ്ടമാകുമ്പോൾ അവിടെ ബാഹ്യമായ എന്തെങ്കിലും നടപടികൾ പ്രാവർത്തികമാക്കണം. ഉദാഹരണത്തിന് ഒരാൾക്ക് നട്ടെല്ലിൽ കേടുപറ്റിയാൽ അയാൾക്ക് നല്ല ഉറപ്പുള്ള ഒരു താങ്ങുകൊടക്കും. എന്നാൽ നട്ടെല്ല് അയാളെ താങ്ങിനിർത്താത്ത സാഹചര്യത്തിൽ കൃത്രിമമായ താങ്ങ് അയാളെ സഹായിക്കും. ഞാൻ അങ്ങനെതന്നെ ഗെയ്ഗറോട് പറയും. ഇന്നലെ ഞാൻ ആഴക്കടലിലെ മീനിന്റെ ഉദാഹരണമാണ് പറഞ്ഞത്. ഇന്ന് വൈദ്യരംഗത്തെ ഉദാഹരണം പറയും.

ഗെയ്ഗർ

കഴിഞ്ഞ ദിവസം ഇന്നക്കെഞ്ചിയെ പരിശോധിച്ചപ്പോൾ അയാളുടെ കാലുകൾ മെലിഞ്ഞിരിക്കുന്നത് എന്റെ ശ്രദ്ധയിൽപ്പെട്ടു. പേശികളുടെ അളവിൽ വന്ന കുറവാണ് കാരണം. നട്ടെല്ലിന്റെ പ്രശ്നങ്ങളാണ് അത് വെളിവാക്കുന്നത്.

ഇന്ന് ഇന്നക്കെഞ്ചിയെ വീണ്ടും സ്കാൻ ചെയ്തു. സന്തോഷിക്കാൻ ഒന്നുമില്ല. അത് തലച്ചോറിനെ മാത്രം സംബന്ധിക്കുന്നതാണെന്ന് ഞാനെന്തുകൊണ്ടാണ് കരുതുന്നത്. ശീതീകരണം മുഴുവൻ അവയവങ്ങളേയും ബാധിച്ചിരിക്കും. നട്ടെല്ല് അവയിലൊന്നുമാത്രമാകാം. പക്ഷേ എങ്ങനെയാവും ബാധിച്ചിരിക്കുക? എനിക്കത് മനസ്സിലാക്കാൻ കഴിഞ്ഞിരുന്നുവെങ്കിൽ...

ഇന്നക്കെഞ്ചി

ഇന്ന് നാസ്ച്യയെ ആശുപത്രിയിൽനിന്നും വിട്ടയച്ചു. ചികിത്സക്കിടയിൽ അവളുടെ അൾട്രാ സൗണ്ട് സ്കാൻ എടുക്കുകയുണ്ടായി. ഏറ്റവും

പ്രധാനവാർത്ത ഞങ്ങളെ അറിയിച്ചു. ഞങ്ങൾക്ക് പെൺകുട്ടിയാണ് ജനിക്കാൻ പോകുന്നത്. മകൾ. ഇന്ന് മുഴുവൻ ദിവസവും ഞാൻ അതിനെക്കുറിച്ച് ചിന്തിക്കുകയായിരുന്നു. ആൺകുട്ടിയായിരിക്കുമെന്നായിരുന്നു എന്തുകൊണ്ടോ ഞാൻ സങ്കല്പിച്ചിരുന്നത്. പെൺകുട്ടി മോശമാണെന്ന് അതിനർത്ഥമില്ല. അപ്രകാരം സ്വയം തോന്നുന്ന ചില കാര്യങ്ങളുണ്ട്.

ഒരു വശം നോക്കുമ്പോൾ ആൺകുട്ടിക്ക് കൂടുതൽ ഉപദേശങ്ങൾ നല്കാൻ എനിക്ക് കഴിയുമായിരുന്നു. ഞാൻ അസാധാരണമായ വഴികൾ താണ്ടിയതുകൊണ്ട് എനിക്കതിന് കഴിയുമായിരുന്നു. മറ്റൊരു വശം നോക്കിയാൽ എന്റെ വഴികൾ ആരംഭിച്ചത് ഒരു നൂറ്റാണ്ടിന് മുൻപാണ്. അത്തരം അനുഭവങ്ങൾക്ക് ഇപ്പോൾ എന്തെങ്കിലും വിലയുണ്ടോ? അതുകൊണ്ട് അനുഭവത്തിന്റെ വെളിച്ചത്തിൽ എനിക്ക് ആൺകുട്ടിയാണെങ്കിലും പെൺകുട്ടിയാണെങ്കിലും അതിന് വലിയ പ്രാധാന്യമില്ല. പുരുഷനെന്ന നിലയിൽ എനിക്കിഷ്ടം പെൺകുട്ടിയെയാണ്. എന്റെ ജീവിതം പരിശോധിച്ചാൽ പെണ്ണുങ്ങളുമായി ബന്ധപ്പെട്ട കാര്യങ്ങളാണ് എല്ലാം നന്നായി കാണുന്നത്.

എഴുതിയതെല്ലാം ഞാൻ ഒന്നുകൂടി വായിച്ചുനോക്കി. എന്തെല്ലാം വിഡ്ഢിത്തങ്ങൾ. ചുരുക്കത്തിൽ ഈ ആശയങ്ങളൊന്നും സ്വീകാര്യമല്ല. ഒരു നിശ്ചിത വ്യക്തിയെയാണ് സ്നേഹിക്കുന്നത്. ആൺകുട്ടിയേയോ പെൺകുട്ടിയേയോ അല്ല. ആ വ്യക്തി ജനിച്ചു കഴിയുമ്പോൾ അവ്യക്തതകളൊക്കെ മാഞ്ഞുപോകും. അപ്പോൾ... എനിക്ക് 'അപ്പോൾ' എന്നത് ഉണ്ടാകുമോ?

ഞാൻ വീണ്ടും വീട്ടിൽ! ഞങ്ങൾ വീണ്ടും വീട്ടിൽ. ഞങ്ങളും ഞങ്ങളുടെ മകളും. ഞങ്ങൾക്ക് മകളാണെന്ന് ഞാനിപ്പോൾ മനസ്സിലാക്കിയതേയുള്ളൂ. എനിക്ക് പെൺകുട്ടിയാണെന്ന് അവരെന്താണ് ഉടനെ എന്നോട് പറയാതിരുന്നത്? എനിക്കത് സന്തോഷകരമാവില്ലെന്ന് അവർ കരുതിയോ? അല്ലെങ്കിൽ അത് വെറും നാമാവശേഷമാക്കാൻ കഴിയാത്ത സോവിയറ്റ് കാലഘട്ടത്തിന്റെ കുബുദ്ധിയാണോ? ഊഹിക്കുന്നതിൽ അർത്ഥമില്ല. തികച്ചും രസകരമല്ല,

ഞങ്ങളുടെ മകൾ അദ്ദേഹത്തേയും എന്നേയും ഈ കുഴിയിൽനിന്നും കരകയറ്റുമെന്ന് ഞാൻ കരുതുന്നു. ഞങ്ങൾ ആശുപത്രിയിൽനിന്നും ടാക്സിയിൽ യാത്ര ചെയ്തപ്പോൾ ഞാൻ പറഞ്ഞു.

"നോക്കൂ പ്ലത്തോനവ്, ഞങ്ങളിപ്പോൾ രണ്ടു പെണ്ണുങ്ങളാണ് നിന്നെ ആശ്രയിച്ച് കഴിയുന്നത്. ഇനി അങ്ങേയ്ക്ക് അങ്ങനെ മുടന്തി നടക്കാൻ പറ്റില്ല."

പ്രത്യുത്തരമായി അദ്ദേഹം ചിരിച്ചു. ക്ഷീണിച്ച് അവശനായ ഒരാളുടെ ചിരിയായിരുന്നു അത്. എനിക്ക് കരച്ചിൽ വന്നു. അദ്ദേഹം ചിരിക്കാതിരുന്നാൽ മതിയായിരുന്നു. എന്നെനിക്ക് തോന്നി. ഞാൻ അദ്ദേഹത്തോട് ചേർന്ന് മുട്ടിയുരുമ്മിയിരിക്കുകയും തല അദ്ദേഹത്തിന്റെ തോളിൽ

ചായ്ക്കുകയും ഇരുകൈകളും അദ്ദേഹത്തെ കെട്ടിപ്പിടിക്കുകയും ചെയ്തു. കണ്ണാടിയിൽകൂടി ഡ്രൈവർ ഞങ്ങളെ നോക്കി. ഞങ്ങൾ ബാക്കിയുള്ള മുഴുവൻ വഴിയും അപ്രകാരം ആലിംഗനബദ്ധരായിരുന്നാണ് യാത്ര ചെയ്തത്.

ഇന്നക്കെഞ്ചി

യാഷിൻ വിളിച്ചു. എനിക്ക് താത്പര്യമുള്ള എന്തോ കണ്ടുകിട്ടിയെന്ന് പറഞ്ഞു. ഞാൻ ചെന്നപ്പോൾ എന്റെ കസിൻ സേവയെക്കുറിച്ചുള്ള ഫയൽ അയാൾ എനിക്കുതന്നു. പബ്ലിക് പ്രോസിക്യൂട്ടറോട് പുരാതന വകുപ്പ് ആവശ്യപ്പെട്ടതനുസരിച്ച് ലഭിച്ചതായിരുന്നു ആ ഫയൽ. യാഷിൻ ചികഞ്ഞെടുത്തതായിരുന്നു അത്. അതിവിദഗ്ദ്ധനായ അയാളെ എനിക്കിഷ്ടമായി. ഞാനയാളെ ശ്ലാഘിച്ചു. ഓരോരോ താളുകളായി കടലാസുകൾ അയാൾ വലിച്ചെടുത്തു. വളരെ സാമർത്ഥ്യത്തോടെ അയാൾ അക്കാര്യം നിർവ്വഹിച്ചു. പതിമൂന്നാം ബ്രിഗേഡിലേക്ക് നിർദ്ദേശിക്കപ്പെട്ടവരുടെ പട്ടിക ഒന്നാമത്തെ പേജിൽതന്നെ കണ്ടു. സേവയുടെ ഒപ്പോടുകൂടിയാണ് അത് കാണപ്പെട്ടത്. അതിൽ കഠിനതടവിന് നിർദ്ദേശിക്കപ്പെട്ട രണ്ടുപേരുടെ പേരിനുനേരെ അടയാളപ്പെടുത്തിയിരുന്നു. അതിൽ ഒന്ന് എന്റെ പേരായിരുന്നു. സേവയ്ക്ക് എന്നെ ഒഴിവാക്കാൻ അത്ര താത്പര്യമായിരുന്നുവോ?

ഞാൻ മുന്നിലെ സീറ്റിലും സേവ പിന്നിലെ സീറ്റിലുമായി ഞങ്ങളെത്ര പട്ടം പറത്തിക്കളിച്ചു. സേവ ഒരിക്കലും മുന്നിലെ സീറ്റിലേക്ക് മാറിയില്ല. എന്നെ വെടിവെച്ചില്ല. എന്റെ ജീവിതം സ്വന്തം ആഗ്രഹപ്രകാരം കവർന്നെടുത്തില്ല. ഞാൻ എന്റെ സ്വന്തം മരണത്തെ തെരഞ്ഞെടുക്കണമെന്ന് അവൻ ആഗ്രഹിച്ചു. ഞങ്ങൾ ഓടുകയും ഞാൻ വേഗത കുറയ്ക്കുകയും ചെയ്തു. കാരണം സേവ ശ്വാസം കഴിക്കാൻ ബുദ്ധിമുട്ടുന്നതായി ഞാൻ കണ്ടു. ഞങ്ങൾ നനഞ്ഞ മണ്ണിൽ അമർത്തിച്ചവിട്ടി. വഴുതിപ്പോകുകയും പൊടി പറക്കുകയും ചെയ്തു. പട്ടങ്ങൾ ഭംഗിയായി കടലിന്നു മുകളിലൂടെ പറന്നു. ഓടുമ്പോൾ പിടികിട്ടാത്ത മറ്റൊരു വസ്തുവിനെപോലെ അത് പാറിപ്പറന്നു. ഞാനും അവനും അതുമായി പറക്കുകയാണെന്നു തോന്നി. ഞങ്ങൾ കാലിടറി വീണപ്പോൾ ഞങ്ങളുടെ വിമാനങ്ങൾ ഊളിയിട്ടു. പക്ഷേ അത് ശ്രദ്ധയിൽ പെട്ടില്ല. അത് മറ്റൊരു വായുപ്രവാഹത്തിൽപെട്ടതുപോലെയാണ് തോന്നിയത്.

അവന്റെ വിമാനം തലകുത്തി നിലംപതിക്കാൻ മാത്രം സേവ എങ്ങനെയാണ് പതറിയത്? യാഷിൻ കൊണ്ടുവന്ന കടലാസുകൾ പ്രകാരം 1937 ൽ എന്റെ കസിനെ വെടിവെച്ചു കൊന്നതായാണ് കണ്ടത്. രേഖകളിൽ പിഡനത്തെക്കുറിച്ച് പറഞ്ഞിരുന്നില്ലെങ്കിലും ചോദ്യം ചെയ്യലിൽ അപ്രകാരം പീഡനങ്ങളുണ്ടായിരുന്നു എന്ന് അനുമാനിക്കാവുന്നതാണ്. സേവയിൽനിന്നും ലഭിച്ച വിവരങ്ങൾ അതുല്യമായ തിരകളെപ്പോലെയായിരുന്നു. ചോദ്യം ചെയ്യലിന്റെ തുടക്കത്തിൽ

മാത്രമാണ് സംഭാഷണത്തിന് പ്രാധാന്യമുള്ളത്. പിന്നീട് സേവയ്ക്ക് ഒന്നും പറയാനില്ലാത്തതുകാരണം അന്വേഷകന്റെ ആഗ്രഹപ്രകാരമുള്ള വിജയകരമല്ലാത്ത ശ്രമങ്ങൾ നടത്തുകയും ഊഹാപോഹങ്ങളിൽ എത്തിച്ചേരുകയുമായിരുന്നു.

ഔദ്യോഗികരേഖകളിൽ സാധാരണയായി വാക്കുകളുടെ അഭാവമുണ്ടാകുമെങ്കിലും വിശദവിവരങ്ങൾക്ക് ഒരു പിശുക്കും കാണിക്കാറില്ല. സേവ പറഞ്ഞത് വിശദമായി അവർ എഴുതിവെച്ചിരുന്നു. അവൻ തന്റെ ജീവനുവണ്ടി യാചിച്ചതും ഒരു പെണ്ണിനെപ്പോലെ ഉച്ചത്തിൽ കരഞ്ഞതും ചെയ്തയാളുടെ കാലിൽ വീണു മാപ്പപേക്ഷിച്ചതും അവർ നെടുനീളത്തിൽ രേഖപ്പെടുത്തിയിരുന്നു. അവസാന ചോദ്യം ചെയ്യലിൽ അവന്റെ മനസ്സാന്നിദ്ധ്യം നഷ്ടപ്പെടുകയും ഉസ്ബെക്കിസ്ഥാനിലെ മരുപ്രദേശങ്ങൾ പിടിച്ചടക്കാനായി തന്നെ മോചിപ്പിക്കണമെന്ന് സേവ അപേക്ഷിക്കുകയും ചെയ്തു. പത്തുവർഷങ്ങൾക്കുശേഷം അവനെ കാണാൻ അവർ വരുമ്പോൾ അവൻ നട്ടുവളർത്തിയ ചെടികളിൽനിന്നുള്ള ഫലങ്ങൾ അവൻ നല്കാമെന്ന് പറയുകയും ചെയ്തു. അധികം ചൂടില്ലാത്തതും എളുപ്പത്തിൽ ശ്വസിക്കാവുന്നതുമായ ഒരു സായാഹ്നത്തിൽ ചോദ്യം ചെയ്യുന്നയാളുകൾ ചായ കുടിക്കുന്നതിനെ സേവ വിവരിച്ചിട്ടുണ്ട്. അതിലെ വിവരങ്ങളുടെ അടിസ്ഥാനത്തിൽ സേവയുടെ പ്രസംഗങ്ങൾ കേൾവിക്കാരെ നന്നായി സ്വാധീനിച്ചിരുന്നു എന്ന് കാണാവുന്നതാണ്. ചോദ്യം ചെയ്യുന്നവരും ചോദ്യം ചോദിച്ചു മടുത്തിരുന്നു എന്ന് കാണാവുന്നതാണ്. വിചിത്രമായ രീതിയിൽ അതു വായിച്ച് കഴിഞ്ഞ് എനിക്ക് അല്പം ആശ്വാസം തോന്നി.

ഇന്ന് ഞങ്ങൾ ആദ്യമായി ഇന്നക്കെഞ്ചിയുമായി അയാളുടെ ആരോഗ്യത്തെക്കുറിച്ച് ഗൗരവമായി സംസാരിച്ചു. "കൂടുതൽ കൃത്യമായി പറഞ്ഞാൽ അനാരോഗ്യത്തെക്കുറിച്ച്"... അയാൾ തിരുത്തി. അയാൾ തമാശ പറയുന്നത് കൊള്ളാം.

എനിക്കൊരു തമാശ ഓർമ്മവന്നു. വാരിയെല്ലുകൾക്കിടയിൽ കുത്തിക്കയറിയ കത്തിയുമായി ഒരാളെ ആശുപത്രിയിൽ കൊണ്ടുവന്നു. "നിങ്ങൾക്കെന്താ നന്നായി വേദനിക്കുന്നുണ്ടോ?" ഡോക്ടർ ചോദിച്ചു. "ഇല്ല. അയാൾ പറഞ്ഞു - ചിരിക്കുമ്പോൾ മാത്രം."

ഞാനീ തമാശ ഇന്നക്കെഞ്ചിയോടു പറഞ്ഞു. അയാൾ തലകുലുക്കി. അത് അയാളെക്കുറിച്ചാണെന്ന മട്ടിൽ എന്തോ പറഞ്ഞു. പിന്നെ മുഖമുയർത്തി. കണ്ണുകളിൽ കണ്ണുനീർ തുളുമ്പി.

ഞാൻ വിഷയം എടുത്തിട്ടില്ല, പക്ഷേ ഇന്നക്കെഞ്ചി അങ്ങനെ ചെയ്തു. അയാൾക്ക് തോന്നുന്ന വ്യതിയാനങ്ങൾ അയാൾ പറയാൻ തുടങ്ങി. ഇന്നക്കെഞ്ചി മെഡിക്കൽ പുസ്തകങ്ങൾ വായിക്കാറില്ലെന്ന് എനിക്ക് ഉറപ്പുണ്ടായിരുന്നു. ഇല്ലെങ്കിൽ അയാൾ തലച്ചോറു സംബന്ധമായ രോഗലക്ഷണങ്ങളാണ് പറയുന്നതെന്ന് തോന്നുമായിരുന്നു.

അതിൽ നിന്നെല്ലാം വ്യക്തമാകുന്ന ഒരു കാര്യം അയാളുടെ പ്രധാന ഓർമ്മയ്ക്ക് പ്രത്യക്ഷമായ കേടുപറ്റിയിട്ടുണ്ട് എന്നതായിരുന്നു. ഇപ്പോൾ സംഭവിച്ച കാര്യങ്ങൾ കൂടി അയാൾ മറന്നുപോകുമായിരുന്നു. മുഴുവനായല്ല, ഭാഗികമായി.

അങ്ങനെയാണെങ്കിലും ഈ നൂറ്റാണ്ടിന്റെ തുടക്കത്തിലെ കാര്യങ്ങൾ അയാൾ പ്രയാസമില്ലാതെ ഓർമ്മിച്ചു. അയാളിൽ ഒരു ഉന്മാദാവസ്ഥ പ്രകടമായി. അത് എനിക്കുപോലും തിരിച്ചറിയാൻ കഴിഞ്ഞു. കൂടുതലായി കുറിപ്പുകൾ തുടർന്നെഴുതുന്നതിൽ അർത്ഥമൊന്നും കാണുന്നില്ല എന്ന് ഞങ്ങളുടെ സംഭാഷണത്തിനിടയിൽ ഇന്നക്കെഞ്ചി പറഞ്ഞു.

"എന്തർത്ഥത്തിലാണ് 'കൂടുതലായി' എന്ന് പറയുന്നത്? കഴിഞ്ഞ മാസങ്ങളിലേക്കാൾ എന്തെങ്കിലും വ്യത്യാസങ്ങൾ സംഭവിച്ചുവോ?"

"എന്റെ വഴി എങ്ങോട്ടാണെന്ന് നിങ്ങൾക്ക് നന്നായി അറിയാം."

"എനിക്കറിയില്ല. നിർഭാഗ്യവശാൽ ആർക്കും അത് മനസ്സിലാകുന്നില്ല."

അയാൾ എന്നെ തുറിച്ചുനോക്കി. നീചമായ ഒരു നോട്ടമായിരുന്നു അത്.

"നിങ്ങൾക്ക് മറ്റൊരു ഡോക്ടറേറ്റെടുക്കാൻ വേണ്ടി ഞാൻ എഴുതണം അല്ലേ?"

ഇന്നക്കെഞ്ചി ഒരിക്കലും അങ്ങനെ നിന്ദ്യമായി എന്നോട് സംസാരിച്ചിട്ടില്ല. ഞാൻ നിശ്ശബ്ദനായിനിന്നു. കാരണം എന്തു പറയണമെന്ന് എനിക്കറിയില്ലായിരുന്നു. എന്നാൽ അയാൾ ആകസ്മികമായി എന്റെയടുത്തേക്കു വരുകയും എന്നെ ആശ്ലേഷിക്കുകയും ചെയ്തു.

"ക്ഷമിക്കൂ ഗെയ്ഗർ, ഞാൻ അതിക്രൂരമായും നീതിരഹിതമായുമാണ് സംസാരിക്കുന്നത്."

സന്ദർഭോചിതമായി പറഞ്ഞുകൊള്ളട്ടെ. സാദ്ധ്യമായ എല്ലാ ഡോക്ടറേറ്റുകളും ഞാൻ എടുത്തുകഴിഞ്ഞു.

സേവയുടെ കേസുകെട്ടുമായി കൂടുതൽ പരിചയപ്പെടുന്നതിനായി ഞാൻ വീണ്ടും പുരാവസ്തുകേന്ദ്രത്തിൽ പോയി. മരുഭൂമിയിലെ പൂന്തോട്ടത്തിന്റെ നിശ്ചലചിത്രങ്ങൾ പലപ്പോഴും സോവിയറ്റ് അധികാര കേന്ദ്രങ്ങളേയും ചോദ്യം ചെയ്തവരേയും ശാപവാക്കുകൾ ചൊരിയാൻ പ്രേരിപ്പിച്ചു. അത്തരം ഒരു നിമിഷത്തിൽ ചരിത്രത്തിന്റെ ചാലകശക്തിയെക്കുറിച്ചുള്ള ഞങ്ങളുടെ സംഭാഷണം സേവ ഓർമ്മിച്ചു. ആ വാക്കുകൾ തന്നെ പീഡിപ്പിക്കുന്നവരോട് അവൻ ഉദ്ധരിച്ചു.

"ആ ചാലകശക്തിയാണ് എന്നെ ഇവിടെ എത്തിച്ചതെന്ന് ഞാൻ കരുതുന്നില്ല. കാൽനടയായി പോകാൻ എനിക്ക് ഇന്നക്കെഞ്ചി മുന്നറിയിപ്പ് തന്നതാണ്."

പുതിയ ചോദ്യം ചെയ്യലുകൾ ഇന്നക്കെഞ്ചിയുടെ വിധിയെ വ്യക്തമാക്കുന്നതായിരുന്നു. തന്റെ സ്വന്തം കസിനായ എന്നെ സേവ വളരെ മോശം സ്ഥലത്തേക്കാണ് അയച്ചതെന്ന കാര്യം വളരെ സങ്കീർണ്ണമായ കാപട്യമായും കുറ്റകരമായ പദ്ധതിയായുമാണ് കണക്കാക്കപ്പെട്ടത്. അവർ സേവയെ വീണ്ടും സമ്മർദ്ദത്തിലാക്കിയപ്പോൾ സേവ ഒരു പദ്ധതിയല്ല മൂന്നു പദ്ധതികളാണ് മുന്നോട്ടുവെച്ചത്. പക്ഷേ അവയിൽ ഒരെണ്ണം പോലും എന്റെ അപ്പോഴത്തെ അവസ്ഥയുമായി യോജിക്കുന്നവയായിരുന്നില്ല. അത് സേവയ്ക്ക് അറിയാമായിരുന്നില്ല.

എന്നെ ശീതികരിക്കാൻ അയച്ചു എന്നു മനസ്സിലാക്കിയ സേവ അവന്റെ നാലാമത്തെ ഭാഷ്യം പുറത്തെടുത്തു. അതനുസരിച്ച് എന്നിൽ ഉണ്ടായിരുന്ന റിവിഷനിസ്റ്റിന്റെ വൈറസുകളെ ശീതീകരണ പ്രക്രിയയിലൂടെ നശിപ്പിച്ച് കമ്മ്യൂണിസ്റ്റ് ഭാവിയിലേക്ക് നയിക്കാൻ വേണ്ടിയായിരുന്നു എന്നവൻ പറഞ്ഞു. അവന്റെ ജല്പനങ്ങളിൽ ആത്മാവുണ്ടായിരുന്നില്ല. പീഡനം അവസാനിപ്പിക്കണമെന്ന ആഗ്രഹം മാത്രമാണ് അതിലുണ്ടായിരുന്നത്. പീഡനമേറ്റു തകർന്ന ഒരു ശരീരം മാത്രമാണ് ഉണ്ടായിരുന്നത്. അതിൽ ജീവിക്കണമെന്ന ആഗ്രഹം പോലും ഉണ്ടായിരുന്നില്ല. രേഖകളിൽ പ്രതിഫലിച്ച സ്വയം കുറ്റം ചുമത്തൽ പ്രവചിച്ചത് വെടിവെച്ചു കൊല്ലപ്പെടുക എന്നതു മാത്രമായിരുന്നു.

എന്നെക്കുറിച്ചും അവനെക്കുറിച്ചും കൂടുതൽ വിവരങ്ങൾ വെളിപ്പെടുത്തിക്കൊണ്ട് എന്റെ നിർഭാഗ്യവാനായ ബന്ധു എന്നെ ശീതീകരിക്കണമെന്നും മുൻവിധിയോടെ ചോദ്യംചെയ്യണമെന്നും ആവശ്യപ്പെട്ടു. കേസുകെട്ടിൽ കൂട്ടിച്ചേർക്കപ്പെട്ടിരുന്ന നിരവധി പേജുകൾ അത്തരം ഒരു ശ്രമം നടന്നതായി വെളിപ്പെടുത്തുന്നു. ചോദ്യം ചെയ്തവർക്ക് അത് ശോചനീയമായി അവസാനിച്ചു. ആരുടെ നിർദ്ദേശമനുസരിച്ചാണ് ശീതീകരണ പരീക്ഷണങ്ങൾ നടത്തിയതെന്ന് വിശദീകരിച്ചതിനുശേഷം എന്റെ മഞ്ഞുരുക്കാനുള്ള തീരുമാനം റിവഷിനിസ്റ്റ് തീരുമാനമായി കരുതുകയും ഞാൻ അതേ അവസ്ഥയിൽ തുടരുകയും ചെയ്തു. കേസ് കോടതിയിലേക്ക് കൈമാറി.

ഞാനും പ്ലത്തോനവും കൂടി ഞങ്ങളുടെ ബന്ധം ദൈവത്തിന്റേയും ജനങ്ങളുടേയും മുൻപിൽ നിയമപരമാക്കാൻ തീരുമാനിച്ചു. ആദ്യം ജനങ്ങളുടെ മുന്നിൽ വിവാഹത്തിന് പാസ്പോർട്ടിൽ സീലടിക്കേണ്ടിയിരുന്നു. പൊതുവേ വിവാഹ രജിസ്ട്രേഷൻ നടത്തുന്ന സ്ഥാപനങ്ങളിൽ വലിയ തിരക്കായിരുന്നു. ഇക്കാര്യത്തിൽ ഗെയ്ഗറിന്റെ സഹായം ലഭിച്ചു. പാസ്പോർട്ട് ഓഫീസിലെ ഒരു ഉദ്യോഗസ്ഥൻ ഗെയ്ഗറിന്റെ പഴയ രോഗിയായിരുന്നു.

"അയാളും പാസ്പോർട്ട് ഓഫീസിൽ ജോലി ചെയ്യുന്നതിനുമുൻപ് ശീതീകരിക്കപ്പെട്ടിരുന്നോ?" ഞാൻ ഗെയ്ഗറോട് തമാശയായി ചോദിച്ചു.

"നേരെ വിപരീതമാണ്. ജോലിയിൽ പ്രവേശിച്ചുകഴിഞ്ഞാണ് അയാൾ

തണുത്തുറഞ്ഞുപോയത്. പക്ഷേ ചിലപ്പോഴെല്ലാം മഞ്ഞുരുകാറുണ്ട്. നിങ്ങളെ ക്യൂയില്ലാതെ അയാൾ രജിസ്റ്റർ ചെയ്തുതരും.”

ഗെയ്ഗർക്ക് ഫലിതബോധമുണ്ടെന്ന് എനിക്ക് മനസ്സിലായി. ഞങ്ങളുടെ ബന്ധം വളരെ ഊഷ്മളമായിരുന്നു.

അതിനുശേഷം ഞാൻ സെന്റ് ഫ്രാൻസ് വ്ളാഡിമിർ പള്ളിയിൽ പോയി വിവാഹത്തിനുള്ള ഒരുക്കങ്ങളെല്ലാം നടത്തി. ഗായകസംഘം ആവശ്യമുണ്ടോ എന്നവർ ചോദിച്ചു. തീർച്ചയായും വേണമെന്ന് ഞാൻ പറഞ്ഞു. ഗായകസംഘമില്ലാതെ എങ്ങനെയാണ്? വൈകുന്നേരം പ്ലത്തോനവിനോട് എല്ലാം ഞാൻ പറഞ്ഞു. ഗെയ്ഗറുടെ സഹായങ്ങളെക്കുറിച്ചും പറഞ്ഞു.

“ഗെയ്ഗർ അത്ര തിരക്കുകൂട്ടുന്നുവെങ്കിൽ എന്റെ കാര്യം അത്ര ആശാവഹമായിരിക്കില്ല. നമ്മളിൽ ഏറ്റവും കൂടുതൽ വിവരങ്ങൾ അറിയാവുന്ന ആൾ ഗെയ്ഗറാണ്.”

ഗെയ്ഗർ ഒട്ടും തിരക്കു കൂട്ടുന്നില്ല എന്ന് ഞാൻ പറയാനാഗ്രഹിച്ചു. പക്ഷേ പറയുന്നതിനുമുൻപേ ടെലഫോൺ ശബ്ദിച്ചു. ആരോ ഇന്റർവ്യൂ ആവശ്യപ്പെട്ട് പ്ലത്തോനവിനെ വിളിക്കുകയായിരുന്നു. അദ്ദേഹം നിരസിക്കുകയും ഫോൺ വെയ്ക്കുകയും ചെയ്തു. മുൻപുള്ള ടെലിഫോൺ സംഭാഷണം പ്ലത്തോനവിന് ഓർക്കാൻ കഴിഞ്ഞില്ല, ഇല്ലെങ്കിൽ തുടരാൻ ആഗ്രഹമില്ല. സാരമില്ല, അദ്ദേഹത്തിനടുത്ത് നില്ക്കാൻ ഇപ്പോൾ വിഷമമാണ്.

ഇന്നക്കെഞ്ചി

എനിക്ക് സ്വയം നാണം തോന്നുന്നു. എനിക്ക് ഭയം തോന്നുകയും അതുകൊണ്ട് ഞാൻ എനിക്ക് ചുറ്റുമുള്ളവരെ വിഷമിപ്പിക്കുകയും ചെയ്യുന്നു. അവർ രണ്ടുപേരെയുള്ളൂ. ഞാനെന്തിനാണ് അങ്ങനെ ചെയ്യുന്നത്? അതുകൊണ്ട് എനിക്ക് പ്രത്യേകിച്ച് ആശ്വാസമൊന്നും ലഭിച്ചില്ല. ഞാൻ പിരിഞ്ഞുപോകുകയും അവർ അവശേഷിക്കുകയും ചെയ്യുമെന്ന തോന്നലിൽനിന്നും ഗുപ്തമായ എന്തോ അസ്വസ്ഥത എന്നിൽ രൂപപ്പെട്ടു. സത്യത്തിൽ അങ്ങനെയാണ് കാര്യങ്ങളെങ്കിൽ എന്റെ പെരുമാറ്റം ഇരട്ടി നാണക്കേടുണ്ടാക്കുന്നതാണ്. ഞാൻ കൂടുതൽ സമയം ശ്രദ്ധിക്കേണ്ടിയിരിക്കുന്നു.

കഴിഞ്ഞദിവസം ഞാനിനി ഒന്നും എഴുതുവാനുദ്ദേശിക്കുന്നില്ല എന്ന് ഗെയ്ഗറോട് പറഞ്ഞു. പക്ഷേ ഇപ്പോൾ എനിക്ക് മനസ്സിലാവുന്നു ഞാൻ എഴുതുവാൻ സന്നദ്ധനാണ്. കാരണം എന്റെ മകൾക്കുവേണ്ടി ഞാൻ എഴുതേണ്ടിയിരിക്കുന്നു. എന്നെ ജീവനോടെ കാണാൻ അവൾക്ക് വിധിയില്ലെങ്കിൽ ഞാനവളുടെ മുന്നിൽ അക്ഷരങ്ങളുടെ രൂപത്തിൽ പ്രത്യക്ഷനാകും. അങ്ങനെ എന്റെ പേജുകൾ അവളുടെ ജീവിതത്തെ അനുഗമിക്കും. എന്തോ വലിയ സംഭവങ്ങളെക്കുറിച്ചൊന്നും എഴുതുന്നതിൽ

അർത്ഥമില്ല. അതൊക്കെ അവൾ അല്ലാതെതന്നെ അറിഞ്ഞുകൊള്ളും. ചരിത്രത്തിൽ സ്ഥാനമാനമില്ലാത്തതും എന്നാൽ ഹൃദയത്തിൽ എന്നും നിലനില്ക്കുന്നതുമായ കാര്യങ്ങളെക്കുറിച്ചാണ് എഴുതേണ്ടത്.

ഉദാഹരണത്തിന് അനാഥമാക്കപ്പെട്ട ഒരു വീതികുറഞ്ഞ റെയിൽപ്പാളങ്ങളുള്ള പഴയ റെയിൽവേസ്റ്റേഷൻ. സ്റ്റേഷനെക്കുറിച്ചും വീതികുറഞ്ഞ റെയിൽ പാളങ്ങളെക്കുറിച്ചും എല്ലാവരും മറന്നുപോയിരുന്നു. എവിടെയാണെന്ന് ഓർമ്മയില്ല. പാളങ്ങൾ എങ്ങോട്ടാണ് നീണ്ടുകിടന്നതെന്നും ഓർമ്മയില്ല. അത് എങ്ങോട്ടെങ്കിലും നീണ്ടു കിടന്നിരുന്നുവോ? അത് പുല്ലുകൾക്കിടയിലൂടെ തുരുമ്പു പിടിച്ചു കാണപ്പെട്ടു. അത് കാണാൻപോലും പ്രയാസമായിരുന്നു. ഞങ്ങൾ കുറച്ച് കുട്ടികളോടൊപ്പം പ്ലാറ്റ്ഫോമിന്റെ അടിയിലിരുന്ന് കളിക്കുകയായിരുന്നു. പ്ലാറ്റുഫോമിന്റെ വിള്ളൽ വീണ ബോർഡുകൾക്കിടയിലൂടെ സൂര്യപ്രകാശം അരിച്ചെത്തി. പുല്ലുകൾ ഇളകി. ചീവിടുകൾ ചിലച്ചു. ഊഷ്മളമായ ഒരു ഗന്ധം അനുഭവപ്പെട്ടു. നിരപ്പല്ലാത്ത തറയിലൂടെ ഒരു തണുത്ത കാറ്റുവീശി. പ്ലാറ്റ്ഫോമിന് നല്ല ഉയരമുണ്ടായിരുന്നതുകൊണ്ട് ഞങ്ങൾക്കെല്ലാം അവിടെ നിവർന്നു നില്ക്കാൻ കഴിയുമായിരുന്നു. ഞങ്ങൾ ഓരോ ജോടികളായി പരസ്പരം മുതുകിൽ ചാരിയിരുന്നു. ഇരിക്കാൻ സുഖകരമായിരുന്നു. പുല്ലിന് നല്ല മാർദ്ദവമുണ്ടായിരുന്നു. പ്ലാറ്റ്ഫോമിനടിയിൽ ഇടതിങ്ങിയതല്ലെങ്കിലും മൃദുലമായ ശൈവലങ്ങൾ വളർന്നു നിന്നിരുന്നു. ഒരു കുട്ടിക്കുമാത്രം ജോടിയെ കിട്ടിയില്ല. അവൻ പറഞ്ഞു.

“ഇടിമിന്നൽ ഉണ്ടാകും. ഇതു നമ്മുടെ അന്ത്യമാണ്.”

ഇടിമിന്നൽപോലെ ഒന്നും സൂചിപ്പിക്കുന്നതായി തോന്നിയില്ല. പക്ഷേ അതങ്ങനെ തോന്നിയതു മാത്രമായിരുന്നു. ഞങ്ങൾ നോക്കാത്ത ഭാഗത്തുകൂടി കാരീയത്തിന്റെ നിറമുള്ള മേഘങ്ങൾ നീങ്ങിവരുന്നുണ്ടായിരുന്നു. ഞങ്ങൾക്ക് മുന്നറിയിപ്പ് തന്ന കുട്ടിയിൽനിന്നും വിഭിന്നമായി ഞങ്ങളെല്ലാം കളിയിൽ വ്യാപൃതരായിരുന്നു. അതിനിടയിൽ ഞങ്ങളൊന്നും ശ്രദ്ധിച്ചില്ല. പിൽക്കാലത്ത് ജീവിതത്തിൽ ഞാൻ മനസ്സിലാക്കിയ കാര്യം ഏതാന്തമായ ആളുകൾ ജീവിതത്തിൽ വരുത്തുന്ന വ്യതിയാനങ്ങൾ മറ്റുള്ളവരേക്കാൾ നേരത്തെ മനസ്സിലാക്കിയിരുന്നു എന്നാണ്. ഗാംഭീര്യമുള്ള സൂര്യഗോളത്തിനുനേരെ നീങ്ങിയ കാർമേഘങ്ങൾ എല്ലാ ആശിർവ്വാദങ്ങളും കൈയിൽ കരുതിയിരുന്നു. മഴ, ഇടിമിന്നൽ, ആലിപ്പഴങ്ങൾ പോലും ഉണ്ടായിരുന്നു. ആലിപ്പഴങ്ങൾ പ്രാവിൻമുട്ടയുടെ വലിപ്പത്തിലുള്ളവയായിരുന്നു. ഞാനൊരിക്കലും ഒരു പ്രാവിന്റെ മുട്ട കണ്ടിരുന്നില്ല. പക്ഷേ ആലിപ്പഴം വലുതായിരുന്നു. പ്ലാറ്റുഫോമിന്റെ ബോർഡിൽ വീണ ആലിപ്പഴങ്ങൾ തപ്പുകൊട്ടുന്നതുപോലെ തോന്നിച്ചു. ബോർഡുകൾക്ക് കൂടുതൽ പിടിച്ചു നില്ക്കാൻ പറ്റില്ല എന്നെനിക്ക് തോന്നി.

മിന്നൽ പിണരുകൾ പ്രത്യക്ഷപ്പെടുകയും ഇടി കുടുങ്ങുകയും ചെയ്തു. അത് മുഴങ്ങുകയായിരുന്നില്ല. പൊട്ടിത്തെറിക്കുകയായിരുന്നു.

ആകാശം പൊട്ടി രണ്ടായി പിളരുന്നതുപോലെയാണ് തോന്നിയത്. തീർച്ച യായും ഇതിനുമുൻപും ഞാൻ ഇടിമിന്നൽ അറിഞ്ഞിട്ടുണ്ട്. അപ്പോഴെല്ലാം മിന്നൽ കഴിഞ്ഞ് നിമിഷങ്ങൾ പിന്നിടുമ്പോഴായിരുന്നു ഇടിമുഴക്കം കേട്ടി രുന്നത്. എന്റെ അമ്മയും ഞാനും അത്തരം നിമിഷങ്ങൾ എണ്ണിയിരുന്നു. ഇപ്പോഴാകട്ടെ ഇടിയും മിന്നലും ഒരുമിച്ച് സംഭവിച്ചു. അത് വളരെ ഭീകര മായിരുന്നു. ഞങ്ങൾ പഴയതുപോലെ ജോടികളായി പുറം തിരിഞ്ഞ് ഇരിക്കുകയായിരുന്നു. പക്ഷേ ഇപ്പോൾ ഭയമാണ് സൗഹൃദത്തേക്കാൾ ഞങ്ങളെ ചൂഴ്ന്നുനിന്നത്. പ്ലാറ്റുഫോമിന്റെ ബോർഡിലെ വിള്ളലുകളി ലൂടെ ഒഴുകിയിറങ്ങിയ വെള്ളം ഞങ്ങളുടെ ഉടുപ്പിന്റെ കഴുത്തിലൂടെ ഞങ്ങളുടെ ശരീരങ്ങളിലൂടെ ഒലിച്ചിറങ്ങി. ജോടിയില്ലാതെ ഒറ്റപ്പെട്ടുപോയ കുട്ടി മിന്നലിന്റെ ഇടവേളകളിൽ ആർത്തുവിളിച്ചു.

"സ്വർഗ്ഗീയ വൈദ്യുതി"

എനിക്കവനോട് സഹതാപം തോന്നുകയും സഹതാപം ഭയമായി പരിണമിക്കുകയും ചെയ്തു. ഞാൻ ചാരിയിരുന്ന മുതുകിൽനിന്നും സ്വയം വേർപ്പെട്ട് ആർത്തുവിളിക്കുന്ന കുട്ടിയുടെ അടുത്തേക്ക് ഞാൻ മാറി. പക്ഷേ, അവന് എന്നോട് ചേർന്നിരിക്കാൻ താത്പര്യമുണ്ടായിരുന്നില്ല. അവൻ തന്റെ ഏകാന്തതയിലെ ഭീകരാവസ്ഥ ആസ്വദിക്കുകയായിരുന്നു. അറിവിന്റെ പൂർണ്ണതയും അവൻ ആസ്വദിക്കുകയായിരുന്നു.

ഞാൻ പള്ളിയിലെ സർവ്വീസ് ബുക്കിൽ എന്റെ മോൾക്കുവേണ്ടി ഒരു പേര് തിരഞ്ഞു. ഡോക്ടർമാരുടെ കണക്കനുസരിച്ച് അവൾ ഏപ്രിൽ 13ന് ജനിക്കുമെന്നാണ് പറഞ്ഞിരുന്നത്. അത് വിശുദ്ധ അന്നയുടെ തിരു ന്നാളായിരുന്നു. ഞാനത് പ്ലത്തോനവിനോട് പറഞ്ഞു. അദ്ദേഹത്തിന് സന്തോഷമായി. എന്റേയും അമ്മൂമ്മയുടേയും പേരുകൾ അദ്ദേഹത്തെ ഒരു പേര് ഓർമ്മിപ്പിക്കുന്നു എന്ന് പറഞ്ഞു. ഞാനും സന്തോഷിക്കുന്നു. അന്ന മനോഹരമായ പേരാണ്. എല്ലാവരേയും അനസ്താസ്യയെന്ന് വിളി ക്കുന്നത് അസാദ്ധ്യമാണല്ലോ. ഈ ദിവസം വേറെ ആരാണ് ആഘോഷി ക്കുന്നതെന്ന് നോക്കി. സൈബീരിയയിലേയും അമേരിക്കയിലേയും പ്രബോധകനായ സഭാദ്ധ്യക്ഷൻ ഇന്നക്കെഞ്ചിയാണ് ഈ ദിവസം ആഘോഷിക്കുന്നത്. അദ്ഭുതകരമായിരിക്കുന്നു.

ഞങ്ങൾ വിവാഹത്തിനുവേണ്ടി തയ്യാറെടുപ്പുകൾ നടത്തി. കൂടുതലും മാനസികമായ തയ്യാറെടുപ്പുകളായിരുന്നു. കാരണം ഒരു തരത്തിലുള്ള ആഘോഷവും നടത്താൻ ഞങ്ങൾക്ക് താത്പര്യമില്ലായിരുന്നു. ഞങ്ങളുടെ ഒരേയൊരു അതിഥി ഗെയ്ഗർ മാത്രമാണ്. വിവാഹത്തെ ക്കുറിച്ച് കുറിപ്പുകൾ എഴുതണമെന്ന് ഗെയ്ഗറോട് പ്ലത്തോനവ് ആവശ്യ പ്പെട്ടു. ഗെയ്ഗർ അല്പം വിമുഖത കാട്ടിയെങ്കിലും നിരസിക്കാൻ തുനി ഞ്ഞില്ല. പ്ലത്തോനവ് അദ്ദേഹത്തിനുവേണ്ടി അരക്കൊല്ലമായി എഴുതുന്നു ണ്ടല്ലോ.

അതെ, പ്രധാന സംഗതി ഞങ്ങളുടെ വിവാഹം രജിസ്റ്റർ ചെയ്യപ്പെട്ടു എന്നതാണ് (അതൊരു സോവിയറ്റ് സാങ്കേതിക പദമാണ്). ഞങ്ങൾ പെട്രോഗ്രാഡിലെ വിവാഹരജിസ്റ്റർ ഓഫീസിലാണ് പോയത്. സ്വറ്ററും ജീൻസുമായിരുന്നു വേഷം. ഏതോ ഒരു കിഴവി 'ഗോർക' (വായ്ക്കുരവ യിടുന്നതുപോലുള്ള റഷ്യയിലെ ഒരു ആചാരം) പറയുവാൻ ചുണ്ടുകൾ കൂപ്പി. പ്ലത്തോനവ് അവരെ തടഞ്ഞു. അയാൾ ശാന്തനായി പറഞ്ഞു. "അതുവേണ്ട" അവർക്ക് എല്ലാം മനസ്സിലായെന്നുമാത്രമല്ല, അല്പം പോലും പിണക്കം കാട്ടിയതുമില്ല. തന്റെ പ്രകടനം "ദാ ഇവിടെ ഒപ്പിടൂ" എന്നു പറഞ്ഞുകൊണ്ട് ചുരുക്കി. ഞങ്ങൾ ഒപ്പിട്ടു.

അടുത്തുള്ള ബിയർ ബാറിൽനിന്നും ഞങ്ങൾ ബിയർ കുടിച്ചു. ഞാൻ ആൽക്കഹോളില്ലാത്ത ബിയറും പ്ലത്തോനവ് ഫിൽറ്റർ ചെയ്യാത്ത ജർമ്മൻ ബിയറും കുടിച്ചു. സത്യം പറഞ്ഞാൽ കഴിഞ്ഞ കുറച്ചുദിവസങ്ങളായി പ്ലത്തോനവിന്റെ ഉന്മേഷം അല്പം ഉയർന്നിട്ടുണ്ട്. അല്ല അങ്ങനെയല്ല ശരിയായ പദം അതല്ല – ഉന്മേഷം വ്യത്യാസപ്പെട്ടിട്ടുണ്ട്. അയാൾ കൂടു തൽ സന്തോഷവാനല്ല, ശാന്തനായിട്ടുണ്ട്. അത് മെച്ചമായ കാര്യമാണ്.

ഞാൻ പറയാൻ മറന്നുപോയി: ഇടിമുഴക്കം ഹ്രസ്വമായിരുന്നു. പെട്ടെന്നു തന്നെ സൂര്യൻ എത്തിനോക്കി. വിടവിൽകൂടി കുത്തിയൊലിച്ച വെള്ളം കനംകുറഞ്ഞതായിത്തീർന്നു. സ്വർഗ്ഗീയമായ വൈദ്യുതിയെക്കുറിച്ച് ഉച്ച ത്തിൽ വിളിച്ചുപറഞ്ഞ കുട്ടിയെ ഞാൻ രഹസ്യമായി നോക്കി. അവൻ കൈകൾ നെഞ്ചിൽ കെട്ടി ദുഃഖം തോന്നുന്ന ഒരു ദിവ്യന്റെ ഭാവത്തിൽ ഇരിക്കുന്നുണ്ടായിരുന്നു. അവനിൽ മറ്റൊരു ലോകത്തിന്റെ എന്തോ ഭാവം തിളങ്ങിനിന്നു. അവൻ ആരാണെന്ന് ഞാൻ അദ്ഭുതപ്പെട്ടു.

ഒഴുകുന്ന ജലത്തിന്റെ തിളക്കം കുറച്ചുസമയം കൂടി ഞങ്ങൾ പിന്തു ടർന്നു. ഇപ്പോൾ കനംകുറഞ്ഞ ഒഴുക്കുപോലും ഉണ്ടായിരുന്നില്ല. ആദ്യം വെള്ളം വിടവുകളെ ഒരു പാടപോലെ മൂടുകയും പിന്നെ പാടപൊട്ടി വലിയ തുള്ളികളായി രൂപപ്പെടുകയും ചെയ്തു. ഞങ്ങൾ തുറസ്സായ സ്ഥലത്തേക്ക് ഇറങ്ങുകയും മഴവില്ല് കാണുകയും ചെയ്തു. ഞങ്ങളുടെ തുരുമ്പുപിടിച്ച റെയിൽപാളം ഒരു പാലത്തിന്റെ അടിയിലെന്നപോലെ മഴവില്ലിന്റെ അടിയിൽ നീണ്ടുകിടന്നു.

ഇന്ന് സെന്റ് ഫ്രാൻസ് വ്ളാഡിമീർ പള്ളിയിൽ ഇന്നക്കെഞ്ചിയും അന സ്താസ്യയും വിവാഹിതരായി.

ഞാനതിനെക്കുറിച്ച് വിവരിക്കുമോ എന്ന് ഇന്നക്കെഞ്ചി എന്നോടു ചോദിച്ചു. വിവാഹം വീഡിയോയിൽ എടുക്കാമെന്ന് ഞാൻ പറഞ്ഞു. അയാൾ എന്റെ കൈയിൽ പിടിച്ചുകൊണ്ടു പറഞ്ഞു.

"അല്ല, വാക്കുകളിൽ എഴുതിവെയ്ക്കൂ. അവസാനം വാക്കുകൾ മാത്രമേ അവശേഷിക്കുകയുള്ളൂ."

തർക്കമുള്ള പ്രസ്താവനയാണ്. ഞാൻ മൗനം പൂണ്ടു. പക്ഷേ എഴുതാമെന്ന് ഞാൻ വാഗ്ദാനം കൊടുത്തു.

മറ്റൊരു കാര്യം ഞാനൊരു നല്ല വിവരണക്കാരനല്ല. ഓർത്തഡോക്സ് ആചാരങ്ങൾ എനിക്ക് വളരെ അന്യമാണ്. ലൂതെറൻ ആചാരങ്ങളും എനിക്ക് അന്യമാണ്. പക്ഷേ എന്നെ മാമോദീസ മുക്കിയത് ലൂതെറൻ എന്ന നിലയിലാണ്.

അങ്ങനെ വിവാഹം ഏകദേശം നാല്പതുമിനിറ്റ് നീണ്ടുനിന്നു. അതു മാത്രമാണ് എനിക്ക് ഉറപ്പോടെ പറയാൻ കഴിയുന്നത്.

ചില ഭാഗങ്ങളുടെ അർത്ഥം എനിക്ക് എത്തിപ്പിടിക്കാൻ കഴിഞ്ഞില്ല. വളരെ വിരളമായി ഒഴിവാക്കപ്പെടലുകൾ ഉണ്ടായിരുന്നു. ഉദാഹരണത്തിന് രണ്ടുപേരുടേയും സമ്മതത്തോടെയാണോ വിവാഹം നടക്കുന്നതെന്നു ഓരോരുത്തരോടും പുരോഹിതൻ ചോദിക്കുന്നു. അല്ലെങ്കിൽ രണ്ടുപേരും ഒരേ ചഷകത്തിൽനിന്നും കുടിക്കുന്നത്. അതെല്ലാം നിങ്ങളുടെ ഹൃദയത്തെ സ്പർശിച്ചേക്കാം.

നാസ്ച്യ കുടിച്ചുകൊണ്ടിരുന്നപ്പോൾ ഇന്നക്കെഞ്ചി അവളെ അത്ഭുതത്തോടെ നോക്കി. വാക്കുകൾ കണ്ടെത്താൻ കഴിയുന്നില്ല. ഒരുപക്ഷേ പ്രചോദനമുണർത്തുന്ന വാക്കുകൾ. അതെ, പ്രചോദനമുണർത്തുന്നവ.

അതിമനോഹരമായ ഫോട്ടോകൾ എടുക്കാൻ കഴിയുമായിരുന്നു. ഇന്നക്കെഞ്ചിയുടെ കണ്ണുകളിൽ ഫോക്കസ് ചെയ്യുകയും നാസ്ച്യയുടെ മുഖം അവ്യക്തമായ രീതിയിലും ഫോട്ടോ എടുക്കാവുന്നതാണ്. വെള്ളി ചഷകത്തിന്റെ തിളക്കം. അതൊരു മനോഹരമായ ചിത്രമായേനേ. ഏതോ പത്രലേഖകർ ഫോട്ടോയെടുത്തിരുന്നു.

എന്റെ തലയിൽ എന്തോ മടയത്തരം വന്നുദിച്ചു. ഇന്നക്കെഞ്ചി 1900–ലാണ് ജനിച്ചത്. നാസ്ച്യയാകട്ടെ 1980–ലാണ് ജനിച്ചത്. എന്തൊരു പ്രായവ്യത്യാസം.

എന്റെ വിവരണം ഇന്നക്കെഞ്ചിക്ക് ഇഷ്ടപ്പെടുമോ? എഴുതുമ്പോഴും ഞാൻ ആലോചിക്കുന്നു. ഒരുപക്ഷേ വിവാഹം അയാളെ വിഷാദത്തിൽ നിന്നും കരയകയറ്റുമോ?

വിവാഹത്തിനുശേഷമുള്ള രാത്രിയിൽ ഞങ്ങൾ ഉറങ്ങിയില്ല. ആലിംഗനബദ്ധരായി കട്ടിലിൽ ഇരുന്നു. ഒരുവാക്കും സംസാരിച്ചില്ല. ഒരു വാക്കുപോലും. ഞങ്ങൾ കൈകളിൽ തെരുപിടിച്ചുകൊണ്ടിരുന്നു. നേരം വെളുക്കാറായപ്പോഴാണ് ഞങ്ങൾ കിടന്നത്. ഉടനെ ഉറങ്ങിപ്പോയി.

ഉച്ചയ്ക്ക് പ്ലത്തോനവ് ടെലിവിഷൻ കണ്ടുകൊണ്ടിരുന്നപ്പോൾ പറഞ്ഞു "ടെലി സീരിയലുകളിലും നികൃഷ്ടമായ പരസ്യഷോകളിലും അർത്ഥമില്ലാത്ത എത്ര വാക്കുകളാണ് ഉപയോഗിക്കുന്നത്? വാക്കുകൾ

ജീവിതത്തെ പ്രതിപാദിക്കുന്നതായിരിക്കണം. ഇതുവരെ പ്രകടിപ്പിക്കാത്തത് പ്രകടിപ്പിക്കാനായിരിക്കണം വാക്കുകൾ ഉപയോഗിക്കേണ്ടത്, മനസ്സിലായോ?

"മനസ്സിലായി" ഞാൻ പറഞ്ഞു.

എനിക്ക് സത്യമായും മനസ്സിലായി.

ഞാനവളെ കണ്ടുമുട്ടിയത് എത്ര സൗഭാഗ്യകരമാണ്.

ചരിത്രത്തിൽ വ്യക്തികളുടെ കടമകളെക്കുറിച്ച് ഞാനും ഇന്നക്കെഞ്ചിയും സംസാരിച്ചു. വൈദ്യശാസ്ത്രത്തിനതീതമായി മറ്റെന്തെങ്കിലും സംസാരിക്കണമായിരുന്നു.

അയാൾ രാഷ്ട്രീയനേതാക്കളെക്കുറിച്ചുള്ള തന്റെ പ്രിയപ്പെട്ട കാര്യങ്ങൾ പറഞ്ഞു. "ഓരോ സമയത്തും തങ്ങൾക്ക് ആവശ്യമുള്ളവരെ ജനം കണ്ടെത്തുന്നു.

ഞാൻ വളരെ സൂക്ഷിച്ചുപറയുന്നു.

"നിങ്ങളിത് എങ്ങനെയാണ് മനസ്സിലാക്കുന്നത്? 1917 ൽ എല്ലാവർക്കും ആവശ്യം ഒന്നുതന്നെയായിരുന്നോ? വൃദ്ധർ, ചെറുപ്പക്കാർ, സാമർത്ഥ്യമുള്ളവർ, വിഡ്ഢികൾ, ശരിയുടെ ഭാഗത്ത് നിൽക്കുന്നവർ, കുറ്റവാളികൾ എല്ലാവർക്കും ഒന്നുതന്നെയാണോ വേണ്ടിയിരുന്നത്?"

"നിങ്ങളെവിടെയാണ് സാമർത്ഥ്യമുള്ളവരെ കാണുന്നത്? ഏറ്റവും പ്രധാനപ്പെട്ട ശരിയുടെ ഭാഗത്തുള്ളവർ എവിടെ?"

ക്രൂരം. ഒരിക്കൽ ഈ സാർവ്വദേശീയ കുറ്റബോധം പുഷ്ക്കിനെ ശല്യപ്പെടുത്തി. ആരാണ് ശരിയെന്നും ആരാണ് കുറ്റപ്പെടുത്തേണ്ടതെന്നും കണ്ടുപിടിക്കണമെന്നും പിന്നീട് രണ്ടുപേരേയും ശിക്ഷിക്കണമെന്നും അദ്ദേഹം പറയുന്നു.

ഇന്നക്കെഞ്ചിയെ സംബന്ധിച്ച് അയാളുടെ മനസ്സിന്റെ ചട്ടക്കൂട് അയാളുടെ പൊതുവെയുള്ള അവസ്ഥയുമായി ബന്ധപ്പെട്ടിരിക്കുന്നു. അത് കൂടുതൽ വഷളാവുകയാണ്.

ഗെയ്ഗറുമായി തർക്കിച്ചു. എനിക്ക് തോന്നുന്നത് അയാൾക്ക് വളരെ വിചിത്രമായ ധാരണകളാണുള്ളതെന്നാണ്. എല്ലായ്പ്പോഴും ആരോ നമ്മുടെ നേരെ ഒരു ചരട് നീട്ടുന്നുണ്ടെന്നും അത് എപ്രകാരമാണ് കുരുക്കിടേണ്ടതെന്ന് നമുക്ക് അറിയില്ലെന്നുമാണ് അയാളുടെ ധാരണ. റഷ്യൻ ജനതയുടെ രക്ഷകനാണയാൾ. എപ്പോഴെങ്കിലും സോവിയറ്റ് ഭരണം പോകുമെന്നും നമ്മൾ ജീവിക്കാൻ തുടങ്ങുമെന്നും അയാൾ പറഞ്ഞിരുന്നു. എന്നിട്ടെന്തായി? ഇപ്പോൾ ജീവിക്കാൻ തുടങ്ങിയോ?

എത്രയോ വർഷങ്ങളായി സോവിയറ്റു ഭരണം പോയിട്ട്, എന്നിട്ട് നമ്മൾ ജീവിക്കാൻ തുടങ്ങിയോ?

അതിന്റെ ആഗമനം അപ്രതീക്ഷിതമായിരുന്നില്ല. ബോൾഷെവിക്കുകളെ ഇപ്പോൾ ഒരു പിടി ഉപജാപകസംഘമായാണ് കണക്കാക്കുന്നത്. ഒരു പിടി ഉപജാപകസംഘത്തിന് എങ്ങനെയാണ് ആയിരം വർഷം പഴക്കമുള്ള സാമ്രാജ്യത്തെ തകർക്കാൻ കഴിയുന്നത്? അതിന്റെയർത്ഥം നമ്മളെ സംബന്ധിച്ച് ബോൾഷെവിസം ബാഹ്യമായ ഒരു കാര്യമല്ല എന്നാണ്.

മൃത്യുവിലേക്കു നയിക്കുന്ന സംഘം ചേർന്നുള്ള പ്രവർത്തനത്തിൽ ഗെയ്ഗർ വിശ്വസിക്കുന്നില്ല. അതിനയാൾ യുക്തിസഹമായ കാരണങ്ങളൊന്നും കാണുന്നില്ല. കാരണങ്ങൾ എല്ലായ്പ്പോഴും യുക്തിസഹമായിരിക്കണമെന്നില്ല.

"മരണത്തെ ഭീതിപ്പെടുത്തുന്നതെല്ലാം നശ്വരമായവന്റെ ഹൃദയത്തിൽ അനിർവചനീയമായ ആനന്ദം ഒളിപ്പിച്ചുവെയ്ക്കുന്നു." എന്നാണ് പുഷ്കിൻ പറയുന്നത്.

തീർച്ചയായും എല്ലാ ആളുകൾക്കും എല്ലായ്പ്പോഴും അങ്ങനെയാവണമെന്നില്ല. (ഇവിടെ ഗെയ്ഗറുടെ വാദം ശരിയാണ്) പക്ഷേ കൂടുതൽ ആളുകൾക്കും അപ്രകാരമാണ്. രാജ്യം നരകമാക്കാൻ അതു മതിയാകും. എന്റെ കസിൻ ചോദ്യം ചെയ്യുന്നവർക്ക് കീഴടങ്ങുന്നു. എന്റെ അയൽക്കാരൻ പ്രൊഫസർ വറോനിനെ ഒറ്റുകൊടുക്കുന്നു. വറോനിന്റെ സഹപ്രവർത്തകനായ അവിര്യാനൊവ് വിചിത്രമായ തെളിവുകൾ നല്കുന്നു. എന്തുകൊണ്ട്?

ശരി, എന്റെ കസിന്റെ കാര്യത്തിൽ ആരാണയാളെ വിലമതിക്കുക? ദുർബ്ബലനായ മനുഷ്യൻ അയാൾ സ്വയം അംഗീകരിക്കപ്പെടുവാൻ ശ്രമിക്കുകയായിരുന്നു. അവിര്യാനോവിന് സഹപ്രവർത്തകനോടുള്ള സ്വാഭാവികമായ ശത്രുതയാവാം. പക്ഷേ എന്തിനാണ് സര്യേത്സ്കി ഒറ്റുകൊടുത്തത്? പണത്തിനുവേണ്ടിയോ? ആരും അയാൾക്ക് പണം കൊടുത്തില്ല. അയാൾ എന്തിനാണ് വറോനിനെ ഒറ്റുകൊടുത്തതെന്ന് തനിക്കറിയില്ല എന്ന് ഞങ്ങൾ മദ്യപിച്ചപ്പോൾ അയാൾ എന്നോടു പറഞ്ഞു. എനിക്കറിയാം. അയാളുടെ അവയവങ്ങളിൽ അടിഞ്ഞുകൂടിയ മലമാണ്, ദുഷ്ടതയാണ് അയാളെക്കൊണ്ട് അത് ചെയ്യിച്ചത്. മാലിന്യം അയാളിൽ കുന്നുകൂടുകയും പുറത്തേക്കൊഴുക്കാൻ ആവശ്യമായ സാമൂഹിക അവസ്ഥകൾ കാത്തിരിക്കുകയും ചെയ്തു. അങ്ങനെ അത് സംഭവിച്ചു.

മറ്റൊരു തരത്തിൽ ചിന്തിച്ചാൽ അനസ്താസ്യയുടെ അച്ഛനെ ഒറ്റുകൊടുത്തതിന് അയാളെ കുറ്റപ്പെടുത്തേണ്ടതില്ല. ഒരുപക്ഷേ സാമൂഹിക വ്യവസ്ഥയെയാണ് കുറ്റപ്പെടുത്തേണ്ടത്. ഞാൻ കരുതുന്നു, ഗെയ്ഗർ അങ്ങനെയാവാം കരുതുന്നത്. പക്ഷേ സാമൂഹികവ്യവസ്ഥിതിയല്ല പ്രൊഫസറെ ഒറ്റുകൊടുത്തത്. അത് സര്യേത്സ്കി ആയിരുന്നു.

അതായത് അയാൾ ഒരു കുറ്റം ചെയ്യുകയും തലയ്ക്ക് അടിയേറ്റ് അയാൾ മരിച്ചത് അതിന്റെ ശിക്ഷയുമായിരുന്നു. ഒരു ദുഷ്ടനെ വകവരുത്തിയത് ന്യായീകരിക്കാവുന്നതാണ്. ഞാൻ അടിവരയിട്ട് അക്കാര്യം പറയുന്നു. ആരാണ് അയാളെ തലയ്ക്കടിച്ചുകൊന്നത് എന്ന കാര്യം കൂടുതൽ സങ്കീർണ്ണമാകുകയാണ്. അയാൾ ഒരു ദുഷ്ടകഥാപാത്രമോ ന്യായത്തിന്റെ ഉപകരണമോ? അതോ രണ്ടുമാണോ? എങ്ങനെയാണ് അതെല്ലാം അന്ന്യ്ക്ക് വിശദീകരിച്ചുകൊടുക്കുക?

കമ്പ്യൂട്ടറിന്റെ മുന്നിലിരുന്ന് ഇന്നക്കെഞ്ചി എന്നോടു ചോദിച്ചു.

"ഇന്റർനെറ്റിന്റെ ഉള്ളടക്കം എവിടെയാണ് സ്ഥിതി ചെയ്യുന്നത്?"

ആദ്യം എനിക്ക് ചോദ്യം മനസ്സിലായില്ല.

"എവിടെ എന്നുവെച്ചാൽ...? അത് ഇന്റർനെറ്റിൽ."

"അത് സ്ഥിതി ചെയ്യുന്ന സ്ഥലം വ്യക്തമായി നിങ്ങൾക്ക് പറഞ്ഞുതരാൻ കഴിയുമോ? അല്ലെങ്കിൽ അത് നെറ്റ് വർക്കിൽ ഒരേപോലെ പടർന്നുകിടക്കുകയാണോ?"

"വിവരങ്ങൾ സംഭരിച്ചിരിക്കുന്ന കമ്പ്യൂട്ടറുകളുണ്ട്. അവ ഡാറ്റാ സെന്ററുകളിലാണ് സ്ഥിതി ചെയ്യുന്നത്?" ഞാൻ പറഞ്ഞുതീരുന്നതിനു മുൻപ് അയാൾ പറഞ്ഞു.

"അതായത് ഇതിൽ നിഗൂഢമായൊന്നുമില്ല. വ്യക്തമായി നിർണ്ണയിക്കപ്പെട്ടിട്ടുള്ള യന്ത്രങ്ങളിലാണ് വിവരങ്ങൾ സംഭരിച്ചിരിക്കുന്നത്. ശരിയല്ലേ?"

"അതേ, അയാൾക്ക് അത്രമാത്രം ആശ്ചര്യം തോന്നാനുള്ള കാരണം എനിക്ക് മനസ്സിലായില്ല.

ഇന്റർനെറ്റ് എങ്ങനെയാണ് പ്രവർത്തിക്കുന്നതെന്ന് ഗെയ്ഗർ എനിക്ക് വിവരിച്ചുതന്നു. അതിന്റെ ഉള്ളടക്കം നിരവധി കമ്പ്യൂട്ടറുകളിൽ സൂക്ഷിച്ചിരിക്കുന്നു. നിങ്ങളതിനെക്കുറിച്ച് ചിന്തിക്കുകയാണെങ്കിൽ അങ്ങനെയല്ലാതെ അസാദ്ധ്യമായ കാര്യമാണ് അതെന്ന് ബോദ്ധ്യമാകും. കമ്പ്യൂട്ടറുകളിൽ എന്തോ ഒരു പ്രത്യേക വ്യവസ്ഥ സ്ഥിതി ചെയ്യുന്നു എന്ന് ഞാൻ ഏകദേശം വിശ്വസിച്ചിരുന്നു. കമ്പ്യൂട്ടറുകൾ തമ്മിലുള്ള ബന്ധം എന്ന വസ്തുതയിൽനിന്നും രൂപമെടുക്കുന്നത് ഒരു പ്രത്യേക യാഥാർത്ഥ്യമാണ്.

പൊതുജീവിതത്തിന്റെ ഒരു മോഡലാണ് അതെന്ന് പെട്ടെന്ന് എനിക്കു തോന്നി. പഠിച്ചുവരുമ്പോൾ അതൊരു ജീവിതമല്ല മിഥ്യയാണെന്ന് മനസ്സിലാകും. അതിൽ ആഴ്ന്നുപോകുന്നത് അപകടകരമാണ്. ആ കുളത്തിൽ വെള്ളമില്ല എന്ന് ചിലപ്പോൾ വ്യക്തമാകും. ജീവിതവും യാഥാർത്ഥ്യവും മനുഷ്യന്റെ ആത്മാവിന്റെ തലങ്ങളാണ്. അവയിലാണ് നന്മയുടേയും തിന്മയുടേയും വേരുകൾ പടർന്നിരിക്കുന്നത്. ആത്മാവിനെ സ്പർശിക്കുമ്പോഴാണ് എല്ലാം തീരുമാനിക്കപ്പെടുന്നത്. അത് പുരോഹിതനു

മാത്രമാണ് ചെയ്യാൻ കഴിയുക. ഒരുപക്ഷേ ചിത്രകാരനും അതിനു കഴിഞ്ഞേക്കും. എനിക്ക് അത് അസാദ്ധ്യമാണ്.

എല്ലായ്പ്പോഴും അന്നയെക്കുറിച്ച് ചിന്തിക്കുകയാണെന്നാണ് പ്ലത്തോനവ് പറയുന്നത്. ഞങ്ങളുടെ മകളെ ഞങ്ങളിപ്പോൾ അങ്ങനെയാണ് വിളിക്കുന്നത്. അത് വളരെ നേരത്തെയാണെന്നും ഞങ്ങളങ്ങനെ ചെയ്യാൻ പാടില്ലെന്നും എനിക്കറിയാം. പക്ഷേ അവൾ ഞങ്ങളുടെ ജീവിതത്തിലേക്ക് കടന്നുവന്നുകഴിഞ്ഞതിനാൽ എന്തുചെയ്യാൻ കഴിയും. ഞങ്ങൾക്ക് അവളുടെ സ്വഭാവം അനുഭവവേദ്യമാകുന്നുണ്ട്. അവൾ എന്റെ വയറ്റിൽ കിടന്ന് കുഞ്ഞിക്കാലുകൊണ്ട് ചവിട്ടുമ്പോൾ ആക്രമണകാരിയായ ഒരു പെണ്ണാണ് വളർന്നുവരുന്നതെന്ന് ഞങ്ങൾക്ക് മനസ്സിലാകും. അത്തരം പ്രഹരത്തിന്റെ സമയങ്ങളിൽ തന്നെ വിളിക്കണമെന്ന് പ്ലത്തോനവ് പറഞ്ഞിട്ടുണ്ട്. ഒരു ദിവസം അന്നയുടെ ചവിട്ടേറ്റ് എന്റെ വയർ ത്രസിക്കുന്നത് ഞങ്ങൾ രണ്ടുപേരും കണ്ടു.

അന്നക്കുട്ടി അദ്ദേഹത്തെക്കുറിച്ച് എല്ലാം അറിഞ്ഞിരിക്കണമെന്നാണ് അദ്ദേഹം ആഗ്രഹിക്കുന്നത്. അതിനാൽ ഇപ്പോൾ വളരെ വിശദമായാണ് കാര്യങ്ങൾ എഴുതുന്നത്. ഞാൻ അദ്ദേഹത്തിനോട് പറഞ്ഞു.

“അവൾ കുറച്ചു വളരുമ്പോൾ അങ്ങേയ്ക്ക് അവളോട് എല്ലാം പറഞ്ഞുകൂടേ? എന്തിനാണ് കാര്യങ്ങൾ കൂടുതൽ സങ്കീർണ്ണമാക്കുന്നത്?”

“അല്ല” അദ്ദേഹം പറഞ്ഞു. “ഞാൻ എഴുതും. കാരണം കടലാസിൽ കുറിച്ചുവെച്ചതെല്ലാം കൂടുതൽ ഉറപ്പോടെ വിശ്വാസയോഗ്യമായിരിക്കും. വായ്മൊഴികളെല്ലാം ഓർമ്മകളിൽനിന്നും മാഞ്ഞുപോകും. കടലാസിൽ എഴുതിയതെല്ലാം മാറ്റമില്ലാതെ തുടരും. അത് വീണ്ടും വീണ്ടും വായിക്കുവാനും കഴിയും.

പക്ഷേ എനിക്കറിയാം. എന്തുകൊണ്ടാണ് അദ്ദേഹം എഴുതുന്നതെന്ന്. ദൈവമേ, ഇവിടെ ഒരു രഹസ്യവുമില്ല. മകൾ ജനിക്കുന്നതുവരെ താൻ ജീവിച്ചിരിക്കില്ലെന്നാണ് അദ്ദേഹം കരുതുന്നത്.

വളരെ മോശമായി പുല്ലുകളരിഞ്ഞ മൈതാനത്തുനിന്നും ഒരു എയ്റോപ്ലെയിൻ ഒരിക്കൽ ഉയർന്നുപൊങ്ങുന്നത് ഞാൻ സീവ്യർസ്കയയിൽ കാണുകയുണ്ടായി. അത് റൺവേയിലൂടെ വേഗത കൂട്ടിയപ്പോൾ വൈമാനികൻ റോഡിലെ കുണ്ടും കുഴിയും ഒഴിവാക്കുകയും മേടുകളിൽ ചാടുകയും പെട്ടെന്ന് വായുവിലേക്ക് ഉയർന്നുപൊങ്ങുകയും ചെയ്തു. ഒന്നിടവിട്ട് മൈതാനത്തുകൂടി ഓടിയ വിമാനം ഉയർന്നുപൊങ്ങുമെന്ന് അതു കണ്ടവരാരും കരുതിയില്ല. പക്ഷേ വൈമാനികൻ പറന്നുയർന്നു. അയാൾക്ക് മുന്നിൽ മേടുകൾ ഒട്ടുംതന്നെ അവശേഷിച്ചില്ല. അയാളെ നോക്കി ചിരിക്കുന്ന കാഴ്ചക്കാരും അവശേഷിച്ചില്ല. അയാൾക്കുമുകളിൽ മേഘങ്ങൾ പരന്നുകിടക്കുന്ന ആകാശവും താഴെ കൂട്ടിത്തുന്നിയതുപോലെ നീണ്ടുകിടക്കുന്ന ഭൂമിയും ചിറകിനടിയിൽ കാണാമായിരുന്നു.

ആ ചിത്രം ചിലപ്പോൾ അടയാളപ്പെടുത്തുന്നത് എന്റെ ശരിയായ ജീവിതഗതിയാണെന്ന് എനിക്ക് പലപ്പോഴും തോന്നിയിട്ടുണ്ട്. ശ്രേഷ്ഠരായ ആളുകൾക്ക് ചില പ്രത്യേകതകളുള്ളതായി എനിക്ക് തോന്നിയിട്ടുണ്ട്. അവർ ചുറ്റുപാടുകളെ കാര്യമായി ആശ്രയിക്കാറില്ല, സ്വാതന്ത്ര്യമല്ല പ്രധാന ലക്ഷ്യം. പക്ഷേ ലക്ഷ്യങ്ങൾ നേടാൻ അത് സഹായിക്കും. പറന്നുയരാൻ കഴിയുമെന്ന ദുർബ്ബലമായ പ്രതീക്ഷയോടെ നിങ്ങൾ ജീവിതത്തിലൂടെ പ്രയാണം ചെയ്യുന്നു. ആളുകൾ സഹതാപത്തോടെയോ കുറഞ്ഞപക്ഷം അജ്ഞതയോടെയോ നിങ്ങളെ വീക്ഷിക്കുന്നു. എന്നാൽ നിങ്ങൾ ഉയർന്നു പറക്കുകയും ഉയരത്തിൽനിന്നും ആളുകളെയെല്ലാം കുത്തുകൾപോലെ കാണുകയും ചെയ്യുന്നു. നിമിഷനേരംകൊണ്ട് അവർ ചെറുതായിപ്പോയതല്ല. കാരണം, മുകളിൽനിന്നുള്ള വീക്ഷണത്തിൽ ചിത്രരചനയുടെ തത്ത്വങ്ങളനുസരിച്ച് അവർ കുത്തുകളായി മാറുകയായിരുന്നു. നൂറോളം കുത്തുകളുള്ള മുഖങ്ങൾ നിങ്ങളുടെ നേരെ തിരിഞ്ഞിരിക്കുന്നു. തുറന്ന വായയുമായാണ് അവ കാണപ്പെട്ടത്. താഴെ നിന്നിരുന്നവർ ആഹ്ലാദത്തിലായിരുന്നു. പക്ഷേ അവർക്ക് ഒന്നും വ്യത്യാസപ്പെടുത്താനുള്ള ശക്തിയുണ്ടായിരുന്നില്ല. കാരണം അവിടെ എല്ലാ കാര്യങ്ങളും പറക്കുന്നവന്റെ കഴിവിനെ ആസ്പദമാക്കിയാണ് നിലകൊണ്ടത്. ഒരു വൈമാനികൻ തന്റെ ഏകാന്തതയിൽ വളരെ ഉജ്ജ്വലമായ അവസ്ഥയിലായിരിക്കും.

സീവ്യർസ്കയയിലെ ഏതോ വൈമാനികന്റെ പറക്കലിനെക്കുറിച്ച് പ്ലത്തോനവ് വിവരിച്ചു. കഥയുടെ ഭാവത്തിൽനിന്നും അത് വൈമാനികനെക്കുറിച്ചൊന്നുമല്ല, പ്ലത്തോനവിനെക്കുറിച്ചാണെന്ന് എനിക്ക് പെട്ടെന്ന് മനസ്സിലായി. മറ്റുള്ളവരെക്കുറിച്ചും തന്നെക്കുറിച്ചും പറയുമ്പോൾ അദ്ദേഹത്തിന് വ്യത്യസ്തമായ മട്ടായിരുന്നു. അദ്ദേഹം പറഞ്ഞുകൊണ്ടേയിരിക്കും. പിന്നെ ആലോചനയിൽ മുഴുകിപ്പോകും.

"നിങ്ങളെന്തിനെക്കുറിച്ചാണ് ആലോചിക്കുന്നത്" ഞാൻ ചോദിച്ചു.

"എങ്കിലും ഏതു കുഴിയിലാണ് ഞാൻ വീണത്? എന്തുകൊണ്ട് ഉയർന്നുപൊങ്ങിയില്ല? ചിത്രകലയിലെ എന്റെ കഴിവുകളെ ആരാണ് നശിപ്പിച്ചത്?"

അദ്ദേഹത്തിന്റെ കഴിവുകൾ അങ്ങനെ വെറുതെ അദ്ദേഹത്തെ വിട്ടുപോകാൻ കഴിയില്ലെന്നും അവ എന്തായാലും മടങ്ങിവരുമെന്നും ഞാനദ്ദേഹത്തെ പറഞ്ഞുമനസ്സിലാക്കാൻ ശ്രമിച്ചു. അത് വെറും സാന്ത്വനമായിരുന്നില്ല. ഞാൻ അങ്ങനെ ഉറച്ചു വിശ്വസിച്ചിരുന്നു. വൈമാനികനോടുള്ള ഉപമ മനോഹരമാണെങ്കിലും അത് പ്ലത്തോനവിനെ ദുർബ്ബലനാക്കുന്നു. അദ്ദേഹം എന്നെ കെട്ടിപ്പിടിച്ചുകൊണ്ട് താൻ ദുർബ്ബലനാണെന്ന് പറഞ്ഞു. പിന്നീട് ദീർഘനേരം ഞങ്ങൾ മൗനംപൂണ്ടു. ഇളകിയാടിക്കൊണ്ടിരുന്നു.

ഇന്നക്കെഞ്ചി തന്റെ മകൾക്കുവേണ്ടി എഴുതാൻ തീരുമാനിച്ചു. തന്റെ ജീവിതം വിവരിക്കുവാൻ നിശ്ചയിച്ചു. വളരെ അസാധാരണമായ ഒരു ആവശ്യം അയാൾ എന്റേയും നാസ്ച്യയുടേയും നേർക്ക് ഉന്നയിച്ചു. അയാളെ എഴുതാൻ സഹായിക്കണമെന്നായിരുന്നു ആവശ്യം.

"എങ്ങനെ?" ഞാൻ ചോദിച്ചു. "സ്വന്തം ജീവിതം എഴുതാൻ ഒരാളെ എപ്രകാരം സഹായിക്കാനാണ്?" "അവ്യയമായ ജീവിതമല്ല, അതിന്റെ കിന്നരിവെയ്ക്കുന്ന കാര്യങ്ങൾ. എല്ലാം എനിക്ക് ഒറ്റയ്ക്ക് സാധിക്കുമോ എന്ന് ഞാൻ ഭയപ്പെടുന്നു."

അങ്ങനെ എഴുതേണ്ട കാര്യങ്ങൾ ഇന്നക്കെഞ്ചി ഞങ്ങൾക്കു പറഞ്ഞു തരാൻ തുടങ്ങി.

ഒറ്റപ്പെട്ട കാര്യങ്ങളെക്കുറിച്ചല്ല പൊതുവായ കാര്യങ്ങളെക്കുറിച്ചായിരുന്നു സംസാരം. എല്ലാം ഒരേപോലെയാണ് ഗ്രഹിക്കപ്പെട്ടത്.

ഉദാഹരണത്തിന് സീവ്യർസ്കയയിലെ കൊതുകുകളെക്കുറിച്ച്.

മറ്റെന്താണ് അയാൾ വീണ്ടും ഓർമ്മിപ്പിച്ചത്? മുടിവെട്ടാൻ പോയ കാര്യമോ? നനഞ്ഞ വഴിയിലൂടെ സൈക്കിൾ ചവിട്ടിയതോ?

അയാൾ എന്തോ പ്രാധാന്യമുള്ള ഒരു ചിത്രം വരയ്ക്കുകയാണ്. അതേ സമയം സഹായികളെക്കൊണ്ട് അതിന്റെ പശ്ചാത്തലമൊരുക്കുകയാണ്. അയാൾ കോറിയിട്ട രൂപരേഖകളിലൂടെ പ്രാധാന്യം കുറഞ്ഞ ചിത്രങ്ങൾ വരയ്ക്കുകയാണ് സഹായികൾ.

"ഞാൻ സഹായം നിരസിക്കുകയല്ല" ഞാൻ പറഞ്ഞു. "എന്നാൽ ഞാനൊരു മോശം സഹായിയായിരിക്കും. എഴുത്തിൽ എനിക്കൊരു ദൈവ നിയോഗമില്ല,"

"പക്ഷേ ഗെയ്ഗർ, നേർവിപരീതമായി താങ്കൾ മിതഭാഷിയും വളരെ സാധാരണമായി എഴുതുന്നയാളുമാണ്."

"എന്നെ, നിങ്ങളെങ്ങനെയാണ് കണക്കാക്കുന്നത്?" നാസ്ച്യ ചോദിച്ചു.

ഇന്നക്കെഞ്ചി കുറച്ചുനേരം ആലോചിച്ചു.

"നേർവിപരീതമായ ഗുണങ്ങളാണ് നിനക്കുള്ളത്."

ഇവിടെ നിരസിക്കുക എന്നത് അസാദ്ധ്യമാണെന്ന് ഞാൻ മനസ്സിലാക്കുന്നു. പക്ഷേ ഈ പ്രയത്നത്തെ എങ്ങനെയാണ് നോക്കിക്കാണേണ്ടതെന്ന് എനിക്കറിയില്ലായിരുന്നു. അതിന്റെ കാതലായ ആവശ്യമെന്താണ്? ഒരു അരക്കിറുക്കാണോ? പുരോഗമിക്കുന്ന ഒരു രോഗമാണോ?

അവസാനം പറഞ്ഞതാവാം എളുപ്പമായ കാരണം. പക്ഷേ ഞാൻ തിരക്ക് കൂട്ടുന്നില്ല.

വിചിത്രമായ കാര്യം. തന്റെ എഴുത്തിൽ അയാളെ സഹായിക്കണമെന്ന് പ്ലത്തോനവ് എന്നോടും ഗെയ്ഗറോടും ആവശ്യപ്പെട്ടു. ഞങ്ങൾ

തീർച്ചയായും ഉത്തരം പറയാം. സത്യസന്ധമായി പറഞ്ഞാൽ ഇതിനോട് എങ്ങനെ പ്രതികരിക്കണമെന്ന് എനിക്കറിയില്ല. ചോദിച്ചാൽ അദ്ദേഹത്തിന് വിഷമമാകും. ഒരു ദിവസം കഴിഞ്ഞ് ചോദിക്കാതിരിക്കാൻ കഴിഞ്ഞില്ല. പ്ലത്തോനവ് ഒരു തരിപോലും പിണങ്ങിയില്ല.

"അതിനെ ഒരു ജീവിതകഥയായി കണക്കാക്കുക."

"നിങ്ങളുടെ...?"

"എന്റേത്. പിന്നെ പൊതുവായ ജീവിതം."

എഴുതാൻ എന്നെ സഹായിക്കണമെന്ന അപേക്ഷ അവരെ രണ്ടു പേരേയും അത്ഭുതപ്പെടുത്തി. അതത്ര വിചിത്രമായ ആവശ്യമാണോ? അവർ എന്നെ നോക്കി തലകുലുക്കിയെങ്കിലും മുഖങ്ങൾ എന്റെ പെരുമാറ്റത്തിന് അനുകൂലമല്ലാത്ത ഭാവങ്ങളായിരുന്നു അവരുടെ മുഖത്ത് മിന്നിമറഞ്ഞത്. എന്റെ ആശയത്തിന്റെ കാതൽ വ്യക്തമാകുന്നില്ലേ? ഓരോ മനുഷ്യനും പ്രത്യേകമായ തന്റെ ഓർമ്മകളുണ്ടാവും. പക്ഷേ അയാൾ കടന്നുപോയതും ഒരേ രീതിയിൽ ഓർമ്മിക്കുന്നതുമായ കാര്യങ്ങളുണ്ടാകും. രാഷ്ട്രീയം, ചരിത്രം, സാഹിത്യം ഇവയെല്ലാം സ്വാംശീകരിക്കുന്നത് വ്യത്യസ്ത രീതിയിലാണ്. എന്നാൽ മഴയുടെ ശബ്ദം. ഇലകളുടെ രാത്രിയിലെ മർമ്മരങ്ങൾ ദശലക്ഷക്കണക്കിന് മറ്റുകാര്യങ്ങൾ അവയെല്ലാമാണ് നമ്മെ ഒരുമിപ്പിക്കുന്നത്. ഞങ്ങൾ തൊണ്ടയടയ്ക്കുന്നതുവരെ അവയെക്കുറിച്ച് തർക്കിക്കുകയോ പരസ്പരം തലപുണ്ണാക്കുകയോ ചെയ്യില്ല. അതാണ് എല്ലാറ്റിന്റേയും അടിസ്ഥാനം. അങ്ങനെയാണ് പ്രവർത്തിക്കേണ്ടത്. അതാണ് ഞാനെന്റെ പ്രിയപ്പെട്ടയാളുകളോട് ചോദിക്കുന്നത്. എന്റെ വിവരണങ്ങൾക്കിടയിൽ അവരുടെ ശബ്ദങ്ങൾ പ്രത്യക്ഷപ്പെടട്ടെ. അവർ എന്റെ ശബ്ദത്തെ വികലമാക്കുകയില്ല. മറിച്ച് അത് സമ്പന്നമാക്കുകയേയുള്ളൂ.

ഞാൻ ഭൂതകാലത്തിലേക്കുള്ള വഴി തിരയുകയാണ്. സാക്ഷികളുടെ സഹായത്തോടെയും (അനസ്താസ്യയുടെ മരണത്തോടെ മറ്റു സാക്ഷികളൊന്നുമില്ല) ഓർമ്മകളിലൂടെയും എന്റെ സഹയാത്രികർ പരിണാമം പ്രാപിച്ച ശ്മശാനങ്ങളിലൂടെയും ഞാനതാണ് തിരയുന്നത്. ഞാനെന്റെ ഭൂതകാലവുമായി വ്യത്യസ്ത മാർഗ്ഗങ്ങളിലൂടെ അടുക്കാൻ ശ്രമിക്കുകയാണ്. അത് എന്നിൽനിന്നും വ്യതിരിക്തമായ ഒന്നാണോ അതോ ഞാനിപ്പോഴും അതിലാണോ ജീവിക്കുന്നത്? എന്റെ മഞ്ഞുറഞ്ഞ ഗാഢനിദ്രയ്ക്കുമുൻപും എനിക്കൊരു ഭൂതകാലമുണ്ടായിരുന്നു. പക്ഷേ അത് ഇപ്പോഴുള്ളതുപോലെ ഒറ്റപ്പെട്ടു നിലനില്ക്കുന്നില്ല. എന്റെ ഭൂതകാലത്തെക്കുറിച്ച് ഞാൻ ഓർമ്മിച്ചതൊന്നും എന്നെ അതിന്റെയടുത്തേക്ക് നയിച്ചില്ല. മുറിഞ്ഞുപോയിട്ട് തുന്നിപിടിപ്പിച്ച ഒരു കൈ പോലെയാണ് അതെനിക്ക് തോന്നുന്നത്. ആ കൈ എങ്ങനെയെങ്കിലും ചലിക്കുന്നുണ്ടായിരിക്കാം. പക്ഷേ അത് ഇനിയൊരിക്കലും എന്റേതായിരിക്കില്ല.

ചുരുക്കത്തിൽ ദ്രാവക നൈട്രജനിൽ കിടന്ന കാലം ഭൂതകാലത്തിന് ഒരു മാറ്റവും വരുത്തിയില്ല. ആ വർഷങ്ങൾ പ്രശ്നത്തെ കൂടുതൽ ബല പ്പെടുത്തുകയാണ്, ജനിപ്പിക്കുകയല്ല. പ്രശ്നങ്ങൾ മുൻപും ഉണ്ടായിരുന്നു. വർത്തമാനത്തിൽനിന്നും ഭൂതകാലം അറുത്തുമാറ്റപ്പെട്ടു എന്നാണ് അതിന്റെയർത്ഥം. യാഥാർത്ഥ്യവുമായി അതിന് ഒരു ബന്ധവുമില്ല. വർത്തമാനകാലം അവസാനിപ്പിച്ചുകഴിഞ്ഞാൽ ജീവിതത്തിൽ എന്തു സംഭവിക്കും? അതെന്റെ തലയിൽ മാത്രമായി ജീവിക്കുമോ? പതിനായിര ക്കണക്കിന് കോശങ്ങൾ മൃതിയടഞ്ഞുകൊണ്ടിരിക്കുന്ന എന്റെ പ്രിയപ്പെട്ട വർ സംശയത്തോടെ നോക്കുന്ന എന്റെ സ്വന്തം തലയിൽ മാത്രമായി ജീവിക്കുമോ? ജീവനുള്ള ആളുകളെ അവരുടെ എന്നോടൊപ്പമുള്ള ഓർമ്മ കളുമായി അടിയന്തിരമായി എന്റെ ഓർമ്മകളിൽ കടത്തിവിടണം. ഞങ്ങളുടെ പരസ്പരമുള്ള ഓർമ്മകൾ പുനർജ്ജനിപ്പിച്ചതിനുശേഷം ആ ആളുകൾ ഒരുപക്ഷേ എനിക്കുമാത്രം സ്വന്തമായുള്ള ഓർമ്മകളും ഉണർത്തിയേക്കാം.

1900 വർഷങ്ങളിലെ സീവ്യർസ്കയ റഷ്യയുടെ ഗ്രാമീണ ഭവന ങ്ങളുടെ തലസ്ഥാനമായിരുന്നു. കൊതുകുകളുടെ തലസ്ഥാനം. പ്രത്യേ കിച്ച് ജൂൺമാസം. ഇപ്പോഴും അവിടെ നിരവധി കൊതുകുകളുണ്ട്. ഒരു പക്ഷേ കൊതുകുകളോടുള്ള ബഹുമാനത്തോടെ അതിനെ ഒരു കൊതുകുരാജ്യം എന്നു വിളിക്കാവുന്നതാണ്. പക്ഷേ ഇപ്പോൾ കൊതുകു കളെ തുരത്താൻ സ്പ്രേകളും കൊതുകുതിരികളും ക്രീമുകളുമൊക്കെ യുണ്ട്. പക്ഷേ പണ്ടോ? ഒരുപക്ഷേ ക്രീമുകൾ ഉണ്ടായിരുന്നിരിക്കാം. പിന്നെ തീകൂട്ടുകയന്നു മാത്രമേയുണ്ടായിരുന്നുള്ളു. പഴയ സാധനങ്ങളും തുണികളും ഇലകലും ചുള്ളിക്കമ്പുകളും കത്തിക്കുന്ന കുപ്പകളായി രുന്നു അത്. അത് കൂടുതൽ പുക പരത്തും. എന്തായാലും അതിന്റെ സാങ്കേതികവശത്തിൽ പ്ലത്തോനവിന് താത്പര്യമില്ല.

അയാൾക്ക് പ്രധാനമായിട്ടുള്ളത് വിശദവിവരങ്ങളാണ്. ഒരു ഹെലി കോപ്റ്റർ പോലെ എങ്ങനെയാണ് കൊതുക് കൈയിൽ ലാന്റുചെയ്യുന്നത്, എത്ര സൂക്ഷ്മതയോടെയാണ് എന്നൊക്കെയുള്ള വിശദവിവരങ്ങളിലാണ് അയാൾക്ക് താത്പര്യം. കൊതുക് ഈച്ചയെപ്പോലെയല്ല. അത് കൈയിൽ ഇരുന്ന് തെന്നിനീങ്ങാറില്ല. ലാന്റുചെയ്തിടത്തുതന്നെ പ്രവർത്തനം നടത്തും. പ്രതിരോധമില്ലാത്ത തൊലിയിലൂടെ തന്റെ കൊമ്പുകുത്തി യിറക്കി രക്തം വലിച്ചെടുക്കാൻ തുടങ്ങും. നിങ്ങൾ കൈയിൽ ചേർത്ത് ഒരടിയടിക്കും. തൊലിയിൽ രക്തം പുരളും. കൊതുകിനെ അതിന്റെ കുറ്റ കൃത്യം ചെയ്യുന്നിടത്തുതന്നെ തല്ലിക്കൊന്നാൽ തൊലിക്ക് ചൊറിച്ചിൽ തോന്നുകയില്ല എന്നാണ് ഞാനൊരു കൊച്ചുപെൺകുട്ടിയായിരുന്നപ്പോൾ കേട്ടിട്ടുള്ളത്. ഏതൊരു കുറ്റകൃത്യത്തിനും ശിക്ഷ ലഭിക്കുമെന്ന ഒരു ഗുണപാഠത്തിന്റെ അതിശയോക്തിപരമായ പ്രസ്താവനയാകാമിതെന്ന് ഞാൻ വിചാരിക്കുന്നു. അതെ സ്ഥലത്ത് അതേ സമയത്ത് രക്തപങ്കില മായ പാപശാന്തി.

ഏറ്റവും അസഹ്യമായത് രാത്രിയിലെ മൂളലാണ്. അത് കൊതുകു കുത്തുന്നതിലും മോശമാണ്. പോടുള്ള പല്ല് തുളയ്ക്കുന്നതുമായാണ് അതിനെ താരതമ്യപ്പെടുത്താവുന്നത്. വേദനിക്കുമോ ഇല്ലയോ എന്ന് നിങ്ങൾക്കറിയില്ല. തുളയ്ക്കുന്ന യന്ത്രത്തിന്റെ ശബ്ദം നിങ്ങളിലേക്ക് കിനിഞ്ഞിറങ്ങും. നിങ്ങൾ വിഫലമായി ഉറക്കത്തിൽ പ്രതിരോധിക്കുകയും നിങ്ങളുടെ തല പുതപ്പിനടിയിൽ ഒളിപ്പിക്കുകയും ചെയ്യും. അപ്പോൾ നിങ്ങൾക്ക് ശ്വാസംമുട്ടും. മുറിയിലും വായുതടസ്സമുണ്ടാകും. അപ്പോൾ നിങ്ങൾ പുതപ്പിനുള്ളിൽനിന്നും വീണ്ടും തലനീട്ടും. ജനാലകളെല്ലാം അടച്ചിട്ടിരിക്കുകയാണ്. പുകച്ചിൽ അസഹ്യമാകുമ്പോൾ നിങ്ങൾ പൂർണ്ണമായും പുതപ്പ് വലിച്ചുനീക്കും. നിങ്ങളുടെ ശരീരം കൊതുകുകൾക്ക് കാഴ്ചവെയ്ക്കുന്നു. ഇപ്പോൾ പുകച്ചിൽ ഇല്ല എന്ന് സമാധാനിക്കാം. രസകരമായ സംഗതി, നഗ്നമായ ശരീരത്തെ കൊതുകുകൾ പൊതിയുന്നില്ല എന്നതാണ്. ഒരുപക്ഷേ പെട്ടെന്നുള്ള ഗംഭീരമായ പ്രതിരോധമില്ലായ്മ അവയെ അന്ധാളിപ്പിക്കുന്നുണ്ടാകാം. അല്ലെങ്കിൽ നഗ്നതയൊക്കെയും അവയെ ഞെട്ടിച്ചിരിക്കാം.

ഞാനെഴുതുന്നത് പ്ലത്തോനവിന് ഇഷ്ടപ്പെടുമോ?

എനിക്ക് ചിത്രം വരയ്ക്കാനുള്ള ഒരു പ്രചോദനമുണ്ടായി. ഊണുമേശമേൽ ന്യായദേവതയുടെ പ്രതിമയെടുത്തുവെച്ചു. ബുക്ക് ഷെൽഫിൽ നിന്നും ബുക്കുകൾ തള്ളിനീക്കി സ്ഥലമുണ്ടാക്കിയിട്ട് എഴുത്തുമേശമേലിരിക്കുന്ന വൈദ്യുത വിളക്ക് ഞാൻ ഷെൽഫിൽ സ്ഥാപിച്ചു. ഒരു നിഴലോടെയുള്ള നല്ല വെട്ടം കിട്ടി. മുക്കാലിയും അതിന്റെ ക്യാൻവാസിൽ ഒരു കടലാസും ഉറപ്പിച്ചുവെച്ചു. ഒരു പെൻസിലെടുത്ത് ചിത്രം വരയ്ക്കാൻ തുടങ്ങി. കടലാസ്സിൽ കൂടുതലൊന്നും തെളിഞ്ഞുവരുന്നതിനുമുൻപേ എനിക്കതിനു കഴിയുമെന്ന് എനിക്ക് ബോദ്ധ്യമായി. നിരവധി ദിവസങ്ങളിലെ എന്റെ ശ്രമഫലമായി എന്റെ കൈകൾക്ക് ശരിയായ ചലനം തിരിച്ചുകിട്ടി. ഓരോ വരയിലും എന്നിൽ ആത്മവിശ്വാസം ജനിക്കുകയും ചിത്രരചനയുടെ നിയമങ്ങൾ ചിന്തിക്കാതെ തന്നെ എന്റെ കൈയ്യ് അതെല്ലാം അറിയാമെന്ന് തെളിയിക്കുകയും ചെയ്തു.

എല്ലാം തയ്യാറായി കഴിഞ്ഞപ്പോൾ ഞാൻ എല്ലാ ലൈറ്റുകളും തെളിക്കുകയും വളരെ ശ്രദ്ധാപൂർവ്വം ഞാൻ വരച്ച ചിത്രം പരിശോധിക്കുകയും ചെയ്തു. അതിൽ ഒത്തിരി പോരായ്മകളുണ്ടായിരുന്നുവെങ്കിലും അവയൊക്കെ അപ്രസക്തമായിരുന്നു. മഞ്ഞുരുകി ജീവിതം തിരിച്ചുകിട്ടിയതിനുശേഷം ആദ്യമായി എന്തെങ്കിലും വരയ്ക്കാൻ എനിക്ക് സാധിച്ചിരുന്നു. നിഴലിന്റെ കാര്യത്തിലായിരുന്നു എനിക്ക് പിണഞ്ഞ പ്രധാന ന്യൂനത. പെൻസിൽ കൊണ്ടുവരയ്ക്കുമ്പോൾ നിഴലുകളെ അത്ര കറുപ്പിക്കാൻ പാടില്ലെന്നും കടലാസിന്റെ കണ്ണടയ്ക്കുംവിധം പെൻസിൽ പ്രയോഗിക്കരുതെന്നുമുള്ള നിയമം ഞാൻ ഓർമ്മിച്ചു. വരകൾക്കിടയിലൂടെ കടലാസ് അല്പം തിളങ്ങി കാണേണ്ടിയിരുന്നു. 'അതിരുകടന്നു'

ചെയ്യുന്നതിനേക്കാൾ നല്ലത് മുഴുവനായി ചെയ്യാതിരിക്കുകയാണെന്ന എന്റെ അദ്ധ്യാപകൻ മാർക്സിന്റെ നിർവചനം എന്റെ ചിന്തകളിൽ തിളങ്ങി. ചിത്രരചനയിൽ പൊതുവെ എനിക്കാ നിയമം പാലിക്കാവുന്ന താണ്.

ഞാൻ വരച്ച കടലാസെടുത്ത് മേശപ്പുറത്ത് വെച്ചു. അടുക്കളയിൽ പോയി റൊട്ടി ഇട്ടുവെയ്ക്കുന്ന പാത്രം തുറന്നു. പുത്തൻ റൊട്ടിയുടെ അടുത്തുതന്നെ ഉണങ്ങിയ റൊട്ടിക്കഷണങ്ങളും കിടപ്പുണ്ടായിരുന്നു. അത് പ്രാവുകൾക്ക് കൊടുക്കാൻ വേണ്ടി നാസ്ച്യ സൂക്ഷിച്ചുവെച്ചിരു ന്നതാണ്. ഭാഗ്യവശാൽ ഉണങ്ങിയ റൊട്ടിയുടെ കൂടെ ടാറുപോലെ കറുത്ത ഒരു ഉണങ്ങിയ റൊട്ടിക്കഷണം കണ്ടെത്തി. ഞാൻ അത് ചിത്ര ത്തിൽ സാവധാനം തിരുമ്മിപിടിപ്പിച്ചു. ഞാൻ ചിത്രത്തിന്റെ ഉപരിതല ത്തിൽ റൊട്ടിയുടെ പൊടികൊണ്ട് വൃത്താകാരമായ ചലനങ്ങൾ സൂക്ഷിച്ച് അധികമുള്ള ഗ്രാഫൈറ്റിനെ അധിശോഷണം ചെയ്തു. തിണ്ണയിൽ വീണ കറുത്ത റൊട്ടിപ്പൊടി ഞാനൊരു ബ്രഷുകൊണ്ട് തുടച്ചുമാറ്റി. അവ ശേഷിച്ച സൂക്ഷ്മതരികളെ ഊതി പറപ്പിച്ചു.

എല്ലാ വരകളും അവശേഷിച്ചിരുന്നു. പക്ഷേ അവയെല്ലാം ഒത്തിരി മങ്ങിയിരുന്നു. ഞാൻ പെൻസിലെടുത്ത് വരകൾക്കുമീതെ ഒരിക്കൽകൂടി വരച്ചു. അതിപ്പോൾ കുറച്ചു വ്യത്യസ്തമായിരുന്നു. അതായിരുന്നു എനിക്കു കൂടുതൽ ഇഷ്ടപ്പെട്ടത്. എനിക്ക് സന്തോഷം തോന്നി. ഞാൻ ഒന്ന് ആലോചിച്ചുനിന്നു. അങ്ങിനെയല്ല എന്നിലേക്ക് അത് തുളഞ്ഞു കയറുകയായിരുന്നു. കൂട്ടമായുള്ള എന്റെ കോശങ്ങളുടെ മരണം ഒഴി വാക്കാനാവുമോ?

1913 ജൂലായ് മാസം

ഇളംചൂടുള്ള സന്ധ്യാരശ്മികൽ ബാർബർ ഷോപ്പിലേക്ക് അരിച്ചിറങ്ങി. സൂര്യരശ്മികളിൽ ധൂളികൾ തിളങ്ങി.

കഷണ്ടിയുള്ള ചെറുപ്പമല്ലാത്ത ഒന്നാമത്തെ ബാർബർ മദ്ധ്യവയസ്ക നായ കഷണ്ടിയില്ലാത്ത ഒരാളുടെ മുടിവെട്ടുന്നു. ഒഴിഞ്ഞ കത്രികയുടെ കത്രിക്കൽ സ്വരം വായുവിൽ മുഴങ്ങുന്നു. അയാൾ ജോലിയുടെ ക്രമം മാറ്റുന്നു. മുറിച്ചുമാറ്റുന്ന മുടിയുടെ തികഞ്ഞ ശബ്ദം.

രണ്ടാമത്തെ ബാർബറും പ്രായം കൂടിയയാളാണ്. അയാളും കഷണ്ടി ക്കാരനാണ്. അയാൾ സ്പിരിറ്റ് ലാമ്പ് കത്തിക്കുകയും തീനാളത്തിൽ കത്തി ചൂടാക്കുകയും ചെയ്യുന്നു. അയാൾ ഒരു ഷേവിങ്ങ് ബ്രഷുമെടുത്ത് ഉപഭോക്താവിന്റെ കവിളിനടുത്തേക്ക് നീങ്ങുന്നു.

കഷണ്ടിക്കാരനായ ഒരു ബാർബർക്ക് ഉണ്ടാകാൻ സാദ്ധ്യതയുള്ള അസൂയ മനോഭാവത്തിന്റെ വെളിച്ചത്തിൽ തന്റെ മുടി വെട്ടുന്നയാളെ വിശ്വസിക്കാനാവുമോ? ചോദ്യമാണ്...

രണ്ട് ഉപഭോക്താക്കളും അനുകൂല ഭാവത്തിൽ ചോദ്യത്തിന് ഉത്തരം നല്കുന്നു. താടി മാത്രം വടിക്കുന്ന രണ്ടാമന് അപകടസാദ്ധ്യത കുറവാണ്. അയാളുടെ കാര്യത്തിൽ കാഴ്ചയിൽ വലിയ കോട്ടമുണ്ടാക്കുക അസാദ്ധ്യമാണ്. കവിളിൽ മുറിവുണ്ടാക്കാൻ മാത്രമേ കഴിയൂ.

ക്ഷുരകന്മാർ പരസ്പരം വർത്തമാനം പറയുന്നുണ്ട്.

നിത്യോപയോഗസാധനങ്ങളുടെ വിലയെക്കുറിച്ച് ഒരുപക്ഷേ ദിവസം മുഴുവൻ നീണ്ടുനില്ക്കുന്ന ചർച്ചയാണ് അവർ തമ്മിൽ നടക്കുന്നത്. ഇടയ്ക്കു ചില സാധനങ്ങളുടെ പേരുകൾ ഉച്ചരിക്കുന്നതിൽ കവിഞ്ഞ് ഉപഭോക്താക്കളെ ചർച്ചയിൽ പങ്കെടുപ്പിക്കാൻ അവർക്ക് കഴിയുന്നില്ല. ചർച്ചയിൽ പൂർണ്ണമായി സഹകരിക്കുവാൻ ഉപഭോക്താക്കൾക്ക് കഴിയുന്നില്ല.

അവർ ഓരോ വാക്കുകളും വാക്യങ്ങളും ആവർത്തിച്ചു. വിഷാദമഗ്നരായി നിരവധി തവണകൾ ഓരോ വാക്കുകളും ആവർത്തിച്ചു.

ഉപഭോക്താക്കൾക്ക് അങ്ങനെ ആവർത്തിച്ചുപറയാൻ കഴിയുന്നില്ല. അതിന് അവർക്ക് മുടിവെട്ടിന്റെ താളവുമായി പൊരുത്തപ്പെടണം. പ്രശാന്തതയുണർത്തുന്ന ഒരു പ്രത്യേക താളമാണത്. അത് വിദഗ്ദ്ധരായവർക്കുമാത്രം പ്രാപ്യമായ കാര്യമാണ്.

ഞാനിതെഴുതുമ്പോൾ എന്നെ യാഷിൻ വിളിച്ചു. പുരാവസ്തു വകുപ്പിലെ യാഷിൻ. വറോനിൻ ഇപ്പോഴും ജീവിച്ചിരിപ്പുണ്ടെന്ന് അയാൾ പറഞ്ഞു.

ആരെക്കുറിച്ചാണ് പറയുന്നതെന്ന് ആദ്യം എനിക്ക് മനസ്സിലായില്ല. പിന്നീട് എനിക്കത് അവിശ്വസനീയമായിത്തീർന്നു. പിന്നെ മനസ്സിലായി, വിശ്വാസമായില്ല. കോൺസൺട്രേഷൻ ക്യാമ്പിലെ അതിനികൃഷ്ടനായ വറോനിൻ ജീവിച്ചിരിക്കുന്നുവെന്ന്. അസാധാരണനായ ആ കാട്ടുപന്നി.

ഇന്നക്കെഞ്ചിക്കുപകരം ആദ്യമായാണ് യാഷിൻ എന്നെ വിളിച്ചത്. "ഇതൊരു പ്രത്യേക കാര്യമാണ്. ഡോക്ടർ തീരുമാനമെടുക്കേണ്ടതാണ്" – അയാൾ പറഞ്ഞു.

അതെ, ഇതൊരു പ്രത്യേക കാര്യമാണ്. പക്ഷേ ഇവിടെ എന്താണ് തീരുമാനമെടുക്കാനുള്ളതെന്ന് എനിക്ക് അത്ര വ്യക്തമായിരുന്നില്ല.

ഗെയ്ഗർ എന്നെ വീണ്ടും പരിശോധിച്ചു. എന്നോട് കണ്ണടച്ചുകൊണ്ട് കൈകൾ നീട്ടാനും നീട്ടിയ കൈ മടക്കി ഓരോ കൈകൾകൊണ്ട് മൂക്കിന്റെ തുമ്പിൽ തൊടുവാനും ആവശ്യപ്പെട്ടു. എനിക്കതിനു കഴിഞ്ഞില്ല. അതായത് എനിക്കത് സാധിച്ചത് ഉടനെയല്ല, പലവട്ടം ശ്രമിച്ചപ്പോഴാണ്. അത് കണക്കാക്കുന്നില്ല എന്നെനിക്ക് മനസ്സിലായി.

"അത് കണക്കാക്കുന്നില്ല അല്ലേ?" ഞാൻ ചോദിച്ചു.

അയാൾ ഉദാസീനമായി ചിരിച്ചു. മറ്റൊരു തരത്തിൽ പറഞ്ഞാൽ ഞാനൊരു സന്തോഷവാനായ മനുഷ്യനാണെന്ന് അയാൾ വിലമതിക്കുന്നു.

എന്റെ സന്തോഷം ഭ്രാന്തമാണോ എന്ന് അയാൾ സംശയിക്കുന്നു. അയാളുടെ സംശയം ശരിയാണോ?

എന്റെ തകർന്നടിഞ്ഞ ജീവിതത്തിന്റെ പരിശോധനകൾ ഞാനെ വിടെനിന്നാണ് തുടങ്ങേണ്ടത്? ഞാൻ നാസ്ച്യയ്ക്ക് 'നിത്യശാന്തി കിട്ടി യവരുടെ പ്രമാണങ്ങൾ' എന്ന ഓർത്തഡോക്സ് പള്ളിയുടെ സൂക്ത ങ്ങൾ വായിച്ചുകൊടുത്തു. അതിലൊരു അതിശയകരമായ വാക്യമുണ്ട് 'ദൈവഹിതമാണ് പ്രകൃതിനിയമങ്ങളെ ഭരിക്കുന്നത്" ഞങ്ങളത് പലവട്ടം ആവർത്തിച്ചു.

ഇന്നക്കെഞ്ചിയും ഞാനും ഉന്നതമായ ന്യായത്തെക്കുറിച്ച് സംസാ രിച്ചു. അയാൾക്ക് ആ പദപ്രയോഗം വളരെ പ്രിയമാണ്.

സര്യേത്സ്കിയുടെ കൊലപാതകം അയാളിൽ ചുമത്തുകയും അയാളെ സളോവ്കി കോൺസൺട്രേഷൻ ക്യാമ്പിലേക്ക് വലിച്ചിഴയ്ക്കു കയും ചെയ്തു. അർഹിക്കാത്ത ആ ശിക്ഷയിൽ എവിടെയാണ് ഉന്നത മായ ന്യായം? എന്നു ഞാൻ ചോദിച്ചു. ഉന്നതമായ ന്യായമെന്ന കാഴ്ച പ്പാടിൽ അർഹിക്കാത്ത ശിക്ഷ എന്നൊരു കാര്യം ഇല്ലെന്ന് അയാൾ മറു പടി പറഞ്ഞു.

അതത്ര വിശ്വാസയോഗ്യമല്ലെങ്കിലും ഭംഗിയായിരിക്കുന്നു. അപ്പോൾ പറയാവുന്നത് എല്ലാവരേയും ശിക്ഷിക്കൂ എന്നാണ്.

ഞാൻ മുൻപു പറഞ്ഞ കാര്യമാണ്. നികൃഷ്ടരിൽ നികൃഷ്ടനായ രഹസ്യപ്പൊലീസുകാരൻ വറോനിൻ ഇപ്പോഴിതാ പ്രത്യക്ഷനായിരി ക്കുന്നു. അയാൾ ചെയ്യാത്ത പാപങ്ങളൊന്നും അവശേഷിക്കുന്നില്ല.

അയാൾക്ക് നൂറുവയസ്സുവരെ ജീവിക്കാൻ ഭാഗ്യമുണ്ടായി എന്ന് വ്യക്തമായിരുന്നു. ജനറലായി ജോലിയിൽനിന്നും വിരമിച്ച അയാൾക്ക് പെൻഷൻ ലഭിക്കുന്നുണ്ടായിരുന്നു. അയാൾ കാമെനോസ്ത്രോവ്സ്കി പ്രോസ്പെക്ടിൽ കിറോവ് കെട്ടിടത്തിലാണ് താമസിക്കുന്നത്.

ഇതറിയുമ്പോൾ ഇന്നക്കെഞ്ചി എന്തു പറയുമെന്നതിലായിരുന്നു എനിക്ക് ജിജ്ഞാസ. ഉന്നതമായ ന്യായത്തെക്കുറിച്ച് അയാൾ എന്തു പറയും? ഇന്നക്കെഞ്ചിക്കാകട്ടെ അപകടകരമായ രീതിയിൽ ആരോഗ്യം നശിക്കുന്നതായാണ് കണ്ടത്.

ഞാനിപ്പോൾ ചെയ്യുന്നതെല്ലാം അയാളുടെ അവയവങ്ങളിൽ വ്യതി യാനങ്ങൾ വരുത്തുന്നുണ്ട്. അത് നിരവധിയാണ്, ഒത്തിരിയാണ്.

എല്ലാം ഇതേ വേഗതയിൽ വികാസം പ്രാപിക്കുകയാണെങ്കിൽ...

അതെ, ഞാൻ ഇന്നക്കെഞ്ചിക്ക് ചില മരുന്നുകൾ കൊടുക്കുന്നു. അത് അസുഖത്തിനെ ലഘൂകരിക്കും. പക്ഷേ അതിന്റെ മൂലകാരണത്തിന് എതിരായി അത് പ്രവർത്തിക്കില്ല. അതിന്റെ കാരണങ്ങൾ പഴയതുപോലെ ഇപ്പോഴും ഒളിച്ചുവെയ്ക്കപ്പെട്ടിരിക്കുന്നു.

എന്തുകൊണ്ടാണ് കോശങ്ങൾ മരണമടയുന്നത്? എന്തുകൊണ്ടാണ് ഇപ്പോൾ മാത്രം അങ്ങനെ സംഭവിക്കുന്നത്? എന്തുകൊണ്ടാണ് ചില പ്രത്യേക കൂട്ടം കോശങ്ങൾ നശിക്കുന്നത്? ആർക്കും ഉത്തരം അറിയില്ല.

ഇന്നക്കെഞ്ചി പറയുന്നതുപോലെ അത് ദൈവത്തിനു മാത്രമേ അറിയാൻ കഴിയുകയുള്ളൂ. സ്വർഗ്ഗലോകവുമായി എനിക്കുള്ള ബന്ധം വളരെ സങ്കീർണ്ണമായതിനാൽ എന്നിലേക്ക് ഒരു വിവരവും കൈമാറപ്പെടുകയില്ല.

ദൈവഹിതം പ്രകൃതിനിയമങ്ങൾക്കും മേലെയാണ്. പശ്ചാത്താപത്തിന്റെ തിരുസഭാ ചട്ടങ്ങൾ പ്ലത്തോനവ് എനിക്ക് ഉച്ചത്തിൽ വായിച്ചുതന്നു. വിസ്മയകരമായ ആ വാക്കുകൾ ഞങ്ങൾ കേട്ടറിഞ്ഞു. അല്ല, വിസ്മയകരമെന്നല്ല പറയേണ്ടത്. അത് വളരെ വിലകുറഞ്ഞ വിശേഷണമാണ്. നിറഞ്ഞ സന്തോഷത്തിന്റേയും പ്രതീക്ഷയുടേയും വാക്കുകളാണവ. അതിന്റെ അർത്ഥം എനിക്ക് നേരത്തെ അറിയാമായിരുന്നു. പക്ഷേ അത്ര നന്നായി അത് പ്രകടിപ്പിക്കാൻ അറിയില്ലായിരുന്നു. തീർച്ചയായും ഞാൻ ഗെയ്ഗറിൽ ഒത്തിരി പ്രതീക്ഷയർപ്പിക്കുന്നു. അയാൾ വൈദ്യശാസ്ത്രത്തിൽ അവസാന വാക്കല്ല, പക്ഷേ അയാളെ അതിനും മേലെ വിശ്വസിക്കാവുന്നവനാണ്.

അവനിലുള്ള വിശ്വാസത്തിന്റെ ശക്തി ഒന്നുകൊണ്ടുമാത്രമേ അവന്റെ സഹായം നമുക്ക് ലഭിക്കുകയുള്ളൂ. നമ്മുടെ അപേക്ഷയുടെ ശക്തിയാണ് അതെന്നാണ് അർത്ഥമാക്കുന്നത്. ഇവിടെ രണ്ടു കാര്യങ്ങളാണ് കൂട്ടിയിണക്കപ്പെടുന്നത്. സുഖപ്പെടുവാനുള്ള ആഗ്രഹവും വിശ്വാസവും. ഇവ രണ്ടും രോഗിയിൽ മാത്രമല്ല, അയാളുടെ ബന്ധുക്കൾക്കും ഉണ്ടാകേണ്ടതാണ്. ബന്ധുക്കൾ ഒരു പരിധിവരെ വലിയ നിലയിൽ രോഗിയുടെ രോഗം മാറുമെന്ന് വിശ്വസിക്കുകയും ആഗ്രഹിക്കുകയും വേണം. അവർക്ക് കൂടുതൽ ശക്തിയോടെ വിശ്വസിക്കാൻ പറ്റും.

ഇനി മറ്റൊരു കാര്യം. ഗെയ്ഗർ ബന്ധപ്പെടുകയും പെട്ടെന്ന് പ്രത്യക്ഷപ്പെടുകയും ചെയ്ത വറോനിനെക്കുറിച്ച് ഒന്നാമതായി എന്റെ അപ്പൂപ്പന്റെ പേരുള്ള ഇയാൾ എന്റെ പ്രതീക്ഷകൾക്ക് കടകകവിരുദ്ധമാണ്. ഒരു പഴയ തടവുകാരനെ കാണുന്നതിനോട് വറോനിന് എതിർപ്പില്ല. പക്ഷേ, അദ്ദേഹം സമ്മതിക്കില്ല എന്നെനിക്കുറപ്പായിരുന്നു. ഗെയ്ഗർ പറയുന്നതു പ്രകാരം പ്രത്യേക വികാരങ്ങളൊന്നും പ്രകടിപ്പിക്കാതെ വറോനിൻ പറഞ്ഞു 'അയാൾ വന്നുകൊള്ളട്ടെ. ഇനി, ഗെയ്ഗർ പ്ലത്തോനവിനെ മാനസികമായി തയ്യാറാക്കുവാൻ ആഗ്രഹിക്കുന്നു. വളരെ ശ്രദ്ധാപൂർവ്വം ചെയ്യേണ്ട കാര്യമാണത്. വറോനിൻ ജീവനോടെയുണ്ടെന്നു പറഞ്ഞാൽ പ്ലത്തോനവ് എങ്ങനെയാവും പ്രതികരിക്കുക?

വറോനിനെക്കുറിച്ചുള്ള വാർത്ത ഏതു തരം വികാരങ്ങളായിരിക്കും പ്ലത്തോനവിൽ ഉണർത്തുന്നതെന്ന് എനിക്കറിയില്ല. സാദ്ധ്യതകൾ

നിരവധിയാണ്. വറോനിനെ കൊല്ലാനുള്ള തീവ്രമായ ആഗ്രഹമുണ്ടാകാം. സ്വാഭാവികമായ ആഗ്രഹമെന്ന് പറയുന്നത് ഭീകരമായിരിക്കും.

എന്തായാലും ചിത്രം ഉടനെ ആരെയും കാണിക്കേണ്ടതില്ല എന്നു ഞാൻ തീരുമാനിച്ചു. ഇനിയും അല്പം പരിശീലിച്ചിട്ട് ഗെയ്ഗറും നാസ്ച്യയും വിലമതിക്കുന്ന തരം ഒരു ചിത്രം വരയ്ക്കണം. എന്റെ കഴിവുകൾ പൂർണ്ണമായും എനിക്ക് തിരിച്ചുകിട്ടിയിരുന്നുവെങ്കിൽ ഞാൻ സര്യേത്സ്കിയെ വരയ്ക്കുമായിരുന്നു. സോസേജിനുമുകളിൽ ശോകമൂകമായി വളഞ്ഞുനില്ക്കുന്ന ഒരു മനുഷ്യന്റെ ഛായാചിത്രം. ഞാനയാളെ പരിഹാസപൂർവ്വമല്ല വികാരനിർഭരമായി വരയ്ക്കുമായിരുന്നു. സ്നേഹത്തോടെയല്ലെങ്കിലും സഹതാപത്തോടെ വരയ്ക്കുമായിരുന്നു. അയാൾക്കുവേണ്ടി സഹതപിക്കാൻ ആരുമുണ്ടായിരുന്നില്ല. അയാളുടെ ശവസംസ്കാരത്തിൽ ആരും ഒരു തുള്ളി കണ്ണുനീർ പൊഴിച്ചില്ല. ഒരു തുള്ളിപോലും.

പൊതുവേ പറഞ്ഞാൽ ഒരാളെക്കുറിച്ച് നിങ്ങൾ എഴുതുമ്പോൾ അയാളെ സ്നേഹിക്കാതിരിക്കാൻ കഴിയില്ല. ഏറ്റവും മോശക്കാരനാണെങ്കിലും നിങ്ങളുടെ സൃഷ്ടികളിൽ നിങ്ങൾ അയാളെ സ്വന്തമെന്നു കരുതുകയും അയാളുടെ ഉത്തരവാദിത്വം ഏറ്റെടുക്കുകയും അയാളുടെ പാപങ്ങൾപോലും ഏറ്റെടുക്കുകയും ചെയ്യുന്നു. അതെ, ഒരർത്ഥത്തിൽ അയാളുടെ പാപങ്ങൾക്കുപോലും നിങ്ങൾ ഉത്തരവാദിയാകുന്നു. നിങ്ങൾ അവയെല്ലാം മനസ്സിലാക്കുവാൻ ശ്രമിക്കുകയും അതിനെ ന്യായീകരിക്കാൻ ശ്രമിക്കുകയും ചെയ്യുന്നു. മറ്റൊരു ഭാഗത്തുനിന്നു നോക്കിയാൽ സര്യേത്സ്കിയുടെ ചെയ്തികൾ അയാൾ സ്വയം മനസ്സിലാക്കുന്നില്ലെങ്കിൽ മറ്റൊരാൾ എങ്ങനെയാണ് മനസ്സിലാക്കേണ്ടത്?

"നിങ്ങൾ നിരീശ്വരവാദിയാണോ?" ഇന്നക്കെഞ്ചി എന്നോട് ചോദിച്ചു.

"ഇല്ല, ഞാനെന്നെ അങ്ങനെ കരുതുന്നില്ല. ശാസ്ത്രീയമായ അറിവുകളെ വിശ്വസിക്കുന്നയാളാണ് ഞാൻ. ശാസ്ത്രം ദൈവമുണ്ടെന്ന് തെളിയിച്ചാൽ അങ്ങനെയെങ്കിൽ അങ്ങനെയാവാം."

"സ്വയം അബദ്ധത്തിൽ ചാടാതിരിക്കൂ. ഏറ്റവും പ്രധാന ചോദ്യങ്ങൾക്ക് ഉത്തരം നല്കാൻ ശാസ്ത്രത്തിന് കഴിയുന്നില്ല - ഒന്നിനുപോലും."

"ഉദാഹരണത്തിന്?"

"ഒന്നുമില്ലായ്മയിൽനിന്ന് എല്ലാം ഉണ്ടായതെങ്ങനെയാണ്? ആത്മാവ് എങ്ങനെ ഉണ്ടാകുകയും എങ്ങോട്ടു പോകുകയും ചെയ്യുന്നു? കടലുപോലെ അനന്തമായ ചോദ്യങ്ങളാണ്, എല്ലാം ശാസ്ത്രത്തിന്റ പരിധിക്ക് അപ്പുറത്താണ്."

"അങ്ങനെയായിരിക്കാം. പക്ഷേ എനിക്ക് ആ പരിധി മുറിച്ചുകടക്കാൻ പ്രയാസമാണ്."

“ചിലപ്പോഴൊക്കെ അങ്ങനെ മുറിച്ച് കടക്കാറുണ്ട്. ഇന്നക്കെഞ്ചിയുടെ കാര്യത്തിൽ ഇപ്പോൾ ഞാനാ പരിധി മുറിച്ചുകടക്കുകയാണ്.”

അയാൾ പള്ളിയിലെ ലഘുസ്തോത്രത്തിൽനിന്നും ഒരു വാക്യം എനിക്ക് പറഞ്ഞുതന്നു. ദൈവം വിചാരിച്ചാൽ സാധാരണ പ്രകൃതി നിയമങ്ങൾ മറികടക്കാൻ കഴിയുമെന്നായിരുന്നു അതിന്റെ പൊരുൾ.

എന്റേയും ഇന്നക്കെഞ്ചിയുടേയും കാര്യത്തിൽ ശാസ്ത്രത്തിന്റെ ചട്ടക്കൂട് വളരെ കൃത്യമായി ചേരുന്നുണ്ടായിരുന്നു. അതെന്റെ വാരിയെല്ലിൽ കുത്തി. എന്നിലെ മതപരമായ ചിന്തകളെ ഉണർത്തി. ഇവിടെ അയാൾക്ക് മാത്രമേ എന്നെ സഹായിക്കാൻ കഴിയുകയുള്ളൂ.

ഗെയ്ഗറുമായി ഞാൻ ദൈവത്തെക്കുറിച്ച് സംസാരിച്ചു. അയാൾ ദൈവത്തെ നിഷേധിക്കുന്നില്ല. എന്നാൽ ശാസ്ത്രം മുന്നോട്ടുവെച്ച യാഥാർത്ഥ്യങ്ങളിൽ വിശ്വസിക്കുകയും ചെയ്തു. വസ്തുതകളെ വിശ്വസിക്കണമെന്നില്ല. വസ്തുതകൾ അറിഞ്ഞിരിക്കണമെന്നെയുള്ളൂ. വസ്തുതകൾ നിരവധിയാണ്. പക്ഷേ അവയെല്ലാം അടിസ്ഥാനപരമായ വസ്തുതകളല്ല. അടിസ്ഥാനപരമായ കാര്യത്തിൽനിന്നും വ്യതിചലിച്ചുപോയിട്ടുണ്ടെന്ന് ചിലപ്പോൾ എനിക്ക് തോന്നിയിട്ടുണ്ട്. ദശലക്ഷക്കണക്കിന് ലഘുവായ വിശദീകരണങ്ങളിൽനിന്നും എല്ലാം ഉൾപ്പെടുന്നതും ഒരുമിച്ച് ചേരാത്തതും അതാണെന്ന് ഞാൻ കരുതുന്നു. അവയൊന്നും ഒരുമിച്ചു ചേരാത്തതിന്റെ കാരണം അവയെല്ലാം വ്യത്യസ്തമായ അളവുകളിലാണ് സ്ഥിതിചെയ്യുന്നത് എന്നതാണ്. അതുകൊണ്ട് പരിമാണത്തിൽനിന്നും ഗുണത്തിലേക്കുള്ള പരിവർത്തനത്തിനുള്ള ഗെയ്ഗറുടെ കാത്തിരിപ്പ് വൃഥാവിലാണ്. എ, ബിക്ക് വിവരിച്ചുകൊടുക്കുന്നു. ബി, സിയ്ക്ക് വിവരിച്ചുകൊടുക്കുന്നു. അതങ്ങനെ അനന്തമായി തുടരുന്നു. എവിടെ എന്തു വിവരിച്ചുകൊടുത്താലും അനന്തതയെ മുഴുവനായി വിവരിച്ചുകൊടുക്കാൻ കഴിയുമോ?

ദൈവനിഷേധം ഒരു ഫാഷനായി കരുതിയിരുന്ന എന്റെ സമകാലീനരായ തലവന്മാരെ കണ്ടുപിടുത്തങ്ങളുടെ ആധിക്യം മൂടൽമഞ്ഞിൽ ആഴ്ത്തിയിരുന്നു. അവർ ഹൈവേയിൽ കൂടിപോകുന്ന ഒരു ചെറുവണ്ടിനെ ഓർമ്മിപ്പിക്കുന്നു. ചെറുവണ്ട് പത്തിരുപതു മീറ്റർ സഞ്ചരിച്ചു കഴിയുമ്പോൾ അതിന്റെ വിചാരം എല്ലാം പഠിച്ചുവെന്നും എല്ലാം മനസ്സിലായി എന്നുമാണ്. ഹൈവേയുടെ തുടക്കമോ അവസാനമോ അതിന് ഒരിക്കലും കാണുവാൻ കഴിയുകയില്ല. ഞാനീ ഉപമ ഗെയ്ഗറുമായി പങ്കുവെച്ചു. അയാൾ കണ്ണുചിമ്മി.

“ചെറുവണ്ടും ദൈവത്തിന്റെ സൃഷ്ടിയാണല്ലോ. അതുകൊണ്ട് വ്യത്യസ്തമായ വീക്ഷണവും ദൈവഹിതമാണ്.”

സൂത്രശാലിയായ ജർമ്മൻകാരൻ.

"ചെറുവണ്ടും ഒരു ജീവി തന്നെയാണ്. അതിനെന്തിനാണ് ചിറകുകൾ കൊടുത്തിരിക്കുന്നത്? മുഴുവൻ പാതയും കാണണമെങ്കിൽ പ്രാണികൾ ആകാശത്തേക്ക് പറക്കണമായിരുന്നു. മനസ്സിലായോ? അതിനെക്കുറിച്ച് കുട്ടികളുടെ ഒരുപാട്ടുണ്ടായിരുന്നു."

"എന്തുകൊണ്ടാണ് ഉണ്ടായിരുന്നു, എന്നുപറയുന്നത്?"

"ഇപ്പോഴും ഉണ്ട്."

അവസാനം ഗെയ്ഗർ വറോനിനെക്കുറിച്ച് പ്ലത്തോനവിനോട് പറഞ്ഞു. പടിപടിയായി, തയ്യാറെടുപ്പോടെയായിരുന്നു എങ്കിലും പ്ലത്തോനവിനെ അറിയിച്ചു. പ്ലത്തോനവ് കണ്ണുകളുയർത്തി അയാളെ ദീർഘനേരം നോക്കി. ഞാൻ കരുതി (ഭയന്നു) പ്ലത്തോനവ് തിടുക്കത്തിൽ വറോനിനെ കാണാൻ പോകുമെന്ന്. പക്ഷേ അദ്ദേഹം വളരെ ശാന്തനായി നമ്മൾ എപ്പോഴാണ് വറോനിനെ കാണാൻ പോകുന്നത് എന്നുമാത്രം ചോദിച്ചു.

ആദ്യം കരുതിയിരുന്നത് വിവരമറിയുമ്പോൾ പ്ലത്തോനവ് അനുചിതമായ രീതിയിൽ പ്രതികരിക്കുമെന്നായിരുന്നു. ഗെയ്ഗർക്കായിരുന്നു അങ്ങനെ ഒരു ധാരണയുണ്ടായിരുന്നത്. എനിക്ക് തോന്നുന്നത് ഏറ്റവും സാരവത്തായ കാര്യങ്ങൾ പ്ലത്തോനവ് നിശ്ശബ്ദനായാണ് അഭിമുഖീകരിക്കുന്നത് എന്നാണ്. പുറത്തേക്ക് പോകുമ്പോൾ ഗെയ്ഗർ അദ്ദേഹത്തിന് കൈ കൊടുത്തു. ഞങ്ങളെ സ്തബ്ധരാക്കിയ വാർത്തയെ സംബന്ധിച്ച് എന്തെങ്കിലും അഭ്യൂഹങ്ങൾ ഗെയ്ഗർ പ്രതീക്ഷിച്ചിരുന്നു. പക്ഷേ പ്ലത്തോനവ് പെട്ടെന്ന് പറഞ്ഞു.

"ഗെയ്ഗർ താങ്കൾക്ക് ബുദ്ധിമുട്ടാവില്ലെങ്കിൽ സീവ്യെർസ്കയ സ്റ്റേഷനിൽ നിർത്തിയിട്ട ആയുധങ്ങളെക്കുറിച്ച് വിവരിക്കൂ. അത് തുറന്ന പരന്ന തട്ടുള്ള വാഹനങ്ങളിലായിരുന്നു കടത്തിയിരുന്നത്.

1914-ലെ ഗ്രീഷ്മ കാലം. മഴയായി രൂപാന്തരം പ്രാപിക്കുന്ന മൂടൽ മഞ്ഞ്. തോക്കിൻകുഴലുകൾ മുകളിലേക്ക് ഉയർന്നുനില്ക്കുന്നു. തവിട്ടു നിറത്തിൽനിന്നും അനുക്രമമായി ആവിർഭവിക്കുന്നത് കടുംപച്ചനിറമാണ്. വിഷാദമഗ്നമായി തിളങ്ങുന്ന തോക്കുകൾ ആകാശത്തേക്ക് ലക്ഷ്യം പിടിക്കുന്നു.

അതിലൂടെ തുള്ളികൾ ഒഴുകുകയും ശക്തിയായി നിലംപതിക്കുകയും ചെയ്തു. തുള്ളികൾ ലോഹപ്ലാറ്റ്ഫോമിലൂടെ ഒഴുകി. പാളങ്ങളെ സ്പർശിക്കുന്നയിടത്ത് തിളങ്ങുന്ന ചക്രങ്ങളിലൂടെ വെള്ളത്തുള്ളികൾ ഒഴുകി.

ചലിക്കാത്ത ലോഹങ്ങളുടെ ഒരു സാമ്രാജ്യം. ദൈവമേ, അതിനെ ചലിക്കാൻ അനുവദിക്കരുതേ. കടന്നുപോകുന്ന സൈനിക ട്രെയിനുകൾക്ക് ഉത്തരം കൊടുക്കുന്ന രീതിയിൽ അത് ചൂളമടിക്കുകയും ലഘുവായി വിറയ്ക്കുകയും ചെയ്തു.

താമസിയാതെ പാളത്തിലൂടെ ഒരു സ്റ്റീം എഞ്ചിൻ ഓടിയെത്തും. എല്ലാം ചലിക്കാൻ തുടങ്ങും. പടിഞ്ഞാറോട്ടുള്ള ദുഃഖകരമായ ഒരു ചലന മായിരിക്കും അത്.

മൂർച്ചയുള്ള ലോഹങ്ങൾ മനുഷ്യശരീരത്തിന്റെ മൃദുലമായ ഭാഗ ങ്ങളിൽ തുളഞ്ഞുകയറും. ശരീരത്തിന്റെ ഏകത്വത്തെ അത് ഹനിക്കും. ശരീരം ചെറുകഷണങ്ങളായി ചിന്നിച്ചിതറും.

ആയുധങ്ങൾക്ക് വിഷാദഭാവം നഷ്ടപ്പെടുകയും ചിലപ്പോൾ ഉണങ്ങി പ്പോകുകയും ചെയ്തു. അവർ നിർത്താതെ വെടിവെയ്ക്കുകയും ലക്ഷ്യ ത്തിൽ പതിക്കുകയും ലക്ഷ്യം പിഴയ്ക്കുകയും ചെയ്തു. നനഞ്ഞിരിക്കു മ്പോഴും അവർക്ക് നിറയൊഴിക്കാൻ കഴിയും.

നാസ്ച്യ യൂണിവേഴ്സിറ്റിയിൽ പോയിക്കഴിഞ്ഞ് ഞാൻ വായിച്ചു കൊണ്ടിരുന്നു. ടെലിവിഷനിലെ വാർത്തകൾ കാണുകയും പിന്നീട് ടി.വി. നിർത്തിവെയ്ക്കുയും ചെയ്തു. മേശവലിപ്പിൽനിന്നും പ്രൊഫസർ വറോ നിന്റെ ഫോട്ടോയെടുത്ത് ഞാൻ നോക്കി. കാലിന്മേൽ കാലും കയറ്റി വെച്ച് പ്രൊഫസർ കസേരയിലിരിക്കുന്നു. ഒരു കെട്ട് പുസ്തകങ്ങൾ ചിതറി മേശമേൽ അയാൾ മുട്ടുകൈ കുത്തിയിരിക്കുന്നു. അയാളുടെ മറ്റേ കൈയിൽ ഒരു ചൂരൽ വടിയുണ്ട് (അദ്ദേഹം ഒരിക്കലും ചൂരൽവടി കൊണ്ടുനടന്നിരുന്നില്ല). അയാൾ മുടി പുറകോട്ട് ചീവി വെച്ചിരുന്നു. ഇനിയും മുഴുവനായി കറുത്തിരുണ്ട താടിരോമങ്ങളിൽ സമാനരൂപത്തി ലുള്ള രണ്ട് നരച്ച വൃത്തങ്ങൾ ഉണ്ടായിരുന്നു. ഒരു പ്രത്യേക അക്കാദ മിക് സ്റ്റൈൽ. ഞാൻ ഭാവിയിലെ യാതനകളുടെ ലക്ഷണങ്ങൾ അദ്ദേഹ ത്തിന്റെ കണ്ണുകളിൽ തിരഞ്ഞു. പഴയ ഫോട്ടോകളിൽ അപ്രകാരം കാണാറുണ്ട്. പക്ഷേ അദ്ദേഹത്തിന്റെ കണ്ണുകളിൽ അങ്ങനെ ഒന്നും തന്നെ കാണാനുണ്ടായിരുന്നില്ല. അദ്ദേഹം യാതനകളെയൊന്നും മുൻകൂട്ടി കണ്ടിരുന്നില്ല? അതോ ഫോട്ടോഗ്രാഫറുടെ നിർദ്ദേശപ്രകാരം അദ്ദേഹം ഫോട്ടോഗ്രാഫറുടെ കണ്ണുകളിൽ നോക്കിയിരുന്നതാവുമോ?

വിപ്ലവത്തിനുമുൻപുള്ള തീവ്രവേദനയനുഭവിക്കുന്ന നിശ്ചല ഛായാ ചിത്രങ്ങൾ. നാസ്ച്യ അവളുടെ മുതുമുത്തച്ഛന്റെ ചലനം ഒരിക്കലും കണ്ടിട്ടില്ല എന്നെനിക്ക് തോന്നി. പക്ഷേ ഞാൻ കണ്ടിട്ടുണ്ട്. സാന്ദർഭിക മായി പറഞ്ഞാൽ ഞാനതു കാണുന്നു. ഞാൻ വെള്ളി ചട്ടക്കൂടിലൂടെ സ്വതന്ത്രമായി കടന്നുചെല്ലുകയും ചൂരൽവടി പാർശ്വത്തിലേക്ക് മാറ്റി വെച്ചിട്ട് കസേരയിൽനിന്നും സാവധാനം പ്രൊഫസർ എഴുന്നേല്ക്കുന്നത് വീക്ഷിക്കുകയും ചെയ്യുന്നു. ഒരു നൂറ്റാണ്ടോളം കസേരയിൽ നിശ്ചല നായി ഇരുന്നതുകൊണ്ട് സന്ധികളിൽ ഞൊട്ടയൊടിയുന്ന ശബ്ദങ്ങളോ ദീർഘനിശ്വാസങ്ങളോ കേൾക്കുന്നുണ്ട്. അയാളുടെ നടത്തം തള്ളവിരൽ ഊന്നിയായിരുന്നു. എനിക്കത് നാസ്ച്യയെ കാണിച്ച് കൊടുക്കാമായി രുന്നു. ഞാൻ ആരെയോ എന്തു കാണിച്ചാലും അതെന്റെ ഛായാചിത്ര മായി പരിണമിക്കും.

ഞാൻ ഷെൽഫിൽനിന്നും സളോവ്കിയെക്കുറിച്ചുള്ള ആൽബമെടുത്തു. ഞാൻ 77-ാമത്തെ പേജ് മറിച്ചു. വറോനിൻ എന്നുപേരുള്ള മറ്റൊരാളെ കാണുന്നു. അയാളുടെ മുഖത്തുനോക്കിയാൽ ക്രൂരഭാവം തോന്നുകയില്ല. ഞാൻ നാസ്ച്യയെ അയാളുടെ പടം കാട്ടിക്കൊടുത്തപ്പോൾ അവളും അക്കാര്യം ഉറപ്പിച്ചുപറഞ്ഞു. അയാൾക്ക് കൂർത്ത ചെരിഞ്ഞ നെറ്റിയും ദംഷ്ട്രങ്ങളും ഉണ്ടായിരിക്കണമെന്ന് ഞാൻ ആഗ്രഹിച്ചു. പക്ഷേ അങ്ങനെയായിരുന്നില്ല, ഉയർന്ന നെറ്റി, യോജിപ്പുള്ള മുഖലക്ഷണങ്ങൾ, നന്നായി ചീകിയൊതുക്കിയ മുടി, ക്ലീൻ ഷേവുചെയ്ത മുഖം, ചോരകുടിക്കുന്ന വേതാളത്തെപ്പോലെ അയാൾ മർക്കടമുഷ്ടിയുള്ളവനായിരുന്നു. ഏതെങ്കിലും വിദ്യാഭ്യാസ സ്ഥാപനത്തിന്റെ അസിസ്റ്റന്റ് പ്രിൻസിപ്പാൾ ആകാനോ ഏതെങ്കിലും ക്ലബ്ബിന്റെ ഡയറക്ടർ ആകാനോ പറ്റുന്ന ചേർച്ചയുള്ള ആകാരസൗഷ്ഠവം അയാൾക്ക് ഉണ്ടായിരുന്നു. അങ്ങനെയാവുമ്പോൾ രക്തം കുടിക്കുന്ന അയാളുടെ സ്വഭാവം ആരും കണ്ടുപിടിച്ചില്ലയെന്നിരിക്കും. അയാളും ഞാനും നാളെ കണ്ടുമുട്ടും. എന്റെ ശാന്തത എന്നെ അമ്പരപ്പിച്ചു. ഒരുപക്ഷേ വറോനിനെക്കുറിച്ചുള്ള വാർത്ത വിശ്വാസയോഗ്യമല്ലാത്തതുകൊണ്ടായിരിക്കാം എനിക്കങ്ങനെ തോന്നുന്നത്.

ഒരേ പേരിൽ വ്യത്യസ്തമായ അസ്തിത്വങ്ങളെ പ്രതിനിധീകരിക്കാൻ കഴിയുന്നു എന്നത് എക്കാലത്തും ആശ്ചര്യമുണർത്തുന്ന കാര്യമാണ്. അതായത് വറോനിന് അങ്ങനെയുമാകാം ഇങ്ങനെയുമാകാം. അയാളുടെ സ്വത്വം ഏതിലാണ് നിലകൊള്ളുന്നത്? നല്ല ചോദ്യം!

വൈകുന്നേരം പ്ലത്തോനവും ഗെയ്ഗറും ഞാനും കൂടി വറോനിനെ കാണുവാൻ ഇറങ്ങിത്തിരിച്ചു. ഞാൻ അവരെ യാത്രയാക്കാൻ ഇറങ്ങിപ്പുറപ്പെട്ടതാണ്. കാരണം, അയാളെ സന്ദർശിക്കാനുള്ള അനുവാദം ഗെയ്ഗർക്കും പ്ലത്തോനവിനും മാത്രമേ ഉണ്ടായിരുന്നുള്ളൂ. കൂടാതെ ചിസ്തോവ് എന്ന ഏതോ ഒരു സംഘടനയുടെ പ്രതിനിധിയുടെ സാന്നിദ്ധ്യം ആവശ്യപ്പെട്ടിരുന്നു. വറോനിന്റെ സ്ഥാനത്ത് ആരായിരുന്നാലും അങ്ങനെയൊരു നിർദ്ദേശം മുന്നോട്ടുവെയ്ക്കുമായിരുന്നു. അയാളാകട്ടെ, തന്റെ ഗതികെട്ട ജീവിതത്തിൽ ഭയപ്പെട്ടു കഴിയുകയായിരുന്നു. എന്റെ അമ്മൂമ്മയെക്കുറിച്ച് പറഞ്ഞത് എന്തായിരുന്നു? അയാളെ വധിക്കാൻ അമ്മൂമ്മ കരാർ ഏർപ്പെടുത്തിയെന്നാണ് പറഞ്ഞത്. സര്യേത്സ്കിയുടെ കാര്യത്തിൽ അമ്മൂമ്മ വിഡ്ഢിത്തമാണ് ചെയ്തത്. വറോനിനെ ഒരുപക്ഷേ ഞാൻ കരാർ കൊടുത്തു വധിക്കുമായിരുന്നു. അങ്ങനെ പറയുവാൻ പാടില്ല എന്നറിയാമെങ്കിലും അയാൾ എവിടെയാണെന്നും എങ്ങനെയാണെന്നും അറിഞ്ഞിരുന്നുവെങ്കിൽ ഞാൻ കരാർ കൊടുക്കുമായിരുന്നു. അത്രമാത്രം അയാൾ പ്ലത്തോനവിനെ പീഡിപ്പിച്ചിരുന്നു.

അങ്ങനെ ഞങ്ങൾ മൂന്നുപേരുംകൂടി വറോനിന്റെയടുത്തേക്ക് പോയി. 'വറോനിന' എന്ന കുടുംബപ്പേരുള്ള ഞാൻ വറോനിനെ കാണാനായി പോയി. അടുത്ത കാലത്ത് വിവാഹം കഴിഞ്ഞതോടെ ഞാൻ നാസ്ച്യ പ്ലത്തോനവ് ആയി മാറിയെന്ന കാര്യം ഞാൻ വിസ്മരിച്ചു. ഞാൻ കുറച്ചു പിന്നോക്കം വലിഞ്ഞിട്ട് അവർ രണ്ടാളും മുന്നിൽ നടക്കുന്നത് വീക്ഷിച്ചു. കാറ്റുണ്ടായിരുന്നു. ഏകദേശം കൊടുങ്കാറ്റ്. രംഗത്തിന് അനുയോജ്യമായ ഒരു സാഹചര്യമായി എനിക്കത് തോന്നി. അല്പം മുന്നോട്ടാഞ്ഞ് എന്റെ രണ്ടു സഹയാത്രികരും നടന്നു. ഇലകൾ കൂടിക്കലർന്ന കാറ്റിനെയും വലിയ തുള്ളികളായി വർഷിക്കാൻ തുടങ്ങിയ മഴയേയും ചെറുത്തു കൊണ്ട് അവർ നടന്നു. അവരുടെ മഴക്കോട്ടിന്റെ കഴുത്ത് അവരുടെ വിരലുകളിൽ പ്രകമ്പനംകൊണ്ടു. സമാഗതമാകുന്ന പകവീട്ടൽ അങ്ങനെ യാവാം എന്നെനിക്ക് തോന്നി. പക്ഷേ ആരും പകവീട്ടലിനെക്കുറിച്ച് ഒന്നും സംസാരിച്ചിരുന്നില്ല.

മുൻവാതിലിൽ ചിസ്തോവ് ഞങ്ങളെ കാത്തുനിന്നിരുന്നു. ഞങ്ങൾ വാതിൽക്കലെത്തിയപ്പോൾ അയാൾ ഒരു കടലാസ് ഫയലിൽനിന്നെടുത്ത് പ്ലത്തോനവിന് കൊടുക്കുകയും അത് പ്ലത്തോനവ് ഒപ്പിടണമെന്ന് ആവശ്യപ്പെടുകയും ചെയ്തു, വറോനിന് എതിരായി പ്ലത്തോനവിന് ഒന്നു മില്ലെന്നും, അയാൾക്കെതിരെ നിയമനടപടികൾ കൈക്കൊള്ളാൻ പ്ലത്തോനവ് ഉദ്ദേശിക്കുന്നില്ലെന്നും എഴുതിയിരുന്ന രേഖയായിരുന്നു അത്. ചിസ്തോവ് തന്റെ പോക്കറ്റിൽനിന്നും വലിപിടിപ്പുള്ള ഒരു പേനയെടുത്ത് അതും ഒപ്പിടേണ്ട കടലാസും ഒരു ഫയലിന്റെ മുകളിൽവെച്ച് പ്ലത്തോന വിന്റെ നേരെ നീട്ടി. ഒരു നിമിഷത്തെ നിശ്ശബ്ദതയ്ക്കുശേഷം അയാൾ പറഞ്ഞു. "ഇതില്ലാതെ ഇന്നക്കെഞ്ചി പെത്രോവിച്ച് എനിക്കോ നിങ്ങൾക്കോ വറോനിനെ കാണാൻ സാദ്ധ്യമല്ല."

ഇന്നക്കെഞ്ചി പെത്രോവിച്ച് ആലോചനാമഗ്നനായി പേനയെടുത്തു.

"പേനയിലെന്താണ്?"

മഷിയാണ്, മനസ്സിലായോ?"

ചിസ്തോവിന്റെ സ്വരത്തിൽ ഒട്ടും അതൃപ്തി ഉണ്ടായിരുന്നില്ല.

പ്ലത്തോനവ് പേപ്പറിൽ ഒപ്പിടുകയും ചിസ്തോവ് അതെടുത്ത് ഫയ ലിൽ ഒളിപ്പിക്കുകയും ചെയ്തു. പേന പഴയതുപോലെ എടുത്ത് പോക്ക റ്റിൽ കുത്തി.

"എനിക്ക് നിങ്ങളുടെ വികാരങ്ങൾ മനസ്സിലാകും." അയാൾ ഒരേ ഭാവത്തിൽ പറഞ്ഞു. "പക്ഷേ നിങ്ങളും എന്നെ മനസ്സിലാക്കണം. നിയമം നിയമമാണ്. എല്ലാം അനിഷ്ടസംഭവങ്ങളൊന്നുമില്ലാതെ നടക്കണം. നിങ്ങൾ അക്കാര്യം വാഗ്ദാനം ചെയ്യുന്നുവോ?"

"വാഗ്ദാനം ചെയ്യുന്നു" വളരെ ഗൗരവത്തിൽ പ്ലത്തോനവ് പറഞ്ഞു.

അയാൾ ആവർത്തിച്ചു.

“വാഗ്ദാനം ചെയ്യുന്നു.”

അവർ മൂന്നുപേരും കൂടി മുകളിലെ ഫ്ളാറ്റിലേക്ക് പോയി. ഞാൻ ലിഫ്റ്റിനു മുന്നിലായി നിലയുറപ്പിച്ചു. പ്ലത്തോനവിനെ കാണുമ്പോൾ പഴയ രഹസ്യ പൊലീസുകാരൻ ബക്കറ്റിൽ തൊഴിക്കുമെന്ന് എനിക്ക് തോന്നി. അത്തരം സംഭവങ്ങൾ അനുവദിക്കാവുന്നതാണെന്ന് എനിക്ക് തോന്നി.

വറോനിനുമായുള്ള കൂടിക്കാഴ്ച വളരെ വിചിത്രമായിരുന്നു. ഞാൻ വ്യത്യസ്തരംഗങ്ങൾ സങ്കല്പിച്ചിരുന്നു. പക്ഷേ അവയൊന്നും ഇപ്രകാര മായിരുന്നില്ല. പരസ്പരം കുറ്റപ്പെടുത്തലുകൾ ഉണ്ടാകുമെന്ന് ഞാൻ കരുതി. അല്ലെങ്കിൽ അനുരഞ്ജനങ്ങൾ. പക്ഷേ ഒന്നുമുണ്ടായില്ല.

ഞാൻ കയറിച്ചെല്ലുമ്പോൾ വറോനിൻ കസേരയിൽ ഇരിക്കുകയായി രുന്നു. രണ്ടു കൈകളാലും ഒരു കപ്പ് പിടിച്ചിരുന്നു. ചൂടു നിലനിർത്തുന്ന സ്വെറ്റർ, പാന്റ്സ്, ചെരുപ്പുകൾ. തലയോട്ടിൽ വലിഞ്ഞുമുറുകിയ തൊലിയും പാർശ്വങ്ങളിൽ മൃദുരോമങ്ങളും.

കൈകൾ സ്വതന്ത്രമാകാതിരിക്കാൻവേണ്ടിയാകണം അയാൾ രണ്ടു കൈയുകളുംകൊണ്ട് കപ്പിൽ പിടിച്ചത്. ഹസ്തദാനത്തിനായി ആദ്യം കൈ നീട്ടാതിരിക്കാനുള്ള അയാളുടെ മുന്നൊരുക്കമായിരുന്നു അത്. കാരണം അയാൾ കൈനീട്ടിയാൽ ആരും പ്രതികരിക്കില്ല എന്നയാൾ സംശയിച്ചു. ഏതു പരിതസ്ഥിതിയിലും അയാൾക്ക് നേരെ കൈനീട്ടാൻ ഞാൻ ഉദ്ദേശിച്ചിരുന്നില്ല.

ഒരുപക്ഷേ അയാൾ ഒട്ടും ഭയപ്പെട്ടിരുന്നില്ല. അധികപ്പറ്റായ വികാര ങ്ങളുടെ വിവേചനങ്ങൾ ഞാനയാളിൽ കെട്ടിവെയ്ക്കുകയായിരുന്നു.

ഞങ്ങളോടൊപ്പം സാധാരണ പൗരന്റെ വേഷത്തിൽ മറ്റൊരാൾ ഉണ്ടാ യിരുന്നു. അയാളെ വറോനിനാണ് ക്ഷണിച്ചിരുന്നത്. ഞങ്ങൾ അകത്തു കടന്നു കഴിഞ്ഞപ്പോൾ അയാൾ ജനൽപടിയിൽ അർദ്ധാസനസ്ഥനായി രുന്നു. അയാൾ അവിടെയെങ്ങും ഇല്ലാത്ത ഭാവമായിരുന്നു. ഇന്ന ക്കെഞ്ചിയും ഞാനും വാതില്ക്കലെത്തി.

“നീ ഉയിർത്തെഴുന്നേറ്റു എന്നെനിക്കറിയാം.” വറോനിൻ മന്ത്രിച്ചു. “നിന്നെയൊന്ന് കാണണമെന്ന് ആഗ്രഹിച്ചിരുന്നു,”

അയാളുടെ ശബ്ദം ഏകദേശം നിലച്ചിരുന്നു. പക്ഷേ അയാളുടെ ആഗ്രഹം മുന്നിട്ടുനിന്നു. അയാളെ വിട്ടുപിരിയുന്ന അവസാനത്തെ കാര്യ മായിരിക്കും ആഗ്രഹം,

തടവുകാരനായിരുന്ന പ്ലത്തോനവിനെ കാണാൻ ആഗ്രഹിക്കുന്നു എന്നാണ് അയാൾ പറഞ്ഞതിന്റെ അർത്ഥം. സൂക്ഷ്മ നിരീക്ഷണത്തി ലായിരുന്നു. അയാൾ നിശ്ശബ്ദനായിരുന്നു.

“എനിക്കെന്തെങ്കിലും മാറ്റമുണ്ടോ?” വറോനിൻ ഇന്നക്കെഞ്ചിയോട് ചോദിച്ചു.

"ഉണ്ട്."

"നിനക്ക് ഒരു മാറ്റവുമില്ല,"

മുറിയിലേക്ക് ഒരു സ്ത്രീ കടന്നുവരുകയും വറോനിന്റെ കൈയിൽ നിന്ന് കപ്പ് വാങ്ങിക്കുകയും ചെയ്തു. അവൾ ഉപ്പൂറ്റിയിലും തള്ള വിരലിലും ഊന്നി അവിടെ നിന്നു. തടികൾ പാകിയ തിണ്ണയിൽ അവൾ കാലുരച്ചു.

ജനാലയുടെ ഗ്ലാസ്സിൽ ഒരു ഈച്ച മൂളിക്കൊണ്ടിരുന്നു.

"അതിനെ പിടിക്കൂ ചിസ്തോവ്." ശബ്ദം താഴ്ത്തി വറോനിൻ പറഞ്ഞു.

ചിസ്തോവ് സാവകാശം ഉള്ളംകൈയിൽ ചെറുചലനത്തോടെ ഈച്ചയെ പിടിച്ചെടുത്തു. അയാൾ ഞങ്ങളോട് വിശദീകരിച്ചു.

"പുറകിൽ കൂടി കൈ നീട്ടിച്ചെല്ലുമ്പോൾ ഈച്ചയ്ക്ക് കാണാൻ കഴി യില്ല."

ഈച്ചയെ മുറിയിൽനിന്നും പുറത്തേക്ക് കൊണ്ടുപോകുന്നു. സ്ത്രീ വറോനിനോട് ചോദിക്കുന്നു "ഇനിയെന്തെങ്കിലും വേണോ ദിമിത്രി വാളെന്റിനോവിച്ച്?"

അവളോട് ഉത്തരം പറയാതെ വറോനിൻ ഇന്നക്കെഞ്ചിയെ സൂക്ഷിച്ചു നോക്കി.

"പശ്ചാത്താപങ്ങളൊന്നും പ്രതീക്ഷിക്കരുത്."

സ്ത്രീ ദീർഘനിശ്വാസം വിടുകയും കപ്പിലേക്ക് നോക്കുകയും ചെയ്തു.

"എന്തുകൊണ്ട്" ഇന്നക്കെഞ്ചി ചോദിക്കുന്നു. തന്റെ കണ്ണുകൾ അടച്ചിട്ട് വറോനിൻ ശാന്തനായി ശബ്ദം താഴ്ത്തി വ്യക്തമായി പറഞ്ഞു.

"ഞാൻ അവശനാണ്."

ക്ഷീണിതനാണ്. തിരിച്ചുവന്ന് ചിസ്തോവ് ഞങ്ങൾക്ക് വാച്ച് കാട്ടി ത്തന്നു. ഞങ്ങൾ പോകുന്നു.

എത്ര ആശ്ചര്യകരമായാണ് ജീവിതം ക്രമപ്പെടുത്തിയിരിക്കുന്നത്? എന്റെ കാലത്തിന്റെ ദൃക്സാക്ഷിയായി വറോനിൻ ഒരാൾ മാത്രമാണ് അവശേഷിക്കുന്നത്. ഞാൻ മരിച്ചവരെ തേടി നടന്നു. അവർ സാക്ഷി കളാകാനാണ് ഞാൻ ആഗ്രഹിച്ചത്. വാക്കുകൾകൊണ്ടല്ലെങ്കിൽ അവരുടെ സാന്നിദ്ധ്യം കൊണ്ടെങ്കിലും എന്നെ സഹായിക്കുമെന്നാണ് ഞാൻ കരുതിയത്. ഇപ്പോഴിതാ ജീവനുള്ള ഒരാളെ കണ്ടെത്തിയിരി ക്കുന്നു. ഇപ്പോൾ അയാൾ അത്ര വലിയ കുറ്റവാളിയല്ല. സാക്ഷിയാണ്. എനിക്കത് തോന്നുന്നുണ്ട്. അയാൾക്കും അക്കാര്യം തോന്നുന്നുണ്ട്. ഞങ്ങൾക്കിടയിൽ ഇപ്പോൾ വെറുപ്പില്ല. സാഹോദര്യമാണോ പ്രത്യക്ഷ മാകുന്നത്? ആൾതാമസമില്ലാത്തൊരു ദ്വീപിൽ ഒരു വന്യമൃഗമായിപോലും

സൗഹൃദം പുലർത്തുന്നതുപോലെ, ഒരർത്ഥത്തിൽ ഞാനും വറോനിനും മാത്രമാണ് ഒരു ദ്വീപിൽ അവശേഷിക്കുന്നത്. ഞങ്ങളുടെ കാലത്തുനിന്നും ഞങ്ങൾ രണ്ടാളും മാത്രമേയുള്ളൂ. മറ്റൊരുകാര്യം ഞങ്ങളുടെ ജീവിതത്തിന് സാക്ഷ്യം വഹിക്കുന്ന കാര്യത്തിൽ അയാളും മരിച്ചവരും തമ്മിൽ വ്യത്യാസമൊന്നും ഇല്ല എന്നതാണ്. മരണമടഞ്ഞ ഒരാളുടെ ഭാവമാണ് വറോനിന്,

അയാൾ പറഞ്ഞു, പശ്ചാത്താപം പ്രതീക്ഷിക്കേണ്ടതില്ലെന്ന്. ഞാൻ വീണ്ടും എന്നോടു ചോദിക്കുന്നു. എന്തുകൊണ്ട്? പശ്ചാത്തപിക്കാനല്ലെങ്കിൽ എന്തിനയാൾ 100 വയസ്സുവരെ ജീവിക്കണം? അയാളൊരു കുറ്റവാളിയാണ്. അതുകൊണ്ട് ദൈവം അയാൾക്ക് പശ്ചാത്തപിക്കാനുള്ള ഒരവസരം കൊടുത്തതാണ്. വറോനിൻ പറഞ്ഞു അയാൾ ക്ഷീണിതനാണെന്ന്. അത് കൂടുക്കാഴ്ച അവസാനിപ്പിക്കാനുള്ള ഒരു സൂചനയായി എല്ലാവരും കരുതി. ക്രോധമോ പശ്ചാത്താപമോ ഇല്ലാത്ത സ്വന്തം അവസ്ഥയെക്കുറിച്ച് അയാൾ പറയുകയായിരുന്നു എന്നാണ് എനിക്ക് തോന്നിയത്. ആത്മാവ് ലഘുനിദ്രയ്ക്ക് കീഴടങ്ങുന്നു.

ഗ്രീഷ്മകാലത്ത് തുറന്ന വരാന്തയിലിരുന്നാണ് ചായ കുടിക്കുന്നത്. പുകയുന്ന കൽക്കരി ബൂട്ടെടുത്ത് വീശി. ബൂട്ട് ഒരു അക്കോർഡിയൻ പോലെ മൃദുലമാണ്. വളരെ ശുദ്ധവുമാണ്. അല്ലെങ്കിൽ നിങ്ങൾക്കെങ്ങനെയാണ് മേശപ്പുറത്ത് ബൂട്ടെടുത്ത് വീശാൻ കഴിയുക. സത്യത്തിൽ തീ കൂട്ടി വീശാൻ വേറെ എവിടെയെങ്കിലും കഴിയുമായിരുന്നു. പക്ഷേ മേശയ്ക്ക് ചുറ്റുമിരിക്കുന്നവർക്ക് എല്ലാം തുടക്കം മുതൽ കാണേണ്ടിയിരുന്നു. 'സമോവാർ' വളരെ വലുതായിരുന്നു. വളരെ സാവധാനമേ അതിൽ വെള്ളം തിളച്ചിരുന്നുള്ളൂ. എല്ലാവരും ആദ്യത്തെ ആവി എപ്പോൾ ഉയരുമെന്ന് നോക്കിയിരുന്നു. എല്ലാവരുടേയും വായിൽനിന്നും ആവിപറക്കുന്നുണ്ടായിരുന്നു. ഒരിക്കലും ചൂടാക്കാൻ കഴിയാത്ത തണുത്ത സൂര്യപ്രകാശത്തിൽ അത് വ്യക്തമായി കാണാമായിരുന്നു. പുഴയുടേയും ബർച്ച് മരത്തിന്റേയും ഗന്ധം കലർന്ന കാറ്റ് വളരെ നിഷ്ഠുരമായിരുന്നു. വേലിയുടെ അപ്പുറത്ത് ഒരു പട്ടി കുരച്ചു. പട്ടിക്കൂടിന്റെ പാർശ്വത്തിൽ അതിന്റെ ചങ്ങല കിലുക്കം മുഴങ്ങി. ചങ്ങലയ്ക്കിട്ടാൽ അതിന് വിശ്രമിക്കാവുന്നതാണ്. കുരയ്ക്കാതെയിരിക്കാം, പക്ഷേ അങ്ങനെ സംഭവിക്കുന്നില്ല. നായ വളരെ ക്ഷോഭത്തിലാണ്. പൊതുജീവിതത്തിൽ ഇടപെടുകയാണ്.

ആരായാലും അവിടെയുണ്ടായിരുന്നവരെല്ലാം നന്നായി ചൂടുകിട്ടുന്ന വസ്ത്രം ധരിച്ചിരുന്നു. ചിലരൊക്കെ കഴുത്തിൽ കമ്പിളി ചുറ്റിയിരുന്നു. കൈകൾ സമോവാറിലേക്ക് നീണ്ടു. അവയെല്ലാം ചൂട് കവർന്നെടുത്തു. ചർച്ചകൾ നീണ്ടുപോയി. സമോവാറിന്റെ സംഗീതവും ആളുകളുടെ മർമ്മരങ്ങളും കൂടിക്കുഴഞ്ഞു. എല്ലാം തിളച്ചുമറിഞ്ഞു. കടുപ്പംകൂടി ചായയുടെ പാത്രം പ്രത്യക്ഷപ്പെട്ടു. സമോവാറിൽനിന്നും ചൂടുവെള്ളം പകർന്ന്

എല്ലാവരും ചായയുണ്ടാക്കുകയും കുടിക്കുകയും ചെയ്തു. കപ്പുകൾ ഒന്നിനുപുറകെ മറ്റൊന്നായി വന്നുകൊണ്ടിരുന്നു. അവർ അവിടെയിരുന്ന് ചായ കുടിച്ചു. അവർ ഒരു പാനോത്സവം നടത്തി.

സംഭവം നടന്ന തിയതി 1914 അല്ലെങ്കിൽ 1911 ലോ ആണ്. എല്ലാ വിവരണങ്ങളിലും തിയതി വേണമെന്ന് പ്ലത്തോനവ് ആവശ്യപ്പെടുന്നു. എന്തിന്? ഞാൻ ചോദിച്ചു. "അങ്ങനെയാകുമ്പോൾ" അദ്ദേഹം പറയുന്നു, "അടിസ്ഥാന കാര്യങ്ങൾ (വരാന്തയിലിരുന്നു ചായ കുടിക്കുന്നതു പോലെ) പൂർണ്ണമായ വ്യത്യസ്ത കാലങ്ങൾ നിർണ്ണയിക്കാൻ പ്രാപ്തി യുള്ളതാണ്. അവയൊക്കെ സർവ്വസാധാരണമായ കാര്യമാണ്. കൃത്യ മായ തിയതി വേണമെന്ന വാദം വൈരുദ്ധ്യപൂർണ്ണമാണ്. അത്തരം വാദങ്ങളും സർവ്വസാധാരണമാണ്.

1907 ആണെന്ന് കരുതുക.

ഒരു കുട്ടിക്ക് ചുമയും പനിയുമുണ്ട്.

അവർ അവന് റോബിൻസൺ ക്രൂസോ വായിച്ചുകൊടുക്കുന്നു.

ചുമ ആഴത്തിലുള്ളതായിരുന്നതിനാൽ വായനകൊണ്ടുമാത്രം സുഖപ്പെടില്ല. ഡോക്ടർ ചൂടുവെയ്ക്കാൻ പറഞ്ഞു.

അത് എല്ലാ വീട്ടിലും ചെയ്യാറുണ്ട്. അമ്മൂമ്മ പുസ്തകം വായിക്കും. അച്ഛനും അമ്മയും കൂടി കുപ്പികൾ നിരത്തിവെയ്ക്കും. അവർ തിരി കൊളുത്തും. കുട്ടിയുടെ മുതുകത്ത് വട്ടത്തിലുള്ള തലോടൽകൊണ്ട് വാസ്ലിൻ പുരട്ടും. അച്ഛനായിരിക്കും ചൂടുള്ള കുപ്പികൾ മുതുകത്ത് വെയ്ക്കുന്നത്. ഏറ്റവും ഉത്തരവാദിത്വമുള്ള ജോലി അച്ഛൻ ഏറ്റെടുക്കും.

രോഗിക്ക് ഏഴുവയസ്സ്. അവന് ഭയമുണ്ട്. ആദ്യമായാണ് അവന് ചൂടു വെയ്ക്കുന്നത്. അവർ സ്പിരിട്ടിൽ നനഞ്ഞുപോയ തിരി കത്തിക്കു മ്പോഴാണ് തികച്ചും സംഭ്രമജനകമാകുന്നത്. അതൊരു രഹസ്യവിചാ രണയുടെ ചിന്തകളെ ഉണർത്തിയേക്കാം. ഒരു തുറന്ന തീനാളം ഭയാ നകമാണ്.

ആൺകുട്ടി കമഴ്ന്നുകിടക്കുകയും കൈകൾ കൊണ്ട് തലയിണയിൽ തെരുപ്പിടിക്കുകയും ചെയ്യുന്നു. തലയിണയിൽ മുഖം പൂഴ്ത്തുന്നു. ഒരു നിമിഷത്തിനകം മുതുകത്ത് ആദ്യത്തെ കുപ്പിയുടെ ചൂട് അനുഭവിക്കുന്നു.

വിചാരിച്ച വേദനയില്ല. ഒരുപക്ഷേ ഒട്ടുംതന്നെ വേദനയില്ല.

സാവകാശം തലയുയർത്തി നോക്കുന്നു. അച്ഛന്റെ കൈകളെ പിൻതുടർന്നു നോക്കുന്നു. അച്ഛൻ കുപ്പിയുടെ ഉൾവശം തീനാളത്തിൽ ചൂടാക്കുകയും പുറംവശം കുട്ടിയുടെ മുതുകിൽ വെയ്ക്കുകയും ചെയ്യുന്നു. കുറച്ചു ചൂടുണ്ട്.

കുപ്പി തൊലിയിൽ തൊടുന്നത് അറിയുന്നുണ്ട്. അച്ഛൻ അവനെ നോക്കി കണ്ണിറുക്കുന്നു. അവന്റെ അമ്മ അവന്റെ പുറം ഒരു പുതപ്പു

കൊണ്ട് മൂടുവാൻ ശ്രമിക്കുന്നു. അമ്മൂമ്മ റോബിൻസൺ ക്രൂസോ തുടർന്നു വായിക്കുന്നു. കുപ്പികൾക്കൊപ്പം പുസ്തകവും ആശ്വാസം പകരുന്നു. കുപ്പികൾ മാറുന്നതിനു മുൻപ് ഭയത്തിന്റെ മറ്റൊരു തള്ളിച്ച അനുഭവപ്പെട്ടു. അത് തന്റെ മുതുകത്ത് ആഴ്ന്നിരുന്നത് നല്ലതിനായിരുന്നു എന്ന് കുട്ടി ചിന്തിക്കുന്നു. അതൊരു ചെറുമത്സ്യത്തെ ഓർമ്മിപ്പിക്കുന്നു. കുപ്പിയുടെ കഴുത്തിൽ അച്ഛൻ ശക്തിയായി തള്ള വിരൽ കടത്തിയിട്ട് വലിയ ശബ്ദത്തോടെ കുപ്പിയുടെ വായ തുറക്കുന്നു. അത്തരം പതിനഞ്ച് കുപ്പി തുറക്കുന്ന ശബ്ദങ്ങൾ കേട്ടു.

എന്റെ നടത്തം വളരെ മോശമായി. പായലിനു പുറത്തു കൂടി നടക്കുന്നതുപോലെയാണ് എനിക്ക് തോന്നുന്നത്. വളരെ സൂക്ഷിച്ചാണ് ചുവടുകൾ വെയ്ക്കുന്നത്. കാലുതെറ്റി പോകുമോ എന്ന് ഭയപ്പെടുന്നു. ഞാൻ എങ്ങോട്ടു പോയാലും ഒരു നിഗൂഢതയും എന്നെ ചൂഴ്ന്നു നിൽക്കുന്നില്ല. എല്ലാ ദിവസവും ആയിരക്കണക്കിന് കോശങ്ങൾ നഷ്ടപ്പെട്ടുകൊണ്ട് ഈ യാത്ര എങ്ങിനെ അവസാനിക്കുമെന്ന് എനിക്ക് ഊഹിക്കാൻ കഴിയുന്നില്ല. ഈ നഷ്ടം അനന്തമായി നീണ്ടു പോകാൻ കഴിയില്ലല്ലോ.

ഞാനിപ്പോൾ ഗെയ്ഗറോടോ നാസ്ച്യയോടോ പരാതിപ്പെടാറില്ല. സംഭവിക്കുന്നതിന്റെ കാരണങ്ങൾ വ്യക്തമല്ലാത്തതിനാൽ അത്തരം പരാതികൾ ആരേയും ദേഷ്യപ്പെടുത്താനല്ലാതെ ഉപകരിക്കില്ല. പ്രത്യേകിച്ചും ഇത് എന്റെ ജീവിതത്തിൽ നിന്നുള്ള ആദ്യ വേർപിരിയലല്ലല്ലോ? പക്ഷേ ക്യാമ്പിൽ വെച്ച് മരണം പുറത്തേക്കുള്ള ഒരു യാത്രയായിരുന്നുവെങ്കിൽ ഇപ്പോൾ അത് ഒരു വേർപാടായി മാറിയിരിക്കുന്നു. ഞാൻ സ്നേഹിക്കുന്ന വസ്തുക്കളിൽ നിന്നുള്ള വേർപാട്, ഇത്ര മാസങ്ങളായി ഞാൻ എഴുതിവെയ്ക്കുന്ന എന്റെ ഓർമ്മകളിൽ നിന്നുള്ള വേർപാട്.

ഇന്ന് അതിരാവിലെ ഉണർന്നു - വെളിച്ചം വീശിയിരുന്നില്ല. നാസ്ച്യയെ ഉണർത്താതിരിക്കാനായി അനങ്ങാതെ കിടന്നു. സീലിംഗിൽ പതിക്കുന്ന വാഹനങ്ങളുടെ ഹെഡ്‌ലൈറ്റ് വീക്ഷിച്ചു കൊണ്ട് ഞാൻ കിടന്നു. മുൻപ് ബൾഷോയ് പ്രോസ്പെക്ടിലൂടെ കുതിരകൾ വലിക്കുന്ന ട്രാമുകൾ ഓടിയിരുന്നു. ഇന്നതിന്റെ സ്ഥാനത്ത് ട്രോളിബസുകളാണ്. ഞാനതിനെ മണിക്കൂറുകളോളം നോക്കി നിന്നിട്ടുണ്ട്. സാധാരണ ഓട്ടോമൊബൈലുകളേക്കാൾ അതെന്നെ അത്ഭുതപ്പെടുത്തി. അതിന്റെ വലുപ്പവും ഒതുക്കമില്ലായ്മയും കോലാഹലവും ഈ ലോകത്തിന് ചേരുന്നതായി സൃഷ്ടിക്കപ്പെട്ടതല്ല എന്നെനിക്കു തോന്നി. അത് ഈ ലോകത്തെ നഗരങ്ങളിലെ ആളുകൾക്കു മാത്രം യാത്ര ചെയ്യാനായി സൃഷ്ടിക്കപ്പെട്ടതല്ല എന്നെനിക്കു തോന്നി. അവയൊക്കെ പ്രതിരോധപരമായ അല്ലെങ്കിൽ കുറ്റകരമായ ലക്ഷ്യങ്ങളോടെ സൃഷ്ടിക്കപ്പെട്ടതാണെന്ന് എനിക്ക് തോന്നി. നൂറുകണക്കിന് ട്രോളിബസുകൾ യുദ്ധ

ഭൂമിയിലൂടെ സഞ്ചരിക്കുന്നതായി ഞാൻ സങ്കല്പിച്ചു. അതൊരു ഉജ്ജ്വലമായ നാടകമായിരുന്നു.

ഇടയ്ക്കിടെ ട്രോളികളുടെ നിർമ്മാണത്തിന്റെ ഉറപ്പു പരീക്ഷിക്കാനായി പാളങ്ങളിൽ ഞാൻ അഞ്ചു കോപ്പെക്കിന്റെ ഒരു നാണയം വെയ്ക്കും. എന്റെ ബാലിശമായ ചിന്തകളിൽ പരീക്ഷണത്തിന്റെ പ്രാധാന്യമാണ് നഷ്ടത്തേക്കാൾ മുന്തി നിന്നിരുന്നത്. എന്റെ വിസ്മയം അകറ്റാനായി അച്ഛനായിരുന്നു ഈ നഷ്ടങ്ങൾ ആലോചിച്ചെടുത്തത്. ട്രോളി അതിന്റെ പാളത്തിൽ നിന്നും തെറ്റിപ്പോയേക്കാമെന്നും ഇത്തരം ആപൽക്കരമായ പരീക്ഷണങ്ങൾ നഷ്ടങ്ങൾക്ക് സാദ്ധ്യത തുറക്കുമെന്നും അച്ഛൻ എന്നെ ഓർമ്മിപ്പിച്ചു.

ഇവിടെ എന്താണ് പറയാൻ കഴിയുക? അഞ്ചു കോപ്പെക്കിന്റെ നാണയം ട്രോളിക്ക് ഒരു പ്രതിരോധവും സൃഷ്ടിക്കുന്നില്ല എന്നെനിക്ക് മനസ്സിലായി. ഓരോ തവണ ഭീമാകാരനായ വണ്ടി നാണയത്തിലൂടെ ഓടിപ്പോകുമ്പോഴും അതൊന്നു കുലുങ്ങുമെന്ന് ഞാൻ പ്രതീക്ഷിച്ചു. പക്ഷേ, കുലുങ്ങിയതേയില്ല. മുതിർന്നവർക്കു പോലും പരീക്ഷണങ്ങൾ നടത്തുമ്പോൾ നഷ്ടമുണ്ടാകുമെന്ന ബോധത്തെക്കുറിച്ചുള്ള അച്ഛന്റെ അഭിപ്രായം ശരിയായിരുന്നു. അവർ വലിയ കുട്ടികളാണെന്നും അവർക്ക് ഞങ്ങളുടെ മാതൃരാജ്യത്തിന്റെ ചരിത്രം പോലെ ഒരു പാവയുടെ അറ്റുപോയ തല ഒരു മനുഷ്യന്റെ തലയിൽ നിന്നും ഭിന്നമല്ല എന്ന നിഗമനത്തിലാണ് ഞാൻ എത്തിച്ചേർന്നത്.

അനുഗൃഹീതമായ ആ വർഷങ്ങളിലേക്ക് തിരിച്ചുപോയാൽ എനിക്ക് തിളങ്ങുന്ന ലോഹകഷണങ്ങളുടെ ഒരു ശേഖരമുണ്ടായിരുന്നു. എന്റെ ചൂണ്ടുവിരലിന്റെ അറ്റം കൊണ്ട് അവയിൽ സ്പർശിക്കുമ്പോൾ അതിന്റെ അവശേഷിച്ച മാർദ്ദവം ഞാൻ അനുഭവിച്ചു. പക്ഷേ അതിന്റെ സന്തോഷകരമായ മിനുസഭാവം നഷ്ടമായിരുന്നില്ല. ആ പഴയ നാണയങ്ങളുടെ തിളക്കവും മിനുസവും എന്റെ മനസ്സിൽ പ്രത്യേകമായി സൂക്ഷിക്കപ്പെട്ടിരുന്നു. എന്റെ ബാല്യകാല ലോകത്തിൽ അനുചിതമായി അവ കണക്കാക്കപ്പെട്ടിരുന്നില്ല. അതൊരു ശ്രേഷ്ഠമായ നാണയമായിരുന്നു. അവയുടെ ആശ്ചര്യകരമായ ഉപരിതലവും എന്റെ ചൂണ്ടുവിരവും പരസ്പരപൂരകങ്ങളായി സൃഷ്ടിക്കപ്പെട്ടവയായിരുന്നു. ട്രോളിയുടെ പാളത്തിൽ അഞ്ചു കോപ്പെക്കിന്റെ നാണയം വെയ്ക്കുന്ന നൂറുവർഷത്തെ പഴക്കമുള്ള പരീക്ഷണം ഒരുപക്ഷേ ആദ്യത്തേതായിരിക്കും. എന്റെ പ്രവൃത്തികൾ വെറും അന്ധമായ അനുകരണമായിരുന്നില്ല എന്ന് ഞാൻ ശ്രദ്ധിച്ചു. ഞാനത് സ്വയം ആലോചിച്ചെടുത്തതായിരുന്നു.

എഴുതിവെച്ചില്ലെങ്കിൽ അതെല്ലാം മറവിയിലേക്ക് ആഴ്ന്നു പോകുമെന്ന് ഞാൻ ഭയപ്പെടുന്നു. മാനവ ചരിത്രത്തിൽ ശ്രദ്ധേയമായ ഒരു വിടവുണ്ടാക്കാൻ അത് കാരണമായേക്കാം പക്ഷേ ഏറ്റവും കൂടുതൽ നഷ്ടം സംഭവിക്കുന്നത് ഞാൻ എല്ലായ്പ്പോഴും ആലോചിച്ചുകൊണ്ടിരിക്കുന്ന

എന്റെ മകൾ അന്നയ്ക്കായിരിക്കും. ഒത്തിരി കാര്യങ്ങൾ അവൾക്കായി ഞാൻ വിശദീകരിച്ചു കഴിഞ്ഞു. എല്ലാവരും എന്നെ ഇപ്പോൾ സഹായിക്കുന്നതുകൊണ്ട് കാര്യങ്ങൾ വേഗത്തിൽ നീങ്ങുന്നുണ്ട്.

1910 മാർച്ചുമാസം ആദ്യവാരം. റെയിൽവേ പാളത്തിൽ നിന്നും അത്ര അകലെയല്ലാതെ രണ്ടുനിലയുള്ള ഒരു തടി കെട്ടിടം സ്ഥിതി ചെയ്യുന്നു. സൂര്യപ്രകാശമുള്ള ദിനത്തിൽ മഞ്ഞുരുകി വലിയ തുള്ളികൾ താഴെ വീഴുന്നത് എല്ലാ താമസക്കാർക്കും കേൾക്കാമായിരുന്നു. തുള്ളികൾ അവയ്ക്കു വേണ്ടി ഐസിൽ കൂടി ഒരു വഴി ഉണ്ടാക്കി. ഐസിലെ ദ്വാരത്തിന്റെ അളവിനെ അടിസ്ഥാനമാക്കി വെള്ളമൊഴുകുന്നതിന്റെ ശബ്ദം വ്യത്യസ്തമായി തോന്നി. രാത്രിയിൽ വീണ്ടും എല്ലാം തണുത്തുറഞ്ഞു പോകുന്നു. അതുകൊണ്ട് രാവിലെ ജലത്തുള്ളികൾക്ക് തങ്ങളുടെ ജോലി വീണ്ടും ചെയ്യേണ്ടതായി വരുന്നു. തികച്ചും പുതിയതായാണ് തുടങ്ങുന്നതെങ്കിലും മാർച്ചു മാസത്തെ മഞ്ഞ് അത്ര പുതിയ മഞ്ഞായിരിക്കുകയില്ല. വസൂരിക്കലയുള്ള മുഖം പോലെ രണ്ടുനിലയുള്ള കെട്ടിടത്തിനടുത്തുകൂടി പോകുന്ന പട്ടികളുടെ കാൽപാടുകൾ മഞ്ഞിൽ തെളിഞ്ഞു കാണാമായിരുന്നു. പുതിയതായി വീണ മഞ്ഞിനിടയിൽ കൂടിയാണെങ്കിലും തെളിഞ്ഞുകാണാവുന്ന അടുപ്പിന്റെ പുകക്കറ പിടിച്ച മഞ്ഞിന്റെ ഒരു സുതാര്യമായ പാട കാണാൻ കഴിയും. ഒരുപക്ഷേ അത് പുതിയ ചാരമായിരിക്കാം. ഓരോ തവണയും പുതുതായി വീഴുന്ന മഞ്ഞിനൊപ്പം ചാരവും പറന്നു വീഴുകയും മഞ്ഞിന്റെ വെണ്മയെ മലിനമാക്കിക്കൊണ്ട് അതിനെ പൊതിയുകയും ചെയ്യും.

റെയിൽവേ പാളത്തിന് സമാന്തരമായി വലിയ ചളിക്കുഴികളും പൂർണ്ണമായ കുളങ്ങളുമുണ്ടായിരുന്നു. ചളിക്കുഴികളും രാത്രി തണുത്തുറഞ്ഞു. വലിയ ആഴമുണ്ടായിരുന്നതുകൊണ്ട് അതിന്റെ അടിത്തട്ടുവരെ തണുപ്പ് കടന്നുചെല്ലുമായിരുന്നില്ല. അതിന് അടിത്തട്ടുണ്ടോ? കുട്ടിക്കാലത്ത് അതിന് അടിത്തട്ടില്ല എന്നോർത്ത് പേടിച്ചിട്ടുണ്ട്. മരങ്ങളുടെ ചില്ലകൾ പാതി ദിനം തണുത്തുറഞ്ഞു നിൽക്കും. അതിനു ശേഷം അതിലെ മഞ്ഞ് ഉരുകും. ചളിക്കുഴികളിലെ വെള്ളം കറുത്തതും തണുത്തതുമായിരുന്നു. അതിലേക്ക് ഇറങ്ങുന്നതിനെക്കുറിച്ച് ആലോചിക്കുകയേ വേണ്ട.

"നിന്റെ മനസ്സ് നരകത്തിൽ ഉറപ്പിച്ചു നിർത്തുകയും നിരാശനാകാതിരിക്കുകയും ചെയ്യുക" ഗ്രീസിലെ പ്രശസ്തമായ അത്തോസ് സന്ന്യാസാലയെത്തെക്കുറിച്ചുള്ള ഒരു പുസ്തകത്തിന്റെ പേജുകൾ മറിച്ചു നോക്കുമ്പോഴാണ് ഈ വരികൾ എന്റെ കണ്ണിൽപെട്ടത്. ഞാൻ പുസ്തകം മാറ്റിവെയ്ക്കുകയും മറ്റെന്തൊ ചെയ്യാൻ തുടങ്ങുകയും ചെയ്തു. പക്ഷേ വാക്കുകൾ എന്നിൽ പ്രകമ്പനം കൊണ്ടു. ഒരുപക്ഷെ അത് എന്നേക്കുറിച്ചായിക്കൂടെ? "നിന്റെ മനസ്സ് നരകത്തിൽ ഉറപ്പിച്ചു നിർത്തുക." കഴിഞ്ഞ കുറച്ച് ആഴ്ചകളായി എന്റെ അവസ്ഥ ഇതാണ്. വളരെ പ്രയാസത്തോടെയാണ് നിരാശനാകാതിരിക്കൂ എന്ന പ്രയോഗം എന്നിലേക്ക്

കടന്നുവന്നത്. ഞാൻ പുസ്തകത്തിലേക്ക് ആഴ്ന്നിറങ്ങിയെങ്കിലും പെട്ടെന്ന് ആ ഭാഗം കണ്ടുപിടിക്കാൻ കഴിഞ്ഞില്ല. എങ്കിലും ഞാനതു കണ്ടുപിടിച്ചു. ആ വാക്കുകൾ സിലുവാനൊ അത്തോസ് എന്ന വിശുദ്ധനെ സംബന്ധിക്കുന്ന വെളിപാടുകളാണ്. ആരാണ് സിലുവാനൊ അത്തോസ് എന്നെനിക്കറിയാൻ പാടില്ലായിരുന്നു. പക്ഷേ ആ വാക്കുകൾ എനിക്ക് ഉത്സാഹം വർദ്ധിപ്പിച്ചു.

എന്റെ ഇപ്പോഴത്തെ നരകം എന്നു പറയുന്നത് ദ്വീപിലേക്കാൾ ഇവിടത്തെ മരണം കൂടുതൽ ഭീകരമായിരിക്കും എന്നതാണ്. തീർച്ചയായും എന്നാൽ കഴിയുംവിധം ഞാൻ ജീവിതത്തെ വാരിപ്പുണർന്നിരുന്നു. പക്ഷേ മരണത്തെ ഞാൻ ഒരിക്കലും ഭയപ്പെട്ടിരുന്നില്ല. എന്റെ ജീവിതത്തിന്റെ വിസ്താരം ചുരുങ്ങി ചുരുങ്ങി പൂജ്യത്തിലേക്ക് പരിണമിക്കുമ്പോൾ മരണം എനിക്ക് പുറത്തേക്കുള്ള ഒരു വഴിയായാണ് അനുഭവപ്പെട്ടത്. എന്റെ ശക്തി ക്ഷയിച്ച ശരീരം മരണത്തിനു വേണ്ടി വിശക്കുകയും എന്റെ ആത്മാവ് അതിനെ പ്രതികൂലിക്കുകയും ചെയ്തു. ആത്മാവ് ഉണർന്നിരുന്നു.

ഇപ്പോൾ ഞാൻ മുമ്പെങ്ങുമില്ലാത്തവിധം മരണത്തെ ഭയപ്പെടുന്നു. എനിക്കെല്ലാമുണ്ട്. കുടുംബം, പണം, എന്റെ വിചിത്രമായ പ്രശസ്തി. പക്ഷേ അതൊന്നും എന്നെ സന്തോഷവാനാക്കുന്നില്ല. മരണത്തിന്റെ മുന്നിൽ പണവും പ്രശസ്തിയും അർത്ഥമില്ലാത്ത കാര്യമാണ്. അത് വളരെ വ്യക്തമാണ്. എനിക്കേറ്റവും പ്രിയപ്പെട്ട വ്യക്തിയിൽ നിന്നുള്ള വേർപാട് എന്നെ ഭയപ്പെടുത്തുന്നു. നാസ്ച്യ എനിക്കേറ്റവും പ്രിയപ്പെട്ടവളാണെന്നും അവളെ ഞാൻ ജീവിതകാലം മുഴുവൻ അറിഞ്ഞു എന്നും കരുതുന്നു. എന്റെ തുടർച്ചയായ അന്ന അവളോടൊപ്പം അവളുടെ വയറ്റിൽ ജീവിക്കുന്നു. ഇതെല്ലാം മനസ്സിലാക്കുന്ന മനസ്സ് നരകത്തിലാണ് കുടികൊള്ളുന്നത്. ഇവിടെ അടിവരയിട്ട് പറയേണ്ടത് മനസ്സിനെക്കുറിച്ചാണ്. മറ്റെന്തിനെക്കുറിച്ചാണെങ്കിലും നിരാശയിൽ വീഴാതിരിക്കാൻ ശ്രമിക്കണം.

1916. മഴ കഴിഞ്ഞ അഴുക്കുറോഡിലൂടെ ഒരു സൈക്കിൾ നീങ്ങുന്നു. അത് ശാന്തമായ സീൽക്കാരമുതിർത്തുകൊണ്ടാണ് ഓടുന്നത്. സൈക്കിളിന്റെ ചക്രങ്ങൾ റോഡിൽ നിന്നും വെള്ളം തെറിപ്പിക്കുന്നു. അത് സൈക്കിളിന്റെ മഡ്ഗാർഡിൽ തെറിച്ചു വീണു. അവിടെ നിന്നും വലിയ തുള്ളികളായി അത് ഭൂമിയിൽ പതിച്ചു.

ചിലപ്പോൾ ചക്രങ്ങൾ കുഴികളിൽ ചാടി. വെള്ളം വകഞ്ഞുമാറ്റുന്ന ശബ്ദം. രണ്ടുതിരകൾ കുഴിയുടെ മധ്യഭാഗത്തു നിന്നും അകന്നുപോയി അതിന്റെ അരികിൽ പതിച്ചു.

സൈക്കിൾ ഇടയ്ക്കിടെ മരങ്ങളുടെ വേരുകളിൽ തട്ടി. ഉപകരണങ്ങളടങ്ങിയ ഒരു സഞ്ചി കിലുങ്ങി. സൈക്കിൾ സീറ്റിലിരുന്ന യാത്രക്കാരൻ ഉയർന്നുതാണു.

ഇരുട്ട് പരന്നു തുടങ്ങി.

സൈക്കിൾ യാത്രക്കാരൻ ഡൈനാമൊ പ്രവർത്തിപ്പിച്ചു. വെളിച്ചവും മൂളലും. വെളിച്ചത്തിന്റെ വൃത്തം വഴിയിലൂടെ തെന്നി നീങ്ങി.

1916 ൽ സൈക്കിളിന് ലൈറ്റുണ്ടായിരുന്നോ?

എനിക്കറിയില്ല.

അതുണ്ടായിരുന്നു എന്നാണ് എനിക്ക് തോന്നുന്നത്. അതിനത്ര പ്രാധാന്യമില്ല.

ഒരു നിമിഷത്തിനോ മണിക്കൂറിനോ ദിവസത്തിനോ മുൻപ് നടന്ന കാര്യങ്ങൾ ഞാൻ വളരെ മോശമായാണ് ഓർക്കുന്നത്. എന്റെ ഓർമ്മപ്പിശകുകൾ നാസ്ച്യ കണ്ടുപിടിക്കുന്നത് എനിക്ക് അസ്വസ്ഥതയുണ്ടാക്കുന്നു. അതെല്ലാം വളരെ വ്യക്തമാണെങ്കിലും അത് അടിക്കടി സംഭവിക്കുന്നില്ല എന്നത് ആശ്വാസകരമാണ്. അത്തരം സന്ദർഭങ്ങളിൽ വർത്തമാനകാലജീവിതത്തിൽ നിന്നും വളരെ ദൂരത്തേക്ക് നൂറ്റാണ്ടിന്റെ ആരംഭത്തിലേക്ക് ഞാൻ സംഭാഷണങ്ങളെ തിരിച്ചു വിടും. ഇന്നലെ വിഷയം മാറ്റുന്നതിനിടയിൽ ഞാനെന്റെ സെക്കന്ററി സ്കൂളിൽ അവതരിപ്പിച്ച 'പരിശോധകൻ' എന്ന നാടകത്തെക്കുറിച്ച് പറഞ്ഞു. ഞാനതിൽ പങ്കെടുത്തിരുന്നു. നാസ്ച്യ എന്റെ നേരെ കടിച്ചുപിടിച്ചെങ്കിലും അറിഞ്ഞതായി ഭാവിച്ചില്ല. അവൾ എന്റെ നിർദ്ദേശാനുസരണം എഴുതിയ ഒരു വിവരണത്തിന്റെ അടിസ്ഥാനം അതായിരുന്നു എന്ന് പറഞ്ഞു. 'തീർച്ചയായും അതു കൊള്ളാം' ഞാൻ പറഞ്ഞു. അടിസ്ഥാനമില്ലാതെ അവൾക്ക് എന്റെ ജീവിതത്തെക്കുറിച്ച് എഴുതാൻ കഴിയുമോ എന്ന് ഞാൻ അത്ഭുതപ്പെട്ടു. അവളെ പ്രചോദിപ്പിക്കുന്ന വികാരങ്ങളെ മാത്രം ഉപയോഗപ്പെടുത്തി എഴുതാനാകുമോ? ഞാനുമായി യോജിക്കുന്ന കാര്യങ്ങൾ അവൾ പഠിക്കുകയും എഴുതുകയും ചെയ്താൽ എന്റെ അസാന്നിദ്ധ്യത്തിൽ പോലും എന്റെ ജീവിതം തുടർന്നുപോകുമായിരുന്നു.

സെക്കന്ററി സ്കൂളിൽ അവതരിപ്പിച്ച 'പരിശോധകൻ' എന്ന നാടകം. അടുത്തുള്ള വനിതാസ്കൂളിൽ നിന്നും മറിയ അൻതനോവ്നയും അന്ന അന്ത്രേ്യവ്നയും മർമ്മരമുതിർക്കുന്ന ഉടയാടകൾ തീയേറ്ററിൽ നിന്നും കൊണ്ടുവന്നു. അലമാരയിൽ നിന്നും പുറത്തെടുത്ത ഉടയാടകളിൽ നിന്നും പാറ്റാഗുളികയുടെ ഗന്ധം സ്കൂളിലാകെ വ്യാപിച്ചു. ഉടയാടകൾ കയ്യിലെടുത്തുകൊണ്ട് നടന്നപ്പോൾ അതിന്റെ ഗന്ധം കുറയുകയല്ല സ്കൂളിലെ ശുദ്ധവായുവിൽ കൂടികലർന്ന് ഗന്ധം കൂടുതൽ രൂക്ഷമാകുകയായിരുന്നു. പൂച്ചെണ്ടുപോലെ അടുക്കി വെച്ച വീഞ്ഞിന്റെ കുപ്പികൾ ഗന്ധം പരത്തുകയും അതിന്റെ കോർക്ക് ഊരിക്കഴിയുമ്പോൾ കൂടുതൽ സന്തോഷകരമാകുന്നതുപോലെയായിരുന്നു ഉടയാടകളിൽ നിന്നുള്ള ഗന്ധം വ്യാപിച്ചത്.

രംഗത്ത് ഒന്നുംതന്നെ ഉണ്ടായിരുന്നില്ല. പ്രിൻസിപ്പാളിന്റെ ഓഫീസിൽ നിന്നും കൊണ്ടുവന്ന ഒരു മാർബിൾ മേശയും അതിൽ കത്തിച്ചുവെച്ച മെഴുകുതിരിയും. ലൈബ്രറിയിൽ നിന്നും കൊണ്ടുവന്ന ഒരു ബുക്ക് ഷെൽഫും അതിൽ അടുക്കിവെച്ച അര നൂറ്റാണ്ടു പഴക്കമുള്ള പുസ്തകങ്ങളും. ഫ്ളിസ്ത്തോവ്, അന്ന അന്ത്ര്യേവ്നയെ സമീപിക്കുന്നു. സ്റ്റേജിന്റെ പലകകൾ കുലുങ്ങുകയും മുൻനിരയിലിരുന്നവർ അത് കേൾക്കുകയും ചെയ്തു. അതുകൊണ്ടാണ് സ്റ്റേജ് കാണികളിൽ നിന്നും അല്പം ദൂരത്തായിരിക്കണമെന്നു പറയുന്നത്. ഫ്ളിസ്ത്തോവ് പറയുന്നു "അന്ന ആന്ത്ര്യേവ്ന" അവൻ അവളെ കൈ കൊണ്ട് സ്പർശിക്കുന്നു. അവന്റെ കൈകൾ വിറയ്ക്കുകയും ശബ്ദം ഇടറുകയും ചെയ്തു. കഥാപാത്രം വികാരവിവശനാകേണ്ട ആവശ്യമില്ല, പക്ഷെ അഭിനയിക്കുന്ന പയ്യൻ പെണ്ണിന്റെ കയ്യിലണിഞ്ഞിരിക്കുന്ന കട്ടികൂടിയ തുണിയിൽ സ്പർശിക്കുമ്പോൾ വികാരവിവശനാകുന്നു. തിരക്കഥയിൽ ഉള്ളതുപോലെ അവൻ തന്റെ പ്രേമം ഏറ്റുപറയണമായിരുന്നു. അവൻ യഥാർത്ഥത്തിൽ തിരക്കഥയിൽ എന്താണ് കണ്ടത്? റിഹേഴ്സൽ സമയത്ത് അവൻ ഡയലോഗ് വളരെ കാമാതുരനായാണ് പറഞ്ഞത്. അവന്റെ ജല്പനത്തിലൂടെ അവൻ പ്രേമത്തിലാവുകയായിരുന്നു എന്ന കാര്യവും തള്ളിക്കളയാൻ കഴിയില്ല.

ഈ വർഷത്തെ ജൂൺ മാസത്തിന് നല്ല ചൂടുണ്ടായിരുന്നതിനാൽ ജനലുകൾ തുറന്നിട്ടിരുന്നെങ്കിലും സ്കൂളിന്റെ ഹാളിൽ നല്ല പുകച്ചിലായിരുന്നു. ജനാലയ്ക്കപ്പുറത്തെ പോപ്ലാർ മരച്ചില്ലകൾ ആരോ വരച്ചുവെച്ച ചിത്രം പോലെ നിശ്ചലമായി നിലകൊണ്ടു. അന്ന അന്ത്ര്യേവ്നയുടെയും ഇവാൻ അലക്സാന്ത്റോവിച്ചിന്റെയും നെറ്റിയിൽ വിയർപ്പുതുള്ളികൾ രൂപമെടുത്തു. അവർക്കിടയിൽ എന്താണ് സംഭവിക്കുന്നതെന്ന് സദസ്സിലിരുന്ന എല്ലാവർക്കും അറിയാമായിരുന്നു. ഇതെങ്ങനെ അവസാനിക്കുമെന്ന് അറിയാൻ കാത്തിരുന്ന സദസ്യർ പരസ്പരം പുരികക്കൊടികളുയർത്തി നോക്കി. ഈ തരളമായ ഭാവം നാടകത്തിൽ വിഭാവനം ചെയ്തിരുന്നതല്ലയെങ്കിലും അത് വളരെ പ്രകടമായിരുന്നു. കാണികൾ എല്ലാം ശ്രദ്ധിക്കും. അവരിൽ നിന്നും ഒന്നും ഒളിക്കാൻ കഴിയില്ല. അവർ ശ്രദ്ധാലുക്കളാണ്. അവസാനരംഗം കഴിയുമ്പോൾ അവർ മഷിപുരണ്ട തങ്ങളുടെ കൈകൾ കൊട്ടും. ഇവാൻ അലക്സാന്ത്റേവിച്ച് ആയി വേഷമിട്ടത് എന്റെ സുഹൃത്തായ പ്ലത്തോനവായിരുന്നു. 1914ലെ മോഡലായിരുന്ന അന്ന അന്ത്ര്യേവ്ന വളരെ മുൻപെ മരിച്ചു മണ്ണടിഞ്ഞുപോയി എന്നാണ് സംശയിക്കുന്നത്.

കഴിഞ്ഞ രാത്രിയിൽ ഞാൻ ഉറങ്ങിയിട്ടില്ല. പുഷ്ക്കിന്റെ 'വെടിയൊച്ച' എന്ന കഥയെപ്പറ്റി ആലോചിച്ചുകൊണ്ട് കിടന്നു. തന്റെ ചങ്ങാതിമാരുടെ മുന്നിൽ വെച്ച് തന്നെ നിന്ദിച്ചയാളോടുള്ള പക സിൽവിയൊ എന്ന നായകൻ ആറുവർഷം ഹൃദയത്തിൽ കൊണ്ടുനടക്കുകയും പിന്നീട്

തന്നോടു തെറ്റു ചെയ്തയാളെ വെടിവെയ്ക്കുകയും ചെയ്യുന്നതാണ് കഥ. പ്രതിനായകൻ കല്യാണവും കഴിഞ്ഞ് സന്തോഷവാനായിരിക്കുമ്പോഴാണ് സിൽവിയൊ പക വീട്ടുന്നത്. ദ്വീപിൽ വെച്ച് മരണം എന്നെ സ്പർശിച്ചില്ല, അന്ന് മരണത്തെ നിസ്സംഗതയോടെയാണ് ഞാൻ വീക്ഷിച്ചിരുന്നത്. ഇപ്പോൾ ഇതാ എന്റെ ജീവിതത്തിൽ സന്തോഷം തിരതല്ലുമ്പോഴാണ് മരണം അതിന്റെ വെടിയൊച്ച കേൾപ്പിച്ചുകൊണ്ട് എന്നെ സമീപിക്കുന്നത്. അത് ഒത്തിരി കാത്തിരുന്നു. മരണത്തിന്റെ വെടി ഒരു തിരിച്ചടിയാണോ?

ഇന്നക്കെഞ്ചിയുടെ ഓർമ്മിയ്ക്കാനുള്ള കഴിവ് കൂടുതൽ ശ്രദ്ധിക്കപ്പെടുന്ന വിധം മോശമായി. അതിനെക്കുറിച്ച് നാസ്ച്യ സ്ഥിരമായി പറയുകയും സാഹചര്യങ്ങൾ വിവരിച്ചു തരികയും ചെയ്യുന്നു. ഞാനത് നേരിൽ കാണുന്നുണ്ട്. അയാൾക്ക് ചിന്തയുടെ ഒഴുക്കു നഷ്ടപ്പെടുകയാണ്. ഫ്ളാറ്റിൽ അയാൾ ചെയ്യാൻ തുനിഞ്ഞിറങ്ങിയ കാര്യം എന്തായിരുന്നു എന്ന് മറന്നുപോകുന്നു. സ്വാഭാവികമായി തനിയെ വന്നുദിക്കേണ്ട കാര്യങ്ങൾ അയാൾ മറന്നുപോകുന്നു. ഉദാഹരണത്തിന് പല്ലു തേയ്ക്കാനും തന്റെ ഗുളിക കഴിച്ചോ ഇല്ലയോ എന്ന കാര്യവും അയാൾ മറന്നുപോകുന്നു. ഞാൻ ഒരു കുന്ന് ഗുളികകൾ അയാൾക്ക് നിർദ്ദേശിച്ചിട്ടുണ്ട്. അതിൽ നിന്നുള്ള പ്രയോജനം വളരെ ലഘുവാണ്. പ്രധാന പ്രശ്നത്തിന് പരിഹാരം കാണാൻ കഴിഞ്ഞില്ല. കോശങ്ങൾ മരണടഞ്ഞുകൊണ്ടേയിരുന്നു.

നിരവധി തവണ പുനർചിന്തനങ്ങൾ നടത്തുകയും പരിശോധനകൾ നടത്തുകയും ചെയ്തെങ്കിലും എല്ലാം വിഫലമായി. കഴിഞ്ഞ ദശവർഷത്തിലെ പ്രസിദ്ധീകരണങ്ങളിലെ എല്ലാ പ്രധാന ലേഖനങ്ങളിലും ഞാൻ മൂക്കുകുത്തിവീണു അന്വേഷിച്ചു. ഒന്നും കണ്ടുകിട്ടിയില്ല. ഞാനൊരിക്കലും ഇത്രയും ശക്തിയില്ലായ്മ അനുഭവിച്ചിട്ടില്ല. അതെന്നെ വളരെ അസ്വസ്ഥനാക്കുന്നു. ഇന്നക്കെഞ്ചി മങ്ങി മറഞ്ഞുകൊണ്ടിരിക്കുകയാണ് എന്ന കാര്യം എന്നെ അസ്വസ്ഥനാക്കുന്നു.

ഒരുപക്ഷേ അയാളെ വിദേശത്തേക്ക് അയക്കേണമോ? മ്യൂണിക്കിലേക്ക് അയച്ചാലോ? ഞങ്ങൾക്കിവിടെ അറിയാൻ കഴിയാത്തതെന്തെങ്കിലും അവർക്ക് അറിയാമെന്ന് ഞാൻ കരുതുന്നില്ല. എന്നിരുന്നാലും മറ്റൊരു അഭിപ്രായം അതിനും പ്രധാന്യമുണ്ട്.

അങ്ങനെയാകുമ്പോൾ എന്നിലെ ഉത്തരവാദിത്വം താരതമ്യേന കുറഞ്ഞിരിക്കും. പക്ഷേ അതെന്നെ വിഷമിപ്പിക്കുന്നില്ല. അയാളോടാണ് എന്റെ പ്രധാനമായ ഉത്തരവാദിത്വം. മറ്റൊന്നിനേയും ഞാൻ ഭയപ്പെടുന്നില്ല.

ഒരു കാര്യത്തിൽ മാത്രമാണ് കുഴപ്പം. ഞങ്ങൾക്ക് അത്ര കൂടുതൽ സമയം ലഭ്യമല്ല. പെട്ടെന്ന് തീരുമാനമെടുക്കണം.

അദ്ദേഹം എന്നോടു ചോദിച്ചു

"എന്താണ് നിനക്കു സംഭവിച്ചത്?"

ഞാൻ പറഞ്ഞു

"നിന്റെ മരണത്തെയോർത്ത് ഭയപ്പെടുന്നു"

അതുവരെ ഞങ്ങളീക്കാര്യം ഉച്ചത്തിൽ സംസാരിച്ചിരുന്നില്ല. ഞങ്ങൾ അതിനെക്കുറിച്ച് ചിന്തിച്ചിരുന്നു. ഒരു നിമിഷം എനിക്ക് കടിഞ്ഞാൺ നഷ്ടപ്പെട്ടു. അദ്ദേഹമാണ് എന്റെ ഒരേയൊരു പ്രിയപ്പെട്ടവൻ അദ്ദേഹ ത്തോടു മാത്രമാണ് എനിക്ക് എന്തു പരാതിയും പറയാൻ കഴിയുന്നത്. ഞാൻ വളരെ ഭീകരമായാണ് പറഞ്ഞത്.

അദ്ദേഹത്തോട് ഒട്ടിച്ചേർന്നു ഞാൻ പൊട്ടിക്കരഞ്ഞു.

"മരണത്തെക്കുറിച്ച് പറഞ്ഞതിന് എന്നോടു ക്ഷമിക്കൂ. എന്റെ ഉള്ളിൽ നിറഞ്ഞ ഭീതി ഇപ്പോൾ അണപ്പൊട്ടി ഒഴുകിയതാണ്."

"ശരി, ഒന്നാമതായി ഞാനിപ്പോഴും മരിച്ചിട്ടില്ലല്ലോ."

ദൈവമേ! ഇതിൽ കൂടുതൽ ഞാനെന്താണ് കേൾക്കേണ്ടത്! രണ്ടാ മതായി ഇനിയെന്താണ് സംഭവിക്കാനുള്ളത്?

അദ്ദേഹം ക്ഷീണിച്ച് വിളറിയിരുന്നു. എനിക്ക് വാക്കുകൾ കിട്ടിയില്ല.

അദ്ദേഹം പറഞ്ഞു.

"എന്നേക്കുമുള്ള വേർപാടായി മരണത്തെ കാണേണ്ടതില്ല. അത് താല്ക്കാലികമായ ഒരു വേർപാടാണ്." അദ്ദേഹം ഒരു നിമിഷം നിശ്ശബ്ദ നായി. "വേർപ്പെടുന്നയാൾ അടിസ്ഥാനപരമായി കാലത്തിനു പുറത്തേക്ക് പോകുകയാണ്."

വേർപ്പെടുന്നയാൾ തുരങ്കത്തിലെ കാറ്റുപോലെ!

"അവശേഷിക്കുന്നയാൾക്കൊ? അയാൾക്ക് കാലമുണ്ടല്ലോ? അയാൾ കാലത്തിനുള്ളിലല്ലേ?"

ചിരിക്കുന്നു.

"ശരി. അയാൾ എന്തിലെങ്കിലും വ്യാപൃതനായി കാത്തിരിക്കട്ടെ,"

എത്രകാലം? അത് ഭയാനകമാണ്.

ഷെൽത്ത്കോവിനെ ബന്ധപ്പെടുവാനായി വളരെ ബുദ്ധിമുട്ടേണ്ട തായി വന്നു. ഞാൻ ഇന്നക്കെഞ്ചിയുടെ ആരോഗ്യസ്ഥിതി വിവരിച്ചു കൊടുക്കുകയും സഹായമഭ്യർത്ഥിക്കുകയും ചെയ്തു.

അവ്യക്തമായ രീതിയിൽ ഷെൽത്ത്കോവ് എന്തോ പുലമ്പി. അയാൾക്കത്ര താത്പര്യമില്ല എന്ന് വ്യക്തമായിരുന്നു. നിങ്ങൾക്കറിയാ മല്ലോ എനിക്ക് മരുന്ന് കൊടുക്കുന്ന രീതികളൊന്നുമില്ല എന്ന്. അയാൾ പറഞ്ഞു.

അതൊന്നും വകവെയ്ക്കാതെ വിദേശ ചികിത്സ വേണമെന്നും അവിടത്തെ പരിശോധനകൾ വളരെ ചെലവുള്ളതാണെന്നും ഞാൻ പറഞ്ഞു. ബില്ല് കൊടുക്കാൻ നല്ല തുക വേണ്ടിവരുമെന്ന് ഞാൻ തെളിച്ചു പറഞ്ഞു. ഒത്തിരി ബില്ലുകൾ ഉണ്ടാകുമെന്നും പറഞ്ഞു.

പക്ഷേ ഷെൽത്ത്കോവ് പൂർണ്ണമായും സഹായം നിരസിച്ചു. എനിക്കത് അപ്രതീക്ഷിതമായ ഒരാഘാതമായിരുന്നു.

ഇന്നക്കെഞ്ചി ഷെൽത്ത്കോവിന്റെ രാഷ്ട്രീയ പദ്ധതി നിരസിച്ചതിന്റെ പ്രതികരണമായിരുന്നുവോ അതെന്ന് എനിക്ക് തോന്നി. ഞാനീ കാര്യം ഒരു വ്യക്തിയോട് പറഞ്ഞപ്പോൾ അയാൾ ഒട്ടും അത്ഭുതപ്പെട്ടില്ല. ഇന്നെക്കെഞ്ചിയിൽ ഷെൽത്ത്കോവിന് ഒരു താത്പര്യവുമില്ലെങ്കിൽ അതിന്റെയർത്ഥം എന്റെ രോഗിയെ ഷെൽത്ത്കോവ് പൂർണ്ണമായും മറന്നിരിക്കുന്നു എന്നാണ്. ഇനി ഷെൽത്ത്കോവിനെ ഫോണിൽ ബന്ധപ്പെടാൻ കൂടി എനിക്കു കഴിഞ്ഞേക്കില്ല എന്നും അയാൾ പറഞ്ഞു.

ഞാൻ ശ്രദ്ധാപൂർവ്വമുള്ള ഒരു സംശയം പ്രകടിപ്പിച്ചു.

'ശരി, ഒരാൾക്ക് അത്രയും മോശക്കാരനാകാൻ കഴിയുമോ?'

'നിങ്ങളെന്താണ് പറയുന്നത്?" ചിരിച്ചുകൊണ്ട് എന്റെ സുഹൃത്ത് പറഞ്ഞു. "അത് വളരെ എളുപ്പം സാധിക്കുന്ന കാര്യമാണ്.

"നാശം!"

മരണം കൊണ്ടുള്ള വേർപാട് താത്ക്കാലികമാണെന്ന് ഞാൻ നാസ്ച്യയോടു പറഞ്ഞു. ഞാനങ്ങനെ വിശ്വസിക്കുന്നു. എല്ലാം വിശ്വാസത്തിലൂടെയാണ് സ്വായത്തമാകുന്നതെന്നാണ് എനിക്ക് തോന്നുന്നത്. ഒരു വ്യക്തിയുമായി കണ്ടുമുട്ടാൻ ഒത്തിരി ആഗ്രഹിക്കുന്നു എന്നു വെക്കുക, തീർച്ചയായും നിങ്ങൾ അയാളെ കണ്ടുമുട്ടിയിരിക്കും. ഇത് അവളെ സംബന്ധിച്ച് വളരെ ദുർബ്ബലമായ ആശ്വാസവാക്കായിരിക്കുമെന്ന് ഞാൻ ഭയപ്പെടുന്നു.

ആളുകളെ കൂടാതെ അവിടെ മറ്റെന്തെങ്കിലും കണ്ടുമുട്ടുമോ എന്നതാണ് താത്പര്യമുണർത്തുന്ന കാര്യം. ജീവിതത്തിന്റെ അടിസ്ഥാന ഭാഗമല്ലാത്ത എന്തെങ്കിലും, എന്നാൽ ഞാൻ ഒഴിച്ചുകൂടാൻ വയ്യാത്തതെന്നു കരുതുന്ന എന്തെങ്കിലും കണ്ടുമുട്ടാൻ കഴിയുമൊ? ഉദാഹരണത്തിന് ഒരു ന്യൂ ഇയർ ട്രീയുടെ സമീപം മുനിഞ്ഞു കത്തുന്ന മെഴുകുതിരിയുടെ പടപട ശബ്ദം. നിങ്ങൾ ന്യൂഇയർ ട്രീയുടെ സൂചിമുനത്തുമ്പുകൾ കിള്ളിയെടുത്ത് ശ്രദ്ധാപൂർവ്വം തീനാളത്തിൽ അർപ്പിക്കുന്നു. അത് കത്തുമ്പോൾ ഒരു കോണിഫറസ് ഗന്ധം പുറപ്പെടുവിക്കുന്നു. എല്ലാ വിടവാങ്ങലിനെപ്പോലെയും അത് വളരെ പ്രകാശമാനമാണ്. വൈകുന്നേരങ്ങളിൽ തീനാളങ്ങളുടെ തിളക്കവും രാത്രിയിൽ അണഞ്ഞുപോയ തിരികളുടെ കറുപ്പും. അർദ്ധരാത്രിയിൽ യാദൃച്ഛികമായി ഉണരുമ്പോൾ ആദ്യം ഉദിക്കുന്ന ആശയം ന്യൂഇയർ ട്രീയെക്കുറിച്ചായിരിക്കും. നിങ്ങൾ

അതിനടുത്തേക്ക് രാത്രി വസ്ത്രവും ധരിച്ചു കൊണ്ടുതന്നെ പോകുന്നു. ഗ്ലാസിന്റെ മണിനാദത്തിൽ കാതോർത്ത് നിങ്ങൾ നടക്കുന്നു. തടിപാകിയ തറയിൽ നഗ്നപാദങ്ങൾ തണുക്കുന്നു. ന്യൂഇയർ ട്രീയുടെ അടുത്തെത്തുമ്പോൾ നിങ്ങൾ പാദങ്ങളെ ചൂടാക്കാൻ ശ്രമിക്കുന്നു. ചൂടുള്ള മരത്തടികളിൽ ഒന്നിടവിട്ട് നിങ്ങൾ പാദം അമർത്തുന്നു. ഒട്ടിപ്പിടിക്കുന്ന ചോക്ലേറ്റുകൾ കഴുകി കളയുന്നു. ആരോ ടോയ്‌ലറ്റിൽ പോകാൻ എഴുന്നേല്ക്കുന്ന ശബ്ദം. നിങ്ങൾ ന്യൂഇയർട്രീയുടെ വലിയ ശിഖരത്തിൽ പിടിക്കുകയും അതിൽ അലിഞ്ഞുപോകുകയും ചെയ്യുന്നു. നിങ്ങൾ അടുക്കളയിലെ ശബ്ദങ്ങൾക്കായി കാത്തിരിക്കുമ്പോൾ ട്രീയുടെ അടിയിലെ പഞ്ഞി നിറഞ്ഞ ഒഴുക്കിലേക്ക് തെന്നിവീഴുന്നു. അവിടെ നിങ്ങൾ അപ്രത്യക്ഷമാകുന്നു. ഞാൻ മരണാനന്തരം ന്യൂഇയർട്രീ കാണാനായി എഴുന്നേറ്റതുപോലെ... രാവിലെ വരെ... ഞാൻ കണ്ണടച്ചിട്ടില്ല.

ശരി ഇനിയെന്താണ് പറയാനുള്ളത്? വേനൽക്കാല വസതിയുടെ വരാന്തയിൽ ചുവന്നു ഇരുണ്ട ചെറുപഴങ്ങളുടെ ഒരു പാത്രമിരിക്കുന്നു. ചിതറിയ സൂര്യരശ്മികളിൽ അത് തള്ളി നിൽക്കുന്നതുപോലെ തോന്നുന്നു. പാത്രത്തിന്റെ വക്കിലൂടെ ഉദാസീനമായി തന്റെ ചിറകുകൾ ചലിപ്പിച്ചുകൊണ്ട് ഒരു ചെറുപ്രാണി നിരങ്ങി നീങ്ങുന്നു. ഒരു വണ്ടോ, ഈച്ചയോ, ഉറുമ്പോ അല്ല. നിങ്ങൾ ഒരിക്കലും കാണാത്തതല്ലെങ്കിലും നിങ്ങൾക്ക് ആ ചെറുപ്രാണിയുടെ പേരു പറയാൻ പ്രയാസമാണ്. അങ്ങനെ സംഭവിക്കാറുണ്ട്. ഒരേ സ്ഥലത്ത്, ഒരുപക്ഷേ പ്രവേശനകവാടത്തിലോ, ബുക്ക്ഷോപ്പിലോ നിങ്ങളുടെ ജീവിതത്തിൽ വളരെ തവണ കണ്ടുമുട്ടുന്ന ഒരാളെ നിങ്ങൾക്ക് ആദ്യനോട്ടത്തിൽ പോലും വളരെ പരിചിതനായി തോന്നിയേക്കാം. പക്ഷേ, അയാളുടെ പേര് നിങ്ങൾക്ക് അജ്ഞാതമായിരിക്കുന്നു. അത്തരം സ്ഥിരമായ സഹയാത്രികർ നമ്മുടെ ജീവിതത്തിലുമുണ്ട്. നിങ്ങൾ അവരുമായി വേർപിരിയുമ്പോൾ അധികം അറിയപ്പെടാത്ത അവരുടെ കാതരമായ ആകാരമാണ്, ചിറകുകളൊതുക്കിപ്പിടിച്ചുള്ള അവരുടെ നടത്തമാണ് നിങ്ങൾക്ക് നഷ്ടമാകുന്നുത്.

സന്ധ്യനേരത്ത് ആഘോഷപൂർവ്വം നിങ്ങൾ തീ കൂട്ടുന്നുവെന്നു കരുതുക. ഒരു ചന്ദ്രപ്രഭയേക്കാൾ ഒട്ടും കുറയാത്ത അതിന്റെ പ്രതിബിംബം ഒറിജേഷ് നദിയിൽ തിളങ്ങിക്കാണുന്നു. സംഭാഷണങ്ങൾ പൂർണ്ണമായ സംഭാഷണങ്ങളല്ല. ഒറ്റപ്പെട്ട സാധാരണവാക്കുകളാണ്. ഉദാഹരണത്തിന് “വിറകു കൊണ്ടു വരാം.” അല്ലെങ്കിൽ “വെള്ളം തിളച്ചു” പാതി ഉണങ്ങിയ ഒരു ശാഖ, പാദങ്ങൾക്കടിയിൽ ഞെരിഞ്ഞമരുന്ന ശബ്ദം. കുടുകുടുശബ്ദത്തോടെ ചായപ്പാത്രത്തിൽ തിളക്കുന്ന വെള്ളം. ഇടയ്ക്ക് കത്തുന്ന വിറകിന്റെ ചീറ്റൽ. അണക്കെട്ടിലെ നദിയിലെ പോലെ സമയം തണുത്തുറയുവാൻ നിങ്ങൾ ആഗ്രഹിക്കുന്നു. അതിന് കൂടുതൽ തിളക്കമുള്ളതായി മാറേണ്ടതില്ല. പക്ഷേ കറുക്കാനും പാടില്ല. ചുവന്ന കളിമണ്ണ് ദൃശ്യമായിരിക്കണം. അതിനെക്കുറിച്ച് ഞാനൊരിക്കൽ എഴുതിയിരുന്നു. ‘ഡിവോണിയൻ’ കളിമണ്ണ്! അതവിടെയുണ്ടാകുമോ?

ചിലപ്പോൾ ഞാൻ ചിന്തിക്കുന്നു- ഞങ്ങളിൽ ആരാണ് രോഗി? ഇന്ന ക്കെഞ്ചിയോ, ഞാനോ?

അയാളുടെ നിർദ്ദേശങ്ങളെല്ലാം അനുസരിച്ച് ജീവിതചിത്രങ്ങൾ ഞാനെഴുതിവെയ്ക്കുന്നു.ഞാനൊരിക്കലും ഇത്തരം ഒരു കാര്യത്തിൽ ഏർപ്പെട്ടിട്ടില്ല. എനിക്കത്ര കഴിവുണ്ടെന്നും ഞാൻ കരുതിയിരുന്നില്ല. രോഗ നിർണ്ണയങ്ങളും മരുന്നിന്റെ കുറിപ്പുകളും പറഞ്ഞുകൊടുത്തുള്ള പരി ചയമേ എനിക്കുള്ളൂ.

എന്നാൽ ആത്മാർത്ഥമായി പറഞ്ഞാൽ എഴുതാൻ ഞാൻ കൂടുതൽ കൂടുതൽ തത്പരനായി.

പിൻതുടർച്ചക്കാർക്ക് അനുഭവങ്ങൾ പങ്കിടാനുള്ള ഞങ്ങളുടെ ഒരു മിച്ചുചേർന്നുള്ള ശ്രമമായിരുന്നു അത്. ചരിത്രത്തിലുടനീളം മനുഷ്യർ ഏർപ്പെട്ടിരുന്നത്, ഇതേ കാര്യത്തിലായിരുന്നു. ഞങ്ങളുടെ അനുഭവങ്ങൾ അസാധാരണമായിരുന്നു. തുടക്കത്തിൽ അതെനിക്ക് അസ്വസ്ഥതയു ണ്ടാക്കി. ഇപ്പോൾ ഞാനതുമായി പൊരുത്തപ്പെട്ടു.

ഇന്നക്കെഞ്ചി അനുഭവങ്ങൾ മാത്രമല്ല പകർന്നു കൊടുക്കുന്നത്. അയാൾ സ്വയം പരസ്യകമ്പനിയെ ബന്ധപ്പെട്ട് തന്റെ സേവനങ്ങൾ വാഗ്ദാനം ചെയ്തതായി നാസ്ച്യ എന്നോടു പറഞ്ഞു. അവൾ അക്കാര്യം വളരെ യാദൃച്ഛികമായാണ് അറിഞ്ഞത്. അവർ കരാർ ഉറപ്പിക്കാൻ വന്ന പ്പോഴാണ് അവൾ അറിഞ്ഞത്. അവൾ കോണിപ്പടിയിൽ നിന്നും അവരെ പിൻതിരിപ്പിക്കുകയും ഭർത്താവിനോട് വിശദീകരണം തേടുകയും ചെയ്തു. അയാൾ കസേരയിൽ മൂകനായി ഇരുന്നു. ഞാനില്ലാത്തപ്പോൾ നിങ്ങൾ എന്തിനെ ആശ്രയിച്ചാണ് ജീവിക്കാൻ പോകുന്നത് എന്നയാൾ ചോദിച്ചു.

അവൾ നിശ്ശബ്ദയായിരുന്നു. കവിളിലൂടെ കണ്ണുനീർ ഒഴുകി.

അവളോട് അപ്രകാരം പറയാൻ പാടില്ലായിരുന്നുവെന്ന് ഇന്ന ക്കെഞ്ചിക്ക് തോന്നി. തന്റെ മുഖഭാവം തിരഞ്ഞെടുക്കാൻ അയാൾക്ക് ശക്തിയില്ലായിരുന്നു എന്നാണ് ഞാൻ കരുതുന്നത്. ചിന്തിച്ച കാര്യം അയാൾ നേരെ പറയുകയായിരുന്നു.

താൻ സുഖപ്പെടുമെന്ന് അയാൾ വിശ്വസിച്ചില്ല. ഒരു രോഗിയെ സംബ ന്ധിച്ച് അതിന്റെയർത്ഥം എന്താണെന്ന് പറയേണ്ടതില്ലല്ലോ.

അയാൾക്ക് പ്രതീക്ഷകൾ കൊടുക്കാൻ എനിക്ക് കഴിയുന്നില്ല എന്ന താണ് ഏറ്റവും ഭയങ്കരം!

പ്ലത്തോനവിന്റെ ആരോഗ്യത്തെക്കുറിച്ചുള്ള വാർത്തകൾ ഭാഗികമായി മീഡിയയിൽ ചോർന്നു തുടങ്ങി. വ്യക്തിപരമായി ഞാനത്ര കാര്യമാക്കി യില്ല. പക്ഷേ അയാൾ പുറത്തുപോകാറുണ്ട്. പെട്ടിക്കടകളിൽ തൂക്കി യിട്ടിരിക്കുന്ന മഞ്ഞപ്പത്രങ്ങൾ അയാളുടെ കണ്ണിൽപ്പെട്ടേക്കാം. ഫോട്ടോ കളും തലവാചകങ്ങളും – 'പരീക്ഷണം വിജയിച്ചില്ല,' 'പ്ലത്തോനവിന്

മാരകമായ അസുഖം ബാധിച്ചിരിക്കുന്നു' ഒരു പത്രം M.R.T. സ്കാൻ റിപ്പോർട്ട് വാങ്ങിക്കുകയും ഒന്നാമത്തെ പേജിൽ 'ഇന്നക്കെഞ്ചി പ്ലത്തോനവിന്റെ തലച്ചോറ് തകരുന്നു" എന്ന തലവാചകം കൊടുക്കുകയും ചെയ്തു. ഇവിടെ ആർക്കും ഒന്നും വാങ്ങേണ്ടതില്ല. അയാൾ എങ്ങനെ നടക്കുന്നു എന്ന് അവർ കാണുന്നു. അയാളുടെ കാൽ എങ്ങനെ വഴുതുന്നുവെന്നും അയാൾ എങ്ങനെ എന്റെ കയ്യിൽ പിടിച്ചുകൊണ്ട് നടക്കുന്നുവെന്നും അവർക്ക് കാണാം. അയാൾക്ക് വടി കുത്തി നടക്കാൻ ഇഷ്ടമല്ല. അത് സ്വയം ദുർബ്ബലനാണെന്ന് സമ്മതിക്കുന്നതിന് തുല്യമാണെന്നാണ് അയാൾ പറയുന്നത്. വ്യക്തമായ കാര്യം സമ്മതിക്കുകയാണ്. മറ്റൊരുവശം നോക്കിയാൽ അദ്ദേഹം പറയുന്നത് ശരിയാണ്. വ്യക്തമായ കാര്യം സമ്മതിച്ചില്ലെങ്കിൽ അത് വ്യക്തമല്ലാത്തതായി തീരും.

M.R.T. റിപ്പോർട്ട് പ്രസിദ്ധീകരിച്ച ന്യൂസ് ഞാൻ ഗെയ്ഗറെ കാണിച്ചു. അയാൾ ഫയർ എഞ്ചിൻപോലെ ചുവന്നു തുടുത്ത് ധൃതിയിൽ ആരെയോ ഫോൺ ചെയ്യാൻ തുടങ്ങി. മൂന്നു മിനിറ്റ് നീണ്ടു നിന്ന തെറി വിളികൾക്കു ശേഷം നീ നിന്റെ സ്വന്തം വൃഷണങ്ങളിൽ ഞെക്കിക്കളിച്ചോളൂ എന്നആശംസകളോടെ ഫോൺ സംഭാഷണത്തിന് വിരാമമിട്ടു. ആശംസകൾ നിറവേറ്റാൻ തീർച്ചയായും വിഷമമാണ്. ഫോണിന്റെ മറ്റേ അറ്റത്തുള്ളയാൾ എന്താണ് മറുപടി പറഞ്ഞതെന്ന് ഞാൻ കേട്ടില്ല. ഞാൻ ഗെയ്ഗറിൽ നിന്നും ഇത് ഒരിക്കലും പ്രതീക്ഷിച്ചിരുന്നില്ല. പക്ഷേ സത്യം പറഞ്ഞാൽ എനിക്കത് വളരെ ഇഷ്ടമായി. ആ ജർമ്മൻകാരനിൽ അത്രയും നന്മ ഞാൻ മുൻപൊരിക്കലും കണ്ടിട്ടില്ല.

പ്ലത്തോനവിനെക്കുറിച്ച് ആലോചിക്കുമ്പോഴാണ് കഷ്ടം. ഇതൊന്നും അദ്ദേഹത്തിന് ഒട്ടും സഹായകരമല്ല. എനിക്കും എന്റെ മോൾക്കും വേണ്ടി സമ്പാദിക്കാവുന്നതൊക്കെ സമ്പാദിക്കണമെന്ന ഒരാശയം അദ്ദേഹത്തിൽ ആവിർഭവിച്ചിരിക്കുകയാണ്. തനിക്കൊരു ഭാവികാലമില്ലാത്തതിനാൽ തന്റെ ബന്ധുക്കൾക്ക് ഒരു നല്ല ഭാവി പ്രദാനം ചെയ്യാൻ ആഗ്രഹിക്കുന്നു എന്നാണ് അദ്ദേഹം പറഞ്ഞത്. അത് തീർച്ചയായും സംഭവ്യമാണെന്ന ഭാവത്തിൽ ശാന്തനായാണ് അദ്ദേഹം പറഞ്ഞത്. മറ്റൊരു ദിവസം അദ്ദേഹം നേരിട്ട് പരസ്യക്കമ്പനികളുമായി ബന്ധപ്പെട്ടു. മുൻപ് മണ്ടിയായ ഞാൻ അദ്ദേഹത്തിനു വേണ്ടി ചെയ്തിരുന്ന കാര്യമായിരുന്നു അത്. അക്കാര്യം ഞാനിടപെട്ട് പെട്ടെന്നു തന്നെ നിർത്തിവെപ്പിച്ചു.

ഞാൻ ജീവിക്കാതിരുന്ന വർഷങ്ങളെക്കുറിച്ച് എനിക്കൊരു തീവ്രാഭിലാഷം തോന്നി. മുറിച്ചുമാറ്റിയ ശരീരാവയവത്തിന്റെ ഭാഗത്ത് തോന്നുന്നതുപോലെ ഒരു വേദന. ഞാനപ്പോൾ ശീതികരിക്കപ്പെട്ട അവസ്ഥയിലായിരുന്നുവെങ്കിലും ഞാൻ ഉണ്ടായിരുന്നുവല്ലോ. അതിന്റെയർത്ഥം അത് എന്റേയും കൂടി കാലമായിരുന്നുവെന്നും ഞാനതിന്റെ ഉത്തരവാദിത്വം വഹിക്കുന്നുവെന്നുമാണ്. ഇരുപതാം നൂറ്റാണ്ട് പൂർണ്ണമായും എന്റേതാണ്

അതിൽ മാറ്റി നിർത്തപ്പെട്ടതായി ഒന്നുമില്ല. പഴയ സോവിയറ്റ് ന്യൂസ് റീലുകൾ കാണുമ്പോൾ അതിന്റെ പശ്ചാത്തലത്തിൽ ഞാൻ എന്നെ കാണുന്നു. അത് യാദൃച്ഛികമാണോ? അല്ല. പ്രതിഫലിച്ച സംഭവങ്ങളിലെ എന്റെ ഇടപെടൽ ഇല്ലായ്മയും എന്റെ അഭാവവും മാത്രമാണ് യാദൃച്ഛികമായിരിക്കുന്നത്.

"ഞാൻ ശരിയായ രീതിയിലാണോ മനസ്സിലാക്കുന്നത്?" ഗെയ്ഗർ എന്നോടു ചോദിച്ചു. "താങ്കളുടെ ജീവിതത്തിൽ സംഭവിക്കാത്ത കാര്യങ്ങൾ കൂടി എഴുതാൻ അനുവാദമുണ്ടോ?"

"തികച്ചും ശരിയാണ്. ആ സംഭവങ്ങൾ എന്റെ ജീവിതത്തിൽ ഉണ്ടായിരുന്നില്ല എന്ന് തോന്നുന്നു എന്നുമാത്രം. പഴയതൊന്നും നിലനിന്നിരുന്നില്ല എന്ന് ചിന്തിക്കുന്നതുപോലെയാണ് അത്. പക്ഷേ അത് നിലനിന്നിരുന്നു."

പ്രധാനകാര്യം സംഭവങ്ങൾക്ക് അനർഹമായ വില കല്പിക്കാതിരിക്കുക എന്നതാണ്. അത് ഒരു മനുഷ്യന്റേയും പ്രത്യേകമായ ആന്തരിക ഘടനയിൽനിന്നും രൂപമെടുക്കുന്നല്ല. വ്യക്തിത്വം നിർണ്ണയിക്കുന്നത് ശരീരത്തിൽനിന്നും ജീവനുള്ള കാലത്ത് വേർപെടുത്താനാവാത്ത ആത്മാവല്ല. സംഭവങ്ങളിൽ അഭേദ്യമായി ഒന്നുമില്ല. സംഭവങ്ങൾ മനുഷ്യന്റെ ഭാഗമല്ല, മറിച്ച് മനുഷ്യൻ സംഭവങ്ങളുടെ ഭാഗമായി മാറുകയാണ്. ഒരു ട്രയിനിനടിയിൽ പെട്ടുപോകുന്നത് പോലെ അവൻ അതിൽ വീണുപോകുകയാണ്. അതിനുശേഷം നിങ്ങളിൽ എന്താണ് അവശേഷിക്കുന്നതെന്ന് നോക്കൂ.

ഞാൻ സ്വയം വീണ്ടും ചോദിക്കുന്നു. എന്താണ് സംഭവങ്ങൾ എന്നു കരുതാവുന്നത്? ചിലർക്ക് വാട്ടർലൂ യുദ്ധം ഒരു സംഭവമായിരുന്നു, മറ്റു ചിലർക്കാകട്ടെ അടുക്കളയിലെ സായാഹ്നസംഭാഷണം ഒരു സംഭവമാണ്. ഏപ്രിൽ അവസാനം മിന്നിമിന്നി കത്തുന്ന ബൾബിന്റെ അടിയിൽ മങ്ങിയ വെളിച്ചത്തിൽ ശാന്തമായ ഒരു ചർച്ച നടക്കുന്നതായി സങ്കൽപിക്കുക. മോട്ടോർവാഹനങ്ങളുടെ ശബ്ദം ജനാലയിലൂടെ കേൾക്കുന്നു. വെവ്വേറെ വാക്കുകളൊഴിച്ച് ചർച്ചയെക്കുറിച്ച് മറ്റൊന്നും ഓർമ്മയിൽ അവശേഷിക്കുന്നില്ല. പക്ഷേ സ്വരഭേദങ്ങൾ അവശേഷിക്കുന്നു. അവയെല്ലാം വളരെ ശാന്തമാണ്. ലോകത്തിന്റെ പ്രശാന്തത മുഴുവനായി ആ സായാഹ്നത്തിലേക്ക് പ്രവേശിച്ചതുപോലെ. എനിക്ക് ശാന്തി ആവശ്യമായിവരുമ്പോൾ ഞാൻ ഏപ്രിലെ ഈ ചർച്ചയെക്കുറിച്ച് ഓർമ്മിക്കാറുണ്ട്.

അല്ല, റെയിൽവേ സ്റ്റേഷനിലെ ഒരു ചർച്ചയെക്കുറിച്ച് ഞാൻ ഓർമ്മിക്കുന്നു അത് ശൈത്യകാലത്തായിരുന്നു. പക്ഷേ ഏതു വർഷമാണ്? എനിക്ക് തോന്നുന്നത് 1918ലായിരുന്നു എന്നാണ്. അതോ 1922ലോ? ആ വർഷങ്ങളിലൊക്കെ എനിക്കതിന് സാക്ഷ്യം വഹിക്കാൻ കഴിയുമായിരുന്നു. കാതലായ സംഗതി എന്റെ അഭാവത്തിൽ 1939ലാണ് ആ ചർച്ച

നടന്നതെങ്കിലും അതിന് യാതൊരു വ്യത്യാസവും സംഭവിക്കുമായിരുന്നില്ല. ഞാനതിൽ പങ്കെടുക്കുമായിരുന്നില്ല, കേൾവിക്കാരനായി ഇരിക്കുക മാത്രമേ ചെയ്യുമായിരുന്നുള്ളൂ. ഒരുപക്ഷേ ഞാൻ കേട്ടില്ലെങ്കിൽ പോലും അതിന്റെ അടിസ്ഥാനപരമായ സ്വഭാവം വ്യത്യാസപ്പെടുമായിരുന്നില്ല. പ്രശാന്തതയുടെ നിലവാരമനുസരിച്ച് ഈ ചർച്ച ആദ്യം വിവരിച്ച ചർച്ചയിൽ നിന്നും വിഭിന്നമല്ല. ഈ പ്രക്രിയയുടെ ആത്മീയമായ അളവ് വ്യക്തമാക്കുന്നത് ഒന്നുമാത്രം. ശാന്തിയിലേക്കുള്ള ഉദ്യമം.

ഇനി പ്രധാന കാര്യം. ആദ്യത്തെ കാഴ്ചപ്പാടിൽ വാട്ടർലൂവും ശാന്തമായ ചർച്ചയും താരതമ്യം ചെയ്യാവുന്ന സംഗതികളല്ല എന്ന് തോന്നാം. കാരണം വാട്ടർലൂ ലോകചരിത്രമാണ്. പക്ഷേ ചർച്ച അങ്ങനെയല്ല. പക്ഷേ വ്യക്തിപരമായ ചരിത്രത്തിന്റെ സംഭവമാണ് സംവാദം, അത് ലോകചരിത്രത്തിന്റെ ഒരു ഭാഗമാണ്. അല്ലെങ്കിൽ അതിന്റെ ആമുഖമാണ്. അത്തരം സാഹചര്യങ്ങളിൽ വാട്ടർലൂ മറന്നുപോകുകയും നല്ല സംവാദം ഒരിക്കലും മറക്കപ്പെടുകയുമില്ല.

പ്ലത്തോനവ് വിചിത്രമായ കാര്യങ്ങളാണ് പറയുന്നത്. അദ്ദേഹം പറയുന്നതെന്തും സമ്മതിച്ചു കൊടുക്കുക എന്നത് ഞാനൊരു നിയമമാക്കിയിട്ടുണ്ട്.

ജനുവരി 1939. ഒരു റെയിൽവേസ്റ്റേഷൻ. ധ്രുവപ്രദേശത്തെ സ്റ്റേഷനാണെന്ന് കരുതുക. ജനാലയ്ക്കൽ കുമിഞ്ഞുകൂടിയ മഞ്ഞിന്റെ കൂമ്പാരം. താഴെ നിലം തൊട്ടു കിടക്കുന്ന ഘനീഭവിച്ച, ധാരമുറിയാത്ത ജലം. വൈകുന്നേരം നാലുമണിയെ ആയിട്ടുള്ളൂവെങ്കിലും മങ്ങിയ വെട്ടമേയുള്ളൂ. ജനാലയ്ക്കൽ മഞ്ഞവെളിച്ചം. തണുപ്പിൽ ഉറയുമ്പോൾ അത് ഒരു വലിയ വിളക്കായി പരിണമിക്കുന്നു. റെയിൽവേസ്റ്റേഷനിലേക്ക് നടന്നുവരുന്നവർക്ക് അതൊരു ലൈറ്റ് ഹൗസായി മാറുന്നു. കാൽനടയായി വരുന്നവർ വളരെ കുറവാണ്. ഇവിടെ ട്രെയിനുകൾ വളരെ അപൂർവ്വമായാണ് ഓടുന്നത്.

വെയിറ്റിംഗ് റൂമിൽ വളരെ ശക്തികുറഞ്ഞ ഒരു ബൾബാണ് തെളിഞ്ഞു കിടക്കുന്നത്. അതാണ് ജനലിനെ പ്രകാശമനമാക്കുന്നത്. മൂലയിൽ ഒരു കുടവയറൻ അടുപ്പ്. അത് ഉള്ളിലെ അലങ്കാരത്തെ അത്ര മനോഹരമാക്കുന്നില്ലെങ്കിലും അകത്ത് നല്ല ചൂടുണ്ട്. പലകത്തറയിൽ ഉരുകിയ മഞ്ഞിൽ ചവിട്ടിയ കാൽപാടുകൾ കാണാമായിരുന്നു.

ചാരുബഞ്ചിലിരുന്ന് രണ്ടുപേർ ഒട്ടും ധൃതിയില്ലാതെ സംസാരിക്കുന്നു. അവരുടെ സംസാരം ടിക്കറ്റ് കൗണ്ടറിലിരിക്കുന്ന കാഷ്യർ കേൾക്കുന്നു. സാന്ദർഭികമായി അവളും സംസാരത്തിൽ പങ്കുചേരുന്നു. മണിക്കൂറിൽ ഒരു തവണ ദീർഘദൂരവണ്ടികളൊ ചരക്കുവണ്ടികളോ സ്റ്റേഷൻ കടന്നുപോകുന്നു. അവയൊന്നും അവിടെ നിർത്തുന്നില്ല. അവ ജനാലയെ ആവിയിൽ പൊതിയുന്നു. അവയുടെ കമ്പാർട്ടുമെന്റുകളുടേയോ ടാങ്കർ

വണ്ടികളുടെ ടാങ്കറുകളുടേയും കട കട ശബ്ദം സ്റ്റേഷനിൽ മുഖരിതമാകുന്നു. ഈ നിമിഷങ്ങളിൽ കാഷ്യർ ഇരിക്കുന്ന കസേരയും രണ്ടുപേർ ഇരിക്കുന്ന ബഞ്ചും കുലുങ്ങുന്നു. അവർ നിശ്ശബ്ദരായിരിക്കുകയും ഉറച്ച ക്ഷമയോടെ ട്രെയിൻ കാത്തിരിക്കുകയും ചെയ്യുന്നു.

അവരുടെ മടിയിൽ ചെവിയുള്ള കമ്പിളിതൊപ്പികൾ കിടക്കുന്നു. മഞ്ഞിൽ തണുത്ത ചുവന്ന കൈവിരലുകൾ കൊണ്ട് അവർ അതിൽ തെരുപ്പിടിപ്പിക്കുന്നു. ഒരാളുടെ മുടി ഉലഞ്ഞിരിക്കുന്നു. മറ്റേയാളുടേത് നേർവിപരീതമായി തീരെ പതിഞ്ഞിരിക്കുന്നു. അങ്ങനെയാണ് കമ്പിളിത്തൊപ്പികൾ ആളുകളെ വ്യത്യസ്തമായി ബാധിക്കുന്നത്. എന്തിനാണ് ദൈവം ലാസറിനെ ഉയിർത്തെഴുന്നേൽപ്പിച്ചത്? ഒരുപക്ഷേ മരിച്ചുകഴിഞ്ഞു മാത്രം മനസ്സിലാകുന്ന എന്തോ കാര്യം ലാസർ മനസ്സിലാക്കിയിരുന്നുവോ? ആ അറിവായിരിക്കുമോ അയാളെ ഭൂമിയിലേക്ക് തിരിച്ചുവിളിച്ചത്? കൂടുതൽ കൃത്യമായി പറഞ്ഞാൽ തിരിച്ചു വരാൻ അയാൾക്കു ലഭിച്ചത് കാരുണ്യമായിരുന്നു. ഒരുപക്ഷേ അവനിൽ ജീവിച്ചിരിക്കുമ്പോൾ മാത്രം തിരുത്താൻ കഴിയുന്ന ദാരുണമായ ഒരു പാപം ആരോപിക്കപ്പെട്ടിരുന്നുവോ? ദാരുണമായ പാപം അത്തരമൊരാൾക്ക് ഉണ്ടാകാൻ സാദ്ധ്യത കുറവാണ്. തന്റെ ഉയിർത്തെഴുന്നേൽപിനു ശേഷം ലാസർ ഒരിക്കൽ പോലും പുഞ്ചിരിച്ചിട്ടില്ല. അതിന്റെ അർത്ഥം അയാൾ 'അവിടെ' കണ്ട കാര്യങ്ങളുമായി താരതമ്യം ചെയ്യുമ്പോൾ ഐഹികമായ കാര്യങ്ങൾ അയാളിൽ ഒരു വികാരവും ഉണർത്തുന്നില്ല എന്നാണോ? എന്നെ ജീവിതത്തിൽനിന്നും മാറ്റിയപ്പോൾ ഞാൻ ഒന്നും കണ്ടില്ല. അതിന്റെയർത്ഥം ഞാൻ മരിച്ചില്ല എന്നാണ്. 1958. ഫൊണ്ടാന (സെന്റ് പീറ്റേഴ്സ്ബർഗിന്റെ മദ്ധ്യത്തിൽ കൂടി ഒഴുകുന്ന നദി. നീവാനദിയുടെ പോഷകനദിയാണ്) നദിയിൽ ഒരു വേനൽക്കാല പ്രഭാതം. സൂര്യപ്രകാശം ജനാലചില്ലുകളിൽ പതിക്കുകയും കുത്തനെയുള്ള കോണിലൂടെ നദിയിലേക്ക് കുതിച്ചുപായുകയും ചെയ്യുന്നു. ഏപ്രൺ ധരിച്ച ഒരു കാവൽക്കാരൻ നദീതീരത്ത് കെട്ടിയിട്ടുള്ള ഗ്രാനൈറ്റ് പടികൾ ഒരു ഹോസിൽ നിന്നും വെള്ളമൊഴിച്ച് കഴുകുന്നു. ഹോസിന്റെ അഗ്രത്തിൽ വിരലുകളമർത്തി വെള്ളം ചീറ്റിക്കുമ്പോൾ അത് ഒരു സീൽക്കാരത്തോടെ ഇളം ചുവപ്പുള്ള ഗ്രാനൈറ്റ് പ്രതലത്തെ മിനുക്കമുള്ളതാക്കുന്നു. കാവൽക്കാരന്റെ ജോലി നമുക്കു തോന്നുന്നതുപോലെ അത്ര എളുപ്പമല്ല, അത്ര അപകടരഹിതവുമല്ല. കാവൽക്കാരൻ ഹോസിന്റെ അറ്റം കയ്യിൽ നിന്ന് താഴെ ഇടുകയും അശ്രദ്ധമായി തന്റെ ചുവന്ന വിരലിൽ നോക്കുകയും ചെയ്യുന്നു. പിന്നെ അയാൾ ഹോസിൽനിന്നും ശക്തി കുറഞ്ഞ് ഒഴുകുന്ന ജലത്തെ നോക്കുന്നു. അയാൾ തന്റെ തല കുലുക്കുന്നു. വീണ്ടും ഹോസിന്റെ അഗ്രത്തിൽ ഞെക്കിപ്പിടിക്കുകയും ശ്രദ്ധയോടെ വെള്ളം ചീറ്റിക്കുകയും ചെയ്യുന്നു. അയാൾ നടപ്പാതയിൽ നിന്നും മാറ്റി ഗ്രാനൈറ്റിന്റെ അര മതിലിലേക്ക് വെള്ളം ഒഴിക്കുന്നു. പിന്നീട് അലങ്കാരപ്പണി ചെയ്തിട്ടുള്ള അഴികളിലേക്ക് വെള്ളം ഒഴിക്കുന്നു. ലോഹം ജലധാരയെ നിരവധി

ബാഷ്പപടലങ്ങളായി മാറ്റുകയും അവയിൽ ഒരു മഴവില്ല് തെളിഞ്ഞു കാണപ്പെടുകയും ചെയ്തു.

ഇപ്പോൾ കഴുകിയിട്ട റോഡിലൂടെ മുകൾഭാഗം തുറന്ന 'പബ്യദ' (1946 ൽ സോവിയറ്റ് യൂണിയൻ നിർമ്മിച്ച് വിപണിയിലിറക്കിയ ഗോർക്കി ഓട്ടോമൊബൈൽ ഫാക്ടറിയുടെ കാറാണ് പബ്യദ) എന്ന കാർ ഓടി വരുന്നു. അതിന്റെ ചക്രങ്ങൾ മൃദുലമായ നനഞ്ഞ ശബ്ദം പുറപ്പെടുവിക്കുന്നു. അതിന്റെ പിന്നിൽ വെള്ളത്തിന്റെ ചെറുതിരകൾ രൂപമെടുക്കുന്നു. വണ്ടിയോടിക്കുന്നത് സ്വർണ്ണത്തലമുടിയുള്ള കണ്ണടവെച്ച ഒരു സ്ത്രീയാണ്. അവൾ ചിരിക്കുന്നു. അവളുടെ അടുത്ത് മുൻസീറ്റിൽ കെട്ടിവെച്ച ഫയലുകൾ ചിതറി കിടക്കുന്നു. പ്രൊഫസറായിരിക്കണം. അതിന് നല്ല സാദ്ധ്യതയുണ്ട്. അവൾ യൂണിവേഴ്സിറ്റിയിലേക്കോ പബ്ലിക് ലൈബ്രറിയിലേക്കോ പോകുകയാവാം.

ഉയർന്ന മതിലുകളുള്ള മുറ്റങ്ങളിൽ നിന്നും സാവധാനം പ്രവഹിക്കുന്ന പ്രഭാതത്തിലെ തണുത്ത കാറ്റ് അവളെ എതിരേൽക്കുന്നു. മുറ്റങ്ങൾ ഈറനണിഞ്ഞു നിൽക്കുകയാണ്. കെട്ടിടങ്ങളുടെ ഏറ്റവും മുകളിലത്തെ നിലകളിൽ മാത്രമാണ് വേനൽക്കാലം. അവിടെ തുറന്നിട്ട ജാലകങ്ങളിൽ പൂച്ചട്ടികൾ തൂക്കിയിട്ടിട്ടുണ്ട്. താഴെ തണുപ്പും ചെളിയുമാണ്. 'മഞ്ഞ്' എന്നു കൂടി ചേർക്കണമെന്ന് ആഗ്രഹമുണ്ടായിരുന്നു. പക്ഷേ അത് അസത്യമാകും. വെറും തണുപ്പും ചെളിയും.

ഭാവിയിൽ ഞാനെങ്ങനെ എന്റെ കുടുംബത്തെ പരിപാലിക്കും എന്നു ചിന്തിക്കുമ്പോൾ അതിന് എന്തു സംഭവിക്കുമെന്ന കാര്യത്തിൽ ഞാൻ സാക്ഷിയായിരിക്കില്ലല്ലോ എന്ന യാഥാർത്ഥ്യം എന്നെ മഥിക്കുന്നുണ്ട്. ഭാവിയിൽ എനിക്കവിടെ ഇടമില്ല. ഒരേയൊരു വഴി- എന്റെ 'ഞാൻ' അവരിലേക്ക് മാറ്റണം. അല്ലെങ്കിൽ സ്വയം അവരുടെ 'ഞാൻ' -ലേക്ക് പ്രവേശിക്കണം. ഞങ്ങളുടെ പരസ്പരമുള്ള ചലനത്തിനിടയിൽ മദ്ധ്യഭാഗത്തു വെച്ച് ഞങ്ങൾ കണ്ടുമുട്ടിയേക്കുമെന്ന് ഞങ്ങളുടെ 'ഞാൻ' പൊതുവായി പരിണമിക്കുമെന്ന കാര്യം ഞാൻ തള്ളിക്കളയുന്നില്ല. എന്റെ അവശേഷിച്ച സമയം അനുവദിക്കുന്നതനുസരിച്ച് നാസ്ച്യയും ഞാനും കൂടി ചില പൊതുവായ കാഴ്ചപ്പാടുകളും വിലയിരുത്തലുകളും നടത്തേണ്ടതുണ്ട്. ഞങ്ങളിൽ ഒരാളുടെ അസാന്നിദ്ധ്യം ശ്രദ്ധിക്കപ്പെടാത്തവിധമായിരിക്കണം ഏറ്റവും ഗൗരവമേറിയ കാര്യങ്ങളിൽ തീരുമാനങ്ങളെടുക്കേണ്ടത്. തീരുമാനങ്ങളെടുത്തത് ഒരേയൊരു വിശ്വാസത്തിന്റെ രീതിയിലായിരിക്കണം. അപ്പോൾ ഹാജരാകാത്തയാൾ ശാന്തനായിരിക്കും.

ഞാനിന്ന് അന്ധാളിച്ചു പോയി. വൈകുന്നേരം പ്ലത്തോനവിന്റെ അടുത്ത് ചെന്നപ്പോൾ ഇന്നക്കെഞ്ചി വരച്ച ഒരു ചിത്രം കണ്ടു. അത് സര്യേത്സ്കിയുടെ ഛായാചിത്രമായിരുന്നു. സാങ്കേതികമായി അതെങ്ങനെ പറയണമെന്നറിയില്ല. അത് കരികൊണ്ടുള്ള ഒരു ചിത്രമായിരുന്നു എന്നാണ് മനസ്സിലാക്കുന്നത്. പെൻസിലിനേക്കാൾ കടുപ്പം കുറഞ്ഞ എന്തോ കൊണ്ടുള്ള ചിത്രം. ചില സ്ഥലങ്ങളിൽ അതിന്റെ ആകാരത്തിന്

ഭംഗം വന്നിരുന്നു. മറ്റു ചിലയിടങ്ങളിൽ കടലാസിൽ ശ്രദ്ധിക്കപ്പെടാത്ത വിധം അത് അലിഞ്ഞുചേർന്നിരിക്കുന്നു. ഒരു മേശയിലേക്ക് കുനിഞ്ഞിരിക്കുന്ന രൂപം. തള്ളിപ്പിടിച്ച വിരലുകൾ മുടിയെ അലങ്കോലമാക്കി. മേശമേൽ കുപ്പിയും ഗ്ലാസും. കുപ്പിയിൽ ഏറ്റവും അടിയിൽ അല്പം വോഡ്ക. അറ്റം കടിച്ച ഒരു കഷണം സോസേജ് മേശപ്പുറത്ത് കിടക്കുന്നു.

ഹാസ്യത്തിന്റെ ലാഞ്ചന പോലുമില്ലാത്ത ഒരു ചിത്രീകരണമായിരുന്നു അത്. ഇരിക്കുന്നയാളിന്റെ മുഖത്തോ തല താങ്ങിപ്പിടിക്കുന്ന രീതിയിലോ വോഡ്ക കുപ്പിയിലോ സോസേജിലോ ഒന്നും ഹാസ്യത്തിന്റെ നിഴൽ പോലും കാണാനുണ്ടായിരുന്നില്ല. ചിത്രം വളരെ ശോകാത്മകമായിരുന്നു. ഇരിക്കുന്നയാൾ എന്തൊ ഓർത്ത് വിഷാദത്തിലാണ് (ഒരുപക്ഷെ സ്വന്തം ജീവിതമാകാം) വോഡ്കയും സോസേജും മാത്രമാണ് അതിന്റെ ഒറ്റപ്പെട്ട സാക്ഷികൾ. മുഖഭാവങ്ങൾ സംശുദ്ധമാണ്. തോളുകൾ മുന്നോട്ട് കൂനിയിരിക്കുന്നു. അയാൾ നിശ്ശബ്ദനായിരിക്കുന്നിടത്തോളം അയാളുടെ രൂപം ഉത്കൃഷ്ടമായി കാണപ്പെട്ടു. ഒരുപക്ഷേ അങ്ങനെയാവാം വിവക്ഷിച്ചിരിക്കുന്നത്. സര്യേത്സ്കി നിശബ്ദനായിരുന്നു. ആടു കരയുന്നതു പോലെയുള്ള അയാളുടെ ശബ്ദവും അരോചകമായ വാക്കുകളും കേൾക്കാനുണ്ടായിരുന്നില്ല. നിങ്ങൾ കരുതുന്നു, അയാൾ ഉന്നതമായ ചിന്തകളിലാണ് ആഴ്ന്നിരിക്കുന്നതെന്ന്. സോസേജ് എന്നത് കർക്കശമായ ഒരു അത്യാവശ്യമാണ്. അത് ശരീരത്തിന്റെ ആവശ്യമാണ്. അയാൾ അതിലേക്കും നോക്കുന്നില്ല. അയാളുടെ നോട്ടം കേന്ദ്രീകരിച്ചിരിക്കുന്നത് ഈ മുറിയുടെ അതിരുകൾക്കപ്പുറത്തൊ ഒരുപക്ഷേ ദൃശ്യമായ ലോകത്തിന്റെ അതിരുകൾക്കപ്പുറത്തൊ ആകാം. ഞാൻ സര്യേത്സ്കിയെക്കുറിച്ച് ഒന്നും അറിഞ്ഞിരുന്നില്ലെങ്കിൽ പോലും ഈ ചിത്രം എന്നെ അന്ധാളിപ്പിക്കുമായിരുന്നു. എനിക്കയാളെ അറിയാവുന്നതുകൊണ്ട് എന്റെ അന്ധാളിപ്പ് ഇരട്ടിയായി. ഈ ചിത്രം സര്യേത്സ്കിയെ സ്വതന്ത്രനാക്കുന്നു. ഒരു കൃമിയായിരിക്കുക എന്ന അയാളുടെ ബുദ്ധിമുട്ടിക്കുന്ന വേഷത്തിൽ നിന്നും അയാളെ അകറ്റി നിർത്തുന്നു. നാസ്ച്യയേയും എന്നേയും ഇന്നക്കെഞ്ചിയുമായി ബന്ധിപ്പിക്കുന്ന ഒരു കച്ചിത്തുരുമ്പാണ് ഈ ചിത്രം. ചിത്രകലയെ സംബന്ധിച്ച് ഇന്നക്കെഞ്ചിയിൽ നിലനിന്നിരുന്ന നിഗൂഢാത്മകമായ തടസ്സം മാറിക്കിട്ടി എന്നാണ് ഇത് വ്യക്തമാക്കുന്നത്. ഇപ്പോൾ അയാൾക്ക് ചിത്രരചന സ്വായത്തമായിരിക്കുന്നു. എത്ര ഭംഗിയായി അയാൾ വരയ്ക്കുന്നു!

ഏതോ ഒരു കൂട്ടം കോശങ്ങൾ അയാളിൽ പ്രവർത്തനക്ഷമമായിരിക്കുന്നു. എങ്ങിനെയെന്നോ എന്തുകൊണ്ടാണെന്നോ ഉള്ള ചോദ്യങ്ങൾക്ക് ഇവിടെ സാധുതയില്ല. ഞാനൊരു വാസ്തവം പ്രസ്താവിക്കുന്നു എന്നല്ലാതെ അതിന് വിശദീകരണം നൽകാൻ ശ്രമിക്കുന്നില്ല.

പ്ലത്തോനവ് ഒരു പ്രതിഭാശാലിയാണ്. ഞാനും ഗെയ്ഗറും കൂടി കണ്ട ചിത്രം അതിശയകരമായിരിക്കുന്നു. ഞാൻ ചിത്രത്തെക്കുറിച്ച് പ്രശംസനീയമാംവിധം എന്തെങ്കിലും പറയാൻ ആഗ്രഹിച്ചുവെങ്കിലും അങ്ങനെ

പറയുന്നത് സഹതാപമുണർത്തുമെന്ന് എനിക്ക് തോന്നി. അത് 'യുദ്ധവും സമാധാനവവും' പുനരാഖ്യാനം ചെയ്യുന്നുപോലെയോ നാല്പതാമത് സിംഫണി പാടുന്നതുപോലെയോ ആണ്. ഞാനൊരു കാര്യം പറയാം. എന്റെ അമ്മൂമ്മ പറഞ്ഞ കഥകൾ കേട്ട് ഇന്നലെവരെ മാത്രമാണ് ഞാൻ സര്യോത്സ്കിയെ വെറുത്തത്. ആ ഛായാചിത്രം കണ്ടതിനുശേഷം ഞാനയാൾക്ക് മാപ്പു കൊടുത്തു. അങ്ങനെയാണ് പ്ലത്തോനവ് അയാളെ ചിത്രീകരിച്ചിരിക്കുന്നത്. ഞാൻ പറയുന്നതിൽ ഒരു ദുർബ്ബലമായ സ്ഥാന മുണ്ട്. ഞാൻ ഭാര്യയാണ്. ഏതു ഭാര്യയ്ക്കാണ് ഭർത്താവ് പ്രതിഭാശാലി യല്ലാത്തത്? എനിക്ക് ഒരു നിമിഷനേരത്തേക്ക് അദ്ദേഹത്തിന്റെ ഭാര്യ യല്ലാതെ ഒരന്യയായിരിക്കുവാനുള്ള അദമ്യമായ ആഗ്രഹമുണ്ട്. എന്നിട്ട് ഞാനീ ലോകത്തോട് ഉറക്കെ പറയും, 'പ്ലത്തോനവ് ഒരു പ്രതിഭാശാലി യാണ്" പക്ഷേ അന്യയാകാൻ എനിക്കു സാദ്ധ്യമല്ല. ഞാനും അദ്ദേഹവും ഒരു മാംസവും ഒരു മനസ്സുമാണ്.

പ്ലത്തോനവിന് ശക്തിയില്ല. അദ്ദേഹം പുറത്ത് പോകുന്നത് അപൂർവ്വ മാണ്. കൂടുതൽ സമയവും വീട്ടിൽ കിടക്കുകയാണ്. ടെലിവിഷൻ കാണു കയോ എഴുതുകയോ ചെയ്യും. ഇടയ്ക്ക് അദ്ദേഹത്തിന് ഭയാധിക്യത്താൽ മോഹാലസ്യമുണ്ടാകും. ഉടനെ മരിക്കുമെന്നോർത്ത് അദ്ദേഹം സംഭ്രാന്ത നാകുന്നു. അല്ലെങ്കിൽ ആരോടും വിടപറയാതെ ഉറക്കത്തിൽ മരിച്ചു പോകുമെന്ന് ഭയക്കുന്നു. ഞങ്ങളുടെ മുറിയിലെ ലൈറ്റ് ഈയിടെയായി കൂടുതൽ സമയവും കത്തിക്കൊണ്ടിരിക്കും. ഇരുട്ട് മരണത്തെ മാടി വിളി ക്കുമെന്നാണ് അദ്ദേഹം കരുതുന്നത്. കിടക്കുമ്പോൾ അദ്ദേഹം എന്നോട് അദ്ദേഹത്തിന് കൈകൊടുക്കാൻ പറയുകയും എന്റെ കയ്യിൽ അമർത്തി ക്കൊണ്ട് അദ്ദേഹം മയങ്ങുകയും ചെയ്തു. എന്നാൽ അദ്ദേഹം ഏറ്റവും കൂടുതൽ ഭയക്കുന്നത് ഞാനും അന്നയും നിസ്സഹായരായി അവശേഷി ക്കുമെന്ന കാര്യത്തിലാണ്. ഇപ്പോൾത്തന്നെ ഞങ്ങളെ അനാഥരായാണ് അദ്ദേഹം കണക്കാക്കുന്നത്. ഞാൻ കുളിമുറിയിൽ കയറി വാതിലടച്ചിട്ട് ചൂടുവെള്ളവും തണുത്തവെള്ളവും മുഴുവൻ ശക്തിയോടെ തുറന്നു വെയ്ക്കും. വെള്ളക്കുഴലുകൾ ഉയർന്ന മർദ്ദത്തിൽ വിലപിക്കും. ഞാനും വിലപിക്കും.

ഞാൻ ബൈബിളിലെ 'പ്രഥമ പുരാവൃത്തം' വായിക്കുകയാണ്. ചരിത്രകാരൻ ഒന്നിനുശേഷം മറ്റൊന്നായി വർഷങ്ങൾ എണ്ണുകയാണ്. ഭൂമിയുടെ ഉൽപ്പത്തിക്കുശേഷം ഈ വർഷം ഇങ്ങനെയായിരുന്നു അടുത്ത വർഷം ഇങ്ങനെയായിരുന്നു എന്നെല്ലാം അയാൾ പറയുന്നു. പിന്നീട് ഈ വർഷങ്ങളിൽ ഒന്നും സംഭവിച്ചില്ല. ആ വർഷങ്ങളെ 'ശൂന്യവർഷങ്ങൾ' എന്നറിയപ്പെടുന്നു. ഒന്നും സംഭവിക്കാത്ത വർഷങ്ങൾ. ആദ്യം ഞാനെന്റെ തല പുണ്ണാക്കി എന്തിനാണ് അത്തരം വർഷങ്ങളെക്കുറിച്ച് ഓർക്കുന്നത്? പിന്നീട് എനിക്ക് മനസ്സിലായി ഈയാളുകൾ സമയത്തിന്റെ ഒരു ചെറു കഷണം നഷ്ടമാകുമെന്ന് ഭയപ്പെട്ടിരുന്നു. അനന്തമായി ജീവിച്ചവരാണ്

പ്രത്യേകിച്ചും സമയത്തെ പ്രകീർത്തിച്ചത്. മുഴുവൻ സമയത്തെയല്ല, അതിന്റെ തുടർച്ചയെ, ദ്വാരങ്ങളില്ലാത്ത അതിന്റെ തുടർച്ചയെ. ശ്രദ്ധാപൂർവ്വം കാലത്തിലൂടെ ജീവിച്ചു കഴിയുമ്പോഴാണ് യഥാർത്ഥ അനശ്വരത പുരോഗമിക്കുന്നതെന്ന് അവർ കരുതി. എനിക്കും അങ്ങനെ തന്നെ അനുഭവപ്പെട്ടു. ഞാൻ തണുത്തുറഞ്ഞു കിടന്ന ദശവർഷങ്ങൾ എന്റെ ജീവിതത്തിൽ നിന്നും എടുത്തുമാറ്റാൻ പാടില്ല എന്ന് ഞാനറിഞ്ഞു. എനിക്ക് അക്കാര്യത്തിൽ തെറ്റുപറ്റിയില്ല.

ഞാൻ കൂട്ടിച്ചേർക്കാൻ ശ്രമിക്കുന്നുവെങ്കിലും അടിസ്ഥാനപരമായി ജീവിതം പല കഷണങ്ങളായി മുറിഞ്ഞു പോകുന്നു. മുറിഞ്ഞു പോകുകയും അവസാനിക്കുകയും ചെയ്യുന്നു. 'നിന്റെ മനസ്സ് നരകത്തിൽ സൂക്ഷിക്കുകയും നിരാശപ്പെടാതെയുമിരിക്കുക.' ഞാൻ ചിന്തിക്കുന്നതെല്ലാം എന്റെ മനസ്സിനെ നരകത്തിൽ ആഴ്ത്തുന്നു. അത് സ്വയം നിരാശയാണ്.

മ്യൂണിക്കിൽ ഇന്നക്കെഞ്ചിയെ പരിശോധനകൾക്കായി അയയ്ക്കുന്നത് ഏർപ്പാടാക്കാൻ എനിക്കു കഴിഞ്ഞു. കൃത്യമായി പറഞ്ഞാൽ ഞാനല്ല, എന്റെ പഴയ രോഗികളാണ് അത് ഏർപ്പാടാക്കിയത്.

അത്രയധികം പണത്തിന്റെ ആവശ്യകതയെക്കുറിച്ചല്ല അതിനുള്ള പ്രചോദനത്തെക്കുറിച്ചാണ് ഞാനിവിടെ പറയുന്നത്. അതിന്റെ സംഘടനാപരമായ പ്രശ്നങ്ങളാണ് അതിന് നിമിത്തമായിത്തീർന്നതെന്ന് ഞാനിപ്പോൾ സമ്മതിക്കുന്നു. അത്തരമൊരു യാത്ര ആവശ്യമുണ്ടോ? ഇതുവരെ എനിക്ക് അതിനെക്കുറിച്ച് അത്ര ഉറച്ച വിശ്വാസമില്ല. ഞാനവർക്ക് കൊടുത്ത വിവരങ്ങളുടെ അടിസ്ഥാനത്തിൽ ശസ്ത്രക്രിയയ്ക്കുള്ള ഒരു സാദ്ധ്യത തള്ളിക്കളയുന്നില്ല. പക്ഷേ അതത്ര ഫലപ്രദമാകുമോ എന്ന കാര്യത്തിൽ എനിക്ക് സംശയമുണ്ട്. ഓരോരോ ചുവടുകളായി ഇന്നക്കെഞ്ചിയുടെ പുനർജ്ജീവിതം ഞാനാണ് പ്രായോഗികമാക്കിയത്. അതുകൊണ്ട് അയാളുടെ അവസ്ഥ എന്നേക്കാൾ കൂടുതലായി ആർക്കാണ് അറിയാവുന്നത്? മറ്റൊരു വശം നോക്കിയാൽ ഒരുപക്ഷേ ആ അറിവുകളായിരിക്കാം എന്നെ ഇപ്പോൾ ശല്യപ്പെടുത്തുന്നത്. ഇപ്പോഴത്തെ പരിതസ്ഥിതിയിൽ തീർച്ചയായും സ്വന്തം വീക്ഷണം വെച്ചു പുലർത്തണം.

രോഗിയോടുള്ള വികാരപരമായ അടുപ്പമായിരിക്കുമോ ശരിയായ തീരുമാനമെടുക്കുന്നതിൽ നിന്നും എന്നെ പിന്തിരിപ്പിക്കുന്ന ഘടകം?

മ്യൂണിക്കിനെക്കുറിച്ച് ഞാൻ അയാളോട് യാത്രക്ക് മുൻപ് മാത്രമേ പറയുകയുള്ളൂ. നേരത്തെ പറയേണ്ട കാര്യമില്ല. അയാളും നാസ്ച്യയും അത്രയ്ക്ക് ടെൻഷനിലാണ്.

1969 ലെ മെയ്ദിന റാലി. പ്രഭാതത്തിലെ കാറ്റിന് തണുപ്പുണ്ട്. ഉച്ച കഴിഞ്ഞും തണുപ്പുണ്ട്. ഇനിയും വേനൽക്കാലമായിട്ടില്ല. ഓർമ്മകളിൽ തെളിഞ്ഞു വരുന്നത് തെർമ്മോമീറ്ററിൽ തെളിഞ്ഞു വരുന്ന ഭീമാകാരമായ

അക്കങ്ങളാണ്. രണ്ടുപേർ പിടിച്ചുകൊണ്ടു വരുന്ന ഒരു ഭീമാകാരമായ പ്ലാസ്റ്റിക് തെർമോമീറ്റർ. അതിൽ 36.6 എന്ന് വായുവിന്റെ ഊഷ്മാവ് കാണിക്കുന്നു. ആരുടെ ടെമ്പറേച്ചറാണ് കാണിക്കുന്നത്? ഏതോ അജ്ഞാതനായ രാക്ഷസന്റെയോ? ഒരുപക്ഷെ റാലിയിൽ പങ്കെടുക്കുന്നവരുടെ മുഴുവനുമോ? അതിൽ സോവിയറ്റ് രാജ്യത്തിന്റെ ഊഷ്മാവാകാം കാട്ടുന്നത്. റാലിയിൽ പങ്കെടുക്കന്ന ഒരാൾ പറയുന്നു രാജ്യം പ്രതീക്ഷയില്ലാത്തവിധം രോഗഗ്രസ്തയാണ്. രാജ്യത്തിന് വെയ്ക്കുന്ന തെർമ്മോമീറ്ററിലാണ് ഉയർന്ന ഊഷ്മാവ് കാട്ടുന്നത്. അയാൾ വളരെ പതിഞ്ഞ സ്വരത്തിൽ അയാളോടു തന്നെയാണ് പറയുന്നത്.

വിവിധ വർണ്ണങ്ങളുള്ള എന്നാൽ ചുവപ്പിന്റെ ആധിക്യമുള്ള കൊടി കാറ്റിൽ പറക്കുന്നു. പാർട്ടി നേതാക്കളുടെ ചിത്രങ്ങളും ഗവൺമെന്റിന്റെ ചിത്രങ്ങളും (അവയൊന്നും കാറ്റിൽ തുടിക്കുന്നില്ല).റാലിയിൽ പങ്കെടുക്കുന്നവർ തങ്ങളുടെ വിദ്യാഭ്യാസസ്ഥാപനങ്ങളുടെ ബാനറിൽ കീഴിൽ അണി നിരന്നു. ഉദാഹരണത്തിന് ഫസ്റ്റ് മെഡിക്കൽ ഇൻസ്റ്റിറ്റ്യൂട്ട്. എല്ലാവരും റാലി തുടങ്ങാനുള്ള ആജ്ഞയ്ക്കായി കാത്തു നിന്നു. ആരോ ജാക്കറ്റിന്റെ കീശയിൽ നിന്നും കഴുത്തിടുങ്ങിയ ഒരു മദ്യക്കുപ്പി പുറത്തെടുത്തു.

“കൊാഗ്ന്യാക്, മർലിൻ യവ്ഗേനിയേവിച്ച് അല്പം കഴിക്കുന്നോ?’

‘പിന്നല്ലാതെ’

അയാളുടെ അധരങ്ങൾ കുപ്പിയുടെ വായ പൊതിയുകയും നിരവധി തവണ മൊത്തിക്കുടിക്കുകയും ചെയ്തു. ഉച്ചത്തിൽ നിശ്വസിക്കുകയും വായ തുടയ്ക്കുകയും വീണ്ടും മൊത്തിക്കുടിക്കുകയും ചെയ്യുന്നു. മദ്യം നല്കി സൽക്കരിച്ചയാൾ ദുഃഖിതനായി. അയാളുടെ മദ്യക്കുപ്പി മുലക്കുപ്പി പോലെ ഉപയോഗിച്ചു കളയുമെന്ന് അയാൾ കരുതിയില്ല. മർലിൻ യെവ്ഗേനിയേവിച്ചിന്റെ അധരങ്ങളുമായുള്ള നിരന്തര സമ്പർക്കം മൂലം തുപ്പൽ കലർന്ന് കൊാഗ്ന്യാക്കിന്റെ ഗുണം നഷ്ടപ്പെടുമെന്ന് അയാൾ ഭയന്നു.

“പലീന, നീ കുടിക്കുന്നോ?”

ഒരുപക്ഷേ പലീനയ്ക്കു ശേഷമേ അയാൾക്ക് കുപ്പി മുത്താൻ കിട്ടുകയുള്ളൂ.

“വേണ്ട, നന്ദി” പലീന പറഞ്ഞു.

അവൾ (പലീന) സാധാരണയായി മദ്യപിക്കുന്നവളാണ്. മർലിൻ യെവ്ഗേനിയേവിച്ച് മദ്യകുപ്പി വായിൽ കടത്തി കുടിച്ചത് അവളും കാണുകയുണ്ടായി.

ജനങ്ങളുടെ വ്യൂഹം സാവധാനം അവിടെ നിന്നും നീങ്ങിത്തുടങ്ങി. ഒന്നാമതായി തെർമ്മോമീറ്റർ, പിന്നെ കൊടികൾ അതിനു പിന്നിൽ നേതാക്കളുടെ ചിത്രങ്ങളേന്തിയവർ. തുളുമ്പി വീണ മാധുര്യമുള്ള

പഴച്ചാറുപോലെ ലിയൊ ടോൾസ്റ്റോയ് വീഥിയിലൂടെ മെയ്ദിന റാലി ഒഴുകി നീങ്ങി. കിറോവ്സ്കി പ്രോസ്പെക്ടിലൂടെ മറ്റൊരു ജനവ്യൂഹം താളത്തിൽ ആഹ്ലാദപൂർവ്വം നീങ്ങി. താളത്തിൽ നിന്നും സന്തോഷം ഉദിക്കുന്നു. വളരെ വലിയ ജനസഞ്ചയത്തിൽ നിന്നും സന്തോഷം ഉദിക്കുമോ? പൂർണ്ണമായും നോക്കിയാൽ സന്തോഷിക്കുവാനായി ഒന്നുമുണ്ടായിരുന്നില്ല.

സന്തോഷിക്കുവാൻ ഒന്നുമുണ്ടായിരുന്നില്ല.

1975. ക്രീമിയയിലെ അലൂഷ്ത നഗരം. മണലുള്ള കടൽത്തീരം ഇതെഴുതുന്നയാൾ പ്രതീക്ഷിക്കുന്നത് ഒരു ജലോപരിതലമാണ്. ബോട്ടുകളും, ഫിഷിംഗ്ബോട്ടുകളും. വളരെ വലിയ ചില കപ്പലുകളും- അവയെ ടാങ്കറുകൾ എന്നു വിളിക്കാം. അവയെല്ലാം വളരെ അകലെയാണ്. ഒന്നും കേൾക്കാനില്ല, അതിന്റെ ചലനം ശബ്ദമില്ലാത്ത സിനിമയെ ഓർമ്മിപ്പിച്ചു. അല്ലെങ്കിൽ തിയേറ്ററിലെ നാടകത്തിന്റെ രംഗപടത്തിൽ മന്ദം മന്ദം നീങ്ങുന്ന പ്ലൈവുഡ് വള്ളങ്ങളെ ഓർമ്മിപ്പിച്ചു. അവ ചക്രവാളസീമയിലൂടെ കൃത്യമായി മുകളിലേക്കോ താഴേയ്ക്കോ വ്യതിചലിക്കാതെ നേർരേഖയിൽ നീങ്ങി.

എന്റേയും കടലിന്റേയും ഇടയ്ക്കായി ഒരു പായ കിടക്കുന്നു. സൂര്യന്റെ സ്ഥാനമനുസരിച്ച് അത് പാതിയും കടലിന് അഭിമുഖമായാണ് വിരിച്ചിരുന്നത്. ഞാൻ ചക്രവാളത്തെ പിൻതുടരുമ്പോൾ പായയിൽ ഒരു പെണ്ണ് എഴുന്നേറ്റിരുന്നു. പതിനാറു വയസ്സുള്ള ഒരു കന്യക. അവൾ കടലിൽ നിന്നും വന്നവളാണ്. ഒരു കുതിരവാലുപോലെ കെട്ടിവെച്ച അവളുടെ മുടിയിൽ നിന്നും കടൽ ഒഴുകിക്കൊണ്ടിരുന്നു. അവളുടെ ചർമ്മത്തിലെ ജലാംശം പുതുതായി ടാറു ചെയ്ത റോഡിൽ വീണ മഴത്തുള്ളികൾ പോലെ ഓരോ തുള്ളികളും വെവ്വേറെ കാണപ്പെട്ടു. ഇതൊരു കാവ്യാത്മകമായ ഉപമയല്ല, കൃത്യമായും മനസ്സിൽ അങ്ങനെയാണ് തോന്നുന്നത്. റോഡ് ടാറു ചെയ്യുന്നത് പഴയകാലത്ത് എന്നെ വല്ലാതെ ആകർഷിച്ച കാര്യമായിരുന്നു.

അവൾ തന്റെ ബാഗിൽ നിന്നും ഒരു കടലാസുകുമ്പിൾ തപ്പിയെടുത്തു. അതിൽ ചെറിപഴങ്ങളായിരുന്നു. നീന്തൽക്കാരി പെണ്ണ് തന്റെ കാലുകൾ പിണച്ചുവെച്ച് എനിക്ക് പുറം തിരിഞ്ഞിരുന്നു. അവളുടെ നട്ടെല്ലിന്റെ രേഖയും തോൾപ്പലകകളും കാൽമുട്ടുകളും ഒരു പച്ചക്കുതിരയുടേതുപോലെയായിരുന്നു. ഞാനെഴുതിക്കൊണ്ടിരിക്കുന്നതിലേക്ക് എത്തിനോക്കിയ നാസ്ച്യ പച്ചക്കുതിരയ്ക്ക് നട്ടെല്ലില്ല എന്ന് അഭിപ്രായപ്പെട്ടു. ഞാനവളോടു പറഞ്ഞു അവൾ അസൂയപ്പെടുകയാണെന്ന്. നാസ്ച്യ അത് സമ്മതിക്കുകയും എന്റെ നെറുകയിൽ ചുംബിക്കുകയും ചെയ്തു. പച്ചക്കുതിരയക്കുറിച്ചുള്ള ഭാഗം ഞാൻ അവശേഷിപ്പിക്കുന്നു.

നാടകം ദാഹത്തെ ഉണർത്തുന്നു. ഞാനെന്റെ പേഴ്സുമെടുത്ത് ബീച്ചിലെ ആട്ടോമാറ്റിക് മെഷീനരികിലേക്ക് പോയി. സിറപ്പുള്ള മൂന്ന്

കോപ്പെക്കിന്റെ വെള്ളം ഈ അവസ്ഥയിൽ അനുയോജ്യമല്ല. അത്തരം സാഹചര്യങ്ങളിൽ ഒരു കോപ്പെക്കിന്റെ സോഡയാണ് യോജിച്ചത്. അത് ഗ്ലാസിൽ നുരഞ്ഞുപൊന്തും. കുമിളകൾ ഗ്ലാസിനടിയിൽ നിന്നും മുകളിലേക്ക് വരുകയും വളരെ സൂക്ഷ്മമായ നീർത്തുള്ളികളോടെ പൊട്ടുകയും സുതാര്യമായ അതിന്റ ഭാവത്തിൽ മെഷീനിലെ വെള്ളത്തിന് തണുപ്പുണ്ട് എന്ന് ഓർമ്മിപ്പിക്കുകയും ചെയ്തു.

മേൽ വിവരിച്ച സൂചന തെറ്റായിരുന്നു. വെള്ളത്തിന് തണുപ്പുണ്ടായിരുന്നില്ല. പക്ഷേ 1911 ലേക്കാൾ വളരെ നന്നായിരുന്നു. അവസാന തവണ ഞാനിവിടെ വന്നപ്പോൾ ഇവിടെ വെള്ളം കുടിക്കാനുള്ള ആട്ടോമാറ്റിക് മെഷീൻ ഉണ്ടായിരുന്നില്ല. മെഷീൻ മാത്രമല്ല, തീർച്ചയായും വലിയ വ്യത്യാസമാണ് ഉണ്ടായിരിക്കുന്നത്. കടൽപ്പുറം സമ്മാനിക്കുന്ന മഹത്തായ സന്തോഷം അവശേഷിക്കുന്നു. കടൽപ്പുറത്തെക്കുറിച്ച് ഓർക്കുമ്പോൾതന്നെ നിങ്ങൾക്കാ സന്തോഷം ലഭ്യമാകുന്നു. നിങ്ങൾക്ക് അതിൽ ഒരു സ്ഥാനവുമില്ലെന്നും സന്തോഷം കുറഞ്ഞ കാര്യങ്ങളാണ് നിങ്ങളെ കാത്തിരിക്കുന്നതെന്നും അറിഞ്ഞതിനുശേഷവും നിങ്ങൾക്ക് ആ സന്തോഷം അനുഭവിക്കാൻ കഴിയുന്നു.

1981. ലെനിൻ ഗ്രാഡ്. കുപ്പ്ചിനൊ ഡിസ്ട്രിക്ട്. നല്ല ചൂട്.

ഒരു പ്രീഫാബ്രിക്കേറ്റഡ് കെട്ടിടത്തിലെ വീട്ടിൽ ജന്മദിനം ആഘോഷിക്കപ്പെടുന്നു.

സെന്റ് പീറ്റേഴ്സ് ബർഗ്ഗിൽ ചൂടുകാലമായിരിക്കുമ്പോൾ പ്രീഫാബ്രിക്കേറ്റഡ് കെട്ടിടത്തിൽ പ്രവേശിക്കരുത്. കൃത്യമായി പറഞ്ഞാൽ അത്തരം കെട്ടിടത്തിൽ താമസിക്കാതിരിക്കുന്നതാണ് നന്ന്. പീറ്റേഴ്സ് ബർഗ്ഗിലെ ചൂടുകാലം ജലാംശം കൂടിയതും ഒട്ടിപ്പിടിക്കുന്നതുമാണ്. പ്രീഫാബ്രിക്കേറ്റഡ് കെട്ടിടത്തിനുള്ളിൽ വല്യ പുകച്ചിലാണ്. ജനാലകൾ തുറന്നിട്ട് വായുസഞ്ചാരം കൂട്ടാൻ കഴിയില്ല. ആളുകൾ കൂടുതൽ ഉള്ള സ്ഥലത്ത് എല്ലാവരും ഒരുമിച്ച് കുടുങ്ങിപ്പോയിരിക്കുന്നു. അത്തരം ജന്മദിന പാർട്ടികളിൽ നിങ്ങൾക്ക് മദ്യപിക്കണമെന്ന് തോന്നുകയില്ല. ചിലപ്പോൾ തണുത്ത ബിയർ കുടിക്കാൻ തോന്നും. ബിയറിൽ നിന്നും തുടങ്ങി എന്തിലാണ് അവസാനിപ്പിക്കുന്നതെന്ന് അറിയില്ല. ഭയങ്കരമാണ്.

"ഒലീവ് സലാഡെടുക്കൂ. കോട്ടിന്റെ അടിയിൽ മത്തിയുണ്ട്."

"കോട്ട് എന്ന പദം." മുറിയിൽ ചിരിയുണർത്തി.

'ഒക്കുജാവ'യുടെ സംഗീതമാണ് കേൾക്കുന്നത്.

"എല്ലാവരും മദ്യത്തോടൊപ്പം തൊട്ടുകൂട്ടണം"

എല്ലാവരും മദ്യപിക്കുക മാത്രമാണ് ചെയ്യുന്നത്.

"ഞാൻ നിന്നെ കരാട്ടെ പഠിക്കാൻ ചേർക്കാം, ഇന്നല്ല."

ഒരു അതിഥി വോഡ്കയെടുത്ത് ടോസ്റ്റ് പറയുന്നു. അയാളുടെ ഷർട്ടിന്റെ ഒരു വശം നനഞ്ഞിരിക്കുന്നത് നിങ്ങൾക്ക് കാണാം. അവൻ

എഴുന്നേറ്റുനിന്ന് എതിർവശത്ത് ഇരിക്കുന്നവർക്ക് മദ്യം പകർന്നു കൊടുക്കുന്നു. ഇപ്പോൾ അയാളുടെ പുറകുവശവും നനഞ്ഞിരിക്കുന്നതായി കാണുന്നു. സംസാരിക്കുവാനായി നേരെ നിൽക്കുമ്പോൾ അയാളുടെ വയറും നനഞ്ഞിരിക്കുന്നത് എല്ലാവരും കാണുന്നു. അയാൾ അവിടെ കുനിയാതിരുന്നവെങ്കിൽ ആരും അത് ശ്രദ്ധിക്കുമായിരുന്നില്ല.

"അവന്റെ തല പൈപ്പിനു കീഴിൽ പിടിക്കൂ. ഒരാൾ തല പിടിച്ചു കൊണ്ടിരിക്കുന്നു. അല്ലെങ്കിൽ ഛർദ്ദിയിൽ അവന് ശ്വാസംമുട്ടും."

"അതിനാണ് ഛർദ്ദി പിണ്ഡത്തിന്റെ ശ്വസനം" എന്നു പറയുന്നത്.

"നീയത്ര ബുദ്ധിമാനാണെങ്കിൽ അവനെ പിടിക്കൂ."

"ഞാനോ ബുദ്ധിമാൻ?"

"അല്ല. നീയല്ല ഞാൻ തമാശ പറഞ്ഞതാണ്."

ഉദാസീനമായ ഒരു വഴക്ക് തുടങ്ങുന്നു. ശബ്ദം കൂടിയവരെ പിൻതിരിപ്പിക്കാൻ എല്ലാവരും ശ്രമിക്കുന്നു. അവർ എതിർക്കുന്നില്ല. പ്ലത്തോനവ് മനസ്സിലാക്കാൻ ബുദ്ധിമുട്ടുള്ള അവസ്ഥയിലേക്ക് മാറിക്കൊണ്ടിരുന്നു. ഗെയ്ഗറും ഞാനും കൂടി സര്യേത്സ്കിയുടെ മരണത്തെക്കുറിച്ച് എഴുതണമെന്ന് അദ്ദേഹം ആവശ്യപ്പെട്ടു. ഞാൻ എതിർക്കാൻ തുടങ്ങി. ഞങ്ങളാ മരണം കണ്ടിട്ടില്ല, പിന്നെ ഞങ്ങൾക്കെങ്ങിനെ അതിനെക്കുറിച്ച് എഴുതാൻ പറ്റും?

"നിങ്ങൾ കാണാത്ത ഒത്തിരി കാര്യങ്ങളില്ലേ? പക്ഷെ നിങ്ങൾ അവയെക്കുറിച്ചൊക്കെ എഴുതാറുണ്ടല്ലോ?" ഇതായിരുന്നു പ്ലത്തോനവിന്റെ മറുപടി. വേണ്ട എന്ന അർത്ഥത്തിൽ കൈകാട്ടിക്കൊണ്ട് അദ്ദേഹം പറഞ്ഞു. "ശരി, അതിന്റെ ആവശ്യമില്ല. ഞാൻ പറഞ്ഞുവെന്നെയുള്ളൂ. ഗെയ്ഗർ എന്റെ നേരെ നോക്കി മനസ്സിലാക്കാൻ കഴിയാത്ത അടയാളം കാണിച്ചു. ഞാൻ നാവുകടിച്ചു. സര്യേത്സ്കി, പ്ലത്തോനവിനെ സംബന്ധിച്ച് വളരെ പ്രധാനപ്പെട്ട വ്യക്തിയാണ്. എല്ലാം അയാളിൽ നിന്നാണ് ആരംഭിച്ചത്. അയാളുടെ പടം വരയ്ക്കാനും പ്ലത്തോനവിന് ഒരു കാരണമുണ്ടാകും.

ഞാൻ ചിന്തിക്കാതെയാണ് പ്ലത്തോനവിനെ എതിർത്തത്. സത്യസന്ധമായി പറഞ്ഞാൽ ഞങ്ങളുടെ വിവരണങ്ങൾ എന്തിനാണ് എഴുതുന്നതെന്നതിനെക്കുറിച്ച് എനിക്ക് സംശയമുണ്ട്. പക്ഷേ അത് പ്ലത്തോനവിന് അത്രയ്ക്ക് പ്രധാനപ്പെട്ട കാര്യമാണെങ്കിൽ എന്റെ ചോദ്യം ഞാൻ സ്വയം പിൻവലിക്കുന്നു. അദ്ദേഹം സുഖം പ്രാപിക്കുമെങ്കിൽ ഓരോ ദിവസവും ഞാൻ അദ്ദേഹത്തിനുവേണ്ടി റാലിയെക്കുറിച്ചോ പാർക്കിനെക്കുറിച്ചോ വിവാഹത്തിനെക്കുറിച്ചോ കൊലപാതകത്തെക്കുറിച്ചോ എഴുതാൻ തയ്യാറാണ്.

കുറച്ചു ദിവസങ്ങൾക്കുശേഷം മ്യൂണിക്കിലേക്ക് പറക്കണമെന്ന് ഞാനിന്നാണ് അറിഞ്ഞത്. മ്യൂണിക്ക് ഹോസ്പിറ്റലിൽ നിന്നും സ്പീഡ്

പോസ്റ്റിൽ ഒരു പായ്ക്കറ്റ് ലഭിച്ചപ്പോഴാണ് ഞാനതറിഞ്ഞത്. അത് ഏർപ്പാടാക്കിയ ഗെയ്ഗറെ ഞാനുടനെ ഫോണിൽ വിളിച്ചു. മുൻകൂട്ടി പറയാതിരുന്നത് എന്നെയോ നാസ്ച്യയെയോ കൂടുതൽ വിഷമിപ്പിക്കാതിരിക്കാൻ വേണ്ടിയാണെന്നാണ് ഗെയ്ഗർ പറഞ്ഞത്.

എന്റെ മനസ്സ് പ്രക്ഷുബ്ധമായി. ഞാൻ ഒറ്റയ്ക്കാണ് ചികിത്സിക്കാൻ പോകുന്നത്. ഗെയ്ഗർ തന്റെ ഹോസ്പിറ്റലിനുവേണ്ടി ആരോഗ്യവകുപ്പു മന്ത്രാലയവുമായി നിരന്തരം പടപൊരുതിക്കൊണ്ടിരിക്കുകയാണ്. അതിനാൽ അയാൾക്ക് ഇവിടെ നിന്നും മാറി നിൽക്കാൻ കഴിയില്ല. എന്റെ പരിശോധനകൾ പൂർണ്ണമാകുന്ന സമയത്ത് ഒരു ദിവസത്തേക്ക് അയാൾ മ്യൂണിക്കിലേക്ക് വരാമെന്നാണ് പദ്ധതിയിട്ടിരിക്കുന്നത്. ഗർഭിണിയായ നാസ്ച്യ യാത്ര ചെയ്യുന്നത് ഡോക്ടർമാർ വിലക്കി. എങ്കിലും അവൾ എന്റെ കൂടെ വരാൻ തയ്യാറായി. പക്ഷേ ഞാനത് അനുവദിച്ചില്ല.

ഒറ്റയ്ക്കുപോകുന്ന കാര്യം എന്നെ സംബന്ധിച്ച് ഘോരമാണ്. ഞാനത് പുറത്തുകാണിക്കുന്നില്ലെങ്കിലും എന്റെയുള്ളിൽ ഭീതിയുണ്ട്. ഞാനൊരു കുട്ടിയായിരുന്ന കാലത്ത് ഒരു ദിവസം അപ്പെന്റിസൈറ്റിസ് സംബന്ധിച്ച് എന്നെ ഹോസ്പിറ്റലിൽ എത്തിച്ചു. വെളുത്ത ഇടനാഴികളും മരുന്നിന്റെ ഗന്ധവും എന്നെ ഭയപ്പെടുത്തി. പക്ഷേ എന്നെ ഏറ്റവും കൂടുതൽ നിരാശനാക്കിയത് എന്റെ മാതാപിതാക്കളെ ഓപ്പറേഷൻ തീയേറ്ററിൽ പ്രവേശിക്കാൻ അനുവദിച്ചില്ല എന്നതായിരുന്നു. എന്നെ ഒരു സ്ട്രക്ച്ചറിൽ കിടത്തി ഉന്തിക്കൊണ്ടുപോയി. ഞാൻ തല തിരിച്ചു പുറകോട്ടു നോക്കിയപ്പോൾ കണ്ടത് ഇടനാഴിയുടെ വിദൂരത്തിൽ നിന്നും കൈവീശുന്ന എന്റെ മാതാപിതാക്കളെയായിരുന്നു. ഞാൻ കണ്ണീരിൽ ഉരുകിപ്പോയി. എന്റെ പെട്ടെന്നുള്ള ഒറ്റപ്പെടലും അവരോടുള്ള സഹതാപവുമാണ് എന്നെ കരയിച്ചത്. കാരണം അവരുടെ അനാഥത്വം എന്റേതിനേക്കാൾ കഠിനമായിരുന്നു എന്ന് എനിക്കറിയാമായിരുന്നു. അതുകൊണ്ട് ഞാൻ ഉച്ചത്തിൽ കരഞ്ഞില്ല. അത് അവരുടെ യാതനയെ വർദ്ധിപ്പിക്കുമെന്ന് എനിക്കറിയാമായിരുന്നു. പക്ഷേ കണ്ണുനീർ ധാരധാരയായി ഒഴുകിക്കൊണ്ടിരുന്നു. എല്ലാം കണ്ടറിഞ്ഞ നേഴ്സുമാർ ചഞ്ചലരായി.

ഈ ചിത്രം എന്റെ ഓർമ്മയിൽ മിന്നിമറയുകയും ഒരു മങ്ങിയ പൊട്ടുപോലെയും മൂടൽമഞ്ഞിലെ ഒരു ടോർച്ചുപോലെയും പ്രകാശമാനമാകുകയും ചെയ്തു. എന്റെ കുട്ടിക്കാലത്തെ വേർപാട് ഒരു വേർപാടായിരുന്നില്ല. പ്രിയപ്പെട്ട ബന്ധുക്കളുമായി ഞങ്ങൾ വീണ്ടും കണ്ടുമുട്ടി. ഇത്തവണ ഇടനാഴിയിലൂടെയുള്ള എന്റെ യാത്ര എങ്ങോട്ടായിരിക്കുമെന്ന് ദൈവത്തിനു മാത്രമേ അറിയാൻ കഴിയൂ. വൈകുന്നേരം ഗെയ്ഗർ വന്നപ്പോൾ വളരെ വേഗത്തിൽ സംസാരിക്കുന്നതിനിടയിൽ അവർ ചിലപ്പോൾ നിങ്ങളുടെ 'കൊച്ചു തലയോട്ടി' തുറന്നേക്കുമെന്ന്

പറഞ്ഞു. അയാളുടെ അശ്രദ്ധമായ 'കൊച്ചുതലയോട്ടി' എന്ന പ്രയോഗം അയാൾ നിരവധി തവണ റിഹേഴ്സൽ നടത്തിയതാണെന്ന് വ്യക്തമാകുമായിരുന്നു.

1923. മാർച്ചു മാസം.

തന്റെ സോസേജ് ഫാക്ടറിയിലെ ജോലി കഴിഞ്ഞ സര്യേത്സ്കി വീട്ടിൽ പോകാൻ തയ്യാറെടുക്കുന്നു.

തന്റെ പാന്റിനുള്ളിൽ ഒളിപ്പിച്ച സോസേജുമായി അയാൾ കാവൽക്കാരെ കടന്നുപോകുന്നു. അയാളുടെ ലിംഗത്തിന് തൊട്ടുടുത്തായാണ് സോസേജ് ചരടിൽ കെട്ടിത്തൂക്കിയിരുന്നത്. അതിനാൽ കാവൽക്കാർക്ക് അതു കണ്ടുപിടിക്കാൻ കഴിഞ്ഞില്ല.

സര്യേത്സ്കിയുടെ ലിംഗം ചെറുതായിരുന്നു.

(ഇത് പിന്നീട് മോർച്ചറിയിൽ കണ്ടുപിടിച്ചതാണ്)

അതുകൊണ്ട് സോസേജിന് അവിടെ കിടക്കാൻ പോന്ന സ്ഥലമുണ്ടായിരുന്നു.

സര്യേത്സ്കിയുടെ മൂത്ത സമകാലീനനായ ഫ്രെഡ് ഈ മോഷണ സംഭവത്തിന് വയറിന്റെ പ്രശ്നവുമായി ബന്ധമില്ല എന്നാണ് കണക്കാക്കിയത്. ആർക്കറിയാം, ഒരുപക്ഷേ തന്റെ പാന്റ്സിനുള്ളിൽ കിടക്കുന്ന സോസേജ് അയാളുടെ ആത്മവിശ്വാസം ഉയർത്തിയിരിക്കാം. അയാളുടെ സ്വയം മതിപ്പ് ഉയർത്തിയിരിക്കാം. എങ്ങനെയായാലും സോസേജും തുണിക്കകത്ത് തൂക്കിയിട്ടു കൊണ്ട് നടക്കാൻ അത്ര എളുപ്പമല്ല. എങ്ങനെയും അവസാനം അത് മുറിച്ചു മാറ്റണം. എല്ലാവരുടേയും മുന്നിൽ വെച്ച് അത് അയാളുടെ പാന്റിൽ നിന്നും പുറത്തു വരും. ഈ വിധം സോസേജ് കൊണ്ടുനടക്കുന്നയാൾ വലിയ അപകട സാദ്ധ്യതയാണ് വിളിച്ചു വരുത്തുന്നതെന്ന് സര്യേത്സ്കിക്ക് അറിയാമായിരുന്നു. ഫാക്ടറിയിൽനിന്നും സുരക്ഷിതമായ ദൂരത്തിൽ നടന്നു കഴിഞ്ഞ് അയാൾ സാധാരണ ഷ്ദാനോവ്ക നദിക്കരയിൽ പോകുമായിരുന്നു. പാന്റ്സ് അഴിക്കുകയും സോസേജ് അഴിച്ചെടുക്കുകയും ചെയ്തു. സോസേജ് കയ്യിൽ പിടിച്ചുകൊണ്ട് നദീതീരത്തേക്ക് നടന്നു. കൈയിലൊരു സോസേജുമായി നടക്കുന്നയാൽ റഷ്യയിൽ ശ്രദ്ധയാകർഷിക്കുമായിരുന്നു, പ്രത്യേകിച്ച് 1923 ൽ. ഇനി സംഭവ്യമായ സീനുകളാണ് താഴെ കൊടുക്കുന്നത്.

സോസേജ് ഫാക്ടറി ജീവനക്കാരനെ അവർ പിന്തുടർന്നു. ആ വിധി നിർണ്ണായകമായ ദിവസം അയാളെ അവർ നദിക്കരയിൽ കാത്തിരുന്നു. അവർ ഒരു മരത്തിന്റെ മറവിൽ നിന്നു കരയുന്ന വില്ലോമരത്തിന്റെ മറവിലാണെന്ന് കരുതുക. സര്യേത്സ്കി സോസേജ് തപ്പിയെടുത്തു കഴിഞ്ഞപ്പോൾ അവർ ഉടനെ അത് കൈക്കലാക്കി.

പിന്നെയെന്തുണ്ടായി? ഇവിടെ സാദ്ധ്യതകൾ പലതാണ്.

അവർ സര്യേത്സ്കിയെ പിടിച്ചു തള്ളിയിരിക്കും. അങ്ങനെ അയാളുടെ തല ഒരു മൂർച്ചയുള്ള കല്ലിൽ ഇടിച്ചു കാണും. സോസേജിനെക്കുറിച്ച് അറിയില്ലായിരുന്ന ത്രേഷ്നിക്കോവ് എന്ന കുറ്റാന്വേഷകൻ അങ്ങിനെയാണ് കരുതിയത്. തീർച്ചയായും അതേ മനുഷ്യർ തന്നെ സര്യേത്സ്കിയെ കല്ലെടുത്ത് ഇടിച്ചു കൊന്നിരിക്കും. അവർ വലിയ മനുഷ്യസ്നേഹികളായിരുന്നുവെന്ന് ഞാൻ കണക്കാക്കുന്നില്ല. ഒരു ചോദ്യം ഉദിക്കുന്നു. എന്തിനു വേണ്ടിയാണ് അവർക്ക് അയാളെ കൊല്ലേണ്ടി വന്നത്? ഇരയ്ക്ക് മോഷ്ടിക്കപ്പെട്ട മുതലിനെക്കുറിച്ച് പരാതി കൊടുക്കാൻപോലും കഴിയുമായിരുന്നില്ല. രണ്ടാമത്തെ സാദ്ധ്യത :

നദികൾ ധാരാളം സാമൂഹ്യവിരുദ്ധരെ ആകർഷിക്കാറുണ്ട്. ധാരാളം അധമരായ ആളുകൾ നദീതീരങ്ങളിൽ ചുറ്റിക്കറങ്ങാറുണ്ട്. ഷ്ദാനോവ്സ്കയ നദിക്കരയിൽ അത്തരമൊരാൾ സര്യേത്സ്കിയെ കാണുന്നു. സോസേജ് നിർമ്മാതാവിന്റെ പുറംചെരുപ്പ് ഉരുകിയ മഞ്ഞിൽ ചെളിവെള്ളം തെറിപ്പിക്കുന്നു. അത് ശ്രദ്ധയാകർഷിക്കുന്നു. ഷ്ദാനോവ്സ്കയ നദിയുടെ തീരങ്ങൾ മാർച്ചുമാസത്തിൽ അങ്ങനെ ചുറ്റി നടക്കാവുന്ന ഒരു പ്രദേശമല്ല. ശ്രദ്ധിച്ചു നോക്കുന്നയാൾക്ക് ചളിവെള്ളം തെറിപ്പിച്ചു നടക്കുന്നയാൾ വെറുതെ വന്നതല്ലെന്ന് മനസ്സിലാകുന്നു.

സര്യേത്സ്കിയെ നോക്കിനിന്നയാൾ നിശ്ശബ്ദനായി അയാളെ പിന്തുടരുന്നു. അയാൾ വില്ലോ മരത്തിന്റെ പിന്നിൽ കൂടി സര്യേത്സ്കിയെ പിന്തുടരുന്നു. സര്യേത്സ്കി എന്താണ് ചെയ്യാൻ പോകുന്നതെന്ന് അയാൾക്കറിയില്ല. പക്ഷേ അയാൾ തന്റെ ഇരയെ സര്യേത്സ്കിയിൽ കാണുന്നു.

അയാളിൽ ഒരു നായാട്ടുകാരന്റെ സഹജവാസന ഉണരുന്നു. ആധുനികരീതിയിൽ പറഞ്ഞാൽ അയാൾ ഒരു നികൃഷ്ടനാണ്. ഔചിത്യബോധമില്ലാത്ത അയാൾ ആരേയും കൊല്ലും. കൊല്ലാൻ സാധിക്കുമെന്നതിനാൽ കൊല്ലും. സര്യേത്സ്കി സോസേജ് പുറത്തെടുക്കുന്നത് അയാൾ നിർവികാരനായി വീക്ഷിക്കുന്നു. (ഒരു കാര്യത്തിലും അത്ഭുതപ്പെടാതിരിക്കാൻ അയാൾ ശീലിച്ചിട്ടുണ്ട്.) പാറക്കഷണം ഉയർത്തി ഇരയുടെ തലയിൽ ആഞ്ഞടിക്കുന്നു.

മരണപ്പിടച്ചിൽ ശ്രദ്ധിച്ചുകൊണ്ട് അയാൾ സോസേജ് തിന്നുന്നു. അയാൾ ഇരുട്ടിൽ അലിഞ്ഞുപോകുന്നു.

ഗെയ്ഗർ സര്യേത്സ്കിയുടെ കൊലപാതകത്തെക്കുറിച്ച് എഴുതി. അത്യുച്ചത്തിൽ വായിച്ചു കേൾക്കണമെന്ന് പ്ലത്തോനവ് ആവശ്യപ്പെട്ടു. എന്റെ ഭർത്താവിന്റെ കാര്യത്തിൽ 'പറ്റില്ല' എന്ന വാക്ക് ഒഴിവാക്കിയ ഗെയ്ഗർ താനെഴുതിയത് വായിക്കാൻ തുടങ്ങി. ഞാൻ പ്ലത്തോനവിനെ മാത്രം നോക്കിയിരുന്നു. തന്റെ നിയോഗമനുസരിച്ച് എഴുതപ്പെട്ട

വിചിത്രമായ വിവരണം അദ്ദേഹം ശാന്തനായിരുന്നു കേട്ടു. അതയാൾക്ക് തൃപ്തികരമായെന്ന് ഞാൻ കരുതി, പക്ഷെ അയാൾക്കത് തൃപ്തിയായില്ല. അങ്ങനെയാണ് അദ്ദേഹം പറഞ്ഞത്. എന്തുകൊണ്ടാണെന്ന് വിശദീകരിച്ചില്ല. അത് ഗെയ്ഗറെ അല്പം അലട്ടിയെന്ന് എനിക്ക് തോന്നി. പ്ലത്തോനവിന്റെ വിചിത്രമായ ആവശ്യവും അപ്രതീക്ഷിതമായിരുന്നു. വിചിത്രമായ ആവശ്യമെങ്കിലും അത് പൂർത്തിയാക്കിക്കൊടുത്തതിൽ ഗെയ്ഗർ സന്തോഷിച്ചിരിക്കുമ്പോഴാണ് അത് തൃപ്തികരമല്ലെന്ന് പ്ലത്തോനവ് പറയുന്നത്. അതാണ് ഗെയ്ഗറെ അലട്ടിയത്.

ഗെയ്ഗർ എന്നോടു പറഞ്ഞു.

"ശരി, എങ്കിൽ ആ മരണത്തെക്കുറിച്ച നിങ്ങൾ എഴുതൂ." പ്ലത്തോനവിന്റെ നേരെ തിരിഞ്ഞിട്ട്

"അല്ലെങ്കിൽ നിങ്ങൾ?" എന്നു പറഞ്ഞു.

പ്ലത്തോനവ് മറുപടി പറഞ്ഞു.

"ശരി. ഞാൻ ശ്രമിക്കാം."

ഞാൻ തലയിളക്കി.

എനിക്കു തോന്നുന്നത് നമ്മളെല്ലാം ഒരു ഉന്മാദാവസ്ഥയിലാണെന്നാണ്.

മറ്റൊന്നു കൂടി - നാളെ പ്ലത്തോനവ് മ്യൂണിക്കിലേക്ക് പോകുന്നു. എന്നെ കൂടെ കൊണ്ടുപോകുന്നില്ല.

സര്യേത്സികിയുടെ കൊലപാതകം പോലുള്ള ലളിതമായ ഒരു വിഷയത്തെക്കുറിച്ച് വിവരിക്കാൻ ഗെയ്ഗർക്ക് കഴിഞ്ഞില്ല. അതത്ര ലളിതമായ കാര്യമല്ലെന്നാണ് മനസ്സിലാക്കേണ്ടത്. നാസ്ച്യ എന്താണ് എഴുതാൻ പോകന്നതെന്ന് കാണാം. എന്റെ രോഗശമനത്തിനു വേണ്ടി ഞാൻ ഒട്ടും ശ്രമിക്കുന്നില്ല എന്ന് ഇന്നലെ നാസ്ച്യ എന്നോടു പറഞ്ഞു. എനിക്കറിയില്ല, ഒരുപക്ഷേ ഇവിടെ കാരണം എന്റെ ക്ഷീണമായിരിക്കാം. ഏതൊരു വികാരത്തിന്റേയും തീവ്രത ദീർഘനേരം അനുഭവിക്കാൻ വളരെ വിഷമമാണ്. മരണഭയമാണെങ്കിൽ പോലും ദീർഘനേരം കഴിയുമ്പോൾ മുഷിയാൻ തുടങ്ങും. അവസാനം എന്തിലെങ്കിലും ഉറച്ചുനില്ക്കുകയും കുറച്ചുപേർക്ക് താത്പര്യക്കുറവ്. മറ്റു ചിലർക്ക് ശാന്തത ലഭിക്കുകയും ചെയ്യുന്നു.

എനിക്ക് ശക്തി നഷ്ടപ്പെടുകയും ഓർമ്മ നഷ്ടപ്പെടുകയും ചെയ്യുന്നു. അത് എനിക്ക് ലഭിച്ച കാരുണ്യമായി ഞാൻ കരുതുന്നു. എന്താണ് സഹനം എന്നെനിക്കറിയാം. അത് ഭയങ്കരമാണ്. അത് ശരീരത്തെ വലിച്ചുകീറുന്നതുകൊണ്ടല്ല, നീ വേദനയിൽ നിന്നും രക്ഷപ്പെടാനല്ല ശരീരത്തിൽ നിന്നും രക്ഷപ്പെടാനാണ് തയ്യാറാകുന്നത്. മരിക്കാൻ. ജീവിതത്തിന്റെ അർത്ഥത്തെക്കുറിച്ചൊക്കെ ചിന്തിക്കാൻ കൂടി നീ അശക്തനാകും.

വേദനയിൽ നിന്നുള്ള രക്ഷപ്പെടൽ മരണത്തിൽ മാത്രമായിരിക്കും ദർശിക്കുക. അസുഖം നിസ്സാരമായിരിക്കുമ്പോൾ എല്ലാത്തിനെക്കുറിച്ചും ചിന്തിക്കാനുള്ള അവസരമുണ്ടാകുകയും നിങ്ങൾ എന്തിനും തയ്യാറായിരിക്കുകയും ചെയ്യും. അപ്പോൾ നിങ്ങൾക്ക് അനുവദിച്ചുതന്നിട്ടുള്ള മാസങ്ങളോ ആഴ്ചകളോ ഒരു ചെറിയ അനശ്വരതയായി രൂപമെടുക്കുകയും നിങ്ങൾ അതിനെ ഒരു ചെറിയ കാലയളവായി കാണുന്നത് അവസാനിപ്പിക്കുകയും ചെയ്യും. ജീവിതത്തിന്റെ ശരാശരി ദൈർഘ്യവുമായി അതിനെ താരതമ്യപ്പെടുത്തുന്ന വിഡ്ഢിത്തങ്ങൾ നിങ്ങൾ അവസാനിപ്പിക്കുന്നു. ഓരോ മനുഷ്യനും സ്വന്തം പദ്ധതി നിലവിലുണ്ടെന്ന് നിങ്ങൾ മനസ്സിലാക്കാൻ തുടങ്ങുന്നു. ഇവിടെ ശരാശരി ജീവിതദൈർഘ്യത്തിന് എന്തു പ്രസക്തി?

നാളെ മ്യൂണിക്കിലെത്തിച്ചേരും. ഈ യാത്രയിൽ ഞാൻ വലിയ പ്രതീക്ഷകൾ വെച്ചുപുലർത്തുന്നില്ല. എങ്കിലും ഞാൻ കുറച്ചൊക്കെ സന്തോഷവാനാണ്. നമ്മളെല്ലാം സത്യത്തിൽ ക്ഷീണിച്ചു തളർന്നവരാണ്. നമുക്കെല്ലാവർക്കും അല്പം വിശ്രമം ആവശ്യമാണ്.

ഇന്ന് ഇന്നക്കെഞ്ചിയെ എയർപോർട്ടിൽ കൊണ്ടുപോയി മ്യൂണിക്കിലേക്ക് യാത്രയാക്കി. ഒരാഴ്ച കഴിഞ്ഞ് ഞാനും മ്യൂണിക്കിലേക്ക് പറന്നു ചെല്ലും.

പ്ലത്തോനവ് ഇല്ലാത്ത രണ്ടാമത്തെ ദിവസം. ശൂന്യമാണ്. ഇപ്പോൾ എത്ര വേണമെങ്കിലും കരയാം. ആരും കാണില്ല. പക്ഷേ കണ്ണുനീരില്ല. കണ്ണുനീരിന് ആരുടെയൊ സാന്നിദ്ധ്യം ആവശ്യമാണ്, അയാൾ അതൊന്നും ശ്രദ്ധിക്കുന്നില്ലെങ്കിൽ പോലും. ഞാൻ വൈകുന്നേരം പള്ളിയിൽ പോയി കുർബ്ബാനയിൽ പങ്കെടുത്തു. അവിടെ പൊട്ടിക്കരഞ്ഞു. വെളിച്ചം കുറവായിരുന്നത് നന്നായി. ആരും ഒന്നും കണ്ടില്ല.

ഇന്നുരാവിലെ പ്ലത്തോനവ് എനിക്ക് ഇ-മെയിൽ അയച്ചു. അദ്ദേഹത്തെ നന്നായി സ്വീകരിച്ചുവെന്നും പട്ടണം കാണിച്ചുകൊടുത്തുവെന്നും എഴുതിയിരിക്കുന്നു. ഉച്ചയ്ക്ക് ശേഷം ഇംഗ്ലീഷ് ഗാർഡനിൽ കറങ്ങി നടന്നു. അദ്ദേഹത്തിന് ഗാർഡനാണ് കൂടുതൽ ഇഷ്ടപ്പെട്ടത് കാരണം അത് സീവ്യർസ്കയയെ ഓർമ്മിപ്പിച്ചു. പിന്നീട് ശരത്കാലാന്ത്യത്തിലെ സീവ്യർസ്കയ കാടുകളെ അദ്ദേഹം വർണ്ണിക്കുന്നു. നറുമണമുള്ള വായു, മരങ്ങൾക്കിടയിലെ അരുവി, ചില്ലകളിലിരിക്കുന്ന കാക്കകൾ. ഈ കിളികൾക്ക് ചെറിയ വണ്ണം കുറഞ്ഞ ചില്ലകളാണ് ഇഷ്ടം. അതിലിരുന്ന് അവയ്ക്ക് ഊഞ്ഞാലാടാൻ കഴിയും. ഞാനത് ശ്രദ്ധിച്ചിട്ടില്ല. പക്ഷേ അതാണ് അവ ചെയ്യുന്നത്. കാക്കകൾ ധാരാളമായി സന്തോഷിക്കാറുണ്ടോ? അത് വളരെ ആഹ്ലാദഭരിതവും മനസ്സിനെ തൊട്ടുണർത്തുന്നതുമാണ്. മ്യൂണിക്കിനെക്കുറിച്ച് അഞ്ച് വരികളിൽ ഒതുക്കി. ബാക്കി മുഴുവൻ സീവ്യർസ്കയയെക്കുറിച്ചാണ് എഴുതിയിരിക്കുന്നത്.

സര്യേത്സ്കിയുടെ കൊലപാതകത്തെക്കുറിച്ച് എഴുതിയോ എന്ന് കത്തിന്റെ അവസാനം ചോദിച്ചിരുന്നു. ഞാൻ കരുതിയത് ഇപ്പോഴത്തെ തിരക്കിൽ അക്കാര്യം മറന്നുപോകുമെന്നായിരുന്നു. എന്നാൽ മറന്നില്ല. ഞാനത് എഴുതണം. ഞാൻ വാഗ്ദാനം ചെയ്ത കാര്യമാണല്ലോ. എനിക്കത് അത്ര സുഖകരമായി തോന്നിയില്ല.

എന്നെ മ്യൂണിക്ക് കാട്ടി തന്നു. ഭംഗിയുള്ള നഗരം. പക്ഷേ അതിന്റെ ഹൃദയം തുടിക്കുന്നത് ഒരേ താളത്തിൽ നിസ്സംഗതയോടെയാണ്. ഞാൻ മ്യൂണിക്കിൽ ഒരിക്കലും വന്നിട്ടില്ല. ഇവിടത്തെ പച്ചപ്പോ, ഇവിടത്തെ സുന്ദരമായ കാറുകളോ എല്ലാം എനിക്ക് അന്യമാണ്. എന്റെ കുട്ടിക്കാലത്തെ ഓർമ്മപ്പെടുത്തുന്ന ഇംഗ്ലീഷ് ഗാർഡനൊഴിച്ച് ബാക്കിയെല്ലാം രൂപപ്പെട്ടതും വളർന്നതും എന്റെ യാതൊരു പങ്കുമില്ലാതെയാണ്. ഇവിടെ വന്നെത്തിയ ദിവസം തന്നെ ഈ യാത്ര ഉപയോഗമില്ലാത്തതാണെന്ന് എനിക്ക് തോന്നി. അത് വിശദീകരിക്കാൻ പ്രയാസമാണ്. പക്ഷേ എനിക്ക് അങ്ങനെയാണ് തോന്നിയത്.

അതിനുശേഷം ഡോക്ടറും പ്രൊഫസർ മീയറുമായി ആദ്യത്തെ കൂടിക്കാഴ്ച. എന്റെ ആദ്യത്തെ ചിന്ത, എന്റെ ജർമ്മൻകാരൻ ഡോക്ടറായിരുന്നു മെച്ചം എന്നായിരുന്നു. “കാര്യങ്ങൾ എങ്ങനെയുണ്ട്” എന്ന് ജർമ്മൻഭാഷയിൽ ചോദിച്ചതിന് “ഞാൻ മരിച്ചുകൊണ്ടിരിക്കുന്നു” എന്ന് ഞാൻ ജർമ്മൻ ഭാഷയിൽ ഉത്തരം പറഞ്ഞു. എന്റെ മറുപടി ഗെയ്ഗർ അയച്ച രേഖകളെ പ്രതിഫലിപ്പിക്കുകയും എന്റെ പൊതുവെയുള്ള അവസ്ഥയെ വെളിവാക്കുകയും തീർച്ചയായും ഡോക്ടർ മീയർക്ക് വളരെ അവ്യക്തമായ ധാരണമാത്രമുള്ള ചേഹവിനേയും ഓർമ്മപ്പിക്കുന്നതുമായിരുന്നു. “ഇനിയും മരിച്ചിട്ടില്ല” എന്ന് അദ്ദേഹം ജർമ്മൻ ഭാഷയിൽ പിറുപിറുത്തു. തുടർന്ന് സെക്കന്ററി വിദ്യാഭ്യാസത്തിന്റെ എന്റെ ജർമ്മൻ പരിജ്ഞാനം മതിയാകാതെ വരുകയും ഒരു ദ്വിഭാഷിയുടെ സഹായത്താൽ ഞങ്ങൾ സംസാരിക്കുകയും ചെയ്തു.

എന്റെ പ്രാഥമിക പരിശോധന പൂർത്തിയാക്കുന്നതിനിടയിൽ പ്രൊഫസർ മീയർ ദീർഘനേരം കടലാസ്സുകളിൽ ആഴ്ന്നിരുന്നു. ഏകദേശം അരമണിക്കൂറോ അതിലധികമോ കടന്നുപോയി. ഗെയ്ഗർ സാഹസികമായി ജർമ്മൻ ഭാഷയിലേക്ക് പരിഭാഷപ്പെടുത്തിയ എന്റെ മെഡിക്കൽ റിപ്പോർട്ട് തന്റെ തുപ്പൽ തൊട്ട് ഡോക്ടർ മറിച്ചു നോക്കി. ഇടയ്ക്ക് മൂക്കുചീറ്റി. പിന്നെ തലയുയർത്തിയിട്ട് പറഞ്ഞു:

“ഞങ്ങളുടെ ക്ലിനിക്കിൽ നിന്നും അത്ഭുതങ്ങളൊന്നും പ്രതീക്ഷിക്കേണ്ട. തെറ്റിദ്ധാരണകളൊന്നും ഉണ്ടാകാതിരിക്കാനാണ് അങ്ങനെ പറയുന്നത്. ഞങ്ങളാൽ കഴിയുന്നതെല്ലാം ഞങ്ങൾ ചെയ്യുന്നതായിരിക്കും.”

പല്ലുകളെല്ലാം വെളിയിൽ കാട്ടി ഞാൻ വിശാലമായി ചിരിക്കുകയാണെന്ന് എനിക്ക് തോന്നി.

“പക്ഷേ ദിവ്യാത്ഭുതങ്ങൾക്കായാണ് ഞാൻ വന്നത്...”

“ദിവ്യാത്ഭുതങ്ങൾ- അത് റഷ്യയിലാണ് – ” മീയറുടെ മുഖം വിഷാദ ഭാവത്തിൽ മങ്ങി. ‘നിങ്ങൾ അവിടെ ദിവ്യാത്ഭുതത്തിന്റെ നിയമങ്ങളനുസരിച്ചാണ് ജീവിക്കുന്നത്, ഞങ്ങളാകട്ടെ യാഥാർത്ഥ്യവുമായി പൊരുത്തപ്പെട്ടു ജീവിക്കാനാണ് ശ്രമിക്കുന്നത്. ഏതാണ് നല്ലതെന്ന് ഇനിയും വ്യക്തമല്ല.”

“ദൈവഹിതമനുസരിച്ച് പ്രകൃതി നിയമങ്ങൾക്കുപരിയായി അധികാരം പ്രയോഗിക്കാൻ സാധിക്കും” എന്റെ മുഖ്യമായ പ്രതീക്ഷ ഞാൻ പ്രകടിപ്പിച്ചു. പക്ഷേ ദ്വിഭാഷിയായ പെണ്ണിന് അത് പരിഭാഷപ്പെടുത്താൻ കഴിഞ്ഞില്ല.

ഞാനെന്താണ് ഉദ്ദേശിക്കുന്നതെന്ന് വിശദീകരിക്കാൻ അവൾ എന്നോട് ആവശ്യപ്പെട്ടു.

“പ്രൊഫസർ പറഞ്ഞതെല്ലാം പരിപൂർണ്ണമായും ശരിയാണെന്നു പറയൂ. ഇവിടെ എന്തിനെക്കുറിച്ചോ ചിന്തിക്കേണ്ടതായുണ്ട്.”

ഞാൻ ക്ലിനിക്കിന്റെ ഇടനാഴിയിലൂടെ അല്പം നടക്കുകയും കാര്യങ്ങൾ മരുന്നിന്റെ പരിധികൾക്കുള്ളിലാണെങ്കിൽ ജർമ്മൻകാരെ വിശ്വസിക്കുകയാണ് നല്ലത് എന്ന് ആലോചിക്കുകയും ചെയ്തു. പക്ഷേ എന്റെ കാര്യത്തിൽ വളരെ പണ്ടേ ആ പരിധികൾ ലംഘിക്കപ്പെട്ടിരിക്കുന്നു. അപ്പോൾ ഞാനെന്തിനാണ് ഇവിടെ വന്നത്?

ഇന്നക്കെഞ്ചി സെന്റ് പീറ്റേഴ്സ് ബർഗ്ഗിലേക്ക് മടങ്ങിവരുകയാണെന്ന് കുറച്ചു മുൻപു മാത്രമാണ് എന്നെ അറിയിച്ചത്.

അയാൾ താമസിച്ചിരുന്ന ഹോട്ടലിൽ നിന്നായിരുന്നു എന്നെ വിളിച്ചത്. അവിടെ നിന്ന് നേരെ എയർപോട്ടിലേക്ക് തിരിക്കാനായിരുന്നു അയാളുടെ പരിപാടി. അയാൾ മടങ്ങി വരുന്ന വിവരം നാസ്ത്യയെ അറിയിക്കേണ്ടതില്ലെന്ന് അയാൾ പറഞ്ഞു. അന്നുതന്നെ മടങ്ങിവരാനായി എയർപോർട്ടിൽ നിന്നും ടിക്കറ്റ് കിട്ടുമോ എന്നയാൾക്ക് ഉറപ്പില്ലായിരുന്നു. അവളെ വിഷമിപ്പിക്കാൻ അയാൾ തയ്യാറല്ലായിരുന്നു. പ്രധാനസംഗതി അവൾ അയാളെ പിന്തിരിപ്പിക്കാൻ ശ്രമിച്ചേക്കുമെന്നതായിരുന്നു. എന്നോടുള്ള സമീപനത്തിൽ ഞാനത് സ്വയമേവ മനസ്സിലാക്കേണ്ടതാണ്. ഞാനയാളെ പിന്തിരിപ്പിച്ചില്ല. എയർപോർട്ടിൽ കണ്ടുമുട്ടാമെന്നു മാത്രം പറഞ്ഞു. അയാൾ തന്റെ പ്രവൃത്തിയെക്കുറിച്ച് യാതൊരു വിശദീകരണവും നൽകിയില്ല. എന്തു വിശദീകരിക്കാൻ? തനിക്കു കാര്യങ്ങൾ മനസ്സിലായത് മ്യൂണിക്കിൽ വെച്ചാണെന്നു മാത്രം പറഞ്ഞു.

ശരി, ഒരാൾക്ക് എല്ലാം മനസ്സിലായത് നല്ല കാര്യമാണ്. എന്റെ കാര്യമെടുത്താൽ എനിക്കൊന്നും മനസ്സിലാകുന്നില്ല. മ്യൂണിക്ക് ഡോക്ടർമാരുടെ ഇടപെടൽ കൊണ്ട് എന്തെങ്കിലും പ്രയോജനമുണ്ടോ എന്നുപോലും എനിക്കറിയില്ല. ഒന്നുമാത്രം അറിയാം. ഞാൻ അയാൾക്ക് ഒരവസരം കൊടുത്തു. അയാൾ സ്വന്തം തിരഞ്ഞെടുപ്പു നടത്തി.

കുറച്ചു മാസങ്ങളായി ഞാൻ ഒന്നും കൈ കൊണ്ട് എഴുതാറില്ല. കൈയുടെ ചലനം മോശമായിരുന്നതിനാൽ അതത്ര എളുപ്പമായിരുന്നില്ല. 'ചെറിയ മോട്ടറിന്റെ പ്രശ്നങ്ങൾ' എന്നാണ് ഗെയ്ഗർ അതിനെ വിശേഷിപ്പിച്ചത്. എഴുതുന്നു, കമ്പ്യൂട്ടറിൽ ടൈപ്പു ചെയ്യുകയല്ല, കാരണം പ്ലെയിൻ നിലത്തിറങ്ങുമ്പോൾ കമ്പ്യൂട്ടർ ഉപയോഗിക്കാൻ അനുവദിക്കുന്നില്ല. 'നിലത്തിറങ്ങൽ' എന്ന പ്രയോഗത്തിൽ അല്പം അതിശയോക്തിയുണ്ട്. അരമണിക്കൂർ മുൻപ് വിമാനത്തിന്റെ ലാന്റിങ്ങ് ഗിയർ പ്രവർത്തിക്കുന്നില്ല എന്ന് അറിയിപ്പുണ്ടായി. ഞങ്ങൾക്ക് നിലത്തിറങ്ങാൻ പറ്റില്ല. എന്തെങ്കിലും ചെയ്യാൻ വേണ്ടി ഞാൻ എഴുതുകയാണ്. കുറച്ചുപേർ ജനാലയിലൂടെ പുറത്തേക്ക് നോക്കിയിരിക്കുന്നു. അവരോട് ജനലിന്റെ ഷെയിഡുകൾ താഴ്ത്തിവെയ്ക്കാൻ പറഞ്ഞതുകൊണ്ടാണ് അവർ അപ്രകാരം ചെയ്യുന്നത്. അടിയന്തിര ലാന്റിങ്ങിന്റെ സമയത്ത് കണ്ണുകൾ സ്വാഭാവികവെളിച്ചവുമായി താദാത്മ്യം പ്രാപിക്കുന്നതിനുള്ള സമയം നഷ്ടപ്പെടുത്താൻ കഴിയില്ല. ചിലർ കരയുന്നുണ്ട്. എഴുതുന്നതാണ് കൂടുതൽ നന്ന്. കമ്പ്യൂട്ടറിനേക്കാൾ കടലാസിനെയാണ് കൂടുതൽ ആശ്രയിക്കാവുന്നത് എന്നാണ് ഞാൻ കരുതുന്നത്. വിമാനം ഇടിച്ചിറങ്ങുമ്പോൾ കമ്പ്യൂട്ടറിനെപ്പോലെ കടലാസ് തകർന്നുപോകുകയില്ല. കടലാസ് കത്തിപ്പോയേക്കാമെന്നത് സത്യമാണ്.

തീപിടിക്കാതിരിക്കാൻ വേണ്ടിയാണ് വിമാനം ഇന്ധനം മുഴുവൻ ഉപയോഗിച്ചു തീർക്കാൻ ശ്രമിക്കുന്നത്. നിങ്ങളുടെ മുന്നിലെ സീറ്റിന്റെ പുറകിൽ തലയമർത്തിപ്പിടിക്കാൻ രണ്ടുതവണ അറിയിപ്പുണ്ടായി. വിമാനം രണ്ടുതവണ ലാന്റു ചെയ്യാൻ ശ്രമിച്ചുവെങ്കിലും ലാന്റിങ്ങ് ഗിയർ പ്രവർത്തിക്കാത്തതുകൊണ്ട് വിമാനം റൺവേയുടെ തൊട്ടുമുകളിൽ നിന്നും വീണ്ടും ആകാശത്തേക്ക് സാവകാശം കുതിച്ചുയർന്നു.

ഞാൻ വിമാനത്തിന്റെ പുറകിൽ ഒരു ജനാലയ്ക്കടുത്താണ് ഇരിക്കുന്നത്. കോളറിൽ വെളുത്ത വരകളുള്ള ഷർട്ടിട്ട പ്രായമുള്ള ഒരു ജർമ്മൻകാരനാണ് എന്റെ വലതുവശത്തിരിക്കുന്നത്. അത് അയാൾ പുരോഹിതവൃന്ദത്തിൽപ്പെടുന്നയാളാണെന്ന് വ്യക്തമാക്കുന്നു. ജർമ്മൻ ചുവയോടെ അയാൾ ശബ്ദം താഴ്ത്തി ചോദിച്ചു.

"നമ്മളിതിൽ എത്രപേരുണ്ട്- മുന്നൂറ്?"

"അതിൽ കുറയാതെ കാണും." ഞാൻ ഉത്തരം പറഞ്ഞു.

അയാളുടെ ചിന്താഗതി പിടികിട്ടിയില്ലെങ്കിലും ഞാനത് പിന്തുടരാൻ തുനിഞ്ഞില്ല. ഞാൻ ജനാലയിലേക്ക് ശ്രദ്ധ തിരിച്ചു. ചിറകുകൾക്കിട യിൽ സെന്റ് പീറ്റേഴ്സ് ബർഗ്ഗ്, പക്ഷേ ലാന്റിങ്ങ് വീലുകളുടെ ലാഞ്ചന പോലുമില്ല. ഇടയ്ക്കിടെ വിമാനജോലിക്കാരിൽ ആരോ ഒരാൾ വന്ന് ജനാലയിലൂടെ നോക്കുകയും ഞാൻ കാണുന്നതൊക്കെ അയാളും കാണുകയും ചെയ്യുന്നു - വാസില്യേവ്സ്കി ദീപ സമൂഹങ്ങൾ, സെന്റ് ഐസക് പള്ളി, പെത്രൊപൗലോസ്കി പള്ളി. അവസാന നിമിഷം അത്രയും സൗന്ദര്യം പകർന്നു തരാൻ കഴിയുന്ന അപൂർവ്വമായ ഒരു നഗരമാണത്.

വിമാനത്തിന്റെ ക്യാപ്റ്റൻ കോക്പറ്റിൽ നിന്നും ഇറങ്ങി വന്ന് യാത്ര ക്കാരെ അഭിസംബോധന ചെയ്തു. മൈക്രോഫോണിലൂടെ അയാൾ സംസാരിച്ചു. വ്യോമയാനരംഗത്തെ ഒരു സാധാരണ സംഭവമാണ് ലാന്റിങ്ങ് ഗിയർ പ്രവർത്തനരഹിതമാകുന്ന സംഗതിയെന്നും അത്തരം സംഭവങ്ങളിൽ നിന്നും ആരും ഇതുവരെ മരിച്ചിട്ടില്ലെന്നും അയാൾ പറഞ്ഞു. അയാളുടെ ഭാവം ശാന്തത പകർന്നു. സ്പീക്കറുകളിൽ നിന്നും 'ദ സീസൺസ്' എന്ന ഗാനത്തിന്റെ ആദ്യ വീചികൾ മുഴങ്ങി. സമാന്തര വഴികളിൽ ഒരേ സമയം എയർഹോസ്റ്റസുകൾ പ്രത്യക്ഷരായി. പറ ക്കാൻ തുടങ്ങിയ സമയത്തേതുപോലെ അവർ ചിരിക്കുന്നില്ലെങ്കിലും അവരുടെ മുഖങ്ങളിൽ പരിഭ്രാന്തി പ്രകടമല്ല. ക്യാപ്റ്റൻ തന്റെ പുത്തൻ യൂണിഫോമും ധരിച്ച് ക്യാബിനിൽ കൂടി തിരക്കില്ലാതെ സാവകാശം നടന്ന് വിമാനത്തിന്റെ വാലറ്റത്തെ കർട്ടന്റെ പിന്നിൽ മറഞ്ഞു. എന്റെ യടുത്തിരിക്കുന്നയാൾ ചയക്കോവ്സ്കിയുടെ സംഗീതത്തിനനുസരിച്ച് മിനറൽ വാട്ടർ ഒഴിച്ച് യാത്രക്കാർക്ക് കൊടുക്കുന്ന റഷ്യൻ സുന്ദരിമാരെ നോക്കിക്കൊണ്ടിരുന്നു. അപകടം സൗന്ദര്യത്തിന്റെ അവബോധം വർദ്ധി പ്പിക്കും. പിന്നിൽ അടക്കിപ്പിടിച്ച തേങ്ങലുകളും മുഖത്തു തട്ടി ആശ്വസി പ്പിക്കുന്നതിന്റെ ശബ്ദങ്ങളും കേട്ടു. ഞാൻ തിരിഞ്ഞു നോക്കി. പുറകിലെ കർട്ടന്റെ വിടവിലൂടെ മടക്കിവെച്ച കസേരയിലിരുന്നു തേങ്ങുന്ന എയർഹോസ്റ്റസിനെ കണ്ടു. അവളുടെ അടുത്തുനിന്ന ക്യാപ്റ്റൻ അവളുടെ കവിളിൽ തട്ടി ആശ്വസിപ്പിക്കുന്നു. അയാൾ തിരക്കു കൂട്ടാതെ വിമാനത്തിന്റെ വാലറ്റത്തേക്ക് നടന്നുവന്നതിന് കൃത്യമായ നിയോഗ മുണ്ടായിരുന്നു എന്ന് മനസ്സിലായി. സമാന്തരമായ നിരയിൽ ആരോ കരയുന്നു. എന്റെ കൈ അക്ഷരങ്ങളിൽ നിന്നും വഴുതി പോകുന്നു. അക്ഷരങ്ങൾ ചെറുതും വിരൂപവുമാകുന്നു. എനിക്ക് കുറച്ചു വിശ്രമം വേണം. അതെ, ഇത് പ്രധാനകാര്യമാണ്. സര്യേത്സ്കിയെക്കുറിച്ച് എഴുതാമെന്ന് ഞാൻ വാഗ്ദാനം ചെയ്തതാണ്. ഭൂമിയിലിറങ്ങാൻ ഇനി യധികം നേരമില്ല.

മ്യൂണിക്കിൽ നിന്നും വരുന്ന വിമാനത്തിന്റെ ലാന്റിങ്ങ് ഗിയർ കേടായിരിക്കുന്നു. അത് ഇപ്പോൾ എയർപോർട്ടിൽ അറിയിച്ചു.

എനിക്കു ഭയമായി.

ഒന്നും ആലോചിക്കാതിരിക്കാൻ ശ്രമിച്ചു.

എന്റെ കയ്യിലൊരു ഡയറിയുണ്ട്. കാണുന്നതൊക്കെ വെറുതെ എഴുതിവെക്കും. ഇന്നക്കെഞ്ചിയും അങ്ങനെതന്നെ ചെയ്യുമായിരുന്നു എന്നെനിക്കു തോന്നി.

ഒരു കാര്യം മാത്രം കൊള്ളാം. ഇവിടെ നടക്കുന്ന കാര്യങ്ങളൊന്നും നാസ്ച്യയ്ക്ക് അറിയില്ല. ഇന്നക്കെഞ്ചി മ്യൂണിക്കിൽ നിന്നും യാത്ര തിരിച്ചു എന്ന കാര്യവും നാസ്ച്യയ്ക്കു അറിയില്ല.

യാത്രക്കാരെ സ്വീകരിക്കാൻ എയർപോർട്ടിൽ എത്തിച്ചേർന്നവർ കൂട്ടം കൂടി നിന്ന് കണ്ണീരൊഴുകുന്നു. വിചിത്രമായ ഒരു നിശ്ചലത അവരെ ശോകമൂകരാക്കുന്നു. പൂച്ചെണ്ടുകളെ പൊതിഞ്ഞ കനം കുറഞ്ഞ മിനുക്ക കടലാസുകളുടെ മർമ്മരങ്ങളുടെ ഒരു സ്ഥൂല ചിത്രം.അല്പാല്പമായി പൂക്കൾ ആപത്തു സൂചിപ്പിക്കുന്ന അർത്ഥം കൈവരിച്ചു. കാത്തിരിക്കുന്ന ഹാളിലും പുറത്തും അവർ ടെലിവിഷൻ ക്യാമറകൾ സ്ഥാപിച്ചു. രോഗിയായ ഒരു മനുഷ്യന് അത്യാഹിതം സംഭവിക്കാൻ പോകുന്നു എന്ന ചിന്ത എന്നിൽ മിന്നിമറഞ്ഞു. ഭീകരമായ അതിന്റെ അർത്ഥം തികച്ചും അന്യായമാണെന്ന് എനിക്ക് തോന്നി.

ഹാളിൽ മനോരോഗവിദഗ്ധർ പ്രത്യക്ഷരായി. ആർക്കാണ് സഹായം ആവശ്യമെന്ന് അവർ പെട്ടെന്ന് നിർണ്ണയിക്കും. ഇവിടെ മനോരോഗ ചികിത്സകനായിരിക്കേണ്ട കാര്യമില്ല. എന്റെയടുത്തേക്ക് അവർ വരില്ല. ഞാൻ എഴുതിക്കൊണ്ടിരിക്കുകയാണ്. എഴുതുന്നയാൾ ശരിയായ മാനസികനില പുലർത്തുന്നയാളാണെന്ന് അവർക്കറിയാം. വലിയ സ്ക്രീനിൽ എയർപോർട്ടിൽ നിന്നുള്ള ടെലിവിഷൻ പ്രക്ഷേപണം തെളിഞ്ഞു വന്നു. ടെലിവിഷൻ പ്രക്ഷേപണം വളരെ ക്രൂരമാണ്. നടക്കുന്ന കാര്യങ്ങളെല്ലാം അത് നിസ്സംഗതയോടെ കാട്ടിത്തരും. പക്ഷേ ആ നിസ്സംഗതയിൽ ഒരു നിഷ്ഠുരമായ ഭാവം പ്രകടമാണ്.

നിലനില്പ്പ് രണ്ടുഭാഗങ്ങളായി വിഭജിക്കപ്പെട്ടു. ബൊക്കെകളുമായി ഇവിടെ നില്ക്കുന്ന അതേ ആളുകളെ സ്ക്രീനിലും കാണാം. ഞാൻ എന്നെയും കാണുന്നു. സ്ക്രീനിൽ എന്റെയടുത്ത് ഒരു മനഃശാസ്ത്രജ്ഞൻ ഒരു പെണ്ണിനെ പുറത്തുതട്ടി ആശ്വസിപ്പിക്കുകയും അവളെ ആലിംഗനം ചെയ്യുകയും ചെയ്യുന്നു. ഞാനവരെ കണ്ടില്ല എന്നത് വളരെ വിചിത്രമായിരിക്കുന്നു. ഞാൻ തിരിഞ്ഞ് ചുറ്റിലും നോക്കി. അവർ അതാ ഇവിടെ നിൽക്കുന്നു. മനഃശാസ്ത്രജ്ഞന്റെ തോളിൽ മുഖം ചേർത്ത് കക്ഷി കരയുകയാണ്. കരയേണ്ട ആവശ്യമുണ്ടോ എന്ന് ഇനിയും മനസ്സിലാക്കാൻ കഴിഞ്ഞിട്ടില്ല. ഒരുപക്ഷേ എല്ലാം ശരിയായേക്കും. വിമാനത്തിന് അഭിമുഖമായി ഒരു ദൃശ്യം. സ്ക്രീൻ മുഴുവൻ നിറഞ്ഞുനിൽക്കുന്ന ഭീമാകാരമായ വിമാനത്തിന്റെ ഒരു ക്ലോസപ്പ്. ഒരു ഓപ്പെറ തീയേറ്ററിനെയോ മഞ്ഞുകൊട്ടാരത്തെയോ വാട്ടർപാർക്കിനെയോ ഓർമ്മിപ്പിക്കുന്ന

ദൃശ്യം. പക്ഷേ ഒരു വ്യോമയാനത്തെയല്ല ഓർമ്മിപ്പിക്കുന്നത്. എന്താണ് ഗംഭീരം എന്നു പറയുന്നതിന്റെ ഒരു സാക്ഷാത്ക്കാരമായിരുന്നു ആ ദൃശ്യം. പറക്കുകയല്ല – തൂങ്ങിക്കിടക്കുകയാണ്. റൺവേയുടെ അതിരുകളിൽ ഉരുകിയ വായുവിന്റെ അലകളിൽ കേന്ദ്രീകരിക്കുന്ന ക്യാമറ കണ്ണുകൾ! വിമാനം ഭൂമിയിലിറങ്ങാൻ പറന്നടുക്കുന്നു. താഴുന്നു. റൺവേയുടെ മുകളിലൂടെ വേഗത്തിൽ പറക്കുന്നു.

ലാന്റിങ്ങ് ചക്രങ്ങളുടെ ചട്ടക്കൂട് താഴേക്ക് ഇറങ്ങിവരുന്നില്ല എന്നത് ഞങ്ങൾ കാണുന്നു. ഇറങ്ങരുതേ... പൊതുജനം അലറി വിളിച്ചു വിമാനം ഉയർന്നുപൊങ്ങുകയും അടുത്ത കറക്കത്തിനായി പോകുകയും ചെയ്തു.

സര്യേത്സ്കിയെ കൊലപ്പെടുത്തിയത് പ്ലത്തോനവ് ആണെന്ന് എനിക്ക് നേരത്തെ തന്നെ തോന്നിയിരുന്നു. ഇപ്പോൾ അദ്ദേഹം അകലെയായിരിക്കുന്ന സന്ദർഭത്തിൽ അതിനെക്കുറിച്ച് സ്വസ്ഥമായി എഴുതാൻ കഴിയും. 'ഞാനത് കരാർ കൊടുത്തു' ചെയ്യിച്ചതാണ് എന്ന് എന്റെ അമ്മൂമ്മ കൊലപാതകത്തെക്കുറിച്ചു പറഞ്ഞത് കുറച്ചുനാൾ എന്നെ വഴിതെറ്റിച്ചു. അവർ ആരെയാണ് കരാറേൽപ്പിച്ചതെന്ന് എന്തുകൊണ്ടോ എനിക്ക് മനസ്സിലാക്കാൻ കഴിഞ്ഞില്ല. അമ്മൂമ്മ കൃത്യമായി പറഞ്ഞു: എന്റെ അപ്പൂപ്പനെ അവർ അറസ്റ്റു ചെയ്തപ്പോൾ യാതൊരു സാഹചര്യത്തിലും സര്യേത്സ്കിയെ കൊല്ലരുത് എന്ന് പ്ലത്തോനവിനോട് അമ്മൂമ്മ പറഞ്ഞു. ആ അപേക്ഷ മനസ്സിലാക്കാതിരിക്കുവാൻ അത്ര പ്രയാസമുണ്ടായില്ല. അത്തരം കാര്യങ്ങൾ അദ്ദേഹത്തിന്റെ മനസ്സിൽ വന്നുകാണുമെങ്കിലും അമ്മൂമ്മ പറഞ്ഞു കഴിഞ്ഞപ്പോൾ അദ്ദേഹത്തിന് മറ്റെന്തുവഴിയാണ് അവശേഷിച്ചിരുന്നത്?

കൊലപാതകം എനിക്കത്ര നന്നായി സങ്കല്പിക്കാനാകുന്നില്ല. ഭാവനാശക്തി പ്രയോഗിക്കാനുദ്ദേശിക്കുന്നില്ല. കൂടുതൽ ഗൗരവത്തോടെ വിവരിക്കാനാണ് തുനിയുന്നത്. പല തവണയും സര്യേത്സ്കിയെ കുറിച്ച് പ്ലത്തോനവിനോട് സംസാരിക്കാൻ ആഗ്രഹിച്ചുവെങ്കിലും അതിന് ധൈര്യപ്പെട്ടില്ല. അദ്ദേഹം സ്വയം അതിനെക്കുറിച്ച് പറയുന്നില്ലെങ്കിൽ ഞാനത് ചോദിക്കാൻ പാടില്ലെന്ന് ഞാൻ കരുതി. ഒരുപക്ഷേ ഇപ്പോൾ ഞാൻ ചോദിക്കുമായിരുന്നു. വെറുതെയല്ല അദ്ദേഹം എന്നോടും ഗെയ്ഗറോടും സര്യേത്സ്കിയെക്കുറിച്ച് എഴുതാൻ പറഞ്ഞത്. അത് വലിയ എന്തിനോ വേണ്ടിയുള്ള അപേക്ഷയായിരുന്നു.

ഗെയ്ഗറും അതിനെക്കുറിച്ച് ചിലതൊക്കെ ഊഹിച്ചിരിക്കും എന്നാണ് എനിക്ക് തോന്നുന്നത്. ഒരുപക്ഷെ എന്റെ സംശയമുദിക്കുന്നതിനും വളരെ മുൻപെ. പക്ഷെ അയാൾ നിശ്ശബ്ദത പാലിക്കുകയാണ്.

ദൈവമേ എന്നോട് കരുണ കാട്ടേണമേ! ഞാൻ പുരോഹിതനോടു പറഞ്ഞു, "ഞാനിതാ കുമ്പസാരിക്കാൻ വന്നിരിക്കുന്നു. എന്നോ

ഞാനൊരാളെ കൊലപ്പെടുത്തി. പക്ഷേ പിന്നീട് എനിക്ക് ആശ്വാസം കിട്ടിയിട്ടില്ല." പുരോഹിതൻ മറുപടി പറഞ്ഞു, " നീ മാപ്പു ചോദിച്ചത് നീ കൊലപ്പെടുത്താത്ത ദൈവത്തിനോടാണ്. ഒരുപക്ഷേ നീ മാപ്പു ചോദിക്കേണ്ടത് നിന്റെ വിധിയോടല്ലേ?"

ദൈവമേ, ഞാനെന്താണ് കൊല്ലപ്പെട്ടയാളോടു പറയുക? അവിടെ നിന്നും അയാൾക്ക് എന്നെ കേൾക്കാൻ കഴിയുമോ? അതുകൊണ്ട് ഞാൻ വീട്ടിൽ വന്ന് കൊലപ്പെടുത്താനുള്ള ആയുധമെടുത്ത് കുറ്റം ചെയ്ത സ്ഥലത്തേക്ക് യാത്രയായി. അവിടെ ചെന്നിട്ട് ഞാൻ പറഞ്ഞു, 'ദൈവത്തിന്റെ സേവകനായ നിക്കോളായ് എന്നോടു ക്ഷമിച്ചാലും! 1923ലെ മാർച്ച് മാസത്തെ ഒരു സായാഹ്നത്തിൽ ന്യായദേവതയുടെ ഒരു പ്രതിമ കൊണ്ട് ഞാൻ നിന്നെ വധിച്ചു. ഒരുപക്ഷേ ആ വർഷം മുതൽ ഞാനൊരിക്കലും ഉച്ചരിക്കാത്ത ഈ വാക്കുകളും പ്രതീക്ഷിച്ച് ഇരിക്കുകയാവും – ഞാനൊരിക്കലും കരുതിയതല്ല അങ്ങനെ പറയാൻ സാധിക്കുമെന്ന്.

പിന്നീട് ഞാൻ ശ്മശാനത്തിൽ പോയി. എന്നോടൊപ്പം ന്യായദേവതയേയും കൊണ്ടുപോയി. വീണ്ടും ദൈവത്തിന്റെ സേവകനായ നിക്കോളായുമായി സംസാരിച്ചു. ന്യായദേവതയ്ക്കുവേണ്ടി ഞാൻ വേറെ മാപ്പപേക്ഷിച്ചു. കൊല്ലുമ്പോൾ, ന്യായം വീണ്ടെടുക്കുകയാണ് എന്നാണെനിക്കു തോന്നിയത്. പക്ഷേ എന്തുതരം ന്യായത്തെക്കുറിച്ചാണ് ഇവിടെ നമുക്ക് പറയാൻ കഴിയുക? കടുത്ത അനീതിയാണ്. ന്യായത്തെക്കുറിച്ച് ഞാൻ ആലോചിക്കുന്നത് പിന്നീടായിരുന്നു. ഞാൻ ആദ്യം ന്യായദേവതയെ തെരഞ്ഞെടുക്കാനുള്ള കാരണം തികച്ചും വ്യത്യസ്തമായിരുന്നു.

എന്റെ വിരലുകൾ അനുയോജ്യമായി പ്രതിമയിൽ സ്ഥിതി ചെയ്തു. ഉള്ളംകൈയിൽ ഒതുക്കിപ്പിടിക്കാൻ കഴിയാത്തവിധം മോശമായാണ് ആ പ്രതിമ നിർമ്മിച്ചിരുന്നത്. ത്രാസുമാത്രമാണ് ശല്യപ്പെടുത്തിയിരുന്നത്. ത്രാസുകൾ ഉടഞ്ഞുപോയിക്കഴിഞ്ഞപ്പോൾ ന്യായദേവതയുടെ ഉയർത്തിയ കൈത്തണ്ട് ഉള്ളംകൈക്ക് ഒരു സ്വാഭാവിക താങ്ങായി മാറി. അങ്ങനെ വെങ്കലത്തിൽ തീർത്ത ന്യായദേവത ഒരു കൈപ്പിടിയായും അതിന്റെ മാർബിൾ പീഠം ഒരു ചുറ്റികയുമായി പരിണമിച്ചു. അങ്ങനെ മുൻകാലങ്ങളിൽ സമാധാനപരമായ കാര്യങ്ങൾക്കുവേണ്ടി മാത്രം ഉപയോഗിച്ചിരുന്ന ന്യായദേവതയുടെ പ്രതിമ പൊടുന്നനെ പ്രതികാരം വീട്ടാനുള്ള ഒരു ഉപകരണമായി രൂപാന്തരപ്പെട്ടു. ഷ്ദാനോവ്സ്കയ നദിയുടെ തീരത്തുകൂടി നടക്കുമ്പോൾ എന്റെ ജാക്കറ്റിനുള്ളിൽ ന്യായദേവതയുടെ പ്രതിമ ഒരു കോടാലിപോലെ തണുത്തിരിക്കുന്നതായി അനുഭവപ്പെട്ടു. കുറ്റിക്കാടിന്റെ മറവിൽ ഞാൻ സര്യേത്സ്കി വരാനായി കാത്തിരുന്നു. ഗെയ്ഗർ ചിന്തിച്ചതുപോലെ ഒരു കരയുന്ന വില്ലോ മരത്തിന്റെ മറവിലായിരുന്നില്ല, പടർന്നു പന്തലിച്ച, എനിക്ക് പേരറിയാൻ

വയ്യാത്ത ഒരു കുറ്റിച്ചെടിയുടെ മറവിലായിരുന്നു. സര്യേത്സ്കിയുടെ ചലനങ്ങൾ ഞാൻ പഠിച്ചുകഴിഞ്ഞ് ഞാൻ പ്രതീക്ഷിച്ചതിലും വളരെ കൂടുതൽ സമയം അയാളെ കാത്തിരിക്കേണ്ടിവന്നു. ഒരുപക്ഷേ അയാൾ താമസിക്കാൻ എന്തോ കാരണം ഉണ്ടായിരിക്കും. കാത്തിരിപ്പ് എന്റെ കൈകളെ ബാധിച്ചു. ഇരുട്ട് പരക്കാൻ തുടങ്ങി. അപ്പോൾ അയാൾ വന്നില്ലായിരുന്നെങ്കിലോ. ആ ചിന്ത പലതവണ എന്റെ ബോധത്തിൽ വേലിയേറ്റം സൃഷ്ടിച്ചിട്ടുണ്ട്. അതപ്പോൾ മാറ്റിവെച്ചിരുന്നുവെങ്കിൽ പിന്നെ ഒരിക്കലും നടക്കുമായിരുന്നില്ല. ആദ്യത്തെ തവണ മാത്രമാണ് ശക്തി സംഭരിക്കാൻ കഴിയുന്നത്. രണ്ടാമത്തെ തവണ അത് വളരെ വിഷമ മാണ്.

പക്ഷേ സംഗതി മാറ്റിവെക്കപ്പെട്ടില്ല. സര്യേത്സ്കി അപ്രതീക്ഷിത മായി പ്രത്യക്ഷനായി. ഞാൻ വളരെ വിഷമിച്ചാണ് കുറ്റിക്കാടിന്റെ ഇടയിൽ നൂണ്ടുകേറിയത്. എന്താണ് സര്യേത്സ്കി താമസിക്കാൻ കാരണം എന്നറിയില്ല. പക്ഷെ അയാളുടെ മുഖം മ്ലാനമായിരുന്നു, അടുത്തകാലത്ത് ഞാൻ അയാളെ ചിത്രീകരിച്ചത്രയും ദുഃഖിതനായിരുന്നു അയാൾ. അതൊരു മനുഷ്യന്റെ മുഖമായിരുന്നു. ഒരു ഇഴജന്തുവിന്റേതല്ലായിരുന്നു. അയാളുടെ മുഖം അതുപോലെത്തന്നെയിരുന്നുവെങ്കിൽ മാർച്ച് മാസത്തെ ആ സായാഹ്നത്തിൽ എല്ലാം മറ്റൊരു വഴിക്ക് തിരിയുമായിരുന്നു. പക്ഷേ അയാളുടെ മുഖം സാവധാനം ഒരു മുഖംമൂടി പോലെ ചുളിയാനും സ്ഥാനം തെറ്റാനും തുടങ്ങി. അതിലൂടെ മുഖത്തിന്റെ പഴയ ഭാവങ്ങൾ കാണപ്പെട്ടു. അയാൾ തന്റെ പാന്റ്സ് അഴിക്കാൻ തുടങ്ങി. ഞാൻ ചുറ്റിനും നോക്കി. അവിടെ ആ പ്രദേശത്ത് ആരും ഉണ്ടായിരുന്നില്ല.

കുറ്റിക്കാട്ടിൽ നിന്നും പുറത്തുവന്ന ഞാൻ ചിന്തിച്ചത് ഇതേ മുഖ ത്തോടെയാണ് അയാൾ അനസ്താസ്യയുടെ അച്ഛനെ ഒറ്റുകൊടുത്തത് എന്നായിരുന്നു. അതെനിക്ക് ശക്തി പകർന്നു. നിർണ്ണായകമായ നിമിഷ ത്തിൽ എനിക്ക് അടിക്കാൻ കഴിയാതെ വരുമോ എന്ന് ഞാൻ ഇവിടെ വന്നപ്പോൾ ഭയപ്പെട്ടിരുന്നു. അക്ഷരാർത്ഥത്തിൽ എനിക്ക് കൈ ഉയർ ത്താൻ കഴിയാതെ വന്നേക്കാം. അങ്ങനെയൊന്നും സംഭവിച്ചില്ല. ഞാൻ സര്യേത്സ്കിയുടെ ദിശയിലേക്ക് കുറച്ചു ചുവടുകൾ വെച്ചു. എത്ര ഭംഗി യായി ന്യായദേവതയുടെ പ്രതിമ എന്റെ കയ്യിൽ ഒതുങ്ങിയിരിക്കുന്നു വെന്ന് തൊട്ടറിഞ്ഞുകൊണ്ട് കൈ അധികം വീശാതെ ആഞ്ഞടിച്ചു. ഏകദേശം വിറക് ഒടിയുന്നതുപോലെ ഉണങ്ങിയ ഒരു ശബ്ദം കേട്ടു. സര്യേത്സ്കി തിരിഞ്ഞുനോക്കാതെ നിലംപതിച്ചു. എന്നെ കണ്ടില്ല.

ഞാൻ അയാളുടെ മീതെ കുനിഞ്ഞു നിന്നു. അവൻ മലർന്നു കിടന്നു. അയാളുടെ കാൽമുട്ടുകൾ മടങ്ങി ഉന്തിനിൽക്കുകയും അവ ചെറുതായി വിറയ്ക്കുന്നതായും കണ്ടു. അയാളുടെ അഴിഞ്ഞ പാന്റ്സിന്റെയുള്ളിൽ നിന്നും സോസേജ് വെളിയിലേക്ക് ചാടിക്കിടന്നു. എന്റെ വിദ്വേഷത്തെ അടക്കിക്കൊണ്ട് ഞാനതു പറിച്ചെടുത്ത് ഷ്ദാനൊവ്സ്ക്കയ നദിയിലേക്ക്

എറിഞ്ഞു. തെറിച്ചുപൊന്തിയ വെള്ളത്തിനടുത്തേക്ക് രണ്ട് കാട്ടുതാറാവുകൾ നീന്തി ചെന്നു. ചെറുതിരയുടെ അകന്നു പോകുന്ന വൃത്തങ്ങളെ അവ നിരാശയോടെ പിൻതുടർന്നു. ഞാൻ ചേതനയറ്റു നിന്നു. സര്യേത്സ്കിയെ ചളി നിറഞ്ഞ മഞ്ഞിലും പാറക്കല്ലുകൾക്കും നടുവിൽ ഉപേക്ഷിച്ചിട്ട് ഞാൻ നദീതീരത്തു നിന്നും മുകളിലേക്ക് ധൃതിയില്ലാതെ കയറി.

ഞാൻ വീട്ടിൽ തിരിച്ചെത്തി. അനസ്താസ്യയുമായി അവളുടെ മുറിയിൽ ചാരുകസേരയിലിരുന്നു ചായ കുടിച്ചു. ക്ലോക്കിന്റെ ടിക്-ടിക് ശബ്ദം മാത്രം. ഞങ്ങൾ നിശ്ശബ്ദരായിരുന്നു. ടിക്-ടിക് ശബ്ദം കേട്ടുകൊണ്ട് മൗനമായിരിക്കാൻ നല്ല രസമാണ്. ആദ്യം എനിക്ക് തോന്നിയത് ഷ്ദാനോവ്സ്കയ നദീതീരത്ത് നടന്ന സംഭവങ്ങളൊക്കെ ഒരു സ്വപ്നമായിരിക്കുമെന്നാണ്. സമയം ഇഴഞ്ഞു നീങ്ങിക്കൊണ്ടിരുന്നു. സര്യേത്സ്കിയെ കാണാനുണ്ടായിരുന്നില്ല.അപ്പോഴാണ് അതൊന്നും സ്വപ്നമായിരുന്നില്ല എന്നെനിക്കു മനസ്സിലായത്. അതെല്ലാം വർത്തമാനകാലത്തെ യാഥാർത്ഥ്യങ്ങളായിരുന്നു. ജീവിതമായിരുന്നു. കൃത്യമായി പറഞ്ഞാൽ – മരണം.

"എന്താണ് സര്യേത്സ്കിയെ കാണാത്തത്?"

നാസ്ച്യ ചോദിച്ചു.

"വരും" എന്റെ ശബ്ദം ഇടറിയിരുന്നു.

"ഒരുപക്ഷേ വന്നില്ലെങ്കിലൊ?" അനസ്താസ്യ ശ്രദ്ധയിൽപ്പെടാൻ പ്രയാസമുള്ള ഒരു ചിരി ചിരിച്ചു. അയാൾ വരുവാനായി ഞാനെത്രമാത്രം ആഗ്രഹിച്ചുവെന്ന് അവൾ അറിഞ്ഞിരുന്നെങ്കിൽ! രക്തത്തിൽ കുളിച്ച് ഭീകരമായായാണെങ്കിലും അയാളൊന്നു വന്നിരുന്നെങ്കിൽ എന്ന് ഞാനാഗ്രഹിച്ചു.

പക്ഷേ അയാൾ വന്നില്ല.

ഫയറെഞ്ചിനുകൾ എയർപോർട്ടിൽ ഓടിത്തുടങ്ങി. ഒരു റൺവെയ്ക്ക് സമാന്തരമായി അവ നിരന്നു നിന്നു. ആ റൺവേയിലാണ് ദൗർഭാഗ്യകരമായ വിമാനം ഇറങ്ങാൻ പോകുന്നത്.

ഹെലികോപ്റ്ററിൽ നിന്നും ഷൂട്ടു ചെയ്ത ഒരു കാഴ്ച:

വരിവരിയായി നിരവധി ആംബുലൻസുകൾ എയർപോർട്ടിലേക്ക് നീങ്ങുന്നു. അര കിലോമീറ്ററിനുശേഷം മറ്റൊരു നിര ആംബുലൻസുകൾ!

പെട്ടെന്ന് ഞാൻ ആലോചിച്ചു. ആംബുലൻസ് എന്നത് എത്ര പഴകിപ്പോയ പേരാണ്. മറ്റുള്ള പല നഷ്ടങ്ങളിലും ആ പേര് സംരക്ഷിക്കപ്പെട്ടു.

ഞാൻ എഴുതാൻ തീരുമാനിച്ചിരുന്നതാണ്. പക്ഷേ എന്തോ കാരണത്താൽ ടി.വി. ഓൺ ചെയ്തു. മ്യൂണിക്കിൽ നിന്നു വരുന്ന വിമാനത്തെക്കുറിച്ചുള്ള ലൈവ് പ്രോഗ്രാമായിരുന്നു ടി.വിയിൽ എനിക്ക് വിഷമം തോന്നി. അതിൽ പ്ലത്തോനവ് ഉണ്ടായിക്കൂടെന്നില്ല. റൺവേയുടെ ഇരുവശങ്ങളിലുമായി നിരന്നു നിന്ന് അഗ്നിശമനസേനക്കാർ ഹോസുകൾ ചുരുളഴിക്കുന്നു. ഞാൻ ചിന്തിച്ചു. എത്ര അപകടകരമായ ജോലിയാണ് അവർ ചെയ്യുന്നത്.കത്തുന്ന വിമാനത്തിന്റെ തീയാണ് അവർക്ക് അണക്കേണ്ടിവരുന്നത്.

കുട്ടിയായിരുന്ന പ്ലത്തോനവ് അഗ്നിശമന ജീവിക്കാരനാകാൻ ആഗ്രഹിച്ചിരുന്ന കാര്യം ഓർമ്മിച്ചു. അന്ന് അദ്ദേഹത്തെ അപകടം കീഴ്പ്പെടുത്തിയതും ഈയാളുകളുടെ ശോകമയമായ മഹത്വത്തിൽ ആകൃഷ്ടനായി അദ്ദേഹം കരഞ്ഞതും ഞാൻ ഓർമ്മിച്ചു. ജീവിതവും മരണവുമായുള്ള മൽപിടുത്തത്തിൽ മരണം കത്തിജ്വലിക്കുന്ന രശ്മിയുടെയോ ഒരു തോട്ടയിൽ നിറച്ച വെടിമരുന്നിന്റെയോ ആകാരം സ്വീകരിക്കുകയാണ്. അല്ലെങ്കിൽ ലാന്റിങ്ങ് ഗിയർ കേടായ വിമാനം നിലത്തിറങ്ങുന്ന ആകാരം സ്വീകരിച്ചിരിക്കുന്നു.

വിമാനം ഇറങ്ങുന്ന സ്ഥലത്തിനു പുറത്തേക്ക് ആംബുലൻസുകൾ ഓടിപ്പോകുന്നു. അതിൽ നിന്നും ഡോക്ടർമാർ വെളിയിലിറങ്ങി. ജാക്കറ്റുകൾക്കുള്ളിൽ അവരുടെ ലാബ്കോട്ടിന്റെ വെളുത്ത വരകൾ തെളിഞ്ഞു കണ്ടു. ഡോക്ടറന്മാരുടെ യൂണിഫോമിന്റെ കാഴ്ച കണ്ടാൽ നിങ്ങൾ വിളറും. കാരണം അത് ശരീരത്തിന്റെ യാതനകൾ ഓർമ്മിപ്പിക്കുന്നു.

ഏതോ വ്യോമയാന വിദഗ്ദ്ധൻ ടി.വിയിൽ സംസാരിക്കുന്നു. അയാൾ പറഞ്ഞത് വിമാനം 'പള്ളയുരസി' നിലത്തിറക്കാനാണ് തീരുമാനിച്ചതെന്നും അവർ അതിനുള്ള നീണ്ട സ്ഥലം ഒരുക്കുകയാണെന്നുമായിരുന്നു. ക്യാമറയ്ക്ക് പുറത്തുള്ള ആരുടേയൊ അലസഭാഷണം അസ്വസ്ഥതയുണ്ടാക്കുന്നു. നിങ്ങൾ അത്ര മിടുക്കനാണെങ്കിൽ എന്തുകൊണ്ടാണ് ലാന്റിങ്ങ് ഗിയർ പ്രവർത്തിക്കാത്തതെന്നു പറയൂ. ഇല്ലെങ്കിൽ അത് പ്രവർപ്പിച്ചു കാണിക്കൂ. അതിനു പറ്റുന്നില്ലെങ്കിൽ മിണ്ടാതിരിക്കൂ.

അയാൾ നിശ്ശബ്ദനായി. അവർ വിമാനം കാണിക്കുന്നു. അത് ഉയരം കുറച്ച് ഭൂമിയോടടുക്കുന്നു.

അഗ്നിശമനസേനയുടെ ഒരു ക്ലോസപ്പ്. എവിടെ നിന്നാണോ വിമാനം വരേണ്ടത് അങ്ങോട്ട് കണ്ണടയ്ക്കാതെ നോക്കിക്കൊണ്ടിരിക്കുന്നു. മിന്നുന്ന വെളിച്ചത്തിൽ അവരുടെ മുഖങ്ങൾക്ക് ക്ഷണികമായ കാന്തി. ആജ്ഞയനുസരിച്ച് ഹോസിന്റെ വായ്ഭാഗം ഉയർത്തിപ്പിടിച്ചുകൊണ്ട് അവർ നിൽക്കുന്നു. അവയിൽ നിന്നും പത നുരഞ്ഞു വമിക്കുന്നു.

എന്തിനാണ് ഇതെല്ലാം കാണിക്കുന്നത്?

ഞാനീ ഓർമ്മകളുമായാണ് ജീവിക്കുന്നത്. അവ എന്റെ ജീവിതാവസാനം വേഗത്തിൽ സംഭവിക്കാമെന്നിരിക്കെ ഓർമ്മകൾ മരണാനന്തരവും അവശേഷിക്കുമെന്നാണ് ഞാൻ കരുതുന്നത്. എല്ലാ സംഭവങ്ങളും അതിനെക്കുറിച്ചുള്ള എല്ലാ ഓർമ്മകളും അവിടെ സംഗമിക്കും. ആത്മാവ് അനശ്വരമാണെങ്കിൽ ഓർമ്മകളുമായി ബന്ധപ്പെട്ട എല്ലാം സൂക്ഷിച്ചു വെയ്ക്കപ്പെടും. പ്രവൃത്തികളും സംഭവങ്ങളും ഇന്ദ്രീയജ്ഞാനവും. ഒരു പക്ഷേ മറ്റൊരു രൂപത്തിലോ അല്ലെങ്കിൽ മറ്റൊരു ക്രമത്തിലോ ആയിരിക്കും സൂക്ഷിക്കപ്പെടുക. എന്തുകൊണ്ടെന്നാൽ പ്രശസ്തമായ കവാടത്തിൽ എഴുതിവെച്ചിരിക്കുന്നത് ഞാൻ ഓർക്കുന്നു. “ദൈവം എല്ലാം സൂക്ഷിച്ചു വെയ്ക്കുന്നു” ഞാനെന്റെ തൊട്ടടുത്തിരിക്കുന്നയാളിന്റെ തോളിൽ തട്ടിയിട്ട് പറഞ്ഞു.

“നിങ്ങളെന്തു കരുതുന്നു? ഞാനെന്റെ പ്രിയപ്പെട്ടയാൾക്ക് ഏൽപ്പിക്കുന്ന പ്രഹരം അതിന് ഞാൻ ക്ഷമ ചോദിക്കുന്നതിനു മുൻപേ എനിക്ക് തിരിച്ചു കിട്ടുമോ? അതാണൊ ഈ സംഭവങ്ങളുടെ അനുക്രമമായ തുടർച്ച?’

അയാളുടെ കണ്ണുകളിൽ ദുർബ്ബലമായ അത്ഭുതം പ്രത്യക്ഷപ്പെടുന്നു.

“അല്ലെങ്കിൽ അവയ്ക്ക് എങ്ങനെയാണ് നിലനിൽക്കാൻ കഴിയുക?”

“ഞാനിപ്പൾ അവയ്ക്ക് നിലനിൽക്കാൻ കഴിയുമെന്ന് ചിന്തിച്ചതേയുള്ളൂ. യഥാർത്ഥമായ പശ്ചാത്താപം പാപം ചെയ്യുന്നതിനു മുൻപുള്ള അവസ്ഥയിലേക്ക് എത്തിക്കും. കാലത്തെ അതിജീവിക്കുന്ന ഒരുതരം വഴി. പക്ഷേ പാപം അപ്രത്യക്ഷമാകുന്നില്ല. അത് മുൻകാലത്തെ പാപമായി തുടരുന്നു. നിങ്ങളത് വിശ്വസിക്കുന്നില്ല. കാരണം ആശ്വാസം എന്നപോലെയാണ് നിങ്ങൾ പശ്ചാത്തപിച്ചത്. അത് നിലനിൽക്കുന്നതോടൊപ്പം തകർക്കപ്പെടുകയും ചെയ്യുന്നു.”

എന്റെ സംഭാഷണപങ്കാളി കസേരയുടെ കയ്യിൽവെച്ചിരുന്ന എന്റെ കൈയുടെ മുകളിൽ അയാളുടെ കൈത്തലം വെയ്ക്കുകയും ശക്തിയായി അമർത്തുകയും ചെയ്തു. അയാളുടെ കണ്ണുകളിൽ കണ്ണുനീർ ഓളം തല്ലി.

‘നിങ്ങൾ പറഞ്ഞതിൽ ഒരു വാക്കുപോലും എനിക്കു മനസ്സിലായില്ല. പക്ഷേ എന്തുകൊണ്ടോ എനിക്കു തോന്നുന്നു, നിങ്ങൾ പറഞ്ഞതെല്ലാം ശരിയാണെന്ന്.”

വിമാനം നിലത്തിറങ്ങാനുള്ള തയ്യാറെടുപ്പു നടത്തി. പ്രിയസുഹൃത്ത്, ഇന്നക്കെഞ്ചി പിടിച്ചിരുന്നോളൂ.

‘നിങ്ങൾ എന്തൊക്കെയാണ് എഴുതിക്കൊണ്ടിരിക്കുന്നത്?”

“ഞാൻ വസ്തുക്കളെക്കുറിച്ചും ഇന്ദ്രിയഗോചരമായ കാര്യങ്ങളെക്കുറിച്ചും ആളുകളെക്കുറിച്ചുമാണ് വിവരിക്കുന്നത്. അവരെ വിസ്മൃതിയിൽനിന്നും രക്ഷിക്കാനായി ഞാൻ എല്ലാ ദിവസവും എഴുതുകയാണ്.”

"ഇവിടെ വിജയങ്ങൾ നേടിയെടുക്കാനുള്ള ദൈവത്തിന്റെ ലോകം വളരെ വലുതാണ്."

"നിങ്ങൾക്കറിയുമോ? ഓരോരുത്തരും അവരവരുടെ ഒരു തുണ്ടു ലോകത്തെക്കുറിച്ച് വിശദീകരിക്കുകയാണെങ്കിൽ, അത് വളരെ ഹ്രസ്വമായിരിക്കും. എന്നാൽ യഥാർത്ഥത്തിൽ അതത്ര ചെറുതാണോ? ചിലരുടെ വീക്ഷണങ്ങൾ വളരെ വിശാലമായി നിങ്ങൾക്ക് കാണാവുന്നതാണ്."

"ഉദാഹരണത്തിന്?"

"ഉദാഹരണത്തിന് ഒരു വൈമാനികൻ."

ആ വിമാനത്തിൽ പ്ലത്തോനവ് ഇല്ല എന്നത് എത്ര ഭാഗ്യകരമാണ്.

ന്യായദേവതയുടെ പ്രതിമയെടുക്കുക. അതില്ലാതെ എന്റെ ബാല്യകാലത്തെക്കുറിച്ച് എനിക്ക് സങ്കൽപ്പിക്കാൻ പോലും കഴിയില്ല. ബാല്യത്തിന്റെ ഉജ്ജ്വലമായ നിമിഷങ്ങളെ അനുഗമിച്ചത് ആ പ്രതിമയായിരുന്നു. പ്രതിമയുടെ ത്രാസുകൾ തകർത്തുമാറ്റിയപ്പോൾ എന്ത് ഉപകരണമാണ് ഞാൻ ഉണ്ടാക്കുന്നതെന്ന് ഞാനറിഞ്ഞിരുന്നില്ല. ഷ്ദാനൊവ്സ്കയ നദീതീരത്ത് വർഷങ്ങൾക്കുശേഷം അരങ്ങേറിയ നാടകം എന്റെ ബാല്യകാല കോപ്രായങ്ങളുടെ ഭാഗമായി മാറുകയായിരുന്നു. അടിസ്ഥാനപരമായതോ അടിസ്ഥാനപരമല്ലാത്തതോ ആയ സംഭവങ്ങളൊന്നുമില്ല എന്നു പറയാനാണ് ഞാനാഗ്രഹിക്കുന്നത്. എല്ലാം പ്രധാനപ്പെട്ടതും എല്ലാം നല്ലതൊ ചീത്തയോ എന്തായാലും ഉപയോഗപ്പെടുന്നതുമാണ്.

ഏറ്റവും സൂക്ഷ്മമായ വിവരങ്ങളോടെ ജീവിതം വരയ്ക്കുന്ന ഒരു ചിത്രകാരൻ അത് മനസ്സിലാക്കും. ചില കാര്യങ്ങൾ പ്രതിഫലിപ്പിക്കാൻ അയാൾക്ക് കഴിയില്ല. ഒരു ദക്ഷിണനഗരത്തിൽ പൂമെത്തയുടെ ചിത്രം വരയ്ക്കുമ്പോൾ ജൂലൈ മാസം സായാഹ്നത്തിലെ പൂക്കളുടെ ഗന്ധം അതിനു പകരാൻ അയാൾക്ക് കഴിയില്ല. മഴ കഴിഞ്ഞുള്ള നനവുള്ള പുകച്ചിൽ പകർന്നു തരാൻ അയാൾക്ക് കഴിയുന്നില്ല. അതിൽ ആ ഗന്ധം അലിയുകയും നിങ്ങൾക്കത് കുടിക്കാൻ കഴിയുകയും ചെയ്യും. ഒരു ചിത്രത്തിന് ഗന്ധം അനുഭവപ്പെടുന്ന ആശ്ചര്യകരമായ നിമിഷങ്ങൾ ഉണ്ടാകാറുണ്ട്. എന്തുകൊണ്ടെന്നാൽ ചിത്രകല എന്നുപറയുന്നത് പ്രകടിപ്പിക്കാൻ പറ്റാത്തതിനെ പ്രകടിപ്പിക്കുന്നതാണ്. അതില്ലാതെ ജീവിതം പൂർണ്ണമാകുന്നില്ല. ആവിഷ്ക്കരണത്തിന്റെ പൂർണ്ണതയെ തേടുക എന്നു പറഞ്ഞാൽ സത്യത്തിന്റെ പൂർണ്ണതയെ തേടുക എന്നാണ്.

വാക്കുകളുടേയും നിറങ്ങളുടേയും സീമകൾക്കപ്പുറത്ത് അവശേഷിക്കുന്ന എന്തോ ഒന്നുണ്ട്. നിനക്കറിയാം അതുണ്ടെന്ന്. പക്ഷേ നിനക്കത് എത്തിപ്പിടിക്കാൻ കഴിയുന്നില്ല, അത് ആഴങ്ങളിലാണ്. പതഞ്ഞു പൊങ്ങിയ ഉപരിതലത്തിൽ നിൽക്കുമ്പോൾ ഇനിയും മുന്നോട്ടു പോകണമെന്നറിയാം. വെള്ളത്തിലേക്ക് ആഴ്ന്നുപോകാനുള്ള സാദ്ധ്യതയും

നിരാകരിക്കാനാവില്ല. എന്തുകൊണ്ടെന്നാൽ ഉദാഹരണത്തിന് 'എന്റെ ബാല്യകാലം' എന്നു ഞാൻ പറയുമ്പോൾ എന്റെ ഭാവിയിലെ മോളോട് ഞാനൊന്നും വിശദീകരിച്ചു കൊടുക്കുന്നില്ല. അവൾക്ക് എന്തെങ്കിലും ഒരു രൂപം കൊടുക്കാൻ ഞാൻ നൂറായിരം വിവിധ വിശദവിവരങ്ങൾ നൽകണം. ഇല്ലെങ്കിൽ അവൾക്ക് എന്റെ അക്കാലത്തെ സന്തോഷം എങ്ങനെയാണ് രചിക്കപ്പെട്ടതെന്ന് മനസ്സിലാക്കാൻ കഴിയില്ല.

ആ അവസ്ഥയിൽ വിവരണങ്ങളെ കാത്തിരിക്കുന്നതെന്താണ്? കിടക്കയ്ക്ക് മുകളിലുള്ള ആ വാൾപേപ്പർ ഞാനിപ്പോഴും ഓർമ്മിക്കുന്നു. അതിന്റെ പൂക്കളുള്ള ഡിസൈൻ ഞാനിപ്പോഴും ഓർമ്മിക്കുന്നു. വൈകുന്നേരങ്ങളിൽ ഉറങ്ങുന്നതിനു മുൻപ് എന്റെ വിരലുകൾ അതിൽ തെരുപ്പിടിക്കുമായിരുന്നു. മൂത്രപ്പാത്രത്തിന്റെ മൂടി അടയ്ക്കുന്ന ശബ്ദം തുളഞ്ഞു കയറുന്ന ഇലത്താളം പോലെ മുഴങ്ങി. ശബ്ദങ്ങളുടെ കൂട്ടത്തിൽ ഓരോ തവണയും ഞാൻ കട്ടിലിൻ തിരിഞ്ഞു കിടക്കുമ്പോൾ കേൾക്കുന്ന സ്പ്രിംഗിന്റെ ഞരങ്ങുന്ന ശബ്ദം ഓർമ്മയിൽ വന്നു. കട്ടിലിന്റെ തിളങ്ങുന്ന തണുത്ത പൈപ്പിലൂടെ കൈകൾ ഓടിക്കുകയും കൈയുടെ ചൂട് അവയ്ക്ക് നല്കുകയും ചെയ്തു. കൈ താഴേക്ക് വഴുതിപ്പോകുകയും കിടക്കവിരിയുടെ മടക്കുകളിൽ തപ്പുകയും കട്ടിലിൽ എഴുന്നേറ്റിരിക്കുകയായിരുന്ന അമ്മൂമ്മയുടെ മുട്ടുകാലിൽ നിശ്ചലമാകുകയും ചെയ്തു. ഞാൻ മെഴുകുതിരിക്കാലുകളും അതിന്റെ എട്ടുകാലിയെപ്പോലുള്ള നിഴലും പരിശോധിക്കുന്നു. സീലിംഗിന്റെ മദ്ധ്യഭാഗത്ത് നല്ല വെളിച്ചമുണ്ട്, മൂലകളിൽ ഇരുട്ടാണ്. ചുവരലമാരയിൽ ന്യായം പ്രസരിപ്പിച്ചുകൊണ്ട് ന്യായദേവത ത്രാസും പിടിച്ചിരിക്കുന്നു. അമ്മൂമ്മ 'റോബിൻസൺ ക്രൂസോ' വായിക്കുന്നു.

■